AF529202

महाराष्ट्र शासनाचा 'मराठी वाङ्मयनिर्मिती राज्य पुरस्कार' (१९८०-८१)

शिवाज़ी
सावंत

CHHAWA
by
SHIVAJI SAWANT

छावा /कादंबरी
शिवाजी सावंत

संस्थापक
सुनील अनिल मेहता

प्रकाशक
मेहता पब्लिशिंग हाऊस प्रा. लि.
१९४१, सदाशिव पेठ,
माडीवाले कॉलनी, पुणे ३०.

मुखपृष्ठ
MADDOCK FILMS
यांच्या सौजन्याने

मांडणी
फाल्गुन ग्राफिक्स

P Book ISBN 9789357207959
E Book ISBN 9788184987966

मुद्रक
श्री मुद्रा

प्रकाशनकाल
पहिली आवृत्ती : १९७९ /
मेहता पब्लिशिंग हाऊस प्रा. लि.
यांनी प्रकाशित केलेली विशेष
पंचविसावी आवृत्ती : मार्च, २०२५

किंमत : ₹ ६२५

तसाच प्रसंग पडला,
तर
मराठी राजमन
साक्षात मृत्यूलाही
कसं सामोरं जाऊ शकतं
हे काळाला साक्षी ठेवून,
आपल्या
असंख्य जललहरींचे
नेत्र करून,
ज्यांनी तुळापुरी
प्रत्यक्ष पाहिले –
त्या
'इंद्रायणी' आणि 'भीमा'
या लोकगंगांना
ही 'राजकथा'
सश्रद्ध समर्पण!

॥ भंडारा परडी ॥

ती १९७२ सालची गुरुद्वादशी होती. 'छाव्या'च्या लिखाणाला प्रारंभ करण्यापूर्वी मी त्या सुप्रभाती स्नानादीविधी आटोपून पूजेला बसलो होतो. नुकताच सहकुटुंब तुळजापूरला जाऊन जगदंबेचं दर्शन घेऊन आलो असल्यामुळे मिटल्या डोळ्यांसमोर अष्टभुजा जगदंबेची मूर्ती तरळत होती. तिचं जगद्व्यापी रूप आकलून घेण्याची खटपट मनोमन चालली होती. हाती घ्यायच्या या कथावस्तूसाठी मन तिला कौलाचं फूल चढवीत होतं. अंगणातून संबळीच्या तडतडाटात बुडून आलेला उदोकार कानांवर पडला. अंगभर काटाच सरकला माझ्या! कोल्हापूरच्या या जागेत राहायला येऊन तीन वर्षे

झाली होती. एकदाही कधी जगदंबेचा भुत्या दारी आलेला नव्हता. 'उदं गं अंबे उदं' असा गर्जला नव्हता. नेमका आजच त्याचा फेरा आला होता. मान वळवून मी त्याच्याकडं काही वेळ बघतच राहिलो; त्याला घरात बोलवून घेतलं. म्हणालो, "पोत पाजळ. जेवढी येत असतील तेवढी आईची नमनं म्हण." त्यानं माझ्या पत्नीकडं गोड्या तेलाची मागणी केली. ते मिळताच पोत शिलगवला आणि त्यानं नमन धरलं. त्याच्या जगदंबबोलांनी ती देवखोली कितीतरी वेळ घुमत राहिली. निरोप घेताना त्यानं आईचा भंडारा आणि दोन कवड्या माझ्या हाती दिल्या.

'शंभूकथा' बेतण्यासाठी – बांधण्यासाठी – महाराष्ट्राच्या बागलाणातील साल्हेर-मुल्हेरपासून थेट गोव्यातील शिवोलीपर्यंत कित्येक गडकोट, शंभू-जीवनाशी निगडित ऐतिहासिक स्थळं, वस्तुसंग्रहालयं यांना मी भेटी दिल्या. शिव-शंभूकालाशी निगडित काय-काय वाचलं ते माझं मलाच माहीत. अगोदरच शब्दांसारखं लेखकमनाला छळणारं दुसरं सत्य नाही. त्यातून ऐतिहासिक कथा हाती असली तर बघायलाच नको. मन घोड्यांच्या टापांना केव्हा बांधलं जातं ते कळतच नाही!

या कथेच्या निमित्तानं अनेकदा रायगडी गेलो. रात्रीच्या नीरव शांततेत हा पुरा गड पायांखाली घालणे; यासारखा थरारक अनुभवच नाही दुसरा कुठलाही! खूप तळवटाचं व गूढबोलतो रायगड रात्रीचा!

संभाजीराजांचे जन्मस्थळ पुरंदर! त्यांचे बालपण रमले व शिवाजीराजांच्या उभार हयातीतील रोमांचक घटना घडल्या तो राजगड! त्या पिता-पुत्रांच्या जीवनात शिरपेचाचा मान लाभलेला रायगड! औरंगजेबाच्या प्रमुख हालचाली घडल्या ते दक्षिणेतील औरंगाबाद आणि नगर येथे.

संभाजीराजांच्या जीवनात मर्मस्थळ ठरलेला पन्हाळा, मांडवीची खाडी, सज्जनगड, तुळापूर आणि जिथं संभाजीराजांच्या जीवनाला 'शिवरूप' लाभलं, ते वढू-तुळापूर अशी कैक मोठी व लहान-सहान ठिकाणं मी प्रत्यक्षात पाहिली. मलाच न कळणाऱ्या भवानीभाषेत ती काय आणि केवढं माझ्याशी बोलून गेली ते सारं शब्दांत पकडून नाही सांगता येणार.

या कथेचा नायक आहे, 'संभाजी!' विवाद्य! हात घालणाऱ्याला अनेक वळणांनी फरफटत नेणारा. कै. आचार्य अत्र्यांनी मुंबईच्या एका समारंभानंतर विचारल्याचं आठवतंय, "शिवाजीराव, या तुमच्या कलाकृतीत संभाजीला शिवाजीपेक्षा मोठा तर करणार नाही ना?" मी नम्रपणे आचार्यांना सांगितल्याचं आठवतंय, "माझ्या कथेचं नाव 'छावा' आहे आचार्य. त्याचे वडील सिंह होते, हे नावातच स्पष्ट होत नाही काय?" ते उत्तर देताना मनात मात्र सहज विचार येऊन गेले होते : महाराष्ट्राच्या या 'छाव्या'ला तत्कालीन लंडन दरबार 'Warlike Prince' संबोधून गेला असताना मराठी मनासमोर मात्र तो व्यसनी, लंपट, संतापी आणि अधिकतर अविचारी असाच का आणि कसा उभा केला गेला? एका विचारानं मात्र मी हेलावूनच गेलो – संभाजीराजांचे चरित्र एका महामानवाच्या वाचनात यायलाच हवे होते. स्वामी विवेकानंदांच्या! ते या शिवपुत्राला अधिक योग्य व समर्थ न्याय खचितच देऊ शकले असते. जर संभाजीराजे खरंच व्यसनांध असते, तर शेवटच्या कठोर सजेच्या प्रसंगी पारच ढासळले असते. कारण ती सजाच तेवढी क्रूर व अमानवी होती. खरी ऐतिहासिक कथाही ऐतिहासिक संदर्भांच्या पायथ्यावरच उभी करावी लागते. ते संदर्भही निकोप, अलिप्त मनाने तपासलेले असावे लागतात. जिथं इतिहास मुका होतो, तिथं तारतम्यानं त्याला सादवावं लागतं. त्या काळाचे रिवाज, बोलीभाषा, वस्त्रे-प्रावरणे, वातावरण या सर्वांना रसरशीत, बोलता

जिवंतपणा द्यावा लागतो. सर्वांहून अवघड असतात ती ऐतिहासिक मने. ती फुलपाखरांच्या पंखांगत असतात. हळुवार सावधपणे ती उकलावी लागतात.

या कथेतील कुलेशांची 'कानोजी' भाषा त्यासाठीच वेगळी आहे. धर्मपीठ काशीच्या गागाभट्टांची बोली संस्कृतप्रचुर आहे. हंबीरराव, येसाजी, कोंडाजी, म्हालोजी, गणोजी-कान्होजी आदींची 'मावळ-बोली' फव्वारती आहे. शिवाजी-संभाजीराजे, राजस्त्रिया, मंत्रिगण यांची भाषा उर्दू, फारशी, मावळी अशा सरमिसळीची व रोज वापरावीच लागत असल्यामुळे 'दफ्तरी' झालेली आहे, हे सुज्ञ वाचकांच्या सहज ध्यानी येईल. अशी कथावस्तू ही अनेक रसायनांच्या मिश्रणातूनच आकार घेत असते. 'हे कसं घडतं?' असं विचारणं म्हणजे फूल कसं उमलतं? असं वेलीला विचारण्यासारखंच आहे!

गेली दहा वर्षं मी विचारांच्या असंख्य झरोक्यांतून घेतलेलं शंभू-दर्शन सर्व प्रकारच्या उलट-सुलट विचारांची चाळण लावून नंतरच मराठी वाचकांसमोर ठेवीत आहे. शंभूकथेचा हा गोंधळ-चौक वाचकांसमोर घालताना लेखक म्हणून जाणवलेल्या दोन-तीन मुद्द्यांचा प्रकर्षानं इथं उल्लेख केलाच पाहिजे. त्यातील पहिला म्हणजे, संभाजी हा केवळ साधा राजा नाही. तो कविमनाचा, अनेक उलघालींच्या प्रसंगांतून गेलेला, औरंगजेबाच्या रूपानं ज्याच्यासमोर विशालकाय संकट दत्त म्हणून पुढं उभं ठाकलं आहे असा, आणि चिवट जीवनवाद सांगणारा राजा आहे. जिजाऊंची कन्याच जणू शोभावी अशा येसूबाई त्यांच्या जीवनात सहधर्मचारिणी म्हणून आल्या आहेत. खंडोजी, हंबीरराव, निळोपंत, येसाजी कंक, हरजीराजे, कोंडाजी, म्हालोजी, कुलेश असा मंडळींच्या प्रभावळीतील आणि तेजवंत शिवपुत्राचं हे व्यक्तित्व आहे. 'कलुशा कब्जी आणि संभाजी' अशा मराठी साहित्यात बदनाम झालेल्या 'जोडगोळी'वरचा कलंक

धुऊन काढावा, असा विडा उचलून काही मी ही कथा बांधलेली नाही! या कथेत 'कुलेश' असा शब्द खूप विचारांती योजला आहे. त्यांची फोड कवि+कुल+ईश = 'कविकुलेश' अशीच देता येईल. 'कलुशा कब्जी' नव्हे! राजा शिवाजीपासून संताजी-धनाजीपर्यंत महाराष्ट्राच्या लोकजीवनात येऊन गेलेल्या अत्यंत महत्त्वाच्या अशा कालखंडाचा या कथेद्वारा वेध घेण्याचा एक प्रयत्न मी केलेला आहे. शनिवार दिनांक २८ एप्रिल १९७९ रोजी 'छावा' प्रकाशित झाली; किल्ले प्रतापगडावर! माननीय श्री. यशवंतराव चव्हाण यांच्या शुभहस्ते. त्यांचा मी कायमचा ऋणी आहे.

ही कथा जसजशी बांधीत गेलो, तसं तिच्यावरच्या प्रेमामुळं कै. ग.दि. माडगूळकर, शिव-शाहीर बाबासाहेब पुरंदरे, गो.नी. दांडेकर, नटवर्य चित्तरंजन कोल्हटकर, डॉ. पां.ना. कुलकर्णी आदी मंडळींनी वाचन-चर्चा या रूपाने जो उत्साह मला दिला, त्याबद्दल मी त्यांचा सदैव आभारी व ऋणी आहे.

जिच्या नावानं ही कथा सुरू झाली, त्या जगदंबेच्या चरणी ती भक्तीनं ठेवून म्हणतो – आता मात्र, 'आई राजा उदं!'

दि. १ सप्टेंबर २०००　　**शिवाजी सावंत**

गणेशचतुर्थी,

शके, १९२२

छावा

॥१॥

पुजाऱ्यांनी भल्या पहाटे पूजा बांधलेल्या केदारेश्वराच्या राउळातील दगडी ठाणवया, करंजेल पिऊन वातीवरच्या ज्योती जागवू लागल्या. राउळाचा गाभारा त्यांनी उजळून टाकला.

पुरंदरच्या बालेकिल्ल्यातील राणीवशाच्या दरुणीमहालात मात्र रोजाना चालायचा तसा कुणबिणींचा कुजबुजता राबता आज सुरू झाला नव्हता. दरुणीमहालातील बाळंतिणीच्या अंधेरी दालनाचा दरवाजा अजून बंदच होता.

त्या मिटल्या दरवाजासमोर फरसबंदीवरून एक उतारवयाकडे झुकवा झालेले स्त्री-खानदान अस्वस्थपणे, चिंतागत जडावल्या येरझारा घेत होते. स्वत:च्या उतावळ्या मनाने दालनाचा दरवाजा उघडला आहे, अशी कल्पना करून त्या स्त्री-खानदानाने कैक वेळा दरवाजाला आपली चंद्रावळी शांत नजर दिली आणि हताश होऊन पायगतीच्या फरसबंदीला ती नजर पुन्हा जोडून कुणाला ऐकू जाणार नाही, अशा बेताने स्वत:शीच 'आई जगदंबे, आई जगदंबे' असे पुटपुटणे चालू ठेवले.

त्या होत्या जिजाऊसाहेब! शहाजीराजे भोसले यांच्या राणीसरकार! श्रीमान शिवाजीराजे भोसले यांच्या मातुश्री – आऊसाहेब! भोसले कुळीचा पवित्र-मंगल कुंकुमकरंड! जगदंबेला स्त्री-जातीच्या रूपात पडलेले सर्वांत गोमटे स्वप्न!

उत्तर रात्रीपासून जिजाऊ त्या मिटल्या दरवाजासमोर अशाच ये-जा करीत होत्या. त्यांच्या शेजारीच दहा-बारा हातांचा पल्ला राखून पुरंदरचे किल्लेदार नेताजीराव पालकर एका दगडी जोत्यावर बसले होते. उकिडव्या बसलेल्या नेताजीरावांनी आपल्या गुडघ्यांना हातांचा वेढा भरला होता. रात्रभर ताटकळत खड्या असलेल्या नेताजीरावांना शेवटी आऊसाहेबांनीच एक जागी निवांत बसायला सांगितले आणि स्वत:ला गडवाऱ्याच्या थंड झमकीबरोबर केव्हा डुलका लागला तेच मग नेताजीरावांना

कळले नाही! त्यांच्या डुईवरची कंगणीदार मावळी पगडी मात्र त्या डुलक्याला हुलकावणी देत मोठ्या तालेवारीने आपला तोल त्यांच्या गरगरीत शिरावर सिताब सावरीत होती. मर्दांची झोप नाहीतरी चटक्या अंगाचीच असते!

दरुणीमहालावरचा रोषणनाईक आला. जिजाऊंना बघताच अदबमुजरा घालून कोनाड्याकोनाड्यांत निसूर झालेल्या मशाली पटापट उतरून हलक्या कदमांनी निघून गेला.

दिवस चांगला दीड कासरा धावणी घेऊन वर चढला. महालाच्या महिरपीतून उतरलेल्या किरणांनी मध्यभागीच्या बिछायतीवर मनाजोगा ऐसपैस प्रकाश मांडला. मातुश्री जिजाऊ पुरत्या फिकरमंद झाल्या. चिंतागत फेऱ्या घेऊन त्यांच्या पायांना थकव्याचे कढ आले होते. त्याहून अधिक काळजीचे कढ त्यांच्या उरात दाटले होते.

एकाएकी दालनाचा दरवाजा कुसवात कुरकुरला. आऊसाहेब बिगी-बिगी दरवाजाच्या रोखाने पुढे सरशा झाल्या. उरातल्या सगळ्या 'आऊपणानं' त्यांच्या कानांत जमाव केला. अनेक सवाल डोळ्यांत खडे ठाकले.

दरवाजा पुरता उघडला गेला. मागून बसके, राजस रडणे धावणी घेत कानी आले. उघडल्या दरवाजात मध्यम वयाची कसबी सुईण – गोजाक्का कमरेत वाकून उभी होती. आपले अशुच ओले हात जिजाऊंच्या नजरेला पडू नयेत म्हणून मनगटे कमरेवर टेकवून तिने ते पाठीशी उफराटे फिरविले होते.

तापल्या दुधावर दाट साय जमून यावी, तसे नितळ हसू तिच्या कुणबी मुखड्यावर खुलते झाले. जिजाऊंनी सवाल टाकण्यापूर्वीच तिने कपाळाचे गोंदलेले कातडे वर चढवीत दिलगाव कुणबी शब्दांच्या नुसत्या लाह्याच लाह्या फुलविल्या.

"झडू द्या तोपांची नवबत! बाळकिसन आलं... बाळकिसन!! बाळ-बाळतीण सम्दं सुकरूप...."

"आँऽऽ बाळराजंऽऽ" म्हणत नेताजीरावांनी जोत्यावरून खाली चटकी छलांगच घेतली! त्यांचा डुलका केव्हाच पसार झाला. मात्र सामने जिजाबाईंना बघताच दबकून डोक्यावरची पगडी त्यांनी अगोदर सिधी बसती केली. मासाहेबांना मुजरा घालीतच ते म्हणाले, "बुरजाबुरजांवरच्या भांड्यांस्नी बत्ती देतो, आऊसाब! धाकलं धनी आलं! हू दे, जगदंबेचा उदो!"

प्राजक्ताचे फुलभरले झाड डुलावे तशा जिजाबाई प्रसन्न-प्रसन्न हसल्या. चतुर नेताजींनी तेवढीच संमती सिताब उचलली. आपली पाठवळ आऊसाहेबांना दिसणार नाही, या बेताने मुजरा घालीत-घालीतच ते मागल्या पावली चार-पाच कदम मागे हटले. वळताना आपल्या भरदार मिश्यांच्या चिंचआकड्यावरून उजव्या हाताची दमजोर पालथी मूठ फिरविताना ते स्वत:शीच बोलल्यागत भुवया चढवीत पुटपुटले, "बाळराजंऽ! धाकलं धनीऽ ब्येस... लई ब्येस!" आणि एरव्ही घोड्यावर मांडबुलंद

बैठक जमवून दौडणारे नेताजीराव लहान बच्च्यासारखे सिधे पायीच धावले – तोफखान्यावरच्या गोलंदाजांना गाठण्यासाठी!

त्यांच्या त्या पाठमोऱ्या धावपळीकडे बघताना जिजाऊ कपाळीच्या आडव्या बोटांचा कुंकुमपट्टा वर चढवीत स्वत:शीच हसल्या. डोकीवरच्या टोपपदरी नेसूचा भगवा जरीकाठ त्यांनी गोंदल्या हाताच्या कुलवंत चिमटीने उगीच सरसा केला!

''बाळकृष्ण! शिवबांचे बाळ! पहिले बाळराजे!'' गोजाक्काच्या रसरशीत बोलांनी जिजाऊंच्या सोशीक मनावर लक्ष-लक्ष मोरपिसे फिरली होती. आता त्या 'थोरल्या आऊ' झाल्या होत्या. त्यांच्या पापण्यांची तुळजाई पाती क्षणात दाटून आली. इतकी सालं गुदरली. शिवबाराजांच्या राणीवशात कन्यारत्नांचं उंच टिपेचं रडणं कैकवेळा घुमलं होतं... पण बाळकृष्णाचं बसकं रडणं आजवर कधी उठलं नव्हतं. म्हणूनच जिजाऊंचे डोळे पाणभरे झाले. कृतार्थतेने! मुलाच्या दर्शनाने 'आऊपण' धन्य होते, पण नातवाच्या दर्शनाने अवघे 'स्त्रीपण' धन्य होते!

स्वत:ला सावरीत जिजाऊंनी गोजाक्काला विचारले, ''कुणासारखे गं दिसतात बाळराजे?''

''जितनित राजेसायबावानी!''

''राजेसाहेब!'' जिजाऊंच्या डोळ्यांसमोर शिवाजीराजांची मूर्ती क्षणात उभी ठाकली. 'घोड्याच्या पाठीवरून घामेजत धावणी धरून ते कुठल्या मुलखात असतील अंबा जाणे! राजे उपजले तेव्हा इकडची स्वारी अशीच उन्हातान्हात दौडीवर होती! आज शिवबाराजांच्या पोटी बाळराजे आले आणि राजेही तसेच दौडीवर! भोसल्यांच्या पुरुषांना मागल्या कबिल्याचा पायगोवा राहात नाही, हेच खरं!' ''हूं – जगदंब, जगदंब!'' करीत जिजाऊंनी एक नि:श्वास सोडला. कितीतरी उदंड कढ त्या नि:श्वासात भरले होते.

राजे नाहीत, निदान त्यांची यादगीर म्हणून त्यांचे बाळराजे तरी डोळाभर बघावे म्हणून जिजाऊंनी दालनाच्या दगडी उंबरठ्यावर आपला सोनपुतळ पाय ठेवला.

आतल्या शिसवी मंचकावर सईबाईंच्या कुशीतून उफाळलेले रडणे भोवतीच्या दगडी भिंतींवर रोमांच-रोमांच उठवीत होते! उंबरठ्यातच उभे राहून ते कानभर ऐकताच जिजाऊ भानावर आल्या. आपल्या उतावळ्या मनाचे त्यांचे त्यांनाच हसू आले. 'पाचवी झाल्याखेरीज बाळंतिणीच्या सोयर पडलेल्या दालनात नसते जायचे!' त्या विचाराबरोबर क्षणभर त्या जखडबंद झाल्या. उंबरठ्यावर टाकला पाय त्यांनी तसाच मागे घेतला!

नेसूच्या निरीजवळ खोचलेली मोहराजड थैली त्यांनी खेचून हातात घेतली.

''सतका उतरा बाळराजांचा गोजाबाई,'' म्हणत त्यांनी वाकून ती थैली उंबरठ्याच्या आत ठेवली. शांत चालीने आणि भरल्या मनाने त्या आपल्या खाजगीच्या महालाकडे

चालल्या. त्या वेळी किल्ले पुरंदरच्या चारी बाजूंचे बुलंद बुरूज आपले तोफांचे कंठ फोडून माथ्यावरच्या मावळी, निळ्या, वैशाखी आभाळाला खबर देत होते. ‘‘राजश्रियाविराजित, सकळगुणमंडित, भोसलेकुलावतंस, श्रीमान शिवाजीराजे भोसले यांच्या थोरल्या राणीसरकार वज्रचुडेमंडित सईबाईसाहेब प्रसूत जाहल्या! पुत्ररत्न प्राप्त जाहले!’’

आणि ती खबर ऐकून किल्ले पुरंदरवरच्या सगळ्या राउळांतले देव आपोआप ‘सोयरात’ पडत होते!

पुरंदरच्या सदरमहालात बैठकीवर बसून जिजाबाई खलित्यांचे मायने सांगत होत्या. समोर बसलेले बाळकृष्णपंत हणमंते ते मायने आणि मजकूर कागदावर उतरून घेत होते.

बाहेर अठरा कारखान्यांतील असामींना, पांढऱ्या गलमिश्यांचे गोमाजी नाईक पाणसंबळ, खांद्यावरच्या परातीतील साखर मुठीमुठींनी वाटत होते. कुणीतरी लगटीने गोमाजीबाबांच्याच तोंडात साखरमूठ भरली. तिचे निसटते कण गोमाजीबाबांच्या पांढऱ्याधोट मिशीत अडकले होते.

गोमाजींना डिवचण्यासाठी एक तरणा मावळा म्हणाला, ‘‘नाईक, लई लहानी मूठ हाय तुमची!’’

त्याच्याकडे डोळे वटारून बघत गोमाजीबाबा गरजले, ‘‘म्होरं ये. परातच वततो तुज्या थोबाडात!’’ आणि गोमाजी स्वत:वरच खूश होऊन मान मागे टाकून कल्ले थरकवीत दिलखुलास हसले.

सदरमहालात खलित्यांच्या लाल फासबंदांच्या थैल्या तयार झाल्या. थैल्या ठेवलेल्या तबकाला जिजाबाईंनी उजव्या हाताचा दस्तुरी-स्पर्श केला.

सदरेच्या भिंतीशी उभ्या असलेल्या खबरगिरांच्या पथकातील एक-एक खबरगीर सामोरा आला. आऊसाहेबांना मुजरा करून आणि बाळकृष्णपंतांच्या हातून आपापली थैली घेऊन बाहेर पडू लागला. फलटण, तळबीड, सिंदखेड, बेंगळूर, चौक चौवाटा त्या थैल्या जाणार होत्या.

जिजाबाईंनी शेवटची थैली आपल्या हातात घेतली. त्यांच्या समोर मावळपट्ट्यातील नामांकित खबरगीर विश्वास – नानाजी मुसेखोरेकर उभा होता. त्याच्या हातात ती थैली देत जिजाबाई म्हणाल्या, ‘‘विश्वासराऊ, जातीनिशी ही थैली राजांना रुजू होईल असे कर. आमचा सांगावा सांग की – जरोर निघोन येणे. पुत्ररत्न उपजले!’’

‘‘जी.’’ म्हणत विश्वासरावाने थैली धरला हात आपल्या माथ्याला लावून जिजाऊंना मुजरा भरला. विश्वासराव सदरमहालाबाहेर पडला.

धावणीची वाट बिनघोरी आहे की नाही, हे टेहळण्यासाठी जासुदांचा नाईक बहिर्जी राजांच्या घोडदळापुढे एका मजलेवर दौडत होता. सुपे जवळ आले. बहिर्जीच्या घारनजरेला एक स्वार सामनेच दौड घेत येताना दिसला. झटकन बहिर्जीने आपल्या उजव्या तळहाताची झड कपाळावर चढविली. डोळे बारीक करीत त्या स्वाराचा कानोसा घेतला. त्याच्या घोड्यावरच्या मावळी जिनाची खूण चांगली पटताच टांच मारून, धूळ फेकीत आपला घोडा एकदम पुढे काढून दौडत्या टापेने क्षणात त्या स्वाराला गाठला.

बहिर्जीला बघताच समोरचा विश्वास पायउतार झाला.

"काय खबर आहे इस्वास?" मुजरा घालणाऱ्या विश्वासला बहिर्जीने लगोलग चाचपून पाहिलं.

"लई नामी खबर हे नाईक! धन्यास्नी बाळकिसन जालं! पुरंदरावरनं मासाबांची थैली घिऊन आलू न्हवं." विश्वासने आपला दाटला उत्साह तळपत्या डोळ्यांनी फोडला.

"धन्यांचं बाळकिसनऽऽऽ कवा? भले रे माज्या भाद्दरा!" म्हणत बहिर्जीने मांड मोडून जिनावरून खाली चलाख-चटकी छलांग घेतली. आपण राजांच्या खबरगीर खात्याचे नाईक आहोत; विश्वास एक मामुली खबरगीर आहे, हे विसरून बहिर्जीने सरसे होत, विश्वासची थेट ऊर-भेट घेतली. त्याचे खांदे थोपटले.

वळीव पावसाचा मारा होणार ही इशारत देणारा भन्नाट वारा सुटला होता. लगबगीने बहिर्जीने आपल्या घोड्याचा मोहरा माघारा वळविला. राजांच्या सामने रुजू होण्यासाठी तो विश्वाससह मागच्या मजलीकडे चौपट दौडू लागला.

राजांचे घोडदळ नजरटप्प्यात येताच त्या दोघांनी आपल्या जनावरांची धावणी कदमबाज केली. धिम्या चालीची घोडी घेऊन ते राजांच्या समोर आले. पायउतार होऊन दोघांनीही झटक्यात राजांना अदबमुजरे रुजू केले. राजांच्या पाठीवर कायदे आखडलेले घोडदळाचे मावळे श्वास रोखून उभे होते. इकडे आभाळाच्या शिवारात वळीव पावसाच्या ढगांनी मेंढीकळपासारखा केव्हा जमाव धरला, ते कुणालाही कळलेसुद्धा नाही.

राजे कुम्मैत जातीच्या तपकिरी, उमद्या जनावरावर मांडबुलंद बैठक जमवून बसलेले होते. घोड्याचे भगवे, रेशमी कायदे त्यांनी आपल्या अंगठीधारी सडक बोटांनी आखडून धरले होते. कपाळीचे दोन दलांचे आडवे शिवगंध, छातीकडे धारदार नाकाचा तरतरीत शेंडा, कानशिलाकडे निमुळते होत गेलेले, दोन्ही डोळ्यांत दोन सूर्य वागविणारे, लांबट डोळे, उभट शंखासारखी रंगसतेज मुद्रा, छातीच्या ठोकेदौडीशी कान लावून विसावलेली कंठातील चौसष्ट कवड्यांची आई भवानीची पावन माळ! असे ते 'राजयोगी' रूप होते. धावणीत घोड्यांच्या टापांखाली उसळलेली

तांबडधूळ त्यांच्या पांढऱ्याशुभ्र टोपावर आणि काळ्याशार दाढीवर उतरून सार्थकी लागली होती.

बहिर्जीला बघताच राजांच्या रक्तजागल्या, रसरशीत ओठांतून काळजाची ठाव घेणारी, सोनेरी बोलांची चलाख कबुतरे क्षणात उडाली – "बोला नाईक, सिताब पाठमोरे वळाया कोण वजह? काही आफत...?" राजांच्या उजव्या भुवईने वर चढत कमानी बाक धरला.

"न्हाई धनी, ह्यो इस्वास पुरंदरावयनं मासाबांची थैली घिऊन आला. लई खुशीची खबर हाय. थोरल्या रानीसाबास्नी बाळकिसन जालं! धाकलं धनी आलं! कलच्या बेस्तरवारी!"

"अस्सं! जगदंब, जगदंब!" राजांच्या कपाळीचे शिवगंध, सईबाईंच्या सावळ्या मुद्रेच्या आठवणीने क्षणभर आक्रसले. नकळतच त्यांच्या हाताची सडक बोटे छातीवरच्या माळेतील सफेद कवड्यांवरून फिरली. दुसऱ्याच क्षणी आपल्या तळहाताचा भार जिनावर टाकीत राजे मांड मोडून घोडाउतार झाले. शांत पावली विश्वासजवळ जात त्यांनी काही न बोलता त्याचा खांदा हळुवार थोपटला आणि आपल्या डाव्या हातीचे सोनकडे झटकन खेचून त्यांनी ते विश्वासला दिले.

मागच्या घोडदळातील माणकोजी, मुरारबाजी, येसाजी, तान्हाजी ही हरोलीच्या दौडीची मंडळी केव्हाच पायउतार झाली होती. त्यांना दौडीतले मावळे पगड्यांना झटके देत 'कसली खबर?' म्हणून विचारू लागले. ढगात उठलेल्या विजेचा प्रकाशलोट क्षणात मुलूखभर पसरतो, तशी ती खबर घोडदळभर पसरली. ती ऐकताना न राहवून एका मावळ्याने नरड्याची घाटी फुलवीत, आभाळाकडे मान उडवीत किलकारी दिली – "आई भवानीचा उदोऽ! हरऽऽ हरऽऽ हर महादेव!" सगळे घोडदळ ती किलकारी पुन्हा तशीच उचलताना रोमांचून उठले.

राजांनी मागे वळून हसत आपल्या जानकुर्बान मावळ्यांना एकदा नजर दिली. विश्वासने दिलेली थैली डोळे मिटून आपल्या कपाळीच्या शिवगंधावर टेकवून शेजारी असलेल्या निळोपंत बहुलकरांच्या हाती दिली.

निळोपंतांच्या तोंडून पत्रातील जिजाबाईंचे बोल खडे होऊ लागले – "...ज्येष्ठ शुध द्वादशेस, गुरुवारी दहाव्या घटिकेस थोरल्या सूनबाईंस पुत्ररत्न प्राप्त जाहले. जगदंबेच्या आशीर्वादे करोन, आम्ही 'थोरल्या आऊ' जाहलो."

त्या बोलांनी राजांचे मन न्हाऊन निघाले. धावणीचा शिणोटा पार पसार झाला. निळोपंतांनी पत्र पुन्हा थैलीत घालून लाल गोंड्यांचा फासबंद आवळला आणि सपऽ सपऽ सपऽ करीत, टपटपीत पाणथेंबाची टिपरी घुमवीत वळिवाने आपली बेहोश मारगिरी सुरू केली. हां-हां म्हणता राजांच्यासह सारे वेडावल्या आकाशाखाली निथळून निघाले! राजांच्या टोपावरची, दाढीवरची तांबडमाती वळिवानं पार

पिटाळून लावली. तिची जागा पावसाच्या मोतीथेंबांनी घेतली!! वळीवधारांत न्हाऊन निघालेल्या राजांच्या छातीवरच्या जाम्याला कवड्यांची माळ चिकटली. अभिषेकपात्रातून वर्षणाऱ्या जलधारांखालचे नितळ शिवलिंग दिसावे, तसे ते रूप होते. सह्याद्रीच्या शिवाचे! –

पुरंदरच्या परतीवरचा राजांचा शेवटचा मुक्काम पुण्याच्या लालमहालात पडला. या लालमहालाशी त्यांच्या कैक आठवणी जखडबंद झाल्या होत्या!

उमर कवळिकीची असताना याच लालमहालाच्या उंबरठ्यावरचे माथाभरले माप लवंडून सईबाई राजांच्या पत्नी म्हणून आल्या. त्या वेळी 'एवढं भलंमोठं माप यांना दिसलं कसं नाही?' याचं राजांना हसू आलं होतं! आज त्यांना आपल्या त्या विचाराचं हसू येत होतं.

रायगडावर सईबाईंच्या महालात ही लग्नातील आठवण चिराखदानांच्या मंद प्रकाशात राजांनी अनेक वेळा बोलून दाखवली होती.

त्या आठवणी मनात घोळवीत राजे लालमहालाच्या माळवदावर आले. हात जोडून त्यांनी उगवत्या सूर्याचे डोळाभर दर्शन घेतले. भोवतीचे छोटेखानी पुणे न्याहाळले. केदारवेस, कुंभारवेस यांची तटबंदी धरलेले छोटेखानी पुणे दुरडीतल्या दह्याच्या लोटक्यासारखे दिसत होते! ते बघता-बघता राजांना पंधरा सालांपूर्वीचा काळ आठवला. 'पंधरा वर्षांपूर्वी हे सगळं गावठाण तसनस झालं होतं. त्याचं सुरूरपण सुकून गेलं होतं. या बेचिराख मातीला आऊसाहेबांनी बोलतं केलं. मासाहेबांचा हात पाठीवर घेऊन या बरड जहागिरीत सोन्याचा फाळ लावलेल्या नांगराच्या खुंटाळीला आम्ही हात घातला! इथंच आमच्या मनसुब्याला श्रीगणेशाचा शुभशकून सांगायला आम्हास गजाननाच्या मूर्तीनं दर्शन दिलं!'

त्या मूर्तीची आठवण येताच राजे विचारात हरवले – 'श्रींच्या गोमट्या राज्याची आणभाक आम्ही रायरेश्वरावर घेतली. हर मनसुब्यात येश देण्यास प्रत्यक्ष श्रीच समर्थ झाले. आजवर आऊसाहेबांच्या दोन चंद्रशांत डोळ्यांनी आमच्या मस्तकावर ममतेची बरसात केली. आता बाळराजांच्या रूपानं दोन हात आमच्या पाठीशी आले. सारी श्रींची कृपा!'

प्रसन्नशांत मनाने राजे महालात आले. चौरंगावर तबकात ठेवलेल्या केसरी टोपावर त्यांची नजर गेली. जवळ जाऊन त्या टोपाला आपल्या उजव्या हाताची बोटे भिडवून ती छातीला लावून राजांनी त्या टोपाला वंदन केले. दोन्ही हातांनी अलगद उचलून त्यांनी तो आपल्या मस्तकावर घेतला; आणि राजे महालाच्या सदरेवर आले. माणकोजींनी मुजरा घालून पुरंदरच्या धावणीसाठी घोडी तयार असल्याची वर्दी दिली.

तांबड्या कुम्मैत घोड्याला तबेल्यात ठाणबंद करून माणकोजींनी राजांची लाडकी, काळ्याभोर रंगाची 'कृष्णा' घोडी धावणीसाठी तयार ठेवली होती. तिच्या

काळ्याभोर पाठीला हात लावून राजांनी तो मस्तकाला भिडविला. रिकिबीत पाय भरून झेपावत पक्की मांड घेतली; तेव्हा राजांच्या ओठांतून शब्द निसटले – "सरनौबत, विघ्नहर्त्याचं दर्शन घेऊन मगच पुढे कूच करू!"

"जी!" माणकोजींनी पगडी डोलवली.

माणकोजी, मुरारबाजी, तान्हाजी, संभाजी कावजी, सुभानजी यांच्यासह राजे पुण्याच्या कसब्यातील गणेशदर्शनासाठी धिम्या चालीने निघाले.

गजाननाचे दर्शन घेऊन प्रसन्न झालेल्या खाशांनी घोड्यांना टाचा भरल्या. सारे पुरंदरच्या वाटेला लागले. नकळतच सगळ्या घोडेतुकडीच्या धावणीची गती नेहमीपेक्षा वाढली होती! राजे आपल्या 'बाळराजां'चं आणि त्यांचे साथीदार आपल्या 'धाकल्या धन्या'चं चित्र कल्पनेनेच स्वत:शी रेखाटीत होते!

पुरंदर नजरेत आला. राजांना सामोरे जाण्यासाठी गडपायथ्याशी उतरलेले किल्लेदार नेताजी पुढे आले. त्यांचा मुजरा आपलासा करीत राजे तांबड्या अस्तराच्या पालखीत बसले. झुपकेदार राजगोंड्याची वादी त्यांनी मुठीत पकडली. 'जय भवानी' असे पुटपुटत भोयांनी पालखीला खांदे दिले. भोई गड चढू लागले.

बालेकिल्ल्याच्या सदरदरवाजातून पालखी जाताना दरवाजावरची नौबत दुमदुमली. ती थेट राणीवशाच्या महालात पोहोचली होती. भोयांनी पालखी ठाण केली. राजे बालेकिल्ल्याच्या पायऱ्या चढून आले. एकवार मागे वळून त्यांनी भक्कम माचीचे हात पसरलेल्या पुरंदरावर टेहेळती नजर फिरवली. आणि झपाझप कदम उचलीत, झडणारे मुजरे आपलेसे करीत, ते थेट दरुणीमहालाकडे चालले.

दरुणीमहालाच्या दालनाच्या दरवाजात उभ्या असलेल्या पहारेकऱ्याच्या हातात त्यांनी कमरेची जमदाड दिली. उंबरठ्याजवळ पायांतील बाकदार मोजड्या उतरल्या आणि समया तेवणाऱ्या शांत दालनात पाऊल टाकले. समोरच सईबाईंच्या मंचकाशेजारी उभ्या असलेल्या हसमुख आऊसाहेबांना पाहताच ते झटकन कमरेत वाकले. त्यांच्या गळ्यातील कवड्यांची माळ ओळंबली. उजवा हात तीन वेळा फरसबंदीकडे नेत त्यांनी तो छातीला भिडवून मुजरा रुजू केला. जिजाऊ हसतच पाच पावलं पुढे आल्या. त्यांचे चरण शिवून राजांनी आपला उजवा हात स्वत:च्या मस्तकी लावला. जिजाबाईंनी त्यांच्या हातात एक मोहराजड थैली दिली.

"आम्हाला वाटलं, बाळांच्या बारशाचं तरी भान तुम्हाला मुलूखगिरीत राहतं की नाही कोण जाणे!" म्हणत जिजाबाईंनी हसत राजांच्या टोपावर आपला हात ठेवीत त्यांना वर उठविले. शांतपणे त्या सईबाईंच्या मंचकाजवळ गेल्या. "सूनबाईऽ!" म्हणून त्यांनी एक हळुवार साद घातली. सईबाईंनी जडावलेले डोळे उघडले. जिजाबाईंना पाहताच त्यांना नमस्कार करण्यासाठी त्या मंचकावर उठून बसण्याची

कोशिश करू लागल्या. "राहू दे!" म्हणत जिजाबाईंनी त्यांना बळेच शांत केले आणि त्यांच्या कुशीतील दुपट्यात लपेटलेल्या, चळवळ्या बाळराजांना अलगद उचलताना जिजाबाई म्हणाल्या, "तुमची स्वारी गडावर आली. जागत्या राहा!"

मोहरांच्या थैलीचा सतका बाळराजांवरून उतरून राजांनी ती थैली एका तबकात ठेवली. हातांतील बाळराजे हसत जिजाबाईंनी राजांच्या हातात दिले. किंचित वाकून हलक्या हातांनी ते गोड ओझे आपल्याकडे घेताना नकळतच राजांची घारी नजर मंचकाकडे गेली. डोळ्यांना डोळे क्षणमात्र भिडले; क्षेमकुशल नजरेतच विचारले गेले.

हातातील धडपडणाऱ्या बाळजीवाकडे बघताना राजांच्या डोळ्यांतले भाव क्षणात बदलले. गनिमांवर एल्गारी चाल करताना आग वर्षविणारे त्यांचे निमुळते डोळे, हातांतली कोवळ्या जिवावर वात्सल्याची मूक बरसात करू लागले. बाळराजांच्या बिटबिट्या सतेज डोळ्यांत पाहताना राजांचे भान हरपले होते. मंचकावरून सईबाई आणि शेजारी उभ्या असलेल्या जिजाबाई राजांच्या त्या रूपाकडे कौतुकभरल्या नजरेने पाहत होत्या. तीन पिढ्यांचा तो अतिशय बोलका मूक संवाद फक्त शांतपणे जळण्याची ताकद असलेल्या भोवतीच्या समयांनाच कळत होता!

नकळत जिजाबाईंची नजर दरवाजाकडे गेली. तिथे उंबरठ्याबाहेर, उत्सुकलेल्या डोळ्यांची राजांची खास मंडळी दाटीवाटीने उभी होती. जिजाबाईंची नजर वळताच त्यांनी तिथूनच अदबमुजरे केले. त्या मंडळींत माणकोजी, सुभानजी, संभाजी कावजी, येसाजी, तान्हाजी, नूरखान बेग सारे मीठजागते इमान होते. त्या सर्वांना आपले 'धाकले धनी एकदा नदरं पडावेत', असे वाटत होते. त्या मोहऱ्यानेच ते सारे उंबरठ्याबाहेर दाटले होते.

त्यांच्यावरची नजर उचलून राजांच्याकडे पाहत जिजाबाई हसत म्हणाल्या, "पहिला बाळ म्हणजे खाशी कौतुकाची बाब, नाही राजे?"

"अं! मतलब मासाहेब? आमच्या ध्यानी नाही आलं..." राजांची पुत्रमुखदर्शनाची समाधी भंगली.

"नाही – म्हणजे हमेशा तुमच्या खांद्याला खांदा भिडवून तुमच्याबरोबर दौडणारी खाशी मंडळी दरवाजातच खोळंबलीत! त्यांनाही बाळराजांना पाहावंसं वाटतंय!" जिजाऊंच्या त्या बोलांनी राजे प्रसन्न हसले. आपल्या हातातील बाळराजांना जिजाबाईंच्या हाती देत त्यांनी मागे वळून साऱ्यांना दालनात येण्यासाठी हाताची इशारत केली. तशी सारी मंडळी दालनात आली. फक्त नूरखान बेग बाहेर राहिला. मुघलाने राजांच्या राणीवशात कसे कदम टाकायचे? त्याची अडचण राजांनी हेरली.

"खान, तुम्ही का थांबलात? बेशक आत या." राजांनीच त्याची कोंडी फोडली.

नूरखानही आत आला.

जिजाबाईंनी बाळराजांना माणकोजींच्या हाती दिले. भुवया चढवीत, डोकीवरची पगडी डोलवून त्यांनी बाळराजांना डोळाभर पाहून संभाजी कावजीच्या थोराड हातात दिले.

"हाऽ" करीत संभाजीने बाळराजांना आपल्या हातात अलगद घेतले, तशा जिजाबाई म्हणाल्या –

"सांभाळून घे रे बाबा, उभं अरबी घोडं पोटाखाली मान घालून उचलणारा तू; अजून बाळराजांची मान नाही धरली!" सगळे जण त्या बोलांनी दिलखुलास हसले.

"छ्या! एवढं ग्वाड वजं कळत न्हाई व्हय मासाब..." म्हणत संभाजीने आपली बाजू सावरण्याचा प्रयत्न करीत बाळराजांना तान्हाजीच्या बळजोर हाती दिले. बाळराजांना हाती घेताना तान्हाजीच्या भरगच्च मिश्या ताठरल्या. तो संभाजीला म्हणाला,

"हांऽ, तेवडं बोलू नगं! मासाब म्हनत्यात त्ये खरं हाय. बरं का मासाब, जुन्नरच्या चालीत ह्यो नि मीच हुतो पागंतली घोडी भाईर काढाय. पागंवरलं धारकरी आमी कापून काढलं. म्या तेगीनं घोड्यांचं बंद कापलं. आमी सारी घोडी भाईर काढाया लागलो तर गलिमांचं याक हत्यारबंद भिरं 'मारोऽ मारो!' वरडत थेट चाल करून आलं. ह्यो म्हनला – 'तान्हाजीराव, निस्ता पट्टा घुमवत माज्याबराबर या. गमज्या दावतो.' आन चाल करून आलेल्या धारकऱ्यांवर ह्यो पठ्ठ्या पागंतलंच याक घोडं, त्येच्या पोटाखाली मान घालून उचलून 'हारऽ हारऽ म्हादेव' वरडत, थयथय नाचत धावला की! ह्येचं भुतावानी ध्यान बघून त्ये बिचारं 'तोबा, तोबा' करीत पळालं. असा ह्यो संबाजी हाय!" तान्हाजीच्या रांगड्या विनोदाने राजांसह सगळे खुशदिल होऊन हसले.

नूरखान बेगने बाळराजांना पाहून काढलेले, "कैसा सुरूर बच्चा है!" हे उद्‌गार त्या हास्यात कुणालाच ऐकू गेले नाहीत.

बाळराजांना पाहून सारे जण बाहेर पडले. राजांना आणि सईबाईंना मोकळे बोलता यावे म्हणून जिजाबाई तर केव्हाच आपल्या महालाकडे निघून गेल्या होत्या.

हातातील बाळराजांना सईबाईंच्या कुशीत ठेवून राजे मंचकाच्या कोपऱ्यावर टेकले. शब्दांना कशी चाल द्यावी, हे दोघांनाही उकलत नव्हते. इतक्यात इंगळांवर ओवा घातलेली, धूर उसळती धुनी हातांत घेऊन एक कुणबीण दालनाच्या दरवाजात डोकावली. राजांना आत बघताच ती गडबडून गेली! धुनीची पाटी सावरून डोकीवरचा पदर कसा सावरावा हेच तिला सुधरेना! गोंधळून ती माघारा परतणार एवढ्यात राजांनीच तिला 'ये' असा हाताने विश्वास दिला!

आत येऊन भिंतीच्या कडेकडेने लगबगीने जात तिने सईबाईंच्या मंचकाखाली हातातील धुनीची लोखंडी पाटी सारली. गडबडीने डोकीवरचा पदर नीट केला, आणि तसे करताना उगाच आपल्या बांगड्यांचा आवाज मोठा झाला असे वाटून ती स्वत:शीच शरमली! आल्या पावलीच ती भिंतीच्या कडेकडेने पटकन दालनाबाहेर निसटली. तिने ठेवलेल्या धुनीतील ओव्याचा उग्रमधुर वास राजांच्या आणि सईबाईंच्या नाकाला जाणवला. त्या वासाबरोबरच त्यांची नजर एकमेकांना भिडली. दोघेही शांतसुंदर हसले! डोळेच उदंड बोलून गेले.

"तब्येतीस आराम?" राजांनी विचारले.

काही न बोलता शांतपणे डोळे मिटून सईबाई हसल्या. ओव्याच्या तिखट धुराने बाळराजांनी खुसपुसायला सुरुवात केली.

"येतो आम्ही," म्हणत राजे उठले आणि बाळाचे हात क्षणभर ओंजळीत दाबून दरवाजाकडे चालू लागले. धुराने भरल्या दालनातून धीरपुरुष चालत होता.

त्यांच्या पाठमोऱ्या चालीकडे बघताना सईबाईंची तृप्त नजर त्यांच्या टोपातील ऐटदारपणे डुलणाऱ्या मोतीलगावर स्थिरावली. त्या मोतीलगाबरोबर त्यांचे मनपाखरू डुलत होते. त्यांना सांगत होते – 'तीन मुलींच्या पाठीवर हे बाळराजे झाले. त्यांना भरल्या डोळ्यांनी बघून परतणारी स्वारी आता केवढी पोक्त दिसते! एरव्ही मुलूखभर धावणी करताना पाठीवर धूळलोट घेत दौडणारी स्वारी, आमच्या महालातून बाहेर पडताना मात्र पाठीवर ओव्याचा धूरलोट घेऊन चालली आहे! कुंकुबळ असावं तर असं!'

सईबाईंच्या महालातून बाहेर पडलेले राजे तसेच जिजाबाईंच्या महालात दाखल झाले.

"खबर मिळाल्यापासून बाळराजांसाठी एखादं साजरं नाव शोधण्याएवढी तरी फुरसद मिळाली की नाही राजे?" राजांना आपल्या शेजारी बैठकीवर बसण्याची इशारत करीत जिजाबाईंनी जाब केला.

"नाही मासाहेब, आम्हाला तुमच्या खलित्यातील एकाच बाबीची सारखी याद लागली." न बसता उभे राहूनच राजे अदबीने बोलत होते.

"कोणत्या?"

"'आम्ही थोरल्या आऊ झालो.' या तुमच्या बोलांची!"

"म्हणजे बाळराजांसाठी आम्हीच नाव शोधलं पाहिजे म्हणा की? आम्ही ते केव्हाच योजून आहोत. पण पहिला बाळ म्हणजे खाशी कौतुकाची बाब, नाही राजे?" पुन्हा आऊसाहेबांनी तोच सवाल टाकला. त्या सवालाने त्यांच्या समोर उभे असलेले राजे आता मात्र पुरते जाया झाले. काय बोलावे? कसा जाब द्यावा?

"अंऽ मतलब मासाहेब? आमची काही गल्लत..." राजे घोटाळले, अडखळले.

"तशी गल्लत नाही – पण गड चढून येताच कधी नव्हे ते; पायांवर पाणी घ्यायच्या आधीच सिधे दरुणीमहालात आलात! कसं?'' जिजाऊंनी हसून विचारले. राजांच्या धारदार नाकाजवळच्या निमुळत्या डोळ्यांवरच्या पापण्या त्या बोलांनी क्षणभर लवल्या! दुसऱ्याच क्षणी मुजरा घालीत राजे वळले. त्यांच्या पाठमोऱ्या मूर्तीकडे बघणाऱ्या आऊसाहेबांची नजर, अवखळपणे हिंदकळणाऱ्या मोतीलगावर स्थिरावली. त्या मोतीलगावर पंख पसरून बसलेले त्यांचे मातृहृदय त्यांना सांगत होते – 'एवढ्या दौडी घेतात, आता बाळराजांचे आबा झाले, तरी राजांचं पोरपण काही गेलं नाही! ते कधीच जाऊ नये! फर्जंद असावेत तर असे!' जिजाबाई त्या विचारांनी स्वत:शीच हसल्या. त्या वेळी राजे महालाबाहेरच्या चौकात घंगाळातील पाणी गडव्याने पायांवर घेत होते. त्यांच्या टोपाला लगटलेली मोतीलग मात्र स्थिर होती!

ज्येष्ठ वद्य अष्टमीचा सूर्य उगवतीचे मोर्चे फोडू लागला. फटफटीलाच सुरू झालेल्या बालेकिल्ल्याच्या नगारखान्यातील चौघड्याने आणि पिपाणीच्या सुरावटींनी पुरंदरचे अठरा कारखाने जागविले. हिरव्या आंबवतीच्या रसवंत आराशींनी गडाचे पत्थरी दरवाजेसुद्धा जिंदादिल केले! बालेकिल्ल्याच्या माथ्यावरचा भगवा जरीपटका आभाळाला थपडा देत पहाटवाऱ्यावर फडफडू लागला.

हालगी, लेझमींच्या तालावर वाजतगाजत बाळंतविडे गड चढू लागले. थैलीपोच झालेल्या नात्यागोत्यातील लागेबंद जनाना केव्हाच गडदाखल झाला होता. राजगडाहून राजांच्या राणीवशाचे मेणे तर, पाचवीलाच गड चढून आले होते. सोयराबाई, पुतळाबाई, गुणवंताबाई, सकवारबाई, सगुणाबाई, लक्ष्मीबाई, काशीबाई या साती राण्यांनी प्रभातस्नान आटोपून भरजरी शालू परिधान केले.

दरुणीमहालातील सईबाईंचा महाल चिरागदानांच्या ज्योतींनी ऊरउजळता केला होता. सुगंधी पुष्पमालांनी त्या ज्योतींचा प्रकाश गंधित केला!

आज बाळराजांच्या बारशाचा सोहळा होता!

प्रभाकरभट राजोपाध्यांनी मुहूर्तासाठी घंगाळात घटिकापात्र सोडले. सईबाईंच्या महालात पुष्पमाला आणि जरीबतूने शृंगारलेल्या पाळण्याभोवती सवाष्णींनी रांगोळी रेखली. त्यांच्या खाली कणकीच्या तेवत्या दिवल्यांची पंचकडी मांडली.

चंद्रकळी शालू नेसलेल्या सईबाई, सोन्याची फुले मढविलेली घुंची घातलेल्या, जरीचे अंगडे ल्यालेल्या बाळराजांना घेऊन चांदीच्या फुलांच्या चंदनी पाटावर बसल्या. त्या पाटाभोवती रांगोळीचे नाजूक नकसकाम फिरले होते. पूर्वाभिमुख बसलेल्या, तृप्त डोळ्यांच्या आपल्या लेकुरवाळ्या सूनबाईकडे डोळाभर पाहत शेजारीच जिजाबाई उभ्या होत्या.

सोयराबाई, पुतळाबाई, काशीबाई अशा रक्ताच्या नात्यातील पाच सवाष्णी

सईबाईंच्या सामोऱ्या आल्या. सईबाईंच्या मळवटभरल्या सावळ्या मुखाभोवती फेर धरू लागल्या. खणानारळानं भरलेली एक ओटी रिकामी करून दुसरी ओटी घ्यायलाही त्यांना फुरसद मिळत नव्हती. औक्षणाच्या ओवाळण्याची ती पंचारती खाली ठेवलीच जात नव्हती! बाळंतविड्याची झिंबड उडाली होती.

बाहेरून प्रभाकरभटांची मुहूर्त भरत आल्याची वर्दी आली. महालातील गडबड वाढली. पाळण्याच्या एका बाजूला पुतळाबाई आणि दुसऱ्या बाजूला सोयराबाई उभ्या राहिल्या. पाळण्याशेजारी तबकात ठेवलेला, घुंची-अंगडं घातलेला दगडी वरवंट्याचा 'गोपा' पुतळाबाईंनी लाजून, हसत-हसत उचलला. ''गोपाळ घ्या!'' म्हणत तो मधल्या पाळण्यावरून तीन वेळा सोयराबाईंच्या हाती दिला. पुन्हा तबकात ठेवला.

''नाव काय ठेवायचं?'' कुणीतरी जाणती बोलली.

''बाळराजांचं नाव – संभाजीराजे ठेवा! त्यांच्या काकामहाराजांची ती यादगीर आहे!'' जिजाबाईंच्या पापणीकडा, ते नाव सांगताना आपल्या थोरल्या पुत्राच्या आठवणीने पाणावल्या.

पुतळाबाईंनी बाळराजांना सईबाईंच्या मांडीवरून अलगद उचलले. तीन वेळा पाळण्यावरून पलीकडच्या सोयराबाईंच्या हाती देताना त्या प्रसन्न हसत म्हणाल्या, ''गोपाळ घ्या, गोविंद घ्या!''

पाळण्यातील तलम बिछायतीवर हळुवारपणे हातातील बाळराजांना ठेवून त्यांच्या छोटेखानी कानांजवळ आपले ओठ नेत पुतळाबाईंनी त्यांना त्याचे नाव सांगितले – ''शंभूजी!'' आणि ही बदतमिजी केल्याबद्दल पाठीवर पडलेले काशीबाई, गुणवंताबाईंचे गोड धपाटे हसत-हसत सहन केले! शंभूसाठी सवाष्णी पाळणा गाऊ लागल्या. अभिषेकपात्र घंगाळात बुडाले. सईबाईंनी पुढं होत पाळण्याला पाठ लावून एकदा पाठझोका दिला!

आणि नेताजीरावांनी बत्ती दिलेल्या पुरंदरच्या चारी बुरजांवरच्या तोफांच्या भांड्यांनी माथ्यावरच्या मृगार्त आभाळाला खबर दिली – ''राजश्रियाविराजित, सकलगुणमंडित, भोसलेकुलावतंस, श्रीमान शिवाजीराजे भोसले यांच्या बाळराजांचे नामाभिधान जाहले! संभाजीराजे – शंभूजीराजे ऐसे शुभनाम ठेविले!''

आणि त्या खबरीने गडावरच्या राउळातील सगळे देव सोयरातून सुटले!

खाजगीच्या महालात मध्यभागी मांडलेल्या एका बैठकीवर गिर्दीला सुखावून जिजाबाई उत्सुक होऊन बसल्या होत्या. त्यांच्या उजव्या तर्फेला, एका सवत्या बैठकीवरच्या लोडाला शिवाजीराजे रेलले होते. महालाच्या भिंतीकडा धरून अंथरलेल्या बिछायतीवर माणकोजी, तान्हाजी, गोमाजीबाबा, नेताजीराव, बाळकृष्णपंत, प्रभाकरभट

अशा खाशा मंडळींनी बैठक धरली होती.

महालाच्या मध्यभागी, जिजाबाईंना पुढा करून एका छोटेखानी दर्भासनावर सासवडचे ज्योतिषी हरभट बसले होते. त्यांच्यासमोर ठेवलेल्या लाकडी तिकाटण्यावरच्या पंचांगावर त्यांची एकटक नजर खिळली होती.

कपाळावरचे सुकले गंध फोडणाऱ्या आठ्या एक-दोनवर हरभटांनी उभ्या केल्या. हाताच्या बोटांची पेरे मोडून मनातल्या आकड्यांचा सरतपास घेतला. खांद्यावरच्या उपरण्याच्या नीट असलेल्या जरीकाठाचा जाबता पुन्हा एकदा ठीक बसवला. भुवया उंचावून त्यांनी आपल्या लांबसडक बोटांनी समोरच्या कलमदानातले पीस उचलले. काजळीच्या बुधलीत ते बुडवून, कुलदैवताचे स्मरण करून त्यांनी आपल्या पोथीवरच्या बदामी कागदावर सरासर कुंडलीपट मांडला. ग्रहांनी आपापली घरे घेतली!

''बोला शास्त्री, बाळराजांच्या ललाटीचा लेख ऐकण्याचा साऱ्यांचा मनशा पुरा होऊ दे.'' जिजाबाईंची उत्सुक नजर हरभटांनी आखलेल्या कुंडलीपटावर जखडली.

''जी! जगदंबेचं स्मरण करून आऊसाहेबांनी ग्रहयोग ऐकावा.'' हरभटांनी कुंडलीतील ग्रहांना आपल्या जिभेवर बसविले.

''बाळराजांच्या पायानं वैशाखीचा मार्तंड कुळात उपजला आहे. साक्षात रुद्र जन्माला आला आहे! रुद्र हिमालयावर राहतो, तसाच उंच गडकोटांवर राहील. कुलाची कीर्ती उंच करेल. रुद्रासारखाच प्रलय-तांडव मांडेल! तसाच भोळाभाबडा, तापट आणि सरळ स्वभाव असेल, रुद्राला नसते तशीच यांना मृत्यूची दिक्कत असणार नाही! आणि – '' हरभट क्षणभर घोटाळले. उगाच त्यांनी ठीक असलेले उपरणे पुन्हा ठीक केले.

''आणि काय? बोला शास्त्री.'' जिजाबाईंना त्यांच्या 'आणि' मधला संकोच जाणवला.

''क्षमा असावी – पुराणांतरी अनेक प्रसंगी रुद्र आप्तगणांकडून फसला तसाच योग या कुंडलीत दिसतो!'' हरभटांच्या बोलांनी राजांसह सारे गंभीर झाले.

''अस्सं! ते काय आम्हीसुद्धा फसलोच की!'' म्हणत हसून जिजाबाईंनी साऱ्यांच्या मनावरचा ताण कमी केला.

धिरावल्या हरभटांनी कुंडलीच्या कागदाची वळी करून ती थैलीबंद केली. कुलदेवतेसमोर ती ठेवून तिच्यावर बेलभंडार वाहण्याची सूचना प्रभाकरभट राजोपाध्यांना दिली. जिजाबाईंनी संभावनेची बिदागी म्हणून दिलेल्या मोहरांची थैली स्वीकारून ते राजांना आणि जिजाबाईंना मुजरा घालून महालाबाहेर पडले. बैठक उठली. राजे आपल्या महालात आले. मावळतीच्या डोंगराआड सूर्याने आपली छावणी टाकली. सासवडच्या पांढरीतून सोपानदेवांच्या समाधीवरचे, सांजआरतीच्या देव-झांजांचे

आणि घंटानादाचे निसटते सूर राजांच्या कानांवर पडत होते. एका लाकडी चौरंगावर तबकात ठेवलेल्या दौडीत राजांच्या नेहमी बरोबर असणाऱ्या स्फटिक शिवलिंगावर त्यांची नजर गेली. त्या रंगसतेज शिवलिंगाजवळ जात त्यावर शेजारच्या परडीतील बेलाची त्रिदलं त्यांनी वाहिली. हात जोडून आपले निमुळते डोळे मिटले. त्यांच्या मिटल्या डोळ्यांसमोर पवित्रशांत शिवलिंग उभे होते. कानात हरभट ज्योतिषीबुवांचे बोल धावणी घेत होते – "पुराणांतरी अनेक प्रसंगी रुद्र आप्तगणांकडून फसला ना तसा योग या कुंडलीत दिसतो!" एक क्षणभर राजांची तंद्री लागली. "रुद्राचे सारे गुण घेऊन आलात – तशीच कोणतंही विष पचविण्याची ताकदही घेऊन आला असाल!! जगदंब, जगदंब!" असं पुटपुटत राजांनी डोळे उघडले. त्यांचे मन शांत होते!

बालेकिल्ल्याच्या चोवीस बुरुजांवर केलेल्या दिवल्यांच्या रोषणाईने आकाशातील नक्षत्रे पुरंदरावर उतरल्यासारखी वाटत होते!

पुतळाबाई भेटीला येत असल्याची वर्दी दासीनं सईबाईंना दिली. त्यांची शिणलेली नजर मधून-मधून दरवाजाकडे वळत होती. त्यांच्या कुशीत पदराखाली बाळराजांची दुधासाठी चुळबुळ चालली होती. सईबाईंनी पदराखाली हात नेला तशी ती चुळबुळ थांबली. हे बाळंतपण सईबाईंना मानवलं नाही. मंचकावरून उठताना डोळ्यांसमोर अंधारल्यागत वाटत होतं. चालताना पायांच्या पोटऱ्यांत गोळे उठत होते. बारशाच्या सोहळ्यातील सगळे कष्ट त्यांनी बाळराजांचे कौतुक म्हणून निकराने सहन केले होते.

कुणाशीतरी बोलत पुतळाबाई दरवाजातून आत आल्या. त्यांच्याबरोबर सखू, राणू, अंबा ह्या सईबाईंच्या एकमेकींच्या पाठीवरच्या तीन मुली होत्या. त्यांतील थोरल्या सखूबाई समजूतदार होत्या.

"थोरल्याबाई, आता कसं आहे तब्येतीचं?" पुतळाबाईंनी मंचकाजवळ येत सईबाईंना प्रेमाने विचारले.

"बाई, इथं पडून वरच्या तख्तपोशीकडं बघायचा कंटाळा आला. चार कदम चालावं म्हटलं, तर पाय थारा देत नाहीत." सईबाईंच्या पापण्यांभोवतीची काळी वर्तुळे बघून पुतळाबाईंचे मन थरकले. काय बोलावं ते त्यांना सुचेना म्हणून शांत चालीने भिंतीकडे जात त्यांनी सईबाईंच्या मंचकावर वाऱ्याचा मारा करणाऱ्या खिडकीचे दार बंद केले. चिराखदानातल्या ज्योती स्थिरावल्या.

"आऊ, आम्ही बाळराजांना घेऊ?" सईबाईंच्या मंचकाशेजारी उभ्या असलेल्या सखूबाईंनी विचारले.

"हां घ्या की." म्हणत सईबाई डाव्या कुशीवर वळल्या आणि बाळराजांना उचलून त्यांच्या हातात देण्यासाठी उठून बसू लागल्या. लगबगीने पुढे होत पुतळाबाईंनी मंचकावरच्या बाळराजांना सखूबाईंच्या हातात हळुवारपणे दिले. अर्धवट

उठलेल्या सईबाईंच्या मानेखाली हात देऊन त्यांना मंचकावर लेटते केले!

बाळराजांना घेऊन सखूबाई मंचकालगतच्या बिछायतीवर बसल्या. राणूने आणि अंबाने डोळे मोठ्ठे करीत बाळराजांच्या गालांवर हात फिरविला. त्या तिघी बहिणी आपल्या भाऊराजाकडे बघण्यात स्वत:ला हरवून गेल्या होत्या. सखूबाईंच्या मांडीवर आपले चिमुकले पाय उडवीत बाळराजे चिराखदानातल्या ज्योतीकडे टक लावून बघत होते. त्या चौघींकडे बघताना राजांच्या आठवणीत सईबाई हरवल्या होत्या, आणि त्या साऱ्यांना प्रसन्न बघून पुतळाबाई सुखावल्या होत्या.

"प्रतापगडावयनं मोरूपंत आल्यात धनी. हुकूम व्हईल तर रुजू व्हावं म्हनत्यात." मुजरा घालीत किल्लेदार नेताजींनी सदरमहालाच्या बैठकीवर लोडाला टेकलेल्या शिवाजीमहाराजांना खबर दिली.

"येऊ द्या पंतांना." राजांनी नेताजींना समंती दिली.

मोरोपंत सदरमहालात आले. त्यांनी राजांना मुजरा रुजू केला. केळीच्या मोन्यासारखे ते उंच होते. त्यांचा रंग आणि भाव तसाच प्रसन्न होता.

"बोला पंत, प्रतापगडाच्या तटबांधणीचं काम पुरं झालं, हे ऐकायला आम्ही उत्सुक आहोत."

"होय महाराज, जवळ-जवळ सारं काम पुरं होत आलं. राहिलं ते जमादारखान्याची ताकद थोडी कमी पडली म्हणूनच – पण ते एवढा हिसाब धरावं असं नाही. आम्ही जातीनिशी रुजू झालो ते एक खाशी खबर स्वामींच्या कानांवर घालण्यासाठी."

"कोण खबर? बोला पंत." राजांच्या भुवया चढल्या.

"महाराज, गडाच्या तटबांधणीला मोठा शुभशकुन झाला. बांधकामात कारागिरांना एका स्वयंभू शिवलिंगानं दर्शन दिलं!" मोरोपंतांची मुद्रा, ते सांगताना उजळून गेली.

"जगदंब! पंत, मोठी योगायोगाची बाब आहे ही. बाळराजांचे नाव आम्ही 'शंभू' ठेवलं आणि गडाच्या बांधकामात स्वयंभू शिवलिंग सापडलं! बघू प्रतापगड आम्हांला श्रींच्या कार्यात कोणता शुभशकुन करतो ते! तुम्ही हात ओले करून घ्या. आम्ही जातीनिशी तुमच्याबरोबर प्रतापगडाकडं निघू, त्या शंभोच्या दर्शनासाठी!"

गडाच्या दरडीवरच्या निवडुंग आणि करवंदीच्या गर्दाव्यात, रंग बदललेले शेंदरी सरडे शीळ भरू लागले. त्यांना मृगाच्या पावसाचा सपळ लागला. मावळाच्या भातखाचरातील तरवे रानशेणींनी, चगाळ्यांनी आणि घाणेरीच्या काटक्यांनी जाळून, कुणब्यांनी बियाण्यासाठी भाजक्या भुईची कूस तयार केली!

राजे पुरंदरेश्वराचे दर्शन घेऊन आले. "आम्ही येत आहोत" अशी वर्दी त्यांनी सईबाईंना पाठविली. आज राजे पुरंदर उतरून प्रतापगडाकडे कूच करणार होते. त्या खबरीने सईबाईंच्या मनात काहूर माजले होते. उगाच त्यांचा हात एकसारखा

बाळराजांवरून फिरत होता.

"आज आम्ही गड उतरणार." विचारात गुंतवा झालेल्या सईबाई राजांच्या बोलांनी भानावर आल्या. त्या अवस्थेतही त्यांच्या मनात, समोर राजे उभे असलेले पाहून विचार आला, 'हे असंच रानवाऱ्यासारखं सपळ न देता येणं नि निघून जाणं!' कुणबिणीने मंचकाखाली ठेवलेल्या धुनीतल्या तिखट धुराने त्यांना ठसका लागला.

"तब्येतीस जपा. या गडावर वारा बळजोर. आता पडत्या पावसात तो बेगुमान होईल. गैरअंदाज खुल्यावर येऊ नका. बाळराजांना सांभाळा. ज्योतिषी म्हणतात, ते रुद्र होऊन आलेत! रुद्र सांभाळणे कठीण!" राजांनी वाकून सईबाईंच्या कुशीतील शंभूबाळांना उचलले. काजळ भरल्या, तीट रेखाटल्या त्यांच्या बालमुखावर राजांची नजर स्थिरावली. ते स्वत:शीच मंद हसले. त्यांचे रक्तजागते, रसरशीत निमुळते ओठ बाळराजांच्या कपाळावर टेकले. शिवगंधाला घेऊन त्यांच्या कपाळाचे कातडे टोपाकडे किंचित वर सरकले. डोळे क्षणभर मिटले गेले. बाळशिवावर ओळंबून स्थिरावलेले ते प्रसन्न शिवबल, सईबाई धुराने लागणारे ठसके घशातच रोधून एकटक पाहत होत्या. त्यांचा सावळा चेहरा उजळला होता.

राजांनी डोळे उघडले. हातातील बाळराजांना सईबाईंच्याजवळ ठेवले. त्यांना बिलगते घेण्यासाठी पसरलेल्या सईबाईंच्या हातांतील नादभरल्या कंकणांचा स्पर्श राजांच्या सडक बोटांना झाला! दोघांच्याही मनात उदंड सूर किणकिणले!

"येऊ आम्ही?" म्हणत राजे सिधे दालनाबाहेर पडू लागले. सईबाईंना काहीच दिसत नव्हते. दालनात दाटलेल्या धुरामुळे की त्या तिखट धुराने डोळ्यांत उभ्या राहिलेल्या पाण्यामुळे, ते त्यांचे त्यांनाच कळत नव्हते!

जिजाबाईंनी हातावर ठेवलेली दह्याची कवडी ओठाआड करून राजे मोरोपंत, माणकोजी, तान्हाजी, नूरखान यांच्यासह पुरंदर उतरले.

प्रतापगडाकडे राजे गेले. पाठोपाठ राजांचा राणीवसा राजगडाकडे पावता झाला. ओली बाळंतीण म्हणून सईबाईंना हा पावसाळा पुरंदरावरच काढावा लागणार होता. तीन महिने तरी त्यांना हलविता येणार नव्हते. म्हणून एकट्या पुतळाबाई पुरंदरावर मागे राहिल्या.

काळ्या मुंगांचे भिरे रांगा धरून, पावसाळ्यासाठी लागणाऱ्या रसदीचे पांढरे अन्नकण तोंडात घेऊन उंचाव्यावरच्या वारूळांकडे जाताना दिसू लागले. खाशा महालावरच्या झडी गड्यांनी बांधून घेतल्या. सर्पणाची जळाऊ लाकडे दगडी कोठारात आबादान झाली. पुरंदरच्या वाऱ्याने अलवार गारवा पांघरला!

आभाळाच्या मैदानात मिरगाने ढगांची आपली काळी भरदार घोडी उतरवली. सपासप चौखूर उधळून त्यांनी मावळी मुलखावर एल्गार केला! तापले कातळ

निवांत झाले. गुरगुरणारे तांबडे पाणलोट उड्या घेत कऱ्हेला सामील झाले. कुणब्यांनी तयार केलेल्या भाजक्या भुईच्या कुशी, आभाळाचे दान घेऊन सुखावल्या! आता अवघ्या बारा मावळांवर चार-पाच महिने राज्य राहणार होते, ते या ढगांचे आणि बेलगाम पावसाळी वाऱ्याचे!

कोंढाणा स्वराज्यात रुजू झाला खरे, पण राजांचा एक भावगड मात्र झुरू लागला. पुरंदरावर सईबाईंची तबियत ढासळू लागली. जिजाबाईंनी महाडहून दुखणेपारखी गंगाधर वैद्यांना बलावू धाडून गडावर आणविले. गेले कित्येक रोज त्यांनी आपले वैद्यक डोळ्यांत तेल घालून राबविले होते. औषधी पाल्यांचे रस, काढे, मात्राप्रयोग, शेक हरएक उपाव करून ते थकले होते. त्यांना व्याधीचे निदान कळून चुकले होते. जिजाबाईंच्या खाजगीच्या महालात ते हातातील विविध गुणांच्या अष्टमात्रा चाळवीत खाली मान घालून उभे होते.

"वैद्यबुवा, आमच्या सूनबाई अंग धरत नाहीत. तुम्हीहून आम्हास काही बोलत नाही हा कोण मामला? आम्हांस धीर निघत नाही." जिजाबाईंनी आपली व्यथा उघडी केली.

"आऊसाहेब, सारे उपाय हरले. शेक, काढे, मात्राप्रयोग, लेप कशामुळंच गुण नाही. वाऱ्याची झमकी येताच राणीसाहेबांच्या अंगावर काटा फुलतो. खिडक्या-दरवाजे बंद होताच ओठाला सोक पडतो. सरकारांचा सावळा मुखोडा फिका पडत चालला. मला तरी हे लक्षण..." वैद्य कसे बोलावे, हे न सुचून चाचपडले.

"कसलं... कसलं वाटतं वैद्यबुवा?" जिजाबाईंचा आवाज कातरला होता.

"हे... हे बाळंतव्याधीचं लक्षण आहे, आऊसाहेब!" वैद्यांचा आवाज घोगरा झाला. मान अधिकच खाली गेली. हातातील अष्टमात्रा त्यांनी कसनुशा चाळविल्या.

"बाळंतव्याधी!" अंगावर वीज पडल्यासारख्या जिजाबाई सुन्न होऊन स्वत:शीच पुटपुटल्या. त्यांच्या अचल डोळ्यांसमोर दोन मुद्रा तरळत होत्या. एक पाठीवर मरण टाकून, कबिल्याकडे पाठमोरे होत मुलूखभर दौडणाऱ्या राजांची... आणि दुसरी, ज्याला भूक लागल्यानंतर रडण्याशिवाय जन्म आणि मरण म्हणजे काय हे माहीत नसलेल्या बाळराजांची! बाहेर पुरातन पुरंदर मात्र श्रावणातील ऊन-पावसाचा खेळ मन लावून खेळतच होता. महालाबाहेर पडणाऱ्या विचारमग्न वैद्यांना आपल्या हातातील एक मात्रा निसटून खालच्या फरसबंदीवर केव्हा पडली, हे लक्षातच आले नाही!! पडलेली ती मात्रा फार-फार गुणकारी होती!!

राजांच्या तारिफेच्या राजकारणी मामल्यात एका व्याधीवर कोणतीच मात्रा लागू पडत नव्हती. ती व्याधी होती जंजिरेकर हबश्यांची! दर्याची खोळ पांघरलेला

जंजिऱ्याच्या बिकट बसकणीत बसलेला सिद्दी, मजलेत येईल तितुकी कोकणची किनारपट्टी तसनस करीत होता. दस्त होईल तेवढी कुणबी रियाया, दर्यावरून राजरोस लोटून नेऊन गुलाम करून त्यांचा दूरदेशी विक्रा मांडीत होता. आपल्या मुलखाला पारखे होताना आक्रोशणाऱ्या या देशीच्या असामीच्या डोळ्यांतून कोसळलेल्या आसवांनी दर्याचे खारेपण निबर केले होते! दर्याला त्याची खसखससुद्धा पर्वा नव्हती! ती वाटायला सर्जा राजा पाहिजे होता. राजांनी हे सारे हेरले होते!

रघुनाथ बल्लाळ अत्र्यांना राजांनी जंजिऱ्याचा दर्या रंगविण्याचा विडा दिला. त्यांच्या कुमकेला मायनाक भंडारी, दर्यासारंग दौलतखान हे दर्याचे खासे फर्जंद नामजाद करून दिले.

अत्र्यांनी दंडाराजपुरीचा किनारा मारून जंजिऱ्याला मोर्चे घातले. अत्रे शर्थीने भांडले. दोन्हीकडचे कैक धारकरी पडले. पण जंजिरा दस्त झाला नाही. राजांनी सिद्द्यावर काढलेली सासवडी मात्रा लागू पडली नाही. हा सल राजांना फार रुतला. सह्याद्रीच्या शिवाला अशा कैक सलांचे विष पचविणे पडतेच!

आता सईबाईंना पुरंदरावरून हलविणे भागच होते. बाळंतव्याधीने बाळराजांना सईबाईंच्या पदरापासून तोडले होते. मोठ्या निकराने वरच्या दुधावर जिजाबाईंनी शंभूबाळाचे रडणे थोपविले होते. काय करावे या विचाराने जिजाबाई पावसाळा सरण्याची वाट पाहत होत्या. कबिला राजगडाकडे आणण्याबद्दल राजांचा सांगावा आला होता. चांगला दिवस पाहून जिजाबाईंनी सईबाई, पुतळाबाई यांच्यासह पुरंदर सोडला. मेणे राजगडाच्या वाटेला लागले. बाळराजांना खांद्यावर घेऊन भोई भुई तुडवू लागले! बाळशंभू राजगडाकडे चालले.

किल्ले राजगड! गडांच्या राजाच्या बैठकीचा गरुडी-कडा! सुवेळा माचीचा शेपटा पेलून, पद्मावती आणि संजीवनी माचीचे पंख पसरून उडत्या पवित्र्यात खडा असलेला अस्मानी पक्षी! गणपती, पद्मावती, मारुती, कालेश्वरी, जान्हवी, ब्रह्मदेव या देवदेवतांच्या राउळांची शिखरे स्वर्गाच्या पायरीला भिडविणारी बारा मावळांतील उच्चासनी पंढरी! राजांच्या मर्मबंधाच्या कैक यादगिरी जपून ठेवणारी कातळी कुप्पी!

किल्ले रायगड डोळ्यांच्या बाहुल्यांत आला. मेण्यांना सामोरे येण्यासाठी खासे राजे गड-उतार झाले होते. त्यांच्याबरोबर शामराव रांझेकर, वासुदेवपंत हणमंते, प्रतापराव सिलीमकर, सिदोजी थोपटे अशी मंडळी होती.

पुढे होत आपली गर्दन झुकवून राजांनी आऊसाहेबांना मुजरा घातला. आपली निमुळती सडक बोटे त्यांच्या हाती देऊन त्यांना मेणाउतार व्हायला आधार दिला. मागच्या मेण्यातून बाळराजांसह उतरलेल्या सईबाईंच्यावरून कुणीतरी कुणबीण जितं कोंबडं उतरत होती. सईबाईंच्या सुकल्या देहाकडे आणि घरंगळणाऱ्या कांकणांकडे

पाहताना राजांच्या आपल्या काळजात मासळी सरकल्याचा भास झाला!

"सूनबाईंचा मेणा पद्मावतीवर जाऊ द्या. आम्ही तुमच्या संगती पायीच निघू राजे. पाय आणि मन दोन्ही मोकळे करणे आहे." जिजाबाई सईबाईंच्या मेण्याच्या भोयांकडे पाहत म्हणाल्या. सईबाई, पुतळाबाई पुन्हा मेण्यात बसल्या. त्यांचे मेणे गडाच्या वाटेला लागले. जिजाबाईंच्या सावलीवर नजर जोडीत राजे त्यांच्या मागून चालले. जिजाऊ बोलत होत्या. राजे फक्त ऐकत होते!

राजगडावरच्या खाजगीच्या महालात जिजाबाई बसल्या होत्या. सईबाई सोडून राजांच्या सर्व राण्यांचा राणीवसा समोर उभा होता. भोवती जळणाऱ्या चिराखदानांवर काजळी दाटल्याने ज्योती मंदावल्या होत्या. त्यांच्या वाती कुणीतरी सरशा करायला पाहिजे होत्या.

राजगडाचा सारा हालहवाल विचारून होताच जिजाबाईंनी मनातील हेत उभा केला.

"थोरल्या सूनबाईंना जडू नये ती व्याधी जडली. बाळराजांचा पदर त्यांना तोडावा लागला. शंभूबाळांना दुधास लावणे हा पेच आहे." जिजाबाई शांतपणे बोलल्या. राणीवसा खाली मान घालून त्याहून शांत उभा होता!

"धाकल्या सूनबाई, बोला काही मसलत सुचवा." जिजाबाईंनी सोयराबाईंच्या चंद्रकळी शालूवर आपली नजर जोडीत त्यांना विचारलं.

"आम्ही काय मसलत बोलावी? आऊसाहेब करतील ते कोण करणार?" सोयराबाईंनी पदर नीट केला. त्यांच्या शालूवरचे जरीबुट्टे लख्खन उजळले!

"ते तर आम्ही करूच. तुम्हास काही सुचलं तर ऐकावं, हा आमचा मनशा." जिजाबाईंचा शांतपणा तसाच होता.

फक्त पुतळाबाईंनी एकदा नजर उचलली. त्यांना काहीतरी बोलायचे असावे, पण समोरच्या काजळी दाटल्या ज्योतीवर नजर पडताच त्या थांबल्या. आपली नजर त्यांनी पायगती टाकली. असहायपणे! काही क्षण तसेच गेले. सुन्न शांततेत.

"या साऱ्याजणी!" जिजाबाईंनी साऱ्यांना जाण्याची इशारत केली.

"पुतळाबाई, तुमच्या स्वारीला आम्ही याद केल्याची वर्दी द्या! आणि थोरल्या सूनबाईंकडे एक जाड पोताचं कांबळं पाठवून द्या." पाठमोऱ्या पुतळाबाईंना जिजाबाई बोलल्या.

"जी!" पुतळाबाई कसल्यातरी विचारभिंगरीतून भानावर येत म्हणाल्या आणि त्याही इतर राणीवशामागोमाग महालाबाहेर पडल्या.

बैठकीवरून उठून शांत पावली चालत जिजाबाईंनी चिराखदानांच्या तेलात डुबलेली पितळी सरशी उचलली. तिने ज्योतींवरच्या काजळ्या झटकल्या. वाती

सरशा केल्या! तवान्या ज्योतींनी महालाचा अंतरंग उजळून टाकला.

वर्दी पावलेले राजे जिजाबाईंच्या महालात आले.

"या राजे, बाळराजांसाठी काही योजूनच आम्ही तुम्हाला याद फर्मावलं." जिजाबाई समोर उभ्या असलेल्या राजांना धीराने बोलल्या.

"आज्ञा आऊसाहेब."

"आम्हाला वाटतं बाळराजांसाठी एखादी 'दूधआई' जोडावी."

"जी!" राजांनी चमकून वर पाहिले. ती नजर दुखरी होती.

"घोटाळलात? त्याविना दुसरा मार्ग नाही." जिजाबाई समजावणीच्या बोलात बोलल्या.

"मासाहेब करतील ते सारं समजूनच. पण..." राजांना काहीतरी बोलायचे होते.

"उद्याच आम्ही कापूरहोळास गाड्यांच्या धाराऊला बलावू धाडणार आहोत. हे ठरलं."

"जी!" म्हणून राजे मुजरा करीत तसेच पाच कदम मागे हटले. ते महालाबाहेर पडत असताना मागून अतिशय ओथंबलेली साद आली. तिने राजांना उंबरठ्यातच जखडून टाकले.

"राजेऽ! तुमचं बोलणं तसंच मनी ठेवून चाललात! आम्ही ते जाणतो. शांतपणे ऐका. तुमच्या एकाही राणीसाहेबांचा पदर बाळराजांना जवळ घेण्याएवढा मोठ्ठा नाही झाला! पण राजे, असले पेच उरात लपविता लपत नाहीत! आम्ही तुमच्या आऊसाहेब आहोत!"

राजांना मागे वळून बघवत नव्हते. जडावल्या पावलांनी त्यांनी समोरचा उंबरठा ओलांडला!

अवघ्या गुंजणमावळ खोऱ्यावर कुसळी गवताची कुरणे उठली होती. रानवाऱ्याबरोबर ती आपल्या लुसलुशा अंगावर लाटा उठवीत होती. त्या लाटा सरकत-सरकत सभोवतीच्या खड्या चढणीच्या कड्यांच्या पायथ्याशी जाऊन मुरत होत्या.

आभाळात तरंगणाऱ्या एका घारीने कोंबड्याच्या पिलांचा सासूद घेऊन खाली झेपावताना एक कर्कश शीळ भरली. कोंबडीने पंख फुलवून 'क्वाकऽ क्वकॉकऽ क्वाकऽ' करीत पिलांना झुडपात आसरा घ्यायची इशारत दिली. घारीची शीळ गुंजणमावळाभोवतीच्या कड्यांना थडकून परतली आणि गुंजवणीच्या खळखळाटात बुडून गेली!

झुंझारराव मरळांनी टाच दिलेला घोडा गुंजवणीच्या पाण्यावर एक फव्वारती पांढरी रेघ रेखून पार झाला. आऊसाहेबांचा सांगावा घेऊन झुंझारबा मरळ कापूरहोळाच्या

गावठाणाकडे घोडा फेकू लागले. त्यांच्या पगडीखालून निसटलेले घामाचे ओघळ कानशिलावरच्या पांढऱ्या कल्ल्यांवर उतरले होते.

नसरापूर मागे पडले आणि एका मजलेतच झुंझारबांनी कापूरहोळाची वेस ओलांडली. गाड्यांच्या दगडी चिरेबंदी वाड्यासमोर पायउतार होऊन त्यांनी घोड्याच्या पाठीवर एक थाप दिली. पिंपरणीच्या झाडाला घोडे ठाण केले. कपाळावरचा घाम बोटांच्या पन्हाळीने भुईवर निचरून टाकला आणि वाड्याच्या भल्यामोठ्या दरवाजात उभे राहूनच त्यांनी मावळी लगावात साद घातली – "धाराक्का होऽऽ"

चौकसदरेजवळ बांधलेली करडे त्या सादीने खूर खटखटवीत धडपडून उठली. कोंबडी घुसपटली. त्या गलक्याने आत काटवटीत पीठ मळून भाकऱ्या थापणाऱ्या धाराऊला बाहेर कुणीतरी आल्याची वर्दी दिली! गाडग्यातल्या पाण्यात गोंदलेले हात बुचकळून लुगड्याच्या पदरावर त्याचे पाणी निपटीत धाराऊ वाड्याच्या दरवाजात आली. तिचा बांधा कुणबाऊ कसदार होता. कपाळी आडव्या कुंकवाची बोटे होती. उमर मध्यम असून तशी वाटत नव्हती. तबियत निखाऱ्यावर फुलल्या भाकरीगत डौलदार होती!

मळवटावरच्या कातड्यावरचे आडवे कुंकू वर चढवीत तिने विचारले, "साद घातली जनू! कोन झुंझारबा? नि भाईरच बरं हुबं? येवा की आत."

"हांऽ टेकाय योळ न्हाई. राजगडावरनं आऊसायबांचं बलावू घिऊन आलू." झुंझारबा धाराऊला बोलले.

"पर सम्दी शिवारात ग्येल्यात नी!"

"सम्द्यांचं क्काय क्काम हाय? बलावू तुला हाये."

"मला? नसंल जी. माजी पोरं हाईत राजाच्या लस्करात. त्येस्नी असंल."

"का कान फुटलं की क्काय माजं? खुद आऊसायबांनीच सांगितलं की, धाराऊला म्होरं घालूनच घिऊन ये म्हून." झुंझारबांनी वाड्याच्या दगडी उंबऱ्यावर पाय आपटून पायताणावरची धूळ झटकली.

"आत्ता वं –" म्हणत धाराऊ बिगीबिगी आत गेली. परसातून तिनं कुणाच्यातरी पोराला शिवाराकडे पिटाळलं. मिळतील ती लुगडी, चोळ्या तिनं एका फडक्यात ठेवून त्यांचे बोचके आवळले.

रायाजी आणि अंतोजी हे धाराऊचे भरल्या माटाचे दोन तरणे मुलगे शिवारातून आले. त्यांच्या आयेने त्यांना सारा करीणा सांगितला. आपल्या अस्तुऱ्यांवर वाडा सोपवून ते दोघेही 'का बरं बलावू आलं असंल?' असा मनाशी विचार करीत पाठीवर ढाला बांधून तयार झाले. गूळपाणी घेऊन हुशार झुंझारबांनी ठाण केलेले घोडे सोडले. त्यांच्यामागून पायांतली चपली कुरकुर वाजवीत, काखेतून घसरणारे बोचके गोंदल्या हातांनी सावरीत धाराऊ चालू लागली. रायाजी आणि अंतोजी तिच्या दुतर्फा

चालले. गाड्यांची धाराऊ राजगडाकडे निघाली.

पिकल्या भातखाचरांच्या बांधावर उतरलेले करडे कवडे डौलत माना फिरवत होते. त्यांनी टिपलेल्या भाताच्या गोट्यांनी त्यांचे गांजे फुगले होते.

कापूरहोळाच्या शिवेजवळची महादेवाच्या देवळाची घुमटी आली. तसे चालता चालताच थांबून, पायातील चपल्या खिनभर उतरून त्या घुमटीला हात जोडून धाराऊ आपल्याशीच बोलल्यासारखी पुटपुटली – "शंभू रं म्हादेवाऽ!"

धाराऊ राजगडावर आल्याची वर्दी जिजाबाईंना मिळाली. त्यांनी तिला आपल्या महालात बोलावून घेतले. धाराऊने पुढे होत जिजाबाईंच्या पायांना हात लावून तीन वेळा नमस्कार केला.

"धाराबाई, एक जोखमीची कामगिरी तुझ्यावर सोपविण्याचा आमचा इरादा आहे. तुझी कूस इमानाची. तुझी मुलं राजांच्या शिबंदीत. म्हणून ही बात आमच्या मनी आली."

"सांगा जी. आमी पायाची माती." धाराऊ आदबीने म्हणाली.

"नाही! धाराऊ आता तू बाळराजांची 'दूधआऊ' होशील. आमच्या शिवबाराजांच्या शंभूबाळांना दूध पाजण्याची जोखीम आम्ही तुझ्यावर टाकावी म्हणतो. तुझा इरादा काय?"

नुकत्याच दगावलेल्या आपल्या सहा महिन्यांच्या छोट्या लेकीच्या सयीनं धाराऊचे भाबडे डोळे पाणावले. आपण ऐकतो ते खरे आहे, यावरच तिचा विश्वास बसेना. बसावा तरी कसा?

"राजांच्या लेकाला माजं दूद? आमी कुनबी, गरिबांची थटा व्हतीया जी..." धाराऊ कळवळून बोलली.

"इमानी माणसांची थट्टा करण्याचं आम्हांस कधी साधत नाही. तुझा 'हो' ऐकायला आमचे कान आतुरलेत."

"जी!" धाराऊने मान डोलविली.

जिजाबाईंनी आपल्या हातांनी धाराऊची खणा-नारळानं ओटी भरली. तिला घेऊन त्या सईबाईंच्या महालात आल्या आणि धीर देत म्हणाल्या,

"सूनबाई, ही धाराबाई. आजपासून बाळराजांच्या दुधाची आबाळ नाही व्हायची. हिच्या पदराखाली आणि तुमच्या नजरेखाली ते वाढतील!"

थरथरत्या कृश हातांनी सईबाईंनी आपल्या मांडीवरून बाळराजांना उचलले. धाराऊच्या गोंदल्या हातात त्यांना देताना न राहवून त्या म्हणाल्या, "आजपासून तुम्ही यांच्या मांसाहेब. आम्ही नावाच्या उरलो." सईबाईंचे डोळे भरून आले.

"तसं का रानीसाब? पापनीला पानी आनू नगा. ज्येनं आबाळ हुबं क्येलंय त्येनं

पंखंबी दिल्याली असत्यात! राजांचा ह्यो दिवा माज्या जिवाच्या पदराखाली औक्षवंत हाय! ह्येची आबदा न्हाई करू द्यायची म्या!'' धाराऊचे कनवाळू कुणबी काळीज बोलले.

त्यांचे बोलणे ऐकायला जिजाबाई महालात नव्हत्या! श्रींच्या कल्याणकारी राज्याची आणभाक शंभूमहादेवासमोर घेणाऱ्या एका राजाचा लसलसता अंकुर एका कुणबिणीच्या पदरात होता. धाराऊ नावाप्रमाणे शंभूबाळांच्या दुधाच्या 'धारेची' 'आऊ' बनली होती!! जगदंबेनेच त्या दोन जिवांची सांगड जोडून दिली होती!

राजगडावर आता भल्या पहाटेपासून हळूहळू उतरत असलेले दाट धुक्याचे बख्तर दिवस कासराभर वर चढला तरी हटत नव्हते. बालेकिल्ल्यातील जान्हवीच्या आणि ब्रह्मदेवाच्या देवळातील घंटानाद त्या धुक्यात मुरून जात होते.

धाराऊचे दूध आता शंभूबाळांना मानवले होते. त्यांनी बाळसे धरायला सुरुवात केली होती. राजांचा 'ल्योक' आपल्या पदराखाली पितो आहे, या जाणिवेने कधी-कधी धाराऊचा पान्ह्याचा ऊरलोट एवढा उफाळून येत होता की, बाळराजांचे पोट भरले तरी तो ऊर बंद होत नव्हता. मग धाराऊ सारे वरकड दूध, एक थेंबही खाली न सांडता फडक्यात टिपून घेत होती. लगलगा सईबाईंच्या हमामखान्यात जाऊन ते फडके पाण्याने खळाळून धुऊन टाकत होती. तिची ती सारी धडपड बघून एकदा सईबाईंनी तिला विचारलेही, "धाराबाई, एवढ्या लगबगीनं हमामखान्यात का जाणं होतं तुमचं?''

"सरकार, अंगच्या दुधाला मुंगी डसू ने! मुंगी डसली तर दूध कमी व्हतं नव्हं!'' असा जाब धाराऊने मुखभर हसत दिला.

तो ऐकताना सईबाई मात्र खिन्नपणे स्वत:शीच हसल्या. 'कसलीही मुंगी न डसताही दूध कमी होतं धाराबाई!' असे त्या वेळी त्यांना बोलावेसे वाटले... पण त्यांनी ते आपल्या ओठांतच ठेवले.

या कशाचीच कल्पना नसलेल्या शंभूराजांच्या अंगावर मात्र कुणबी घुंची, हातात त्याच घाटाच्या मनगट्या, बिंदल्या आणि पायात तांब्याचे वाळे धाराऊने चढविले होते. गळ्यात गंडादोरा आणि दंडात ताईत बांधून टाकला होता. तिच्या मावळी भाबड्या मनाला वाटत होतं की – 'राजांच्या या अंकुराला कुन्या पाप्याच्या बदनजरंची काळी मुंगी कंदी बी डसू ने!'

राजगडावरची चावरी थंडी सोसवेना म्हणून जिजाबाईंनी सईबाईंना गडपायथ्याच्या शिवापट्टणच्या महालात आणून ठेवले आणि खाशा जिजाबाई स्वयंभू शिवलिंगाचे दर्शन घेण्यासाठी प्रतापगडाकडे कूच झाल्या होत्या.

मकरसंक्रांतीपर्यंत आदिलशाहीच्या अंगावर काटा फुलविणारे शिवाजीराजे आता शिवापट्टणात आले होते. शिवापट्टण हे राजांच्या हुजुराती पागेचे ठाणे. मुलूखगिरीत दस्त झालेली घोडी महमद सैस ह्या नजरतैयार अरबी घोडेपारख्याच्या ताब्यात इथे रुजू व्हायची. महमदचे धिप्पाड मोतद्दार त्यांच्या चौकावर तापल्या लोखंडी साच्यांचे डाग द्यायचे. या डागांनी उठविलेल्या निशाणीच्या खुणेमुळे 'हे घोडं शिवाजीराजांचं' असं ओळखू यायचं. राजे शिवापट्टणात आले, तेव्हा पागेत घोड्यांना डाग देणं चालू होतं. चौकावर डाग घेणारी घोडी विचित्र आवाजात विव्हळून खिंकाळत होती, कारण हे आवाज नेहमीच्या खिंकाळण्याचे नव्हते.

राजांनी महमद सैसला सदरेला बोलावून घेतले. पागेच्या निगराणीचा कुल जाबता कसा आहे, याचा करीणा त्यांनी महमदला विचारला. "बोलो सैस, घोडोंका हाल क्या है?"

"जी हुजूर. करीबन सब कुछ ठीक है! लेकिन कुछ 'ऐबी' घोडे पागामें शरीक हुए है! मेरी अर्जी है वे बेचे जाय!" महमदने जबाब दिला.

राजांच्या तुफान मुलूखगिरीत हाती लागलेल्या घोड्यांत खुराजवळ पांढऱ्या रंगाचे चट्टे असलेले काही 'ऐबी' म्हणजे अपशकुनी घोडे होते, ते विकून टाकावेत, असा सलाह सैसने पेश केला होता. राजे क्षणभर विचारात पडले. मग एकदम प्रसन्न होऊन बोलले, "नहीं सैस! हम घोडे नहीं बेच सकते! एक तो कोई भी जानकार समझकर 'ऐबी' घोडा नहीं खरीदेगा! ऐसे 'ऐबी' घोडे हमारे नये हशमोंको सवारीकी आदत डालनेकी लिए रख देना!" राजांनी मार्ग सुचविला.

"जी हुजूर!" म्हणून सैस मागल्या पावली मागे हटू लागला. त्याची गर्दन वर येताच राजे छातीवरच्या माळेतील कवड्यांवरून हात फिरवीत सैसला म्हणाले, "और देखो सैस, भगवानकी बनायी कोई वस्तू हम 'ऐबी' नहीं मानते!"

सदरकारभार उरकून राजे सईबाईंच्या महालात आले. महालात सखू, राणू, अंबा ह्या तिघी बहिणी शंभूबाळांशी खेळण्यात रमल्या होत्या. बाळराजे 'ता, ता' करीत त्या तिघींच्या मेळ्यात पालथे पडून एकदम पुढे झेपावत होते. त्या तिघींपैकी जिचा आवाज ऐकू येईल तिच्याकडे बघून खिदळत होते. मध्येच थांबून बिछायतीवरचे रंगीत बुट्टे आपल्या चिमुकल्या बोटांनी बिछायतीतून बाहेर उकलून काढण्याची कोशिश करीत होते. त्यांचा खेळ पाहून सुखावलेले राजे हसत-हसत पुढे झाले. मुलींच्या रिंगणातून शंभूबाळांना त्यांनी वर उचलले. छातीशी जवळ केले.

राजांच्याकडे पाहणारे शंभूबाळ गोंधळून गेले. क्षणभर त्यांची नजर राजांच्या कानांत डुलणाऱ्या सोनेरी चौकड्यांकडे गेली. दुसऱ्या क्षणी त्यांनी राजांच्या हनुवटीकडे वळलेल्या दाढीतील काही बटा आपल्या मुठीत पकडल्या. आणि मूठ इकडे-तिकडे

दोन वेळा नाचविली. त्या नाचत्या मुठीबरोबर ताणल्या केसांच्या मुळांतून एक अननुभूत वेदनेची कळ राजांच्या हनुवटीतून साऱ्या अंगभर दौडली! कितीतरी दिवसांपासून अशी कळ आपणाला हवीहवीशी होती, असे त्यांना वाटले. ते शंभूबाळाकडे दर्पणात पाहिल्यासारखे पाहू लागले! बाळराजांनी दाढी सोडली आणि राजांच्या कंठाजवळ बिलगलेल्या कवड्यांच्या माळेतील कवडी पकडताना ते 'ता, ता' म्हणून खिदळले. चिमटीतील कवडी तोंडात घालण्यासाठी धडपडू लागले.

"बहुत खूब, एकवार आमची पछान नाही धरली तरी चालेल, पण आईच्या कवड्या कधीच विसरू नका!" राजे स्वत:शीच बोलल्यासारखे बोलले.

हळुवार हातांनी राजांनी सखूच्या हाती शंभूबाळांना दिले. देव्हाऱ्याजवळ हातांत निरांजने घेऊन उभ्या असलेल्या सईबाईंच्याकडे त्यांची नजर गेली. सईबाई मंद हसत होत्या! तबकातील निरांजनाच्या ज्योतींसारख्या त्यांना हसताना पाहून राजांना आश्चर्य वाटले. त्यांच्याजवळ जात राजांनी विचारले, "हसलातशा?"

सईबाई पुन्हा मंदशा हसल्या. शंभूबाळांनी राजांची दाढी मुठीत पकडली त्याचे त्यांना हसू येत होते. आजवर कुणाचाही हात त्यांनी राजांच्या दाढीला भिडलेला पाहिला नव्हता. पण हे राजांना कसे सांगावे तेच त्यांना कळेना!

"स्वारीचं येणं होतं तेवढंच आमचं हसणं!" सईबाईंनी गनिमी कावा केला! राजांच्या कपाळी कुंकुमतिलक भरला. थरथरत्या हातांनी त्यांच्या मुद्रेभोवती तबकातील ज्योती फिरविल्या. सईबाईंना पाहताना राजांना जाणवून गेले की, शंभूबाळांनी चांगले अंग धरले आहे तेवढेच सईबाईंनी आपले अंग टाकले आहे.

"बाळराजांचं उष्टावण होणं आहे. फलटणला दादासाहेबांना आवतन – " सईबाईंचे बोल अर्धवटच राहिले.

"ते होईल. तुम्ही आता प्रतापगडाकडे जाण्याची तयारी ठेवा. तिथली हवा तुम्हास मानवेल." राजांनी मनाच्या खोल कप्प्यातील सल बाहेर काढला.

सईबाई एकदम गंभीर झाल्या. त्यांचे डोळे भरून आल्यागत झाले. हातातील निरांजनाच्या प्रकाशात ते राजांना दिसू नयेत म्हणून त्यांनी वाकून देव्हाऱ्यासमोरच्या चंदनी पाटावर औक्षणाचे तबक ठेवले.

राजांनी त्यांची कातरता हेरली. न राहवून ते भावभरल्या आवाजात म्हणाले, "सई, दिल टाकू नका!"

आणि आत्म्यावरही हात फिरवणाऱ्या त्या थबथबत्या शब्दांनी सईबाईंचा बांध फुटला! घशातून हमसून येणारे हुंदके रोधण्याचा पराकाष्ठेचा यत्न करूनही ते थांबत नव्हते. विचित्र कंठदाटल्या शब्दांत त्या बोलल्या, "आमचा भऽऽ रोऽ सा नाही! बाळाऽ च्या मासाहेऽब धाऽ राऽ ऊ! त्यांऽना त्यांऽच्या दुधाऽसाठी स्वाऽरींनी काऽही तैनात लावून द्याऽवी!"

त्या बोलांनी राजे सुन्न झाले. त्यांना काही बोलवत नव्हते. जीवनातील काही सत्येच अशी असतात की, त्यावर माणसाच्या वाणीचे भाष्य अपुरे असते!

"येतो आम्ही." म्हणत राजे वळले. चारी मुले खेळात रमली होती.

महालाबाहेर पडलेल्या राजांच्या मनात सईबाईंच्या बोलांनी दौड धरली होती. 'आता आमचा भऽ रोऽ सा नाही! भऽ रोऽ सा नाही!'

आणि कुठूनतरी अगदी खोल दरीतून यावा तसा एक आवाज त्यांना ऐकू येऊ लागला, 'सैतानकी बनायी सबसे 'ऐबी' वस्त 'मौत' है सैस!'

नेताजीराव, आबाजी महादेव, येसाजी कंक यांच्या संगती राजे राजगड चढू लागले. गडाच्या पालीदरवाजातून पालखी पार होताना नौबत दुडदुडली. तिच्या आवाजाने पद्मावती माचीवरच्या निशाणबारदारांना आपोआप इशारत मिळाली. त्यांनी लगबगीने निशाणचौथऱ्यावर भगव्या जरीपटक्याचा ध्वजदंड उभा केला.

पालखीत बसूनच राजांनी पद्मावती माचीवर आपली नजर जोडली होती. क्षणात त्यांना आभाळाच्या निळ्याशार टाक्यावर डुलणारा जरीपटक्याचा लहान भगवा राजहंस दिसू लागला! गडमाथ्यावरचा फडफडणारा जरीपटका बघताना नेहमीच आपल्या छातीवरचा जामा काखेजवळ दाटत जातो, असे राजांना वाटत आले होते. आत्ताही त्यांना तसेच वाटले. छातीजवळ उजव्या हाताची बोटे नेत त्यांनी गडमाचीवर डुलणाऱ्या भगव्या राजहंसाला पालखीतूनच वंदन केले.

गडावरच्या पद्मावती, संजीवनी आणि सुवेळा या तिन्ही माच्यांवरून गेले आठ दिवस नवनव्या असामी वाहत होत्या. राजांनी थैलीस्वार धाडून साऱ्या खाशांना राजगडावर पेश होण्याची फर्माने दिली होती.

कान्होजी जेधे, मोरोपंत पिंगळे, मानाजी भोसले, सोनोपंत डबीर, तान्हाजी मालुसरे, रघुनाथ बल्लाळ अत्रे, बाजी सर्जेराव, निळोपंत आणि रामचंद्रपंत बहुलकर, संभाजी कावजी, सुभानजी इंगळे सारी मंडळी जरोरीने गडदाखल झाली होती. आणि साऱ्यांना बलावू धाडण्यात राजांचा काय मनसुबा असावा याची खलबते करीत होती.

राजांची पालखी पद्मावती माचीवरच्या सदरमहालासमोर ठाण झाली. राजांना साऱ्यांनी अदबमुजरे घातले. हे मुजरे आपलेसे करताना राजांची उभट मुद्रा उजळून निघाली. दौडीत ठिकठिकाणी भेटणारी मंडळी आज इथं राजगडावर एका जमावाने दिसत होती.

सर्वांसह माचीच्या सदरमहालाकडे जात असतानाच राजांनी प्रमुख तटसरनौबत सिदोजी थोपट्यांना सदर दरबाराचा बेत सांगितला. वासुदेवपंत हणमंतेंना मरातबाच्या साजाची सरपोसबंद तबके सिद्ध करण्याची सूचना दिली.

श्रीसांबाचे आणि पद्मावतीदेवीचे दर्शन घेऊन आलेले राजे सदर बैठकीवर

सुखावले. सर्व मंडळींना त्यांनी बसण्यासाठी हाताची इशारत केली. सदर बसली.

राजांनी पुजाऱ्याने पेश केलेल्या परडीतील भवानीचा भंडारा चिमटीत घेऊन ती चिमट 'जगदंबऽ जगदंबऽ' म्हणत सदरेसमोर उधळली. दुसऱ्या चिमटीने भंडारा कपाळावरच्या शिवगंधावर घेतला. चिमटीची दोन्ही बोटे आपल्या गळ्याला टेकविली. भंडाऱ्याची भली थोरली परडी साऱ्या सदरभर फिरली. मानकऱ्यांनी आपले मळवट भंडाऱ्याने भरून घेतले. राजांनी आपल्या मनचा हेतू खुला केला –

"एक तपापूर्वी रायरेश्वरावर आम्ही श्रींचे राज्यास आणभाकेने बांधील जालो. उमर कवळी असता, दिमतीला मूठभर असामी असता आम्ही अगस्तीचा मनशा बोलून गेलो! आजवर श्रीसांब येश देणार थोर जाले, एकट्याने बांधू म्हणता राहणीचे साधे घरटे बांधणेही साध्य नच होय! ये तो श्रींचे गोमट्या राज्याची बाबत! आमचे दोन हात कैसा नतीजा पावावेत? एक म्हणता दहा हात आमच्या पाठीशी आले. पोख्तांचे जाणते बोल आम्हास मार्गी लावते जाले. आऊसाहेबांचे मायेचे हात धीर-दिलासा आणि डोळे आशीर्वाद देत आले. आज आम्हास याद येते; ती आमच्या दादोजींची – बाजी पासलकरांची!" क्षणभर राजांचा आवाज घोगरा झाला.

"तुम्ही साऱ्यांनी अंगेजणीने कस्त केली म्हणोन श्रींचे राज्याने अंग धरले. आज चाळीस गटकोटांवर जरीपटका चढला! दहा हजारांवर पाऊलोक आणि तितुकाच घोडालोकांचा जमाव जमला. आम्हास साऱ्यांची कदर करणे आहे, म्हणोन ही सदर आम्ही बोलावली! जैसी साध्य होय तैसी कदर आज आम्ही करतो आहोत. याहून तुमची जाणती कदर श्री आमचे हातून करवून घेणार. ये समयी कोणास आमचे हातून गैरमरातब जाहलियास श्रीसाठी मन मोठे केले पाहिजे. आम्हास आपले लेकरू मानिले पाहिजे. समस्तांनी लेकरास आसरा दिल्हा पाहिजे!!"

जंगमैदानावर कंठाची घाटी फुलवून 'हरऽ हरऽ महादेवऽऽ' गर्जत गनिमावर तुटून पडणाऱ्या शिवाजीराजांचेच हे दुसरे रूप होते! ते पाहून सदरेवरच्या बाराबंद्यांतील रांगडी मने हेलावून गेली.

राजे बैठकीवर उभे राहिले. तलवारीच्या पात्यासारखे त्यांचे रक्तजागते बाकदार, सतेज नाक नजर खेचून घेत होते. राजांनी सदर बैठकीवर बसलेल्या नेताजीराव पालकरांना अभिमानाने साद घातली – "नेताजीराव, आमच्या सामने या."

नेताजीराव राजांच्या समोर आले. कमरेत वाकून त्यांनी राजांना मुजरा घातला. कारभाऱ्यांनी हाती धरलेल्या तबकावरचा सरपोस दूर केला. तबकात रत्नजडित मुठीची म्यानबंद तलवार, तुरेवाली कंगणीदार भगवी पगडी, शुभ्र बाराबंदी आणि मांडचोळणा होता. राजांनी तबकातील तलवार उचलली. तिच्या फासबंदाची गाठ नेताजीरावांच्या कमरेभोवती बांधीत ते तळपत्या डोळ्यांनी म्हणाले – "सुभेदार नेताजी आजपासून श्रींच्या राज्याचे सरनौबत झाले."

गहिवरलेले नेताजीराव राजांचे पाय शिवण्यासाठी वाकू लागले. झटकन त्यांचे खांदे आपल्या हातांनी थोपवीत राजांनी त्यांना वर घेतले. क्षणभर नेताजीरावांवर आपली सूर्यपेट नजर जोडून राजांनी प्रेमभराने त्यांना मिठी भरली!

निळो सोनदेवांना मुजुमदारीची, आबाजी महादेवांना सुरनिशीची वस्त्रे राजांनी अशीच बहाल केली. येसाजी कंकांना पायदळाचे सरनौबत म्हणून रत्नजडित तलवार बांधली. कुणाला चांदीचे तोडे, कुणाला कडे, कुणाला कट्यार, कुणाला तलवार अशी साऱ्यांच्या इमानी चाकरीची कदर राजांनी केली.

स्वत:साठी गुणवंत आणि भोवतीच्या मंडळींसाठी गुणपारखी असा तो राजा होता. तो साऱ्यांची कदर करीत होता, पण सदरेवरचा त्यांचा एक-एक बोल ऐकूनच सारे धन्य झाले होते. त्याच्या एका-एका बोलासाठी जान कुर्बान करण्याची सर्वांची कमरबंद तैय्यारी होती. कदर दरबार सरला.

राजगडाच्या कारभाऱ्यांनी बैठकीवर बसलेल्या राजांच्या हाती त्यांच्या मुद्रेचा नुकताच सुघड बनविलेला नवा साचा दिला. राजांनी तो निरखायला सुरुवात केली. त्या अष्टकोनी मुद्रेवर उलट्या साचेबंदात कोरीव अक्षरे होती – 'प्रतिपच्चंद्रलेखेव वर्धिष्णुर्विश्ववंदिता। शाहसूनोः शिवस्यैषा मुद्रा भद्राय राजते।'

ती चंद्ररेखेची मुद्रा पाहताना राजांना सईबाईंची याद झाली. त्यांनी नवे मुजुमदार निळो सोनदेव यांना बैठकीजवळ बोलावून घेतले. दमगीर झाल्या आवाजात राजे त्यांना म्हणाले, "मुजुमदार, आमच्या कबिल्याकडे कापूरहोळाच्या गाड्यांची धाराऊ आहे. तिला सालिना सव्वीस होन तैनात जोडून द्या! जातीनिशी तुम्ही ते होन पावते करीत चला."

सदर उठली! राजे बैठकीवरून उठले आणि महालात गेले. आपल्या फर्जंद शंभूला दूधआई जोडून द्यावी लागली; त्या दूधआईला तैनात तोडून द्यावी लागली. या बाबींचा सल राजांच्या मनाला लागून राहिला.

आता शंभूबाळ एक-एक पाय टाकीत चालू लागले होते. जिजाबाईंनी त्यांच्या उष्टावणासाठी फलटणला हारकारा धाडून बजाजी निंबाळकरांना निरोप दिला.

बजाजी शिवापट्टणात आले. शंभूबाळांचे ते मामा होते. बळजबरीने मुसलमान केलेल्या बजाजींना राजांनी पुन्हा शास्त्रपूत हिंदू करून घेतले होते. निंबाळकरांच्या महादजी या मुलाला सईबाईंची सखू ही थोरली मुलगी देऊन राजांनी त्यांना समाजात ठाव दिला होता. सखू लहान असल्यामुळे अजून माहेरीच होती. भाच्याचे उष्टावण आणि सुनेचे दर्शन ह्या दोन्ही हेतूंनी बजाजी शिवापट्टणात दाखल झाले.

ज्योतिष्याकडून जिजाबाईंनी चांगल्या दिवसाचा मुहूर्त काढला. त्या दिवशी चंदनी पाटावर बसून बजाजींनी शंभूबाळांना आपल्या उजव्या मांडीवर घेतले. शेजारी

जिजाबाई, सईबाई, धाराऊ आणि सारा राणीवसा होता.

हातातील अंगठी काढून बजाजींनी चांदीच्या वाटीतील खिरीत ती बुडविली. आणि त्या अंगठीने आपल्या भाच्याला खीर चाटविली. शंभूबाळांना सईबाईंच्या हाती देऊन पाटावरून ते उठले. ती खीरमाखली अंगठी मामाची भाच्याला उष्टावण्याची भेट म्हणून पाटावर ठेवली. शंभूबाळ आता खाते झाले!

जिथे 'बाकी'चा हिसाबच नाही, असे राजांच्या आणि सईबाईंच्या हयातीचे भोवरे एकमेकांभोवती आजवर फिरले होते! आता सईबाईंचा भोवरा भेलकांडायला लागला होता. त्यांच्या पायातील भिंगरी सरत आल्यागत झाली. सईबाईंची तबियत सुधारेना म्हणून राजांनी जिजाऊंच्या मसलतीने त्यांना हवाफेरासाठी प्रतापगडावर हलवायचे ठरविले. संगती खाशा जिजाबाई जाणार होत्या.

शंभूबाळ आता दीड वर्षांचे झाले होते. बोबड्या बोलात बोलू लागले होते. वाडाभर धावत होते. धाराऊचा त्यांना लळा लागला. तिचे काही कुणबाऊ शब्द त्यांनी मावळी लकबीसह उचलले. राजांना ते 'आबा' म्हणू लागले. सईबाईंना 'माँ' आणि 'आऊ' म्हणत बिलगू लागले. राजांच्या आजानुबाहूचे – गुडघ्याखाली आलेल्या हाताचे बोट पकडून पुढे-पुढे धावताना राजांना ओढ देऊ लागले. शंभूबाळ हे राजांच्या विसाव्याचे छोटेखानी ठाणे झाले. ते डोळ्यांआड होऊ नयेत, असे राजांना वाटत होते. पण सईबाईंना हलविण्याचा बेत ठरताच शंभूबाळाला पाठविणे भाग होते.

एके दिवशी कबिल्याचे मेणे तयार झाले. राजगडावरून राजे शिवापट्टणच्या महालात आले. देवदर्शन घेतलेल्या जिजाबाई, सईबाई, धाराऊ, शंभूबाळ आणि मुलींना घेऊन महालाबाहेर पडू लागल्या. राजांनी पुढे होत जिजाऊंचे पाय शिवले.

"आम्ही संगती आहोत. चिंता कराया कारण नाही." जिजाबाईंनी राजांना धीर दिला.

राजांनी धाराऊचे बोट पकडलेल्या शंभूबाळांच्या काखेत हात घालून त्यांना वर उचलून घेतले. त्यांच्या शिवगंध रेखलेल्या सतेज कपाळावर आपले ओठ टेकले. त्यांच्या चिमुकल्या; पण निर्भीड डोळ्यांत आपले डोळे घालून त्यांना हसत विचारले, "शंभूबाळ, चालत-चालत प्रतापगड चढाल?"

"हां आबा, आमी पलत-पलत गल चडू!" शंभूबाळ डोळे मोठ्ठे करून बोलले. राजांनी त्यांची पाठ थोपटीत त्यांना खाली उतरवले.

त्यांना आपल्याजवळ ओढून त्यांची हनुवटी वर उचलीत जिजाबाई बोलल्या. गंगेच्या शांत-विशाल पात्राने बिलगत्या खळाळ ओढ्याला बोलाव्या तशा! "बाळ शंभू, आबांच्या पायांवर डोई ठेवायची ना?"

बाळराजांनी होकाराची मान डोलावली. जिजाबाईंना सोडून राजांच्या पायाजवळच्या फरसबंदीवर आपले चिमुकले गुडघे आणि हात टेकून वरच्या आकाशाएवढ्या उंच आबांकडे पाहत ते म्हणाले, "आबा, आमी मुजला कलतो. जय भवानी!" आणि शंभूबाळांनी आपल्या कपाळावरचे शिवगंध राजांच्या पायांच्या सडक बोटांवर टेकविले. त्या स्पर्शाने क्षणभर राजांचे डोळे मिटले गेले.

कबिला मेण्यात बसला. भोयांनी भोईपट सावरीत मेणे उचलले. राजे कबिल्याबरोबर चार पावले चालत गेले. मग जखडबंद पावलांनी खिळलेले राजे एकटक नजरेने दूर जाणाऱ्या मेण्यांकडे पाहत राहिले. शंभूबाळांचे बोबडे बोल आठवताना ते स्वत:ला म्हणत होते – "केवढा अजाण आणि लाघवी पोर! तो माँसाहेबांना बिलगून उभा राहिलेला पाहताना आमचे 'असणे' आम्हीच हरवून गेलो आहोत, असे आम्हांस वाटते!"

जावळी खोऱ्यातील प्रतापगड नजरटप्प्यात आला. गडाच्या पायऱ्या चढताना हातातील थोपे टेकीत भोयांनी मेणे सुखचाल केले.

गडाच्या तटबांधकामात दर्शन दिलेल्या स्वयंभू शिवलिंगाचे स्थान आले. मोरोपंतांनी त्या शिवलिंगावर आता डौलदार घुमटी उभारली होती. त्या घुमटीवर एक जाईचा वेल चौलग पसरला होता. जिजाबाई आणि सईबाई मेणाउतार झाल्या. शंभूबाळांना घेऊन धाराऊ उतरली. सारीजण दर्शनासाठी घुमटीत गेले. सईबाईंनी त्या स्वयंभूसमोर आपल्या शंभूला माथा टेकायला सांगितले.

शिवलिंगाचे दर्शन घेताना सईबाईंचे डोळे क्षणभर मिटले गेले. शब्द नसलेल्या ज्या भाषेत हिंदू कुलस्त्री देवमूर्तीशी बोलते त्या भाषेत त्या बोलल्या, "आमच्या स्वारींना उदंड येश द्या. आमच्या बाळांना जपा!"

भावभरले डोळे उघडून समोरच्या शिवलिंगावरचे एक त्रिदळी बिल्वपत्र उचलून ते मळवटभरल्या कपाळाला लावताना कसा कुणास ठाऊक; पण एक मजेदार विचार त्यांच्या मनात डोकावला, 'हे त्रिदळ म्हणजे शंकर-पार्वती आणि त्यांचा बाळ गणपती असे खुणेचे तर नसेल!'

गडमाथ्यावर येताच सईबाईंना फार बरे वाटले. हा गड त्यांना आवडला. चौतर्फा निळसर-हिरवागार मुलूख आणि त्याला बिलगलेले पिवळे ऊन डोळासुख देणारे होते.

सामोरे येण्यासाठी आलेल्या मोरोपंत पेशवे आणि अर्जोजी यादव यांनी जिजाबाई आणि सईबाईंना अदबमुजरे घातले. प्रतापगडावर येणाऱ्या सईबाई ह्या भोसलेकुलीच्या पहिल्याच लेकुरवाळ्या राजस्त्री होत्या. मोरोपंतांनी त्यासाठी त्यांच्यावरून सुवासिनींकडून मोहोरांचा सतका उतरून घेतला.

सासवडच्या हरभट ज्योतिष्यांचा चालता बोलता प्रतापी रुद्र – शंभूबाळ; प्रतापगडावर दाखल झाला!

हवेसाठी कधी-कधी सईबाई आणि धाराऊ शंभूबाळांना घेऊन तटावरून फेरफटका करीत. गडाभोवतीची घनदाट गचपणाची हिरवी झाडी बघताना सईबाईंना जाणवून जाई, 'केवढ्या औषधी वनस्पती ह्या झाडोऱ्यात लपल्या असतील! आम्हास मात्र एकही गुणकारी लाभत नाही! माणूस भरल्या समुद्रात असतं, पण तहानेच्या समयास एक थेंबसुद्धा हाताशी येत नाही. तशीच ही गत!'

आताशा सईबाईंचे मन कुठल्याच एका बाबीवर स्थिरावत नव्हते. गडमाथ्यावरच्या आभाळात तरंगणाऱ्या पाकोळीने कारण नसता दिशा बदलून फिरकी घ्यावी, तशी त्यांच्या मनाची गत झाली होती. जवळ-जवळ येणारे काहीतरी ते सुचवू पाहत होते, दूर-दूर जाणारे काहीतरी घट्ट पकडून ठेवण्याचा यत्न करीत होते.

धाराऊ आणि शंभूबाळ मात्र आता एकमेकांत रमले होते. बाळराजांना घेऊन गडावरच्या देवळांच्या घुमटीतील घंटा वाजवून दाखविणे, ही तर धाराऊची रोजची एक कामगिरीच झाली होती. कधी-कधी बाळराजे हात उंचावून आपणच घंटा वाजविण्याचा हट्ट घेत. कितीतरी वेळ मग शंभूबाळ घंटानादातच रमून जात.

हिवाळा हटला. रंगीत रानफुलांनी आपले तुरे वर काढले. वैद्याकडून हरतऱ्हेच्या दवामात्रा जिजाऊ सईबाईंना देत होत्या. उगाळलेल्या मात्रा कणाकणाने झिजत होत्या. सईबाईही तशाच झिजत चालल्या. क्षणभर शंभूबाळांना उचलून घेतले, तरी त्यांचे हात भरून येऊ लागले.

उन्हाळ्याच्या कोरड्या हवेने सईबाईंना थोडे बरे वाटले. पण अंग काही धरले नाही. गडावरची होळी उदासपणे पेटून विझली. मोरोपंत, अर्जोजी, वैद्य, जिजाबाई साऱ्यांना सईबाईंचे डोळादेखत विझणारे अंग पाहून उरात सलू लागले. जिजाबाईंनी व्रत-वैकल्ये, उपवास सुरू केले. अंगारे, धुपारे, लिंब-लोण सारे सईबाईंच्यापुढे हरत होते. उन्हाळा सरत आला. वळिवाचे ढग एक-दोन वेळा आभाळाच्या पाठीवर आपले कडकडणारे कोरडे ओढून त्यांच्या डोळ्यांतून पाणी काढून गेले.

मृग जवळ आला. आभाळाचा ऊर दाटून आला. पावसाच्या सरींची पहिली टिपरी प्रतापगडावर तडतडली. गडवाऱ्याने गारठा कवटाळला. घोंघावत त्याने झाडांच्या पानभऱ्या फांद्यांना उलट-पालटे करून टाकले. त्या वाऱ्याच्या थंडगार बोचऱ्या दौडी अंगावर उतरताच सईबाईंच्या दुबळ्या कायेवर सरसरून काटा तरारला. त्यांनी अंथरूण धरले! राजगडाकडे राजांना खबर पोच झाली.

सईबाईंनी सगळ्यांशी बोलणे टाकले. गडाच्या तटबंदीवर पाऊसधारा कोसळत होत्या, सईबाईंच्या मनात विचारलोट धावत होते. पाणथळावरील आपल्या लांबट

घरट्याशी बया पक्षिणीने एकटेच किलबिलत बसावे, तसे त्यांचे मन स्वत:त शिरून फक्त राजांच्या आठवणींशी बातचीत करू लागले. केवढ्या उदंड आठवणी! मोहरून टाकणाऱ्या, शरमायला लावणाऱ्या, अभिमानाने ऊर भरून काढणाऱ्या, हुरहुर लावून हैराण करणाऱ्या, धावणीच्या घोड्याने पाठीवरचा स्वार दूर न्यावा तशा दूर-दूर नेणाऱ्या. तटबंदीवरून डोकावताना गरगरावे तशा भोवंडायला लावणाऱ्या. दह्याच्या कवड्यांसारख्या मधुर-गोड, चिराखदानातल्या ज्योतीसारख्या सतेज-सुंदर, दरुणीमहालातल्या तक्तपोशीसारख्या निसूर-निबर, घरभरणीच्या लवंडल्या मापासारख्या ओसंडत्या-उभार, हिंदकळणाऱ्या मोतीलगासारख्या अस्थिर-चंचल, भवानीच्या भंडाऱ्यासारख्या उदात्त-मंगल! आठवणीच आठवणी!!

संकटांना एकमेकांची सावली पकडत चालण्याची उपजतच खोड असावी! सईबाईंच्या दुखण्याने निकराचा जोर धरला आहे, ही खबर राजांना कळली. पाठोपाठ राजांना जेर करून "चढे घोड्यानिशी जिंदा या मुर्दा पेश करतो" अशी कसम खाल्लेला आदिलशाही खानखाना अफजल मोहमदशाही फौजबंद होऊन विजापूरहून कूच झाल्याची खबरही त्यांना लागली.

बड्या बेगमेने एका जुम्मा रोजाला बड्या मसलतीसाठी खास दरबार भरविला. दरबारात सिद्दी हिलाल, रुस्तमजमा, अंकुशखान, मुसेखान, राजश्री मंबाजी भोसले, बाजी घोरपडे, झुंझारराव घाटगे, पैलवानखान, अब्दुल सय्यद सारे नेकदिल जंगबहादूर हात बांधून उभे होते. बेगमेची आगपाखड झाली. गर्दना टाकून शरमिंदे होऊन ते ऐकत होते. कोणीही तगडादिल रुस्तुम बेगमेला तसल्ली द्यायला पुढे सरसावत नव्हता. तिचा शाही घुस्सा शब्दाशब्दांना जाळून टाकीत उफाळला आणि चिडून ती गर्जली – "क्या इस दरबारमें उस गद्दारे दख्खनसे लोहा लेनेवाला कोई मर्द बाकी नहीं रहा? उस अजाजील बगावतखोरको अंजाम देनेवाला अर्कानि दौलत कोई भी नहीं? बोलो – इस दरबारका मर्दाना चुडिया पेहन आया है क्या।... लानत-लानत है!"

बेगमेच्या निर्भर्त्सनेची ही भट्टी एका भटारियाला पेटवून दिली. कमरेच्या तेगीच्या मुठीवर हाताची मूठ आवळीत खानखाना – अफजलखान पुढे सरसावला. याखालचा तलम रुजामा तुडवीत तो विड्याच्या तबकाजवळ आला. खामोश दरबारावर नफरतीची सख्त नजर फेकीत बेगमेला बंदगी घालून त्याने झटक्यात विडा उचलला.

"मैं – मैं उस नाचीज काफ़िर घोडेकी सवारी ना तोडतेही जिंदा या मुर्दा दर्बार पेश करता हूँ, हुजूर! या अली मेहेरबान!" त्याने विडा घेतलेला हात अस्मानाकडे उंचावीत घोगऱ्या सादात कसम खाल्ली!

"आफरीनऽ! अलहम्द अल्लिल्लाह! सुभानऽ ल्ला! मरहब्बाऽ!" चारी बाजूंनी

बेहोश चीत्कार दरबारियांत उठले. सगळ्यांना आपणच जणू अफजलखान असून तो विडा आपणच उचलला आहे असा गौर झाला. पण – पण तकदिरीने त्या विड्यात कुणाकुणाच्या मौतीची सुपारी पेरून ठेवली होती हे ना बेगमेला, ना अफजलला, ना दरबारीतील एकाही समशेरजंगाला माहीत होते!

खानाच्या खांद्यावर मरातबाची खिल्लत चढली. शिरावर किताबांची बरसात बरसली. दरबार बरखास्त झाला. 'जुम्मा' रोजाला एक मोठा मनसुबा खडा झाला. खुशीत दरबारी बाहेर पडले. त्यांना माहीत नव्हते, या 'जुम्म्याच्या' पाठीमागे एक दख्खनी 'शनी' लागला आहे आणि त्याचे नाव 'सिवा' आहे!

वीस हजारांची हत्यारबंद कडवी फौज, ऐंशी-नव्वद मोठ्या तोफा, तीनशे लहान तोफांचे खटारे, हजारभर उंटांचा काफिला, साठ-सत्तर झुलते हत्ती असा दाबजोर लवाजमा खानाने बरोबर घेतला. निशाणाच्या हत्तीवर चांद-तारा चढवून अफजलखान मोहमदशाही निघाला. एका सूर्याला ग्रासण्यासाठी! बतशिकनी करण्यासाठी! शिवाजीचा कुफ्र तोडण्यासाठी!

"'अफजल' म्हणजे 'सर्वांत सुंदर', 'सबसे अच्छा'!' खरंच तो केवढा अच्छा होता! फर्जंद शहाजीराजे भोसले यांच्या हातांत हातकड्या जखडून भरल्या विजापुरातून यानेच त्यांची शरमिंदी धिंड काढली होती! कनकगिरीच्या वेढ्यात शिवाजीराजांच्या दादामहाराजांना – संभाजीराजांना दगा देऊन यानेच मरणाच्या दारात नेऊन सोडले होते! कस्तुरीरंगाला मैत्रीच्या भेटीसाठी बोलावून धोक्याने यानेच त्याच्या चिंधड्या उडविल्या होत्या! कल्याणीच्या वेढ्यात शहजादा औरंगजेबाला सहीसलामत सोडल्याबद्दल सेनापती खान-मोहमदला मक्का दरवाजात कत्ल करण्याचा डाव यानेच रचला होता! असा हा 'सबसे अच्छा' खान आता 'सबसे अच्छा काम' करायला निघाला. सह्याद्रीच्या गुहेत हात घालून एका सिंहाची आयाळ धरून बाहेर खेचण्याची कसम खाऊन!

खान कसाही चालून आला तरी त्याचा तळ वाईलाच ठाण होणार हे राजांनी हेरले. आता सईबाईंना प्रतापगडावर ठेवणे धोक्याचे होते. राजांनी जिजाबाईंना निरोप धाडला. सारा कबिला प्रतापगडावरून राजगडाच्या पायथ्याशी शिवापट्टणला हलविण्याचा मनसुबा कळविला.

सरत्या मृगाच्या सरी अंगावर घेतच भोयांनी जिजाबाई, सईबाई यांचे मेणे प्रतापगडावरून खाली उतरवले. एका मेण्यात दोन वर्षांचे शंभूबाळ आणि धाराऊ बसली होती. आता शंभूबाळ चांगले बोलते झाले होते. आपल्या चौकस सवालांनी ते धाराऊला हैराण करीत आले होते. 'कपाळावरचं शिवगंध आडवंच का?', 'धारकरी आपल्या डाव्या बाजूलाच तलवार का बांधतो?', 'भाल्याच्या एका

टोकालाच पाते का?', 'घोड्याच्या टापांनाच नाल का ठोकायचे?'. बिचाऱ्या धाराऊला त्यांच्या एकाही सवालाचा जाब देणे सुधरत नव्हते. तिच्या मुलांपैकी एकानेही तिला असे कधी एवढे हैराण केले नव्हते.

मेण्याचे आडपडदे हटवून शंभूबाळ जावळी खोऱ्यातले डोंगरशिखरांवरून कोसळणारे पांढरेधोट पाणलोट पाहण्यात गर्क झाले होते. त्या कोसळत्या पाणलोटांची त्यांना गंमत वाटत होती. त्या पाणलोटांना कोणी रोखू धजत नव्हते! त्यांचे अंतरंग सफेद होते. त्यांची गर्जना खोरी घुमवून टाकणारी होती! झेप घेणे हाच त्यांचा गुण होता! शिवापट्टण हाकेच्या टप्प्यात आले. वेशीबाहेर महादेवाच्या देवळात मेणे ठाण झाले. राजांना शिवापट्टणच्या महालात वर्दी पोच झाली. पावसाची तुरळक सर निचरताच शिवाजीराजे घोड्यावर मांड घेऊन फिरंगोजी नरसाळा, नेताजी पालकर, संभाजी कावजी यांच्यासह जिजाबाईंना सामोरे जाण्यासाठी शिवालयात आले.

जिजाबाईंचे पाय शिवून राजांनी देवदर्शन घेतले. जिजाऊ नेहमीसारख्या हसत राजांशी बोलल्या नाहीत. त्यांनी फक्त सईबाईंच्या मेण्याकडे हाताच्या बोटांनी इशारत केली. जडावल्या पायांनी मेण्याजवळ जात राजांनी पडदा दूर सारला. आतल्या मऊ बिछायतीवर त्यांच्या कैक आठवणींचा फक्त एक तगत्या जिवाचा सावळा सांगाडा होता! मिटल्या डोळ्यांच्या झिजल्या सईबाईंना पाहताना राजांचे निमुळते सूर्यपेट डोळे थिजून पाणगार झाले. लालमहालात परभणीचे माप लवंडून आलेल्या पोरवयाच्या अजाण सईबाईंची मूर्ती त्यांच्या डोळ्यांसमोर खडी झाली. केवढी सालं गुदरली! किती वळणं मागं पडली! सई देवघरातील समईसारखी सतत तेवत राहिली! आमची सावली पाहताना आपली याद सतत आम्हाला देत राहिली! मासाहेब कधी आम्हाला उपरोधानं बोलल्या, तर ते ह्या आपल्या लेकीची कड घेऊन! प्रेमळ पत्नी, संयमी सून, राजस राणी, ममताळू माता, सोशीक स्त्री केवढ्या नात्यांत सई वावरली! उरातून आलेला धागा धरून कोळीण चालते, तशी आमच्यासी जखडल्या नात्याचा धागा धरून चालत आली! आमच्या डोळ्यांनी पाहिलेले 'सई' हे सर्वांत सुंदर स्वप्न! सुंदर स्वप्न कधी झिजत नसतं – मग असं का झालं? का झालं?

असंख्य विचारांनी राजांचे मन भरून आले. तरळत्या डोळ्यांसमोरचा मेणा अंधूक व्हायला लागला. क्षणात ते मेण्यापासून मागे हटले. त्यांनी भोयांना इशारत केली. भोयांनी सईबाईंचा मेणा उचलला आणि ते दुडक्या चालीने शिवापट्टणाच्या महालाकडे चालू लागले.

धाराऊ शंभूबाळांसह जिजाबाईंच्या शेजारी उभी होती. त्यांच्याजवळ जात राजांनी शंभूबाळांना उचलून घेतले. शेजारीच उभ्या असलेल्या राणू आणि अंबा ह्या लहान मुली 'आबा' म्हणत राजांना बिलगल्या.

"आता सारा भार श्रीसांबावर राजे. सगळे उपाय हरले." जिजाबाई न राहवून

राजांना बोलल्या.

"भार तर सारा श्रीसांबावरच आहे आऊसाहेब. पण उपाय हरून चालणार नाही. आदिलशाहीचा अफजल वीस हजारांची फौज घेऊन आम्हाला 'जिंदा या मुर्दा' दरबार पेश करण्याची शपथ खाऊन इकडे कूच झाला आहे...." राजांचा आवाज घोगरला.

"अफजलऽ! वीस हजारांची फौज –" म्हणत जिजाबाई क्षणभर गप्पच झाल्या.

"पाऊस येतो तेव्हा केवढे पाणी पडते प्रतापगडावर आबा!" शंभूबाळांनी हात पसरून मध्येच खबर दिली!

"होय बाळराजे, पण ते सारे पाणी दर्या आपल्यात सामील करून घेतो!" राजांनी हसत उत्तर दिले.

"कुठे असतो तो दर्या?"

"तो फार दूरच्या टप्प्यावर असतो. तुम्ही प्रतापगडावरून इथे आलात त्याहून खूप दूर." राजांच्या मनात आता फक्त 'प्रतापगड' घोळू लागला!

तुळजापूरला राजांच्या कुलस्वामिनी जगदंबेच्या मंदिर-आवारात अभद्र घडवून, पंढरीच्या मऱ्हाठी मुलखाच्या लोकदैवताला इजा देऊन अफजलखान शिरवळला डेरेदाखल झाला. वाटेत मलवडीला बजाजी निंबाळकरांना त्याने दस्त केले, आणि "तू शिवाजीचा फितवेखोर आहेस, नमकहराम आहेस." असा त्यांच्यावर आरोप करून तोफेच्या भांड्याला जखडबंद करून त्यांची आपल्या तळात धिंड काढली.

राजांनी खानाच्या गोटातील नाईकजी पांढरे यांची मध्यस्थी घालून साठ हजार होनांवर बजाजींची मुक्तता केली. खानाच्या हातचा आपल्या नातेसंबंधाचा कोलदांडा राजांनी मोकळा करून घेतला.

शिवाजी संतापून बारा मावळाच्या बसकणीतून सिधा चालून यावा, यासाठी खानाने हे सारे डाव येता-येता टाकून पाहिले. पण ते नतिजा पावले नाहीत. राजांना एकाकी पाडण्यासाठी त्यांच्या गोटातील असामी फोडण्याचा धूर्त खोडा खानाने शेवटी आखला. कुणाला जरब देऊन, कुणाला लालूच लावून, कुणाला गोड बोलून त्याने आपल्या फौजीपंखाखाली घेण्यास सुरुवात केली.

गुंजणमावळचा देशमुख – विठोजी सिलीमकर, उत्रोलीचे देशमुख – खंडोजी आणि केदारजी खोपडे, म्हसवडचे माने, मसूरचे जगदाळे, मलवडीचे पांढरे, तान्हाजी कोकरे, रविराव ढोणे, धुलोजी शेडगे, काटे, धायगुडे अशा कैक मावळी पगड्या खानाच्या पायांखाली पायघड्या होऊन पडल्या. वाढत्या बळाने खान शिरवळाहून कूच झाला आणि वाईला येऊन ठाण झाला.

वाईच्या काशीराव या आदिलशाही दियानतरावाने खानाचे वेशीबाहेर येऊन स्वागत केले. कृष्णेच्या डोहात कालिया शिरला!

काशीरावाने संगमेश्वराच्या गोमाजी हेळवाककराला खानासमोर पेश केला. गोमाजी संगमेश्वराच्या देशकुलकर्ण्यांचा दिवाण होता. कुळकर्ण्यांच्या वंशाला फक्त एकटी म्हातारी बाकी राहिली होती. तिचे वतन खानाच्या पाक हाताने आपल्या घशात टाकावे, या पवित्र धार्मिक बेताने गोमाजी वाईयात्रेला आला होता!

खानाने त्याची अर्जी एक अट घालून मंजूर केली. गोमाजी हेळवाककराने खानाच्या परतीच्या वाटेवर लागणाऱ्या नद्यांत तीनशे नावा पेरून ठेवायच्या. खानाने त्याबद्दल गोमाजीला संगमेश्वराचे देशकुळकर्णीपण द्यायचे!

खानाची येण्याची सोय देशमुख, सरदारांनी केलीच होती. जाण्याच्या सोयीचा विडा गोमाजीने उचलला! आता कम्बक्त काफर 'सेवा' बचावणे शक्य नव्हते. पण गोमाजीला आणि खुद्द खानालाही पत्ता नव्हता की, खानाच्या 'परतीची वाट' वेगळीच होती!

आता राजांच्या बाजूने दोनच कदीम, पुराणे आणि बळजोर सरदार उभे होते – एक जावळी खोऱ्याचा बेलाग कड्यांचा मोर्चेबंद मुलूख – आणि दुसरा बारा मावळातील कुणालाही दस्त न होणारा पावसाळा!

खानाचा पाणलोट थोपविण्यासाठी पडत्या पावसात राजांना राजगड सोडणेच भाग होते. किल्लेश्वरीचे आणि भवानीचे दर्शन घेऊन राजे राजगडाची पद्मावती माची उतरू लागले. गडाच्या बंदिस्तीसाठी फिरंगोजी नरसाळा, गोमाजी पाणसंबळ, सिदोजी थोपटे ही मंडळी मागे राहणार होती. राजांच्या संगती आपल्या वतनावर पाणी सोडून आलेले कान्होजी जेधे, नातेबंधातले बाबाजी भोसले, बाळाजी सिलीमकर, नेताजीराव पालकर, येसाजी, मोरोपंत, तान्हाजी, संभाजी कावजी, सुभानजी इंगळे वगैरे मंडळी असणार होती.

सारे गड उतरून शिवापट्टणात आले. राजे जिजाबाईंच्या दर्शनासाठी त्यांच्या हुजरातीच्या महालात गेले. जिजाबाई शंभूबाळांना काहीतरी समजावून सांगत होत्या. राजांना पाहताच त्या थांबल्या. शांतपणे चालत पुढे आल्या. त्यांचे पाय शिवून राजे बोलले, "मुलूखबंदीसाठी आम्ही निघतो आहोत, मासाहेब. खान वाईला ठाण झाला. आम्ही प्रतापगड पकडावा म्हणतो."

"या. आता मागचा विचार धरू नका. दास्तानी असलेली मंडळी सोडू नका. सईबाई पडल्या नसत्या तर आम्हीसुद्धा खान बघण्यासाठी खासे आलो असतो! त्याचा एक हिसाब आमच्या मनी अजून बाकी आहे! जाताना सूनबाईंना भेटा." क्षणभर जिजाऊ थांबल्या.

"शंभूबाळ, आबांचे पाय शिवा." जिजाबाईंनी बाळराजांचा खांदा थोपटीत सांगितले.

शंभूबाळांनी राजांच्या पायांवर डोके टेकले. त्यांचे खांदे पकडून त्यांना उठवून जवळ घेत राजांनी त्यांची पाठ हळुवार थोपटली.

"'खान' म्हणजे काय आबासाहेब?" बाळराजांनी कपाळाला आठ्या घालीत विचारले. त्या अचानक प्रश्नाचे काय उत्तर द्यावे, ते राजांना सुचेना.

"जो दुसऱ्याला खायला टपलेला असतो, पण ज्याला कुणीच खात नाही; त्याला 'खान' म्हणतात शंभूबाळ!" जिजाबाईंनी राजांच्याकडे बघत उत्तर देता-देता बाळराजांना आपल्याजवळ घेतले.

"येतो आम्ही." राजे घोगऱ्या स्वरात बोलले.

"या. औक्षवंत व्हा!" जिजाऊंनी उजवा हात वर उचलला.

"जय भवानी!" शंभूबाळांनी विसरून राहिलेला मुजऱ्याचा भाग पुरा केला.

सईबाईंचा निरोप घेण्यासाठी राजे त्यांच्या महालात आले. महालातल्या मंचकाभोवती काजळी दाटली. चिराखदाने जळत होती. हळुवार पावलांनी मंचकाजवळ जाऊन राजांनी सईबाईंच्याकडे पाहिले. त्या डोळे मिटून पडल्या होत्या. त्यांची सावळी चर्या चिराखदानांच्या मंद प्रकाशात फिकट-उदास दिसत होती.

"ऐकता, आम्ही निघालो." सईबाईंनी डोळे उघडावेत म्हणून राजे बोलले.

त्यांच्या बोलांनी गाढ ग्लानीतून जाग्या व्हाव्या तशा सईबाई जाग्या झाल्या. त्यांनी हसण्याची कोशिश केली. "बाळ भेटले?" क्षीण आवाजात त्यांनी राजांना विचारले.

"हो भेटले. आऊसाहेबांच्या महाली आहेत." म्हणत राजे मंचकावर टेकले. त्यांनी सईबाईंचा काष्ठवत् हात हळुवार आपल्या हातात घेतला. सईबाईंच्या हातातील सोन्याची कंकणे किणकिणत कोपराकडे घरंगळली. त्यांचा हलका हात हातात घेताना राजांचे मन जडशील झाले. दोघांचेही बोल जबानीत जिरून गेले. काय बोलायचे? कसे बोलायचे? भाषा सरली होती. नुसते कढ मात्र उरले होते. भोवती पेच दाटले होते!

"सईऽ" राजांनी घोगऱ्या स्वरात साद घालताना त्यांचा हात थोपटला. कोंडी फुटली. शब्दलाटा वाहू लागल्या.

"अंहं, असा दिल नाही टाकायचा. आमचा मार्ग आता ठरला! पायाशी कधी काही मागणं नाही केलं. हे पाय समोर असताना दुसरं काही मागायचं नाही सुधारलं. आता हे पायऽऽ नजरेसमोर राहतील असं दिसत नाही. म्हणून एक मागणं घालावंसं वाटतं." बोलता-बोलता सईबाईंना खोकल्याची उबळ आली.

ती ओसरू देऊन राजे म्हणाले, "कचदिल होऊ नका. मनी असेल ते साफ-साफ बोला. तुम्ही बऱ्या होणार!"

"बाळराजांना आम्ही जन्म दिला. पण ओठभर दूध देण्यास आमचं आऊपण थिटं पडलं. आमची जागा घेण्यास कुणबीण असून धाराऊ आली, म्हणून बोलावंसं वाटतं." सईबाई थांबल्या. क्षणभर त्यांनी पापण्या मिटल्या. त्यामागची काळी वर्तुळे राजांच्या उरात सलली.

"बोला सई. थांबू नका." राजांचा आवाज घोगरला.

"आमचे शंभूबाळ... एकला जीव. आज स्वारींच्या पदरात घातला! आता स्वारीच त्यांच्या आऊ आणि आबा! हे... हे एवढंच आमचं मागणं." सईबाईंनी भरले डोळे लपविण्यासाठी मान फिरवली. त्यांच्या मिटल्या डोळ्यांतून सुटलेले पाणथेंब मंचकावरच्या बिछायतीवर टपटप ओघळले!

"सई, आम्ही बाळाराजांना तुमच्यासाठी बांधील आहोत. चिंता करू नका. येऊ आम्ही?" म्हणत राजांनी सईबाईंचा हात बिछायतीवर हळुवार ठेवला. छातीवरच्या माळेतील कवड्या प्रचंड वजनदार झाल्याचा त्यांना भास झाला. पाठीवर धूळलोट घेऊन मुलखात दौडणारे राजे, सईबाईंच्या दालनातून पाठीवर त्यांच्या डोळ्यांतील पाणलोट घेऊन बाहेर पडले!

शिवापट्टण सोडून राजांनी पुरंदर, तोरणा, मोहनगड, वर्धनगड, तुंग तिकोना या गडांवरची जातीनिशी जाऊन कडेकोट मोर्चेबंदी उभी केली. कोसळत्या पावसात जावळीखोरे चौक्या-पहाऱ्यांनी आवळून बंदिस्त करून राजे खाशा मंडळींसह प्रतापगडावर आले.

बाहेर गुंजणमावळ, कानंदखोरे आणि वेळखंडखोरे या मावळी मुलखाची पट्टी सरत्या पावसात भराला आली होती. गुंजवणी आणि कानंदी नद्यांच्या लाल पात्रांची बोटे सौभाग्यलेणे म्हणून तिने मळवटावर भरली होती. या मुलूखपट्टीला अहेव राहायचा खूप सोस! मळवट भरलेला असला की, ती कैक मरणांना हसत-हसत पदराच्या गाठीला बांधायला तैयार!

असेच एक मरण सईबाई राजगडावरच्या दरुणीमहालात आपल्या पदराशी बांधण्यात गुंतल्या होत्या. त्यांच्या मंचकाभोवती जिजाऊसाहेब, राजांचा साऱ्या राण्यांचा राणीवसा, धाराऊ व सखू, राणू, अंबा या सईबाईंच्या मुली आणि सव्वादोन वर्षांचे शंभूबाळ दाटले होते. शंभूबाळांचा छोटेखानी हात आपल्या कृश हातात घेऊन सईबाई डोळे मिटून पडून होत्या. त्यांच्या कपाळभर आडवे माखलेले सौभाग्यलेण्याचे कुंकू होते. ओठांत धाराऊने ठेवलेले गंगाजलात न्हालेले सावळे तुळशीपत्र होते. महालातील चिराखदाने काजळली होती. त्या उदासमंद प्रकाशात साऱ्यांच्या मुद्रा फिकरमंद दिसत होत्या. राजगडाच्या उभार माथ्यावरचे आभाळ काळवंडलेले होते. मिटल्या डोळ्यांच्या सईबाईंना या कशाकशाचे भान नव्हते. त्यांचे

सोशीक, सावळे मन आज एक आगळाच खेळ खेळत होते. आजवर मनाचा हा असला खेळ त्यांनी कधी, कधीच पाहिला नव्हता. 'सई'च्या असंख्य सावल्या पकडण्याचा ते प्रयत्न करीत होते! खेळ ऐन भराला आला होता. असंख्य सावल्या नाचत होत्या. सईबाईंचे भान हरपत चालले होते.

किती उदंड सावल्या! फलटणच्या मुधोजीबाबांच्या वाड्यातील परकरी सई, पुण्याच्या लालमहालात भोसल्यांची सूनबाई म्हणून आलेली बावरलेली सई, जिजाबाईंना 'आऊ' म्हणून बिलगताना अगदी सहज त्यांची लेक झालेली सई, सईच्या नकळतच 'सईबाई' झालेली सई, राजांच्या वाढत्या राणीवशाबरोबर 'थोरल्या आक्का' झालेली सई, सखूच्या लग्नात सासूबाई झालेली सई, राजांचे मंत्री, सुभेदार, सरनौबत यांनी 'राणीसरकार' म्हणून अदबमुजरे रुजू केलेली सई, राजांच्या पहिल्यावहिल्या बाळांची – शंभूची आऊ झालेली कृतार्थ सई. किती-किती म्हणून सावल्या सईबाईंच्या मिटल्या डोळ्यांना दिसत होत्या. पण... पण त्यांतील एकसुद्धा त्यांच्या हाताशी काही येत नव्हती! 'आम्ही आमची सावलीच हरवून बसलो की काय?' अशी त्यांना शंका आली. आपले सगळे 'सईपण' जिवाच्या निकराने एकवटून त्यांनी स्वत:ला कणाकणात चाचपून पाहिले. फक्त एक... एकच सावली त्यांच्या हाताशी लागत होती. पण... पण ती त्यांची नव्हती. ती होती राजांची – त्यांच्या स्वारीची! एका जागी क्षणभरसुद्धा न थांबणारी! सारखी धावणीची वारेजोड दौड घेणारी! सपळ न देता येणारी! येता येताच मोतीलगाचा ऐटदार तुरा हिंदोळवीत पाठमोरी होणारी! डोळ्यांनीच सारे-सारे बोलणारी! त्यांचे सगळे 'सावळेपण' आपलेसे करणारी! 'जगदंब, जगदंब' पुटपुटणारी!

त्या सावलीचे शिवदर्शन होताच सईबाईंचे उरलेसुरले भानही हरपले. त्यांच्या मस्तकाची भिंगरी गरगर फिरू लागली. आठवणींची वर्तुळे त्यांच्या सावळ्या मनाच्या सरोवरावर रेखू लागली. जिवाची दिवली थरथरू लागली. आठवणींचे माप लवंडले. राजांच्या छातीवर कधी माथा टेकताना त्यांच्या गळ्यातील कवड्यांच्या माळेचा झालेला रोमांचकारी स्पर्श! स्फटिक शिवलिंगाची पूजा बांधणाऱ्या राजांच्या – स्वारींचीच आपण पुढे होऊन पूजा बांधावी असा आलेला विचार! प्रतापगडावर शिवलिंगावरून उचललेल्या शंकर-पार्वती आणि त्यांचा बाळ गणपती यांच्या खुणेचे त्रिदली बिल्वपत्र! पोटरी फोडून नुकत्याच बाहेर आलेल्या कणसासारखे वाटणारे आमचे शंभूबाळ! त्या सगळ्या आठवणी पार पलीकडच्या वाटत होत्या आता.

त्या सावल्यांच्या आणि आठवणींच्या धुंदळीत त्यांना 'सई' मात्र कुठे कुठेच दिसेनाशी झाली. दिसू लागला तो कपाळभर भरलेला मेणमळला, दोनबोटी आडवा, रसरशीत मळवट! अहेवपणाचा! शिवकर सौभाग्याचा! त्या मळवटाचे आडवे कुंकू

हळूहळू मोठे होऊ लागले! म्हणता-म्हणता नगाऱ्याएवढे झाले. क्षणभर दुडदुडले! पुन्हा मोठे होत-होत आभाळाएवढे झाले!! आता ते त्यांच्या कपाळी काही मावत नव्हते! सईबाई सगळ्या त्या आभाळाएवढ्या कुंकवात कुठच्या कुठे विरून गेल्या होत्या. ते कुंकू स्वत:शीच निळ्या बोलीत बोलू लागले. आपण बोललेले आपणच ध्यान देऊन ऐकू लागले –

"गडावरच्या दरुणीमहालात उंबरठ्याआड राहून आम्हास हवं तेव्हा स्वारींच्या पायांचं दर्शन घेणं होत नव्हतं म्हणून आम्ही हे रूप घेतलं! आता स्वारीचा घोडा आमच्या नजरटप्प्याआड कधीच नाही जाणार! दोन डोळ्यांनी खाशासंगती बोलणं मनभरं झालं नाही, म्हणून आम्ही उभ्या आभाळाचे डोळे लेवून स्वारींना ऊरभर बघतो आहोत! आमचा एकला जीव – शंभूबाळ पदरी टाकले. आता स्वारीच त्यांच्या आबा आणि आऊ! कुंकवाला कसलं आऊपण! जमलं असतं, तर शेवटचा म्हणून एकदा या कुंकवाचाच मळवट आम्ही स्वारीच्या पायधुळीनं भरून घेतला असता!!"

आपल्या आभाळाएवढ्या मळवटाच्या रसरशीत लाल कुंकवात पुरती-पुरती न्हाऊन निघालेली सतेज अशी राजांची रसरशीत, तांबडी सावली फक्त सईबाईंना दिसू लागली!! "स्वारीचं हे असं रूप कधी नजरेला पडलंच नाही." आता सईबाईसाहेब एक क्षणभरही थांबू शकत नव्हत्या! वेळ झाला तर ती रूपभैरवी चैतन्यलाल सावली हातची निसटेल! त्या नुसत्या शंकेनेच त्या थरथरल्या. त्यांच्या कृश पायांत कसलेतरी उदंड बळ संचारले! त्या खड्या झाल्या! त्या सावलीचे पाय धरून ठेवण्यासाठी सईबाई भरल्या मळवटाने इतमामात चालल्या! त्यांच्या ओठातील तुळशीपत्र त्यांना रोखण्यासाठी क्षणभर थरथरले, पण सईबाईसाहेब गेल्या! कायमच्या! पार-पार पलीकडे!! राजांचे सावळे, सुंदर स्वप्न सरले!!!

सईबाईंचा निष्प्राण हात शंभूबाळांच्या हातातून निसटला! तो मायाळू, कृश हात मंचकावरच्या बिछायतीवर कसनुसा होऊन कोसळला! त्यांच्या ओठांतील हताश तुळशीपत्र निसटून घरंगळत त्यांच्या गळ्यातील मंगळसूत्रावर ओघळले. महालात एकच आक्रोश उठला. चिराखदानांच्या काजळल्या ज्योती ऊरफुटी थरथरल्या. भिंतीचे घडीव दगड शहारले.

"आऊ, आऊऽऽ" म्हणून भेदरट हाक घालीत शंभूबाळांनी सईबाईंचा पडला हात उचलून गदगद हलविला. सगळा राणीवसा मंचकावर ओळांबून आक्रोशतो आहे, हे पाहून भांबावलेले शंभूबाळ 'थोरल्या आऊऽ!' म्हणत जिजाबाईंना एकदम बिलगले. धाराऊने बाळराजांना महालाबाहेर काढले.

सरत्या पावसाला शिवाजीराजांचा भावगड ढासळला! एक मनाजोगा जमलेला मनसुबा वाहून गेला! मळवट भरल्या सईबाई नापरतीच्या मोहिमेला निघून गेल्या!!

सईबाईंनी राजगडावर देह ठेवला ही खबर ऐकताच पापण्या मिटून 'जगदंब, जगदंब' म्हणत अपार वेदनेने राजांनी छातीवर हात ठेवला. टाकोटाक ते प्रतापगडावरून राजगडी आले. त्यांच्या थोरल्या राणीच्या पेटत्या चितेबरोबर त्यांच्या एका सावळ्या, भावूक मनसुब्याची चिता जळत होती. सईबाईंच्या कैक रूपांच्या ज्वाला फरफरत होत्या. फर्जंद शिवाजीराजे भोसले त्यांच्या दाहाने होरपळून निघत होते.

तशा राजांच्या राणीवशात तर आणखी राणीसाहेब होत्या – पण सईबाईंत त्यांच्या मनाचा दिललगाव गुंतवा झाला होता. वीराला पहिल्याने कमरेला जडलेली तलवार आणि आपल्यासमोर बोहल्यावर चढलेली पहिली स्त्री विसरू म्हणता विसरता येत नाही! शब्दांना संकोच आणि डोळ्यांना संवाद अशी राजांची आणि सईबाईंची खानदानी मर्मजोड होती. भक्कम ऐटदार गडाला फेर धरून वळणदार माची असावी, तसा तो राजस नातेबंध होता!

सईबाईंच्या जाण्याने राजगडावरचे देव नवरात्राच्या घटात बसण्याऐवजी सुतकात पडले, सालिना हसरा होणारा दसरा दुखरा झाला.

बजाजीमामांनी मायेने जावळ उतरलेल्या शंभूबाळांच्या मस्तकाचे सईबाईंच्यासाठी मुंडन केले! त्यांची पोरवयाची चर्या त्यामुळे पोरकी दिसू लागली. ती पाहून गलबलून आलेल्या जिजाऊंनी त्यांना निर्धाराच्या मायेने जवळ घेतले. आता जिजाऊंनीच त्यांची 'आऊ' व्हायचे मनोमन ठरवून टाकले. भोसल्यांच्या तडा गेलेल्या साऱ्या तटबंदी सांधण्यासाठीच जिजाऊ त्या घराण्यात आल्या होत्या.

मुंडन झालेल्या बाळ शंभूंना जवळ घेऊन राजे आपल्या महालात मंचकावर बसले होते. त्याचा एक हात शंभूच्या पाठीवरून आणि दुसरा हात छातीवरच्या माळेतील कवड्यांवरून फिरत होता. त्यांच्या मनाला एका बाजूने सईबाईंच्या आठवणींनी आणि दुसऱ्या बाजूने अफजलखानाच्या वाईतल्या तळाने वेढा टाकला होता.

"आबा, आऊ कुठे गेल्या?" शंभूबाळांनी राजांना विचारले.

त्या सवालाने राजे थरथरले. त्यांच्याजवळ काही-काही जाब नव्हता. अत्यंत मायेने ते आपल्या बाळराजांचा खांदा थोपटू लागले. त्यांच्या मनात हरभट ज्योतिषीबुवांचे बोल उसळी घेऊन उठले. 'पुराणांतरी रुद्र जसा आप्तगणांकडून फसला तसाच योग या कुंडलीत दिसतो!!'

शंभूकडे बघताना राजांच्या मनाची घालमेल झाली. एक विचित्र विचार त्यांना चाटून गेला, "उपजलात आणि धाराऊचे दूध तुमच्या वाट्यास आले! पण – पण हयातीच्या पहिल्या चालीलाच तुम्ही आप्तगणांकडून असे फसले जाल, याचा अंदाज काही ज्योतिष्यांनाही आला नसेल!" राजे बाळशंभूंचा खांदा नुसता थोपटीत

होते आणि नुसते थोपटीतच राहिले!!

मराठी दौलतीच्या उरावर अफजलखानाचे भय वाईत दबा धरून बसले होते. खानाने पांढऱ्यांना शिरवळात, खराट्यांना कऱ्हेच्या खोऱ्यात, जाधवांना सुपे परगण्यात, सिद्दी हिलालला पुणे प्रांतात आणि सैफखानाला तळकोकणात पेरून राजांना जखडबंद करून टाकण्याचा कावेबाज डाव टाकला होता.

ही तमाम कोंडी अंगावर घेऊन राजगडावरच ठाण ठेवणे हिसाबी नव्हते. त्यासाठी खानाच्या वाईच्या तळाची बगल धरून दाटलेले जावळीचे कुबल खोरे राजांनी केव्हाच हेरून ठेवले होते. प्रसंग पडला तर त्या खोऱ्यातील प्रतापगडाच्या शिडीवरून मावळतीकडून त्यांना सिताब आणि सलामत कोकणपट्टीत उतरता येणे शक्य होते. रानसावजाची धडक त्याच्यापासून दूरच्या फासल्यावर राहून कधीच हुकविता येत नाही! त्यासाठी त्याच्या अंगलटीला घासूनच हूल भरावी लागते! राजांनी वाईजवळ प्रतापगडाकडेच कूच व्हायचा मनसुबा धरला.

या बेतात आता पालट झाला असता, तर तो केवळ मासाहेबांच्यामुळे! नुकत्याच सूनबाई गेल्या असताना कुसव्याची एकुलती एक यादगीर असलेल्या राजांना निरोपाच्या दहीकवड्या जिजाबाई देतील काय? काय कल्लोळ माजेल त्या माउलीच्या काळजात? थांबविण्यासाठी त्यांनी मायेचा पायगोवा घातला तर....!

ते सारेच टाळण्यासाठी, ''राजगड सोडताना आऊसाहेब भेटीसाठी न येत तसे करावे.'' असा सल्ला खुद्द राजांनीच जिजाऊंच्या खाजगीच्या कारभाऱ्यांना दिला. तो देताना त्यांचा हात गळ्यातील माळेच्या कवड्यांवरून थरथरत फिरला. मनात विचारांच्या कवड्यांनी कितीतरी डाव टाकले... 'आणि जर खानाच्या मोहिमेतून परतीची वाट आम्हास नाहीच दिसली तर!! तर – सईच्या जात्या पायांचे ठसे आम्हास पुढच्या दौडीचा माग देतील! आणि मासाहेब आमच्या नावानं जगदंबेच्या भंडाऱ्याची चिमट शंभूबाळाच्या कपाळी भरून खाशा श्रींच्या राज्याची बेलरोटी उचलतील! भवानीनं तेवढं बळ त्यांच्या चिमटीत भरलं आहे!

'पण आमचे शंभूबाळ तो भंडारा पेलतील? मातेवेगळा पोरका दिसणारा अश्राप जीव तो! छेऽऽ! भोसला आणि पोरका? होणं नाही. आमच्या महाराजसाहेबांना पोरपणीच घोड्यावर मांड घ्यावी लागली. आम्हीसुद्धा तसेच पुण्याच्या बरड जहागिरीत दाखल झालो. प्रसंग पडला तर त्याच वाटेवर शंभूबाळांनाही धावणी करावी लागेल. एकदा उपजताना 'जगदंब' म्हणून श्वास घेतला की, भोसल्यांना तो हयातभर इमानाची संगत करतो. मग पोरकंपण त्यांच्या वाटेला कधीच जात नाही!' राजांनी मन बांधले. ज्या पंखाखाली मायेच्या उबाऱ्यात त्यांचा जीव पोसला तेच पंख कठोर मनाने दूर करणे भाग होते. त्याशिवाय निळ्या आभाळात भरारती झेप घेताच येत

नाही! श्रींच्या राज्याचे स्वप्न रेखताना मायेच्या नात्याचे सत्य डोळ्यांआड सारावेच लागते. राजांना खाजगीची नाती नसतात! नाती नसणे, हेच त्यांचे दौलतीशी नाते असते. राजांनी दौलतीचे नाते निवडले.

राजगड सोडण्याचा दिवस उजाडला. राजांनी स्नान आटोपून शिवलिंगपूजा बांधली. आपला महाल सोडून ते सदर चौकाकडे चालू लागले. राणीवशाच्या महालात त्यांच्या जाण्याचा मोहरा धरून महिरपीआड उभ्या असलेल्या राण्या पटापट बाहेर येऊन त्यांची पायधूळ कपाळाला लावून संकोचून उभ्या राहिल्या. सईबाईंचा खाजगीचा महाल येताच राजांचे पाय त्याच्यासमोर क्षणभर घोटाळले. एकवार त्यांनी त्या रित्या महालावर नजर लावली – आणि भरल्या मनाने झपाझप ते सदरचौकात आले. नेताजी, येसाजी, संभाजी कावजी, सिदोजी थोपटे यांनी राजांना मुजरे घातले.

"सिदोजीराव, शंभूबाळ कुठं आहेत बघा." राजांनी आज्ञा केली.

"जी," म्हणत सिदोजीराव सदरेवरून धाराऊच्या दालनाकडे निघून गेले.

धाराऊ बाळराजांना घेऊन सिदोजीरावांच्या मागोमाग सदरेच्या उंबरठ्यापर्यंत आली. खासे राजे सदरेवर असताना बाईमाणसाने सदरेवर कसे जायचे म्हणून शंभूबाळांचा हात सोडून ती थांबली, पण ते कसले हट्टी! त्यांनी धाराऊचा हात पुन्हा धरून त्यांना सदरेवर ओढायला सुरुवात केली. तो काकणभरला, गोंदलेला हात पाहताच राजे म्हणाले, "या धाराबाई, बालराजे ऐकणार नाहीत!"

"जी," म्हणत धाराऊ सदरेवर आली. शंभूबाळांनी पुढे येत राजांच्या पायांवर मस्तक टेकले. त्यांच्या मुंडन केलेल्या मस्तकावरचा लहाना जिरेटोप घट्ट बसला होता. त्यावर एक हात ठेवून राजांनी त्यांना दुसऱ्या हाताने हळुवार वर उठविले. त्यांची हनुवटी तर्जनीने वर उचलून वाकून राजांनी त्यांच्या कपाळावरच्या शिवगंधावर आपले ओठ क्षणभर टेकविले. त्यांचे छोटे खांदे थोपटीत घोगऱ्या आवाजात राजे बोलले, "बाळशंभू, मासाहेबांना मुजरा करून आलात?"

"जी. आबा, तुम्ही गड उतरलात की आम्ही आभाळात जाणार!" शंभूबाळांनी हात उंच करून आभाळ दाखविले.

"ते कशाला?"

"आमच्या आऊसाहेबांना मुजरा करायला! थोरल्या मासाहेब म्हणतात त्या वर गेल्यात!"

शंभूबाळांच्या बोलांनी सारी सदर चरकली. राजांचे डोळे सदरेच्या बगलेला असलेल्या जिजाऊंच्या महालावर जडले. उरात कल्लोळ माजला.

"धाराऊ, शंभूबाळांना घ्या." निर्धाराने राजांनी बाळराजांना तोडून धाराऊच्या हाती दिले.

"चला मंडळी," म्हणत राजे सदरचौकाबाहेर पडू लागले. निम्मीशिम्मी फरसबंदी ते चालून गेले असतील, नसतील तोच रणशिंगाच्या ललकारीसारखी मायेच्या जरबेने थबथबलेली साद सदरेच्या बाजूने त्यांच्या कानावर पडली. "शिवबाऽ! आमची गाठभेटी न घेता चाललात! आम्हांस पाठमोरे झालात?"

पाठीवर थाप भरणाऱ्या, चंदी-खरारा करणाऱ्या घोडेपारख्याने मागून इशारतीची साद घालताच जातिवंत अरबी घोडा भरल्या कानाने मोहरा फिरवतो तसे राजे गर्रकन वळले! तरातरा चालत त्यांनी सदरपायऱ्या मागे टाकल्या. त्यांच्या केशरी टोपात जडलेली मोतीलग लडालड हिंदकळत होती. छातीवरच्या कवड्यांच्या माळेला हबके बसत होते. जिजाऊंच्या डोळ्यांना डोळा भिडविण्याचा त्यांना धीर होत नव्हता. तडक जाऊन त्यांनी आपल्या मासाहेबांच्या सात्त्विक गोऱ्या पायांवर आपले मस्तक विसावले.

त्यांचे खांदे मायेने पकडून त्यांना उठवीत जिजाऊ म्हणाल्या, "उठा, कोण म्हणतं, आम्ही तुम्हांस रोखून धरणार? भोसल्यांचा कबिला कधीच कचदिल नव्हता. असणार नाही! सुखे जा! आमच्या शंभूबाळांचे – तुमच्या दादामहाराजांचे पुरते उसने घ्या. खानाचा खातमा करा आणि ध्यानात ठेवा, आम्ही तुमच्या परतीच्या वाटेवर नजर जोडून आहोत." "घ्या," म्हणत जिजाबाईंनी धाराऊकडे पाहिले. तिने दह्याची वाटी जिजाबाईंच्या हाती दिली. जिजाबाईंनी दह्याच्या घट्ट कवड्या राजांच्या गुलाबी तळहातावर ठेवल्या. त्या ओठांआड करून राजांनी क्षणभर जिजाबाईंच्या डोळ्यांत पाहिले. त्यांना वाटले भवानीची मूर्तीच मासाहेबांचे रूप घेऊन समोर खडी आहे!

"या. औक्षवंत व्हा! आई अंबा तुम्हास यश देणार थोर आहे!" जिजाऊंनी राजांना आपल्या मिठीत घेतले. कसल्यातरी अज्ञात विजेने आपल्या उराचा भाता ठासून भरला जातो आहे, असे राजांना वाटले.

"येतो आम्ही!" म्हणत राजे मिठीतून मोकळे झाले.

"मासाहेब, शंभूबाळांना जपा. गोमाजीबाबा, फिरंगोजीबाबा, सिदोजीराव तुमच्या दिमतीला मागं ठेवतो आहोत. जय भवानी!"

शांत चालीने राजे आपल्या खाशा मंडळींसह सदरचौकाबाहेर पडले. राजगडाच्या बालेकिल्ल्यावरून निघून पद्मावती माचीवर बाहेर पडणाऱ्या भुयाराच्या तोंडावर आले. चार तगड्या मावळ्यांनी पुढे सरसावत त्या भुयारावरची भक्कम धोंड दूर हटवली. पेटत्या मशाली घेतलेले दोन मशालजी भुयारात उतरले. त्यांच्या पाठोपाठ छातीवर उजवा हात भिडवीत राजे उतरले. मशालीच्या प्रकाशात ते पद्मावती माचीकडे चालू लागले. त्यांच्या मनात कैक विचार दौड घेत होते – 'आमच्या भोवती असंच भुयार आहे... खानाच्या बळजोर फौजेचं! असाच अंधार दबा धरून

आहे... दगाबाज फितवेखोरांचा! एकच आधार आहे, मशालीचा. आई भवानीच्या आशीर्वादाचा!!'

भुयार पार झाले. राजे पद्मावती माचीवर आले. त्यांनी मागे राहणाऱ्या मंडळींना बारीकसारीक सूचना केल्या. माचीवरच्या पद्मावती देवीचे दर्शन घेतले. निवडक असामींसह ते माची सोडून पाली दरवाजाने गडपायथ्याशी आले. एकदा त्यांनी राजगडावर नजर जोडली. घोड्याच्या जिनावर मांड घेऊन टाच मारली.

राजांची घोडे-तुकडी प्रतापगडाचा रोख ठेवून दौडू लागली.

बालेकिल्ल्याच्या तटबंदीपाशी जिजाबाई शंभूबाळांना घेऊन उभ्या होत्या. त्यांना धूळ फेकीत दूर जाणाऱ्या जनावरांचे फक्त ठिपके दिसत होते.

रात्रभर जिजाबाई आपल्या महालातील मंचकावर पडून वरच्या दगडी तक्तपोशीकडे एकनजर बघत होत्या. भलभलते विचार त्यांना हैराण करीत होते. विचारांनी ओढ असह्य झाली की, त्या आपल्या कुशीत सुख झालेल्या शंभूबाळांच्या पाठीवरून हात फिरवीत होत्या. त्यांचा धाकूटपणा जिजाऊंना पिळवटून काढीत होता. निरोप देताना त्या राजांना थोर दिलाने म्हणाल्या, "भोसल्यांचा कबिला कधीच कचदिल असणार नाही." पण आपल्या पदरी असलेल्या एकट्या राजांचा शंभू हा एकुलता एक अंकुर बघताना आता त्यांना वाटत होते की, 'भोसल्यांच्या कबिल्याला इंगळास बाशिंग बांधूनच घरभरणीचे माप लोटून येणे पडते. पण... पण भोसल्यांच्या बाळवशाला हा कसला शाप? लहानपणी शिवबांच्या पाठीवर अशीच संकटांची घोडदौड पडली. आता त्यांच्या या अजाण पोरावर अशीच संकटे मोहरा धरून चाल घेताहेत.

'हे विचारतात खान म्हणजे काय? कोण आणि कशी यांची समजूत घालणार? आपल्या गेल्या आऊंना मुजरा रुजू करण्यासाठी हे थेट आभाळात जाण्याच्या गोष्टी बोलतात! कोण आणि कसं यांच्या मनाच्या घोड्याची ओठाळी धरून त्याचा थोपा करणार? धाराऊनं यांना दूध दिलं, आम्ही यांना माया देऊ, पण यांच्या मनच्या एकटेपणाला कोण आणि कशी धीराची जोडसंगत देणार? आमचे शिवबाराजे पित्याच्या प्रेमास पारखे झाले. हे मातेच्या ममतेस मुकले. आता तर यांचे आबाच पणास लागले. अफजलच्या मनचा हेतू घातकी आहे. शिवबांचं काही बरंऽऽ....'

त्या नुसत्या शंकेनंच लेटल्या जिजाबाई सर्रकन थरारल्या. जिजाऊंना काही-काही सुचत नव्हते. कशाचा कशास मेळ पडत नव्हता. त्यांचा थरथरता हात झोपल्या शंभूच्या पाठीवरून फिरत होता. नुसताच फिरत होता.

राजगडावरच्या हमामखान्यात अंघोळ घालून पेहराव चढविलेल्या शंभूबाळांना धाराऊने जिजाऊंच्या महालात आणले. स्नानानंतर शंभूच्या कपाळी रोज जिजाऊच शिवगंध रेखीत असत.

शंभूंनी पुढे होत जिजाऊंचे पाय शिवले. धाराऊने गंध-अष्टगंधाचे तबक जिजाबाईंच्या हाताला येईल, असे सरसे करून धरले. जिजाऊंनी शंभूबाळांच्या कपाळावर आडव्या माटाचे शिवगंध रेखले. त्या तेवढ्या शिवगंधानेही मूळचे देखणे असलेले बाळराजांचे रूपडे अधिकच राजसगोमटे दिसू लागले. ते बघताना जिजाबाईंना राजांच्या उभट मुद्रेची आठवण झाली. त्या एकटक शंभूंच्या शिवगंधरेखल्या कपाळाकडे बघू लागल्या. हे असेच शिवगंध त्या शिवबाराजांच्या बाळपणी त्यांच्या कपाळी रेखीत आल्या होत्या. शंभूंच्या नितळ कपाळाकडे बघताना एक विचार त्यांच्या मनात डोकावला – 'गंध रेखले की शिवबाराजांची आणि या शंभूबाळांची मुद्रा शिवलिंगासारखी दिसते! पण... पण शिवलिंगावर सततचा जलाभिषेक होणे पडते. आई अंबे, तुझ्या कृपेचा जलाभिषेक माझ्या या शिवलिंगाच्या मस्तकावर क्षणभरसुद्धा ढळवू नकोस. तार, आम्हा साऱ्यांना या बाक्या संकटातून तार!'

जिजाऊंनी शंभूबाळांना उचलून आपल्या मांडीवर घेतले. त्यांच्या मांडीवर शंभू होते, डोळ्यांसमोर प्रतापगड होता आणि मनात होती राजांची मुद्रा आणि चिंता!

राजांनी पाठविलेला निकराचा थैलीस्वार राजगडावर आला. जिजाऊंचे खाजगीचे कारभारी खलित्याचा मजकूर वाचून दाखवू लागले... "अखंड सौभाग्यमंडित मातुश्री – आऊसाहेब, प्रति त्रिकाल चरणी मस्तक ठेवून सिवबाराजे यांचे दंडवत उपरी विशेष – खान फौजेसमेत कोयनाखोरीत पारावर तळ देऊन आहे. उदईक खानासवे भेटीचा प्रसंग पडला आहे. आम्हास आशीर्वाद द्यावा. शंभूबाळांना जपावे."

जिजाबाई, 'जगदंब, जगदंब' पुटपुटल्या. शंभूबाळांना हात हाती धरून गडाच्या तटबंदीवर आल्या. प्रतापगडच्या रोखाने नजर जोडून त्या वेड्यासारख्या पाहू लागल्या. त्यांचे मन सुन्न झाले होते.

त्या काहीच बोलत नाहीत म्हणून बाळराजांनीच त्यांना विचारले, "आबा खानाच्या भेटीला गेलेत. मग ते त्याला घेऊनच का नाही येत इकडे?"

जिजाबाईंनी चमकून शंभूकडे पाहिले. "साखर पडो तुमच्या तोंडात" म्हणत जिजाबाई तटबंदीवरून महालाकडे परतल्या. मावळतीला कलतीला लागलेल्या सूर्याने आभाळाचा पोटला फोडला होता! क्षितिजकडा लाल-लाल झाली होती.

प्रतापगडाच्या पायथ्याशी जनीच्या टेंब्यावर खानाच्या भेटीसाठी ऐसपैस शामियाना अण्णाजी मलकऱ्यांनी उभा केला होता. षष्ठीच्या रात्री खानभेटीचा खल करण्यासाठी निवडक असामींसह राजांचे खलबत बसले. नेताजी पालकर, कान्होजी जेधे, मोरोपंत पिंगळे, येसाजी कंक, बाबाजी भोसले, बाळाजी सिलीमकर, पंताजी गोपीनाथ अशा असामींनी राजांच्याभोवती बैठकीचा फेर धरला. साऱ्यांचे मळवट भंडाऱ्याने भरले होते.

निर्धाराच्या सावध घोगऱ्या आवाज राजांनी खलबताला तोंड फोडले –

“उदईक खानाचे भेटीसाठी आम्ही तिसऱ्या प्रहरी गड उतरणार आहोत. खानाच्या मनी आम्हास जीवे मारावे ऐसे कपट दबा धरून बैसले आहे.

“ये समयी समस्तांनी एकदिलाने हिंमत बांधली तर कुल फौजेसह खान बुडतोच आहे. आम्ही नेमून देतो आहोत ती कामगिरी अवघे कान देऊन चित्ती धरा. कार्यी कुसूर करू नका.

“मोरोपंत, तुमच्या पायदळानिशी तुम्ही पारघाटात किनेश्वराच्या खोऱ्यावर डोळ्यांत तेल ठेवून दब्यानं बसा.

“कान्होजीबाबा, तुमच्या बांदलांचा जमाव आणि पासलकरांचे कोटबंद धारकरी घेऊन तुम्ही अण्णाजी दत्तोसमवेत खान येतो, त्या वाटेभोवती अंगचोरीने जागा धरा.

“बाळाजी आणि हैबतराव, तुमचा हत्यारबंद मावळा खानाच्या पाराजवळच्या तळाला घेऊन रातोरात गर्दाव्यात पेरा.

“बाबाजीराजे, तुमचा पाऊलोक वाई-जावळीच्या बगलेस खानाच्या फौजेच्या पिछाडीला परतीच्या वाटा रोखण्यासाठी जागता ठेवा.

“नेताजीराव, तुमचे खुरचलाख घोडदळ कुडसराच्या पठारावर जीनतैय्यार ठेवा. खानाचा वाईत ठाण झालेला चंदावलीच्या कुमकेचा तळ तुम्हास बुडविणे आहे.

“तान्हाजीराव, कृष्णाजी कंक तुम्ही निवडक, चखोट पटेकरी संगती घेऊन भेटीच्या शामियान्याजवळ दरडीला धरून खणलेल्या चरात उतरा.

“संभाजी कावजी, जिऊ महाला, कोंडाजी आणि येसाजीकाका, संभाजी करवर, काताजी इंगळे, विसाजी मुरुंबकर, सुराजी काटके, सिद्दी इब्राहीम आणि कृष्णाजी गायकवाड हे दहा धारकरी आमच्या संगती गड उतरतील.

“जगदंबेच्या आशीर्वादे आम्ही खानास जीवे घेतला, तर तटमाचीवर इशारतीसाठी तोफांच्या भांड्यांचे तीन बार होतील. कमनशिबाने आम्हास दगा झालाच तर इशारतीची पाच भांडी वाजतील.

“आम्ही सलामत आलो ना आलो, तरी साऱ्यांनी हिंमत धरोन कोयनाखोरीच्या कैचीत फसलेला खान कुल फौजेसह बुडवावा! ये कामी कुचराई करेल, शकअंदेश मनी धरेल त्यास मळवटीच्या जगदंबेच्या भंडाऱ्याची आण!

“एक आम्ही जातो म्हणोन दिल टाकू नका. हे श्रींचे देवधर्माचे राज्य उभे करणे आहे. त्यासाठी प्रसंग पडला तर कैक सिवाजीराजे खर्ची घालावे लागतील.

“आम्ही सलामत आलो नाहीच, तर आमच्या शंभूबाळांना सामोरे घाला. आमच्या ठायी त्यांना समजोन नेताजीरावांच्या पोख्त मसलतीने अवघे मिळोन श्रींच्या राज्यासाठी कस्त करा! आशीर्वादासाठी मासाहेबांचे हातबळ तुमच्या पाठीशी आहेच!”

जिजाऊंच्या आणि शंभूबाळांच्या आठवणीने राजांचा आवाज घोगरा झाला.

काळीज भरून आले. प्रतापगडावरचे खलबत उठले. टेंभ्यांच्या मंद प्रकाशात राजांनी साऱ्यांची गळाभेट घेतली. नेताजीरावांनी पुढे होत खलबतखान्याच्या आतून तोंडावरच्या दगडी धोंडेवर कमरेच्या तलवारीच्या मुठीने तीन ठोके दिले. बाहेरून धोंड हटविण्यात आली. राजांनी मुजरे करून सारे जोडून दिलेल्या कामगिरीचा विचार करीत गड उतरू लागले. त्यांना धीर द्यायला कपाळावर फक्त भवानीचा भंडारा होता. आभाळातील षष्ठीची चंद्रकोर पांढऱ्या-भुरक्या ढगांनी पार-पार झाकळून टाकली होती!!

राजे आपल्या खाजगीच्या महालात आले. तबकात टोप उतरून ते मंचकावरच्या बिछायतीवर आडवे झाले. शंकाकुशंकांनी त्यांच्या मनात फेर धरला. 'खरोखरच खानानं या भेटीत काही दगा केला तर!... आमच्या या नव राज्याचं काय होईल? मासाहेबांची कोण स्थिती होईल? आणि शंभूबाळ? आपल्या आऊंना मुजरा करण्यासाठी आभाळाची दौड घेण्याची भाषा करणारा तो पोर आमच्यासाठी आऊसाहेबांना हैराण-हैराण करील! आमचा ठावठिकाणा धुंडण्यासाठी एकटाच गड उतरील. बाळशंभू, खरंच... खरंच तुम्ही आप्तगणांकडून फसले जाण्यासाठीच तर नाही आलात?'

बाळराजांच्या आठवणीने राजांच्या डोळ्यांसमोर सईबाईंची सावळी मुद्रा उभी ठाकली. त्यांचे काळीजकैची घालणारे अखेरीचे बोल याद आले – "आमचे शंभूबाळ – एकला जीव! आज स्वारींच्या पदरी घातला!"

राजे पुरते बेचैन झाले. त्यांना काही-काही सुचत नव्हते. कूस पालटली तरी विचार काही बदलत नव्हते. छातीवरच्या माळेतील कवड्या डोंगराएवढा आकार घेऊन छाती दडपून टाकताहेत असे वाटत होते.

'श्रींचे राज्य! देवाधर्माचे राज्य. त्यासाठी खर्ची पडलेले इमानबंद जीव! हयातीची होलपट हसतमुखाने सोशीत आलेल्या आऊसाहेब! जिंदगीच्या उंबरठ्यावरच निखाऱ्यांचा टोप मस्तकी बसलेले शंभूबाळ!!'

घायाळ-घायाळ झालेले राजे कसल्यातरी विचाराने टाच भरल्यासारखे तडक उठून मंचकावर बसले. महालाच्या दरवाजापर्यंत जाऊन त्यांनी पहारेकऱ्याला साद घातली – "कोण आहे?"

"जी," म्हणत पहारेकरी महालात आला आणि कमरेत वाकला.

"हिरोजीला याद फर्माव." राजांनी त्याला तसाच परतविला.

त्याने धावत जाऊन हिरोजीला वर्दी दिली.

हिरोजी फर्जंद राजांच्यासमोर मुजरा करून अदबीने उभा राहिला.

"हिरोजी, डोळ्यास डोळा लागत नाही. केदारेश्वराचं दर्शन घ्यावं म्हणतो. आमच्या संगती चल."

“जी,” म्हणत हिरोजी महालाबाहेर पडला. पुढे जाऊन त्याने केदारेश्वराच्या पुजाऱ्याला उठविले.

राजांनी अंगाभोवती शाल लपेटून घेतली. टेंभे धरलेले दोन धारकरी, बेलपत्राचे तबक घेतलेला केदारेश्वराचा पुजारी आणि हिरोजी फर्जंद यांच्यासह राजे केदारेश्वराच्या दर्शनाला चालले.

मध्यरात्र जवळ आली होती. चंद्रकोरीने फेकलेले धूसर चांदणे गडावर उतरले होते. दूरवर खानाच्या गोटात पेटलेल्या आगट्या कोयनाखोरीत दिसत होत्या.

सारे जण केदारेश्वराच्या मंदिरासमोर आले. मंदिराच्या गाभाऱ्यात ठाणवयांच्या शांत प्रकाश-पहाऱ्यात शिवलिंग तळपत होते. राजांनी पायीच्या मोजड्या उतरल्या. मंदिरात प्रवेश करण्यापूर्वी दरवाजाच्या उंबरठ्याला हात लावण्यासाठी राजे खाली वाकले. त्या दगडी उंबरठ्यावर दोन्ही बाजूंना नऊ पाकळ्यांची दोन डौलदार धर्मचक्रे कोरली होती! त्या दोन धर्मचक्रांच्या थेट मधोमध येईल असे जबडा पसरलेल्या वाघाचे चैतन्यमय मुख कोरले होते!! राजे हरपल्या भानाने ते व्याघ्रमुख एकनजर पाहू लागले. आपल्या पाठकण्यात काहीतरी सळसळते आहे, उरात काहीतरी ठासून भरले जाते आहे, असा त्यांना भास झाला! राजांच्या मस्तकाची पागा खुलली. क्षणभरात विचारांची कैक पांढरधोट घोडी धावणी धरून गेली.

व्याघ्रमुख! व्याघ्रासनी रणमर्दिनी जगदंबा! एक-एक पंजा पुढं-पुढं टाकीत येणारं, रोखल्या नजरेचं व्याघ्रवाहन! त्याच्या पाठीवर आरूढ झालेली, शस्त्रसंभार उगारलेली, आरक्त नेत्रांची रणदेवता भवानी! वाघाच्या उगारलेल्या पंजाबरोबर गरगर फिरणारं धर्मचक्र!! व्याघ्रमुख, उगारलेला पंजा, शस्त्रं रोखलेली भवानी, गरगर फिरणारं धर्मचक्र आणि – आणि ते रोखण्यासाठी दात ओठ खाऊन, बाह्या सरसावत येणारा खान! खान! खान!...

राजांची गर्दन क्षणात नागफण्यासारखी ताठ झाली! त्यांचे विस्फारलेले सूर्यपेट डोळे पुरते पेटून उठले! डोळ्यांसमोर वाघाचा उगारलेला पंजा नाचत होता.

झपाझप चालत राजे मंदिर-गाभाऱ्यात गेले. पुजाऱ्याने पुढे केलेल्या तबकातील बेलपत्रांची ओंजळ त्यांनी आकाशाने तारका उधळव्यात तशी शिवलिंगावर उधळली! हात जोडून डोळे मिटून ते गाभारा घुमवीत बोलले– “जय शंभोऽऽ हर, हर! जय भवानी!” राजांना कसलातरी ठेवणीचा कौल मिळाला होता! शिवलिंगावरचे अभिषेकपात्र एकसरीत जलवर्षाव करीतच होते!!

मार्गशीर्ष शुद्ध सप्तमीचा दिवस बारा मावळांचा डोंगरमाथा चढून वर आला. जिजाऊंचे मन शंकांच्या कैक काळढगांनी भरून आले. राजगडावरच्या देवमहालात बसून त्या एक-एक बेलपत्र समोरच्या शिवपिंडीवर वाहू लागल्या. त्यांच्या शेजारी

बाळशंभू एका पाटावर बसले होते. भिंतीची कड धरून धाराऊ जिजाऊंच्यावर नजर ठेवून उभी होती.

दिवस चढतीला आला. मनच्या शंका बेलपत्रावर चढवून एक-एक बिल्वदल शिवपिंडीवर वाहून-वाहून जिजाबाई थकदिल झाल्या. बेलपत्रे सरतीला आली तरी त्यांच्या मनाचे टाके मात्र तसेच कुशंकांनी भरूनच राहिले! दिवस ऐन माथ्यावर आला आणि आपले हताश मस्तक जिजाऊंनी पिंडीभोवतीच्या शाळुंकेवर टेकविले. त्यांच्या चंद्रशांत डोळ्यांतून सरसरत पाणधारा उतरू लागल्या. उभे अंग थरथरू लागले. डोळ्यांतून ओघळत्या पाण्याबरोबर त्यांची वरकडची सगळी-सगळी नाती वाहून गेली होती. उरला होता तो फक्त एकच लागेबंध – 'आऊपणाचा!' एकाच विचाराचा फासबंद त्यांचे प्राण त्यांच्या कुडीत कांडून टाकू लागला – 'आता-आता माझे शिवबाराजे गड उतरून संकटाच्या कैचीत फसले तर नसतील!! रात्रभर तोफांचे आवाज झाले ते का?'

जिजाबाई मान वर करीत नाहीत, त्यांचे उभे अंग थरथरते आहे, कोंदटले हुंदके पिंडीला वेढून टाकताहेत हे पाहून शंभूबाळ भेदरले. त्यांनी पुढे होऊन जिजाऊंना गदगद हलवीत हाक घातली – "थोरल्या आऊऽ! थोरल्या आऊऽ!"

थोरल्या आऊंना काही-काही ऐकू येत नव्हते. त्या उठल्या आणि भरल्या डोळ्यांनी, नेसूचा पायघोळ फरफटवीत तरातरा आपल्या महालाकडे निघून गेल्या.

हात पसरून त्यांच्या मागे धावणाऱ्या बाळशंभूंना धाराऊने पुढे होत थोपवून धरले. त्यांना संगती घेऊन ती आपल्या दालनाकडे निघून गेली.

जिजाऊंनी आपल्या महालाचा दरवाजा आतून आडबंद घालून बंद केला. त्या पुरत्या-पुरत्या एकट्या झाल्या. धाराऊच्या दालनात शंभूबाळ साफ गोंधळून गेले.

रात्रीचा पहिला प्रहर संपला आणि गडाच्या मिटलेल्या पाली दरवाजाजवळ एक फकीर आला. त्याने बाहेरून दरवाजावर तळहाताची तीन वेळा थाप भरली. आतल्या देवडीवाल्याला ऐकू जाईल अशा बेताने तो जाड, घोगऱ्या आवाजात म्हणाला, "आईचा भुत्या! रानचा वारा!" तो परवलीचा बोल होता.

देवडीवाल्याने तो बोल कान देऊन ऐकला आणि दरवाजाची दिंडी खुली केली. फकीर घाईने आत घुसला. तरातरा चालत तो पद्मावती माचीवर आला. सिदोजी थोपट्यांनी फकिराला ओळखले. तो होता, हुन्नरबाज खबरगीर – विश्वास नानाजी मुसेखोरेकर! सिदोजी आणि विश्वास राजगडाच्या बालेकिल्ल्यावर आले. सिदोजींनी जिजाऊंना आपण येत असल्याची वर्दी दिली.

जिजाऊ आपल्या महालात शंभूबाळांना शेजारी घेऊन बसल्या होत्या. दिवसभराच्या चिंता तापाने त्यांचा चेहरा ओढला होता. चिराखदानांच्या प्रकाशात तो विचित्र दिसत

होता. सिदोजी आणि विश्वास जिजाऊच्या महालात गेले.

एका फकिराला सिदोजीसंगती पाहून जिजाऊ थरकल्या. त्या मंचकावरून तडक उठल्या. सिदोजीने व विश्वासने त्यांना अदबमुजरे केले. जिजाऊ क्षणभर गोंधळल्या. दुसऱ्याच क्षणी त्यांनी विश्वासला ओळखले. भीतीने थरथरत त्या खेचल्या आवाजात कसेबसे म्हणाल्या – "विश्वाऽस!...."

मुजऱ्यासाठी वाकलेला विश्वास ताठ खडा झाला. दूर धावणी घेऊन आलेल्या विश्वासच्या उसळत्या तोंडातून मावळी रांगडे बोल उसळले –"मासाहेब, त्वांड ग्वाड करा! जगदंबेनं तारलं समद्यांस्नी. राजांनी चलाखीनं खानाचा सफै फोडला! वाघनख्या चालवून धन्यांनी खानाचा पोटला भाईर काढला! संभाजी कावजीनं खानाचं गर्दन तेगीच्या एका फटक्यात धडागुणं क्येलं! खानाचं गर्दन प्रतापगडाच्या सदरंवर हाय! धड जनीच्या टेंब्यावर – गडाच्या पायथ्याला धूळ खात पडलंय! खानाचा पारावरचा बारा हजारांचा तळ जेधे-सिलींबकर, भोसले-पासलकरांनी येरगाटून टाकलाय! हातोहातीच्या हत्यारचालीला जावळीखोऱ्यात त्वांड फुटलंय! सरलष्करांची घोडी वाईच्या रोखानं दौड घेत गेल्यात! खान समद्या जमेतीनीशी पार बुडाला! आपली फते झाली!!"

विश्वासचे बोल ऐकताना जिजाबाईंच्या डोळ्यांतून सर... सर आनंदाने अश्रू ओघळू लागले. मागे वळून शंभूच्या कानशिलाजवळ हाताची बोटे नेत ती जिजाऊंनी आपल्या कानशिलाजवळ आणून मोडली. शंभूंना उचलून घेत त्या विश्वासला म्हणाल्या, "विश्वास, सदरेवर चल. तुझ्या या खबरीची कदर आम्ही करणार आहोत."

उचलून घेतलेल्या बाळराजांना जिजाबाई न राहवून म्हणाल्या – "खान म्हणजे काय म्हणून विचारता! जो सर्वांना खायला टपलेला असतो, पण ज्याला कुणीतरी त्याच्या सर्वांसह खाऊन जातो, त्याला 'खान' म्हणतात बाळराजे!" बाळशंभूंना ते काही उमगले नाही!

प्रतापगडावरून जिऊ महाला राजगडावर आला. वाकाच्या शिंकाळ्यात घातलेले थिजल्या, काळपट रक्तओघळांचे खानाचे शिर त्याने आपल्या संगती गडावर आणले होते. जिजाऊंनी नजरेखाली घालावे म्हणून जिऊने ते एका तबकात ठेवून ते तबक सरपोसाने झाकून टाकले. एका चौरंगावर ते तबक ठेवून तो चौरंग राजसदरेच्या फरसबंदीवर मांडण्यात आला. गडावरचा सारा मावळलोक खान बघण्यासाठी बालेकिल्ल्याच्या सदरेवर लोटला होता.

डाव्या हाती शंभूंचा हात धरून जिजाबाई सदरदाखल झाल्या. साऱ्यांनी मुजरे झाडले. जिजाबाई शंभूसह सदरबैठकीवर बसत म्हणाल्या, "जिवा, दूरची धावणी

घेतलीस. काही खाल्लंस?''

"न्हाई मासाब, प्वाट भरलंय माजं!'' म्हणत जिवाने चौरंगावरच्या तबकाचा सरपोस दूर सारला. कमरेत वाकून जिवा बोलला, "ही भेट धन्यानी मासाहेबांच्या रुजवातीला धाडलिया.''

खानाचे रक्तओघळांत गोठलेले, डोळ्यांच्या कवड्या अर्धवट उघड्या टाकलेले, वासलेले शिर बघताच कपाळावरचे आडवे कुंकू ताणीत जिजाबाई बैठकीवरून तडक उठल्या. त्यांच्या नाकपुड्या विस्फारल्या गेल्या. श्वास चढा झाला. ओठ क्षणभर थरथरले.

"अफजलखान! जसं पेरावं तसंच उगवतं!'' त्यांच्या ओठातून थरथरते बोल निसटले. या – याच खानाने गेली कैक वर्षे जिजाऊंच्या काळजाला मरणभयाच्या जळवा जोडून दिल्या होत्या.

क्षणभरातच जिजाऊंनी आपला संताप सावरला. पुन्हा बैठकीवर बसत त्यांनी आज्ञा केली, "सिदोजीराव, हे शिर पिंजऱ्यात घालून गडाच्या पाली दरवाजाच्या कोनाड्यात ठेवा. आठरा कारखान्यांचे लोक त्याचं दर्शन घेतील. त्याची पूजा करून इतमामानानं त्याचं दफन करा. गनीम संपला – गनिमी संपली!''

जिजाबाईंच्या तर्फेला बसलेले शंभूबाळ डोळे ताणून केव्हाचे खानाच्या शिराकडे एकटक बघत होते. अनेक सवालांचे पलोते त्यांच्या मनात खडे जाले. 'आबा या खानाच्या भेटीला गेले होते. त्याला हातपाय काहीच नसता त्यांनी याची भेट कशी घेतली असेल?' थोरल्या आऊ म्हणाल्या – "जो दुसऱ्यास खायला टपतो, पण ज्याला कुणीच खात नसतो, तो खान!'' मग त्यांनी हे का नाही सांगितलं की, ज्यास हातपाय नसतात ते नुसते मुंडके म्हणजे खान!! जो घोड्यावर मांड न घेता तबकावर बसतो, तो खान!'

शेवटी न राहवून बाळराजांनी जिजाबाईंना विचारलेच, "धाराऊ म्हणत होती खान मोठ्ठा आहे. तर मग हा एवढाच कसा?'' त्यांच्या अचानक सवालाने सारी सदर हसली. बाळराजे गोंधळून गेले. जिजाऊ त्यांचा खांदा थोपटीत शांतपणे म्हणाल्या, "तुमच्या आबांनी जमला तेवढा खान आणला. तुम्ही याहून मोठ्ठा आणा!''

शंभूबाळांना ही तोड मात्र मनोमन मानवली!

जिजाबाई आता राजांच्या परतीच्या वाटेवर नजर जोडून होत्या. अफजलला गर्दीस मिळविणारे शिवबाराजे त्यांना डोळाभर बघायचे होते. शंभूबाळांना आपल्या आबासाहेबांना कैक शंका-सवाल विचारायचे होते. पण राजे राजगडाकडे परतले नाहीत.

खरा सेनापती एका यशाच्या दहशतीच्या पाठबळावर दुसरे अनेक विजय

गाठीशी बांधीत जातो. राजांनी तोच बेत आखला. प्रतापगड सोडून ते वारेजोड घोडदळानिशी आदिलशाही मुलखावर उतरले. राजे दौडू लागले आणि त्यांच्या मांडेखालच्या घोड्याच्या टापांखाली विजयाच्या सलग मुद्रा उमटत चालल्या. खटाव, मायणी, रामपूर, कलेढोण, वाळवा, अष्टी, कऱ्हाड अशी ठाणी दास्तानी लावीत, नेर्ले, कामेरी, बत्तीस-शिराळा, पारगाव, कोडोलीमार्गे राजे पन्हाळ्यावर मुक्काम ठेवून कोल्हापुरात घुसले.

पुरता राजगड आता आनंदसागरात न्हाऊन निघाला. राजांच्या जिंकत्या मोहिमांच्या खबरांवर खबरा रोज गडदाखल होत होत्या. राजांच्या रूपात गडावर असणाऱ्या शंभूबाळांचे कौतुक राणीवशातील राण्यांत चढीला लागले.

एके दिवशी खासेमहालात साऱ्या राण्यांच्या वेढ्यात शंभूबाळ बसले होते. त्यांना सोयराबाईंनी सवाल केला, "बाळराजे, तुमच्या गळ्यातील कंठा आम्हास द्याल?"

"हो. कंठा देऊ, पण कवड्यांची माळ नाही देणार आम्ही!" बाळराजे उत्तरले.

"ते का?" सोयराबाईंनी विचारले.

"थोरल्या आऊ म्हणतात, 'आम्हा भोसल्यांचा खरा दागिना कवड्यांची माळ! गळ्याभोवती माळेच्या कवड्यांचा फेरा असला की, मनास खोडा पडत नाही. पाय वाकडा जात नाही!'"

त्या उत्तराने सोयराबाई गंभीर झाल्या. पुतळाबाई मात्र हरखून गेल्या. त्यांनी शंभूबाळांच्या कानातील चौकड्यांजवळ हातांची बोटे लावून ती पुन्हा माघारी घेत आपल्या कानशिलाजवळ नेत कटकन मोडली!

चैत्राचे सरते दिवस आले. राजगड सोडून राजांना आता सहा महिने लोटले होते. जिजाबाई पावसाळ्यापूर्वी राजे परतणार या मोहऱ्याने वाट बघत होत्या आणि एक दिवस त्यांच्या खाजगीच्या कारभाऱ्यांनी त्यांना वर्दी दिली, "जासुदांचे नाईक बहिर्जी आले आहेत."

जिजाबाई शंभूबाळांना हात धरून बहिर्जीला भेटण्यासाठी सदरेवर आल्या. जोहार केलेल्या बहिर्जी त्यांच्यासमोर गर्दन पाडून उभा होता. त्याची गर्दन वर उठत नव्हती. जबान कशी खुली करावी, हे त्याला उमगत नव्हतं. शेवटी जिजाऊंनी जाणवणाऱ्या जरबेत त्याला विचारले, "नाईक, जबान बंद का? कोण मामला आहे? बोला. आमचा अंत पाहू नका."

आपले तोंड ओंजळीत झाकत बहिर्जी भरल्या भरड्या आवाजात कसेतरी बोलला, "घात जाला मासाब! हबशी जव्हरच्या वेढ्यात महाराज पन्हाळगडावर फसलं! गनिमानं गडाला लई घट्ट घेर टाकलाय!"

"नाऽईऽक!" जिजाबाई कशातरीच ओरडल्या. त्यांचे अंगन्‌अंग ताठरले.

त्यांच्या मातेच्या मनाला कितीतरी कुशंकांचा क्षणात वेढा पडला. नकळतच त्यांनी शेजारी बसलेल्या बाळराजांना जवळ बिलगते घेतले. त्यांचा थरथरता हात बाळराजांच्या पाठीवरून फिरू लागला. भिरभिरते मन पन्हाळगडाभोवती घिरट्या घेऊ लागले. काळजात कैक कढ दाटून आले. "किती मरणांना बगल देत आमच्या शिवबाराजांनी दौडावं? सुखाचा माग धरून किती संकटं जिंदगीभर त्यांच्यामागं हात धुऊन लागावीत? राजे! राजे! वेढ्यात तुम्हीच नाही तर आमचं सारं 'आऊपण' फसलंय! तुमच्या या शंभूबाळांचं 'फर्जंदपण' वेढ्यात फसलंय! उभी मराठी दौलत वेढ्यात फसलीय! काय करावं?"

काहीच न बोलता जिजाबाई सदरबैठकीवरून उठल्या आणि शंभूबाळांचा हात धरून जडावल्या पावलांनी आपल्या खाजगीच्या महालाकडे निघून गेल्या.

प्रसंगी त्या साऱ्यांना धीरदिलासा देत आल्या होत्या. पण खुद्द त्यांना धीर द्यायला जगदंबेशिवाय जाणतं दुसरं कोण होतं?

राजगडावरून जिजाऊंची तातडीची फर्मानें बारा मावळात मुलूखभर सुटली. चाकण, पुरंदर, सिंहगड, वर्धनगड, प्रतापगड चहूबाजूंनी मराठी फौजा राजगडावर जमाव करू लागल्या. राजांच्या भोवती दाटलेल्या वेढ्याचा कसा उपराळा करावा, हाच पेच साऱ्यांना पडला. सरनौबत नेताजी तर कर्नाटक मुलखात गदग मुक्कामी होते.

जौहरने वेढा भरून पुरते दोन महिने लोटले. बाहेरचे चिटपाखरू आत घुसणार नाही आणि पन्हाळगडावरचा नाग-सोनचाफ्याचा दर्वळसुद्धा हूल भरून बाहेर निसटणार नाही असा बळकट – बाका वेढा सिद्दी जौहरने आवळला होता. पन्हाळ्याच्या मावळतीला सिद्दी मसूद, भाईखान, सादतखान, बाजी घोरपडे आणि उगवतीला फाजलखान, रुस्तुमेजमाँ, बडेखान, सर्जेराव घाटगे अशा सरदारांचे ताकदवर कडे पडले होते. या सर्वांवर आपली जागती हबशी नजर ठेवून जाड ओठांचा सलाबतखान सिद्दी जौहर रोज गडाभोवती फेरफटका देत होता. सह्याद्रीचा सिंह हबशी तरसांच्या आणि देशी लांडग्यांच्या कोंडाळ्यात अडकला होता!

नेताजींची वाट बघून थकदिल झालेल्या जिजाबाई खाशा पन्हाळ्याचा वेढा फोडायला तयार झाल्या! पडत्या पावसात घोड्यावर खोगिरे चढली. जिजाऊंनी कमरबंदाजवळ म्यानबंद तलवार जडवली. घोडा आणि पाऊलोकांना कूचासाठी तयारीच्या आज्ञा सुटल्या.

सदरेवर जिजाऊंसमोर जायची कुणालाच छाती होईना. त्यांच्या मागून घोटाळणाऱ्या शंभूबाळांना ही कसली गडबड चालली आहे, काही उमगत नव्हते. कधी नव्हे ते थोरल्या आऊंनी कमरेला हत्यार का लटकावलेय काही कळत नव्हते. शेवटी त्यांनी

जिजाबाईंना विचारले, “वेढा म्हणजे काय थोरल्या आऊ? आम्ही येणार तुमच्या संगती वेढा फोडायला!” ते बालबोल ऐकताना जिजाऊंना तशा अवस्थेतही गलबलून आले. त्यांच्या पदरी आता एकटे शिवबाराजे राहिले होते. राजांच्या राणीवशात सईबाईंची यादगीर म्हणून बच्चा असा हा एकटाच शंभू होता. अफजलखानाच्या मोहिमेवर जाताना ‘शंभूबाळांना जपा’ असे सांगून जसे पाठमोरे झालेले राजे आजवर पुन्हा राजगडाकडे फिरकले नव्हते. ‘बाळराजांना जपा’ म्हणणारे राजेच पन्हाळ्यात अडकून पडले! त्यांचा हा अजाण पोर विचारतो आहे, “वेढा म्हणजे काय थोरल्या आऊ?”

दोन्ही हातांचा वेढा घालून शंभूबाळांना जवळ घ्यावे आणि, ‘ज्यामुळे चालत्या गाड्याला खीळ बसते आणि मागे राहिलेल्या आमच्यासारख्या कबिल्याच्या काळजाला पीळ पडतो, त्याला ‘वेढा’ म्हणतात बाळराजे!’ असे जिजाऊंना म्हणावेसे वाटले, पण त्यांनी आपल्या नातवाला काही-काही सांगितले नाही. बाळराजांच्याकडे बघताना मात्र जिजाबाईंना हरभट ज्योतिष्यांच्या भाकीत-बोलांची याद आली, “आप्तगणांकडून फसला जाण्याचा योग दिसतो या कुंडलीत!” आणि उगाच जिजाबाईंना वाटले. ‘आता आपण गड उतरलो की, तुम्हाला फसविणाऱ्या सर्वांत मोठ्या आप्तांपैकी आम्ही एक होऊ!’ आता जिजाऊ कुणालाच काही सांगू शकत नव्हत्या. समय सांगण्याचा नव्हता, सरसावण्याचा होता. वेळ, घोळ घालण्यापेक्षा मेळ घालण्याची होती. ‘भोसल्यांचा कबिला कधीच कचदिल असणार नाही’, हे सिद्ध करायला मासाहेब तयार झाल्या. राजांच्यासाठी असंख्य चिंतांची मरणे त्या जगल्या होत्या. आता एक जागते मरण मरायला त्या तयार झाल्या!

एकाएकी गडाच्या पालीदरवाजावरची नौबत दुडदुडली. पाठोपाठ वर्दी आली, “सरनौबत नेताजीराव पालकर सिद्दी हिलालासह गड चढून येताहेत!”

बाराबंदीवरून, कंगणीदार पगडीवरून पाणथेंब ओघळणारे नेताजी मुजरा करीत जिजाऊंच्या सामने पेश झाले. त्यांची गर्दन वर उठत नव्हती.

“या सरलष्कर, राजांच्या भोवतीचा वेढा फोडण्यासाठी आम्ही खाशा गड उतरणार आहोत. संगती कुमकेला आमचे शंभूबाळ घेणार आहोत! त्यापूर्वी तुमचीच वाट आम्ही बघतो आहोत. तेवढं कमरेचं हत्यार उतरून आमच्या हाती द्या! मराठ्यांच्या सरलष्करांच्या हातातील हत्यारात हत्तीचं बळ असतं, असं आम्ही ऐकून आहोत! आमचे शिवबाराजे सोडवायला आम्हास ते उपयोगी पडेल!” कढभरल्या अवस्थेत जिजाबाई नेताजींना लागेलसे बोलल्या.

भिजल्या अंगाचे, भरल्या डोळ्यांचे नेताजी त्याने थरारले. घोगऱ्या सादात म्हणाले, “मासाब, गडलोट करा पर असं तोडू नका! हत्यारं तुमच्या हाती द्याया आमी काय म्येल्या माऊलीचं दूद न्हाई प्यालो. वेढा पडला म्हून इमान न्हाई पडत. राजं सोडवू मगच पायधूळ घ्याया येऊ. येतो आम्ही.” जिजाऊंना आणि बाळराजांना

मुजरा करून नेताजी वळले.

त्यांना पाठमोरे बघताना आपण फारच तोडून बोललो, हे जाणवून जिजाऊ नेहमीच्या 'आऊबोलीत' म्हणाल्या, "सरलष्कर, दमछाकीचा मुक्काम दोन दिवस घेऊन तवाने व्हा! मग जे करणं असेल ते करा!"

जे करणे शक्य होते, ते सारे नेताजींनी कडव्या इमानानं केले. सिद्दी हिलाल संगती घेऊन ते पडत्या पावसात वेढ्याचा उपराळा करावा म्हणून पन्हाळगडच्या पायथ्याला जाऊन भिडले. पण सावध हबश्यांनी उपराळ्याचा छापा मोडून काढला. सिद्दी हिलाल कैद झाला. नेताजी पन्हाळ्याच्या पायथ्यापासून माघारा फिरले.

पाऊस पडतच होता. मावळी मने भिजत होती. मराठी मुलूख भिजत होता. उदंड दलदल दाटत होती. आता जिजाऊंचा, राजांचा, राज्याचा आणि शंभूबाळांचा साऱ्यांचा भार फक्त जगदंबेवर होता. ती जगाची अंबा. संकटांना 'थांब' म्हणण्याचे सामर्थ्य फक्त तिच्यातच होते. माणसे तिच्या हातातले नुसते पोत होते!

जिजाबाई राजगडावरून एकच करू शकत होत्या. शास्ताखान सिद्दी जौहरला मिळणार नाही, यावर नजर ठेवण्याचे काम. त्यासाठी त्यांनी चाकणचे जुने, जाणते किल्लेदार फिरंगोजी नरसाळा यांना बलावू धाडले. फिरंगोजी राजगडावर आले.

मासाहेब त्यांना निकराच्या धीराने बोलल्या, "फिरंगोजीबाबा, आमच्या तर इंगळास वोळंबे लागले. कोणती खबर येईल आणि कानात तापल्या शिसाचा रस ओतून जाईल सांगता येत नाही. तुम्ही जुने-कदीम किल्लेदार. चाकणला राहून तुम्ही शास्ताखानास आपल्या अंगावर घ्या. तसं झालं तर त्याचा मोहरा राजगडाकडं-पन्हाळगडाकडं वळणार नाही. बोला, तुम्हास काय वाटतं?"

"मासाब, लई सल्पी कामदारी नेमून दिलीसा. मला वाटलं पन्हाळ्याचा खोडा उखडायचा हाय. एल्गाराचा मनसुबा असंल." फिरंगोजी मनचे बोलले.

"नाही किल्लेदार, आता पन्हाळ्यावर चाल घेणं म्हणजे हकनाक हातची माणसं गमावून बसणं आहे. आम्हास ते नाही रुचत." जिजाऊंनी फिरंगोजींची समजूत काढली.

मासाहेबांचा निरोप घेऊन फिरंगोजी चाकणला जायला निघाले. त्यांना शंभूबाळांच्या लळ्याचा लगाव होता. राजे नव्हते म्हणून "मुजरा धाकलं राजं," म्हणत फिरंगोजींनी शंभूबाळांना मुजरा घातला. धावत जवळ येऊन फिरंगोजींच्या मांडीभोवती आपल्या हातांचा फेर टाकीत बाळराजे वर बघत म्हणाले, "आम्ही तुम्हाला वेढा भरणार फिरंगोजीबाबा! नाहीतर घेऊन चला आम्हास चाकणला!"

त्यांचे मांडीभोवती वेढलेले हात अल्लादीने सोडवीत गंभीर झालेले फिरंगोजी स्वत:शीच बोलल्यागत बोलले, "तुम्हावानी न्हानपन समद्यांस्नीच लाभलं असतं,

तर लई ब्येस झालं असतं धाकलं धनी!"

जिजाबाईंच्या मनचे सारे थोरपण आता ढासळू लागले. जौहरच्या वेढ्याला पुरते सव्वा-चार महिने लोटले होते. राजांनी राजगडाला पाठमोरे होऊन आता बक्कळ अकरा महिने मागे हटले होते! उभ्या गडावर चिंतेचा विचित्र ताण पसरला. जिजाऊंनी साऱ्यांशीच बोलणे टाकले. गडावर कोसळणाऱ्या पाऊसलोटाकडे स्वत:ला हरवून बघताना त्यांना वाटू लागले की, 'सारं आभाळ उरी फुटावं. हत्तीसोंडेनं पाणधारा धो-धो कोसळाव्यात. राजांची काही बरी-वाईट खबर कानांवर पडण्यापेक्षा हा उभा राजगड पाणलोटात विरघळून जावा!' पण शंभूबाळांना समोर बघताना त्यांचे हे विचार कुठल्या कुठे धावणी घेत निघून जात होते.

धाराऊने जिजाबाईंच्या देवमहालात पूजेचा सरंजाम नेहमीच्या तबकात मांडून ते देव्हाऱ्यासमोरच्या पाटावर ठेवले. तिच्या शेजारी बाळराजे उभे होते. या देवमहालात आपले आबासाहेब कैक वेळा जिजाऊंच्या पायांचे दर्शन घ्यायला आलेले त्यांनी पाहिले होते. 'बरेच दिवस झाले, आबासाहेब दिसत नाहीत?' या विचाराने गोंधळलेल्या शंभूबाळांनी धाराऊला विचारले, "धाराऊ, वेढा कसा असतो? कुठं राहतो?"

धाराऊने चमकून बाळराजांच्याकडे बघितले. "मला काई ठावं न्हाई. असलं काही-बाही नगा इचारू." धाराऊ कळवळून बोलली.

पूजेचा सरंजाम बयाजवार लागला आहे की नाही, याचा फेरतपास घेण्यासाठी तिने पाटावरच्या तबकाकडे बघितले. नैवेद्याच्या वाटीतील गुळखड्याला काळ्यामिट्ट मुंग्यांनी घेरून टाकलेले तिला दिसले! बाहेरच्या पावसाच्या पागोळ्यांनी हैराण झालेल्या मुंग्या देवमहालाच्या उबाऱ्याला आत आल्या होत्या.

वाटीतील तो मुंग्यांनी घेरभरला गुळखडा बघताना धाराऊला कसेतरीच वाटले. पुढे होऊन हातांनी साऱ्या काळ्यामिट्ट मुंग्या वारून, तिने तो गुळखडा उचलला आणि दुसऱ्या वाटीत ठेवला!

शंभूबाळांचे बोट धरून त्यांना मासाहेबांचे दिवस दर्शन करविण्यासाठी ती जिजाबाईंच्या खासेमहालात आली. तेवढ्यात खबरगीर विश्वास नानाजी येताना दिसला. त्याचा चेहरा उजळ दिसत होता. मुजरा रुजू करून, छाती फुगवून त्याने जबानीचा मावळी गोट खुला केला, "मासाब, कलच्या पुनवंच्या राती राजं जव्हरच्या वेढ्यातनं सलामत निसटलं!!"

"विश्वाऽस! राजे सलामत सुटलेऽ? सांग – लवकर. सारा करीणा सांग. कसे-कसे सुटले आमचे शिवबाराजे? कुठे आहेत? कधी येणार आमच्या सामने? सांग." जिजाबाई बैठकीवरून उठून विश्वासच्या समोर आल्या. त्यांचे डोळे थबथबले होते.

विश्वास भरल्या उराने सांगू लागला, "कलच्या पुनवंच्या राती राजं पन्हाळगडाच्या राजदिंडीनं सहाशे बांदलांनिशी गड-उतार झालं. बांदलांनी राजास्नी एका पालकीत बसवून विशाळगडाच्या रोखानं अंधारात धाव घेतली. पर गनिमाला राजं निसटल्याचा सासूद लागला. जव्हरचा जावाई शिद्दी मसूद दीड हजारांचं घोडदळ घेऊन बांदलांच्या पाठलागावर पडला. रातभर चिखलराडीतनं – झाडझाडोऱ्यातनं बांदलांनी खांदे बदलत राजांची पालकी चौदा कोसांवर गजापूरच्या घोडखिंडीवर आणली. तवा भगाटलं हुतं. खिंडीजवळ मसूदचं हबशी ऐन पिछाडीला आल्यालं बघून हिरडसमावळच्या बाजी प्रभू देसपांड्यांनी शिबंदीच्या दोन फळ्या क्येल्या. एक राजांच्या संगट देऊन त्यांस्नी विशाळगडाच्या वाटंला लावलं. बाजी आन् त्येचा धाकला भाऊ फुलाजी, दोघं तीनशे बांदलांनिशी घोडखिंडीचा थोपा कराय मागं ऱ्हायलं. खिंडीला भिडलेल्या हबश्यांबरोबर बाजी आणि बांदल सात प्रहर पट्टा खेळलं. राजं विशाळगडाच्या पायथ्याला आलं, तर गडाला सुर्व्यांचा आणि पालवणकरांचा घेर पडल्याला हुता. राजांनी 'हरऽ हरऽ म्हादेव' म्हणत तो घेर फोडून काढला. दोन वेढं फोडून राजं विशाळगडावर हाईत. उद्या हकडं येनार हाईत. पर –"

"काय झालं विश्वास? बोल." जिजाबाईंना विश्वासचा खुलला आवाज बदललेला जाणवला.

"पर मासाब, घोडखिंडीवर हबश्यांचा थोपा करताना सारं तीनशे बांदल आन् बाजी आणि त्येंचा धाकला भाऊ फुलाजी कामी आलं!! उलट्या काळजाच्या हबश्यांनी साऱ्यांची प्रेतं घोड्याच्या टापांखाली चिखलात रगडत खिंड पार क्येली!"

विश्वासची खबर ऐकताना मासाहेब स्वत:साठी बेखबर झाल्या. त्यांच्या डोळ्यांसमोर बाजींची मुद्रा उभी राहिली.

गजापूरची घोडखिंड पिंडदान करून शांत झाली होती. बांदल धुंदळ पेटवून स्वामिकार्यावर खर्ची पडले होते. हबशी तरसांच्या डोळ्यांत तांबडधूळ फेकून सह्याद्रीचा सिंह सुटला होता.

गजापूरची घोडखिंड बाजींच्या रणगाजीने 'गाजीपूरची खिंड' झाली! त्यांच्या शोभणाऱ्या नावाने 'बाजीपूरची खिंड' झाली. बांदलांच्या नेकजात पवित्र आत्म्यांच्या साक्षीसाठी 'पावनखिंड' झाली!!

राजगडाच्या पालीदरवाजावरची नौबत लयीत दुडदुडु लागली. विशाळगडाहून कूच झालेले राजे राजगड चढत होते. पुरत्या अकरा महिन्यांनंतर!

पद्मावती माचीचे तटसरनौबत सिदोजीराव राजांना सामोरे आले. त्यांच्यासह राजे बालेकिल्ला चढून आले. सदरचौकाकडे जात असताना त्यांच्या मनात फक्त जिजाऊ आणि शंभूबाळांचे विचार होते. जिजाऊंच्या दर्शनासाठी तर राजांचे आतुर

डोळे भिरभिरत होते. ते सदरचौकाच्या उंबरठ्याजवळ आले. धावत येत शंभूबाळांनी राजांच्या मांड्यांना आपल्या छोटेखानी हातांचा घेर टाकीत दिलगाव साद घातली, ''आबासाहेबऽ!''

राजे उंबरठ्यातच घोटाळले. सिदोजीरावांच्याकडे बघत ते म्हणाले, ''जौहरचा हत्यारबंद वेढा आम्ही सिताब फोडला पण... या दोन हातांचा वेढा फोडणं कठीण सिदोजीराव!'' हसत हसतच राजांनी उचलून शंभूबाळांना आपल्या छातीवरच्या कवड्यांजवळ घेतले. त्यांच्या कपाळावर ओठ टेकवून त्यांची पाठ हळुवार थोपटीत पुन्हा उतरविले.

समोर जिजाबाई उभ्या होत्या. सूर्याला मावळतीला धाडून पहाटवेळी पुन्हा परत येताना पाहून धन्य होणाऱ्या उगवतीच्या आकाशासारख्या! राजांनी सामने जात त्यांच्या सतेज सात्त्विक पायांवर आपल्या मस्तकीचे शिवगंध टेकविले. त्यांना उठवून मिठीत घेताना जिजाऊंचे आऊपण डोळ्यांत भरून आले. त्या दोघांना बिलगून शंभूबाळ उभे होते. अंगीच्या रक्ताचा वेढा त्या तिघांना तोडतो म्हटल्याने तोडता येणारा नव्हता!

हे असले 'राजेपण' जगदंबेने राजांच्या ओंजळीच्या परडीत टाकले होते. हे असले 'आऊपण' जिजाऊंनी आडव्या मळवटाबरोबर माथ्यावर घेतले होते. आणि हे असले 'बालपण' शंभूबाळांचे बोट धरून त्यांना आपल्या संगती चालवीत होते!!

शास्ताखानाने वेढा टाकलेला चाकणचा संग्रामदुर्ग आपले नाव सार्थकी लावीत चांगले चौपन्न दिवस खानाशी भांडला. पंचावन्नाव्या दिवशी चाकणचे किल्लेदार फिरंगोजी हातांतील फिरंग खाली ठेवून संग्रामदुर्ग सोडून राजगडाच्या वाटेला लागले.

याच वेळी 'राजांचे दुखणे' आता सरदारांच्या हातून निभत नाही म्हणून खासा आदिलशहाच जबर जमेतीनिशी विजापूरहून मराठी मुलखाच्या रोखाने कूच झाला! पुन्हा आक्रमण! पुन्हा घोडेधाड! टापांखाली पुन्हा मुलूखतोड!

पण राजे राजगड सोडू शकत नव्हते. सईबाईंचे वर्षश्राद्ध तोंडावर आले होते. सईबाईंच्या आठवणीने बेचैन झालेल्या राजांनी वर्दी पाठवून शंभूबाळांना आपल्या महाली बोलावून घेतले. सईबाईंची सावळी मूर्ती मनात रेंगाळत असतानाच समोर उभ्या राहिलेल्या बाळराजांचे खांदे प्रेमभराने पकडीत राजे म्हणाले, ''बाळ शंभू, 'वेढा' म्हणजे काय म्हणून तुम्ही आऊसाहेबांना विचारलंत! ते आम्ही सांगतो. जे-जे सामने असलं की तोडता येत नाही, आणि नजरेआड झालं तरी ते आपणाला तोडायला राजी होत नाही त्याला – त्याला 'वेढा' म्हणतात बाळराजे!!'' राजांचा आवाज सईबाईंच्या स्मरणाने भरला होता. डोळे बाळराजांच्या डोळ्यांतील काळ्याशार

बाहुल्यांत आपणाला हवे असलेले ‘सावळेपण’ धुंडीत होते.

बाळराजे मात्र आपल्या आबासाहेबांच्याकडे एकनजर बघत निर्धाराने म्हणाले, “नाही आबासाहेब! आम्हास ‘वेढा’ म्हणजे काय ते चांगलं कळलंय आता! किल्ल्याबाहेर पडणाऱ्या राजाला मारायला नंगी हत्यारं घेऊन धारकरी टपलेले असतात त्याला – त्यालाच ‘वेढा’ म्हणतात आबासाहेब!”

हे ऐकताना राजे गलबलले. त्यांनी शंभूबाळांना झटकन उचलून आपल्या मांडीवर घेतले आणि त्यांच्या पाठीवर हात फिरविताना राजांच्या मनात येऊन गेले की, “बाळराजे, वेढ्याचा मतलब कळून नाही भागत. त्याचा उपराळा करायची मखलाशी साधणं जमलं पाहिजे. कधी वेढ्यात सापडू नका. आम्ही तुमचे आबा आणि आऊ आहोत!!”

रायाजी आणि अंतोजी गाडे या धाराऊच्या मुलग्यांचा आता शंभूराजांशी बरेच घसटीचा प्रेमा जुळला होता. बाळराजांची उमर जशी वाढीला लागली होती, तशी त्यांची ‘भोसलाई नजर’ आपोआपच तयार होत होती. नस्लबाज अरबी घोड्याच्या ऐटबाज शिंगराला वारेझोताचा कानोसा घेण्यासाठी कुणी कान टवकारायला शिकवावे लागत नाही. जिजाऊंचा महाल सोडला, तर शंभूबाळांचा सारा समय अंतोजी-रायाजीच्या संगतीत जात होता. शिलेखाना, कलमखाना, दफ्तरखाना, जासूदखाना – गडावरच्या अठरा कारखान्यांचा कानुजाबता राजांनी कसा बसविला आहे, हे शंभूबाळ रोजान्याच्या फेरफटक्यात जवळून बघत होते. दरजी महाल, चौबीना महाल, शेरी महाल, सौदागिरी महाल अशा गडावरच्या बारा महालांतील मुरब्बी लोकांचा रिवाज त्यांच्या नजरेखाली येत होता. राजसदरेवर जिजाऊंच्या तर्फेला बसून गोतसभेने दिलेले कथल्यांचे न्यायनिवाडे ते ऐकत होते. ‘धाकलं राजे’ म्हणून लहान-थोरांनी घातलेले अदबमुजरे रुजू करून घेत होते.

धाकुटपण पंतोजी-गुरुजींपेक्षा नजरेनेच उदंड शिकत असते. ज्यांच्या माथ्यावरचे मायेचे छत्र अजाणपणी हटले जाते, त्यांना परिस्थितीच उदंड शिकवीत असते. आणि ज्यांच्या पदरी मरण जीनावर टाकून दौडणाऱ्या राजाच्या पोटचा बच्चा होण्याचे फर्जंदपण येते, त्यांना अंगचे रक्तच उदंड शिकवून जाते!!

दिवाळीच्या दिवल्यांनी राजगड उजळून टाकला. शास्ताखानाचा खासा सरदार कहारतलबखान उंबरखिंडीतून खजिन्यासह कोकणात उतरणार असल्याची खबर राजांना मिळाली. त्यांनी जिजाऊंचा व शंभूबाळांचा निरोप घेऊन राजगड सोडला.

या वेळीच राजांचा सुभेदार तान्हाजी मालुसरे संगमेश्वरावर तळ टाकून होता. त्याच्या छावणीवर शृंगारपूरकर सूर्यराव सुर्वे आणि पालवणकर जसवंतराव यांच्या

जोडसैन्याने रात्रीचा छापा घातला. ही खबर राजांना राजापुरात मिळाली. सुर्व्यांचा हिसाब पावता करण्यासाठी राजे हुजरातीच्या फौजेसह राजापुराहून शृंगारपूरच्या रोखाने परतले. त्यांच्या परतीच्या सैन्यात एक कसबी कलमबाज दाखल झाला होता. त्याचे नाव – बाळाजी आवजी!

संगमेश्वर-पालीमार्गे राजे शृंगारपूरच्या पांढरीवर येऊन थडकले. गावातील सुर्व्यांच्या गढीतील अन्यायाला गड्डा असलेले सिंहासन वगळले, तर गाव मोठे राजस – देखणे होते! झाडांचा अंगहिरवा गर्दावा आणि आंबरायांचा रसवंत डौल यांनी गावाभोवती फेर धरला होता. राजांचे खबरगीर चौटाप उधळीत शृंगारपुरात घुसले. त्यांनी खबर आणली की, सूर्यराव सुर्वे डायाडौल होऊन गढी सोडून पळून गेला आहे. मात्र सुर्व्यांचा कारभारी दिवाण पिलाजीराव शिर्के मोठा तलवारबाज असून तो गढी लढविण्याच्या तयारीत आहे! माणूस इमानाचा आहे.

राजांचे घोडदळ 'हरऽ हरऽ महादेव'चा पाऊस पाडीत शृंगारपुरात घुसले. सुर्व्यांची गढी घेरली गेली. कमरेची भवानी उपसून राजे सुर्व्यांच्या गढीत शिरले. गढीतले सुर्व्यांचे सगळे धारकरी मावळ्यांनी दस्त करून त्यांच्या मुसक्या अगोदरच आवळल्या होत्या.

पायातील बाकदार मोजडीने सुर्व्यांचे भुंडे सिंहासन त्वेषाने ठोकरीत राजे म्हणाले, "बेइमानदारांच्या मसनदी मातीमोलाच्या असतात!"

ते दृश्य समोर पाहत असताना एका बळजोर, कल्लेदार माणसाची छाती वरखाली होत होती. ते होते सुर्व्यांचे दिवाण पिलाजीराव शिर्के!

दोरखंडांनी दस्त केलेल्या पिलाजीरावांना राजांच्या सामने पेश करीत तान्हाजी मालुसरे म्हणाले, "ह्ये बेइमानी धन्यांचे इमानी चाकर."

शांत पावलांनी पिलाजींच्याकडे जात राजांनी आपल्या हातांनी त्यांच्या काढण्या उतरल्या. राजे तान्हाजीला म्हणाले, "चुकलात तान्हाजीराव, इमानी नजरेला धन्याच्या चालीची खोट कधीच दिसत नाही. दिसली तरी पटत नाही. म्हणूनच तर ते कुलवंत 'इमान' असतं!"

मोकळे झालेले पिलाजीराव राजांच्या नजरेला निधड्या छातीने नजर भिडवून म्हणाले, "काढण्या कशापायी काढल्या? ज्या गादीला आमी मुजरं केलं, तिला ठोकरून वर ही आमची नावाजणी कशापायी? त्यापरीस घोड्याच्या टापंला जखडून आमच्याच गावात काढा की आमची धूळधिंड!"

पिलाजीरावांच्या खांद्यावर आपल्या डाव्या हातचा तळवा चढवून कपाळावरचे शिवगंध आक्रशीत राजे म्हणाले, "पिलाजीराव, तुम्हीही चुकलात! आम्ही पागेचा एवढा घोडा पोसला, तो काही इनामदार माणसं त्याच्या टापांखाली रगडण्यासाठी नाही! इमानी जनावरांकडून इमानी माणसं रगडणाऱ्या राज्याची आणभाक आम्ही

घेतलेली नाही! प्रसंग पडला तर आमच्या पागेचा घोडा इमानी माणसाच्या मांडेखालीच येईल!''

होईल ती मानहानी सोसायला मन बांधील झालेल्या पिलाजींना असले जिनगानी कुर्बान करून टाकावी असे बोल कधी ऐकायला मिळतील, अशी अपेक्षाच नव्हती.

घोटाळलेले पिलाजीराव राजांच्याकडे डोळे भरून बघत होते. त्यांच्या मनी चाललेली घालमेल राजांनी जाणली. त्यांच्या खांद्यावर तळहाताची एक थाप देऊन राजे म्हणाले, ''घाबरू नका पिलाजीराव. आम्ही तुम्हाला आमच्या चाकरीत दाखल होण्याची भीड घालणार नाही! तुमच्या नेकजात बर्तावावर आम्ही निहाल आहोत. पण सल्ला म्हणून मनची एक बात तुम्हाला जरूर बोलू. शिकल न लावलेलं हत्यार आणि मुजोर-बेइमान धन्याची चाकरी सारखीच असते! दोन्हीचा असूनसुद्धा काहीच हिसाब लागत नाही! सुर्व्यांची संगत करण्यापेक्षा सेतपोतावर जाऊन कुणबावा केला तरी तो गोमटाच आहे!''

''तान्हाजीराव, पिलाजींना बाइजत मोकळं करा.'' राजांनी आज्ञा करीत उजव्या हातातील भवानी म्यान केली.

पिलाजीरावांचे कल्ले थरथरले. झटकन वाकून राजांच्या मोजड्यांना हात लावीत ते म्हणाले, ''राजं, आजवर तुम्हांबद्दल लई ऐकून हुतो. आज त्येचा पडताळा नजरेला आला. म्याहून पाय धरलं. तोडायचं असंल तर टाका तोडून.''

त्यांना वर उठवून गळाभेट देत राजे म्हणाले, ''पिलाजीराव, आमची जिंदगी तोडण्यासाठी नाही. हयातभर आम्ही माणसं जोडतच आलो. तोडणं सोपं असतं, जोडणंच मुश्कील आहे!''

पिलाजींनी राजांना आपल्या वाड्यावर पायधूळ झाडण्यासाठी विनवणीचे मागणे घातले. निवडक धारकरी घेऊन राजे पिलाजीरावांच्या वाड्यात आले. वाड्याच्या सदरचौकात दोन भावंडे खेळत होती. साऱ्यांना पाहून ती दबकली.

राजांनी पिलाजींना विचारले, ''ही कुणाची घरशोभा पिलाजीराव?''

''जी. ती माजीच हाईत. ह्ये थोरलं गणोजीराव आन ही धाकली राजसबाई. सम्दी हिला 'राजाऊ' म्हनत्यात. आम्ही 'जिऊ' म्हन्तो.'' पिलाजींनी आपल्या मुलांची नावे सांगितली.

थोरला गणोजी तरतरीत दिसत होता, पण तोरेबाज उभा होता. राजाऊ मात्र मोठी राजस आणि चलाख दिसत होती. तिच्या डोळ्यांत भीतीचा वारासुद्धा नव्हता. त्याहून राजांना तिला बघताक्षणीच जाणवले की, तिचा तोंडावळा जिजाऊंचा तोंडावळ्याशी बराच जुळता आहे!

पुढे जात राजांनी दोन्ही मुलांच्या खांद्यावर हात ठेवले. ते पिलाजींना म्हणाले, ''तुमच्या या जोडीने आम्हास आमच्या बछड्यांची याद दिली!''

पिलाजीरावांनी राजांची इतमामाने सरबराई केली. शृंगारपूर आणि प्रभानवल्लीचा सुभा त्र्यंबक भास्करांना सांगून त्यांनी त्यांच्या दिमतीला पिलाजीराव शिर्के यांना ठेवले. शृंगारपूर सोडण्यासाठी राजे गाववेशीवर आले. वेशीच्या तर्फेला कसलेतरी एक मंदिर होते.

"हे कसले देवस्थान?'' राजांनी निरोप द्यायला आलेल्या पिलाजींना विचारले.

"ते आमच्या कुलदैवताचं – भावेश्वरीचं हाय.'' पिलाजी म्हणाले.

"अस्सं! चला दर्शन घेऊ.'' म्हणत राजे पायउतार झाले. मंदिरात जाऊन त्यांनी भावेश्वरीचे दर्शन घेतले. बाहेर पडताना ते पिलाजींना म्हणाले, "तुमच्या या कुलदैवताचा संबंध आमच्या जगदंबेशी असावा! ही मूर्ती जगदंबेसारखीच दिसते!''

शृंगारपूर सोडून राजांच्या घोडेतुकडीने धिम्या चालीची धावणी धरली. राजांच्या मनात दोन गोष्टी धावणी घेत होत्या – एक 'राजाऊ' उर्फ 'जिऊ', दुसरी भावेश्वरी!

राजे राजगडावर आले आणि मृगाने आपली झोड उठविली. गडावरच्या झाडी आवळण्यात आल्या. गड उतरंडीवरचा झाडझडोरा पाणधारांत न्हाऊन निघू लागला. शंभूबाळांना संगती घेऊन राजे दफ्तरखान्याचा जाबता जातीनिशी नजरेखाली घालू लागले. लोहारमेटावर भाल्यांच्या इंगळांवर तावून निघणारी आणि घणठोक्यांखाली घडणारी तलवारींची पाती आपल्या सडक बोटांच्या मुठीत पकडून तोलून पाहू लागले. वरून पाऊसधारा कोसळत होत्या. राजांच्या मनात एका विचाराचा पाणलोट घोंघावत होता – लालमहालात शिरलेला हिरवा सर्प – शास्ताखान!

आषाढ हटला. श्रावणाचे सरते दिवस आले. ऊन-पाऊस एकमेकांच्या पाठलागावर पडले! वरून पावसाच्या तुरळक सरी खाली उतरत असतानाच राजगडाच्या पायथ्याजवळ "उदं ग अंबे – उदं!''च्या बेभान, रोमांचक किलकाऱ्या आभाळाकडे वर चढत होत्या! रणहलग्यांवर लेझमांचे ताफे नाचत खेळी करत होते. टाळी चापाच्या काठ्या संबळी घुमवीत होत्या. रणशिंगांच्या ललकाऱ्या पाऊस सरींवर काटा फुलवीत चीत्कारत धावत होत्या. भंडाऱ्याच्या मुठी उधळल्या जात होत्या. ऊर भक्तीच्या इरेसरीने भरून आले होते. उदेकार उसळत होते. "उदे गऽ अंबे उदं!''

मंबाजी नाईक भवानी जगदंबेची गंडकी शिळेची घडीव मूर्ती पालखीत स्थापून राजगडाच्या पाली दरवाजाकडे येत होते. बुतशिकनी करणाऱ्या औरंगजेबाच्या हिरव्या मुलखातून भगवती जगदंबेची मूर्ती मंबाजींनी मराठी मुलखात सिताब आणली होती. मराठी मुलखात अवतरण्यापूर्वीच सरहद्दीवर भवानीसमोर बकरी पडली होती. रक्ताच्या पायघड्यांवरून जगदंबा श्रींच्या राज्यात प्रवेशली.

मुर्दाडांना मातीमोल करणारी! मर्दांच्या मनगटात निधडेपणाचा चेवताव चढविणारी! जोशाला जय देणारी जयंती! कडव्या भक्तांना कृपाकडे बहाल करणारी भद्रकाली!

महिषासुराचे मर्दन माजविलेली मत्तमर्दिनी! भंडासुराचे भंजन केलेली भगवती भवानी! बिड्डालाला बुडविलेली बलशाली बिहडिनी! न्यायी जगाला जागणारी-जगवणारी जयवंती जगतजननी – भवानी राजांच्या राज्यात उतरली!!

शंभूबाळांसह गडपायथ्याशी आलेले राजे पालखीला सामोरे आले. मंबाजींनी राजांचा आणि बाळराजांचा मळवट भंडाऱ्याने भरला. जगदंबेचे ते दोन्ही फर्जंद चालत पालखीजवळ आले. ठाण झालेल्या पालखीतील शस्त्रसंभार उगारलेली, पायाखाली महिषासुर रगडणारी, कृष्णवर्णाची, वज्रलेपी मूर्ती डोळाभर बघताच राजांनी 'जगदंब-जगदंब' म्हणत हात जोडून डोळे मिटले. पुढे होत राजांनी आणि शंभूने जगदंबेच्या पायाला हात लावून तो मस्तकाला भिडविला.

राजांनी देवभोयांना इशारत करून आईच्या पालखीला आपला रिवाजी खासा खांदा दिला. ते बघताच भोवतीचे उभे मावळजन भक्तिभावाने उसळून उठले. 'उदं ग अंबे उदं!! हर हर महादेव'चा मावळ्यांनी पाऊसच पाऊस पाडला!

पालखी राजगड चढून आली, जिजाबाईंनी आणि राणीवशातील पुतळाबाई, सोयराबाई, काशीबाई अशा सर्व राण्यांनी जगदंबेची खणा-नारळांनी ओटी भरली.

शुभमुहूर्तावर पालखी प्रतापगडाकडे जाण्यासाठी वाजत-गाजत राजगड उतरू लागली.

जगदंबेची मिळेल तेवढी कृपासोबत साधण्यासाठी राजे शंभूबाळांसह पालखीबरोबर गडमाचीपर्यंत आले. गड उतरणारी पाठमोरी पालखी बघत असताना राजांना फार-फार जाणवून गेले, 'ह्या मूर्तीचं दर्शन घ्यायला आज सईबाई पाहिजे होत्या!'

शंभूबाळांच्या खांद्यावर हात ठेवून ते म्हणाले, "ही जगदंबा साऱ्या जगाची आई आहे. तुमची-आमची साऱ्यांची! तिला हात जोडा बाळराजे!"

राजे आणि शंभूबाळ यांनी हात जोडून डोळे मिटले. गडमाचीवर उन्हात मिसळत श्रावणसरी ते दृश्य बघत होत्या!

देवीच्या प्रतिष्ठापनेसाठी राजे कुटुंबकबिल्यासह प्रतापगडावर आले. मुहूर्ताचे पात्र 'घुईंऽ घुईंऽ' करीत घंगाळात डुबले आणि राजांनी 'जय जगदंब' म्हणत आईच्या मूर्तीला हात लावले.

मंदिराच्या सुघड गाभाऱ्यातील चौथऱ्यावर जगदंबेची 'उदं ग अंबे उदं'च्या गजरात सुप्रतिष्ठापना झाली. मूर्तीसमोर मानाची बकरी पडली. प्रतापगड चैतन्यजोशात उजळून निघाला. जावळी आणि कोयना खोरीतील अवघा मावळा जगदंबेच्या दर्शनासाठी गडावर लोटला होता.

रात्री आईच्या गोंधळासाठी प्रतापगडाची सदर मावळ-माणसांची खचाखच दाटून गेली. सदर चौकात तांदळाचा चौक आखून जगदंबेच्या मानकरी भुत्यांनी

त्यावर श्रीफल ठेवले होते.

पीळदार पगडी, घोळदार डौर आणि चुणीदार चोळणा असा पेहराव घातलेले गोंधळी मळवट भरून तयार झाले. कुणाच्या गळ्यात संबळ होता. कुणाच्या हातात चवंडकं, तुणतुणं. डोक्यावर करंजेल घेतलेले टेंभे सदरेच्या कोनाड्याकोनाड्यांत फरफरत होते. राजे सदरदाखल होण्याची सारे उत्सुकतेने वाट बघत होते.

पदराचा काठ तर्जनीने सावरता धरीत प्रथम जिजाबाई सदरेवर आल्या. त्यांच्या पाठोपाठ राजे आणि शंभूबाळ सदरदाखल झाले. समोर उभे असलेले मावळे पगड्या उंचावून आश्चर्याने राजांच्याकडे आणि बाळराजांच्याकडे बघू लागले. त्या दोघा पितापुत्रांनी जगदंबेच्या भुत्याचा वेष आज अंगावर धारण केला होता! ती रूपे मोठी गोमटी दिसत होती. त्यात राजेपण नव्हते; होते ते भाववेडे भक्तपण!

राजे बाळशंभूसह सदरबैठकीवर सुखावले.

गोंधळ्यांचा म्होरक्या सदरेसामने आला. मुजरा घालून म्हणाला, "आईचा मानाचा पोत पेटता करून आपुन त्यो नाचवाय पायजे धनी."

"जशी जगदंबेची आज्ञा," म्हणत राजे पायऱ्या उतरून चौकात आले. म्होरक्याने दिलेला, पाच पेडांत घट्ट वळलेला भवानीचा पोत त्यांनी आपल्या हातात घेऊन तो मस्तकाला लावला. गोंधळ्याने बगलेतल्या बुधल्यातील करंजेल पोतावर सोडले. त्याच्या हातातील टेंभ्यावर धरून राजांनी जगदंबेचा पोत पेटता केला! गोंधळ्याने आपल्या हातातील काठी राजांच्या हातात दिली. तिच्या ठेक्यावर पोत उजव्या हाताकडून उजवीकडेच कसा नाचवायचा याची राजांना टिगळ दिली. संबळ तडतडत घुमू लागला. चवंडकं, तुणतुण्याने साथ धरली.

"आई – राजा – उदंऽऽ उदं!" म्हणत पायाखालच्या फरसबंदीवर डाव्या हातातील काठीचा ठेका धरून राजे जगज्जननीचा पोत नाचवू लागले.

पेटती ज्योत बघताना राजांचे डोळे कसल्यातरी दिव्य तेजाने पेटून उठले! डौराखालचे त्यांचे अंग सरसरत गरम झाले. त्या पोताच्या फरफरत्या ज्योतीतच त्यांना शामियान्यासकट हात पसरलेला अफजलखान दिसू लागला! राजांच्या बाकदार नाकाच्या शेंड्यावर घामाचे थेंब तरारले! पाठकण्यातून पांढरीधोट घोडी सुसाट धावताहेत, असे त्यांना क्षणभर वाटले. 'हे असंऽ असंच काहीतरी ज्या क्षणी आम्ही खानाला फोडला त्या क्षणी आम्हांस वाटलं होतं! या पेटत्या पोतासारखंच काहीतरी उसळतं – पेटतं आमच्या नसानसांत दबा धरून आहे!' क्षणात राजांना पोतात दिसणारा अफजल दूर हटला. त्यांच्या निमुळत्या डोळ्यांतील ज्योती आणि फरफरता पोत एकजोड झाले. विलक्षण तेजाने आता राजांचे डोळे चमकू लागले. ते बेभान झाले!

"आई – राजा – उदंऽ उदंऽ!" म्हणत मिटल्या डोळ्यांनी राजे काठीच्या

ठेक्यावर हातातील पोत फराफर नाचवीत स्वत:भोवती बेभान फेऱ्या घेऊ लागले.

सदरबैठकीवर बसलेल्या शंभूबाळांचा पाठकणा तो फरफरता पोत पाहताना आपोआपच ताठ झाला! राजांच्या हातात थयथयत फरफरणाऱ्या पोताच्या प्रकाशरेषेवर त्यांची निर्भीड नजर एकटक जोडली गेली. आबांचे हे असले रूप काही त्यांना कधीच बघायला मिळाले नव्हते.

पोत नाचवून दमगीर जालेले राजे थांबले. आता त्यांच्या छातीवरचा डौर घामाने चिंब डबडबला होता. पोतधरला हात थरथरत होता. पोताच्या तांबड्या-पिवळ्या प्रकाशात राजांचे घामाने डवरलेले रूप नुकत्याच धुऊन काढलेल्या शिवलिंगासारखे दिसत होते. कपाळावरचा घाम तर्जनीने निचरता करून राजांनी एकदा पोताकडे पाहिले. मग सदरबैठकीकडे नजर जोडून म्हणाले, "बाळ शंभू, असे चौकात या."

शंभूबाळ बैठकीवरून उठून राजांच्या सामने चौकात आले.

आपल्या हातातील पेटता पोत शंभूच्या हातात देत राजे त्यांचा छोटेखानी खांदा हळुवार थोपटीत म्हणाले, "तुम्हीही नाचवा आईचा पोत बाळराजे. आमच्यापेक्षा जोशानं!" सारी सदर डोळे टवकारून बघू लागली.

गोंधळ्याने पुन्हा करंजेल देऊन बाळराजांच्या हातातील पोत ज्योततवाना केला. राजांनी आपल्या हातातील काठी बाळराजांच्या हातात दिली! आणि राजे सदरपायऱ्या चढून जिजाऊंच्या शेजारी बैठकीवर विसावले.

शंभूने शेरनजरेने एकदा पोताच्या पेटत्या ज्योतीकडे बघितलं. डाव्या हातातील काठी पायागतीच्या फरसबंदीवर आपटीत तो शिवबाळ गर्जला – "भवानी – राजा – उदंऽ उदंऽ!" आणि त्या बालरुद्राच्या हातातील पाचपेडी पेटता पोत फरफरत नाचू लागला. त्याला उजवीकडून उजवीकडेच जायचे बंधन उरले नाही!! सर्व बंध तोडून बाळराजे जोशाने मनाजोगा हातचा पोत नाचवू लागले! मिटल्या जागत्या डोळ्यांनी स्वत:भोवती ठेक्यात गरगर फिरू लागले.

त्यांच्या डोक्यावरची पगडी हिंदकळता-हिंदकळता उडाली आणि फरसबंदीवर उतरली! केस मोकळे सुटलेले शंभो, चौफेर थयथय नाचत पोत घुमवू लागले. त्यांचे रसरशीत ओठ रोमांचक उदेकार घुमवीत होते, "भवानी – राजा – उदंऽ उदंऽ उदंऽ उदं!!" फरफरणाऱ्या पोताचे कडे बाळराजांच्या भोवती गरगरू लागले. संबळवाल्याने संबळीच्या टाळी चापांच्या काठ्या चढीला लावल्या.

बाळराजांचे ते बेभान रूप पाहून सदरबैठकीवर बसलेल्या जिजाऊंच्या हातांची बोटे नकळतच कानशिलांकडे चढली आणि कटाकट मोडली गेली!

थरकून उठलेल्या सदरेवरच्या एका मावळ्याने नरड्याची घाटी फुलवीत किलकारी दिली, "हरऽऽ हरऽऽ हर म्हादेव!" भोवतीच्या साऱ्यांनीच ती उचलून धरली.

किलकारीच्या त्या मोठ्या आवाजाने बाळराजे थांबले. त्यांचा पोतधरला हात थरथरू लागला! अंगावरचा डौर घामाने डबडबून निघाला होता. आपण आता खाली कोसळू, असे त्यांना वाटू लागले. त्यांनी जिजाऊंच्याकडे मूक नजर दिली. जिजाऊ लगबगीनं सदरपायऱ्या उतरून चौकात आल्या. त्यांनी बाळराजांचा पोत आपल्या हातात घेतला. क्षणभर त्याच्यावर नजर जोडून तो गोंधळ्याच्या हाती दिला. शंभूबाळांना सावरून धरीत जिजाऊ सदरबैठकीवर आल्या. शंभूबाळ थकल्या अंगाने राजांच्या उजव्या तर्फेला बसले. त्यांची मुद्रा अपार तेजाने कशी उजळून गेली होती. नकळतच राजांचा हात त्यांच्या पाठीवरच्या घामेजल्या डौरावरून फिरू लागला!

गोंधळ्यांचा म्होरक्या एक परडी हातात घेऊन सदरेजवळ राजांच्या सामने आला. परडीत कुंकू-हळदीचा गुंतवा केलेला लाल-पिवळा भंडारा होता. त्या भंडाऱ्यात माखून गेलेली चौसष्ट कवड्यांची माळ होती. गोंधळी कमरेत वाकून हातातली परडी पुढे करीत म्हणाला, "ह्यो आईचं वाण हाय धनी. आईचं भुत्येपन घेतलं की, ही परडी कुलदेवतेच्या देव्हाऱ्यात पुजाय लागती. नवरात्रात आईची परडी पाच घरं मागाय लागती!!"

"आम्ही आनंदानं जरूर मागू," म्हणत राजांनी पुढे होत जगदंबेचे वाण स्वीकारले! गोंधळी मागे हटत मांडलेल्या तांदळाच्या चौकात आला. कानावर हात ठेवून संबळ, तुणतुण्याच्या तालावर त्याने गोंधळाचे नमन सुरू केले –

"गजवदना, गणराया गौरी –'
मज तारी हो सुखसजना
समरण तुझे पायी पद्मागौरी,
भुत्या विनवी हेरंबा मज तारी
गजवदना, गणराया गौरी – "

नमन होताच गोंधळ्याने जगदंबेला बालेघाट पार करून गोंधळाला येण्यासाठी साकडे घालायला सुरुवात केली.

"या गोंधळासी माये, लवकरी यावे!
अंबे लवकरी यावे,
चौक भरिला कोसरी
लिंब, नारळ नानापरी
उदबत्त्या लावून चारी
महापूजा मांडिली साजरी –
या गोंधळासी माये, लवकरी यावे!
कुठवर आई पाहू वाट?

माझ्या नेत्रा भरला ताट
लवकर सोडा बालेघाट
माये, लवकर चाला वाट –
या गोंधळासी माये, लवकरी यावे!
संबळ, तुणतुण्याचा नाद
पोत पाजळला घालून साद
आपुन यावं देऊन दाद
अंबे, माये सोडून वाद
या गोंधळासी माये, लवकर यावे!"

गोंधळास आलेल्या आदिशक्ती जगदंबेचा महिमा वर्णन करताना गोंधळी पोत उजवा उजवासा नाचवीत भान हरपून गेला. तो महिमा जिजाऊ, राजे, शंभूबाळ आणि सदरेवरचा हरेक मावळा असे सर्वच कानभर ऐकू लागले,

"आदिशक्तीचे कवतुक मोठे,
भुत्या मज केले।
पंचभुतांचा देह-पोत हा,
त्रिगुण गुणी वळला।
चैतन्याची ज्योत लावुनी,
प्रज्वलित केला।
चित्तस्नेहे प्राण वाहुनी,
ज्याला स्थिर केला।
आदिशक्तीचे कवतुक मोठे,
भुत्या मज केले!
उदर परडी देऊन हाती,
ब्रह्मांडी फिरवी।
लक्ष चौऱ्याऐंशी घरची भिक्षा,
मागविली बरवी।
ज्या-ज्या घरी मी भिक्षा केली,
ते-ते घर रुचले।
आदिशक्तीचे कवतुक मोठे,
भुत्या मज केले!
सकाम कर्मे कवड्या यांची,
माला मम कंठी।
कर्मफळाचा कुंकुम मळवट,

माझ्या लल्लाटी।
पीडा-बाधा शकुन सांगुनी,
लोकां भुलविले।
आदिशक्तीचे कवतुक मोठे,
भुत्या मज केले!!''

गडावर रात्र चढीला लागली. सदरचौकात भवानीकथा चढीला लागली! राजांच्याबरोबर सदरेवर बसलेल्या साऱ्या मावळ्यांना कळून चुकलेले 'भुत्येपण' पुन्हा एकदा उजाळा घेऊन उठले की, ''आई जगदंबेसमोर रात्री गोंधळ घालणं पडतं आणि गनिमांच्या मुलखात दिवस-रात्र गोंधळात माजविणं पडतं!!''

सगळ्या मराठमनाला जाणवून जाणारी एक दुर्घटना या वेळी घडली. जुने हिमती आणि हिकमती सरनौबत माणकोजी दहातोंडे यांनी शिवापुरात आपला देह ठेवला. स्वराज्यातील एक पराक्रमलाल इमानी 'माणिक' हरपले.

राजांनी आपल्या कारभारव्यवस्थेत थोडा बदल केला. अधिकाराची घालमेल करणाऱ्या शामराव रांझेकरांचे पेशवेपद काढून ती जिम्मेदारी त्यांनी नरहरी आनंदरावांच्यावर सोपविली. वाकेनविसीची वस्त्रे अण्णाजी दत्तोंना बहाल केली.

राजांच्या कबिल्यात मात्र आणखी एक चोळीबांगडीचा मानकरी आला! सकवारबाई राणीसाहेबांना कन्यारत्न झाले. तिचे नाव कमळाबाई ठेवण्यात आले.

नवरात्राचा सोनसुगीचा हंगाम आला. खांडेनवमीला पूजल्या हत्यारांसमोर बकऱ्यांचे खांडे पडले. विजयादशमीची पहाट उगवतीची कूस फोडून गडदाखल होऊ लागली.

राजांनी आणि शंभूबाळांनी खासेमहालाच्या हमामखान्यात पहाट-स्नान आटोपले. अंगावर जगदंबेच्या भुत्येपणाची वस्त्रे पेहरून मस्तकावर डौलदार पगड्या चढविल्या. आबा आणि फर्जंद शंभू जिजाबाईंच्या महालात त्यांच्या दर्शनासाठी आले. दोघांनी जिजाऊंच्या पायावरची सोनधूळ मस्तकी घेतली. राजे प्रसन्नपणे म्हणाले, ''आऊसाहेब, आज आम्ही गडावरच्या पाच उंबरठ्यांसमोर आईची परडी मागणार आहोत! आशीर्वाद द्यावा. कुणा-कुणाच्या उंबरठ्याचं दर्शन आम्ही करावं, त्याचा सल्ला सांगावा.''

''राजे, जे पोख्त, कदीम असतील त्यांच्यासमोर आईच्या भुत्येपणाचे हात पसरा. थोरांचे पहाटदर्शन कार्यी लावणारं असतं!'' जिजाबाई म्हणाल्या.

जिजाबाईंचा आशीर्वाद घेऊन राजे शंभूसह महालाबाहेर पडले.

आज राजांच्या संगती सरंजाम म्हणून कोणीच नव्हते. जगदंबेच्या वाटेवर कसला सरंजाम? ही वाट फक्त भोसल्यांची होती. एक तळपता भोसला दुसऱ्या उगवत्या भोसल्याला घेऊन चालला! एक धावती पिढी दुसऱ्या चालत्या पिढीला घेऊन चालली! जगदंबेची परडी मागण्यासाठी! दोघांच्या हातातील परड्यात हळदी-कुंकवाचा दिलजमाव केलेला भंडारा होता. गळ्यात कवड्यांच्या माळा होत्या.

राजांचे ते रूप कैलास पर्वतावरच्या जीवनविरक्त शिवासारखे दिसत होते! लाखो होनांची सोनरास ज्याच्या जामदारखान्यात दास्तानी पडली होती, तो 'शिवराज' आज 'योगिराज' झाला होता! उमद्या अरबी घोड्यावरून धावणी घेणारा, सुवर्णमंडित पालखीतून गढचढी करणारा तो सह्याद्रीचा कुबेर, मावळी गोपगोपाळांच्या रांगड मनावर राज्य करणारा तो भोसलेकुळीचा 'यादवराज' जगदंबेचे भुत्येपण मिरवत पायी चालला होता! त्याच्याबरोबर त्याच्या अग्निवंत रक्ताचा वसा सांगणारा त्याचा फर्जंद शंभू चालला होता. उगवतीच्या सूर्याला विशाल आकाश संगती घेऊन चालते करते, तसे ते दृश्य होते.

हरएक 'भोसला' जगदंबेचा जन्मानेच नामजाद 'भुत्या' असतो! हातात उदराची परडी देऊन ती त्याला जन्मरूपी चौऱ्याऐंशी लक्ष दारादारांत फिरवते! एका हातात परडी आणि दुसऱ्या हातात पट्टा देऊनच भवानी त्याला जन्माला घालते! ही परडी मागितली की, अंबा ती इमानी चाकरांच्या प्रसादाने शिगोशीग भरून देते! मरण गाठीशी बांधणारे, आपल्या वाहनाच्या वाघासारखे बेडर काळीज देते! भोसल्याने भुत्या म्हणून भवानीची परडी मागण्यात कसले शरमिंदेपण?

राजगडावर झाडापेडांवरच्या पक्षीलोकांचा जमाव किलबिलत जागा होऊन आभाळात झेपा घेऊ लागला. पहाटवाऱ्यावर नौबतीची दुडदुड स्वार झाली.

बालेकिल्ल्याच्या तर्फेला असलेल्या सोनोपंत डबीरांच्या वाड्यासमोर सडासंमार्जित अंगणात श्रींच्या राज्याचा आणभाक बांधील 'श्रीमंतयोगी' आपल्या बच्च्यासह उभा ठाकला! परडी सावरून राजांनी उदेकार केला – "आईचाऽऽ उदेऽऽ!"

शंभूबाळांनी तो उचलून धरला, "भवानीचाऽऽ उदेऽऽ!"

डबीरांच्या वाड्यावरच्या देवडीवाल्याने धावत जाऊन खासे राजे बाळराजांच्यासह आल्याची वर्दी सोनोपंतांना दिली. पंत लगबगीने वाड्याच्या हमचौकात आले. सामने राजांना बघून ते गडबडून गेले. अदबमुजरा घालून ते खालगर्दनीने कसेतरी म्हणाले, "आज्ञा झाली असती, तर सेवक सदरेवर रुजू झाला असता. राजांनी आत यावं."

"नाही पंत,आम्ही आज – या क्षणी राजे नाही. आईचे भक्त म्हणून तुमच्या जाणत्या उंबरठ्यासमोर परडी मागायला आलेले भुत्ये आहोत. आजची मर्यादा उंबरठ्यापर्यंतच! शिधा वाढा." राजांनी एक हात शंभूच्या खांद्यावर ठेवून दुसऱ्या हाताने परडी पुढे केली. शंभूंनी आपल्या दोन्ही हातांतील परडी पुढे सरशी केली.

सोनोपंतांचे मन ते बोल ऐकून भरून आले. त्यांनी पायगतीची नजर उठवून राजांच्यावर जोडली. समोरचे थोर 'शिवपण' आणि धाकुटे 'शंभूपण' बघताना त्यांच्या उतार डोळ्यांत पाणकळा तरळली. पंतांना क्षणभर वाटले तडक समोर जावे, आणि राजांच्या अनवाणी पायाची सडक, रक्तजागती, सतेज बोटे त्यांवर मस्तक ठेवून डोळ्यांतील पाणकळ्याने साफ-साफ धुऊन काढावीत.

पंतांनी वाड्यात जाऊन तांदूळभरले तबक आणले. ते दगडी उंबरठ्यावर ठेवून एक ओंजळ भरून घेतली. राजांच्या शांत मुद्रेकडे, तलवारीच्या पात्यासारख्या बाकदार नाकाकडे भरल्या नजरेने पाहत सोनोपंतांनी ओंजळ राजांच्या हातातील परडीत उतरविली. उगवतीला सूर्योदय झाला होता. आभाळ तळपत्या सूर्याच्या ओंजळीने सोनकिरणांचे वाण मावळमुलखाच्या परडीत घालू लागले होते!

पंतांनी वाकून शंभूबाळांची परडी ओंजळीने भरली. त्यांच्या मळवटावर परडीतील भंडाऱ्याची बोटे पुसत बाळराजे म्हणाले, "भवानी आईचाऽऽ उदं!"

राजे आणि शंभूबाळ सोनोपंतांच्या वाड्याच्या अंगणातूनच परतले. त्या दोन भक्तांना पाठमोरे बघताना पंतांचे डोळे एवढे भरून आले होते की, त्यांना त्यांच्या आकृती दिसतच नव्हत्या. दिसत होता, तो फक्त गड उजळणारा प्रकाश!

नेताजीराव पालकर, मोरोपंत, येसाजी कंक, अण्णाजी दत्तो अशा आणखी चार जाणत्यांच्या वाड्यांसमोर परडी मागून राजे आपल्या खाजगीच्या महालाकडे परतत होते. त्यांना शंभूबाळांसह भुत्याच्या वेषात परतताना पाहून उन्हात उजळून निघालेला, राजगडाला ऐटदार फेर भरलेली 'गडमाची' स्वत:लाच म्हणत होती – "आदिशक्तीचे हे कवतुक बघायला आज सईबाई पाहिजे होत्या!"

उन्हतापीचे दिवस आले. राजे वर्धनगडाकडे जायला निघाले. मासाहेब आणि शंभूबाळांचा निरोप घेऊन त्यांनी राजगड सोडला.

शंभूबाळांना आता घोड्याचा लळा लागला होता. रायाची आणि अंतोजी गाडे बाळराजांना स्वत:संगती घोड्याच्या पाठीवर घेऊन रपेटीचा सराव होण्यासाठी त्यांची मांड तयार करून घेत होते. महमद सैस हा घोडेपारखी अरब त्यांना घोड्याच्या लकबीची पहचान करून देत होता. कायदे केव्हा आखडावेत, केव्हा ढिले टाकावेत, याची जानकारी देत होता. राजांची कृष्णा, कबुतरी, तुरंग, विश्वास, बिजली ही घोडी शंभूबाळ आपल्या हातांनी कायदे ओढीत खेचून नेऊन ती पागेत ठाण करू लागले.

घोडा हे जनावर बाळराजांना प्यारे झाले. त्याच्या रंगचमक खुब्याजवळ थाप मारताच त्याच्या सतेज कातड्याची होणारी थरथर पाहून बाळराजांचे बालमन थरकून उठू लागले. वाऱ्याच्या झकमकीबरोबर टाकोटाक कान टवकारणारा घोडा, स्वाराने टाच भरताच आघाडीचे दोन्ही खूर उंच उठवून अंगभर खिंकाळणारा घोडा, गड-उतार होताना सावध चालीने जपून एक-एक खूर उचलून तोल सावरणारा चतुर घोडा, पागेत ठाणबंद असताना डोळे मिटून चंदी चघळत ध्यान धरणारा घोडा अशी घोड्यांची कितीतरी रूपे, शंभूबाळांच्या राजमनावर टांकसाळीतल्या सोनेरी होनावर उमटणाऱ्या मुद्रेसारखी खोल रुजून बसली.

गोमाजीबाबा पानसंबळ 'धाकल्या राजां'ना तलवारीची मूठ कशी पेलावी, हाती

पट्टा कसा चढवावा, भालाफेकीचा धावता मोहरा अचूक कसा साधावा, पट्ट्याचा चौक फिरताना ढाल आडवी टाकून वार कसा तटवावा, विट्याचे पाते दूर फेकून लगीतच पुन्हा मागे कसे घ्यावे, यांची जुजबी टिगळ देऊ लागले.

जिजाऊ आपल्या बाळराजांना रामायण-महाभारतातील भुजबळ, निधड्या असामींच्या कथा सांगू लागल्या. बाळराजांच्या चौकस सवालांना मायाभरले जाब देऊन त्याचे समाधान करू लागल्या. चक्रव्यूहात एकाकी लढत खेळणारा अभिमन्यू, उमर कवळी असता बळजोर कंसाच्या छातीवर मांड ठोकून बसणारा श्रीकृष्ण, बकासुराची पाठ तिंबून त्याला ताराज करणार हत्तीजोड ताकदीचा भीम, मत्स्यभेद करणारा धनुर्धारी अर्जुन, धरतीने फितवा करून फसविलेले रथचक्र उठविण्याच्या खटपटीत असलेला कर्ण, पंख तुटेपर्यंत रावणाशी झुंज घेणारा इमानबंद जटायू, पादुकांचा प्रसाद घेऊन रामचंद्रांकडून परतलेला भरत, कैकयीच्या कारस्थानी मनसुब्याने अयोध्येच्या मुलखाला परागंदा झालेला राम, लक्ष्मण, सीता या साऱ्या असामी बाळशंभूच्या मनाच्या सदरेवर दाखल होत होत्या!

थंडीचे दिवस सरतीला लागले. राजे मोहिमेवरून राजगडावर येत असल्याची वर्दी आली. पेणभागात मिऱ्या डोंगराजवळ राजांची आणि शास्ताखानाचा सरदार नामदारखान याची गाठ पडली होती. लढाईच्या चकमकीत राजांचे कृष्णाजी बाबाजी हे सुभेदार कामी आले. वाघोजी तुपे जाया झाले होते.

त्यांचा विचार मनात घोळत असतानाच राजे राजगडावर आले.

आणि याच दरम्यान बरेच दिवस मनात घोळत असलेली एक पुरानी ख्वाइश औरंगजेबाने दिल्लीत बसून पुरी करून घेतली!

ग्वाल्हेरच्या अदबखान्यात असलेल्या आपल्या कैदी भावाला – मुरादला मुल्लामौलवींच्याकडून खुनी ठरवून त्याला कुराणे शरीफच्या कौलाने 'सजा-ए-मौत' बहाल केली. तुरुंगात खितपत पडलेल्या मुरादला दोन जल्लादांनी साखळदंडासकट बाहेर काढला. त्याच्यावर मौलवींनी अहमदाबादच्या 'अली नकी' या इस्लामी बंद्यांचा खून लादला होता. दिल्लीचा 'बादशहा' होण्यासाठी गुजराथ सुभा सोडून औरंगजेबाला सामील झालेला मुराद, 'खुनी' म्हणून ग्वाल्हेरच्या रयतेला साखळदंडासह दाखविण्यात आला! मयूर सिंहासनाचे स्वप्न पाहण्याचा मूर्खपणा करणाऱ्या मुरादला ग्वाल्हेरच्या 'कत्तलीच्या चबुतऱ्या'वर चढविण्यात आले.

बकरी ईदचे बकरे जेवढ्या जाहीर शांतपणाने तोडण्यात येते, तेवढ्या ठंडपणाने औरंगजेबाच्या जल्लादांनी मुरादची गर्दन ग्वाल्हेरच्या भर चौकात धडावेगळी केली!!

'शहाजादा' मुरादचे प्रेत 'बागीं'च्या' म्हणजे 'बंडखोरां'च्या कब्रस्तानात दफन करण्यात आले!

दाराला पूर्वीच दफा करण्यात आले होते, आता मुरादला मारण्यात आले; पण या नाचीज बाबींचा परिणाम 'अबुल मुझफ्फर मुहिउद्दिन मुहम्मद औरंगजेब बहादूर आलमगीर पातशहा गाझी!' ही किताबत लावणाऱ्या औरंगजेबाच्या खाजगी जिंदगीवर व्हायचे काहीच कारण नव्हते. मुरादला कत्ल केल्यापासून तीन महिन्यांच्या आतच त्याने आपला बच्चा मुहम्मद अकबर याचा औरंगाबादेत शाही थाटात दावत घालून 'सुंता' साजरा केला!

'औरंग' म्हणजे 'सिंहासन'! 'जेब' म्हणजे त्याची 'शोभा वाढविणारा' हेच खरं!! आपल्या नावाचा असा और मतलब फक्त औरंगजेबाच्या खानदानी शाही रक्तालाच सुचणारा होता! शिवाजीसारखे 'काफर' सिंहासनाला 'गादी' म्हणत होते. त्या गादीची शोभा वाढविणाऱ्या गुणाला 'इमान' म्हणत होते! असला 'गावंढळ' मतलब औरंगजेबाला मात्र मुळीच मान्य नव्हता!

राजगडावर कदरेच्या सदरेसाठी मोरोपंत, अण्णाजी दत्तो, निळो सोनदेव, नेताजीराव, येसाजी अशी मंडळी जमली होती. सदरबैठकीवर राजे, जिजाऊ आणि शंभू सुखावले. राजांनी हाताने इशारत करताच सारी मंडळी बिछायतीवर बसली.

भंडारा उधळून राजांनी मनसुबा खुला केला –

"आमच्या कारभाराच्या कानुजाबत्यात काही फेर करणे आहे. ही सदर आम्ही त्या कारणे बोलावली. शास्ताखान पुण्यात तळ टाकून दौलतीच्या उरावर असता कारभाराचा गाडा हरबाबीत सावध, हुशार असणे हिसाबी आहे.

"आम्ही ज्या-ज्या असामींचा कसकानोसा मनी धरला आहे, त्यांचा मरातब करून त्यांना सल्ला म्हणून मनची बात बोलू.

"हे राज्य श्रींचे. आम्ही श्रींचे भुत्ये म्हणोन एका हाती पोत आणि दुसऱ्या हाती पट्टा घेतला आहे. जे अंगेजणीने अवघियांच्या पाठबळावर आम्ही पैदा केले, ते आबादान करून त्याहून अधिक राज्याचा घेर कैसा वाढेल, याची चिंता साऱ्यांनी करणे आहे.

"ज्यांचा आम्ही आज मरातब करतो आहोत, त्यांनी बरे ध्यानी धरावे की, पाठीवर मायेची थाप भरली तर धावणीचे मुके जनावरसुद्धा इमानाची स्वारीसंगत देते! मायेचा एक बोल दिला, तर आमचा मावळा उभं काळीज पायावर टाकण्यास रजाबंद होतो.

"नवे राज्य उभे करणे कठीण. त्याहून जतन करणे महाकठीण आणि वाढीला लावणे तर महामुश्कील! हे देवाधर्माचे राज्य साऱ्यांनी तोलून धरिले पाहिजे! या राज्यासाठी जे-जे कामी आले त्यांची याद जागती ठेवून त्यासाठी हिमतीने कस्त केली पाहिजे!

“हाती सत्ता आली की, माणूस बिघडणे बघतो. अधिक सत्ता आली की, माणूस अधिक बिघडण्याचा खतरा असतो. अधिकार हे बंधन घालणाऱ्या लगामासारखे असतात. त्याचा कोणाही अश्रापाच्या पाठीवर ओढणेचा कोरडा होणे वाजवी नाही! “आम्ही तुमचे गुण पारखतो आहोत. तुम्ही आमच्या मावळलोकांचे गुण पारखले पाहिजेत! लहान-थोर साऱ्यांनाच हातजोड देऊन, बसत्यास उठता, उठत्यास चालता आणि चालत्यास दौडता केला पाहिजे! अवघियांस कार्यी लावून जाणते राजकारण उभे केले पाहिजे!”

आबासाहेबांचे हे सारे बोल शंभूराजे एकचित्त होऊन ऐकत होते, मनी साठवीत होते. राजे बोलता-बोलता उभे राहिले. त्यांनी आपल्या खाजगीच्या कारभाऱ्यावर नजर जोडून इशारत केली. एक मोठे तबक घेतलेल्या हुजऱ्यासह कारभारी राजांच्या तर्फेला पेश झाला.

मोरोपंत पिंगळ्यांच्यावर नजरेचा मोहरा धरून राजे बोलले – “मोरोपंत, सदरेसामने या!”

मोरोपंत लगबगीने उठले. उपरणे सावरीत ते राजांच्या समोर आले. मुजरा घालून, हात बांधीत, खालगर्दनीने अदबीत राजांच्या समोर उभे राहिले.

राजांनी हुजऱ्याच्या हातातील तबकातले जरीच्या नकसदार काठाचे सफेद उपरणे उचलले. मोरोपंतांच्या खांद्यावर ते चढवून सदरेकडे बघत राजे म्हणाले, “आजपासून मोरेश्वर निळकंठ पिंगळे श्रींच्या राज्याचे पेशवे! आम्ही राज्यावर चालून येणारा गनीम आमच्या डोळ्यांनी पारखू आणि त्यास नतिजा देऊ. राज्यातील कारभार पंतांच्या जागरूक डोळ्यांनी बघू!”

मोरोपंत गहिवरून गेले. त्यांनी वाकून राजांच्या पायांना हात लावून तो आपल्या मस्तकाला टेकविला. त्यांना खांद्याला धरून वर उठवीत राजांनी त्यांच्या छातीला छाती भिडवीत त्यांची ऊरभेट घेतली. पंतांनी जिजाऊंना आणि शंभूबाळांना मुजरा घातला.

मोरोपंतांची मुजुमदारी राजांनी निळो सोनदेवांना दिली. अण्णाजी दत्तो प्रभुणीकर यांना सुरनिशीची वस्त्रे बहाल केली. ‘पंडितराव’ हे धर्मशास्त्र जाणणाऱ्या विद्वानासाठी नवे पद निर्माण करून ते रघुनाथभट यांना दिले.

कदरेची ही सदर उठण्यापूर्वी राजांनी नेताजी पालकरांना सुपे भागात धामाधूम घालणाऱ्या नामदारखानाचा बंदोबस्त करण्याची कामगिरी जोडून दिली.

सदर उठली. ‘शास्ताखानास कोण हुन्नराने शास्त द्यावी,’ याचा विचार मनाशी झुंजवीत राजे आपल्या महालाकडे निघून गेले. जिजाऊंच्या संगती चालणारे शंभूराजे मात्र एकाच बाबीला मनात घोळवीत होते – ‘आबासाहेब केवढे साजरे बोलतात! बसत्यास उठता – उठत्यास चालता – आणि चालत्यास दौडता केला पाहिजे!!’

हुकुमाप्रमाणे नेताजीराव फौजबंद होऊन सुप्याजवळ नामदारखानाच्या फौजेवर तुटून पडले. हातघाईची चकमक उडाली. जोरावर असलेल्या खानाबरोबर नेताजींच्या शिबंदीचा निभाव लागला नाही. या चकमकीत खासे नेताजीच वर्मी जखमी झाले. त्यांनी माघार घेतली. नामदारखान आणि सरफराजखान नेताजींच्या पाठलागावर पडले, पण त्यांना हूल भरून नेताजी राजगडाच्या वाटेला लागले.

जाया झालेले नेताजी राजगडावर आले. राजांनी स्वत: त्यांच्या जखमा जातीने पाहिल्या. तबीबांना नेताजींच्या जखमा औषधी भरून आवळण्यास सांगून राजांनी नेताजींना विश्रांतीचा सल्ला दिला.

खुद्द सरनौबतच जाया झाल्यामुळे राजांचे हात आखडले. त्यातच पावसाला सुरुवात झाली. वेडावलेले आकाश मावळांवर कोसळू लागले. राजगडावरच्या खासेमहालांच्या छपरावरून पागोळ्या पाघळू लागल्या. लाल ओहोळ गड उतरू लागले.

राजांनी या पावसाळ्यात वाकेनविसीची वस्त्रं गंगाजी-मंगाजी यांना बहाल केली.

पुरे पाच महिने धुडगूस घालून पावसाळा पळाला. बारा मावळांतून खबरा येऊ लागल्या. नामदारखानाने पुन्हा उचल खाल्ली होती. तो टप्प्यात येतील ती गावठाणं तसनस करीत चालला होता. रोहिडा खोऱ्यातून कान्होजी जेध्यांचे चिरंजीव बाजी जेधे यांचे खानाच्या मुलूखमारीचे बयाजवार वर्णन करणारे पत्र आले.

त्याला उत्तर पाठविण्यासाठी राजे सदरेवर बसले होते. त्यांच्या शेजारी जिजाऊ आणि शंभू बसले होते. बाळाजी आवजी हे चिटणीस राजांच्या तोंडून फुलणाऱ्या मजकुराची फुले लेखणीने कागदावर रचीत होते. राजे एकसुरात मजकूर सांगू लागले.

"बनाम सर्जाराऊ जेधे-देशमुख तपे रोहिडखोरे प्रति राजश्री सिवाजीराजे –

मोगल प्रस्तुत तुमच्या तपियात धावणीस येताती म्हणोन जासुदांनी समाचार आणिला आहे. तरी तुम्ही तमाम आपले तपियात गावाचा गाव ताकिदी करून माणसे लेकरेबाळे समेत तमाम रयेति लोकांसि घाटाखाले बाका जागा असेल तेथे पाठविणे! जेथे गनिमाचा आजार पहुचेना ऐशा जागीयासि पाठविणे.

गनीम दुरून नजरेस पडताच त्याचे धावणीची वाट चुकवून पलोनु जाणे!"

बाळाजी आवजींनी पत्र पुरे केले. राजांचा दस्तुर घेऊन त्यावर शिक्कामोर्तब केले. पत्र थैलीत घालून तिचा फासबंद आवळला.

राजांच्या तोंडून पत्राचा मजकूर ऐकताना एका बोलाचे चांगलेच शिक्कामोर्तब शंभूबाळांच्या मनावर पक्के झाले होते. "गनीम दुरून नजरेस पडताच त्याचे धावणीची वाट चुकवून पलोनु जाणे!"

सर्जेराव जेध्यांना रयतेच्या सुरक्षिततेसाठी 'पलोनु जाण्याचा सल्ला' जरी राजांनी दिली तरी स्वत:साठी मात्र शास्ताखानाच्या पुण्याच्या सव्वा-लाखी सैतानी गोटात 'घुसोनु जाण्याचा' बेत निवडला! आता घुसणेच भाग होते. भाग होते, पण सोपे नव्हते! राजे रात्रंदिवस त्याचाच विचार करीत होते.

हुताशनी पौर्णिमेची रात्र राजगडावर थाळ्याएवढा अंगफुलता चंद्र घेऊन उभी राहिली. होळीच्या मानकऱ्यांनी कानंदखोरीत फिरून ऐनाचे चखोट-उंच झाड तोडून ते गडावर आणले. त्याची होळी आंब्याच्या डहाळ्यांनी सजवून ती होळीचौकात उभी केली. घरट्याघरट्यांत पोळीवर ताव मारलेले मावळे पगड्यांवर चांदणे घेत होळीचौकात जमाव करू लागले. पुनवेच्या फुलत्या चांदण्यात हलग्यांची कातडी तडतडत फुलू लागली.

चौकात जळाऊ लाकडांचा भला थोरला हुडवा रचला होता. खासे राजे चौकात येऊन त्या हुडव्याला जळता चूड लावून होळी पेटती करणार होते.

राजे खासा पेहराव करून फर्जंद शंभूसह जिजाऊंच्या महालात आले. जिजाऊंची पायधूळ घेऊन राजे बालेकिल्ल्यावरच्या होळीचौकाकडे चालले. त्यांच्या तर्फेने बाळाजी आणि चिमणाजी नऱ्हेकर, मोरोपंत, नेताजी, फिरंगोजी, येसाजी, केदारजी जेधे, सिदोजी थोपटे अशी मंडळी चालली. शंभूबाळांचा हात राजांनी आपल्या डाव्या हातात धरला होता. तांबूलविड्याच्या पानावर पाठभर चुन्याची शिकल चढावी तसे गडमाथ्यावर दाट चांदणे पसरले होते! त्या चंदेरी पायघडीवरून सोन्याच्या दोन घडीव मूर्ती चालाव्यात तसे राजे आणि शंभू चालले होते.

सरंजामासह राजे होळीचौकात आले. हलग्यांची थरकती तडतड खामोश झाली. मावळ्यांचा चंदेरी गलका थांबला. राजांनी हातात पेटता चूड घेऊन क्षणभर नजर जोडली. त्या नजरेने तो पेटता चूड अधिकच धगधगला! 'जय जगदंब!' म्हणत हातचा चूड राजांनी होळीच्या रचलेल्या लाकडी हुडव्याला भिडवला.

मावळ्यांनी "हरऽ हरऽ म्हादेव!"च्या किलकाऱ्यांची होळीच होळी उभी केली! हुडवा पेटता झाला. तोंडाच्या हलग्यावर पालथ्या मनगटांच्या टिपऱ्या पडून चढ्या आवाजीत घुमल्या!!

खाशांसाठी उभारलेल्या चौथऱ्याच्या बैठकीवर राजे शंभूसह विसावले. होळीच्या तांबड्या-पिवळ्या प्रकाशात, माथ्यावर ढळणाऱ्या चांदण्यांच्या अस्मानी चवरीमुळे ती दोन रूपे इंद्रपुरीच्या दरबारातील मानकऱ्यांसारखी दिसत होती!

पेटत्या हुडव्यात नारळाची मानकरी फळे फेकली गेली. पुरते जळण्यापूर्वी ते नारळ होळीच्या रसरसत्या निखाऱ्यातून अल्लाद बाहेर काढण्यासाठी धाडसी, जवान मावळ्यांनी होळीभोवती रिंगण धरले!

एकेकटा मावळा थेट धगीजवळ जात बेधडक फुलल्या निखाऱ्यांत हात घालू

लागला. नारळ काही हाताशी येत नव्हता. घातल्या हातावरचे राकट केस मात्र राख होऊन धगीत मिसळत होते. होळी कुणाला जवळ घ्यायला तयार नव्हती. लाकडाच्या गाठी पेटता-पेटता फाटकन ठणकत मध्येच फुटत होत्या. होळी आणि मावळे इरेसरीला पडले होते. होळी आपल्या उदरातील दान द्यायला तयार नव्हती. मावळे तिच्या निखाऱ्यांच्या आगपेटल्या गोटाला खणती घालून ते बाहेर काढण्यासाठी हट्टाला पेटले होते!

झेपावलेल्या एका सर्जा मावळ्याच्या हाताला निखाऱ्यातला नारळ एकदाचा लागला! नरड्याची घाटी फुलवून "जै भऽवानी!" गर्जत त्याने होळीच्या उसळत्या आगज्वाळेएवढी बेभान उंच उसळी घेतली. पाय भुईवर टेकताच हातातला नारळ दाणकन भुईवर आपटत त्याने त्याच्या ठिकऱ्याच ठिकऱ्या उडविल्या. त्याचा तळवा नारळाच्या तापल्या करवंटीने पोळून निघाला होता. पण उरात पेटते काळीज असणारे पोळत्या तळव्याचा हिसाब धरीत नसतात!

"व्वारे वाघा, भले रे माज्या भाद्दरा!" म्हणत भोवतीच्या मावळ्यांनी त्याला उचलून थेट खांद्यावरच घेतले. इतर होळकरांनी चौफेर उधळलेला, चटका देणाऱ्या खोबराखंडांचा प्रसाद झोंबी खेळून हा-हा म्हणता मट्टही केला. सिदोजीरावांनी त्या मावळ्याला राजांच्या सामने अभिमानाने पेश केले. बैठकीवरून उठून राजांनी त्याचे खांदे थोपटले. त्याच्या हातात होळीच्या मानाचे सोनकडे भरले. सोन्याच्या हातांनी सोन्याचे कडे भर चौकात भरून घेताना त्या मावळ्याला जिवाचे सोने झाल्यासारखे वाटले!

हुताशनीचा चंद्र पेटती होळी बघत चढतीला लागला. राजे सुख होण्यासाठी होळीचौकातून शंभूसह आपल्या महालाकडे परतू लागले. जाम्यावर कंठ्याचा लाल गोंडा रुळणाऱ्या त्यांच्या जिम्मेदार पाठीवर पांढरधोट चांदणे पसरले होते. मात्र राजांच्या मनात विचारांचा हुडवा पेटला होता! ते मनसुबा बांधीत होते.

'गनिमाची होळी पेटवून त्याच्या गोटाच्या आगभरल्या निखाऱ्यातून यशाचा नारळ अल्लाद बाहेर काढायचा असेल तर... तर आता रिंगणात उतरलेच पाहिजे. जळत्या निखाऱ्यात हात घातलाच पाहिजे!!'

त्यांचा हात धरून चालता चालताच शंभूबाळांनी त्यांना विचारले, "आबा, तुम्ही काढाल होळीच्या जळत्या हुडव्यातला नारळ?"

राजे हसले. टोप डोलवीत स्वत:शीच बोलल्यासारखे पुटपुटले, "कोशिश करू!"

रामनवमी आली. पहाटस्नान केलेले बाळराजे धाराऊसह जिजाबाईंचे पायदर्शन करून राणीवशातील साऱ्या आऊसाहेबांना मुजरा करायला चालले.

धाराऊबरोबर ते सोयराबाईंच्या महाली आले. पुढे होऊन झटकन वाकून बाळराजांनी सोयराबाईंच्या पायांना उजव्या हाताची बोटे लावून ती पुन्हा आपल्या

कपाळाला भिडविली. त्यांना खांदे धरून वर उठवीत सोयराबाई धाराऊकडे बघत म्हणाल्या, "केवढी अदब! खरंच बाळराजांचं नाव 'रामराजे' ठेवायला पाहिजे होतं!"

मंचकावर बसून सोयराबाईंच्या हातून केशरदुधाचा पेला घेताना बाळराजांना जाणवून गेला तो सोयराबाईंचा सतेज केतकी वर्ण. ते मनोमन आपल्या मासाहेबांची – सईबाईंची मुद्रा उभी करू लागले. पण ती नीटपणे त्यांना काही उभी करता येईना! फक्त एक धूसर सावळेपण नजरेसमोर येत होते. 'खरोखर कशा दिसत होत्या आमच्या मासाहेब?' असा विचार करीत त्यांनी दुधाचा पेला आपल्या रक्तसतेज ओठांना लावला. त्यांना दूध पिताना पाहून धाराऊच्या मनी येऊन गेले की, "रामराजं' नाव न्हाई त्येच ब्येस हाय! नाव नसता एवढं वनवास; मग असल्याव किती!'

दूध पिऊन पेला चौरंगावर ठेवत "येतो आम्ही," म्हणत महालाबाहेर पडणाऱ्या पाठमोऱ्या शंभूबाळांना बघताना सोयराबाईंच्या राजमनाला जाणवून गेले की, 'आमच्या पदरी नाहीत तुमच्यासारखे बाळराजे, नाहीतर आम्ही नक्कीच त्यांचं नाव 'रामराजे' ठेवलं असतं!'

सोयराबाईंच्या महालातून शंभूराजे धाराऊसह पुतळाबाईंच्या महाली आले. पुतळाबाई देव्हाऱ्यातील राममूर्तीवर फुले चढवून डोळे मिटून हरवल्यागत पाटावर बसल्या होत्या. त्यांचे निवांतपण भंग होऊ नये, म्हणून बाळराजे त्यांच्याकडे एकजोड बघत तसेच उभे राहिले. थोड्या वेळाने पुतळाबाईंनी डोळे उघडले. दोन्ही हात जोडून ते कपाळाला भिडविताना त्या काहीतरी पुटपुटल्या. पुढे होत पुतळाबाईंच्या सोनपुतळ पायांना हात लावावेत म्हणून बाळराजे म्हणाले, "आम्ही पायधूळ घेतो आहोत मासाहेब!"

"उठा." लगबगीने पाटावरून उठत पुतळाबाईंनी, पायांना हात लावण्यापूर्वीच बाळराजांना वर उठविले. त्यांच्या खांद्यावर हात ठेवून बरोबर चालत नेऊन त्यांना मंचकावर बसविले. देव्हाऱ्यासमोरचा सुंठसाखरेचा प्रसाद आणि एक फूल उचलून त्या बाळराजांच्याजवळ आल्या आणि म्हणाल्या, "घ्या. देवजन्माचा प्रसाद!" शंभूबाळांनी डाव्या तळहातावर उजवा हात घेऊन प्रसाद-फूल घेतले. दोन्ही हात तसेच वर चढवीत प्रसादावरचे फूल आपल्या कपाळावरच्या शिवगंधावर टेकविले. फूल डाव्या हाती घेऊन सुंठ-साखर ओठांआड केली.

थोडा वेळ मंचकावर बसून महालभर नजर फिरविताना बाळराजांना वाटले की, 'या महाली आले की, देवाच्या राउळात आल्यासारखं वाटतं!'

"येऊ आम्ही आऊसाहेब?" म्हणत बाळराजे मंचकावरून फरसबंदीवर उतरले.

"या." हसत पुतळाबाई म्हणाल्या. डाव्या मुठीत देवफूल घेऊन धाराऊसह

महालाबाहेर पडणाऱ्या पाठमोऱ्या बाळराजांना बघताना पुतळाबाईंच्या वत्सल मनाला जाणवून गेलं की, 'बाळराजे, तुम्ही समोर असलात वा नजरेआड असलात, तरी हुबेहूब स्वारींची याद देता! आम्हास आपलेच वाटता!!'

चिमणाजी आणि बाळाजी नऱ्हेकर राजगड चढत होते. त्यांच्यापासून सर्जेराव जेधे, नेताजी, मोरोपंत, तान्हाजी यांनी घेर धरलेली राजांची पालखी गड चढून येत होती. पाली दरवाजावरची गडचढीची नौबत दुडदुडली. जिजाबाई बाळराजांना घेऊन बालेकिल्ल्याच्या दरवाजापर्यंत राजांना सामोरे जाण्यासाठी आल्या. रामनवमी होऊन पाच दिवस झाले होते.

कुणाच्या ध्यानीमनीही नसेल, असा अजब हिमतीचा हुन्नर लढवून राजांनी शास्ताखानाच्या कोलदांडा एकाच झटक्यात पुण्याच्या तळावरून उखडून काढला होता.

कोंढणा सोडून राजे कात्रजच्या रानात गेले. त्यांनी पुण्याच्या उगवतीला नेताजी व मावळतीला मोरोपंत यांच्या घोडदळाच्या फौजफळ्या पेरल्या. चखोट, निवडक असे कुल शे-दीडशे पटेकरी संगती घेतले. वेष पालटून खासे राजे आणि त्यांचे धारकरी एका लग्नाच्या वऱ्हाडाबरोबर रणहलग्यांच्या तालावर लेझीम खेळत पुण्यात शास्ताखानाच्या ऐन गोटात घुसले.

लालमहालाचा कानाकोपरा माहीत असलेल्या राजांचे बालपणीचे खेळगडी चिमणाजी आणि बाळाजी बरोबर होते. रमजानच्या उपवासाने शास्ताखान आणि त्याचे खिदमतगार रात्री निसूर होणार; हे राजांनी केव्हाच हेरून ठेवले होते. मध्यरात्रीनंतर एका खिडकीचे कुसव उकलून राजे, चिमणाजी आणि बाळाजी यांचे संगती पाठीवर नंगी हत्यारे पेललेल्या मावळ्यांच्या फळ्या घेऊन लालमहालात घुसले. कापाकापीला तोंड फुटले. बेभान झालेले राजे दालनांमागून दालने मागे टाकीत शास्ताखानाने 'ख्वाबगाह' म्हणून निवडलेल्या दालनात घुसले. आणि टप्प्यात आलेला शास्ताखान एका वारातच जीवे घ्यावा म्हणून राजांनी डोळे विस्फारून हत्यार उचलून टाकोटाक वार केला, पण खानाने तेवढ्यात जिवाच्या आकांताने खिडकीतून छलांग घेतली. राजांनी केलेला वार खिडकीची महिरप पकडलेल्या खानाच्या हातावर सपकन उतरला! त्याच्या तीन बोटांच्या बिन्नीच्या पेरांचे कंडके करून हत्याराचे पाते लाकडी महिरपीत रुतले! महिरप लाल करीत खानाच्या बोटांची पेरं फरसबंदीवर उतरली!

"या अल्लाऽ!" म्हणून भयानक किंचाळत, ठिबकता हात झटकीत खान भिंतीच्या कडेकडेने वाकून पसार झाला. खानाचा बच्चा अब्दुल फत्ते या छाप्यात जीवे मारला गेला. जनानखान्यातील कैक रंगील्या बाहुल्या अंधारामुळे मावळ्यांनी गफलतीने

कापून काढल्या. काही मावळे धारकरीही कामी आले. या धुंदळीची खबर भोवतीच्या गोटाला आता लागते आहे, हे हेरून राजांनी साऱ्यांना परतीचा इशारत केली.

"गनीम भाग गयाऽ! शैतानकी नस्लऽ पिछा करोऽ! दीनऽ दीन!" असे म्हणत राजांच्यासह मावळे धारकरीच लालमहालाच्या पिछाडीने बाहेर पडले! कोंढाण्याच्या रोखाने बेभान दौडू लागले.

पाठलागावर पडलेल्या गनिमाच्या घोडदळाला हूल देण्यासाठी काही बैलांच्या शिंगांना पेटते पलोते बांधून ते बैल राजांनी कात्रजघाटाच्या रोखाने पिटाळायला लावले! आणि राजे आडवाटेने कोंढाण्यावर सलामत पोहोचले.

लालमहालाच्या या छाप्याची हवी तशी छाप शास्ताखानावर पडली. तिसऱ्या दिवशीच पुण्याचा तळ जसवंतसिंगावर सोपवून शास्ताखानाने धास्त घेऊन पुणे सोडले. तीन वर्षे पुण्यात तळ टाकून, राजांचे दोन गड जिंकून, त्याबद्दल तीन बोटे गमावून, छाप्यानंतर तीनच दिवसांत खान पुण्याहून हलला!

बालेकिल्ला चढून आलेल्या राजांनी पुढे होत जिजाबाईंच्या पायांना हात लावला. शंभूबाळांनी पुढे होऊन राजांच्या आजानुबाहू हाताचे बोट पकडले. त्यांचा छोटेखानी हातपंजा आपल्या हातात घेत राजे हसून म्हणाले, "बाळराजे, आम्हास आख्खा नारळ नाही काढता आला हुडव्याबाहेर! फक्त शेंडीच हातास आली!"

शंभूबाळांच्या शिवगंधाला आठी पडली तसे राजांनी हसत त्यांची छोटी बोटे अत्यंत ममतेने हळुवार थोपटली!! आणि लालमहालातील शास्ताखानाच्या हातची तीन बोटे कशी कापली, याची हकिगत त्यांना सांगितली.

वैशाख आला. उन्हे तावणीला पडली. एका सकाळी बालेकिल्ल्यावरच्या पटांगण चौकात गोमाजीबाबा बाळराजांना काळ्या, घोटीव दगडी मल्लखांबावर दशरंग फिरकीचा सराव देत होते. कमरेला छोटेखानी भगवी जांग असलेल्या शंभूबाळांनी उघडे अंग पिकल्या लिंबाच्या वाणाने तळपत होते.

गोमाजींनी आधारीच हातजोड देऊन बाळराजांना मल्लखांबावर चढते केले. पिवळाधमक धामणसर्प कळकीच्या सोटावर गरगरते चलाख वळसे भरत चढावा तसे शंभूबाळ दशरंग फिरत मल्लखांबाचा बुंधा पार करीत सरासर वरच्या टोकापर्यंत चढले. खांबाच्या गळपट्टीला दोन्ही मांड्यांची कैची घालून त्यांनी हुशारीने नजर वर केली. त्यांना समोर बालेकिल्ल्याच्या सदरमहालाबाहेर पडणारे राजे दिसले! त्यांच्यामागून दोरोजी, नेताजी, येसाजी, तान्हाजी अशी मंडळी बाहेर पडत होती.

टाकोटाक झेप टाकून झटाझट उतरते दशरंग फिरत शंभूबाळ छलांग घेऊन मल्लखांबावरून भुईवर उतरले. पाय टेकताच राजांच्या रोखाने थेट दौडत सुटले!

"अवं धाकलं राजं, दम खा!" म्हणून हात पसरीत मागून साद घालणाऱ्या

गोमाजीबाबांकडे त्यांचे ध्यानच नव्हते.

बालेकिल्ल्याच्या सदरदरवाजाजवळ आलेल्या राजांना बाळराजांनी धापावता ऊर घेऊन गाठले. उघड्या अंगाच्या सतेज शंभूबाळांना सामने बघताना राजांना क्षणभर वाटून गेले की, 'आमचे काळीजच कुणीतरी सोनरसात बुडवून आपल्या सावळ्या हातांनी आमच्यासमोर पेश केलं आहे!!'

राजांच्या मांड्यांना मिठी भरत बाळराजे लाघवी आर्जवाने म्हणाले, "आम्ही येऊ तुमच्या संगती धावणीला, आबासाहेब?"

राजांना पेच पडला. ते कोकणस्वारीवर जाण्यासाठी गड उतरणार होते. शंभूबाळांच्या काळ्या-कुरळ्या, दाट केसावळीतून आपली अंगठीधारी सडक बोटे मायेने फिरवीत राजे म्हणाले, "आम्ही जरूर नेऊ तुम्हास धावणीला. पण अजून थोडे जाणते व्हा! जा. गोमाजी खोळंबलेत. मेहनत घ्या."

राजांचे पाय शिवण्यासाठी शंभूबाळ झुकते झाले.

आपल्या महालाच्या गवाक्षातून त्या दोघा पितापुत्रांना तसे बघताना जिजाबाई स्वत:शीच म्हणाल्या, "आमच्या या वैभवास कधी कुणाची दृष्ट न लागो, आई अंबे!"

आणि तेच दृश्य आपल्या महालातून बघताना सोयराबाई स्वत:शी म्हणत होत्या, "बाळराजांना अदब कसली ती नाहीच!! सिधे उघडे स्वारींच्या समोर गेले, पण लबाड दिसतात मात्र गोमटे. स्वारींची नको ती याद देतातऽ!" आणि शेवटच्या चटक्याने सदरदरवाजाबाहेर पडणाऱ्या राजांच्याकडे सोयराबाई स्वत:ला हरवून नुसत्या डोळाभर बघतच राहिल्या!!

दसऱ्याचे पानसोने लुटून होताच राजांनी आपले कर्माजी, बहिर्जी, विश्वास, महादेव असे खबरगीर औरंगजेबाच्या गुजराथ सुभ्यात बेमालूम पेरले. त्यांनी मावळतीच्या दर्याला धरून असलेल्या सुरत बंदराची सारी सोनसूरत आपल्या चखोट नजरेने हेरून खडान्‌खडा खबर राजांच्या कानांत अल्लाद आणून सोडली.

दर्याला धरून शाही सुरत विसावली होती. समुद्रमंथनातून बाहेर पडताच विसावलेल्या संपन्न लक्ष्मीसारखी! राजांनी मोठाच मातब्बर मनसुबा रचला. सुरत लुटीचा!!

त्यासाठी पुण्यात तळ टाकून पडलेला जसवंतसिंग, एका बगलेला काढल्याशिवाय सुरतेची वाट बिनघोरी होणार नव्हती. राजांचे कोंढाण्यावरचे मावळे जसवंतसिंगाच्या पुण्यातील गोटावर दिवस-रात्र धाडसी छापे घालू लागले. चिडलेल्या जसवंतसिंगाने फौजेनिशी पुणे सोडले आणि कोंढाण्यालाच वेढा भरला! सुरतेची वाट मोकळी झाली!

शास्ताखानावरच्या छाप्याने एक विचित्र अफवा सगळीकडे पसरलीच होती,

'शिवाजीला एक चेटूक सायवळ झाले आहे! तो पाहिजे तेव्हा 'गायब' होतो आणि मन चाहेल तेव्हा आणि तिथे अचानक 'खडा' होतो!'

खरोखरच राजांना चेटूक वश झाले होते! सह्याद्रीच्या काळ्या कातळांचे आणि इमानबंद मावळ्याच्या कसदार काळजांचे चेटूक राजांना वश झालेच होते!! त्यांच्या जोरावर राजे आता 'गायब' न होता फक्त 'प्रकटच' होणार होते. मन चाहेल तिथे!

राजे सुरतेच्या रोखाने कूच व्हायचा दिवस आला. चंद्रा दासीने समोर धरलेल्या दर्पणात पाहून सोयराबाईंनी आपल्या कपाळी मेणमळल्या कुंकवाची दोन आडवी बोटे रेखून घेतली. दर्पणात पडलेल्या आपल्या देखण्या बिंबाकडे त्या नजरजोड बघतच राहिल्या. त्यांच्या केतकी वर्णाला आणि सरळ लालबुंद नाककळीला ते कुंकू फारच गोजरे दिसत होते. दर्पणातील त्यांचे बिंबच त्यांना सांगत होते, 'ही कुंकवाची दोन बोटं म्हणजे आम्ही आणि स्वारी यांची निशाणी आहे!' आपल्या या कल्पनेवर सोयराबाई स्वतःच खुशदिल झाल्या.

"खाशी स्वारी येत आहे." वर्दीवाल्या कुणबिणीने त्यांच्या महालात येऊन वर्दी दिली आणि ती आल्या पावली माघारी परतली. दर्पण धरलेली चंदा दासी चौरंगावर दर्पण ठेवून लगबगीने महालाबाहेर पडायला निघाली. इतक्यात राजांनी हसत महालात प्रवेश केला. जिजाबाईंचे दर्शन घेऊन, साऱ्यांचा निरोप घेऊन ते आले होते. सोनेरी जरीबतूंच्या कोयऱ्या असलेला निळाशार जामा त्यांच्या अंगावर होता. मस्तकावरचा केशरी टोप त्यावर एकदम उठून दिसत होता.

भिंतीकडेला अदबीने सरकलेली दासी राजे आत येताच पदर सरसा करीत चटक्या पायांनी बाहेर निघून गेली. काही क्षण तसेच गेले. महालाच्या खिडकीवाटे येणारा कसलातरी अस्पष्ट कलकलाट तेवढा ऐकू येत होता.

राजे मंचकावर बसले. सोयराबाईंनी केशरदुधाचा पेला त्यांच्या हाती दिला. दुधाचा एक घोट घेऊन सोयराबाईंच्या देखण्या अंगलटीकडे बघत राजांनी त्यांना विचारले, "बाळीबाई कुठं गेल्या?" बाळीबाई ह्या सोयराबाईंच्या कन्या जिजाबाईंच्या महालाकडे गेल्या होत्या.

"त्या आमच्याकडे रमतात कुठं? मासाहेबांच्या महाली असतील त्या!" सोयराबाई राजांच्याकडे तिरक्या नजरेने पाहत बोलल्या. राजांनी त्यांचा हेतू हेरला. दुधाचा प्याला रिता करून ते हसत मंचकावरून उठले. खिडकीच्या महिरपीकडे जाता-जाता बोलले, "रमविलं की सारे रमतात!"

महिरपीतून राजांना समोर घोड्यांच्या रपेटीचे मैदान दिसत होते. तिथे दोन मोतद्दार, एका उंच उमद्या जनावरावर मांड घेतलेला महमद सैस आणि एका तट्टाचे कायदे हातात धरून उभे असलेले शंभूबाळ दिसत होते.

मैदानामधल्या दगडी जोत्यावर एक पिकले लिंबू ठेवले होते. सैसने आपल्या मांडेखालचा घोडा मैदानाच्या एका कडेला काढला. मोहरा फिरवून घोड्याचे मुस्कट जोत्याच्या रोखाने मोहरेबाज केले. क्षणभर थांबून त्याने एकदम घोड्याला बळजोर टाच भरली. जनावर जोत्याच्या रोखाने चौटाप दौडू लागले. राजांनी कुतूहलाने नजर रोखली.

जोत्याजवळ येताच सैसने धावत्या घोड्याचे कायदे आखडून चालबदलीची वेगळीच टाच दिली. घोडा ऊर उचलून वर उसळला. उशी घेऊन जोते पार करताना त्याने पिछाडीच्या खुराने जोत्यावरचे लिंबू बिनचूक उधळून लावले!!

राजे न राहवून उद्गारले, "भले सैस." सोयराबाई ते ऐकून कुतूहलाने राजांच्या शेजारी आल्या.

दोन-तीन वेळा महमद सैसने तशीच अचूक घोडाफेक केली आणि मग पायउतार होऊन तो शंभूबाळांच्या जवळ आला. अदबीने वाकत म्हणाला, "अब ले लो सवारी छोटे राजासाब!"

बाळराजांनी आपल्या हातांतील तट्टाचे कायदे पेलून रिकिबीत डावा पाय भरला. उजवा पाय मात्र चलाखीने वर घेऊन बैठक जमविणे त्यांना साधेना. सैसने आपल्या दोन्ही हातांची बोटे एकमेकांत गुंफून कैची तयार केली. तिचा आधार बाळराजांच्या उजव्या पायाखाली देताच त्यांनी झेप घेऊन तट्टाच्या पाठीवर मांड जमविली. राजे आणि सोयराबाई उत्सुकतेने बघू लागले.

बाळराजांनी तट्टू मैदानाच्या एका कडेला काढले. मोहरा फिरविला आणि टाच भरली. जोत्याच्या रोखाने तट्टू दौडू लागले. जोत्याजवळ येताच कायदे आखडून बाळराजांनी चालबदलीची टाच दिली. उशी घेऊन तट्टू जोत्यापार झाले... पण-पण लिंबू उन्हात तळपत तसेच जोत्यावर राहिले!! राजे ते पाहताना शिवगंध आक्रशीत गंभीर झाले. पदर तोंडाला लावीत सोयराबाई खुदकन हसल्या!

दोन-तीन वेळा शंभूबाळांनी तट्टासह जोत्यापार झेप घेतली, पण लिंबू काही ढळले नाही! राजे हैराण झाले. अस्वस्थ झाले.

पुन्हा दौड घ्यायला चाललेल्या बाळराजांच्या तट्टाची ओठाळी पकडीत सैस मोठ्याने म्हणाला, "छोटे मालिक, छलांग जम गयी. अब आँख जानवर पर मत रखना, रखना निंबूपर! फेकिये जानवर."

बाळराजांनी नजर लिंबावर जखडती ठेवून तट्टू पुन्हा फेकले. जोते जवळ येताच त्यांनी हवी तेवढी टाच तट्टाला दिली. उशी घेऊन जोते पार करताना तट्टाने पिछाडीच्या खुरांनी झटक्यात लिंबू दूर उधळून टाकले!!

न राहवून एकदम टाळी देत राजे बोलून गेले. "बहोऽत खूब!" त्यांचा चेहरा उजळून गेला. सोयराबाई मात्र गंभीर झाल्या.

बाळराजांचे तट्टू जोत्याच्या पार झाले, पण – पण खूर भुईला टेकविताना

फसले आणि बाळराजांच्यासकट कोलमडून कोसळले!!

"या अल्लाऽ!" म्हणत भेदरलेला सैस दौडला आणि त्याने प्रथम बाळराजांचे पाय रिकिबीतून खुले केले. त्यांच्या अंगावरचा जामा झटकत तो म्हणाला, "जब घोडा फिसलता है, तो पहले रिकीबका पैर खुला करने मत भुलना छोटे मालिक! नहीं तो डरा हुआ जानवर खडा होकर सवार को घिसटता साथ लेकर दिलचाहा दौडता है!! भोत खतरनाक!"

"हे असंच बाळराजांचं कोसळणं आम्हास रोजच दिसतं!" सोयराबाई पडल्या आवाजात राजांना म्हणाल्या.

"कोसळले तरी उठतात! जोत्यापार अचूक जनावर फेकतात! आम्ही येतो. बाळराजांचा निरोप घेणं आहे," म्हणत राजे सोयराबाईंच्या महालातून तरातरा चालत बाहेर पडलेही!

नेताजी, तान्हाजी, येसाजी, कुडतोजी यांच्यासह खूरचलाख घोडदळ घेऊन राजे सुरतेच्या रोखाने कूच झाल्याला दीड महिना लोटला. नेहमीप्रमाणे स्नान, देवपूजा आटोपून घेतलेल्या जिजाबाई बाळराजांना बरोबर घेऊन सदरेकडे चालल्या. त्या पांढऱ्या सफेत वाणाचा नेसू नेसल्या होत्या. कपाळी ठसठशीत दाट कुंकवाची आडवी बोटे होती. थंडी सरतीला आली तरी धुक्याची बाराबंदी काही राजगडाने बदलली नव्हती!

सदरेवर येताच नेहमीप्रमाणे हसत जिजाबाई हाताच्या इशारतीने "बसा मंडळी" म्हणत, आपण जाऊन बाळराजांच्यासह सदरबैठकीवर बसल्या.

त्यांनी 'बसा' म्हटले तरी सदरेवरचे कुणीच खाली बसले नाही! रोजच्यासारखी तळपत्या डोळ्यांनी राजांच्या पराक्रमाची एखादी खबर सांगायला एकही ताठ गर्दन वर उठली नाही. साऱ्यांचे हात समोर बांधले होते. ते बघताच जिजाबाई चरकल्या. त्यांच्या मनाच्या देवटाक्यांवर क्षणात असंख्य कुशंकांचा पालापाचोळा उतरला. थरकत त्या बैठकीवरून उठल्या, कातरल्या सुरात बोलल्या, "मंडळी, खामोशी का? सांगा, आमच्या राजांची काही गैरखबर तरी – " जिजाबाईंना पुरते बोलवलेसुद्धा नाही.

ते ऐकून सदरकरी चळवळले. सिदोजी थोपट्यांनी कशीतरी मान वर करून सांगितले, "न्हाई, राजं ब्येस हाईत, सुरत लुटून परतीच्या वाटंला लागल्यात. परऽऽ" सिदोजींच्या रांगड्या मनाला पुढे काय नि कसे बोलावे, तेच कळले नाही. त्यांनी पुन्हा गर्दन खाली टाकली. त्यांच्या डोळ्यांतून अश्रू ओघळले.

बैठकीवरून उठून बाळराजे जिजाऊंच्या जवळ आले. त्यांचा हात धरून बिलगते उभे राहिले.

"मग काय असेल ते पेश करा." जिजाबाई समाधानाने म्हणाल्या. पण

सदरभरची भयानक शांतता तशीच राहिली. कुठलीच गर्दन वर उठेना. शेवटी मुजुमदार निळोपंत खालमानेने कसेतरी म्हणाले, "मासाहेब, बंगळूरहून बिगरपगडीचा थैलीस्वार आला आहे!"

"मतलब?" जिजाऊंच्या कपाळीची आडवी कुंकुमबोटे क्षणात आक्रसली!!

"थोरले महाराज बेदनूर प्रांतात मोहिमेवर असताना होदिगेरीच्या रानात शिकारीला गेले, सावजाच्या पाठलागावर पडण्यासाठी महाराजांनी घोडा फेकला आणि..." पंत घोटाळले.

"आणि... आणि काय पंत?" जिजाबाई कळवळून कशातरीच बोलल्या.

"आणि महाराजांचा दौडता घोडा एका खळग्यात फसला! रिकिबीत पाय अडकलेल्या महाराजांची फरफट झाली. मासाहेब, थोरले महाराऽज... थोरले महाराऽज आम्हा साऱ्यांना सोडून गेऽले!!" निळोपंतांनी उसळलेला हुंदका तोंडावर उपरणे घेत, दाबण्याचा यत्न केला. सदरेवरच्या पगड्यांखालच्या कैक डोळ्यांतून टपटपणारे अश्रू ओघळले आणि उरावरच्या बाराबंद्यांत विरू लागले.

अंगावर वीज पडल्यासारख्या जिजाबाई समोरच्या शून्यात क्षणभर बघतच राहिल्या. नगरखान्यावरची निशाणकाठी वादळी वाऱ्यात थरथरावी तशी त्यांची उभी अंगलट थर-थर-थर हलू लागली. त्यांची सगळी जाणच जशी काही सुन्न-सुन्न झाली. उघड्या डोळ्यांसमोर उभी सदर गरगरू लागली! "न भेटता, न बोलता अशी कशी स्वारी पाठमोरी झाली?" असे तिडिकेने म्हणत जिजाऊंनी शंभूबाळांच्या हातातला आपला हात झटक्यात वर घेतला आणि त्याचा तळवा कपाळीच्या कुंकवावरून आडवा ओढताना त्यांच्या सोशीक मनाचे देवटाके पुरते-पुरते फुटून गेले. कोसळत्या अश्रुधारा घेत, पांढऱ्या नेसूच्या, फटफटीत कपाळाच्या जिजाऊ, थरथरत्या अंगाने आपले तोंड ओंजळीत झाकीत आत निघून गेल्या.

सदरेवर एकटेच उभे असलेल्या बाळराजांच्या कानांत महमद सैसची घोडेपारखी जबान घुमून उठली, 'जब घोडा फिसलता है, तो रिकीबका पैर खोलने पर मत भुलना! नहीं तो...' आणि ओघळते डोळे घेऊन घायाळ झालेले शंभूबाळ जिजाऊंच्या महालाच्या रोखाने धावत सुटले!!

जी पावले सदा डोळ्यांआडच राहिली, त्यांचा माग घेत जाण्याचा निर्धार जिजाबाईंनी केला. मातुश्री आऊसाहेब सती जाण्याची तयारी करू लागल्या! उभा राजगड गडबडून गेला. आपल्या खाजगीच्या कारभाऱ्याला जिजाबाईंनी सतीची सूपवाणे सिद्ध करण्याची आज्ञा दिली. राजांच्या राणीवशात कल्लोळ माजला. एकाही राणीत जिजाबाईंना रोखण्याची हिंमत नव्हती. आपल्या महालाच्या बंद दरवाजाआड हिरवे नेसवाण अंगावर चढविलेल्या, हिरवा चुडा हातभर भरलेल्या,

मळवटावर भरगच्च आडवे कुंकू घेतलेल्या जिजाबाई फरसबंदीवर बसल्या होत्या. मोकळ्या झालेल्या माठासारख्या! त्यांची नजर शून्यात हरवून गेली होती. राजे सुरत लुटून परतीच्या वाटेवर होते.

राजगडावर एकच स्त्रीमन जीवघेण्या अस्वस्थतेने पुरते-पुरते सैरभैर झाले होते; पुतळाबाईंचे. शंभूबाळांना संगती घेऊन त्या जिजाबाईंच्या महालाच्या मिटल्या दरवाजासमोर आल्या आणि त्यांनी बाळराजांना हाताने इशारत केली.

"थोरल्या आऊसाहेबऽ" पुढे होत मिटल्या दरवाजावर हाताने हलकेच थाप देत बाळराजांनी साद घातली.

"आम्ही आहोत – शंभूबाळ. दरवाजा खोलता?" शंभूबाळांनी दरवाजाजवळ तोंड नेत जिजाऊंना दिललगाव बोलात विचारले. ते थोडा वेळ थांबले, पण आतून दाद आली नाही.

"थोरल्या आऊऽ, दरवाजा खोला. नाहीतर डोकं आपटू आम्ही दरवाजावर! खोला, आऊऽ दरवाजा खोला." बाळराजे दरवाजावर थडाथड थापा देऊ लागले.

जिजाबाई थरारल्या. 'खरंच बाळराजे दरवाजावर डोकं आपटायलाही अनमान करणार नाहीत!' या विचाराने त्यांचा सारा बांधला निर्धार डायाडौल झाला. कसंबसं उठतं होत त्यांनी दरवाजा खोलला. हिरव्यागर्द रानात वाट धुंडाळताना दमगीर झालेल्या आणि शेवटी थकल्या पायांनी एका खोल कड्याच्या तोंडावर आलेल्या गायीगत त्यांची स्थिती झाली होती!!

झटक्याने पुढे होत त्यांना मिठी घालत बाळराजांनी मान वर उचलली. त्यांच्या टोपातील मोतीलग मागे ओळंबली. डोळ्यांतून मोती ओघळत असताना ते बोलले. बालभुत्याने जगदंबेला बोलावे तसे! "तुम्हीऽऽ तुम्ही आम्हास सोडून जाणार थोरल्या आऊसाहेब? आम्ही – आम्ही येणार तुमच्या संगती!!"

ते ऐकताच जिजाबाईंचा ऊरबंद केलेला सारा कढ फुटून – उमळून आला. वाकून बाळराजांना मिठीत घेत जिजाऊ गदगद हलत स्फुंदू लागल्या. त्यांच्या डोळ्यांतून उतरणारे अश्रुथेंब बाळराजांच्या टोपातील मोतीलगावरून ओघळत त्यांच्या जाम्यात मिसळू लागले.

"आऊसाहेब, आमचे आबासाहेब येईपर्यंत कुठंकुठंच जाऊ नका!" बाळराजांनी साकडे घातले. ओसरते हुंदके आवरताना जिजाबाईंनी मान डोलावली.

सती जायला निघालेल्या आऊसाहेबांना राजांची स्वारी येईपर्यंत रोखते करण्यात येश घेतलेल्या बाळराजांच्याकडे ममतेने बघत पुतळाबाईंनी आपल्या पापणीकडा पदराने पुसत्या केल्या!

सुरत लुटून राजे राजगडाच्या पायथ्याशी आले. सोने, चांदी, रत्ने, मोती

त्यांच्या गोणी लादलेले विजयी घोडदळ त्यांच्या पाठीशी होते. पण नेहमीसारखे त्यांना सामोरे येण्यासाठी कुणीच गड उतरून आले नव्हते. राजांची उजवी भुवई कमानबाक घेत राजसंतापाने वर चढली.

घोड्यावरून त्यांनी आपली नजर उचलून राजगडाला जोडली. पद्मावतीच्या निशाण चौथऱ्यावरची निशाणकाठी भुंडी बघताना मात्र त्यांचा राजसंताप कुठच्या कुठे गेला. चढली भुवई क्षणात पडली. त्यांच्या विजयी मनाच्या उभार घोड्याला शंकांच्या असंख्य लगामांनी क्षणात जखडून टाकले. त्यांच्या धीराच्या, निधडेपणाच्या गोणी कुणीतरी आपल्या काळ्या केसाळ हातांनी क्षणात आवळून टाकल्या.

कपाळीचे शिवगंध आक्रशीत राजे पायउतार झाले. पालखीत बसून राजगड चढू लागले. पालखी पाली दरवाजापार होताना कधी नव्हे, ती गडचढीची नौबत खामोश झालेली त्यांना जाणवली. मनात कुशंकाच कुशंका घर करू लागल्या.

सारे महाल मागे टाकीत राजे जिजाबाईंच्या महालासमोर आले. सुरतेच्या कैक अन्यायी मुजोर धनिकांच्या वाड्याहुड्यांचे दरवाजे फोडत बेधडक आत घुसणाऱ्या राजांनी, जिजाऊंच्या महालाचा बंद दरवाजा लोटला. अत्यंत थरथरत्या हाताने!

आत फरसबंदीवरच्या बिछायतीवर सतीवेष घेतलेल्या जिजाबाई बसल्या होत्या. त्यांच्या दोन्ही तर्फेला पुतळाबाई आणि बाळराजे बसले होते.

दरवाजाच्या कुरकुरीमुळे मान वर केलेल्या जिजाबाईंनी समोर राजे दिसताच उभ्या राजगडाचेही काळीज पिळवटून निघावे असा कंठ फोडला – “शिवबाऽऽ आमचं कपाळ फुटलं!! तुमचे महाराजसाहेब गेऽले!!” भूकंपाने सर्वोदार सोशीक भुई थरथरते तशा जिजाबाई थरथरू लागल्या.

आपल्या उभ्या अंगावर राजांना शिसाचा रस ओतल्यासारखे झाले. दरवाजातच पाय जखडबंद झालेल्या राजांनी डोळे मिटत आपल्या बाकदार नाकाचा गड्डा उजव्या हाताच्या चिमटीत धरला. त्यांच्या मिटल्या डोळ्यांत शहाजीराजांची मूर्ती उभी ठाकली. तिचे पाय धूत त्यांच्या उरातले दुर्मीळ राजअश्रू दाढीवरून घसरून छातीवरच्या कवड्यांना जाब विचारीत जाम्यावर उतरू लागले. त्या वीरपुरुषाचे भोसलाई राजमन पाझरत होते. ओघळणारे अश्रुलोट महाराजसाहेब शहाजीराजांच्या नजरेआड झालेल्या पायांच्या ठशांचा माग घेत धावत होते. भरल्या नजरेने राजांनी जिजाऊंच्याकडे बघितले. अश्रूंच्या सफेद आडपडद्यांतून त्यांना एक पुसट हिरवा उभा रंगपट्टा दिसू लागला! त्यांच्या उभ्या अंगावर सर्रकन काटाच उठला.

‘कधी नव्हे ते हिरवे नेसवाण आऊसाहेब का नेसल्या?’ हा शक उराच्या तळवटातून उसळून येताच, चारी पायांनी दातेरी आकडेचाप लावलेला ताकदजोर हत्ती कळवळून उठावा तसे राजे कळवळून म्हणाले. तर्जनीने आपल्या पापणीकडा झटकन निपटत्या करीत राजे पुढे सरसे झाले. सूपवाणांकडे हात करीत त्यांनी

जिजाबाईंना थरथरत विचारले, ''मासाहेब, हे काय करताहात?''

''जिथं स्वारी तिथं आम्ही! आम्ही जाणार राजे – चितेच्या आगभरल्या मेण्यातून आम्ही तुमच्या महाराजसाहेबांच्या पायांशी जाणार!! आमच्या फुटक्या हातांनी आम्ही सतीवाणे देणार!'' उभ्या हयातीत कधी बोलल्या नाहीत, अशा जिजाऊ पिळवटून बोलल्या. निर्धाराने बोलल्या.

ते ऐकताना आपले सारे दौडते राजेपणच कुणीतरी उचलून चितेवर चढवीत आहे, असे राजांना वाटले. पडल्या गडाच्या नगारखान्यावरचे निशाण उतरावे तसे राजांचे राजेपण क्षणात उतरले गेले. उरला फक्त जिजाऊंशी रक्तसंबंध आणि काळीज-गुंतवा असलेला 'फर्जंद शिवबा'! बेंगळूर सोडून मेण्यातून पुण्याच्या बरड जहागिरीत आऊसाहेबांच्या संगती आलेला, त्यांचा मायाभरला हात पाठीवर घेत पुण्यात नांगराच्या खुंटाळीला आपला हात घालणारा, त्यांच्या शिवसतेज हाताने आपल्या कपाळी शिवगंध रेखून घेणारा 'शिवबा'! केवळ शिवबा!

एरव्ही ताठ मानेने घोड्यावर मांड घेणारे राजे ढासळत्या मानेने आणि मनाने पुढे झाले. जिजाऊंच्या समोर गुडघे टेकून त्यांनी आपले शिवगंधी कपाळ झटकन त्यांच्या मांडीवर टेकविले. गदगद हलत, टोपावरच्या मोतीलगाला डावे-उजवे हिंदोळून टाकीत राजे स्फुंदून म्हणाले, ''नका आऊसाहेब, आम्हास एकटे टाकून नका जाऊ! शंभूबाळांची हातजोड नका तोडू! आम्ही रायरेश्वरावर घेतलेली श्रींच्या राज्याची आण पुरी करणार आहोत. ते कोण बघणार? तुमच्या बाळराजांचे शंभूराजे झालेले कोण पाहणार? आजवर आशीर्वादांसाठी पायांना हात लावले. आज ही एवढीच भिक्षा मागण्यासाठी आम्ही तेच हात परडी म्हणून पसरतो आहोत!! आम्हास परते सारू नका!'' राजांनी गर्दन उचलली. ज्या हातांनी, पेटून उठलेल्या राजांनी कैकवेळा 'भवानी' उपसली होती त्याच हातांची ओंजळ जोडून राजांनी ती सरळ जिजाऊंच्या समोर पसरली! त्यांचे पाणथरलेले, सूर्यपेट निमुळते डोळे मासाहेबांच्या डोळ्यांना जोडले गेले. जिजाऊंच्या तुळजाई डोळ्यांतून सुटलेले अश्रू टपटपत राजांच्या ओंजळीत उतरू लागले. त्यांच्या उष्ण स्पर्शाबरोबर राजांना वाटत होते की, 'या हरएक अश्रुथेंबासाठी एक-एक जिंदगी कुरवंडून टाकावी!!'

राजे असे पेश येतील, हे ध्यानीमनी नसलेल्या जिजाबाईंचा बांधला निर्धार डायाडौल झाला. त्या घोटाळल्या. राजांनी पसरलेली ओंजळ आपल्या चुडाभरल्या हातांनी आवेगाने बंद करीत त्या म्हणाल्या, ''नाही – राजे, हात पसरू नका! तुमच्या हातांची परडी आई अंबेनेच आपल्या हातांनी भरली असता – आम्ही तिच्यात काय घालावं? आम्ही – आम्ही थांबू... फुटल्या कपाळानेसुद्धा थांबू. या राज्यासाठी! तुमच्यासाठी! बाळराजांच्यासाठी! तुमच्या पाठीवर पडणाऱ्या संकटात आमच्या जाण्याने आम्ही आता भर नाही घालणार!'' मासाहेबांनी डोळे पुसले आणि

डाव्या हाताने सतीची वाणे परती सारली!!

जिंकल्या गडाच्या नगारखान्यावरच्या चढत्या निशाणासारखे राजांचे मन उभारून आले! तरीही त्यांचे मन शहाजीराजांच्या आठवणीने तडफडत होते – चढत्या निशाणाच्या तडफडीसारखे!!

हे सगळे दाटल्या कंठाने खाली मान घालून ऐकणाऱ्या पुतळाबाई एकाच विचाराने जखडबंद झाल्या होत्या, 'सती जायला निघालेल्या मासाहेबांना आपले मन बांधताना कोण कष्ट झाले असतील!'

हे सारे भरल्या उराने समोर बघताना बाळराजांना दोन गोष्टी कळून चुकल्या होत्या की, 'आबासाहेबांचे डोळेही पाणावतात! आणि आम्ही मानतो – समजतो त्याहून थोरल्या आऊसाहेब केवढ्यातरी 'थोर – थोर' आहेत!!'

शहाजीराजे गेले ही खबर मावळमुलखात पसरताच राजांच्या भावकीतील मंडळी राजगडावर आली. त्यात शंभूबाळांचे मामा फलटणकर बजाजीराजे निंबाळकर आले होते. नातेबंधातल्या सर्व मंडळींसमोर राजांच्या मस्तकाचे मुंडन झाले. उतरल्या केशसंभाराच्या मस्तकाने आणि जडावल्या मनाने राजांनी शहाजीराजांची दिवसकर्मे शास्त्रयुक्त विधींनी पार पाडली.

ते विधी समोर बघताना शंभूबाळांची एकच एक कोशिश चालली होती. कधीच न बघितलेल्या आपल्या थोरल्या महाराजसाहेबांची मूर्ती कल्पनेने ते मनोमन रेखू बघत होते! पण ते साधत नव्हते! कितीही कोशिश केली, तरी त्यांच्या मनासमोर मूर्ती उभी ठाकत होती, ती आबासाहेबांचीच!

शेवटी एके दिवशी जिजाऊंच्या महाली त्यांची पायधूळ मस्तकी घ्यायला आलेल्या शंभूबाळांनी त्यांना विचारले, "कसे... कसे दिसत होते, आमचे थोरले महाराजसाहेब थोरल्या आऊ?"

भरल्या डोळ्यांनी बाळराजांकडे बघताना कधी नव्हे; ते जिजाबाईंना आज प्रथम भावून गेले की, 'शंभूबाळांचा तोंडवळा थेट आमच्या स्वारीसारखाच आहे!! नाक-भुवयांची तशीच ठेवण, कपाळाची तशीच भरदार आडवी मांडण आणि आतबाहेर सारख्याच साफ असलेल्या, रानभेरी डोळ्यांच्या बाहुल्यांचे तसेच साफ दर्पण!'

बाळराजांना आवेगाने जवळ घेताना जिजाऊंना म्हणावेसे वाटले की, 'शंभूबाळ तुम्ही थेट तुमच्या थोरल्या महाराजसाहेबांच्या सारखेच दिसता.' पण त्या काहीच बोलल्या नाहीत. प्रेमभराने त्यांनी बाळराजांचे खांदे पकडले आणि त्यांच्या नितळ डोळ्यांत बघताना जिजाबाईंना आपल्या हयातीच्या हरवलेल्या कैक पायवाटा त्यात दिसू लागल्या!!

बजाजीमामा फलटणला परतण्यापूर्वी मनची एक इच्छा राजांना बोलावी म्हणून त्यांच्या महाली भेटीसाठी आले. भेट-मुजरा रुजू करून ते राजांना म्हणाले, "आम्ही फलटणला परतावे म्हणतो राजे. इजाजत होईल, तर संगती बाळराजांना घेऊ. त्यांना तेवढाच कुटुंबपालट होईल. कसं करता?"

बजाजींच्याकडे बघताना राजांना सईबाईंची आठवण झाली आणि जाणवून गेले की, 'शंभूबाळांनी आपले आजोळ पाहिलेच नाही. आम्ही आमच्या आजोळाला – सिंदखेडला पारखे झालो. बाळराजांचं तसंच व्हायला नको!' क्षणभर विचारात हरवल्यागत थांबून राजे बजाजींना म्हणाले, "जरूर घेऊन चला, बाळराजांना बजाजी! पण मासाहेब काय म्हणतात, ते बघा. गड सोडताना बरोबर धाराऊ आणि अंतोजी-रायजीला घ्या. हत्यारबंद धारकऱ्यांची शिबंदी संगती ठेवा. तुम्ही घरची माणसं. तुमचा काळीजगुंतवा आम्ही जाणतो. पण बाळराजांना परते पाठवताना तुम्ही जातीनिशी बरोबर असा."

"त्याची फिकीर नसावी राजे. उरात रक्ताची जाग आणि डोळ्यांत तेल ठेवून खासे आम्ही हमेशा त्यांच्या बरोबर राहू." राजांनी होकार दिल्याने बजाजींना फार समाधान वाटले. फलटणचा आपला कबिला शंभूबाळांना बघताच कसा खुशनिहाल होईल, याचे चित्र मनाशी रेखीतच ते राजांच्या महालाबाहेर पडले.

जिजाबाईंची संमती मिळताच बाळराजांच्या जाण्याची सगळी तयारी झाली. शुभदिवशी वाटचालीची पालखी पद्मावती माचीवर सिद्ध झाली. जिजाऊंचा, राजांचा आणि राणीवशातील सगळ्या मासाहेबांचा निरोप, आशीर्वाद घेतलेले बाळराजे राजगडाच्या सदरमहालाबाहेर पडले. त्यांच्याबरोबर धाराऊ आणि तिचे दोन मुलगे अंतोजी-रायाजी चालले. बाळराजांना निरोपाची पायसोबत देण्यासाठी खुद्द राजे त्यांचा हात हातात धरून पद्मावती माचीपर्यंत आले.

राजांच्या पायांना हात लावून बाळराजांनी एकदा त्यांच्याकडे पाहिले.

"या. सांभाळून असा." बाळराजांचे खांदे थोपटीत राजे म्हणाले.

शंभूबाळ पालखीत बसले. पाठोपाठ धाराऊ पालखीत चढली. भोयांनी खांद्यावरचे भोईपट हातांनी ठाकेठीक करून पालखीला खांदे दिले. पालखी राजगड उतरू लागली. तिच्या दोन्ही तर्फेने हातात तळपते नंगे तेगे पेलून तरणेबांड रायाजी-अंतोजी चालले. शेकडो निवडक पटेकर कमरेच्या हत्यारांच्या मुठीवर आपली दमदार बोटे रुतती धरून पालखीमागून चालले. आदिलशाही बाकदार किमॉश डोक्यावर असलेल्या बजाजीमामांनी राजांची छातीला छाती भिडवून भेट घेतली. डोळ्यांनीच राजांना 'फिकीर नसावी' असा भरोसा दिला आणि तेही पालखीमागून चालले. पालखी नजरेआड होईपर्यंत राजे स्वत:ला हरवल्यागत तिच्याकडे एकनजर बघतच राहिले. सईबाईंची आठवण देणाऱ्या बाळराजांच्या आजोळी चाललेल्या

पालखीकडे बघताना राजे मनातील सईबाईंना म्हणत होते, 'आमच्या मुलखात आलेल्या जगदंबेच्या मूर्तीचं दर्शन घेणं, तुम्हास घडलं नाही. कधी शंभूबाळांना घेऊन तुम्हास आपल्या माहेरगावी – फलटणला जाणं साधलं नाही. तुमच्या अंतसमयी तुमची आमची भेटी झाली नाही. नेहमी दूर देशी असलेले आमचे महाराजसाहेब असेच शिकारीचे निमित्त करून कायमचे दूर निघून गेले. सई माणसांचा हा गुंता उकल होण्यासारखा नाही. तरीही 'एकला जीव पदरी घातला!' म्हणून तुम्ही शंभूबाळांना आमच्या हवाली केलंत! जेवढं साध्य होईल तेवढं आम्ही त्यांच्यासाठी करतो आहोत, करणार आहोत. पण – पण या दुनियेत आलेला हरएक जीव एकलाच असतो. स्वत:च्या आजोळास तो कायमचा पारखाच झालेला असतो!'

किरणे कलतीला आली असताना फलटण नजरटप्प्यात आले. बजाजीराजांनी गाववेशीवरच भोयांना पालखी ठाण करण्याची आज्ञा दिली. एक स्वार पुढे धाडून चिरंजीव शंभूबाळ आल्याची वर्दी आपल्या वाड्याकडे पाठविली. निंबाळकरांचा निसूर असलेला वाडा, ती खबर ऐकताच चैतन्याने जागून उठला.

बजाजींचे चिरंजीव महादजी, तुळोजी, कान्होजी आणि गोरखोजी खाजगीच्या कारभाऱ्यांना संगती घेऊन बाळराजांना सामोरे जाण्यासाठी गाववेशीवर आले. कारभाऱ्यांनी एक पायबांधलं जितं कोंबडं शंभूराजांच्यावरून उतरून दूर फेकून दिले. शंभूराजांनी आपल्या चारी मामेभावांची ऊरभेट घेतली.

आपले मामा बजाजीराजे आणि सारे मामेभाऊ यांच्यासमवेत बाळराजांनी बाणगंगा नदी ओलांडून फलटणात आपल्या मातुश्री-आऊसाहेबांच्या गावठाणात प्रवेश केला.

आपला घडीव दगडांचा, चिरेबंदी वाडा नजरेत येताच बजाजी हात उंचावता करीत म्हणाले, "बाळराजे, पाहिलात तुमच्या आऊसाहेबांचा वाडा!"

मामांचे ते बोल ऐकताना आपला उजवा हात छातीवरच्या माळेतील कवड्यांना केव्हा नि कसा भिडला, ते बाळराजांना कळलेच नाही!!

समोरच्या वाड्याची नजरेत साठवण करीत शंभूराजे साऱ्यांच्या बरोबर वाड्याच्या खिळेबंद, थोर दरवाजात आले. सुवासिनींनी आरती-तबके फिरवून त्यांची ओवाळण केली. सोनमोहरांचा सतका त्यांच्यावरून उतरला. पायीच्या मोजड्या उतरून शंभूबाळांनी आपल्या आऊसाहेबांच्या वाड्यात पाऊल टाकले. त्यांची भिरभिरती नजर वाड्याचा कानाकोपरा टिपत होती. आपल्या छोटेखानी उरात कोण प्रकारची घालमेल माजली आहे, त्याची त्यांना नीटपणे उकल होत नव्हती.

"चला बाळराजे, प्रथम देवदर्शन करू." बजाजी देवमहालाच्या रोखाने हात

करीत म्हणाले. मामांच्या मागून देवमहालात जाऊन शंभूराजांनी देवदर्शन केले. बजाजींनी आपल्या कबिल्यातील साऱ्या स्त्रियांना देवमहालात बोलावून घेतले.

हरवलेले काहीतरी मनोमन शोधू पाहणारे बालराजे रात्रीच्या भोजनानंतर सुख व्हायच्या महालात आले. त्यांच्या संगती धाराऊ होती. तिने मंचकावरती बिछायत हात फिरवून ठीक केली. बाळराजांनी उतरून दिलेला मस्तकीचा टोप तिने चौरंगावरच्या तबकात ठेवला. बाळराजे मंचकावर लेटते झाले. पायगतीला येऊन धाराऊ त्यांचे पाय हलक्या हातांनी चेपू लागली. त्यांच्या डोळ्यांस डोळा लागला आहे, असे वाटताच धाराऊने त्यांच्या अंगावर शाल पांघरली आणि ती फरसबंदीवर अंथरलेल्या बिछायतीवर आडवी झाली. महालाच्या अंतरंगावर चिराखदानांच्या ज्योतींनी आपल्या मंद प्रकाशाची पिवळसर शाल पांघरती केली होती.

आपल्या गोंदल्या हाताची वळी करून ती उशासारखी डोक्याखाली घेतलेल्या धाराऊचा श्वास लयीत सुरू झाला; पण... पण मंचकावरचे बाळराजे तळमळत होते! जागेपालटामुळे त्यांना झोप येत नव्हती. ते सारखे कूस पालटत होते. त्यांच्या अंगावरची शाल केव्हाच बाजूला पडली होती! एकच एक विचाराचा बळजोर स्वार त्यांच्या मनाच्या तट्टावर मांड ठोकून बसला होता. चारी बाजूंनी तो कायदे आखडीत होता – लागणारी ओढ असह्य होत होती – 'कशा... कशा दिसत होत्या आमच्या मासाहेब?' त्या एकाच सवालाच्या कैक घोडेटापा होऊन दौडू लागल्या – 'कशा – कशा दिसत होत्या आऊसाहेब? का – का आठवत नाही त्यांचा चेहरा?' पाण्याबाहेरच्या बाळमाशासारखे शंभूबाळ तळमळू लागले. त्यांच्या काळजाची धडपड वाढू लागली. एकाएकी त्यांना पलीकडच्या दालनाच्या रोखाने कसलीतरी खडखड स्पष्ट ऐकू येऊ लागली. त्या दालनाच्या खिडक्यांच्या चौकटीची दारे थडथडत होती. बाणगंगा नदीच्या रोखाने दौडत आलेला वारेझोत सूंकार घुमवीत निंबाळकरांच्या वाड्यात बेरोख घुसला होता!!

तो सूंकार आणि त्याला धरून उठणारी दारांची थडथड पडल्या पडल्या ऐकताना बाळराजांच्या डोळ्यांसमोर एकामागोमाग एक स्त्रीमुद्रा गरगरत फिरू लागल्या. जिजाऊ, पुतळाबाई, सोयराबाई, काशीबाई, बजाजींच्या कबिल्यातील मामीसाहेब, पण... पण त्या साऱ्या मुद्रा सोनपुतळ वाणात उजळून निघालेल्या होत्या!! त्यांच्या तेजाने बाळराजे दिपून जात होते. आडोसा-आसरा घ्यायला त्यांना 'सावळेपण' पाहिजे होते! मिटल्या डोळ्यांच्या हाताशी ते येत नव्हते, म्हणून बाळराजांनी डोळे उघडले. सगळा महाल पिवळ्याधमक प्रकाशाने भरून गेला होता!

बाळराजांनी पुन्हा डोळे मिटले. त्यांच्या अंगचा जामा घामाने पुरता डबडबला होता. पलीकडच्या दालनातून वाढलेली थडथड आणि सूंकार येतच होते. घायाळ झालेले शंभूबाळ तळमळत होते. त्यांच्या अंगाखालची बिछायत सुरकुतली होती.

'आऊसाहेब?' अशी मोठ्याने कंठ फोडून साद घालावी, असे त्यांना वाटत होते. डोळे मिटून पालथे पडलेल्या त्यांच्या छातीखाली सापडलेल्या भवानीच्या माळेतील कवड्यांचे श्वाससुद्धा घुसमटत होते! कोंडी, कोंडी दाटली होती. एकाएकी पाठीवर पडलेल्या हाताच्या स्पर्शाने ते केवढेतरी दचकले आणि खाडकन मंचकावर उठून बसले. ती धाराऊ होती!! मूळची गौरवर्णी असली तरी हात, कपाळ, गळा गोंदलेला असल्यामुळे ती 'सावळी'च दिसत होती!! तिला समोर पाहताच शंभूबाळ थरथरत बोलून गेले, "धाराऊऽ, आऊसाहेब!" त्यांच्या दाट कुरळ्या केसांतून ममतेने आपली कुणबी बोटे फिरवीत धाराऊ म्हणाली, "भिऊ नगा, म्या हाय न्हवं!" आणि तिने बाळराजांचे मस्तक आपल्या छातीजवळ बिलगते घेतले.

पलीकडच्या दालनातील दारांची थडथड आता निसूर झाली होती. वारेझोताचा सूंऽकार आल्या पावली निघून गेला होता. ते पलीकडचे दालन निंबाळकरांच्या वाड्यातील 'बाळंतिणीचे दालन' होते! कैक सालांपूर्वी त्याच दालनात सईबाईंचा जन्म झाला होता!! धाराऊला, शंभूबाळांना ते काही-काही माहीत नव्हते. धाराऊ आपल्या पदराने बाळराजांच्या कपाळी दाटलेला घाम टिपू लागली.

अंधारात निसूर झालेल्या फलटणला घेर धरलेली बाणगंगा नदी निराधार किनाऱ्याला आसरा देत संथपणे वाहत होती!!

थोडे दिवस फलटणात मुक्काम करून बजाजीमामांच्यासह शंभूराजे राजगडावर परतले. या अवधीत कोंढाण्यावरून होणाऱ्या तोफमारीने हैराण झालेल्या जसवंतसिंगाने कोंढाण्याचा वेढा हलवून हताशपणे औरंगाबादेची वाट धरली होती.

राजगड सोडून खासे राजे अहमदनगर-औरंगाबादेपर्यंतचा मोगलाई मुलूख जेर करून राजगडावर परतले होते. सुरत लूट, जसवंतसिंगाची माघार, मोगलाई मुलखाची मावळ्यांनी केलेली मारझोड यांनी औरंगजेबाच्या दिल्ली दरबारची हवा तापू लागली. आपल्या या हालचालींचा नतिजा म्हणून औरंगजेब आता कोण मनसुब्याने पावले टाकील, याचा विचार करीत राजे आपल्या महाली खिडकीच्या चौकटीजवळ पाठीवर हात बांधून उभे होते. त्यांची नजर गुंजवणीच्या वळणदार पात्रावर जखडली होती. हाताची सडक बोटे चळवळ करीत एकमेकांत पुन्हा पुन्हा गुंतली जात होती. बजाजी भेटीला येत असल्याची मिळालेली वर्दीसुद्धा ते विसरून गेले होते!

राजांच्या महाली आलेले बजाजी राजांना पाठमोरे पाहून क्षणभर घोटाळले. त्यांना आपल्या येण्याचा सासूद लागावा म्हणून अदबीने म्हणाले, "आम्ही परतावं म्हणतो राजे."

राजांच्या राजकारणी विचारांची धावणी तुटली. वळते होत ते बजाजींना म्हणाले, "एवढ्या जरोरीनं निघणं करताहात बजाजी?"

"जायला पाहिजे राजे. मृग तोंडावर आहे. जाण्यापूर्वी एक बाब कानावर घालावी म्हणून तसदी दिली."

"तसदी कसली? बोला." राजे शांतपणे चालत बजाजींच्या जवळ आले.

"थोरले महाराज गेले..." म्हणजे क्षणभर बजाजी शहाजीराजांच्या आठवणीने गप्प झाले.

"होणारं चुकत नाही राजे. माणसाच्या हयातीचं माणसाच्या हातात काहीच राहत नाही. बाळराजांना फलटणात समोर बघताना आम्हाला कैकवेळा महाराजांची याद आली आणि एक गोष्ट मनाला भिडून गेली. आता बाळराजांचे हात पिवळे करायला पाहिजेत! घरात मर्तिक घडलं असता, एक वर्षाच्या आतच ते व्हायला पाहिजे. नाहीतर शास्त्रप्रमाणं तीन वर्षं काही शुभकार्याला हात नाही घालता यायचा!!"

बजाजींचे बोल ऐकताना राजांचे मन खोल तळवटातून घुसळून उठले. ते बजाजी बोलत नव्हते. सईबाईंच्यावरचा त्यांचा प्रेमा बोलत होता. राजांनी पडत्या काळात दिलेल्या थोर मनाच्या आधाराची जाण बोलत होती.

राजे क्षणभर बजाजींच्याकडे नुसते बघतच राहिले, 'शंभूबाळांचा विवाह!' ही नुसती कल्पना ऐकतानाही त्यांच्या राजकारणी देहातील 'आबासाहेब' मोहरून उठले होते. क्षणभर राजे औरंगजेब, त्याचे डाव, त्यावरचे प्रतिडाव हे सारे विसरूनच गेले! त्यांच्या शिवसतेज डोळ्यांसमोर मुंडावळ्या बांधलेल्या शंभूबाळांची मूर्ती उभी ठाकली! शांतपणे हसत राजे बजाजींना म्हणाले, "बरी बात काढलीत बजाजी. या निमित्तानं तरी आमच्या मासाहेबांचं दुःख थोडं हलकं होईल. गड उतरण्यापूर्वी तुम्हीच ही गोष्ट जातीनिशी त्यांच्या कानावर घाला."

ते ऐकताना बजाजीमामांचा चेहरा आनंदाने उजळून निघाला. समाधानाने ते निरोप घेऊन राजांच्या महालाबाहेर पडले. त्यांच्याकडे बघताना राजांच्या हाताची सडक बोटे अत्यंत हळुवारपणे छातीवरच्या जगदंबेच्या माळेतील कवड्यांवरून फिरू लागली. विचारात हरवलेल्या राजांच्या जागत्या, निमुळत्या डोळ्यांसमोर आंबराईचा रसवंत घेर असलेले शृंगारपूर उभे ठाकले! त्यांचा दोनच मूर्ती दिसू लागल्या – शृंगारपूरकर शिर्क्यांची कुलदेवता – भावेश्वरी आणि – आणि – पिलाजी शिर्क्यांची ईश्वरी भावांची राजस कन्या राजाऊ – जिऊ!!

राजांनी शृंगारपूरला थैलीस्वार पाठवून पिलाजी शिर्क्यांना गणोजी आणि राजाऊ यांच्यासह टाकोटक येण्यासाठी बलावू धाडलं. पिलाजीराव आपला कबिला घेऊन दोन्ही मुलांच्यासह राजगडावर आले.

राजांनी वडीलधाऱ्या जाणत्यांच्या साक्षीने सदर बोलावली. सदरेच्या एका तर्फेला चिकाच्या पडद्याआड राजांचा राणीवसा बसला. भरल्या सदरेत जिजाबाईंच्या

तर्फेस बसलेल्या राजांनी पिलाजीवर शिर्क्यांना शब्द टाकला, "आमचे महाराज साहेब गेले... त्यांना एक वर्ष होण्याच्या आत धर्मशास्त्राप्रमाणे आम्हास आमच्या बाळराजांचं शुभकार्य करणं आहे. तुमच्या घरची शोभा असलेल्या राजाऊंना आम्ही आमच्या सूनबाई म्हणून बघाव्या म्हणतो. त्यासाठी आम्ही सदरसाक्षीनं मागणं घालतो आहोत. तुमचा जो मनसुबा असेल तो साफ बोला."

राजांचे अदबशीर बोलणे ऐकून पिलाजींचे रांगडे काळीज भरून आले. एवढ्या जरोरीने राजांनी कशासाठी बलावू धाडले, याचा त्यांना आता उलगडा झाला! पाणावल्या डोळ्यांनी पिलाजी जिजाबाई आणि राजे यांच्याकडे बघत बोलून गेले, "राजं, ही वळचनीची गंगा पार आड्याला न्यायची गोस्ट काडलीसा. तुमच्या पायाजवळ हुबं ऱ्हायाची लायकी न्हाई आमची! बाळराजांच्या साठनं लग्नाला पोर पायजे असा कवाबी हुकूम क्येला असतासा, तर आनून पायावर घातली असती. या परास काय सोनं व्हनार हाय तिच्या जल्माचं?" पिलाजी, राजांचे थोरपण नजरेआड न करता, कळवळून मनचे बोलले होते.

"नाही पिलाजीराव, तुमच्या आमच्याच घरची काय; पण कुणाच्याच घरची मुलगी हे 'घरधन' आहे. ते त्याच इतमामानं आणावं लागतं. तुमची मुलगी लग्नासाठी नव्हे, तर आमच्या सूनबाई म्हणून आणण्यासाठी आम्ही शब्द टाकला आहे. तुमची गंगा वळचणीची नाही पिलाजीराव. ती इमानी रक्ताची स्वर्गाची गंगा आहे! म्हणूनच आमच्या कबिल्याकडची आमची कन्या नानीबाई तुमच्या गणोजीरावांच्यासाठी पदरी घ्या, असं मागणंही आम्ही आत्ताच घालतो आहोत! बोला. हा साटेलोट्याचा रिश्ता तुम्हास कसा वाटतो?" राजांनी हसून पिलाजींना सवाल केला.

जाणत्यांनी भरलेली सदर जाणत्या राजाकडे भारावून बघू लागली.

ध्यानीमनी नसलेला दुसरा धक्का बसलेल्या पिलाजींनी काही न बोलता 'जी' म्हणून पगडी डोलाविली.

वर्दी पाठवून शंभूराजे, गणोजी आणि राजाऊ, नानीबाई यांना सदरेवर बोलावून घेण्यात आले. त्या चौघांनी भरल्या सदरेला मुजरा, नमस्कार रुजू केले.

सदरबैठकीवरून उठून राजे शांत चालीने छोट्या राजाऊजवळ आले. हुजऱ्याने समोर पेश केलेल्या तबकातील साखर मुठीत घेऊन त्यांनी खाली मान घातलेल्या राजाऊची हनुवटी डाव्या तर्जनीने वर करून क्षणभर तिच्याकडे पाहिले. राजाऊच्या डोळ्यांत समोरचे राजे मावत नव्हते! सदरेकडे बघत राजे म्हणाले, "शृंगारपूरकर पिलाजीराजे शिर्के यांची कन्या राजाऊ आमचे फर्जंद शंभूराजे यांच्यासाठी आम्ही सदरसाक्षीनं आणि मासाहेबांच्या आशीर्वादानं पक्की करतो आहोत." राजांनी मुठीतील साखर राजाऊच्या तोंडात भरली. उपाध्यायांनी पुढे केलेल्या तबकातील कुंकू घेऊन

त्याची आडवी चिरी राजाऊच्या कपाळी रेखली आणि राणीवशाच्या रोखाने एक निसटती नजर चिकाच्या पडद्याकडे दिली. राजाऊने वाकून राजांचे पाय शिवले.

पडद्याआडच्या राणीवशात क्षणभर कुजबुज उठली. राजाऊच्या तोंडी साखर भरण्यासाठी कुणी जावे, यासाठी नजरेनेच जाबसाल झाले. सदर खोळंबली होती. चिकाचा आडपडदा दूर सारून सोनपुतळ रंगाच्या आणि तशाच काळजाच्या पुतळाबाई पदर सरसा धरीत सदरेवर आल्या. मासाहेबांना नमस्कार करून त्यांनी पुढे होत राजाऊंच्या तोंडी साखर भरली. वाकून नमस्कार करणाऱ्या राजाऊला 'औक्षवंत व्हा!' असा तोंडभर आशीर्वाद दिला!

पिलाजींनी आपल्या पत्नीसह नानीबाईंच्या तोंडी साखर सोडून त्यांचा मळवट कुंकवाने भरला. भोसले-शिर्के रक्तसंबंध पक्का झाला.

दोन्ही मुली जिजाऊंना आणि सदरेला नमस्कार करून आत गेल्या. शंभूराजे आणि गणोजी जिजाऊंच्या शेजारी सदरबैठकीला अदबीने बसले.

लग्नाच्या याद्या बाळाजी आवजींनी आपल्या गोमट्या हस्तलेखात पुऱ्या केल्या. कार्यासाठी मार्गशीर्षातील मुहूर्त धरावेत, असे सर्वांच्या सल्ल्याने ठरविण्यात आले. सदरभर खारीक-खोबऱ्याचे वाटप झाले. भोसले-शिर्क्यांच्या रक्तसंबंधाचे साखरपुडे बांधले गेले. रात्री गडावर साखरपुड्याच्या सुग्रास जेवणाची पाने उठली.

पिलाजी शिर्के राजाऊसह शृंगारपुराकडे परतले. मृगाने आपल्या पाणथेंबाच्या अक्षता मावळ मुलखावर उधळायला सुरुवात केली! मळवट भरलेल्या लाल नद्या दर्याच्या दर्शनासाठी दौडू लागल्या! आता चार-पाच महिने राजांचा मुक्काम राजगडावरच पडणार होता. शंभूबाळांच्या शुभमंगलाची सारी तयारी राजे जातीनिशी करवून घेऊ लागले. पुतळाबाईंच्या उत्साहाला उधाण आले होते. धाराऊचे गोंदले हात कुठले काम पडू देत नव्हते. प्रत्येक कारखान्यात फेरफटका टाकून जिजाबाई हर चीज नजरेखालून घालीत होत्या.

जरीशेल्याच्या गाठीने जखडबंद झालेल्या राजाऊंना पाठीशी घेऊन शंभूराजे आबासाहेबांच्या आशीर्वादासाठी खाली वाकले. राजांच्या रक्तसतेज पायांच्या सडक बोटांना हात लावून, तो शंभूराजांनी आपल्या टोपावरून मागे नेला. आपले मुंडावळ्या मंडित कपाळ शंभूराजांनी आबासाहेबांच्या पायावर टेकविले. त्या स्पर्शाने राजांचे उभे अंग मोहरून उठले. पायधूळ घेणाऱ्या बाळराजांच्या आणि सूनबाईच्या मस्तकावर तळहात ठेवून राजे हलकेच पुटपुटले, "औक्षवंत व्हा! यशवंत व्हा!"

झुकते होऊन राजांनी त्या दोघांना हळुवार उठते केले. लग्नसाज घेतलेल्या, टोपाच्या वळीत निसटत्या अक्षता अडकलेल्या शंभूराजांच्याकडे राजे दर्पणात बघितल्यासारखे बघू लागले. त्यांच्या मनाच्या तळवटातून सईबाईंची सावळी मुद्रा

उसळून वर आली. त्यांचे शेवटचे बोल राजांच्या कानात घुमून उठले, 'आमचे शंभूबाळ... एकला जीव – पदरी घातला...!' आणि राजे क्षणभर स्वत:ला हरवल्यासारखे नवरदेव शंभूबाळांना बघतच राहिले. खाली मान घातलेल्या राजाऊंच्याकडे बघताना राजांच्या मनात विचार येऊन गेला, 'सई, एकला जीव म्हणून बाळराजांना आमच्या हवाली करताना ना तुमच्या ध्यानीमनी आले ना आमच्या की, एकट्या जिवाचा पायमाग घेत आणखी ऋणानुबंध असलेले जीव यायचे असतात!! आता यांना मनभर उदंड आशीर्वाद द्या.' जेवढ्या हलक्या हाताने ते छातीवरच्या कवड्यांना कुरवाळीत आले होते तेवढ्याच हलक्या हातांनी त्यांनी शंभूराजे आणि राजाऊ यांचे खांदे थोपटले!!

रात्री सजल्या घोड्यावरून दोन्ही नवरदेवांची वाजतगाजत वरात निघाली. रणहलग्यांच्या तालावर कसबी पट्टेकरी हात फिरवीत वरातीसमोर चौक करू लागले. लेझमांचे ताफे खेळी करत नाचत चालले. वधू-वरांवर सोनमोहरांचा सतका उधळला जाऊ लागला. उखळ्यांचे बार दणदणू लागले.

मध्यरात्रीनंतर देवदर्शन करून वराती परतल्या. गृहप्रवेश करणाऱ्या शंभूराजांची वाट, हात पसरते करून सखूबाईंनी रोखून धरली! आपल्या बंधुराजांना त्यांनी रक्ताची आठवण ठेवण्यासाठी सवाल टाकला, "बोला, तुमची मुलगी आमच्या घरी द्याल?"

शंभूराजे गोंधळले! नेताजींनी त्यांच्या कानांशी तोंड नेऊन कुजबुजत त्यांना तोड सांगितली.

शंभूराजे हसत सखूबाईंना म्हणाले, "आली आमच्या घरी, तर देऊ तुमच्या दारी!"

सखूबाईंनी वाट सोडली. शंभूराजांनी उंबरठा पार केला. त्यांच्यामागून खालच्या मानेने चालणाऱ्या राजाऊंनी डावा पाय पुढे सरसा करीत उंबरठ्यावचे शीगभरले मावळी तांदळाचे माप लवंडते केले. भोसल्यांच्या उंबरठ्यात दाणेरास पसरली. सूनबाई म्हणून सुलक्षणी लक्ष्मीच्या पायांनी राजाऊंनी गृहप्रवेश केला.

कुलदेवतेचे दर्शन घेऊन वधू-वरांनी गणपतिपूजन केले. तांदूळ पसरलेले एक सुवर्णी तबक शंभूराजांच्या सामने आणण्यात आले. नव्या सूनबाईंचे नाव काय ठेवावे याची चर्चा झाली. जिजाबाईंच्या महालातून वर्दी आली की, 'आमच्या नातसूनबाईंचं नाव 'यशोदा' ठेवा.'

प्रभाकरभट राजोपाध्यांनी शंभूराजांच्या बोटातील अंगठी उतरून ती त्यांच्याच हाताच्या चिमटीत दिली. आणि त्यांचा हात आपल्या हातात धरून तबकातील तांदळाच्या समृद्ध पड्यावर अंगठीने नाव रेखले 'यशोदा!'

सारे लग्नविधी आटोपलेले शंभूराजे आपल्या संगती राजाऊंना घेऊन जिजाबाईंच्या

महाली दर्शनासाठी आले. जिजाबाईंच्या पाठीशी धाराऊ उभी होती.

भरल्या डोळ्यांनी जिजाऊ आपला लग्नसाज घेतलेल्या बाळराजांच्याकडे नजर जोड बघतच राहिल्या. पुढे होऊन शंभूबाळांनी थोरल्या आऊसाहेबांच्या पायांवर मस्तक टेकविले! राजाऊंनी आपल्या मळवटीचे आडवे कुंकू आईसाहेबांच्या पायांना भिडविले. बाळराजे आणि राजाऊंना वर उठते करून आवेगाने बिलगते घेताना जिजाऊंना आपल्या स्वारींची याद आली. राजाऊची हनुवटी वर उचलून जिजाबाई जबानभर मायेने म्हणाल्या, ''येसूऽ''. राजाऊंनी मान उचलून आऊसाहेबांच्याकडे बघितले. केवढीतरी अमाप माया त्यांना जिजाऊंच्या शांत डोळ्यांत दिसत होती.

बाळराजांच्या पाठीवरून हात फिरवीत जिजाबाई म्हणाल्या, ''शंभूबाळ, धाराबाईचे पाय शिवा.''

ते ऐकताना गलबलून गेलेली धाराऊ बोलून गेली, ''माजं कशाला जी?''

तरीही पुढे होऊन बाळराजे-राजाऊंनी धाराऊच्या पायांना हात लावून तिला नमस्कार केला. त्यांना वर उठवून त्यांच्या कानशिलांवरून बोटं फिरवून ती आपल्या कानशिलांजवळ नेत कटकन मोडताना धाराऊने आशीर्वाद दिला. ''ब्येस ऱ्हावा माज्या वासरांनू!''

शिर्क्यांच्या राजस राजाऊ आता भोसल्यांच्या यशवंत 'यशोदा' झाल्या होत्या. जिजाऊसाहेबांनी मायेने 'येसू' म्हणून हाक घालताच 'यशोदे'च्या 'येसूबाई' झाल्या होत्या!

दर्शन घेऊन महालाबाहेर पडणाऱ्या शंभूराजांना डोळाभर बघताना शहाजी राजांच्या आठवणीने जिजाबाईंच्या मनी एक विचार येऊन गेलाच. 'बाळराजे, तुम्ही तुमच्या थोरल्या महाराजसाहेबांच्या सारखे दिसता. पण – पण ते जसे आपल्या कबिल्याला – आम्हाला पाठमोरे झाले, तसे तुम्ही कधी पाठमोरे होऊ नका! आमच्या येसूबाईंना कधीच अंतर देऊ नका! गडावरच्या टाक्यात पोहणीस पडणे सोपे आहे – पण – पण संसाराच्या भवसागरात तरते राहणे, कोण दमछाकीचे आहे! आई अंबा त्यासाठी तुमच्या हाती बळ देईल. श्रीसांब त्यासाठी तुम्हाला हिमतबंद करील!'

◆

॥२॥

रिवाजाप्रमाणे लग्नानंतर आईचा गोंधळ घातला गेला. मंगल कार्याची धुंदळ सरली. कार्याला आलेली मावळे-मंडळी गावोगाव पांगली. भोसलेकुळीची 'ठेव' म्हणून पिवळ्या येसूबाईंना घेऊन पिलाजीराजे शिर्के शृंगारपुराकडे परतले.

पौष मासाची अमावास्या तोंडावर आली. या अमावास्येला 'सुर्व्याला गिऱ्हाण पडणार' अशी बोलवा मावळमुलखात उठली. प्रभाकरभटांनी पंचांग मांडून तिची खातरजमा करून घेतली. त्यांनी राजांना धर्मशास्त्राचा सल्ला दिला की, ''तीर्थक्षेत्री जाऊन वस्त्रदान, धान्यदान, सुवर्णदान करून ग्रास पडणाऱ्या नारायणाची शांती करावी.''

राजांनी त्यासाठी तीर्थक्षेत्र महाबळेश्वर मनी धरले. फार दिवस मनी असलेली एक इच्छा या निमित्ताने राजे पूर्ण करणार होते. आपल्या मातुश्री आऊसाहेबांची आणि स्वराज्यासाठी चंदनखोडासारख्या झीज घेतलेल्या वृद्ध सोनोपंत डबीरांची सुवर्णतुला राजे जोखणार होते. त्यांच्या भारंभाराएवढे सोने दान करून सूर्याला ग्रासणाऱ्या राहू-केतूंना 'गिऱ्हाण सोडीचं' साकडे घालणार होते!

राजांच्या आज्ञा सुटल्या. केसो नारायण सबनीस आणि मुजुमदार निळो सोनदेव यांनी सोनमोहरांचे पेटारे हत्यारबंद धारकऱ्यांच्या पहाऱ्यात महाबळेश्वराच्या वाटेला लावले. प्रतापगडावरचे अर्जोजी यादव महाबळेश्वराच्या शिवालयासमोर सुवर्णतुलेचा सज्जा उभारण्यासाठी पुढे गेले.

शुभयोगावर राजांनी जिजाऊसाहेब, बाळ शंभूराजे, पुतळाबाई, सोनोपंत डबीर आणि निवडक धारकरी यांच्यासह राजगड सोडला.

जिजाऊंना आणि सोनोपंतांना तुलादानाची कल्पना राजांनी दिली नव्हती.

हटत्या हिवाळ्याचे साजरेपण अंगी मिरविणाऱ्या, गर्द, निळ्या वनराईत दडलेल्या तीर्थक्षेत्र महाबळेश्वरावर खासे मेणे ठाण झाले. हे स्थान 'शिवा'चे होते. निसर्गाने

आपले अवघे 'शिवपण' इथे मुक्त हस्ताने उधळले होते.

राजांनी पुढे होत हातजोड देऊन मासाहेबांना मेणाउतार केले. पाठोपाठ पुतळाबाई, शंभूराजे मेण्यातून उतरले. सूर्य मावळतीला लागला होता. त्याच्या लांबट किरण फेकीत भोवतीचा परिसर देखणा दिसत होता. शंभूराजे भोवतीच्या मुलखाचे सुरूरपण बघताच हरखून गेले. त्यांच्या उरात कसलीतरी घालमेल उसळून उठू बघत होती. गरगर नजर फेकीत, ते मिळेल तेवढे सारे डोळ्यांत सामावून घेऊ पाहत होते.

बाळराजांच्या छातीवरची कवड्यांची माळ लयीत पण वाढत्या चालीनं वर खाली होऊ लागली. कानांतले सोनचौकडे डुलू लागले. ही कसली उलघाल आहे त्यांचे त्यांनाच उमगेना. जखडत्या नजरेने ते सभोवती नुसते बघतच होते! त्यांना काहीतरी जाणवत होते, पण ते नीट पारखता येत नव्हते!

खांद्यावर पडलेल्या हाताने आणि 'शंभूबाऽळ!' या सादेने ते भानावर आले. समोर आबासाहेब उभे होते. ते हसत म्हणाले, "एवढं रोखल्या नजरेनं काय बघता आहात बाळराजे? आम्ही दोन वेळा साद घातली. तुमचं ध्यान नव्हतं!"

शंभूराजे हसले. शिवलिंगाच्या त्या अवघ्या मुलखाच्या रोखाने हात फिरवीत म्हणाले, "आम्ही हे सारं बघत होतो महाराजसाहेब. हे डोंगर, हे आभाळ, पक्षी, झाडं आमच्याशी बोलू बघताहेत असं आम्हास वाटलं!"

राजे ते ऐकून गंभीर झाले. बाळराजांचा खांदा थोपटीत म्हणाले, "भाग्यवान आहात! झाडापेडांची बोलीभाषा कळायला योग्याचं किंवा कवीचं मन लागतं! फार थोड्यांना ते मिळतं!"

शंभूराजांनी आबासाहेबांच्या कपाळावरच्या आडव्या शिवगंधाकडे क्षणभर बघितले. राजे बाळराजांना घेऊन तुलादानाची सिद्धता नजरेखाली घालण्यासाठी सज्ज्याकडे चालले. महाबळेश्वरचा पुराणा डोंगरमाथा आपली कैक सालांची समाधी भंगवून त्या दोघांचे डोळाभर दर्शन घेत होता. त्याला एक 'शिवयोगी' आणि मऱ्हाटबोलीचा 'पहिला राजकवी' दिसत होता!!

सूर्यग्रहणाचा तळमळता दिवस उगवण्याच्या खटपटीला लागला. पहाटस्नान घेतलेले राजे, पुतळाबाई, मातुश्री आऊसाहेब, सोनोपंत डबीर आणि बाळराजे यांच्यासह सुवर्णतुलेसाठी सजलेल्या सज्ज्याजवळ आले.

पहाटमुहूर्तावर उपाध्यायांनी तुलेच्या अंगथोर, रूपेरी पारड्यांची सविध पूजा बांधली. मंत्रघोष उठू लागले.

जिजाबाईंच्या शिवचरणांना हात लावून राजे अदबीने म्हणाले, "मासाहेब, चलावं. तुलादानासाठी पारड्यात बैठक घ्यावी."

जिजाबाईंनी क्षणभर राजांच्या डोळ्यांत पाहिले आणि त्या गहिवरल्या शब्दाने बोलून गेल्या, "आमची तुला कशापायी जोखता राजे?"

त्यांच्या सतेज पायांवर जोडलेली नजर तशीच ठेवून राजे म्हणाले, "साक्षात सूर्यनारायणास पडणारं साकडं खुलं करण्यासाठी आपली नाही तर कुणाची तुला आम्ही जोखावी? मासाहेब आमची ही इच्छा आहे. चलावं."

राजांनी हात-आधार देत जिजाबाईंना तुलेजवळ आणले. आऊसाहेबांनी पारड्यावर कुंकू-हळदीची चिमटी सोडली. 'जगदंबे' असे हलकेच पुटपुटत मासाहेबांनी रूपेरी पारड्यात आपले उजवे सोनपुतळ पाऊल ठेवले! पारडे सज्ज्याच्या फरसबंदीला चिकटले. सदरेवर घ्यावी तशी बैठक मासाहेबांनी पारड्यात घेतली.

मंत्रघोषांच्या गजरात तुलादानास प्रारंभ झाला. ओंजळी ओंजळींनी राजे आणि पुतळाबाई झळझळीत सोनमोहरा रित्या पारड्यात सोडू लागले.

थोरल्या मासाहेबांचे पारड्यात बैठक घेतलेले आगळे रूप पाहून बाळराजांना मनोमन वाटत होते, 'थोरल्या आऊसाहेब अशाच एका पारड्यात बसून राहाव्यात! छातीवरची कवड्यांची माळ ओळंबती सोडीत झुकणारे आबासाहेब असेच मासाहेबांच्या जोडीने मोहरांच्या ओंजळी दुसऱ्या पारड्यात सोडीत राहावेत! भोवतीचा पक्ष्यांचा चिवचिवाट आणि मंत्रांचा पवित्र घोष असाच जागता राहावा!!'

मोहरा सोडीत असलेले पारडे हळूहळू दबतीला लागले. मासाहेबांनी बैठक घेतलेले पारडे सज्ज्याची फरसबंदी सोडून आस्ते चढतीला लागले. ते बघताना कृतार्थ झालेल्या राजांच्या डोळ्यांतून आनंदाश्रू त्यांच्या दाढीवर केव्हा उतरले ते त्यांचे त्यांनाही कळले नाही. उगवती पार करून आलेला 'सूर्व्या' आपल्या कुलाची शान राखण्यासाठी आपल्या सोन-सतेज किरणांची ओंजळ मोहरांच्या पारड्यात सोडून मोकळा झाला! मातुश्री आऊसाहेबांची तुला सर्वार्थाने सिद्ध झाली.

देहझीज सोसलेल्या सोनोपंत डबीरांचीही सुवर्णतुला राजांनी नंतर जोखली.

राजांनी हस्तस्पर्श केलेली, जोखल्या तुलांच्या मोहरांची तबके दान म्हणून वाटली जात होती. ते दान स्वीकारून संतुष्ट झालेला लोकसमुदाय मुक्त कंठाने गर्जत होता –

"दे दाऽ न सुटे गिऱ्हाण! दे दाऽ न सुटे गिऱ्हाऽऽण!!"

तो संतोषल्या मनामनांचा घोष-गजर कानांवर घेत-घेत राजे, शंभूबाळ आणि उपाध्याय यांच्यासह कृष्णा नदीच्या काठावर आले. मस्तकीचा टोप आणि अंगचा जामा त्यांनी एका तबकात उतरून ठेवला. कृष्णामाईच्या पात्राची पूजा करून कमरेला मांडचोळणा असलेले उघडे-सतेज राजे पात्रात उतरले. गळ्याच्या पाटीएवढ्या पाण्यात येताच त्यांनी आपले निमुळते डोळे मिटले. तो सूर्यवंशी पुरुषश्रेष्ठ, ग्रास पडू घातलेल्या सूर्याला, कृष्णेच्या नितळ पाण्याने भावओंजळी अर्पू लागला. कृष्णा काठाला बसलेले शंभूराजे महाराजसाहेबांच्या सूर्यफुलासारख्या दिसणाऱ्या मस्तकाकडे एकनजर पाहत होते.

तुलादानाचा विधी आटोपला. खासे मेणे महाबळेश्वर सोडून उताराला लागले. जिजाबाईंच्या मेण्यातच बाळराजे बसले होते. जिजाऊ कसल्यातरी विचारात हरवल्यागत दिसत होत्या. काही बोलत नव्हत्या. त्यांनी बोलते व्हावे म्हणून शंभूराजांनी त्यांना विचारले, "थोरल्या आऊ, आपण आमच्याशी काहीच कसं बोलत नाही? आमचं काही चुकलं...."

"नाही शंभूबाळ, राजांनी आमची तुला जोखली आणि तेव्हापासून आम्हास तुमच्या थोरल्या महाराजसाहेबांनी जोखलेल्या एका तुलेची सारखी याद येते आहे!" जिजाबाई शहाजीराजांच्या आठवणीने कातर झाल्यागत बोलल्या. त्यांचे शांत, लांबट डोळे हरवल्यासारखे झाले.

"कसली तुला मासाहेब?"

"त्याला कैक सालं गुदरली. तुमचे थोरले महाराजसाहेब तेव्हा मोहिमेवर होते. स्वारीचा आणि आदिलशाही सरदार मुरार जगदेव यांचा तळ इंद्रायणी आणि भीमा यांच्या काठावर नांगरगावी पडला होता. मुरार जगदेवास आपल्या बैठकीच्या हत्तीच्या बच्च्याची तुला करण्याची इच्छा झाली. पण एवढा थोर बच्चा जोखावा कसा याची उकल मात्र काही केल्या त्यास होईना!"

"मग?" बाळराजांचे कुतूहल वाढले.

"तुमच्या थोरल्या महाराजसाहेबांनी पुढं होऊन त्याला तोड सांगितली. हत्तीचा बच्चा इंद्रायणी आणि भीमा यांच्या संगमातील डोहाच्या नावेत चढविण्यात आला. त्या वजनाने नाव जेवढी डुबली तेवढ्या जागेवर खूण करून घेतली. मग बच्चा उतरवून त्या खुणेपर्यंत नाव डुबेल एवढे दगड-धोंडे नावेत चढविले. आणि त्या दगडांच्या भाराइतकं सोनं-नाणं दान करण्यात आलं! तेव्हापासून सारी रयत त्या नांगरगावास 'तुळापूर' म्हणू लागली."

शहाजीराजांचे चातुर्य आपल्या नातवाला सांगताना जिजाबाईंचा चेहरा उजळून निघाला होता. हत्तीच्या बच्च्याच्या तुलेची ती अजब कथा ऐकताना शंभूराजांच्या डोळ्यांसमोर एक दृश्य स्पष्ट खडे ठाकले. त्यांना मनोमनी ते फार आवडले. ते चित्र म्हणजे – 'इंद्रायणी आणि भीमा या नद्यांचा संगम. त्या संगमाच्या डोहावर हिंदोळणारी भली थोरली नाव आणि त्या नावेत चढविलेला हत्तीचा भलामोठा बच्चा!'

महाबळेश्वराहून भोसलेमंडळ राजगडी आले. मालवणहून जलदुर्ग पुरा झाल्याची वर्दी आली होती. राजांच्या मनी कर्नाटक प्रांतावर आरमारी स्वारी करण्याचा मनसुबा घर करीत होता, पण ते राजगड सोडू शकत नव्हते. कारण शहाजीराजांचे वर्षश्राद्ध तोंडावर आले होते. प्रभाकरभटांना राजांनी वर्षश्राद्धाची सारी तयारी करण्यास सांगितले. प्रभाकरभटांनी गरुडपुराण आणि रामायणाच्या उत्तरकांडाप्रमाणे वर्षश्राद्धाची

सारी तयारी केली.

स्नान करून पेहराव चढविलेले, मनात शहाजीराजांच्या ठसठशीत आणि ओझरत्या आठवणी घोळवणारे राजे शंभूबाळांना संगती घेऊन जिजाबाईंच्या खासेमहालात दर्शनासाठी आले. जिजाऊसाहेब फरसबंदीवरच्या बिछायतीवर बसल्या होत्या! उदास आणि अचल. स्वत:तच हरवून गेलेल्या. त्यांच्या मनी शहाजीराजांच्या तडफदार, वारेजोड आठवणींनी दाटी केली होती. त्यांचे राजमन झाकाळून गेले होते. मन मनाशीच जाबसाल करीत होते. हाताशी काहीच आले नाही की, सुन्न आणि निसूर होत होते.

राजांनी पुढे होत आऊसाहेबांचे पाय शिवले. जिजाऊसाहेबांनी आपली मान वर उठविली. त्यांचे डोळे भरून आले होते. दाटल्या कंठात शब्द अडकून पडले होते. समोर शंभूराजे बघताच त्यांचे दाटले मन तर गलबलून उठले.

पुढे होत थोरल्या आऊसाहेबांच्या पायांवर मस्तक ठेवण्यासाठी वाकणाऱ्या शंभूराजांचे गडबडीने उठून खांदे पकडीत त्यांना दूर सारीत, जिजाऊ स्वत:शीच बोलल्यागत म्हणाल्या – "नकोऽऽ बाळराजे, आज तरी नको!!"

खालच्या मानेने गोंधळलेले राजे पडल्या आवाजात म्हणाले, "पिंडदानासाठी आम्ही गड उतरतो आहोत मासाहेब... कानंद नदीच्या तीरावर जात आहोत...."

"या," म्हणत जिजाबाई पाठमोऱ्या झाल्या आणि महालाच्या गवाक्षाच्या रोखाने संथ चालू लागल्या.

त्यांच्या महालाच्या बाहेर पडणारे राजे शंभूबाळांच्या खांद्यावर एक हात ठेवून विचार करीत होते की, आज आऊसाहेबांनी बाळराजांना मुजऱ्यासाठी का झुकू दिले नाही? बाळराजांचे काही चुकले तर नाही ना? राजांना उत्तर सापडत नव्हते.

गवाक्षाच्या महिरपीतून दिसणाऱ्या कानंद नदीच्या वळणदार पात्राकडे बघत जिजाऊ मात्र आपल्या हरवलेल्या सौभाग्याच्या पायवाटा आठवीत स्वत:ला म्हणत होत्या, 'शंभूबाळऽ, तुम्ही – तुम्ही थेट तुमच्या थोरल्या महाराजसाहेबांच्यासारखे दिसता!! थेट आमच्या स्वारीसारखे!'

राजांनी शहाजीराजांच्या वर्षश्राद्धाचे पिंड कानंदीच्या धुकटलेल्या पात्रात विसर्जित केले. शेजारी उभ्या असलेल्या शंभूराजांना पिंड पात्रार्पण करण्याची नजरेनेच इशारत केली. जमलेल्या ब्रह्मवृंदाला गोदाने देण्यात आली आणि ते भोसलाई पितापुत्र कानंदीचा काठ सोडून राजगडाच्या पायथ्याच्या रोखाने पायीच परत निघाले.

"आबासाहेब, पिंड कशासाठी सोडायचे असतात नदीत?" शंभूराजांच्या अचानक प्रश्नाने राजांची विचारसाखळी तुटली. कपाळीचे शिवगंध आक्रशीत राजांनी बाळराजांच्याकडे पाहिले आणि ते बोलून गेले, "गेल्या पिढ्या त्याने उद्धरून जातात

बाळराजे! त्यांनी घालून दिलेल्या वाटांची जिम्मेदारी उजळून निघते.'' राजांनी शांतपणाने बाळराजांचा खांदा थोपटला. बाळराजांना फारसे काही समजले नव्हते.

पालखी गड चढून पद्मावती माचीवर आली आणि तटसरनौबत सिदोजीरावांनी पायउतार होणाऱ्या राजांना मुजरा घालीत वर्दी दिली, ''खबरगीर बहिर्जी नाईक आत्ताच गडदाखल झाले आहेत. पेश होण्याची आज्ञा मागतात.'' सिदोजींच्या वर्दीबरोबर राजांच्या कपाळी आठ्यांचे जाळे दाटले. धीरगंभीर आवाजात ते म्हणाले, ''माचीच्या सदरेवर पेश करा बहिर्जींना.''

बाळराजांच्यासह राजे सदरमाचीकडे आले. सदरकऱ्यांचे मुजरे आपलेसे करीत राजे आणि शंभूराजे सदरबैठकीवर बसले. बसता बसताच हातखूण करून त्यांनी सदरकऱ्यांना निरोप दिला. एकेक सदरकरी मुजरा भरत बाहेर पडला. सदर रिकामी झाली. बहिर्जींना पेश करून सिदोजी थोपटेही सदरचौकाबाहेर पडले. राजांच्यासमोर खबरगिरांचा नाईक बहिर्जी मुजरा करून खाली मान घालून उभा होता.

''बोला नाईक...'' राजांनी बहिर्जीला धीर दिला. शंभूबाळांच्या पायांवर नजर जोडून बहिर्जीने कापऱ्या आवाजात खबर पेश केली –

''धनी, जयसिंग मिरजा राजा तीस हजार स्वार, बराबर दिलेरखान, पाच हजार पठाण अशी मातबर फौज चालून येतीया. गनिमांचा तळ बुऱ्हाणपुरावर ठाण झालाय. जागजागच्या जमेती येऊन जयसिंगाच्या फौजेत दाखल व्हायला लागल्या!'' बहिर्जींचा ऊर कोंदाटला.

ती खबर ऐकताच राजे सदरबैठकीवरून तडक उठले. त्यांच्या हाताची बोटे छातीवरच्या कवड्यांवरून सरासर फिरू लागली. मनात विचारांची घोडी धावू लागली.

आपल्या सालगिराला – वाढदिवसाला शिवाजीच्या मरणाची स्वप्ने पाहणाऱ्या औरंगजेबाने मिर्झा राजे जयसिंग या राजपूत सरदाराला राजांच्यावर नामजाद केले होते. एका राजपुताकडून दुसऱ्या राजपुताला उखडून काढण्याचा, काट्याने काटा काढू बघणारा राजकीय डाव औरंगजेबाने टाकला होता. हे काम बरोबर होते आहे की नाही, यावर सख्त नजर ठेवण्यासाठी दिलेरखान पठाणाचा लोढणा मिर्झा राजाच्या गळ्यात अडकवून टाकला होता.

बहिर्जींची खबर ऐकून राजे क्षणभर सुन्न झाले खरे, पण लागलीच स्वत:ला सावरून ते म्हणाले, ''बहिर्जी, दूरची धावणी झाली. काही खाऊन घ्या. या!'' बहिर्जी मुजरा करून निघून गेला.

विचारात हरवलेले राजे संगती शंभूराजांना घेऊन पद्मावतीच्या सदरेमागून बालेकिल्ल्यावर बाहेर निघणाऱ्या भुयाराच्या तोंडाशी आले. भुयारावर पहारा देणाऱ्या धारकऱ्यांनी मुजरे करून भुयारावरची थोराड आडधोंड बाजूला हटती केली.

मेसाच्या वाकावर चकमकीच्या दगडाच्या ठिणग्या टाकून दोन मावळ्यांनी त्या

वाकानं आगटी तयार केली. आगटीवर करंजेल सोडलेले पलोते त्यांनी पेटते केले. आणि राजांना भुयारवाट दाखविण्यासाठी ते मावळे भुयारात उतरले. त्यांच्या मागून राजे भुयारात उतरले. मागे तोंडाशी उभ्या असलेल्या शंभूराजांना त्यांनी आपला हात देऊन भुयारात घेतले!! पलोत्याच्या धूसरमंद प्रकाशात एकामागून एक उतरत्या दगडी पायऱ्या मागे पडू लागल्या.

राजे काही बोलत नव्हते. बाळराजे त्यांच्या पावलांवर पाऊल टाकीत मागून येत होते. त्यांना हे भुयार संपणार केव्हा, असे झाले होते. त्यांनी मागून चालता चालताच राजांना विचारले, "महाराजसाहेब, हे भुयार संपणार केव्हा?" बाळराजांचा आवाज भोवतीच्या फरसबंदी घुमटात घुमून उठला, "महाराजसाहेब, हे भुयार संपणार केव्हाऽऽ?"

त्या घुमत्या आवाजाने राजे क्षणभर जागीच खिळल्यासारखे झाले. मागे न बघताच म्हणाले, "शंभूबाळ, आमच्या मागून चालते या!! भुयारं कधीच संपत नसतात. चाल कधीच थांबत नसते!!" राजांचे धीरगंभीर शिवबोल भोवतीच्या फरसबंदीच्या घुमटात तसेच घुमून उठले, "शंभूबाळ, आमच्या मागून चालते या!!..." आणि राजे समोर तडक चालू लागले. त्यांच्या पायाबरहुकूम त्यांचा भोसलाई फर्जंद शंभो मागून चालू लागला!!

राजे कर्नाटक मोहिमेवर निघून गेले, नेहमीप्रमाणे. बाळराजांना सराव देण्यासाठी फरीगदक्याच्या मैदानात, कमर कसलेले गोमाजीबाबा पवित्रा धरून खडे ठाकले होते. शिरा तटतटल्यामुळे त्यांच्या पोटऱ्यांवर मांडचोळणा कचला होता. बुरणूस भरलेली, चामड्याची खोळ असलेली थाळीएवढी फरी त्यांनी डाव्या हाताने पुढे सरशी धरली होती. उजव्या हातातील दीडहात लांबीचा गदका नाचवीत ते समोर उभ्या असलेल्या शंभूराजांना म्हणाले, "हां, धरा म्हवरा धाकलं राजं. नदर माज्या पायावं आन गदक्यावर ठिवा." गोमाजींचे पांढरे कल्ले क्षणभर लकलकले. मोहरा धरलेले पाय चढाईसाठी जमिनीत रुतले.

फरीच्या परजात चढविलेली मूठ क्षणभर घट्ट आवळून शंभूराजांनी उजव्या हातातील गदका पेलला. डावा पाय आणि फरी धरलेला डावा हात पुढे टाकून कमरेला सावध बाक देत त्यांनी पवित्रा घेतला. गोमाजींनी पुढे केलेल्या गदक्याला आपला गदका भिडवीत ऐटबाज सलामी दिली.

"जय भवानीऽ!" गर्जत गोमाजींनी चढाईसाठी गदका मागे घेतला. म्हाताऱ्याचे डोळे लकलकत फुलू लागले.

"जय भवानीऽ!" गर्जत शंभूराजांनी गोमाजींच्या वाराचा अंदाज घेण्यासाठी अंग चोरले. फरीगदक्याचा 'घाई' हा मारगिरीचा प्रकार सुरू झाला. गोमाजी लगीत

चौक फिरू लागले. इशारत देऊन चढाईचे ठरीव वार टाकू लागले. गुबगुबीत फरी आडवी टाकून शंभूराजे ते वार तटवू लागले. त्यांचे चपळ शरीर नागफण्यासारखे डुलू लागले. त्या दोघांना भवानीच्या राजगडाचे भान उरले नव्हते. त्यांच्या तापल्या शरीरावर घामाचे थेंब उठू लागले. गदका फरीला भिडताच 'धपऽ, धपऽ' असे आवाज मैदानात उठू लागले.

'घाई'च्या चढाईत शंभूराजांनी गदका जराही अंगाला लावून घेतला नव्हता. गोमाजी त्यांच्या सावध नजरेवर मनोमन खूश होते. सरावाचा पहिला टप्पा संपला. 'होऽ!' म्हणत गोमाजींनी थांबण्याची इशारत केली. कपाळावर थबथबलेला घाम तर्जनीच्या पन्हाळीने निचरा करीत ते म्हणाले, "वय जालं आता धाकलं राजं. अंग लगी घामेजतं! हां, घ्या बघू आता, 'छूट'!"

गोमाजींनी 'छूट' या चढाईचा पवित्रा घेतला! म्हाताऱ्याचे शरीर रानवाऱ्यासारखे झाले! वार करायला ते आता सापडणार नव्हते. आणि ते कसे चालून येणार, हे समोरच्या खेळ्याला कळणार नव्हते! 'छूट' हा चढाईचा प्रकारच 'बेछूट' मारगिरीचा होता! गनिमाशी झुंज घेताना 'मारेन वा मरेन' या निधडेपणाने लढावे, तसे हे हात होते. आता इशारत करून वार टाकायचे नव्हते. मन चाहेल तसे शत्रूला हूल देऊन त्याच्या ढिल्या अंगावर वार उतरायचे होते. त्यांच्या ढिलेपणाची गय करायची नव्हती. शंभूराजांनी फरी आडवी धरून गदका पेलला. आपल्या हातातील गदका उगाच डावा-उजवा झुलवीत गोमाजी चपळ पायांनी इकडे-तिकडे फिरू लागले. बाळराजांची गदक्यावरची नजर ढलती करण्यासाठी अंग लवते करून ते हूल भरू लागले. शंभूराजे गदक्यावर जोडलेली नजर हलवायला तयार नव्हते. तेही चाल हेरत सावध झुलू लागले.

"बाळराजं, वार कारीगर व्हनार हां! हुशार असा." गोमाजी धीमेपणाने बोलले.

"नाही होणार!" नजर गोमाजींच्या हातातील गदक्यावरच जखडती ठेवून शंभूराजे निर्धाराने उत्तरले.

एकाएकी, गोमाजींनी आपल्या हातातील गदका एकदम उंच उठविला आणि बाळराजांना गोंधळून टाकण्यासाठी नरड्याची घाटी फुलवीत 'हारऽ हारऽऽ म्हादेव!' अशी अंगावर काटा उठविणारी जोरदम किलकारी दिली. त्या किलकारीने शंभूराजे बिचकले! त्यांची फरी आडवी टाकायची चुकली! वार डोक्यावर होणार म्हणून त्यांनी फरी डोक्यापर्यंत वर उचलली! आणि काय होतंय, हे कळायच्या आतच गोमाजीच्या गदक्याचा जबरदस्त वार त्यांच्या छातीखाली आदळला!! त्या कळीसरशी सणकलेले बाळराजे कळवळून उठले.

एकदम हातातील गदका फेकून देऊन धावत जाऊन गोमाजींनी वार केल्या जागेवर आपला तळवा दाबून धरला. त्यांच्या थरथरत्या पांढऱ्या मिश्यांतून शब्द

आले, "तुम्हावं असा वार टाकताना जिवाला काय वाटतंया कसं सांगावं? पर बेहुशार ऱ्हाऊ नगा. हत्यार चालवायचं म्हंजी दिल तयार असाय लागतो. लढाईत ह्या परास लई मोठा गरादोळ उठतो. बाळराजं त्येनं कच खावून न्हाई भागायचं!" गोमाजींच्या इमानी डोळ्यांत पाणी उभे राहिले. त्यांचा हात बाजूला परता सारीत शंभूराजे कडवे बोलले, "आम्ही कच खाणार नाही!! घ्या मोहरा गोमाजीबाबा!"

पुन्हा 'छूट'ची मारगिरी करण्यासाठी पवित्रे घेण्यात आले. शंभूराजे छातीवरची कळ विसरून गेले. त्यांच्या डोक्यात डावपेचांच्या विचारांची घोडी दौडत होती. समोर गोमाजीबाबा आहेत, याचा त्यांना विसर पडला. त्यांना फक्त गोमाजींच्या हातातील गदका आणि त्यांचे पाय दिसू लागले.

सावध पाय टाकीत, गदका झुलवीत शंभूराजे गोमाजींना डावी-उजवी हूल देऊ लागले. समोरून त्यांच्यावर वार टाकणे अवघड आहे, हे त्यांनी हेरले. ढिल्या अंगाने शंभूराजे क्षणभर डुलले आणि 'जय भवानीऽ' अशी बेभान किलकारी भरून ते डोळ्यांचे पाते लवायच्या आत दोन छलांगीतच गोमाजीबाबांच्या थेट पाठीवर गेले. ओठ दाताखाली दाबून धरून त्यांनी गोमाजींच्या उघड्या पिंढरीवर गदक्याचा जोरदार वार उतरविला! एक झरझरती कळ उठली. गोमाजींच्या पिंढरीकडून सर्रकन माथ्याकडे सरकली. आणि ओठांतून मात्र नकळत शब्द बाहेर पडले, "भले!" गोमाजींच्या पिंढरीतून कळ उठली होती आणि डोळ्यांत आनंदाचे अश्रू जमा झाले होते! गदका काली टाकून ते बाळराजांच्या जवळ आले. कलकलत्या डोळ्यांनी त्यांच्याकडे बघून, त्यांचे खांदे मायेने थोपटीत म्हणाले, "आमची ही हाडं पार म्हातारी झाली बाळधनी, पर लई वार झेलल्यात आमी. चिवट झाल्यात आमची चमडी. तुटता तुटायची नाही!! तुमचं धा वार अंगावं पडलं, तर धा दागिनं चढलं अंगावं बाळराजं!" गोमाजी भरल्या नजरेने आपल्या धाकट्या राजांच्याकडे बघत होते.

"गोमाजीबाबाऽऽ!" एकाएकी मैदानाच्या दरवाजाच्या रोखाने साद धावत आली. गाड्याचा अंतोजी धापावत येत होता. गोमाजींच्या मनात पाल चुकचुकली. काळजात मासळी सरकली. अंतोजीची सादर कातरी होती.

ऊर खालीवर होणाऱ्या, समोर उभ्या राहिलेल्या अंतोजीला त्यांनी हटकले, "का – काय जालं रं अंता?"

"मासायबांनी बाळराजांस्नी घिऊन यायला धाडलं. आपलं... आपलं पंतकाका ग्येलं!!"

"आँऽ कोन?" म्हणून टाळा वासताना गोमाजीबाबांच्या गलमिश्या थरथरल्या. ते अंतोजीकडे डोळे फाडून बघतच राहिले.

"डबीरकाका!" अंतोजी खालच्या मानेने पडल्या आवाजात म्हणाला.

अंतोजीने आणलेली खबर ऐकताना शंभूराजे फरी गदक्याचे घाई, छूटचे हात पार विसरून गेले. त्यांच्या हातातील गदका केव्हा घरंगळून पडला, ते त्यांचे त्यांनाच कळले नाही. त्यांच्या भावुक डोळ्यांसमोर महाबळेश्वराच्या माथ्यावरचा तुलेचा सज्जा उभा ठाकला होता. अंगथोर रूपेरी पारड्यात बसलेले थरथरत्या मानेचे सोनोपंत डबीर त्यांना दिसत होते! दुसऱ्या पारड्यात झुकते झालेले आबासाहेब खणखणत्या सोनमोहरा ओंजळी-ओंजळींनी सोडताना त्यांना दिसू लागले! पंतकाका बसलेले पारडे फरसबंदी सोडून आस्ते-आस्ते वर उठताना दिसू लागले.

गोमाजीबाबांचे बोल, शंभूराजांना पारड्यात बसलेल्या डबीरकाकांच्या तोंडातून बाहेर पडल्यासारखा भास होत होता – ''आमची ही हाडं पार म्हातारी जाली. पर लई-लई वार झेलल्यात आमी!''

राजे बसनूरस्वारीवर गेल्याला एक महिना लोटला. होळीपुनवेचा दिवस राजगडावर उजाडला! गडावरच्या मानकरी मावळ्यांनी कानंदखोरीत शोधतपास घेऊन ऐनाची सरळसोट, चखोट होळी तोडून, ती वाजतगाजत गडावर आणली. होळी चौकात आंबवतीने नटलेली होळी खडी ठाकली.

पुनवेचा थाळ्याएवढा चंद्र बारा मावळाचे कातळकडे पार करून उगवतीबाहेर आला. झोपडाखोपटांत पोळी नि कटाच्या आमटीवर ताव मारलेले मावळे, मस्तकावर कंगणीदार लाल पिळाच्या पगड्या चढवून होळीचौकात जमाव करू लागले. चौकात होळीचा लाकडी हुडवा रचण्यात आला होता. खाशा स्वाऱ्यांसाठी बैठकीचा चौथरा सिद्ध ठेवला होता. लोखंडी धावकड्यांना थरारून टाकीत रणहलग्यांची कातडी तडतडू लागली! ती रोमांचक तडतड गडावरून उतरून कानंदखोऱ्यात पसरून घुमू लागली. गडमाथ्यावर चांदण्याच्या दाट चंद्ररसाचे पाट वाहू लागले.

अंगी निळाशार जामा घेतलेले, मस्तकी केशरी टोप चढविलेले शंभूराजे कमरेला आवळलेल्या जमदाडीच्या मुठीवर डाव्या हाताचा तळवा रुतवीत जिजाऊसाहेबांच्या खासेमहालात आले. होळीचौकातून वर्दी आली होती – ''खाशा स्वारीनं चूड दिल्याशिवाय होळी पेटती होणार नव्हती. होळीचे खेळे खोळंबले होते!''

जिजाबाईंच्या पायांना हात लावण्यासाठी शंभूराजे झुकते झाले. त्यांना उठते करीत जिजाबाई म्हणाल्या, ''बाळराजे, जा हुडव्याला चूड देऊन या. होळकरी खोळंबलेत.''

''मासाहेब...'' शंभूराजे काहीतरी बोलणार होते, पण संकोचले. शब्द ओठांत ठेवून थांबले.

''का काय झालं?'' जिजाबाईंनी मायेने त्यांना विचारले.

''...!'' शंभूराजे गप्पच होते.

"बोला. मनी असलेलं साफ करावं." जिजाऊंनी धीर दिला.

जिजाबाईंच्याकडे आदराने बघत शंभूराजे म्हणाले, "तुम्ही... तुम्ही याल आमच्या संगती? होळीचा हुडवा पेटतो. जळत्या हुडव्यातून खेळे नारळ बाहेर काढतात. खूप मजा येते! याल?"

ते ऐकताना जिजाबाईंचा ऊर भरून आला. मनात विचारांची कारंजी उसळली. 'आम्हाला कधी कुणी 'बरोबर या' असा आग्रह केला नाही! आम्ही जातो म्हणून ठरविलेल्या वाटेनं आम्हास जाता आलं नाही!'

जिजाबाईंना गप्पनिसूर बघून शंभूराजे वरमले. "चुकलं आमचं..." म्हणत झुकता मुजरा करीत-करीत मागल्या पावली पाच कदम मागे हटू लागले.

जिजाबाई म्हणाल्या, "थांबा आम्ही येतो आहोत!" आणि ते ऐकत असताना शंभूराजांच्या डोळ्यांत पुनवेचे दहीदाट चांदणे उतरले!

अंगाभोवती शालनामा लपेटून घेतलेल्या मासाहेब बरोबर शंभूराजांना घेऊन होळीचौकीकडे चालल्या. प्रतापगडची जगदंबाच आपल्या बालभुत्याला घेऊन चालावी, तसे ते दृश्य दिसत होते! एक जाणता 'स्त्रीवसा' आपल्या नेणत्या 'बाळवशा'ला घेऊन चालला होता.

'खाशा आऊसाहेबांची स्वारी बाळराजांच्यासह होळीचा मान राखण्यासाठी येते आहे.' ही खबर वाऱ्यासारखी होळीचौकात पोहोचली होती. हरखून गेलेल्या मावळ्यांच्या जमावात चैतन्याचे कसे उधाण उठले. रणहलग्यांनी टिपेच्या सुरांची तडतड घुमवायला सुरुवात केली.

निळो सोनदेव, प्रतापराव सिलीमकर, झुंजारराव मरळ, गोमाजीबाबा, सिदोजी थोपटे, अंतोजी आणि रायाजी अशा सरंजामात जिजाऊ आणि शंभूराजे होळीचौकात आले. मावळ्यांचा चंदेरी कालवा थांबला. रणहलग्यांच्या टिपऱ्यांची तडतड निसूर झाली. आभाळातून झिरपणारे चांदणेही खिनभर थिरावले!

शंभूराजांच्यासह जिजाऊ चौथऱ्याच्या खाशा बैठकीवर सुखावल्या. चौकातल्या हुडव्याचा मानकरी हाती पेटता चूड घेऊन मुजरा करीत मासाहेबांच्या सामने आला. अदबीने म्हणाला, "होळीचा मानाचा चूड धाकल्या राजांनी हुडव्याला द्यायला पायजे, मासाब."

जिजाऊंनी मान वळती करून शंभूराजांच्याकडे बघितले. शंभूराजे बैठकीवरून उठले. मासाहेबांच्या पायांना हात लावून ते चौकातल्या हुडव्याजवळ आले. मानकऱ्याने आपल्या हातातील चूड त्यांच्या हाती दिली. आपली नजर शंभूराजांनी हातातील चुडीच्या उसळत्या ज्वाळेवर क्षणभर रोखली. चूड अधिकच पेटून उठली!

'जय भवानी' गर्जत शंभूराजांनी होळीच्या लाकडी हुडव्याला चूड दिली. आगीची पाखरे आभाळाच्या रोखाने झेपावू लागली. हुडवा धडधडू लागला. तोंडाच्या

हलग्यावर पालथ्या मनगटांच्या टिपऱ्या पडून घुमल्या! होळीने सूर धरला.

शंभूराजे बैठकीच्या चौथऱ्यावर येऊन बसले. नारळाची फळे पेटत्या हुडव्यात धडाधड फेकली जाऊ लागली. ती बाहेर काढण्यासाठी आगवेड्या, धाडसी मावळ्यांनी हुडव्याभोवती रिंगण धरले. एकेक निधडा हात बेधडक रसरसत्या निखाऱ्यात घुसू लागला. होरपळून मागे हटू लागला.

रोखल्या नजरेने जिजाबाई हुडव्याच्या चटचटत्या, लाल-पिवळ्या ज्वाळांकडे बघत होत्या. त्यांच्या मनात शिवाजीराजांचे विचार रिंगण धरून फिरत होते – 'कुठं असतील राजे? काय करत असतील?'

"मासाहेब..." शंभूराजांच्या आवाजाने त्या भानावर आल्या.

"काय बाळराजे?"

"अशाच एका होळीसणाला आम्ही आबासाहेबांना विचारलं होतं...."

"काय?"

"आबा, तुम्ही काढाल काय हुडव्यातील नारळ बाहेर म्हणून?"

"मग काय म्हणाले ते?" जिजाबाईंनी उत्सुकतेने विचारले.

"म्हणाले – कोशिस करू!" शंभूराजांनी उत्तर दिले.

ते ऐकताना डोकीवरचा पदरकाठ ठीक करीत जिजाबाईंनी एक लांब निःश्वास सोडला. बाळराजांच्याकडे बघत त्या म्हणाल्या, "शंभूबाळ, प्रसंग ठाकलाच तर तुम्हासही आणि आम्हासही ती कोशिश करणे पडेल!"

होळी पुनवरात चांदणे पेरत गडावर चढत होती. मावळे निखाऱ्यातील नारळ फळे हुडव्यात हात घालून बाहेर काढीत होते. होळीच्या मानाची सोनकडी शंभूराजे मासाहेबांच्या साक्षीने मानकऱ्यांना बहाल करीत होते. त्यांना किंवा जिजाऊसाहेबांना काहीच कल्पना नव्हती की, बसनूर लुटून, गोकर्ण महाबळेश्वरावर शिवलिंगाचे दर्शन घेऊन नेमके आजच राजे कारवार बंदरावर उतरले असतील.

कारवारात टोपीकर इंग्रजांच्या वखारी लुटण्याचा राजांचा मनसुबा होता, पण शेरखान हा आदिलशाही सरदार फौजेनिशी होळीच्याच दिवशी कारवारात घुसला होता. त्याने पाच हजार होनांची खंडणी राजांना देऊन कारवार वाचविले होते. त्यांच्याकडून आलेले खंडणीचे पाच हजार होन थैलीबंद करून कारवार सोडताना राजे सरलष्कर नेताजींना म्हणाले, "आज शेरखानाने आमच्या होळीची शिकार घालविली!!"

कर्नाटक प्रांतीची लूट घेऊन राजे कारवार, भीमगडमार्गे राजगडावर आले. गडावर येताच त्यांना खबर मिळाली की, औरंगाबादेत शाहजादा मुअज्जमची भेट घेऊन मिर्झा राजे जयसिंग आणि पठाण दिलेरखान पुण्याच्या रोखाने कूच झाले

आहेत. पावसाळी नदी क्षणाक्षणाला फुगावी तशी मिर्झा राजांची फौज फुगून ऐंशी हजारांवर गेली आहे. जव्हारचा राजा, अफजलखानाचा मुलगा फाजलखान, जावळीकर मोरे, देसाई, दळवी ह्या राजांच्या शत्रूंना मित्र मानून, त्यांच्या मिळतील तेवढ्या जमेती पोटात घेऊन, ऐंशी हजारांची हिरवी वावटळ चालून येत होती. ती येती प्रचंड लाट परतविणे शक्य नव्हते. थोपवून धरणे अशक्य होते आणि नुसते बघत राहणे तर केवळ असह्यच होते!

बारामावळाचे आघाडीचे गडकिल्ले आता बंदिस्त राखणे भाग होते. बालेकिल्ल्याच्या सदरेवर राजे चिटणीस बाळाजी आवजींना खलित्याचे मायने-मजकूर सांगू लागले. त्यांच्या उजव्या हाताच्या तर्फेला संभाजीराजे बसले होते. सदरबगल धरून मोरोपंत, कुडतोजी गुजर, येसाजी कंक, मानाजी भोसले, मुरारबाजी, नागोजी आणि बहिर्जी फर्जंद, निराजीपंत, अण्णाजी दत्तो अशा मंडळींनी बैठकीचा फेर धरला होता. कुणीच काही बोलत नव्हते. राजे मजकूर सांगू लागले. बाळाजींच्या हातचे शहामृगपीस कुरकुरु लागले – अक्षरांचे मोती उमटू लागले.

"प्रस्तुत जासुदांनी समाचार आणिला की, मिरजा राजा जयसिंग रजपूत बरोबरी दिलेरखान पठाण ऐंशी हजार बाकी फौज घेवोन चालोन येतो आहे. तरी तुम्ही जेवढे-जेवढे कदीम, जाणते असाल ते-ते बरे सावध हुशारीने जागचे जागी असणे. पहारेकरी-मेटकरी जेवढे म्हणोन असाल ते रात्रीचा दिवस समजोन चखोट हत्यारबंद राहणे. दाणागोटा, गवतकाडी, बारूदगोळा यावरी बरे ध्यान राखणे. आम्ही खासे तुरंतच गडदाखल होत आहोत...."

बाळाजींनी थैल्यांचे फासबंद आवलून त्या सिद्ध केल्या. राजांनी आपल्या प्रत्येक सरदाराला जरुरीच्या सूचना दिल्या. ते धीराने प्रत्येकाशी बोलत होते. पण त्यांच्या मुद्रेवरची चिंतेची काजळी प्रत्येकाला खोल कुठतरी जाणवत होती. उभा राजगड जखडल्यागत झाला होता. महाराज सरदारांना देत असलेल्या सावध सूचना संभाजीराजे विस्मित मनाने ऐकत होते.

संभाजीराजांना घेऊन राजे सदरेवरून आपल्या महालात आले. मिर्झा राजा कोण प्रकारची चाल घेईल, याचा विचार करण्यात ते हरवले होते. संध्याकाळची लांबट किरणे अजून बालेकिल्ल्यावर रेंगाळत होती. मंचकावर बसलेले बाळराजे अस्वस्थ फेऱ्या घेणाऱ्या राजांकडे एकनजर बघत होते. शेवटी न राहवून त्यांनी राजांना विचारले, "महाराजसाहेब, रजपूत म्हणजे काय?"

राजांचे फेऱ्या घेणारे पाय तो प्रश्न ऐकताच जखडल्यासारखे झाले. तो प्रश्न राजांचे काळीज पार चिरत गेला होता. क्षणभर ते बाळराजांच्याकडे बघतच राहिले. मग धिम्या पावलांनी ते मंचकाजवळ आले. शंभूराजांच्या डोळ्यांत आपले डोळे खोल रुतवून दाटल्यासारख्या घोगरट आवाजात त्यांना म्हणाले, "रजपूत म्हणजे

राजाचे पुत्र! राजाचे फर्जंद! राज्य करणारे. पण ही फार जुन्या काळची बाब झाली! आता 'रजपूत' 'राजबंदे' झाले. नमकहिलाल चाकर झाले! तुम्ही रजपूत आहात, आम्ही रजपूत आहोत आणि मिर्झा राजाही रजपूतच आहे!'' आणि मग राजे कितीतरी वेळ शंभूराजांना रजपूत, राजपुताना, मिर्झा राजे, औरंगजेब, मोगलशाही याबद्दल बरेच काही सांगत राहिले. एक दीर्घ निःश्वास फेकता सोडून ते मंचकाजवळ गवाक्षाच्या महिरपीजवळ आले. महालाच्या रोषणनाईकाने अजून बैठकीत पेटते टेंभे चढविले नव्हते. राजांना उगाच आपली राजमुद्रा आठवली, 'प्रतिपच्चंद्ररेखेव वर्धिष्णुर्विश्ववंदिता....'

मंचक उतरून राजांच्या पाठीशी येऊन संभाजीराजे उभे राहिले. त्या दोघा पितापुत्रांना परशूचा आकार घेत डुबतीला लागलेले सूर्यबिंब दिसत होते. शंभूराजांच्या मनात विचार घोळत होते, 'आम्ही रजपूत आहोत. मिर्झा राजाही रजपूतच! कसा असेल तो मिर्झा राजा? आबासाहेबांच्या सारखा? छेऽ! मग महाराजसाहेब त्याच्यासाठी एवढे चिंतेत पडलेच नसते!!'

बाहेर ऊन तावत होते. उभा राजगड आत पोळून निघत होता. संभाजीराजांच्या महालात, आपल्या गोंदल्या हाताने माठातील थंडगार पाण्याचा पेला शंभूराजांच्या हाती देताना धाराऊ म्हणाली, ''कायली व्हतीया जिवाची निस्ती!'' आणि तिने आपल्या कपाळावर दाटी केलेला घाम डाव्या हाती पदर घेऊन निपटला. इतक्यात जिजाबाई महालात आल्या.

घाम पुसलेला अंगावरचा पदर धाराऊने लगबगीने ठाकेठीक केला. शंभूराजे आऊसाहेबांना बघताच कमरेत वाकले. पेला डाव्या हाती घेत त्यांनी मुजरा केला.

''घ्या,'' म्हणत जिजाऊंनी पुढे होत पेला त्यांच्या ओठांना भिडविला. पाणी पिताना बाळराजांच्या पापण्या क्षणभर मिटल्या गेल्या. जिजाऊंची नजर त्यांच्या कपाळीच्या दोनदळी शिवगंधावर गेली. सकाळी त्यांनीच ते बाळराजांच्या कपाळी रेखले होते. गडावर अनेक दासदासी होत्या, राजांचा सात राण्यांचा राणीवसा होता, पण बाळराजांच्या कपाळी शिवगंध रेखण्याचे काम जिजाबाईंनी कुणाच्याही हाती आजवर जाऊ दिले नव्हते. त्यांचे ते समाधान होते. कसले होते? कसे होते? हे कुणालाही सांगता येणार नव्हते.

हातचा रिता पेला बाळराजांनी चौरंगावर ठेवला. जिजाबाई त्यांना काही बोलणार होत्या, इतक्यात पाली दरवाजावरची गडचढीची दुडदुडणारी नौबत सर्वांच्या कानावर आली. जिजाऊंचा चिंताक्रांत, आक्रसलेला चेहरा क्षणभर त्यामुळे उजळल्यागत झाला. ''चला बाळ शंभू, राजे गड चढताहेत. सदरेवर जाऊ.''

जिजाबाईंनी बाळराजांचा हात आपल्या हाती घेतला आणि त्या सदरेच्या रोखाने चालू लागल्या.

तोरणा, प्रतापगड, चंदन-वंदन, रोहिडा, पुरंदर अशा बारा मावळांतील आपल्या साऱ्या किल्ल्यांची नाकेबंदी नजरेखाली घालून राजे राजगडाकडे परतत होते.

पद्मावती माचीवर राजांची पालखी ठाण झाली. माचीमागून निघणाऱ्या भुयारमार्गाने राजे बालेकिल्ला चढून वर आले. सदरप्रवेश करणाऱ्या राजांना जिजाबाई डोळे जोडून बघत होत्या. राजांचे कपाळ घामाने डबडबून गेले होते. दोनदळांचे शिवगंध त्यामुळे चौकाठाने ओघळले होते! ते बघताना जिजाबाईंच्या जिवाची नुसती काहिली होत होती!!

राजे राजगडावर आल्याला आठ दिवस लोटले नसतील तोच, दिलेर-मिर्झाची प्रचंड शाही फौज मुळामुठेचे पाणी घुसळून टाकीत पुण्यात घुसली. गौर, हाडा, बुंदेला, राठोड, कछवाह, चंद्रावत अशा राजबंद्या राजपुतांच्या केशरी डेऱ्या-राहुट्यांची प्रतिबिंबे मुळामुठेच्या पाण्यावर तरंगत हिंदोळू लागली. दिलेरखानाच्या दिमतीखाली सगळ्या जातीचा 'खान' पुण्यात ठाण झाला. हत्ती, घोडे, उंट यांच्या कालव्याने प्रांत पुणे सुन्न झाला. अब्दुल्लाखान, फत्तेलष्कर, महेली या अगडबंब तोफांची भांडी तोफखान्याचा प्रमुख मीर अतिशखान याने रांगेत आखून ठेवली.

पाठीकडे झुकते झालेले किमॉश डोक्यावर घेऊन, चुनीदार विजारीचे, डगल जाम्यावर झगमगीत जाकिटे चढविलेले दिलेरचे पठाणी आणि बहलिया हशम घोडे फेकीत पुण्यात धुमाकूळ घालू लागले. डोक्यावर केशरी साफे बांधलेले, हनुवट्यांजवळ दाढ्या पिळलेले मिर्झा राजांचे 'कुँवर', 'सिंग' आणि 'ठाकुर' राजांच्या खबरा उचलण्यासाठी बारा मावळांत घुमू लागले.

आले! दिल्ली दरबारचे सगळ्यांत ताकदवर आक्रमण मराठी दौलतीवर चालून आले. प्रभू रामचंद्राच्या रघुकुलाचा वारसा सांगणारा मिर्झा राजा, राजांचे 'श्रीं'चे राज्य तसनस करण्यासाठी स्वामिनिष्ठेच्या खिल्लती, काबे पांघरून आला. येताना तो रणचंडीचा कोटियज्ञ पेटवून आला होता. त्यात काही कमी पडायला नको म्हणून तो आता मराठी मुलखाची होळी पेटविणार होता. त्याची उमर साठ वर्षांची होती. साठीला बुद्धी नुसती नाठीच होत नाही, तर खोटीसुद्धा होऊ शकते. कारण आजवर जे कधीच घडले नव्हते, ते आता घडणार होते. मराठे-रजपूत एकमेकांवर उभे हत्यार धरणार होते! सूर्यवंशजाकडून लवकरच एक साक्षात सर्जा सूर्यच ग्रासला जाणार होता.

पुण्यात येताच मिर्झा राजाने तळाचा कब्जा आपल्या हाती घेऊन राजा जसवंतसिंगाला रिहा केले. जसवंतसिंग दिल्लीच्या रोखाने कूच झाला.

आपल्या डेऱ्यात बसून हुक्क्याच्या नळीतून धुराचे फव्वारेच फव्वारे फेकीत दिलेरखान शिवाजीच्या कुठल्या किल्ल्यावर आग ओकावी, या खयालात डुबून

गेला होता. मुहम्मद तर्खान, रसूलबेग रोझमानी, कुवतखान, सैयद बुखारी, तुर्कताझखान, झबरदस्तखान, घैरत आणि मुजफ्फर, मीर अतिशखान हे शाही बंदे हात बांधून त्याच्या समोर खडे होते.

आपल्या आलिशान शामियान्यात खुशबुदार सरबताचे घोट घशाखाली सोडीत मिर्झा राजा शिवाजीवर किती ढंगाच्या चाली रचाव्यात याचा विचार करीत होता. उन्हाच्या तलखीने त्याचे पातळ ओठ पुन्हा-पुन्हा सुकत होते. सरबत कामी येत नव्हते. अफजलखानाला ऊरभेटीत फोडणारा, शास्ताखानाची बोटे छाटणारा, शाही सुरतेची शान लुटणारा 'सेवा' त्याच्या डोळ्यांसमोरून हलत नव्हता.

मध्येच त्याच्या कपाळावरचा केशरी कुलटिळा आक्रसत होता. चढत्या उन्हाबरोबर त्याच्या जिवाची नुसती काहिली होत होती!!

नेहमीच्या पूजेतील स्फटिक शिवलिंगावर राजांनी आपल्या सडक बोटांनी बेलपत्रे वाहिली. क्षणभर आपल्या दळदार पापण्या मिटत त्यांनी हात जोडले. हे शिवलिंग कैकवेळा त्यांच्याशी न सांगता येणाऱ्या बोलीत बोलत आले होते. काजळणाऱ्या त्यांच्या मनाला हे स्फटिकस्वच्छ करीत आले होते. आज मात्र कधी नव्हे; ती निळ्याशार कंठाची, भस्ममंडित अशी साक्षात शिवाची मुद्राच त्यांच्या मिटल्या डोळ्यांसमोर खडी ठाकली! तिचा दाट निळा कंठ बघताना राजांचे उभे राजेपणाचे भान थरकून उठले. त्यांनी डोळे उघडले. समोरचे स्वच्छ शिवलिंग अंगभर तळपतच होते.

शेजारी उभ्या असलेल्या संभाजीराजांना राजांनी नजरेने शिवलिंगावर बिल्वदले वाहण्याची इशारत केली. शंभूराजांनी तबकातील दोन बेलपत्रे स्फटिकसुंदर शिवलिंगावर वाहिली. राजांनी मिटले तसेच त्यांनी हात जोडून आपले डोळे मिटले. त्यांच्या मिटलेल्या छोटेखानी डोळ्यांसमोर मात्र महाबळेश्वरच्या माथ्यावर, कृष्णेच्या पात्रात गळाभर पाण्यात उतरलेल्या आबासाहेबांची – शिवपिंडीसारखी दिसणारी मुद्राच क्षणात उभी ठाकली!! ती दिसताच त्यांनी जोडलेले हात उचलून आपल्या कपाळाला नेऊन भिडवले.

"चला." राजे त्यांच्या खांद्यावर हात चढवीत म्हणाले आणि शंभूराजांच्यासह राजे जिजाबाईंच्या महालाकडे निघाले.

जिजाबाईंना वंदन करून ते त्यांच्या सोबतीने राजगडाच्या बालेकिल्ल्याच्या सदरेवर आले. सदरेवर सरलष्कर नेताजी, आनंदराव, कुडतोजी, येसाजी, मोरोपंत, निराजी, रावजी, कर्माजी, अण्णाजी दत्तो, सिदोजी, रघुनाथपंत कोरडे अशी मंडळी हात बांधून उभी होती. कुणाचीच मान वर नव्हती.

अदबमुजरे झडले. राजे, जिजाबाई आणि बाळराजे सदरबैठकीवर बसले. वर्मी

बाण लागलेले पाखरू, चीत्कारण्याची ताकद नसल्याने तसेच फडफडत जावे, तसे काही क्षण गेले. एक सेवक जगदंबेच्या भंडाऱ्याची परडी घेऊन सदरेवर राजांच्यासमोर आला. काही न बोलता त्याने हातची परडी राजांच्यासमोर पेश केली.

भंडाऱ्याची पहिली चिमट सदरेच्या देवतेला उधळून राजांनी दुसरी चिमट आपल्या कपाळीच्या शिवगंधावर घेतली. भंडाऱ्याची परडी सदरभर फिरली. इमानी कपाळे भंडाऱ्याने भरली. राजांच्या हात-इशारतीवर सगळी मंडळी बसती झाली. भयाण शांतता पसरली.

कधी नव्हे, एवढ्या जाणवणाऱ्या गंभीर आवाजात राजे बोलू लागले, "आम्हास ज्याची धास्ती होती ते समोर आले. औरंगशहाच्या मनी आमचे श्रींचे राज्य सलते. ते बुडवावे म्हणोन त्याने नामजाद केलेले दिलेर व मिर्झा पुण्यावर उतरले. मिर्झा राजाची चाल अजून खुली जहाली नाही. पण आम्ही ती जाणतो. आता त्याच्या जमेती कोंढाणा किंवा पुरंदराच्या रोखानं कूच करतील. औरंगशहास रजाबंद करण्यास मिर्झा राजा हरहुन्नरची कोशिस करेल. बोला मंडळी, तुमची जाणती मसलत बोला." राजे थांबले. बोलताना त्यांच्या तोंडी 'औरंगशहा'चं नाव येताच त्यांचे पेटून उठणारे डोळे आणि कातर आवाज संभाजीराजांना जाणवून गेला.

"रजपुताच्या गोटावर मारत्या समशेरीने चाल घेऊ या." कुडतोजी गुजर मान उठवून म्हणाले.

"तुमच्या निधड्या स्वभावाला धरून बोललात कुडतोजी! पण रजपूत एवढा गाफील नाही. मागच्या सरदारांच्या गफलती त्याच्याकडून होणार नाहीत. बादशहांच्या दोन डुया त्याने बघितल्या आहेत." राजे शांतपणे म्हणाले.

"मोगलाई मुलकात घुसून हूल देत त्येला अंगावं घेतला तर..." नेताजींनी आपली थोराड पगडी डोलावीत मसलत पेश केली.

"मनचं बोललात नेताजी. आम्ही तीच कामगिरी तुम्हांस जोडून देणार आहोत. परिंड्याच्या परगण्यात तुम्ही फौजबंद होऊन उतरा. पण हा हुन्नरही किती नतिजा पावेल आम्हास शक आहे! मिर्झा राजे मुत्सद्दी आहे. धिमा आहे."

सगळे सदरकरी खामोश झाले. कुणालाच काही सुचत नव्हते. बराच वेळ राजे बोलत होते. मिर्झा राजाचा, पठाण दिलेरचा हुबेहूब परिचय करून देत होते. औरंगजेबाच्या चालबाज, धूर्त राजकारणी डावाची उकल करून सांगत होते. शेवटी ते म्हणाले, "आम्हांस औरंगजेबाच्या कडव्या चालीची खंत वाटत नाही. कीव वाटते ती मिर्झा राजाची. दिल्लीपती होण्याची त्याची योग्यता. तोच आज आमच्या पहाडीयांच्या मुलखात बादशहाचा नमकहलाल चाकर म्हणोन उतरतो आहे. आता श्रींची इच्छा बलवत्तर. आमचा भार त्यांच्यावर," म्हणत राजे उठले.

मने जखडलेले सदरकरी उठले. त्यांच्यातील रघुनाथपंत कोरड्यांच्याकडे बघत

राजे म्हणाले, "रघुनाथपंत, तुम्ही जरा आमच्या महाली भेटा."

राजांच्या पाठीवर झगमगणाऱ्या जाम्यावरच्या जरीबतूच्या ठसठशीत कोयरीवर डोळे जोडून जिजाबाईंच्या बरोबर चालताना संभाजीराजे कसल्यातरी विचारभिंगरीत अडकले होते. राजांच्या महालात येताच त्यांनी राजांना विचारले, "हा 'औरंगशा' असा कोण लागून गेला आहे की, तुम्ही त्याच्याबद्दल इतकं बोलावं?"

त्यांच्या प्रश्नाने जिजाबाई आणि राजे चमकून एकमेकांकडे बघतच राहिले. आपल्या फर्जंदाला औरंगजेबाची खूणगाठ कशी द्यावी, हे राजांना क्षणभर उमगलेच नाही! बाळराजांच्या जवळ येऊन त्यांच्या दोन्ही खांद्यावर आपले तळहात चढवून, त्यांचे खांदे आवळत त्यांच्या कपाळीच्या शिवगंधाकडे बघत राजे म्हणाले, "तो दिल्ली तख्ताचा बादशहा आहे शंभूराजे! तो आम्हास कधीच दिसला नाही. तसा तो त्यांच्या बंद्या सरदारांखेरीज कुणासच दिसत नाही. पण त्याची करणी मात्र आम दुनियेला दिसते! त्याच्या सख्ख्या भावांना दिसली! खुद्द त्याच्या जन्मदात्या बापाला दिसली!" राजे बोलता-बोलता थांबले.

"आम्ही त्या औरंगशहाला भेटून विचारावं म्हणतो – " संभाजीराजांचे बोल पुरे झाले नाहीत. राजांनी त्यांच्या ओठांवर आपली तर्जनी ठेवीत झटकन त्यांची जबान रोखली. "हा शंभूबाळ, सांब करो आणि तुमच्यावर तो प्रसंग कधीच न येवो!" चौरंगावरील तबकात ठेवलेल्या स्फटिक शिवलिंगाकडे बघत राजे म्हणाले.

मिर्झा राजाने आपली चाल खुली केली. तीन पवित्र्यांत त्याचे सैन्य हलू लागले. सुप्यापासून जोडलेल्या पिछाडीच्या प्रत्येक ठाण्यावर तो हत्यारबंद, जागती शिबंदी पेरत आला होता. आपल्या प्रचंड फौजेचे गिधाडी पंख त्याने आता बारा मावळांत पसरले. खासा तो आणि दिलेरखान दोघे हुजरातीचे ताकदवर सैन्य घेऊन किल्ले पुरंदरच्या रोखाचे कूच झाले. मीर अतिशखान आणि निकोलो मनुची या गोऱ्या दरोग्यांच्या नजरेखाली खडखडाट करीत मिर्झा राजाचा तोफखाना पुरंदर जवळ करू लागला.

पेटली! बारा मावळांची होळी ऐन तावत्या उन्हात पेटली. डोंगर-पायथ्यांना आसरा धरून उभी असलेली मौजी, खुर्दे, बुद्रुके घोड्यांच्या दौडत्या टापांखाली रगडली जाऊ लागली. सर्पणाच्या रानशेणी आणि काटक्या गोळा करण्यासाठी बाहेर पडलेल्या तरण्याताठ्या कुणबी बायका, 'काफरकी दौलत – कमीनेकी औरत!' म्हणत चालत्या घोड्यांवर घेऊन, त्या हातपाय झाडीत किंचाळत असताना पळविल्या जाऊ लागल्या. त्यांच्या थरकत्या किंकाळ्या मावळाच्या दऱ्यांत गायब होऊ लागल्या. दावणीची जनावरे, नंग्या तेगींनी दावी छाटून तांड्यातांड्यांनी मोगली गोटांकडे हाकारली जाऊ लागली. शेपट्या उचलून, खूर झाडीत नवख्या मुलखाकडे फेसाटत धावताना ते अश्राप तांडे केविलवाणे हंबरू लागले. दिवसाढवळ्या पेटत्या मशाली घेऊन वाडीखेड्यांत घुसणारे पठाणी, तुर्की, मुगल, बहलिया हशम गंजी-

घरट्यांना मशाली भिडवू लागले. वेठबिगार करून घेण्यासाठी पकडलेल्या कुणब्यांच्या पाठी कोरड्यांच्या फटक्यांखाली फुटू लागल्या. गावेच्या गावे लुटली, जाळली, रगडली जाऊ लागली.

काढण्या चढवून, ताणीव गावचौकात आणलेल्या मावळ्यांवर कोरडे ओढताना दिलेरचे हशम गर्दना मागे टाकीत खदखदा हसत विचारू लागले, "सुव्वरकी अवलाद, कहाँ है तुम्हारा सेवाजी?" उभ्या मुलखाचे सुरूरपण सुकत चालले. तावत्या उन्हात बारा मावळांवर अवकळा उतरू लागली. शाही फौजेचा घरघरता वरवंटा अश्रापांच्या मोडक्यातोडक्या संसारावर निर्दयपणे फिरू लागला. माणसे हकनाक मरू लागली.

राजेवाडी-सासवड मार्गाने पुढे सरकलेला फौजबंद दिलेरखान; पुरंदरच्या पायथ्याला भिडला. पाठोपाठ भुलेश्वरच्या खिंडीतून मिर्झा कऱ्हेपठारावर उतरला.

किल्ले पुरंदरला अफाट शाही फौजेचा घेर पडला! कऱ्हा नदीच्या काठाला, ठोकलेल्या खुंट्यांना जखडलेल्या तणावांचा आधार घेत केशरी-करड्या रंगांच्या राहुट्या, डेरे, तंबू, शामियाने उठले. हत्ती, उंट चीत्कारू लागले.

पुरंदरच्या सदर दरवाजाच्या बाजूला खासा दिलेर, किरतसिंग, मीर अतिशखान, इंद्रमण बुंदेला, उदयभान गौर, रसूलबेग, झबरदस्तखान यांनी आपल्या बर्कंदाज हशमांचे वळे उभे केले. मोर्चे रोखलेल्या तोफांच्या भांड्यांची तोंडे किल्ल्यावर बेसुमार आग ओकू लागली.

किल्ले पुरंदर हा जोडकिल्ला होता. पूर्वेच्या बाजूला 'रुद्रमाळ' उर्फ 'वज्रगड' हा छोटेखानी किल्ला होता. त्याला धरून पुरंदरच्या माच्या पसरल्या होत्या. मध्ये होती एक निरुंद खिंड – भैरवखिंड! वज्रगडावर पुरंदरची सारी मदार होती. तो गडच मंदिराच्या पायरीसारखा होता. पायरी ओलांडली की, पाऊल जसे मंदिरात तसे वज्रगड पडला, तर पाऊल किल्ले पुरंदरात!

आता जोड होती पुरंदरच्या पराक्रमाची आणि दिलेरच्या दंग्याची. गडावर रामोशी, महार, कोळी आणि कहार या धारकऱ्यांची दीड हजारांची शिबंदी होती. गडाला आधार होता त्यांच्या नेकीचा. आणि राजांनी स्वत: नेऊन रुजू केलेल्या, मारत्या समशेरीच्या, काळभैरव, पट्टेबाज मुरारबाजींचा!

राजगडाच्या पद्मावती माचीवर कबिल्याचे मेणे सिद्ध होते. जिजाबाई, सोयराबाई आणि राजे बालेकिल्ला उतरून पद्मावती माचीवर आले. बरोबर संभाजीराजे, सखूबाई, राणूबाई, अंबाबाई आणि नानीबाई असा राजांचा गोतावळा होता. आता राजांच्या घरचीच झालेली धाराऊ होती. मोरोपंत, अण्णाजी दत्तो, येसाजी, रघुनाथपंत, कुडतोजी, निराजी रावजी ही मंडळी मासाहेबांना निरोपाचे मुजरे घालायला माचीवर जमली होती. राजांच्या आग्रहाने जिजाबाई राजगड सोडून कोंढाण्याकडे सोयराबाईंच्यासह

चालल्या होत्या. पुरंदराला चार मजलांवरच दुष्मन फौज तळ टाकून असताना आता सगळ्यांनी एका जागी राहणे, हिसाबी नव्हते. जिजाबाई गड सोडायला तयार नव्हत्या. राजांना आणि बाळराजांना, शत्रू तोंडावर असता; एकाकी टाकून जायला राजी नव्हत्या. पण राजांनी हरतऱ्हेने त्यांची समजूत घालून त्यांना जाण्यास तयार केले होते. राजांनी पुढे होत मासाहेबांच्या पायांना हात लावले.

संभाजीराजांनी आऊसाहेबांच्या पायांवर कपाळ टेकविले. त्यांना उठवून जिजाबाई म्हणाल्या, "आम्ही निघालो बाळराजे. आता राजांच्या महाली झोपत जा!"

ते उद्‌गार ऐकताना राजांचा ऊर गलबलून गेला. संभाजीराजांनी सोयराबाईंच्या पायांवर मस्तक टेकविले. पण सोयराबाईंचे त्यांच्याकडे लक्षच नव्हते! त्या गड सोडण्यापूर्वी नजर जोडून फक्त मिळतील तेवढे 'राजे' डोळ्यांत भरून घेण्यात गुंतल्या होत्या!! राजांची नजर समोर दिसणाऱ्या निशाण-चौथऱ्यावरच्या उंच निशाणकाठीवरच्या जरीपटक्यावर होती.

जिजाऊंच्या जात्या स्वारीला सगळ्यांचे नमस्कार-मुजरे झाले.

पुरंदरच्या वेढ्याला पंधरा दिवस लोटले. किल्ले पुरंदर प्राणबाजीने भांडत होता.

रात्री-बेरात्री गडावरचे मावळे तुकड्यातुकड्यांनी दिलेरच्या गोटावर एल्गार करीत चालून जात होते. सावध असलेला दिलेर निकराने छापे मोडून काढीत होता. हत्यारे चालविताना कामी आलेल्या धारकऱ्यांची प्रेते गडउतरंडीवर तशीच पडत होती. हाती लागलेल्या प्रेतांच्या पायांना काढण्याचे फास अवळून, घोड्यांच्या टापेला बांधून त्यांची दिलेरच्या गोटासमोर फरफटती धूळधिंड निघत होती. कऱ्हेपठार पेटत्या तोफांच्या भांड्यांच्या दणक्याने दणाणून निघत होते. अस्मान धुराने काळवंडत होते. महार, कहार, कोळी, रामोशी मरत होते. मरता-मरता झुंजत होते.

आपल्याच धिप्पाड पठाणी हशमांच्या घामेजल्या उघड्या पाठीवर कोरडे ओढीत 'फत्तेलष्कर', 'अब्दुल्लाखान', 'महेली' या अवजड तोफा दिलेर, मीर अतिशखान आणि निकोलो मनुची यांनी वज्रगडावर वर्मी आगमार करतील अशा उंचीच्या धमधम्यांवर आणल्या. त्या दणकत्या तीन नागिणींनी वज्रगडाला खिंडार पाडले. गडाला 'पान' लागले!

"दीनऽऽ दीनऽ!" आक्रोशत पठाणी, बहलिया, मोगल हशम उन्हाने तळपती नंगी हत्यारे पेलत सुलतानढवा करीत वज्रगडावर तुटून पडले. गडावरचे चालते, फिरते हत्यारे थांबले. वज्रगड पडला! 'श्री'च्या कंठातील रुद्रमाळ तुटली. दिलेरचे पठाणी पाय पुरंदरच्या पायरीवर पडले! आता तो निकराने मंदिरात घुसणार होता. किल्ले पुरंदरात!!

"धनी, लई झटझुज घेतली, पर अपेश पदरात आलं. आमाला त्वांड दावाय जागा नाही. आता होतर आमच्या गर्दना मारा, होतर कडेलोट करा. तेवढे मराण तरी 'कीरत' म्हून मागं ऱ्हाईल!" वज्रगडचा किल्लेदार खालच्या मानेने राजांच्या समोर आपल्या उरातला कढ मोकळा करीत होता.

एक राजकारणी डावपेचाची चाल म्हणून वज्रगडच्या 'कैदी' म्हणून सापडलेल्या किल्लेदाराला आणि दोन-एकशे मावळ्यांना मिर्झा राजाने हसत सोडून दिले होते.

राजे किल्लेदाराला काय सजा फर्मावतील याचा चिंतातुर मुद्रांनी अंदाज करीत निळो सोनदेव, कुडतोजी, मोरोपंत, अण्णाजी दत्तो ही मंडळी सदरजोत्यावर उभी होती. सदरबैठकीवर संभाजीराजांच्यासह बसलेले राजे किल्लेदाराचे पिळवटल्या कढाचे बोलणे ऐकून उठले. संथ चालत ते हमचौकात आले. किल्लेदाराच्या खांद्यावर आपल्या आजानुबाहूचा तळवा चढवीत म्हणाले, "किल्लेदार, काय पारख केलीत तुम्ही आमची! आम्ही हार-जीत मोलाची मानीत नाही! एवढी मूठभर शिबंदी घेऊन तुम्ही दर्यासारख्या गनिम-फौजेशी शर्थीनं झुंजलात! आज आमचे हात आखडते आहेत, नाहीतर तुम्हा साऱ्यांच्या पाठीवरच्या ढालीत आम्ही शिगोशीग मोहरा भरल्या असत्या!"

"मुजुमदारऽ!" राजांनी मुजुमदार निळो सोनदेवांना याद फर्मावली.

"जी," म्हणत निळो सोनदेव लगबगीने हमचौकात आले.

"या असामींची मोजदाद करा. आमच्या लोकांचा जमेल तसा मरातब आम्हास करणे आहे! जेवढ्या असामी असतील तेवढी शेला-पागोटी पेश करा."

निळो सोनदेवांनी मावळ्यांची मोजदाद केली. शेला-पागोट्यांची तबके त्यांनी हमचौकात आणविली. आपल्या हाताने राजे प्रत्येक लढल्या मावळ्याला शेला-पागोटे बहाल करू लागले. सदरबैठकीवरून उठून संभाजीराजे हमचौकात आले. पुढे होत आपल्या आबासाहेबांची तकलीफ कमी व्हावी म्हणून तबकातील एक-एक पागोटे उचलून अदबीने ते राजांच्या हातात देऊ लागले.

आपल्या उरात खोल-खोल लपवून घ्यावे, असे एक जीवनसत्य संभाजीराजांना कळून चुकले होते– 'आयुष्यात हारजितीला काही मोल नसते! मोल असते, ते झगडण्याला! निकराने, प्राणबाजीने, शर्थीने झुंजण्याला!!'

राजे प्रतापगडावर जाऊन जगदंबेचे दर्शन घेऊन आले. बेघर, बेआसरा झालेल्या, सर्वस्व लुटलेल्या, हताश मावळमाणसांची आता राजगडावर दाटीच दाटी झाली होती. बारा मावळांच्या चौकोन्यांतून हुसकलेल्या, उद्ध्वस्त झालेल्या लोकांचे रोज नवे-नवे तांडे राजगड चढत होते. राजे जातीनिशी त्यांची विचारपूस करीत होते. अंबारखान्यातील धान्यपोती बाहेर काढण्याच्या आज्ञा देऊन आपल्या माणसांना पोटपाण्याला लावीत होते. पण त्यांच्या चेहऱ्यांवर पसरलेले काकाळपण ते पुसू

शकत नव्हते. हा सल राजांच्या मनात खोलवर सलत होता.

नेहमीसारखे राजे, संभाजीराजांच्यासह बालेकिल्ला उतरून लोकांच्या भेटीगाठीसाठी पद्मावती माचीवर आले. गडाच्या सुवेळा, संजीवनी, पद्मावती या तिन्ही माच्यांवर मार खाल्लेल्या मावळ्या-कुणब्यांची दाटी झाली होती. किरणे मावळतीला आली होती. राजे पद्मावतीच्या सदरचौकाबाहेर पडले. त्यांच्या पाठीशी शंभूराजे होते.

राजे बधिरल्या मनाने चालत होते. माणसे पायांवर लोटांगणे घालू लागली. एकाएकी त्या कोंदाटल्या गर्दीतील हैबतबा पांढरे हा चार-विसा वर्षांची उमर झालेला म्हातारा, राजांच्या मागून चालणाऱ्या शंभूराजांना बघून गलबलून गेला. त्याचे पांढरे कानकल्ले थरथरले. लटलटत्या हाताने भोवतीच्या कुणब्यांची गर्दी फोडीत तो पुढे झाला. शंभूराजांचा हात आपल्या सुरकुतल्या हाताने धरून तो कापऱ्या, कातर आवाजात म्हणाला, ''थांब वाईच माज्या लेकराऽ! डोळं भरू दे माजं!''

त्याचे बोल ऐकून राजे थबकले. त्यांनी मागे वळून बघितले. म्हातारा हैबतबा आपल्या रखरखीत, थरथरत्या तळहाताचे पंजे संभाजीराजांच्या रसरशीत गालांवरून फिरवीत होता. ते फिरविताना त्याच्या म्हाताऱ्या पांढरट डोळ्यांतून उठलेली पाण्याची धार त्याच्या पांढऱ्या गलमिश्यांत उतरू लागली.

''काय झालं बाबा? डोळ्याला पाणी का?'' राजांनी त्याला विचारले.

म्हाताऱ्या हैबतबाने चटदिशी बाराबंदीच्या हातोप्याने आपले डोळे पुशीत जाब दिला, ''कुटं काय हाय धनी? म्हातारपणानं डोळे पाझरत्यात वाईच!'' हैबतबा आपला कढ राजांच्या समोर उघडायला राजी नव्हता.

''बाबा, आम्ही तुम्हास लेकरासारखे. जे सलले ते आम्हास बोलले पाहिजे.'' राजे म्हाताऱ्याच्या काळजात घुसले.

हैबतबाची सुरकुतली मान लटलट कापू लागली. त्याने निकराने ऊरबंद केलेला कढ डोळ्यांचे बांध फोडून पुन्हा बाहेर फुटला. लटलटत्या आवाजात तो म्हणाला, ''काय सांगू राजा? काय रया ऱ्हायली न्हाई. माजा एकुलता योक ल्योक येडा जाला. त्येची तरणीताठी बाईलऽऽ त्येच्या मुसक्या आवळून, त्येला झाडाला बांधून, त्येच्या म्होरं राकिसांनी आपल्या अंगाखाली की रं घेतली राजा! उटाय तराण नसताना घोड्यावं घालून त्ये भडवं घिऊन ग्येलं तिला! तवापून डोसकं चक्कारलं माज्या लेकाचं... त्येचं एकुलतं याक प्वॉर हुतं. त्ये खोपटाच्या दारात मरून पडल्यालं हुतं. शिवारातनं वाडीत आलो नि ह्यो इस्कोट दिसला नदरला. या हातानं त्या पोराला मूठमाती दिली म्या राजा!... तुज्या या धाकल्या धन्याला बघताना त्या पोराची सय जाली!! एवड्याच उमरीचं हुतं ते! 'म्हलू' नाव हुतं त्येचं. आता न्हाई नदरं पडायचं! कशापायनं पोट जाळाय शिधा देतूस मला राजा? ही म्हातारी गर्दन तुझ्या हात्यारानं उतरून दे फेकून तटावरनं! न्हाई... न्हाई सोसवत ह्यो नरक राजा!''

म्हाताऱ्याने आपले तोंड ओंजळीत झाकले. पोरासारखा तो स्फुंदू लागला.

हैबतबाचे बोलणे ऐकताच राजांचे उभे अंगनूअंग ताठरले. डोळे संतापाच्या ठिणग्या फेकू लागले. पण – पण त्या म्हाताऱ्याचे सांत्वन करायला राजांना शब्द सापडेनात! छातीवरच्या कवड्या तटबंदीच्या दगडाएवढा आकार घेऊन जीव दबवून टाकताहेत, असे त्यांना वाटले. म्हाताऱ्या हैबतबाच्या खांद्यावर हात ठेवताना राजांच्या डोळ्यांतून टपटपत पाणमोती कोसळले.

ते बघताच मात्र कमरेत वाकलेला जख्ख हैबतबा एकदम ताठ खडा झाला. पेटत्या डोळ्यांनी, डोक्यावरची, लाल पिळाची चक्री पगडी झुलवीत म्हणाला, "न्हाईऽ राजा, आण हाय या म्हाताऱ्या ध्याईची तुला, डोळ्यांत पानी आनू नगं! आमची कुणबाऊ जात घायपातावानी. योक म्येला तर धा उपाजतील! पर तू... तू जगदंबेच्या दंडातला ताईत हाईस ताईत! खातर हाय, ह्या समद्यांस्नी तारशील तर त्यो तूच. मुजरा राजा." राजांना मुजरा करून हैबतबा समोरच्या गर्दीत घुसला. दिसेनासा झाला.

सुन्न-सुन्न झालेले राजे संजीवनी माचीकडे पुढे न जाता तसेच माघारी फिरले.

रानराघू, भोरड्या, धनछडी या पक्ष्यांचे कितीतरी थवेचे थवे गडाच्या माच्यांवरून कलकलत, झेपावत गुंजणमावळाच्या रोखाने मावळतीला चालले होते. त्यांचा कलकलाट नेहमीसारखा बिनघोर नव्हता. भेदरट, कातरलेला होता. राजांना तो जाणवला. ते पक्षी दिलेरच्या तोफखान्यातील भांड्याच्या उडणाऱ्या भयानक दणक्याने भेदरून, कऱ्हेपठार सोडून गुंजणमावळाच्या आसऱ्याला चालले होते. नवख्या रानाशी जमवून घेताना त्यांचा कलकलाट बदलला होता!

राजांनी कर्माजीबरोबर मिर्झा राजाला थैली पाठविली होती. दोन किल्ले देऊ करून तहासाठी हात पुढे केले होते. आदिलशाहीच्या विजापूरवर चाल घेतल्यास मिर्झा राजाला ससैन्य मदत करू असे सुचविले होते. हरतऱ्हेचा डाव राजे रजपुतावर टाकू बघत होते. मध्यंतरी कुडतोजी गुजरांनी मिर्झा राजाच्या गोटात घुसून त्याच्यावर नंग्या हत्याराची चाल करून बघितली होती. पण कुडतोजी पकडले गेले होते. मिर्झा राजाने त्यांना एक घोडा व तलवार पेश करून मुद्दाम इतमामाने सोडून दिले होते. राजांना डिवचण्याची एकही संधी कावेबाज मिर्झा राजा वाया जाऊ देत नव्हता. पुरंदरच्या वेढ्यातील माणसे उचलून त्याने राजांचा मुलूख जाळण्या-लुटण्यासाठी फेकली होती. रात्री-बेरात्री ते घोडेस्वार मशाली नाचवीत थेट राजगडाच्या पायथ्याने दौडत होते.

मिर्झा राजांच्या गोटातून परत आलेल्या कर्माजीला बाळाजी आवजींनी राजांच्या समोर पेश केले. कर्माजीचा चेहरा पार पडला होता. मुजरा करून त्याने कमरेला लटकवलेली मिर्झा राजाची थैली राजांच्या हाती दिली. राजांनी ती बाळाजींच्या हाती

दिली. बाळाजी चिटणीस मिर्झा राजाचे पत्र वाचू लागले –

"...आमची शाही फौज आसमानातील ताऱ्यांप्रमाणे असंख्य आहे. तुझा पहाडखायांचा मुलूख तिला अजिंक्य नाही. आमच्या घोड्याच्या टापांखाली कुठलाही मुलूख तसनस होऊन जाईल. जिवाची खैर असेल तर बादशाही चाकरी पत्करून शरण ये! असे न करशील, तर आपल्याच हातानं तू आपली आणि आपल्या रियायाची खराबी करून घेशील!"

मिर्झा राजाला पाहिजे होती, राजांची संपूर्ण शरणागत! ते पत्र ऐकत असताना राजे सुन्न, बधिर झाले.

"रजपुताच्या गोटात दोन फार खराब गोष्टी कानांवर पडल्या सरकार." समोर उभा असलेला कर्माजी म्हणाला.

"बोल... आता सगळं खराबच समोर वाढून ठेवलं आहे." राजे म्हणाले.

"पुरंदरच्या सफेदबुरुजासमोर दिलेरनं लाकडी धमधमे उभे करून तोफांची मारगिरी जारी केलीय. त्या धमधम्यावरून आलेला एक तोफगोळा सफेदबुरुजाच्या बारूद कोठारात पडला! कोठाराच्या भडक्यानं चिरेबंद सफेदबुरूज अस्मानात उडाला. त्यावरच्या ऐंशी धारकऱ्यांच्या, डोळ्याचं पातं लवायच्या आत नुसत्या ठिकऱ्या-ठिकऱ्या उडाल्या धनी! त्यांच्या तुटक्या हातपायांचा पाऊसच पाऊस माचीवर कोसळला. किल्लेदारानं ते पडलेले हातपायच गोळा करून सगळ्यांना एकदमच आगीनडाग दिला! आणि –"

"आणि काय कर्माजी? बोल. गड पडला काय?"

"नाही, गड नाही पण एक छातीचा गडी पडला! काल दिलेरनं गडावर पाच हजार पठाणांनिशी सुलतानढवा केला. तो मोडून काढण्यासाठी सरदरवाजा उघडून सातशे रामोशी, महार धारकरी पाठीशी घेऊन मुरारबाजी त्याच्यावर तुटून पडले. दोन्ही हातांत पट्टे चढवून मुरारबाजी विजेच्या लोळासारखे गडउतरंडीवरून दिलेरवर कोसळले. हातघाईची हत्यारमार झाली. 'हाणा-मारा – हरहरऽऽ हर महादेव!' असं ओरडत मुराराऊ चढत्या उन्हात तळपणारे पट्टे दोन्ही हातांनी फिरवीत होते. भरल्या शिवारातील कणसं कापावीत, तसे पठाणी हशम कापून काढीत होते. फार जोरावर जंग झाला.

"एका टेकाडावर उभा असलेला दिलेरखान पठाण, आपल्या ओठांवर हाताची बोटं ठेवून मुराराऊंच्या हातातील तळपत्या पट्ट्यांचं कडं बघून म्हणाला, "या अल्लाऽ, अरे तू कैसा सूरमा सिपाही खुदाने पैदा किया! आलिजाहके कदमोंपर आ, मालेमाल कर देंगे!"

"खिनभर पट्टे थांबवून, त्यांच्याकडे पेटल्या डोळ्यांनी बघत, घाम थबथबल्या

मुद्रेचे मुारराऊ तिरस्काराने पचकन थुंकले! ''ये तो सिवाजी राजियांच्या इनामबंद शिलेदार हाये! तुझा कौल घेतो की काय?'' असे मोठ्याने गर्जत ते सिधे दिलेरच्या रोखानेच हत्यार चालवीत पुढे चालून गेले.

''कुणीतरी फेकलेला एक सरसरता बाण आला आणि कचकन त्यांच्या गळ्यात आरपार रुतला. रक्ताची फव्वारती चिळकांडी उमळली. 'आई अंबे' म्हणून मुारराऊ क्षणभर कळवळले. आणि – आणि गळ्यात रुतता बाण तसाच घेऊन हत्यार मारत तसेच दहा हात पठाणी गर्दीत पुढे घुसले. गळ्यातल्या बाणाने त्यांना 'हर हर महादेव' ओरडता आले नाही.''

''दहा हात पुढं घुसलेल्या मुारबाजींनी निकराने मिळतील तेवढे पठाण गडउतरंडीवर लोळविले आणि – आणि मुारबाजी कोसळले. उतरंडीवर त्यांनी चार-पाच पलट्या घालल्या. त्यामुळे गळ्यातला बाण भुईला थडकून जखम फुटली. उताणे पडलेले मुारराऊ धेसपांड्ये गडावरच्या निशाणाकडे भरल्या डोळ्यांनी बघत साहेब-कामावर खर्ची पडले! किल्लेदाराने काल त्यांच्या देहाला गडावर अग्नी दिला. सरकार, मारत्या समशेरीचे मुारबाजी कामी आले! आता पुरंदर टिकणं मुश्कील हाय.'' ती गैरखबर सांगताना कर्माजीच्याच डोळ्यांत पाणी उभे राहिले.

कर्माजीचे बोलणे ऐकताना संभाजीराजांच्या मनात दोन विचित्र गोष्टींची सरभेसळ झाली होती. म्हाताऱ्या हैबतबाची थरथरती मावळबोली त्यांच्या मनात फिरत होती – 'राजा, तू – तू तर जगदंबेच्या दंडातला ताईत हाईस ताईत!' आणि त्यांच्या डोळ्यांसमोर मात्र उभे होते, ते गळ्यात रुतता बाण घेऊन, पट्टे चालवीत पुढे जाणारे, 'तुझा कौल घेतो की काय?' म्हणणारे रक्ताळलेले मुारराऊ!

रघुनाथपंत कोरड्यांची पालखी राजगडाच्या पाली दरवाजातून बाहेर पडली. त्यांच्या हातात राजांनी मिर्झा राजाला दिलेली, 'संपूर्ण शरणागती'चा खलिता असलेली लाल फासबंदाची थैली होती! पालखीला संरक्षण देत दहा हत्यारबंद धारकरी मिर्झाच्या गोटाकडे चालले. पंत हेजीब म्हणून राजांचा निर्वाणीचा खलिता घेऊन रजपुताच्या गोटाकडे चालले. राजे रजपुताशी शरणागतीचा सुलूख करताहेत ही बातमी वाऱ्यासारखी गडभर पसरली होती.

संभाजीराजांना 'सुलूख' म्हणजे काय तेच नीट कळेना! आपल्या महालातून ते राजांच्या महालाकडे आले. मिटला दरवाजा त्यांनी लोटून बघितला. तो बंद होता.

''महाराजसाहेबऽ!'' संभाजीराजांनी साद घातली. दरवाजा जाब देत नव्हता. देण्याच्या मन:स्थितीत नव्हता. क्षणभर त्या मिटल्या दरवाजासमोर शंभूराजे घोटाळले आणि त्यांची पावले मासाहेब पुतळाबाईंच्या महालाकडे वळली.

आपल्या कपाळावर मेणमळल्या कुंकवाची ठसठशीत, दोन आडवी बोटं

दर्पणात बघून रेखून घेतलेल्या पुतळाबाई, कुणबिणीने समोर धरलेल्या पोसाला ती बोटे पुसत होत्या. महालात येताच मुजरा करून संभाजीराजे पुतळाबाईंच्या जवळ आले. त्यांच्या ताज्या, ओल्या कुंकवाकडे बघत त्यांनी विचारले, "आऊसाहेब, 'सुलूख' म्हणजे काय? का करायचा तो? कुणाशी करायचा? तुम्ही केला आहे कुणाशी सुलूख?" त्यांचे प्रश्न ऐकून पुतळाबाईंची चर्या, गडावरच्या त्या ताणलेल्या अवस्थेतही आरक्त झाली. त्यांना म्हणावेसे वाटले, 'आम्ही केला आहे जन्मोजन्मीचा 'सुलूख' आमच्या कपाळीच्या कुंकवाशी! अंबेनं तो निभावण्याची ताकद आम्हास द्यावी.'

पण त्या तसे काहीच बोलू शकल्या नाहीत. म्हणाल्या, "सुलूख म्हणजे तहकोंडीत फसल्या गेल्या माणसाची शरणागत!"

त्या शंभूराजांचे समाधान करू बघत होत्या. बाळराजे त्यांच्या ओल्या कुंकुपट्ट्याकडे बघत होते. त्या दोघांचे प्रतिबिंब बाजूच्या दर्पणात पडले होते. तो दर्पण स्वत:लाच म्हणत होता, "या धाकट्या मासाहेब आणि बाळराजे यांचा किती जन्मांचा 'सुलूख' आहे, हे त्यांचे त्यांनाही माहीत नसेल."

जिजाऊसाहेबांना सोबत म्हणून कोंढाण्यावर पोहोचते करून आलेल्या सोयराबाई आपल्या महालात होत्या. त्यांच्या कानावर मात्र यातले अजून काहीच आले नव्हते.

आज राजे गड उतरणार होते, रजपूत मिर्झा राजाच्या गोटात जाण्यासाठी! बिनशर्त शरणागत पत्करून बेहत्यार भेट घेण्यासाठी! आपल्या माणसांची आणि मुलखाची झाली, त्याहीपेक्षा होणारी मसनवट रोखण्यासाठी!

आयाळ उतरविलेल्या सिंहाचे जसे असेल, सोंड छाटलेल्या राजहत्तीचे जसे असेल, वशिंड कापलेल्या अटकर पाड्याचे जसे असेल, तसेच हे जिणे होते. शरणागतीच्या मरणयातना कळायला राजाचे जातिवंत मनच असावे लागते. जिवापाड प्रेम केलेली कवड्यांची माळच छातीवर असावी लागते.

या तहाच्या कागदावर राजे शाईने दस्तखत करणार होते. पुढे ही शाईच प्रथम राजांना गिळणार होती आणि नंतर अवघी शिवशाही, तमाम मराठशाही डुबविणार होती! तह म्हणजे पहिल्याने माघार आणि शेवटाला सर्वनाश!

राजे कुणाशीच काही बोलत नव्हते. सर्व दरवाजे बंद असलेल्या, दाभणधार पावसाने निर्दयपणे झोडपून काढलेल्या गडासारखे त्यांचे मन सुन्न, बधिर होते.

निरोपाचे अदबमुजरे झडले. राजे संभाजीराजांच्या जवळ आले, तसे त्यांच्या पायातील भगव्या, बाकदार मोजड्यांवर कपाळ टेकवून संभाजीराजे वर उठले.

दुष्काळी भुईकडे कोरड्या आकाशाने बघावे, तसे राजे आपल्या फर्जंद शंभूकडे बघत होते! सईबाईंचा 'सावळा' चेहरा राजांच्या डोळ्यांसमोर तरळू लागला. तो बोलत होता – "आमचे शंभूबाळ, एकला जीव – स्वारीच्या पदरी घातला."

राजांच्या पिळवटल्या मनात विचार येऊन गेला, 'सई, तुम्ही तुमचा एकला जीव आमच्या पदरी घातलात. मोठ्या भरोशानं आणि आज – आज आम्हीच आमचा आणि आमच्या साऱ्या मावळमाणसांचा जीव रजपुताच्या शेल्यात टाकायला चाललो आहोत!! सई, माणसाच्या हयातीचं त्याच्या हातात काही राहात नाही, हेच खरं.'

काही न बोलता राजांनी शंभूराजांच्या खांद्यावर आपला तळहात ठेवला, स्वत:लाच जडशीळ वाटणारा तो तळहात दोनदा त्यांच्या खांद्यावर कसनुसा थोपटला.

राजे पालखीत बसले. डावी-उजवी हेल खात पालखी वर उठली. आनंदराव, रघुनाथपंत, निराजी रावजी, नागोजी-बहिर्जी फर्जंद, विश्वासराव, कृष्णाजी जोशी यांनी पालखीभोवती कडे केले. तळपती पाती हातात पेलत हत्यारबंद धारकरी चालू लागले. 'श्रींच्या राज्याची' शपथ घेणारा सर्जा सूर्य अंधाराशी तह करायला निघाला!

राजांच्या पालखीकडे संभाजीराजे एक नजर बघत होते. कधी नव्हते, ते आज घडले होते. गड सोडताना महाराजसाहेब त्यांच्याशी काहीच बोलले नव्हते.

पालखी दूर जात होती. संभाजीराजांना महाबळेश्वरावर सूर्यग्रहणाच्या दिवशी राजांनी कृष्णाकाठी सांगितलेले बोल आठवत होते. "राहू-केतू हे सूर्याच्याच भावकीतले पापग्रह त्याच्या धावणीची वाट रोखून धरतात. त्याची चाल-दौड मुश्कील करून सोडतात; बाळराजे! सूर्यासही ग्रास पडतो!"

मिर्झा राजाच्या गोटाकडे राजे निघून गेले. आता राजगडावर जिजाऊसाहेब नव्हत्या. राजे नव्हते. नकळतच संभाजीराजे पुतळाबाईंच्या महाली रेंगाळत होते.

पुतळाबाईंची एकचित्त देवपूजा, कुणबी दासदासींबरोबरसुद्धा माया ओसंडत बोलणे, राणीवशातील इतर 'बाईसाहेबांची' अदब राखणे, सखू, राणू, अंबा, बाळीबाई ह्या आपल्या मुलीच आहेत, अशी त्यांची देखभाल ठेवणे, थोडकेच; पण खूप काळ लक्षात राहील असे घंटानादी बोलणे आणि केवड्याच्या कणसाभोवती पीळ धरून बिलगलेल्या असंख्य पात्यांपैकी एकाच पाकळीपात्याने, बाहेर डोकावून पिवळ्याधमक उन्हात अंगभर तळपावे, तसे त्यांचे सतेज 'दिसणे' या साऱ्या बाबींचा शंभूराजांच्या मनावर एक खोल ठसा, त्यांना नकळतच उमटून गेला होता. मायाळू स्त्रीला आपल्या मायेची दवंडी पिटावी लागत नाही, हेच खरे!

आपल्या महालात गवाक्षाच्या महिरपीजवळ पुतळाबाई उभ्या होत्या. बाहेरच्या आभाळात दाटलेल्या अभ्रामध्ये आपली चिंतावली नजर त्या हरवून बसल्या होत्या. मध्येच भान येताच त्यांच्या डोळ्यांची टपोरी पाखरे फडफडत होती. दाटल्या आभाळाखालून सरसर धावत दूरवर होऊन पुन्हा माघारी फिरत होती.

त्यांनी पूजा बांधलेल्या अष्टभुजा जगदंबेकडे बघत संभाजीराजे त्यांच्या पाठीशी

उभे होते. मध्येच वळून गवाक्षातून डोकावत होते. दूरवर दिसणाऱ्या गुंजवणी नदीची धुरकट वळणे बघत होते.

“सरकार, थोरल्या म्हालानं याद केलीय.” सोयराबाईच्या खाजगीकडच्या चंद्रा या कुणबी दासीने महालात येऊन अदबीने वर्दी दिली.

ती ऐकताच पुतळाबाई मागे वळल्या. एकवार त्यांनी संभाजीराजांच्याकडे बघितले. पदरकाठ ठीक जमवून घेतला. चंद्रा कुणबीण आली तशी निघून गेली.

“चला बाळराजे, थोरल्या महालाची वर्दी आहे,” म्हणत पुतळाबाईंनी जगदंबेच्या मूर्तीकडे नकळतच एकदा नजर दिली. आणि शंभूराजांच्या खांद्यावर आपला सुवर्णकंकणे भरलेला हात ठेवून त्या थोरल्या महालाकडे चालू लागल्या.

आपल्या महालात, निळ्याशार पदरपोताचा शालू नेसलेल्या देखण्या सोयराबाई आपल्या कन्याराजे बाळीबाई ह्यांच्याशी काहीतरी बोलत होत्या. दगडबंद भिंती धरून दोन-चार कुणबिणी अदबीने उभ्या होत्या.

महालाचा उंबरठा ओलांडताच पुढे होत शंभूराजांनी मासाहेब सोयराबाईंच्या पायांना हात लावले. सोयराबाईंनी त्यांना वर उठवून घेतले.

बाळीबाई ह्या सोयराबाईंच्या कन्याराजे पुतळाबाईंना बघताच धावत येऊन त्यांना बिलगल्या. त्यांचे दोन्ही दंड मायेने धरीत पुतळाबाईंनी सोयराबाईंना विचारले, “का वर्दी देणं झालं आम्हास? स्वारींची गोटातून काही खबर....”

“बहिर्जी आणि नागोजी रजपुताच्या गोटातून आत्ताच गडावर आलेत. त्यासाठीच तर वर्दी दिली धाकल्या बाईंना.”

“काय झालं...” तहबंदाच्या आड असलेले पुतळाबाईंचे काळीज फडफडले.

“स्वारीनं सुलूख मान्य केला! पुरंदर, कोंढाणा, रोहिडा, माहुली, लोहगड असे तेवीस किल्ले आणि त्यांच्या तर्फेचा चार लक्ष होनांचा मुलूख रजपुतास देऊ केला! आता स्वारीकडं कुल बारा किल्ले आणि अवघा एक लक्ष होनांचा मुलूख राहील!”

“स्वारी कशी आहे?” पुतळाबाईंनी त्यांच्या लालसर सरळ नाककळीकडे बघत शांतपणे विचारले.

“ठीक आहे. उद्या कोंढाणा रजपुताच्या माणसांच्या हवाली करून स्वारी मासाहेबांच्यासह गडावर येत आहे.” सोयराबाई तुटक बोलल्या. त्यांच्या बिब्बेवाणाच्या काळ्याशार डोळ्यांत कसलीतरी चिंता तरळत होती. ती गडकिल्ल्यांची होती की राजांची, ते कळत नव्हते!

सोयराबाईंच्या तोंडून जिजाबाई आणि राजे येणार हे ऐकताच संभाजीराजांचा चेहरा पोतासारखा उजळून गेला. पुतळाबाई आणि सोयराबाई यांच्याकडे बराच वेळ आलटून-पालटून बघताना शंभूराजे विचार करीत होते – ‘ह्या दोन्ही मासाहेब उजळ आहेत. पण मग एवढा फरक का वाटतो यांच्यात?’

त्या दोघी मासाहेबांचे बोलणे थांबलेले बघून शंभूराजांनी सोयराबाईंना विचारले, "मासाहेब, तुम्ही... तुम्ही केला आहे, कधी कुणाशी सुलूख?"

त्या प्रश्नाने पुतळाबाई चमकल्या. शंभूराजांच्याकडे बघतच राहिल्या.

सोयराबाईंचे बिब्बेवाणाचे काळशार डोळे कसल्यातरी विचित्र तेजाने उजळल्यासारखे झाले. नाकाचा लालसर शेंडा थोडासा अधिक लालावला. त्या पटकन बोलून गेल्या – "नाही!! सुलूख आम्हास कधीच पसंत नव्हता! आता स्वारीनंच तो मान्य केल्यावर इलाज कुणाचा?"

थोरल्या बाईसाहेब काय बोलतील हे ऐकण्यासाठी पुतळाबाईंनी त्यांच्या कपाळाच्या कुंकुमपट्ट्यावर नजर जोडली होती. त्यांचे बोलणे ऐकताच ती तिथून सुटली आणि सोयराबाईंच्या पायांच्या बोटात घातलेल्या चंदेरी जोडव्यांवर येऊन पडली!

शंभूराजांना जवळ घेत सोयराबाई त्यांना म्हणाल्या, "तुमचं मात्र ठीक झालं. कसलाच 'सुलूख' न करता रजपुतानं तुम्हास पंचहजारी मनसब देऊ केलीय! तुम्हाला ती घेण्यासाठी रजपुताच्या गोटात जावं लागणार एवढंच वाईट. चिंता वाटते तुमची. ही जिम्मेदारी तुम्ही कशी पेलणार?"

शंभूराजे काहीच उत्तरले नाहीत. कारण इतके किल्ले देऊन आबासाहेबांनी पंचहजारी मनसब का घेतली, या गोंधळात शंभूराजे गुंतले होते.

सोयराबाईंचे बोलणे पुतळाबाईंना नीट कळलेच नाही. त्या सादिलवारीने बोलाव्या तशाच बोलल्या होत्या. नेहमीच बोलत होत्या. पदरकाठच्या जरतारी वीणेत गळ्यातले मंगळसूत्र अडकले की जसे वाटले, तसेच पुतळाबाईंना सोयराबाईंचे बोलणे ऐकताना नेहमी वाटत आले होते! काही न बोलताच मग त्या शंभूराजांना म्हणाल्या, "चला बाळराजे, कालेश्वरीचं दर्शन घेऊ."

पुतळाबाईसाहेबांनी कालेश्वरीला फूलपत्ती चढविली. तिच्या रुद्रमंगल रूपाकडे क्षणभर बघून डोळे मिटून हात जोडले – 'आई, काळाचा किल्ला तुझ्या हाती असता कसला फितवा केलास हा? तहाचा विपरीत काळ आणलास! बाळराजांना पंचहजारी सरदारकीचं दान देववलंस!' मनोमन असे म्हणताना पुतळाबाईंचे जोडलेले हात थरथरले. कपाळीच्या कुंकवाचा जोडपट्टा आक्रसला. कालेश्वरीचे दर्शन घेऊन पुतळाबाई आणि शंभूराजे परतले. दिवस मावळतीला कलाटणी घेत होता.

कऱ्हेपठारावर पुरंदरच्या पायथ्याशी मिर्झा राजाचा केशरी रंगाचा, आलिशान रजपुती शामियाना उभा होता. त्याच्या झालरीदार कनाती वाऱ्याने फडफडत होत्या. समोर तोफामाऱ्याने काळवंडलेला पुरंदर खडा होता.

रजपुताच्या शामियान्यात हिंदुस्थानी तलम, नकसदार गालिच्यांची बैठक अंथरली होती. जरीबतूच्या झगझगीत खोळी घातलेले लोड मांडले होते. सोनेरी वेलबुट्टीचा

एक उंच हुक्का नक्षीदार चौरंगावर ठेवला होता. त्याची पट्टेदार, काळीबाळी धूरनळी डाव्या हातात घेऊन मिर्झा राजा बैठकीच्या लोडाला रेलून बसला होता. एका कोपऱ्यात धूपदानातील कनोजी धूपाच्या धुराची वळी वर उठत होती.

मिर्झा राजासमोर खाली मान घातलेले राजे बैठकीवर मांडलेल्या शतरंजाच्या पटावरील, एकमेकांना लागून पसरलेल्या काळ्या-बाळ्या चौकांकडे एकटक बघत बसले होते. ते चौक त्यांच्या जिवाची घालमेल निरखीत होते!

निकोलो मनुची हा गोरा साहेब आपल्या मांडीवर पिसे खोचलेली थोराड टोपी ठेवून तिथे आदबीने बसला होता. तो मिर्झा राजांच्या तोफखान्यावरचा अधिकारी होता. शतरंजच्या 'अक्कलबाज' खेळात त्याला चांगलाच रस होता.

राजांच्या पापणीकडा लालावल्या होत्या. रात्रभर जागून त्यांनी मिर्झा राजाचा मुन्शी उदयराज आणि सूरतसिंग कछवाह यांच्याशी तहाच्या वाटाघाटी केल्या होत्या. उत्तररात्रीला मिर्झा राजाचा पाच कलमी तह मान्य करून त्यावर दस्तखत केले होते! शेल्यात हात बांधून मिर्झा राजांची खालमानेने भेट घेतली होती.

या तहाने राजांनी औरंगजेबाला तेवीस किल्ले आणि चार लक्ष होनांचा मुलूख देऊ केला होता. हुकूम होईल तेव्हा औरंगजेबाच्या दक्षिण सुभेदाराबरोबर फौजेनिशी मोहिमेवर जायचे मान्य केले होते. तहाची तामिली होईपर्यंत शंभूराजांना रजपुताच्या गोटात ओलीस म्हणून ठेवण्यासाठी आणून पोहोचविण्याचे पत्करले होते.

कस्तुरी हरवलेल्या मृगावर रानदवन्याचा उग्रट वास शोधीत फिरण्याची पाळी यावी, तशी राजांची स्थिती झाली होती! या अवस्थेत हा शतरंजचा पट मांडण्यात आला होता. मिर्झा राजाने पेश केलेल्या तबकातील शतरंजाची सफेद मोहरी राजे आपल्या सडक बोटांनी पटावर मांडू लागले. हत्ती, घोडे, उंट, वजीर पटावर चढले.

वनगाईच्या काळ्या शिंगांची बनविलेली काळीशार प्यादी-मोहरी मिर्झा राजाने आपल्या गरगरीत बोटांनी पटावर मांडली.

दोन्ही बाजूंचे पट मांडून झाले, तरी काही क्षण असेच गेले. उत्तर हिंदुस्थानी बोलीत मिर्झा राजा संथपणे म्हणाला, "खोलिए चाल राजासाब."

त्याच्याकडे न बघताच राजे पटावर नजर ठेवून म्हणाले, "आप खोलिए राजाजी. हक और दर्जा आपका है!"

"नहीं।" मिर्झाने पुन्हा एकदा धुराची वळी खोलवर चूस करून बाजूला फेकली. कपाळावरचा केशरी टिळा चढवीत तो म्हणाला, "शतरंजका एक दस्तुरी रिवाज है! सफेद प्यादे-फर्जी जनाना होते है! और शतरंजमें पहली चाल रहती है जनाने की!! काले प्यादे-फर्जी मर्दाना होते है! जवाब रहता है मर्दानेका!" मिर्झा राजे स्वत:वरच खूश झाले. मांडीवर थाप देऊन, मनुचीकडं बघत गडगडून हसले.

राजांनी चमकून मिर्झा राजाकडे पाहिले. त्यांच्या छातीवरची कवड्यांची माळ

थरकून उठली. डोळे आग-ठिणग्या फेकू लागले. पण ते काही बोलू शकत नव्हते.

ती नजर बघून मिर्झा राजा चरकला. डाव्या हातातील नळी बाजूला ठेवून तो लगबगीने म्हणाला, "बुरा ना समझो राजासाब. हमने सिर्फ रिवाज बताया! आप चाहते हो, तो हम खोलते है पहली चाल." मिर्झाने राजांच्या पटावरील सफेद प्याद्यांना आपल्याकडे घेण्यासाठी आपला हात पुढे केला.

त्याचा हात मध्येच थोपवून आपल्या पटावरचे एक प्यादे राजांनी पुढे सरकविले. खेळ सुरू झाला! बराच वेळ खेळ चालला होता. राजांचे शतरंजात लक्ष नव्हते. पटाच्या चौकात त्यांना मिर्झा राजाने गिळलेले तेवीस गड दिसत होते! त्या चौकांनी जखडून टाकलेले शंभूराजे दिसत होते! रुजाम्यावर बसलेला निकोलो मनुची आपल्या लाल नाकावर दाटणारे घामाचे थेंब अधून-मधून रुमालाने टिपत, राजे आणि मिर्झा राजे यांची प्यादीमार टक लावून बघत होता. राजांच्या चाली त्याला विचित्र वाटत होत्या.

जनाना आणि मर्दाना कितीतरी प्यादी आता पटावरून हटली होती. एका तबकात एकमेकांना बिलगून खेळ बघत पडली होती! खेळ शेवटच्या भरडाव टप्प्यात आला.

एकाएकी मिर्झा राजाने कौशल्याने आपला वजीर पुढे घेत सफेद राजाला शह दिला! एक मोहरे आडवे घालून राजांनी तो शह मोडून काढला. खेळ हातघाईला आला. आता प्रत्येक मोहरे विचाराने हलवायला पाहिजे होते.

पुढे काढलेल्या वजिराच्या पाठबळात मिर्झा राजाने आपला तिरक्या चालीचा उंट हलविला! राजांच्या सफेद राजाला पुन्हा शह पडला! बराच विचार करून राजांनी अडीच घरे छलांग घेणारे, आपले दुडक्या चालीचे घोडे आडवे टाकून तो शह पुन्हा मोडून काढला! त्या घोड्याने मिर्झा राजाच्या 'काळ्या' राजाला शह घातला!

मनुची एकटक खेळ बघत होता. राजांची घोड्याची चाल त्याला एकदम आवडली. आपल्या टोपीच्या पिसांवरून हाताची बोटे सरासर फिरवीत तो, राजे आता आपले घोडे कसेकसे हलवतील याचा मनोमन अंदाज करू लागला. मिर्झाचा 'काळा' राजा राजांच्या एकाच घोडेशहाने पुरा-पुरा कोंडून टाकलेला त्याला स्पष्ट दिसू लागला!

राजांनी पुढे टाकलेल्या घोड्याला सफे मारून काढण्यासाठी मिर्झा राजाने आपल्या वजिरावर हात ठेवला. ही एकच चाल खेळता येण्याजोगी उरली आहे असे त्याला वाटले. राजांनाही मिर्झा आता तीच खेळी खेळणार असे मनोमन वाटले. आपले घोडे आपण फुका बळी दिले अशी चुटपुट लागली.

धुराच्या वळ्यांचा एक दमदार झुरका खेचून, "आपका घोडा छलांग मारके

हमारे राजापर बेमुर्वतीसे आ गया! मगर हकनाक काम आया!'' असे म्हणत मिर्झा राजाने पांढरे घोडे पटावरून पटकन उचलले आणि त्याच्या चौकात आपला काळा वजीर पुढे सारला! घोडे तबकात टाकले.

ते बघताना, इतका वेळ शांतपणे शतरंज बघणारा निकोलो मनुची मात्र न राहवून पटकन आपल्या टोपीकर भाषेत म्हणाला, ''ओऽ नोऽ इट कान्ट! व्वो नहीं मार सकटा!'' मनुचीने, मिर्झा राजाने तबकात हटविलेले पांढरे घोडे पुन्हा उचलून होते, त्या घरात बसविले! मिर्झा राजाचा काळा वजीर मागे हटवून त्याच्या पूर्वीच्या घरात बसविला!

पटावर दूर एका कोपऱ्यावरच्या घरात असलेल्या राजांच्या पांढऱ्या उंटाकडे बोट दाखवीत मनुचीने मिर्झा राजाला पटवून दिले की, त्या उंटामुळे काळा वजीर जखडबंद झालेला आहे! तो आपला चौक सोडून राजाला शहात टाकत घोड्यावर चाल घेऊच शकत नाही! राजांच्या हातून घोडे असे फेकले गेले होते की, त्यांचा एका कोपऱ्यात असलेला राजावर डोळा ठेवणारा उंट आपोआप मोकळा झाला होता! आपल्या तिरक्या मार्गाने मिर्झा राजाचा वजीर त्याने परस्पर जखडबंद करून दाबून टाकला होता!

आपल्या कमानबाक भुवया वर चढवीत मिर्झा राजा, राजांच्या त्या पांढऱ्या उंटाकडे क्षणभर डोळे ताणून बघतच राहिला!

मग निकोलो मनुची आणि राजांच्याकडे हताशपणे बघत आपल्या दोन्ही मांड्यांवर तळहातांची थाप देत मिर्झा राजे स्वत:शीच बोलल्यासारखा पुटपुटला, ''बिलकूल दुरुस्त! वो नहीं मर सकता!!''

राजांचा 'घोडेशह' मिर्झा राजाला निखळून काढायला वावच उरला नव्हता! हार मान्य करून त्यासाठी आपल्या काळ्या प्याद्यांचे तबक पालथे घालीत मिर्झा म्हणाला, ''फतह आपकी हुई राजासाब. हमने शिकस्त ली!'' दस्तुर म्हणून मिर्झा राजाने आपल्या डाव्या हातातील पुष्कराजाची अंगठी उतरवली आणि ती राजांच्या पटावर ठेवली! ती खेळातील 'फत्तेची' रिवाजी शाही बक्षिशी होती.

लगबगीने ती उचलून पुन्हा मिर्झा राजाच्या हातात ठेवीत राजे म्हणाले, ''हम हार-जीत मामुली मानते है, राजाजी! इजाजत हो तो मनकी एक बात खोल देना चाहते है!''

''हां! जरूर.'' मिर्झा राजाला राजे काय बोलणार याचा काहीच अंदाज येईना. त्याच्या कपाळावरचा केशरी टिळा नकळत आक्रसला.

तबकातील आणि पटावरच्या पांढऱ्यासफेद प्याद्यांकडे राजांनी क्षणभर नजर दिली. ते रंगसतेज उजळपण बघताना त्यांना आपल्या मासाहेबांची आठवण झाली.

क्षणात मिर्झा राजावर विट्यागत नजर रोखून त्यांच्या डोळ्यांत आपल्या बाकदार

नाकाचा शेंडा खोल-खोल रुतवीत नागफण्यागत ताठ मान ठेवून राजे शांतपणे म्हणाले, "राजाजी, मर्दाना कितना भी बडा हो, जनम लेता है जनाने की कोखमें!" आणि ते ऐकताना मिर्झा राजाच्या तोंडातली धुराची वळी घशात अडकली आणि हातातील हुक्कानळी त्याला नकळत घरंगळून बैठकीवर आडवी झाली!!

मिर्झा राजाच्या आग्रहावरून राजांनी पठाण दिलेरखानाची भेट घेतली. पुरंदरच्या आपल्या किल्लेदाराला गड खाली करून देण्याचा सांगावा धाडून, राजे रजपुताच्या गोटातून यायला निघाले.

मागचा-पुढचा दोन्ही पायखूर पायबंदांनी जखडून टाकलेले घोडे एकटेच हिरव्या कुरणातून रखडत चालावे तशी गत रजपुताच्या गोटात राजांची झाली होती! दुरून बघणाऱ्याला ते घोडे उमदे वाटते, भरारीचे वाटते, पण रखडत-रखडत चालताना त्याच्या शेपटीची होणारी चुळबुळ त्याची त्यालाच माहीत असते!

मिर्झा राजाने राजांच्याबरोबर पाठवायची आपली माणसे अगोदरच निवडून ठेवली होती. त्यांतील दोन असामी खाशा होत्या. एक खुद्द त्याचाच मुलगा कुँवर किरतसिंग आणि दुसरा उग्रसेन कछवाह! किरतसिंग राजांच्या संगतीने जातीनिशी जाऊन कोंढाण्याचा कब्जा घेणार होता – आणि, आणि उग्रसेन कछवाह राजांच्याबरोबर थेट राजगडापर्यंत येऊन संभाजीराजांना ताब्यात घेऊन परतणार होता! तहाची तामिली होईपर्यंत, म्हणजे तेवीस गडकोट रीतसर मिर्झा राजाच्या ताब्यात पोहोचते होईपर्यंत संभाजीराजे रजपुताला 'श्रींच्या' राज्याचे जामीन राहणार होते!

हा सगळा बनलेला मनसुबा बिलाकसूर पार पाडावा म्हणून धूर्त आणि मुरब्बी असलेल्या मिर्झा राजाने मध्यरात्री आपल्या शामियान्यात कुँवर किरतसिंग आणि उग्रसेन कछवाह यांना बोलावून घेऊन दोघांना दोन महत्त्वाच्या सूचना देऊन टाकल्या होत्या. आपल्या बच्च्याला – कुँवर किरतला – त्याने बजावले, "कुँवर, सम्हलके रहना! वो सेवाजी है; पहाडका सेर!"

उग्रसेनला त्याने फारच सावधगिरीची इशारत देऊन ठेवली, "उग्रभान, ठीक परख लेना कि, सेवाजी आपकाही कुँवर तुम्हारे हवाले कर रहा है! गाफील मत रहना! हो सकता है, सेवाजी किसीका भी बच्चा तुम्हारे हवाले कर देगा!"

मिर्झा राजाने असा सगळा मोर्चेबंद डाव आखला होता. त्याने यज्ञ केलेली रणचंडी त्याला जवळ-जवळ पावल्यासारखीच होती.

आपल्या शामियान्यात नकसदार तबकातील पानविडा उचलून मिर्झा राजाने राजांच्या हातात दिला. शामियान्याच्या कनाती धरून केशरी साफे बांधलेले तरणेबांड किरत आणि उग्रसेन उभे होते.

मिर्झा राजाने राजांचा निरोप घेण्यापूर्वी पुन्हा एकदा मूळ विषयाला खुबीने हात

घातला, “राजासाब, हम आपको बिदा दे रहे है। लेकिन बिदा देना हमारा सुभाव नहीं! हमें अच्छा लगता है। आगवानी करना! आप कुँवर शंभू को भेज देना। हम शाही ढंगसे उनकी आगवानी करेंगे!!”

तळहातात निरोपाचा विडा घेऊन राजे मिर्झा राजाच्या गोऱ्यापान चेहऱ्याकडे बघतच राहिले. त्यांना मिर्झाची कीव वाटत होती. त्याहून स्वत:ची वाटत होती. त्यांच्या निर्विकार बघण्याने मिर्झा राजा गोंधळला. लगबगीने राजांच्या खांद्यावर हात ठेवून म्हणाला, “डरना मत राजासाब! बेशक, बिनाहर्ज कुँवर को भेज देना! उनका बाल तक बांका नहीं होगा! इतबार करो! हम कसम उठाते है!” मिर्झाने शामियान्याच्या दरवाजाकडे बघत सरदारी ढंगाची टाळी दिली. मुन्शी उदयराजाला बोलावून घेतले. त्याच्याकडून आपल्या पूजेतील शंकरावरची बेलपत्रे एका तबकातून आणून घेतली! त्यांतील दोन पाने उचलून ती राजांच्या हातातील शाही निरोपविड्यावर ठेवून मिर्झा राजा शांतपणे म्हणाला, “हम शिवजीकी कसम उठाते है, जब-तक हम जिंदा है, तबतक आपके कुँवरका यहाँ बाल भी बांका नहीं होगा!”

मिर्झाच्या शामियान्यातून राजे बाहेर पडले. सिद्ध ठेवलेल्या पालखीत चढले. आपल्या निवडक रजपूत धारकऱ्यांबरोबर किरतसिंग आणि उग्रसेन यांचे घोडदळ राजांच्या पालखीबरोबर कदमबाज चालीने चालू लागले.

कोंढाणा किरतसिंगाच्या हवाली करून राजवाड्यावर मासाहेबांच्यासह परतलेले राजे आपल्या महालात अस्वस्थ फेऱ्या घेत होते. महालीची चिराखदाने ऊरभर जळत होती.

जिजाबाईंच्या महालाकडून आलेली 'थाळ्याची' वर्दी, त्यांनी 'भूक नाही' अशी फेरवर्दी पाठवून परतवली होती. जिजाऊंना तोंड दाखविण्याचे धाडस काही त्यांना होत नव्हते. रजपूत मराठी मुलखात आल्यापासून गाठवणीचा धागा तुटावा आणि कंठ्याचा एकएक मणी ओघळत जावा, तसे राजांचे मन ओघळत आले होते. आता तर हे ओघळणे मध्यभागीच्या पदकापर्यंत येऊन ठेपले होते! प्रत्यक्ष फर्जंद संभाजी राजांना रजपुताच्या गोटात धाडावे लागणार होते! जामीन म्हणून!!

राजांच्या मनाच्या खलबतखान्यात एक ताजा आवाज मसलत देत घुमत होता, 'एकला जीव पदरी घातला! स्वारीच त्यांच्या आऊ आणि आबा!!' त्या आवाजात मिर्झा राजाचे हिंदोस्तानी बोल मिसळत होते – 'बेशक-बिनाहर्ज भेज देना आपके कुँवरको! हम कसम उठाते है....'

राजकारण नात्याचा गुंतवा जाणत नसते. डोळ्यांवर पट्टी बांधून ते माणसाला एकाच वेळी लुसलुसत्या हिरवळीवरून रणरणत्या वाळवंटात उतरवीत असते. राजांना रक्ताची नाती नसतात! असली तरी ती मनाच्या जामदारखान्यात 'मोहरबंद'

करून ठेवावी लागतात!

राजे निर्णयाला आले होते, पण त्यांच्यासमोर एक पेच होता – ह्या निर्णयाची समज शंभूराजांना कशी पडावी? आऊसाहेबांना त्यासाठी हिंमतबंद कसे करावे? पुन:पुन्हा त्यांना वाटत होते की, तडक जिजाऊंच्या महाली जावे, मनी दाटलेले मोकळ्या ओठी बोलावे. पण पाय महालाच्या उंबरठ्यातच अडखळत होते. हाताची बोटे छातीवरच्या कवड्यांवर चाळवली जात होती. चिंतावल्या मनाबरोबर पाय फेऱ्या घेत होते.

"आऊसाहेबांची खाशी स्वारी येतीया. संगती बाळधनी हाईत." राजांच्या महालावर पहारा देणाऱ्या धरकऱ्याने आत येऊन मुजरा देत वर्दी दिली. कायदे आखडलेले दौडते घोडे थांबावे, तशा राजांच्या फेऱ्या गपकन थांबल्या.

"थाळ्यास नाही आलात? गडकोटांची चिंता करता?" महालात शंभूराजांच्यासह आलेल्या जिजाऊ संथपणे राजांना म्हणाल्या. शंभूराजांनी पुढे होत आपल्या महाराजसाहेबांच्या पायांवर कपाळ ठेवले. त्यांना उठवून घेऊन राजे क्षणभर त्यांच्या कपाळावरच्या दोनदळी शिवगंधाकडे तसेच बघत राहिले. ते बघताना संभाजीराजांची कुंडली मांडणाऱ्या हरभट ज्योतिष्यांची जबान त्यांना आठवली – 'साक्षात रुद्र, पुराणांतला रुद्र जन्मास आला आहे! उंच गडकोटावर राहील... प्रलय माजवील... पण... पण! जसा आप्तगणांकडून नाडला गेला, तसाच योग या कुंडलीत दिसतो!!' त्या आठवणीने राजे घायाळ झाले. नको ते विचार त्यांच्या राजमनात घुसवा करून गेले –

'त्या रुद्र-शंकरास देवदेवतांच्या कल्याणासाठी विष पचविणे पडले. त्याचा कंठ काळानिळा पडला. पण देवदेवतांचे गळे सलामत राहिले. या श्रींच्या राज्यासाठी, या मावळमाणसांच्यासाठी तुम्हा-आम्हासही असे विष पचवावे लागेल. रुद्राने ते एकदा केले. तुम्हा-आम्हाला ते प्रसंग पडला, तर कैकवेळा करावे लागेल. पंडित शिकवण देतात, राजा हा विष्णूचा अंश आहे, पण त्यांना ठावे नसते की, राजा हा प्रथम शंकराचा अंश असतो आणि मग असलाच तर विष्णूचा! आम्ही त्यासाठीच 'शिवलिंग' पूजतो. शंभूराजे, रुद्राने रुद्रासारखेच राहावे! रुद्रासारखेच वर्तावे!'

राजांचे मन बांधील झाले. पुढे होत शांतपणे त्यांनी मासाहेबांच्या पायांना हात लावला. तो निर्धाराने मागे घेत आपल्या कपाळावरच्या शिवगंधाला भिडविला.

"राजे, कोंढाण्यापासून आम्ही बरीक बघतो आहोत. तुम्ही आम्हास टाळू बघताहात. रजपुतांशी तहाची गोष्ट घडली म्हणून बैचेन आहात. राजे, आम्हापासून काही लपविणे तुम्हाला साध्य होणार नाही. राज्य जाते म्हणून धीर जाता कामा नये. तास शाबूत असतील, तर नदी नामशेष होत नाही!" अत्यंत मायेने जिजाबाई धीराच्या शब्दांत म्हणाल्या.

ते शब्दन्शब्द उरात साठवून घेताना खाली पडलेली राजांची मान आपसूकच वर उठली, तर्फेला असलेल्या संभाजीराजांच्या खांद्यावर आपल्या हाताचा, निमुळता, गुलाबी तळवा चढवीत ते जिजाबाईंच्या तुळजाई, शांत डोळ्यांच्या आश्वासनावर विश्वासून म्हणाले, "खरं आहे मासाहेब, आम्हास तुम्हापासून काहीच लपविणं साध्य होणार नाही. चारी पायांत आकडेचाप बसविलेल्या हत्तीसारखी आमची रजपुताच्या गोटात गत झाली! यात काही कमी नको म्हणून रजपुतानं पाच कलमी तहातील शेवटच्या कलमाचा अंकुश आमच्या मर्मात टोचून ठेवला आहे. तुमच्या कानी तो कसा घालावा, हेच आम्हास उमजत नाही." क्षणभर राजांनी संभाजीराजांच्यावर आपली नजर खिळविली. त्यांच्या खांद्यावरचा राजांचा हात नकळत त्यांच्या पाठीवर आला. काहीतरी बोलावे तसा उगाच फिरत राहिला!

"कसला अंकुश राजे? साफ-साफ बोला." जिजाबाईंचे डोळे राजांच्या सर्वांगाभोवती तटबंदी बांधीत फिरले! मन शंकेखोर झाले.

बगलेला असलेल्या संभाजीराजांना आपल्या आणि मासाहेबांच्या मध्ये घेत त्यांना पोटाजवळ बिलगवून राजे घोगरट आवाजात म्हणाले, "रजपुताच्या तहाची तामिली होईपर्यंत – तेवीस गडकोट त्याच्या हवाली होईपर्यंत आम्हाला बाळराजांना त्याच्या गोटात धाडावं लागणार... ओलीस म्हणून!" राजांची नजर जिजाऊंच्या मुद्रेवरून घसरली आणि त्यांच्या पायांवर येऊन स्थिरावली.

"राजेऽऽ" थरारलेल्या जिजाऊ राजांच्या बाकदार नाकाकडे बघत जवळ-जवळ किंचाळल्याच. "काय – काय बोलताहात हे? हे – हे कलम तुम्ही मान्य करून आलात! 'फर्जंद' म्हणून ही तुमची एकुलती एक निशाणी हातात आहे हे विसरलात? तुमच्या इतबारासाठी रजपुताला 'ओलीस'च पाहिजे होता... तर... तर मग त्यासाठी आम्ही काय कमी होतो? नाहीतरी कपाळ फुटलं म्हणून चितेवर चढायला निघालेल्या आम्ही रजपुताचा ओलीस म्हणून पालखीत चढलो असतो!"

त्या बोलांनी गडबडून गेलेले राजे, व्याकूळल्या नजरेने मासाहेबांच्याकडे बघत लगबगीने म्हणाले, "गैरसमज – गैरसमज होतो आहे, मासाहेब. ही अट मिर्झा राजानं घातली. आम्हाला ती मान्य करण्याशिवाय इलाज उरला नव्हता...."

"तेच – आम्हाला पुढं चालवून तुम्हाला, ती बाजूला काढता आली असती. राज्याची स्वप्नं पुढच्या पिढ्यांत बघायची असतात. त्यासाठी टाकावी लागलीच, तर जुनी पिढी खर्ची टाकावयाची असते. उद्या मिर्झाच्या तळात बाळराजांचं काही बरंवाईट झालं तर आम्ही कुणाच्या तोंडाकडं बघावं? उद्या आमचा म्हातारा श्वास सरला, तर स्वर्गी आमच्या सूनबाईंना काय जाब द्यावा?" जिजाबाई राजांच्यावर रोखलेली नजर जरासुद्धा ढळवायला तयार नव्हत्या.

"मासाहेब, धीर सोडू नये. मिर्झा राजानं बेल उचलून शपथ घेतली आहे.

बाळराजांच्या केसालासुद्धा धक्का लागणार नाही रजपुताच्या गोटात. मिर्झा जबानीचा सच्चा आहे. दगाच करायचा असता, तर आम्ही त्याच्या भेटीला बेहत्यार गेलो, तेव्हा त्यानं आम्हालाच तो केला असता. सगळीच माणसं हरामी नसतात मासाहेब.''

मासाहेबांची अदब राखून राजे त्यांना आपली राजकीय चाल समजावून देण्याची कोशिश करत होते. पण संभाजीराजे ही जिजाऊंच्या सोशीक स्त्रीमनाची नाजूक नातेबंधाची जिव्हाळी होती. खूप बघितलेल्या आणि भोगलेल्या जिजाऊंचा 'संभाजीराजे' हा ठेवणीतला खास दागिना होता. शेलका साज होता. गळ्यातल्या तुटल्या मंगळसूत्राचा आघात त्यांनी कष्टाने पचविला होता. स्वारी-शिकारींच्या घाईगर्दीसाठी, आई भवानीचे 'श्रींचे' राज्य उभे करण्यासाठी त्यांनी आपल्या हातांनी राजांना मावळाच्या दऱ्यादरडीत फेकले होते. त्यांच्यातील कुलस्त्रीचे काळीज 'शंभूराजे' हा भोसलेकुळीचा रक्तपोत पदराखाली जपू बघत होते. म्हणूनच जे त्या राजांच्या बाबतीत निर्धाराने करीत आल्या होत्या, ते संभाजीराजांच्या बाबतीत करताना मात्र थरकून उठत होत्या. स्त्रीला पुत्र असतो, त्याहून कितीतरी जवळचा नातू वाटतो.

''शत्रूचा भरोसा देताहात राजे! पण आम्हास कढ निघत नाही, चला बाळराजे!'' असे म्हणत जिजाबाई महालाबाहेर जाण्यासाठी वळल्या. त्यांच्या पाठमोऱ्या मूर्तीला मुजरा करून राजे म्हणाले, ''बाळराजांना राहू द्या आमच्या महाली.''

मागे न बघताच जिजाबाई म्हणाल्या, ''जशी तुमची इच्छा.'' आणि त्या आपल्या महालाच्या रोखाने तडक चालू लागल्या.

मध्यरात्र टळत असली तरी राजे आपल्या महालात शंभूराजांशी बोलत होते. रजपुताच्या गोटात पाळायच्या रीतीभातीच्या गोष्टी सांगत होते.

''मिर्झा राजांना 'दादाजी' म्हणत चला. आमच्या ठिकाणीच त्यांना माना. कमी बोला. त्यांच्यासमोर मस्तकीचा टोप उतरू नका.'' अशा सूचनांवर सूचना त्यांनी संभाजीराजांना दिल्या. राजे बोलता-बोलता मध्येच थांबत होते. सईबाईंच्या आणि मासाहेबांच्या आठवणींनी त्यांचे मन घुसळून येत होते.

संभाजीराजे त्यांचा प्रत्येक बोल ध्यान देऊन ऐकत होते. राजे बोलता-बोलता थांबले की, त्यांची दगडबंद भिंतीवर पडलेली केवढीतरी मोठी सावली ते आपले डोळे ताणून साठवून घेत होते. राजांचे दोन अस्सल राजकारणी ओठ संभाजीराजांच्या कानांत जीवनाचा विश्वास भरीत होते. त्यांना 'पहिल्या धावणीला' तयार करून घेत होते. त्यांच्या मनाची बांधणी साधीत होते. एकदा संभाजीराजांच्याकडे आणि एकदा एका मोठ्या चिराखदानाच्या झाडाकडे बघत राजे विचारमग्न झाले. ते झाड त्यांना सईबाईंच्यासारखेच वाटले! आपल्या ज्योतीचे असंख्य डोळे करून ते आपल्या 'एकल्या जिवाला' 'शंभूबाळांना' एकटक बघते आहे, असा विचित्र विचार

राजांच्या मनात तरळून गेला.

आपली सावळ्या रंगाची सावली मागून चालती घेत, राजे संभाजीराजांच्या अगदी जवळ आले. त्यांचा चेहरा आपल्या निमुळत्या बोटांच्या ओंजळीत घेऊन त्यांनी त्यांच्या डोळ्यांत क्षणभर एकटक रोखून पाहिले. लागलीच त्यांचे छोटेखानी खांदे आपल्या बळकट बोटांनी घट्ट आवळून धरीत त्यांनी केवढ्यातरी निर्धारी आवाजात त्यांना विचारले, दैवी संकल्पाने मानवी साधनाला विचारावे तसे, "खरं -खरं सांगा. रजपुताच्या गोटात जायला तुमचं मन कच तर खात नाही?...."

"नाहीऽ!" फरसबंदीवर पडलेल्या झळझळीत सोनमोहरेचा यावा, तसा खणखणता जबाब आला!

"मग विचार कसला करताय? काहीच बोलत नाही तुम्ही, शंभूबाळ?" राजांनी त्यांचे खांदे हलविल्यासारखे केले.

"त्या गोटात आमची एक अडचण होणार आबासाहेब!" राजांच्या डोळ्यांना डोळे जोडून संभाजीराजे म्हणाले.

"कसली अडचण? बोला." राजांच्या भुवयांनी अंदाज घेताना कमानबाक चढविला.

"इथं गडावर रोज अंघोळ करून पेहराव चढविल्यावर थोरल्या आऊसाहेब आमच्या कपाळी शिवगंध रेखतात. रजपुताच्या गोटात ते कपाळी कोण रेखणार?"

काहीच अंदाज नसलेला तो प्रश्न ऐकून राजे थरकून उठले. न राहवून त्यांनी शंभूराजांचे मस्तक आपल्या छातीशी बिलगते घेतले. संभाजीराजांच्या कपाळीचे शिवगंध राजांच्या छातीवरील कवड्यांना भिडले!

ज्येष्ठाच्या पौर्णिमेचा दिवस उजाडल्यागत झाला! पावसाळी ढगांची शिबंदी आभाळात तळ टाकून पडल्यामुळे उजाडले तरी तसे वाटत नव्हते. आज संभाजीराजे नेताजीराव पालकरांच्या सोबतीने गड उतरणार होते. उग्रसेन शंभूराजांना घेऊन जाणार होता. सगळ्या गडावर एक विचित्र कोंदटलेपण पसरले होते.

पहाट-स्नान केलेल्या संभाजीराजांनी अंगावर खास ठेवणीतला पेहराव घेतला. जरीकोयरीचा निळाशार जामा आणि गडद केशरी टोप असा राजांच्यासारखा तो पेहराव होता. कमरेला छोटेखानी जमदाडीचे बंद आवळले होते.

दर्शनासाठी संभाजीराजे जिजाऊसाहेबांच्या महाली आले. तिथे पुतळाबाई आणि धाराऊ होत्या. संभाजीराजांनी त्या सर्वांना पायांवर डोके ठेवून नमस्कार केले.

धाराऊने अदबीने धरलेल्या तबकातील गंध, अष्टगंधाने जिजाऊसाहेबांनी संभाजीराजांच्या कपाळी शिवगंधाची दळे रेखली. त्यांचे पिंडीसारखे मुख बघताना जिजाऊंचे मन मायेने भरून आले. त्यांना प्रेमभराने जवळ घेत त्या म्हणाल्या, "बाळशंभू, गैरअंदाज कुठं काही खाऊ नका. नेताजी सांगतील ते ध्यान देऊन

करा.'' जिजाऊंना पुढे काही बोलवलेच नाही. धाराऊकडे बघत त्या म्हणाल्या, ''धाराऊ, बाळराजांच्या न्याहरीचा थाळा जोडून आणा.''

''जी!'' म्हणत ती निघून गेली.

जिजाऊ, पुतळाबाईंनी संभाजीराजांना देवमहालात आणले. देव्हाऱ्यात अष्टभुजा जगदंबेची हत्यारे पेललेली, डोळे विस्फारलेली, क्षात्रमंगल मूर्ती पायाखाली महिषासुर रगडीत उभी होती. तिच्या पायावर बेलभंडारा वाहून शंभूराजांनी तिला दंडवत घातला. जिजाऊंनी भंडाऱ्याची दोन बोटे संभाजीराजांच्या कपाळावरच्या शिवगंधावर आडवी ओढली आणि शंभूराजांना घेऊन त्या राजांच्या महालाकडे चालल्या. पुतळाबाई बाळराजांच्या न्याहारीची व्यवस्था लावण्यासाठी माघारी वळल्या.

राजे आपल्या महालात सरलष्कर नेताजी पालकरांना हरतऱ्हेच्या सूचना देत होते.

''जी,'' म्हणून आपली थोराड पगडी डोलवून नेताजी त्या ध्यान देऊन ऐकत होते. त्यांच्या हाताची मूठ कमरेच्या तलवारीच्या मुठीवर घट्ट आवळलेली होती.

''मासाहेब येताहेत.'' अशी वर्दी राजांना मिळाली. राजे आणि नेताजी आपले बोलणे तसेच सोडून महालाच्या उंबरठ्यापर्यंत आले.

जिजाऊ संभाजीराजांच्यासह राजांच्या महालात प्रवेशल्या. मुजरे झाले. संभाजीराजांनी राजांच्या पायावर डोके ठेवले. त्यांना उठवून जवळ घेत राजे म्हणाले, ''बाळराजे, नेताजीकाका तुमच्या संगती येताहेत. काही लागलं-सवरलं, तर त्यांना सांगा. मिर्झा राजांना 'दादाजी' म्हणत चला.''

''जी.'' संभाजीराजांनी होकार भरला.

''नेताजीराव, बाळराजांची खुशाली-खबर आम्हास रोज पोहोचती करीत चला. सावलीसारखे तुम्ही त्यांच्या पाठीशी राहा.'' जिजाऊंनी नेताजींना आपली खास इच्छा सांगितली.

''मासाब, बाळधन्याच्या केसाला ढका लागला, तर बेलफळागत त्येंच्या डुईवरच्या केसाएवढ्या मुंड्यांचा सडा पडेल कऱ्हेपठारावर. तुम्ही निवांत असा.'' नेताजींनी ताठ मानेने जिजाबाईंना धीर दिला.

इतक्यात मोरोपंत महालात आले. त्यांनी राजांना आणि जिजाबाईंना मुजरा करून जबान खोलली, ''स्वामी, रजपुताकडून आलेली हेजिब असामी उग्रसेन कछवाह बाळराजांना नजराणा पेश करण्याची इजाजत मागत आहे.''

राजे ते ऐकून क्षणभर विचारात पडले. वास्तविक नजराणा मिर्झा राजांच्या तळावर पेश व्हायचा! तो आधीच कसा काय पेश होतो आहे? की बाळराजांना आपल्याबद्दल जवळीक व धीर वाटावा, यासाठी मिर्झा राजाने टाकलेली ही एक चाल आहे? त्यांना नीट अंदाज बांधता येईना. सावधपणा म्हणून त्यांनी मोरोपंतांना

आज्ञा केली, "पंत, नजराणा पेशवे म्हणून तुम्हीच बाळराजांच्यासाठी स्वीकारा! त्या नजराण्याला साजेल असा फेरनजराणा आमच्या वतीनं तुम्ही त्याला बहाल करा."

"आज्ञा स्वामी," म्हणत मोरोपंत महालाबाहेर निघून गेले.

राजगडावर आलेल्या उग्रसेन कछवाहचा एक बेत साफ फसला होता. आपल्याला 'राणाजीने' नेमून दिलेली कामगिरी तो हुन्नर चालवून पार पाडू बघत होता. त्याला संभाजीराजांना बघायचे होते! "शिवाजीराजे कुणाच्याही कुँवरला राजवेष घालून 'आपला कुँवर' म्हणून तुझ्याबरोबर पाठवून देतील तरी सावध!" ही मिर्झा राजाने दिलेली सूचना तो विसरला नव्हता! पण गडावर आल्यापासून अद्याप त्याला एकदाही संभाजीराजांना बघायला मिळाले नव्हते. तो काळजीत होता.

राणीवशातील सगळ्या मासाहेबांची दर्शने संभाजीराजांनी घेतली. धाराऊने जोडलेल्या न्याहारीचा थाळा रिवाज म्हणून शिवला.

शंभूराजांच्या गड-उताराची पालखी पद्मावती माचीवर सिद्ध ठेवण्यात आली होती. त्या पालखीभोवती नेताजींनी निवडलेले तगडे, हत्यारबंद धारकरी कडे करून उभे होते. त्या धारकऱ्यांत एका बाजूला उग्रसेन कछवाह आपल्या राजपुती हशमांसह उभा होता. केशरी साफे आणि पिळलेल्या दाढ्या यामुळे ते सारे वेगळे व उठून दिसत होते.

राजे, नेताजी, मोरोपंत, गंगाधरपंत, आनंदराव, येसाजी, प्रतापराव अशा खास मंडळींसह शंभूराजांनी बालेकिल्ला सोडला.

सारे बालेकिल्ल्यावरून पद्मावतीवर निघणाऱ्या भुयाराच्या तोंडाशी आले. नेताजींनी इशारत करताच भुयारावरची धोंड पहारेकऱ्यांनी हटविली.

नेताजी पुढे होत भुयारात उतरले. त्यांनी हातजोड देऊन संभाजीराजांना आत घेतले. पाठोपाठ राजे आणि सारी मंडळी भुयारात उतरली. आत येताच पुढे असलेले नेताजी मागे झाले. राजांच्या बरोबरीने संभाजीराजे भुयाराच्या उतरत्या पायऱ्या चालू लागले. निरोपासाठी आलेली मंडळी मागून चालू लागली.

भुयाराची वळणे मागे पडत होती. काही पायऱ्या मागे पडल्या आणि कसल्यातरी विचाराने चालते राजे एकदम थांबले! त्यांना शंभूराजांनी याच भुयारमार्गातून चालताना केव्हातरी विचारले होते, "महाराजसाहेब, हे भुयार संपणार तरी केव्हा?"

आज ती आठवण एका वेगळ्याच अर्थाने राजांना जाणवत होती. त्यांना संभाजीराजांना म्हणावेसे वाटत होते, 'आता कुठं तुम्ही भुयारात पहिल्यानं उतरता आहात! अजून खूप चाल घ्यायची आहे. आई अंबेनं त्यासाठी तुम्हास उदंड हिंमत द्यावी.' पण राजे काही बोलले नाहीत.

आपला हात त्यांनी संभाजीराजांच्या खांद्यावर चढविला आणि ते चालू लागले. पाठीमागून चालणारी मंडळी क्षणभर घोटाळ्यात पडली. त्यांना राजे असे अंमळ

थांबले का, ते कळले नाही. कधीच कळणार नव्हते!

सारी मंडळी पद्मावती माचीवर आली. नेताजींनी आपल्या धारकऱ्यांवर आपली चलाख नजर एकदा फिरवून घेतली. राजे आणि संभाजीराजे पालखीच्या रोखाने चालले. सगळी माची माणसांनी दाटून गेली होती.

"आम्हास न्याल काय धावणीला तुमच्या संगती महाराजसाहेब?" ही संभाजीराजांनी त्यांना अनेक वेळा घातलेली मागणी आठवली. आज तो योग येत होता! केवढ्या वेगळ्या अर्थाने! शंभूराजांना आपल्या हयातीची 'पहिली धावणी' एकट्यानेच घ्यावी लागत होती! राजांच्या काळजाचा सफेद घोडा थरकून उठला. कुठल्यातरी अज्ञात हाताने त्याच्या पाठीवर थाप भरली होती.

'रजपुताच्या गोटात बाळराजांच्या केसालासुद्धा धक्का लागणार नाही,' अशी जिजाऊंची समजूत घालणाऱ्या राजांचा हात झटकन गळ्यातील चौसष्ट कवड्यांच्या माळेकडे गेला! आपल्या कंठातील माळ त्यांनी डोकीवरचा टोप चुकवीत हलकेच उतरली. तिचे दोन पेड करून त्यांनी ती संभाजीराजांच्या गळ्यात चढविली!

"सांभाळून असा." घोगऱ्या आवाजात बोलून त्यांनी आपल्या फर्जंदाच्या पाठीवरून हात फिरविला. भोवतीच्या गर्दीतून उग्रसेन कछवाह हे सारे बघत होता! शंभूराजांच्याकडे तो संशयी नजरेने बघत होता. राजांनी त्यांच्या गळ्यात कवड्यांची माळ चढविताच त्याने शेजारी उभ्या असलेल्या एका मावळ्याला विचारले, "वो क्या है? राजासाबने कुँवरके गलेमें क्या चढाया?"

मावळा त्याच्याकडे चमत्कारिक नजरेने बघत म्हणाला, "एवडंबी मालून न्हाई व्हय? वो माळ है। आई भवानीकी!" आपल्या कानांना हात लावून नमाजाचा भाव उभा करीत त्याला समजावून देण्यासाठी तो मावळा म्हणाला, "तुमच्या खुदासारखी! बघो, किसकेभी गळ्यात वो माळ नहीं!" मावळ्याने विचारणारा म्लेंच्छ आहे, हे जाणून आपल्या अजब भाषेत सांगितलेले उग्रसेनला बहुधा कळले असावे.

ही माळ देवीची आहे आणि ती इतर कुणाच्याच गळ्यात नाही, ह्याची खातरजमा होताच त्याचा तरतरीत रजपूत चेहरा उजळून गेला! पुढे होऊन त्याने पालखीत चढणाऱ्या संभाजीराजांना 'जय एकलिंगजी' म्हणत कुर्निसात केला.

संभाजीराजे पालखीत चढले. भोयांनी थोपे देऊन पट सरसे करीत पालखी वर उचलली. डावे-उजवे झोले खात पालखी माची सोडून पाली दरवाजाकडे जाऊ लागली. राजांनी धरावा तसाच पालखीचा झुबकेदार रजगोंडा संभाजीराजांनी आपल्या मुठीत धरला होता. हातात नागवे हत्यार धरून नेताजी आपल्या एका हाताने पालखीची डंबरी धरून पालखीबरोबर दुडक्या चालीने चालू लागले.

जखडल्या पायाने राजे दूर जाणाऱ्या पालखीच्या लाल ठिपक्याकडे बघत होते. त्यांच्या मनात विचारांची अनेक हत्यारे एकमेकांवर आदळत होती –

'बरड असली तरी पुण्याची स्वतंत्र जहागिरी देऊन आमच्या महाराजसाहेबांनी बंगळूरहून आम्हास इकडं धाडलं. आणि – आणि आम्ही मात्र तुम्हास गनिमाची मनसब स्वीकारण्यासाठी तिकडं धाडतो आहोत!'

'उपजलात आणि धाराऊच्या वरच्या दुधावर अंग धरण्याची पाळी तुमच्यावर आली. आज राजकारणात उतरताहात आणि औरंगशाच्या उसन्या मनसबीचा स्वीकार तुम्हाला करावा लागतो आहे! ज्या तुमच्यासाठी आम्ही आमचा जीव गहाण टाकावा, तेच तुम्ही आमच्यासाठी, या दौलतीसाठी जमान म्हणून जाताहात! खरंच शंभूराजे आप्तगणांकडून तुम्ही किती नाडले जाणार? सई, यांना आमच्या हवाली करताना तुम्ही म्हणालात की, हे 'एकले जीव.' आमच्या त्या वेळी हे ध्यानी आलं नाही की राजा – 'एकला' कधीच नसतो!'

गड उतरंड उतरणारा पालखीचा लाल ठिपका बघताना – प्रतापगडावर भवानीचा पोत नाचविणारे संभाजीराजे राजांना आठवले. गोंधळ्याने जगदंबेचा महिमा गाताना उभे केलेले शब्द त्यांच्या कानांत घुमत फिरू लागले –

"उदर परडी देऊन हाती
ब्रह्मांडी फिरवी।
लक्ष चौऱ्याऐंशी घरची भिक्षा
मागविली बरवी।
ज्या-ज्या घरी मी भिक्षा केली
ते-ते घर रुचले।
आदिशक्तीचे कवतुक मोठे
भुत्या मज केले!!"

राजे स्वत:शीच पुटपुटले – "शंभूराजे, आपण आईचे भुत्ये आहोत. ती देईल तो जन्माचा पोत आपल्या हाती आहे. तिची इच्छा थोर आहे!"

राजे माचीवरून माघारी वळले.

सह्याद्रीच्या सिंहाचा छावा आपली गुहा सोडून पठारावर उतरत होता. पहिली राजकीय धावणी करण्यासाठी!

◆

॥३॥

राजगडावरून निघालेली संभाजीराजांची स्वारी दिवस कलंडायला आला असताना मिर्झा राजाच्या तळाजवळ आली. भले मोठे पाण्याचे टाके तांबड्या कमळांनी फुलून जावे, तसे उभे कऱ्हेपठार केशरी राहुट्यांनी भरून गेले होते.

तळापासून हाकेच्या टप्प्यावर संभाजीराजांची पालखी ठाण करून किरतसिंगाने आपल्या राणाजींना वर्दी पाठवली.

मिर्झा राजाचा पसरलेला प्रचंड तळ, हत्ती, उंटाचे चीत्कार, तोफगाड्यांचे खडखडाट या कशाकडेच संभाजीराजांचे लक्ष नव्हते. ते रोखल्या नजरेने समोर दिसणाऱ्या तोफमाऱ्याने काळवंडलेल्या पुरंदराकडे बघत होते. ते त्यांचं जन्मस्थळ होतं. कसलीतरी न कळणारी सळसळ त्यांच्या उदरात दाटली होती.

मिर्झा राजाचा मुन्शी उदयराज, इंद्रमण बुंदेला आणि काही रजपूत धारकरी संभाजीराजांच्या आगवानीसाठी सामोरे पेश आले. तळावर शहाजणे वाजू लागली.

नेताजींच्या सोबतीने संभाजीराजे मिर्झाच्या सर्वांत उंच उठून दिसणाऱ्या शामियान्याकडे चालले.

उभ्या हयातीत एवढ्या पोरवयाच्या पराक्रमाचे स्वागत करण्याचा प्रसंग कधी मिर्झा राजावर आला नव्हता. त्याला 'कुँवर'बद्दल कुतूहल होते.

मिर्झाच्या तळावरील रजपूत, पठाण, बहलिया धारकरी धावत येत दाटीने 'सेवा का बच्चा' बघत होते. नेताजींच्या पाठोपाठ संभाजीराजे मिर्झाच्या शामियान्यात प्रवेशले.

संभाजीराजांना बघताना मिर्झाच्या पातळ ओठांतून अस्पष्ट शब्द निसटले, "ओऽ ह सरण चंडी! बेहतरीन!" आपल्या कपाळावरच्या केशरी रजपुती टिळ्याची आठ्यात घडी करून टाकत, भुवया चढवून मिर्झा राजे जयसिंग समोर बघतच राहिला. आकाशात लकलकणाऱ्या तेजवान विजेचा एक तरतरीत कोवळा कोंभ त्याला आपल्या शामियान्याच्या दारात उभा ठाकलेला दिसत होता!

उग्रसेन कछवाहकडून हे शिवाजीराजांचे 'असली कुँवर'च आहेत, याची शहानिशा करून घेण्याचे भान काही मिर्झा राजाला राहिले नाही!

"आइये कुँवर शंभूराजे!" म्हणत मिर्झा राजे हसत दोन-चार कदम पुढे झाले. पुढे होत "आम्ही मुजरा करतो आहोत, दादाजी," म्हणत संभाजीराजांनी मिर्झा राजांच्या पायाला आपले हात भिडवले.

ते काय करताहेत हे पटकन न उमगलेला मिर्झा थोडे मागे हटत म्हणाला, "ये – ये – क्या कर रहे हो, कुँवर?"

त्यांच्याकडे निर्भय डोळ्यांनी बघत संभाजीराजे खणखणीत आवाजात म्हणाले, "गड सोडताना आमच्या महाराजसाहेबांनी आम्हास बजावलं आहे की, आपल्याला आम्ही 'दादाजी' म्हणावं. त्यांच्या ठिकाणी आपल्याला मानावं. आम्ही त्यांची आज्ञा पाळावी." गंगाधरपंतांनी पुढे होत, त्याच्या उत्तरी तर्जुमा सांगितला.

शिवाजीराजांनी आपल्यावर केवढी जिम्मेदारी टाकली आहे, हे संभाजीराजांच्या तोंडून मिर्झा राजाला आता अचूक कळून चुकत होते! राजांचा 'विश्वास टाकून माणूस बांधील करण्याचा बेत' संभाजीराजांच्या पहिल्या भेटीतच अचूक साधला गेला.

संभाजीराजांचा हात हातात घेत मिर्झा राजाने त्यांना अलिशान बैठकीवर नेऊन बसविले. शामियान्यात असलेला उग्रसेन, मिर्झा राजाची नजर त्याच्यावर जाताच मिर्झा राजाच्या जवळ आला. तसलीम करून म्हणाला, "राणाजी, एक बात...."

"बोलो उग्रभान, क्या है?" मिर्झाने विचारले.

झटकन मिर्झा राजाच्या कानांजवळ आपले तोंड नेत उग्रसेन हळूच त्याच्या कानात राजपुतानीत पुटपुटला, "ये कुँवर संभूही है! खुद राजासाबने अपने कुलदेवीकी माला इसके गलेमें चढाई है!" आणि हे सारे तो गळ्याभोवती हात फिरवून मिर्झा राजांना अभिनयाने पटवून देऊ लागला.

ते ऐकून मिर्झा राजे मान टाकीत एकदम मोठ्याने हसले. सरकारी ढंगात बोलून गेले, "बेवकूफ हो उग्रभानऽ! जाओ अपने डेरेमें!"

उग्रसेनाच्या त्या हालचालीमुळे संभाजीराजे आणि नेताजी थोडे बिचकले! एकमेकांना त्यांनी सावध नजर दिली.

नेताजींची भरीव बोटे नकळत कमरेच्या हत्याराच्या मुठीवर गपकन रुतली. शामियान्याच्या दरवाजाकडे रोखल्या नजरेने बघताना नेताजींच्या ताणल्या छातीवरचा बाराबंदीचा एक बंद तटकन तुटला! त्यांना 'दग्याची' शंका आली. पण हे सारे उग्रसेनाच्या गैर हालचालीमुळे झाले होते.

मिर्झा राजाने आपल्या चलाख डोळ्यांनी नेताजी आणि संभाजीराजे कसल्या गैरसमजात आले आहेत, हे हेरले. तो गडबडीने म्हणाला, "गलतफहमी न करना कुँवर! ये उग्रसेन तुम्हारे गलेकी मालाकी निशानी बनाकर तुमही राजासाब के असली

कुँवर हो और कोई नहीं ये बता रहा था!''

ते ऐकताना कोंडल्या श्वासाचा दमदार निःश्वास टाकून हत्यारावरची मूठ ढिली टाकत नेताजी म्हणाले, ''चटका लागल्याबिगर कळत न्हाई 'इंगळ' कनचा अन् 'कोळसा' कनचा!'' मिर्झा राजाला मात्र नेताजींची मावळबोली काही कळली नाही!

सगळ्या तळाभोवती पावसाळी सांज दाटून आली होती. पाखरांचे थवे आपल्या कोटरांच्या निवाऱ्याकडे परतून स्थिरावले होते. तळावरच्या रसोईखान्याच्या आगळ्या धुराचे लोळ फेकीत शिलगत होत्या. मिर्झा राजाच्या शामियान्याच्या दारात उभे असलेले संभाजीराजे नजर जोडून, पावसाळी ढगांनी वेढलेल्या धुरकट पुरंदरच्या माथ्याकडे बघण्यात स्वतःला हरवून गेले होते. शामियान्याची कनात धरून नेताजींच्या निवडक धारकऱ्यांचे पथक हातांत नंगी हत्यारे पेलून सावध अंगाने खडे होते. त्यात स्वतः नेताजी संभाजीराजांच्यावर नजर ठेवून उभे होते.

सुरक्षितता आणि इतमाम म्हणून मिर्झा राजाने संभाजीराजांच्या मुक्कामाची सोय खुद्द आपल्या शामियान्यातच केली होती. त्यावर किरतसिंग आणि आपले खास विश्वासू रजपूत लढवय्ये जोडून दिले होते. शामियान्याच्या अंतःपुरात मिर्झा राजा रणचंडीची संध्यापूजा करण्यात गुंतला होता. कितीतरी वेळ संभाजीराजे पुरंदरचा धुरकटला माथा एकटक निरखीत राहिले. आता चांगलेच अंधेरून यायला लागले होते.

एकसारखी चुळबुळ करणारे नेताजी पुढे झाले. संभाजीराजांना मुजरा करून म्हणाले, ''किन्नाटीचं आता बाळराजांनी आत चलावं! भाईर हुबं ऱ्हाऊ नये.''

कसलीतरी साखळी तुटल्यासारखे संभाजीराजे भानावर आले. नेताजींच्या थोराड पगडीकडे बघत म्हणाले, ''नेताजीकाका, हा गड आम्हास जणू साद घालतोय! त्याच्यावरची नजर काढू नये असंच वाटतंय. छातीत खळबळ माजतेय.''

पगडी डोलवीत नेताजी म्हणाले, ''बराबर हाय बाळधनी. मानूस जिथं उपाजतं ती जागा त्येला सादच घालती! तुमी या गडावं उपजला. म्याच किल्लेदार हुतो त्या वक्ताला. मासायबांनी लई गर्दी उडवली हुती तुमचं पयलं बाळरडं ऐकून! आता ह्यो गड पठाणाच्या कब्जात हाय, न्हाईतर दावला असता थोरल्या रानीसायबांचा म्हाल तुमास्नी एकडाव!'' ते तगडे रांगडे मन हे बोलताना दाटले होते.

सगळी कोडी सुटल्यासारखे संभाजीराजांना क्षणभर वाटले. पण अशी कोडी कधीच सुटत नसतात! गुंतवा झालेल्या धाग्याच्या भेंडोळ्यातून नेमका शेव हाताशी येत नाही. संभाजीराजांचे मन आपल्या 'आऊसाहेबांचा' विचार करू लागले. किल्ले पुरंदर वरून कसा दिसत असेल, अशी उत्सुकता त्यांच्या मनात येऊन गेली. ते दरवाजातून वळले. संथपणे शामियान्यातील तलम रुजामे तुडवीत गेले.

संभाजीराजांसह रात्रीचा खाना एका पंक्तीने उरकून शामियान्याच्या ख्वाबगारात मिर्झा राजे आपल्या मंचकावरच्या मऊ बिछायतीवर लेटले होते. मावळतीच्या बाजूला एका शिसवी मंचकाच्या बिछायतीवर संभाजीराजे पडून होते. त्यांच्या अंगावरची शाल दूर हटून पायगतीला गोळामोळा होऊन पडली होती. आतली हिंदोस्थानी शमादाने मंद तेवत होती. ख्वाबगाराला लागून असलेल्या अंत:पुरात मिर्झा राजाने पुजलेल्या रणचंडीच्या मूर्तीसमोर तेवत होत्या.

शामियान्याच्या सगळ्या घेराभोवती मावळे धारकरी आणि रजपूत हशम यांचा छबिन्याचा जोड पहारा नागव्या तलवारी पेलून जागत्या डोळ्यांनी फिरत होता. आपल्या जाड मावळी पायताणांची कुरकुर उठवीत, हातात नंगी तेग धरून खासे नेताजी त्या पहाऱ्यावर नजर ठेवीत फिरत होते. तळावर जागजागी आगट्या पेटल्या होत्या. मधूनच त्यातील बाभळीच्या गाठी पेटता-पेटता फाटकन फुटत होत्या. त्यामुळे फवारलेल्या ठिणग्यांचा आगटीभोवती सडाच पडत होता.

समोर टाकलेल्या गवताच्या पेंढ्या सोंडेने झटकून नीट मुंगीरहित करून मगच घशात सोडताना हत्तींच्या गळ्यांतील घंटांचे उठणारे घुमारे नाद तळावर पसरत होते. बैठक घेतलेले उंट माना ठेवून मिटल्या डोळ्यांनी रवंथ करीत होते. त्यांच्या ओठाळीतून फेसाच्या तारा तरंगत होत्या. लीद टाकलेली घोडी अखंड शेपट्या चाळवीत उभ्या-उभ्या झिंगत होती. तळावर शांत रात्र उतरली होती.

आपल्या बिछायतीवर संभाजीराजे मात्र तळमळत होते. एकसारखी कूस पालटत होते. थोरल्या मासाहेबांचा मायेचा हात पाठीवर घेऊन बिनघोर झोपण्याची सवय असलेले संभाजीराजे बेचैन होते.

लेटल्या-लेटल्या त्यांची घालमेल निरखणारा मिर्झा राजे आपल्या मंचकावरून उठला. किमॉश उतरून ठेवल्यामुळे त्याचे रूपेरी केस शमादानांच्या प्रकाशात लकलकले. संभाजीराजांच्या मंचकाजवळ येत त्याने आपला हिरेजडित अंगठ्या असलेला हात संभाजीराजांच्या पाठीवर ठेवला. त्या स्पर्शाने शंभूराजे दचकून उठले. मिर्झा राजाच्या पांढऱ्या सफेद केसांकडे बघू लागले.

"कुँवर, तुम्हे नींद नहीं आती! जगह बदल गयी कि नींद हजम होती है! आवो हमारे बिस्तरपर लेट जावो! डरो मत." मिर्झा राजाने त्यांचा हात धरून त्यांना मंचकावरून उतरते केले. हळुवारपणे आपल्या मंचकाजवळ आणले.

संभाजीराजे मिर्झा राजांच्या मंचकावर बसले. समोर उभ्या असलेल्या धिप्पाड; पण शांत मुद्रेच्या मिर्झा राजाकडे त्यांनी पाहिले. मिर्झाच्या छातीवर त्याच्या आलमपन्हा औरंगजेबाने त्याला बहाल केलेले हिरव्याकंच पाचूचे मोतीलगात गुंफलेले पदक चमकत होते. त्या पदकाकडे बघत संभाजीराजे क्षणभर गप्प झाले. मग मान उडवून त्यांनी विचारले, "दादाजी, आम्ही एक विचारू?"

"बेशक पूछो कुँवर संभू।" मिर्झा शांतपणे म्हणाला.

"आमचे आबासाहेब म्हणाले की, तुम्ही रजपूत आहात आणि आम्हीही रजपूत आहोत. मग-मग तुमच्या गळ्यात भवानीच्या कवड्यांची माळ का नाही?"

त्या प्रश्नाने मिर्झा राजा हा दिल्ली दरबारचा थोर राजकारणी चरकला. त्याच्या डोळ्यांत एक दुखरी छटा तरळून गेली. आपल्या छातीवरच्या हिरव्या पदकावरून कसातरीच हात फिरवीत तो म्हणाला, "बहोत रात उतर आयी. सो जावो कुँवर।"

संभाजीराजांना लेटते करून मिर्झा राजाने त्यांच्या अंगावर शालनामा पांघरला. स्वत: मिर्झा राजा त्यांच्या शेजारी कलंडला. "चंडीऽ चंडीऽ" असे पुटपुटत आपल्या हयातीच्या चुकलेल्या, मार खाल्लेल्या वाटा आठवू लागला.

कुसवे होऊन मिर्झा राजाने संभाजीराजांच्यावर नजर टाकली. त्यांचा श्वास बिनघोर लयीत लागला होता!

शामियान्यासमोरच्या पैस जागेत शाही इतमामात बैठकीच्या चौथरा सजला होता. त्यावर राजपुती वाणाच्या तलम बिछायती अंथरल्या होत्या – जरीबतूची नकसदार कलाकुसर असलेल्या खोळी घातलेल्या गिर्द्या, लोड मांडले होते.

संभाजीराजांना नजराणा देऊन दिपवून टाकण्यासाठी तो चौथरा मिर्झा राजाने एका रात्रीत सिद्ध केला होता. चौथऱ्याच्या एका अंगाला सरपोसांनी झाकलेली पेहरावाची तबके घेऊन काही रजपूत धारकरी उभे होते. पिछाडीला अब्दागिऱ्यांची मोठी पिंपळपाने हातात धरून अब्दगिरे खडे होते. एका बाजूला शिंगे, तुताऱ्या, नगारे यांचा शहाजणांचा ताफा उभा होता. तळावरचा तमाम हशमलोक तो नजारा बघण्यासाठी जागा मिळेल तिथे दाटला होता.

ज्येष्ठ वद्य द्वितीयेचा दिवस कासराभर वर आला होता; पण पावसाळी कुंदपणामुळे तसे वाटत नव्हते. आपल्या शामियान्यातून मिर्झा राजा जयसिंग संभाजीराजांच्यासह बाहेर आला. रजपुताच्या अंगावर सोनेरी बुट्ट्यांचा हिरवाकंच मोगली जामा होता. खांद्यावरून फिरलेले गर्द निळे जरीकाठाचे उपरणे होते. पाचू मढविलेला, मागे झुकलेला, झुरझुरत्या सफेद पिसांचा तुर्रेबाज किमॉश त्याने मस्तकी चढविला होता. गळ्यात मोत्याचे कंठे आणि हिरवे पदक होते.

संभाजीराजांनी जरीकोयऱ्यांच्या नकसकामाचा पांढरा सफेद जामा परिधान केला होता. राजांचा होता त्या माटाचाच, पिछाडीला ठेवणारा केसरी टोप त्यांनी मस्तकी चढविला होता. कमरेला गर्द जांभळा जरीशेला आवळला होता. चुणीदार मांडचोळण्याखाली पायात भगवे चढाव होते. मोत्याच्या कंठ्याबरोबर छातीवर कवड्यांची दुपेडी माळ आणि कपाळी दोनदळी शिवगंध होते. सर्व दरवाजे मिटलेल्या जगदंबेच्या शांतमंगल गाभाऱ्यातून समईचा एखादा कवडसा बाहेर झेपावून यावा,

तसे ते दिसत होते!

मिर्झा राजे संभाजीराजांच्यासह बैठकीच्या रोखाने चालू लागले. शिंगांच्या कातऱ्या ललकाऱ्या शहरात उठल्या. शहाजणे वाजू लागली.

आघाडीच्या खाशा स्वाऱ्यांमागून नेताजी, गंगाधरपंत, कर्माजी, किरतसिंग, रायसिंह राठोड, चतुर्भुज चौहान, रामसिंग हाडा, महमद तर्खान, तुर्कताझखान अशी मंडळी अदबीत चालली. मिर्झा राजाने संभाजीराजांना हात पेश करून बैठकीवर बसते केले. आपण स्वत: बैठक घेतली आणि किरतसिंग व उदयराज मुन्शी यांच्याकडे इशारतीची नजर दिली.

नजराण्याच्या पेहरावाचे तबक घेतलेला, एक-एक राजपूत धारकरी पुढे होऊ लागला. मिर्झा राजासमोर अदबीने वाकून हातांतील तबक पुढे करीत तबकाला मिर्झाचा दस्तुरी-स्पर्श करून घेऊ लागला. तसेच पुढे होत ते तबक संभाजीराजांच्यासमोर धरू लागला. संभाजीराजे नजराणा आपला केल्याचे दस्तुरी-स्पर्श देऊ लागले.

एकाएकी पुरंदरच्या पायथ्याच्या रोखाने उठलेली घोड्यांच्या टापांची टपटप सर्वांना ऐकू आली. सर्वांच्या नजरा त्या आवाजाच्या रोखाने वळल्या. कैक काळजे धडधडली. झटकन मिर्झा राजे बैठकीवरून उठले. आपल्या मुलाकडे बघत जाणवणाऱ्या करड्या आवाजात दबके बोलले – "किरतऽ!"

"जी," म्हणत किरतसिंगाने कमरेच्या हत्यारावर मूठ रुतवली. एका घोड्याच्या पाठीवर चलाख झेप घेऊन किरतसिंगाने आवाजाच्या रोखाने घोडे पुढे काढले.

काही क्षण तसेच गेले. संभाजीराजे आणि नेताजी यांची नजरानजर केव्हाच होऊन गेली होती! भोवतीच्या कुणालाही कळायच्या आत नेताजींचे तरबेज पट्टेबाज धारकरी संभाजीराजांच्या भोवती फेर धरून एकवटले गेले!

सगळ्यांचे डोळे किरतसिंग गेला त्या वाटेवर जोडले होते. टापा जवळ येऊ लागल्या. रामेट्याच्या, घाणेरीच्या, करवंदीच्या गर्द झुडपांना वळसा टाकत तीस एक स्वारांची घोडे-तुकडी दौडत येत होती. त्या तुकडीच्या आघाडीला दोन उमदे घोडे खूर फेकत दौडत होते. ते स्वार होते किरतसिंग आणि पठाणांचा लष्करे सालार साक्षात दिलेरखान!

ते दौडते पथक चौथऱ्याजवळ आले. दिलेरखानाला बघताच मिर्झा राजाच्या कपाळावर एक बारीक आठी उठली. मांड मोडून दिलेरखान, सगळ्या तळावर क्षणात सरसरती नजर फिरवीत पायउतार झाला. खांद्यावरच्या हिरव्याकंच फुगीर खिल्लतीमुळे तो केवढातरी धिप्पाड दिसत होता.

मिर्झा राजासमोर येऊन त्याला तसलीम करीत निधड्या पठाणी बोलीत पुरंदरच्या रोखाने हात उडवीत, मिर्झाने काही विचारू नये म्हणून तोच म्हणाला, "गडपर रसद चढानी है। ऊपर दानातक पीछे नहीं छोडा है, काफर मरहट्टोंने।"

त्यावर मिर्झा राजाला काहीच बोलता आले नाही. चेहऱ्यावर खोट्या हास्याची खिल्लत चढवीत तो दिलेरला म्हणाला, "आइये खाँसाब।"

संभाजीराजे बैठकीवरून दिलेरला निरखीत होते. त्याच्या भुवया जाड होत्या. खांद्याच्या गिर्दीत त्याची गर्दन घट्ट बसविल्यासारखी वाटत होती. डोळे भेदक होते. सगळी हयात दौडीत गेल्यामुळे त्याच्या कोरल्या दाढीचा पठाणी चेहरा रासवट, निबर दिसत होता. अंगावरच्या खिल्लतीचे बंद त्याने डाव्या खांद्याजवळ गाठीत आवळले होते. डोक्यावरच्या पठाणी किमॉशात पाचूचे हिरवे पान मढविले होते.

मिर्झा राजाने दिलेरखानाचा संभाजीरांना परिचय करून दिला. त्याला बैठकीवर आपल्या उजव्या हाताला बसवून घेतले.

उरलेली तबके पेश करून झाली. संभाजीराजांनी नेताजींच्याकडे पाहिले. नेताजींनी फेरनजराण्याची तबके घेतलेले मावळे पुढे घेतले. संभाजीराजांनी मिर्झा राजे व दिलेरखान यांना ती तबके बहाल करण्यासाठी त्या तबकांना दस्तुरी-स्पर्श दिले.

चौथऱ्यावरचे ते दृश्य मजेदार दिसत होते. दिल्ली दरबारचे दोन खंदे सेनापती आणि जगदंबेचा एक बाळभुत्या त्या बैठकीवर बसले होते.

किरतसिंगाला इशारत करून मिर्झा राजे हसत संभाजीराजांना म्हणाला, "और एक ऐसा तोहफा हम नजर करेंगे जिसे आप बहोत पसंद करोगे कुँवर।"

संभाजीराजांच्या भुवया, ते ऐकून वर चढल्या. दिलेरखानालाही मिर्झाच्या तोहफ्याचा अंदाज येईना. तळावर ठाण केलेल्या हत्तीतील एक जंगा हत्ती रुप्याचा नकसदार हौदा चढवून, झूल घालून सजविण्यात आला होता. किरतसिंगाने त्या हत्तीवर बैठक घेतलेल्या फीलवानाला इशारत देताच त्याने तो हत्ती चौथऱ्यासमोर आणला.

त्या सजल्या हत्तीकडे हात करीत मिर्झा राजा संभाजीराजांना म्हणाला, "ये शाही फीलखानेका हाथी 'अन्वर' शहेनशाहने आपको नजर किया है, कुँवर संभू। आप दरबारके सबसे पहले कम उम्र पंचहजारी सरदार हो।"

फीलवानाने एकसारखा अंकुश टोचून "चल बेटे 'अन्वर' सलामी दे।" अशी हत्तीशी बातचीत करून तो जंगा हत्ती पुढच्या थोराड गुडघ्यात खाली बसविला. बसल्या अन्वरने रणशिंगासारखी बाकदार सोंड उचलून मेहमानांना ऐटदार सलामी दिली आणि पुन्हा तो ताठ खडा होऊन सोंड झुलवीत, कान फडफडवीत डुलत उभा राहिला.

ते भरगच्च जनावर बघून संभाजीराजे नकळत बैठकीवरून उठले. नेताजींना इशारत करून त्यांनी जवळ बोलावून घेतले. त्यांच्या कानाशी आपले ओठ नेत काहीतरी त्यांनी त्यांच्या कानात सांगितले.

"जी," म्हणत नेताजींनी पगडी डोलावली. कमरेच्या हत्यारावर हाताची मूठ ठेवून नेताजी तळावरच्या फीलखान्याजवळच्या गंजीतून एक गवताची पेंढी घेऊन आले. अदबीने त्यांनी ती संभाजीराजांच्या हाती दिली.

ती पेंढी घेऊन धिम्या चालीने संभाजीराजे झुलत्या अन्वर जवळ आले.

हातातील पेंढी उंचावून त्यांनी ती हत्तीच्या सोंडेच्या रोखाने धरली. अन्वरने आपली भरदार सोंड हातासारखी पुढे करीत पेंढीला वेढा टाकला. त्याच्या गर्दनीवरचा फीलवान डोळे जोडून संभाजीराजांना बघत होता.

सोंडेत धरलेल्या पेंढीचा कट झटके देऊन हत्तीने उस्कटला व गवत सोंडेने झटकून साफ केले आणि आख्ख्या पेंढीचा थोराड घास त्याने सहज आपल्या घशात सोडला.

चौथऱ्याभोवतीचे सारे असामी ते दृश्य टक लावून बघत होते. पठाण दिलेरखान ते बघताना खूश झाला होता. हसून नेताजींच्याकडे बघत संभाजीराजे पुन्हा येऊन बैठकीवर विसावले. संभाजीराजांच्या चालण्याबोलण्यावर, अदब रिवाजावर खूश असलेला मिर्झा राजे अभिमानाने म्हणाला, "हाथी पसंद आया कुँवर संभूराजे?"

त्याच्याकडे आणि दिलेरखानाकडे एक नजर आलटून-पालटून बघत संभाजीराजे म्हणाले, "ते बिचारे मूक जनावर! कोणासही पसंत येईल. कितीही झाले तरी ते पेंढीचे गुरू!"

मिर्झा राजाला शेवटचा चटका नीट कळला नाही; आणि कळला असता तरी काही उपयोग नव्हता! तो त्याला कधीच वळला नसता!

एवढा वेळ 'काफर सेवाच्या' बच्चाचे निडरपण गुमान बघणाऱ्या दिलेरखानाला संभाजीराजांची रांगडी थट्टा करण्याची लहर आली. आपल्या जाड भुवया किमॉशाकडे चढवीत त्याने खोचकपणे, झुलत्या अन्वरकडे हात उठवून विचारले, "इतना बडा शाही हाथी कैसे उठाके ले जावोगे संबूराजे?" दिलेरचे पठाणी डोळे लकलकले.

अंगावर आल्यासारखा अचानक उठलेला त्याचा सवाल ऐकताना संभाजीराजांचा हात छातीवरच्या दुपेडी भवानीमाळेवर चढला. तरतरीत, बाकदार नाकशेंड्याची, शिवपिंडीसारखी दिसणारी आपल्या महाराजसाहेबांची पोतासारखी उजळ मुद्रा क्षणात त्यांच्या डोळ्यांसमोर खडी ठाकली. दिलेरच्या पठाणी डोळ्यांत आपली मावळी, बेडर नजर विट्यासारखी फेकत नागफण्यात ताठ मान करून संभाजीराजे तासाच्या थाळीवर हातोड्याने टोल पडावेत तशा ठणठणीत, कणीदार बोलात बोलले, "डुलत-झुलत का होईना तुमचे हे जनावर चालते! ते नेणे सोपे आहे! पण – पण आमच्या महाराजसाहेबांनी दिलेले गडकोट चालत नाहीत!! ते नेणे कठीण आहे!"

तो जाब ऐकून मिर्झा-दिलेर दोघेही थरारले.

"येतो आम्ही दादाजी," म्हणत अन्वरच्या माहुताच्या रोखानं रिवाजी मोहराजड

थैली फेकून संभाजीराजे बैठकीवरून उठले. नेताजीरावांना पुढे ठेवून शामियान्याच्या रोखाने चालूही लागले.

डोळे फिरलेला दिलेर त्यांच्याकडे बघतच राहिला. त्याला संभाजीराजे म्हणजे आगीची खिल्लत पांघरून चाललेला धगधगीत अंगार वाटला. त्याच्या जाड ओठांतून शब्द निसटले, "माशाऽल्ला! क्या तेज जुबाँ है! इसकी उमर क्या होगी?"

कऱ्हेपठारवर मावळचा पाऊसकळा कोसळू लागला. लाल पाण्याचे पाट कऱ्हेचे तास फोडून दुथडी पसरले. तळावर बुणग्यांनी गवताळू छपऱ्या उठविल्या. त्यात फुटल्या आभाळाखाली थरथरत निथळणारी घोडी आबादान झाली. पावसाच्या भरमार सरीनंतर राहुट्याच्या कनातींच्या झालरीवर थरथरत खोळांबलेले पाणथेंब वाऱ्याची सुंकारणारी झमकी येताच टपटपत खाली कोसळू लागले.

मिर्झा राजे जयसिंग आणि निकोलो मनुची हा गोरा साहेब रजपुताच्या शामियान्यात शतरंज मांडून बसले होते! शामियान्याच्या दरवाजात नेताजी उभे होते. मिर्झा आणि गोरा साहेब शतरंजात रमून गेले होते. कुणीच काही बोलत नव्हते. मधूनच मिर्झा राजा हुक्क्याची नळी चूस करीत होता. बाहेर सरी कोसळत होत्या.

संभाजीराजे पटावरची पांढरी-काळी मोहरी निरखण्यात दंग झाले होते.

त्याच्याकडे बघत मिर्झा राजाने हसून त्यांना विचारले, "क्या सोच रहे हो, कुँवर? खेलोगे चार हाथ?"

पटाकडे बघतच संभाजीराजे म्हणाले, "नाही!"

"क्यों? राजासाब तो अच्छे लडाते है शतरंज! सिखाया नहीं आपको ये खेल?" मिर्झा आडवा आला!

"आम्हास हा खेळ नाही आवडत. तो अपुरा आहे." मिर्झा राजाकडे संभाजीराजे शांतपणे बघत होते.

"वो कैसे?" मिर्झाचा कपाळ-टिळा वर चढला.

"या खेळात उंट आहे, हत्ती आहे, घोडा आहे, प्यादी, वजीर आहेत, राजा आहे. पण – पण कुठंच राजाचा फर्जंद नाही! त्याच्या मासाहेब नाहीत. हा खेळ अपुरा आहे!!"

मिर्झा राजाने चूस करण्यासाठी ओठापर्यंत नेलेली हुक्क्याची नळी ओठाला न लावताच खाली आणली! तो संभाजीराजांकडे बघत कुणालाही कळणार नाही असे पुटपुटला – "ये दिमाग है, या दौडता घोडा!"

हयातभर शतरंज खेळलेल्या मिर्झा राजाच्या मनात; संभाजीराजांच्या मनात आला तसा विचार काही कधीच आला नव्हता!!

कृष्णाष्टमी तोंडावर आली. जिजाऊसाहेबांनी आपला 'बाळकृष्ण' राजगडावर

दिसावा असा ध्यास धरला. त्यांनी राजांना रजपुतास पत्र लिहायला लावले. तहाप्रमाणे राजांनी आता जवळ-जवळ ठरल्या सर्व गडांचा ताबा मिर्झा राजाच्या माणसांच्या हवाली केला होता. राजांचे पत्र मिर्झा राजाच्या गोटात दाखल झाले. मिर्झाचे हुकूम सुटले. संभाजीराजांना नजर केलेल्या अन्वर हत्तीवर झूल, हौदा चढविण्यात आला. खासा किरतसिंग संभाजीराजांना अदब-सोबत करण्यासाठी निघणार होता.

नेताजी मावळी पथक पालखी जोडून सिद्ध झाले. पाठीवर ढाल आवळलेले धिप्पाड नेताजी सावलीसारखे संभाजीराजांच्या बरोबर होते.

मिर्झा राजाने नेताजींच्या बारीक-सारीक हालचाली आपल्या तेज नजरेने टिपल्या होत्या. त्यांचे सावधपण, इमान त्यांनी नकळत हेरले होते.

खासा पेहराव अंगावर चढविलेले संभाजीराजे कमरेच्या हत्यारावर डाव्या हाताची मूठ चढवून मिर्झा राजाला मुजरा करण्यासाठी झुकले. त्याच्या गोऱ्यापान पायांना हात लावताना म्हणाले, "आम्ही मुजरा करतो आहोत, दादाजी. काही चुकलं असेल तर ते आमचं, आमच्या महाराजसाहेबांचं नव्हे! येतो आम्ही."

त्यांना वर उठवून जवळ घेताना राजकारणी मिर्झाला भरून आले. एवढ्या कमती वयात एवढी बेडर नजर, असे काळजाची निशाणी साधणारे बोलणे, थोरांसमोरची अशी अदब त्याने आपल्या उभ्या हयातीत कधी बघितली नव्हती. कितीही केले तरी मिर्झा राजा रजपूत होता. साठ पावसाळे त्याने बघितले होते.

संभाजीराजांचे खांदे थोपटत तो स्वत:शीच बोलल्यासारखा म्हणाला, "गल्लत किसका है, सही कौन है, वो चंडी जानती है! लेकिन आपको बिदा देते वख्त हमें हमारे मुल्कके राजस्थानका अरवली पहाड याद आ रहा है! पैरोंमें जलता रेगिस्तान लेकर अरवली खडा है... खडा है कुँवर...!" मिर्झाला काय म्हणायचे होते, ते संभाजीराजांना नीट कळलेच नाही. पण खांद्यावर थोपटले जाणारे त्याचे भरगच्च तळहात मायेने भरून आले आहेत, हे त्यांनी जाणले.

मिर्झा राजाने चौरंगावरच्या तबकातील निरोप विडा उचलून संभाजीराजांच्या हातात ठेवला. संभाजीराजे त्या विड्याकडे बघू लागले. एका वाट चुकलेल्या, पराक्रमी, राजकारणी, रसिक आणि रजपुती हातातून त्यांना मिळत असलेला तो पहिला विडा होता. संभाजीराजांनी मूठ वळून तो विडा वेढून टाकला!

मिर्झा राजाच्या शामियान्यातून ते बाहेर पडू लागले. त्यांच्या टोपात हिंदकळणारे मोतीलग बघताना रजपूत मिर्झा राजाला कुठेतरी खोल-खोल जाणवून गेले की – 'आपल्या हयातीची मोतीलग तुटून गेली आहे. आणि ते सगळे टपटपीत मोती राजस्थानच्या तापलेल्या रेगिस्तानात कुठच्या कुठे केव्हाच विखरून गेले आहेत!'

मिर्झा राजाच्या शामियान्याच्या दरवाजात क्षणभर उभे राहून संभाजीराजांनी समोर दिसणाऱ्या पुरंदरचा माथा निरखला. याच गडावर ते उपजले होते. आता तो

गड दिलेरखानाच्या ताब्यात होता. संभाजीराजांना नेताजींचे बोल आठवले, "जिथं मानूस उपाजतं ती जागा साद घालती मानसाला!" त्यांच्या मुठीतील विडा नकळत आवळला गेला!

तरातरा चालत संभाजीराजे सज्ज ठेवलेल्या पालखीत चढले. नेताजी आणि किरतसिंगांनी पालखीच्या डंबरीच्या दोन्ही बाजवा घेतल्या. सोंड झुलवीत, कान फडफडवीत अन्वर हत्ती पालखीच्या सामने धिमा चालू लागला.

राजगडच्या पाली दरवाजाची गडचढीची नौबत दुडदुडली. संभाजीराजांची पालखी गड चढून पद्मावती माचीवर आली. त्यांची नजर भिरभिरत होती. आपल्या महाराजसाहेबांना धुंडीत होती. पण राजे या वेळी पद्मावतीवर आले नव्हते. येणार नव्हते. नेताजींनी पुढे होत संभाजीराजांना पद्मावतीच्या सदरेसमोरच्या हमचौकात आणले. सदरजोत्यावर जिजाऊसाहेब उभ्या होत्या. त्या बालेकिल्ला उतरून आपल्या बाळराजांना सामोरे जाण्यासाठी पद्मावतीवर आल्या होत्या.

किती दिवसांनी थोरल्या आऊसाहेबांचे दर्शन घडत होते! संभाजीराजांच्या पोटऱ्यांत भिंगरी उतरली. तरातर चालत हमचौकाची फरसबंदी मागे टाकून ते सदरजोत्याच्या पायऱ्या पार करीत जिजाऊसाहेबांना बिलगले. शब्द निसूर झाले होते. जबान जखडबंद झाली होती. त्यांची हनुवटी तर्जनीने वर उठवून जिजाऊ त्यांचा मुखडा बघण्याची खटपट करीत होत्या. डोळ्यांत उभ्या राहिलेल्या पाणपडद्याने जिजाऊंना तो मुखडा नीट दिसत नव्हता!

उंच कडेकपारीला पावसाळी बेलाग ढग बिलगावा तसे संभाजीराजे जिजाऊसाहेबांना बिलगले होते! शब्दांच्या धारा कोंदटल्या होत्या. मूकपणालाच बोलकेपणाचा अर्थ आला होता. भानावर येत संभाजीराजांनी जिजाऊंच्या पायावर वाकून डोके ठेवले. जिजाऊंनी वाकून संभाजीराजांना वर उठवून घेतले.

"महाराजसाहेब नाही आले थोरल्या आऊसाहेब?" जिजाऊंकडे बघत मान उठवून संभाजीराजांनी विचारले.

"नाही आले. ते महालाबाहेर पडत नाहीत. आम्हालाही टाळू बघतात. कुणाशी बोलत नाहीत. चला, त्यांच्याकडेच जायचे आहे."

जिजाऊंनी संभाजीराजांना बरोबर घेऊन पद्मावतीची सदर सोडली. नेताजी आणि सिदोजीराव त्यांना मुजरा करून त्यांच्या पुढे चालले.

सारी मंडळी पद्मावतीवरून बालेकिल्ल्यावर निघणाऱ्या भुयाराच्या तोंडाशी आली. भुयाराची धोंड हटली. चार टेंभेकरी हातात पेटते टेंभे घेऊन भुयारात उतरले. पाठोपाठ नेताजी-सिदोजी आत गेले.

नेताजींनी हात देऊन मासाहेबांना आणि संभाजीराजांना आत घेतले.

जिजाऊ संभाजीराजांच्यासह पुढे झाल्या. पलोत्यांच्या धूसरमंद प्रकाशात भुयाराच्या

पायऱ्यांमागून पायऱ्या मागे पडू लागल्या.

संभाजीराजे आपल्या महाराजसाहेबांचा विचार करीत होते. रजपुताच्या गोटाला जाताना त्यांनी आपल्या हातांनी गळ्यात चढविलेल्या माळेवरून मधूनच हात फिरवीत होते. याच भुयारात आबासाहेबांनी सांगितलेले, कान भरून टाकणारे घुमते बोल त्यांना एकाएकी आठवले – "भुयारं कधीच संपत नसतातऽऽ! चाल कधीच थांबत नसतेऽऽ!" चालते संभाजीराजे त्या आठवणीने एकदम थांबले. सगळीच मंडळी त्यांच्याबरोबर थांबली. भुयाराच्या दगडबंद घुमटावर संभाजीराजांची नजर गरगर फिरत होती. ते एकाएकी असे का थांबले, कुणालाच कळले नाही.

"काय झालं शंभूबाळ?" त्यांच्या खांद्यावर मायेचा हात ठेवीत जिजाऊंनी सासूद घेत विचारले. जिजाऊंचा तो आवाज दगडबंद भुयारात घुमला... "काय झालं शंभूबाळ?"

तो कानभर ऐकताना संभाजीराजे थरकून उठले. असे – असेच घुमले होते आबासाहेबांचे बोल. न राहवून जिजाऊंकडे बघत त्यांनी उत्तर दिले, "काही नाही आऊसाहेब. आम्ही बघतो आहोत भुयार किती मागं पडलं ते!"

क्षणभर जिजाऊ त्यांच्याकडे बघतच राहिल्या. मग त्यांचा खांदा थोपटीत म्हणाल्या – "अशा वाटा चालताना पायमाग किती मागं पडला, ते नसतं बघायचं! त्यानं मग दमगीर होतं. किती पायमाग मागं टाकायचा आहे, यावरच आणि पुढं नजर द्यायची. त्यानं मन हिंमतबंद होतं. चला." जिजाऊंचे तुळजाई बोल भुयाराच्या कणाकणाला जागवीत परतत होते! ते कानभरून ऐकताना संभाजीराजांना जाणवून गेले. जे आबासाहेब म्हणाले होते ते आणि आत्ता आऊसाहेब म्हणताहेत ते एकच आहे! तेगीची धार पात्याच्या दोन्ही बाजूंना सारखीच असते तसे!

बालेकिल्ला चढून येताच जिजाऊ, संभाजीराजे, नेताजी थेट राजांच्या महालाकडे चालले. राजांना वर्दी पोच झाली होती.

जिजाऊंच्यासाठी राजे मनातले सगळे कढ, सल विसरून महालाच्या दारापर्यंत सामोरे आले होते. आपले महाराजसाहेब नजरेत येताच टाच भरलेल्या जनावरासारखे संभाजीराजे धावत सुटले. आणि क्षणात त्यांच्या हातांचा वेढा राजांच्या कमरेभोवती पडला.

राजांना काहीच बोलवत नव्हते. त्यांच्या हाताची सडक बोटे संभाजीराजांच्या पाठीवरून फिरू लागली. एकदम राजांच्यापासून थोडेसे दूर होत संभाजीराजांनी त्यांच्या पायीच्या बाकदार मोजड्यांवर नजर ठेवली. आपल्या गळ्यातील चौसष्ट कवड्यांची माळ टोप चुकवीत उतरून ओंजळीत घेतली आणि ओंजळ वर उचलून ते म्हणाले, "महाराजसाहेब आम्ही कमी बोललो. जरूर तेव्हाच बोललो!"

राजांनी त्यांच्या ओंजळीतील माळ उचलून ती आपल्या गळ्यात घातली. राजांचा ऊरताण कुठच्या कुठं निघून गेला. संभाजीराजांनी त्यांच्या पायावर डोके टेकले.

"जा, आईचं दर्शन करून या." देवमहालाच्या रोखाने हात करीत राजे म्हणाले.

जिजाऊसाहेब आणि संभाजीराजे गडाच्या देवमहालाच्या रोखाने चालू लागले. गडाच्या हर कारखान्यातील माणसे काहीतरी लटके निमित्त काढून तेथवर येत होती. संभाजीराजांना डोळाभर बघून मुजरा करीत होती.

राणीवशाचे महाल जवळ आले. पुतळाबाईंच्या महालाच्या रोखाने धाराऊ पुढे आली. जिजाऊंना बघून क्षणभर ती घोटाळली. पण निर्धाराने पुढे होत संभाजीराजांच्या पुढ्यात आली. तिने काळसर रंगाची काहीतरी वस्तू संभाजीराजांच्या टोपापासून पायापर्यंत तीन वेळा उतरली. तिला बघताच हसून संभाजीराजांनी तिच्या पायांना हात लावून नमस्कार केला. धाराऊ लगबगीने भिंतीच्या कडेकडेला होत दिसेनाशी झाली.

संभाजीराजे देवमहालात आले. जगदंबेसमोर त्यांनी आपले डोके टेकले.

त्या वेळी इकडे धाराऊने आपल्या गोंदल्या हाताने पाय बांधलेले काळे कोंबडे काहीतरी पुटपुटत तटावर फेकून दिले!! भिरभिरले कोंबडे कसेतरी केकाटले! धाराऊने आपल्या हाताची बोटे तटाच्या घडीव दगडावर रुतवून काटकन मोडली! डावा पाय दाणकन भुईवर आपटला!

संभाजीराजांनी पुढे होत वाफ्यातील अष्टधान्यांचे कोंभ भरल्या मुठीने उपटून काढले. त्यांच्या मुळ्या धरून आलेली माती झटकून टाकली. समृद्धीचे शिवलक्षण असलेले ते रसवंत कोंभ त्यांनी आपल्या मस्तकीच्या टोपात खुपसले. भोसलेकुळीच्या रक्तरसरशीत कोंभाच्या मस्तकी ते अष्टधान्यांचे कोंभ शोभून दिसू लागले.

जगदंबेसमोर एका हारीत पूजलेल्या हत्यारावरील आपली ग्यानबंद जमदाड संभाजीराजांनी वाकून उचलली. भगवे म्यान क्षणभर कपाळाला लावले. मुठीचा परजात हात चढवून त्या जमदाडीचे पाते सर्रकन बाहेर खेचले. हत्याराची झगझगीत शिकल डोळ्यांत भरून घेतली. आणि पाठीशी उभ्या असलेल्या जिजाऊसाहेबांना एकदा नजर दिली. जिजाऊ नुसत्याच प्रसन्न हसल्या.

आपोआप त्यांच्या उजव्या हातीचे हत्यार डाव्या हाती गेले. मान नागफण्यासारखी ताठ झाली. आपल्या उजव्या हाताचा अंगठा त्यांनी क्षणात हत्याराच्या लखलखीत धारेवरून सर्रकन ओढला! अंगठ्यावर रक्ताचे कोंभ तरारत उठले होते! रक्तमंडित आपला राजअंगठा संभाजीराजांनी जगदंबेच्या चरणांजवळ नेला. जगदंबेच्या पायाखाली रगडल्या जाणाऱ्या महिषासुराच्या मस्तकावर संभाजीराजाच्या उष्ण रक्ताचे दोन थेंब स्थिरावले. 'नवरात्रा'त पूजलेले आपले हत्यार त्यांनी 'पाजून' घेतले! मग हाताच्या अंगठ्यावरच्या रक्ताचाच भंडारा करून संभाजीराजांनी त्याने कपाळावरच्या शिवगंधाचा मळवट भरून घेतला! हातातील पाते म्यानबंद करून जमदाडीचे भगवे फासबंद कमरेला आवळून घेतले. त्यांच्या त्या रुद्रमंगल क्षात्ररूपाकडे बघताच जिजाऊंचे नेत्र अभिमानाने उजळून निघाले.

“चला.” संभाजीराजांच्या पाठवळीवर हात ठेवून जिजाऊ शांतपणे म्हणाल्या.

गडाच्या दसराचौकाकडे संभाजीराजे चालले. आज विजयादशमी होती. दसराचौकात मांडलेल्या आपट्याच्या डहाळ्यांभोवतीचा ‘सोनआखाडा’ खाशा स्वारीने आपल्या हत्याराने फोडायचा होता. तो पिढ्यान्‌पिढ्यांचा चालत आलेला रिवाज होता. दिवस सणाचा होता – आणि सण मानाचा होता. आजवर खुद्द राजेच दसऱ्याचा ‘सोनआखाडा’ आपल्या खाशा हाताने फोडत आले होते. पण या दसऱ्याला आपल्या सगळ्या सोनेरी स्वप्नांची हिरवीकंच निबर पाने झालेली आहेत, असे राजांना खोलवर जाणवत होते. त्यांनीच मग संभाजीराजांना ‘आखाडा’ फोडण्याची आज्ञा दिली होती.

किरणांचे सोने उधळीत दिवस कलाटणीला आला होता. संभाजीराजे आणि जिजाऊसाहेब राजांच्या महाली आले.

मासाहेबांना महालात प्रवेशताना बघून राजांच्यासह साऱ्यांनी मुजरे रुजू केले. राजांचा चेहरा शांत होता, पण नजर दुखरी होती. ती बघताच जिजाऊ काळजात कुठेतरी खोलवर गलबलल्या. समोर उभे असलेले जबानबंद राजे, पानांची लूट झालेल्या आपट्याच्या झाडासारखे दिसत होते.

“बाळराजे आलेत तुमच्या दर्शनासाठी.” स्वत:ला सावरीत जिजाऊ धिमेपणाने म्हणाल्या. त्या नेहमीच अशा बोलत आल्या होत्या. वणवा असला तरी ओठांत मधुर गारवा ठेवत.

संभाजीराजांच्या डोळ्यांत खोल बघत त्यांचा ठाव घेण्यासाठी राजांनी घोगरट सादात विचारले, “सारा रिवाज नीट ध्यानी घेतलात?”

“जी.” संभाजीराजांच्या टोपावरचा कोंब-तुरा डुलला.

“कसा फोडाल आखाडा?”

संभाजीराजांच्या डोळ्यांतले रंग पालटू लागले. समोर माणसांनी भरलेला दसराचौक त्यांना दिसू लागला! त्यांची जबान, लोहारमेटावर पाठीवर घण खाणारे तेगीचे लाल पाते लखलखीत ठिणग्या फेकते तशी ठिणग्या उठवू लागली! नजर आपल्या आबासाहेबांच्या बाकदार, धारी नाकाच्या शेंड्यावर ठेवून संभाजीराजे म्हणाले, “संजीवनी माचीवर दसराचौकात चिवाट्यांचा आखबंद चौक मांडलेला आहे. त्या चौकआखाड्यात सोन्याच्या डहाळ्या आहेत. माचीच्या शिवेवर आपट्याचं झाड आहे. त्याच्या बुंध्याजवळ नवरात्रात पूजलेली, घोंगड्यात बांधलेली हत्यारं आहेत. माचीचे तटसरनौबत ती हत्यारं दसराचौकत आणतील. आमच्या समोर पेश करतील. आम्ही त्या घोंगड्यास हाताचा दस्तुरी-स्पर्श करू. हत्याराचं घोंगडं चौकातील डहाळ्यांवर ठेवण्यात आलं की, सरनौबत मानकरी म्हणून आम्हास चौक फोडण्याची अर्जी करतील. आम्ही आखाड्याजवळ जाऊ. बेलगंध वाहून आखाड्याची पूजा बांधू. आमच्या जमदाडीचे पाते म्यानखेच करू. ते कपाळी लावून आई भवानीचे

नाव घेऊन हत्याराच्या एका वारात चिवाट्यांचा चौक चीत करू. हत्याराचं पातं मागं न घेता, तसंच सामने चालवून चौकातल्या सोन्याच्या डहाळ्यांना भिडवू. सोनं उष्टं करू! मग सारा गडलोक आखाड्यावर तुटून पडेल. सोनंलूट होईल!''

हे सांगत असताना संभाजीराजांची उजळलेली चर्चा पाहून राजांच्या छातीवरचा जामा अभिमानाने काखेजवळ दाटून आला!

राजांनी जिजाऊंच्याकडे बघितले. मासाहेबांनीच आपल्या बाळराजांना रिवाजाचा हा बयाजवार करीणा समजून दिला होता.

"आखाडा फोडणाऱ्या असामीत ज्यांच्या हाती पूजलेल्या हत्यारांतील हत्यार मिळेल त्यांची नावनिशी वाजपूज करा. त्यांना मानाची कडी, मोहरा बहाल करा. या.'' राजांनी शेवटचा – महत्त्वाचा रिवाज संभाजीराजांच्या कानी घातला.

राजांची पायधूळ व आशीर्वाद घेऊन संभाजीराजे महालातून बाहेर पडले.

जरीनक्षींचे जाकीट घातलेला एक पठाणी हेजीब दोन हशमांना संगतीला घेऊन पाली दरवाजाने गड चढून आला होता. संजीवनी माचीवरच्या दसऱ्याच्या गलगलाटाकडे नफरतीने बघत राजांच्यासाठी आणलेला खलिता त्याने बालेकिल्ल्यावर रवाना केला होता. बाळाजी चिटणिसांनी तो खलिता स्वीकारून राजांच्यासमोर दस्तुरी-स्पर्शासाठी अदबीने धरला. राजांनी त्याला स्पर्श करून खलिता वाचवण्याची आज्ञा केली.

बाळाजी खलिता वाचू लागले –

"...तुम्हास जाहीर करण्यास संतोष वाटतो की, आम्ही अर्जी केल्याप्रमाणे तुमच्या वफादारीचा बादशहा सलामतनी स्वीकार केला आहे. इतकेच नाही, तर हप्त हजारी मन्सब, दोन लाख रुपये बक्षीस आणि निशाण-नौबत घेण्याची परवानगी तुमचे फर्जंद संभाजीराजे यांना देण्याचा हुकूम बादशहा सलामतनी रजामंद होऊन सोडला आहे. सबब हे पत्र पावताच फर्जंद संभाजीराजांना इकडे ताबडतोब पाठवून द्यावे. म्हणजे हुकुमाप्रमाणे त्यांना या चीजवस्तू बक्ष करण्यात येतील....''

बाळाजींनी वाचन पुरे केले. पुरंदरवरून दिलेरखान पठाणाने ते पत्र पाठविले होते. दसऱ्याचा मुहूर्त धरून त्याने आपला खास हेजीब राजांच्याकडे पाठविला होता.

संभाजीराजांना मोगली मनसब दिल्याचे 'शाही फर्मान' औरंगजेबाने दिल्लीहून जातीनिशी सांडणीस्वाराकडून पाठविले होते. ते फर्मान मिर्झा राजाच्या गोटाजवळ आले होते. जातीनिशी सामोरे जाऊन संभाजीराजांनी ते स्वीकारायला पाहिजे होते.

बाळाजींनी वाचून थैलीबंद केलेल्या पत्राकडे बघताना राजे कसल्यातरी विचारात गढून गेले. त्यांनी बाळाजींच्याकडून पत्र आपल्या हाती घेतले. थैलीतून पत्राची वळी बाहेर काढली. ती उलगडून पत्रावरून एक धावती नजर फिरविली. दिलेरच्या पत्रात कुठे चुकूनसुद्धा राजांच्यासाठी अदबीचा-आदराचा शब्दही दिसत नव्हता! राजांनी

एक उतरता नि:श्वास सोडला, पत्र पुन्हा थैलीबंद केले. इतक्यात जातीनिशी आखाडा फोडून आणलेले विजयादशमीचे सोने राजांना देण्यासाठी संभाजीराजांनी महालात प्रवेश केला आणि पुढे होत संभाजीराजांनी राजांच्या पायांवर डोके ठेवले.

राजांच्या ओंजळीत लुटीचे सोने देताना संभाजीराजे म्हणाले, ''महाराजसाहेब, आम्ही बयाजवार, बिलाकसूर आखाडा फोडला! एका वारात चौक चीत केला.''

राजांच्या हातातील दिलेरच्या पत्रथैलीवरच संभाजीराजांचे सोने होते! एकदा आपल्या ओंजळीकडे आणि एकदा समोरच्या आपल्या पुत्राकडे राजांनी बघितले.

राजे विचारांच्या तंद्रीतच होते.

''तुम्ही आखाडा फोडून सोने बाहेर काढलंत. आम्ही मात्र आमच्या हातानं आमचं सोनपान आखाड्यात लोटलं आहे! कधी-कधी माणसाला अंदाज नसलेल्या सीमाही उल्लंघाव्या लागतात. जगरहाटीवेगळं सीमोल्लंघन करावं लागतं. धुमसणाऱ्या दिलेरनं अचूक वेळ साधली, बाळराजे. हत्यारानं सोनं उष्टं केलंत – तसंच या मुहूर्तावर अक्कलहुशारीनं राजकारण उष्टं करा. आई जगदंबा त्यासाठी तुम्हाला आपल्या वाघाचं बळ देईल!'' राजांनी ओंजळीतील सोनपाने आणि थैली तशीच बाळाजी आवजींच्या हाती दिली. आणि आपल्या हाताच्या बोटातील अंगठी उतरून संभाजीराजांच्या ओंजळीत ठेवली!!

दसऱ्याची सोनपाने सुकलीसद्धा नाहीत, तोच संभाजीराजांना पुन्हा राजगड सोडावा लागला. शाही फर्मान स्वीकारण्यासाठी!

राजांचा आणि मासाहेबांचा आशीर्वाद घेऊन संभाजीराजे रजपुतांच्या गोटाजवळ आले. सोबतीला दावलजी घाटगे, नेताजीराव, गंगाधरपंत आणि विश्वासू मंडळी होती.

किरतसिंगाने सामोरे येत त्यांची आगवानी केली. ''आइये संभूराजे,'' म्हणत मिर्झा राजाने पुढे येत त्यांचा हात हातात घेऊन स्वागत केले. मिर्झाचा गौरवर्णी चेहरा उजळून गेला होता. दख्खनेत कुणाला नाही अशी फत्ते त्याला मिळत होती.

मिर्झाने संभाजीराजांना आपल्या बैठकीवर बसवून घेतले. शामियान्यात असलेल्या बक्षी जानी बेग आणि तेजसिंह कछवाह यांचा परिचय करून दिला. राजांच्या तब्येतीची, राजकारणी रिवाज म्हणून विचारपूस केली. मोठ्या समाधानाने मिर्झाने हुक्क्याची नळी हाती घेऊन क्षणभर हुक्का चूस केला; आणि बक्षी जानी बेगकडे बघत म्हणाला, ''बक्षी, फर्मान अपनानेका रस्मोरिवाज कुँवर संभूजीको समझा देना। कुसूर मत करना।''

बक्षी बेगने झटकन वाकून मिर्झाला तसलीम केली. ''जी हुक्म राणाजी!'' म्हणत त्याने संभाजीराजांना निरखले. त्याला जाणवले की, एवढ्या कमती उमरीचा दिल्ली दरबारात एकही सरदार नव्हता व अदब राखून फर्मान स्वीकारण्याची 'शाही

पद्धत' त्याला समजावून सांगणे बक्षी बेगला अवघड वाटले.

थंडीचे दिवस असल्यामुळे गव्हाच्या गरम कांजीचे बदाम, पिस्ते सोडलेले कटोरे घेऊन एक खिदमतगार आत आला. मिर्झा राजासमोर कटोऱ्याचे तबक चौरंगावर ठेवून निघून गेला. मिर्झाने दोन कटोरे उचलले. त्यातील कांजी एकमेकांत ओतून पुन्हा कटोरे सारख्या शिगेचे केले. गरम वाफा वर उफाळल्या. त्यातील एक कटोरा संभाजीराजांच्या हाती देत मिर्झा म्हणाला, "लीजिये छोटे राजासाब।" संभाजीराजांनी कटोरा हाती घेतला. गरम कांजीचा एक सुखावह घुटका घेत मिर्झा राजा म्हणाला, "छोटे राजासाब, इस बक्षीके डेरेमें जाना। रिवाजकी हर बात ध्यान देकर सुनना। फर्मान अदबसे अपनाना। समझदार हो। सब ठीक होगा।"

कांजीचा घुटका घ्यावा म्हणून संभाजीराजांनी कटोर ओठाला लावला होता. पण त्याचा चटका बसल्यामुळे त्यांनी तो तसाच झटकन खाली घेतला! हातांतील कटोऱ्याकडे बघताना त्यांना आपल्या आबासाहेबांची आठवण झाली. त्यांनीही रिवाज सांगितला होता, दसऱ्याच्या आखाड्याचा. कडी-मोहरा बहाल करण्याचा. मिर्झाही रिवाज सांगत होता, 'अदब राखण्याचा!'

"ठंडी होने दीजिये।" मिर्झा संभाजीराजांच्या कटोऱ्याकडे बघत, पुढे झुकून म्हणाला. मान उठवून त्याच्या डोळ्यांत क्षणभर रोखून बघताना संभाजीराजांना होळीच्या पेटत्या हुडव्यात बेधडक हात घालणारे, सोन्याच्या आखाड्यावर तुटून पडणारे आपले मावळे आठवले. त्यांचे अंग सरसरून आले. मिर्झावरचे डोळे तसेच ठेवून त्यांनी हातीचा कटोरा वर उठवून ओठाला लावला. कपाळावरचे शिवगंध जराही न ढळविता. पापणी न मोडता त्यांनी कटोऱ्यातील गरम कांजी घटाघटा पिऊन टाकली!

ताणल्या भुवयांनी त्यांच्याकडे बघत मिर्झाने आपल्या हातीचा कटोरा तसाच ठेवला. त्याच्या राजपुतानी मनात एक विचित्र विचार तरळून गेला. त्याला शिवाजीराजे समोर असताना धगधगीत अंगार वाटले होते. त्यांचा हा फर्जंद त्या अंगाराच्या जवळपासचा वाटत होता. पण कसा ते मात्र मिर्झाला नीट उमजेना. त्याच्या केशरी टिळ्याला कपाळभर आठ्या पडल्या.

सोपे होते, पण मिर्झाला सापडले नव्हते. राजे धगधगीत अंगारासारखेच होते! न विझता अंगभर पेटणारे. त्यांचे फर्जंद संभाजीराजे त्या अंगाराचाच अंश होते. अंगाराने फेकलेल्या धगीच्या लोळासारखे! न चुकता चटका देणारे!

"बक्षी, छोटे राजासाबको अदबसे ले जाना अपने डेरेमे," मिर्झाने स्वत:ला सावरीत जानी बेगला फर्मावले.

"जी हुजूर।" किरतसिंगाने डोईवरचा साफा डोलविला.

"जाईये संभूराजे।" मिर्झा राजाने संभाजीराजांना सुचविले.

बक्षी जानी बेग आणि किरतसिंग यांच्यामागून नेताजींच्यासह संभाजीराजे मिर्झा राजाच्या शामियान्यातून बाहेर पडले.

त्यांच्या समोर किल्ले पुरंदर दिसत होता. कानांत नेताजींचे बोल घुमत होते – ''जिथं मानूस उपाजतं ती जागा साद घालती मानसाला!'' त्यांना वाटत होते, दहादा कमरेत वाकून तसलीम करणारा हा कोरल्या दाढीचा बक्षी बेग, पिळल्या दाढीला पुन:पुन्हा पीळ देणारा हा किरतसिंग या संगळ्यांना इथेच सोडावे आणि थेट किल्ले पुरंदरची चढण चढून त्याचा माथा गाठावा! एकट्याने आणि पायी!

बक्षी बेगच्या छोट्या माटाचा, चांद-ताऱ्याचा डेरा आला. त्याचे पठाणी पहारेकरी हातातील हत्यारे कपाळाला लावीत कमरेत वाकले. बक्षी बेग, किरतसिंग यांच्या मागून संभाजीराजे आणि नेताजी त्या चाँद-ताऱ्याच्या डेऱ्यात शिरले! कुणाची नियती कुणाला कसल्या अभद्र दरवाजात केव्हा उभे करील, ते सांगता येत नाही! किरतसिंगाने संभाजीराजांना आपल्या बैठकीवर बसविले. नेताजीराव त्यांच्यासमोर सावध नजरेने उभे राहिले.

पढविलेल्या पोपटासारखा बक्षी बेग फर्मानचे रिवाज सांगू लागला.

हे असले काही संभाजीराजांनी कधीच ऐकले नव्हते. दिल्लीहून 'मुईउद्दीन मोहम्मद औरंगजेब अलमगीर पादशहा गाजीचे' त्यांना पंचहजारी सरदार करणारे शाही फर्मान सुटले होते! त्या फर्मानावर 'फर्मानी निशानी' म्हणून औरंगजेबाच्या खाशा हाताच्या पंजाचा, मेंदीच्या रसात बुडविलेला ठसा होता. फर्मानाचा सांडणीस्वार मजला मागे टाकीत, औरंगाबादमार्गे कऱ्हेपठाराजवळ मिर्झाच्या तळापासून एका मजलेवर येऊन थांबला होता. मिर्झाने आपल्या तळाच्या उत्तरेच्या बाजूला त्या फर्मानासाठी 'फर्मानबाडी' उभी केली होती. ज्यात उभा उंट सहज मावू शकेल, असा चौकोनी आकाराचा उंच शामियाना 'फर्मानासाठी' खडा करण्यात आला होता!

फर्मान घेऊन येणारा सांडणीस्वार आपला उंट थेट शामियान्यात आणून खडा करणार होता. ज्याने फर्मान स्वीकारायचे त्या दरबारच्या कदीम चाकराने पाठ न दाखविता त्या उंटासमोर पेश व्हायचे होते. तीन वेळा लवून तसलीम कुर्निस करायचा होता. मग सांडणीस्वार सवारीचा शाही उंट खाली बसविणार होता. चाकराने आपले गुडघे जमिनीवर टेकून त्या उंटाच्या बगलेला खाली मान घालून बसायचे होते. सांडणीस्वार त्याच्या डोक्यावर फर्मानाची थैली उंटावरून ठेवणार होता. ती हातांनी धरून उठत पाठ न दाखविता चाकराने तसेच दहा कदम मागे हटायचे होते. साक्षात 'शहेनशाहे हिंदोस्ताँ' आपल्या सामने मौजूद आहेत, या कल्पनेने चाक राने हे सारे रिवाज बिलाकसूर पार पाडायचे होते! ही शाही चाकरी होती. तिचे हे शाही फर्मान होते! त्याचे हे रिवाज होते. आजवर मी – मी म्हणणाऱ्या

कैक समशेरजंगांनी, तेगबहाद्दरांनी याच पद्धतीने तसले फर्मान स्वीकारले होते.

बक्षी बेगचा एक-एक शब्द संभाजीराजांच्या जिवाची घालमेल करीत होता. आजवर मासाहेब, राजे, आई जगदंबा आणि प्रेमाचे वडीलधारे यांच्याखेरीज कुणासमोरच त्यांनी कधीच गुडघे टेकले नव्हते! एका जनावरासमोर तर नाहीच नाही! मासाहेब, राजे आणि राणीवशातील आऊसाहेब यांच्या हाताशिवाय काहीच मस्तकावर घेतले नव्हते. किमान कसल्याही प्रसंगी कुठलाही 'कागदी चिठोरा' मस्तकी घेण्याची पाळी त्यांच्यावर आली नव्हती! संभाजीराजांचा श्वास घुसमटत होता. आपल्या जिवाची ज्योत कुणीतरी काळ्याकभिन्न चिमटीत पकडून चेचू पाहत आहे, असे त्यांना वाटत होते. ते एकसारखे नेताजींच्याकडे बघत होते. त्यांची छाती वरखाली धुमसत होती. ते ताडकन म्हणाले, "ध्यानी आला फर्मानचा रिवाज. येतो आम्ही."

किरतसिंग आणि बक्षी बेग यांना एक शब्दही न बोलू देता त्यांनी नेताजींना मानेने इशारत केली. ते तडक बक्षीच्या डेऱ्याबाहेर पडले! लगबगीने धावत नेताजी त्यांच्या पाठीशी आले.

"नेताजीकाका, दादाजींना सांगा – आमच्याने हे रिवाज पार पडणार नाहीत! आमच्यावतीने कुणीही ते फर्मान घेईल."

"पर धाकलं सरकार, राजांनी तहात ह्ये मानल्यालं हाय. त्येंचा शब्द खाली यील. रजपूत ह्ये न्हाई मानायचा." नेताजी त्यांच्या बरोबरीने चालताना त्यांची समजूत काढू बघत होते.

"नाही, नेताजीकाका, एका जनावरासमोर गुडघे टेकणं आम्हास साधणार नाही, थैली मस्तकी धरणं होणार नाही."

"माजं ऐकावं बाळधनी, ही चाल हाय. ह्यो रजपूत आमच्या मुलकातनं ढळायची राजे आन् आम्ही वाट बघतोय. समजुतीने घ्यावं बाळराजं. न्हाईतर – न्हाईतर तुम्हापायी राजं आम्हाला बोल लावतील! ठपका आमच्यावर यील. फर्मान घ्यावं. तीन येळा करायचा मुजरा आई अंबेचा योक, मासाहेबांचा योक, आन् राजास्नी योक मानून करावा. गुडघं टेकावं त्ये पुरंदराकडं बघत थोरल्या रानीसाबास्नी टेकावं!" नेताजी कळवळ्याने बोलत होते.

ते ऐकून संभाजीराजे थांबले. नेताजींकडे रोखल्या नजरेने बघत गोफणगुंड्यासारखा वाटणारा प्रश्न त्यांनी विचारला, "तुम्ही – तुम्ही कराल हे सारं नेताजीकाका?"

नेताजींच्या थोराड पगडीची मुंडी क्षणात खाली आली. बाळराजांना काय आणि कसे सांगावे, ते त्यांना समजेना.

तसेच चालत संभाजीराजे मिर्झा राजाच्या शामियान्यात आले. त्याच्या डोळ्यांना डोळे लावून म्हणाले, "तुमचं फर्मान आमच्या वतीनं कुणीतरी घेईल. आम्ही ते घेणार नाही राणाजी!" कधी नव्हे तो 'राणाजी' हा शब्द त्यांच्या ओठांतून निसटला. "क्यों?

क्या हो गया कुँवर?'' मिर्झाचा चेहरा चिंतातुर झाला. तो गपकन बैठकीवरून उठलाच.

''तुमच्या रिवाजात ते घेणं आम्हास जमणार नाही. आम्ही गुडघे टेकणार नाही!'' संभाजीराजे मिर्झाला जाणवेल एवढ्या निर्धाराने म्हणाले.

''नहींऽ! ऐसा मत करना। फर्मानकी बेअदबी हमको – राजासाबको मुसीबतमें डालेगी।'' मिर्झाच्या कपळीचा केशरी टिळा एका जागी गोळा झाला! पोटात गोळा धरल्यासारखा तो बोलत-बोलत संभाजीराजांच्या जवळ आला. त्यांच्या खांद्यावर हात ठेवताना तो क्षणभर गप्प झाला. त्यांना डोळाभर निरखून बघताना त्याच्या लालसर नाकपुडीतून एक दीर्घ निःश्वास सुटला. ''आप किसको मानते है? राजासाबको ना?'' हुक्क्याचे संथ झुरके घ्यावेत, तसे त्याने पडल्या आवाजात शांतपणाने विचारले.

''जी,'' संभाजीराजांनी होकाराचा टोप हलके डुलविला.

''राजासाबने क्या बताया है? हमको 'दादाजी' बोलना। हमारी बात मानना। कहो कुँवर – आप हमें 'दादाजी' नहीं मानते?'' मिर्झा आपल्या खास राजकारणी मिठ्ठास पद्धतीने बोलला.

संभाजीराजे घोटाळले. हा तोच माणूस होता, ज्याने स्वतःच्या शामियान्यात आपली व्यवस्था केली. स्वतःच्या खास बिस्तऱ्यावर आपल्याला झोपू दिले, शाल पांघरली. इतमामाने एक हत्ती नजर केला. मोठ्या आदराने आणि अदबीने वागविले. हा आपला नव्हता, पण स्वतःबद्दल कुणालाही आपलेपण वाटायला लावणारे कसब याच्या अंगी होते.

संभाजीराजे त्याला निरखीत होते. आपल्या छोटेखानी डोळ्यांत जोखू बघत होते.

एकाएकी तळावरची शहाजणे वाजू लागली. किरतसिंगाची वर्दी मिळालेला फर्मानाचे शहाजणांनी स्वागत होत होते. तळावरच्या पठाणी, रजपुती, उझबेकी हशमांनी नंगी हत्यारे नाकांसमोर पेलून फर्मानाच्या उंटाच्या वाटेवर दोन्ही बाजूंना शिस्त धरली. उखळीचे बार दणदणू लागले.

''चलिए संभूराजे। जूते यहींपर उतार दीजिए!'' मिर्झाने आपला हात संभाजीराजांच्या पाठीवर हळुवार ठेवीत शब्दांची अत्तरी कुप्पी खोलली.

संभाजीराजांनी पायीच्या मोजड्या उतरल्या. मिर्झा राजा संभाजीराजांना घेऊन बाहेर पडला. राजा रायसिंह, किरतसिंह, तेजसिंह कछवाह, इंद्रमण बुंदेला, निकोलो मनुची, बादल-बख्त्यार, नेताजी, दावलजी, गंगाधरपंत अशा दोन्ही बाजूंकडील खाशा मंडळींनी त्यांच्या मागे फेर घेतला.

चालले! पंचहजारी मन्सबदारीचे शाही फर्मान स्वीकारण्यासाठी अनवाणी पायांनी संभाजीराजे फर्मानबाडीकडे चालले. त्यांच्या आयुष्यातील हा सगळ्यात कठोर काळा दिवस होता.

समोर त्यांना काळवंडलेला पुरंदर दिसत होता. त्यांच्या काना-मनात राजांचे धीरगंभीर शब्द घुमत होते – "औरंगजेब दिल्लीचा बादशहा आहे. त्याच्या सरदाराखेरीज तो कुणालाच दिसत नाही – त्याची करणी मात्र आम दुनियेला दिसते! त्याच्या भावांना दिसली. खुद्द त्याच्या बापाला दिसली!...."

"...भुयारं कधीच संपत नसतात बाळराजे! चाल कधीच थांबत नसते!"

मासाहेबांची तुळजाई बोली त्यांना आपल्या पाठवळीवरून हातासारखी फिरत असल्याचा भास झाला – "अशा वाटा चालताना मागं कधीच नसतं बघायचं!.... कुणास ठाऊक. प्रसंग घडला तर तुम्हांस आणि आम्हासही ती कोशिस करणं पडेल! जळत्या हुडव्यात हात घालणं पडेल!"

संभाजीराजांच्या सुन्न झालेल्या कानांना घुमणाऱ्या संबळीची तडतड ऐकू येऊ लागली. तुणतुण्याची टणटण त्यात मिसळली होती. एक गोंधळी कानावर हात ठेवून जगदंबेचा महिमा गाताना त्यांना क्षणभर दिसला –

उदर परडी देऊन हाती
ब्रह्मांडी फिरवी।
लक्ष चौऱ्याऐंशी घरची भिक्षा
मागविली बरवी।

स्वत:लाच पाठीवरून वाहून आणल्यासारखे संभाजीराजे मिर्झा राजाच्या सोबतीने फर्मानबाडीत आले. बाडीच्या चारी बाजवा खुल्या होत्या. सगळा तळ तो 'नजारा' बघण्यासाठी वाडीभोवती दाटला होता. पावसाळा नुकताच संपल्याने पायतळीची जमीन ओलसर होती. वाजतगाजत सांडणीस्वार फर्मानबाडीत आला.

तसलीम करून संभाजीराजांनी उंटाच्या बगलेला ओलसर भुईवर आपले गुडघे टेकले. मान खाली टाकली.

सांडणीस्वाराने धुळीने माखलेला शाही फर्मानाचा पिस्ताई रंगाचा उंट बसता केला. हातातील फर्मानाच्या वळीची फासबंद थैली स्वाराने वर उचलली. एखाद्या फकिराने बंद्याच्या शिरावर मोरपिसाचा जुडगा ज्या टेचात ठेवावा, तशी ती थैली त्याने संभाजीराजांच्या केशरी टोपावर ठेवली! चढी आवाजी लावून त्याने शिरा फुगवीत सरावाची खडी ललकारी दिली –

"अबुल मुझफ्फर मोईउद्दीन मोहम्मद औरंगजेब बहादूर अलमगीर पादशहा गाझीऽऽ, मालिके तख्ते ताऊस, शहेनशाहे हिंदोस्ताँसे फर्माने दर्बार-संभूजी बिन सेवाजी भोसला सुभे दख्खनको रजामंदीसे बक्षऽऽ! अदब-अदब!"

स्वाराच्या तोंडातून दरबारी शब्दांच्या लाह्या फुटत होत्या. तळावरच्या तोफा अंगाला झटके देत बारांचे आवाज उठवू लागल्या.

खाली मान घातलेल्या संभाजीराजांच्या सूर्यपेट डोळ्यांतून सरसरत ओघळलेले

पाणमोती कवड्यांच्या माळेवरून निसटून खालच्या ओल्या जमिनीवर उतरू लागले! त्यांच्या छातीचा भाता कोंडला होता. भवानीचा भंडारा सांडला होता! त्यांच्या कोवळ्या नियतीने क्रूर खेळ मांडला होता! त्यांना वाटत होते, उशी घेणाऱ्या घोड्यासारखे ताडकन वर उडावे. मस्तकावरची थैली सरळ धुळीत फेकून द्यावी आणि वाट फुटेल तिकडे घोडगतीने धावत सुटावे.

"उठिये कुँवर." मिर्झाने वाकून त्यांच्या पाठीवर हात ठेवला. फर्मानासह त्यांना तसेच दहा कदम मागे हटते घेतले. संभाजीराजांनी मान वर उठवून फर्मान नेताजींच्या हाती दिले. त्यांच्याकडे बघताना नेताजींना आपल्या काळजात मासळी सरकल्याचा भास झाला! एवढ्या अवधीत बाळराजांची नजर केवढी दुखरी झाली होती! ती बघताना नेताजींची मान आपोआप खाली गेली. आणि त्या खाली गेलेल्या मानेबरोबर, बारा मावळांचा रानवारा पिणारे 'हरऽहरऽमहादेव'चा जोष उठविताना इंगळासारखे पेटून उठणारे नेताजींचे डोळे क्षणात पाणथरून आले. त्यांना आपल्या 'धाकल्या राजाच्या' पांढऱ्या सफेद जाम्यावर गुडघे टेकल्यामुळे उठलेले मातीचे डाग दिसत होते! ते डाग जामा धुतला, तरी कधीच जाणार नव्हते!!

मिर्झा राजाची पाठीवरची भुणभुण आता कमी झाली आहे, या भरोशाने राजे सैन्यासह तळकोकणात गेले होते. त्यांना जाऊन पाच दिवस मागे हटले होते.

जिजाऊसाहेब सदरेवरचे निवाड्याचे आणि खलित्याचे मजकूर मायने सांगण्याचे काम आटोपते घेत होत्या. त्यांचे मन आताशा कशातच लागत नव्हते.

"बाळाजी, थांबू या आता. येतो आम्ही." जिजाऊ सदरबैठकीवरून उठत चिटणिसांना म्हणाल्या. चिराखलागणीची वेळ होत आली होती.

"जशी आज्ञा," म्हणत बराच वेळ कुरुकुरु चालविलेले सफेद शहामृगपीस बाळाजींनी कलमदानात हलकेच ठेवले. ते लगबगीने उठून उभे राहिले.

तिकडे जिजाऊंच्या खासेमहालात नित्याप्रमाणे त्यांना दिवट्यांचे सलाम देण्यासाठी लक्ष्मीबाई, पुतळाबाई, सकवारबाई, गुणवंताबाई, काशीबाई असा जवळ-जवळ सारा राणीवसा जमला होता. पुतळाबाईंच्या शेजारी संभाजीराजे उभे होते. त्यांच्या तर्फेने सखूबाई, राणूबाई, अंबाबाई अशा त्यांच्या बहिणी उभ्या होत्या. सारीजण जिजाऊंची वाट बघत होती. इतक्यात बुट्टयाचा काळाशार शालू नेसलेल्या गौरवर्णी सोयराबाई तोलत्या धिम्या पावलांनी आपली कन्या बाळीबाईसह त्या महालात प्रवेशल्या. त्यांच्या मागे त्यांची खास दासी चंद्रा आणि दोन-चार कुणबिणी होत्या. त्यांना बघताच सगळ्या राणीवशाने आपले 'उभे राहणे' झटकन सावरले!

संभाजीराजांनी कमरेत वाकून त्यांना 'तिपेडी' अदबमुजरा केला.

सोयराबाई सिधे चालत पुतळाबाईंच्या जवळ आल्या.

पुतळाबाईंची मान अदबीने खाली गेली होती. नजर सोयराबाईंच्या पायांवर खिळली होती. त्या गोऱ्यापान पायांवरच्या कोरलेल्या आळत्याच्या नक्षीत क्षणात पुतळाबाईंचे मन गुरफटल्यागत झाले!

आपले बिब्बेवाणाचे डोळे संभाजीराजांच्यावर जोडून त्यांच्या खांद्यावर हात ठेवीत, सोयराबाई पुतळाबाईंच्याकडे न बघताच म्हणाल्या, ''बाकी धाकल्या बाई, फर्मानाची बाब बाळराजांच्यावर निभावली म्हणून निभावली! खुद्द स्वारींनाच फर्मान घेणे पडले असते, तर कोण बेअदबी झाली असती साऱ्यांची! आमचे बाळराजे हुशारीचे, कुठलीच कसूर त्यांनी नाही केली!''

टाकली मान वर उठवून पुतळाबाईंनी एकवार सोयराबाईंच्याकडे बघितले. पायांवरची आळत्याची नक्षी त्यांच्या डोळ्यांत दिसल्यासारखे पुतळाबाईंना वाटले!

''या,'' म्हणत संभाजीराजांनी सोयराबाईंच्याजवळ उभ्या असलेल्या बाळीबाईंना हाताला धरून आपल्याजवळ घेतले.

''कोण प्रकारचं खलबत चाललं आहे बाळराजे थोरल्या बाईंशी?'' असे हसून म्हणत जिजाबाई महालात आल्या. त्यांच्या येण्याने महालाला जणू सुगंधी भरलेपण मिळाले! कुणी काही बोलण्याच्या आत सोयराबाई पदर सावरीत बोलून गेल्या, ''नाही, आम्हीच म्हणत होतो बाळराजांना...' सोयराबाईंच्या नाकाचा मुळात लालसर असलेला शेंडा लालावून आला.

मंचकावर शांत बैठक घेत जिजाऊंनी त्यांना विचारले, ''काय म्हणत होतात?''

''...की उमर लहान असताना त्यांना फर्मान घेणं पडलं!! त्यांनी म्हणूनच हुशारीनं ते निभावलं!'' ते ऐकताना राणीवशातील सगळ्या राण्या एकमेकींच्या तोंडाकडे बघतच राहिल्या! सोयराबाईंनी नक्षी क्षणात पालटून टाकली होती!

जिजाबाईंना, संभाजीराजांना, राणीवशाला कुणालाच राजगडावर कल्पना नव्हती की, राजे तळकोकणात नव्हते! ते मिर्झा राजाच्या गोटात, त्यांच्यासाठी दिलेल्या शामियान्यात, पिंजऱ्यात कोंडलेल्या वाघासारखे अस्वस्थ फेऱ्या घेत होते.

मिर्झा राजाने तळकोकणात तातडीचे पत्र धाडून राजांना कऱ्हेपठारावर आपल्या तळात बोलावून घेतले होते. राजांना कल्पना नसताना मिर्झाने खुद्द त्यांच्या नावाचे 'वफादारी' जाहीर करणारे पत्र परस्पर औरंगजेबाला पाठविले होते. औरंगजेबाने तातडीने खुद्द राजांच्या नावे 'फर्मान' पाठविले होते! तळकोकणातून राजे तातडीने मिर्झाच्या गोटात आले होते. आणि छातीवर सह्याद्री ठेवून राजांनी बक्षी जानी बेगच्या 'शाही रिवाजा'प्रमाणे आज फर्मान स्वीकारले होते!!

फर्मानाच्या उंटाजवळ गुडघे टेकून 'शाहीथैली' खालच्या मानेने टोपावर घेताना राजांना संभाजीराजांनी सांगितलेला कढ आठवला होता. ''जनावरासमोर गुडघे टेकून

फर्मान घेताना जाम्यावर डाग पडतात! ते जाता जात नाहीत!''

फर्मान घेऊन आलेले राजे त्या आठवणीने हैराण झाले होते. एकसारखे अस्वस्थ फेऱ्या शामियान्यात घेत होते. एकाएकी ते थांबले. त्यांच्या मनात विचार उठला – 'शंभूराजे, फर्मान घेऊन तुम्ही आमच्या भेटीस आला. काही न बोलता आम्ही तुम्हाला पोटशी घेतलं. आज आम्हीही फर्मान घेऊन आलो. पण, पण आम्हाला पोटाशी घेणारं इथं कुणीच नाही!!'

परंतु आपले राजेपण मिर्झाच्या तळावर धुळीत टाकून राजांनी आणि संभाजीराजांनी आपल्या लोकांना जगण्याचा धीर दिला होता! दुर्बलांच्या हक्काचे संरक्षण करणे हेच खरे 'राजेपण'! राजांनी ते पाळले होते. फार-फार मोठी किंमत देऊन!

मिर्झा राजाच्या हिशेबी शिवाजीराजांचे 'श्रींचे राज्य' आता निकालात निघाले होते. सगळा राजस्थानी चिवटपणा पणाला लावून 'शिवाजी आणि संभाजी' हे दख्खनी मावळमणी त्याने उचलले होते. आपल्या निष्ठावंत हातांनी औरंगजेबाच्या जपाच्या तसबीहच्या माळेत ते गुंफण्यात आपण फत्ते घेतली, या समाधानात मिर्झा राजे होता! आता त्याची रेगिस्तानी पिंगट नजर विजापुराकडे आदिलशाहीच्या रोखाने वळली! तो पुरा दख्खन पायाखाली रगडायला आला होता.

मिर्झा राजाने आपला खास हेजिब राजगडावर पाठवून राजांना आपल्या फौजेनिशी पुरंदराच्या तळावर दाखल होण्याचा निरोप पाठविला! विजापुरावर चालून जाऊन शाही चाकरी बजावण्यासाठी! त्यासाठी राजांना त्याने आपल्या तहात बांधून घेतले होते.

राजे रजपुताबरोबर विजापूरच्या रोखाने गेल्याला दोन महिने लोटले.

नेहमीसारख्या जिजाऊ सदरकाम आटोपते घेत होत्या. मान मोडून एकलगीने बाळाजी आवजी त्यांच्या शब्दांबरोबर शहामृगपीस चालवीत होते.

जिजाऊंनी शेवटचा खलिता सांगून संपविला. त्या थांबण्याची वाट बघत बाहेर थांबलेले मोरोपंत पेशवे सदरचौकात आले. छातीवरच्या उपरण्याला हात भिडवीत त्यांनी मासाहेबांना मुजरा केला.

''काय पंत?'' जिजाऊ त्यांच्याकडे बघत म्हणाल्या.

''शृंगारपुराहून एक वेद-पारंगत शास्त्री आलेत. केशव पंडित नावाचे. आईसाहेबांची भेट मागतात. आज्ञा होईल तर...'' मोरोपंत अदबीने थांबले.

''पेश करा त्यांना पंत.''

मोरोपंतांनी सदरदरवाजाकडे बघितले. त्यांच्या इशाऱ्याची वाट बघत बाहेर खोळंबलेले केशव पंडित आत आले.

अंजिरी रंगाचा जरीकिनारीचा रुमाल त्यांनी मस्तकाला बांधला होता. तांबड्या काठाच्या धोतरावर लांब बाहीची स्वच्छ बाराबंदी होती. खांद्यावरून छातीकडे येत

पाठीशी वळलेला उपरण्याचा वेढा होता. रांगोळीने घासलेल्या पितळी देवमूर्तीसारखे शास्त्रीपणाचे तेज त्यांच्या मुद्रेवर होते.

केशव पंडितांनी कमरेत वाकत दोन्ही हात जोडून जिजाऊंना नमस्कार केला. आऊसाहेबांना बघण्याची फार दिवसांची त्यांची इच्छा असल्यामुळे त्यांनी आपल्या तेजस्वी डोळ्यांनी जिजाऊंना निरखून पाहिले.

"काय योजून येणं केलंत शास्त्रीबुवा?" जिजाऊंनी केशव पंडितांच्याकडे बघत शांतपणे विचारले.

त्या प्रश्नाने केशवभट पुन्हा कमरेत वाकले. म्हणाले, "थोडंसं शास्त्र जाणतो. रामायण, महाभारत, वेद-उपनिषद. पायीच्या सेवेचा योग येईल तर...."

"छान! आम्ही अशा असामीच्या शोधातच आहोत. मोरोपंत, यांना आमच्या महाली पेश करा. जगदंब!" जिजाऊंची चर्या प्रसन्न दिसत होती. त्या बैठकीवरून उठल्या. आपल्या महालाच्या रोखाने चालू लागल्या.

त्यांच्याकडे बघितले तर कुणालाही कळले असते की, कसलेतरी विचार त्यांच्या बरोबर चाल असावेत. पण ते राजांचे नव्हते. संभाजीराजांचे नव्हते. राजांच्या राणीवशाचे तर नव्हतेच. राज्याचेही नव्हते. जिजाऊ विचार करीत होत्या आपल्या नातसूनबाईंचा! येसूबाईंचा!

संभाजीराजांचे लग्न झाले आणि पिवळ्या अंगाने येसूबाई पिलाजीरावांच्या बरोबर शृंगारपूरला गेल्या होत्या. जाणतेपणी त्या माहेरीच राहणार होत्या.

ते माहीत असूनही जिजाबाई स्वतःशी म्हणाल्या, "फार दिवस झाले. पोर डोळ्यांआड राहिली. एकदा बलावू धाडलं पाहिजे!"

पन्हाळाप्रांताहून निघालेला बहिर्जी नाईक चिराखलागणीच्या वेळेला राजगड चढून आला. बाले किल्ल्यावर येऊन त्याने जिजाऊसाहेबांना आपण आल्याची वर्दी पाठविली. त्या वेळी जिजाऊंच्या महाली मोरोपंत आणि केशवभट उभे होते. जिजाऊ संभाजीराजांच्यासह मंचकावर बसल्या होत्या.

केशवभटांची आस्थेने विचारपूस केल्यावर जिजाऊंनी त्यांना, संभाजीराजांना रामायण-महाभारत सांगण्याची मोलाची कामगिरी जोडून दिली.

बहिर्जी आल्याची वर्दी मिळाल्यामुळे जिजाऊंनी मोरोपंत आणि केशव पंडित यांना निरोप दिला.

रामोशी वेषातील, दूरची धावणी घेतलेला दमगीर बहिर्जी महालात आला. जोहार घालून त्याने मासाहेबांकडे बघितले.

"कोण मामल्याची खबर? बोला नाईक." विचारांचा गोंधळ उडाल्यामुळे घोटाळलेल्या बहिर्जीला जिजाऊंनी धीर दिला.

"इज्यापूरला लई जोराचा जंग झाला. धन्यास्नी आन् रजपुताला शर्जाखानाम्होरं शिकस्त घ्याया लागली."

"ते कानी आलंय आमच्या. विजापूरच्या सरलष्कर सर्जाखानानं पहाडाचं काळीज दाखविलं. एकेकाळी त्यानं चालून आलेल्या रजपूत, दिलेर, नेताजी आणि राजे या चार सेनापतींना निकरानं भांडून शिकस्त दिली. फार इमानाचा आणि ताकदीचा असला पाहिजे, सर्जाखान. राजे विजापूर सोडून पन्हाळ्याकडं कूच झाल्याचं आम्ही ऐकून आहोत. काय झालं पन्हाळ्याचं?"

"जी कंदी घडायचं न्हाई, असं घडलं पन्हाळ्यावं आईसाहेब... आपला हजार पाऊलोक पन्हाळ्याच्या छाप्यात कामी आला! गड काई हाताला लागला नाई." बहिर्जीने मान खाली घातली.

"मतलब?" संभाजीराजांच्या कपाळी आठ्या चढल्या. सारे अंग ताठरले. हजार लोक एका छाप्यात खर्ची पडले होते!

"इज्यापूर सोडताना धन्यांनी फौजंच्या दोन फळ्या केल्या. एक सरलस्करांच्या दिमतीला दिली. दुसरी संगं घेऊन खासं राजं कालच्या षष्ठीला पन्हाळगडाला मध्यरातीचं भिडलं. नेताजीस्नी त्येनी षष्ठीची रात नेमून दिल्याली हूती. पर नेताजी वक्ताला गडाच्या पायथ्याला भिडलं न्हाईत! वाट बघून राजे हैरान झालं. रात टळतीला यायला लागली म्हून आपली फौज घिऊन गड चडाय लागलं, पर गडकऱ्याला सासूद लागल्याला हुता. धुकटलेल्या तटाभवत्यानं आपलं धारकरी घेऊन त्यो दब्यानं बसला हुता. राजं टप्प्यात येताच त्यो मोहऱ्यानं चालून आला. चाऱ्यात हत्यारमार झाली! हजार माणूस उतरंडीला पडला! गर्दी करून राजं उरलेल्या लोकांनिशी विशाळगडाकडं सरकलं."

"मग राजे आता विशाळगडी आहेत तर आणि आमचे सरलष्कर कुठं आहेत?" जिजाबाईंना नेताजींचा करीणा काय ते कळेना.

"न्हाई मासाब, राजं फोंड्याच्या रोखानं कोकणात उतरल्यात. आन्..." बहिर्जीचा साद कातरला. नजर जिजाऊंना आणि बाळधन्याच्या पायांवर पडली.

"आणि काय नाईक?" जिजाऊंना आणि कुणी कामी तर आले नाही ना, अशी शंका आली.

"कसं सांगावं मासाब! अशी खबर सांगण्यापरास जीब झडल्याली ब्येस."

"नाईक, जीभ झडली तरी सत्य झाकून राहणार थोडंच? बोला." जिजाऊंनी बहिर्जीला जखडून टाकला.

"विशालगडावयनं राजांनी सरलस्करांस्नी खलिता धाडला. 'सरलस्कर असून समयास कैसे पावला नाहीत? दाखल होण्यास दिरंग केला. सबब तुम्हास बरतर्फ करतो आहोत', असा हुकूम दिला. त्यो वाचून नेताजी बिथारले. राजांच्यावर रागं

झालं. राजांस्नी पारखं होऊन इज्यापूरच्या दरबाराला फौजासुद्धा जाऊन मिळाले!!'' मुंडासे डुलवून बहिर्जी गदगदल्या सुरात बोलला.

जिजाबाई डोळे ताणून बहिर्जींच्या धुळकटलेल्या मुंडाशाकडे बघतच राहिल्या.

बहिर्जीच्या अंगावरच्या घोंगडी काचोळ्यांकडे संभाजीराजे रोखून बघत होते.

त्यांच्या कानांत भरदार मिश्यांच्या, थोराड, तिघारी पगडीच्या 'नेताजीकाकांनी' रजपुताच्या गोटात सांगितलेले शब्द घुमू लागले – ''मानूस जिथं उपाजतं ती जागा मानसाला साद घालती, बाळधनी!!''

संभाजीराजांना वाटले – 'बहिर्जींच्या अंगावरचं घोंगडी काचोळं मोठमोठं होत आहे! ते भलं मोठं काचोळं आपल्या हातात घेऊन 'नेताजीकाकांनी' ते जाळ्यासारखं फेकून सगळा पुरंदरकिल्ला त्यानं पार झाकून टाकला आहे!!' त्या काचोळ्याखाली त्यांचेच शब्द गुदमरून तडफडताहेत – ''माणूस – जिथं उपाजतं ती जागा मानसाला साद घालती!!''

इकडे आग्र्यात संगमरवरी सफेद चिऱ्यांचा ताजमहाल असाच गुदमरून तडफडत होता! लाल किल्ल्यावरच्या मुसामाँ बुरुजालगतच्या मनोऱ्यातील शहाजहानची सात वर्षांची कैद संपली होती!

''ऐ अल्लाताल, मेरी आगेवाले जहानकी हालत अच्छी कर। मुझे जहन्नमके दर्दे आगसे बचा ले।'' अश्या खुदाला कळवळून प्रार्थना करीत शहाजहानने आग्र्याच्या लाल किल्ल्यात शेवटची साँस घेतली. ही सारी उत्तरी वार्ता वाऱ्याबरोबर दक्षिणेकडे येऊन पोहोचली होती. ऐकणारे विस्मित होत होते.

शहाजहानची मुलगी जहानआरा, बेगमा – अकबराबादी महल आणि फत्तेपुरी महल त्याच्या बुढ्या, आंधळ्या आणि फाकळलेल्या निस्तेज प्रेतावर कोसळून फुटफुटून रडल्या.

शहाजहानचे सुरकुतलेले, म्हातारे, गोरे अंग फाकळून निघाले होते.

औरंगजेबाने त्याच्या खास विश्वासातल्या तबिबाला फितवून औषधी म्हणून विषारी तेलाने त्याच्याकरवी शहाजहानला मालिश करवून घेतले होते!

आपल्या बापाच्या मनाचा झाला, तो दाह कमी वाटला म्हणून की काय औरंगजेबाने त्याच्या शरीराचाही आगडोंब पेटवून दिला होता!

वृंदावन या एका हिंदू वैद्याच्या औषधींनी शहाजहान त्या 'मालिशच्या मुसीबती'तून कसातरी बचावला होता! पण त्याचे अंग फाकळून निघाले होते. त्यातून हाय खाल्लेला शहाजहान पुन्हा कधी उठलाच नाही.

''मला नरकाच्या आगीपासून वाचव'', म्हणून खुदाला विनविणाऱ्या शहाजहानला तशी संधी औरंगजेबाने ठेवलीच नव्हती! हरप्रकारच्या नरकयातना शहाजहानने कैदेतच भोगलेल्या होत्या. इमानी कुत्र्यासारख्या असलेल्या मुतमद नावाच्या आपल्या

खोजाच्या हवाली औरंगजेबाने आपल्या बापाला सुपुर्द केले होते!

शहाजहानच्या आसवाबखान्याचा दरोगा ख्वाजा मामूर मेला, तेव्हा मुतमदने आसवाबखान्याला चक्क मोहरा ठोकल्या! दुसरा दरोगा नेमला जाईपर्यंत, दिवसाला पाचपंचवीस जामे बदलणाऱ्या शहाजहानने अंगावरच्या एकाच जाम्यावर दिवस काढले!

या सगळ्यावर कडी केली होती औरंगजेबाने! दारा शिकोहच्या जनानखान्यातील, शहाजहानच्या आसऱ्याला असलेल्या गायिका, गणिका त्याने दिल्लीला आपल्या जनानखान्यासाठी पाठवून द्या, असे पत्र आंधळ्या आब्बाजानला लिहिले होते!

हे सगळे भोगून शहाजहानने एका संध्याकाळी आपला देह लाल किल्ल्यात ठेवला.

हे सारे अघटित, नवीन होते.

ताजमहालाचा आरसपानी चिरान्‌चिरा कसा रेखीवपणे एकमेकांवर उभा होता. पण, पण त्याच्या निर्मात्याचा – खुद्द शहाजहानच्या शरीराचा चिरान्‌चिरा फाकळून निघाला होता!! तो शांतपणे चंदनी शवपेटीत तसाच विश्रांती घेत होता!! शहेनशहाची काय आणि साध्या हशमाची काय; हयातीची बाकी शेवटी शून्यच असते!!

फोंड्याहून माघार घेतलेले शिवाजीराजे मिर्झा राजाला विजापूरजवळच्या गोटात भेटून राजगडावर आले. या भेटीत मिर्झाने राजांच्या गळ्यात सगळ्यांत मोठा खोडा टाकला होता. औरंगजेबाच्या पन्नासाव्या वाढदिवसाचे निमित्त करून त्याने राजांना संभाजीराजांच्यासह आग्रा-दरबारात पेश करण्याचा सल्ला दिला!

हे वरचे कारण होते. मनातून मिर्झा चरकला होता. विजापूरला कुतुबशाहीने पन्नास हजार घोडदळाची मदत केली होती. राजांचा 'उजवा हात' नेताजी फुटून विजापूरला मिळाला होता. त्यात खुद्द राजेच विजापूरला सामील झाले, तर आपली धडगत नाही, या शंकेने मिर्झाने औरंगजेबाला पत्रे पाठविली. शिवाजीराजांना शंभूराजांच्यासह आग्रा दरबारी बोलावून घेण्याचा मनसुबा बनवून आणला.

आला हजरत औरंगजेब रजामंद झाला तर राजांना त्या दरबारात दख्खनची सुभेदारी देईल, असा मिर्झाचा अंदाज होता. काही दिवस पडती घेऊन ती स्वीकारणे याशिवाय राजांना तूर्त मार्ग उरला नव्हता.

काही चांगले हाताशी लागेपर्यंत, हातात असलेले कमी चांगले न सोडणे, हे राजकारणात शहाणपणाचे ठरते! राजांनी दरबारी जायचे मान्य केले होते.

आग्ऱ्याला जाण्यापूर्वी सरलष्करपदाची मोकळी जागा योग्य असामीच्या हवाली करणे भाग होते. त्यासाठी राजांनी सदर बोलावली. सदरेत जाण्यापूर्वी राजांकडे संभाजीराजांनी भीत-भीत नेताजींबद्दल चौकशी केली. आबासाहेबांनी असा निर्णय

तडकाफडकी का व कसा घेतला, याबद्दल संभाजीराजे हैराण होते.

राजांनी दिलेले उत्तर शंभूराजांना नीट आकलन करता आले नाही. फारसे पटलेही नाही. राजे म्हणाले होते, "ही फौजी शिस्त आहे. योग्य वेळी ध्यानी येईल."

भरल्या सदरेत राजे संभाजीराजांना घेऊन दाखल झाले. रिवाजाप्रमाणे भंडाऱ्याची परडी सदर-बैठकीत फिरली.

मुजुमदार निळोपंत, सरलष्करपदाचा पेहराव, लाल कंगणी पगडी, जरीनक्षीच्या म्यानाची तलवार असा साज असलेली सरपोसांनी झाकलेली तबके जोत्यावर सिद्ध ठेवून राजांच्या उजव्या तर्फेला उभे राहिले. नेताजींच्या कडू आठवणींची इंगळी राजांच्या काळजाला क्षणभर डसून गेली. सदरेत भयाण शांतता होती.

"मंडळी, आम्ही बादशहाच्या भेटीला उत्तरेत जाणार आहोत! – " राजांना एवढेच बोलताना भरून आल्यासारखे झाले. स्वत:ला सावरून ते एकलगीने म्हणाले,

"रिती पडलेली सरलष्करपणाची जिम्मेदारी आम्ही कुडतोजी गुजरांच्या खांद्यावर टाकण्याचे योजले आहे. कुडतोजी, असे सामने या."

कुडतोजी राजांच्या बैठकीसमोर आले. अदबमुजरा करून सावरत्या अंगाने उभे राहिले. राजे बैठकीवरून उठले. निळोपंतांनी पेश केलेल्या तबकातील शेला, चोळणा त्यांनी कुडतोजींच्या खांद्यावर चढविला. त्यांच्या कमरेला तलवारीचे बंद आवळले. कुडतोजींनी आपल्या डोकीवरची पगडी काढून हाती घेतली. राजांनी तुरेबाज लाल कंगणी पगडी उचलून ती कुडतोजींच्या मस्तकावर चढविली. सदरेकडे बघत राजे म्हणाले, "आजपासून कुडतोजी गुजर... आमच्या फौजेचे सरलष्कर! आम्ही त्यास 'प्रतापराव' ही खिताबत बहाल करतो आहोत." राजांनी कुडतोजींना ऊरभेट दिली. ती घेताना ना कुडतोजींना ना एकाही सदरकऱ्याला कळले की, राजांच्या उरात कसले कढ दाटून आले आहेत. त्यांनी "कुडतोजी, आमच्या फौजेचे सरलष्कर" असे थांबून म्हटले होते. "श्रींच्या राज्याचे सरलष्कर" असे म्हटले नव्हते!

राजांचा शब्दन्‌शब्द कान देऊन ऐकण्याचा सराव झालेल्या संभाजीराजांना मात्र ते जाणवले. बैठकीवर बसल्या-बसल्या ते कुडतोजींच्या डोक्यावरील कंगणी पगडीतील तुऱ्याकडे बघत राहिले. त्यांच्या मनात विचारांचा तुरा डुलला – 'नेताजीकाका झाले, तसे तुम्ही आमच्या महाराजसाहेबांना पारखे होऊ नका! त्यांच्या मनावेगळी गोष्ट करू नका!'

सदर उठली. सदरकरी चौकाबाहेर पडू लागले. त्या सगळ्या सदरेला कल्पना नव्हती की, औरंगजेब दिल्लीहून आग्ऱ्यात आला होता. आपल्या मृत बापासाठी जियारत पढायला!

◆

॥४॥

संभाजीराजांच्यासह राजे उत्तरेत जाणार ही खबर मुलूखभर पसरली.

आदिलशाही, कुतुबशाही, सिद्दी, इंग्रज, फिरंगी ह्यांच्या दरबारी मुत्सद्द्यांनी स्वत:शी खूणगाठ बांधली – 'आता शिवाजी खरोखरच संपला! शिवाजीच्या रूपाने आता नवा 'मिर्झा राजे' तयार होईल!'

निवडक लोकांनिशी मावळात फिरून राजांनी आपल्या ताब्यातील गडकोटांची बंदिस्ती नजरेखाली घातली.

जिजाऊसाहेबांनी केशव पंडितांना खलिता देऊन पिलाजीरावांच्याकडे शृंगारपूरला धाडले. ''आमच्या नातसूनबाईंना संगती घेऊन तुरंतीने गड जवळ करणे,'' असा सांगावा खलित्यात लिहिला होता.

राजांच्या सदरेवरचे नेक सल्लागार सुचेल तसा सल्ला राजांना देत होते. मासाहेब धीराच्या गोष्टी सांगत होत्या. पण – पण, स्वत:शीच शंका यावी असा बिकट-बाका प्रसंग राजांच्यावर आला होता!

मोठ्या उमेदीने रायरेश्वरावर 'श्री'च्या राज्याची आणभाक राजांनी घेतली होती. मावळमाणसांवर उधळून टाकावी म्हणून मोठ्या भक्तीने त्या वेळी भंडाऱ्याची मूठ भरून घेतली होती. आज त्या मुठीत सगळ्या स्वप्नांची झालेली माती बघून स्वत: राजेच सुन्न झाले होते.

राजांना या सगळ्याचाच जाब एकाच पायी विचारता येणार होता. आदिशक्ती जगदंबेच्या! जेव्हा-जेव्हा विचार करकरून मेंदूचे टाके उसवू बघत होते, तेव्हा-तेव्हा राजे आपले मस्तकच त्या मेंदूनिशी नेऊन जगदंबेच्या चरणांवर ठेवीत होते. जिथे माणसाच्या मर्यादा संपतात तिथूनच आदिशक्तीचे सामर्थ्य सुरू होते!

संभाजीराजांना घेऊन राजे प्रतापगडी चालले; जगदंबेच्या दर्शनाला. बरोबर प्रतापराव, प्रभाकरभट, मोरोपंत, आनंदराव अशी मंडळी होती.

जावळी खोऱ्यातील प्रतापगडची चढण चढून पालखी पायथ्याशी आली. इथून 'जनीचा टेंबा' हे

अफजलभेटीचे वळण स्पष्ट दिसत होते. त्या वळणावर पांढऱ्या पत्थराची, राजांनी बांधवून घेतलेली अफजलची कबर राजांना दिसली! केवढेतरी विचित्र दृश्य त्यांच्या डोळ्यांसमोर क्षणात तरळून गेले – त्या कबरीवर मिर्झा राजे उभा होता! अफजलच्या वेषात! त्याच्या हातात केवढीतरी मोठी 'वाघनखे' होती! ती मुठीत बेमालूम छपवीत, हात उंचावून तो गोड हसत म्हणत होता, "आइये राजासाब, घबराइये मत!"

राजांच्या जिवाची घालमेल झाली. "जगदंब! जगदंब!" पुटपुटत राजांनी पालखीत शेजारी बसलेल्या संभाजीराजांच्या खांद्यावर हात ठेवला!

पालखी केदारेश्वराच्या मंदिरासमोर आली. शिवलिंगाचे दर्शन घेण्यासाठी स्वाऱ्या पालखी-उतार झाल्या. राजे, संभाजीराजे मंदिराच्या दगडी उंबरठ्याजवळ आले. वाकून राजांनी उंबरठ्याला बोटे भिडविली. आणि त्यावरील कोरलेले नकसकाम बघताच राजे तसेच थांबले! तीच नऊ पाकळ्यांची धर्मचक्रे आणि तेच जबडा विस्तारलेले वाघाचे शिर राजांना दिसत होते!! कापराच्या वड्या पेटताना सरसरून याव्यात, तसे राजांचे उभे अंग क्षणात सरसरून आले! जामा काखेत दाटून आला.

ताठ खडे होत राजांनी केदारेश्वराचा उंबरठा ओलांडला. आतल्या घुमटातील घंटेचा गाभा भरून टाकणारा टोल दिला. समोरच्या शिवलिंगासमोर गुडघे टेकून हात जोडले. डोळे मिटले. त्यांचे ओठ काहीतरी पुटपुटत होते. तो 'शिवाचा' 'शिवाशी' चाललेला 'शिवकर' असा गूढ संवाद होता! राजांनी डोळे उघडले. समोरच्या नितळ शिवलिंगावरचे एक बिल्वपत्र उचलले. राजांनी उचललेल्या त्या बिल्वपत्राला दोनच दळे होती!! मधले दळ गायब झाले होते! हातीच्या बिल्वपत्राकडे एक नजर बघून राजांनी ते तसेच संभाजीराजांच्या हाती ठेवले!

पालखी गड चढून जगदंबेच्या मंदिरासमोर आली. हातपाय धुऊन राजे, संभाजीराजे जगदंबेच्या दर्शनसाठी मंदिरात प्रवेशले. अंगावर धावून आल्यासारखी दिसणारी, अष्टभुजा दुर्गा बघताच राजांनी गुडघे टेकले. हात जोडून मिटल्या डोळ्यांनी त्यांनी आपले मस्तक मूर्तीसमोर फरसबंदीवर टेकविले. त्यांच्या मिटल्या डोळ्यांसमोर असंख्य पाजळले पोत नाचत होते. त्यांच्या तालावर मन फिरत होते.

'आई, आमचे हात बांधील झाले. कोण प्रसंग आणलास? तुझ्या तांडवात लेकरू पायांखाली येते आहे! अंबे, डोळे उघड! दाही दिशा अंधेरल्या. पोत पाजळ!' राजांचे मन कालवून कळवळत होते. मस्तक वर घ्यावे, असे त्यांना वाटत नव्हते.

त्यांच्या डाव्या बगलेला गुडघे टेकून बसलेले संभाजीराजे समोरच्या शस्त्रे उगारलेल्या, उग्रदर्शनी जगदंबेकडे आणि राजांच्याकडे आलटून-पालटून बघत होते.

भवानी, आबासाहेब, मंदिर, पाजळलेले पोत, आपण सारे एक-एक झालो आहोत, असे संभाजीराजांना वाटत होते.

बऱ्याच वेळाने राजांनी मस्तक वर घेतले. त्यांचे डोळे पाणावले होते. उठून

समोर गाभाऱ्यात जाऊन राजांनी आपले मस्तक जगदंबेच्या चरणांवर ठेवले. राजे, संभाजीराजे दर्शन करून मंदिराबाहेर पडले.

प्रतापगडाची तटबंदी, पहारे-मोर्चे नजरेखाली घालून दिवस उतराला लागताना राजांची पालखी गड उतरून पायथ्याशी आली.

जनीच्या टेंब्याचे वळण आले! राजांची नजर अफजलच्या कबरीवर गेली! पण आता त्यांचे मन शांत होते. क्षणभरात त्यांच्या मनासमोर एक विचित्र दृश्य तरळून गेले – त्या कबरीवर आता अफजल उभा होता! पण – पण त्याच्या अंगावरचा सगळा वेष राजपुती होता! मिर्झा राजासारखा!! मान मागे टाकून तो किंकाळत होता – "लवा, लवा दगा!"

राजांच्या कपाळावर स्पष्ट दिसणाऱ्या जखमेच्या व्रणाकडे बघत संभाजीराजांनी त्यांना विचारले, "महाराजसाहेब इथं – इथंच तुम्ही खान जीवे घेतला होता?" राजांच्या कपाळीचा तो व्रण सय्यद बंदाने टोपावर केलेल्या वारामुळे उमटला होता.

"होय, इथंच शंभूराजे!" राजे शांतपणे म्हणाले.

पालखीचे भोई हातातील लाकडी थोपे मागेपुढे झुलवीत जनीच्या टेंब्याचे वळण मागे टाकीत होते. पालखीमागून प्रतापराव, मोरोपंत, आनंदराव घोड्यांचे कायदे आखडीत धिम्या चालीने उतरण उतरत होते.

संभाजीराजे डोळे जोडून अफजलच्या कबरीचे पांढरे पत्थर एकटक बघत होते.

उभे जावळी खोरे प्रतापगडाकडे बघत जगदंबेचा महिमा गात होते –

"आदिशक्तीचे कवतुक मोठे,
भुत्या मज केले! भुत्या मज केले!!"

राजगडावर संभाजीराजांच्या महालात मंचकावरच्या बैठकीवर एक पोरसवदा स्त्री-खानदान बसले होते. पुतळाबाईंच्या खाजगीकडच्या कुणबी दासीने त्याला त्या महालात आणून सोडले होते.

ती पोरवयी स्त्री महालभर आपली नजर फिरवीत होती. भिंतीला लटकलेली शस्त्रे कुतूहलाने बघत होती. चौरंगावर निरनिराळ्या तबकांत ठेवलेले सफेद, केशरी टोप निरखीत होती. मधूनच देव्हाऱ्यातील शिवलिंगाकडे बघत होती. "आम्हास या मर्दाना-महालात का आणून बसविले आहे?" असे स्वतःलाच तिने विचारले.

इतक्यात नौबत-नगाऱ्याचा दुडदुडणारा आवाज तिच्या कानी आला. त्या रोखाने खिडकीच्या झरोक्याकडे तिने पाहिले. देव्हाऱ्यातील समयांच्या ज्योती मंद वारेझोताने क्षणभर थरथरून गेल्या. त्या पोरवयी स्त्रीने आपले परवंट्याचे नेसू ठीक करीत पायांतील तोड्यांकडे पाहिले.

जगदंबेचे दर्शन घेऊन आलेल्या राजांची व संभाजीराजांची पालखी राजगड चढून बालेकिल्ल्यावर आली.

जिजाऊसाहेबांचे दर्शन घेऊन दौडीने थकदिल झालेल्या संभाजीराजांनी आपल्या महालात पाऊल टाकले. कधी नव्हे ते महालात एकही दासी दिसत नव्हती.

मस्तकीचा टोप तबकात उतरण्यासाठी संभाजीराजे चालत चौरंगाजवळ आले. टोप उतरण्यासाठी त्यांनी हाताच्या बोटांचा झोला टोपाला भिडविला आणि त्यांची नजर मंचकाकडे गेली! चांदीचे चमकीले तोडे त्यांना दिसले!

मंचकावर कुणीतरी बसले होते! झटक्यात त्यांनी हात खाली घेतले. बसलेल्या व्यक्तीला निरखून पाहिले. ओळख पटत नव्हती. मान ताठ करीत त्यांनी मंचकाला सवाल केला, "कोण... कोण बसले आहे, आमच्या बैठकीवर?"

मंचकावरच्या स्त्री-खानदानाने गडबडून जाऊन मान वर करून संभाजीराजांकडे पाहिले! त्यांना बघताच ती स्त्री झटकन खाली पायउतार झाली!

गदका खेळताना गोमाजीबाबा आडवी धरीत त्या फरीसारखी ती गोल मुद्रा आणि समयांच्या प्रकाशात क्षणभर उजळून गेलेल्या टपोऱ्या डोळ्यांच्या दोन शुक्रचांदण्या बघताच खाशी संभाजीराजांची स्वारीच गडबडून गेली!

चौरंगावरच्या टोपांकडे निरखून बघत त्यांनी अगोदर आपण आपल्याच महालात आलो आहोत, याची नीट खातरजमा करून घेतली!

"तुम्ही?" म्हणत संभाजीराजे आले तसे झटकन पाठमोरे झाले! आणि महालाबाहेर निघूनही गेले. धडधडत्या काळजाने ते स्त्री-खानदानही लगबगीने महालाबाहेर निसटले. बाहेर पडताच बराच वेळ पायाच्या नडगीला रुतून कचणारा तोडा वाकून त्याने अगोदर ढिला केला. "आता कुठं जावं?" या पेचाने ते गोंधळून गेले! त्या होत्या येसूबाई! आपल्या आबांच्या बरोबर – पिलाजींच्या बरोबर – त्या राजगडी दाखल झाल्या होत्या!

फाल्गुन शुद्ध नवमीचा दिवस फटफटला. गडपाखरे रानचाऱ्याच्या मागाने कोटरे सोडून किलबिलत भरारली.

संभाजीराजांनी हमामखान्यात स्नान घेतले. लखलखीत जरी कोयऱ्यांचा निळाशार जामा, जरी किनाराची वेल फिरलेला, मोतीलगाचा सफेद टोप, बुट्ट्यांचा डाळिंबी मांडचोळणा, कमरेला शुभ्र शेला, असा खासा पेहराव परिधान करून ते रायाजी आणि अंतोजी गाडे यांच्या सोबतीत जिजाऊच्या महाली निघाले, 'शिवगंध' रेखून घेण्यासाठी! महालात जिजाऊसाहेब, येईल त्या दासदासीला हरतऱ्हेचा हुकूम तत्परतेने देत उभ्या होत्या; मध्येच त्या थांबत होत्या. स्वत:ला पार हरवून देव्हाऱ्यात दिसणाऱ्या जगदंबेच्या मूर्तीकडे बघत होत्या.

त्यांच्या दोन्ही बाजूंना संभाजीराजांच्या बहिणी होत्या. दगडबंद भिंतीला धरून सावरल्या पदराच्या पुतळाबाई उभ्या होत्या. त्यांच्या बगलेला, हातांत एक तबक

घेऊन धाराऊ अदब धरून खडी होती. त्या दोघींच्या मध्ये कुणासच सहजी दिसू नये, अशा बेताने येसूबाई अंगचोरीने उभ्या होत्या!

"येसू, अशा पुढे या." जिजाऊंनी येसूबाईंना साद घातली.

येसूबाई क्षणभर भांबावल्या.... रेंगाळल्या. त्या शब्दांतील मायेने मग अदबीत पुढे झाल्या. आपल्या नणंदांच्यात जमवून घेत खालच्या मानेने त्यांच्यात मिसळून उभ्या राहिल्या. संभाजीराजे महालात प्रवेशले. पाठोपाठ रायाजी-अंतोजी आत आले. साऱ्यांनी जिजाऊ, पुतळाबाईंना अदबीचे त्रिवार मुजरे केले. मंद चालीत जिजाऊ पुढे आल्या. संभाजीराजांना बघताच त्यांच्या काळजात केवढेतरी कल्लोळ उमळून आले –

'केवढं-केवढं भोगलं यांनी या एवढ्याशा उमरीत? धाराऊनं यांना दुधास लावलं. दोन वर्षांचे असताना यांच्या आऊसाहेब यांना पारख्या झाल्या, रजपुतांच्या गोटात हे साऱ्यांसाठी ओलीस राहिले. गुडघे टेकून यांनी फर्मान घेतलं. आणि – आणि आज उत्तरेकडं चालले! कशी झेपणार यांना या गरमीच्या दिवसांत एवढी दूरची, परमुलखाची वाटचाल?' काटेभिवरीच्या वेलीने तुळशीचे रोपवैभव झाकाळून जावे, तसे जिजाऊंचे मन भरून आले!

पुढे होत संभाजीराजांनी आऊसाहेबांच्या पायांवर डोके ठेवले. थोडा वेळ ते तसेच थांबले. त्यांच्या मनी येऊन गेले. 'केवढा, केवढा फेर आहे, मान टाकून फर्मान घेण्यात आणि – आणि आऊसाहेबांच्या पायांवर डोकं ठेवण्यात!'

"उठाऽ" आऊसाहेबांचा आवाज घोगरला. झुकून वारेझुळकीने रानमोगऱ्याच्या कळ्यांचा सुगंध उचलावा, तसे जिजाऊंनी त्यांना अलगद वर घेतले!

मागे न बघताच त्यांनी 'धाराऊऽ' अशी याद फर्मावली.

संभाजीराजांच्याकडे बघताना गंधाचे तबक पेश करायला विसरलेल्या धाराऊच्या हातातील तबक थडथडले.

"जी!" म्हणत ती सावरून झटक्याने पुढे झाली. हातीचे तबक तिने आऊसाहेबांच्या समोर पेश केले. जिजाऊंनी तबकातील गंध-अष्टगंधाच्या कुप्या निरखल्या. संभाजीराजांनी कपाळ वर उठवून डोळे मिटले. जिजाऊंनी पितळी सरशी कुप्यात डुबविली. ज्या संकेताने, ज्या हळुवार हातकसबाने आदिशक्ती जगदंबेने आभाळाच्या नितळ निळ्या पटलावर सूर्य-चंद्र रेखले असतील, तसे त्यांनी दोनदळी शिवगंध संभाजीराजांच्या नितळ कपाळी रेखले! आपण रेखलेल्या त्या शिवगंधाकडे टक लावून बघताना जिजाऊंना कधी नव्हे तो एक अपूर्व कौल जाणवून गेला –

"आपण शिवभक्त शंभूराजे. सुखदु:खाचे हे दोन पट्टे शिवानेच आपल्या कपाळी रेखून टाकले आहेत! भार त्याचा आहे. पाठराखण करणारा तोच समर्थ आहे!"

जिजाऊंनी शांतपणे हातीची सरशी तबकात ठेवली.

"वर्दी आलीय. आता राजे येतील. त्यांच्या सोबतीनं जगदंबेचं, गडावरच्या देवदेवतांचे दर्शन करून या." जिजाबाई संभाजीराजांना जवळ घेत म्हणाल्या.

"जी!" संभाजीराजांनी मान डोलावली.

"गोमाजीबाबा, सिदोजी, महमद सैस, केशव पंडित साऱ्यांची गाठभेट घ्या. गड सोडण्यापूर्वी राणीवशाकडे मुजरे लावून या." जिजाबाई झरा झुळझुळावा तशा बोलत होत्या. संभाजीराजे ते ध्यान देऊन ऐकत होते.

"जा. पाय शिवा त्यांचे." जिजाऊंनी पुतळाबाईंच्या रोखाने हात करीत संभाजीराजांना इशारत दिली.

संभाजीराजे पुतळाबाईंच्यासमोर आले. वाकून त्यांनी पुतळाबाईंच्या पायांवर डोके ठेवले. त्या स्पर्शाने एक अंग फुलवती सरसरी पुतळाबाईंना जाणवली. डोळे पाणथर झाले. त्यांचे मन सांगत होते –

'बाळराजे, आम्ही केला आहे 'सुलूख', पण तो एकट्या आमच्या कपाळीच्या 'कुंकवा'शीच नाही तर – तर तो तुमच्या कपाळीच्या 'शिवगंधाशी'ही केला आहे!'

"उठाऽ" पुतळाबाईंनी मायेने संभाजीराजांना उठवून घेतले. त्यांच्या हनुवटीची वाटी तर्जनीने वर घेत त्या म्हणाल्या, "दर्शनं आटोपली की, आमच्या महाली या. आम्ही तुम्हास दंडास बांधण्यासाठी एक ताईत देणार आहोत!"

"जी," म्हणून संभाजीराजांनी धाराऊचे पाय शिवण्यासाठी पाऊल पुढे टाकले आणि पुतळाबाईंच्या मागे अंगचोरीने उभ्या असलेल्या येसूबाईंना बघताच ते पुन्हा झटकन मागे हटले!

"हां शंभूबाळ, धाराऊची पायधूळ परती सारू नका!" जिजाऊंनी त्यांना पुरते वळू दिले नाही!

पुढे होत संभाजीराजांनी धाराऊचे पाय शिवले. हातांतील तबक थरथरत होते. घसा दाटून आला होता. सुरसुरते नाक वर ओढत तिने पदर डोळ्यांना लावून झटकन आपली मान दगडबंदीकडे मागे वळविली. तिचा गदगदला कुणबाऊ ऊर वर-खाली लपापू लागला. कल्लोळ-कल्लोळ माजला तिच्या काळजात.

"आऊऽ, आम्ही तुरंतीने सलामत परतू." संभाजीराजे तिच्याकडे बघत बोलले.

इतक्यात महालात राजे प्रवेशले. अंतोजी-रायाजीने त्यांना वाकून मुजरे घातले.

जिजाऊ, पुतळाबाई, संभाजीराजे, येसूबाई सारीच धाराऊकडे बघत होती. राजांना पाठमोरी होती.

"मासाहेब, आम्ही दर्शनाला निघतो आहोत." पाठमोऱ्या जिजाऊंना वाकून अदबमुजरा देत राजे शांत बोलले. विजेच्या एकाच लपकीने आभाळाचा घुमट लखखकन उजळून जावा, तसा राजांच्या बोलांनी तो आऊपणाचा महाल उजळून गेला.

साऱ्यांना जागीच सोडून जिजाऊ राजांच्या रोखाने शांत चालीत पुढे झाल्या. त्यांच्या स्थिरावल्या पायांसमोर राजांनी गुडघे टेकले. आपले रुंद कपाळ त्यांनी जिजाऊंच्या नितळ पायांवर टेकविले.

"उठाऽ" राजांच्या खांद्यांना धरून वर उठविताना आऊसाहेब आपले आपणालाच फक्त ऐकू यावे, तशा बोलल्या. राजांच्याकडे बघावे म्हणून त्यांनी नजर जोडली होती. पण डोळ्यांच्या पाणपडद्यातून त्यांना काही-काही दिसत नव्हते. त्यांनी आवेगाने राजांना आपल्या मिठीत कवटाळून घेतले! शब्द जाया झाले. लटके पडले. मिठीत आपला अर्थ शोधीत विरघळून गेले. मूकपणे दोन्ही राजमने एकमेकांशी उदंड बोलून गेली!

संभाजीराजांना बरोबर घेऊन राजे महालाबाहेर पडले. गडावरच्या साऱ्या देवदेवतांची दर्शने झाली. शिवलिंगपूजा बांधण्यासाठी राजे आपल्या महाली निघून गेले.

गोमाजी, सिदोजी, निळोपंत अशा गडघसटीच्या असामींची भेट घेऊन संभाजीराजे आशीर्वादासाठी सोयराबाईंच्या महाली आले. सोयराबाई म्हणाल्या, "दिवस गरमीचे आहेत. चाल दूरची आहे. जपून असा! एवढी भेट झाली की, स्वारी दख्खन-सुभा होणार आहे. तुम्ही मोठे सरदार होणार आहात! आम्हास चिंता वाटते – तुम्ही हे सारं पेलणार कसं?" म्हटले तर ते बोलणे सादिलवार होते, म्हटले तर काळीजमार होते!

"येतो आम्ही. आमच्या बाळीबाईंना जपा मासाहेब." सोयराबाईंच्या कन्या बाळीबाई यांच्याकडे बघत संभाजीराजे त्यांना म्हणाले. निरोप घेऊन बाहेर पडले.

पुतळाबाईंच्या महाली त्यांनी चार घास खाऊन घेतले. पुतळाबाईंनी त्यांच्या दंडात एक ताईत बांधला. प्रभाकरभट आणि केशवभट यांनी सदरजोत्यावर घंगाळात सोडलेले घटिका पात्र डुबतीला आले होते. प्रस्थानाचा मुहूर्त जवळ आला.

राजांनी निवडलेली रघुनाथपंत कोरडे, त्र्यंबकपंत डबीर, निराजीपंत, सर्जेराव जेधे, मदारी मेहतर, हिरोजी फर्जंद, दावलजी घाटगे, दत्ताजीपंत, राघो-मित्र, रामाजी माणकोजी अशी मंडळी हत्यारबंदीने बालेकिल्ल्याच्या सदरेवर एकवटली. मागे राहणारी मोरोपंत, अण्णाजी दत्तो, निळोपंत, येसाजी, तानाजी, आनंदराव अशी मंडळी निरोपाचे मुजरे द्यायला गोळा झाली.

राजांच्या महालात सदरेवर जाण्यासाठी राजे आणि संभाजीराजे सिद्ध झाले.

सखू, राणू, अंबा, बाळीबाई असा राजांचा कन्यावसा संगती घेऊन जिजाबाई राजांच्या महालात आल्या. साऱ्या कन्यावशाने राजांना नमस्कार केले.

येसूबाईंना घेऊन दाट कानकल्ल्यांचे थोराड पिलाजी महाली आले. राजांच्या आणि मासाहेबांच्या रोखाने हात करून त्यांनी येसूबाईंना नमस्कार करण्यासाठी खुणावले. येसूबाई पुढे झाल्या. मासाहेबांना आणि राजांना त्यांनी कुळअदबीने

नमस्कार केले. त्यांना वर उठते करून घेत राजांनी त्यांची हनुवटी आपल्या रोखाने तर्जनीने वर घेतली. ते अदबशीर पोर-खानदान बघताना राजे आपण कसल्या पेचात आहोत, हेही क्षणभर विसरून गेले. येसूबाईंच्या कानात बोलावे तसे अल्लादीने हळुवार म्हणाले, "सूनबाई, शृंगारपुरी परतण्याची घाई नका करू!"

"मासाहेब यांना ठेवून घ्या थोडे दिवस." राजांनी जिजाऊंच्याकडे बघत सांगितले. लाजलेल्या येसूबाईंनी आपली हनुवटी राजांच्या तर्जनीतून हळूच मागे घेतली आणि पटकन मागे येत पिलाजींच्याजवळ उभ्या राहिल्या.

त्यांच्या खांद्यावर हळूच हात ठेवून, त्यांच्या कानाजवळ तोंड नेत पिलाजी त्यांना पुटपुटले, "इसारता कसं? आपल्या कुंकवाचं पाय न्हाई शिवलं तुम्ही?"

'हे काय आबा!' अशा अर्थाने आपले टपोरे डोळे आणखी टपोरे करून येसूबाईंनी पिलाजींच्याकडे फुरंगटून बघितले.

"जावाऽ" दटावल्यासारख्या दबल्या आवाजात पिलाजी त्यांना म्हणाले.

नाइलाजाने येसूबाई पुढे झाल्या! कुणाकडेही न बघता संभाजीराजांच्या समोर आल्या गडबडीने वाकून पायाखालच्या बिछायतीला हातांची बोटे लावून त्यांनी तीन वेळा नमस्कार केला.

संभाजीराजे जाणूनबुजून दुसरीकडे बघत होते! त्यांच्याकडे लक्ष नाही असे भासवीत होते. राजांनी संभाजीराजांची ती 'नजरचोरी' हेरली. त्यांच्या खांद्यावर एक हात चढवून दुसरा हात येसूबाईंच्याकडे दाखवीत राजे म्हणाले, "निरोप घ्या. त्यांना सांगा – येतो आम्ही!"

संभाजीराजे गडबडले. राजांच्याकडे बघतच येसूबाईंना म्हणाले, "येतो आम्ही."

राजांनी, संभाजीराजांनी जिजाबाईंना मस्तक टेकून नमस्कार केले. येईल त्या प्रसंगाला तोंड द्यायला मनाने बांधील झालेल्या जिजाऊंनी त्यांच्या टोपांवर हात ठेवीत आशीर्वाद दिले, "औक्षवंत व्हा!"

संभाजीराजांनी पिलाजी आणि वडीलधाऱ्यांना नमस्कार केले. जिजाऊंच्या हातून दह्याच्या कवड्या उजव्या तळहाती घेऊन त्या ओठांआड केल्या.

अंतोजी गाडे एक सरपोसाने झाकलेले तबक घेऊन बाजूला उभा होता. त्याच्याकडे हात करून जिजाऊ राजांना म्हणाल्या, "ते तुमचं पूजेचं स्फटिक शिवलिंग आहे. तुमच्या बैठकीला पालखीत ते जवळ ठेवा."

"जी मासाहेब, सांभाळून राहावं, हवेवरच्या खबरा येतील. त्यांनी कान हलके करू नयेत. येतो आम्ही." राजे संभाजीराजांना घेऊन महालाबाहेर पडले. त्यांच्या मागून जिजाऊ, पिलाजी, अंतोजी चालले. पायाच्या नडगीला कचणारा तोडा ढिला करण्यासाठी येसूबाई वाकल्या होत्या. त्यांचे कशाकडे लक्ष नव्हते.

सदरेकडे बाहेर पडणारे जोते आले. गडावरच्या देवमहालावरचा जगदंबेचा

पोतराज हाती पाजळलेला पोत घेऊन राजांना सामोरा आला.

दोघा भुत्या-बालभुत्यांनी त्या पोतावरून आपले तळहात फिरविले. आईच्या कृपेचा उबारा मिळालेल्या आपल्या ओंजळी त्यांनी तोंडावरून फिरवून घेतल्या.

राजे-संभाजीराजे बालेकिल्ल्याच्या राबत्या सदरेवर आले. जगदंबेच्या पुजाऱ्याने पुढे होत, हातातील परडीतील भंडाऱ्याने त्यांचे भरगच्च मळवट भरले. दोघा पितापुत्रांनी देवतेला गुडघे टेकून वंदन केले.

सदरचौकात जमा झालेला एक-एक असामी पुढे होत, संगमरवरी मूर्तीसारख्या सदरजोत्यावर निश्चल उभ्या राहिलेल्या जिजाऊसाहेबांच्या पायांवर डोके ठेवू लागला. त्यात असलेला मदारी मेहतरही आऊसाहेबांच्या समोर आला. क्षणभर घोटाळला. आणि झटकन पुढे होत त्याने जिजाऊंच्या सोनरंगी चरणांवर सरळ आपले शिर ठेवले! जिजाऊंनी त्याला उठते केले.

राजे आणि संभाजीराजे राजगडाच्या बालेकिल्ल्याच्या सदरेसमोरील हमचौकातून बाहेर पडले. त्यांच्या मागून जमलेल्या मंडळींचा जमाव चालला.

बालेकिल्ल्याची तटबंदी ओलांडून मंडळी पद्मावती माचीवर बाहेर पडणाऱ्या भुयाराच्या तोंडाच्या रोखाने चालली. त्यातील राजे, संभाजीराजे वा कुणालाही माहीत नव्हते की, सगळ्यांना बगल देऊन आलेली धाराऊ बालेकिल्ल्याच्या तटबंदीजवळ उभी होती! मिळतील तेवढे संभाजीराजे डोळ्यांत साठवून घेताना तिला आपले डोळे थिटे वाटत होते! क्षणात ते डोळेही भरून आले. त्यामुळे तिला दिसत होते, तेही पाठमोरे संभाजीराजे दिसेनासे झाले!

संभाजीराजांच्यासह राजे शिवापट्टणात आले. त्यांना मुजरे घालीत प्रतापराव, बहिर्जी नाईक ही मंडळी सामोरी आली. तेजसिंह कछवाह आणि बक्षी बेग यांनी त्यांना तसलीम केली. राजांना आग्ऱ्यापर्यंतचा मार्ग दाखवण्यासाठी बक्षी बेगला औरंगजेबाने दख्खनेत पाठविले होते.

कूच करण्याचा सारा सरंजाम प्रतापरावांनी शिवापट्टणात सिद्ध ठेवला होता. संजापदार झूल घातलेला, हौद्याचा निशाणी हत्ती, पागेतून सैसने निवडलेली, गरमीच्या मुलखाला टिकाव धरतील अशी जीन कसलेली घोडी, उंट, काबाडीचे बैल सारे सज्ज होते. राजे आणि संभाजीराजे यांच्यासाठी एक मोठी व एक लहानी पालखी ठाण केली होती. उंटाच्या पाठीवर वाकांच्या जाळ्यात थंड पाण्यासाठी चपटे गेळे चढविले होते. बगलेच्या हत्तिणींवर वाटेत लागणाऱ्या नद्या पार करण्यासाठी दोन छोटेखानी होड्या चढविल्या होत्या. अब्दागिरे, शिंगाडे, निशाणबार्दार, ढालाईत, भालाईत, मुदपाके, वंजारी, वैदू, मशालजी सारी माणसे प्रतापरावांनी हुन्नरीची बघून निवडली होती.

साडेतीनशे धारकरी पगड्यांना पगड्या भिडवून हारीत उभे होते. त्यात पट्टेबाज,

वीटेकरी, ढालाईत, तिरंदाज, बोथाटे असा हरप्रकारचे हत्यार चालविणारा इमानबंद मावळा होता. त्यांच्या भवत्याने विश्वास, कर्माजी, महादेव असे बहिर्जीचे खबरगीर आपल्या आणखी दहा खबरगिरांनिशी उभे होते.

राजांच्याबरोबर उत्तरेकडे जाणाऱ्या मंडळीने निवडक घोड्यांवर स्वार होऊन पालखीच्या भोवतीने वळे करून शिस्त धरली.

निरोप द्यायला आलेल्या मंडळींना राजांनी ऊरभेटी दिल्या. त्यात पिलाजी होते. राजांची भेट घेताना त्यांना कसलीतरी आठवण झाली.

"थोडं थांबावं राजं. याक व्हाऊनच गेलं," म्हणत पिलाजींनी कमरेच्या शेल्याच्या शेवाची गाठ लगबगीने सोडली. तो अंगारा होता.

"ह्यो भावेसरीचा प्रसाद राजं," म्हणत पिलाजींनी आपली शृंगारपूरची कुलदेवता भावेश्वरीचा अंगारा राजांच्या आणि संभाजीराजांच्या कपाळी लावला.

राजगडाच्या पद्मावती माचीवर दिसणाऱ्या भगव्या जरीपटक्याच्या ठिपक्याकडे एकदा नजर देऊन राजे संभाजीराजांना म्हणाले, "चला शंभूराजे."

संभाजीराजे आपल्या पालखीत बसले. अंतोजीने शिवलिंगाचे तबक राजांच्या पालखीत ठेवले. कमरेच्या भवानी तलवारीच्या मुठीवर राजांनी डाव्या हाताची पकड भरली. उजव्या हाताच्या मुठीत पालखीचा झुबकेदार, भगवा राजगोंडा पकडला.

कूचाचा आखिरी चौघडा दुडदुडला. भोयांनी दोन्ही पालख्यांचे दांडे खांद्यावरच्या पटावर घेतले. बहिर्जीनी आपले खबरगिरांचे पथक एकदम बिन्नीला काढले. तो आपल्या रामोशी साथीदारांसह दोन मजला ठेवत दौडू लागला. पुढे जाऊन तो मुक्कामाचे तळ निवडून तिथे झेंडे रोवण्याचे काम करणार होता. त्या निशाणावर मुक्काम पडणार होते. निशाणी हत्तीवरच्या फीलवानाने हत्तीला अंकुशमार देऊन चाल दिली.

सर्जेराव जेधे, हिरोजी फर्जंद, मदारी मेहतर, दत्ताजी, रघुनाथपंत, निराजीपंत, त्र्यंबकपंत यांनी आपापल्या जनावरांना हलक्या टाचा भरल्या.

चालला! दख्खनचा 'मावळा' काफल्यासह उत्तरेच्या 'शहेनशहा'च्या भेटीस चालला. आपला एकुलता एक तेजस्वी अंश फर्जंद संभाजीराजे यास बरोबर घेऊन! जोपर्यंत त्या पितापुत्राच्या कपाळी शिवगंधाचे पट्टे आणि भंडारा होता, छात्यांवर कवड्यांच्या माळा होत्या, तोपर्यंत त्यांना अशाच वाटा चालाव्या लागणार होत्या. ध्यानीमनी नसलेल्या! त्यांच्या राजरक्ताची पुरेपूर कसोटी बघणाऱ्या!

मजल-दरमजल करीत काफला चालला होता. दाट वनराईचा मावळमुलूख मागे पडू लागला. पहाटेचा थंडावा धरून वाटतोड सुरू झाली की, दिवस तापायला लागताना बहिर्जीच्या पथकाने रोवलेल्या निशाणीच्या जागी येऊन मुक्कामाचे डेरे पडायचे. पुन्हा सांजगतीला चालणी सुरू व्हायची.

प्रवरेच्या काठचे नेवासे, गोदावरीतीराचे गंगापूर असे संतांच्या भूमीत मुक्कामाचे डेरे टाकीत नगर – औरंगाबादमार्गे काफला वेरूळजवळ आला. तेथे जवळच राजांच्या आजोबांनी – मालोजीरावांनी – भक्तिभावाने पूजलेला घृष्णेश्वर होता. बारा ज्योतिर्लिंगांपैकी एक.

देवालयाच्या घुमटीसमोरच मुक्कामाचे डेरे पडले. राजांनी पुजाऱ्याकरवी घृष्णेश्वराला अभिषेक चढविला. दर्शन घेऊन राजे आणि संभाजीराजे घुमटीबाहेर आले. राजांच्या मनात, कधीही बघायला न मिळालेल्या आपल्या आजोबांचा – मालोजीराजांच्या आठवणी दाटून आल्या होत्या.

एका विचित्र योगायोगाने नवल त्यांना घुमटीबाहेर पडताना जाणवले. राजांना जसे आपले आजोबा मालोजीराजे बघण्याचे भाग्य कधी लाभले नव्हते, तसेच संभाजीराजांना आपले आजोबा शहाजीराजे बघण्याचे भाग्य कधी मिळाले नव्हते!

घुमट सोडून राजे-संभाजीराजे आपल्या डेऱ्याकडे चालले. ते वेरूळचा देखणा मुलूख न्याहाळत होते. त्यांच्या पूर्वजांची ती जन्मभूमी होती. श्रमभूमी होती.

चालता-चालता राजे थांबले. औरंगाबादच्या रोखाने कर्माजी हा त्यांचा खबरगीर घोडा फेकीत येताना त्यांना दिसला. राजांना बघून त्याने घोड्याची चौकी चाल वाढीला घातली. फेसाळलेले धपापते घोडे कायद्यांनी आखडून कर्माजी पायउतार झाला. एव्हाना राजे आपल्या डेऱ्यापर्यंत आले होते. त्यांच्याभोवती तेजसिंह कछवाह, बक्षी बेग, रघुनाथपंत, त्र्यंबकपंत अशी मंडळी उभी होती.

घामेजला कर्माजी पुढे आला. राजांना जोहार जोडून उभा राहिला.

"काय आहे कर्माजी?" राजांनी त्याला जबानबंद बघून आपणच विचारले.

राजांच्या भोवतीच्या मंडळीकडे बघत कर्माजी म्हणाला, "तसं काई खासं न्हाईऽ! पर...."

राजांनी भोवती नजर फिरविली. सगळी मंडळी मुजरे, कुर्निस करून आपापल्या डेऱ्याकडे चालू लागली. "बोल." राजांची उत्सुकता कर्माजीने चढाला घातली होती.

"म्हाराज, इदलशाहीच्या शर्जाखानानं मिरजा राजाची ससेहोलपट मांडलीया. तुळजापूर, नळदुर्ग, गुंजोटी असे तळ हलवीत रजपूत भीमेच्या खोऱ्यात निलंग्याला डेरे टाकून ठाण हाय. तिथं इज्यापूर सोडून नेताजी – नेताजी मिरजाच्या गोटाला मिळालं!"

कर्माजीची खबर ऐकून राजे सुन्न झाले. सोंगटीपटातील नरद भकत जावी, तसे आता नेताजींचे आयुष्य भकत कुठे जाणार होते, ते त्या घृष्णेश्वरालाच माहीत!

कर्माजीचे ते बोल ऐकताना, मिर्झाच्या गोटात खुद्द मिर्झाला, "चटका लागल्याबिगार कळत न्हाई 'इंगळ' कनचा आन् 'कोळसा' कनचा" म्हणणारे ताणल्या छातीचे

नेताजी संभाजीराजांना आठवले आणि एक विचित्र दृश्य त्यांच्या डोळ्यांसमोर उभे ठाकले – गिर्दीला रेलून मिर्झा राजे बैठकीवर बसले आहेत. त्यांच्या हातात हुक्क्याची काळीबाळी धूरनळी आहे! त्या हुक्क्याच्या पसरट रंजुकीत नेताजींना ठेवलेले आहे. निखाऱ्यासारखे दिसत आहेत ते. रजपूत जसजसा हुक्का चूस करीत आहे, तसतसा रंजुकीतला निखारा निस्तेज होत काळवंडत चालला आहे. त्या अंगाराची राख-राख होत आहे!!

रात्रीचा मुक्काम घृष्णेश्वराच्या कृपाछायेत झाला. पहाट फुटली. राजांनी आणि संभाजीराजांनी स्नान करून पेहराव चढविले. राजांची स्फटिक शिवलिंगाची पूजा बांधून झाली. डेऱ्याबाहेर कोवळ्या उन्हाची नितळ सोनशिकल चढली होती. आपल्या मंडळींना दर्शन देण्यासाठी राजे आणि संभाजीराजे डेऱ्याबाहेर आले.

त्यांची इंतजारी करीत डेऱ्याबाहेर तेजसिंह कछवाह आणि बक्षी बेग उभे होते. त्यांनी राजांना आणि संभाजीराजांना तसलीम-कुर्निस केले. बक्षी बेगने अदबीने रिवाजाचे विचारले, "निंद कैसी रही राजासाब?"

"हां. बिलकूल ठीक." राजांनी उत्तर दिले.

"राजासाब खुशी फर्मायेंगे तो एक अर्जी है।" तेजसिंह कछवाह राजांना म्हणाला.

"हां. सुनाओ राणा." राजांनी त्याच्या केशरी साफ्याकडे बघत उत्तर दिले.

पूर्वेकडे दाटलेल्या गर्द वनराईकडे हात उठवून कछवाह म्हणाला, "उस पहाडीमें पत्थरोंकी बडी अच्छी खुदाई है। बहोत बढिया. राजासाब रजामंदी फर्माते है। तो थोडी राह तेढी करे। एक दफा उसपर आँख डाले।"

"अच्छा! जरूर, हमें खुशी होगी।" राजे त्या वनराईकडे बघत म्हणाले.

बक्षी बेग आणि कछवाह यांनी आठ-दहा घोडी निवडली. दोन माहीतगार मशालजी तयार केले. राजे आणि संभाजीराजे यांनी अबलख घोड्यांवर मांड जमविली. सोबतीला बहिर्जी फर्जंद आणि मदारी मेहतर, सर्जेराव जेधे अशी मंडळी घेतली.

वनराईचा टप्पा मागे पडला आणि समोर दक्षिणोत्तर पसरलेला पहाडी डोंगर दिसू लागला. घोडी ठाण झाली. मशालजींनी चकमकीवर ठिणग्या पाडून वाळल्या गवताची आगटी केली. त्यावर करंजेलाच्या मशाली पेटवून घेतल्या.

आडव्या येणाऱ्या वेलींच्या कमानी हातांनी बाजूला सारीत कछवाह आणि बेग आघाडीला आले. राजे आणि संभाजीराजे टोपांना लागू बघणाऱ्या वेली चुकवीत वाकून त्यांच्या मागे चालले. समोर एक गुंफा आली. मशालजी त्या गुंफेत उतरले. मागून सारी मंडळी आत उतरली. कुठल्यातरी अज्ञात हातांनी मनात उभ्या ठाकल्या

तशा असंख्य यक्ष, किन्नर, देव-देवता यांच्या मूर्ती कातळात साकार उभ्या केल्या होत्या. त्यांच्या छिन्नीचा एकही ठोका गफलतीनेसुद्धा चुकला नव्हता!

राजांच्यासह सारे अवाक होऊन पत्थरांचे ते अत्यंत शांत; पण अत्यंत बोलके, देखणे रूप जखडत्या नजरांनी बघत होते. साऱ्यांना काळाचे भान उरले नव्हते. आपण धरतीवर आहोत, असे कुणालाच वाटत नव्हते. मानवाच्या कल्पनेतील साक्षात स्वर्ग तिथे अवतरला होता!

गुंफामागून गुंफा बघत राजे आणि संभाजीराजे 'कैलास लेणे' ह्या सोळाव्या गुंफेत आले. या गुंफेत किती शिलागिरांच्या पिढ्यांनी आपल्या कलेच्या प्रतिभेची मुक्त उधळण केली होती, अंबा जाणे! दगडाचा एक टक्कासुद्धा त्यांनी आपल्या छिन्नीने बोलता करायचा बाकी ठेवला नव्हता. सारे विश्वसौंदर्य उभे केल्यानंतर ब्रह्माने त्याला जाता-जाता लावलेली 'तीट' होती, ती कैलासलेणे! दृष्ट लागावी अशीच.

आपले सूर्यपेट डोळे जोडून राजे आणि संभाजीराजे ती दगडी शिल्पे पाहत चालले होते. आणि ती दगडी शिल्पे, आपले युगायुगांचे अर्धमिटले लांबट डोळे उघडून, जगदंबेने रेखलेली राजे आणि संभाजीराजे ही हर भोसलाई रक्तशिल्पे बघत होती! किन्नराची एक मूर्ती बघण्यात, पुढे गेलेले राजे आणि हिरोजी आपणाला हरवून गेले होते. निश्चल उभे होते – मागून त्यांच्या रोखाने येताना संभाजीराजांना पटकन जाणवून गेले – 'हिरोजी आणि आबासाहेब यांच्या चेहऱ्यामोहऱ्यात कळणार नाही, एवढं बेमालून सारखेपण आहे.'

सगळे शिल्पमूर्तीमधून ओसंडणाऱ्या जिवंत भावभावनांच्या कारंज्यात न्हात चालले होते. त्यांना शिल्पे नीट दिसावीत म्हणून मशालजींनी मशाली उंच धरल्या होत्या.

"महाराजसाहेबऽ, ते बघा." एकाएकी संभाजीराजे गुंफेच्या छताकडे हात उठवून मान वर करीत म्हणाले.

भोवतीच्या नजरखेच मूर्ती बघणारे राजे थांबले. त्यांनी छताच्या रोखाने मान वर उठविली. छताकडे बघताना "जगदंब, जगबंद" म्हणत राजांनी छातीवरच्या माळेला हात भिडविला. मती गुंग करून टाकणारे छत होते! एका सलग दगडाच्या त्या छताजवळ उलटे टांगून घेऊन शिलागिरांनी त्यावर असंख्य भावमुद्रा कोरल्या होत्या!!

"हम निहाल हो गये राणा!" तेजसिंहाकडे न बघताच राजे म्हणाले.

कितीतरी वेळ राजे आणि संभाजीराजे छतशिल्प बघत होते.

संभाजीराजांच्या खांद्यावर हात ठेवीत राजांनी विचारले, "ही शिलागारी बघताना तुम्हास काय वाटतं?"

संभाजीराजांच्या छातीत, महाबळेश्वरवरचा निसर्ग बघताना माजली होती तसलीच

खळबळ ही शिल्पे बघताना उठली होती. ते राजांच्या कपाळीच्या शिवगंधाकडे बघत म्हणाले, ''ही 'दगडी-गीते' आहेत आबासाहेब. आम्हास ती रचणाऱ्या माणसांचा अंदाज येत नाही! वाटतंय हे दगड आमच्याशी गाताहेत!''

दगडात प्राण संचारलेल्या त्या गुंफेच्या आवारात फिरताना एका उडत्या पक्ष्याच्या पवित्र्यात असलेल्या यक्षाची एक मूर्ती बघताना राजांना नेताजींची आठवण आली!

विचाराचा एक पक्षी फडफडत त्यांच्या मनाच्या तटबंदीवरून उडाला, 'इथं दगडात प्राण संचारले आहेत आणि – आणि आम्ही प्राण फुंकलेल्या जिवंत माणसाचा दगड झाला आहे! श्रींची करणी अगम्य आहे!'

राजे संभाजीराजांच्यासह गुंफेच्या गाभाऱ्याजवळ आले. गाभाऱ्यात कैलासपर्वतावर श्रीशंकर आरूढ झाले आहेत. त्यांच्या मांडीवर महादेवी पार्वती बसली आहे. असे देखणे शिल्प होते. तो उभा कैलासच आपल्या आईसाठी उचलून नेण्याच्या खटपटीत असलेल्या रावणाच्या मुखावर कष्टी भाव सुंदर रीतीने उमटविलेले होते.

ते 'शिवरूप' बघताच राजांनी आणि संभाजीराजांनी हात जोडले. डोळे मिटले. थोड्या वेळाने डोळे उघडून ते 'शिवशिल्प' बघू लागले. नकळतच राजांची नजर महादेवी पार्वतीच्या 'सावळ्या' शिल्पावर जखडली गेली आणि त्यांना पटकन जाणवून गेले की, त्या शिल्पात 'शिवपुत्र' गणपतीची योजना कारागिरांनी केली नव्हती!!

संभाजीराजे मात्र, कैलास उठविणाच्या खटपटीत असलेल्या रावणाच्या मुद्रेवरचे कष्टी भाव निरखून बघत होते! त्यांच्या विचारांची लय वाढत होती – 'कसा असेल रावण? अफजलखानासारखा? मिर्झा राजासारखा? छे!ऽऽ छे!ऽऽ मग?... कसाही का असेना, त्याला 'शिवाचा कैलास' काही उचलता आला नव्हता!!'

आवाराबाहेर पडता-पडता संभाजीराजांना एका स्तंभावर एकमेकांच्या मिठीत विसावलेल्या एका प्रणयमग्न युगुलाचे शिल्प दिसले! त्यातले भाव त्यांना नीट आकळेनात! त्यातील स्त्रीच्या पायांत तोड्यासारखा अलंकार बघताना मात्र त्यांना आपल्या महालातील मंचकावर बसलेली एक आकृती आठवली आणि झटकन ते त्या खांबासमोरून पुढे सरकले!

त्या वेळी त्यांना कल्पना नव्हती, पण राजगड उतरून एक मेणा शृंगारपूरच्या वाटेला लागला होता. त्याच्या बगलेने पिलाजी शिर्के धिम्या चालीच्या घोड्यावर बसून चालले होते. त्या मेण्यात येसूबाई होत्या. जिजाऊसाहेबांचा आशीर्वाद घेऊन त्या माहेरी शृंगारपुरी चालल्या होत्या.

बुऱ्हाणपूर, इंदौर, गवालेर अशी शहरे मागे टाकीत, गिरणा, तापी, नर्मदा,

चंबळा ह्या नद्या पार करीत काफला यमुनेजवळ आला. आग्र्याची गिर्दनवाई नजर टप्प्यात आली. मशिदींचे सफेद घुमट, ताजमहालाचे आरसपानी मनोरे दिसू लागले.

आग्रा एका मजलेवर ठेवून काफला थांबला. बक्षी बेग आणि तेजसिंह कछवाह राजांना तसलीम करून आग्र्याच्या रोखाने मिर्झा राजाचा बडा कुँवर रामसिंग ह्याला वर्दी द्यायला घोडे फेकीत निघून गेले.

मिर्झाने रामसिंगाला वारंवार पत्रे पाठवून राजांच्या सरबराईच्या बारीक-सारीक सूचना दिल्या होत्या. 'त्यांच्या केसालाही धक्का न लागेल', अशी कसम आपण घेतल्याचे मिर्झाने रामसिंगाला पुन:पुन्हा कळविले होते. पण रामसिंग राजांच्या स्वागतास येऊ शकला नाही.

तेजसिंह आणि बक्षी आणखी चार-सहा माणसांनिशी राजांच्या तळाकडे येताना दिसू लागले. त्यांतील रामसिंग कुठला? याचा राजे अंदाज घेऊ लागले.

येणारे घोडापथक तळापासून थोड्या अंतरावर थांबले. राजपुती पद्धतीचा साफा बांधलेला, खांद्यावर उपरणे टाकलेला, कपाळी टिळा असलेला एक मध्यमवयीन माणूस राजांच्या आणि संभाजीराजांच्या समोर आला. गर्दन झुकवून त्याने कुर्निसात केला. "कुँवरजीके तरफसे हम बडी खुशीसे मेहमान साहबानकी आगवानी करते है!" तो अदबीने म्हणाला.

"आपकी तारीफ?" त्याचा कुर्निसात स्वीकारीत भुवई चढवून राजांनी त्याला विचारले. राजे गोंधळून गेले होते. आलेल्या असामीत रामसिंग नव्हता!

"चाकरको गिरधरलाल कहते है। कुँवरजीके हवेलीपर मुन्शीगिरी करता हूँ!" गिरधरलाल राजांच्या भगव्या मोजड्यांवर नजर जोडून उत्तरला.

मुन्शी! राजांच्या काळजात कसलीतरी कळ उठली. एक मामुली कारकून त्यांच्या स्वागतासाठी समोर उभा होता!

"कुँवर रामसिंग किधर है?" राजांचा करडा आवाज साऱ्यांनाच जाणवला.

"गुस्ताखी माफ हो मालिक. कुँवरजी किलेमें आला हजरतके महेलपर पेहरे लगा रहे है! वहाँसे नहीं छूट पायेंगे! आप चलिये!"

राजांनी सर्वांना जाणवेल असा नि:श्वास सोडला.

औरंगजेबाच्या पन्नासाव्या सालगिराचा दिवस आग्रा शहरावर रोषण झाला. आपल्या उजळलेल्या मनोऱ्यांचे डोळे लाल किल्ल्याच्या रोखाने ताजमहालाने जोडले. सालगिरा बघायला!!

मुलुखचंदाच्या सराईत राजांनी आणि संभाजीराजांनी स्नान करून खासे पेहराव घातले. राजे आपल्या डेऱ्यात स्फटिक शिवलिंगाच्या पूजेला बसले.

तिकडे लाल किल्ल्यात औरंगजेबाने आपल्या महालात 'सब्रकी नमाज' पढून

घेतली होती. दिवस अर्धा कासरा वर आला, तरी तो मक्केकडे तोंड करून कुराणाचे कलमे पढतच होता. संभाजीराजे सराईतून दिसणारे यमुनेचे पात्र बघत होते.

औरंगजेबाच्या महालाबाहेर रामसिंगाचा पहारा चालूच होता.

राजांचा सरंजाम सराईत सिद्ध झाला. अंगी जरीबुंदक्याचे सफेद झगमगीत जामे, डोक्यांवर लखलखीत केशरी टोप, त्याखाली द्विदली, रेखीव शिवगंध, गळ्यात कंठे-भवानीच्या माळा, कानांत सोनचौकडे असा वेष परिधान केलेले राजे-संभाजीराजे सिद्ध ठेवलेल्या सजल्या घोड्यांजवळ उभे होते. त्यांच्या भोवतीने त्र्यंबकपंत डबीर, रघुनाथपंत कोरडे, सर्जेराव जेधे, हिरोजी फर्जंद, मदारी महेतर, राघो मित्र, दावलजी घाटगे अशी मंडळी ठेवणीचे आसवाब चढवून हारीने उभी होती.

राजे वाट बघत होते रामसिंगाची. तोच त्यांना दरबारी नेऊन पेश करणार होता. पण अद्याप रामसिंगाचा पत्ता नव्हता! त्याची प्रत्यक्ष भेट अद्याप झालीच नव्हती.

शेवटी मुन्शी गिरधरलाल सराईत आला. चेहऱ्यावरचे ओशाळेपण लपवीत राजांना तसलीम करून तो म्हणाला, "अभी तक राणाजी नहीं आये किलेपरसे। आप हवेलीपर चलिये राजासाब, मैंने हारकारा भेजा है किलेपर। राणाजी आतेही होंगे।" त्या रजपुती कारकुनाला समोरच्या 'दख्खनी मावळ्या'ची 'किरत' ऐकून चांगलीच माहीत होती. तीन वेळा तो कमेरत वाकत होता. खांद्यावरचे उपरणे ठीकठाक करीत 'जी' म्हणत होता.

राजांच्या कपाळीचे शिवगंध आठ्यांत आक्रसून उठले. पण ते काही बोलले नाहीत. गिरधरलालच्या सोबतीने राजे आणि संभाजीराजे सरंजामासह आग्ऱ्यातील मिर्झा राजाच्या हवेलीजवळ आले. रजपुती माटाच्या गच्चीदार अशा त्या हवेलीसमोर राजांच्या मुक्कामाची सारी तयारी रामसिंगाने करवून घेतली होती. प्रशस्त आवारात लहान-मोठ्या राहुट्या, सायवान डेरे-शामियाने उठविले होते. राजांचा सरंजाम त्या आवारात ठाण झाला.

दिवस दीड कासरा वर आला. डाव्या हातात धूपदाने आणि उजव्या हातात मोरपिसाचे जुडगे घेतलेले फकिरांचे तांडे आग्ऱ्याच्या मोहल्ल्या-मोहल्ल्यांतून खैरात गोळा करून लाल किल्ल्याच्या तटाजवळ गोळा झाले. ठिकठिकाणी डेरे टाकलेले औरंगजेबाचे सरदार, अमीर, उमराव, सुभेदार वाजत-गाजत सरंजामात लाल किल्ला जवळ करू लागले.

अस्वस्थ झालेले राजे संभाजीराजांना घेऊन शामियान्याच्या दारात रामसिंगाची वाट बघत उभे होते. त्या दोघांनाही कल्पना नव्हती की, समोरच्या मिर्झा राजाच्या हवेलीतून गच्चीला लागून असलेल्या दालनात चिकाच्या पडद्याआड मिर्झाचा आणि रामसिंगाचा 'जनाना' उभा होता. त्या जनान्यातील बायका मेहंदी रंगल्या बोटांनी

एकमेकींना खुणा करून राजे आणि संभाजीराजे दाखवीत होत्या! नाजूक कलकलाट करीत होत्या – "शेरे दख्खन 'सेवा' और उसका बच्चा 'संभा'!"

दिवसाने दोन कासऱ्यांचा पल्ला मागे टाकला. लाल किल्ल्याच्या मुख्य दरवाजावाजा नौबत-नगारा एकसारखा दुडदुडु लागला. सरदारमागून सरदार लाल किल्ल्यात प्रवेशू लागले. संगमरवरी खांबाचा 'दिवाण-इ-आम'चा देखणा, आईनेबंद दरबार तमाम झाला. कनोजी धूपाची वळी दरबारात उठू लागली.

जरीबुंदीचा हिरवाशार जामा अंगी घातलेला, डोक्यावर पिसांच्या तुऱ्याचा बाकदार किमॉश घेतलेला औरंगजेब आसवाबखान्यातून बाहेर पडला. त्याच्या कदमबरहुकूम फरास रुजाम्यांच्या तलम पायघड्या अंथरत चालले.

अल्काबांच्या खड्या ललकाऱ्या उठल्या – "बा अदबऽ बा मुलाहिजाऽ तहे दिल होश्शीयाँऽऽ अबुल मुजफ्फर मुईउद्दीन मुहम्मद, औरंगजेब, बहादूर, अलमगीर बादशहा गाझीऽऽ मालिके तख्ते ताऊसऽऽ शहेनशाहे हिंदोस्ताँऽऽ तशरीफ ला रहे है।ऽ ऽ होश्शीयाँऽ!" त्या ललकाऱ्या ऐकताना तोंडात तोबरे भरल्यासारखे रामसिंगाचे राजपुती मन घुसमटून गेले होते.

औरंगजेबाने 'दिवाण-इ-आम'च्या दरबारात कदम टाकताच, वाऱ्याच्या एकाच झोताबरोबर गवताळू कुरणाचा पट्टाचपट्टा लपकन लवावा, तसा दरबारीयांचा जमाव ताजीम देण्यासाठी कमरेत लवला.

रामसिंगाने आपल्या हवेलीकडे स्वार धाडले. त्यांनी मुन्शी गिरधरलालसाठी निरोप आणला – "दर्बार शुरू हुआ। राजासाबको ले आना। मैं आ रहा हूँ।"

आता गिरधरवर नापसंदी दाखवायलाही राजांना वेळ नव्हता. राजे-संभाजीराजे शामियान्याबाहेर आले. राजांनी आपल्या उजव्या हाताची जोड देऊन संभाजीराजांना घोडाबैठक दिली. खुद्द राजांनी एका सजल्या कुम्मैत घोड्यावर मांड जमविली.

कुंवरसिंग, तेजसिंह, गिरधर, बक्षी बेग यांच्या सोबतीने राजे लाल किल्ल्याकडे चालले. त्यांच्यामागून त्यांचा सरंजाम चालला. राजांच्या आणि संभाजीराजांच्या तर्फेने अब्दागिरे अब्दागिऱ्या ढाळत होते. मार्गावर भेटणाऱ्या फकिरांना राजे आणि संभाजीराजे मुठींनी खैरात देत होते. आता आग्ऱ्याच्या हमरस्त्यावर दुसरा कुठलाच सरदार दरकदार जाणारा-येणारा नसल्यामुळे "दख्खनी 'सेवा' आ रहा है!" ही खबर भिंगरीसारखी गच्ची-हवेल्यांत पसरली. सगळे मर्दानी लाल किल्ल्यात रुजू झाल्यामुळे आग्ऱ्यातील बायका-बच्चे-बुढे गच्च्यांत-झरोक्यांत गोळा झाले होते.

औरंगजेबाने दुर्लक्षिले होते, रामसिंगाला इच्छा असून जमले नव्हते, पण इंतजाम ठेवून होणार नाही, असे त्या 'थोरल्या' आणि 'धाकल्या' मावळ्यांचे इतमामात आग्रा आणि शहाजहानची रियाया यांच्याकडून स्वागत होत होते!

तसा राजांचा सरंजाम बघण्यासारखा मोठा मुळीच नव्हता. उलट तो नजरेत न

येईल एवढा छोटा होता. पण 'सेवा' या दोन अक्षरी नावाला आता असल्या सरंजामाची गरज राहिली नव्हती! उभी झाडे फटाफट फोडत जाणारा 'वणवा' आणि उभ्या हिंदोस्ताँची दौड घेणारा मावळी 'रानवारा' हाच राजांचा 'सरंजाम' झाला होता!

'दहारआरा' बागेच्या रोखाने राजे-संभाजीराजे गिरधरसह चालले होते. ते ज्या-ज्या हवेलीसमोरून पुढे सरकत होते, त्या-त्या हवेलीतील गच्ची-झरोक्यात काळ्या बुरख्यांच्या झडी, मेहंदीच्या गोऱ्या हातांनी उचलल्या जात होत्या! त्या मागे टाकण्यासाठी वर चढलेले काही हात क्षणभरच तसेच थांबत होते! "या अल्लाऽ, सुरूरऽ, सुरते मर्दऽ!" असे जनानी नाजूक चीत्कार बुरख्यांतून उठत होते!

राजे-संभाजीराजे आग्ऱ्याच्या रस्त्यांत खैरात वाटत चालले होते आणि लाल किल्ल्यात 'दिवाण-इ-आम'च्या दरबारात औरंगजेब नजराण्याची तबके स्वीकारीत होता! एकाएकी राजांच्या सरंजामाच्या रस्त्याला येऊन मिळणाऱ्या आडवाटेने दोन रजपुती घोडाइतांनी आपली घोडी पुढे काढली. त्यांच्या पिकल्या दाढ्यांतून घामाच्या धारा उतरल्या होत्या. ते होते रामसिंगाचे चाकर डुंगरमल चौधरी आणि रामदास. राजांना आदब-कुर्निस करून त्यांनी आपली घोडी थेट गिरधरलालच्या घोड्याला भिडविली. दबक्या आवाज ते गिरधरशी रजपुती भाषेत काहीतरी बोलत होतो. "राणाजी... दर्बार... रास्ता... नूरगंज..." असे शब्द ऐकू येत होते.

"क्या है मुन्शी?" राजांनी गिरधरलालचा अंदाज घेत विचारले.

"कुछ नहीं सरकार। राणाजी राह भूल गये। दूसरे रास्तेसे सिधे हवेलीपर पहुँच गये। उनका हुक्म है – आपको नूरगंज बगिचेके पास ले आनेका।" गिरधर उत्तरला.

किल्ल्यावरून मुखलिसखानासह निघालेल्या रामसिंगाची वाट चुकली होती! तो एका वेगळ्याच वाटेने राजांना भेटण्यासाठी आपल्या हवेलीजवळ जाऊन पोहोचला होता.

दक्षिणेत भीमेच्या खोऱ्यात मंजिऱ्याला मुक्काम टाकून बसलेल्या मिर्झा राजाला आणि लाल किल्ल्यात 'तख्तेताऊस'वर बसलेल्या औरंगजेबाला माहीत नव्हते की, कधी-कधी अशा अनेकांच्या वाटा चुकतात! मग कुणाच्यातरी चुकलेल्या वाटांबरोबर कुणाच्यातरी युगायुगांच्या वाटा बेमालूम जुळून जातात!!

गिरधर आणि कुँवरसिंग यांनी राजांचा सरंजाम नूरगंज बागेच्या रोखाने वळविला. सरंजामाने त्या वाटेवरची 'फिरोझ बाग' मागे टाकली आणि तिकडे लाल किल्ल्यात 'दिवाण-इ-आम'चा दरबार बरखास्त झाला!

राजे-संभाजीराजे नूरगंज बागेजवळ येऊन थांबले. राजांना 'नजर' म्हणून सात-आठ झूलबाज हत्तींचा तांडा बरोबर घेऊन रामसिंग मुखलिसखानासह घाईगर्दीने नूरगंज बागेजवळ आला.

कुँवरसिंगाने पुढे होत राजांचा रामसिंगाशी परिचय करून दिला. घोड्यावर मांड

घेतलेल्या, गोऱ्यापान रामसिंगाचे कपाळ घामेजून आले होते. राजांचे तरतरीत बाके नाक बघताना त्या घामाचे टपोरे थेंब त्याच्या कपाळावर टपकन जमून आले. खांद्यावरच्या उपरण्याने त्याने अगोदर कपाळ टिपले. तेवढे करताना झालेल्या सगळ्या गफलती निवळून जातील; अशी अदब राजांना कशी द्यावी, याचा विचार करून घेतला.

कायदे खेचून रामसिंगाने घेतल्या मांडेनिशी कदमबाज चालीत आपले जनावर थेट राजांच्या घोड्याजवळ आणले.

"राजासाबऽ" एवढेच तो कसेबसे म्हणाला आणि त्याने ऊरभेट देण्यासाठी हात पसरले. राजांनी उभ्या घोड्यावरून रामसिंगाची ऊरभेट घेतली. आपल्या हयातीत राजांनी अशी भेट कधी कुणाला दिली नव्हती. संभाजीराजांना ती भेट जाणवली. त्यांनी मनोमन ठरवून टाकले, 'रामसिंग ही इतमामाची असामी आहे.'

रामसिंगाने आपला घोडा संभाजीराजांच्या घोड्यांजवळ घेतला. संभाजीराजांच्या खांदेपट्टीवर हात चढवीत तो म्हणाला, "कुँवर संभूराजा!"

सगळे हत्ती राजांच्या तळाच्या वाटेला लावून रामसिंग निघाला. दोन मावळे सरदार औरंगजेबाच्या दरबारी पेश करायला.

लाल किल्ल्याचा मुख्य दरवाजा आला. बराच वेळ निसूर बसलेले नौबतवाले राजे, रामसिंग आणि संभाजीराजे यांच्याकडे चमत्कारिक नजरेने बघत आगवानीची नौबत झडवू लागले. या वेळी लाल किल्ल्यात औरंगजेबाचा 'दिवाण-इ-आम' हा दुसरा दरबारही बरखास्त झाला होता!

राजे आणि संभाजीराजे गेरूच्या रंगाचा लाल किल्ला निरखत चालले. त्यांची घोडी रामसिंगाच्या मोतद्दारांनी आपल्या ताब्यात घेतली. नजराण्यांची तबके घातलेले मावळे पाठीशी घेऊन राजे संभाजीराजांच्यासह घुसलखान्याच्या दरबाराच्या रोखाने चालले. या वेळी औरंगजेब घुसलखान्याला लागून असलेल्या पेशाबगारात खापराच्या तुकड्याने 'इस्तिजा' करीत होता!

'इस्तिजा' नंतर हातपाय धुऊन औरंगजेबाने 'वजू' केली. वाळामिश्रित थंडगार पाणी पिऊन तो घुसलखान्याच्या कोटबंद आसनाच्या आवारात प्रवेशला.

घुसलखान्याच्या प्रवेशद्वारात येताच रामसिंग थांबला. कमरेत वाकून त्याने राजांना विनंती केली – "जूते यहीं पर उतार दीजिये राजासाब।"

कपाळाला आठ्या घालीत राजांनी आपल्या भगव्या मोजड्या संगमरवरी फरसबंदीवर उतरल्या. त्यांच्या शेजारी संभाजीराजांनी आपल्या मोजड्या उतरून ठेवल्या.

रामसिंगाने आत वजीर जाफरखानाला वर्दी दिली.

जाफरखान सात-आठ हात उंचीच्या कोटबंद आवारात आसनावर गिर्दीला रेलून बसलेल्या औरंगजेबासमोर पेश झाला. वाकून छातीवर आडवा हात घेत त्याने वर्दी औरंगजेबाच्या कानी घातली, "आला हजरतऽ, दख्खनसे 'सेवा' भोसला

फर्जंदके साथ आया है! रामसिंग पेश आनेकी इजाजत माँगता है!''

ती वर्दी ऐकताना गिर्दीला रेललेला औरंगजेब पुढे झाला. त्याच्या हाताच्या बोटाबरोबर फिरणारे माळेचे मणी क्षणभर थांबले. काही क्षण तसेच गेले.

झुकलेल्या वजीर जाफरखानाच्या पाठीवर अत्यंत शांत शब्दांची खिल्लत औरंगजेबाने फेकली. ''इ जा ज त ऽ!'' एकदा घुसलखान्याच्या दरवाजाला नजर देऊन औरंगजेब पुन्हा गिर्दीला रेलला, मणी फिरू लागले!

रामसिंगाला सामने ठेवून राजे दरबारात जायला निघाले. पुन्हा रामसिंग थांबला. आपल्या कमरेच्या शेल्यात खुपसलेला, मोगली नकसकामाचा, विणलेला दरबारी रुमाल त्याने अदबीने वाकत तो राजांच्या हाती देत म्हटले, ''लीजिये.''

भुवईला कमानबाक चढवीत राजांनी त्या रुमालाकडे बघत रामसिंगाला विचारले, ''ये क्या है?''

''एक दर्बारी रिवाज है राजासाब. नजराना पेश करते वक्त आला हजरतने आपसे कुछ पूछा तो यह रुमाल मुँहपर रखकर जबाब देना राजासाब! ये रिवाज है!''

राजे काहीच बोलले नाहीत. तो रुमाल त्यांनी उजव्या मुठीत आवळला.

रामसिंगासह राजे आणि संभाजीराजे घुसलखान्यात प्रवेशले. त्या दरबारात शास्ताखान, बहादूरखान, अमीनखान, शेख मीर, झुल्फिकारखान, नजाबतखान, जसवंतसिंग असे औरंगजेबाचे कैक नेक बंदे दाटले होते.

उभ्या दरबारात, हिरवे, निळे, जांभळे सगळ्या रंगांचे किमॉश, जामे होते. फक्त राजांच्या आणि संभाजीराजांच्या मस्तकी केशरी टोप होते. ते उठून दिसत होते.

रामसिंगाच्या सोबतीने आसनाजवळ जात राजांनी 'नजर' म्हणून एक हजार सोनमोहरा, दोन हजार रुपये व 'निसार' म्हणून पाच हजार रुपयांची तबके औरंगजेबाला पेश केली. दोघा पितापुत्रांनी शाही रिवाजाचे मुजरे केले.

त्या संपूर्ण दरबारात सर्वांत लहान असे नऊ वर्षे उमरीचे एकटे संभाजीराजेच होते.

'ज्यांची करणी आम दुनियेला दिसते', असे आबासाहेब ज्याच्याबद्दल नेहमी म्हणत होते, तो औरंगजेब संभाजीराजे निरखून बघत होते.

संगमरवरी कोटबंदाआड औरंगजेबाची सारे शरीर झाकून गेले होते. दरबाराला त्याचे फक्त गळ्यापासूनचे वरचे शिर दिसू शकत होते. फक्त शिर! जे सलामत ठेवण्यासाठी अनेकांची शिरे त्याने धडावेगळी करविली होती. ज्यात असलेला मेंदू चलाखीने चालवून, कुराणाची ढाल समोर धरीत, त्याने आपली पीळबाज राजहवस पुरी करून घेतली होती!

संभाजीराजांना वाटले औरंगजेब काहीतरी बोलेल. पण तो काहीच बोलला नाही!

बक्षी आसदखानाने पुढे होत राजे आणि संभाजीराजे यांच्या हातात दरबारी मानाचे पानविडे दिले. रामसिंग मागल्या पावली जाऊन आपल्या अडीच हजारी सरदारांच्या रांगेत उभा राहिला होता. बक्षी आसदखानाने राजांना आणि संभाजीराजांना आणून पंचहजारी सरदारांच्या रांगेत उभे केले. ही रांग आसनापासून कितीतरी मागे होती. खिल्लत वाटपाचे काम सुरू झाले. औरंगजेबाचे शाहजादे, जाफरखान आणि जसवंतसिंग यांना खिल्लती देण्यात आल्या.

खिल्लत घेतलेला जसवंतसिंग मागच्या हटत्या कदमांनी मागे येत, राजांच्या समोर उभा राहिला. आता शाही दरबार बरखास्त होणार होता!

'उन्हातान्हातून शेकडो मजला मागे टाकीत आम्ही येथवर का आलो? हा दरबार आहे की मजाक? हाच आमचा इतमाम?' पायाच्या नखापासून मस्तकीच्या केसापर्यंत राजांच्या उभ्या अंगात रक्ताची एक अजब वीजलाट सरकून गेली!

'स्वागतासाठी मुन्शी येतो! आसनावर बसलेला अकडबाज औरंगजेब एका अक्षराने वाजपूस करीत नाही! ज्यांच्या पाठीवर आमच्या मावळ्यांनी घोडे फेकले त्यांच्या खांद्यावर खिल्लती चढतात!' अपमानाच्या कळा असह्य झालेल्या राजांची छाती वर-खाली धपधपू लागली. तिला धरून असलेली कवड्यांची माळ लपलपू लागली! कपाळावरच्या उडत्या, उभ्या शिरेबरोबर शिवगंधाचे पट्टे खालीवर धडधडू लागले! पोत-पोत झाला राजांच्या उभ्या अंगाचा! थरथरता-उसळता! जाळता!

घुसलखान्याच्या संगमरवरी भिंतीवर रोमांच उठतील, असे खणखणीत बोल राजांच्या तोंडातून बाहेर पडले– "रा ऽ ऽ म ऽ सिंऽऽ घ!" दरबारी शांततेला ते जाळीत गेले. राजांची उजवी भुवई घोड्याच्या नालेसारखी बाक घेत वर चढली होती.

मान सरळ मागे करून रामसिंगाच्या रांगेवर डोळे चालवीत राजे पुन्हा गर्जले, "रा ऽऽ म ऽ सिं ऽऽ घ!"

हाती धरलेला आबासाहेबांचा हात थरथरत एकदम गरम झाला आहे, हे संभाजीराजांना जाणवले. त्या बदलत्या स्पर्शाबरोबर न कळणारी सरसरी त्यांच्या अंगी सरकून गेली. ते दोन्ही हात थरथरू लागले. आडवे येणारे सरदार कसेतरी चुकवीत भेदरलेला रामसिंग राजांच्याजवळ आला.

समोरच्या पाठमोऱ्या सरदारांकडे हात करून पेटत्या डोळ्यांच्या राजांनी त्याला सवाल केला, "ये हमारे सामने कौन खडा है रामसिंग?"

"जी वो महाराजा जसवंतसिंग." रामसिंगाला राजांचे काय बिघडले ते कळेना. त्याच्या तोंडाला कोरड पडली.

"जसवंतसिंगऽ? हमारे मुल्कसे भागा जसवंतसिंग! इसके पीछे हमें खडा किया तुमने? नहीं! हम ये बर्दाश्त नहीं कर सकते!"

नकळत राजांचा हात संभाजीराजांच्या हातातून निसटला! आपण कुठे आहोत,

कोण आहोत, कसलेच भान राजांना उरले नाही. त्यांच्या कानाची पाळी रसरसून लालेलाल झाली होती. डोळ्यांच्या आत गाजरी रंगाच्या रक्तशिरांचे जाळे उठले होते. थरथरत्या कानांच्या पाळ्यांबरोबर सोनचौकडे थरथरत होते. बाकदार नाकशेंड्यावर टपटपीत घामथेंब तरारले होते! केसरी टोपाखाली राजांच्या मुद्रेवर एक रसरशीत नारिंगी भोसलाई सूर्य उतरला होता!

कसलाही विचार न करता राजे सरळ आपल्या रांगेतून बाहेर आले. पेशवाटेवरच्या तलम रुजाम्यावर येताच त्यांनी औरंगजेबाच्या आसनाकडे तडक पाठ केली!

"महाराजसाहेबऽ!" म्हणत संभाजीराजे थरथरत सरदारांच्या रांगेतून त्यांच्याकडे धावले. राजांचे कान सुन्न-बधिर झाले होते. निमुळते डोळे गरागर फिरवीत फुसफुसतं निःश्वासत ते दरवाजाच्या रोखाने झपाझप पावले टाकू लागले. त्यांना गाठण्यासाठी रामसिंग पाठमोरा उलटा धावू लागला!

कोरड्या तोंडातील टाळ्याला चिकटू बघणारी जीभ रामसिंगाचा जीव घुसमटवीत होती. आसनाकडे पाठ न करता तरातर पाच कदम मागे हटत, पुन्हा राजांच्याकडे बघत कसरत करून रामसिंगाने राजांना कसेतरी गाठले! त्यांचा हात हातात घेऊन तो गदगदा हलवीत दबक्या आवाजात रामसिंग म्हणाला, "सुनिये तो राजासाब!"

"कभी नहींऽ!" म्हणत राजांनी त्याचा हात सरळ झिडकारून टाकला! तसे करताना रामसिंगाने त्यांना दिलेला दरबारी रुमाल राजांच्या हातातून सुटला आणि खालच्या तलम रुजाम्यावर पडला.

भेदरलेले संभाजीराजे "महाराजसाहेबऽ! महाराजसाहेबऽ!" अशा सादा घालीत राजांच्या मागून पेशवाटेवरून धावत आले. त्यांच्या पायाखाली तो रुमाल सापडून मागे पडला! संभाजीराजांनी राजांचा हात धरला. ते दोघेही पितापुत्र दरबाराबाहेरच्या सदरजोत्यावर आले. क्षणभर थांबले.

मावळमुलखातील – पुरंदर, राजगड, प्रतापगड कुठल्याही गडवास्तूला कधीच बघायला मिळाले नव्हते, असे विचित्र दृश्य त्या संगमरवरी सदरेला बघायला मिळत होते! वर राजसंतापाने थरथर कापणारे 'शिवाजीराजे' आणि खाली त्यांचा हात धरून भीतीने थरथर कापणारे 'संभाजीराजे' असे ते विचित्र दृश्य होते!

सदरेच्या बगलेला एक जिन्यासारखा भाग बघताच राजे तिकडे गेले. संभाजीराजांचा हात त्यांनी सोडून दिला. दोन्ही हातांनी डोके गच्च आवळून घेत राजे त्या पायरीवर बसले. त्यातील एका हाताची मूठ वळलेली होती. तीत दरबारी पानविडा होता. फसफसणारा श्वास त्यांचा त्यांनाच जाणवत होता!

दरबारात गडबड मचली होती. जाफरखानाकडून औरंगजेबाला कळले की, 'सेवा खिल्लत के लिये खपा हो गया।' त्याने मुलतिपखान, मुखलिसखान आणि आखिलखान यांना आज्ञा दिली, "सेवाला खिल्लत देऊन शांत करून आत आणा."

ते तिघेही बंदे राजांच्याजवळ आले. त्यांना खिल्लत घेण्याची विनंती करू लागले. त्याने राजे अधिकच भडकले. त्यांनी त्या तिघांना स्पष्ट इन्कार देत सांगितले, "पाहिजे तर तुमचा बादशहा माझा खून करू शकतो. पण मी आता पुन्हा दरबारात मुळीच येणार नाही!"

औरंगजेबाने रामसिंगाला बोलावून त्याला विचारले, "क्या हुआ रामसिंग? सेवा खपा क्यों हो गया?"

"हमारे मुल्क के गरमीसे उनकी तबियत बिघड गई है, आला हजरत!" रामसिंगाने राजकारणी उत्तर दिले!

औरंगजेब हसून म्हणाला, "अपने मुकामपर उसे पहुँचा दो!"

"जी हुजूर," म्हणत रामसिंग बाहेर आला.

राजांच्या घामेजल्या हाताच्या मुठीत आवळलेला हिरवा पानविडा राजांनी फरसबंदीवर फेकून दिला. संभाजीराजांनी तर तो केव्हाच टाकून दिला होता.

थोडा वेळ जाताच राजांची थरथर थांबली. रामसिंग त्यांना घेऊन तळाकडे जायला निघाला.

"महाराजसाहेब, आपल्या मोजड्या." संभाजीराजांनी त्यांना आठवण करून दिली! कुणाची वाट न बघता संभाजीराजांनी राजांच्या भगव्या मोजड्या उचलल्या आणि त्यांच्यासमोर आणून ठेवल्या! राजांनी मोजड्यांत पाय भरले.

रामसिंगाच्या मोतद्दारांच्या ताब्यात दिलेली घोडी राजांनी आणि संभाजीराजांनी मांडेखाली घेतली. रामसिंगाच्या सोबतीने सगळा सरंजाम तळाकडे परत चालला. कुणीच काही बोलत नव्हते.

संभाजीराजे झाला प्रसंग आणि राजांचा चेहरा आठवून विचारात पडले होते – 'आई जगदंबा एकदा स्वप्नात आली तेव्हा आबासाहेबांचा चेहरा नेहमीपेक्षा वेगळा झाला होता! आजचा त्यांचा चेहरा तर फारच वेगळा होता! प्रत्यक्ष आऊसाहेबांनी तो बघितला असता, तर त्याही भेदरल्या असत्या!'

राजे आणि संभाजीराजे लाल किल्ल्यावरच्या मुख्य दरवाजातून बाहेर पडले. आपल्या मनोऱ्यांचे डोळे करून मुमताजची कबर असलेला ताजमहाल त्यांच्याकडे बघत होता. आज तो धन्य झाला होता. दारा, मुराद, सुजा या प्रत्यक्ष मुमताजच्या मुलांना जे जमले नव्हते, खुद्द शहाजहानला कधी साधले नव्हते, ते करून राजे लाल किल्ल्याबाहेर पडत होते!

औरंगजेबाच्या पन्नासाव्या सालगिराचा रोशन झालेला दिवस सांजावून आल्यामुळे निसूर होत होता!!

रामसिंगाच्या हवेलीत राजे आणि संभाजीराजे दिवाणी दालनात बैठकीवर बसले

होते. समोर चेहऱ्यावर चिंतेची काजळी चढलेला रामसिंग उभा होता. रामसिंगाच्या चाकरांनी खुशबूदार सरबताचे पेले आणून मेहमानांच्या हातात दिले.

दरबारी राजांना योग्य जागी उभे करण्यात आले होते. खुद्द मिर्झा राजे जयसिंग आणि ताहिरखान जिथे उभे राहत, ती जागा होती ती. हे सारे रामसिंग राजांना पटवून देऊ बघत होता. पण आता बाण सुटला होता.

"भाई, तुम फिक्र मत करना।" राजांनी रामसिंगाला तसल्ली दिली. कधी नव्हे ते 'भाई' हा शब्द रामसिंगाला राजांनी जाणूनबुजून वापरला!

अर्धा घंटा हवेलीवर थांबून राजे आपल्या डेऱ्यात आले.

रामसिंगाने आपला कारभारी गोपीराम मेहता याच्याकडून राजांच्यासाठी सुकी फळफळावळ पाठविली. राजांनी त्याला सरोपा बक्ष केला. रामसिंगाच्या विश्वासातील बल्लूशाह आणि गिरधरलाल राजांच्या भेटीसाठी आले.

बल्लूशाह राजांचे पराक्रम ऐकून त्यांच्यावर खूश होता. तो अदबीने राजांना बादशाही दिलजमाई करण्याचा सल्ला देण्यासाठी आला होता. राजे सुखरूप दख्खनेत परतावेत असे त्याला मनापासून वाटत होते. बल्लूशाह आणि गिरधर निघून गेले. चिराखलागणीची वेळ झाली. राजे नेहमीप्रमाणे स्फटिक शिवलिंगाच्या पूजेला बसले.

तिकडे लाल किल्ल्यात आपल्या खाजगीच्या महालातील मजलही औरंगजेबाने बरखास्त केली आणि तो 'मगरीबची नमाज' पढायला निघून गेला.

या मजलसीत औरंगजेबाचे खास सरदार जाफरखान, जसवंतसिंग, मुर्तुझाखान, शास्ताखान आणि त्याची बहीण जहानआरा यांनी आग्रहाने औरंगजेबाला 'बदतमीज सेवा'ला कत्ल करण्याचा सल्लाही देऊन टाकला!

औरंगजेबाला चीड आली होती, ती राजांनी 'खिल्लत' साफ नाकारल्याची. त्यांनी दरबारी कधी न येण्याचा नारा लावण्याची. पण तो बाहेरून शांत होता!

नमाज पढता-पढता त्याने दोन गोष्टी स्वत:शी तय करून टाकल्या. 'सेवा'ला दरबारी पेश यायला भाग पाडायचे. खिल्लत पांघरायला लावायची. तसे झाले तर काबूलच्या मोहिमेवर त्याला नामजाद करून टाकायचे! तेथून तो सलामत परतणारच नाही! आणि हे सगळे नाहीच घडले तर – तर मुल्लामौलवींच्याकडून सेवाच्या बदतमिजीचा कथला तय करवून घ्यायचा. ते देतील ती सजा त्याला बहाल करायची! आणि ते कोणती सजा त्याला देतील याबद्दल औरंगजेब निश्चिंत होता!

औरंगजेबाने आग्र्याचा कोतवाल फौलादखान याला दाद फर्मावली. तो परतीतराय नावाचा हरकारा बरोबर घेऊन पेश झाला. औरंगजेबाने त्याला हुक्म सुनावला – "रामसिंगको बतावो कि सेवा को समझाकर कल दर्बार ले आना।"

फौलादखान आणि परतीतराय किल्ल्यावरून रामसिंगाच्या हवेलीवर आले.

त्यांनी आपल्या आलिजाचा हुक्म रामसिंगाला सुनावला.

रामसिंग रात्रीची वेळ असताना राजांच्या डेऱ्यात आला. त्यांना घेऊन आपल्या हवेलीत तो परतला. बराच वेळ तो राजांना 'बादशहा सलामत'ची भेट घेणे किती आवश्यक आहे, ते सांगत होता. राजे त्याचा निरोप घेऊन आपल्या डेऱ्यात आले.

सगळ्या आग्रा शहरभर सालगिऱ्याची रोषणाई पेटली होती. यमुनेच्या पात्रावर निरनिराळ्या प्रकारच्या दिव्यांच्या प्रतिबिंबांची बाग उठली होती.

राजांची बराच वेळ वाट बघून संभाजीराजे डेऱ्यातील मंचकावर आडवे झाले होते. त्यांनी काही खाल्ले नव्हते. राजांनाही काही खावेसे वाटत नव्हते.

राजांनी आपल्या डोकीवरचा टोप तबकात उतरून ठेवला. झोपलेल्या संभाजीराजांना बघताना त्यांना जाणवून गेले – 'यांना नको होतं बरोबर आणायला!'

"जगदंब! जगदंब!" पुटपुटत राजे संभाजीराजांच्या शेजारी आडवे झाले. ते पितापुत्र काही न खाता यमुनाकिनारी आपल्या डेऱ्यात होते. राजांच्या डोळ्याला डोळा लागत नव्हता.

लाल किल्ल्यात आणि उभ्या आग्रा शहरात बिर्याणी सागुतीच्या दावती झडत होत्या. दरबारी झालेल्या प्रकारची चर्चा करताना आग्रेकर म्हणत होते – "जो शाहजादा दाराका हुआ, मुराद-सुजाका हुआ, वही दख्खनी 'सेवा'का होगा।"

दुसऱ्या दिवशी उन्हे कासराभर वर सरकली, तरी राजे मंचकावरून उठले नाहीत. त्यांनी त्र्यंबकपंत, रघुनाथपंत, निराजी रावजी या आपल्या माणसांना बोलावून सांगितले, "आम्हास ज्वर धरला आहे!"

ती बातमी परस्पर रामसिंगाच्या कानावर गेली. त्याला माहीत होते की, 'राजासाबका बुखार बनावटी है!' पण 'तुम्हाला बुखार कसा चढला?' असे काही तो राजांना विचारू शकत नव्हता! त्याने मनोमन एवढाच अर्थ लावला की, 'शिवाजी आता कोणत्याही कारणासाठी दरबारी जाणार नाही!'

राजांनी रघुनाथपंत कोरड्यांच्याकडून रामसिंगाला निरोप पाठविला, "हम बिमारीसे मजबूर है। हमारे फर्जंद संभाजीराजाको दरबार ले जाना।"

आता मिळेल तो माणूस अक्कलहुशारीने पणाला लावल्याशिवाय राजे आग्ऱ्यातून सुटूच शकत नव्हते.

सगळ्यांत मोठे हाल होते रामसिंगाचे. त्याला राजांची सुरक्षितता आणि औरंगजेबाचा विश्वास दोन्ही सांभाळणे भाग होते. सगळ्यांत मोठी कसोटी होती संभाजीराजांची! ते राजांच्याबरोबर आलेल्या सर्वांत कमती उमरीचे होते. परक्या मुलखात होते. आणि आता तर ते सारेच प्राणसंकटात होते.

आपल्या डेऱ्यात राजे संभाजीराजांना हरभातीच्या सावध सूचना देत होते. "ज्या रस्त्याने दरबारी जाणार आहात, तो नीट पारखून ध्यानात ठेवत चला. येताना

दुसऱ्या रस्त्याने येण्याची रामसिंगचाचाला विनंती करा! बादशहाने काही विचारले तर न कचरता जाब द्या. हिंदोस्तानी बोली जमेल तसे बोलत चला. संधी मिळेल त्या असामीची ओळख करून घ्या.''

त्यांना सूचना देताना मध्येच राजे थांबत होते. जिजाऊंचे बोल त्यांना आठवले की मन सुन्न होत होते, ''राज्यासाठी द्यावी लागली, तर जुनी पिढी खर्ची द्यायची असते. पुढची स्वप्ने बघायची असतात ती नव्या पिढीने.''

संध्याकाळ होत आली. राजे मंचकावर आडवे झाले. रामसिंग संभाजीराजांना दरबारी नेण्यासाठी आला. झोपलेल्या राजांच्या पायांना आशीर्वादासाठी हात लावून संभाजीराजे म्हणाले, ''येतो आम्ही महाराजसाहेब.''

''अंऽ'' राजे ठरल्याप्रमाणे कण्हले.

रामसिंग संभाजीराजांना घेऊन दरबारी निघाला. राजांचा सगळा नटलेला सरंजाम संभाजीराजांच्या पाठीशी उभा होता. सजलेल्या पांढऱ्याशुभ्र घोड्यावर संभाजीराजांनी मांड घेतली. रामसिंगाच्या घोड्याला घोडा भिडवून नऊ वर्षे वयाचे संभाजीराजे दिल्ली तख्ताच्या बादशहाच्या भेटीस चालले! एकटे. बाबरपासून औरंगजेबापर्यंत अनेक दरबार भरले होते – पण हा असला प्रसंग प्रथमच घडत होता.

रामसिंग आणि संभाजीराजे सरंजामासह लाल किल्ल्यात आले.

'दिवाण-इ-खास'चा मगरबी दरबार भरला होता. रामसिंग आपल्या शेजारी संभाजीराजांना घेऊन उभा राहिला.

अलकाबांच्या लंब्या ललकाऱ्या उठल्या. पाठोपाठ औरंगजेब दरबारात प्रवेशला. ताजीम देण्यासाठी सगळे दरबारिये कमरेत झुकले. संभाजीराजे दूरवर दिसणाऱ्या औरंगजेबाकडे बघत तसेच उभे राहिले. सगळेच झुकल्यामुळे संभाजीराजे उभे आहेत, हे कुणाच्याही ध्यानी आले नाही!

वजीर जाफरखानाने सर्वांत प्रथम चौकशी केली, ती रामसिंगाची!

रामसिंग संभाजीराजांना घेऊन आसनासमोर पेश झाला. कुर्निससाठी झुकलेल्या रामसिंगावर औरंगजेबाने सवालांचा कोरडा ओढला –

''क्यो – रामसिंग, 'सेवा' किधर है?''

''जी. हुजूर, उनकी तबियत बिगड गयी है। सख्त बुखार आया है उनको!'' रामसिंग झुकूनच बोलला. कोटबंद उच्चासनात औरंगजेबाची मान अर्थपूर्ण डुलली.

''उन्होंने अपने फर्जंदको भेजा है अलिजा!'' रामसिंग औरंगजेबाला येऊ बघणारा बुखार सावरण्याची कोशिश करीत म्हणाला.

औरंगजेबाचे टपटपीत डोळे संभाजीराजांवर खिळले. निर्धोकपणे त्याच्या डोळ्यांना डोळे लावीत संभाजीराजे भरल्या दरबारात उभे होते! त्या चार डोळ्यांत कमालीची तफावत होती. त्यातले दोन होते, कृतकर्माची धूळ साचलेल्या दर्पणासारखे

औरंगजेबाचे; आणि दोन होते, आतबाहेर स्फटिक-साफ संभाजीराजांचे!

संभाजीराजांना बघताच औरंगजेबाचा तिरकस स्वभाव जागा झाला. त्याने विचारले – "क्यों फर्जंद संभू, तुम्हे नहीं आया बुखार?"

अंगावर काहीही घेण्याची सवय नसलेले संभाजीराजे तळपत्या डोळ्यांनी उत्तरले, "नाहीऽ! आम्हास बुखार येत नाही! आमच्यामुळे इतरांस बुखार येतो!"

"क्या बोला वो?" औरंगजेबाने भुवया चढवीत रामसिंगाला विचारले.

संभाजीराजे काय बोलले ते रामसिंगालाही नीट कळले नव्हते! पण जाब देणे त्याला भाग होते. तो वाकून म्हणाला, "जी हुजूर. वे बोले – हमें बुखार नहीं है!"

"कैसी मासूमी है। जाफर, संभाको नजराना इनायत करो।" औरंगजेबाने वजिराला आज्ञा केली. संभाजीराजांना सरोपा, मोत्याचा कंठा आणि जडावाची कट्यार नजर करण्यात आली.

रामसिंगाच्या हवेलीत बैठकीच्या दिवाणी दालनात एका मोठ्या राजपुती घडावाच्या शिसवी चौरंगावर एका तबकात चकचकीत, काळेशार, शाळिग्रामी शिवलिंग ठेवण्यात आले होते. त्याजवळ दुसऱ्या तबकात पूजेचे साहित्य मांडण्यात आले होते. रामसिंग राजे-संभाजीराजे यांना घेऊन तळावरून आपल्या हवेलीकडे निघाला.

खुद्द मिर्झाच्या आग्र्यातील हवेलीत येऊन आपणाला शिवलिंगाची पूजा बांधावी लागेल, असे कधी राजांच्या स्वप्नातसुद्धा आले नसते. पण स्वप्न आणि सत्य नेहमीच एकमेकांना हूल देऊन एकमेकांवर कुरघोडी करीत असतात!

संभाजीराजे दरबारातून आल्याच्या दुसऱ्याच दिवशी औरंगजेबाने सिद्दी फौलादखानला हुकूम दिला, "सेवाको मुकामपरसे रणअंदाजखाँके कोठीपर ले जाव।"

राजांना रणअंदाजखानाच्या कोठीवर हलवून जशी दाराची केली, तशी शिवाजीची बिनबोभाट कत्तल करण्यात येणार होती! रामसिंगाच्या हवेलीसमोर खुल्या तळावर ते शक्य नव्हते. कशी कुणाला ठाऊक, पण ही खबर रामसिंगाला लागली. तो तडक मीर बक्षी मुहम्मद अमीनखान यांच्या हवेलीवर गेला. अमीनखान मित्र होता. उच्च पदावर होता. त्याच्याकरवी रामसिंगाने औरंगजेबाला कधी नव्हे, तो निर्धारी निरोप पाठविला – 'शिवाजीला ठार करण्यापूर्वी कबिल्यासह मला ठार करा!'

तो निरोप ऐकून धूर्त औरंगजेबाने ओळखले की, शिवाजीला कत्ल करण्याच्या आपल्या योजनेची बातमी फुटली आहे. समोर आलेल्या अमीनखानाचा फायदा घेऊन औरंगजेबाने रामसिंगालाच मध्ये अडकवून टाकण्याचा फासा टाकला.

'शिवाजी आग्र्यातून बाहेर जाणार नाही, यासाठी तू ओलीस राहतोस काय?' असा निरोप रामसिंगाला औरंगजेबाने पाठविला!

राजांच्या प्राणावरचे जामीनकदब्यावर निभावते, हे पाहून निःश्वास टाकून रामसिंगाने

बक्षी अमीनखानाकडून जामीनकदबा दस्तखत करून पाठवून दिला. औरंगजेबाने तो मंजूर केला. रामसिंग राजांना रीतसर जामीन राहिला!

रामसिंगाने आपल्या प्राणावरचे संकट दूर करून स्वत:चे प्राण टांगून घेतले हे त्याच्या तोंडून ऐकताच राजे विचारमग्न झाले. त्यांनी रामसिंगाला विश्वास दिला, "आम्ही बेलाफुलाची आणभाक घेऊन तुम्हास एतबार देऊ. निश्चिंत असणे."

महादेवाची पूजा बांधण्यासाठी राजे संभाजीराजांच्यासह रामसिंगाच्या हवेलीत आले. हवेलीच्या दिवाणी दालनात बल्लूशाह, गिरधरलाल, गोपीराम, तेजसिंह अशी रामसिंगाची मंडळी होती. राजांच्या बरोबर रघुनाथपंत, दत्तोजीपंत, त्र्यंबकपंत, निराजी अशा असामी होत्या. राजांनी चौरंगावरच्या शाळिग्रामी शिवलिंगाची पूजा बांधली. शिवपिंडीवरचे बेलफूल उचलून घेतले. आपल्या सडक बोटांनी ते रामसिंगाच्या हाती देत राजे म्हणाले, "हम शिवजीकी कसम उठाते है, जबतक तुम हमारे लिये जमान हो, हम आगरा नहीं छोडेंगे।"

राजांनी रामसिंगाची ऊरभेट घेतली. रामसिंग औरंगजेबाला जामीन राहिला. राजे रामसिंगाला आणभाकेने बांधील झाले. एकाच वेळी राजे दोन कैदेत पडले! एक होती, औरंगजेबाच्या राजकारणाची. दुसरी होती, रामसिंगाच्या प्रेमाची!

तो सारा मामलाच अजब होता. वास्तविक आपल्या सुरक्षिततेसाठी राजांनी औरंगजेबाकडून रामसिंग जामीन मागावा, तेथे राजांच्याकडून औरंगजेबाने जामीन घेतला! उलटी चालली नाही, तर ती मोगली सल्तनत कसली?

संभाजीराजे आणि रामसिंग आग्र्याचा फेरफटका करून परतत होते. त्यांच्या घोड्यांमागून दहा-बारा रजपूत घोडाईत चाल धरून होते. दिवस परतायला लागला होता. पथक 'कुम्हारबाडी'च्या वस्तीत घुसले. इथे कुंभाराच्या धाब्यांच्या घरांसमोर उभट-उंच रांजण, गेळे, माठ कुंभारांनी हारीनं मांडले होते. ते बघताच रामसिंगाने हात वर करून पथक थांबविले. मागे न बघताच त्याने हाका दिला, "दुंगरऽ!"

"जी," म्हणत दुंगरमल आघाडीला आला.

"उसमेंके माठ लेना. राजासाबके हशमोके लिये." रामसिंगाने एका कुंभाराच्या ओसरीकडे हात उठवीत त्याला आज्ञा दिली.

कुंभारी चाक फिरविणाऱ्या कुंभाराने 'शाही सवाऱ्या' बघून हातच्या काठीने फिरते चाक थोपविले. पुढे येत रामसिंगाला आणि संभाजीराजांना कुर्निस करून तो अदबीने म्हणाला, "क्या हुकूम है सरकार? कौनसी खिदमत करूँ?" त्याच्या डोक्यावर उत्तरी पागोटे होते. चिखल-मळले हात त्याने मावळी रामरामाच्या पद्धतीने जोडले.

"अच्छे माठ देना. इन मेहमान साहबानके लोगोंको देना है।" रामसिंग संभाजीराजांच्याकडे हाताने दाखवीत म्हणाला.

कुंभाराने बारीक डोळे करून संभाजीराजांना निरखले. सहज म्हणून तो पुटपुटला, "सवाऱ्या मावळी मुलखाच्या दिसत्यात!" कुंभाराची नजर संभाजीराजांच्या छातीवरील कवड्यांच्या माळेवरून फिरली.

कुंभाराची बोली ऐकताना संभाजीराजांची उजवी भुवई नकळत वर चढली. 'असामी देशीची दिसते. मावळबोली बोलते.' एक विचार त्यांच्या मनाच्या चाकावर फिरला! काहीतरी आकार घेऊ लागला.

कुंभाराने एक गोल खडा उचलून दुंगरमलला भाजीव माठ ठणाठण वाजवून दाखविले. संभाजीराजांच्या मनात कसलेतरी ठोके ठणठणून गेले.

हातांत पेलून, पारखून बघून दुंगरने चार माठ खरेदी केले. रामसिंगाने कमरेच्या शेल्यात खोचलेली दिनाराची थैली खेचून दुंगरच्या दिशेने घोड्यावरूनच फेकली.

ती झेलीत दुंगरने कुंभाराला माठाचे दिनार दिले. थैली आणून पुन्हा रामसिंगाच्या हातात दिली. एक-एक उचलून कुंभाराने आणि दुंगरने माठ चार स्वारांच्या हातांत दिले. दुंगरने घोड्यावर झेप घेतली.

कुंभाराने वाकून पुन्हा, घोड्याचे कायदे खेचणाऱ्या रामसिंगाला तसलीम केली.

"चलिये कुँवर." रामसिंग संभाजीराजांना मानेच्या झटक्याबरोबर म्हणाला.

रामसिंगाने घोड्याला टाच देताच त्याच्या रजपूत घोडाइतांनीही टाचा दिल्या. पथक हलले. मुद्दाम कायदे आखडते धरून संभाजीराजांनी आपल्या घोड्याला लटकी टाच दिल्यासारखे केले! घोडे गोंधळले. पुढे जायचे का थांबायचे, या अंदेशाने खूर मागे-पुढे नाचवून जागीच थांबले! रामसिंग-दुंगर पथकासह पाच-दहा कदम पुढे गेल्याची संभाजीराजांनी खातरजमा करून घेतली. झटकन आपल्या गळ्यातील टपोऱ्या मोत्याचा कंठा उतरून हातात घेतला.

कुंभार संभाजीराजांच्या घोड्याकडे बघत दिनार मुठीत धरून थांबला होता.

संभाजीराजांनी हातातील कंठा कुंभाराच्या अंगावर फेकला! "आम्ही मावळाचे. भवानीचे भुत्ये! पारख ठेवा. येतो आम्ही. राम-राम!" संभाजीराजांनी घोड्याला जबरी टाच दिली.

"राम-राम जी." हे कुंभाराचे शब्द संभाजीराजांनी ऐकले नाहीत.

चकित पडलेल्या, कंठ्याकडे बघताना हरखून गेलेल्या कुंभाराने अंदाज लावला, "बच्चा मावळी सरदाराचा हाय!" कुंभार मूळचा मराठी मुलखाचा होता. हातच्या कसबाने त्याला उत्तरेत आग्ऱ्यात आणून सोडले होते.

घटना आता दिवसरात्रीच्या पाठीवर गस्त घालीत फिरू लागल्या.

रामसिंगाला इतबार देण्यासाठी राजांनी त्यांच्या रजपुती धारकऱ्यांचा पहारा आपल्या तळावर बसवून घेतला.

संभाजीराजे आणि रामसिंग यांचा घरघसटीचा प्रेमा वाढत चालला. घडले तेच एवढे जबरी होते की, रामसिंग, राजे आणि संभाजीराजे यांची डोळ्यांत तेल सोडून हिफाजत राखत होता. ह्या 'मेहमान स्वाऱ्या' सलामत आपल्या मुलखात परत कशा जातील, याचीच रामसिंगाला फिकर लागली. तिला दोन कारणे होती; एक तर दिला शब्द पाळणे, हे रजपुतांचे रक्त होते आणि दुसरे महत्त्वाचे कारण होते की, जर राजे आणि संभाजीराजे यांच्या जिवाला काही धोका झाला तर आपले दख्खनेत असलेले 'पिताजी' मावळ्यांच्या जानकुर्बान झडपीतून सुखरूप परत येतील की नाही, याची रामसिंगाला काळजी पडली! जगदंबेनेच हे विचित्र त्रिशूळ आग्ऱ्याच्या उरावर रोखून धरले होते! तिचा तरी काय इलाज होता? राजे-संभाजीराजे तर तिचे भुत्येच होते. पण खुद्द मिर्झा राजाही तिचा भक्तच होता! तिला सगळ्यांनाच दाद देणे भाग होते.

औरंगजेबाने राजांना काबूलवर स्वारीसाठी पाठविण्याचा बेत रामसिंगाला बोलून दाखविला. काहीतरी कारणामुळे पुढे तो बेत बारगळला.

राजांनी औरंगजेबाचा वजीर जाफरखान याची त्याच्या हवेलीत भेट घेऊन त्याला किमती नजराणा दिला. बादशाही रदबदली करण्याचा राजांचा हा बेतही कारणी लागला नाही.

दख्खनेतून मिर्झा राजाची औरंगजेबाला पत्रे येत होती. शेवटी औरंगजेबाने कंटाळून मिर्झा राजाला पत्र पाठवले – "...तुमने दखनी सेवाको कौन कौनसी बयत जबान दी है? सिलसिला बयाजवार भेज देना!"

राजांच्या हाती आता एकच चाल राहिली. औरंगजेबाला आपले कलमकसदार विनंती अर्ज पेश करणे!

अमीनखानमार्फत राजांनी औरंगजेबाला अर्ज पाठविला – "पुरंदरच्या तहातील माझे सर्व किल्ले जर मला परत दिले, तर मी दोन कोटी रुपये दरबारी पेश करीन! मला दख्खनेत जायला इजाजत मिळावी. माझे फर्जंद संभाजीराजे यांना मी आग्ऱ्यातच ठेवून जाईन. बादशाह चाहतील तर मी कसम घेण्यास तयार आहे. बादशाह सलामतांची दख्खनेत आदिलशाही विजापुरावर मोहीम जारी आहे. तिथे जाण्याची मला इजाजत द्यावी. मी ती मोहीम फत्ते करून देईन! वख्त पडल्यास त्या जंगात जान कुर्बान करून आलिजांपाशी माझी चाकरी रूजू करीन!"

अमीनखानाने राजांचा अर्ज दरबारात वजीर जाफरखानाच्या हवाली केला. त्या दरबारात रामसिंगासह संभाजीराजे हजर होते. जाफरखानाने अर्ज जिले सुबहानी औरंगजेबाला पढून दाखविला.

हातची माळ थांबवून औरंगजेबाने अर्जातील शब्दन्‌शब्द कान देऊन ऐकला. त्याच्या स्वत:च्याच ध्यानी आले नाही, पण तो ऐकताना त्याच्या हातातील माळेचे चार मणी नेहमीसारखे न फिरवता उलटे फिरून गेले होते!!

वाकलेल्या जाफरखानाच्या हातातील राजांच्या अर्जाच्या वळीकडे बघत औरंगजेब शांतपणे म्हणाला, "जाफर, देखो 'सेवा' कितना इनायती है! शाही सूरतके तीन कोट रुपीया हजम करके हमें दो कोट बक्ष दे रहा है!!" आणि तो काहीतरी पुटपुटत तख्तावरून उठला. दरबार बरखास्त झाला.

संभाजीराजांच्यासह रामसिंग दरबाराबाहेर पडला. सगळे दरबारिये बाहेर पडले. मोकळ्या 'दिवाण-इ-खास'मध्ये फक्त कनोजी धूपाची वळी तेवढी फिरत राहिली!

रामसिंग संभाजीराजांना घेऊन राजांच्या तळावर आला. आपल्या डेऱ्यात राजे रामसिंगाची वाट बघत होते. डेऱ्यात त्र्यंबकपंत, रघुनाथपंत, निराजी ही मंडळी होती. रामसिंग आणि संभाजीराजे डेऱ्यात प्रवेशले.

"क्या हुआ रामसिंग हमारे अर्जीका?" राजांनी रामसिंगाला विचारले.

"कुछ राय नहीं दी आलिजाने आपके अर्जीपर राजासाब। हजरत सोचकर जरूर कुछ करेंगे, आप फिकर मत करना।" रामसिंग किती केले तरी रजपूत होता!

थोडा वेळ थांबून रामसिंग आपल्या माणसांसह आपल्या हवेलीकडे निघून गेला.

पाठीवर हात बांधून राजे डेऱ्यातच, नजर पायगतीला टाकून विचारांबरोबर फेऱ्या घेऊ लागले. संभाजीराजे मंचकावर बसून राजांची घालमेल बघताना अस्वस्थ झाले होते.

"रघुनाथपंत, बादशाह कोण चालीचा फैसला करील आमच्या अर्जाचा?" राजांनी मध्येच थांबून कोरड्यांना विचारले.

"बाळराजांना ठेवून जाण्याचे कलम अर्जात घातले आहे. तेवढ्याचाच काही नतिजा निघेल असे वाटते, स्वामी!" कनातीजवळ उभे असलेले रघुनाथपंत म्हणाले. राजांनी ते ऐकताच संभाजीराजांच्याकडे बघितले. त्यांना मासाहेबांचे शब्द आठवले – "प्रसंग पडला तर समयी राज्यासाठी जुनी पिढी खर्ची द्यायची असते. राज्याची स्वप्ने बघायची असतात ती नव्या पिढीत!"

संभाजीराजांच्या रोखाने राजे वळले. त्यांची समजूत पाडण्याच्या इराद्याने.

एकाएकी वळिवाच्या ढगांची आकाशाच्या नगाऱ्यावर टिपरी घुमते, तशी क्षणाक्षणाला चढत्या आवाजाने जवळ येणारी असंख्य घोडटापांची टिपरी अचानक सर्वांच्या कानांवर आली! राजे चमकले. संभाजीराजे ताडकन मंचकावरून उठले. दोघांच्याही टोपांतील मोतीलगी थरथरल्या!

डेऱ्याबाहेर असलेला रामसिंगाचा पहारेकरी नंग्या हत्यारानिशी घाबराघुबरा होत आत आला. त्याच्या पाठोपाठ बाहेर गेलेले, भेदरलेले रघुनाथपंत, त्र्यंबकपंत, निराजी तिघेही हत्यारे उपसून आत आले. सर्वांचे गुंतवा झालेले थरथरते विचित्र शब्द राजांच्या आणि संभाजीराजांच्या कानांवर एकदम आदळले. "घात झाला धनीऽ!

हबशी हत्यार चलाने आ रहे है। भा ऽ गो! पळा! भागो!''

बाणासारख्या घुसणाऱ्या त्या शब्दांनी राजे गोंधळले. तबकात ठेवलेली 'भवानी' उचलण्यासाठी त्यांनी पायझेप टाकली, पण संभाजीराजांची आठवण येताच ती पुन्हा मागे घेतली! एकदम संभाजीराजांना ओढून जवळ घेत राजांनी त्यांना आपल्या पोटाशी कवटाळले! एक – एकच क्षण निघून गेला. पण – पण तेवढ्या अवधीत राजांच्या मनी विचारांची कितीतरी हत्यारे एकमेकांवर आदळली. राजगड सोडल्यापासून दाबून ठेवलेले अपमानाचे, चिंतेचे, व्यथेचे कैक बांध फुटले.

'श्रींचे राज्य... कामी आलेले इमानबंद जीव... दह्याच्या कवड्या... मासाहेब... मिर्झा राजा... फर्मानबाडी... भंडाऱ्याची परडी... उचलला गेलेला कैलास... एकला जीव... भुयार... शिवलिंग – पेटता हुडवा' विचित्र-विचित्र दृश्ये राजांच्या डोळ्यांसमोर त्या क्षणात दाटवा धरून गेली. कैक हबशांचे निर्दय वार आपल्या आणि संभाजीराजांच्या आता अंगावर पडणार या कल्पनेने राजे अंगभर चरकले. सगळे डाव अपुरे असताना, परमुलखी एका गाफील क्षणी; एकुलत्या एक पुत्रासह कत्तलीचे केविलवाणे मरण! सर्वस्वाची राख! शतरंजचा हा फसलेला डाव! नामुश्कीची शिकस्त!

राजांचे सूर्यपेट डोळे कडकडीत काळजीने दाटून आले. संभाजीराजांना पोटाशी एकजीव गच्च कवटाळून धरताना राजांच्या थरथरत्या ओठांतून मायेने थबथबून गेलेले घोगरे शब्द ओघळले, ''लेऽकऽराऽ, घात झाला! आम्ही फसलो!''

तलवारीच्या पात्याला धार बिलगलेली असते, तसे संभाजीराजे आपल्या आबासाहेबांना हातांच्या कवळ्याने बिलगले होते. मान उठवून राजांच्या चेहऱ्याकडे बघताना त्याच्या छातीत असंख्य कालव वळवळून उठले.

''महाराजसाहेबऽ!'' म्हणत त्यांनी आपले तोंड राजांच्या जाम्यावर घुसळले. ते फर्जंद-आबा थरथरत होते. काळ्याभोर ढगांच्या तांडवात सापडलेल्या वीजरेघांसारखे!

क्षणात डेऱ्याभोवती बेफाम दौडत आलेल्या घोड्यांच्या टापांचा गराडा पडला. थांबत्या घोड्यांनी पुढचे खूर नाचवीत खूर उचलताना फोडलेल्या कातऱ्या खिंकाळ्या घुमल्या. पाठोपाठ डेऱ्याचा झिरझिरीत पडदा एका राकट, केसाळ हाताने बेदरकार उडता फेकून दिला. पत्थरी रंगाचा, हनुवटीकडे पडलेल्या जाड ओठांचा आग्ऱ्याचा धिप्पाड, हबशी फौजदार सिद्दी फौलादखाँ डेऱ्यात घुसला.

आपल्या कमरेच्या रुंद पात्याच्या जमदाडीच्या मुठीवर जाड बोटांची पकड पक्की रुतवीत दरवाजाजवळच तो थांबला. आपले भोकरांसारखे बटबटीत डोळे राजांच्यावर रोखून त्याने हनुवटीकडे पडलेला जाड ओठ खोलला, रुंद दात चमकले – ''मेरे हथियारबंद हशमोंका पेहरा तुमपर लगा है। किसीको भी मिलना तुम्है सख्त मना है। ये हुक्म है आलिजाका, खयाल रखना।'' त्याच्या जाड भुवया क्षणभर आक्रसून फिसकारल्या.

खांद्यावरच्या झगझगीत, हिरव्या खिल्लतीचा उजव्या कोपराने पिसारा फुलवून टाकीत, जबाबाची वाट न बघता फौलाद वळला. आणि मोहरमचा नाचता ताबूत पुढे जावा, तसा झपाट्याने डेऱ्याबाहेर निघूनही गेला!

पाच हजार धिप्पाड, कडव्या हबशांच्या दाट चौक्या डेऱ्याभोवती पडल्या! तोफांची तोंडे डेऱ्यावर रोखून हबशांनी तोफगाड्यांची मांडणावळ केली.

जसा पन्हाळ्यावर पडला होता तसाच 'सिद्दीचा वेढा' पडला! मावळी सिंह आग्ऱ्याच्या हिरव्या कुरणात अडकला! राजे कैद झाले!

औरंगजेबाच्या हातातील जपाची माळ आणि राजांच्या छातीवरची भवानीची माळ आता एकमेकींच्या पाठीवर जागती 'गस्त' घालू लागल्या!!

राजे कैद झाले, तरी संभाजीराजांना मात्र कैद पडली नव्हती. ते रामसिंगाची हवेली, आग्रा शहर, लालकिल्ला यांत ये-जा करू शकत होते. औरंगजेबाला माहीत नव्हते, त्याने ही केवढी गफलत करून ठेवली होती. 'धाकला असला तरी, साप म्हणू नये आपला' हे तत्त्व औरंगजेब विसरला! आणि हे तर मावळी बचनाग! संधी मिळेल तेव्हा सळसळत फणा वर उठविणारे!

राजे आता वरून अगदी शांत दिसू लागले, पण आत त्यांचा 'मनाशी मनाचा' तुंबळ संवाद पडला होता. एकच एक ध्यास त्यांच्या सावध मनाने घेतला.

'संभाजीराजांच्यासह आलेल्या साऱ्या असामींनिशी या काळदाढेतून सलामत सुटका! कोण हुन्नर चालवावा? कैसी चाल खेळावी?' आणि राजांनी मनोमन भवानीचे नाव घेत, शतरंजाची पहिली खेळी बाहेर काढली!

एका संध्याकाळी खाशा स्वाऱ्यांना 'दिवट्याची सलामी' द्यायला आलेल्या मावळ्यांना बघताच भुवया वर चढवीत राजांनी जरबेने विचारले, "कशास आलात? चालते व्हा! आमचे आणि बाळराजांचे होणे असेल ते होईल!" राजांनी शेजारी उभ्या असलेल्या संभाजीराजांना जवळ घेतले.

मावळे चरकले. तो शोरगुल ऐकून फौलादखाँ डेऱ्याजवळ आला! त्याला बघताच एकसारख्या फेऱ्या घेता-घेता राजे मावळ्यांवर कडाडले, "काय सांगतो आम्ही? चालते व्हा! तुमचा विचार कराया आम्हास अवसर नाही. निघा येथून!"

राजांनी आपले मावळे गोंधळलेले बघून त्यांना 'परवलीची खूण' देण्यासाठी गळ्यातील माळ उचलून आपल्या कपाळी शिवगंधाला भिडवून सोडली! हुशार मावळ्यांनी हा 'बनाव' हेरला!

"पर आमी जावं कुठं?" खालच्या मानेने दावलजी घाटग्यांनी विचारले.

"कुठेही जा. देशी जा. निघा." राजे फेऱ्या घेतच राहिले.

"क्या हुआ?" सिद्दी फौलादखाँने आत येत राजांना विचारले.

“चाकरी करते है! कैदीकी चाकरी! खान, इन लोगोंका बौज हमपर किसलिये? जाने दो इन्हें। मैं आलिजाको अर्जी पेश करता हूँ। दे दो दस्तक इनको!”

राजांनी फौलादखाँमार्फत औरंगजेबाला आपली ‘शिबंदी’ परत पाठविण्यासाठी दस्तके देण्याविषयी अर्ज दिला!

बहिर्जीने आपले खबरगीर निरनिराळ्या वेषांत आग्र्यास पेरून टाकले. त्याचे नाव होते ‘बहिर्जी’, पण कुणालाही ऐकता येणार नाही असं ‘खाशा गोटा’तील ऐकण्याएवढे त्याचे कान ‘तिखट’ होते! नाव ‘बहिर्जी’ आणि कृती ‘बहुरूपी’ असा तो मामला होता!

“मला रामसिंगाच्या तळावरून हलवा.” असा एक अर्ज राजांनी औरंगजेबाला केला.

“रामसिंग हमारा कदीम चाकर है, वही रहना।” असा जबाब औरंगजेबाने दिला.

“मला संसाराचा कंटाळा आला आहे. काशीस जाण्याची इजाजत मला आलाहजरतनी द्यावी. संन्यास घेऊन तेथे राहण्याची माझी इच्छा आहे!” असाही एक अर्ज राजांनी औरंगजेबाला केला.

“‘सेवा’ अवलिया बनना चाहता है। ठीक है। उसे कहना इलाहाबादके किलेपर जाकर वो अवलिया बने रहे। हमारा सुभेदार बहादूरखान उसकी अच्छी हिफाजत रखेगा।” असा जवाब औरंगजेबाने त्या अर्जाला दिला!

राजांचा आणि औरंगजेबाचा ‘शतरंज’ एकमेकांचे मनसुबे मारण्यासाठी रंगू लागला. जे घडत होते; घडू घातले होते, त्यांनी संभाजीराजांची जाण नकळतच आपोआप वाढत होती. आपण कसल्या पेचात आहोत, हे त्यांनी हेरले. रामसिंगाशी ते अधिक अदबीने वागू लागले. वेळ मिळेल तेव्हा ‘कुम्हारवाडी’त जाऊन कुंभाराची गाठभेट घेऊ लागले. नेहमीप्रमाणे एके दिवशी ते रामसिंगासह लाल किल्ल्यात आले. रामसिंगाला कळले की, बादशहा सलामत ‘पैलवानोंका जंग देख रहे है!’

संभाजीराजांना घेऊन रामसिंग कुस्तीच्या आखाड्याजवळ आला.

एका प्रशस्त गोलाकार मैदानात ताक आणि तेल घालून मळलेल्या लाल मातीचा हौदा होता. हौद्याभोवती फिरलेला भक्कम लकडकोट होता.

लकडकोटाला लागून मांडलेल्या एका आसनावर औरंगजेब बसला होता. त्याच्या मस्तकावर अब्दगिऱ्या, चवऱ्या ढळत होत्या. त्याच्या पाठीमागे काही सरदार उभे होते. आग्र्याच्या तळपत्या उन्हात हौद्यातील लाल माती चमकत होती. ती बघताना औरंगजेबाला वाटले, ‘खुदातालने हर किस्म की मिट्टी पैदा की। लाल, काली, सफेद पर हारी मिट्टी कैसी नहीं पैदा की?’ अस्वस्थ होऊन त्याने हातातील काश्मिरी गुलाबाचा गेंद नाकाला लावला आणि त्याला रामसिंग आणि संभाजीराजे दिसले!

हिरव्या जांगा कसलेले, पठाणी, हबशी, उझबेकी, तुर्की धिप्पाड मल्ल हौद्यात उतरत होते. औरंगजेबाला कुर्निस देऊन "याऽ मौलालीऽ" अशा गर्जना करीत एका पायावर नाचून हौद्याला फेरा घेत होते. सलामीची माती आपल्या जोडीदाराच्या हाती देत दणादण शड्डू ठोकत होते. त्यांच्याशी अंगझट्या देत होड घेत होते. त्यांची तजेलदार अंगे घामाने निथळून निघाली होती!

मल्लांची भरल्या कणसांसारखी दिसणारी पटबाज शरीरे निरखत संभाजीराजे रामसिंगासह लकडकोटाजवळ थांबले.

'आता एकदम जिले सुबहानीसमोर कसं जावं', या विचाराने रामसिंगही थांबला. दोघोही हौद्यातील रोमांचक दंगल बघण्यात गढून गेले.

"रामसिंग!" बक्षी आसदखानाने त्यांच्याजवळ येत त्यांची तंद्री मोडली.

"क्या है?" रामसिंगाला एवढ्या दिवसांत चारच समाधानाचे कुस्ती बघण्याचे क्षण मिळाले होते, तेही निघून गेले!

"आला हजरत पूछते है की, सेवाका ये बच्चा कुश्ती खेलेगा क्या?" आसदखानाने रामसिंगाच्या गळ्यावर शब्दांची तलवारच सरळ आडवी धरली.

संभाजीराजांचा हात पटकन हातात घेऊन रामसिंग म्हणाला, "बक्षी, उमर तो देखो इनकी।"

बक्षी आसदखानाला कल्पना नसताना संभाजीराजे त्याला म्हणाले, "हांऽ जरूर खेळू आम्ही हौदा! पण तो या चाकरी ठेवलेल्या मल्लांशी नाही. असले पैलवान आम्हास रोजाना मुजरे करतात! आमच्या जोडीचा 'शाहजादा' उतरेल हौद्यात, तर आम्हीही जांग चढवू!"

आसदखानाने संभाजीराजांची जबान औरंगजेबाच्या कानांवर घातली! बसल्या आसनावरूनच औरंगजेबाने संभाजीराजांना निरखले.

"आसद, उसको पैलवानकी ठंडाई देना।" एवढेच औरंगजेब म्हणाला आणि 'आपले शहजादे कसे निपजतील?' या शंकेबरोबर तो आसनावरून उठला आणि नमाज पढायला आपल्या महालात निघून गेला!

राजगडावरच्या देवमहालात शाळिग्रामी शिवलिंगासमोर चंदनी पाटावर जिजाऊ बसल्या होत्या. म्हाताऱ्या पावसाने झोडपून काढलेल्या सुन्न, बधिर, काजळकाळ्या संध्याकाळीसारख्या!

"बाळराजे आणि राजे आगरियात कैदी पडले." ही खबर कानांवर पडताच आपले काळीजच कुणीतरी देठास हात घालून ते खुडून दूर नेत आहे, असे त्यांना वाटले. पारण्याच्या उपवाशी पोटी, थरथरत्या हाताने त्या एक-एक बिल्वपत्र शिवपिंडीवर अर्पित होत्या. लक्ष बिल्वपत्रांचा संकल्प त्यांनी मनी बांधला होता.

शंभर-शंभर बेलपानांची तबके धाराऊ त्यांच्यापुढे गोंदल्या हाताने आणि काळवंडल्या मनाने सरकवीत होती. एका तबकातील बिल्वदले संपली की, खुणेसाठी एक सोनेरी मोहर उचलून बाजूच्या ताम्हनात ठेवीत होती.

'शांतता' हा शब्द मनोमन उठविला तरी भंग पावेल एवढी भयाण शांतता देवमहाली पसरली होती! लटकत्या नंदादीपातील करंजेल तेलाशी वातीचे भांडण झाले, तर तेवढाच 'चर्रर्ऽ' असा आवाज उठत होता. जिजाऊंच्या नसला तरी धाराऊच्या काळजाला तो चिरत जात होता!

शिवपिंडीशी आणि त्यामागे उभ्या असलेल्या उग्रदर्शनी जगदंबेच्या मूर्तीशी जिजाऊंनी मुक्या ओठी आणि उघड्या डोळी वितंड-भांडण मांडले होते!

एक-एक बेलपत्राबरोबर आऊसाहेबांच्या मनाचा एक-एक कप्पा उलगडत होता. शेकडो, हजारो कप्पे!

'किती-किती फसगमत करावी तू आमची आई! थोरले संभाजीराजे तू आमच्या ओटीतून कनकगिरीवर हिरावून नेलेस. होदिगेरीच्या रानात तू आमचं कुंकू पायतळी घेतलंस! राजांना पुत्रलाभ झाला यासाठी समाधानानं आम्ही ओठ खोलले नाहीत, तोच तू आमच्या थोरल्या सूनबाईंना जवळ केलंस! आणि – आणि आज –

'जे-जे आम्हांस आवडावं ते-ते तुझ्या डोळ्यांत भरतं! मग – मग नेमक्या आम्हीच कशा नाही भरत तुझ्या डोळ्यांत? की आमच्या फुटक्या कपाळानं आम्ही तुलाही तोंडासमोर नकोशा झालो? बोल आई, किती वेळ हातीचं त्रिशूल तू आमच्या कंठाशी आणून लावणार? का मांडावी तुझी पूजा आम्ही?

'नाही हे थांबविणे आहे!! आमच्या राजांच्या-बाळराजांच्या केसास धक्का लागला, तर बरे समजोन असणे! आम्ही तुझाही मुलाहिजा नाही धरणार!!'

आग्र्याचा तावला मुलूख गदगदून आला. मृगाचा सरीबाज पाऊस लाल किल्ला, ताजमहाल, हवेल्या, कोठ्यांवर रपरपत कोसळू लागला.

पहारा देणे सोयीचे व्हावे, म्हणून फौलादखाँने राजांना रामसिंगाच्या हवेलीला लागून असलेल्या दगडबंद कोठीत हलविले. खुल्या मैदानात शामियान्यात असलेले राजे अधिक बंदिस्त झाले. राजांच्या मनी विचारांचा पाऊसकाळा कोसळू लागला. सरींवर सरी, विचारांवर विचार धावणी धरू लागले.

आणि – आणि खुद्द आपल्याच माणसांना हबका बसावा, असे साधेसुधे राजे ठरवून आजारी पडले! आजारी माणसांस अधिक सावधानगीचे उपाय सुचतात!

पहाऱ्यावरच्या हबशांनी, "मरहठ्ठा बेमार हो गया" ही खुशीची खबर परस्पर फौलादाच्या जाड कानांत नेऊन सोडली! राजांची पूछताछ करायला तो कोठीत आला.

"सुना है तुम्हारी तबियत बिगड गयी है?" जाड, काळ्या ओठांवरचे फौलादचे भोकरी डोळे लखलखले. पाय ओढत चुकार चाल धरणाऱ्या घोड्याकडे हबशी घोडेपारखी बघतो, तसा फौलाद राजांना निरखू लागला!

तापल्या लोखंडी ठशाचा डाग खुब्यावर घेणारे घोडे कण्हते, तसे राजे बेमालूम कण्हले! उभ्या चर्येवर वेदनेचा भंडारा फासून घेत पलंगावरून आस्ते उठले! तो कातळकठोर सह्याद्री छातवान गदगदवून अमळ खोकला!

"खाऽन, आम्हास आमचा भरोसा लागत नाही! जिवाची घालमेल होते आहे! आमच्यावर एक मेहरबानी करा. आमच्या पापांची आम्हांस फेड करू द्या! आम्ही खैरियत करावी म्हणतो! मेवामिठाईची, दिनारांची, साऱ्यांचीच!" धाप लागल्यागत करीत राजे थांबले. कपाळीचे शिवगंध त्यांनी आक्रसून टाकले. पलंगाच्या काठाळ्या दोन्ही तळहातांत गच्च धरल्या. खाली मान टाकून, 'पापां'चा बोजा शिरावरून झटकण्यासाठी आपली आपणालाच नफरत वाटते आहे, अशी बेमालूम डावी-उजवी मान डोलवली! खान डोळे ताणून बघतच राहिला.

शेजारी पलंगावर टेकलेले संभाजीराजे कापल्या नजरेने राजांना निरखू लागले!

"आम्हास खैरियत देण्याची इजाजत आलिजासाहेबांकडून मिळवून द्या खान. एवढी – एवढी मेहरबानगी करा आमच्यावर!" वेदना असह्य झाल्यासारखे भासवीत बुरुजाचा ढलपा हळूहळू ढासळत बांधकामातून खचावा तसे खचत, 'जगदंब, जगदंब' म्हणत उसासे भरून राजे पलंगावर आडवे झाले!

राजांनी फौलाद भवानीच्या माळेने दस्त करून टाकला!

"जरूर... जरूर हम कोशिश करेंगे!" खानाचे जाड, निबर ओठ आयुष्यात प्रथमच थोडे नरमाईचे बोलले. खान कोठीबाहेर गेला.

संभाजीराजे लेटल्या राजांच्या कपाळाकडे बघत राहिले. मिटल्या डोळ्यांच्या राजांच्या कपाळी मध्येच आठ्या उठत होत्या.

औरंगजेबाने खुशमिजाजीने राजांना खैरियतीची परवानगी दिली! आग्ऱ्याच्या 'मेवामंडी'तून मध्यम माटाचे पेटारे मिठाईने भरून त्र्यंबकपंत आणि निराजीपंत ते 'दस्तुरी-स्पर्शा'साठी कोठीकडे पाठवू लागले.

फौलादाच्या धिप्पाड सिद्दी पहारेकऱ्यांना कधीच मालूम पडले नाही की, रोजाना पेटारे नकळत मोठ्या माटाचे का होताहेत?

उभ्या आग्रा शहरात राजांनी हातस्पर्श दिलेले मिठाईचे पेटारे मोकाट सुळसुळू लागले. त्यातील मिठ्ठास मिठाई खाताना सराई-सराईतील फकीर आणि आग्रेकर आस्मानाकडे हातपंजे उठवून दुवा देऊ लागले – "खुदा बिमारको सलामत रख्खे!!"

बाहेर आग्ऱ्याचे आस्मान पावसाळी ढगांनी झाकाळले होते. कोठीत राजांचे मन विचारांच्या असह्य काळढगांनी येरगटले होते. धारेला लागलेल्या नावेसारखे मध्येच त्यांचे मन सरासर राजगडापर्यंत झेपावत होते. जगदंबेसमोर बसलेली मासाहेबांची काळवंडलेली मुद्रा बघून पुन्हा माघारा हटत होते.

त्यांच्या पलंगावर पायगतीला बसलेले संभाजीराजे गोंधळल्या, बावऱ्या नजरेने राजांच्याकडे बघू लागले. 'खरंच महाराजसाहेब आजारी आहेत?' क्षणात एक, तर क्षणात दुसरी अशा शंकांत त्यांचे मन फटका खाऊ लागले.

राजांनी त्यांच्या मुद्रेवरच्या शक-अंदेश हेरला... हळुवार उठून संभाजीराजांच्या कानांतील चौकड्यांजवळ ओठ नेत राजे पुटपुटले. सूर्यफुलाच्या पाकळीवर बिलगलेल्या धुक्याचे पहाटवेळच्या थंड वाऱ्याने दवबिंदू उमटावेत, तसे राजांचे सावध मोतीबोल संभाजीराजांच्या कानांत उतरले, "काळीज टाकू नका! आमची बिमारी बनावटी आहे! इथून सुटणे आहे आम्हास, आणि तुम्हासही! रामसिंगचाचाकडे येणाऱ्या हर असामीचा बोलन्‌बोल कान देऊन ऐकत चला! कुंभाराच्या बाडीचा राबता तोडू नका! सावध असा!"

"जगदंबऽऽ जगदंब," असे पुटपुटत, राजे कण्हत पुन्हा पलंगावर आडवे झाले.

संभाजीराजांनी त्यांच्या कपाळीच्या शिवगंधाकडे एकदा बघितले. आणि त्यांचे हात आपोआपच पुढे झाले. आपल्या हलक्या हातांनी ते राजांचे पाय चेपू लागले!

कोठीत विचित्र भावनेचा पडदा पसरला. राजे आजारी आहेत, अशा चिंतेची खिल्लत संभाजीराजांनी आपल्या चेहऱ्यावर चढविली.

"दो पंडत आये है। अंदर पेश आना चाहते है। आलिजाने उनको इजाजत दी है।" कोठीच्या दरवाजावर पहारा देणारा रामसिंगाचा नाथावत हा धारकरी आत येऊन राजांना म्हणाला.

"भेज देनाऽ." राजे पलंगावरून न उठताच म्हणाले.

नाथावत उत्तर हिंदोस्तानी, ब्राह्मणी पेहराव केलेल्या दोन इसमांना घेऊन कोठीत आला. त्यांतील एक होते, कवींद्र परमानंद आणि दुसरे होते, अलाहाबादचे कवी कुलेश.

त्यांना बघताच राजे पलंगावरून उठण्यासाठी हालचाल करू लागले.

राजांना नमस्कार करून झटकन पुढे येत परमानंद आदराने म्हणाले, "लेटते रहना स्वामिन्।"

राजांची कीर्ती ऐकून ते दोन्ही कवी त्यांच्या भेटीसाठी आग्ऱ्यात आले होते. औरंगजेबाला त्यांनी राजांच्या भेटीसाठी परवानगी द्यावी, असा अर्ज केला होता. औरंगजेबाने तो अर्ज मंजूर केला! एकाच हेतूने की, 'बिमार सेवा'ला हे 'पंडत' आयुष्य नश्वर आहे, हे काफरी पद्धतीने अधिक चांगले पटवू शकतील!

परमानंदांनी राजांना आपला परिचय करून दिला. राजे पलंगावर उठून बसले.

"ये कनोजके कविवर है। कवि कुलेश।" परमानंदांनी कुलेशांच्याकडे हात करीत त्यांचाही राजांना परिचय करून दिला. आणि म्हणाले, "बडे सुभागसे आपके दर्शन हुए।"

संभाजीराजांच्या पाठीवर आपला हात ठेवीत राजे एक-एक शब्द म्हणाले, "हमारे फर्जंद – संभाजीराजे." संभाजीराजांनी दोघाही कवींना नमस्कार केले.

कवी कुलेशांना राजे आणि संभाजीराजे यांना एकत्र बघताना मनोमन वाटले की, 'कालीमाता दुर्गाभवानीने आपल्या त्रिशूळाने रेखलेले कुठल्यातरी अज्ञात काव्याचे हे दोन सर्ग आहेत! एक पुरा – दुसरा पुरा होऊ घातलेला! आज ते पुसून टाकण्यासाठी औरंगजेबाने आपला मेहंदीच्या रसात बरबटलेला हातपंजा यांच्यावर उगारला आहे. कोण करील या देखण्या काव्यांचे रक्षण?' शस्त्रधारी दुर्गेची मूर्ती डोळ्यांसमोर तरळलेले कवी कुलेश शेजारच्या परमानंदांना आणि खुद्द स्वत:लाही ऐकू येणार नाही असे नकळत पुटपुटले – "रक्ष-रक्ष दुर्गेशनंदिनी!"

राजांनी दोघाही कवींशी स्थिर चित्ताने चर्चा केली. कविवर जायला निघाले. त्यांनी राजे आणि संभाजीराजांना उत्तरी पद्धतीने झुकून अदबीने नमस्कार केले.

"हिरोजी, रामसिंगांना आमची इच्छा कळवा. आमच्या फीलखान्याचे सारे हत्ती कविराजांना नजर केले आहेत!" राजांनी हिरोजी फर्जंदला हुकूम फर्मावला.

"जी सरकार." हिरोजीने राजांची आज्ञा झुकून उचलून धरली.

परमानंद आणि कवी कुलेश राजांच्याकडे बघतच राहिले. न राहवून परमानंद अदबीने म्हणाले, "स्वामिन्, हमें हाथियोंसे क्या लाभ?"

"कविराज, आम्ही विरक्त झालो. ही सराई सोडावी म्हणतो! आपणच मार्ग दाखविला पाहिजे! हत्ती मार्गी लावले पाहिजेत! आमचा भार हलका केला पाहिजे!" राजे प्रत्येक बोल दुपेडी अर्थाने बोलले! परमानंद जे काय समजायचे ते समजून गेले.

"जैसी आपकी आग्या।" म्हणत परमानंद, कवी कुलेश आणि हिरोजी यांच्यासह कोठीबाहेर पडले. राजे पलंगावर आडवे झाले. संभाजीराजांनी त्यांच्या पायगतीचा शालनामा त्यांच्या अंगावर सरकाविला. त्यांच्या काना-मनात राजांचे बोल फिरू लागले – "ही सराई सोडणे आहे. आमची बिमारी बनावटी आहे. कुंभाराच्या बाडीचा राबता सोडू नका. हत्ती मार्गी लावले पाहिजेत!"

संभाजीराजे आपल्या महाराजसाहेबांचा पाय हलक्या हातांनी चेपू लागले. कोठीत राजांचे 'आजारपण' चढत्या अंगाने रंगू लागले!

'हा भार आता सोसत नाही. आईऽ कोण सत्त्वपरीक्षा ही? ते गनिमांचे कैदी झाले. आम्ही आमच्या देही कैद झालो. तुझ्या नावाचा 'उदो' करीत आम्ही पाजळले

पोत नाचविले. आणि तू...? तू आमचे 'आऊपण' भडकत्या दिवट्या भिडवून किती वार जाळू बघावे? तू साऱ्या जगाची 'आऊ'. मग तुझ्या पायाशी ठाण मांडून बसलो, तरी आम्ही पोरक्याच कशा? घे, तू उधळलेला या जिवाचा भंडारा आता तुझ्याच आठी हातांनी तुझ्याकडे परता घे! नाही! हा भार आता सोसत नाही!' धुनीतील बाभळगाठ तडकत जळावी तशा जिजाऊ असह्य कढांनी आतून जळत होत्या. त्यांच्या हाती न लागणाऱ्या विचारांच्या ठिणग्या फुलून फुटत होत्या. मनाच्या अंगणात 'शिवरून' पडत होत्या.

त्यांच्यासमोरची जगदंबा समया, नंदादीपाची किरणफेक अंगावर लपेटून शांत-शांत उभी होती. ती हलत नव्हती. उभ्या जगातील माजलेले 'अभद्र' प्राशून टाकण्यासाठी तिने विस्फारलेले थोर मोठे डोळे बघताच जिजाऊ बसल्या जागी थरथरल्या. त्यांच्या कातर झालेल्या देहाच्या-मनाच्या वृंदावनावर कुणीतरी आकाशाचे ताम्हन पालथे करून थंड-थंडगार पाणी शिंपल्यासारखे त्यांना वाटले! त्या शहारल्या. एक चमत्कारिक विचार त्यांचा पाय एका अशुच रिकिबीत जखडवून त्यांना फरफटवत दूर घेऊन गेला! जीव घायाळ करणारी होती ती फरफट. जगदंबेचे विशाल, फाकले नेत्र बघताना जिजाऊंना वाटले – 'नरमुंडाचा सोस असलेली तू! तू हे डोळे ताणून रोखले आहेस तेच माझ्या राजा-बाळराजांवर!!!' बालेकिल्ल्याच्या तटबंदीवरून एखादी पितळी थाळी थडथडत, थरकत, थपडा खात पायथ्याशी उतरावी, तसे जिजाऊंचे मन त्या चरकविणाऱ्या विचाराने कुठेतरी खोलाव्यात तडफडत कोसळत गेले!

'नाऽही! हा भार आता सोसत नाही!' म्हणत कावऱ्या-बावऱ्या झालेल्या जिजाऊंनी असहायपणे देव्हाऱ्याच्या पायजोतावर आपला असहाय, उजाड माथा टेकला! तोही जगदंबेसमोरच! धड म्यानात न जाणाऱ्या, धड बाहेर पडून हाती न येणाऱ्या, मध्येच अटकलेल्या तेगीच्या पात्यासारखी त्यांच्या मनाची अवस्था झाली. देव्हाऱ्याच्या पायजोत्यावर टेकलेल्या त्यांच्या उजाड माथ्याखालचे डोळे सरासर पाझरू लागले. प्रतापगडीच्या गोंधळ्याच्या हातातील पोत गडवाऱ्यावर थरथरतो, तशा त्या अंगभर गदगदू लागल्या.

भेदरलेली धाराऊ लगबगीने पुढे झाली. तिला 'मासाबास्नी' कशी साद घालावी कळेना. रंजुकीत खिळा ठोकलेली तोफ नाकाम होते, तशी रांगडी असली तरी गळा भरून आल्याने धाराऊ सुन्न झाली होती. तिने आपला, भरला गोंदला हात गदगदत जिजाऊंच्या पाठीवर ठेवला! तिच्या डोळ्यांतून टपटप आलेले थेंब खाली पाटावर ठेवलेल्या ताम्हणात पडताहेत याचे तिला भान नव्हते. त्या ताम्हनात वाहिलेल्या बेलपत्रांची खूणगाठ पटावी म्हणून तिनेच एक-एक करून सोडलेल्या सोनमोहरा होत्या! आता ते ताम्हन भरले होते. त्या मोहरा धाराऊच्या मावळी अश्रूंनी धुतल्या

जात होत्या. जिजाऊंना माहीत नव्हते, धाराऊला कळले नव्हते; पण एक अतिशय भावपूर्ण चित्र त्या देवमहालाच्या दगडबंद भिंती भारल्या नजरेने बघत होत्या.

आपला गोंदला हात जिजाऊंच्या पाठीवर 'सांतवना'साठी ठेवलेली धाराऊ होती संभाजीराजांची 'दूधआई'! तिचा हात पाठीवर असलेल्या व माथा जगदंबेसमोर टेकलेल्या होत्या जिजाऊ – राजांच्या आऊसाहेब! आणि त्या दोघींच्या पाठीवर आपल्या विशाल डोळ्यांचे हात फिरवीत उभी होती जगदंबा – उभ्या मावळाची आई!!

'बेताला पक्का' असलेल्या औरंगजेबाने एक मनसुबा चिरेबंद करून टाकला! राजांच्या कत्तलीचा!! आग्रा शहरातील विठ्ठलदासाची हवेली आता बांधून पुरी होत आली होती. फौलादखाँकडून राजांना त्या हवेलीत हलवून दुसऱ्याच दिवशी त्या हवेलीत हबशी नंग्या हत्यारांनिशी घुसवायचे होते. जी काफर दारा शिकोहची झाली, तीच गत 'दख्खनी काफर मरहट्ट्याची' होणार होती!

मग रामसिंगच्या गळ्यावर तो वीतभर रुंदीच्या पठाणी तेगीचे पाते धरून त्याला जाहीर करायला लावणार होता – 'बेमार 'सेवा' गुजर गया!!'

जसे फर्मान घेऊन आग्ऱ्यातून 'शाही सवार' सुटले होते, तसेच राजांची 'वस्त्रे' घेऊन सांडणीस्वार मग मजल दरमजल करीत दख्खनेच्या रोखाने सुटणार होते! खिल्लत पांघरलेला औरंगजेबाचा एखादा खास 'विश्वासू' सरदार त्यांच्याबरोबर घोडा फेकीत जाणार होता. एका उजाड माथ्याच्या 'म्हातारी'समोर राजांच्या वस्त्रांचा थोर थाळा ठेवून म्हणणार होता – ''आलिजाने दवादारूकी जारी कोशिश की! मगर बस ना चला! राजासाबऽ... राजासाब खुदाको प्यारे हो गये!!'' आणि आपल्याच मकानातले कुणीतरी 'गेल्यासारखे' दाखवीत तो हात बांधून गर्दन 'मातमीच्या दुःखाने' खाली टाकणार होता! मग कधीच न जिरणाऱ्या आक्रोशाचा काटा राजगडाच्या तटबंदीच्या अंगावर फुलायला वेळ लागणार नव्हता!

मागे 'राखलेल्या' 'संबू'ला मग 'शाहजादे, संबूराजे' असे हाकारत मुल्लामौलवींकडून मोगली रिवाज पढविणे फारसे अवघड नव्हते. कोवळी रोपटी हवी तशी बाक देऊन वळविता येतात!

दिल्लीच्या भोवती असलेली बगावतखोरांची दंगल मोडून काढताच, जन्माने मराठी असलेल्या आणि वृत्तीने मोगली झालेल्या 'सेवाच्या बच्चाला – संबूराजाला' बरोबर घेऊनच लाखभर प्याद्यांसह मग दख्खनेत उतरता आले असते – राजरोस!

खुद्द आपल्या बैठकीच्या 'शाही हत्ती'वरच्या हौद्यात 'संबूराजा'ला बसवून घेऊन, ढोल-ताशांची तडतड उठवीत मराठी मुलखात औरंगजेबाला दवंडी पिटता आली असती – ''तमाम मुफलिसोंको जाहीर होऽऽ बादशहा सलामत राजा सेवाजी की 'अमानत' लाये हैऽऽ! अदब-अदब!!''

औरंगजेबाच्या मनात बनलेला असा हा बीतपशील 'शाही' बेत होता!

औरंगजेबाने राजांच्या माणसांना आग्रा सोडण्यासाठी 'दस्तके' देऊन टाकली. त्याला मिळेल तेवढा शिवाजी आता एकाकी करायचा होता, आणि स्वत:च्या कब्जात घ्यावयाचा होता. राजांची माणसे आग्र्याबाहेर पडली.

राजांनी रामसिंगामागे 'जामीनकीचा कतबा रद्द करून घ्या, आमच्यासाठी तुमची जान गुंतवू नका' असा लकडा लावला.

नाना लटपटी करून रामसिंगाने राजांच्यासाठी असलेली आपली जमानकी रद्द करून घेतली. औरंगजेबानेही तिची गरज उरली नाही, हे पाहून ती रद्द केली. रामसिंग रीतसर मोकळा झाला!

'बिमारा'साठी 'दुवा' मागणारे मिठाईचे पेटारे ठरल्यावेळी कोठीत येत होते. राजे ते पेटारे मार्गी लावण्यासाठी कधी मदारी मेहतर, तर कधी हिरोजी फर्जंद यांना कोठीबाहेर पाठवीत होते.

'बाळकृष्णा'सह यादवनायक वसुदेव मथुरेतून, धोऽ धो कोसळणाऱ्या मुसळधारांचा सपकारा अंगावर घेत कंसाच्या कैदेतून सलामत सुटला तो 'कृष्णअष्टमी'चा दिवस मागे पडला. राजांच्या कृष्णभक्त मनाला त्या दिवसाने एक दिशा गूढपणे दाखवून दिली. 'पण हे सारे जमावे कैसे? पेटाऱ्यात बसून?' राजांच्या जागत्या, उघड्या डोळ्यांसमोर भवानीचे शेकडो पोत नाचू लागले. कात्रजचे बैल! दिवट्या! हूल! 'गनिमांस पेटारियांची हूल!' राजे विचारासरसे झटकन पलंगावर उठून बसले! "हिरोजीऽ, सोस पडला! पाणी!" हिरोजीला राजांनी आज्ञा केली.

पाण्याचा गडवा घेऊन हिरोजी राजांच्या समोर आला. त्याच्या हातून गडवा घेताना राजांची त्याच्यावर नजर गेली. आणि राजे हिरोजीकडे बघतच राहिले. दर्पणात बघितल्यासारखे! हिरोजी राजांचा अनौरस बंधू होता. त्याची शकल राजांशी मिळतीजुळती होती! हनुवटीभर राजांच्या सारखी निमुळती दाढी फिरली होती.

एक विचार राजांच्या मनाच्या चक्रावर चढला. भवानीने त्रिशूलाने चक्राला फिरका दिला! माठ घडू लागला. राजांचा एक बेत मनोमन पक्का झाला – 'आमचा पेहराव अंगी चढवून हिरोजी आमच्याऐवजी या पलंगावर चढेल औरंगशाचा दरबारी 'बिमार' म्हणून! आम्ही हिरोजीचा मावळ वेष अंगी चढवू. 'हिरोजी' म्हणून! पुढे? पुढे आई माग देईल तसे!'

"महाराज, पानी!" गडवा हाती घेऊन विचारात हरवलेल्या राजांना हिरोजीने पाणी पिण्याचा आठव करून दिला.

मान वर करून नरड्याची घाटी वरखाली दौडवीत राजे पाणी प्याले. गडवा हाती देताना हिरोजीला थंडपणे म्हणाले, "हिरोजी, आमचं चालणं-बोलणं, उठबशीचा लकब नीट पारखून ठेवणे! मोठा हुन्नर कार्यी लावणे आहे."

वाऱ्याच्या झुळकीबरोबर खिडकीचे दार कळेल न कळेल, असे करकरते तसा

हिरोजीच्या तोंडून अस्पष्ट होकार बाहेर पडला – "जी."

कमरेचा शेला उतरवून हिरोजीच्या हाती देत राजे म्हणाले, "आता पेटारे येतील. त्यातल्या एकात हा ठेवून द्या! त्याचा शेव झाकणाबाहेर दिसेल असा राखा. पेटाऱ्याबरोबर तुम्ही जातीनिशी जा. घडेल ते आमच्या कानी घाला."

"जी." हिरोजीला राजांचा अंदाज येईना!

ठरल्याप्रमाणे उत्तरी भोये पेटारे घेऊन आले. राजांनी झाकणे उघडलेल्या पेटाऱ्यातील मिठाईला दस्तुरी-स्पर्श केले.

हिरोजीने राजांचा शेला एक पेटाऱ्यात बाहेरून शेव दिसेल, असा बेमालूम सरकविला! कमरेत झुकून राजांना अदबमुजरा घालीत हिरोजी पाच कदम मागे हटला. पेटाऱ्यांबरोबर कोठीबाहेर पडला. पेटाऱ्यांसह चालू लागला.

कोठीच्या तोंडावरचा एक पहारा चुकला. दुसरा मागे हटला आणि सिद्दी हशमाने शेल्याचा लोंबता शेव बघून आपले बटबटे डोळे ताणीत भोयांना दरडावले, "ठायरोऽ! खोलो ये!" त्या पेटाऱ्याकडे तेगीचे टोक रोखीत तो म्हणाला.

भोयांनी तो पेटारा जमिनीला टेकविला. हिरोजीने झटकन पुढे होत पेटाऱ्याचे झाकण उघडले. हशमाने शेल्याचे टोक हातात धरून तो सर्रकन बाहेर खेचला... "खाली करो ये सब।" पेटाऱ्यातील सगळी मिठाई त्याने बाहेर काढायला लावली! एखाद्या 'लड्डूत' सेवा बसलेला नाही, याची खातरजमा करून घेतली!!

राजांनी अंदाज बांधला तसेच घडले होते! सिद्दी पेटाऱ्यांची केव्हाही झडती घेतच होते. घेणार होते.

आग्ऱ्यावरून चढून आलेली श्रावणाची पावसाळी वद्य एकादशी कोंदटत परतीला लागली. दरबारातून बाहेर आलेल्या रामसिंगाचे घोडेपथक लाल किल्ल्याच्या बड्या दरवाजातून बाहेर पडले. रामसिंगाचा चेहरा चिंतावला होता. वारंवार त्याच्या कपाळीचा राजपुती टिळा आक्रसत होता. त्याच्या बगलेला धरून एका जातवान घोड्यावर मांड घातलेले संभाजीराजे कायदे पेलत धिम्या चालीने दौडत होते. कुणीच काही बोलत नव्हते. मागे राजपुती घोडाईत धावणी धरून होते.

औरंगजेबाने खूब होशियारीने राजांच्या कत्तलीचा बेत आखला होता. पण फितवा केलेल्या लाल किल्ल्याच्या भिंतींनी तो रामसिंगाच्या कानी आज घातलाच.

उद्याच राजांना हलविण्यात येणार होते आणि परवाला – 'जुम्म्याच्या पाक' दिवशी 'नापाक' राजांना या जगातून पाठविण्यात येणार होते 'जहन्नमच्या' दरबारातली खिल्लत घेण्यासाठी! पथकाची घोडी दुडकत दौडत होती. मानी रामसिंगाचा जीव मान फासात अडकल्यागत घुसमटत होता. घोड्याच्या खूर टापांचा आवाज त्याला विचित्र वाटू लागला.

"उद्या तुम्हाला हलविण्यात येणार. खबरदार असा." हा निरोप राजांना कोठीत पोहोचायला हवा होता. आज आणि मोठ्या सावधगिरीने. पण तो कसा पोहोचवावा? रामसिंगाला राजांना भेटण्याची दरबाराने 'मनाई' घातली होती. कोठीत त्याला जाता येत नव्हते. निरोप पोहोचविण्यात कुसूर झाला, तर नतिजा ठरलेला होता. माथ्यावरच्या रजपुती टिळ्यावर एक जन्मभराचा काळा डाग पडणार होता!

रामसिंगाची हवेली आली. मोतद्दारांनी झटकन पेश येत, सवाऱ्याची घोडी ओठाळ्या धरत आपल्या ताब्यात घेतली.

मध्यभागी असलेल्या रजपुती बैठकीवर रामसिंगाने संभाजीराजांना बसविले. महालात अस्वस्थ येरझाऱ्या घेणाऱ्या रामसिंगाची मूठ मध्येच कमरेच्या तलवारीच्या मुठीवर गच्च बसत होती. बेचैन, हैराण झालेल्या रामसिंगाने छातवान रिते करीत एक लोंबता, असहाय नि:श्वास सोडला.

संभाजीराजे रामसिंगचाच्यांची घालमेल बघून बैठकीवरून उठले. त्यांच्याजवळ जात म्हणाले, "चाचा, कोण प्रकारची तकलीफ?"

रामसिंग संभाजीराजांच्याकडे बघताना भरून आला. त्यांच्या खांद्यावर आपले हाततळवे चढवीत तो क्षणभर संभाजीराजांच्या डोळ्यांत बघत राहिला. त्यांच्या कपाळीचे दोन दळी शिवगंध बघताना रामसिंगाला कसलीतरी अजब मसलत स्फुरून गेली. "चंडीऽ चंडीऽ" ओठांतून शब्द सुटले त्याच्या.

संभाजीराजांचे खांदे घट्ट आवळून टाकीत तो म्हणाला, "कुँवर, चला हमारे साथ!" संभाजीराजांना घेऊन तो थेट हवेलीच्या देवमहालात आला. देव्हाऱ्यात पूजल्या रणचंडीच्या मूर्तीसमोर त्याने झटकन गुडघे टेकले. माथा क्षणभर देवीसमोर टेकविला. झटकन उठून देवमहालाचे दार आडबंद टाकून बंद केले.

रणचंडीच्या पायांवरचे एक त्रिदली बेलपत्र उचलले. त्याची दुबाजूची दळे खुडून संभाजीराजांच्या हातात ते ठेवताना रामसिंगाचे डोळे भरून आले.

"कुँवर, बडे होशियारीसे सुनना। आज रात कोठीमें राजासाबको मिलना। कहना, कल तुम्हे कोठीसे हिलाया जायेगा। ये बेलपत्ता उन्हें देना। कहना, एक सिर्फ – एकही पत्ता बाकी रहा!!" गळा दाटून आल्याने रामसिंगाला अधिक बोलवले नाही. त्याने आवेगाने संभाजीराजांना पोटाशी बिलगते घेतले.

त्याला बिलगलेल्या संभाजीराजांच्या मनी कुठेतरी खोलवटातून आल्यासारखे शब्द घुमले – 'रजपूत म्हणजे 'राजाचे पुत्र'! आम्ही रजपूत आहोत! तुम्ही रजपूत आहात. आणि – आणि रामसिंगही रजपूत आहे!!'

रामसिंगापासून विलग झालेल्या संभाजीराजांनी रामसिंगाच्या छातीकडे बघितले. त्या छातीवर मिर्झा राजाच्या छातीवर होते, तसे 'हिरवे पदक' नव्हते!

रामसिंगाच्या हवेलीत खाना घेऊन राजांना भेटण्यासाठी संभाजीराजे कोठीत आले. महाराजसाहेबांची पायधूळ घेऊन त्यांनी कोठीभर आपली सावध नजर फिरवली. भिंतीला टेकून मदारी आणि हिरोजी उभे होते. कोनाड्यातील टेंभे आपल्या उरातील उजेड उधळीत अंधाराला दूर पिटाळून जळत होते.

"बसा!" पलंगावर लेटल्या राजांनी हाताचा पंजा बिछायतीवर थोपटला.

संभाजीराजे अदबीने राजांच्या बिछायतीवर टेकले.

"जी!"

जळत्या टेंभ्यांना धरून पुन्हा शांतता पसरली. कोठीच्या दरवाजावरचे रजपूत आणि हबशी पहारेकरी हत्यारे पेलून आडफेर टाकीत नेहमीसारख्या येरझाऱ्या घेत होते. त्यांच्या कोठीत आलेल्या फिरत्या सावल्या राजे आणि संभाजीराजे यांना क्षणभर झाकाळून टाकीत होत्या. पुन्हा दूर जात होत्या.

"थाळा घेतलात?" राजांनी मायेने विचारले.

"जी!" संभाजीराजांनी पुन्हा हुंकार भरला.

"महाराजसाहेबऽ..." पायदळी वाहिलेल्या सोनचंपकाच्या अनवट कळ्याने आपला सुगंध देवमूर्तीच्या नाकाकडे उचलून धरावा, तसे संभाजीराजांनी आपले बोल राजांच्या कानी घातले – "रामसिंगचाचांचा सांगावा आहे. तुम्हास उद्या बादशहा कोठीतून हलविणार! ही बेलपत्ती तुम्हास द्यायला सांगून भरल्या डोळ्यांनी चाचा म्हणाले, 'एक – सिर्फ एकही पत्ता बाकी है!'" संभाजीराजांनी ते एकदळी बेलपान राजांच्या हाती ठेवले.

दिवसभर भरघाव दौड घेऊन, रात्री पागेत ठाण झालेल्या, मिटल्या डोळ्यांनी उभ्या असलेल्या घोड्यांच्या हारीत ऐन मध्यरात्री एखादा भुजंग फणा उभवीत, फुत्कारीत घुसताच ती घोडी जशी खूर खटखटून उधळतील, तसे राजांचे सारे दबले विचार क्षणात उफाळले! कोठी बदलणे म्हणजे कत्तल! केविलवाणे मरण!

झटकन कोपरावर भार देत राजे बगलेने अर्धवट उठले. संभाजीराजांचा दंड त्यांनी आवेगाने घट्ट धरला. त्यांच्याकडे भरल्या नजरेने एकटक बघताना राजांना एक बालभुत्या दिसू लागला. "भवानी राजा उदंऽऽ" म्हणत विखुरलेल्या केसांनी काठीच्या ठेक्यावर पोत नाचविणारा. हरभट ज्योतिष्याचे भाकीत बोल राजांच्या कानांत दौडून गेले, "हा उंच गडकोटावर राहील! प्रलय माजवील!"

संभाजीराजांच्या चर्येत उतरलेल्या सईबाईंच्या खुणा राजांना गदगदवून गेल्या – "एकला जीव पदरी घातला!"

राजांनी एक निश्चय मनी पक्का करून टाकला. चुनेगच्च मनसुबा! 'आम्ही कोठीबाहेर सलामत पडलो, तर बेहतरच आहे. तसे नाहीच घडले तर – तर हे बाळराजे तरी यवनाच्या दाढेतून सुटलेच पाहिजेत! गडकोटावर राहणेसाठी! प्रलय

माजविणेसाठी!' बाहेरून शांत असलेले राजे म्हणाले – "आज तुम्ही कोठीतच झोपा."

संथपणे राजे पलंगावर लेटते झाले. बघणाऱ्याचा जीव घुसमटेल असे बराच वेळ खोकले. लटके! हिरोजीने पुढे येत थुंकीसाठी तस्त राजांच्यासमोर पेश धरले.

तस्तात थुंकून राजे म्हणाले, "हिरोजी, खानसाहेबांना निरोप द्या. बाळराजे आजची रात्र कोठीत झोपण्याचा हट्ट करताहेत. त्यांना इथं झोपू द्या म्हणावं."

"जी!" तस्त पलंगाच्या खुराजवळ ठेवून हिरोजी बाहेर गेला. मदारीने एक मात्रा उगळायला सुरुवात केली.

हिरोजीने फौलादखानचा निरोप परत्या पावलांनी आणला –

"म्हाराज, खानसाब म्हनलं – बेशक, बेशक सोने दो बच्चेकू बापके साथ!"

रात्रीने चौक भरला. श्रींच्या राज्याचे पिढ्यांपिढ्यांचे भवितव्य ठरविणारा, अत्यंत सावध 'गोंधळ' कोठीत उभा राहिला! घटनांचा, हुन्नराचा धैर्याचा, कसबाचा.

मनोमन आईचा 'उदो' करीत राजे, संभाजीराजे, हिरोजी, मदारी साऱ्यांनीच हा गोंधळ पार पाडायचा होता. यातील एक जरी 'चुकूर' झाला तरी जगदंबा आठी हातांत पोत घेऊन साऱ्यांनाच पुरते जाळून काढायला मुलाहिजा राखणार नव्हती! पाळणुकीला कठीण असलेले दैवत होते ते!

कपाळीच्या शिवगंधावर उजव्या हाताचे पालथे मनगट ठेवून राजे पलंगावर पडून होते. त्यांच्या एका बगलेला फरसबंदीवर हिरोजी बसला होता. पलंगावर पायाशेजारी संभाजीराजे बसले होते. राजांच्या तळपायांना तेलवण चोळण्याच्या निमित्ताने मदारी पायगतीला बसला होता. कोठीला उजेडाचा उबारा देत कोनाड्यात टेंभे जळत होते. डोळे मिटलेले राजे दबक्या आवाजात बोलू लागले, "बाळराजेऽ असे जवळ या." संभाजीराजे पुढे सरसे झाले.

"नीट ध्यान देऊन आम्ही सांगतो ते ऐका. एकही बाब विसरू नका." राजे क्षणभर थांबले. मग एकलयीत बोलू लागले. "उद्या सकाळी तुम्ही कोठीबाहेर पडा. चाचांच्या हवेलीत जा. नेहमीसारखे त्यांच्याबरोबर दरबारी जाऊन या. जाताना सर्जेरावांना बरोबर घ्या. पहिला दरबार उलगताच 'तब्येत ठीक नाही. आम्ही निघतो.' असे रामसिंगचाचांना सांगून सर्जेरावांसह किल्ल्याबाहेर पडा. तुम्ही कुम्हारवाडीत देशीच्या कुंभाराच्या मेटावर थांबा. सर्जेरावांना दोन घोड्यांनिशी नूरगंज बागेजवळ तयार राहायला सांगा, आम्ही तुम्हांस उदईक कुम्हारवाडीत भेटू! तिसऱ्या प्रहरानंतर आम्ही आलो ना आलो, तरी तुम्ही सर्जेरावांसह आग्र्याबाहेर कूच करा. त्यांच्याजवळ दस्तके आहेत, ती दाखवून मथुरा जवळ करा. ते सांगतील तसे वागा. कमी बोला. आमच्यासाठी थांबू नका." राजे थांबले. त्यांच्या मिटल्या डोळ्यांसमोर कितीतरी चेहरे क्षणात गरगरत फिरून गेले – मासाहेब, पुतळाबाई, धाराऊ, येसूबाई! सावळ्या, पारख्या झालेल्या सईबाई!

सांगितले ते केवढे उमगले याचा सरतपास घेण्यासाठी राजांनी दोन वेळा सारे संभाजीराजांच्या तोंडून वदवून घेतले.

"आता. झोपा तुम्ही." राजांनी संभाजीराजांना सांगितले. मदारीने पुढे होत संभाजीराजांचा टोप हाती घेतला. नेऊन चौरंगावरच्या तबकात राजांच्या टोपाजवळ ठेवला. संभाजीराजे पलंगावर आडवे झाले. केस मोकळे सुटलेले संभाजीराजे बघताना राजांच्या छातीत असंख्य कालव वळवळले. त्यांनी बाळराजांचे मस्तक हळूच आपल्या मांडीवर घेतले. कुणी सांगावे – ही भेट शेवटचीही ठरली असती!

राजांची निमुळती – सडक बोटे संभाजीराजांच्या कुरळ, दाट केसांवरून फिरू लागली. मावळी आभाळ बालसूर्याच्या जावळातून बोटे फिरवीत होते!

फार दिवसांनी संभाजीराजांना अशी मायेची 'बिछायत' मिळाली होती. त्यांच्या पापण्या झापडू लागल्या. आपोआप मिटल्या.

टेंभ्याच्या उजेडात मांडीवर सुख झालेल्या संभाजीराजांना बघताना राजे कशाततरी हरवले. विचार करू लागले – 'खरेच भाग्यवान आहात. आम्हाला आठवत नाही, कधी आमच्या महाराजसाहेबांची मांडी अशी उशी म्हणून मिळाल्याचे!'

राजांनी झोपल्या संभाजीराजांची मान हलकेच बिछायतीवर ठेवली. त्यांच्याशेजारी ते आडवे झाले. पलंगाजवळ एका घोंगडीवर हिरोजी, दंडाची वळी डुईखाली घेऊन कलंडला. मदारी पहारा दिल्यासारखा कोठीत फिरू लागला.

"हिरोजीऽ" पडल्या-पडल्या राजांनी दबकेच हाकारले.

"जीऽ" फरसबंदी बोलली.

राजे पलंगावरून खाली कलंडलेल्या हिरोजीशी दबक्या आवाजात, तख्तपोशीकडे बघत बोलू लागले. सगळ्या जिवाचा कान करून हिरोजी नीट ऐकू लागला.

"आमच्या साऱ्या लकबी ध्यानी घेतल्या?" राजांनी विचारले.

"जीऽ" हिरोजी हुंकारला.

"पहाटे लाल किल्ल्यावरची नौबत दुडदुडते, ती ऐकायला जागे राहा. त्या वेळी बादशहा फज्रची नमाज पढतो. रात्रीचे पहारे त्या वेळी गस्त देत पालटतात. त्या वेळी आमच्या जागी 'तुम्हास' बिमार म्हणून झोपायचे आहे! तुमचा चेहरा आमच्याशी मेळजुळीचा आहे. उद्या पहाटेपासून तुम्ही राजे. आम्ही हिरोजी. आमच्या जागी पलंगावर कोठीच्या दरवाजाकडे पाठ करून कोरे झोपा. उदईक पेटाऱ्याबरोबर आम्ही हिरोजी म्हणून कोठीबाहेर पडू. संध्याकाळी तुम्ही पुन्हा तुमचा पेहराव चढवा. इथे असलेल्या लोड, गिर्द्या पलंगावर रचून त्यावर बेमालूम शालनामा पांघरा. त्या लोड-गिर्द्यांच्या धन्याचे पाय चेपा. संध्याकाळी नमाजाचे वख्ती पहारे बदलतात तेव्हा शिताफीने तुम्ही कोठीबाहेर पडा. जमेल तशी दौड घेऊन मुलूख गाठा. गाफील राहू नका. इथे झोपल्यावर एकसारखी मिशीवर पालथी मूठ फिरवू नका!"

ताणल्या डोळ्यांच्या हिरोजीने सारे ऐकून घेतले. त्याची विचारचक्रे सुरू झाली. राजांच्याबद्दलचा आदरभाव बाराबंदी तोडून बाहेर येईलसे त्याला वाटले.

"झोपा आता." पलंगाने फरसबंदीला सूचना केली. गोंधळाचे पहिले नमन पार पडले होते. लाल किल्ल्यात मऊ बिस्तऱ्यावर लेटलेला औरंगजेब अंगावर उबदार रजई पांघरून दोन्ही हातपंजे अस्मानाकडे उडवीत पुटपुटला – "खुदा आमेन! आमेन!"

कोंदटलेल्या, पावसाळी आकाशाची कूस फोडण्यासाठी श्रावण वद्य द्वादशीचा दिवस झट्या घेऊ लागला.

"दुडदुडऽऽ धुमम्म् दुड – दुड – धुम्म" लाल किल्ल्यावर नगारखान्यात 'सबर'ची नौबत उठली. पहाटवाऱ्यावर स्वार होत, ती राजांच्या कैदखान्याच्या कोठीत घुसली.

राजे निसबतीने जागेच होते! नौबत ऐकून त्यांनी आग्ऱ्याच्या पहाटवाऱ्याच्या कानांत आपला सर्वांत आवडता व भरोशाचा मंत्र सोडला – "जगदंब, जगदंबऽ!" माणसे असली तरी कुठल्याच देशीचे 'वारे' मात्र बेइमान नसतात! त्यांना एकदा सायवळ करून घेतले की, त्यांच्या मागाने जीवनाची नौका निर्घोर हाकारता येते! क्षणभर राजांनी लेटल्या लेटल्या आपल्या कुळाचा 'वसा' असलेल्या छातीवरच्या कवड्यांच्या माळेवर हात चढविला. कवड्या भवितव्याला चकरा देणाऱ्या थोर गुणाच्या! राजांच्या बोटांची आणि त्यांची काही न बोलताच मसलत घडू लागली.

रजई हटवून ख्वाबगारातून बाहेर पडलेला औरंगजेब वजू करून, मक्केला मुखडा देत नमाजासाठी गुडघे टेकून कलमे पढू लागला – "अलहम्दुल्लिल्लाहेऽ"

"हिरोजीऽ" राजांनी फरसबंदीला साद घातली. संकल्पाने साधनाला हाकारले.

"जीऽ" फरसबंदी रात्रभर जागीच होती! हिरोजी बांधल्या आवाजाने उत्तरला.

"मदारी" राजांनी 'मदार' टाकलेल्या मदारीला सादवले.

"जीऽ जागा हाय!" जाब आला.

क्षणभर शांततेने आपली काळी घोंगडी सगळ्या कोठीभर पुन्हा पसरली.

"मदारी, दरवाजाची जागा घे. कुणी कोठीच्या आत डोकावले तर इशारत कर!"

"जीऽ!" मदारी उठला. कोठीचा दरवाजा आणि जाळीदार खिडकी यावर नजर ठेवीत पहारा देऊ लागला. करंजेल सरतीला आल्याने टेंभे सुमार झाले होते.

"हिरोजी, पडल्या-पडल्या अंगीचा पेहरावा उतरा." राजांनी उभा केलेला गोंधळ रंगू लागला.

पलंगावर पडूनच राजांनी आपला जामा, आतला तहबंद आणि मांडचोळणा उतरला. गळ्यातील कंठे, कवड्याची माळ, कानातील सोनचौकडे, अंगठ्या उतरवून एक-एक करीत हिरोजीच्या हाती दिले. उजव्या हातातील सोनकडे काढण्याची

राजे खटपट करू लागले. ते काही निघत नव्हते! हिरोजीने आपली बाराबंदी आणि चोळणा पलंगावर सरकविला. पडूनच राजांनी हिरोजीचे कपडे पेहरले. सडक बोटांच्या नखांनी कपाळीचे शिवगंध खरवडून काढले!

शेजारी सुख झालेल्या संभाजीराजांच्या पाठीवर एकदा मायेने हात फिरवला. राजांचा साज चढवून हिरोजी तयार झाला होता.

"हिरोजी, आम्ही उठतो. सिताबीनं आमची जागा घ्या. आम्ही तुमच्यासमोर दर्पण धरू. त्यात बघून कपाळी शिवगंध रेखून घ्या!"

राजांनी अंगावरचा शालनामा हळूच दूर हटविला. राजे पलंगावरून खाली उतरले. क्षणात मन बांधून हिरोजी पलंगावर चढला. त्या हालचालींत झोपलेल्या संभाजीराजांनी हुस्कारा सोडीत कूस परती केली. हिरोजीने त्यांच्या पाठीवर 'मायेचा' हात फिरवला!

हिरोजीचा पांढरा, सुताडी शेला राजांनी कमरेला आवळला. भिंतीकडे पुढा करून खालचा ओठ दातांखाली दाबून खटपटीने आपल्या उजव्या हातीचे सोनकडे बाहेर खेचले. पलंगाजवळ जात त्यांनी हिरोजीला त्याच्या हाती असलेले चांदीचे कडे उतरायला सांगितले. खुद्द आपल्या हातांनी राजांनी हिरोजीच्या हाती सोनकडे भरले. त्याचे चांदीचे कडे आपल्या मनगटात चढवून घेतले. राजांनी डोकीवर थोराड मावळी कंगणी पगडी चढविली.

ऊर भरून आलेला हिरोजी म्हणाला – "म्हाराजऽ..." राजांनी त्याला धीर दिला. "तुम्ही आता राजे आहात. संकोचू नका. आम्ही म्हणतो तसं एकदा 'जगदंब' म्हणा."

हिरोजी क्षणभर घोटाळला. मग निर्धाराने तो छातीवरच्या माळेवर बोटे चढवीत, डोळे मिटून पुटपुटला, "जगदंब, जगदंब!" हुबेहूब राजेच झोपले होते पलंगावर!

ते ऐकताना राजे कमरेत वाकले. फरसबंदीकडे त्रिवार हात नेत अदबमुजरा घालीत सहीसही हिरोजी त्यांनी पेश केला, "महाराज, मुजरा." वर उठून त्यांनी डाव्या हाताने बाराबंदीचा उजवा हातोपा चुण्या देत वर सारला. डावाही वर घेतला. हिरोजीसारखा! मिश्याखालून पालथी मूठ फिरविली. चांदीचे ओळंबते कडे वर सरकवून हातपोटरीत घट्ट बसविले!

बाहेर पहारे बदलले होते. आत राजे बदलले होते. आग्र्यात दिवस बदलत होता! पलंगावर हिरोजीशेजारी सुख झालेल्या संभाजीराजांना याची काहीच कल्पना नव्हती!

राजांनी हिरोजीसमोर दर्पण धरला. मदारीने शिवगंधाचे तबक धरले. हिरोजी आपल्या कपाळी दोनदळी शिवगंध रेखून घेऊ लागला.

सुखदु:खाचे दोन पट्टे 'शिवा'नेच त्या सर्वांच्या भाळी रेखले होते. आता तोच निभावून नेणारा समर्थ होता!

दिवस वर आला. संभाजीराजे उठले. मदारीने त्यांच्या हातात पाण्याचा गडवा दिला. संभाजीराजे तस्तात हात-तोंड धुऊ लागले. ते बघताना हिरोजीच्या वेषातील राजांना बराच वेळ मनात घोळत असलेल्या एका पेचावर तोड सुचली.

राजांना आपल्याच सोंगाचा बाहेरच्या पहारेकऱ्यांना ''कोणेविशी शक – अंदेशा'' येतो काय, याचा सरतपास घ्यायचा होता. शंभूराजांचे बनावट 'हिरोजी'वर ध्यान नव्हते. झटकन राजे पुढे झाले. त्यांनी वाकून तस्त उचलले! तस्त घेऊन ते ताठ मानेने कोठीबाहेर पडले. बाहेर ते रिकामे करून पुन्हा कोठीत आले. पहारे नंगी हत्यारे पेलून चालूच होते!

राजे कोठीच्या भिंतीला धरून 'अदबी'ने उभे राहिले. मदारीने संभाजीराजांना त्यांचा टोप, कमरेत वाकून अदब-पेश केला.

हिरोजी पलंगावर कोरे पडून होता.

''महाराजसाहेब,'' संभाजीराजे पलंगाजवळ जात म्हणाले.

''हां.'' पलंगावरचा हिरोजी हुंकारला. बेमालूम खोकल्याची उबळ उठवली.

''येतो आम्ही!'' संभाजीराजे म्हणाले आणि पाय शिवण्यासाठी पलंगाच्या पायथ्याकडे सरकले.

खोकत हिरोजीने झटकन पाय पोटाशी घेतले आणि तो धापावत – गडबडीने म्हणाला, ''आम्ही सांगितलेलं नीट ध्यानी धरा. आता टाकोटाक बाहेर पडा. कुम्हारबाडीत आमची वाट बघा. तिसऱ्या प्रहरानंतर. औक्षवंत व्हा!''

संभाजीराजांनी 'जी' म्हणत तीन वेळा पलंगाला मुजरा केला आणि ते कोठीबाहेर पडू लागले.

न राहवून मावळी वेषातले राजे भिंत सोडून पुढे झाले. बाहेर पडणाऱ्या पाठमोऱ्या बालभुत्याकडे बघताना त्यांच्या मनात विचारांचे कल्लोळच कल्लोळ उठले, 'ये राज्य व्हावे, हे श्रींचे मनी फार आहे. आपण सारे त्यास बांधील आहोत. यशवंत व्हा!' दरवाजातून दूर जाणारी संभाजीराजांची पाठमोरी मूर्ती राजे एकटक बघत होते.

मदारी हिरोजीच्या वेषातील राजांच्याकडे गलबलत्या काळजाने बघत राहिला. कारण छातीवर आता कवड्यांची माळ नाही, याचे भान काही राजांना उरले नव्हते. ते आपल्या छातीवरच्या बाराबंदीवर हाताची चाचपती बोटे फिरविताना स्वत:ला विसरून गेले होते!

तिसरा प्रहर टळतीला गेला. कुम्हारबाडीत संभाजीराजे, त्र्यंबकपंत आणि निराजीपंत कुंभाराच्या मेटावर होते. घोंगडीवर बसलेले संभाजीराजे विचाराच्या पाठलागाने हैराण होत होते. आपसूक उठून बाहेर येत नूरगंज बागेकडून येणाऱ्या

वाटेला डोळे लावीत होते. पुन्हा आत येऊन घोंगडीवर बैठक घेत होते.

संभाजीराजांची उलघाल वाढीला लागली. '...आणि – आणि महाराजसाहेब आलेच नाही तर! तर – तर जेधेकाकांच्या संगतीने आज आग्र्याबाहेर पडायचं. मथुरेच्या वाटेनं चाल धरायची. मथुरा! कुठं आहे? कशी आहे? तेथून जमेल तसं मुलखात जायचं. आणि थोरल्या मासाहेबांनी विचारलं, 'तुमचे आबासाहेब कुठं आहेत?' म्हणून तर? – मासाहेब! किती दिवस झाले, त्यांच्या हातून कपाळी शिवगंध नाही रेखून घ्यायला मिळालं! आणि धाराऊ? धाकल्या आऊसाहेब, रायाजी, अंतोजी, सैस, गोमाजीबाबा – ' त्यांच्या मनाचे राजपान वाहतीला लागले.

'टप्ऽटप्ऽटप्ऽ' घोड्यांच्या निसटत्या टापा संभाजीराजांच्या कानी आल्या. त्यांच्या मनीचे विचार दूर उडाले. कमरेच्या हत्याराच्या मुठीवर पंजाची पकड चढवीत ते घोंगडीवरून ताडकन वर उठले. निराजीपंतांकडे एक नजर देत ते तरातर कुंभाराच्या मेटाबाहेर आले. बाहेर श्रावणाची एक तुटकी सर शिपकारत होती. तिच्या जाळीदार चंदेरी पडद्यातून संभाजीराजांना दोन स्वार दुडक्या गतीने येताना दिसले. दोन्ही घोडाइतांच्या डोक्यावर घेरेदार कंगणी पगड्या होत्या.

त्या स्वारांपैकी सर्जेराव जेधे पुढे झाले. सामोरे येत त्यांनी संभाजीराजांना मुजरा केला, "चला, टाकोटाक निगायचं हाय." ते दबकून बोलले.

"निघायचे?" क्षणभर संभाजीराजे गलबलले. महाराजसाहेबांशिवाय निघायचे? कुठे? कशासाठी?

सर्जेरावांच्या पिछाडीला असलेला घोडाईत पायउतार झाला होता. सर चुकविण्याचे 'निमित्त' करून त्याने थोडीशी मान झुकती ठेवली होती. त्या घोडाइताची सुराने, लगीने पावले पडत होती. पायीचे मावळी पायताण कुरकुरत होते.

त्या पावला-पावलांबरोबर संभाजीराजांचे अंग वैशाखीच्या तापट धगीने तटबंदीचा दगडी साज सरसरून यावा, तसे मोहरून उठले. 'हेऽहेऽ महाराजसाहेऽबच!' मनाची रुजवात डोळ्यांनी पटवून देताच संभाजीराजे पायझेप टाकीत पुढे सरसे झाले.

राजे क्षणभर गडबडले. आश्चर्याने डोळ्यांना डोळे देणाऱ्या संभाजीराजांना त्यांनी स्वत:चे डोळे ताणते करून इशारा भरला. सावधगिरीचा! काही न बोलण्याचा! संभाजीराजे उमगावयाचे ते उमगले.

"निराजी, तुम्ही बालाजीच्या सराईत जा. तिथे मथुरेचे दोन कवी आहेत. त्यांना सांगा – 'हत्ती मथुरेच्या घाटावर येताहेत. नौका सिद्ध ठेवली पाहिजे!'" राजांनी निराजींना कानमंत्र दिला.

मांड घेऊन निराजी सुटले. मात्र त्यांनी राजांना मुजरा केला नाही!

"त्र्यंबकपंत, फर्मावल्या वस्तू सिद्ध ठेवल्या?" राजांनी त्र्यंबकपंतांना विचारले.

हातातील बोचके वर उचलून त्र्यंबकपंतांनी होकाराची मान डोलावली.

“आम्ही कुंभाराचा निरोप घेतो.” संभाजीराजे सर्जेरावांकडे बघत राजांना म्हणाले.

“चला. आम्हीही येतो.” राजे सर्वांसह कुंभाराच्या मेटात आले.

आपल्या मेटावर काय घडते आहे, याची कुंभाराला थोडीसुद्धा कल्पना नव्हती. तो आपल्या कामात दंग होता.

“बाबा, आम्ही निघतो.” संभाजीराजे त्याला म्हणाले.

तो पुढे आला. “भाईर बारीस हाय निऽ!” तो थोडे मावळी, थोडे उत्तरी बोलला.

शंभूराजांनी कंठीचा मोतीकंठा उतरला. ती संधी साधून राजे हळूच पुढे झाले. संभाजीराजांच्या कानाशी लागून पुटपुटले – “कंठा द्या – पण एक सांगा त्यास. आम्ही जाताच पहारेकरी येतील. त्यास आम्ही दक्षिणेकडे औरंगाबादेच्या रोखाने कूच झाल्याचे सांगणेस बोला!”

“बाबा, हे घ्या आणि आमच्यासाठी एक करा!” संभाजीराजे कुंभाराला कंठा देत म्हणाले.

“काय सरकार?”

“आम्ही औरंगाबादेस जातो आहोत. मुलखास कुणी आमची वाजीपुशी केल्यास सांगणे. येतो आम्ही!”

“जी.” कुंभार कंठ्याकडे बघत म्हणाला.

पुढे संभाजीराजांचा घोडा ठेवून राजे, सर्जेराव, त्र्यंबकपंत आग्र्यातून ‘दक्षिणेकडे’ बाहेर पडणाऱ्या वेशीजवळ आले. राजांच्या अंदाजाप्रमाणे पहाऱ्याच्या हशमांनी हे पथक हटकविले. सर्जेराव घोडा पुढे घेत हशमांजवळ गेले. त्यांनी कमरेच्या कशात ठेवलेली ‘दस्तके’ काढून दाखविली.

“कौनसी सवारी है?” तरीही एका हशमाने सर्जेरावांना तराटणी देत सवाल केला.

पुढे होत, राजांनी शहरातील रामसिंगाच्या हवेलीकडे पगडीचा रोख ठेवून जाब दिला.

“राणा रामसिंग की मेहमान सवारी! ‘सेवा’ दख्खनकी फर्जंद सवारी!”

मिर्झा राजाचा दरबारी असलेला वचक आठवून पहारेकऱ्यांनी दस्तके पाहून पथक सोडले! आता राजे ‘दक्षिणेकडे’ गेले ही भूमिका सर्वत्र उठणार होती.

सारे ‘दक्षिणवेशीबाहेर’ पडले. कुणीच काही बोलत नव्हते. आग्र्याला धरून श्रावणी सांज उतरत होती. राजांनी यमुनेच्या किनाऱ्याने ‘उत्तरेकडे’ हात उठविला. घोडी यमुनेच्या रोखाने दौडू लागली. यमुनाकाठ येताच घोडी थांबली. सगळे पायउतार झाले. त्र्यंबकपंतांनी बोचके सोडले. राजे आणि संभाजीराजे अंगीचे पेहराव उतरून भगव्या छाट्या चढवून संन्यासी झाले! यमुना हळहळत होती. चारी बाजूने

सांजावून आल्यामुळे तिला हे दोन्ही 'भुत्ये-संन्यासी' काही बघायला मिळत नव्हते.

उतरलेल्या पेहरावाचे पुन्हा बोचके आवळून त्र्यंबकपंतांनी ते घोड्याच्या पाठीवर टाकले. सर्जेराव आणि ते आपल्या, राजांच्या व संभाजीराजांच्या घोड्यांच्या ओठाळ्या धरून यमुनाकाठची मऊ वाळू तुडवीत काठाने उत्तरेकडे चालले. त्यांच्यात आणि आपल्यात थोडा फासला ठेवून राजे आणि संभाजीराजे यमुनेच्या काठची ओलवती वाळू तुडवू लागले. त्यांच्या पायठशांनिशी यमुनेच्या साक्षीने आता भवितव्याचे महाभारत उभे ठाकणार होते! मथुरेच्या रोखाने नौका नेणारा घाट आला. राजांनी त्र्यंबकपंत आणि सर्जेराव यांची खांदाभेट घेतली.

घाटावर निराजी, कवींद्र परमानंद व कवी कुलेश यांच्यासह सिद्धच होते.

न दिसणाऱ्या यमुनेच्या पात्राला राजे-संभाजीराजे यांनी नमस्कार केले आणि ते नौकेत चढले. पाठोपाठ निराजी वर चढले. नावाड्यांनी वल्ही पेलली. अंधाराला चिरत नौका पात्र तोडू लागली. पात्राच्या मध्यावर येताच राजांनी खांद्यावर चढविलेल्या झोळीत हात घातला. सोनमोहरांची भरली मूठ बाहेर काढून ती संभाजीराजांच्या हातात देत ते म्हणाले, ''यमुनामाईला अर्पण करा.''

संभाजीराजांनी सोनमूठ यमुनेच्या कृष्णमुखात सोडली.

या वेळी औरंगजेबाची लाल किल्ल्यातील मगरीबीची नमाज संपली होती! तो खुदातालाला भरल्या आभाळाकडे पंजे उठवून दर्बारी 'पावती' देत होता – ''अर्र हम्माऽनिर्रहिम्म!'' – 'खरोखरच तुझ्यासारखा 'दयाशील' तू एकटाच आहेस!!'

त्याच दयेचा फायदा घेऊन कोठीत पलंगावर गिर्द्या, लोड रचून, राजांचा तबकातील टोपसुद्धा उचलून त्या जागी सरपोसाने झाकलेली 'पाण्याची सुरई' चढवून हिरोजी सिताब कोठीबाहेर पडला होता! मदारीने औषधे आणण्याच्या निमित्ताने केव्हाच कोठीला पाठ दाखविली होती! सारे पक्षी उडाले होते! उरली होती पिसे! निर्दय कैदेच्या आठवणीची.

आपल्या हवेलीच्या देवमहालात रणचंडीसमोर माथा टेकून एक मानी रजपूत तिला साकडे घालीत होता – ''मेहमान सलामत रहे!'' तो होता रामसिंग!

एक वास्तू आपल्या नावाला येणारा बट्टा टळला म्हणून यमुनेकडे बघत निःश्वास टाकीत होती – 'विठ्ठलदासाची हवेली!'

यमुनेवर लाटा उमटवीत नौका 'किनाऱ्याकडे' चालली होती.

बराच वेळ मनाच्या कोपऱ्यात घर करून राहिलेले एक आश्चर्य राजांनी शांतपणे उभे केले. त्यांनी संभाजीराजांना विचारले. ''कुंभाराच्या घरासमोर हिरोजीच्या वेशातही तुम्ही आम्हास कसं पारखलं?'' क्षणभर यमुनेच्या उचंबळत्या लाटांनीही बाब ऐकायला आपली खळबळ रोखून धरली!

राजांच्या पायांवर नजर टाकीत संभाजीराजे अदबीने म्हणाले, ''डोकीवर टोप

असल्यासारखेच चालत होतात तुम्ही आबासाहेब!!''

मथुरेच्या ब्राह्मण वस्तीतील एका कौलारू घरात छाटीधारी संन्यासी आणि बालसंन्यासी शिरले. पाठीशी निराजी होते. हे घर मोरोपंत पिंगळ्यांचे मेहुणे कृष्णाजीपंत त्रिमल यांचे होते. निराजींनी त्यांचा तपास लावून राजांना त्या सुरक्षित जागी आणले होते.

कृष्णाजी आणि त्यांचे बंधू काशीराव व विसाजीपंत यांनी आपल्या थोर अतिथींचे उत्तरी दिलगाव पद्धतीने स्वागत केले. त्यांच्या मातोश्री लक्ष्मीबाईंनी रसोई शिजायला टाकली. पाकगृहात मथुराई पद्धतीच्या रसोईचा अन्नगंध दरवळू लागला.

घराच्या अतिथी सदरेवर अंथरलेल्या स्वच्छ बैठकीवर राजे आणि संभाजीराजे छाट्या धारण करून बसले होते. कुणाची नियती, कुणाला कुणाच्या दारात नि कसल्या रूपात उभे करील, सांगता येत नाही! वास्तविक संन्यासी, योगी, बैरागी यांचे स्वागत राजांनी करावे; पण आज तेच खुद्द संन्यासीवेषात दुसऱ्याच्या घरचे आतिथ्य घेत होते. आणि तेही एका मथुरेसारख्या तीर्थक्षेत्रातल्या ब्राह्मणाकडून!

राजे उसासले. छाटीधारी संभाजीराजांना ते निरखून बघू लागले. फार विचित्र विचारांची भगवी छाटी त्यांच्या मनाने पांघरली –

'राजा हा जन्मानेच संन्यासी असतो! सारे सोडून संन्यासी होणे सोपे, पण साऱ्यात असून संन्यासी राहणे कठीण. हे पडताळून बघायला आम्ही अनेक साधुसंतांचे पाय धरले. तुम्हाला मात्र या उमरीतच हे समजते आहे! असेच व्हावे तुम्ही. वृत्तीने राजे आणि मनाने संन्यासी!'

त्रिमलांच्या घरची भोजने उरकली. राजांनी सर्व मंडळींशी खलबत केले. पुढच्या दौडीचा बेत आखून झाला. राजे आणि संभाजीराजे बिस्तऱ्यावर आडवे झाले. संन्याशाला बिलगत बालसंन्यासी सुख झाला.

तिकडे आग्ऱ्यात कल्लोळ उसळला होता! ''सेवा गैब हो गया'' ही खबर हांऽ हांऽ म्हणता शहरभर पसरली होती. काल्पनिक धास्तीने औरंगजेबाने प्रथम आपल्या महालाभोवती हत्यारबंद हशमांचे पहारे आवळून टाकले!

''बेमुर्वत, निकलो यहांसे।'' म्हणत फौलादखाँची शेलक्या शिव्यांनी हजामत करून औरंगजेबाने त्याला महालाबाहेर हाकलला.

''वजीरे आझम, सेवाने कितने रुपिये नजर-निसार पेश किये थे?'' औरंगजेबाने जाफरखानाला विचित्र कडवट सवाल टाकला.

''बाप-बेटेने मिलकर करीबन डेढ हजार मुहर और पंध्रह हजार रुपिये नजर किये थे हुजूर।'' जाफरखानाने जामदारखान्याचा तपास घेऊन प्रत्युत्तर दिले.

''उसे दर्बार आने के लिये खर्चा कितना दिया था?'' औरंगजेबाच्या कपाळी

आठ्यांचे जाळे चढले.

"एक लाख रुपिया आलिजा!" जाफरखानाला सवालाचा रोख कळल्याने तो पडल्या आवाजात उत्तरला.

"नमकहराम, दगलबाज!" हिशोबातली तूट पाहून अस्वस्थ औरंगजेब माळेचे मणी सरसरते ओढत पुटपुटला.

इकडे काखेच्या झोळीत, लाख-लाख रुपये किमतीचे हिरे, रत्ने, माणके दडवून राजे संभाजीराजांच्यासह मथुरेच्या वेशीबाहेर पडले होते. बैरागी, उदासी, भोले अशा निरनिराळ्या उत्तरी पंथांचे वेष राजांच्या माणसांनी चढविले होते. वेगवेगळे ताफे करून एकमेकांशी संबंध राखत ते चालले होते, बनारसच्या रोखाने. चालीच्या वाटा दाखवायला स्वत: कृष्णाजी त्रिमल आणि कवी कुलेश बरोबर होते. कृष्णाजींचे बंधू काशीपंत आणि विसाजी संगती होते.

दिवसभर धर्मशाळेत मुक्काम आणि सांज व पहाट धरून वाटतोड असा प्रवास सुरू झाला. सरतीला आला तरी पावसाळा ठार हटला नव्हता. मार्गीच्या नद्यांची विशाल पात्रे धावणीची गती रोखीत होती.

सांज धरून एका धर्मशाळेत राजांचा मुक्काम पडला. कृष्णाजीपंतांनी धुनी पेटवली. तिच्या फेराने राजे, संभाजीराजे, कृष्णाजी, कुलेश असे बैरागी बसले.

"सर्जेराव, किती पल्ला मागं पडला?" राजांनी धुनीच्या उसळत्या ज्वालांकडे बघत भोल्याचा वेष घालून बसलेल्या सर्जेराव जेध्यांना विचारले.

"जी – असंल की धा कोसाचा." सर्जेरावांनी उत्तर दिले.

"एवढाच?" राजांनी एक काटूक उचलून धुनीत घातले आणि संभाजीराजांकडे बघितले. ते धुनीत फुललेल्या निखाऱ्यांवर डोळे जोडून विचारात हरवले होते – ज्वालांच्या चटचटीबरोबर त्यांचा सूर लागून राहिला होता.

मथुरा सोडून बनारसच्या रोखाने बैरागी तांडा चालला होता. सारे जण चटकी पावले उचलीत होते. नकळत संभाजीराजे मागे पडत होते. बोलत पुढे गेलेले राजे मग एकदम थबकत होते, तांडा थांबत होता. सगळ्यांचा मेळजोड होऊन वाटतोड सुरू होत होती.

"थकलात?" राजांनी प्रश्न करून संभाजीराजांची तंद्री तोडली.

"जी, नाही."

कसल्यातरी निर्धारी मनसुब्याने चालते राजे एकाएकी थांबले. त्यांच्या कपाळीचे भस्म-पट्टे आक्रसले. चर्या निर्धारी झाली.

घामाने डवरलेल्या, लालावलेल्या संभाजीराजांच्याकडे त्यांनी नजरजोड बघितले. जवळ जात त्यांनी त्यांच्या खांद्यावर आपला 'संन्यासी' हात ठेवला!

"जरा येता?" घोगरल्या आवाजात राजांनी पायवाटेच्या कडेला असलेल्या एका डेरेबाज झाडाकडे हाताने इशारत केली.

संभाजीराजांनी डोईवरचा साफा डोलविला. ते दोघंही पितापुत्र झाडाच्या घेराखाली आले. तांडा पायवाटेवर उभा राहिला. राजांच्या मनी काय आहे, याचा कुणालाच अंदाज येईना.

"आमचं एक ऐकता?" राजांचा हा आवाज नेहमीपेक्षा वेगळा होता.

"जी!"

काही क्षण खोळंबले! मनी बांधलेले संभाजीराजांच्या कानी घालताना आजवर राजांना कधीच शब्द धुंडाळावे लागले नव्हते, आज ते करणे पडले.

"पल्ला लांबचा आहे..." राजे थांबले. आपसूकच.

"जी."

"तुम्हीऽ... तुम्ही – थांबता?" राजांनी संभाजीराजांचे दोन्ही खांदे हातपकडीने एकदम घट्ट आवळले. शब्दांपेक्षा ती पकडच खूप बोलकी वाटली संभाजीराजांना. ते दोघे पितापुत्र एकमेकांचे डोळे पाजळल्या पोतांसारखे एकमेकांस भिडवून एका क्षणात उदंड बोलून गेले. ज्योत ठिणगीला समजावून गेली. एकाच हातपकडीतून!

"जी, आज्ञा!" कुठूनतरी आलेला तोफगोळा रिकाम्या तोफगाड्यावर आदळताना ठणकावा, तसे संभाजीराजे निर्धारी बोलले.

ते ऐकताना राजांचे डोळे पाणथरून आले. चंदावलीचा फुलला स्वार, ऐन धुमाळीत हत्यारमार करीत हरोलीला यावा, तसा एक विचार राजांच्या मनातील सगळे पेच दूर हटवीत वर आला – 'खरंच आमचे काळीजच यांच्या रूपानं कुणी तरी सोनरसात डुबवून ते आम्हांस आपल्या सावळ्या हातांनी पेश केलं आहे!!' राजांचे डोळे अभिमानाने पाणथरले होते!

'सावळे हात – एकला जीव!' क्षणातच राजांचे पुरे भान सुन्न झाले.

"चला!" संभाजीराजांच्या खांदावळीवर हात ठेवून राजे झाडाच्या घेराखालून तांड्याकडे चालले.

"कृष्णाजीपंत, बडे ध्यानसे सुनो।" तांड्यात येताच राजे कृष्णाजीपंतांना जरा बाजूला घेऊन मन बांधून निर्धाराने बोलले.

"हा. स्वामिन्!"

"हम आगे कूच करते है। हमारे फर्जंद, केसोपंत और कविजीके साथ पिछे लौटेंगे, मथुरा! ये हमारी सबसे किमती अमानत आज तुम्हारे हाथमें है! मुल्कमें जाकर हम हमारे सरदार-हशम भेजेंगे दस्तुरी खत देकर. तब तक कुँवर तुम्हारे भाईके पास रहेंगे। अभीसे ये हमारे नहीं, तुम्हारे बेटे है।" राजे शांतपणे बोलले.

कृष्णाजी त्रिमलांना छातीवर मणभर वजनाचा पत्थर ठेवल्यागत वाटले.

"बोलो।" राजांचे सलगी देणे सुरू झाले.

"हम गरीब ब्राह्मण। ये राजपुत्र. कुछ न होनवार बना। तो हम कैसे मुँह दिखायेंगे आपको स्वामी?" कृष्णाजी मनचे बोलले.

"कृष्णाजीपंत, न होनवार अब भी हो सकता है! हम इसका नामोश तुमपर कभी नही डालेंगे।" राजांनी कृष्णाजीपंतांना धीर दिला. कृष्णाजी मसलतीत सामील झाले! त्यांनी केसोपंतांना तयार केले.

"तुम्ही केसोपंतांबरोबर परतीची चाल धरा. ते सांगतील तसे वागा. कुणी बरोबर घेतल्याखेरीज बाहेर फटका करू नका." राजे सावधगिरीच्या साऱ्या सूचना जडावल्या शब्दांनी संभाजीराजांना देऊ लागले. त्यांच्या ओठांतून निसटणारे बोलनूबोल संभाजीराजांनी कानांच्या परड्या करून त्यात भंडाऱ्यासारखे साठवून घेतले!

"केसोपंत, तुम्हारे घरमें कौन-कौन है?" राजांनी त्रिमलांच्या घरचा अंदाज घेत विचारले.

"माँ है, भाई-बहने है।" त्रिमल उत्तरले.

"तो आजसे ये तुम्हारे भांजे! ध्यान रखना।" राजे धीराने बोलत होते.

संभाजीराजांच्या मनाचे सोनपान वाऱ्याच्या सपक्याबरोबर भेलकांडत कुठेतरी दूर जाऊ बघत होते. मोठ्या मुश्किलीने ते पकडून संभाजीराजे त्याला घट्ट धरून ठेवू बघत होते. दिंडीची पालखी बाहेर पडताना झांजा, मृदंग, टाळ, तास यांचा न कळणारा कल्लोळ उठावा, तसा त्यांच्या मनात कल्लोळ उठला होता. अनेक चेहरे डोळ्यांसमोर तरळून धावत होते.

आणि तो क्षण आला. निरोपाचा! शिबडातील लोटक्यात दही होताना चहू अंगांनी विरजण साकवटत येते, तसे राजांचे मन दाटून आले! आता धीरपुरुषाला आपल्या घशाच्या घाटीच्या रंजुकीत खिळा ठोकल्यागत वाटू लागले! शब्दांनी नकळतच चिलखते चढविली! भावनांचे बुरूज काळजावर खडे झाले!

राजांनी आपल्या काळजाच्या भोसलाई तुकड्याचे खांदे थरथरत्या हातांनी थोपटले. भवानीच्या दोन डोळ्यांसारखे ते पितापुत्र दिसत होते! दोन वाटणारे – पण जे काही बघा-भोगायचे असेल, ते एकवटून भोगणारे! एकजोड झालेले!

राजांनी झोळीत हात घालून एक सोन्याची छोटेखानी शिवपिंडी बाहेर काढली. त्यांचे स्फटिक शिवलिंग हिरोजीबरोबर मागे राहिले होते, म्हणून त्यांनी पूजेसाठी ही खरीदली होती. शिवपिंडी संभाजीराजांच्या ओंजळीत देत राजे म्हणाले, "आता सूर्याचा आणि दिवट्याचा मुजरा हिला करत चला. कमी बोला. हिच्यावर भरोसा ठेवा."

ओंजळीत बैरागी 'शिवा'ची, बैरागी आबासाहेबांनी दिलेली सोनपिंडी घेऊन संभाजीराजे त्यांच्याकडे बघू लागले. तटबंदीच्या घडीवर दगडावर धुक्याचे क्षणात पाणथेंब तरारून उठावेत तसे त्यांचे डोळे भरून आले. बाहुल्यांच्या पाखरांचे पंख

चिंब झाले. उठलेले मोती गालांवरून ओघळत छातीवर कोसळले.

ओंजळीतील शिवपिंडी छातीला बिलगती धरून संभाजीराजांनी पुढे होत गुडघे भुईला टेकले. आपले बैरागी कपाळ त्या चक्रवर्ती संन्याशाच्या पायावर टेकविले!

त्या स्पर्शाबरोबर राजांच्या उभ्या अंगी काटा उठवणारी एक सरसरती रक्तलाट सरकली. त्या लाटेने त्यांच्या डोळ्यांत भोसलाई मोती आणून सोडले! संन्याशाने आपल्या केसलांब पापण्या मिटून घेतल्या. संभाजीराजांच्या डोकीवरच्या साफ्यावर राजांचे आशीर्वाद पडले. अश्रूंच्या रूपाने!

''शंभूबाळऽ उठा.'' लगबगीने राजांनी त्यांना वर उठून घेतले.

''महाराजसाहेबऽ, आमचा... मासाहेबांना, थोरल्या-धाकट्या आऊसाहेबांना, धाराऊला साऱ्यांना मुजरा सांगा!''

ते ऐकताना राजे गलबलले. कडकडाट करीत कुठल्यातरी देवळाच्या कळसावर कोसळताना विजेच्या लोळाने शेजारी असलेल्या डेरेदार वटवृक्षाला थरारून सोडावे, तसे त्यांना एका विचाराने थरारून टाकले – 'आप्तगणांकडून नाडला जाण्याचा योग दिसतो या कुंडलीत!!' राजांचा हात चटकन छातीवर गेला. पण आता तिथे कवड्यांची माळ नव्हती!

चारी पायांना दातेरी आकडेचाप लावलेल्या हत्तीसारखे राजे बेचैन, हैराण झाले. 'आणि – आणि हे सलामत परत आले नाहीत तर – तर मासाहेब आमचं तोंडही बघणार नाहीत कधी! सती जायला निघताना घातली तशी त्या वेळी त्यांची समजूत काही नाही घालता येणार!' राजांच्या पोटात खड्डा पसरला. आतड्याच्या सणकेसरशी राजांनी समोरच्या शंभूराजांना पोटाशी घट्ट बिलगते घेतले. भिडली! परिस्थितीच्या वारेझोताने ती मावळी जरीपटक्याची दोन्ही टोके एकमेकांना भिडली! त्या मिठीत राजांचे 'राजेपण' आणि संभाजीराजांचे 'बाळराजेपण' गुदमरून गेले.

निर्धाराने राजांनी शंभूराजांना सोडले. आपला सर्वांत किमती हिरा जपण्यासाठी केसोपंतांच्या हाती काही हिरे, माणके ठेवली.

शंभूराजांच्या मस्तकी हात ठेवून राजे अवसान घेत म्हणाले, ''औक्षवंत व्हा!'' ''आम्ही पत्रे देऊन खबरगीर धाडू. ती पावताच टाकोटाक हुशारीने निघा. हे त्रिमलकाका सांगतील तसेच वागा. जपून असा. जय भवानी!'' राजांचे डोळे शांत होते.

''जय भवानी!'' राजांच्या धीरबोलांना संभाजीराजांनी तशाच धीराचे अंकुर फोडले! ''जय भवानी!!''

◆

॥८॥

कधी नव्हता तो भोसलेकुळीचा चौरंग झाला. मथुरेत संभाजीराजे, तीर्थक्षेत्रांच्या वाटेवर राजे, राजगडावर थकदिल जिजाऊसाहेब आणि माहेरी शृंगारपुरी येसूबाई!

संजाबाचा घेर डुईवर राखलेले, अंगच्या वस्त्रांच्या शेवांची मानेमागे गाठ आवळलेले, छातीवर आडवे यज्ञोपवीत चढविलेले, कपाळी गंधटिळा भरलेले शंभूराजे आता ओळखूदेखील येत नव्हते. ते मुंज न होताच बटू झाले होते!

केसोपंतांनी त्यांना उत्तरी आन्हिके, आचमन, संध्या या सगळ्यांचा सराव दिला. केसोपंतांच्या सुसंस्कृत घरी शंभूराजांना कानी पडणाऱ्या संस्कृत बोलीने भुरळ घातली. आकाशसुंदरीने शारदीय सांजवेळी पौर्णिमेच्या टपोऱ्या चंद्राचे फूल आपल्या निळ्या केसगुंफणीत माळावे, तशी ही बोली होती! मधुरातली मधुर. ऐकताना अंगाभोवती पिवळाधमक शालनामा पांघरतो आहोत, असे वाटायला लावणारी!

आपण नेहमी ऐकतो त्यासारखीच ही भाषा आहे. पण नेमकी कशासारखी हे संभाजीराजांना फार दिवस उकलत नव्हते.

एकदा ते विसाजीरावांबरोबर देवदर्शनासाठी हरिहरेश्वराच्या मंदिरात गेले. तिथे आरतीचा जयकार चालला होता. तो ऐकताना त्यांना मनचा पेच उकलून गेला! 'ही भाषा देशी, आमचे गोंधळी आईचा महिमा उभा करतात, तशीच आहे!'

मंदिरातून परतताना 'कंसका किल्ला' हे बेसाऊ ठिकाण आले. विसाजीपंत म्हणाले, "देखना है किला?"

"जरूर," म्हणत संभाजीराजे 'कंसकिल्ला' या मथुरेतील सर्वांत उंच ठिकाणावर आले. समोर यमुनेचे डौलबाज वळण फिरलेले दिसत होते. पायांची वल्ही मारत तळवटातून उसवलेली कितीतरी कासवे पाण्याबाहेर मानांच्या काठ्या उठवीत होती. पुन्हा त्या काठ्या गायब होत होत्या.

'थोरल्या मासाहेब या यमुनाकाठी वाळूवर उभ्या

राहिल्या तर कशा दिसतील?' एक वळण शंभूराजांच्या मनात सर्रकन फेर टाकून गेले.

ते यमुनेकडे डोळेजोड बघत राहिले.

त्यांना अंदाज नव्हता की, याच यमुनेला पुढे मिळणाऱ्या गंगा आणि सरस्वती यांच्या त्रिवेणी संगमावर राजांचा तांडा उभा असेल!

राजे प्रयागच्या त्रिवेणी संगमात स्नान करून घाटपायऱ्या चढून येताना त्यांना एका पारध्याने या वेळी रोखले होते!

हातातील पिसांचा जुडगा त्यांच्या समोर धरून तो म्हणाला, "बुवाजी, ये गरुडके पाँख है! मैनाकेके पहाडीके! हर काममें यश देनेवाले. ले जावो पांच!"

राजे त्या पारध्याकडे बघत भुवईची कमानबाक चढवून गेले. "हर काममें यश देनेवाले! गरुडके पाँख!" पारध्याच्या हातातली पिसे बघताना राजांना संभाजीराजांची आठवण झाली. 'आता एकाच कामी यश पाहिजे. शंभूबाळ सुखरूप परतण्याच्या!'

राजांनी गरुडाची पाच पिसे आपल्या सडक बोटात घेतली! सर्जेरावांनी पारध्याला दिनार दिले. क्षणभर पिसांकडे बघून राजांनी ती काखेच्या झोळीत सोडली. राजांना अंदाज नव्हता की, त्यांचा 'गरुडबच्चा' कंसकिल्ल्याच्या उंच ठिकाणावरून हरवल्या डोळ्यांनी यमुना बघतो आहे! आपला आणि मासाहेबांचाच विचार करतो आहे!

काळाने दिवसरात्रीचे काळे-पांढरे 'गरुड-पाख' आपल्या टोपात खुपसले! दीड महिन्यांचा काळ मागे पडला. मजल, दरमजल मागे टाकीत राजे मराठी मुलखात सुखरूप पावते झाले. संन्यासी वेषात!

उतू घातलेल्या दुधासारखा राजगडाचा ऊर उचंबळून आला.

गडपायथ्याशी येत असलेल्या राजांची वर्दी मोरोपंतांनी जिजाऊंच्या कानी घातली, "आईसाऽहेब, राजे... राजे सुखरूप पावते झाले. पायथ्याशी स्वाऱ्या येत आहेत – संन्यासी वेषात! पालखी सामोरी नेण्यासाठी आम्ही गड उतरलो आहोत. सारा गडलोक पायथ्याच्या रोखाने धावत सुटला आहे!" भावनांचा कल्लोळ झालेल्या मोरोपंतांचे डोळे आजवर दाटलेल्या चिंतेला वाट करून देताना आनंदाने वाहू लागले.

झुकलेल्या केवड्याच्या कणसासारख्या दिसणाऱ्या जिजाऊंचे मन उकळत्या पाण्यात खालवर घुसळण घेणाऱ्या तुळशीच्या पानागत मिरमिटले! मिरमिरटताना क्षीण आवाज उठला, "जगदंब! जगदंब!"

भरल्या डोळ्यांनी त्यांनी समोरची जगदंबा दिसते का, ते पाहिले! ती दिसत नव्हती! जिजाऊ काळीजभर चरकल्या. 'आई, मनाच्या पिळात आम्ही तुला नको ते बोललो. कोप करू नको. आम्ही लेकरू!' जिजाऊंनी दाटल्या नेत्रकडा निपटल्या.

देव्हाऱ्याच्या पायजोत्यावर आपला सोशीक माथा टेकविला.

मोरोपंत आज्ञेसाठी खोळंबले होते, याचे भान जिजाऊंना उरले नाही.

पायथ्याकडे ओढ घेणाऱ्या मनाला आवरणे असह्य झालेले मोरोपंत म्हणाले, "आम्ही निघावं आईसाहेब?"

त्यांना हात-इशारतीने जवळ बोलावून घेत जिजाऊ मुश्किलीने एक-एक शब्द म्हणाल्या, "पंतऽ, त्यांचा पेहराव घेऊन चला संगती! संन्याशाच्या वेषात आऊसमोर येऊ नये म्हणतात! या!" जिजाऊंनी धाराऊकडे बघितले. ती तबकात साठवण झालेल्या मोहरांकडे बघत होती.

पायथ्याशी कोण-कोण आले आहे, याची कल्पना नसलेले मोरोपंत राजांच्या आणि शंभूराजांच्या पेहरावांची तबके घेतलेल्या धारकऱ्यांसह पालखी घेऊन गड उतरले.

गडपायथ्याच्या वाडीतील नायकाच्या घरी राजे आपल्या बैरागी तांड्यानिशी घोंगडीवर बसले होते. घराबाहेर माणसांचा दाटवा झाला होता. उतावळे जीव कलकलत होते. संन्यासी ते ऐकून गलबलत होता.

मोरोपंत आले. त्यांनी दारी पालखी ठाण करून तबकधारी मावळ्यांनिशी नायकाच्या घरात प्रवेश केला. राजे समोर दिसताच मोरोपंत पुढे झाले. राजांचे बैरागी पाय शिवण्यासाठी ते झुकणार एवढ्यात घोंगडीवरून उठून राजांनी त्यांना उठवते घेतले, खांदाभेट दिली. दोघांचाही प्रेमा उचंबळून आला. केळीचा मोना पाझरावा, तसे पंतांचे डोळे पाझरू लागले.

"राजांनी तातडीने चलावे. मासाहेब..." मोरोपंतांचे शब्द घशातच घुटमळले. "निघण्यापूर्वी हा राजसाज अंगी धारण करावा. पुत्राने मातेसमोर संन्याशी वस्त्रात जाऊ नये, असा शास्त्रबंध आहे." पंतानी जिजाऊंचे वसा जपणारे मन राजांच्या कानी घातले.

राजांच्या कपाळीचे भस्म-पट्टे वर चढले. 'हे ध्यानी नव्हते राहिले!' राजांनी भस्मपट्ट्यांना मनाचा पडसाद दिला. ते खाली उतरले.

तबकधाऱ्यांनी तबके आतल्या दालनात नेऊन ठेवली. राजे दालनात गेले. अंगीच्या छाटीला त्यांनी ती उतरण्यासाठी हात घातला. लवभर त्यांचा घातला हात थबकला. मनावर विचारांची छाटी चढली – 'आम्ही ही छाटी उतरतो आहोत... पण... पण शंभूबाळांच्या अंगी ती आजही असेल! हे असे विचार, असे क्षण पाठलागावर पडले की, वाटते अंगची छाटी कधी उतरूच नये! पुत्र संन्यासी वेषात, पिता राजपेहरावात हा कसला खेळ! काय आहे आईच्या मनी?'

"जगबंद, जगबंद!" राजांनी छाटी उतरली. अंगी चढवावा म्हणून त्यांनी घोंगडीवर मांडलेल्या एका तबकातील जामा उचलला. आणि राजांच्या उभ्या अंगावर सरसरते बाभळीचे बनचे बनच फुलले! डोळे ताणून ते हातातील आखूड

हातबाहीच्या जाम्याकडे बघतच राहिले! तो शंभूराजांचा होता!

त्याच्या एका दर्शनाने राजांचे 'राजेपण', 'संन्यासीपण' घुसळून दूर फेकून दिले. नको तो विचार राजांच्या 'आबा' म्हणविणाऱ्या मनात चौखूर घुसला – 'शंभूबाळ सलामत आले नाहीत तर?'

पेहराव करून, कपाळी शिवपट्टे भरून राजे दालनाबाहेर आले. बैरागी, मंत्रिगण यांच्या संगतीने नायकाच्या घराबाहेर आले. बाहेर दाटलेला मावळ-माणूस गर्दीने पुढे उसळला. पगड्या राजांच्या मोजड्यांवर टेकू लागल्या. इमानी नेत्रकडा ओल्या होऊ लागल्या. बाराबंद्यांचे बंद ताणव देऊ लागले. माणसे 'हरवलेला राजा' डोळ्यांच्या म्यानात तलवारीगत आबादानीने साठवून घेऊ लागली.

त्या कल्लोळात एकट्या मोरोपंतांखेरीज, बैरागी सोडले तर, शंभूराजांचे भान कुणालाच आले नाही.

पेहरावाचे एक तबक तसेच परत आलेले पाहून मोरोपंत मनी चरकले होते.

आपल्या माणसांना राजदर्शन देऊन राजे पालखीत चढले. त्यांनी पालखीचा राजगोंडा हाती धरला. आणि एका पेचाने त्यांच्या मनाचा राजगोंडा करून मुठीत घट्ट धरला! 'आता मासाहेब विचारतील – आमचे शंभूबाळ कुठे आहेत?'

आमची वाट पाहून शिणल्या-थकल्या त्यांच्या कानी काय घालावे? राजांच्या मनाला पालखीच्या चालीबरोबर हिसके हिंदोळे बसू लागले. मन सुन्न झाले....

फार दिवसांनी पाली दरवाजावरची नौबत दुडदुडली. राजे बालेकिल्ल्यावर आले. त्यांची मुद्रा निर्धारी दिसत होती. डोळे मासाहेबांना शोधण्यासाठी हरणाचे पायखूर लावून दौडत होते. सदरजोत्यावर जिजाऊ उभ्या होत्या. पाठीशी, उडू बघणारी डोळ्यांची मावळपाखरे गोंदल्या मनाने मुश्किलीने थोपती करून धाराऊ उभी होती.

खाशांच्या संगतीत राजे सदरचौकात प्रवेशले. समोर जिजाऊ उभ्या होत्या. आसवांची अगणित सफेद फुले जगदंबेच्या चरणांवर गाळून आता देहच तिथे टाकावा काय, या विचाराने थरारलेल्या प्राजक्ताच्या कुलवंत झाडासारख्या! परिस्थितीच्या घोडेटापांनी निर्दयपणे तुडवून टाकलेल्या, मंदिराकडे जाणाऱ्या समर्पित पायवाटेसारख्या! भवानीने उधळलेला भंडारा मिठीत सामावून घ्यायला आसावलेल्या परडीसारख्या!

क्षणभर राजांचे पाय फरसबंदीला जागीच चिकटल्यागत झाले. दुसऱ्याच क्षणी भरतीच्या समुद्राचा उसळता भावकल्लोळ उरी घेऊन राजे झपाझप चालले. टोपाची मोतीलग हिंदकळली. तिचे डुलते फुलोर तेवढे जिजाऊंना कसेबसे दिसले. मग डोळ्यांवर आसवांची सफेद तावदाने सरसरून दाटत उतरली! त्या तावदानांतून एक धूसर सोनस्वप्न समोर येत होते. एक थरथरता तेजाळ पोत जवळ येत होता. बाकीचे काहीच दिसत नव्हते. दिसावेसे वाटत नव्हते.

राजांनी पायांवर ठेवलेल्या कपाळाच्या स्पर्शाने जिजाऊ उभ्या देही थरारून उठल्या. त्या थरथरीने त्यांच्या डोळी उतरलेली आसवांची तावदाने खळ्ळकन निखळली! जिजाऊसाहेबांचा तुळजाई सोशीक आत्मा नेत्रांच्या महाद्वारांनी पाझरू लागला! झुकते होऊन त्यांनी थरथरत्या हातांनी राजांना उठते केले. आणि पहाटवाऱ्याच्या झमकीत सुगंधाचा गुंतवा व्हावा तसे – यमुनेच्या पाणपाठीला सूर्यरस बिलगावा तसे – राजे जिजाऊंच्या मिठीत विसावले!

पुत्रपण भरून पावले. मोहरले. मातृपण मुके, मुके झाले! कृतार्थता कृतार्थ झाली!! चौकात दाटलेल्या हर असामीला ते बघताना वाटले – आपणच 'आऊसाब' आहोत! 'राजे' आपल्याच हातमिठीत आहेत! फक्त एकच कुणबाऊ मनाने शंकेला सुपात घालून थडाथड पाखडायला सुरुवात केली. उडणारे भूस डोळ्यांत चरचरत शिरू लागले. धाराऊच्या! 'ल्येकरू कुटं हाय?' म्हणत तिचे भिरभिरते डोळे राजांच्या बरोबर आलेल्या बैरागी तांड्यांच्या काखेतील झोळ्या झटकू लागले! तटबंदीचे थोराड बुरूज उचलून ते कुणीतरी क्षणाक्षणाला आपल्या उरावर रचत आहे, असे धाराऊला वाटले!

मिठीतल्या राजांच्या रोखाने एक – फक्त एकच शब्द जिजाऊंच्या दाटल्या कंठाला चकवा देऊन निसटला! जन्माष्टमीच्या दिवशी दुधाच्या धारेत न्हाऊन निघणाऱ्या श्रीकृष्णाच्या बैठ्या लंगडमूर्तीसारखा!! मायेने चिंब – चिंब थबथबलेला –

"शिवऽ वऽ बा!"

त्या सुटल्या शब्दाचे मायाळ थबथबीतपण जिजाऊंचे जिजाऊंनाच जाणवले! त्याने तर त्यांचे कान क्षणात सुन्न झाले, मन भिन्न झाले. त्या सुन्न-भिन्नतेत सारे सारे भाव गुदमरून उठले. आणि क्षणातच आभाळीच्या निळाईत इथून तिथवर विजेची नागीण सळसळत जावी, तशी जिजाऊंच्या भरल्या मनी शंकेची कातरी नागीण वळवळत गेली – 'आमचे शंभूबाळ?'

कधी-कधी आठी हातांनी पूजेच्या भरल्या साजाचे तबक परते सारणाऱ्या निग्रही भवानीगत जिजाऊंनी झटकन राजांना विलग केले! त्यांचे खांदे हाततळव्यात घट्ट धरून ठेवीत थरथरत विचारले, "राजेऽ, आमचे शंभूबाळ कुठं आहेत?"

त्या बोलांतील मायेचा ओलावा धरून आलेली जरब ऐकताना राजे सुन्न झाले. निशाणकाठीवरून सरसरत खाली उतरणाऱ्या जरीपटक्यासारखे राजांनी डोळे जिजाऊंच्या पायावर टाकले!

राजांचे निसूरपण असह्य झालेल्या जिजाऊंनी आपल्या हाततळव्यातील त्यांचे खांदे गदगद घुसळून टाकीत थरका फेरजाब केला – "बोलाऽ राजेऽ बोलाऽ!" त्या लटलट्या शब्दांतच नको ती शंका उतरली होती.

आपल्या नाकाचा गड्डा हात-चिमटीत धरून, मिटल्या डोळ्यांनी, डुईचा टोप

डावा-उजवा झटकीत, मोतीलग होलपटून टाकीत राजे घोगरल्या आवाजात म्हणाले,

"मासाहेब – मासाहेब – आपल्या शंभूबाळांऽचा – काळ झाला! ते – ते गेले!!"

ते नको ते बोल उच्चारताना राजांच्या पोटात लख्खकन खड्डा पसरला. त्यांच्या मिटल्या डोळ्यांना दिसला, एक 'सावळा हात!' 'जगदंबेच्या पोतावर दाटलेली काजळी माखून घेत, तो हात पुढे येतो आहे. आमच्याच रोखाने!' हा विचार मनी येताच राजे काळीजभर गलबलले!

कानांवर थरथरते हात ठेवणाऱ्या जिजाऊंच्या तोंडून रणशिंगाच्या काळीजमार ललकारीसारखा एकच चीत्कार उठला – "शंभू बाऽळ! – " उभी सदर गरगरली. बैठकीचा पायचौथरा काढून घेताच जगदंबेची आवेशी मूर्तीसुद्धा खाली ढासळू लागावी तशा जिजाऊ ढासळू लागल्या! "द्येवा रं माज्या!" म्हणत पायच ठार गेलेली धाराऊ तर धाडकन खालीच पडली. तिचे अंग गदगद हलू लागले.

झटकन राजांनी पुढे होत जिजाऊंना सावरले. चौकातल्या पगड्या थरथरून डुलल्या. खाली माना टाकलेल्यांचे इमानी डोळे बाराबंद्या भिजवू लागले. क्षणात सदरेचा नूर पलटी घेत गदगदला. देठ नसलेले फूल हाती असावे तसे झाले! राजे आले म्हणून हसावे की धाकटे राजे गेले म्हणून रडावे, तेच कुणाला सुधरेना.

"आमचे ऐकता... मासाहेब!" राजे जिजाऊंना सावरीत देवमहालाच्या रोखाने चालवीत नेताना पुन:पुन्हा म्हणत होते. जिजाऊंना काहीच ऐकू येत नव्हते.

"पंत, धाराऊलाही पाठवून द्या." राजांनी देवमहालाची इशारत देत, मोरोपंतांना सदर सोडताना आज्ञा केली.

देवमहालात आणून राजांनी जिजाऊंना प्रथम नीट बसते केले.

तोंडात पदराचा बोळा कोंबून फुटू बघणारा काळजाचा इस्कोट आवरीत धाराऊ देवमहालात आली. ती आत येताच राजांनी दाराला आडबंद टाकला. पूजल्या भवानीच्या पायांवरचे एक बिल्वदल उचलले. शांतपणे ते देव्हाऱ्याच्या पायजोत्यावर मस्तक टेकलेल्या जिजाऊंच्याजवळ आले.

"मासाहेऽब!" राजांनी जिजाऊंच्या खांद्यावर हात ठेवीत शांत साद घातली.

"आमची शपथ आहे. मान वर घ्यावी. आम्ही सांगतो ते मन बांधून ऐकावे."

भरल्या डोळ्यांनी जिजाऊंनी मान वर घेतली. हातीचे बिल्वदल मासाहेबांच्या हातात देत, तो 'श्रींच्या' राज्याचा संकल्प-पुरुष बांधल्या आवाजात म्हणाला,

"मासाहेबऽ काळीज टाकू नका! शंभूबाळ मथुरेत सुखरूप आहेत!! औरंगजेबाच्या चौकीपहाऱ्यातून ते सुखरूप सुटावेत म्हणूनच आम्ही ही चाल टाकली आहे! आमच्या जिभेवर आणि तुमच्या काळजावर धोंडा ठेवून! असे केले, तरच शंभूराजे देशी सलामत परत येणार आहेत!!" राजे क्षणभर थांबले. भवानीच्या मूर्तीकडे शांत

डोळ्यांनी बघत पडल्या आवाजात म्हणाले, ‘‘यासाठी कधी नव्हे ती आम्ही तुम्हास तापदरा दिली. पण हे समजून घेतले पाहिजे. थोर मनी आम्हास क्षमा केली पाहिजे!’’

वेगवेगळ्या भावनांचा काना-उरात कालवा झालेल्या जिजाऊंना काय बोलावे कळेना. मान डोलावीत त्या कसेबसे म्हणाल्या, ‘‘शिवबा, तोड काढता; पण ती आम्हास नाही पेलवत. काही करा आणि शंभूबाळांना आमच्यासमोर जलद हजर करा!’’

डोळे फाडून धाराऊ राजांच्याकडे बघत होती. तिला म्हणावेसे वाटले, ‘‘कसं, कसं म्हणायचं हो?’’ पण शब्द फुटला नाही. न बघितलेल्या कल्पनेच्या मुथेरत ती केव्हाच जाऊन पोहोचली होती!

घोड्यावरचे जिन काढून ठेवावे, तसे राजांनी मन बाजूला सारले आणि राजगडावर शंभूराजांचे ‘दिवस’ घातले! सारा गडदेव सुतकात पडला. संभाजीराजांच्या मरणाची भूमका बारामावळात पसरली! वाडी-मजऱ्यांतील खोपटांची पाखी हळहळली.

राजांनी राजगडाहून धाडलेला थैलीस्वार शृंगारपूरच्या वेशीत घुसला. डुईची पगडी काढून तो पिलाजी शिर्क्यांच्या वाड्यात दिंडी पार करीत शिरला.

‘‘टाकोटाक निघोन येणे. खाजगीने बोलणे आहे.’’ एवढाच मजकूर राजांनी पिलाजींना लिहिला होता.

आता मथुरेला उत्तरी थंडीने फेर टाकला. यमुनेचे पात्र दाटीच्या धुक्याची रजई पांघरू लागले. दिवस राधाकृष्णाच्या मंदिराच्या कळसाएवढा चालून आला, तरी ते दर्शन देत नव्हते. राजांनी मथुरा सोडून दोन महिने हटले होते. दसरा सजून सरला होता. संभाजीराजे वाट बघत होते, थैली घेऊन येणाऱ्या खबरगिरांची.

‘‘कोई आया है?’’ रोज ते स्नान, देवदर्शन करून परतताच कृष्णाजीपंतांच्या आईंना – लक्ष्मीबाईंना विचारीत होते. जसे दिवस चाल धरीत होते, तशी त्रिमलांच्या मंडळीभोवती चिंता चढत होती. धुके दाटत होते.

एके दिवशी त्रिमलांच्या घरात, खांद्यांना पडशा टांगलेली, उत्तरी व्यापारी पद्धतीचा पोषाख केलेली दोन माणसे शिरली! त्यांच्याबरोबर आलेले हत्यारी धारकऱ्यांचे पथक मात्र मथुरेच्या वेशीबाहेरच थांबले होते.

शंभूराजे काशीपंतांसह नगरात गेले होते. घरी विसाजी आणि लक्ष्मीबाई होत्या. त्यांची खूणगाठ व्यापाऱ्यांना पटली.

आलेल्या एका व्यापाऱ्याने पडशीतून फासबंद थैली बाहेर काढून ती विसाजींच्या हाती दिली. डोकीच्या रुमालाच्या शेवास बांधलेली खडाधारी अंगठी त्यांच्या हातात ठेवली. नि तो म्हणाला, ‘‘आज्ञा है, ये भांजेको दिखाना!’’ व्यापारी त्रिमलांच्या सदरी बैठकीवर टेकले.

नगरातून आलेल्या शंभूराजांनी नेहमीसारखा विसाजींना उत्सुक सवाल केला – “कोई आया है?” त्यांचे बसल्या व्यापाऱ्यांकडे लक्ष नव्हते.

काही न बोलता विसाजींनी खडाधारी अंगठी संभाजीराजांच्या हातात ठेवली. तिच्या लखलखत्या खड्याने त्यांच्या डोळ्यांत लाख-लाख सूर्य पेटविले! ‘महाराजसाहेबांची अंगठी!’ स्वत:ला हरवून ते एकरोखाने अंगठीकडे बघत राहिले. तिच्या किरणफेक उसळत्या खड्यातून असंख्य मुद्रा उमाळ्या घेत होत्या – “मासाहेब, महाराजसाहेब, साऱ्या आऊसाहेब, धाराऊ, गोमाजीबाबा, अंतोजी, रायाजी, केशव पंडित, महमद सैस – ”

चमकून त्यांनी सदेरवर उभ्या असलेल्या व्यापाऱ्यांवर नजर दिली. ते दोघेही लपकन कमरेत झुकले. मावळी मुजरे रुजू झाले. व्यापाऱ्यांच्या तोंडून परवलीचे बोल उठले – “आईचा भंडारा! रानचा वारा!” ते राजांचे खबरगीर होते.

खडावा खटखटवीत शंभूराजे त्यांच्याजवळ आले. फारा दिवसांनी ऐकलेल्या मावळी बोलांनी त्यांचे काळीज ढवळले होते. त्यांनी परवलीला दाद दिली – “भवानीचा भंडारा! रानचा वारा!”

प्रवासी सामानांची बोचकी खांद्याला लावलेले काशीपंत मथुरा सोडून निघाले. ‘तिरथ यात्रेला!’ बरोबर ‘बटु’ वेषातील भांजे शंभूराजे होते. कुणाला शंका येऊ नये, म्हणून मातोश्री लक्ष्मीबाईही बरोबर निघाल्या. खरेच त्यांना ‘तीर्थयात्रा’ करायची होती! राजे आणि संभाजीराजे घडविणाऱ्या ‘माँजी जिजाऊ’ त्या सर्व त्रिमल कुटुंबाला डोळाभर बघायच्या होत्या!

जडावल्या उराने संभाजीराजांनी यमुना आणि मथुरेचा निरोप घेतला. थिजवल्या थंडीला धरून ‘त्रिमल कुटुंबाची’ वाटतोड सुरू झाली.

त्याच्यावर ‘नजर’ ठेवून पुढे-मागे करीत राजांचे खबरगीर आणि धारकरी मुक्काम टाकू लागले. त्यांच्याजवळ छुपी हत्यारे होती. कुणी फकिराचे, कुणी अत्तरियांचे, कुणी वैदूचे, तर कुणी चक्क मोगली सरदारांचे वेष धारण केले होते. कोरल्या दाढ्या राखल्या होत्या.

‘यात्रा’ उत्तर सोडून मावळाच्या रोखाने सरकत होती. चालून-चालून संभाजीराजांच्या पोटऱ्यांत मध्येच पेटके भरत होते. मग रात्रीच्या मुक्कामात लक्ष्मीबाई त्यांच्या पोटऱ्या तेल लावून सुमार करीत होत्या. दगडांची चूल मांडून साऱ्यांना खिचडी रांधून त्या घालत होत्या.

आता उज्जैन जवळ येऊ लागले होते. यात्रेकरूंचा मुक्काम हवेली नावाच्या गावात धर्मशाळेत पडला.

काशीपंतांनी नदीवरून पाण्याचा गेळा भरून आणला. लक्ष्मीबाईंनी दगडी

चुलवाणावर खिचडीचे पात्र चढविले. काशीपंत संभाजीराजांच्या पोटऱ्या मालिश देऊन सुमार करू लागले. कुणीच काही बोलत नव्हते. ठरल्यासारखी कामे घडत होती.

एकाएकी धर्मशाळेच्या रोखाने घोडेटापांची टपटप उधळत जवळ-जवळ येऊ लागली. यात्रेकरूंनी एकमेकांना नजरा देऊन 'सावधपणा'चा इशारा भरला.

चार मोगली स्वारांचे घोडेपथक क्षणात धर्मशाळेसमोर येऊन थडकले. पायउतार हशमांनी कायदे घोड्यांच्या पाठीवर उडते फेकले. ते चौघेही तरातर चालत येऊ लागले. यात्रेकरूंची काळजे चरकली. आपण त्यांना बघितलेच नाही, अशा थाटात सारे आपापल्या जागी कामातच राहिले.

"ए काफ़िर नस्ल, कहाँसे आये हो?" घोडाइतांच्या म्होरक्याने काशीपंतांवर डोळे वटारीत दरडावले.

"जी, मथुरासे!" केसो त्रिमल अजिजीने म्हणाले.

"कहां निकले?"

"तिरथ यात्राको. रामेसर जा रहे है, हुजूर।"

"ये कौन है?" म्होरक्या नेमका संभाजीराजांच्या समोर येऊन उभा राहिला! म्होरक्याचे नाव हरहिकमतखाँ होते.

"ये मेरा भांजा है सरकार!" काशीपंत उत्तरले.

"झूट! सुव्वर, ये सेवा दख्खनीका बच्चा 'संभा' है!"

त्या शब्दांनी शंभूराजांची कानपाळी रसरसून आली! काळजावर निखारा ठेवल्यागत झाले. संपला! आता सारा मामलाच संपला! शंभूराजांच्या सुमार झालेल्या पायपोटऱ्या पुन्हा दाटल्यागत झाल्या.

"सेवा? कौन 'सेवा'? ये मेरा भांजा है!" आपणाला 'शिवाजी' कोण ते माहीतच नाही आणि आपल्या भाच्याला आपण सोडणार नाही, अशा थाटात केसोपंत चढ्या आवाजात बोलले. त्यांनी झटकन शंभूराजांना जवळ घेतले.

"ये तेरा भांजा! नाम क्या है इसका? माँ किधर है इसकी?" म्होरक्याने प्रश्नांचे आसूड ओढले.

"इसका नाम माधव है! माँ गुजर गयी है इसकी!" काशीपंत बहिणीच्या आठवणीने भरल्यासारखे बोलले!

"झूट! बम्मन सिधे जुबाँ नहीं खुलेगी तेरी." त्या हवालदाराने हातातील कोरडा फाडकन काशीपंतांच्या बगलेवर उतरविला. त्याच्या शेवाची चाटती जीभ संभाजीराजांच्या दंडावर वळ उठवून गेली! यात्रेकरू कळवळले. 'शाही' चापात अडकले.

"हम गरीब ब्राह्मण यात्रा जा रहे है! सरकार रहम करो।" कळ विसरून केसोपंत छातीवरचे जानवे दाखवीत अंगचे सगळे कसब पणाला लावून कच खाणाऱ्या

नियतीशी झगडू लागले. गयावया करू लागले.

"हरहिकमतखाँ, ये बम्मन है, तो इसकी जुबाँ यूं खुलेगी! इसे एकही थालेमें खाना लेने कहो, अपने भांजेके साथ!'' स्वारांपैकी एकाने म्होरक्याला तिढा सुचविला.

"मरहब्बाऽ बिलकूल दुरुस्त!'' म्हणत त्या हवालदाराने काशीपंतांना फटकारले, "ऐ, बुतपरस्त, ये भांजा है तुम्हारा, तो खाना खाओ इसके साथ एकही थालेमें! ए बूढी, लगा दो थाला.'' हिकमतखाँने हुक्म फर्मावला.

सारेच यात्रेकरू गडबडले. पेचात पडले. हे कैसे घडावे?

"शास्त्रमें ये करना...'' केसोपंत काहीतरी बोलायला गेले.

"गया जहान्नुममें तेरा शास्तर! थाला लगाव।'' हिकमतखाँने त्यांना बोलूच दिले नाही.

काशीपंतांनी संभाजीराजांच्याकडे बघितले. त्यांना शंका आली. या वेळी हे राजरक्त उफाळेल. शंभूराजे काहीतरी घोटाळा करून ठेवतील. मग साऱ्यांचीच रवानगी उज्जैनच्या आबदारखान्यात होईल. जन्माला डाग बसेल. हुशारीने लक्ष्मीबाईंनी खिचडीचे तबक मांडले. त्यात मथुरेची मिठाई ठेवली.

घोंगडीच्या घड्या टाकून ताटाच्या एक तर्फेला केसोपंत बसले.

"बैठो, बेटा!'' म्हणत त्यांनी संभाजीराजांना दुसऱ्या तर्फेला अंथरलेल्या घडीवर बसण्याची हातखूण केली. माणसाच्या आयुष्यात काही-काही प्रसंग क्षणातच त्याला फार मोलाचे शहाणपण द्यायला आलेले असतात!

शंभूराजे घडीवर बसले. त्यांनी आणि काशीपंतांनी चित्राहुती दिल्या. एक क्षण दोघांचे डोळे भिडले. दोघांनीही मने बांधली. डोळे फार बोलके असतात. कधी-कधी ते जबानीपेक्षा अधिक व अचूक बोलतात!

भोजनपत्राला नमस्कार करून त्यांनी त्यात हात घातले. त्यातील एक हात होता, यमुनेच्या पाण्याचे अर्घ्य देणाऱ्या ब्राह्मणाचा. दुसरा हात होता, धरतीला रक्ताचे अर्घ्य देण्याचाच ज्याचा 'कुलवसा' आहे, अशा भोसल्याचा! हा नियतीचा फेर होता. काशीपंत आणि शंभूराजे एका थाळ्यात जेवू लागले! हिकमतखाँ आणि त्याचे हशम ते बघताना चरफडले.

"इसकी माँका – गल्लत खबर दी कम्बख्तोंने.'' हिकमतखाँने खबर देणाऱ्यांचा उद्धार केला.

"ये चावल चबानेवाला गुलछब्बा सेवाका बच्चा कैसे हो सकता है? चलो।'' घोडेपथक धर्मशाळेबाहेर पडले. दौडत्या टापांनी आले, तसे निघून गेले! साऱ्या यात्रेकरूंनी निःश्वास टाकले. धर्मशाळेत शांतता पसरली.

शंभूराजांच्याकडे अभिमानाने आणि कौतुकाने बघणाऱ्या काशीपंतांना मनोमन वाटले, 'खरंच आपणाला इतका अवधानी, इतका समजदार असा एखादा भाचा

असायला पाहिजे होता!'

तबकातील अन्नात संभाजीराजांची बोटे मात्र चिवडती फिरत होती. कधी नव्हे ते, त्यांना आज जाणवले होते – 'आम्हास – असं सामोरं बसून कधी आबासाहेबांबरोबर एकच पात्री भोजन घेण्याची संधी लाभलीच नाही!!'

उत्तरी जन्मला – वाढलेला एक संस्कारशील ब्राह्मण आणि 'श्रीं'च्या राज्याच्या निर्मात्याचा एकमेव राजअंकुर एकमेकांसमोर बसले असताना, एका पात्री जेवत असताना असे वेगवेगळ्या विचारांनी जखडले होते.

कधी-कधी नियती 'वाढून ठेवते' ते 'ताट' म्हणतात ते असे!!

सारे ताप, आयास भोगून 'त्रिमल कुटुंबा'चा यात्रेकरू जथा राजगडापासून एका मजलेवर आला. खबरगिरांनी ही बातमी बालेकिल्ल्यावर केव्हाच पोच केली.

जिजाऊंचे दर्शन घेऊन खासे राजे गड उतरून वाडीत पायथ्याशी आले शंभूराजांना सामोरे जायला. खरे म्हटले, तर आपल्या काळजाचा 'सोनतुकडा' पुढच्या हातांनी पावता घ्यायला! बरोबर मोरोपंत, अण्णाजी, प्रतापराव, आनंदराव, केशव पंडित, कृष्णाजी, सैस, गोमाजीबाबा अशी निवडीची मंडळी होती. संभाजीराजांचा राजसाज घेतलेले तबकधारी होती. गड चढून जाण्यासाठी सिद्ध राखलेली सोनेरी वाघमुखी दांड्याची तांबड्या सखलादी अस्तराची पालखी ठाण झाली होती.

दूरवर काशीपंत आणि लक्ष्मीबाई यांच्या मधून येणाऱ्या संभाजीराजांना प्रथम राजगडाच्या संजीवनी माचीवरचा भगवा ठपका दिसला. छातीशी हात नेत त्यांनी मान दिला. राजगडाच्या दर्शनाबरोबर, ओठा कातरून जाणाऱ्या घोड्याच्या टापांबरोबर पाण्याच्या सफेद-साफ धारा उसळतात, तसे त्यांचे सारे दबले विचार उसळले! आठवणी, चेहेरे, ठिकाणे यांचा मनात कालकल्लोळ माजून उठला.

'आम्ही फर्मान घेऊन परतलो, तेव्हा महाराजसाहेब माचीवर आले नव्हते – आजही आले नसले तर!' बटुवेषातील शंभूराजे चालत होते. पायीच्या खडावा खटखटत होत्या. काळीज धडधडत होते. क्षण-क्षण असह्य झाला होता.

समुद्राच्या पाण्यावर उगवता सूर्य दिसतो, तसे संभाजीराजांना भोवतीच्या कुरणात संपलेल्या पायवाटेच्या टोकाला कसलीतरी झगमग दिसली. क्षणभर चालते शंभूराजे गपकन थांबले. किलकिले डोळे जोडून त्यांनी झगमगीचा अंदाज घेतला. नकळतच त्यांचा हात केसोपंतांच्या हातून सोडवला गेला. दूरवर राजांच्या टोपाची सोनजराबतूची उन्हाने नुसती झगमग तळपत होती! तिच्या दर्शनाबरोबर शंभूराजांच्या डोळ्यांत लाख-लाख सूर्य काजवे होऊन उतरले! पोळ्यात दडून बसलेल्या मधमाश्यांची झुंड उसळावी तशी उरात रक्तलाटांची सळसळ उठली.

साथीच्या लक्ष्मीबाई-काशीपंतांना गोंधळून टाकीत संभाजीराजांनी हात उभवते

करून सादवले – "महाराजसाऽहेब!" आणि ओठातून निसटलेले शब्द आपल्या अगोदर दौडताहेत हे कळून येताच ते तडक धावत सुटले. पायीच्या लटकत्या खडावा दूर उडाल्या! पावसाच्या भरमार सरींनी झोडपट्टी केलेले शिंगरू पागा समोर दिसताच शेपटी उभवून दौडत सुटावे, तसे शंभूराजे धावू लागले! शक्य झाले असते, तर वरच्या मावळी आभाळानेच ते 'भोसलाई राजफूल' आपल्या निळ्या हातांच्या मिठीत घेतले असते! त्याचा मनकल्लोळ शांत करण्यासाठी!

भोवतीच्या कुरणाला फुटलेला एक सोनअंकुर दुरून झेपावत सरासर पुढे येताना राजांना दिसला. शिवगंध आक्रशीत त्यांनी डोळे लहाने केले.

'शंभूबाऽळ! – दौडताहेत – पडले तर?' आठी हातांनी कुणीतरी पुढे लोटावे, तसे राजे पुढे झेपावले. राजे तरातर सामोरे का चालताहेत, हे भोवतीच्यांना चटक्याने कळलेच नाही. आणि कळले तेव्हा सारेच राजांचे पायठसे वेचीत मागून पुढे ओढले गेले!

घामाने अभिषेकलेल्या, लालवती मुद्रेने शंभूराजे हात उभवून धावते येत होते. खांद्यावरून घसरू, ओघळू बघणारी झोळी मध्येच ते सावरीत होते. शक्य असते, तर त्यांनी ती झोळी फेकून दिली असती!

झोळी सावरणारे धावते शंभूराजे बघताना राजे गलबलून उठले.

गडाच्या तटबंदीला भन्नाट, मावळी रानवारा सपकाऱ्याने येऊन भिडावा तसे, डोंगरमाथ्यावरून उड्या टाकीत आलेला खळाळ ओढा, नजर न ठरणाऱ्या फेसाळ नदीला भिडावा तसे, शिवगंधाच्या दोनदळी पावनपङ्क्याला भवानीचा दुबोटी, उसळ्या भंडारा भिडावा तसे – तस्सेच संभाजीराजे पायझेपांनी येऊन राजांना भिडले. श्वासाला दूर फेकलेला निःश्वास भिडला. तलवारीला शिकल मिळाली. राजसंन्याशाला बटुसंन्यासी मिळाला! दूरदृष्टीच्या जाणत्या थोरपणाला, शहाणे, सोशीक धाकुटपण मिळाले! आबासाहेबांना बाळराजे मिळाले!

राजांच्या कमरेला शंभूराजांची घट्ट हातमिठी पडली. आपले राजांच्या जाम्यात झाकले गेलेले तोंड ते डावे-उजवे घुसळून टाकीत होते. त्यामुळे कपाळीचा गंधटिळा विसकटला जात होता – राजांच्या टोपाची मोतीलग हिंदोळत होती.

"मऽहाऽ – " शंभूराजे बोलू बघत होते – पण, शब्दांच्याच दाटल्या घशात भाव घुसमटून घुटमळू लागले.

राजांचे सडक हाततळवे शंभूराजांच्या पाठीवरून फिरू लागले. मायेने? अभिमानाने? धन्यतेने? कसे! कसे ते त्या हातांना आणि त्या पाठीलाच ठाऊक!

त्या फिरत्या हातांनी शंभूराजांचा उतू घातलेला ऊर निवांत केला.

मान उठवून त्यांनी भरल्या डोळ्यांनी राजांच्याकडे पाहिले. ती – तीच उभट मुद्रा पिंडीसारखी. आठवणीसरशी संभाजीराजे राजांपासून मागे हटले. गुडघे टेकून

त्यांनी राजांच्या पायांवर कपाळ टेकविले! उठून खांद्याची झोळी पोटाकडे पुढे घेतली. तिच्यात हात घालून, राजांनी उत्तरी-निरोप घेताना दिलेली सोनपिंडी बाहेर काढली! पिंडी उन्हात झपकन सळसळली.

एक निसटती नजर राजांना देऊन हातची सोनपिंडी राजांच्या ओंजळीत ठेवीत, ते अदबीने एवढेच म्हणाले, "आम्ही – आम्ही कमी बोललो!"

उन्हात झळकत्या ओंजळीतील पिंडीकडे बघताना राजांना वाटले – 'यांनी – यांनी अधिक बोलले पाहिजे!!'

राजांना प्रयागला त्रिवेणीसंगमाच्या घाटपायऱ्यावर भेटलेला तो पारधी आठवला! "हर काममें यश देनेवाले गरुडके पाँख!" समाधानाचा निःश्वास राजांच्या नाकपाळ्यांतून निसटला.

रायवळी आंब्यांच्या पानडेऱ्यात, भातगोटे खाऊन तृप्तावला कवडा भरल्या गांजानं घुमकी भरीतच होता – 'कुट्-कुट् – कुटुर्र-कुटुर्र!' पण – राजांना आता ती घुमकी ऐकूच येत नव्हती!!

संभाजीराजांनी बटुवेष उतरून राजवेष अंगी धारण केला. भोयांनी 'जय भवानी' गर्जत खांदे दिलेली पालखी राजगड चढू लागली. तिच्यात राजे आणि संभाजीराजे बसले होते. पालखीमागून मोरोपंत आपले मेहुणे कृष्णाजी, काशीपंत यांच्यासह गड चढू लागले. लक्ष्मीबाई मेण्यात बसल्या.

पाली दरवाजा येताच गडनौबत कधी नव्हे, ती चढीच्या तारेने घुमून उठली. तिची दुडदुड ऐकून गडावरच्या बंदुका, उखळी, तोफांनी आपले 'धडाडऽधुम्म' कंठ फोडले. बारांची दणकी धडऽधडऽ गुंजणमावळ खोऱ्यात घुमू लागली.

संजीवनी माचीवर पालखी ठाण झाली. राजे, शंभूराजे पायउतार झाले. एकचालीने चालू लागले. मागून भरल्या मनांची इमानी मंडळी चालली. माचीची माणसे झुंडीने पुढे येत 'पायदर्शने' घेऊ लागली.

बालेकिल्ल्यावर बाहेर निघणारे भुयार आले! धारकऱ्यांनी धोंड हटविली. राजे-संभाजीराजे भुयारात उतरले. टेंभ्याचा धूसरमंद प्रकाश पायऱ्यावर उतरला होता. चालता-चालताच दोघेही एका पायरीवर थांबले. एकमेकांना नजर भिडविताना ते शांत होते. भोसल्यांना भुयारीचे भय कधीच नसते!! वाटेवरच्या किंवा जीवनाच्या वाटेवरच्या! कारण त्यांच्या भाळी भवानीचा भंडारा भरलेला असतो.

बालेकिल्ला आला. सदरचौकात उंबरठ्यापर्यंत स्वाऱ्या आल्या. कुणालाच कल्पना नसताना आतून गोंदल्या हातात काळे कोंबडे घट्ट धरलेली धाराऊ एकाएकी पुढे आली! शंभूराजांना बघताच तिचा कुणबी प्रेमा उमळून आला. बोल निसटले, "आरं, माज्या ल्येकरा! कुटं हुतास? कुटं रं हुतास यदोळ?"

हातचे कोंबडे तिने शंभूराजांची डावी बगल धरून सरासर तीन वेळा उतरले. भेदरले कोंबडे कसेतरीच केकाटले. धाराऊने ते फडफडत्या पंखांनिशी दूर फेकून दिले.

"आऊऽ!" संभाजीराजांनी सर्वांसमक्ष तिच्या कुणबी पायांवर आपले राजकपाळ टेकले. पदराच्या ओच्यात नारळ घ्यावा, तसे धाराऊने वाकून त्यांना पोटाशी घट्ट बिलगते घेतले. कधीतरी फार पूर्वी सईबाईसाहेबांना सांगावासा वाटलेला विचार धाराऊचे भाबडे मन पुन्हा एकवार गोंदून गेला – "राजाच्या या ल्येकराला कुन्या पाप्याच्या बदनजरंची मुंगी कंदी बी डसू ने!" धाराऊच्या डोळ्यांच्या मावळघागरी पाझरू लागल्या.

धाराऊला सोडून राजांना खेटून शंभूराजे सदरेच्या दगडी उंबरठ्यात उभे राहिले. सुवासिनींनी त्यांच्या पायांवर शिगभरल्या घागरी रित्या केल्या. त्यांचे पाणी शंभूराजांच्या पायी चालून पडलेल्या भेगांत शिरून चरचरले! चेहऱ्याभोवती पाजळली निरांजने फिरली. संभाजीराजांचे भिरेभिरे डोळे शोधीत होते मासाहेबांना! उंबरठा पार करून ते राजांच्यासह सदरचौकात आले. कधी नव्हे, त्या जिजाऊ सदरचौकात येऊन उभ्या होत्या! तिथे उभे राहणेही त्यांना असह्य झाले. यमुनेच्या मायाळ पात्राने पलटी घेतली! थकल्या जिजाऊंच्या पायांत बळ उतरले. कपाळीचा कुलवंत पदर घरंगळा झाला आहे, याचे भान त्यांना उरले नाही! त्या सामोऱ्या चालत आल्या. त्यांच्या रूपाने मावळी आऊपणाची एकवट मूर्तीच चालत आली!

राजांना सोडून पायझेप टाकीत शंभूराजे उसळले. क्षणात जिजाऊंना त्यांची बिलगती घट्ट हातमिठी पडली. सदरचौक दाटून आला.

"मासाहेब! मासाहेऽब!" प्रत्येक शब्दांनिशी शंभूराजांचा ऊर भरून येत होता. एका विचाराबरोबर तर त्यांचे भरले छातवान कसे गच्च गच्च दाटून आले – 'मासाहेबांच्या अंगच्या नेसूलाही एक प्रकारचा भावमंगल वास येतो! जिवाचा कोंदवा करून टाकणारा! बुक्क्यात मिसळलेल्या भंडाऱ्यासारखा!!' आणि – आणि शंभूराजे आपले तोंड आवेगाने मासाहेबांच्या नेसूत नुसते घुसळू लागले!

आज आणि आत्ता जिजाऊंना कळून आले की, 'आई भवानीला आठ हात का असतात!! तेही तिला थिटेच पडत असतील!' हातांचे थिटेपण जिजाऊ जबानीने भरून काढू लागल्या – "शंभूबाळऽ! शंभूबाऽळ! शंभूबाऽळ!!"

त्या थबथबत्या मिठीतही जिजाऊंच्या मनावर एका विचित्र विचाराची घोरपड बोचऱ्या नख्या रुपवीत सरासर निर्दयपणे चढून आली – 'शंभूबाळांचा... काळ झाला!!' जिजाऊ थरारल्या. सणसणत आलेला एक वर्मी तोफगोळा, दौडत्या घोड्याबरोबर फरफट होत चाललेली रिकीब, झिजून-झिजून नव्हत्या झालेल्या औषधी मात्रा क्षणात त्यांच्या पाणथर डोळ्यांसमोर तरळून सरकल्या! त्यांनी त्यांचे

थोरले पुत्र, खाशांची स्वारी आणि सूनबाई नेल्या होत्या!

जिवाभावाच्या माणसांचा 'काळ' होतो, तेव्हा मागे राहणाऱ्यांच्या हयातीचा 'बरड-माळ' होतो, हे त्यांनी भोगले होते. जिजाऊंनी शंभूराजांना एकदम हातांच्या आवेगी मिठीत कोंडून-कोंडून टाकले. त्यांच्या डोळ्यांतील 'थोरली-माया' शंभूराजांच्या टोपावर टपटपू लागली.

सदरेवरच्या हर असामीला ते बघताना वाटले – 'आपण – आपणच 'धाकले राजे' आहोत! ह्या 'थोरल्या-माये'खाली न्हातो आहोत!'

भावनेचा कढ उलगताच जिजाऊंनी पदरकाठाने नेत्रकडा सावरल्या. शंभूराजांचा मोहरांच्या थैलीने सतका उतरून त्यांच्या खांदावळीवर हात चढवीत त्या शांतपणे म्हणाल्या – "चला!"

आभाळाच्या निळाईने विजेचा तेजवान झोत बिलगता घेऊन किनारी लावण्यासाठी चालावे, तशा जिजाऊ चालल्या... देवमहालाच्या रोखाने! शंभूराजांना जगदंबेच्या औक्षवंत चरणांवर घालण्यासाठी!

सगळ्या सदरकऱ्यांनी त्यांच्या पाठमोऱ्या मूर्तींना मुजरे रुजू घातले.

देवीचे दर्शन घेऊन शंभूराजे पुतळाबाईंच्या महाली आले. त्यांना ओवाळण्यासाठी हाती घेतलेल्या आरतीच्या तबकाचे भान पुतळाबाईंना राहिले नाही. त्या शंभूराजांच्याकडे बघतच राहिल्या.

त्यांच्या सामोरे येत, त्यांची पायधूळ घेऊन शंभूराजे म्हणाले, "मासाहेबऽ, ओवाळता?" तेच शब्द, ओढ्यासारखे उड्या घेत येणारे, तेच डोळे दर्पणासारखे साफ. पुतळाबाईंच्या हातातील तबक थरथरत फिरू लागले.

संभाजीराजांनी कमरेच्या शेल्यात खुपसलेला ताईत बाहेर काढला. तो आरतीच्या तबकात ठेवीत म्हणाले, "आम्ही सलामत आलो. येताना हा ताईत झोळीत ठेवीत होतो. झोळी खांद्यास असली की, कसलीच धास्त वाटत नव्हती."

"गुणाचाच आहे तो!!" पुतळाबाईंच्या मनी तबकातील ताईत बघताना विचार उठला. पुतळाबाईंनी तबक चौरंगीवर ठेवले. आणि त्यांना काय वाटले कुणास ठाऊक, त्यांनी पुन्हा तो ताईत उचलला! शंभूराजांच्या जवळ जात काहीच न बोलता, तो त्यांच्या दंडात बांधला आणि त्यांना आवेगाने जवळ घेतले. पुतळाबाईंना शंभूराजांच्यात एक विचित्र मुद्रा दिसली. सईबाईंच्यासारखी – काळ्या धाग्यांनी विणलेली! सावळी!

तेथून दर्शनासाठी म्हणून शंभूराजे सोयराबाईंच्या महाली आले. पायावर कपाळ टेकवून त्यांनी मासाहेबांचे दर्शन घेतले. त्यांना वर उठवून घेत सोयराबाई म्हणाल्या, "स्वारींना म्हणवले तरी कसे तुमचा 'काळ' झाला म्हणून? उठा. औक्षवंत व्हा! गडावर तुमचे दिवस घातले साऱ्यांनी! मासाहेबांच्या कानी घातले पाहिजे. फेरभोजने

घातल्याशिवाय हा दोष नाही हटायचा!"

संभाजीराजांच्या कपाळी आठ्या पडल्या. पडल्या नजरेने ते सोयराबाईंच्या पायांवर फिरलेली आळत्याची नक्षी उकलण्याचा यत्न करू लागले! तिचा शेव सापडत नव्हता. सापडणार नव्हता!

त्या रात्री जिजाऊंच्या महाली पलंगावर आडव्या झालेल्या शंभूराजांचे डोळे मिटले होते. थकव्याने झोप यायला पाहिजे होती, पण ते जागेच होते. त्यांच्या मनी प्रश्नांच्या खडावा खटखटू लागल्या. धूळ उडू लागली – 'आमचा काळ झाला! असे खुद्द महाराजसाहेबांनीच साऱ्यांना सांगितले! आमचे दिवस घातले गेले गडावर? का? असे का केले आबासाहेबांनी? यात – यातही त्यांचा काही मनसुबा असेल! नाहीतर – गड उतरून ते आमच्यासाठी का आले असते?' शंभूराजांच्या डोळ्यांवर झोप आपला शालनामा पांघरू लागली.

त्यांच्या पोटऱ्यांना तेलवण चोळणारी धाराऊ, त्यांच्या मिटल्या पापण्यांकडे एकरोखाने बघत होती. मायेला फक्त एकच माहीत असते, सेवा करणे! मूकपणे!

मार्गशीर्षाच्या धुकाळ पौर्णिमेचा दिवस गुंजणमावळात चढीला लागला. स्नान घेतलेले टोपधारी शंभूराजे जिजाऊंच्या महाली आले.

पितळी सरशीने जिजाऊंनी त्यांच्या कपाळी दोनदळी शिवगंध रेखले. त्यांच्या संगतीने जिजाऊ सदरेच्या रोखाने चालल्या. त्यांच्या मागून, राजे-शंभूराजे उत्तरी असताना, जिजाऊंनी बिल्वपत्रे वाहताना खूणगाठेसाठी साठवण केलेल्या मोहरांची तबके घेऊन धारकरी चालले. आज ती तबके 'दान' म्हणून वाटली जाणार होती.

राजगडाची सदर मानकऱ्यांनी सजली होती. ही कदरेची सदर होती. मथुरेहून संभाजीराजांना सुखरूप देशी आणणाऱ्या कृष्णाजी, काशीपंत आणि लक्ष्मीबाई या त्रिमल त्रिवर्गांची कदर राजे सदरसाक्षीने करणार होते.

जिजाऊ आणि शंभूराजे सदरेवर प्रवेशले. बैठक घेतलेले राजे जिजाऊंना बघताच अदबीने चटकन उठले. सदर सुरू झाली. धारकऱ्यांनी मोहरांची तबके बैठकीच्या बगलेला हारीने मांडून ठेवली. भंडाऱ्याची परडी फिरली.

राजांनी बैठ्या-बैठ्या मुजुमदार निळोपंतांना नजर दिली.

पुढे येत निळोजीपंतांनी सदरेचे प्रयोजन खुले केले – "उत्तरी सरकारस्वारीवर बाका प्रसंग बेतला. हुन्नराने राजियांनी गलिमाची कैद फोडली. देशी यावे म्हणोन बैराग्यांचे वेष धारण केले. पण मार्गी पेच उभा राहिला. धाकट्या राजियांना संगती घेवोन चाल धरणे मुश्कील झाले. म्हणोन सरकारस्वारीने धाकट्या राजियांना मथुरेस त्रिमलांच्या हाती स्वाधीन केले. त्रिमलांनी कस्त-कोशिस करोन – इमानइतबारे घरचा दागिना घरी पावता केला. त्याकारणे त्रिवर्ग-त्रिमलांचा मरातब करावा, असे मनी

धरोन स्वारींनी ही सदर बसती केली असे.

"ये सदरी मरातब म्हणोन – मशारनिल्हे काशी त्रिमल, मजकूर मथुरा यासी रुपये रोख पंचवीस हजार – " निळोपंत थांबले.

मोरोपंतांच्या शेजारी बसलेले काशी त्रिमल उठले. बैठकीजवळ अदबीने आले.

राजांनी आणि संभाजीराजांनी चंदेरी रुपयांनी शिगोशीग भरलेल्या तबकाला दस्तुरी-स्पर्श दिले. झुकून मुजरा देत काशीपंतांनी तबक हाती घेतले. त्यांचे हात आणि मन भरून आले. मथुरेत असताना ज्या भावभऱ्या डोळ्यांनी ते यमुनेच्या पात्राला बघत होते, तसेच त्यांनी 'माँजी' जिजाऊंना जवळून डोळाभर बघितले. हातीचे तबक बाजूला ठेवून त्यांनी बैठकीवरच्या राजे-संभाजीराजे आणि 'माँजी' जिजाऊ या त्रिदळी राजकुटुंबाला उत्तरी अदबीचा साष्टांग दंडवत रुजू केला.

उपरण्याचा जरीकाठ ठाकठीक करीत निळोपंत पुढे बोलले – "त्रिमलांच्या मातूश्री – आईजी लक्ष्मीबाई, मजकूर मथुरा यांसी रुपये रोख पंचवीस हजार! – " निळोपंतांनी राणीवशाच्या बैठकीत चिकाच्या पडद्याआड बसलेल्या लक्ष्मीबाईंना म्हणून पडद्याला नजर दिली. पडदा सळसळला. लक्ष्मीबाई स्त्रीवशाच्या बैठकीतून बाहेर आल्या. जिजाऊंनी दस्तुरी हातस्पर्श दिलेले बंद्या चंदेरी रुपयांचे तबक लक्ष्मीबाईंनी आपल्या थरथरत्या हाती घेतले. पाणावल्या डोळ्यांनी त्या जवळून जिजाऊंना निरखू लागल्या. त्यांच्या हाती चंदेरी रुपयांचे शिगभरले तबक होते आणि समोर दिवसाढवळ्या सदरबैठकीवर उतरलेले दूधदाट चांदणे त्यांना दिसत होते!

तबक बाजूला ठेवून नमस्कारासाठी म्हणून लक्ष्मीबाई वाकायला गेल्या. "बाई, तुमचे आमच्यावर थोर उपकार! हा कोण प्रकार? शक्य असते, तर आम्हीच स्वत: तुमची भरल्या फळाने ओटी भरली असती इथे. सदरसाक्षीने." जिजाऊ त्यांचे हात वरच्यावर उचलून घेत म्हणाल्या. या क्षणी आपले कपाळ उजाड आहे, याची खंत जिजाऊंना कातरून गेली.

काशीपंत, कृष्णाजी, विसाजी यांना 'विश्वासराऊ' हे किताब देण्यात आले. पेहराव, पालखी, हत्ती, सरंजाम देऊन साऱ्यांचा गौरव करण्यात आला.

एकामागून एक दानाची तबके शंभूराजांच्या सामोरी येऊ लागली. नावनिशीवार त्यांचा उल्लेख होताच संभाजीराजे तबकांना दस्तुरी हातस्पर्श देऊ लागले.

उपवासाचे पारणे फेडून सदरेवर बसलेल्या जिजाऊ समाधानाने भरून आल्या होत्या. तबके सरतीला आली तशी संभाजीराजांच्या कपाळी निसटत्या आठ्या उठून गेल्या. राजांच्याकडे झुकते होत ते पुटपुटले – "महाराजसाहेब – "

"बोला." राजे समाधानाने फुलले होते.

"मरातबाचं एक तबक... आग्र्याच्या वाटेनं जाऊ द्यावं!!"

"..." राजांनी भुवया चढत्या ठेवीत 'कशासाठी' असा काही न बोलताच

सवाल केला.

नजर राजांच्या छातीवरच्या माळेवर टाकीत संभाजीराजे म्हणाले – "कुम्हारवाडीच्या कुंभारानं आम्हास घरोबा दिला, त्याच्यासाठी!!"

नकळतच राजांचा हात संभाजीराजांच्या पाठवळीवर चढला. जामा काखेला धरून दाटला. मोहरांनी भरलेले एक तबक आग्र्याच्या कुंभाराच्या नावाने बाजूला काढण्यात आले. राजांनी आपल्या खाजगीच्या कारभाऱ्यांना बैठकीवरून नजर दिली. कारभारी सरपोसाने तबक घेतलेला एक तबकधारी घेऊन राजांच्या सामोरे आले. त्यांनी मुजरा केला. तबकधाऱ्याने सरपोस हटता करून तबक राजांच्या समोर झुकते होऊन धरले. संभाजीराजांना तबकात सोनतारांत मढविलेले एक पदक दिसत होते! कसल्यातरी पिसांचे!

"हे काय?" त्यांनी राजांना विचारले.

"हे गरुडाचे पाँख. हरकामी यश देणारे!" राजे तबकातील पदकाकडे बघत उत्तरले. त्यांनी डोळ्यांनी तबकधाऱ्याला तबक जिजाऊंच्या समोर पेश धरण्याची इशारत केली. "मासाहेब, त्या पदकास हात द्यावा!" राजांनी जिजाऊंच्याकडे बघितले. जिजाऊंनी गरुडपिसांच्या मढविलेल्या पदकाला हातस्पर्श दिला. आत्ता पदक सर्वार्थाने 'हर काममें यश देनेवाले' झाले!

जिजाऊ राजांना काहीतरी विचारणार होत्या. एवढ्यात पाली दरवाजावरच्या नगारखान्यावरून उठलेली नौबतीची दुडदुड सदरेत घुसली!

राजे आणि जिजाऊ ती ऐकताना एकमेकांकडे बघून मंद हसले. का, ते मात्र सदरेवर कुणालाच उमगले नाही.

सदर उठायला झाली. लगबगीने गडाचा पोतराज बैठकीसमोर आला. मुजरा घालून म्हणाला, "सरकार, आज पुनव हाय. आईच्या गोंधळाचा चौक भरायची आज्ञा चाकराला व्हावी. खाशांनी गोंधळाला रात्री मान द्यावा."

"जरूर." राजांनी पोतराजाला पानविडा आणि नारळ दिला. सदर उठली.

सांज धरूनच थाळ्याएवढे 'चंद्रफूल' आभाळ-सुंदरीने डुईत माळले! चांदण्याच्या रूपाने त्या फुलाचा सुगंध राजगडावर पसरला.

सदरचौकात गोंधळ्यांनी तांदळाचा चौक भरला. रात्रीचा थाळा घेतलेले राजे, संभाजीराजे आणि जिजाऊ यांच्यासह सदरेच्या बैठकीवर गोंधळ ऐकायला बसले. सगळी सदर माणसांनी गच्च भरली होती.

चौकाचा सारा साज मांडून होताच गोंधळ्यांचा म्होरक्या सामोरा आला. डुईची लाल पगडी झुकवीत म्हणाला – "सरकार, उदो करायचा हुकूम व्हावा."

राजांनी त्याला हाताचा पंजा उठवून थोडा वेळ थांबायची खूण दिली. राजांच्या टोपात गरुडपिसाचे पदक मढले होते! ते तिरपे टाकीत राजे सदरेत येणाऱ्या

अंत:पुराच्या दरवाजाकडे बघू लागले. साऱ्या नजरा त्या रोखाने लागल्या.

त्या दरवाजाआड गोंदल्या हातांची, पदर सरसा करताना हालचाल झाली. काकणांचा किणकिणाट उठला. त्या किणकिणाटांशी बोलत काही क्षण गेले आणि पाठोपाठ गलमिश्या असलेल्या पिलाजींच्या आणि गोंदल्या मनाच्या धाराऊच्या मधून येसूबाई सदरेवर प्रवेशल्या! खालच्या मानेने! धडधडत्या उराने!

संभाजीराजांचा काळ झाला, या उठलेल्या हुलीवर विश्वास टाकून पिलाजीराव संभाजीराजांचे जोडे सती जायला निघालेल्या येसूबाईंच्यासाठी मागायला आले होते. त्या वेळी त्यांची समजूत घालून राजांनी त्यांना शृंगारपुरी परते धाडले होते.

संभाजीराजे सुखरूप परतताच शृंगारपूरला राजांनी थैलीस्वार धाडला होता. पिलाजींना लिहिले होते – "पौर्णिमा धरोन सूनबाईंनिशी निघोन येणे! येते वख्ती भावेश्वरीचा अंगारा घेवोन येणे! शंभूराजे सुखरूप गडी पावते जहाले!"

पिलाजींना सदरेवर येताना बघून संभाजीराजे अदबीने उठायला गेले – पण पुढे-पुढे येणारे चमकते तोंडे बघून ते पुन्हा खाली बसले! आपसूकच.

"या सूनबाई," म्हणत राजे मात्र उठून तसेच पुढे गेले. त्यांनी येसूबाईंना हाती धरून आणले आणि मासाहेबांच्या बगलेने बैठकीवर इतमामाने बसविले. पिलाजी बसले. राजांनी समोर आलेल्या परडीतील भंडाऱ्याची चिमट उधळली. गोंधळ्यांना उदोची इशारत दिली. गोंधळ्यांनी पोत पाजळून नमन धरले :

"गजवदना – गणराया गौरी!" संबळ-तुणतुण्यांचे मेळसूर घुमू लागले. म्होरक्या गोंधळी नाचत्या पोतांवर कानाशी हात नेत जगदंबेचा महिमा उभा करू लागला –

"आदिशक्तीचे कवतुक मोठे,
भुत्या मज केले!"

आग्ऱ्याच्या प्रवासाने आणि ध्यानीमनी नसता समोर ठाकलेल्या एकाहून एक बाक्या प्रसंगाने संभाजीराजांची जाण आता चढीने वाढली होती.

राजांनी आपल्या ताब्यातील गडकोटांचा फेर टाकून गडकऱ्यांना दर्शन दिले. अण्णाजी दत्तोंच्या मदतीने मुलखाची ऐनजिनसी जमाबंदी बांधून घेतली. आपल्या लष्कराला नवा कानुजाबता घालून दिला. कडक नियम जारी केले.

'लष्कराने पाऊसकाळात चार मास आपल्या राहणीच्या मुलखावर जावे. शेतीभातीची कसणूक करावी. दसरा धरून साहेबकामावरी रुजू व्हावे. आठ मास मुलूखगिरी करोन पोट भरणे ते भरावे. स्वारीत बायाबापड्यांनी बदअमल करू नये. मुलूखगिरीस जाताना व देशी परते येताना सरकारी चौकी पहाऱ्यांवर जमेनिसास झाडा द्यावा. गैरवाका वर्तू नये. कानुजाबत्यास बाध आणील, त्याचे हात जल्लादाकरवी कलम होतील.' असा लष्कराचा कडक जाबता राजांनी घालून दिला.

जमीनधाऱ्याबद्दल मलिकंबरला मागे टाकील, असे धोरण राजांनी घालून दिले.

‘गावचा देशमुख, देशपांडा, पाटील आणि चार जाणते कदीम गावकरी अशा सात असामींनी मिळून जमिनीचा वकूब बघून प्रत ठरवावी. एकपिकी, दुपिकी अशी जमिनीची प्रतवारी लावावी. त्यामानाने सरकारी धारा बसवावा. जे रयतेस धारा नगद पैक्याचे रूपाने देणे निभत नसेल, त्याजकडून ऐनजिनसी धान्यरूपाने धारा वसूल घ्यावा. नांगर, बैल, बियाणे जो वस्तभाव कसणुकीस लागेल, तो सरकारफडातून कुणबियांस वख्ती द्यावा.’ हे पुढे टाकायच्या चालीसाठी असलेले धोरण होते. संभाजीराजांच्या समक्ष ते सारे घडत-बनत होते.

सदरेवर बसलेले राजे, आपल्या कुणबी आणि धारकरी यांच्यासंबंधी बोलताना केवढ्या मायेने भरून येतात, हे शंभूराजे समक्षच बघत होते. कधीमधी त्यांच्या मनी विचार येत होता – ‘‘तसा फावला समय हाताशी आलाच, तर महाराजसाहेब उठतील. आम्हास संगती घेऊन एखाद्या वाडीत जातील. अंगचा निमा-टोप-चोळणा उतरवून ठेवतील आणि धोतराचा काच मारून, मुंडं अंगी चढवून बैलजोडीचा माग धरीत नांगराच्या खुंटाळीला हात घालतील!! आम्हास म्हणतील – ‘शंभूराजे, तो कोढता घ्या. आम्ही केलेल्या नांगरटीतील ढेकूळबाब सपाटीस लावा.’’’

राजगडाची सदर मंत्रिगणांनी सजली. पेशवे मोरोपंतांनी आपल्यासमोर दर्पणासारखी, कापडी अस्तरावर चिकटवलेली खलित्याची उलघडती वळी धरली होती. त्यांनी डाव्या हाताच्या मुठीत पकडलेल्या थैलीच्या फासबंदाचा गोंडा लोंबून हिंदोळत होता. सदरबैठकीवर राजे, जिजाऊ आणि संभाजीराजे बसले होते. राणीवशाच्या दालनात पडद्याआड पुतळाबाई, सोयराबाई असा राणीवसा बसला होता. पुतळाबाईंच्या शेजारी खालच्या मानेने येसूबाईंनी बैठक घेतली. त्यांच्या मनी एका मजेदार विचाराने क्षणात घर केले. ‘या चिकाच्या पडद्यातून पलीकडच्या बैठकीवरचे टोप कसे दिसतील?’ पण त्या मान वर घेण्याऐवजी अधिकच खाली ठेवून नुसत्या ऐकत होत्या. पिलाजी शृंगारपुरी निघून गेले होते. राजांच्या इच्छेने येसूबाई आता राजगडीच राहणार होत्या. सदरेवरची शांतता चिरीत बोल उठू लागले. मोरोपंत पेशवे हातीचा खलिता, राजांची नजर – इशारत मिळताच वाचू लागले. संथ, धिमे बोल येसूबाईंना पडद्यापलीकडून ऐकू येऊ लागले.

‘‘मशहुरल अनाम, दाम दौलतहु शाहजादे मुअज्जम, सुभे दख्खन यासी – प्रति सिवाजीराजे दंडवत उपरी विशेष –

‘‘प्रस्तुत ल्हेयावयास प्रयोजन की, आम्ही आगरियाहून प्राणभयाने आमचे देशी निघोन आलो. आमचे फर्जंद शंभूराजेही जातगतीने देशी पावते जहाले. आला हजरत साहेबाची गाठीभेटी घेवोन निघणे, ते काही घडले नाही! ते कोण कारणे, हे तुम्ही जाणता. हर प्राणिमात्रास आपला जीव प्यार!

"हे गोष्टी जरी घडली, तरी आम्ही हजरतसाहेबांचे बंदे चाकर! सेवेसी हरभातेने तत्पर आहोत. तुम्ही येविशी हजरतसाहेबांची समजूत पाडली पाहिजे! आमचे फर्जंद संभाजीराजे पादशाही लष्करी चाकरच असत! आमचे गडकोट दौलतबाब पादशहांचे चरणी अर्पणच आहे! हे समजोन फर्जंदास चाकरीस समय दिल्हा पाहिजे! मुलूख बनेल, तो बनवून आणिला पाहिजे! बहुत काय ल्याहावे, जाणिजे."

औरंगजेबाने दक्षिणेची सुभेदारी जसवंतसिंगाकडून काढून आपला मुलगा मुअज्जम याची त्या जागी नामजादी केली होती. मुअज्जमला शिवाजीराजांशी दुष्मनगिरी नको होती. राजकारण म्हणून नव्हे, सुरक्षितता म्हणून! त्याला वाटत होते, आपल्या कारस्थानी बापाने दक्षिणेत आपणाला शिवाजीच्या तोंडी घातले आहे. आणि समोर येईल, त्या शाही तेगबहाद्दराचे शिवाजी 'तोंडीलावणे' कसे करतो हे तो बरे पारखून, समजून होता. राजांनाही आपला मुलूख उभा राहीपर्यंत मुगलशाहीची हातघाई नको होती. त्यांना दख्खनसुभा मुअज्जमशी तहाची बोलणी लावायची होती.

तो खलिता ऐकून जिजाऊ, मंत्रिगण आणि सदरकरी राजांच्याकडे बघतच राहिले. एवढे आग्र्यातील प्राणसंकट टळले नाही, तोच राजे संभाजीराजांना मध्यस्थ ठेवून दुसरी चाल खेळू चाहत होते. राजे शांत होते. त्यांनी बाळाजी आवजींना नजर दिली. बाळाजी बैठकीसमोर पेश आले. त्यांनी मुजरा रुजू घातला. राजांचे 'हेजिब' म्हणून बाळाजी औरंगाबादेला जाणार होते.

मोरोपंतांनी खलित्याची वळी थैलीत सरकविली. झुकून थैली राजांच्या समोर धरली. राजांनी हातस्पर्श दिला. तो देताना त्यांच्या हातातील अंगठीवरचा पुखर खडा झळकून उठला. त्यातून उधळलेले किरण संभाजीराजांच्या चर्येवर लख्खन उतरले.

येसूबाईंनी मोठ्या धीराने पडद्याआड राणीवशात मान उठवली. कुणालाही कळणार नाही अशी! पलीकडच्या बैठकीवरचे झिरझिऱ्या पडद्यातून टोप बघण्यासाठी! पण त्यांना काहीच दिसू फावले नाही! वाकून थैली हाती घेणाऱ्या बाळाजींच्या आड टोप दडले होते!

"बाळाजी, सारे शांतपणे कार्यी लावा. हा सुलूख बनला पाहिजे." राजांनी बाळाजींना बोल दिले.

"आज्ञा स्वामी!" स्वत:चाच हस्तलेख असलेला खलिता बाळाजींनी मोरोपंतांच्या हातून घेतला. औरंगाबादच्या रोखाने जाण्यासाठी बाळाजी झुकते मुजरे घालीत मागच्या पावलाने मागे हटू लागले.

"शंभूराजे, हा सुलूख मान्य झाला तर... तर तुम्हास शहजाद्यांच्या भेटीसाठी जाणे पडेल, औरंगाबादेस. एकटे! जाल?" राजांनी शांतपणे विचारले.

"हां, जरूर जाऊ. उत्तरेहून येताना तो मार्ग पुन्हा धरला नाही. वेरूळची लेणी

बगलेस पडली. संधी मिळाली, तर ती आणखी एकदा नजरेखालून घालू!'' संभाजीराजांनी उत्तर दिले. राजांना त्याचा अंदाज नव्हता. त्यांनी जिजाऊंच्याकडे बघितले. जिजाऊ गंभीर होत्या.

वेरूळच्या आठवणीबरोबर संभीजीराजांना आपली नजर चिकाच्या पडद्याकडे का गेली तेच कळले नाही! पण त्यांनाही पलीकडचे काहीच दिसू फावले नाही. वाऱ्याच्या झोताने त्या पडद्याला फक्त नाजूक वळ्या उठलेल्या त्यांना दिसल्या. मन त्या वळ्यांना धरून वाट चालून गेले. औरंगाबादेची, वेरूळच्या लेण्यांची!!

''म्हाराज, नाईक आल्यात!'' महालीच्या खिदमतगाराने आत येत वर्दी दिली.

''पेश येऊ देत.'' राजांच्या पायफेऱ्या थांबल्या. शंभूराजेही जवळ येऊन राजांच्या शेजारी थांबले. बहिर्जी नाईक महाली पेश आला. मुजऱ्यासाठी झुकला. रामोशी मुंडाशांच्या दशा झुकताना डुलडुलल्या.

''धनी, मोगलाईत अडकलेलं रघुनाथपंत आन् त्रेंबकपंत सलामतीनं सुटलं. गड पायथ्यालगट आल्यात. पर पार दशा झाली त्येंची.'' बहिर्जी खिनभर थांबला.

राजांना आठवले –

'आम्ही आग्ऱ्यातून निसटलो, पण रघुनाथपंत आणि त्र्यंबकपंत मागे राहिले आणि औरंगजेबाच्या चौकी पहाऱ्यांच्या जाळ्यात अडकले. फौलादखानानं त्यांना मरणयातना देऊन त्यांचे हाल-हाल केले, कानावर आले. खरे तर ते मरायचेच, पण मुअज्जम मार्फतीने केलेली सुलुखाची बोलणी कामी पडली आणि औरंगजेबाने त्या दोघांना हाडामांसानिशी सोडून दिलं... त्या अर्थी सुलूख होऊन तह होणार हे नक्की झाले....'

''धनी, त्येस्नी पांघराय धडुती धाडाय पायजेत. पार रया ग्येलीया त्येंची. आन्...'' बहिर्जी अडखळला.

''बोला नाईक आणि काय?''

डुईचे मुंडासे डावे-उजवे होलपटून टाकणाऱ्या बहिर्जींचा गळा गच्च झाला – ''न्हाई धनी, खबर पायवं घालाय जबान उचलत न्हाई.''

संथ पावले टाकीत राजे बहिर्जींजवळ आले. त्यांचा आवाज बांधील झाला.

''नाईक, आम्ही कैदेत असता आमचे काही बरे-वाईट झाले असते, तरी ती खबर तुम्हास मासाहेबांच्या कानी घालावी लागलीच असती! खबरगीर आणि ज्योतिषी यांना खडे बोलावे लागते. बोला. कोण खबर?''

''म्हाराज... दिल्लीच्या जुम्मा मसुदीत नेताजींचा सुंता जाला! नाव पालटलं. माहमद कुलीखान क्येलाय त्येंचा. नेताजी मुशिनमान जालं. त्येंचं कबिलं निसारखानानं मुलखातनं दस्त करून दिल्लीला धाडलं. त्येस्नी बाटवून त्येंच्यासंगट मौलानांनी

पुन्यान त्येंचं निकं लावलं.'' बहिर्जींचा रामोशी आत्मा नेताजींच्या कर्तबगार आठवणीने ढवळला. डोळ्यांतून इमानी पाण्याचे थेंब टपकले.

बहिर्जींच्या खांद्यावरचा राजांचा हात थरथरला. डोळे भरून आले. नेताजी! घोड्यांच्या टापांनिशी उसळत फिरणारा एक धगधगत्या आगीचा झंझावात! 'नेता' आज 'नव्हता' झाला! अंगाराचे कोळसे झाले.

बहिर्जी आणि राजे यांच्याकडे बघताना शंभूराजांची मूठ नकळत परजात जमदाडीवर घट्ट आवळली गेली होती. तापल्या शिसाचा रस ओतल्यागत कानपाळी रसरसून आली होती. डोळ्यांचे पेटते पोत झाले होते.

त्यांना दिसत होता तसबीहच्या माळेचा हात! आणि – आणि क्षणाक्षणाला त्यांची परजावरची मूठ घट्ट-घट्ट आवळली जात होती! नकळत!

राजे मुलखाची बंदिस्ती करीत होते. औरंगजेबाने राजांचा सुलूख मान्य केला. दख्खन सुभा मुअज्जम उर्फ शहाआलम मार्फत राजांना औरंगजेबाचा हस्बुल हुक्म आला. शंभूराजांच्यासाठी!

तहाप्रमाणे राजांचे प्रतिनिधी म्हणून शंभूराजांना शाही मन्सबदारी देण्यात येणार होती. चार हजार स्वारांची! वऱ्हाड, खानदेशीच्या जहागिरीचा पंधरा लक्ष होनांच्या मुलखाचा मोकासा बहाल करण्यात येणार होता!

औरंगजेब धोरणी! त्याने ही हत्तीची दाखवीत, उंटाची चाल टाकली होती! शांतपणे वाकडी!

जहागिरीचा मोकासा वऱ्हाड-खानदेशचा. म्हणजे संभाजीराजांना मुक्काम औरंगाबादेतच टाकावा लागेल! 'मन्सबदार' म्हणून शिवाजीचा बच्चा पुन्हा आपल्याकडे 'ओलीस'च राहील! नाहीतर त्याला संभाजीराजांना, पुरंदरच्या तहात मिळालेल्या मावळमुलखाचा मोकासा देत आला नसता का? ते केले तर, तो 'औरंगजेब' कसला? 'मोरपिसांचा जुडगा' म्हणून तो आपल्या तोंडावर 'खाजकुयरीची पाने' फिरवू पाहतो आहे हे राजांनी हेरले. त्यांनी दिल्ली दरबारला स्पष्ट कळवून टाकले, ''जहागिरीचा मोकासा घेणे, तो आमचे फर्जंद संभाजीराजे अदबगर्जीने घेतील. कारभार पाहणे तो प्रतापराव गुजर व निराजी रावजी मुतालिक रवेशीने पाहतील! फर्जंद जहागिरीवरील मुक्कामास असणे, ते होणे नाही!!''

राजांच्या सगळ्या अटी मान्य झाल्या. औरंगाबादेहून मुअज्जमचे पत्र आले – ''जहागिरीची वस्त्रं आणि फर्मान घेण्यासाठी शंभूराजांना औरंगाबादेला पाठवून द्यावे!''

राजांचे बहिर्जी, कर्माची, विश्वास असे खबरगीर औरंगाबादेच्या रोखाने सुटले. मुअज्जमची माहिती काढायला. हे राजकारण फक्त राजेच खेळू जाणत होते. ते

स्वत: असेच चालत आले होते. एक वेढा फोडावा, दुसऱ्यात आपणहून घुसावे! एका गोटातून संभाजीराजांना त्यांनी काढून घेतले होते, दुसऱ्या गोटात ते त्यांना आपणहून पाठवायला तयार झाले होते! या चालीचे यश मुअज्जमचा स्वभाव कसा आहे, यावर अवलंबून होते. संभाजीराजांचे धैर्य केवढे आहे यावरही विसंबून होते.

खबरगिरांनी औरंगाबादेहून बातम्यांची कोरीव लेणी जशीच्या तशी उचलून आणली! "मुअज्जम विलासी आहे. साजशिनगाराची त्यास गोडी आहे. राजांना तो मनोमन वचकून आहे. आपल्या बापाशी तो नेक नाही!"

विचार करून राजांनी निर्णय घेतला. संभाजीराजांना औरंगाबादेला धाडण्याचा. त्यांना विश्वास होता – शंभूराजे दरबारी रीतीभातीचे सारे ठीक करतील. खुद्द तेच जाऊन आले की, औरंगजेबाला कायमचा नसला तरी उडता भरोसा येईल!

या खानदेशी राजकारणाचा समय आला, ऐन दिवाळीत. राजकारण सणवार, भावभावना काहीच जाणत नसते.

भरत्या थंडीला धरून नरक चतुर्दशीचा दिवस राजगडावर फटफटला.

आज औरंगाबादेच्या रोखाने प्रस्थान ठेवण्याचा मुहूर्त होता.

जिजाऊ, पुतळाबाई, धाराऊ, सोयराबाई साऱ्या आऊसाहेब यांचा शंभूराजांनी आशीर्वाद घेतला. "येतो आम्ही," म्हणत येसूबाईंचा निरोप घेतला.

बालेकिल्ल्याच्या सदरचौकात गड-उतारासाठी प्रतापराव, निराजी रावजी, रावजी सोमनाथ, प्रल्हाद निराजी, आनंदराव अशी निवडीची मंडळी सिद्ध होती.

जिजाऊ आणि राजे संभाजीराजांसह सदरचौकात आले. शंभूराजांनी जिजाऊंच्या पायांवर कपाळ ठेवले. "औक्षवंत व्हा! कार्य सिद्ध होताच परतीला लागा." जिजाऊंनी त्यांना आशीर्वाद दिला.

राजांच्या संगतीत, बरोबर यायच्या मंडळीसह संभाजीराजे चालू लागले. संजीवनी माचीच्या रोखाने. माचीवर गड-उताराची पालखी तयार होती.

माचीवर उतरणारे भुयार आले. त्यांच्या तोंडावरची धोंड हटली. राजे व शंभूराजे आत उतरले. मागून प्रतापराव, निराजीपंत, रावजी, आनंदराव, प्रल्हादपंत ही मंडळी उतरली. एकामागून एक पायऱ्या मागे पडू लागल्या. चालता-चालता राजे कसल्यातरी विचाराने थांबले.

"तुम्हास आठवते वेरूळच्या कैलासलेण्याची गुंफा?" राजांनी प्रश्न केला.

"जी." दोन्ही आवाजांचा फेरसाद भुयारात घुमला.

"काय आवडलं तुम्हास त्या शिलागारीत?"

"कैलास पर्वताखाली दमगीर झालेला रावण!"

"..." भुवया चढवीत राजांनी संभाजीराजांना आश्चर्याने निरखले. "का?"

"शिवाचा कैलास त्यास उचलता आलेला नाही! एवढे बल असून." शांतपणे संभाजीराजांनी उत्तर दिले.

संजीवनी माची आली. संभाजीराजांनी राजांच्या भगव्या मोजड्यांवर आपला भंडारामंडित माथा ठेवला, त्यांना उठवून पोटाशी घेत राजे धीट धिमे बोलले – "सांभाळून असा! आम्ही नसलो, तरी प्रतापराव आहेत. त्यांच्या सल्ल्याने वागा. यशवंत व्हा, आम्ही तुमची वाट बघतो आहोत!"

शंभूराजे सजल्या पालखीत बसले. फुलार राजगोंडा त्यांनी मुठीत पकडला. रणशिंगाच्या कातऱ्या ललकाऱ्या उठल्या. अब्दागिरे, चोपदार, निशाणबारदार चालू लागले. आग्रा झाला – आता औरंगाबादेला!

मजल-दरमजलीने सेनेसह संभाजीराजे औरंगाबादेला पोहोचले. शाहजाद्याच्या वतीने दिल्ली दरबारचा मातब्बर सरदार जयवंतसिंग याने सामोरे येत त्यांची आगवानी केली. जसवंतसिंगाच्या साक्षीने संभाजीराजांनी मन्सबदारीची वस्त्रे स्वीकारली. त्याला फेरनजराणा बहाल केला.

औरंगाबादेतील शाही महाली प्रतापराव, निराजीपंत, रावजी यांच्या सोबतीत जाऊन संभाजीराजांनी शहजादा शहाआलम याची भेट घेतली. तांबूस, गौरवर्णाचा शहाआलम शंभूराजांना बघून खुशदिल झाला. ओठातल्या ओठांत पुटपुटला – "इन्शाल्लाऽ! कैसी शेरे सूरत है!" त्याने एक झूलबाज हत्ती आणि रत्नजडावाची तलवार संभाजीराजांना दरबारी इतमामाने नजर केली. संभाजीराजांनी त्याला फेरनजराणे दिले. महालीच्या आलिशान बैठकीवर शहाआलमने संभीजाराजांना आपल्या शेजारी बसवून घेतले. खुद्द जसवंतसिंगाला असा मान कधी मिळाला नव्हता! तो हात बांधून समोर उभा होता.

शहजाद्याने संभजीराजांच्या प्रवासाची आदराने चौकशी केली. राजांच्या तबियतीची पूछताछ केली.

निरोपाची वेळ आली. महालीच्या दरबारी आत्तरियाने पुढे येत अत्तरदाणीतील काबुली अत्तराचे फाये झुकून शहजाद्याच्या आणि संभाजीराजांच्या मनगटावर अदबीने फिरविले. एक खिदमतगार सोनेरी नक्षीदार तबकात टपोऱ्या गुबालाचे रसरशीत गेंद घेऊन बैठकीसमोर पेश आला.

तबकातील एक फुलता गुलाबगेंद हाती घेऊन शहजाद्याने तो क्षणभर निरखला. संभाजीराजांच्या हातात तो देताना शहजादा शहाआलमच्या तोंडून नकळत लब्ज सुटले – "लीजिए, गुलाब भी खुबसूरत होता है, छोटे राजासाब!"

प्रतापराव, प्रल्हाद निराजी, रावजी सोमनाथ अशा मंडळींना सोबतीला घेऊन संभाजीराजांनी घृष्णेश्वराचे दर्शन घेतले. मनी घर करून बसलेली वेरूळच्या पहाडी

गुंफांतील कोरीव लेणी नजरेखाली घातली.

औरंगाबादेच्या दक्षिण वेशीला लागून मराठी सेनेचा तळ पडला होता. डेरे, शामियाने उठले होते. रोज संभाजीराजे प्रतापरावांनिशी नगराचा फेरफटका करून येत होते. औरंगाबाद ही मुगलशाहीची दख्खनेतील राजधानीच. तटबंदीतील शहर देखणे होते.

राजांनी निघताना सूचना केली होती – "मिळेल तेवढी नगराची वस्ती डोळ्यांखाली घाला!" शंभूराजे शहराचा फेरफटका करून परतले. प्रतापराव संगती होते.

तळावर येताच त्यांना निराजीपंतांनी वर्दी दिली – "शहजादे सरकार स्वारीस याद फर्मावतात. भेटीचे कारण समजू येत नाही."

संभाजीराजांनी ती वर्दी ऐकून प्रतापरावांच्याकडे सल्ल्यासाठी म्हणून पाहिले. प्रतापरावांच्या कपाळी आठ्या उठल्या. तरीही ते म्हणाले, "पाण्यात माशाचा शब्द झेलाय लागतो. धाकल्या राजांनी भेटीला जाऊन यावं."

संभाजीराजांनी प्रतापराव, निराजीपंत, रावजी सोमनाथ अशी मंडळी संगतीला घेतली आणि ते सरंजामाने शहजाद्याच्या भेटीसाठी शाही महालावर आले.

शहजाद्याच्या वजिराने सामोरे येत, संभाजीराजांना आदराने बैठक महालात नेले.

"आईये!" म्हणत, दातकळ्या खुलवीत, देखण्या शहाआलमने बैठकीवरून उठून पुढे येत हाताला धरून संभाजीराजांना आपल्या बैठकीवर शेजारी बसवून घेतले. त्याचे खासे सरदार बगलेने अदबीत हात बांधून उभे होते.

संभाजीराजांवर सहज नजर ठेवता येईल असे प्रतापराव आणि त्यांचे मराठी सरदार उभे राहिले. इकडच्या-तिकडच्या गप्पा करून शहजाद्याने आपल्या मूळ हेतूला हात घातला. "कभी शिकार खेलते हो शंभूराजे?"

"नाही." शांतपणे संभाजीराजांनी उत्तर दिले.

"ताज्जुब है! राजासाबके फर्जंद और शिकार का षौक नहीं!" शहजाद्याने आपल्या रेखीव भुवया वर चढविल्या.

"आम्ही विचारले तर आमचे महाराजसाहेब शिकारीला ना नाही म्हणणार."

"तो फिर आज हमारे साथ चलिए शिकार खेलने. आज हम रामटेक के बनमें जा रहे है, निशाना लगाने."

"नको. आम्हास येणे होणार नाही." संभाजीराजे सावध झाले.

"क्यों – डरते हो हमारे साथ चलने?" शहजाद्याने खोचक सवाल केला. संभाजीराजांनी प्रतापरावांच्याकडे बघितले. असा काही मामला या भेटीत पुढे येईल याचा प्रतापरावांना अंदाज नव्हता. त्यांना काय सल्ला खुणवावा कळेना.

"डरनेकी कुछ बात नहीं। हम आयेंगे शिकार खेलने!" मान ताठ ठेवीत संभाजीराजांनी शहजादा शहाआलमला क्षणात जाब दिला!!

“वाहव्वा! आफरीन – यही उम्मीद थी आपसे! आपके सवारीका सब इंतजाम होगा। आपके नेक लोग साथ लेना।'' प्रतापरावांच्याकडे बघत शहजादा म्हणाला.

दुपार टळतीला लागल्यावर वेशीबाहेर पडण्याचा बेत ठरला. अत्तर-गुलाब झाले. संभाजीराजांनी शहजाद्याचा निरोप घेतला. ते तळावर आले.

आपल्या माणसांतील कसबी पटेकरी, तिरंदाज, भालाईत, रानात घोडा फेकणारे सराईत, घोडाईत संभाजीराजांनी प्रतापरावांच्या मदतीने निवडले. आनंदराव, प्रतापराव, निराजी, रावजी ही हत्यारबाज मंडळी निवडक घोड्यांवर जीन कसून तयार झाली. संभाजीराजांनी अंगाला लागून लोखंडी-जाळीदार बख्तर चढविले. टोपाखाली शिरस्त्राण घेतले. सिद्ध होऊन ते, दिल्या शब्दाप्रमाणे आपल्या शामियान्यात शहजाद्याची वाट बघत बैठकीवर बसले.

वर्दी आली. संभाजीराजे आपल्या निवडक लोकांनिशी तळाबाहेर पडले. शहजादा एका हत्तीवरच्या बंदिस्त हौद्यात बसला होता. तसलाच एक हत्ती, हौदा चढवून त्याने संभाजीराजांच्यासाठी बरोबर आणला होता.

शहजाद्याने हौद्यातूनच शेजारच्या हत्तीच्या माहुताला इशारत केली. माहुताने मोकळ्या हौद्याचा हत्ती अंकुशमार देऊन वळविला आणि संभाजीराजांच्या समोर आणला. पढाऊ हत्तीने सोंडेचे शिंग उठवून सवारीला देखणी सलामी दिली. झुलत-झुलत बैठक घेतली. संभाजीराजांनी कमरेच्या शेल्यात खुपसलेली मोहरांची थैली खेचून माहुताच्या रोखाने वर फेकली. ती वरच्यावर झेलून माहुताने त्यांना कुर्निस केला.

हत्तीला शिडी लावण्यात आली. शस्त्रसज्ज संभाजीराजे शिडी पार करीत हौद्यात चढले. माहुताने हत्ती उठता करून शहजाद्याच्या हत्तीच्या बगलेला जोडून घेतला. प्रतापराव, रावजी, निराजी, आनंदराव आणि निवडलेल्या खेळ्यांनी संभाजीराजांच्या हत्तीला वळे दिले. शहजाद्याने हात उठवून हसत संभाजीराजांना अदब दिली. संभाजीराजांनी हात उठवून हसत त्याला फेर साद दिला.

शहाजणे कल्लोळून उठली. हत्ती, घोडे, निष्णात शिकारी खेळे, हाका घालणारे असा शिकारी-तांडा दक्षिणवेशीबाहेर पडला.

रामटेकचे रान येताच हत्ती थांबले. मागचे घोडाईत आणि हाकारे, खेळे पांगले. संभाजीराजांची माणसे त्यांच्या हत्तीला घेरून उभी राहिली.

आज शहजाद्याला 'शाही शिकार' कशी असते, ती संभाजीराजांना दाखवायची होती. हाकारे, खेळे पांगलेले बघून शहजाद्याने इशारत केली. माहुतांनी हत्ती रानात घुसविले. प्रतापराव, आनंदराव ही मंडळी हत्तीमागून कदमबाज चालीने निघाली.

एका उंच टेकाडावर येऊन दोन्ही हत्ती थांबले. ही निशाणी मारा करायची मचाणी जागा होती. इथून समोर एक पठार दिसत होते. रानाच्या चारी बाजूंनी

आलेल्या पाणंदीच्या वाटा त्या पठाराला येऊन मिळालेल्या होत्या.

शहजाद्याने हौद्यात बसूनच खांद्याचा उंच तीरकमठा हाती घेतला. त्याला बाक देऊन वाद पारखून घेतला. त्याच्या निवडक सरदारांनी कुणी तीरकमठे, तर कुणी भाले सरसावले. मराठी भालाइतांनी ते बघून, आपले भाले पेलले. तिरंदाजांनी तीरकमठे सरसे धरले.

रामटेकचे रान चारी बाजूंनी कुदू लागले. कसलेतरी विचित्र आवाज काढून ते उभे रान क्षणात कण्हू लागले. हाकाऱ्यांनी चारी बाजूंनी हाका घातला होता.

रणशिंगाची एक कातरी ललकारी त्या सगळ्या कालव्याला कापीत उठली. सावजे मारगिरीच्या टप्प्यात आल्याची ती खूण होती.

नुसता प्रचंड कल्लोळ ऐकू येतो आहे, असे काही क्षण गेले आणि पाठोपाठ पठारावर येऊन मिळालेल्या पाणंदीच्या चौबाजूच्या वाटांनी पांढऱ्या, कबऱ्या, बाळ्या अशा प्राणभयाने हंबरडा फोडत चौखूर उड्या टाकणाऱ्या उभवत्या शेपट्यांच्या वनगाईंचे कळपच्या कळप पठारात उतरले!! वनगाई!! मराठी खेळे ते बघून चरकले. सामने हंबरत आलेल्या, भेदरलेल्या वनगाई गोंधळून एकमेकींना थडकल्या. शिंगांना शिंगे खटखटली. टेकाडावरून सटासट सुटलेल्या भाले, तीरांनी मिळेल तशी वर्मी फेक केल्याने कितीतरी वनगाई ऊर उठवून जीवजाता हंबरडा फोडत क्षणात पठारावर कोसळल्या. बचलेल्या भेदरून पुन्हा पाणंदीत घुसल्या. पडलेल्या जाया गाई आचके देत खूर झाडून शांत झाल्या.

समोर प्राणांतक हंबरडा फोडणाऱ्या वनगाई बघून आपल्या हौद्यात, संभाजीराजे ताडकन वर उठले होते. त्यांच्या हातीचा तीरकमठा गाई बघताच गळून पडला. खूर झाडत पठारावर पडलेल्या वनगाई बघताना त्यांचा अस्वस्थ हात सरसरत कवड्यांच्या माळेवरून नुसता फिरत राहिला. त्यांनी आपले डोळे क्षणभर गच्च मिटून घेतले. कानात गाईंचा हंबरडा कसा दाटून बसला.

"सरलष्करऽ" ते प्रतापरावांच्या रोखाने केवढ्यातरी मोठ्याने ओरडले. घोडा टाकीत प्रतापराव हत्तीजवळ आले.

"शहजाद्यांना सांगा. आम्हास हा खेळ पसंत नाही. आम्ही निघतो." आणि त्यांनी माहुताला आज्ञा केली. "हाथी घुमाव!" माहुताने हत्तीचा मोहरा लगबगीने वळविला.

प्रतापरावांनी शहजाद्याला शंभूराजांचा निरोप सांगितला.

संभाजीराजांच्या परतलेल्या हत्तीला घेर टाकून मराठी घोडाईत, तिरंदाज, भालाईत चालले. कुणीच काही बोलत नव्हते.

संभाजीराजांनी हौद्यातूनच आपल्या तिरंदाजांनी खांद्याला टांगलेल्या भात्याभात्यांवर नजर टाकली. भरले भाते तसेच होते!

समोर वनगाई बघून एकाही मराठी शिकारखेळ्याने हत्यार चालविले नव्हते!

समाधानाने संभाजीराजांचा चेहरा त्या अवस्थेतही उजळून उठला. त्यांनी बगलेने दौडत्या प्रतापरावांना विचारले, "गुजरकाका, शिकार करायचीच झाली, तर कसली करावी आम्ही?"

"जी धनी, रानसावजाची! रानडुकराची!" प्रतापराव हौद्याच्या रोखाने मान उठवीत म्हणाले. हत्ती चालविणाऱ्या बिचाऱ्या शाही माहुताला माहीत नव्हते की – 'आपल्या हत्तीच्या पाठीवर एक मावळी सिंह बसला आहे! तोही आता शिकारच करणार होता – फक्त रानडुकरांचीच!'

आपले सबनीस म्हणून रावजी सोमनाथ आणि प्रल्हाद निराजी यांना औरंगाबादेत मागे ठेवून, राजांचे राजकारण मार्गी लावून संभाजीराजे राजगडी परतले.

याच वेळी राजांनी आदिलशाहीशी तह केला. विजापूर दरबाराने राजांना सालिना तीन लाख होनांची खंडणी देण्याचे मान्य केले. स्वराज्याच्या दोन आघाड्या बिनघोर झाल्या – मुगलशाही आणि आदिलशाही.

फिरंगाणातील गरीब रयत तर जिवाला कंटाळून गेली होती. तिथे फिरंग्यांनी सक्तीच्या धर्मांतराचा वरवंटा गावागावांवरून फिरवण्याचा सपाटा चालविला होता. विरोध करणाऱ्यांना गावचौकात आणून उभे जाळण्यात येत होते. शेकडो वर्षांचा गावठाव सोडून निराश्रित, त्राता नसलेली रयत कारवार, कोकणपट्टीत उतरत होती. देशमुख आणि फिरंगी लोकांचा माज टापांखाली रगडण्यासाठी खुद्द राजे फौजबंदीने कोकणपट्टीत उतरले!

त्यांना निरोप दिलेले संभाजीराजे आणि जिजाऊ खासेमहालात गिर्दीच्या बैठकीवर बसले होते. समोर एका शिसवी चौरंगावर कपाळी आडवे गंधपट्टे घेतलेले केशव पंडित मांड-बैठक घेऊन बसले होते. त्यांच्यासमोर लाकडी तिकाटण्याच्या भगव्या बिछायतीवर रामायणाच्या स्कंधाची पोथी होती. त्या पोथीतील एक-एक पान पंडित उचलीत होते. स्वच्छ उच्चारात, लयीत देववाणीतील श्लोक वाचीत होते. वाचल्या श्लोकांचा प्राकृत अर्थ सांगीत होते.

"रावणाचा अंत केलेले प्रभू रामचंद्र अयोध्येत सिंहासनाभिषिक्त झाले. आपल्या वीरांचा भेटवस्तू देऊन त्यांनी गौरव केला. भक्त हनुमंताला त्यांनी स्वकंठातील मोत्याचा हार प्रदान केला. तो घेऊन हनुमंत अयोध्येच्या नगरवेशीजवळ आला. एका उंच वटवृक्षावर चढून त्याने बैठक घेतली. रामप्रभूंनी दिलेल्या मोत्यांच्या हारातील एक-एक मोती तो आपल्या सामर्थ्यवान दाढांखाली फोडू लागला! त्यात प्रभू राम आहेत का, हे पाहण्यासाठी! एकाही मोत्यात त्यास 'रामचंद्र' दिसेनात! तो विव्हळ झाला! वृक्षाखाली मोत्यांची टरफले पसरली."

ऐकल्या कथाभागाने संभाजीराजांच्या मनाची नौका न कळणाऱ्या प्रकाशपात्रावरून

सरसर धावू लागली –

'हरबाबीत 'राम' शोधला पाहिजे! जसे हनुमंताला आपल्या फोडल्या छातीत रामप्रभूंचे दर्शन झाले, तसे आम्हास – आम्हास महाराजसाहेबांचे होईल?'

"कसला विचार करता?" पाठीवर हात फिरवीत जिजाऊ मायेने म्हणाल्या.

उत्तरासाठी म्हणून संभाजीराजांनी त्यांच्या रोखाने मान उठविली. एवढ्यात गोमाजीबाबा महालात आले. झुकता मुजरा रुजू ठेवून म्हणाले, "आऊसाब, कोलापूर तरफेचा पुनाळ गावठाणाचा योक असामी आलाय. केसरकरांच्या बीयाचा. जोत्याजी म्हनत्यात त्याला. मानूस कसबाचा हाय. चाकरीसाठनं आऊसाबांच्या पायाची भॅट घ्यायची म्हन्तो."

"पेश करा त्यास." जिजाऊ शांतपणे म्हणाल्या. भरल्या माटाचा आणि मावळी थाटाचा तरणाबांडा जोत्याजी आत आला. चांदीच्या कड्यांचे मनगट फरसबंदीकडे नेत त्याने मुजरा घातला.

"कोण गाव?" जिजाऊंनी त्याला निरखीत विचारले.

"पुनाळ जी." जोत्याजी अदबीने उत्तरला.

"कोण-कोण हत्यारांची चाल येते?"

"पट्टा, भाला, बोथाटी, गदका – सम्द्यांची सरकार."

"इमान कोण जातीचं?"

क्षणभर जोत्याजी घोटाळला. "आऊसाहेबांच्या पायाशी ल्येकराच्या जातीचं!"

जोत्याजीच्या जाबाने जिजाऊंचा चेहरा उजळला, आणि संभाजीराजे तर उत्तराने खुशदिल होऊन जोत्याजीच्या छातीवरच्या बाराबंदीच्या गाठी मोजू लागले!

"गोमाजी, यास फडावर नेऊन बाळाजींची भेटी पाडा. रुजू करून घ्या." जिजाऊ गोमाजींना म्हणाल्या.

गोमाजी, जोत्याजी मुजरे घालून मागे हटू लागले. ते गर्दन वर करून वळणार एवढ्यात जिजाऊ जोत्याजीला थोपवीत पुन्हा म्हणाल्या, "पुनाळकर, मनास किंतु येऊ देऊ नकोस, आम्ही इमान विचारलं म्हणून. एक वेळ राज्य मिळणं सोपं जातं पण – पण इमानी चाकर मिळणं, ते घडत नाही. रामायण हाच दाखला देते!"

राजांनी मंत्रिगण आणि संभाजीराजे यांच्या साक्षीने सदर बसविली.

वऱ्हाड, खानदेशात आपले मुतालिक म्हणून जाणाऱ्या प्रतापराव, निराजी, आनंदराव यांना संभाजीराजांनी वस्त्रे, श्रीफळ, विडा मरातबाने बहाल केला. त्या तिन्ही मावळी हत्यारबाजांनी संभाजीराजे आणि राजांना अदबमुजरे घातले.

प्रतापरावांची मराठी फौज राजगड उतरू लागली. तिच्या कुचासाठी पाली दरवाजावरची नौबत घुमू लागली. ती ऐकताना संभाजीराजांना वाटले – 'आमची फौज

सरलष्करानिशी आमच्या पाठीशी घेऊन दौडीवर जाण्याचा योग आम्हास केव्हा येणार?'

आता राजगडावर राणीवसा, मंत्रिगण, अठरा कारखाने, फड सर्व ठिकाणी संभाजीराजे मानले जात होते. राजांची 'चालती-बोलती सावली' म्हणून!

धाराऊचा आणि येसूबाईंचा तर आता गडावर काळीजमेळ जमून गेला. येसूबाई धाराऊला 'मामीसाहेब' म्हणत होत्या आणि मानीत होत्या. धाराऊ त्यांना 'सूनबाई' म्हणत होती आणि 'लेक' म्हणून मानीत होती. दररोज दिवस उगवताना 'सूर्या'चा आणि मावळताना 'दिवट्या'चा नमस्कार जिजाऊंना घालण्यासाठी ती येसूबाईंना खासेमहालात घेऊन येत होती.

सुरुवातीला बावरलेल्या येसूबाई – जिजाऊ, धाराऊ, पुतळाबाई आणि राजे यांच्या धीर देणाऱ्या मायेच्या वागण्याने आता गडाला चांगल्या रुळल्या. फक्त एकाच महाली त्यांची जबान कशी जखडल्यागत होऊन जात होती, सोयराबाईंच्या. मासाहेबांचा नाही, आबासाहेबांचा नाही, कधी खुद्द 'त्या' हिंदोळत्या मोतीलगाच्या 'टोपा'चा नाही, पण येसूबाईंना सोयराबाईंचा धाक वाटायचा! ह्या 'मामीसाहेब' त्यांच्या झळझळीत गोरेपणामुळे येसूबाईंना त्या म्यानखेच करून उन्हात गडाच्या तटबंदीवर तळपत ठेवलेल्या हत्यारासारख्या वाटायच्या!

बोलता-बोलता सोयराबाईंच्या शेंडा नकळत लालावून येतो, हे येसूबाईंच्या नजरेतून सुटले नव्हते! हातीच्या सुवर्ण-कंकणांचा नाद व्हावा, म्हणून सोयराबाई पदर पुन्हा-पुन्हा नीट करतात हेही येसूबाईंच्या ध्यानी आले होते. आणि दर्पणात मेणमळल्या कुंकवाची कपाळी आडवी घेतलेली बोटे एकलगीत आलीत का नाहीत, हे बघताना तर 'मामीसाहेबां'ना कशाचेच भान उरत नाही, हेही त्यांच्याच महाली उभे राहून येसूबाईंनी अनेकदा अनुभवले होते!

नेहमीसारखी धाराऊ येसूबाईंना घेऊन दिवटीचा नमस्कार घालण्यासाठी जिजाऊंच्या महाली आली. तिथे सगळा गोतावळाच आऊसाहेबांचे पाय शिवण्यासाठी जमला होता. त्यात संभाजीराजे होते. सारा राणीवसा होता.

राजे महाड-रायगडाकडे कूच झाले होते.

रोषणनाईकाने महालीची शमादाने पाजळली. देवमहाली अंबेचे दर्शन घेतलेल्या जिजाऊसाहेब कुणबिणींच्या सोबतीने महालात आल्या. त्यांनी शमादानांना हात जोडले. आता त्यांचे वय झाले होते. डुईभर पदर असल्याने कुणाला सहज दिसत नव्हती, पण त्यांच्या केसावर चुनेवाणाची पांढरी शिकल उतरली होती. एक-एक करता राणीवशातील बाईसाहेब जिजाऊंना सामोरे येत नमस्कार घालू लागल्या. जिजाबाई जबानभर आशीर्वाद देऊ लागल्या.

संभाजीराजे पुढे झाले. त्यांनी जिजाऊंचे पाय शिवले. त्यांच्या पाठीशी रायजी, अंतोजी हे धाराऊचे मुलगे आणि जोत्याजी केसरकर अदबीने उभे होते.

"शंभूराजे, तुम्ही आता एकट्यानं नाही करायचा दिवट्यांचा रिवाज! येसूऽ, अशा जोडीला या आपल्या स्वारींच्या!" जिजाऊंनी धाराऊकडे हसून बघत येसूबाईंना साद घातली.

धाराऊच्या सोबतीने येसूबाई पुढे झाल्या. संभाजीराजांच्या डाव्या हाताशी जोड देऊन उभ्या राहिल्या. दोघांनीही वाकून जिजाऊंना दिवट्यांचा रिवाज दिला.

जिजाऊंच्या चर्येवर हास्य तरळले. भरल्या जिभेने त्या म्हणाल्या, "औक्षवान व्हा! जे करणं-भोगणं असेल, ते जोड-साथीनं भोगा!"

येसूबाईंच्या हनुवटी तर्जनीने वर घेत जिजाऊंनी त्यांच्याकडे काही न बोलता नुसते बघितले. आणि त्यांना आज पहिल्याने जाणवले, 'नातसूनबाईंचा चेहरामोहरा त्यांच्या आबा-आऊसारखा शिर्क्यांच्या माटानं आहे, पण – पण डोळे आहेत, साक्षात जगदंबेच्या डोळ्यांसारखे! टपोरे – दूरचे बघणारे!'

जिजाऊंनी साऱ्यांना निरोप दिला. एक-एक करता राजांच्या गोतावळ्यातील असामी जिजाऊंच्या महालाबाहेर पडू लागली. कधी नव्हे, त्या सोयराबाई आपल्या चंद्रा दासीशी काहीतरी बोलत मागे रेंगाळल्या! महालाबाहेर पडू बघणाऱ्या येसूबाईंच्या जवळ येत, त्यांना त्या हळुवार म्हणाल्या, "येता आमच्या महाली?"

येसूबाईंनी मान डोलावली – होकाराची. आणि त्या अदबीने सोयराबाईंच्या मागून चालल्या. धाराऊने गोंदल्या कपाळावर घड्या घालीत आपल्या 'लेकी'ची पाठ धरली.

सोयराबाईंच्या मागून चालणाऱ्या येसूबाईंना बघून पुतळाबाईंना खिनभर वाटले – 'आपण स्वत:च जावं सूनबाईंना सोबत –' पण धाराऊला जाताना पाहून त्या बिनघोर झाल्या!

आपल्या महाली येताच सोयराबाईंनी येसूबाईंना मंचकावर बैठक घेण्याची इशारत केली आणि आपल्या चंद्रा दासीला खुणावत नजर दिली.

चंद्रा आपल्या दालनात गेली आणि एक नक्षीदार लक्कडपेटी घेऊन बाहेर आली. तिने ती पेटी आपल्या बाईसाहेबांच्या हाती दिली.

पेटी घेऊन सोयराबाई येसूबाईंच्याजवळ आल्या. त्यांनी पेटीचे झाकण उघडले आणि येसूबाईंच्या समोर पेटी धरीत त्या म्हणाल्या, "हे आमचे डाग आहेत तळबीडाहून माहेरकडून आलेले. तुम्हास वाटेल त्यावर हात ठेवा." पेटीत बाजूबंद, मोत्याचे सर, पैंजण्या, रजपुती धाटणीच्या बिंद्या, वाक्या, टिका होत्या. सोयराबाईंचे मूळ मोहिते घराणे राजपुतान्यातील. रजपुती रक्ताचे म्हणूनच त्यांचा वर्ण केतकगौर होता. त्यांना दागिन्यांचा षौक होता. पायांवर आळत्याची नक्षी होती.

येसूबाई बावरून त्यांच्याकडे नुसत्या बघत राहिल्या. मग आपसूकच त्यांची नजर धाराऊकडे वळली. 'काय करावे?' ते विचारण्यासाठी.

सोयराबाईंच्या नजरेतून ते सुटले नाही. त्या धाराऊला म्हणाल्या, "धाराबाई, सांग सूनबाईंना हात ठेवायला. त्या संकोचल्यात."

"हो त्येच्यावर ठेवा हात सूनबाई. ह्यो, आपलाच म्हाल हाय." धाराऊ येसूबाईंना म्हणाली. येसूबाईंनी पेटीतील डाग निरखले आणि एका कोयऱ्यांच्या बांधणीच्या टिकेवर हात ठेवला!

ते बघून सोयराबाई हसल्या. त्यात म्हटले तर कौतुकाची आणि शोधले तर कधीही न गवसणारी अशी, कसलीतरी एक छटा होती.

झटकन ती टिका पेटीतून उचलून सोयराबाईंनी पेटी चंद्राच्या हाती दिली. आणि खुद्द आपल्या हातांनी ती टिका येसूबाईंच्या गळ्यात घातली. तिची सरकती गुंडी झुकते होत, ओढून ती टिका येसूबाईंच्या गळ्यात नीट बसती केली.

मग सोयराबाई राजांच्याबद्दल, आऊसाहेबांच्याबद्दल, माहेराबद्दल बराच वेळ बोलत राहिल्या. येसूबाई आणि धाराऊ नुसत्या ऐकत राहिल्या.

"आम्ही एकट्याच बोलतो आहोत. तुम्ही काहीच बोलत नाही, सूनबाई!" सोयराबाईंनी मध्येच थांबून, घेतल्या विषयाला बगल दिली. येसूबाईंनी मान उठवून त्यांच्याकडे नुसते पाहिले. पण त्या काहीच बोलल्या नाहीत.

"आम्ही तरी कशा वेड्या? आमच्या ध्यानीच येत नाही. तुम्ही संकोचता! तुमची बोली शृंगारपुरी – कोकणी – कुणबाऊ! अजून गडाची बोली तुमच्या तोंडी बसली नाही. म्हणूनच तुम्ही संकोचता!! तसे करू नका. बोलत चला." जे सांगायचे होते, ते सोयराबाईंनी मायफळ गुळात घालून चारावे तसे सांगितले!

ते ऐकताना येसूबाईंना स्वत:ला कधी जाणवला नव्हता, तो दोष जाणवला! आणि त्यांनी मनोमन क्षणात निर्धारही करून टाकला – 'आपणास गडाची फडकरी बोली ध्यान देऊन ऐकली पाहिजे. जिभेवर बसती केली पाहिजे!'

सोयराबाई आता टिकेची गुंडी किती आवळती सरकवतील सांगता यायचे नाही, हे हेरलेल्या धाराऊने येसूबाईंचा पालटलेला मुखडाही जाणला. ती म्हणाली, "दोपारचा उपास सोडायचा हाय न्हव? निगू या सूनबाई!"

ते ऐकून येसूबाई उठल्या. "येतो आम्ही," म्हणत त्यांनी सोयराबाईंना नमस्कार केला. त्यांना पाठमोऱ्या महालाबाहेर पडताना त्यांच्या पाठीवर रुळणाऱ्या टिकेच्या भगव्या गोंड्याकडे बघून सोयराबाई हसल्या. पुन्हा मघासारख्याच! त्यांना येसूबाईंचे हसू आले. 'पेटीत एवढे रजपुती माटाचे मोत्याहिऱ्यांचे डाग असताना येसूबाईंनी हात ठेवला, तोही कोकणी टिकेवरच!'

धाराऊला मात्र वाटले की, मागे वळून आळत्याच्या नक्षीला सांगावे – 'बोली

कंची असती यापरीस मायेचा पीळ कंचा असतो, त्येला लई धारण असती रानीसरकार!' पण ती काही बोलली नाही. येसूबाईंच्या पाठीवर रुळणारा गोंडा बघून ती पुटपुटली, "कुंकू-हळद सोडून तरी चढवायचा हुता डाग सूनबाईंच्या गळ्यात!!"

बालेकिल्ल्याच्या सदरचौकासमोरील पटांगणाच्या रोखाने उठलेले बारांचे एकलग आवाज ऐकून येसूबाई आपल्या महालाच्या खिडकीच्या झरोक्याशी येऊन उभ्या राहिल्या. हलक्या पायांनी धाराऊ त्यांच्या पाठीशी आली. दुपार टळतीला आली होती. दोघींना समोरच्या चौफेरी पटांगणात मधोमध पिंजराने पेंढा भरलेल्या एका रानसावजाची आकृती दिसली. ती लाकडी चौथऱ्यावर खालगर्दनीने धावत्या पवित्र्यात उभी केली होती. सावजाच्या मागच्या खुरांना लांबलचक दौर बांधला होता.

पेंढ्याच्या सावजापासून दूरवर संभाजीराजे दोन्ही पायपंजांवर बैठक घेऊन बसले होते. त्यांच्या भवत्याने गोमाजीबाबा, जोत्याजी, महमद सैस, अण्णाजी, वाकनीस, दत्ताजी त्रिमल, बाळाजी अशी मंडळी फेर धरून होती.

महमद सैसने बंदुकीच्या दारूची फेकी आणि छरे एका फिरंगी माटाच्या बंदुकीच्या नळीत सोडले. बुरणुसाच्या गोळ्यांचे बोते बोटाने दाबून नळीत खुपसले.

गोमाजींनी पुरुषभर उंचीची ठेचणीची लोखंडी सळी त्या नळीत खुपसून बार ठेचला. बंदुकीच्या लवंगीवर केपाची टाप बसती केली. हत्यार दोन्ही हातांनी तोलबंद करून पाहिले आणि झुकून ते संभाजीराजांच्या हाती दिले.

उजव्या खांद्याला बंदुकीच्या दस्त्याचा बूड बसता ठेवून संभाजीराजांनी दस्त्याला गाल भिडविला. नळीच्या तोंडावर असलेल्या नेमाच्या माशीकडे बघत एक डोळा मिटता करीत बार फेकीचा पवित्रा घेतला.

जोत्याजीच्या हातात कमरेचा शेला होता. त्याने सावचित्ताने 'धाकल्या राजां'नी पवित्रा धरल्याची खातर करून घेतली. हातातील शेला बावट्यासारखा उंच धरून जोत्याजीने तो खाली टाकला.

बावट्याची खूणगत मिळताच पटांगणातील खिदमतगारांनी दोऱ्या धरून चौथरा दौडवायला सुरुवात केली. पेंढा भरलेले सावज दौडू लागले! हातातील बंदुकीची मोहरेबाज नळी सरासर फिरती करीत संभाजीराजांनी बार टाकला. दस्त्याने त्यांचा खांदा झटकला. कानाजवळ धुरांची वळी उठली. आणि तिकडे पटांगणात सावजाच्या आरपार शिरलेल्या छऱ्यांबरोबर पिंजराच्या गवतकाड्या उसळल्या.

जोत्याजी बावटा टाकू लागला. समोरच्या पटांगणात दौडणाऱ्या पेंढ्याच्या सावजाची चाळण-चाळण होऊ लागली. बार टाकून-टाकून संभाजीराजांचा खांदा आता ठणकायला लागला. दिवस सांजावत आला होता.

एकसुराने पाली दरवाजावर उठलेली नौबत साऱ्यांना ऐकू आली, त्यात शिंगाच्या ललकाऱ्या मिसळल्या होत्या. पवित्रा घेतलेली बैठक मोडून बंदुकीसह

संभाजीराजे तसेच वर उठले आणि त्यांनी शेजारच्या बाळाजी चिटणिसांकडे बघितले.

दंडाराजपुरीवर सिद्दी फत्तेखानाच्या जंजिऱ्यावर चालून गेलेले राजे, फौजेसह गड चढत होते. धुळीचे उसळते लोळ मावळत्या लांबट किरणांत पसरलेले संभाजीराजांना दिसले. महमद सैसच्या हातात बंदूक देत संभाजीराजे जिजाऊंच्या महालाच्या रोखाने चालले. त्यांना आता सराव पडला होता की, गडावर आले की महाराजसाहेब तडक मासाहेबांच्या दर्शनासाठी रुजू होतात.

जिजाऊंच्या महाली संभाजीराजे आणि जिजाऊ राजांची वाट पाहत राहिले. दिवस टळला. गडाचे पलोते, शमादाने पाजळली तरी राजे येत नव्हते! त्यांच्याकडून कसली वर्दीही येत नव्हती. जिजाऊ अस्वस्थ झाल्या. संभाजीराजांना घेऊन त्या राजांच्या महाली आल्या. टोप उतरून ठेवलेले, विखुरल्या केसांचे राजे चिंतागत दिसत होते. त्यांनी जिजाऊंची पायधूळ घेतली. खांद्याला धरीत संभाजीराजांना जवळ घेतले. त्या स्पर्शाने संभाजीराजांचा बार टाकून झटके खाल्लेला खांदा ठणकून उठला. वेदनेची एक सणक खांद्यातून अंगभर सरकली.

"काय झालं राजे? आम्ही तुमची वाट पाहून शेवटी जातीनं आलो." जिजाऊंनी राजांच्या शिवगंधावर डोळे जोडले.

"हबशांवर जंजिऱ्याच्या मोहिमेत शिकस्त घेतली आम्ही. हाती येणारा जंजिरा हुकला. सिद्दी फत्तेखान जलदुर्ग आमच्या हवाली करण्यास राजी झाला होता. पण – पण सिद्दी संबूल, कासम आणि खैरतखान या त्याच्या सरदारांनी त्यालाच मुसक्या आवळून आबदारखान्यात टाकला. बनला बेत हुकला." बोलते राजे थांबले.

"मग म्हणून एवढ्यासाठी आमच्या भेटीस येणं टाकलंत? राजे, हार कुणाला चुकली? देवादिकांनाही ती चुकली नाही."

चमकून राजांनी मान वर केली. खलिता वाचावा, तशी जिजाऊंची नजर वाचली.

"मासाहेबांच्या कानी आलं तर सारं?" घोगऱ्या सादात राजे म्हणाले.

"कशाबाबत म्हणता?" जिजाऊंना राजांची दुखरी झालेली चर्या जाणवली.

"देवादिकांच्याबद्दल?" राजांचे बोल जडावू लागले.

"बोला राजे. काय झाले?" जिजाऊ संभाजीराजांच्यासह त्यांच्या पाठीशी आल्या.

"आमचे राजेपण व्यर्थ आहे मासाहेब. आपले पुत्र म्हणवून घेण्यास आम्ही शरमिंदे आहोत. जंजिऱ्याला घेर टाकून बसलो असता, जी खबर ऐकली तिने आमचे सारे स्वप्नच कुठल्यातरी खाऱ्या लाटांच्या समुद्रतळाशी जाणार काय अशी धास्त वाटते आहे. आमची जबान उठत नाही ते सांगावयास." राजे थांबले.

"राजे," जिजाऊंचा हात राजांच्या पाठीवर चढला. त्या नुसत्या स्पर्शाने राजांना वाटले, तडक वळते व्हावे आणि आपले तोंड मासाहेबांच्या कुशीत ठेवावे.

"बोला, काय खबर मिळाली तुम्हास राजपुरीवर?" जिजाऊ हलक्या शब्दांनी दिंडी उघडून राजांच्या मनाच्या दरवाजात घुसल्या.

"मासाहेबऽ... मासाहेबऽ उभी उत्तर धूळदोस्त करण्यासाठी औरंगजेबानं हत्यार उचललं आहे. हिंदूंची पवित्र मंदिरं फोडली जाताहेत. शाही फौजेचा वरवंटा मंदिरांच्या कळसावरून फिरवला जातो आहे. मोगलांनी काशीला विश्वेश्वराचं देऊळ जाया केलं! त्या जागी मशिदीचे पत्थर उभे केले. देवादिकांना हार येते, पण ती सोसण्यास माणसांना बळ नसते! आम्ही शरमिंदे आहोत, आपल्यासमोर उभे राहायला!" राजांचे डोळे भरून आले. जिजाऊंचा हात त्यांच्या पाठीवरून नुसता फिरत राहिला.

जे राजांच्या तोंडून संभाजीराजांनी ऐकले ते ऐकताना त्यांच्या खांद्यातून बारफेकीमुळं उठणारा ठणका बंद झाला! त्याची थोडी जागा सरकली आणि त्यांच्या काळजात ठणका उठला.

आग्र्याच्या लाल किल्ल्यावरचा तो पैलवानी लाल मातीचा हौदा त्यांना दिसू लागला! कोणीतरी त्यांना विचारत होते – "हौदा खेलते हो संबूराजे?"

बाळाजी आवजी चिटणिसांनी जातीने लगबगीने येऊन राजांच्या कानी वर्दी घातली, "स्वामी, प्रतापराव आणि रावजी आगे खबर नसता, मोगलाईतून सेनेसह परतले! गड चढून येताहेत."

राजे देवमहाली पूजेला बसले होते. त्यांनी समोरच्या ताम्हनात, हाती घेतलेले आचमनाचे पाणी तसेच सोडले – आणि "जगदंब," म्हणत ते प्रभाकरभट आणि केशव पंडितांकडे बघत चौरंगीवरून उठले!

हीच वर्दी जोत्याजी केसरकराने जिजाऊंच्या महाली येऊन त्यांच्या पायांवर घातली. जिजाऊ पुण्याहून बलावू धाडून आणलेल्या खोंद्याशी, सोयराबाईंच्या 'डोहाळजेवणाच्या वेळी' लागणाऱ्या फुलांच्या मखराबद्दल बोलत होत्या.

वर्दी ऐकताच त्यांनी चालते बोलणे तसेच सोडले आणि त्या उठल्या.

जिजाऊंच्या महाली 'मखराचा साज कंचा' ते ऐकायला आलेली सोयराबाईंची कुणबीण चंद्रा जिजाऊ महालाबाहेर पडेपर्यंत थांबली! मग ती चटक्या पावलांनी सोयराबाईसाहेबांच्या महाली आली. पण आत धाराऊ आणि संभाजीराजांना बघून ती जागीच घोटाळ्यात पडली.

गर्भारपणाने सतेज दिसणाऱ्या सोयराबाई पलंगावर लेटून होत्या. दूरवर झरोक्यातून दिसणाऱ्या कालेश्वरीच्या मंदिराचा सोनकळस त्यांनी क्षणभर निरखला.

त्यांच्या पलंगाच्या काठाळीवर बसलेले संभाजीराजे विचारात गुंतून गेले. बरेच दिवस त्यांना या मासाहेबांच्या चालीबोलीत फेर पडलेला जाणवत होता.

फुलत्या कुशीत सोयराबाई संभाजीराजांशी, त्यांनाच न कळणाऱ्या मायेने वागत होत्या! डोळ्यांआड असणारे राजांचे रूप त्यांना संभाजीराजांच्यात दिसत होते. त्यांचे मन तडफेच्या संभाजीराजांतून काहीतरी उचलू बघत होते!

चंद्राला आत येताना बघून सोयराबाईंनी विचारले, ''ये. आज फुटता दिवस धरून कुणासाठी नौबत उठली?''

चंद्रा संभाजीराजांकडे बघत गप्पच राहिली.

''बोल. ते आमचेच आहेत!'' सोयराबाई हसत म्हणाल्या.

गोंधळलेली चंद्रा बोलून गेली, ''सरलस्कर परातलं न्हवं मोगलाईतनं!'' चंद्राचे बोल ऐकून संभाजीराजे काठाळीवरून उठले.

''आम्हास आज्ञा द्या मासाहेब. आम्ही येतो.''

''या,'' सोयराबाईंनी पडल्या-पडल्या हात उभविला.

धाराऊसह बाहेर पडणाऱ्या संभाजीराजांना सोयराबाई, ते आड होऊपर्यंत निरखीत राहिल्या. मग पुन्हा त्यांनी तळपत्या उन्हात मंदिराच्या सोनकळसाला नजर दिली!

संभाजीराजे सदरेवर आले. राजे आणि जिजाऊंच्या समोर प्रतापराव व रावजी उभे होते. त्यांनी संभाजीराजांना येते बघून मुजरे दिले. काही क्षण तसेच गेले. मग प्रतापराव राजांना अर्धवट राहिलेला मोगलाईचा करीणा पेश करू लागले.

''...एका रातीत सारा तळ आमी उठविला. ह्ये रावजी वऱ्हाडात हुतं. त्येस्नी खबरगीर धाडून आपला मुलूख गाटायची इ्यायली कराय सांगितलं. धनी, बादशानं लई आतल्या गाठीनं डाव टाकला हुता. आमची आन रावजींची उभी फौज दस्त व्हायची हुती! पर शाजाद्यानं हात दिला! खुद्द त्येनंच आपला वजीर धाडून आम्हाला कानगोष्टी केली – 'रातीत तळ सोडायची!' न्हाईतर...'' प्रतापराव थांबले.

औरंगजेबाने मराठी फौजा कैद करण्याचा शहाआलमला औरंगाबादेला हुक्म सोडला होता. त्यांची आगाऊ कुणकुण लागलेल्या शहजाद्यानेच प्रतापरावांना हुक्म हातात पडण्यापूर्वीच इशारत भरली होती!

प्रतापरावांचा वृत्तान्त ऐकून राजे शेजारी बसलेल्या संभाजीराजांकडे बघत राहिले. एक दीर्घ हुस्कार त्यांच्या नाकपाळीतून सुटला. तो एकाच विचाराने – 'आता फर्मान असो, भेट असो, जहागिरीची वस्त्रे असोत, मोगलांच्या छावणीत आमचे संभाजीराजे कधी-कधीच जाणार नाहीत! आम्ही त्यांना पाठवणार नाही!'

''राजश्रियाविराजित, अखंड सौभाग्यअलंकृत, वज्रचुडामंडित थोरल्या राणीसरकार सोयराबाईसाहेब प्रसूत जाहल्या. पुत्ररत्न प्राप्त जाहले.''

चौवाटा पुत्रजन्माची वार्ता घेऊन थैलीस्वार सुटले. गडागडांवर साखरमुठी

वाटण्यात आल्या. चौघडे, नगारे दुडदुडले. तोफांची भांडी फुटली. राजाच्या 'थोर' संसारातील नातेबंधाची मंडळी राजगड जवळ करू लागली. पाचवी झाली. सटवी येऊन जन्मल्या बाळाच्या भाळी आपल्या अज्ञात हातांनी 'भाकीतलेख' रेखून गेली.

राजांचा सारा गोतावळा दरुणीमहालातील सोयराबाईंच्या दालनासमोर एकवटला. बाळराजाचे दर्शन घ्यायला. त्यात संभाजीराजे होते. येसूबाई पण धाराऊच्या सोबतीने होत्या. उपाध्यायांनी दिलेल्या शुभमुहूर्तावर 'दर्शन' घ्यायचे होते.

जमल्या गोतावळ्यात राजे येऊन दाखल झाले. सर्वांची उत्कंठा शिगेला पोहोचली.

घंगाळातील मुहूर्ताचे पात्र डुबले. दालनाचा दरवाजा कुरकुरला. जिजाऊंच्या पाठीशी होत, सारे भोसलेमंडळ दालनात प्रवेशले.

सुइणीने दुपट्यात लपेटलेले बाळ सोयराबाईंच्या कुशीतून उचलले. हलक्या हातांनी हसत जिजाऊंच्या समोर धरले. जिजाऊंनी मोहरांचा सतका बाळाच्यावरून उतरला आणि आईचा भंडारा ओंजळीत घ्यावा, तसे बाळराजे हळुवार आपल्या हाती घेतले! डोळाभर त्यांना पाहून भरल्या समाधानी मनाने जिजाऊंनी बाळ राजांच्या हाती दिले. ते देताना जिजाऊ म्हणाल्या, "मातृमुखी आहेत. पण – पण आम्ही ऐकून आहोत हे पालथे उपजले! –" जिजाऊंचा आवाज कातरा झाला होता.

भुवया चढत्या ठेवून, हातीच्या आपल्या देखण्या सोनरूपाकडे बघत राजे म्हणाले, "मासाहेब, चिंता करू नका. हे पालथे उपजले म्हणूनच उभी पादशाही हे पालथी घालतील!" राजांचे मर्मबोल संभाजीराजांना फार आवडले.

"घ्या." राजांनी बाळांना संभाजीराजांच्या समोर धरले. संभाजीराजांनी बाळराजांच्यावरून मोहरथैलीचा सतका आपल्या हातांनी उतरता केला.

हळुवार हातांनी संभाजीराजांनी बाळराजे आपल्या हाती घेतले. वेरूळच्या पहाडी लेण्यांकडे बघावे, तसे ते हातीच्या बाळलेण्याकडे बघत राहिले. सोयराबाईंनी आकाशीचा चंद्र जसा खुडून आणून साऱ्यांच्या हाती दिला होता!

बाळराजांच्याकडे बघताना संभाजीराजांना वाटले, 'नक्की... नक्कीच हे उभी पादशाही पालथी घालतील.'

काहीतरी मनी धरून राजे आता संभाजीराजांना अष्टौप्रहर स्वत: संगती घेऊ लागले. फडावरची कलमदानाची कामे कशी चालतात, पत्रावर दस्तुर कसा लावतात, शिक्कामोर्तब कसा करतात, कथला कोण पद्धतीने ऐकून घ्यावा, निवाडा मंत्रिगणांच्या मसलतीने सावचित्ताने कसा द्यावा, मर्दानगी करणाऱ्यांना हत्यार, कडे बक्षून त्याचा मरातब कैसा करावा, कुणबियास राजेपणाचा धीर दिलासा देऊन त्याला तवानगी येईल कसे वागवावे, परदरबारचा हेजिब आल्यास त्याकडून मनाचा मतलब अल्लाद

कसा काढून घ्यावा, 'डावे जाणाऱ्यास' सलगी देऊन त्यास थोरपण कैसे बहाल करावे, हा सारा राज्यकारभारी कुलकरीणा स्वत: राजे संभाजीराजांच्या कानी घालू लागले.

आता फडावरच्या मंडळींशी संभाजीराजांचा निकटीचा संबंध येऊ लागला.

त्यातील कारकुनी पद्धतीची मोड बैठक घेणारे, हातीचे शहामृग पीस कुरुकुरु चालविताना हस्तलेख वळणदार यावा म्हणून मान तिरकी करणारे, काही खासे मतलबाचे लिहिण्यापूर्वी मध्येच थांबून वरच्या छतास डोळे देणारे चिटणीस बाळाजी आवजी.

आबासाहेबांनी 'पंतऽ' अशी हलकीच साद घालताच ''जी स्वामीऽ'' म्हणत लपकन कमरेत झुकणारे, केळीच्या मोन्यासारखे सतेच दिसणारे, कपाळीचा गंधटिळा हमेशा एक आकारात ठेवणारे, कमरेच्या हत्यारावर हाताची बोटे चाळवीत असताना कुणीही ''पंतऽ'' असे हाकारताच त्या बोटांची मूठ पक्की बसती करणारे, कमी घेरांच्या, गोल, डाळिंबी पगडीचे पेशवे, मोरोपंत पिंगळे.

काही खाशी मसलत पेश करण्यापूर्वी ''आमची पेश अर्जी ऐसी की,'' असे म्हणत छातीच्या दुबाजूंनी कमरेपर्यंत आलेल्या लालकाठी उपरण्याचे शेव मुठीत घट्ट धरणारे, पेडापेडांच्या गोल घेरबाज पगडीचे, मूळचे लहान डोळे हसताना मुळीच न दिसणारे सुरनीस अण्णाजी दत्तो.

आबासाहेब आता कोणतीही 'वस्त' रुजू करायला सांगतील म्हणून 'काढता पाय' तयारीत ठेवणारे, 'मोहरा', 'रुपये', 'डाग', 'वसूल' असे हिशेबी शब्द योजणारे मुजुमदार निळो सोनदेव.

ही सारी मंडळी संभाजीराजांना राजांच्या एवढीच अदब देत होती. संभाजीराजांना त्यांच्याबद्दल, प्रसंगी त्यांची पायधूळ मस्तकी घ्यावी, असा आदर वाटत होता. ही सर्व माणसे राजांच्या खास विश्वासातील होती. कर्तबगारीने, सचोटीने, इमानाने त्यांनी आपापली पदे कमावली होती.

पुरंदरचे फर्मान व ओलीसपण, आग्र्याची कैद व हुन्नरी सुटका, औरंगाबादेची शहाआलमची भेट, राजे आणि जिजाऊसाहेब यांचा सार्थ प्रेमा या संभाजीराजांच्या हयातीतील घटना प्रत्यक्ष समोर पाहिल्यामुळे मंत्रिगण आणि फडकरी मंडळी मनोमन पुरते जाणून होते की – 'उद्याच्या श्रींच्या राज्यात राजांचे पडणारे बिंब आहे ते संभाजीराजे! दौलतीच्या वाढत्या बारदान्याचे भोसलाई कर्ते वारस आहेत ते संभाजीराजे!'

सोयराबाईंच्या महाली संभाजीराजे फरसबंदीवर अंथरलेल्या बिछायतीवर मांड घेऊन बसले होते. त्यांच्या मांडीवर हातपाय झाडीत खिळणारे रामराजे होते. भिंतीला

धरून चंद्रा दासी उभी होती.

मंचकावर बसलेल्या सोयराबाई रामराजांच्या अंगड्यावर वेलबुट्टीच्या नक्षीचे विणकाम आपल्या खाशा हातांनी भरू लागल्या. टाका-टाका गुंतू लागला.

मध्येच थांबवून सोयराबाई हसत संभाजीराजांनी घेतलेल्या बाळांच्याकडे बघत होत्या.

"तुम्हाला असे आमच्या सूनबाईंनी बघितले तर?" हसून सोयराबाईंनी संभाजीराजांना विचारले.

"बघू देत. यांना फक्त त्यांनीच घ्यावं, असा काय रिवाज आहे!" संभाजीराजे रामराजांच्या लपलपत्या टाळूवरून तळहात हलकेच फिरवीत म्हणाले. खिदळते रामराजे एकाएकी थांबले. त्यांनी संभाजीराजांच्या जाम्यावर सरसरती धार लावली.

"ही कोण बेअदब! दादामहाराजांचा पेहराव खराब केलात!" म्हणत सोयराबाई लगबगीने मंचकावरून खाली उतरल्या. चंद्रा चटकन पुढे झाली.

"असू देत!" म्हणत संभाजीराजांनी दोघींनाही हात उठवता करून थोपविले.

रामराजे पुन्हा खिदळले. चंद्रा मागे हटली. सोयराबाई मंचकावर ठेवलेले अंगडे उचलायला वळल्या. एवढ्यात – एवढ्यात धाराऊ आणि येसूबाई महालात प्रवेशल्या.

संभाजीराजांना बघून येसूबाई उंबरठ्यावर अडखळल्या! ते ओळखून सोयराबाई त्यांना धीर देत म्हणाल्या, "या सूनबाई," ते ऐकताना संभाजीराजे गोंधळले! त्यांनी मागे वळून पाहिले – आणि तसे पाहताना भिजला जामा चतुराईने मांडीखाली लपविता सारला! ते बघून सोयराबाई हसल्या. येसूबाईंना म्हणाल्या, "बाळराजांना तुम्ही एकल्यानंच घ्यावं असा काही रिवाज नाही... असं तुमची स्वारीच म्हणते!"

"धाराऊऽ!" संभाजीराजांनी बाजी अंगलटलेली बघून धाराऊला हाक घातली.

"आलू," म्हणत धाराऊ चटक्याने पुढे झाली.

"यांना घ्या!" म्हणत संभाजीराजांनी रामराजांना धाराऊच्या हाती दिले.

महालाबाहेर पडता-पडताच गडबडीने ते सोयराबाईंना कसेतरी म्हणाले – "येतो आम्ही."

"या." सोयराबाई समाधानाने जबानभर म्हणाल्या.

येसूबाईंना हाताला धरून आपल्या मंचकाकडे धीरे नेताना सोयराबाई न राहवून म्हणाल्या, "खरंच सूनबाई, तुम्ही भाग्यवान आहात!"

रामराजांना मांडीवर डोलवीत असलेली धाराऊ भरल्या कानांनी आणि मनाने ते नुसते ऐकत राहिली!

तोंडावर आलेल्या दिवाळीसणासाठी राणीवशाकडे लागणाऱ्या अलंकारांची

यादी बाळाजी आवजींनी आपल्या चिटणिशी बैठकीवर बसून तयार केली. जोखमीची असलेली ती यादी मुजुमदार निळोपंतांना स्वत:च्या हातांनी देण्यासाठी ते बैठकीवरून उठले. त्यांनी खांद्यावरचे उपरणे ठाकठीक केले. "मी ही यादी देऊन येतो मुजुमदारांना. तुम्ही इथंच थांबा. कुठं जाऊ नका." बाळाजींनी आपल्याबरोबर फडावर आणलेल्या आपल्या आवजी व खंडोजी या दोन्ही मुलांना ताकीद दिली. पुढच्या मागच्या वयाच्या आवजी-खंडोजींनी माना डोलावल्या.

सदरबैठकीवर कुणीच नव्हते. चौकाच्या दरवाजावर दोन धारकरी पहारा देत होते. फरास, सरपोस घालणारे हुजरे अधूनमधून डोकावत होते. पण त्यापैकी कुणाचेही ध्यान आवजी व खंडोजी यांच्याकडे जायचे कारण नव्हते.

त्या दोन्ही चिटणीसपुत्रांनी एकमेकांकडे पाहिले. सारी सदर मोकळी होती. भिंतीवरच्या रेखल्या रामायण-भारतातील चित्रांकडे ते दोघे बघत राहिले. दोन चित्रांमधल्या मोकळ्या जागेत ढाल, तलवारी, भाले, तीरकमठे ऐटदार पद्धतीने मांडले होते. थोरल्या आवजींचे लक्ष बाळाजींच्या कलमदानावर गेले. त्याला काय वाटले कुणास ठाऊक, तो आपल्या भावाच्या कानात दबके म्हणाला, "खंडा, मी त्या पिसानं लेख काढून बघतो! तू कुणी आलं, तर लक्ष ठेव."

"हां. जा तू." खंडोजीने त्याला दुजोरा जोडला.

आवजी चिटणीस बैठकीवर चढला. मोठ्या कुतुहूलाने त्याने बैठक घेऊन कलमदानातील शहामृगपीस उचलले. थरथरत्या हाताने ते शाईच्या बुधलीत डुबविले. आवजी थरथरत्या हाताने चौरंगीवरच्या कागदावर लिहू लागला – "ॐ नम: शिवाय!" खंडोजीने त्याला दुजोरा जोडला.

अंत:पुराच्या रोखाने आलेले संभाजीराजे सदरजोत्यावरून आपल्याकडे बघताहेत याचे त्या दोघांनाही भान नव्हते! संभाजीराजांच्या पाठीशी उभ्या असलेल्या अंतोजी, रायाजी, जोत्याजी या मंडळींतील मग कुणीतरी दाटून खाकरले.

आवजीने आवाजाच्या रोखाने बघितले मात्र; तो ताडकन वर उडाला! त्याला मुजरा करायचे सुधारले नाही. हातीचे पीस घरंगळून हेलकावे खात केव्हा पडले हे त्याला कळलेच नाही.

बैठकीवरून खाली ताडकन उडी मारावी आणि बेलाग दौडत सुटावे, असे त्याला वाटले. तरतरीत नाकाचा, तांबूस गोरा, छोटेखानी डाळिंबी पगडी डोक्यावर असलेला खंडोजी मात्र क्षणापूर्वी भिंतीवरची चित्रे ज्या हरवल्या डोळ्यांनी निरखत होता तसाच संभाजीराजांना निरखू लागला.

आपल्या पाठीच्या मंडळींना जागीच थोपवण्याची हातखूण देऊन संभाजीराजे चिटणिसी बैठकीच्या रोखाने शांतपणे चालत आले. बैठकीवरचा आवजी थरथरला. चतुर खंडोजीने मात्र झटकन पुढे होत संभीजाराजांच्या पायांना हात लावला.

संभाजीराजांनी आवजीने लेख रेखलेला कागद हलक्या हाताने उचलला. डोळ्यांखाली घातला. त्यावरची "ॐ नम: शिवाय!" ही आवजीने रिवाज म्हणून काढलेली अक्षरे त्यांना वेगळ्याच अर्थाने जाणवली. त्यांची चर्या ते वाचून फुलून उठली. बैठकीवर पडलेले शहामृगपीस संभाजीराजांनी उचलले. शाईच्या बुधलीत ते डुबविताना त्यांच्या तर्जनीवरचा पुष्कराज खडा झळकून उठला.

संभाजीराजे आवजीने रेखलेल्या मजकुराकडे रोखून बघू लागले. त्यांना राजांची आठवण झाली. या वेळी राजे सुरतेस मनचाहे धुमाकूळ घालीत होते. त्या मजकुराखाली पुन्हा संभाजीराजांनी शब्द उमटविले –"तुळजाभवानी प्रसन्न!"

संभाजीराजांनी हातीचे शहामृगपीस हलकेच कलमदानात ठेवीत आपला व आवजीचा हस्तलेख बारीक निरखला, आणि ते आवजीकडे बघत म्हणाले, "तुमचं हातवळण आमच्याहून गोमटं आहे! कोण तुम्ही? इथे का?"

आवजीचा जीव भांड्यात पडला, पण त्याला बोलणे साधेना! खंडोजी मात्र धिटाईने म्हणाला, "आम्ही चिटणिसांचे मूल! हे आवजी, आम्ही खंडोजी!"

"बसा. आवजी बैठक घ्या." संभाजीराजांनी आवजीला चिटणिसी बैठकीवर बसण्याची खूण केली. आवजी आता थिरावला! एवढ्यात बाळाजीच प्रवेशले. आवजीला चिटणिसी बैठकीवर बसलेले बघून त्यांनी गटकन आवंढा गिळला.

तुरुतुरु चालत ते आवजीला कानगोष्ट देण्यासाठी येऊ लागले. त्यांचा मनसुबा हेरून संभाजीराजे त्यांना हसून म्हणाले, "चिटणीसकाका, बघू द्या त्यांना! तुमचा आहे तसाच त्यांचा हात गोमटा आहे. हातीच्या पिसांचा त्यांना सराव द्या." आणि संभाजीराजे वळते होऊन थेट राजांच्यासारखे झपाझप चालत अंत:पुरात गेले.

त्यांच्या पाठीवरच्या जाम्यावरची जरीबतूची गिर्रेबाज कोयरी बघताना खंडोजीचे डोळे दिपले. त्याने कमरेत झुकून पाठमोऱ्या संभीजाराजांना मुजरा रुजू घातला!!

गडाच्या तोफखान्यावर स्वागती तोफा धडधडल्या. नगारे, शहाजणे, शिंगे कल्लोळून उठली. मोगली सुरत पुन्हा एकवार 'बेसूरत' करून, वणी-दिंडोरीच्या रानात फौजबंद शाही सर्दार इखलास व दाऊदखान कुरेशी यांना पुरते खडे चारून, वऱ्हाडातील 'लाडांचे-करंजे' ही संपन्न व्यापारपेठ मावळी लाडाने लुटून, साल्येरीचे खुले जंग फत्ते करून, तिथल्या किल्ल्यावर जरीपटक्याचा भगवा टिळा मढवून, बागलण, वऱ्हाड, खानदेश या मोगली मुलखाची मारतोड करून विजयी राजे परतले. जाताना मोकळ्या नेलेल्या किल्तानी बारदानांच्या पडशीसारख्या मोहोरबंद पिशव्या पाठीवर वाहून आणलेली घोडी दमछाक झाली होती. पूर्वी झाला, त्याहून हा पराक्रम थोरच झाला.

पालखी घेऊन राजगड उतरून आलेले आपले सेवक प्रतापराव सिलींबकर,

किल्लेदार सुभानजी बाळाजी, अण्णाजी, निळोपंत व मोहिमेतील रूपाजी, प्रतापराव गुजर, मोरोपंत, येसाजी यांच्या सोबतीत राजे गड चढून आले.

बालेकिल्ल्यांच्या सदर दरवाजाशी येऊन जिजाऊसाहेब आणि संभाजीराजे यांनी राजांची आगवानी केली. संभाजीराजांना या वेळी राजांच्या मुद्रेवर एक आगळेच तेज आढळले.

राजांना राजगडी येऊन पंधरवडा हटला. आणली लूट प्रतवार ठरवून दास्तानी लावण्यात आली. जाया झालेले स्वार आणि घोडी तबिबांनी आपल्या ताब्यात घेऊन त्यांना दवादारू केली.

माघ वद्य एकादशीचा दिवस मावळ चढून आला. राजगडाची कदरेची सदर बसली. 'जखम-दरबार' जमा झाला.

सदर बैठकीवर राजे, जिजाऊसाहेब, संभाजीराजे यांनी बैठक घेतली होती. भोवतीने मोरोपंत, अण्णाजी, बाळाजी, येसाजी, प्रतापराव, निळोपंत, निराजी रावजी, रघुनाथभट, दत्ताजी त्रिमल अदब धरून उभे राहिले.

चिकाच्या पडद्याआड सोयराबाई, पुतळाबाई, काशीबाई असा राणीवसा, सखूबाई, अंबाबाई, असा कन्यावसा, येसूबाई, धाराऊ जमा झाल्या होत्या.

रिवाजाप्रमाणे समोर आलेल्या भंडाऱ्याची चिमट राजांनी सदरदेवतेवर उधळली. समोर उभ्या असलेल्या जखम-दरबारच्या मानकऱ्यांवर एकदा अभिमानाची नजर फिरवली आणि ती नजर तशीच चिटणीस बाळाजी आवजींना दिली.

बाळाजींनी 'जखम-दरबार'चा मायना खुला केला –

"मातुःश्री आऊसाहेबांचे कृपाप्रसादे करोन खासा सरकार स्वामींनी मोगलाई, बागलाण, वऱ्हाड, खानदेश, सुरत ऐशी भरपल्याची मोहीम घातली. शेलका पाऊलोक, घोडाई दिमतीस घेतला, मनी धरला तेव्हढा मनसुबा घडवून आणिला.

"ये स्वारीत मर्दानगी केले हातास, जाया झाले असामीस, कामी आले हत्यारगिरांचे वारसास मरातब द्यावा म्हणोन हा 'जखम-दरबार' बसता केला असे –

"ये सदरी मरातब म्हणोन मशारन्हिल्ले...."

बाळाजी एक-एक नाव वाचू लागले. राजे संबंधिताला कडे, मोहरा, तोडे, मानवस्त्रे बहाल करू लागले.

जखम-दरबार सरतीला आला. बाळाजी झुकून तसेच पाच कदम मागे हटले.

सारा जखम-दरबार राजांच्या कदरदानीने भारावून गेला होता. राजांच्या हातून मिळालेल्या वस्तूकडे बघताना अभिमानाने ऊर भरले होते. त्या समाधान अभिमानात काही क्षण गेले.

राजांनी जिजाऊंच्याकडे बघितले. एक निसटती लकेर जिजाऊंच्या ओठांमागे तरळली. चेहऱ्यावर आता दाटत आलेल्या सुरकुत्यांत ती मिसळून गेली.

राजे बैठकीवरून उठले आणि जमल्या दरबारला आपल्या मनचा हेतू खुला करून सांगू लागले – "मंडळी, जखम-दरबार सरला आहे. आम्ही जातीने सांगतो आहोत त्यास प्रयोजन वेगळे." राजे थांबले. त्यांनी संभाजीराजांच्याकडे एकदा बघून घेतले. पुन्हा ते एकसुरी धीमे बोलू लागले. "उत्तरेहून रजपूत मिरजा राजा आला. त्याने वस्त्रे, हत्ती, नजर करून आमच्या फर्जंद संभाजीराजांना मनसबीचा मरातब दिला.

"आगरियात भरल्या दरबारी पादशाह औरंगने त्यांना रत्नजडावाची कट्यार बक्ष केली. औरंगाबादेस शहजादा शहाआलमने त्यांना हत्ती नजर करून मानाची वस्त्रे बहाल केली.

"फक्त आम्हास त्यांच्यासाठी काही देणे करणे, ते आजपर्यंत म्हटले तरी साधले नाही! म्हणोन एक विचार बांधून मासाहेबांच्या आणि आपल्या साक्षीने आम्ही तो बोलणार आहोत.

"आजपासून आम्ही आमचे फर्जंद संभाजीराजे यांना सवत्या कारभार-कामावर नामजाद करणार आहोत! शिक्के, कट्यार, वस्त्रे बहाल करणार आहोत." राजांनी थांबून आपल्या खाजगीच्या कारभाऱ्यांना मध्येच अर्थपूर्ण नजर दिली.

"आजपासून संभाजीराजे दिल्या अधिकारात आपल्या नावे पत्रांवर शिक्के करतील. फर्मान, निवाडे, करार, खलिते यांवर दस्तुर लावतील.

"आम्ही त्यांच्या दिमतीस वाकनिसीच्या मुतालकीसाठी मशारनिल्हे महादेव यमाजी यांना व चिटणिसी कामासाठी लेखनिक परशराम यांना जोडून देत आहोत. फडाचे कारभारी धारराव निंबाळकर यांनी हरकामी पडेल ती मदत करणे आहे. आजपासून संभाजीराजे शिक्काधारी, सरते कारभारी जाहले!"

राजांच्यासमोर त्यांच्या खाजगी कारभाऱ्याने शिक्के, कट्यार, वस्त्रे, म्यानबंद तलवार असलेले तबक धरले. तबकातील तलवार उचलीत राजे संभाजीराजांना म्हणाले, "असे दरबारा सामने या."

संभाजीराजे उठून अदबीने राजांच्याजवळ आले. चिकाच्या पडद्याआडून येसूबाई बघत राहिल्या. राजे उठून आपल्या हातांनी तलवारीचे भगवे वाद संभाजीराजांच्या कमरेला आवळीत असलेले त्यांना दिसले.

राजांनी मानवस्त्रे संभाजीराजांच्या खांद्यावर झडीने टाकली. तबकातील भंडारा घेऊन त्याची आडवी बोटे "जगदंब" म्हणत, संभाजीराजांच्या कपाळी असलेल्या शिवगंधावर ओढली.

संभाजीराजांनी त्यांना आणि जिजाऊंना नमस्काराचा रिवाज दिला.

एका हाती संभाजीराजांचा हात घेऊन दुसऱ्या हाताची जोड जिजाऊंना देऊन राजांनी त्यांना उठते केले. त्या दोघांच्या मधून संभाजीराजे चालू लागले.

त्या त्रिदळी भोसलेमंडळात मुजरा करण्यासाठी मंत्रिगणांसह उभा जखम-दरबार कमरेत झुकला!

राणीवशात हरोलीच्या बैठकीवर बसलेल्या सोयराबाई मात्र चटक्याने उठल्या. इतर कुठल्याही बाईसाहेबांकडे न बघता त्या पाठीशी उभ्या असलेल्या चंद्रा दासीला म्हणाल्या, "चंद्रा, चल. आमचे बाळराजे महाली एकलेच आहेत!!"

आणि चंद्रा मागून येते आहे की नाही, हे न बघताच त्या आपल्या महालाच्या रोखाने तरातरा चालूही लागल्या.

त्यांच्या चालण्याबरोबर फरफटत जाणारा नेसूचा जरीकाठी घोळ बघताना धाराऊंच्या कपाळीचे गोंदणे मात्र कळेल न कळेल, असे लकलकले!

इमारत कारखान्याचे प्रमुख आबाजीपंत यांचा किल्ले रायगडहून निरोप आला – "जैसा सरकारस्वारीने मनी योजला, तैसा गड घडीव केला आहे. स्वामींनी पायधूळ झाडून शिलागारी नजरेखाली घालावी. काही उणे असल्यास करीणा सांगावा. चाकर सेवेत तत्पर असे."

राजांनी संभाजीराजे आणि निवडक लोक संगती घेऊन रायगडाची वाट धरली. इंद्रपुरीसारखा सजलेला किल्ले रायगड डोळ्यांखाली घातला. जेवढे राजांनी मनी धरले होते, त्याहून दशगुणी, रूपवान गड कारागिरांनी सजविला होता. जसे चांदण्यारात्री स्वर्गीचे शिलावट गडमाथ्यावर अल्लाद उतरून घडीव दगडाची नजरखेच रांगोळी रेखून पसार झाले होते!

सजला गड पाहून राजे संतुष्ट होऊन राजगडी परतले. त्यांनी राजज्योतिषी आणि कुलोपाध्याय प्रभाकरभट यांच्या मसलतीने राजगड सोडण्याचा आणि रायगडी प्रवेश करण्याचा मुहूर्त काढला. ही खबर आपगतीने गुंजणमावळभर पसरली. काळीजवेडी कुणबाऊ माणसे तांड्या-तांड्यांनी राजगडावर येऊन भोसलेमंडळाचे दर्शन घेऊ लागली.

पुढे होऊ घातलेल्या धरणीकंपाची कशी कुणास ठाऊक, पण मधमाश्यांना चाहूल लागते. मग कपारीला लटकलेल्या पोळ्यात ते सोडण्यापूर्वी त्यांची विचित्र चाळवाचाळव सुरू होते. तशी गडावरची सारी मने दाटल्या भावनेने भरून येऊ लागली.

हत्यारबंद धारकऱ्यांच्या पहाऱ्यात प्रथम जामदारखान्यातील जडजवाहिरांचे मोहोरबंद पेटारे हलले!

संभाजीराजांच्या मनाच्या जमादारखान्याची मोहोर मात्र कुणीतरी आपल्या अज्ञात हातांनी खोलली! आजवर खोलवटात जतून ठेवलेल्या आठवणींचे जडजवाहर बाहेर पडले! कधी पोहण्याच्या टाक्यावर, तर कधी रोवलेल्या मल्लखांबांसमोर,

कधी कालेश्वरीच्या मंदिरगाभाऱ्यात, तर कधी होळीचौकात तर कधी संजीवनी व पद्मावती माचीवर ते कुणाला संगती न घेता, एकटेच फेर टाकू लागले!

गडाच्या दफ्तरखान्याचे बांधीव गठ्ठे मावळ्यांनी डोकीवर वाहून गडपायथ्याशी नेले! संभाजीराजांच्या मनाच्या दफ्तरखान्यातील आठवणींचे कितीतरी हस्तलेख गडवाऱ्यावर फरफरू लागले! कधी सदरेच्या हमचौकात, तर कधी संजीवनी माचीवर, बाहेर पडणाऱ्या भुयारी पायऱ्यांवर, कधी फडफडत्या जरीपटक्याला मिरवणाऱ्या निशाणचौथऱ्याच्या पायाशी, तर कधी दसराचौकाच्या खुल्या पटांगणात, असे ते वेड्यासारखे मूक रेंगाळू लागले!

आसवाबखान्यातील जरीवस्त्रांची गाठोडी गडाच्या कुणबिणींनी आवळली. संभाजीराजांच्या अंतरीच्या आसवाबगारात घटनांची कितीतरी वस्त्रे सळसळून उठली! कधी थोरल्या मासाहेबांच्या खासेमहालात, तर कधी आबासाहेबांच्या बैठकमहालात, कधी अष्टभुजा जगदंबेची मूर्ती उभी असलेल्या देवमहालात, तर कधी रंगीबेरंगी घटनांचे पडदे-आडपडदे सळसळताहेत, असे वाटणाऱ्या दरुणीमहालात ते एकलेच पायफेर टाकू लागले!

शिलेखान्यातील भाले, तलवारी, कट्यारी, बोथाट्या, ढाला घोड्यांच्या पाठीवर टाकण्यात आल्या. अवजड तोफांची भांडी हत्तीवरून मार्गी लागली. संभाजीराजांच्या मनाच्या शिलेखान्यात विचारांची कितीतरी हत्यारे एकमेकांवर आदळू लागली –

'हा गड सोडणे आहे! जेव्हा मनाचा दाटवा झाला, तेव्हा-तेव्हा तिथल्या वाऱ्याशी कानगोष्टी केल्या, जिथल्या भिंतीभिंतीवर मासाहेब आणि महाराजसाहेब यांचे श्वास-श्वास रुतून बसले आहेत, जिथल्या पाखरांचा झाडांच्या गचपणात उठलेला सांजकालवा मनी शिक्केमोर्तबासारखा ठसून बसला आहे, जेव्हा कोणीच जवळ नव्हते, तेव्हा ज्याच्याशी मिटल्या ओठांनी आम्ही उदंड बोललो आहोत, तो हा गड सोडणे आहे!'

प्रस्थानाचा ठरला दिवस कातळकड्याबाहेर उठला. संभाजीराजांनी नेहमीच्या हमामखान्यात शेवटचे स्नान घेतले. गडवा खाली ठेवताना त्यांना वाटले – 'या वाहत्या पाण्याबरोबरच खूप काही वाहून चालले आहे!'

अंगी राजसाज घेऊन ते जिजाऊंच्या महाली दर्शनासाठी आले.

त्या महाली मुसमुसणारी धाराऊ जिजाऊंना म्हणत होती – "मला जाऊ देवा आता कापूरव्हळाला, मासाब. म्या कशाला येऊ संगट. ह्यो ठाव बरा हुता. कदी नडलं-पडलं, तर हितनं गावाकडं जाया सुदरत हुत. त्यो गड कुठल्या पल्ल्यावर हाय कुनाला ठावं!"

जिजाऊ धाराऊला सोडायला तयार नव्हत्या. त्या परोपरीने तिची समजूत काढू बघत होत्या. धाराऊ ते ऐकत होती; पण कानाच्या पलीकडे ते तिच्या काळजापर्यंत

पोहोचतच नव्हते. शेवटी संभाजीराजे पुढे झाले. धाराऊला एवढेच म्हणाले, "तुझ्या बरोबर आम्हीही येऊ कापूरहोळास!"

ते ऐकून मात्र धाराऊ चक्करली. "ल्येकरा, तुज्यामागनं मसणोटीत जाया दिकुल पाय मागं हटायचे न्हाईत माजं! लई गुंतवा झालाय रं माझ्या वासरा तुज्यात!" म्हणत आखरीला धाराऊ साऱ्यांबरोबर रायगडी येण्यास राजी झाली.

संभाजीराजांना बरोबर घेऊन जिजाऊ सदरी बैठकीजवळ जायला निघाल्या. आपल्या महालातून बाहेर पडलेले राजेही येऊन त्यांना मिळाले.

ते भोसलाई त्रिदळ सदरेवर आले. मुंगी शिरणार नाही, असे माणूस समोरच्या चौकात दाटले होते. माणसे होती, पण आवाज नव्हता. शांत, सारे कसे शांत होते.

राजे, जिजाऊ, संभाजीराजे बैठकीवर बसले. परडी फिरविणारा मानकरी आला. राजांनी भंडाऱ्याची चिमट उचलून उधळली – 'या सदरेवरची ही अखेरची चिमट आहे.' या विचाराने त्यांची बोटे थरथरली.

पूर्वी रिवाज नव्हता, तरीही परडीवाल्याने हातची परडी जिजाऊ आणि संभाजीराजांच्या समोर धरली. त्यांनी चिमटी भरून घेतल्या. आईच्या कृपेची उधळण केली. कण उधळले, मनामनातील दाटल्या भावनांचे. आजवरच्या भल्या-बुऱ्या एकोप्याचे!

गडावरच्या एकजात झाडून साऱ्या असामींच्या हातावर ते तिघेही मोहरा, वस्त्रे, हत्यारे ठेवणार होते! ज्यांनी सेवा केली त्यांचा तो हक्क होता. राजासाठी तो रिवाज होता. मागील माणसास संतोषून जाणे!

सदरबैठकीवरून शेवटचे दान झाले. राणीवशात वर्दी गेली. अंगाभोवती शालनामे पांघरलेला राजांचा राणीवसा दरुणीमहालाबाहेर पडला. सिद्ध ठेवलेल्या मेण्यात खाशा स्वाऱ्या बसल्या. गड-उताराला लागल्या.

सर्वांत शेवटी जिजाऊ मेण्यात बसल्या. वळीव पावसाने आभाळ भरून यावे तसे त्यांचे मन भरून आले. बाहेर काहीच न दाखविता त्या पुटपुटल्या – "जगदंब, जगदंब." मेणे गड उतरू लागले. जिजाऊंच्या मेण्याबरोबर चालणाऱ्या धाराऊने वाकून चिमटभर माती वर घेतली. आपल्या सुताडी लुगड्याच्या शेवात बांधली.

मंत्रिगण, किल्लेदार सुभानजी, सिलिमकर यांच्या सोबतीत राजे आणि संभाजीराजे संजीवनी माचीवर बाहेर पडणाऱ्या भुयाराच्या रोखाने चालले. दरम्यान गडाची किल्लेदारी सिदोजी थोपट्यांकडून सुभानजी शिळिमकरांकडे आली होती.

समोर दूरवर सुवेळा माचीचे टोक दिसताच राजे थांबले. ते का, ते कुणालाच कळले नाही. या – याच माचीवर झिजून शांत झालेल्या सईबाईंची चिता पेटून विझली होती. त्या आठवणीने राजांच्या नेत्रकडा ओल्या झाल्या, त्यांचा हात संभाजीराजांच्या खांद्यावर चढला.

आजवर अनेक वेळा पायांखाली टाकलेला तोच भुयारी मार्ग आला. धोंड

हटली. राजे-संभाजीराजे आत उतरले. पायऱ्या मागे पडू लागल्या. काहीतरी योजून चालते राजे थांबले. त्यांनी संभाजीराजांना विचारले, ''तुम्हास आठवतं, तुम्ही विचारलं होतं एकदा – हे भुयार संपणार तरी केव्हा?''

''जी, आठवतं. तुम्ही आम्हांला सांगून ठेवलं आहे महाराजसाहेब, 'भुयारं कधीच संपत नसतात. चाल कधी थांबत नसते!'''

ते पितापुत्र संजीवनी माचीवर आले. उभी माची माणसांनी फुलली होती. गड-उतारासाठी सिदोजी थोपट्यांनी पालख्या सिद्ध ठेवल्या होत्या.

माचीच्या निशाणचौथऱ्याजवळ राजे आणि संभाजीराजे आले. माना उठवून त्यांनी जरीपटक्याला नजरा दिल्या. मोतीलगी ओळांबल्या.

राजे थोपट्यांना म्हणाले, ''सिदोजी, आज आम्ही पालखीतून गड उतरणार नाही! साऱ्यांच्या पायसोबतीने आम्ही गड उतरू.''

''जी.'' सिदोजींनी आज्ञा झेलली.

राजे-संभाजीराजे देवदर्शन करून संजीवनी माची सोडून पाली दरवाजाची वाट तोडू लागले. देवमाशांच्या आवतीभोवतीने, पाठमागाने शेकडो लहाने मासे ओढल्यागत जात असतात, तशी गडमाणसे राजांच्याबरोबर चालू लागली.

पाली दरवाजा आला. दरवाजाच्या नगारखान्यात गड-उताराची नौबत झडू लागली. दरवाजात उभे राहून राजे-संभाजीराजांनी ती ऐकली. चौघड्यावर पडणाऱ्या काठीचा ठेका नेहमीसारखा एकसूर नव्हता! मध्येच कुठेतरी ठेका चुकार होत होता! राजे दरवाजापार होताच, नौबतवाल्यांनी हातीच्या टिपऱ्या खाली ठेवल्या आणि तेही पायऱ्या उतरू लागले.

मावळमेळ्यात राजे-संभाजीराजे राजगडाच्या पायथ्याशी आले. राजांनी किल्लेदार सुभानजींच्या हातात श्रीफळ-विडा दिला. गडाकडे बघत ते म्हणाले, ''किल्लेदार, माळी जैसा बगिचा राखतो, तैसी गडाची निगा राखा. येतो आम्ही.'' राजांनी गळ्यातील मोतीकंठा उतरून सुभानजींच्या हातात ठेवला.

राजांच्या पायांवर पगडीधारी डोके ठेवत लहान पोर पुटपुटावे तसा सुभानजी गदगदू लागला. त्याला उठवून खांदाभेट देत राजे म्हणाले, ''सुभानजी, सावरा, जगी जे-जे प्रिय आहे, त्याला एक ना एक दिवस पाठ दाखवावीच लागते.''

राजे आणि संभाजीराजे यांनी समोरच्या खड्या कातळदेवाला हात जोडून नमस्कार केले. ते बघताना भोवतीची मावळी काळजे फुटली.

राजे सुरतेवर चालून गेले तेव्हा नव्हती, मिर्झा-अफजलच्या भेटीसाठी गेले तेव्हा नव्हती, आग्राभेटीसाठी कूच झाले तेव्हा नव्हती, पण आज – आज माणसं डोळ्यांवाटे फुटली! दाटीवाटीने पुढे येत धन्यांच्या पायांवर पगड्या ठेवू लागली.

प्रतापरावांनी जीन कसून तयार ठेवलेल्या दोन पांढऱ्याशुभ्र घोड्यांजवळ राजे-

संभाजीराजे आले. राजांनी हात देत संभाजीराजांना मांड जमवून दिली. पाठोपाठ राजांनी मांड घेतली. पाठमोऱ्या झालेल्या राजे-संभाजीराजांना कल्पना नव्हती की, जबान असती तर उभा राजगडच कमरेत झुकून म्हणाला असता, "धनी, धाकलं धनी, वाईच थांबतिसा! पायधूळ माथ्यावं घ्यावी म्हन्तो म्या!"

आणि – आणि उडत्या गरुड पक्ष्याच्या पवित्र्यात उभा असलेला राजगड सुवेळा आणि संजीवनी माचीचे पंख फडफडवून झेपावला असता – थेट आकाशात!!

चालला! तो चक्रवर्ती संन्यासी आपल्या कैक स्मृतींचे पायठसे राजगडावर ठेवून चालला! त्याच्या जोडीने बालभुत्या चालला. आठवणींचे कितीतरी पाजळले पोत राजगडी पेटते ठेवून!

रायगड टप्प्यात आला. पायथ्याच्या पाचाड या गावठाणात आबाजीपंतांनी जिजाऊंच्यासाठी खणबंद वाडा उभा केला होता.

रायगडावर सुमुहूर्ताने प्रवेश करण्यापूर्वी सगळ्या राजकुलाचा त्या वाड्यात मुक्काम पडला. पाचाड शिंबंदीचे ठाणे होते. गडाला पडेल तो, वस्तभाव पुरविण्यासाठी इथे व्यापारपेठ होती.

दुसरा दिवस उजाडला. पाचाडच्या या वाड्याच्या पैस सदरेवरून समोर रायगड दिसत होता, तळ्यातून बाहेर उठलेल्या कृष्णकमळासारखा. त्या पैस सदरेवर उभ्या राहून, मनोमन साद घालणाऱ्या रायगडाकडे जिजाऊ डोळे लहाने करून बघू लागल्या. त्यांच्या नेत्रकडा धरून कानशिलापर्यंत आक्रसलेल्या सुरकुत्या उठल्या. गड बघणाऱ्या खटाटोपात असल्याने त्यांच्या डोईचा पदरकाठ किंचितसा मागे हटला होता. त्यातून डोकावलेली त्यांची पांढरी केसवट राजांच्या नजरेतून सुटली नाही.

"मासाहेब, हा सामने दिसतो तो 'खूबलढा बुरूज!' त्यावर थेट दिसते ती मावळती माची!" राजांनी उजवी तर्जनी उठवून रोख दाखविला.

शेजारी उभे असलेले संभाजीराजे तो बुरूज व माची निरखू लागले.

"राजे, आमच्यासाठी हा सवता वाडा कशाला उभा केलात?" जिजाऊ समोर बघत म्हणाल्या.

राजे गंभीर झाले. जिजाऊंच्या उजाड माथ्याकडे बघताना त्यांचा आवाज धरल्यासारखा झाला. "मासाहेब, आम्ही काय करू शकतो आपल्यासाठी? आमचा तो वकूब नव्हे. शरीर सोलून त्याच्या मोजड्या आपल्या पायी आम्ही चढविल्या, तरी ते थिटे आहे. तुम्ही आम्हास कधी बोलला नाहीत; पण तुमच्या महालावरून जाताना आम्ही ऐकले आहे, तुमच्या घशात घोटाळणारी दम्याची उसळ! मासाहेब, तुम्हाला गडावरची गार हवा नाही झेपणार. त्यासाठी हा वाडा आहे." राजे थांबले.

संभाजीराजे राजांच्याकडे बघत राहिले.

"आम्ही समोरचा बुरूज व माची का दाखविली, ध्यानी नाही आलं मासाहेब?" राजांनी पुन्हा समोरच्या बुरुजाकडे बोट रोखत विचारले.

"नाही समजलो. काही खास?" जिजाऊंनी राजांच्या कपाळीचे शिवगंध निरखले.

"मासाहेब, तुम्ही या वाड्यात राहणार. आम्हास गडावरच राहणे भाग आहे. आपले दर्शन घेतल्याशिवाय आमच्या गळ्याखाली पाण्याचा घोटही उतरत नाही. म्हणून... म्हणून या वाड्याची बांधणी आम्ही इंदळकरला तिरकी, कोनी धरण्यास सांगितली. वरच्या त्या 'खूबलढा' बुरुजावरच्या माचीवर आम्ही उभे राहिलो की, या सदरजोत्यावर उभ्या असलेल्या आपल्या मूर्तीचे आम्हास दूरवरून का होईना दर्शन घडेल!! जग पूर्वेला सूर्योदय पाहते, आम्ही पश्चिमेला पाहू!"

राजे वेड्यासारखे माचीकडे बघत राहिले. डोळे पाण्याने भरून आलेल्या जिजाऊ राजांच्याकडे बघत राहिल्या. संभाजीराजांनी समोरच्या रायगडाचा उंचावा क्षणभर निरखला. पुन्हा राजांच्याकडे बघताना त्यांना वाटले – 'रायगड थिटा आहे! महाराजसाहेबांच्या कमरेला बांधलेल्या धोप तेगीएवढा!'

ठरल्या मुहूर्ताला पालख्या आणि मेणे पाचाडच्या वाड्याबाहेर पडले. पहाटेचा गारवा धरून भोई रायगडची चढण चढू लागले.

झाडाझुडपांत दडलेली वाटेवरची फुलबाग आली. मेणे-पालख्या ठाण झाल्या. सामोरा आलेल्या माळ्याचा मुजरा आपलासा करीत जिजाऊ, संभाजीराजे, राणीवसा, सर्वांसह राजे बगिच्यात आले. गुलाब, कर्दळ, मोगरा, मावळशेवंती, अबोली, अनंत अशा रंगीबेरंगी फुलांचा जमाव बागेत चारी बाजूला दाटला होता. त्यांचा मेळ पडलेला मजेदार सुगंध सगळीकडे पसरला होता. राजे एका गुलाबाच्या रोपट्याजवळ थांबले.

"हा उत्तरी, मोगलाई वाण मासाहेब," असे म्हणत राजांनी एक फुलू घातलेला गुलाबकळा खुडला आणि जिजाऊंच्या हाती दिला. ते बघताना संभाजीराजांना औरंगाबादेतील शाहजाद्यांचे बोल आठवले, "गुलाब भी खुबसूरत होता है!"

रिवाज म्हणून हाती घेतलेला गुलाबकळा जिजाऊंनी निरखला. कुणालाच न कळणारी अशी एक दुखरी भावछटा त्यांच्या सुरकुतल्या मुद्रेवर पसरली. त्यांना राजांना म्हणावेसे वाटले – "फुलाचा हा वाण आम्ही बघितला आहे राजे! खूप जवळून! काटे असलेला सर्वांत देखणा वाण हाच!"

जिजाऊंनी आपल्या हातातील गुलाबकळा तसाच संभाजीराजांच्या हातात ठेवला. जणू ते फूल जवळ असणे, हा संभाजीराजांचा हक्क होता! वसा होता! हाती फूल घेतलेल्या संभाजीराजांना बघताना जिजाऊंना मन पलटी खाऊन मागील काळात

गेल्याचा भास झाला! 'तेच साफ डोळे! कपाळाची तशीच भरगच्च गादी!'

बाग नजरेखालून घालून स्वाऱ्या पुढची चढण चढू लागल्या. 'लहान दरवाजा' हा गडाचा पहिला दगडबंद दरवाजा आला. भोई थांबले. राजे-संभाजीराजे पालखी-उतार झाले. अदबीने पुढे होत, आबाजीपंतांनी राजांच्या हाती श्रीफळ दिले. राजांनी गडाच्या प्रथम दरवाजाचा उंबरठा ओलांडण्यापूर्वी श्रीफळ वाढविले. भकले दुहाती फेकून दिली. हाताला धरून त्यांनी प्रथम जिजाऊंना उंबरठा ओलांडू दिला. मग ते आणि संभाजीराजे उंबरठ्यावर गेले. जिजाऊ गडाचा कमानबंद दरवाजा निरखू लागल्या! जोड कमानीचा तो भक्कम दरवाजा बघून त्या सुखदिल झाल्या.

गडचढीचा पहिला टप्पा संपला. दुसरा सुरू झाला. आता भोयांच्या कपाळी घामाची थेंबावळ उठू लागली. मध्येच थांबून ते थोप्यांवर मेणे-पालख्या तोलून उभ्या-उभ्या आपली भरली छातवाने सुमार करून घेऊ लागले.

अंबारकोठ्या मागे पडल्या. पहिल्या चौकीची दगडी ओवरी मागे पडली. आणि – आणि 'रायगड' हा एक वास्तुपुरुष असून तो आपला जबडा ताणून उभा आहे; असा भास निर्माण व्हावा तो 'महादरवाजा' समोर आला.

राजांनी महादरवाजाची पूजा बांधली. दोन भक्कम बुरुजांना धरून या दरवाजाच्या दुहाती उंच नक्षीदार तटबंदी फिरली होती. वर नगारखान्याची व्यवस्था होती.

भोसलेमंडळ दरवाजापार होताना रायगडावरची पहिली नौबत झडली! राजे, जिजाऊ, संभाजीराजे यांच्यावर सोनमोहरा उधळण्यात आल्या.

आता गडाची खडी चढण सुरू झाली. राजे-संभाजीराजे पालखी-उतार होऊन जिजाऊ बसलेल्या मेण्याच्या दुतर्फा झाले. हत्ती टाके मागे पडले, समोर आभाळात घुसलेले द्वादशकोनी, पाचमजली मनोरे दिसू लागले. जसा रायगड आपले मनोऱ्यांचे दोन्ही भक्कम हात उभवून वरच्या आभाळाला मूकपणे साद घालीत होता!

गोल घेराचा गंगासागर तलाव आला. जिजाऊंचा मेणा थांबला.

एक हात राजांनी धरला आहे, दुसऱ्या हाताचा आधार संभाजीराजांनी घेतला आहे, अशा थकल्या जिजाऊ गंगासागराच्या काठाशी आल्या.

जिजाऊ, राजे, संभाजीराजे गंगासागरात पडलेल्या आघाडी मनोऱ्यांचे देखणे प्रतिबिंब बघू लागले; हरवल्या डोळ्यांनी. गंगासागरात केवढ्या थोर गोष्टींचा जमाव झाला होता! द्वादशकोनी उंच मनोरे. डोकावलेले भोसलाई त्रिदळ आणि वरचे निळेशार आभाळ! त्या तिघांपैकी कुणालाच बोलावेसे वाटत नव्हते. एकाएकी ते आपोआप घडलेले देखणे पाणचित्र हिंदोळले आणि विलग झाले!

तलावाच्या काठावर ओळंबलेल्या आंब्याच्या एका फांदीवरून, बराच वेळ मोहरा धरून गोळ्यासारख्या बसलेल्या एका मुठीएवढ्या खंड्या पक्ष्याने उसळी घेत गंगासागरात सूर टाकला!! लाटाच लाटा उठल्या. संभाजीराजे त्या सुराने दचकले.

त्यांनी पाण्याबाहेर उमाळी घेऊन उठलेल्या त्या लहान वाटणाऱ्या फडफडत्या पक्ष्याच्या चोचीत मासोळी पाहिली! मग हट्टाने त्यांचे डोळे त्या पक्ष्यामागून दौडत गेले.

पुन्हा फांदीवर बसलेल्या खंड्याने मानेला दिलेला झटका संभाजीराजांना दिसला. मासोळीची एक तळपती रूपेरी तार उन्हात फेकलेली त्यांना दिसलीन्‌दिसली आणि ती क्षणात खंड्याच्या चोचीआड झाली! मासोळी होत्याची नव्हती झाली!

खंड्याने शीळ भरली संतोषाने! संभाजीराजे ती ऐकून अस्वस्थ झाले.

मनोऱ्यांनी सुरूर केलेल्या बालेकिल्ल्याच्या सदरदरवाजात स्वाऱ्या आल्या. हिरोजी इंदळकराने पुढे येत राजांच्या हाती एक पायबांधले काळे कोंबडे दिले. राजांनी ते दरवाजावरून तीन वेळा उतरून दूर फेकून दिले!

असते! चुन्या-दगडांनी घडलेल्या वास्तूलाही एक न दिसणारे 'बाळसे' असते! त्यालाही 'दृष्ट' लागण्याचा संभव असतो! त्यासाठी हा 'उतारा' होता.

राजांनी बालेकिल्ल्याच्या दरवाजाची पूजा बांधली. त्यावर मोहरा उधळल्या. आणि पृथ्वीवरल्या कुठल्याही गडाला ज्यांची पायधूळ मस्तकी घेताना धन्य वाटावे, अशा जिजाऊंना मध्ये घेऊन राजे-संभाजीराजे यांनी रायगडाच्या बालेकिल्ल्याच्या सदरदरवाजाचा दगडी उंबरठा ओलांडला!!

स्वप्ननगरीचे दालन उलगडावे, तसा पालखी दरवाजा पार करताच बालेकिल्ल्याचा ऐन शिलावटी भाग समोर आला.

एकास एक लागून असलेल्या सातमहालांच्या, माळवदे असलेल्या जोड चिरेबंद इमारती समोर होत्या. त्यांतील कुठल्याही महालाच्या मजल्याला लागून पुढे झुकलेल्या माळवदात उभे राहिले तर, आतल्या चौकात दगडी पाटातून फिरविलेल्या पाण्यातील माशांची पाठशिवणीची अविरत खेळी सहज दिसावी, अशी चतुर सोय केली होती.

त्या सात महालांची जोड-इमारत निरखीत संभाजीराजांनी राजांना विचारले, "हे कसले वाडे?"

"हा राणीवसा आहे संभाजीराजे." उत्तर देताना राजांचा आवाज धरल्यासारखा झाला. त्यांना सईबाईंचा आठव आला. महाल सात होते. 'आठवा' म्हणण्यापेक्षा 'पहिला' महाल त्यात असायला पाहिजे होता – सईबाईंचा! तो नव्हता. असूही शकत नव्हता. तसा तो होताही! कुणाला न दिसेल असा, राजांच्या मनात! सावळ्या स्मृतींच्या रूपात!

जिजाऊ, राजे-संभाजीराजे यांच्यासाठी बांधलेला 'खासेमहाल' उर्फ 'राजवाडा' बघून राजे सिंहासनचौकात आले. ही राजदरबाराची जागा होती. सिंहासन बैठकीपासून

समोरच्या भव्य नगारखान्यापर्यंत पाच हाती पायपट्टा मोकळा सोडला होता. त्यावर रुजामे अंथरले होते. शानदार सिंहासन बैठक साऱ्यांनी डोळाभर बघितली. समोरच्या पायपट्ट्यावर मध्येच एक तलाव खोदून त्यात उसळत्या कारंज्यांची दिमाखदार योजना केली होती. त्या कारंज्यांभोवती सारी राजमंडळी जमा झाली. हिरोजी इंदळकर कारंज्यातून पाणी कसे उसळी घेते, याची जाणकारी देऊ लागला. संभाजीराजे एकरोखाने वर फवारणाऱ्या पाण्याच्या अगणित धारा बघताना हरवून गेले.

नगारखान्याची अस्मानात घुसलेली देखणी कारागिरी डोळ्यांखाली टाकीत राजे-संभाजीराजे-जिजाऊ दरबारासमोरच्या मोकळ्या पटांगणात आले.

जिजाऊंच्यासाठी पालखी जोडण्यात आली. मोरोपंत, अण्णाजी, बाळाजी, दत्ताजी, प्रतापराव, इंदळकर, आबाजीपंत, मुधोजी सरकवास, चांगोजी काटकर आणि राजे व संभाजीराजे यांनी पालखीभोवती फेर घेतला. सारा राणीवसा, येसूबाई, धाराऊ अशा स्त्रिया पालखीच्या पिछाडीला झाल्या. जिजाऊ दर्शनाला निघाल्या – गडदेवाच्या! श्री जगदीश्वराच्या!

होळीचा फेरघेराचा माळ येताच पालखी ठाण झाली. या माळावर होळीसणाचा हुडवा कसा शिलगणार याची माहिती आबाजीपंतांनी साऱ्यांना दिली.

मांड घेतलेल्या घोड्यावरून उभ्या उभ्याच स्वाराला खरेदी करता यावी, अशी जोती राखलेली, दुतर्फा एका हारीत दुकाने असलेली व्यापारपेठ आली. अजून ती पेठ वसती झाली नव्हती. ती वसती करण्याचा मक्ता राजांच्याकडून घ्यावा म्हणून गड चढून आलेला नागाप्पा शेट्टी आपल्या चाकरांसह सामोरा आला. त्याने जिजाऊंच्या पालखीवर सोनमोहरा उधळल्या. त्यांची पायधूळ घेतली.

जगदीश्वराच्या मंदिराचा उन्हात झळकता सोनकळस दिसू लागला. जिजाऊंची पालखी मंदिरासमोर ठाण झाली.

हातजोड देत राजांनी जिजाऊंना पालखीतून उतरून घेतले. उत्तराभिमुख असलेल्या गाभाऱ्यातील नितळ शिवलिंगासमोर, राजबेलाचे जन्माने वाहिलेले पान असावे, तसे मध्ये जिजाऊ आणि दुहाती राजे, संभाजीराजे उभे राहिले.

तिघांनीही वाकून मंदिराच्या दगडी पायरीला हात लावले आणि मंदिराच्या प्रथम चौकात प्रवेश केला. पाठोपाठ राणीवसा, मंत्रिगण आत आले.

गाभाऱ्यातील समयांच्या मंद प्रकाशात, अर्धवट फुलांनी झाकलेले, अभिषेकपात्राखाली जलधारा घेणारे शिवलिंग बघत राजे पुढे झाले.

डोकीवर असलेल्या घंटेचा टोल राजांनी दिला. सारे मंदिरआवार घंटानादाने भरून पावले. पुढे टाकावे म्हणून राजांनी पाऊल उचलले आणि फरसबंदीवर रेखलेल्या दगडी कासवाकडे बघताच ते तसेच मागे घेतले.

"पंत, आम्हा हिंदूंच्या मंदिरांत प्रवेशचौकात या दगडी कासवाची योजना का केलेली असावी? काही अंदाज?" पाठीशी असलेल्या मोरोपंतांना राजांनी विचारले.

"जी," म्हणत पुढे आलेले मोरोपंत, संभाजीराजे, जिजाऊ सारेच कासवाकडे निरखून खाली बघू लागले. आणि पगडी डोलवीत मोरोपंत म्हणाले, "नाही स्वामी, तसा अंदाज नाही करता येत – पण हे पहिल्या कूर्मावताराचं प्रतीक असावं."

"आम्हास वेगळंच वाटतं पंत. मंदिरी येणाऱ्या हर दर्शनभक्तास, 'काम, क्रोध, लोभ, मोह, मद, मत्सर हे विकार या कासवाच्या पायांसारखे मागे सारून मोकळ्या मनाने गाभाऱ्यात या' याची सांग देण्यासाठी ही योजना असावी! पण आम्हा दर्शनभक्तांचे, विसरगतीनं का होईना पाय पडतात, ते या कासवाच्या पाठीवर!!" राजे भारल्यासारखे बोलत होते.

कासवाकडे बघताना संभाजीराजांना वाटले – 'एकदा का होईना कासवाचं रूप आमच्या वाट्याला यावं! महाराजसाहेब आणि आऊसाहेब यांचे पाय पडावेत – आमच्या पाठीवर!!'

जगदीश्वराचे दर्शन होताच जिजाऊ राणीवशासह बालेकिल्ल्याकडे परतल्या. राजे संभाजीराजांना घेऊन गडाचा फेर टाकण्यासाठी पुढे निघाले.

काळा हौद, भवानी टोक, बारा टाकी, दारुकोठ्या, मंत्र्यांचे वाडे, कुशावर्त तलाव, शिरकाईचे देऊळ अशा लहानथोर साऱ्या जागा बघून राजे-संभाजीराजांच्यासह नगारखान्याच्या पायऱ्या चढून आले.

ही रायगडावरची सर्वांत उंच जागा! निशाण-चौथऱ्याच्या काठीवर चढलेल्या भगव्या जरीपटक्याची फडफड साऱ्यांना स्पष्ट ऐकू येत होती.

"तो तोरणा – " उगवतीला तोंड धरून राजांनी संभाजीराजांना बोटाने मार्ग दाखविला. "तो – तो राजगड."

"जी." संभाजीराजांनी साद भरला. दोघांचेही जरीनामे वाऱ्यावर फरफरू लागले. जिरेटोपातील लगी हिंदोळू लागल्या. कानांतील सोनचौकडे डुलू लागले.

दुसऱ्याच्या शे-दोनशे मेंढीकळपात चुकार होऊ बघणारे आपले मेंढरू, जातिवंत धनगर ज्या नजरेने अचूक पारखून काढतो, तसे सह्याद्रीच्या काळपट रांगांत मुरू बघणारे आपले गडकोट राजे तर्जनी फिरवीत संभाजीराजांना अचूक दाखवू लागले.

"तो 'सोनगड', तो 'चांभारगड', तो 'घोसाळा', हा 'लिंगाणा', हा 'कांगोरा', हा 'कोकणदिवा', तो 'तळेगड', शंभूराजे, हा 'रायगड' जगदंबेचा सर्वांत थोर भुत्या आहे! भोवतीच्या या गडांच्या कवड्यांची चाळ त्यानं कंठात चढविली आहे! त्या पायथ्याशी फिरलेल्या गांधारी आणि काळ या नद्यांच्या सफेद पाण्यानं त्यानं आईचा 'तांदूळ-चौक' भरला आहे! याच्या अंगाखांद्यावरून कोसळणारे पाट संबळ-तुणतुण्याचा ठेका धरून आहेत! जवळ असलेल्या उगवतीच्या सूर्याचा पोत करून तो हा हाती

धरतो! या जरीपटक्याचा भगवा-भंडारा त्यानं माथी माखून घेतला आहे! असा हा रायगड आहे!'' राजांनी हाताची बोटे छातीशी नेत 'त्या' भुत्याला मान दिला.

शुभमुहूर्तावर राजांनी जिजाऊंच्या हातांनी जगदीश्वराला अभिषेक करविला. महिन्याभरातच रायगडाचा दफ्तरी राबता बसला. गड नांदू लागला.

गडावरच्या थंड हवेत जिजाऊंचे दम्याचे दुखणे उचल खाऊ लागले. राजांच्या सल्ल्याने त्या गड उतरून पाचाडच्या वाड्यात राहायला आल्या. त्यांच्या सेवेसाठी पुतळाबाईही गड उतरल्या. महाडचे निष्णात वैद्य गंगाधरपंतांनाही सेवेसाठी पाचारण्यात आले.

पाचाडच्या वाड्याच्या कारभाऱ्याला सदरेशी बोलावून राजांनी एक सक्त आज्ञा केली – ''एक फेर घेराची घंटा वाड्याच्या सदरी तुळईस बांधणे. त्यावर एक तासवाला नेमून देणे. रोज आऊसाहेबांची स्नानादी आन्हिके आटोपून त्या तुळशीपूजेसाठी सदरी येतील, त्या समयास घंटेचे टोल एकसुरी देत जाणे! त्या इशारतीने आम्ही युवराज संभाजीराजांच्यासमवेत मावळमाचीवर दाखल होऊ. दुरून का होईना, जे घडेल ते आऊसाहेबांचे चरणदर्शन करू. ये काम बिलाकसुरीने हररोज पार पाडीत जाणे!''

आता पाचाडवाडीत सकाळ धरून नित्यनेमाने घंटेचे टोल घुमू लागले. त्याने केवळ राजे-संभाजीराजे यांचीच सोय झाली नाही. पाचाडातील शिबंदीच्या शिलेदारांना, अठरा कारखान्यांतील कष्टकऱ्यांना कळून चुकले की, घंटानाद घुमू लागताच जिजाऊसाहेब सदरेवर आलेल्या असतात!

असेच संभाजीराजांना बरोबर घेऊन राजे एकदा मावळमाचीवर आले. पाचाडच्या रोखाने उठलेले घंटेचे टोल वाऱ्यावर स्वार होऊन माचीकडे सरकले होते. दिवस कासराभर वर चढला होता. दगडबंद बुरुजावर उभे राहून राजे-संभाजीराजे पायथ्याच्या पाचाडच्या सदरेवर डोळे जोडून उभे होते.

चुन्याची बोटभर खडी रेष दिसावी, तशा जिजाऊ दूरवर सदरेवर दिसू लागल्या. त्या दिसताच दोघांनीही अदबमुजरे घातले. सदरेवरची रेष निश्चल खडी होती. बुरुजावरून पितापुत्र डोळ्यांचेच हात करून त्या रेषेच्या पायथ्याला भिडवून मोकळे झाले होते!

''युवराजऽ,'' राजे काहीतरी योजून बोलू लागले.

''जी.'' संभाजीराजांनी त्यांची साद पडू दिली नाही.

''पायथ्याच्या वाड्याच्या सदरेवरून मासाहेब तुम्हा-आम्हांस अचूक कशा काय ओळखतील?'' राजांनी विचारले.

''अलबत... अलबत ओळखतील मासाहेब अचूक. तुम्ही कुठले व आम्ही कुठले ते!'' संभाजीराजे क्षणभर थांबले. राजांच्या पायांकडे नजर लावीत म्हणाले – ''आपण केवढे थोर – आम्ही – आम्ही केवढे छोटे! मासाहेब चुकणार नाहीत!''

संभाजीराजांनी उत्तर दिले.

निरोपासाठी आलेल्या गणोजी शिर्क्यांना संभाजीराजांनी खांदाभेट दिली. ती देताना त्यांना कुठंतरी खोलवर जाणून गेले की, 'एवढ्या पंधरा दिवसांच्या येथील मुक्कामात गणोजी ना आबासाहेबांशी, ना चमकत्या तोड्यांशी, ना आमच्याशी कधी खुल्या जबानीने बोलले! कधी निसटते बोलण्याचा योग आलाच, तर गणोजी शिर्के पापण्यांची चटाचट फडफड करतात! एखादा शब्द बोलून आमच्या आणि आबासाहेबांच्या हातातील सोन्याच्या कड्याकडे एकरोख बघत राहतात!'

एकदा तर संभाजीराजांना गणोजी तसे बघत असताना वाटले होते की, तसेच चालत त्यांच्याजवळ जावे आणि सर्वांसमक्ष आपल्या हातीचे कडे उतरून त्यांच्या हाती भरावे! पण ते रिवाजी दिसले नसते.

पिलाजी आपल्या मुला-सुनेनिशी निघून गेले.

संभाजीराजांचा ठरला दिनक्रम सुरू झाला. सुक्या तळ्याजवळ मोकळ्या मैदानात असलेल्या लोखंडी मल्लखांबावर ते एका सकाळी सरसर दशरंग फिरत होते. शेजारी उभ्या असलेल्या गोमाजीबाबांची आता त्यांच्यावर नजर ठरत नव्हती. टाळा वासून ते नुसते बघत होते.

मल्लखांब लोखंडी असल्याने संभाजीराजांच्या अंगी उठलेल्या घामाने तो निथळून निघाला. त्याच्यावर हात ठरेनात आणि खांबाच्या टोपाकडे चढते गेलेले संभाजीराजे बाणासारखे पायथ्याकडे घसरतीला लागले. त्या घसरतीतच त्यांनी कसबाने अंग बाहेर झोकून दिले आणि पवित्रा घेत, ते गोमाजींच्या पुढ्यात खडे ठाकले! घामाघूम झालेले! पण ओठभर हसणारे!

झटकन गोमाजींनी पुढे होत हातीची शाल त्यांच्या अंगाभोवती लपेटली, "म्हेनतीच्या घामेजल्या अंगावं वारा घेऊ ने, धाकलं धनी!" काहीतरी बोलायचे म्हणून गोमाजी बोलले खरे; पण मनोमन त्यांना उघडे संभाजीराजे बघताना वाटले होते की, 'म्हातारी जाली म्हूण काय जालं, आमचीच नदार लागायची या सोनकांबंच्या मल्लखांबाला!'

मेहनत घेऊन आलेले संभाजीराजे पेहराव अंगी घेऊन, धाराऊने दिलेली दुधाची चरवी ओठांआड रिचवून वाड्याच्या सदरबैठकीवर आले. राजे महाडकडे कूच झाले होते. युवराजांना बघताच बसलेले बाळाजी चिटणीस अदबीने उठले. उभ्या असलेल्या अण्णाजींनी झटकन मुजरा घातला.

सदरेवर चार-पाच कुणबाऊ माणसे आणि रायगडाच्या पायथ्याच्या वाडीचा गावखोत उभा होता. संभाजीराजांची त्यांच्यावर नजर पडताच, ते सारेच कमरेत झुकले.

“कोण मंडळी ही?” बैठक घेत संभाजीराजांनी बाळाजींना विचारले.

“हे वाडीचे शिकारखेळे आहेत. त्यांच्याविरुद्ध गावखोतांची तकरार आहे.” बाळाजींनी उभे राहून उत्तर दिले.

“कसली तकरार?” संभाजीराजांनी खोतांकडे बघत विचारले.

सारेच गप्प होते.

“का? चिटणीस यांची तकरार आम्हास ऐकविण्याजोगी नाही?”

“नाही. तसं नाही युवराज! पण हा कथला सादिलवार आहे. आम्ही त्यास निवाडा देऊ.” एवढा वेळ गप्प बसलेले अण्णाजी नम्रपणे म्हणाले.

“जशी तुमची इच्छा!” संभाजीराजे हसून म्हणाले.

जमलेल्या शिकारखेळ्यांत मात्र चुळबुळ झाली. त्यांच्या म्होरक्या गुंजोटे कमरेत झुकून मुजरा देत म्हणाला, “सरकार गडावं न्हाईत, तर आपुनच काय ती तड लावावी आमची धाकलं धनी.”

“कसली तड! काय झालं? ना कचरता बोला आम्हांस!” संभाजीराजांनी गुंजोट्याला धीर दिला.

“धनी, ह्येनी आगळ क्येलीय. तड लावायची ती आमची, ह्येंची नाय.” गावखोताने सावधपणे तोंड उघडले.

“कसली आगळ?” संभाजीराजांनी खोताला नजर दिली.

“वाडीच्या वाघोऱ्याच्या रानात ह्येनी शिकार क्येली. मायंदळ जनावरं पाडली. पर सरकारातनं ठरवून दिल्याली शिकारीची तक्षीम आम्हाला न्हाई पावती क्येली! शिकार करून ह्ये वाटा द्याया लागतो म्हून रानातनं गुपचूप पशार जालं.” खोताने तकरार पेश केली. ती मजेदार होती. शिकारखेळ्यांनी केल्या शिकारीचा ठरलेला वाटा गावखोताला दिला नव्हता!

“अण्णाजीपंत, या शिकारीबाबीचा कानू काय?” संभाजीराजांनी विचारले.

“खोत म्हणतात, ते सही आहे युवराज. सरकारी फडातून खोतास तसे अधिकार देण्यात आले आहेत. गुंजोटे आणि त्यांचे शिकारखेळे दोषी आहेत.” अण्णाजींनी बरहुकूम कानुजाबता सांगितला.

“यासी सजा काय?” संभाजीराजांना औरंगाबादेतील ‘त्या’ शिकारीचा प्रसंग आठवला.

“दंड! शिकाऱ्यांनी सरकारी फडात दंड जमा केला पाहिजे. त्यातील तक्षीम गावखोतास तोडून दिली जाईल. जेवढी जनावरं शिकाऱ्यांनी पाडली असतील, तर त्या हर जनावरामागं चार शिवराई दंड जमा करणं भाग आहे!”

शिकारखेळे दंडाची भाषा ऐकताच चळवळले. खोताचा चेहरा जरा उजळ झाला.

"खोत, तुम्ही कधी शिकारीची खेळी खेळता?" खोताच्या ध्यानी-मनी नसलेला प्रश्न संभाजीराजांनी त्याला विचारला.

"जी. खेळतो की!"

"मग त्यातील तक्षीम कधी वाडीच्या शिबंदीच्या सुभेदारांच्या हवाली करता?"

"न्हाई धनी." खोताचा आवाज पडका झाला.

"तुम्ही शिकार खेळता. तुम्हास ठावे असेल. उठवल्या रानाला अमुकच एक जनावर भेटेल, याचा अंदाज नाही देता येत. या जोखमीच्या खेळीत कधी वाघरासारखं जनावर खेळ्यावर चालून आलं; त्यानं तो जाया झाला, तर त्याची हकिकत पुसता?"

"न्हाई धनी." खोत गडबडला.

"कुणी वाघराची शिकार पाडली, तर त्याच्या पाठीवर गावखोत म्हणून शाबासकीचा हात देता की त्यातही तक्षीमच मागता?"

"..." या प्रश्नाला खोताजवळ उत्तरच नव्हते!

"वाघासारख्या जनावराला हा जाबता लागू नाही युवराज." अण्णाजींनी खोताला पाठीशी घालण्यासाठी अदबीने कायदा पुढे केला.

"तेच म्हणतो, आम्ही अण्णाजीपंत. शिकारखेळीला असे काटेकोर कानू लागत नाहीत. जोखमीचे जनावर अंगावर आले, तर घरी ठाव घेतलेले हे खोत काही करणार नाहीत. खायचे जनावर पडले, तर वाटा मागण्यास चुकायचे नाहीत! आम्ही – आम्ही या शिकारखेळ्यांवरील दंड माफ केला आहे!!"

"पण – पण युवराज कानूप्रमाणे...."

"अण्णाजीऽ, आम्ही दंड माफ केला आहे. ही आज्ञा आहे!" संभाजीराजांचा आवाज करडा झाला. मान ताठ झाली.

"जी." अण्णाजी लपकन कमरेत झुकले.

"खोत. जातीचा शिकारी 'वाटा' म्हणून आलेली शिकार कधी खात नाही, हे ध्यानी ठेवा. गुंजोटे, जातीचा शिकारी ज्यांना-ज्यांना शिकार झाल्याचे कळले त्यांना 'वाटा' तोडून दिल्याखेरीज रानातून गुपचूप पळून जात नाही, हे विसरू नका. अण्णाजीपंत, आम्ही आज्ञा केली, ते मनी लावून घेऊ नका. थोरपणी आम्हांस क्षमा करा. औरंगाबादेच्या रानात आम्ही वनगाईंची शिकार होताना डोळ्यांदेखत पाहिली. त्या खेळ्यांना दंड करणे, तुम्हा-आम्हा कुणालाच साध्य न होणारे! त्या वेळी वनगाई समोर बघून हातीची हत्यारे तशीच खाली नेणाऱ्या आमच्या खेळ्यांचा आम्हास कोण अभिमान वाटला! यांना दंड माफ करताना वाटत नाही, एवढा आनंद आम्हांला त्या खेळ्यांना मरातबानं बक्षिसी बहाल करताना वाटला असता!

"खोत, आम्ही जातीनिशी तुमच्या रानात उतरू! शिकार खेळण्यासाठी –

रानडुक्करांची! त्या वेळी आमच्या सोबतीला असा. पुरं जनावर वाहून वाडीत न्या. तुम्ही शिकार खा. वाडीच्या गावकऱ्यांच्या तोंडी घाला!''

''जगदंब – जगदंब!'' संभाजीराजे थेट राजांच्यासारखे पुटपुटले. छातीच्या कवड्यांच्या माळेवर हातबोटे फिरवीत बैठकीवरून उठले. जगदीश्वराच्या दर्शनासाठी म्हणून अंत:पुराकडे चालू लागले. त्यांच्या पाठमोऱ्या आकृतीला साऱ्यांनीच मुजरे घातले. अण्णाजीपंतांच्या हातातील उपरण्याचे शेव मुठीत घट्ट आवळले गेले होते. युवराजांच्या राजदर्शनाने ते दिपून गेले होते. पण कथलेकऱ्यांसमोर झालेल्या करड्या आज्ञेने ते मनोमन कुठेतरी खोलवर दुखावले गेले होते!

गडावर कोसळणाऱ्या अखंड धारा थांबून थोडासा भांगा मिळताच पाचाडच्या वाड्याच्या सदरेवर घंटा ठणठणून उठत होती. ती ऐकताच असतील तेथून जोड घेऊन राजे आणि संभाजीराजे मावळमाचीवर जात होते. पावसाळी कुंद आकाश, पसरलेले भुरके पाणतुषार यांनी शे-दोनशे हातांपलीकडचे काहीच दिसत नव्हते. गूढ, धुकट दरीतून नुसता 'ठणऽ ठणऽ' असा आवाज ऐकू येई.

त्याच्या रोखाने मावळमाचीवर राजे-संभाजीराजे यांचे मुजरे होत. दोघेही न बोलता समोरच्या धुकट गडतळाकडे बराच वेळ बघत राहत. पावसाची सर धरू लागली की, हुजरे पुढे येत. त्यांच्यावर छत्रे धरीत.

आठ-दहा दिवस असे गेले. जिजाऊ दिसत नव्हत्या. हैराण झालेले संभाजीराजे मावळमाचीवर उभे असता राजांना म्हणाले, ''आबासाहेब, या घंटेच्या टोलांनी आम्हांस राहवत नाही. आम्ही पाचाडात उतरावं म्हणतो.''

राजांना मासाहेब आणि संभाजीराजे यांचा काळीजमेळ माहीत होता. समोरच्या धुकटलेल्या गडतळाच्या रोखाने बघत ते म्हणाले, ''कधी-कधी तुमचा आम्हांला हेवा वाटतो. मनी उठणारे तुम्ही साफ बोलून जाता. आम्हांला ते बोलता येत नाही. जरूर उतरा पाचाडात. चार दिवस वाड्यातच मासाहेबांची सोबत करा. पुन्हा गडावर या. तुम्हाला मोहिमेचे कामकाज समजून घेणे आहे. शिकारखेळ्यांचे कथले निवाडी लावणे सोपे आहे. याहून कठीण बाबी मार्गी लावणे मुश्कील आहे!'' पार दूर बघत असल्यासारखे राजे न दिसणाऱ्या पाचाडावर डोळे लावून बोलले.

''आमचं काही चुकलं कथल्याच्या निवाड्यात महाराजसाहेब?'' संभाजीराजांनी नजर टाकली.

''नाही. कथल्यात नाही चुकलं. सदरी रिवाजात मात्र, म्हटलं तर गफलत झाली तुमची. कथलेकऱ्यांसमोर अण्णाजींना आज्ञा करायला नको होती तुम्ही!''

राजांनी पाचाडच्या रोखाने बोट उठविले आणि ते मनाचा खोल कप्पा त्या बोटावर ठेवून म्हणाले, ''त्या सदरेवरचे डोळ्यांना काहीच दिसत नाही, तरी तुम्ही

जाणता, आम्ही जाणतो तिथे मासाहेब आत्ता उभ्या आहेत. का? श्रद्धा म्हणून. मासाहेबही सुमार झालेल्या डोळ्यांनीसुद्धा स्पष्ट बघत असतील तुम्हा-आम्हाला तेथून. का? माया आहे म्हणून. हे ध्यानी ठेवा. माणसं श्रद्धा आणि मायेपोटीच एकमेकांस जान लावून असतात. प्रसंगी तो द्यायलाही राजी होतात.''

ते धारेसारखे बोल संभाजीराजे ऐकत राहिले. त्यांना वाटले कोसळत्या आकाशासारखे हे बोल अखंड वर्षतच राहावेत.

''आमचं चुकलं. इथून जाताच आम्ही अण्णाजींची गाठी घेऊ. त्यांची क्षमा मागू.'' संभाजीराजांचे उभारीचे मन राजांच्यासाठी आदराने भरून आले होते.

''नको. ती दुसरी चूक होईल! तुम्ही युवराज आहात!'' राजे गडबडीने म्हणाले.

''ध्यानी ठेवा. राजांना चूक करता येत नाही! आणि केल्या चुकीला सफाईही देता येत नाही! चला. पाचाडात उतरण्याच्या तयारीला लागा.'' राजांनी त्यांच्या खांद्यावर हात ठेवला.

जिजाऊंच्या दर्शनासाठी पडत्या पावसातून संभाजीराजे पाचाडात उतरले होते.

अंगाबाहेर वाटावा, असा शालू नेसलेल्या येसूबाई पुतळाबाईंच्या महालासमोरच्या सफेलीत येऊन उभ्या राहिल्या होत्या. त्यांना समोरच्या चौकातील पाटात फिरविलेले पाणी दिसत होते. पावसाने ते आता गदळ झाले होते.

थोडा वेळ येसूबाई त्या पाटाकडे बघत राहिल्या. सातमहालातील पुतळाबाईंच्या महाली वावरताना घडलेले अनेक प्रसंग त्यांच्या मनात पाटासारखे फिरले. पाचाडात मासाहेबांच्या सोबतीला जाताना मामीसाहेब – पुतळाबाई त्यांना दोन-तीन वेळा बजावून गेल्या होत्या – ''थोरल्या बाईसाहेबांचे नुसते ऐकत चला. त्यांना जाबसाल करू नका. धाराऊस पाठीशी ठेवूनच त्यांच्या भेटीस जाणे करा. हा महाल आमचा नव्हे. आता तुमचा आहे!''

रायगड चढताना गंगासागर तलाव बघताच येसूबाईंनी मनोमन ठरवून टाकले होते, 'या तलावासारखे झाले पाहिजे. कानी पडेल ते-ते पोटी ठेवले पाहिजे!'

त्या विचाराबरोबर येसूबाईंची नजर पाण्याच्या पाटावरून उठली आणि सफेलीच्या दगडी भिंतीला भिडली. तिच्या पायथ्याजवळून चाललेल्या मुंग्यांच्या रांगेतील थरथऱ्या देवमुंग्या त्यांच्या पायांवर चढल्या! त्यांनी फरसबंदीवर पाय झटकून त्या हटवल्या.

एकमागात अंगापेक्षा मोठे कसलेतरी पांढरे कण घेऊन धावणाऱ्या मुंग्यांच्या रांगेकडे येसूबाई एकरोख बघत राहिल्या. त्यांच्या पायांच्या हालचालीने झालेला थोडासा गैरमेळ मुंग्यांनी पुन्हा जमवून घेतला.

रामराजांशी बोबड्या बोलात बोलून सोयराबाईंच्या महालातून बाहेर पडलेले

आबासाहेब आपल्या पाठीशी येऊन उभे आहेत, याचे येसूबाईंना भान नव्हते!

राजेही त्या कष्टाळू, लहान्या जिवांची धडपड बघत, तसेच थांबले होते.

"बघितलंत सूनबाई, एवढासा जीव पण वकुबापेक्षाही केवढा भार वाहून नेतो आहे!" राजे शांतपणे बोलले.

त्या आवाजाने येसूबाई मात्र गडबडल्या. झटकन त्या तळहातात पदराचा शेव घेऊन नमस्कारासाठी झुकू लागल्या. त्यांना थोपवून वर घेत राजे म्हणाले, "असू दे."

खालमानेने उभ्या असलेल्या येसूबाईंच्या कपाळीच्या मेणमळल्या आडव्या कुंकुबोटात राजांची नजर क्षणभर स्थिरावली. आणि कारण नसता त्या बोटांनी खोलवर रुजलेली सईबाईंची सय उमळून आली.

'यांना बघायला, यांच्या मस्तकी आशीर्वादाचा हात ठेवायला त्या हव्या होत्या.' अनेक विचारांची मुंग्यासारखी एक रांग राजांच्या मनी चरत गेली. तिचा माग घेत गंभीर झालेले राजे संथ पावलांनी चालू लागले.

त्यांना तसे चालताना बघून येसूबाईंना आपल्या आबांचा – पिलाजींचा – आठव झाला. क्षणापूर्वी राजे म्हणाले, तेच बोल प्रत्यक्ष आपले आबाच घोगऱ्या आवाजात आपल्या कानांत सांगताहेत असे येसूबाईंना वाटले – "एवढासा जीव पर वकुबापरास केवढा भार वाहून नेतोय!"

जगदीश्वराचे दर्शन घेऊन जोत्याजी केसरकरासह खासेमहालात परतलेल्या संभाजीराजांना खिदमतगाराने आत येऊन वर्दी दिली, "मुतालिक महादेव यमाजी भेटींची आज्ञा मागतात."

"पेश येऊ द्या." युवराजांनी त्याला इजाजत दिली.

प्रौढ वयाचे महादेव यमाजी उपरणे सावरीत महालात आले. पगडी झुकवीत त्यांनी मुजरा रुजू घातला. नजर युवराजांच्या पायांवर ठेवून ते म्हणाले, "थोरल्या स्वामींनी युवराजांना आपल्या सदरेशी याद फर्मावलं आहे."

महादेव यमाजींना पुढे ठेवून जोत्याजींसह संभाजीराजे तसेच महालाबाहेर पडले.

राजांच्या वाड्याची सदर आली. तिच्या दोन्ही तर्फांना मोरोपंत, अण्णाजी, दत्ताजी त्रिमल, बाळाजी हात बांधून अदब धरून उभे होते. राजांच्या पाठीशी विश्वासू हुजऱ्या खंडोजी दाभाडे कमरेच्या हत्यारांवर मूठ देऊन खडा होता. युवराजांना बघताच त्या साऱ्यांचे मुजरे झाले.

"या." संभाजीराजांना बघून राजे म्हणाले.

राजे बसलेल्या बैठकीच्या समोर येत युवराजांनी त्रिवार अदबमुजरा रुजू घातला.

"या. यांची ओळख करून घ्या." राजांनी समोर उभ्या असलेल्या भगव्या कफनीधारी, तेजस्वी गोसाव्याकडे हाताचा इशारा दिला.

राजांच्या बैठकीच्या खालगत पायरीवजा बिछायतीवर संभाजीराजे बसले.

"हे समर्थांचे शिष्य. दिवाकर गोसावी." राजांनी संन्याशाची ओळख दिली.

दंड, मनगटात रुद्राक्षांची टपटपीत कडी आवळलेले, दाढीधारी, सतेज दिवाकर गोसावी हातातील दंड तसाच धरून नमस्कारासाठी किंचित झुकले.

"आणि हे आमचे फर्जंद युवराज संभाजीराजे." राजांनी युवराजांच्या खांद्यावर हाताची बोटे ठेवीत दिवाकर गोसाव्यांना त्यांचा परिचय दिला.

"रघुकृपा!" दिवाकर पुटपुटले.

संभाजीराजांनी उठून त्यांना नमस्कार दिला.

"बोला दिवाकरपंत, काय धरून येणं झालं?" राजांनी गोसाव्यांच्या कपाळीचे भस्मपट्टे निरखले.

"गुरुदेवांचा मुक्काम कोडोली पारसगावात आहे. आपल्या भेटीची ते इच्छा करतात. आपल्यासाठी त्यांनी पत्र दिले आहे." दिवाकरांचा आवाज हनुमानाच्या मंदिरातील घाटेसारखा होता. त्यांनी खांद्याची झोळी पोटाशी घेत तिच्यातून पत्राची वळी बाहेर काढली. पुढे येत वाकून ती राजांच्या हाती दिली.

हाती घेतलेली वळी मिटत्या डोळ्यांनी राजांनी आपल्या कपाळीच्या शिवगंधाला भिडविली. ती वाचण्यास तशीच बाळाजींच्या हाती द्यावी, म्हणून एकदा बाळाजींच्याकडे नजर टाकली. आणि त्यांना काय वाटले कुणास ठाऊक, ती मागे हटलेल्या दिवाकरांच्याच रोखाने पुन्हा धरीत राजे म्हणाले, "समर्थांचे बोल समर्थशिष्यांच्या तोंडून ऐकावे, असं आम्हांस वाटतं."

"जशी राम इच्छा!" म्हणत दिवाकर पुन्हा पुढे झाले. झुकून त्यांनी राजांच्या हातून पत्राची वळी आपल्या हाती घेतली. त्या पत्रात काय आहे, ते खुद्द दिवाकर गोसाव्यांनाही माहीत नव्हते.

चौदा वर्षांपूर्वी एकदा राजगडावर दुसऱ्या एका समर्थ शिष्याची – भास्कर गोसाव्यांची – राजांशी भेट झाली होती. त्या भेटीत राजांनी त्यांना विचारले होते की, "तुमचे गुरू कोण? कुठले? कोठे राहतात?" भास्कर गोसाव्यांनी त्यांच्या गुरूंचा महिमा त्या वेळी सांगितला होता, पण त्याउपर राजकारणाच्या घाईगर्दीत राजांना समर्थांचा परामर्श घेणे जमले नव्हते. आज समर्थांनी आपणहून त्यांना पत्र धाडले होते. निर्हेतुक. राजांचे चढत्या शिगेचे पराक्रम ऐकून जे वाटले, ते रसाळ रामबोलीत समर्थांनी पत्रात उतरविले होते.

"जय जय रघुवीर समर्थ" पत्र वाचण्यापूर्वी दिवाकरांनी नामस्मरण केले. तासावर ठणठणीत टोल उठावेत, तसे दिवाकर गोसाव्यांच्या तोंडून समर्थांचे सूर्यबोल सर्वांच्या कानी पडू लागले :

"निश्चयाचा महामेरू। बहुतजनांस आधारू।

अखंड स्थितीचा निर्धारू। श्रीमंत योगी।।
परोपकाराचिया राशी। उदंड घडती जयाशी।
तयाचे गुणमहत्त्वाशी। तुळणा कैशी।।
नरपति हयपति। गजपति गडपति।
पुरंदर आणि शक्ति। पृष्ठभागा।।
यशवंत कीर्तिवंत। सामर्थ्यवंत वरदवंत।
पुण्यवंत आणि जयवंत। जाणता राजा।।
आचारशील विचारशील। दानशील धर्मशील।
सर्वज्ञपणे सुशील। सर्वांठायी।।
धीर उदार सुंदर। शूर क्रियेसी तत्पर।
सावधपणेसी नृपवर। तुच्छ केले।।
तीर्थक्षेत्रे ती मोडिली। ब्राह्मणस्थाने बिघडली।
सकळ पृथ्वी आंदोळली। धर्म गेला।।
देवधर्म गोब्राह्मण। करावयासी रक्षण।
हृदयस्थ झाला नारायण। प्रेरणा केली।।
उदंड पंडित पुराणिक। कवीश्वर याज्ञिक वैदिक।
धूर्त तार्किक सभानायक। तुमचे ठायी।।
या भूमंडळाचे ठायी। धर्म रक्षी ऐसा नाही।
महाराष्ट्र धर्म राहिला काही। तुम्हांकरिता।।''

गावोगाव भ्रमंती करताना डोळांदेखत लोकांचे नरकहाल बघणारे दिवाकर गोसावी भरून आले. त्यांच्या डोळ्यांतून झरलेली आसवे दाढीवर उतरली. वाचन खुंटले.

सारे कानांचे ओठ करून ते अमृतबोल प्राशीत होते. नाकाचा गड्डा चिमटीत धरून मिटल्या डोळ्यांनी राजे विचारात गेले होते – 'कसे दिसत असतील समर्थ? हृदयस्थ झाला नारायण! श्रीमंत योगी! योग? केवढा दूरचा पल्ला! खर्ची पडलेला आमचा हर मोहरा योगी झाला! आम्ही त्यांच्या योगीपणाचा भार खांद्यावर घेऊन वाहतो आहोत! आम्ही भारवाहक! महाराष्ट्र धर्म! पृथ्वी आंदोळली!' जिथं तारे संपतात तिथं जाऊन राजे पोहोचले होते! खोल – खोल. दूर – दूर.

दिवाकरांच्या बोलाबोलांनी आजवर सापडत नव्हते; ते सारे मनात अडखळलेले महाराजसाहेब, संभाजीराजांना मूर्तिमंत गवसत होते – 'निश्चयाचा महामेरू!' महामेरू! केशव पंडितांनी रामायणाच्या पठणात सांगितलेला, सर्वांत उंच पर्वत! या रायगडाहून दशगुणी उंच! तेवढा निश्चय! आग्र्याच्या दरबारात 'कभी नहीं' म्हणताना पेटून उठलेला! आम्ही प्रत्यक्ष पाहिलेला! निश्चयाचा महामेरू!

'बहुतजनांस आधारू!' 'आमच्या मावळ्यास हात-जोड देऊन बसल्यास उठता, उठत्यास चालता आणि चालत्यास दौडता केला पाहिजे' म्हणणारा! – 'आधारू'! म्हाताऱ्या हैबतबाच्या खांद्यावर हात ठेवीत – 'बाबा जे मनी आले, ते आम्हांस बोलले पाहिजे', म्हणणारा आधारू!

धीर, उदार, सुंदर! होय अतिसुंदर! एका रात्री आई जगदंबा स्वप्नात आली तेव्हा ''जाऊ नको, थांब!'' म्हणत विसकटल्या केसांनी, घामेजल्या, थरथरत्या चेहऱ्याने, फुलल्या डोळ्यांनी आम्हाला बघताना दिसलेला तो सुंदर चेहरा! ''ल्येकरा घात झाला!'' म्हणत आग्ऱ्याच्या डेऱ्यात आम्हाला मिठीत घेताना दिसलेली ती सुंदर मुद्रा!

'कीर्तिवंत, यशवंत, सामर्थ्यवंत, पुण्यवंत, वरदवंत, जयवंत' – पाचाडच्या सदरेवरची घाट घणघणावी, तसे ते रामबोल संभाजीराजांच्या कानामनात घुमू लागले. 'आचारशील, विचारशील, दानशील, धर्मशील, सुशील' –

सावचित्त झालेले दिवाकर पुढे आणखी काही वाचणार तोच संभाजीराजे म्हणाले, ''थांबावं! गोसावी, तो महाराष्ट्र धर्माचा काव्यबोल आणखी एकवार ऐकवा.'' संभाजीराजांच्यातील कवी आणि राजपुत्र दोन्हीही तवाने झाले होते.

''या भूमंडळाचे ठायी। धर्म रक्षी ऐसा नाही।
महाराष्ट्र धर्म राहिला काही। तुम्हांकरिता।''

दिवाकर वाचू लागले. राजांचे मिटले डोळे तसेच होते. संभाजीराजांचे टवकार कान अधिक टवकार झाले.

''आणखी काही धर्म चालती। श्रीमंत होऊन कित्येक असती।
धन्य धन्य तुमची कीर्ती। विस्तारली।।
तुमचे देशी वास्तव्य केले। परंतु वर्तमान नाही घेतले।
ऋणानुबंधे विस्मरण जाहले। बा काय नेणू।।
उदंड राजकारण तटले। तेथ चित्त विभागले।
प्रसंग नसता लिहिले। क्षमा केली पाहिजे।।''

शेवटची ओवी कानी पडताच राजांनी खाडकन डोळे उघडले! क्षणभर त्यांना दिवाकराऐवजी समर्थच समोर आहेत की काय, असा भास झाला!

संभाजीराजांचे डोळे मात्र आपोआप मिटले गेले होते. आपल्या आबासाहेबांची असंख्य गोमटी रूपे, ते ऐकल्या शब्दांशी ताडून बघण्यात गढले होते.

बागलाण मारून परतलेली मोरोपंतांची फौज महाडात ठाण धरून होती. राजांनी पेशवे मोरोपंतांना रायगडी पाचारण केले.

पावसाळा तोंडाशी आला की, मराठी घोडी पागेत लीद टाकीत चंदी चघळतात,

हा साऱ्याच शेजारी गनिमांचा अनुभव होता.

राजांना या गाफिलीचा पुरता लाभ उठवायचा होता.

मोरोपंतांची फत्तेबाज फौज, खासा युवराज संभाजीराजांच्या दिमतीला जोडून घोडी जव्हार-रामनगर या गुजरात सीमेवरच्या कोळी राज्यांवर उतरविण्याचा चुनेगच्च मनसुबा राजांनी बांधला!

संभाजीराजांची ही पहिली मोहीम! पावसाळा तोंडावर धरून! भोसल्यांचे 'राजेपण' असेच उन्हा-पावसात सुलाखून निघावे लागते.

सदरी दाखल झालेल्या मोरोपंतांना राजांनी बेत खुला केला, ''पंत, युवराजांच्या पाठीशी राहून तुमच्या फौजेनिशी जव्हार-रामनगर मारून चालविणे. खासा आम्ही मोहिमेत आहोत, हा भाव युवराजांशी ठेवणे. नदी-नाले आड येतील, ते पार करावया नौका, हत्ती, पोहणीस कसबी कोळी, भोई दिमतीस घेणे. पाऊस जोर धरतो, तरी हिमतीने मोहीम चालती ठेवणे. युवराजांची ही पहिली हत्यारी चाल, फत्तेमुबारकीने कार्यी लावणे.''

युवराज संभाजीराजे आणि मोरोपंत यांना राजांनी मानवस्त्रे बहाल केली. मोहिमेचा मोहरा जोडून दिला.

रायगडच्या देवमहालातील, अंगावर धावून आल्यागत दिसणाऱ्या आवेशी जगदंबेच्या मूर्तीवर संभाजीराजांनी बेलभरली ओंजळ उधळली. भंडाऱ्याची मूठ चरणांवर सोडली. डोळे जोडून आईच्या पेटत्या डोळ्यांतील आग क्षणभर निरखली. आपसूकच संभाजीराजांचे गुडघे फरसबंदीवर टेकले. आपले टोपधारी मस्तक त्यांना आदिशक्तीच्या समोर फरसबंदीला भिडविले.

त्यांच्या मिटल्या डोळ्यांना न कळणारे दृश्य दिसले – आईच्या आठी हातांना मिळून एकच थोर हात झाला आहे! प्रतापगडी नाचविला त्याहून थोर – राव तान्हाजी पडले, त्या रात्री कोंढाण्याच्या कड्यावर उसळला त्याहून केवढातरी थोर पोत, खुद्द आईच त्या हाताने आमच्या हाती देते आहे! तो पेलता घेण्यासाठी आमचे हात लहाने वाटताहेत! त्याच्या दीपवत्या उजेडात आमचे आम्हीच दिसेनासे झालो आहोत!

''उदं-उदं.'' कळवळती हाक घालण्यासाठी त्यांचे ओठ पुटपुटले.

उठविले मस्तक त्यांनी पाठीशी उभ्या असलेल्या राजांच्या पायांवर ठेवले.

''उठा. यशवंत व्हा! पडल्या मुक्कामावरून खबरगीर धाडा. पंतांच्या मसलतीने चला.'' राजांनी त्यांचे खांदे-हात पकडीत घट्ट धरले. आज संभाजीराजे मोहीमशीर होण्यासाठी गड उतरणार होते. राजे जातीने महाडपर्यंत त्यांची सोबत करणार होते.

युवराजांनी आऊवशाकडे जाऊन आशीर्वाद घेतले. धाराऊच्या पुढे राहून तबक

फिरविणाऱ्या येसूबाईंच्या तबकातील ज्योतीकडे बघून – "निघतो आम्ही," म्हणत निरोप घेतला.

ते शब्द ऐकताना येसूबाईंना वाटले – 'मान उठवावी आणि मिळाला तर टोपाखालचा शिवगंधाचा जोडपट्टा निसटत्या नजरेने बघून घ्यावा!' पण ते घडले नाही.

त्यांच्या पाठीशी असलेल्या धाराऊने मनोमन कापूरव्होळाच्या 'म्हादेवा'ला साकडे घातले – 'संबू म्हादेवा, ल्येकरू पयल्या डाव गर्दीत उतारतंय. येसूसरी कर त्येला!'

संभाजीराजांनी धाराऊची पायधूळ मस्तकी घेतली. बालेकिल्ल्याच्या सदरी जोत्यावर सिद्ध असलेल्या मोरोपंत, रूपाजी भोसले, खंडोजी जगताप यांच्याशी राजे, रायाजी, अंतोजी, जोत्याजी यांच्या सोबतीने संभाजीराजांचा मेळ पडला.

साऱ्यांनी बेलफुले वाहून गडदेव जगदीश्वराचे दर्शन घेतले. मंडळी गड-उताराला लागली. मनोरे, गंगासागर तलाव मागे पडला. गडमुखासारखा असलेला महादरवाजा समोर आला. खांद्याच्या इतमामासाठी त्यावरची नौबत दुडदुडु लागली.

लहाना दरवाजा आणि बगिचा मागे टाकीत सारे पाचाडच्या वाड्यात आले. सदरेवरची घंटा आणि आत जिजाऊसाहेब असल्याने तो वाडा मंदिरासारखाच झाला होता.

राजे, मोरोपंत सदरेवर थांबले. अंतोजी, रायाजीसह संभाजीराजे वाड्याच्या खासेमहालात गेले. तिथे जिजाऊ, पुतळाबाई त्यांची वाट बघत होत्या. युवराजांनी त्यांचे पाय शिवून धूळ घेतली. त्यांनी घेऊन जिजाऊ, पुतळाबाई वाड्याच्या देवमहालात आल्या. देवीचे दर्शन झाले.

विचारात गेलेल्या जिजाऊ म्हणाल्या, "तुमच्या एवढ्याच उमरीचे असताना तुमचे महाराजसाहेब तोरण्याला भिडले होते. यश घेऊन आले होते. आम्हास भरोसा आहे, तुम्ही तसेच कराल!"

पाचाडात थाळे झाले. राजे-संभाजीराजे वाड्याबाहेर जायला निघाले. सदरेवर येताच कुणीतरी खेचल्यासारखे संभाजीराजे तुळईला टांगलेल्या घंटेखाली आले. समोर दिसणाऱ्या कृष्णकमळासारख्या – रायगडाच्या मावळती माचीला त्यांचे डोळे भिडले. तेथून दुरून का होईना, आऊसाहेबांचे दर्शन घडत होते. आता परतेपर्यंत काही ते घडणार नव्हते. पाठीशी उभ्या असलेल्या जिजाऊंची मूरत त्यांनी गर्रकन समोर होऊन डोळ्यांत भरून घेतली.

"येतो आम्ही." त्यांनी जिजाऊंचा निरोप घेतला.

सारे पाचाडच्या वाड्याबाहेर पडले. बाहेर जिन कसून दौडीची घोडी मोतद्दारांनी धरली होती. त्यावर मांडा जमल्या. राजे-संभाजीराजे महाडच्या रोखाने दौडू लागले.

आभाळात भुर्के ढग लटकून होते. गर्मीने अंगी घामाच्या धारा धरू लागल्या.

महाड हे लष्करी पागेचे ठाणे आले. पंतांच्या माणसांनी बांधलेली दहा हजार कडव्या स्वारांची फौज कूचासाठी सज्ज होती. तिच्या आघाडीला हौदा घातलेला जंगी हत्ती तयार होता.

उन्हे कलती घेईपर्यंत राजांनी महाडात बांधविलेल्या वाड्यात विसावा झाला.

दिवस प्रहरभर ठेवून फौजेतील चौघडे झडू लागले.

पाच हजार मांड घेतल्या घोडाइतांचे पथक मोरोपंतांनी हत्तीच्या पुढे काढले. आता हत्ती घोडदळ आणि पायदळ यांच्या मध्ये आला.

संभाजीराजांना घेऊन राजे महाडच्या वाड्याबाहेर पडले. मध्यभागीच्या हौदावान हत्तीजवळ आले. माहुताने अंकुशमार देऊन स्वारीचे ते थोर जनावर बसते केले.

राजांच्या सामने गुडघे टेकून आपले मस्तक त्यांच्या पायांवर ठेवताना संभाजीराजांना फरक कळला. शाही फर्मानाच्या धूळमाखल्या उंटासमोर गुडघे टेकण्यातील आणि सजल्या सेनेत महाराजसाहेबांसमोर गुडघे टेकण्यातील!

त्यांना उठवून छातीशी घेत राजे म्हणाले, "सांभाळून असा. कधीतरी होळीसणाला तुम्ही विचारलं होतंत – 'आबासाहेब, तुम्ही काढाल जळत्या हुडव्यातील नारळ बाहेर?' आज आम्हीच विचारतो आहोत – तुम्ही तो काढाल काय?"

"जी. कोशिस करू." संभाजीराजांच्या तोंडून सहज जाब सुटला.

"या; जय भवानी!" राजांचे डोळे लखलखले.

"जय भवानी." संभाजीराजांनी त्या लखलखीला साद दिला.

हत्तीला शिडी लागली. ती पार करीत संभाजीराजे हौद्यात चढले. पाठोपाठ सेनेवर नजर ठेवण्यासाठी मोरोपंत चढले. रूपाजी भोसले, रायाजी, अंतोजी गाडे, खंडोजी जगताप, मोरेश्वर नागनाथ यांनी हत्तीला आपल्या घोड्यांचे कडे टाकले.

निशाणबारदारांनी निशाणी काठ्या वर घेतल्या. शिंगाड्यांनी शिंगांच्या ललकाऱ्या घुमविल्या. चौघडे दुडदुडले. घोडदळाने कदमबाज चाल धरली.

चालला! शिवाचा वरदहस्त घेऊन शंभो चालला! त्याच्या पिछाडी-आघाडीने दहा हजार जानकुर्बान मावळा चालला.

युवराजांची चालती फौज नजरेआड होईपर्यंत, राजे आपल्या माणसांनिशी ती बघत राहिले. कुणाच्या तोंडून ऐकलेले, केव्हा ऐकलेले, ते राजांना नीट आठवेना – पण तेवढे त्यांना आठवले – 'हे गडकोटावर राहतील, प्रलय-तांडव माजवतील!!'

◆

॥६॥

मजल-दरमजल मागे पडली. झाडीत अर्धवट दडलेले जव्हार नजरटप्प्यात आले.

हौद्यात पाठीशी बसलेले मोरोपंत संभाजीराजांच्या कानाशी झुकले. जव्हारमधील झाडीतून उठलेल्या विक्रमशहाच्या वाड्याच्या कळसाकडे तर्जनी रोखत अदबीने पुटपुटले, "जव्हार – कोळीराजा विक्रमशहाची राजधानी!"

ते ऐकताच संभाजीराजे हौद्यातील बैठकीवरून ताडकन उठले. वाड्याच्या कळसाचा त्यांनी रोख घेतला. त्यांच्या छातीत धडका घेत काहीतरी सरसरले. राजांची भुवई घेत असे, तसा त्यांच्या उजव्या भुवईने कमानी बाक घेतला. क्षणात कमरेचे हत्यार उपसून त्यांनी त्याचे टोक जव्हारवर रोखत रणघोष दिला – "हरऽ हरऽ महादेव!"

त्या रणघोषाला आघाडी-पिछाडीकडून किलकाऱ्यांचे हजारो कोंब फुटले – "हरऽ हरऽ महादेव!"

खड्या ठाकलेल्या मोरोपंतांनी घोडदळाच्या अधिकाऱ्यांची नावे भराभर गर्जत आज्ञा फेकल्या – "वस्तीस चौतर्फेनं घोडाइतांचा घेर टाका. शाजणे, ढोलांचा कालवा उठवा. दोनांस-एक, असा घोडा आणि पाऊलोकांचा मेळ पाडा. बोला हरऽ हरऽ महादेव!"

सुरतेपासून अवघ्या पंचवीस कोसांवर असलेल्या जव्हारला संभाजीराजांच्या झडप्या घोडदळाने क्षणात येरगाटले.

वाटेत दस्त केलेले काळेकभिन्न लंगोटीबाज कोळी मराठ्यांनी धाक देऊन घोड्यांवर चढविले. त्यांना तोंडाशी ठेवून मराठ्यांची एक घोडेतुकडी जव्हारात दौडत घुसली.

पुढचे कोळी, कोळीभाषेत ओरडत दौडू लागले – "मराठे आले! खुद्द शिवाजीचा फर्जंद शंभूराजे दाबजोर फौज घेऊन चालून येतो आहे! पळा!"

साऱ्या जव्हारभर आवयांचे रान उठले. आत घुसलेली दौडती घोडेतुकडी आपले काम करून दुसऱ्या बाजूने बाहेर पडली.

भरतीचा दर्याच चालून येतो आहे की काय, हे भांबावल्या कोळ्यांना कळेना! हाहाकार उडाला. त्याचा फायदा उठवीत, भाले आणि ढाला-तेगी पेलून 'जय-भवानी' गर्जत पाच हजारी मावळी पायदळ चहूवाटांनी जव्हारात घुसले. हत्यारे भिडली.

कोळ्यांचा हाय खाल्लेला राजा विक्रमशहा, निवडक कोळी संगती घेऊन आपल्या वाड्यातून बाहेर पडला. आपली प्रजा मराठ्यांच्या टापांखाली मरणाला सोडून तो दौडू लागला, नाशिकच्या रोखाने! मोगलांच्या पंखाखाली गुलशनाबादेत आसरा घ्यायला!

राजा पळाला! जव्हार बेवारस झाले. मनचाहा लुटीला तोंड फुटले. सोने, चांदी, मोती; अफाट संपत्ती लुटीला लागली.

गळ्यातील चंदेरी घाट घुमवीत संभाजीराजांचा हत्ती जव्हारात घुसला. त्यांना बघून चेतावलेले मावळे लुटीचे डाग चटक्या पावलांनी उचलून नगराबाहेर काढू लागले.

एक फेर टाकून संभाजीराजे जव्हारच्या मावळतीला झाले. डेरे, शामियानाच्या तणावा ताणल्या गेल्या. तळ सज्ज झाला.

मांडलेल्या चौथऱ्यासारख्या बैठकीवर संभाजीराजे बसले. याच खंबायती मुलूखफाट्यात एकदा नव्हे; दोनदा राजांनी सुरत लुटली होती. तेथून केवळ पंचवीस कोसांवरचे ते आभाळ आज जव्हार लुटलेले बघत होते; शिवाजीराजांच्या पुत्राकडून!

सोने, रूपे, चांदी, मोती यांची रास प्रतवारीने संभाजीराजांच्या समोर मांडण्यात आली. सतरा लक्ष रुपयांच्या वस्तभावाची रास पडली.

लुटीला निकराचा विरोध करणारे, काढण्यांनी मुसक्या आवळलेले धिप्पाड कोळी-कैदी संभाजीराजांच्यासमोर पेश करण्यात आले. बंदिस्त असले, तरी मोठ्या गुर्मीत ते मिळेल ती सजा भोगायला, मन बांधून तयार होते.

फत्ते-खुशीच्या, राजांना लिहिलेल्या, मोरोपंतांनी पुढे केलेल्या पत्रावर संभाजीराजांनी दस्तुराचे शिक्के केले. पत्रथैली खबरगिराच्या सुपुर्द करण्यात आली.

"युवराजांनी दस्त झाल्या कैद्यांच्या सजेचा करीणा द्यावा." कैद्यांच्या रोखाने हात करीत मोरोपंत अदबीने म्हणाले.

संभाजीराजांनी कैद्यांच्यावरून एकदा नजर फिरविली. काही झाले, तरी ते आपल्या मुलखाच्या आबादानीसाठी प्राणबाजीने झुंजले होते. संभाजीराजांचा हात छातीवरच्या कवड्यांना भिडला. कपाळीच्या शिवगंधाचे पट्टे आक्रसले. शांत, धीरगंभीर ते म्हणाले, "पंत, यांतील जे आपल्या फौजेकडे चाकरीस राजी असतील तयांस रुजू करून घ्या. जे नसतील त्यांच्या काढण्या उतरून त्यांस इतमामाने परते पाठवून द्या."

“जी. जशी आज्ञा.” मोरोपंत आश्चर्याने कमरेत झुकले. युवराजांची आज्ञा इतकी पोक्त पडेल, याचा त्यांना कयास नव्हता.

जव्हारचा तळ हलला. मिळाली लूट पहाऱ्यात रायगडच्या वाटेला लावण्यात आली. युवराजांची फौज रामनगरवर मोहरा धरून पुढे सरकू लागली.

रामनगर दोन मजलांवर ठेवून मराठी सेनेचा तळ पडला. रामनगर तर सुरतेच्या दक्षिणेला अवघ्या पंधरा कोसांवर!

मसलत देण्यासाठी मोरोपंत युवराजांच्या डेऱ्यात आले. आत रायाजी, अंतोजी ही युवराजांची खास माणसे होती.

“युवराज, रामनगरवर चाल धरली, तर सुरतेची मोगली ठाणी त्यांना कुमक करणार.” मुजरा देत पंत म्हणाले.

“त्यासाठीच सुरत आपल्या धाकात राहील असे केले पाहिजे.” संभाजीराजे त्याच विचाराला धरून बोलले.

“तो धाक बसण्यासाठी रामनगरवर जाण्यापूर्वी एकदा घोडदळ सुरतेच्या भवत्यानं दौडवून आणावं, असं आम्हास वाटतं.” मोरोपंतांनी मसलत पेश केली.

खंडोजी जगताप आणि रूपाजी भोसले यांना ती मनोमन पटली.

ती ऐकून संभाजीराजे विचारात गेले. पावसाळ्याचा नेम सांगण्यासारखा नसताना कुठल्याही कारणासाठी फौजेच्या दोन फळ्या पडणे; कार्यी लागणारे नव्हते.

“आम्हांला वाटतं, सुरतेच्या सुभेदारास थेट खलिता धाडावा. त्याच्याकडेच खंडणीची मागणी करावी. जातीनिशी आबासाहेब या तळावर आहेत, असा भास त्याला द्यावा. सुरतेत खबरगिर पेरून त्यांच्याकरवी अशीच भूमका उठवावी. सुरतकर आपल्या रक्षणासाठी जागीच अडकून पडतील.” पंतांच्यासह सारेच युवराजांकडे बघतच राहिले. ही चाल बिनतोड होती. साऱ्यांनाच ती पटली.

“चार लक्ष रुपये खंडणीदाखल भरणा करा, नाहीतर शिवाजीराजे सैन्यासह सुरतेवर चालून येतील.” असा जरबेचा खलिता पंतांनी सुरतेच्या सुभेदाराला धाडला. त्या थैलीस्वाराबरोबरच चलाख खबरे सुरतेत घुसले. सुरतेत हाहाकार उडाला!

ही वेळच रामनगरवर चालून जाण्याची होती. पण नाशिक-बागलाणकडून विक्रमशहा आणि दिलेरखान आपल्या फौजेची प्रचंड जमवाजमव करीत असल्याच्या खबरा आल्या आणि त्यातच पावसाला सूर लागला.

रामनगरजवळ आलेल्या संभाजीराजांच्या फौजेने सुरक्षित जागेपर्यंत माघार घेतली. गुजराथी पावसात मावळी डेऱ्यांच्या कनाती भिजू लागल्या.

पावसाने पंधरवडा खेळविला. तापल्या घोड्यांची पाठवाने पाणधारांनी निवांत झाली. मोरोपंतांनी आणखी दोन पत्रे सुरतेच्या सुभेदाराला धाडून आपण खंबायतातच

ठाण धरून आहोत, याची जाण दिली!

पावसाने भांगा देताच मराठी फौजेने पुन्हा रामनगरचा मोहरा धरला. ''मराठे आलेत!'' हे ऐकून धास्त घेतलेला रामनगरचा सोमशहा केव्हाच पळाला होता! कबिल्यासह तो सुरतभागात गणदेवीजवळ चिखली येथे ठाण धरून होता.

राजा नसलेल्या जव्हारची जी झाली तीच गत रामनगरची झाली. पावसाने झोडपून काढलेले रामनगर संभाजीराजांच्या धारकऱ्यांनी लुटून काढले!

तिकडे सुरतेत, शिवाजीच्या सेनेचा थोपा करण्याचे निमित्त धरून औरंगाबादेचा अकलमंद सुभेदार आपल्याच रयतेकडून पैसे उकळण्याची अजब तेगबाजी नेकीने पार पाडीत होता!

रामनगरच्या लुटीच्या गोणी मोहोरबंद करण्यात आल्या. पडल्या तळावर संभाजीराजांनी जखम-दरबार भरविला. दोन्ही चालींत मर्दानगी केलेल्या असामींना तोडे, कडी, मोहरा, वस्त्रे बहाल करण्यात आली. देखण्या संभाजीराजांना प्रत्यक्ष तळावर बघून मावळे धारकरी अभिमानाने भरून येत होते. पेटत्या आगट्यांभोवती फेर टाकून शेक घेताना त्यांची युवराजांबद्दल भरल्या जबाबीने बातचीत होत होती.

रूपाजी, रायाजी, अंतोजी आणि धाडसी शिकारखेळे बरोबर घेऊन संभाजीराजे रामनगरच्या रानात एकदा दिवसा शिकारीलाही उतरले. हाकारा घालून उठविलेल्या कळपातील काळी जनावरे त्यांनी हत्तीवरच्या हौद्यातून बंदुकीचे बार टाकून लोळविली. पडली रानसावजे काठ्यांना टांगून तळावर आणण्यात आली. गळाठलेल्या धारकऱ्यांना झणझणीत सागुतीचा तवाना भोग मिळाला!

सुरतेला झुलवीत ठेवून मराठी फौजेचा तळ रामनगर सोडून उठला. पश्चिम घाट चढून नाशिक-त्र्यंबकच्या तोंडावर आला.

नाशिकजवळ संभाजीराजांच्या विजयी फौजेच्या दोन फळ्या झाल्या. एक त्र्यंबकच्या रोखाने घुसली. दुसरी नाशिकवर चालून गेली.

जव्हारचा विक्रमशहा आणि दिलेर यांचे जोडसैन्य ठाण्याच्या उत्तर प्रांतात असलेल्या मराठी फौजेवर चालून गेले होते. तिथे भयानक रणधुमाळी पेटली होती. अनेक मावळे कामी आले होते. पण मराठ्यांनी धारराव कोळी आणि विक्रमशहाचा मुलगा यांना दस्त करून त्यांना गर्दनमारीची सजा ठोकली होती.

नाशिक (उर्फ गुलशनाबाद) हे ताकदवर मोगली ठाणे जाधवराव या मोगली चाकरीत असलेल्या राजांच्या मामेभावाच्या ताब्यात होते! संभाजीराजांचे ते मामेकाका.

मराठी फौजांनी गोदावरीला साक्षी ठेवून त्र्यंबक, नाशिक ही दोन्ही ठाणी मारली.

काढण्या चढवून मुसक्या बांधलेले जाधवराव रूपाजी भोसल्यांनी नाशिकच्या तळावर युवराजांच्या सामने पेश केले.

जोडल्या डोळ्यांनी संभाजीराजांनी मामेकाका जाधवराव सिंदखेडकर यांना निरखले. मासाहेबांचे हे मोगली पेहराव केलेले भाचे बघताना त्यांच्या छातीत कालवाकालव झाली. जिजाऊंच्या आठवणीने त्यांचा हात नमस्कारासाठी छातीकडे गेला. जाधवराव त्यामुळे गैरसमजात आले. त्यांना वाटले युवराजांच्या मनी रक्ताचे नाते जागे झाले! आणि त्यांनी आम्हालाच नमस्कार केला.

"रूपाजी, काकासाहेबांच्या काढण्या उतरा." संभाजीराजे थंडपणे म्हणाले. रूपाजी चमकला. क्षणभर घोटाळला.

"रूपाऽजी." बैठकीवरून आसूड फुटल्यागत जरब आली.

घाईघाईने रूपाजीने जाधवरावांच्या काढण्या फटाफट उतरल्या.

उजव्या तर्फेला असलेल्या मोरोपंतांकडे वळून संभाजीराजे म्हणाले, "पंत, काकासाहेबांना समज द्या. आम्ही युवराज आहोत. त्यांनी रिवाजी मुजरा दिलेला नाही! तो नीट देता यावा, म्हणूनच त्यांच्या काढण्या उतरल्या आहेत."

"जी." मोरोपंत झुकले. दमदार पावलांनी ते जाधवरावांजवळ आले. त्यांनी समज दिली – "राव, तुम्ही कैदी आहात. युवराजांना रिवाजी मुजरा द्या."

जाधवराव चमकले. मान ताठ ठेवीत संभाजीराजांना पेटते डोळे देत ते म्हणाले, "कैद झाला म्हणून वाघ गवत खात नाही! पोर-फर्जंदांना मुजरा द्यायचा जाधवांचा वसा नाही!"

"कोण वाघ?" फुलल्या डोळ्यांचे संभाजीराजे बैठकीवरून ताडकन उठले. तो चीत्कार ऐकून रूपाजी, पंत, रायाजी – ही भोवतीची मंडळी अंगभर चरकली.

बेडर चालीने संभाजीराजे जाधवरावांच्या समोर आले. भाल्याचे पाते चालवावे तशी नजर मामेकाकांच्या डोळ्यांत चालवीत, फुलल्या नाकपुड्यांनी आसुडासारखे वाटावे, असे शब्द त्यांनी त्यांच्या कानावर ओढले – "वाघ गवत खात नाही – पण तो वसा पाळीव मांजरांनी बोलू नये! दर्शनाबरोबर आम्ही पाय धरावे, असा तुमचा वकूब. पण – पण तुम्हांस काका म्हणण्याची आम्हास शरम वाटते! आऊसाहेबांचे भाचे तुम्ही, म्हणूनच मुजरा रुजू घातला पाहिजे! आम्हांस नव्हे, त्यांना! आम्हांला बघून त्यांची याद आली नाही तुम्हांला! तुम्हांस बघून आम्हांस मात्र ती आली! गुमाने मुजरा रुजू घाला त्या बैठकीला! ती आऊसाहेबांची आहे! नाहीतर...!"

"नाहीतर काय?" भुवई चढवीत जाधवराव गुर्मीने बोलले.

"काय? जाधवांचा वसा बोलणारी तुमची जीभ हासडून त्या क्षणी तुमच्या हातात देण्याची आज्ञा देऊ आम्ही! पंऽत," संभाजीराजांची छाती लपापू लागली.

"रावऽ, मुजरा घाला. बैठकीला आणि युवराजांना!" संभाजीराजांचे घुसखोर मन ऐकून सुन्न झालेले मोरोपंत जाधवरावांचा खांदा हलवीत म्हणाले.

एक क्षण गेला – आणि तसलीम-कुर्निस करून मार खाल्लेल्या उभ्या हयातीच्या आठवणीने जाधवरावांचा ऊर गलबलला. डोळ्यांच्या कडा दाटल्या. श्वास चढीला पडला. पुढे होत जाधवरावांनी झटकन युवराजांच्या मोजड्यांना सरळ हात भिडविले. धरल्या आवाजाने मान डोलवीत ते म्हणाले, "आत्याबाईंचे पाय धरण्याची आमची लायकी नाही! खरे तर तुमचे सुद्धा!"

युवराजांचा नूर क्षणात पालटला. त्यांनी गडबडीने जाधवरावांना उठवून वर घेतले. आणि त्यांच्या डोळ्यांत खोलवर बघताना, 'हे आऊसाहेबांचे नातलग आहेत. भाचे आहेत. आमचे मामेकाका आहेत', या भानाने त्यांचे डोळे पाणावले; फर्जंदपण जागे झाले! झटकन वाकून त्यांनी जाधवरावांच्या पायांना आपले हात भिडविले.

नाशिक-त्र्यंबकचे मोगली ठाणेदार जाधवराव श्रींच्या राज्यात सेवेसाठी रुजू झाले!

परतीच्या वाटेवरचे वणी-दिंडोरी हे ठाणे मारून, तिथल्या सिद्दी हिलाल या ठाणेदाराला स्वराज्याच्या चाकरीला वळवून संभाजीराजांची फौज रायगड जवळ करण्यासाठी मराठीमुलखात घुसली.

"युवराज येताहेत. स्वामींनी मनी धरल्या मनसुब्यात फत्ते घेऊन." असे पत्रस्वार पंतांनी आगे खबर देण्यासाठी रायगडाकडे पाठविले.

मार्गी लागणाऱ्या नद्यांत नौका घालून, तऱ्या सोडून मावळे मुलूख जवळ करू लागले. पावसाची मार आता सुमार होती. हत्तीवरच्या हौद्यात बसून युवराज पावसात निथळून निघालेला मुलूख न्याहळू लागले. बैठकीच्या जनावराच्या गळ्यातील थोराड चंदेरी घाट किणकिणत होती. पाठीमागे मोरोपंत आणि जाधवकाका बसले होते.

घंटेच्या किणकिणाटाला धरून संभाजीराजांची विचारधारा लागून राहिली. ऐकू येणारा किणकिणाट मोठा होत-होत पाचाडच्या सदरेवरून उठणाऱ्या ठणठणाटाएवढा झाला. युवराजांना दूरवर चुन्याच्या बोटभर धारेसारखी कड्यावरून कोसळणारी धबधब्याची रेष दिसली – अशीच रेष रायगडाच्या मावळमाचीवरून पाचाडच्या सदरेवर ते बघत आले होते. पांढऱ्या नेसूच्या जिजाऊसाहेबांची!

दिवाकर गोसाव्यांचे काव्यबोल युवराजांच्या मनात फेर टाकून गेले. "यशवंत, वरदवंत, पुण्यवंत, कीर्तिवंत.

"या भूमंडळाचे ठायी। धर्म रक्षी ऐसा नाही।
महाराष्ट्र धर्म राहिला काही। तुम्हांकरिता।।"

संभाजीराजांच्या मनी कसलीतरी फडफड उठली. एका विचाराने सोंड उठवली – 'आम्हास समर्थांसारखी रसाळ काव्यदेणगी लाभती तर!! तर आम्ही दुरून

आऊसाहेबांच्या रूपाने दिसणाऱ्या त्या खड्या चुन्याच्या रेषेला ठीक शब्दांत पकडले असते!'

'जगदीश्वराच्या चौकातील त्या दगडी कासवाचे रूप एकदा तरी आमच्या वाट्याला यावं! महाराजसाहेब आणि आऊसाहेबांची पायधूळ पाठीवर, मस्तकावर घेण्यात आम्हांस धन्य वाटेल!'

मजला मागून मजला हटल्या. युवराज आणि पंत विजयी सेनेसह पाचाडजवळ आले. पुढे वर्दी गेली. युवराजांच्या भेटीसाठी राजेही पाचाडात उतरले होते.

युवराज, पंत, जाधवकाका सारेच चालत पाचाडच्या वाड्यात आले. पुतळाबाईंनी सदरी उंबरठ्यातच भाताचे मुटके युवराजांच्या चेहऱ्याभोवती ओवाळून दूर भिरकावले. राजांच्यासह संभाजीराजे जिजाऊंच्या बैठकमहालात आले.

पाच पावले जिजाऊ पुढे आल्या. झुकू बघणाऱ्या युवराजांना त्यांनी थोपविले आणि जवळ घेत त्यांच्या कपाळीच्या शिवगंधावर आपले सुरकुतले ओठ टेकले! आणि म्हटले, "असेच विजयवंत व्हा!" त्यांनी युवराजांच्या पाठीवरून मायेने हात फिरविला.

"आऊसाहेब, आम्ही आपल्या भेटीसाठी एक खाशी असामी आणल्येय. आज्ञा व्हावी." युवराज हसून म्हणाले.

"आम्ही साऱ्यांना भेटावे म्हणूनच या वाड्यात मुक्काम टाकून आहोत. बोलवा त्यांना." जिजाऊ म्हणाल्या.

युवराजांनी जोत्याजीला भुवईचा इशारा दिला. जोत्याजी जाधवकाकांना पाठीशी घेऊन बैठकमहालात आला. त्यांना बघताच जिजाऊंच्या सुरकुतल्या कपाळी आठ्यांची जाळी चढली. मन होलपटत मागील काळात गेले.

"काकासाहेब आता उपरतीत आहेत, मासाहेब. त्यांचा मुजरा घ्यावा!" संभाजीराजांनी जिजाऊंची कातरता हेरली.

पुढे झालेल्या जाधवरावांनी जिजाऊंचे सरळ पाय धरले.

आपसांतील भांडणापोटी, चाकरीसाठी पत्करलेल्या लाचारीपोटी आपल्या माहेरची झालेली वाताहत जिजाऊंच्या डोळ्यांसमोर मूर्तिमंत उभी राहिली. त्यांच्या पायपोटऱ्यांत गोळे धरल्यासारखे झाले. मंचकाचा कठडा धरीत त्या काही न बोलता खाली बसल्या. लगबगीने राजे-संभाजीराजे त्यांच्या दुहाती झाले.

"यांना जाऊ द्या राजे." जिजाऊ थकल्या जबानीने मान डोलवीत म्हणाल्या. शरमिंदे जाधवराव खालमानेने बाहेर पडले. जिजाऊंचा मान राखण्यासाठी संभाजीराजे का पेटून उठले होते, ते आता जाधवरावांना कळले!

पाचाडच्या वाड्यात थाळे घेऊन राजे-संभाजीराजे पंतांच्यासह रायगड चढून आले. युवराजांचा पहिला विजय गड चढून आला.

उन्हपावसाचा श्रावणी खेळ सुरू झाला. राजांच्या प्रवासी सामानाची बांधाबांध झाली. खंडोजी दाभाड्यांनी, नागफण्यांचे छत्र असलेले, राजांचे नित्यपूजेचे स्फटिक शिवलिंग हलक्या हातांनी एका लक्कडपेटीत ठेवले.

"समर्थांचे दर्शन करून आम्ही परतीच्या पावलांनी निघू. तोवर रायगडाचा जाबता तुमच्या हाती आहे. साऱ्यांना सांभाळून असा." राजांनी वाड्याची सदर सोडताना युवराजांना सांगितले. आणि राजे समर्थांच्या भेटीसाठी चाफळ गढीत जायला निघाले,

"जी..." काहीतरी बोलणारे संभाजीराजे थांबले.

"बोला."

"समर्थांना आमचा दंडवत सांगावा!"

"जरूर."

"आणि..." पुन्हा युवराजांची जबान घोटाळली.

"काय? बोला."

"आमची – आमची प्रार्थना की, समर्थांनी जसे आपले चित्र ओव्यांत उभे केले, तसे मासाहेबांचेही करावे! त्यांचे बोल रसाळ आहेत."

राजे हसले. मग एकदम गंभीर झाले. संभाजीराजांच्या भरल्या खांद्यावर तळहात चढवून ते क्षणभर तसेच थांबले. त्यांना म्हणावेसे वाटले – "अगदी हा-हा... हाच विचार समर्थांचे पत्र ऐकताना आमच्या भोवती फेर टाकून गेला!"

मात्र प्रकटपणे राजे म्हणाले, "युवराज, त्यांना शब्दांनी श्लोकात पकडणे सहजी साध्य न होणारे म्हणूनच समर्थ विचारपूर्वक थांबले असावेत. आम्ही आता निघतो आहोत. तुम्ही जातीने पाचाडच्या वाड्यावर नजर ठेवा. ओव्या ऐकण्यापेक्षा मनी वाटेल, तेव्हा गड उतरून त्यांचे दर्शन घ्या. येतो आम्ही."

राजांच्या टोपातील मोतीलग डुलली. ते वळते झाले; मोरोपंत, अण्णाजी, प्रतापराव यांना संगती घेऊन चालू लागले. महादरवाजापर्यंत युवराजांनी त्यांना पायसोबत दिली.

परतताना त्यांना श्रावणी उन्हात अंगभर उजळून निघालेला गंगासागर तलाव दिसला. त्याचे ते सोनेरी-चंदेरी रूप बघताना संभाजीराजांना वाटले – 'आबासाहेब या गंगासागरासारखेच आहेत! किती तरंग! किती रूपं!'

नागपंचमी दोन दिवसांवर आली म्हणून सोयराबाईंनी सणाच्या डागांची आणि उंची आसवाबांची यादी आपल्या खाजगी कारभाऱ्याला सांगून तयार केली. आणि हुजऱ्यामार्फत ती जामदारखान्याचे प्रमुख निळो सोनदेवांच्याकडे रवाना केली.

निळोपंतांची परतीची वर्दी आली, "यादीस युवराजांच्या शिक्केमोर्तबाचे फर्मान हवे! जामदारखान्याची मोहोर त्याखेरीज तोडता येत नाही!"

हुजऱ्याने ती कानांवर घातली मात्र, सोयराबाईंचा नाकशेंडा लालावून आला. डोळे फुलले. कानपाळी रसरसली. कारण नसता सोयराबाई हुजऱ्यावर घसरल्या.

"कुणास वर्दी धाडतात ही मुजुमदार? आम्हांस? स्वारीखेरीज आम्ही कोणाचे शिक्के-फर्मान जुमानत नाही, हे ते विसरले?"

दीड वर्षांच्या रामराजांना निमा-चोळणा चढवीत असलेल्या धाराऊचा ते बोल ऐकताना थरकाप झाला. रामराजांच्या कपाळी शिवगंधाचे पट्टे रेखून त्यांना घेऊनच ती महालाबाहेर पडली. बाहेर पडताना तिने निसटते ऐकले, "जा. मुजुमदारांना आम्ही याद फर्मावलीय म्हणावं." सोयराबाई हुजऱ्याला शब्दांनीच पिटाळीत होत्या.

रामराजांसह धाराऊ युवराजांच्या महाली आली. "दादाऽ दादाऽ" म्हणून झेपावणाऱ्या रामराजांना पुढे होत संभाजीराजांनी छातीशी घेतले. रामराजे खिदळू लागले. त्यांना थोपटे करण्यासाठी युवराज हसत म्हणाले, "हां-हां. सबुरीनं घ्या. पातशाही ऐवजी तुम्ही दादामहाराजांनाच पालथे घालता की काय?"

ते ऐकताना चरकलेल्या धाराऊने अगोदर हे ऐकायला आणखी कोणी आहे की काय, यासाठी दरवाजाकडे बघितले. न राहवून ती म्हणाली, "धाकलं, असं म्हणू नगा त्येस्नी! आदुगरच राईचा डोंगुर चडाय लागलाय! त्यात ह्ये नगो."

"का – काय झालं धाराऊ?" युवराजांनी गोंधळून विचारले.

धाराऊने ऐकलेला चटका त्यांच्या कानी घातला. क्षणभर युवराजांचा रामराजांच्या पाठीवरचा फिरता तळहात थांबला. गंधाचे पट्टे एकमेकांत गुंतले. मग दरवाजाकडे बघत त्यांनी साद दिली – "मुतालिऽक?"

एक खिदमतगार आत आला. त्याला आज्ञा झाली. "जा, महादेव यमाजींना सांगी दे. मुजुमदारांना आम्ही याद केलीय म्हणावं!"

घेतल्या रामराजांना तसंच छातीशी धरून युवराज पायफेर टाकू लागले. 'आता काय व्हनार?' या विचाराने धसकलेली धाराऊ त्या दोघांकडे बघत गपसूर झाली.

महादेव यमाजींना पाठीशी ठेवीत निळोपंत महालात आले. सोयराबाईंनी त्यांची बिनामुलाहिजा झाडणी केली होती. झुकता मुजरा देतानाच न राहवून ते म्हणाले, "आम्ही चाकरांनी काय करावं युवराज? सरकार स्वारींची आपल्या हुकुमाशिवाय डागकोठीच्या मोहरेस कोणी हात लावण्याची आज्ञा नाही."

"पंत, ती यादी आणा." संभाजीराजे शांतपणे म्हणाले. हलक्या हातांनी त्यांनी रामराजांना धाराऊकडे दिले.

निळोपंतांनी मागणीच्या डागांची यादी युवराजांच्या हाती दिली. तीवर नजरेचा फिरका टाकीत संभाजीराजे म्हणाले, "या आमच्या संगती."

धाराऊला म्हणावेसे वाटले, "जाऊ नगा धाकलं." पण तिची जबानच धरल्यागत झाली. निळोपंतांच्यासह संभाजीराजे डागाच्या कोठीजवळ आले. हत्यारी पहारे मुजरा

देत मागे हटले. युवराजांचा आवाज निर्धारी होता. "पंत, मोहर खोला."

कारभाऱ्याकडून किल्ल्या घेत पंतांनी कोठीचा दरवाजा खोलला.

"आम्ही वाचतो ते-ते डाग प्रतवारीतून तबकात उतरा." संभाजीराजे यादीबरहुकूम डाग वाचू लागले. चटक्या पावलांनी हलत, किल्ल्या चाळवीत निळोपंत एक-एक डाग तबकात उतरू लागले. यादी संपली. पुढे होत युवराजांनी खोलल्या आलमारीतील मुठीत मिळतील ते सुवर्णालंकार तबकात उतरवले.

"या! यादीबरहुकूम आसवाबांचे नग घेऊन तुम्ही खुद्द आऊसाहेबांच्या सेवेस या." वस्त्रांची दुसरी जोडयादी युवराजांनी निळोपंतांच्या हाती दिली.

जामदारखान्याचा पहारेकरी डागांचे तबक उचलायला पुढे आला. त्याला हातपंजा उठवून युवराजांनी थोपविले – आणि आपल्याच हातांनी ते तबक उचलले!

बांधील मनाने संभाजीराजे सोयराऊंच्या महालासमोर आले. त्यांना बघूनच एका धारकऱ्याने आत जाऊन तशी वर्दी दिली. ती ऐकून मनाशी काही ठरवून सोयराबाई आत पाठमोऱ्या झाल्या. तबक घेतलेले युवराज त्यांच्या महालात आले. चौरंगावर तबक ठेवून त्यांनी पाठमोऱ्या सोयराऊंना तिवार मुजरा दिला. काही क्षण तसेच गेले. दाटलेले, दडपलेले.

"सणाचे डाग-आसवाब आपल्या सेवेस रुजू करायला आम्ही जातीने आलो आहोत आऊसाहेब. त्यांचा स्वीकार व्हावा."

सोयराबाई काहीच बोलल्या नाहीत. त्यांच्या कपाळीच्या मेणकुंकवाच्या पट्ट्यांमध्ये घामाचे थेंबच थेंब जमून आले.

"आणखी एक अर्जी आहे. गडाचे चाकर आपले आहेत. आम्हीही आपले चाकरच आहोत. जे लागेल त्याची आज्ञा आम्हांस द्यावी." ती जातीवंत अदब होती.

सोयराबाई आतल्या आत धुमसल्या. त्यांनी काही चाल घ्यावी, असला कुठलाच वाव युवराजांनी त्यांना ठेवला नव्हता. तरीही त्या सोयराबाई होत्या! पुढा तसाच ठेवीत त्यांनी तेढा सवाल केलाच, "सूनबाईंना लागले, तर असेच आणून द्याल?"

"नाही!" संभाजीराजांचा संथ जाब आला.

"मतलब?"

"त्या कुणबी आहेत! कुणब्यांना डागांची सवय नसते! येतो आम्ही."

तिरक्या बोलांनी येसूबाईंना आपण कधीतरी 'कुणबी' म्हटल्याचे या वेळी आणि असे चालून येईल, याचा सोयराबाईंना अंदाज नव्हता! त्यांची चरफड झाली.

त्यांच्या महालातून बाहेर पडताना रामराजांच्या आठवणीने संभाजीराजांना म्हणावेसे वाटले, "आपणाला जामदारखान्याचे सोनडाग आवडतात. आम्हास म्हणाल तर आपला रामडाग खूप आवडतो!" पण ते काही बोलले नाहीत.

विचारांच्या फेरात ते तसेच चालत-चालत मनोऱ्यापर्यंत आले. मनोऱ्याच्या पायऱ्यांनी चारी मजले खाली टाकीत, ते शेवटच्या पाचव्या मजल्यावर आले.

'ठणऽ ठणऽ ठणऽ' गडवाऱ्याने आणून सोडलेले सूर त्यांच्या कानात उतरले. पाचाडच्या सदरेवर जिजाऊ आल्याची खूण देणारी घंटा झडत होती!!

मावळमाचीवर जाऊन तिला मान देण्याएवढाही समय नव्हता. संभाजीराजांनी पाचव्या मजल्यावरून पाचाडच्या रोखाने तीनदा रिवाज दिला.

राजांचे बोल त्यांच्या मनात फिरले – "ध्यानी ठेवा. श्रद्धा आणि मायेपोटीच माणसे जान लावून असतात. प्रसंगी तो द्यायलाही राजी होतात! श्रद्धा आणि माया!" एक दीर्घ निःश्वास त्यांच्या नाकपाळ्यांतून सुटला.

'केवढे ठाव घेणारे बोलतात आबासाहेब!' राजांची दाढीधारी, हसरी, सतेज मुद्रा त्यांच्या डोळ्यांसमोर क्षणात तरळली. आणि आठवले की, आबासाहेब सांप्रत समर्थांच्या सान्निध्यात दंग असतील!

महाडच्या तलावातून आणलेले रक्तवर्णी, आकाशवर्णी, सफेद अशा वाणांचे कमळगड्डे रायाजी आणि अंतोजींकडून कुशावर्त तलावाकाठच्या चिखलात लावून झाले. तलावाकाठच्या करंजीच्या झाडाखाली सावली धरून संभाजीराजे उभे होते. त्यांनीच ते कमळगड्डे आणवले होते.

'देठांचे नाळ चिखलात ठेवून नानारंगी कमळांचे डुलते थाळे या कुशावर्तावर दाटतील तेव्हा कसा दिसेल हा तलाव?' पोटऱ्यांवर चोळणा दाटलेले रायाजी, अंतोजी पायऱ्याच्या बाजूने तलावात उतरून चिखलमाखले हातपाय धुऊन बाहेर आले.

"रायाजी, बघू या तुमचा हातगुण कसा निघतो? बघू किती गड्डे जीतवन धरतात ते!" संभाजीराजे म्हणाले.

"धाकलं धनी, फुलांची ही जात लई चरनी धरनारी! वाईच ठाव घावला की, पसारती हां-हां म्हन्ता. सम्दं टाकं येरगटून टाकतील ह्ये गड्डं!" अंतोजी हसून म्हणाला.

"कसूर माप धाकलं धनी, सरकार याद करत्यात. हिंदुस्तानातलं कुनी दोन पावनं गड चढून आल्यात. ह्येऽ आडवं पट्टं हाईत कपाळाचं गंदाचं." वाड्याच्या रोखाने आलेल्या जोत्याजी केसरकराने करंजीच्या झाडाखाली येऊन वर्दी दिली.

राजे चाफळहून येऊन दीड तास लोटला होता.

"चला," म्हणत संभाजीराजांनी माथ्यावरची सावली सोडली. जगदीश्वराचा सोनकळस दूरवर त्यांना उन्हाच्या तिरिपेत झगमगताना दिसला. त्याने फेकलेल्या प्रखर झोताने लवभर युवराजांचे डोळे अंधारल्यागत झाले. एक विचित्र विचार

त्यांच्या मनात फेर टाकून गेला. 'जगदीश्वराच्या चौकातील त्या दगडी कासवाला हयातीत कधी हा तळपता सोनकळस बघायला मिळणार नाही!'

'हिंदुस्थानी पाहुणे कोण असतील?' विचार करीतच त्यांनी राजांच्या बैठक महालाचा उंबरठा ओलांडला. राजांना मुजऱ्याचा रिवाज दिला. कमरेच्या हत्यारावर हाताची डावी मूठ रुपवीत, राजांच्या बैठकीसमोर असलेल्या दोन्ही असामींना निरखीत ते पुढे झाले.

''या, यांना ओळखलंत?'' राजांनी त्यांना समोरच्या दोन्ही असामींच्या रोखाने हात करीत हसत-हसत विचारले.

दोन्ही उत्तरी असामींनी युवराजांना हात जोडून, कमर झुकवीत मथुराई नमस्कार घातले. रुजाम्याची वळी उलगडावी, तसा संभाजीराजांच्या मनी आठवणींचा पट खुलला. यमुनेचे गिरके वळण डोळ्यांसमोर तरळले. दोन्हींतील एका असामीच्या अंगी भगवी कफनी होती. दुसरीने उत्तरी डौर, जरीकिनारी धोतर-उपरणे, घेरदार पगडी असा पेहराव केला होता.

''हे... हे कविराज!'' आठवणीसाठी कपाळीच्या शिवगंधाला मुडपीत संभाजीराजे म्हणाले, ''आम्हास वाराणशीच्या वाटेवरून मथुरेपर्यंत सोबत करणारे कवी कलश!''

''कसूर माफ हो, युवराज. कलश नहीं कवी कुलेश!'' कवींनी हसून दुरुस्ती केली.

''आणि हे कोठीत भेटलेले कवी परमानंद.'' राजांनी कफनीधारी असामीची याद दिली.

''युवराज, ही मंडळी म्हणताहेत, 'केवळ भेटीसाठी आलो आहोत. चार-दोन दिवस राहून परतू.' त्यांना सांगा तुम्हाला काव्य केवढे प्यार आहे ते. आम्ही त्यांना येथे कायमचे ठेवून घेऊ म्हणतो.'' असे म्हणून राजे हसले.

''जी, आपला बेत बरोबर आहे. आमचाही त्यांना तसाच आग्रह आहे.'' युवराजांच्या या बोलण्यावर सारेच हसले.

''चंडीऽ चंडीऽ'' हसण्याच्या शेवाला धरून कुलेश पुटपुटले!

शाळिग्रामी रंगाच्या एका तकतकीत घोड्यावर मांड जमवून भवानीटोकाच्या बाजूने संभाजीराजे फेर टाकीत होते. डाव्या हाताला लिंगाणा, उजव्या तर्फेला पोटला आणि समोर दूरवर त्यांना तोरणा-राजगडाची काळपट शिखरे दिसत होती.

'राजगड! उडत्या गरुड पक्ष्याच्या पवित्र्यात माच्यांचे पंख पसरून असलेला गडराज!' त्या शिखराने त्यांची नजर पकडून ठेवली.

'दुडऽ दुडऽऽ दुड' रायगडावरच्या नगारखान्याचा नौबतडंका त्यांना ऐकू आला. पाठोपाठ तोफखान्यावरून फुटलेल्या भांड्यांचे बार दणदणले.

कायदे खेचून त्यांनी मांडाखालच्या जनावराला मोजडीची टाच दिली. काळेशार जनावर शेपटीचा फुलवा नाचवीत दौडू लागले. काळा हौद, जगदीश्वराचा कळस मागे पडला. दौडते जनावर खडखडाट करीत व्यापारपेठेत घुसले.

उंच जोत्यावर बसलेले नागाप्पा शेटीचे व्यापारी बसकणीवरून उठून, जोत्यांना घोडी भिडवून खरेदी करणारे धारकरी घोड्यांवरून खाली झेपा घेऊन धडाधड मुजरे करताहेत, इकडे संभाजीराजांचे लक्ष नव्हते.

होळीमाळ मागे पडला. नगारखान्यातून घुसताना संभाजीराजांना कमानीवर कोरलेल्या, पंजा उगारल्या दगडी वाघाचे मानचिन्ह निसटते दिसले.

आत जाताच त्यांनी डाव्या रिकिबीवर भार देऊन जनावरावरून खाली झेप घेतली. हातीचे कायदे सामोरा आलेल्या मोतद्दाराच्या दिशेने फेकले. आणि ते झपाझप दरबारी चौकातील हजारी कारंजी पार करून गेले. तशी त्यांच्या जाम्याच्या पाठीवरची सोनजरीची वेलबुट्टी लखलखली.

दरबारी चौकाच्या बैठकीवर राजे माणसांच्या घेरात उभे होते. संभाजीराजांना बघताच त्यांनी एका मावळ्याच्या खांद्यावरील परातीतील साखरेची मूठ भरून घेतली.

राजे दगडी पायऱ्या उतरून येताहेत, हे बघून संभाजीराजे झपाझप पुढे झाले.

मुजऱ्यासाठी ते झुकणार ते बघून राजांनी त्यांना थोपविले.

"शंभूराजे, तोंडी साखर घ्या. पन्हाळा फते झाला! बारा वर्षांनी आमचा मनसुबा तडीस लागला." राजांनी हसत मूठ युवराजांच्या ओठांशी नेली.

तोंडात रेंगाळणाऱ्या साखरेच्या चवीने संभाजीराजांच्या मनाच्या मठीत लपलेले दिवाकर गोसाव्यांचे काव्यबोल भगवी कफनी चढवून वर आणले –

"नरपति, हयपति। गजपति, गडपति।
पुरंदर आणि शक्ति। पृष्ठभागा।।"

त्या दिवशी संध्याकाळी समाधानी राजे सोयराबाईंच्या महाली आले. बाईंनी चौरंगीवर साखरेचे भरले तबक कुणबिणीकडून ठेवून घेतले होते.

रामराजांना घेऊन त्या चौरंगीजवळच उभ्या होत्या. राजे जवळ जाताच त्या रामराजांना म्हणाल्या, "जा, आबासाहेब काय देतात बघा तरी!"

रामराजांना आपल्याकडे घेऊन त्याच्या गालावर ओठ टेकीत राजे म्हणाले, "आम्ही काय देणार यांना? देणार 'श्री' थोर आहे." राजांच्या दाढीच्या स्पर्शाने हुळहुळलेल्या गालांवर रामराजांनी तळहात फिरविला. तीन वर्षांचे रामराजे म्हणाले, "'श्ली' म्हंजे काय आबा?"

हसत राजे म्हणाले, "ते आम्हांस तरी पुरतं कुठं माहीत आहे! ते माहीत झालं की, माणसाचा समर्थ होतो!"

आतल्या आत धुसफुसलेल्या सोयराबाईंच्या मनात राजांच्या छातीवरच्या कवड्यांच्या

माळेकडे बघताना एक बटबटीत विचार फिरला, 'तोंडी साखर पडायला मोठेपणाचं भाग्य लागतं!'

आणि मग त्या म्हणाल्या, "या. तुम्ही नको 'समर्थ' व्हायला."

सोयराबाईंनी रामराजांना राजांच्याकडून आपल्याकडे घेतले. दरबारी चौकात राजांनी संभाजीराजांच्या तोंडात हसत साखर भरलेली सोयराबाईंचा दरूबंकी बयाजी याने बघितले होते. बघितले तसे आपल्या बाईसाहेबांच्या कानी घालायला तो विसरला नव्हता!

बाहेर पडताना राजे विचार करू लागले. "तुम्ही नको 'समर्थ' व्हायला!" 'राणीसाहेब असे का म्हणाल्या?' पण त्यांना ते कळलेच नाही. कळणारही नव्हते!

चैत्री पाडव्याचा सण आला. चुना-कुंकवाची ओली बोटं फिरलेल्या, आंबवतीनं सजल्या, हिरव्या, रसवंत, तोरणकाठ्या गडाच्या घरट्या-घरट्यांसमोर उठल्या. त्यावरचे झळझळीत चंबू तळपू लागले. कोऱ्या खणांचे रंगीबेरंगी शेव आणि सफेद चाफ्यांच्या माळा गडवाऱ्यावर हिंदोळू लागल्या. कोंडाजी फर्जंद, अण्णाजी, मोत्याजी खळेकर आणि गणोजी कावळा यांनी हिकमतीनं दस्त केलेला पन्हाळा डोळ्यांत साठवून घ्यायला राजे आज रायगड सोडणार होते. संगतीला फौजेसुद्धा प्रतापराव दौडणार होते. रायगड युवराज संभाजीराजांच्या अखत्यारीत येणार होता.

सणाची म्हणून गोडाची पाने उठली. दुपारच्या विसाव्याची डावी कूस झाली.

उन्हे थोडी कलतीला लागली असताना राजे, संभाजीराजे व प्रतापराव यांच्यासह जगदीश्वराच्या दर्शनाला आले. दर्शन करून सारी मंडळी मंदिराबाहेर पडली. संभाजीराजे समोर दूरवर दिसणाऱ्या लिंगाण्याच्या डोंगररांगेकडे बघतच होते.

फांदीवर फांदी टक्करल्याने पडलेल्या ठिणगीमुळे असो, वा कुणब्यांनी पेटविलेल्या तरव्यातील किटण उडाल्यामुळे असो, लिंगाण्याच्या घसरंडीवर धडधडलेला वणवा मावळतीच्या किरणांत नजर खेचून घेत होता. जसा उभा लिंगाणा पिवळ्या-तांबडसर ज्वाळांचे भंडारामाखले हात आकाशाच्या रोखाने मूकपणे नाचवीत होता.

मंदिराच्या दगडी आवारकठड्याला हात टेकून युवराज तो आगीचा नाच पापणी न मोडता रोखल्या नजरेने घेत राहिले.

सडक बोटांचा एक गुलाबी हात-पंजा त्यांच्या खांद्यावर चढला तशी त्यांची ती अग्निसमाधी डहुळली. त्यांनी मागे बघितले.

लिंगाण्याच्या घसरंडीला डोळा जोडलेले राजे केवढेतरी गंभीर दिसत होते.

"ही अमनधपक्यानं पेटल्याली रानची आगट लई वंगाळ धनी. कानांत रानवारा भिनल्याली पाखरं येलबाडून ह्येच्यात घालून घेत्यात! हाकनाक पंख होरपळून घेत्यात!" प्रतापराव गुजर हत्यारावरची मूठ चाळवीत समोरच्या ज्वाळा बघत म्हणाले.

"दोष पाखरांचा नाही, पेटल्या वणव्याचा नाही, सरलष्कर. दोष त्या क्षणाचा आहे, ज्या क्षणी या वणव्याला कारण होणाऱ्या दोन फांद्या टक्करल्या जातात! आणि कुठल्याही क्षणावर कुणाचीच हुकमत चालत नाही." राजांच्या ओठांतून सुटलेले बोल ऐकून संभाजीराजांना भरून आले.

धाराऊला संगती घेऊन पाचाडात आलेल्या येसूबाई आठ दिवस जिजाऊंच्या संगती राहून पुन्हा गड चढू लागल्या. शाळूचे दिवस असल्याने झोंबरा वारा, चेहऱ्याभोवती पदराचा लपेटता फेर घेऊन त्या थोपवू बघत होत्या. त्या वाऱ्याला धरून, आईसाहेबांनी सांगितलेले जाणते विचार त्यांच्या मनी फिरू लागले.

वाताने धरलेल्या गुडघ्यांच्या सांध्यांना डुकराची चरबी चोळणाऱ्या येसूबाईंना जिजाऊ एकदा म्हणाल्या होत्या, "ही भोसल्यांची माणसं अशीच आखडल्या सांध्यासारखी आहेत, नातसूनबाई! मुक्या मनानं मायेचं तेलवण चोळलं, तरच झाली तर थोडी सुमार व्हायची!"

मेणादरवाजाने बाहेर आलेल्या येसूबाई धाराऊसह खुल्या पठारावर आल्या होत्या. सातमहालाला लागून हे पठार आबाजीपंतांनी मुद्दाम खुले राखले होते. राजांच्या जनान्याला मेणादरवाजा पार करताच मोकळी हवा घेण्यासाठी या पठारावर येता येईल, अशी ही सोय होती.

शिकारीसाठी संभाजीराजे पाचाडवाडीलगतच्या रानात खेळ्यांसह उतरले होते. राजे पन्हाळ्यावर होते.

मोकळ्या मनाने भोवतीचा फुललेला चैत्राचा परिसर न्याहाळत येसूबाई धाराऊशी मध्येच काहीतरी तुटक बोलत होत्या. लाल फुलांच्या तुऱ्यांनी पेटलेली पळसाची आणि पिवळ्या फुलांच्या घोसांनी लवलेली बाव्यांची झाडे भोवतीच्या कड्यांवर उठून दिसत होती. वाऱ्याच्या झपत्काराने उडू बघणारा पदर येसूबाईंनी गळ्याजवळ घट्ट लपेटता धरून घेतला.

मावळतीला भिडलेले बिंब बघताना त्यांना न कळणारा भास झाला. पळसाच्या फुलतुऱ्यांचा लाल टोप त्या बिंबाने घातला आहे! कोकिळाची उठलेली थरथरती किलकारी धावत थेट त्या टोपाला जाऊन भिडली आहे! म्हणता-म्हणता समोरचा ढालीसारखा सूर्य वितळून मावळतीवर पसरतो आहे! त्यांना वाटले, 'इथं आमच्या तहबंदात! छातीवर! समोरचा सूर्य वितळतो आहे! हे असं काय होतं आहे?'

"धाराऽऊ" येसूबाईंचे शब्द थरथरले आणि उभ्या येसूबाई पदराचा शेव तोंडात धरीत मटकन खालीच बसल्या!

क्षणभर धाराऊ झाल्या प्रकाराने चक्करली. मग तिचे डोळे लखलखले. तिचा गोंदला हात अपार मायेने येसूबाईंच्या पाठीवर आला. कुणबी जाणतेपण ओठांतून निसटले,

"भिऊ नगासा. चला. ह्यो वारा असा अंगावर घेऊ नगा." येसूबाई थरथरत होत्या.

धाराऊने त्यांना उठवून घेतले. सावरते धरून त्यांना ती सातमहालाच्या रोखाने चालवू लागली. भोवतीची चैत्री दुनिया उंबरठा ओलांडत होती. मावळतीच्या उन्हात न्हात होती!!

आठ धापावल्या धारकऱ्यांनी, संभाजीराजांनी पाडलेल्या वाघाचे धूड रायगडावर चढवून आणले. ते बघायला गडाच्या साऱ्या कारखान्यांतील माणसे माळावर दाटली. दत्ताजी त्रिमल, बाळाजी आवजी, खुद्द राजे ते धूड बघायला निघाले.

माळावर दाटलेली माणसे दबके कुजबुजत युवराजांच्या धाडसाची भरल्या तोंडांनी तारीफ करीत होती. मेल्या वाघाच्या वासल्या टाळ्याभोवती माश्या घोंगावत होत्या. पिवळ्याजर्द रंगाला धरून त्या धिप्पाड जनावराच्या अंगावरचे काळे पट्टे झळझळत होते. शेपटीचा एरव्ही अखंड नाचता पोत थंड पडला होता. माणसे डोळे फाडून ते शांतावलेले 'रानकौतुक' बघत होती. त्यात बाळाजींचे खंडोजी आणि आवजी हे आता वधार झालेले मुलगेही होते. निराजीपंतांचा चिरंजीव प्रल्हाद होता.

राजे आले. माणसांची दाटली गर्दी डहुळली. मुजऱ्यांच्या झडी झडल्या. डाव्या हाती बंदुकीची नळी पेलत युवराज संभाजीराजांनी झुकून राजांना मुजऱ्याची अदब दिली. त्यांची छाती वाघाच्या धुडाकडे बघताना लव्हारी भात्यासारखी फुगून आली.

आडवे जनावर नजरेला पडले मात्र, कुणीतरी धरून खेचल्यासारखा राजांचा हात वर उठला. छातीवरच्या कवड्यांना बोटे भिडली. पापण्या क्षणभर मिटगत झाल्या. राजे काही – काही बोलले नाहीत.

"रान कसे उठले, ध्यानीमनी नसता, हे जनावर डरकाळ्या देत कसे सामोरे आले, खेळ्यांची बाजारबुणगाई कशी झाली, घोड्यावर असता आपण वार कसा टाकला," हे संभाजीराजे अभिमानाने सांगत होते.

ते ऐकून राजे एवढेच म्हणाले, "टाकोटाक आमच्या भेटीस महाली रुजू व्हा!" राजांच्या पाठीवरची जरीकोयरी तळपली.

आले तसे राजे निघून गेले.

संभाजीराजे पालखी दरवाजाने वाड्याकडे निघाले. ते बालेकिल्ल्याच्या चौकात आले. सातमहालात पुतळाबाईंच्या महालासमोरच्या सफेलीत केस उदवलेल्या येसूबाई धाराऊसमोर बसल्या होत्या. धाराऊ बोटांच्या फाळांनी त्यांच्या दाटल्या केसांच्या बटा फोडीत होती. खांद्याला बंदूक टांगलेली स्वारी बघताच येसूबाई उठल्या आणि सरळ आत गेल्या. काय झाले ते धाराऊला कळलेच नाही.

"सूनबाई, क्यासात वल तशीच ऱ्हायली नी – " म्हणत धाराऊही त्यांच्या मागून आत गेली. मुद्रेवर काय उतरलेय ते येसूबाईंनी एकदा डोळाभर बघावे म्हणून

धाराऊने हातमुठीचा दर्पण त्यांच्यासमोर धरला. पण – पण येसूबाईंना त्या दर्पणाला नजर देण्याचे धाडस होईना.

पेहराव केलेले संभाजीराजे आज्ञेप्रमाणे राजांच्या महाली रुजू झाले होते.

पाठीशी हात बांधलेले राजे झरोक्यातून बाहेर बघत विचारगत उभे होते. त्यांची बांधली बोटे चाळवली. गपकन एकमेकांत रुतली.

"युवराज, शिकार ही शूराची खेळी आहे. कधी मनी आले, तर आम्हीही रान उठवितो." राजांच्या आवाज बांधलेला झाला.

"पण – पण आपण अगोदर भोसले आहोत. मग शिकारी! तुम्ही केली तीच गफलत आम्हीही एकदा करून बसलो होतो. वाघ पाडण्याची! मासाहेबांनी आमचे डोळे उघडले. आपण जगदंबेचे भुत्ये आहोत. वाघ जगदंबेच्या बैठकीचे जनावर आहे, याची भूल इत:पर कधी पडू देऊ नका!!"

"जी. हे – हे आमच्या ध्यानी आलं नाही." शरमिंद्या युवराजांनी गर्दन पाडली.

"तेच. आता येऊ द्या." राजांनी त्यांना सरकू दिले नाही.

"जी."

तो हलका हुंकार राजांना जाणवला. ते वळत सामोरे झाले. जवळ घेत त्यांनी संभाजीराजांचे दोन्ही खांदे आपल्या तळहातांच्या पकडीत गच्च धरले.

"गर्दन वर घ्या." राजांच्या रूपाने जसा उभा रायगडच बोलत होता!

युवराजांची गर्दन वर आली. स्फटिकसाफ डोळे राजांच्या निमुळत्या, गंधर्वी डोळ्यांना भिडले. त्या डोळ्यांतील रानभेरी निधडेपण राजांना जाणवले. आवडले. ते म्हणाले, "आम्हास तुमचं बळ पाहिजे – वाघ पाडणारं नव्हे – वाघ होऊन चालणारं!!"

राजांच्याकडे बघताना संभाजीराजांना भास झाला – 'आम्ही पाडलेलं जनावर उठून बसलं आहे! त्यांच्या पाठीवर मांड घेऊनच आबासाहेब हे बोलताहेत!'

"या." राजांनी त्यांचे खांदे थोपटले.

झुकून मुजरा देत हटल्या मागच्या पावलांनी युवराज जायला निघाले. त्यांची अदब निरखीत राजे हसत म्हणाले, "गडाच्या बैतेदार चांभाराकरवी त्या जनावराचा पेंढा भरून घ्या. दरबारी चौकात भक्कम चौथऱ्यावर तो पेंढा बसता करा. तुमच्या धाडशी शिकारीची खूण म्हणून, तसेच तुम्ही केलेल्या गफलतीची खूण म्हणून!!"

"जी."

'आबासाहेब काय आहेत, हे कळणं अवघड आहे.' महालाबाहेर पडताना संभाजीराजांच्या मनात या विचारांचा पेंढा पक्का भरून टाकला गेला!

"आम्ही देवदर्शनास निघतो आहोत. दोन दिवसांनी परतू." असे संभाजीराजांना

सांगून राजे महालाकडे कूच झाले.

दुसऱ्याच दिवशी इंग्रजांचा मुंबई दरबारातील मराठ्यांचा वकील पिलाजी सुंदर गडावर आला. त्याने वर्दी आणली होती की, "ताम्रांच्यावतीने वकील म्हणून थॉमस नावाचा साहेब राजियांसी वाटाघाटी करण्यास आला आहे. राजे नाहीत, तरी युवराजांची भेटी घेण्याची तो आज्ञा मागत आहे."

"साहेबास गडावर पेश येऊ द्या." संभाजीराजांनी पिलाजींना इजाजत दिली.

इंग्रजांच्या दरबारातील थॉमस निकल्स हा गोरा साहेब मुंबईहून निघून नागोठणे, पाली, सारसगड ह्या मार्गे पाचाडात पोहोचला होता. त्याच्याबरोबर सदतीस लोक आणि शामजी शेणवी नावाच्या दुभाष्या होता.

आपल्या दरबारच्या दोन कामगिऱ्या पार पाडण्यासाठी थॉमससाहेब आला होता. नुकतीच प्रतापरावांच्या घोडधाडीने हुबळी येथील इंग्रजांची वखार खणत्या लावून लुटली गेली होती. तिची तसेच पूर्वीच्या लुटलेल्या राजापूरच्या वखारीची नुकसानभरपाई मराठ्यांकडून वसूल करणे आणि मीठ व लाकूड या वस्तू मराठी मुलखातून मुंबईला नेण्याचे परवाने मिळविणे, अशी ती व्यापारी हेताची कामे होती.

पिलाजीने गड उतरून युवराजांचा निरोप साहेबांच्या कानी घातला. रायगड आणि युवराज बघण्यासाठी उत्सुकलेला थॉमस बूट-पाटलूण चढवून तयारीला लागला. पण एकाएकी मातीचे गरगरते खांब उठविणाऱ्या वावटळींनी पाचाडला घेर टाकला आणि हां-हां म्हणता वळीव पावसाची घनचक्कर रायगड-पाचाडावर कडकडत कोसळू लागली. साहेब पायथ्याला अडकून पडला.

दुसऱ्या दिवशी शामजी, पिलाजीसह थॉमससाहेब धापा टाकीत रायगड चढून आला. चिटणीस बाळाजींना त्याने वर्दी दिली. बाळाजींनी सामोरे येत साहेबाला राजांच्या वाड्याच्या सदरी बैठकीसमोर आणले.

"युवराज, ताम्रांचा हेजिब सदरी दाखल झाला आहे." बाळाजींनी संभाजीराजांच्या महालात येऊन मुजरा देत युवराजांना वर्दी दिली.

बाळाजी मनोमन थोडे साशंक होते. हा परदरबारचा वकील. बोलता-बोलता युवराजांना आडवाटेला नेईल; मनाजोगे करून घेईल!

महालाबाहेर पडणाऱ्या युवराजांना बाळाजी अदबीने म्हणाले, "युवराज, स्वामी गडावर नाहीत. ही ताम्रांची जात. म्हणून अर्जी. जे बोलणे ते सावधगिरीने व्हावे."

"चिटणीस, आम्ही ऐकून आहोत, साहेब आम्हांस बघायला गड चढून आला आहे. त्याला बघू द्या, एकदा डोळाभर आम्हांस." हसून संभाजीराजे म्हणाले.

बाळाजींच्यासह संभाजीराजे सदरी बैठकीवर आले. पिलाजी, शामजीने अदबमुजरे घातले. थॉमससाहेबाने डुईवरची, पांढऱ्याशुभ्र पिसांचा तुरा असलेली थोराड लाल टोपी उतरली. ती छातीशी धरीत मान व कमर झुकवून संभाजीराजांना टोपीकर अदब

दिली. युवराजांनी बैठकीवर बसता-बसता साहेबाला निरखीत शामजीला सवाल केला, "काय म्हणते, तुमच्या साहेबांची तबियत?"

"जी बरी आहे. मुंबई दरबारची अर्जी ते युवराजांना पेश करू इच्छितात." शामजीने मध्यस्थाचे काम सुरू केले.

गड चढून आलेल्या साहेबाचा चेहरा पिकल्या कोकम फळासारखा लालबुंद झाला होता. आपल्या निळसर घाऱ्या डोळ्यांनी तो समोरचे बेडर राजरूप निरखीत होता.

"आज्ञा." संभाजीराजांनी चौरंगीवरच्या तबकातील गुलाबकळा उचलून हुंगला. पाठीशी असलेल्या गिर्दीवर कोपरे रोवीत ते रेलून बसले.

"आपल्या सरलष्करांच्या फौजांनी हुबळी येथील टोपीकरांची वखार फसगमतीनं लुटली. या दरबारचा आणि टोपीकरांचा कसलाच दावा नाही. करिता या लुटीची नुकसानभरपाई मिळावी, अशी टोपीकरांची विनंती अर्जी आहे." शामजीची भाडोत्री जीभ साखरपेरणी करू लागली. युवराज आता काय बोलतात म्हणून बाळाजी, शामजी, पिलाजी साऱ्यांनी कान टवकारले.

"शेणवी, आमचे सरलष्कर तर पन्हाळाप्रांतात आहेत, असे आम्ही ऐकून आहोत. त्यांनीच हुबळी लुटली, हे सांगताना तुमची फसगंमत तर होत नाही ना?" युवराजांनी शामजीला आडवाटेला नेले. "बोला, दुसरी काही अर्जी?"

"जी. मराठी मुलखातून मीठ आणि लाकूड मुंबईस नेण्याची दस्तके मिळाली, तर दोन्ही दरबारांचा व्यापारी संबंध जुळून येईल." शामजीने दुसरे सोंगटे बाहेर काढले.

"मीठ आणि लाकूड ह्या तर रोजच्या थाळ्याच्या गरजेच्या बाबी! शेणवी, तुमच्या दोन्ही अर्जी निवाड्यास लावण्यासाठी खुद्द आमच्या महाराजसाहेबांची वाट तुम्ही बघितली पाहिजे. आम्ही तुमचे म्हणणे त्यांच्या कानी घालू. ते देवदर्शनास गेले आहेत. दोन दिवसांत परततील." संभाजीराजांनी हातीचा कळा तबकात ठेवून बाळाजींना उद्देशून म्हटले, "चिटणीस, साहेबांना निरोपाचे विडे द्या."

"जी," म्हणत बाळाजींनी विड्याचे तबक थॉमससाहेबांपुढे नेले.

बैठकीवरून उठताना संभाजीराजे पिलाजी सुंदर ह्या आपल्या वकिलाकडे बघत म्हणाले, "पिलाजी, तुम्ही जातीनं साहेबांना पाचाडच्या मुक्कामावर पोहोचते करा! गडावरची हवा त्यांच्या तब्येतीस मानवणार नाही!!"

"जी," पिलाजीने हुंकार भरला. संभाजीराजांनी बाळाजींच्याकडे हसून बघितले.

कमरेत झुकून थॉमस देत असलेल्या अदबीकडे पाठ करून, 'जगदंब, जगदंब' पुटपुटत संभाजीराजे निघून गेले.

दोन दिवसांनंतर पाचाडी परतलेल्या राजांना शामजीने परस्पर गाठले. गोऱ्या

साहेबाची आणि त्यांची भेटीची वेळही ठरवून घेतली. ठरल्यावेळी पाचाडाच्या वाड्याच्या सदरेवर थॉमस निकल्स् शामजीसह राजांच्या भेटीला आला.

भेटीचे प्रयोजन सांगण्यासाठी शामजीने तोंड खोलले – ''दोन दिवसांपूर्वी आम्ही गडावर चढून युवराजांच्या कानी सारे घातले आहे.'' शामजी राजांचा नूर बघण्यासाठी क्षणभर थांबला. ते ऐकताच मात्र बैठकीवरून उठून राजे शामजीला अत्यंत थंडपणे म्हणाले, ''शेणवी, आजचा मुहूर्त आमच्या आणि साहेबांच्या भेटीस योग्य नाही! आम्ही त्यांची भेट उद्या घेऊ!''

राजांनी शामजीला मुहूर्ताचे कारण सांगितले, पण ते खरे नव्हते! शामजी आणि थॉमस गडावर युवराजांशी काय बोलले, हे राजांना माहीत नव्हते. बोलण्यात गैरमेळ पडू नये, यासाठी ते कळणे आवश्यक होते!

जसे संभाजीराजांच्या भेटीत काहीच पदरी पडले नाही, तसे त्या भेटीतही थॉमससाहेबाच्या हातात काहीही पडले नाही! 'शिव' आणि 'शंभो' यांच्या भेटी घेऊन मिठासाठी आलेला थॉमससाहेब अळणी तोंडाने मुंबईला परतला!

पावसाने रिकीब भरले. धारा उधळीत मावळी आभाळ गर्जू लागले. रायगडाच्या कड्यांवरून लाल पाण्याचे गर्जते धबधबे झेपा टाकू लागले. पाखरे कोठारात अडकून पडली. इरले डुईवर घेऊन हारकारा त्या पाणघाईत पाचाडहून निघून गडावर आला. त्याने खबर आणली, ''गारठ्याने मासाबांचं सांदं धरल्यात. दम्यानं लई उचल खाल्लीया.''

आबादान केलेल्या मारल्या वाघाच्या चरबीचे बुधले घेऊन संभाजीराजे पाचाडात उतरले. जिजाऊ पडूनच होत्या. वाड्यावरील माणसे त्यांच्या सेवेत दाखल होती. सारी देख-चोख ठेवायला पुतळाबाई डोळ्यांत तेल घालून मंचकाजवळ उभ्या होत्या. तरीही युवराजांना बघून जिजाऊंना समाधान वाटले. न कळणारा धीर वाटला.

जिजाऊंसाठी म्हणून पाचाडात वस्तीत असलेले केशव पंडित दुपार टळल्यावर आले. त्यांनी दासबोधांची पोथी लाकडी अडंगीवर ठेवली. अनुग्रहाच्या भेटीत समर्थांनी दिलेला तो शब्द-मौक्तिकांचा ग्रंथराज जिजाऊंसाठी राजांनी पाचाडातच ठेवला होता. अंगभर तलम, भगवे उपरणे लपेटलेल्या केशव पंडितांनी नामस्मरण करीत दासबोधाला हात घातला. नुकतीच धूपाची वळी महालभर फिरली होती.

स्वच्छ, संथ वाणीने पंडित बोध वाचू लागले. जिजाऊ, संभाजीराजे, पुतळाबाई ध्यान देऊन ऐकत होते.

मृत्यूची हुकूमत केवढी बेलगाम आहे, हे सांगताना समर्थांनी म्हटले होते –

''सरता संचिताचे शेष। नाही क्षणाचा अवकाश।
भरता न भरता निमिष। जाणे लागे॥

मृत्यू न म्हणे हयपति। मृत्यू न म्हणे गजपति।
मृत्यू न म्हणे नरपति। विख्यात राजा।।''

मृत्यूचा अनिरुद्ध दिग्विजय वर्णन करताना बैरागी समर्थांची रामवाणी कोदंडासारखी टणत्कारी झाली होती.

''मृत्यू न म्हणे हा झुंजार संग्रामशूर वा क्रूर।
न म्हणे हा प्रतापी उग्ररूपी बलाढ्य वा धनाढ्य।।
न म्हणे हा चक्रवर्ती करामती वा भूपती।
न म्हणे हा मुद्राधारी व्यापारी वा ब्राह्मण कर्मनिष्ठ।।
न म्हणे हा संपन्न व्युत्पन्न धूर्त बहुश्रुत वा पंडित।
न जाणे हा वेदज्ञ, शास्त्रज्ञ सर्वज्ञ वा महाभला।।''

केशव पंडितांचे बोल थरथरू लागले. मिटल्या डोळ्यांनी शांतपणे जिजाऊ हे टणत्कार ऐकत होत्या. त्यांचा हात संभाजीराजांच्या हाती होता. धरल्या आवाजाने केशव पंडित पुढे वाचू लागले –

''गेले बहुत वैभवाचे। गेले बहुत आयुष्याचे।
गेले अगाध महिमेचे। मृत्युपंथे।।
गेले बहुतां बळांचे। गेले बहुतां काळांचे।
गेले बहुत कुळांचे। कुळवंत राजे।।''

मृत्यूचे विकराल वर्णन करताना घनदाट अरण्यात शिरलेली समर्थांची वाणी भक्तिमार्गाचा आग्रह धरताना हिरव्यागार पठारावर आली –

''बहुतां जन्माचे सेवटी। जेणे चुके अटाटी।
तो हा नरदेह भेटी। करी भगवती।।
देह परमार्थी लाविले। तरीच याचे सार्थक जाले।
नाही तरी हे वर्थचि गेले। नाना आघाते मृत्युपंथे।।
जीव जीवांत घालावा। आत्मा आत्म्यांत मिसळावा।
राह राहो शोध घ्यावा। परांतराचा।।
जो जगदंतरे मिळाला। तो जगदंतरेचि जाला।
आरत्री परत्री तयाला। काय उणे
काया बहुत कष्टवावी। उत्कट कीर्ति उरवावी।
चटक लावुनी सोडावी। काही एक।।''

स्वत: जगल्या-भोगल्या अनुभवाचे गर्भसार बोधरूपाने सांगताना समर्थच निर्देह झाले होते. त्यांनी पुजल्या-भजल्या श्रीरामाच्या वर्णासारखे निळे आकाशबोल संभाजीराजे आणि जिजाऊंच्या कानी पडू लागले –

''बहुतां जन्माचे सेवटी। नरदेह सापडे अवचट।

येथ वर्तावे चोखट। नीतिन्याये।।
कीर्ति पाहता सुख नाही। सुख पाहता कीर्ति नाही।
केल्यावीण काहीच नाही। कोठे तरी।।
उत्कट, भव्य तेचि घ्यावे। मिळमिळीत अवघेचि टाकावे।
नि:स्पृहपणे विख्यात व्हावे। भूमंडळी।।''

एवढे काळीजवेधी शब्द उभे करून समर्थ शेवटी त्या शब्दांनाच म्हणत होते –

''सरली शब्दांची खटपट। आला ग्रंथाचा शेवट।
येथे सांगितले स्पष्ट। सद्गुरू भजन।।''

''जय जय रघुवीर समर्थऽ!'' केशव पंडितांनी समाप्तीची नांदी उठवली.

जिजाऊंचे थकले हात जोडले गेले. त्यांच्या मिटल्या डोळ्यांतून पाझरलेले अश्रू कुणालाच दिसले नाहीत.

ऐकलेला जीवनबोध संभाजीराजांच्या मस्तकात भणभणत राहिला –

''मृत्यू न म्हणे चक्रवर्ती प्रतापी मुद्राधारी।
गेले बहुत कुळांचे। कुळवंत राजे।।
काया बहुत कष्टवावी। उत्कट कीर्ति उरवावी।
जीव-जीवात घालावा। आत्मा आत्म्यांत मिसळावा।।
उत्कट भव्य तेचि घ्यावे। मिळमिळीत अवघेचि टाकावे।
बहुतां जन्माचे सेवटी। नरदेह सापडे अवचट।।
येथ वर्तावे चोखट। नीतिन्याये।।''

आषाढी एकादशी उलटली. संभाजीराजे पाचाडीच होते. पावसाळी लाल पाणी घेऊन भरलेल्या गांधारी आणि काळ ह्या नद्या रायगडाला घेर टाकून फिरल्या होत्या.

नेहमीप्रमाणे संभाजीराजे जिजाऊंच्या धरल्या गुडघ्यांना चरबीचे मालिश हलक्या हातांनी देऊ लागले. जिजाऊ शांतपणे म्हणाल्या, ''बरेच दिवस झाले. तुम्हास काही एक बोलावं म्हणतो आम्ही, ऐकता?''

''जी.''

''थोरल्या बाईंचा आणि तुमचा मामुली निमित्तानं गैरमेळ पडतो, असं आमच्या कानी येतंय.'' जिजाऊ थांबल्या. शेजारच्या समईतील तेवत्या ज्योती त्यांनी उगाच क्षणभर आपल्या थकल्या नजरेने निरखल्या.

त्यांच्या गुडघ्यावरचे हात तसेच खाली नेऊन त्यांच्या पायांना भिडवीत संभाजीराजे घोगऱ्या आवाजात म्हणाले, ''आपल्या पायांची आणबेल मासाहेब. आम्ही त्यांना खूप मानतो. पुष्कळ अदब ठेवतो.''

''अदब हा जनान्याचा रिवाज. पुरुषांनी सोशीक असले पाहिजे. त्यांनी अदब सोडली, तरी तुम्ही सोसणं सोडू नका. तुमच्या आऊ गेल्या तेव्हापासूनच हे तुमच्या

पाठीशी लागलं आहे. वाढत्या उमरीनं ते वाढणार आहे. शक्य होतं, तोवर आमचा हात तुमच्या पाठाशी राहिला. आता आम्ही थकलोत.'' दूर लावल्यासारखी जिजाऊंनी नजर महालाच्या तख्तपोशीला लावली. ती तशीच ठेवून त्या म्हणाल्या, ''हाताची पाची बोटं सारखी नसतात म्हणून काही त्यातील एखादे दूर करता येत नाही! असेल त्या वकुबानिशी अवघ्यांना बरोबर घेऊन चालणं पडतं. हे विसरू नका. एवढी थोर जगदंबा, पण तिचेसुद्धा भुत्याखेरीज काही चालत नाही! लहान-थोर सारेच आपले आहेत. हेच आम्ही हयातभर आमच्या राजांना सांगत आलो. आज तेच तुम्हांस सांगतो आहो.''

''जी.'' संभाजीराजांनी ती माया उरात ठेवीत हुंकार भरला.

''जा. बाहेर झड सुमार झालीय काय बघून या.'' जिजाऊंनी दाटू लागलेला विषय कसबाने पालटला. संभाजीराजे महालातून निघून सदरेवर आले.

पुन्हा महालात जाऊन त्यांनी जिजाऊंना हात देत मंचकावरून खाली येऊ दिले. त्यांना सावरून धरून ते वाड्याच्या सदरी जोत्यावर घाटेजवळ आले. नेमला तासवाला मुजरा करीत पुढे झाला. घाट घणघणू लागली.

थोड्याच वेळात रायगडच्या मावळमाचीवर बार्दाराने धरलेल्या भगव्या जरीपटक्याचा ठिपका दिसू लागला. दूरवरच्या धुकट माचीवर राजे दाखल झाल्याची ती खूण होती. जिजाऊंना थकल्या डोळ्यांनी ती दिसू शकत नव्हती. म्हणून संभाजीराजे म्हणाले, ''मासाहेब, महाराजसाहेब माचीवर आले.''

ते ऐकताच राजांची उभट मुद्रा डोळ्यांसमोर तरळलेल्या जिजाऊंच्या ओठांतून सहजी शब्द सुटले – ''औक्षवंत व्हा!''

माचीकडे रोख धरत मुजरा देणाऱ्या संभाजीराजांच्या ते कानी पडले मात्र; त्यांना वाटले – 'जसं आबासाहेबांचं केलं आहे, तसं मासाहेबांचं वर्णन केलं तर फक्त समर्थच करतील. इतरांचं ते सामर्थ्यच नव्हे!'

पावसाळी नाळ तुटली. रायगडाचा घेर फुलांच्या हिरवाईने बहरून आला. जिजाऊंचा निरोप घेऊन संभाजीराजे गड चढून आले.

दरम्यान दोन घटनांची चक्रे फिरून गेली होती. उमराणीच्या खुल्या मैदानात कैचीत फसलेला विजापूरचा सेनापती अब्दुल करीम बहलोलखान यास जीवे सोडण्याची चूक प्रतापरावांनी केली होती. आणि वाई प्रांतातील पांडवगड मराठ्यांच्या एका फौजफळीने झडप टाकून दस्त करण्याचा प्रयत्न केला होता.

दसरा उरकून राजे सातारा प्रांतात निघून गेले. चारच दिवसांत त्यांनी पांडवगड जिंकल्याची खबर रायगडावर आली. ती ऐकून संभाजीराजांनी रायगडावर साखर वाटली.

धाराऊने दिलेल्या हुलग्याच्या माडग्याचा कटोरा ओठांआड रिचवून संभाजीराजे आपल्या महालाबाहेर पडले. बाहेर पहाऱ्याला यादव नामाजी होता. त्याचा मुजरा आपलासा घेत युवराज त्याला म्हणाले, "यादवराव, आमच्या संगती या."

त्याच्यासह ते दरबारी चौकात आले. दक्षिणी जोत्यावर मांडलेल्या, पंजा उगारलेल्या, पेंढा भरल्या वाघावर त्यांची नजर गेली. ते जनावर आत्ताच झाडीतून बाहेर पडल्यागत जिवंत दिसत होते. "आपण अगोदर भोसले आहोत, मग शिकारी." राजांची बोली संभाजीराजांच्या मनात फिरली. कारण नसता तिला समर्थांचे बोल चिकटले – "काया बहुत कष्टवावी। उत्कट कीर्ति उरवावी!"

यादव नामाजीसह जगदीश्वरदर्शन करून युवराज कुशावर्ताच्या टाक्याजवळ आले. कुणाचीही नजर जखडून पडावी, असे नानारंगी कमळफुलांचे थाळे टाक्यावर उठले होते. गडाच्या मंद वाऱ्याने ते डुलत होते.

भारल्यासारखे संभाजीराजे कुशावर्ताकडे बघत राहिले. त्यांच्या मनी एका विचाराचे कमळफूल फुलून उठले – 'मासाहेबांना फुलांचा खूप सोस. गडावर आणून हे टाके त्यांना एकदा दाखविलं पाहिजे.'

"यादवराव, आत उतरा. वेगवेगळ्या वाणांचे नाळ खुडून आणा." युवराजांनी आज्ञा केली. पायताणे उतरवून यादव नामाजी टाक्यात उतरला. निळे, सफेद, लाल असे अर्धवट फुलले कमळनाळ घेऊन बाहेर आला.

ते निरखीत युवराज बालेकिल्ल्याकडे परतले. दरबारी चौकातील कारंजी हौद आला. शतधारांनी उसळत्या फवाऱ्याकडे नजर टाकीत, संभाजीराजे महालात आले.

त्यांना कल्पना नव्हती, पण महालात धाराऊ आणि येसूबाई उभ्या होत्या. येसूबाईंनी रामराजांना वर छातीशी घेतले होते. युवराजांना बघताच धाराऊ आपले आपणालच सांगितल्यागत म्हणाली, "तरकतच ऱ्हात न्हाई. आईच्या पूजंची जुपी लावून द्याची ऱ्हायलीच की बुवास्नी!" आणि ती महालातून बाहेर पडलीही.

"या." रामराजांना घेण्यासाठी कमळनाळांसह संभाजीराजांनी हात पसरले.

येसूबाईंच्या काखेतून त्यांना घेताना संभाजीराजांच्या बोटांचा स्पर्श येसूबाईंच्या अंगादंडाला झाला! उभ्या अंगावर रसरशीत कमलफुले फुलल्याचा भास त्या स्पर्शाने येसूबाईंना झाला! त्यांच्या पापण्या फडफडल्या. कपाळीच्या कुंकुबोटात घामाचे थेंब तरारून आले. मोठ्या धाडसाने त्यांनी समोरच्या टोपाखालच्या पाणीदार डोळ्यांना आपले डोळे भिडविले. आणि क्षणात ते खालच्या फरसबंदीवर टाकले आणि लगबगीने त्या बाहेर जायला निघाल्या.

"थांबा!" कुणीतरी त्यांचे पाय जागीच खिळवून टाकले.

संभाजीराजे रामराजांसह पुढे आले. हातीचे कमळनाळ त्यांनी येसूबाईंच्या मुद्रेच्या केतकी कमळाकडे बघत पुढे धरले आणि म्हणाले, "घ्या. एकतर जगदीश्वराला

नाहीतर तुम्हालाच ते द्यावेत, असे ठरविले होते!''

धडधडत्या छातीने आणि थरथरत्या हाताने येसूबाईंनी ते रंगीबेरंगी फुले असलेले देठ हाती घेतले. ते घेताना पुन्हा झालेल्या बोटांच्या स्पर्शाने त्यांच्या पापण्यांचे अस्तर आणि पुन्हा कानांची पाळी रसरसून आली. डोळ्यांना डोळे भिडले.

भांबावलेल्या येसूबाई नेसूच्या शेवाने फरसबंदी झाडीत तरातर महालाबाहेर पडल्या!

थोड्याच वेळात धाराऊ महालात आली, दोघा बंधूंना एकत्र बघून हसली. युवराजांच्या हातात कमळे नाहीत, हे बघून ती म्हणाली, ''पूजेची जुपी लागली; पर देवीला कमळाचं दॅट ठिवायचं ऱ्हाऊनच ग्येलं. आता कोण बापडीला ते आनून देनार!'' आणि रामराजांना घेऊन धाराऊही हसत बाहेर पडली.

बंकापूर लुटून, कारवार तसनस करून, आनंदराव मकाजी यांना पन्हाळा प्रांती ठेवून राजे पुरत्या दोन महिन्यांनंतर रायगडी आले. ते आले नि एक वाईट आणि एक चांगली खबरही त्यांच्या पाठोपाठ गड चढून आली.

दौलतीचे कदीम चाकर मुजुमदार निळो सोनदेव वारले, ही खबर वाईट होती.

आणि काशीचे गागाभट्ट राजांच्या भेटीला येत आहेत, ही खबर चांगली होती.

राजांचे कुलोपाध्याय – नाशिकचे अनंतभट कावळे यांनी खास माणूस पाठवून काशीच्या वेदशास्त्रसंपन्न विश्वेश्वरभट्ट उर्फ गागाभट्ट यांना क्षेत्री आणवले होते.

आचार्य गागाभट्टांना इतमामाने गडावर आणण्यासाठी राजांनी अण्णाजींना पालखी-सरंजामासह नाशिकला रवाना केले. आणि गागाभट्टांचे दर्शन जिजाऊंना घडावे म्हणून त्यांना पाचाडातून गडावर आणण्याची कामगिरी राजांनी संभाजीराजांना जोडून दिली.

गडचढीचे भोये आणि पडदेबंद मेणे घेऊन आज्ञेप्रमाणे संभाजीराजे पाचाडात उतरले. त्यांनी थकल्या जिजाऊंना हातजोड देत मेण्यात बसते केले. दुसऱ्या मेण्यात पुतळाबाई बसल्या. कबिला रायगडावर आला. पण आजारी काशीबाई मात्र तेवढ्या पाचाडातच राहिल्या. श्रीक्षेत्र काशीच्या धर्मपीठाचे श्रेष्ठ आचार्य रायगडावर येत आहेत या जाणिवेने सर्वत्र चैतन्य पसरले. दाक्षिणात्यी मावळी स्वागताची तयारी खुद्द राजे-संभाजीराजे यांच्या देखरेखीखाली सिद्ध झाली.

महाडहून अनंतभटांची गडावर वर्दी आली – ''आपल्या निवडक शिष्यगणांसह आचार्य येताहेत.''

राजे-संभाजीराजे जिजाऊंची पायधूळ घेऊन गड उतरायला लागले. त्यांच्या पालख्यांमागून मोरोपंत, अण्णाजी, दत्ताजी, येसाजी, निश्चलपुरी, कवी परमानंद, कवी कुलेश, प्रभाकरभट, केशव पंडित अशी निवडीची मंडळी गड उतरू लागली.

पालखीच्या राजगोंड्याबरोबर संभाजीराजांचे मन हिंदोळू लागले – 'कसे असतील आचार्य गागाभट्ट? समर्थांच्यासारखे? त्यांना तरी आम्ही कुठे पाहिलंय? काशी मथुरेहून काशीच्या वाटेवर असताना आम्हास परतावं लागलं. काशी राहून गेली! आणि आता बघून तरी काय उपयोग? तिथल्या विश्वेश्वराचं देऊळ औरंगजेबानं लुटलं. मंदिराच्या चिऱ्यांनी त्याच जागी म्हणे, मशीद उठवली! औरंगजेब! भरल्या दरबारी बंदिस्त कठड्याआड बसणारा! आम्हास 'हौदा खेळता काय?' हे वजिरामार्फत विचारणारा!' पालखीच्या दांड्याच्या कुरकुरीतूनच शब्द बाहेर पडताहेत असा त्यांना भास झाला. "या भूमंडळाचे ठायी। धर्मरक्षी ऐसा नाही। महाराष्ट्रधर्म उरला काही। तुम्हाकरिता!"

'महाराष्ट्रधर्म' नकळत एक हुस्कार त्यांच्या नाकपाळ्यांतून सुटला. पाचाडचा जिजाऊंचा वाडा मागे पडत होता. रस्त्याच्या दुहाती शस्त्रधारी मावळ्यांनी शिस्त धरलेली दिसू लागली. पखाले पालख्या बघून दूर हटू लागले.

आगवानीचा डेरा आला. पालख्या ठाण झाल्या. अंथरल्या पायघड्यांवरून राजे, संभाजीराजे डेऱ्यात शिरले. आत मांडलेली बैठक राजांनी निरखली. लोड, गिर्द्या, बिछायती सारा इतमाम ठीक होता. बैठकीच्या बगलेला एक धारकरी सरपोसाने झाकले सुवर्णतबक खांद्यावर घेऊन उभा होता.

मोरोपंत, अण्णाजी, येसाजी, परमानंद, कुलेश साऱ्यांच्या चर्येवरून नजर फिरविताना राजांचे मन राजगडाच्या भुयारात शिरावे, तसे खोलवर शिरले.

'केवढा पुण्यवंत योग हा! पाचारण करतो म्हटले, तरी मधल्या गनिमांच्या मुलखाने साध्य होणार नाही, ते काशी धर्मपीठाचे आचार्य आपल्या पावलांनी येत आहेत.'

महाडच्या रोखाने उठलेल्या शंखांच्या कल्लोळत्या निनादाने राजांची साखळी तुटली. प्रभाकरभटांनी आत येत वर्दी दिली. "वेदोनारायण श्री आलेऽ!"

राजे-संभाजीराजे जोडीने होत डेऱ्याबाहेर आले. मानेच्या शिरा फुलवीत, आभाळमार्गी तोंड धरून आचार्यांचा शिष्यगण बेहोश शंखनाद उठवीत होता. त्या पवित्र कल्लोळात नौबत-डंक्याचा मर्दाना घोष मिसळला!

ठाण झाल्या पालखीजवळ लगबगीने जात राजांनी आचार्य गागाभट्टांना हात दिला. भगव्या बासनातून हळुवारपणे धर्मग्रंथ बाहेर घ्यावा, तसे त्या भगव्या अस्तराच्या पालखीतून राजांनी आचार्य श्रींना बाहेर घेतले!

मथुरेत चुकार झालेली 'काशी' संभाजीराजे निरखू लागले! मस्तकी लिंबू वाणाचा जरीकिनारी रुमाल, अंगभर लपटलेली भगवी शाल, तिला धरून उत्तरीमाटाचे डाळिंबकिनारी सफेद धोतर; सतेज पायांत लाकडी खडावा, कपाळी गंधाचे शैव-पट्टे, तासाच्या थाळीसारखी गोल तोरंजनी वर्णाची मुद्रा, तेवते शांत डोळे.

गागाभट्टांच्या रूपाने हिंदू विद्वत्तेचा सूर्य मावळी स्वागताच्या चांदण्यात न्हात उभा होता! खेचल्यासारखे संभाजीराजे आचार्यांच्या डाव्या बगलेला झाले.

पायघड्या तुडवीत राजे आणि संभाजीराजे यांच्यामधून गागाभट्ट डेऱ्यात प्रवेशले.

मांडल्या बैठकीवर आचार्यांना आदराने बसवून राजांनी सुवर्णी तबकातील पानविड्यासह श्रीफळ त्यांच्या ओंजळीत दिले. मानाचे वस्त्र म्हणून शाल त्यावर ठेवली.

राजे आणि संभाजीराजे यांनी गुडघे टेकून आचार्यांना नमस्कार केला.

आचार्य तो स्वीकारण्यासाठी झुकते झाले. हात उभवीत, डोळे मिटून त्यांनी आशीर्वाद दिले, ''जयोऽस्तु!''

राजे-संभाजीराजांच्या पायसोबतीत आचार्य रायगड चढून आले. जगदीश्वराचे दर्शन करून व्यापारपेठ, नगारखाना, दरबारी चौक बघत साऱ्यांसह ते राजांच्या खासेवाड्यात आले. बैठकमहालात राजे, जिजाऊ, संभाजीराजे, रामराजे यांच्यासाठी देखणी राजबैठक सिद्ध केली होती. तिच्यासमोर वेदोनारायणांच्यासाठी मृगाजिन घातलेले प्रशस्त आसन मांडले होते.

आचार्य आल्याची वर्दी अंत:पुरात जिजाऊंना पोहोचली झाली. राजांच्या राण्या, मुली, येसूबाई, रामराजे असा गोतावळा पाठीशी घेत शुभ्र नेसूधारी जिजाऊ बैठकमहालाच्या उंबरठ्याजवळ आल्या. त्यांना बघताच आसनावरून उठलेले आचार्य गागाभट्ट चालत पुढे झाले. जिजाऊंच्या रूपाने बिजलीचं शुभ्र वस्त्रं लेवून सोशीक मावळी आभाळच उंबरठ्यात उभे होते!

पापणी न मोडता त्यांच्याकडे बघत पुढे झालेल्या गागाभट्टांनी – ''माँजी, प्रणाम!'' म्हणत झुकून थेट जिजाऊंच्या पायांना आपल्या हाताची बोटे भिडविली!

असे काही होईल, ही कल्पना नसलेल्या जिजाऊ लगबगीने पाय मागे घेत म्हणाल्या ''हे कोण करणं! आपण थोर-श्रेष्ठ आचार्य.''

त्यांची भावना ओळखून गागाभट्टांनी खुलासा केला, ''माँजी, गंगासे बढकर श्रेष्ठ है आपके चरण। हम आचार्य है पढत धर्मग्रंथोंके। आप साक्षात् धर्ममाता है।'' गंगेच्या खळखळाटासारखे ते बोल होते. ते ऐकताना राजांच्या पापणीकडा दाटल्यागत झाल्या. संभाजीराजांची छाती भरून आली.

हाताची खूण देत आचार्यांनी जिजाऊंना बैठक घेण्याची विनंती केली. धिम्या-धिम्या चालीने जात जिजाऊ मांडल्या बैठकीवर बसल्या.

राजांनी आचार्यांना मृगासनावर बसण्याची विनंती केली. आचार्यांनी बैठक घेतली. त्यांच्या चरणाखाली असलेल्या आसनावर प्रभाकरभटांनी ताम्हन ठेवले.

राजे, संभाजीराजे, रामराजे, राणीवसा, या साऱ्यांनी आचार्यांची सविध पाद्यपूजा

केली. बैठकीवरून उठलेल्या जिजाऊ पाद्यपूजेसाठीच पुढे येताहेत हे बघून गागाभट्ट राजांना म्हणाले, "नरेश, उन्हे फिरसे आसनस्थ कीजिये। मातासे पुत्र की पाद्यपूजा पुत्र की आयु कम कर देती है। हमें जीवित रहना है। – कमसे कम एक संकल्पित, धर्मकार्य पूर्ण करने तक।"

आचार्यांची इच्छा सांगून राजांनी जिजाऊंना राजबैठकीवर उच्चासनी बसविले. त्यांच्या पायगतीला, दोन्ही तर्फांना संभाजीराजे, रामराजे घेऊन राजांनी बैठक घेतली. पाठीमागे राणीवसा उभा राहिला. भोवती मंत्रिगणांसह, निवडक असामी हात बांधून, अदब धरून – धर्मपीठ आणि धैर्यपीठ यांचा संवाद ऐकण्यासाठी उत्सुक झाल्या.

देवस्मरण केलेल्या वेदसंपन्न गागाभट्टांच्या विमल मुखातून बनारसी वाक्‌गंगा स्रवू लागली – "पुरुषोत्तम शिवाजीराजे, हम काशीक्षेत्रसे यहाँ दक्षिणदेश आये – मनमें एक धर्मसंकल्प लेकर। आपका यह किला हमने देखा, परमसंतोष। यहाँ सब है। परंतु एक नहीं। सिंहासन। नरेश, राजदंडके व्यतिरिक्त धर्मदंड व्यर्थ है। समस्त आर्यावर्तमें आज हिंदुओंका एक भी राजपीठ नहीं। सिंहासन नहीं, जिसे देखकर हिंदुमस्तक गर्व करे। जीवनसंग्राम लडानेकी मनीषा करे। वहीं कारन है कि, हिंदू स्वयं को निराश्रित, पराजित मान रहै है। नरश्रेष्ठ, अनुरक्षित धर्म-धर्म नहीं रहता!....

"आपका कीर्तिसुगंध श्रवण कर हमें प्रेरणा प्राप्त हुई राजा शिवाजी, समस्त आर्यावर्तका यह भार कंधोंपर तोलने आप, केवल आपही योग्य है।....

"उत्तरमें हमारे पवित्र देवालय नष्ट हो रहे है। देव-देवता विटंबित किये जा रहे है। म्लेंच्छोंने उदंड हाहाकार मचा दिया है। दुर्बल हिंदू प्रजानन बलात् धर्मांतरित किये जा रहे है।" आचार्यांचा धीरगंभीर आवाज धरत चालला.

"यही चलता रहा तो रामकृष्णकी यह पवित्र देवभूमी रौरव हो जायेगी। यही प्रयोजन है कि, समस्त उत्तरवासियोंके प्रतिनिधिरूपमें भिक्षापत्र हाथ लिये हम आपके किलेके महाद्वारमें खडे है। धर्मरक्षक, हमें सिंहासन प्रदान करो। नरश्रेष्ठ, धर्मदंडको राजदंड प्रदान करो। राजा छत्रपती बनो। 'छत्र' प्रदान करो।" भावनावेगाने उंचबळलेल्या आचार्यांनी दोन्ही हात पसरले. उत्तर दक्षिणेला साकडं-साद घालू लागली.

डोळे भरल्यामुळे जिजाऊंना समोरचे काहीच दिसेनासे झाले.

मिटल्या डोळ्यांच्या राजांचा हात छातीवरच्या कवड्यांवर फिरत राहिला. बोटांना स्पर्शणारी प्रत्येक कवडी त्यांच्या मिटल्या डोळ्यांसमोर खर्ची पडलेला चेहरा-चेहरा उभी करू लागली. बाजी, तान्हाजी, मुरार, सूर्याजी, रामजी! कैक. ते सारेच हात उठवून म्हणत होते – "राजे, आम्हांस छत्र द्या! मरणास मोल द्या!"

संभाजीराजांची पाणीदार नजर वेदभूषण गागाभट्टांच्या सतेज, निर्भय ओठांवर अडकून पडली होती. आचार्यांच्या रूपाने उभा रायगडच आपल्या कड्यांचे भक्कम ओठ उघडून कानाउरांत साठवावे असे काही सांगतो आहे, असे त्यांना वाटले.

"राजदंडके व्यतिरिक्त धर्मदंड व्यर्थ है। असुरक्षित धर्म – धर्म नहीं रहता। देवालय नष्ट हो रहे है, देवदेवता विटंबित किये जा रहे है। दुर्बल प्रजानन बलात् धर्मांतरित किये जा हे है।" ऐकल्या शब्दाशब्दाला त्यांच्या आतून कुणीतरी फेरसाद घालू लागले.

"मारिता मारिता मरावे। तेणे गतीस पावावे।
फिरोनी येता भोगावे। महत्भाग्य।।"

गागाभट्टांची आज्ञा राजांनी शिरोधार्थ मानली. झाल्या बैठकीचे बोलणे रायगडाच्या पाखरांनी आपल्या पंखांवर घेतले! आणि ती फडफडत मावळभर उडाली!

"राजं गादीवं बसनार। मोट्टं बादश्या हुनार! जंगी दर्बार बशिवनार!" बारा मावळांच्या खोपटाखोपटाला भाबड्या प्रेमांचे रोमांच फुटले.

"म्हातारबाईनं लई वनवेस काढलं. आतं पारनं फिटलं तिच्या नदरंचं. ल्योक उपजावा तर अस्सा. न्हायतर आमची बी हाईतच... खायाला कार नि..." पाणोठ्या-पाणोठ्यांवर घागरी ठणठणू लागल्या.

या राज्याभिषेकात काही उभे राहायला नको म्हणून अनंतभट कावळे पुन्हा नाशिकला गेले. त्यांनी तीर्थाची ब्रह्मसभा भरविली. सभेत दोन विवादाचे मुद्दे उपस्थित झाले. कलियुगात क्षत्रियलोप झाला आहे आणि राज्याभिषेकासाठी आवश्यक असलेला 'मुंज' हा राजांचा विधी झालेला नाही. मात्र विवाह झाले आहेत!

गागाभट्टांनी शास्त्रपुराणांचे दाखले देऊन प्रायश्चित्ताने संस्कारलोप भरून काढता येतात, हे नाशिकसभेला पटवून दिले.

आपली वंशावळीची यादी आणण्यासाठी राजांनी बाळाजी चिटणिसांना राजपुतान्यात धाडले. मेवाड, उदेपूर, जयपूर अशी नगरे पालथी घालून बाळाजींनी यादी आणली. राजे सूर्यवंशी 'शिसोदिया' कुलातील रजपूत क्षत्रिय होते. राणा भीमसिंह, सज्जनसिंह, दिलीपसिंह, देवराजजी अशा सूर्यतेजी राजांच्या कुळातले!

सारे आडबंद दूर झाले. गागाभट्टांच्या सूचनांवर राज्याभिषेकाचे तपशील तयार होऊ लागले. ज्येष्ठ म्हणून पट्टराणीचा अभिषेक सोयराबाईंना आणि युवराज म्हणून राजांच्या हक्क-जबाबदाऱ्यांच्या वारसापदाचा अभिषेक संभाजीराजांना करण्याचा आदेश आचार्य गागाभट्टांनी दिला.

मावळ्यांची होऊ घातलेली राजधानी म्हणून रायगड सजावटीला निघाला.

दरबारी चौक, बालेकिल्ल्याचे खासेमहाल आईनेबंदीसाठी हिरोजी इंदलकर, आबाजी, अर्जोजी गिर्जोजी यादव यांनी हाती घेतले.

शिलावट छिन्न्या घुमवू लागले. ठोका-ठोका ताल धरू लागला – "राजा शिवछत्रपती!" सुतार, सोनार, लोहार, कहार, मांग, महार झाडून सारे आघाडीने

कामावर पडले.

जवाहिरे, सराफ, अत्तर सौद्यासाठी उमेदीने रायगड चढू लागले. पागेची घोडी नालबंदीसाठी बाहेर पडली. प्रांत परगण्यांतून कबाडीच्या बैलांनी फेसाटत वाहून आणलेली धान्याची आणि मिठाची पोती अंबारखान्यात आबादान होऊ लागली.

गडावरच्या मंदिरातील मूर्ती-मूर्तीवर वज्रलेप चढू लागले. लाल फासबंदांच्या थैल्या कमरशेल्यात खुपसून थैलीस्वार गड उतरू लागले. बहिर्जी, कर्माजी, विश्वास यांची खबरगीर पथके खांद्यावरची रामोशी कांबळी सावरत मुलूखभरच्या खबरा उचलू लागली. अठरा कारखाने गजबजून उठले. चांदीची कडी भरलेले मर्दाने हात आणि कोपरभर चुडा भरलेले जनानी हात, स्वत:ला हरवून एक नामी मनसुबा उभा करण्यासाठी झटू लागले.

ओतकामात तरबेज असलेल्या रामजी दत्तोने राजांच्या हस्ते श्रीफळ वाढवून 'सिंहासन-घडाई'च्या कामाला हात घातला. रामजीला माहीत होते. तो एका 'मावळी रामचंद्रा'चे राजआसन घडविणार आहे! बत्तीस मण भराचे! झळझळत्या बावनकशी सुवर्णाचे!

संभाजीराजे हत्तीटाक्याजवळ उभे होते. फार वर्षांपूर्वी बच्चा असताना दोरखंडांनी चोरदरवाजाच्या बाजूने रायगडावर चढविलेला 'त्रिशूल' हा हत्ती आता भरात आला होता. टाक्यात पाण्याला पडलेला 'त्रिशूल' बाहेर घेण्याच्या खटपटीत माहूत पुरता दमगीर झाला! 'त्रिशूल' हट्टावर आला होता. टाक्याबाहेर पडायला राजी नव्हता. संभाजीराजे माहुताची घालमेल बघत हत्तीच्या विचारात गेले होते. शेजारी महादेव यमाजी आणि यादव नामाजी उभे होते.

सांजेचा नौबतडंका झडायला सुरुवात झाली न झाली, तोच कुणीतरी रोखल्यासारखा डंका गपकन थांबला.

संभाजीराजांच्या कपाळी आठी जमली. दिठी समोर गेली. विझल्या वणव्याचा काळपट डाग अंगावर घेतलेला लिंगाणा त्यांना दिसला.

बालेकिल्ल्याच्या रोखाने चाललेल्या संभाजीराजांच्या कानी माहुताचे वैतागी शब्द पडले – "त्रिशूऽल, आरं हाटमोरेपन सोड! काय टाक्यातच रुतून बसनार हाईस का काय?"

महादेव यमाजी आणि यादव यांना पाठीशी घेत संभाजीराजे तरातर चालत पालखी दरवाजाने बालेकिल्ल्यात आले. राजांच्या खासेवाड्याच्या सदरी पायऱ्या चढतानाच त्यांना जाणवले – 'काहीतरी घडलंय.'

बैठकीसमोर खालच्या मानेने उभ्या असलेल्या राजांच्या सामने कर्माजी हा धूळमाखल्या कपड्याच्या आनंदरावाच्या फौजेचा खबरगीर उभा होता. बाजूला अण्णाजी, बाळाजी, मोरोपंत, येसाजी खडे होते. साऱ्यांच्या माना पडल्या होत्या.

मुजरा देऊ बघणाऱ्या संभाजीराजांना बघताच हातपंजा उठवून ते म्हणाले, "शंभूराजे, तो मुजरा तुमच्या गेल्या मुतालिकांना करा!"

ओढल्या पायांनी राजे युवराजांच्या जवळ आले. त्यांच्या खांद्यावर हात ठेवून म्हणाले, "संभाजीराजे, प्रतापरावांनी पंख जाळून घेतले! पठाण बहलोलच्या दहा हजारी फौजेच्या वणव्यात! तुमचे मुतालिक गेले! आमचे सरलष्कर गेले! आमच्यावर रुसून! हटमोरेपणानं! स्वत: संगती आमचे लढाऊ सहा बांके घेऊन!"

संभाजीराजांना आठवले, बहलोलला सलामत सोडल्याबद्दल राजांनी राजसंतापाने प्रतापरावांना पत्र लिहिले होते – "पठाणाशी सला काये निमित्त केला? गनिमास मारून गर्देस मिळवावे. नातर आम्हास तोंड दावो नये!"

सुटला बहलोल बेइमानपणे मराठी मुलखाला ताराज करीत सुटला होता. पुरे एक वर्ष प्रतापराव त्याच्या पाठलागावर होते. चुकीचा सल सुधारून काढण्याची संधी बघत होते. बहलोल बंदिस्त होता.

राजे 'तख्ती बसणार' ही खबर प्रतापरावांना लागली. आता रायगडी परतावे लागणार. पण बहलोल जिंदा ठेवून राजांना तोंड कैसे दावावे?

नेसरीजवळ कुप्याच्या खिंडीवर बहलोलचा दहा हजारी पठाणी तळ पडलाय, ही खबर प्रतापरावांना लागली. फौजेनिशी चालून जाऊन फत्ते होणार नव्हती. म्हणून प्रतापरावांनी आपल्या डेऱ्यात शेलके धारकरी याद केले. कुणाला ध्यानीमनी नसता, प्रतापरावांनी त्यांना साकडे घातले – "आम्ही पठाणावर चालून जाणार! एकले! राजांस्नी आमचा दंडवत सांगा!"

सहा धारकऱ्यांनी कमरेची हत्यारे उपसत त्यांचा शब्द हट्टाने झेलला – "सरलष्कर, जितं तुमी तिथं आमी!" आणि महाशिवरात्रीच्या दिवशी घोड्यांवर मांड घेतलेले प्रतापराव नंगी तलवार हाती नाचवीत – "हरऽ हरऽ हर महादेव" गर्जत बेभान उधळले. सहा घोडाईत पाठीशी घेऊन!

ते वेडे सात पक्षी दहा हजारी फौजेवर झडप घालण्यासाठी गेले ते परतलेच नाहीत! सात कडकडत्या विजा पठाणी फौजेच्या दर्यात कोसळल्या नि विझल्या.

कर्माजीने सांगितलेला वृत्तान्त राजांच्या तोंडून ऐकताना संभाजीराजांच्या डोळ्यांसमोर प्रतापरावांची मर्दानी मुद्रा उभी ठाकली.

उधळत्या घोड्यावर मांड घेतलेले, हत्यार नाचवीत चवताळलेले प्रतापराव लिंगाण्याच्या पेटत्या वणव्यात घुसल्याचा भास संभाजीराजांना झाला!

घुसते प्रतापराव म्हणत होते – "अमनधपक्यानं पेटल्याली ही आगट लई वंगाळ धाकलं धनी! रानपाखरं त्येनं येलबाडून जात्यात! घालून घेत पंख जाळून घेत्यात!"

कारण नसताना माहुताचे ऐकलेले शब्द संभाजीराजांच्या मनात फिरले –

"त्रिशूऽल, आरं हाटमोरेपन सोड!! टाक्यातच रुतून बसनार हाईस का काय?"

सजला रायगड प्रतापरावांच्या सुतकात आला. दाटल्या मनाने राजांनी प्रतापरावांचे मर्तिकविधी केले. सरलष्करपदाची मोकळी जागा मानवस्त्रासह हंजासी मोहित्यांना दिली. ती देताना 'हंबीरराव' ही खिताबत त्यांना बहाल केली.

हंसाजी सोयराबाईंचे बंधू. त्यामुळे त्यांची ही नामजादी सोयराबाईंना खोलवर सुखवून गेली. अडी-नडीला रक्ताची माणसे कामी पडतात. सत्ता हाती असलेल्या रक्तसंबंधाच्या माणसाचा तर मनाला उगाच मोठा आधार वाटत असतो.

सगळे प्राचीन ग्रंथ राबत्याला घेऊन गागाभट्टांनी तपशिलासह 'राज्याभिषेक प्रयोग' हा विधींचा ग्रंथ तयार केला.

पाचाडहून, काशीबाईच्या दुखण्याने उचल खाल्ल्याची वर्दी गडावर आली.

राजे, संभाजीराजे, जिजाऊ, राणीवसा, येसूबाई, धाराऊ सगळा राजगोतावळा पाचाडात उतरला. अभिषेक होऊ घातलेल्या राजे-संभाजीराजांच्याकडे भरल्या नजरेने बघत, बोलायचे ते खूप ओठाआड तसेच ठेवून मूकपणे काशीबाई निघून गेल्या. पाचाडच्या दरुणीमहालात आक्रोश उठला.

काशीबाईंचा निष्प्राण हात हाती घेऊन त्यांच्या कपाळीचा भरला आडवा मळवट बघताना राजांचे डोळे दाटून आले. एक मुका मनसुबा थंड झाला होता. होणाऱ्या राज्याभिषेकावर आभाळाच्या सांदीतून काही अशिव झिरपेल की काय, या कातरभयाने ते थोपवायला घाईगर्दी करून काशीबाई निघून गेल्या!

पाचाडच्या माळावर पेटलेल्या चंदनी चितेकडे उदास नजरेने संभाजीराजे बघत होते. चितेच्या चटचट्या आवाजाबरोबर त्यांच्या शब्दांचे पक्षी पंख फडफडवीत राहिले –

"सरता संचिताचे शेष। नाही क्षणाचा अवकाश।
भरता न भरता निमिष। जाणे लागे।
मृत्यू न म्हणे मुद्राधारी। न म्हणे परनारी।
राजकन्या॥"

प्रतापरावांच्या होमानंतर एकच महिन्यात काशीबाईंची चिता पेटली. युवराज म्हणून राजटोप मस्तकी चढण्यापूर्वीच ज्येष्ठ पुत्र म्हणून संभाजीराजांचे जावळ मुंडन विधीने उतरले गेले! रायगड पुन्हा सुतकात आला!

काशीबाईंचे मर्तिकविधी पार पडले. संभाजीराजांच्यासह राजे प्रतापगडी जायला निघाले. कुलदेवता भवानीआईचे आशीर्वाद घेऊन, रामजी दत्तोने बांधलेले सव्वामणी सुवर्णछत्र तिच्या मस्तकी चढवायला – शिवथर घळीत उतरून समर्थांची पायधूळ घ्यायला.

दोघा पितापुत्रांनी जिजाऊंचा निरोप घेऊन निवडक शिबंदीनिशी रायगड सोडला.

फुलमाळांनी सजल्या पालखीत वस्त्राच्छादित सुवर्णछत्र ठेवण्यात आले होते. 'जय भवानीऽ!' नांदी देत भोयांनी पालखीला खांदे दिले. जगावर छत्र धरणाऱ्या तुळजाभवानीवर छत्र चढविण्यासाठी तिचे भुत्ये चालले होते!

उन्हाळी मजला मागे पडल्या. घाट चढून छत्रतांडा जावळी खोऱ्यात घुसला.

जनीच्या टेंब्यावरची अफजल-कबर मागे टाकीत छत्रशिबंदी प्रतापगडावर आली. सोनमोहरा उधळून किल्लेदाराने राजे-युवराजांची आगवानी केली. भरल्या मळवटाने सुवासिनींनी निरांजने फिरविली.

छत्रस्थापनाचा मुहूर्त दुसऱ्या दिवशी होता. थाळे घेऊन दुपार टळतीला टाकून संभाजीराजांच्यासह राजे गडाच्या पाहणीला बाहेर पडले.

गडाच्या मोक्याच्या जागा बघून स्वाऱ्या 'अब्दुल-बुरुजा'वर आल्या. दूरवर हंड्याएवढ्या दिसणाऱ्या अफजलच्या कबरीकडे बघत राजे गंभीर झाले.

"महाराजसाहेब, आपणास जीवे घेण्याचा विडा उचलून आलेल्या खानाचे दफन आपण इतमामाने केले. त्याची कबर बांधविली. ही कोण विचाराने?" अफजलच्या कबरीकडे बघत संभाजीराजांनी विचारले. राजांचा धरला विचार त्याने तुटला.

संभाजीराजांच्या भरगच्च कपाळीच्या गंधपट्ट्यावर, गालाकडे फिरलेल्या मिश्यांच्या काळभोर रेषांकडे बघत राजे म्हणाले, "आमचा झगडा करणीशी असतो, कर्त्याशी नाही. मरणाबरोबर गनिमी संपली, असे आम्ही मानतो."

"पण गनीम तसे मानीत नाहीत! आपल्या गुजरकाकांचा पडला देह मिळाला नाही. त्यांचे दहन झाले नाही! कामी आलेल्या आपल्या माणसांची धडे छावणीच्या कुत्र्यांसमोर टाकली जातात. टाकली जातील! हे कसे?"

तो विचार बिनतोड होता. राजे त्याने क्षणभर सुन्न झाल्यागत झाले. मग शांतपणे म्हणाले, "मोगलाईत आणि आमच्या 'श्रीं'च्या राज्यात फरक आहे, तो इथंच. आम्ही पाडली मंदिरं पुन्हा उठविली – उठवू. पण कुणाची धर्मस्थानं धूळदोस्त करावी, तो विचार आमच्या मनात शिवत नाही. तुम्हांस आता जसं वाटतं, तसं एकेकाळी आम्हांसही वाटत होतं. पण मासाहेबांनी आमचा भ्रम दूर केला. विचार उदात्त केले."

जिजाऊंच्या आठवणीने दोघेही जबानबंद, निसूर झाले. भवानीच्या मंदिराच्या रोखाने सांजआरतीची तडतडणारी संबळ ऐकू येऊ लागली.

क्षणभर युवराजांना आपण रायगडाच्या मावळमाचीवरच उभे असल्यासारखे वाटले. हात छातीशी भिडले. भवानीच्या मंदिराकडे जाण्यासाठी ते राजांबरोबर अब्दुल-बुरुजाच्या पायऱ्या उतरू लागले.

ओघळत्या उपरण्याचे शेव मुठीत धरून अण्णाजी दत्तांनी रायगडाच्या सातमहालातील सोयराबाईंच्या महालाचा दगडी उंबरठा ओलांडला.

राणीसाहेबांना बघताच त्यांनी अदबीने झुकून मुजरा दिला.

"या सुरनीस, अभिषेकविधीचा तपशील सिद्ध झाला असे आम्ही ऐकतो." सोयराबाईंनी मुद्द्याला हात घातला.

रायगडावर राजे, युवराज नव्हते, म्हणून मनातील एका पेचाची उकल करण्यासाठी अण्णाजींना सोयराबाईंनी चंद्राकडून महाली याद केले होते.

"जी. सर्व तपशील सिद्ध झालेत." अण्णाजींनी मान खाली ठेवून प्रश्नाचा जाब दिला. एवढ्यात महालाच्या अंत:पुरातून चंद्रा कुणबिणीच्या हाती हात दिलेले रामराजे बैठकी दालनात आले. त्यांना बघताच अण्णाजींनी त्यांना मुजरा दिला.

रामराजांना जवळ घेत सोयराबाईंनी त्यांच्या गळ्यातील ठीक असलेला मोतीकंठा उगाच पुन्हा ठीक केला. तसे करताना अण्णाजींना नेमक्या मुद्द्यावर कसे आणावे याचा विचार मनाशी बांधून घेतला. "मग त्या तपशिलात आमच्या बाळराजांच्यासाठी कसले विधी आहेत?" सोयराबाईंची जरबी नजर अण्णाजींच्या थोराड पगडीभोवती फिरली आणि त्यांच्या कपाळीच्या गंधटिळ्यावर बसली.

अण्णाजींना द्यायला उत्तर नव्हते म्हणून ते खालमानेने गप्पच उभे राहिले.

"का? सुरनीस, यांच्यासाठी कोणतेच विधी नाहीत? तुम्ही गप्प का?" सोयराबाईंचा आवाज बांधील झाला.

"जी. आचार्यांनी सिद्ध केलेल्या अभिषेकप्रयोगात बाळराजांचा स्वतंत्र उल्लेख नाही!" अण्णाजी तोलून बोलले.

"मतलब? हे स्वारींचे कुणीच नाहीत? मग यांना मुजरे तरी कशाला?"

"गैरसमज होतोय राणीसाहेब. यात आमची काहीच कसूर नाही. खुद्द स्वामींनीच आचार्यांना अभिषेकविधी ठरविण्याचे सर्व अधिकार दिले आहेत."

"तेच आम्ही म्हणतो. आचार्यांना गडाची ओळख दोन दिवसांची. त्यांच्या कामात काही वाण राहिली, तर ते बोलणार कोण? तुम्ही ती सुधारून घ्यायला नको काय?" अण्णाजींना फिरवून-फिरवून सोयराबाईंनी नेमक्या तिवड्यावर आणले.

"जी. आम्ही हे बोलू. पण आचार्य ते मान्य करतीलच, असा विश्वास कसा द्यावा?"

"तुम्ही बोला तर खरे."

"जी." अण्णाजींची पगडी मंद डुलली. सोयराबाईंना आणि रामराजांना मुजरा देत, ते पिछाडीच्या कदमांनी महालाबाहेर पडले.

काही वेळाने सोयराबाईंची दासी चंद्रा, मंत्रिवाडीतील अण्णाजींच्या घरी जाऊन हळीदकुंकवाचे आमंत्रण देऊन आली.

सायंकाळी महाली आलेल्या अण्णाजींच्या कबिल्याची सोयराबाईंनी खण-शालूवर मोतीबंद नथ ठेवून ओटी भरली! आणि ती भरत असताना त्या हसून म्हणाल्या, "आपल्या माणसांचा असा राबता असला, म्हणजे मनास बरं वाटतं!"

सरंजाम-शिंबदी पाठीशी घेत राजे-संभाजीराजांसह शिवथरघळीच्या वाटेला लागले.

ओढे, पाणंदी पार करताना जातवान घोड्यावर बैठक घेतलेल्या संभाजीराजांच्या मनी एकच एक विचार पुन:पुन्हा फेर टाकू लागला – 'कसे, कसे दिसत असतील स्वामी समर्थ? सूर्यभक्त. रामसेवक संन्यासी. संन्यासी असून ठिणग्यांसारख्या शब्दांचा प्रपंच ओठांत नांदवणारे! केवढ्या मानतात मासाहेब त्यांना!'

लतावेलींनी मेट धरलेली शिवथरची घळ जवळ आली. उभे रानच कुदणीला पडलेय, असे वाटावे, तसा शंखांचा घुमरा आवाज ऐकू येऊ लागला.

राजांची आगेवर्दी गेल्याने साक्षात समर्थ, शिष्यांचा तांडा पाठीशी घेऊन स्वागतासाठी येत होते.

"जयऽ जयऽ रघुवीर समर्थ!" या खड्या बोलामागोमाग समर्थ नजरेला पडताच राजे बोलून गेले – "शंभूऽ खुद्द समर्थच येताहेत! आघाडीचे. उतार व्हा."

राजांनी रिकीब सोडली. मोजड्या उतरल्या. चटक्या पावलांनी तरातर पुढे होत, त्यांनी समर्थांच्या पायांवर आपले मस्तक ठेवले. राजांच्या टोपावर आपल्या तळहाताचे छत्र धरीत समर्थांनी आशीर्वाद दिला. "रामरूप व्हा!"

राजे बगलेला झाले. पुढे होत संभाजीराजांनी आपले मस्तक समर्थांच्या चरणांवर ठेवले. कमळपाकळीसारख्या त्या चरणांचा स्पर्श संभाजीराजांना जाणवला. विचारांचे भुंगे घुमून उठले. "बहुतां जन्माचे सेवटी। नरदेह सापडे अवचट।"

"रघुदास व्हा!" जपमाळ अंगठ्याखाली तोलत समर्थांनी तळहात संभाजीराजांच्या टोपावर ठेवला.

उठून संभाजीराजांनी समर्थांच्या शांत, तेजवान मुद्रेवर नजर जोडली. पाऊसधारांत निथळलेला नि श्रावणी उन्हात उजळलेला रायगडाचा कातळकडा दिसावा, तशी ती मुद्रा होती! निर्धारी, नितळ, शांत, काहीही साठवून घ्यायला राजी नसलेली, चारी पुरुषार्थ जिंकलेली, संन्यासी! गोसावी!

बघणाऱ्याला सर्वांगावर कमंडलूतील पाण्याचा शिडकावा होतो आहे असे वाटावे, अशी रामरंगी नजर समर्थांनी संभाजीराजांच्यावर जोडली. कपाळीचे भस्मपट्टे किंचित वर घेत ते म्हणाले – "तुम्ही – युवराज... संभाजीराजे. अं!"

"जी." संभाजीराजांच्या कानातील सोनचौकडा मंद डुलला.

"रघुकृपा." डोळे मिटते घेत, समर्थ पुटपुटले.

"स्वामींनी पुढं येण्याची तसदी घेतली." राजे प्रेमभावाने म्हणाले.

"अवघा मुलूख पाठीशी घेऊन जाणाऱ्यांना पुढं होऊनच पावतं घ्यायला पाहिजे राजे! चला." समर्थांनी घळीच्या रोखाने हात उभारला.

दुतर्फा जगदंबेचे भुत्ये घेऊन तो गिरिकुहरात राहणारा रामभक्त चालू लागला. शंखांचे नाद उठले. त्यात राजांच्या सरंजामातील शिंगाड्याने काढलेली शिंगांची थरथरती ललकारी मिसळली. घळीतील दगडी गुहेत राजांचे बोल घुमले.

"स्वामींना रायगडी पाचारण करण्यासाठी आम्ही आलो आहोत."

चौथरावजा एका दगडी बैठकीवरच्या व्याघ्रांबरावर समर्थ बसले होते. शेजारी कमंडलू, थोपा आणि भगव्या बासनात बांधलेली ग्रंथसंपत्ती होती. पाठीशी पुरुषभर उंचीची उड्डाणी पवित्र्यातील शेंदूरमंडित हनुमंत-मूर्ती होती. तिच्याजवळ एक बळकट धनुष्य होते. त्याच्या पायथ्याशी भरल्या बाणांचा भाता होता.

समर्थांच्या समोर अंथरलेल्या घोंगडीवर राजे-संभाजीराजे पलख मांड्याची बैठक घेऊन बसले होते. मठाच्या धुनीतील धुराची मंद वळी गुहेत शिरून फिरत होती.

डोळे मिटून थोडा वेळ समर्थ हातची जपमाळ ओढीत राहिले. मग गुहेवरची धोंड हटावी, तशा त्यांच्या पापण्या उघडल्या. ओठांतून आशय पाझरू लागला.

"तुमच्या राज्याभिषेकाची सुवार्ता कानी आली आहे राजे. त्यासाठीच क्षणापूर्वी डोळे मिटून आम्ही अयोध्येत जाऊन आलो! आम्हाला पाचारण करण्यासाठी तुम्ही येथवर आलात. आम्ही धन्य झालो! सिवबाराजे, आम्ही केव्हाचेच तुमच्यावर छत्र धरले आहे – आमच्या तप:सामर्थ्याचे! डोंगरदरीत राहणारे आम्ही गोसावी. आम्हाला लौकिकाचे बंध नाहीत. जनलज्जेसाठी लंगोटी आणि उदरपूजेसाठी झोळी आम्ही धारण केली आहे. नाहीतर तो भारच आहे! आम्हाला लौकिकात गुंतवू नका."

"तुम्हाला आम्ही साक्षात प्रभू रामचंद्रांचा अवतार मानतो. आम्ही सांगतो तो राजयोग समचित्त होऊन ध्यानी ठेवा. मनी किंतू न धरता सविध राज्याभिषेक करून घ्या. झाले नाही एवढे थोर कार्य तुम्हास करणे आहे."

डोळे मिटत समर्थ पुन्हा मनापलीकडच्या प्रकाशगुहेत शिरले.

"जी." घोंगडी थरथरली.

समर्थांच्या दाट दाढीमिश्यांनी मखर धरलेल्या ओठांतून शब्दाचा एक एक सूर्य टंकारत फुटू लागला. पिता-पुत्र कानांचे कमंडलू करून ते रामतीर्थ आपलेसे करू लागले. गुहा मंदिर-गाभारा झाली. रामबाण शब्दांनी भरू लागली.

"जयास वाटे जिवाचे भय। त्याने क्षात्रधर्म करू नये।
काहीतरी करून उपाय। पोट भरावे।।
नजर करार राखणे। कार्य पाहून खत्तल करणे।

तेणे रणशुरांची अंत:करणे। चकित होती।।
देखोनी व्याघ्राचा चपेटा। मेंढरे पळती नानावाटा।
मस्त तो रेडा मोठा। काय करावा?
उदंड मुंडे असावी। सर्व ही एकत्र न करावी।
वेगळाली कामे द्यावी। सावधपणे।।
मोहरा पेटला अभिमाना। मग तो जीवास पाहेना।
मोहरे मिळवून नाना। मग चपेट मारी।।
अमर्याद फितवेखोर। त्यांचा करावा संहार।
शोधिला पाहिजे विचार। यथायोग्य।।
मर्दे तकवा सोडू नये। तेणे प्राप्त होतो जय।
कार्य, प्रसंग, समय। ओळखावा।।
दोन्ही दळे एकवटे। मिसळताती लखलखाटे।।
युद्ध करावे खणखणाटे। सीमा सोडूनिया।।
देवमात्र उच्छादिला। जित्यापरीस मृत्यू भला।
आपला स्वधर्म बुडविला। असे समजावे।।
महाराष्ट्र देश थोडका उरला। राजकारणे लोक शोधिला।
अवकाश नाही जेवायाला। उदंड कामे।।
लोक पारखून सोडावे। राजकारणे अभिमान झाडावे।
पुन्हा मेळवून घ्यावे। दुरील दोरे।।
देव मस्तकी धरावा। अवघा हलकल्लोळ करावा।
मुलूख बडवा की बडवावा। धर्मसंस्थापनेसाठी।।
जयऽ जयऽ रघुवीर समर्थ!''

रामनांदी उठवून समर्थांनी डोळे उघडले. बैठकीवरून उठून ते पाठीच्या हनुमंत मूर्तीजवळ गेले. खांद्याएवढ्या उंचीचे धनुष्य प्रत्यक्ष त्यांच्या हातसरावाचे होते.

समर्थांचे बोल मनावर कोरून घेतलेले राजे-युवराज घोंगडीवर खडे झाले होते.

राजांच्यासमोर उभे होत समर्थ बैरागी आवाजात म्हणाले, ''आशीर्वाद आम्ही तुम्हाला दिलेलाच आहे. हा आमचा कोदंड घ्या राजे! तुमच्या अभिषेकाला आमची ही गोसावी-भेट! आमच्याकडे देता येण्याजोगे एवढेच आहे. आणि या प्रसंगी ते योग्य आहे. घ्या. विजयवंत व्हा!''

हातांतील कोदंड समर्थांनी पुढे केला. राजांच्या पापणीकडा दाटून आल्या.

झुकते होत त्यांनी तो रामप्रसाद आदराने हाती घेतला. कोदंड डोळे मिटत कपाळीच्या शिवगंधाला भिडविला. तसाच तो संभाजीराजांच्या हाती दिला.

डोळे मिटून तो 'गोसावी-कोदंड' कपाळीच्या शिवगंधाला भिडविताना समर्थांचा

एक विचार बाणागत युवराजांच्या काळजात रुतून बसला – कधीही न हटण्यासाठी –

"जयास वाटे जीवाचे भय। त्याने क्षात्रधर्म करू नये।"

धनुष्य-भाता हाती घेऊन संभाजीराजे समर्थांना काहीएक बोलू गेले. पुन्हा थांबले. त्यांनी राजांना नजर दिली.

"बोला. नि:संकोच बोला युवराज." समर्थांच्या नजरेतून ती घालमेल सुटली नाही.

"नाही – आम्ही म्हणणार होतो की –" संभाजीराजे अडखळले.

"सांगा. काय आहे?" समर्थ हसले.

"स्वामींनी जसे महाराजसाहेबांचे रूप श्लोकांत उभे केले आहे, तसे – तसे आमच्या मासाहेबांचेही केले, तर आमचे कान धन्य होतील!"

न पाहिलेल्या जिजाऊंच्या आठवणीने समर्थांना कधीतरी बाळपणी पाहिलेल्या आपल्या मातोश्रींची आठवण झाली! निर्धाराने त्यांनी ती परतविली.

"युवराज, तुम्ही आणि राजे धन्य आहात. प्रतिदिनी त्यांच्या सहवासात आहात. आम्ही त्यांना पाहिले नाही! केवळ ऐकले आहे! आणि पाहिले तरीही त्यांचे रूप आम्ही शब्दांत उभे करू शकणार नाही. आम्ही शब्दांचा दासबोध घडविला. पण – पण त्यांनी हा समस्तास जिताजागता 'शिवबोध' घडविला आहे!" समर्थांनी राजांच्याकडे हात केला. "वाल्मिकींनी रामायण रचले, पण त्यांनाही कौसल्यामातेचे रूप गवसलेले नाही. आम्ही ते कसे विसरू?"

राजांनी झुकून समर्थांच्या चरणांना हात भिडविले.

संभाजीराजांनी द्रोणागिरिधारी बलदंड हनुमंत आपल्या नजरेत भरून घेतला.

त्या दिवशीचा मुक्काम घळीत टाकून दिवसफुटीला राजे-संभाजीराजे रायगडाकडे जायला निघाले. त्यांना पायसोबत द्यायला समर्थ घळींच्या कुंपणापर्यंत आले.

निरोपासाठी हात जोडणाऱ्या राजांच्या खांद्यावर जपमाळेचा हात चढवीत समर्थ नेहमीपेक्षा वेगळ्या कातऱ्या आवाजात म्हणाले, "राजे, एक स्मरणपूर्वक करा. आईसाहेबांना आमचा दंडवत सांगा! आमच्या रूपाने आमचा दासबोध त्यांच्या सेवेला तत्पर आहे, हे सांगा. या, रामरूप व्हा! जयऽ जयऽ रघुवीर समर्थ!"

समर्थांनी डोळे मिटले. त्यांना पाठमोरे झालेल्या संभाजीराजांचे मन कुठेतरीच जाऊन पोहोचले होते –

'एवढं थोरपण जन्मास घालणाऱ्या स्वामी समर्थांच्या आईसाहेब कशा असतील? आमच्या मासाहेबांसारख्या? कुठे असतील त्या? त्यांनी ऐकला असेल कधी दासबोध? दासबोध! केवढा अर्थ! –

"सरता संचिताचे शेष। नाही क्षणाचा अवकाश।
भरता न भरता निमिष। जाणे लागे!"'

गाळ काढल्याने नितळ दिसणाऱ्या बारा टाक्यांतील पाणी निरखत संभाजीराजे उभे होते. त्यांच्या मनी समर्थांची मूर्ती आणि त्यांचे श्लोक फिरत होते.

एकाएकी बगलेच्या घाणेरीच्या झुडपाजवळून वाळल्या पानांची सरसर उठली. ठिपक्याठिपक्यांचा एक चपळ भुजंग वळवळत बाणागत सुसाटत होता. मध्येच ते ठिपकेदार चैतन्य थांबले. हातभर वर उठलेल्या त्या जनावराने पंजासारखी झळझळीत ठिपकेदार फणा फुलविली. जिभेच्या पालव्या चटाचट आतबाहेर घोळवल्या.

संभाजीराजांच्या पाठीशी असलेल्या रायाजीने हातचा भाला आडवा करून त्याच्यावर रोखला. तो झटकन कडेधारी हाताने खाली दबवून टाकीत अंतोजी म्हणाला, ''शंभू म्हादेवाचा अलंकार हाय त्यो. जाऊ देत आपल्या वाटेनं.''

रायाजी आठ्या घालीत थांबला. जनावर पुन्हा वळवळत झाडोऱ्याआड झाले.

संभाजीराजे रायाजीला काही म्हणणार होते, तेवढ्यात कवी कुलेशांच्यासह आलेल्या महादेव यमाजींनी मुजऱ्याबरोबर वर्दी दिली – ''जगदीश्वराच्या मंदिरओवरीत उत्तरेकडचा कुणी कवी उतरला आहे. युवराजांनी त्याची भेटी पाडावी, असा स्वामींचा सांगावा आहे.''

''जशी आज्ञा. चला.'' कवी कोण असावा, असा स्वत:लाच प्रश्न करीत युवराजांनी बारा टाके सोडले. कुलेश आणि महादेव यमाजी यांच्यासह ते जगदीश्वराच्या चौक आवाराजवळ आले. झाडाच्या बुंध्याला ठाण केलेल्या पांढऱ्याशुभ्र घोडीला खरारा करीत एक माणूस काही गुणगुणत होता.

संभाजीराजे मंदिराच्या प्रथम चौकात आले. पायगतीला असलेल्या दगडी कासवाला बगल देऊन त्यांनी घंटेचा टोल दिला. तसेच चालत जाऊन मंदिरगाभाऱ्यातील बेलकमळांनी आच्छादिलेल्या, जलधारा अंगी घेणाऱ्या शिवपिंडीसमोर गुडघे टेकून पिंडीला मस्तक टेकविले. पुजाऱ्याने दिलेले तीर्थ पापण्यांना भिडवून ओठांआड केले.

बाहेर चौकाभोवती फिरलेल्या – ओवरी-ओवरीत शिरून कुलेश आणि महादेवपंत त्या कवीचा तलाश पाडू बघत होते. दक्षिणा आणि दानाच्या ओढीने आलेल्या उदासी, बैरागी, गोसाव्यांनी साऱ्या ओवऱ्या भरून गेल्या होत्या. त्यातच वेष पालटून राजांच्या जासूद खात्याचे खबरगीरही मिळाले होते! त्यांनी महादेवपंतांना ओळखले. जवळ येत त्यांनी पंतांना दखल दिली.

एका खबरगिराने चौकाबाहेर येत महादेवपंतांना दबक्या आवाजात सांगितले, ''ह्योच त्यो शाहीर. निकतंच धनी ह्येचं पवाडं आतल्या चौकात ऐकून ग्येलं. लई खूश जालं. पर ह्या वागानं क्काय वळाकलं न्हाई त्येस्नी! म्यॅबी ऐकलं पर ह्येची बोली क्काय साधली न्हाई मला!'' त्या गोसावी कफनी घातलेल्या खबऱ्याचे बोट घोडीला खरारा देणाऱ्या त्या ठेंगण्या माणसावर रोखले होते.

"प्रणाम, कविराज!" पुढे होत कवी कुलेशांनी त्या माणसाचा खरारा थांबविला.

"जै जयंती! प्रणाम!" खरारावाला वर उठून हिंदोस्थानी भाषा कानी पडल्याच्या आश्चर्याने कुलेशांच्याकडे बघत म्हणाला.

त्याचा रंग पिकल्या आंब्यावर पडला होता. कपाळी कनोजी पगडी, अंगी उत्तरी सफेद बंदी निमा. लाल करवतकाठी धोती, कपाळी आडवे शैवगंध आणि तेजफेकी, अभिमानी डोळे, असे त्याचे रूप होते.

हाताला बांधलेला बुरणुसी खराऱ्याचा वाद उकलीत त्याने विचारले – "क्षमा व्है! आपका परिचय?"

"हम कवी कुलेश। प्रयागनिवासी। आप?"

"हौ। त्रिविक्रमपूरके त्रिपाठी! भूषण त्रिपाठी!"

"चंडीऽ चंडीऽ प्रणाम कविराज भूषण! हमने आपकी कीरत सुनी है। आज दर्शन हुए।" कुलेशांनी समोरचे कनोजी काव्यतेज पारखीत पुन्हा नमस्कार केला.

झाडाच्या रोखाने येत्या संभाजीराजांना बघून कुलेश भूषणना समज मिळावी म्हणून पुटपुटले, "युवराज संभाजीराजे!"

भूषण झुकून कनोजी नमस्कार देत, समोरून चालत येणारे क्षात्रतेज उतावळ्या डोळ्यांत भरून घेताना पुटपुटला – "जै जयंती! सर्जा सिवाजी के सुपूत."

"कविराज, आमच्या आबासाहेबांच्या सांगण्यावरून आम्ही तुमच्या भेटीस आलो. कोण देश तुमचा? नाव कोण?" संभाजीराजांना भूषण आणि कुलेश यांच्या पगडीत सारखेपण दिसले.

भूषणने युवराजांना आपला परिचय देऊन विनंती केली, "युवराज, दूर देसनसे आवत। हमको राजा सिवाजीके दरसन की क्रिपा होवै!"

"जरूर. कवींनी करावे असेच त्यांचे दर्शन आहे. पण कवींनी प्रथम इथला मुक्काम हलवावा. आमच्या महाली चलावं." हसून युवराज म्हणाले.

"हाँ। जी!" भूषणने त्यांचा आदर राखला.

रायाजीने भूषणच्या घोडीचे ठाण मोकळे करून ती आपल्या ताब्यात घेतली. अंतोजीसह आत जाऊन भूषण आपली पडशी-पथारी घेऊन बाहेर आला.

भूषण आणि कुलेश या दोन उत्तरी कवींच्यामधून संभाजीराजे बालेकिल्ल्याच्या रोखाने चालू लागले. मागून भूषणच्या 'केसर' घोडीचे कायदे-ओठाळी धरत रायाजी, अंतोजी चालू लागले. व्यापारपेठ आली, तसे संभाजीराजांना मुजरे झडू लागले. कवी भूषण रायगडाचे राजवैभव डोळ्यांत जमवीत चालला होता.

नगारखान्याच्या दरवाजाने सारे आत आले. एवढ्या उंचीवर फव्वारती कारंजी बघताना भूषण अचंब्याने क्षणभर रेंगाळला. सजावट ल्यालेल्या दरबारी चौकभर त्यांची नजर फिरली.

आपल्या महाली प्रवेशताना संभाजीराजांनी आदराने भूषणचा हात आपल्या हाती घेतला आणि यादव नामाजी ह्या खिदमतगाराला काही आज्ञा खुणावली.

मध्यभागीच्या बैठकीवर त्यांनी भूषणला आपल्या शेजारी बसवून घेतले. कुलेश, महादेवपंत भिंतीजवळ अदब धरून उभे राहिले. रायाजी-अंतोजीने भूषणची पडशी पथारी आतील दालनात नेली.

यादव चांदीच्या तबकात मांडलेले केशरी दुधाचे चंदेरी प्याले घेऊन पेश आला. त्यांतील एक प्याला उचलून भूषणच्या समोर धरून संभाजीराजे म्हणाले, "घ्या."

"हाँ जी!" आतिथ्याने भरून आलेला कवी भूषण म्हणाला.

"आम्हास काव्याचा छंद आहे. कवी भेटले की, बाणगंगेत स्नान झाल्यासारखे वाटते आम्हाला!" दुधाचा घोट घेऊन संभाजीराजे म्हणाले.

"हाँ जी!" भूषण मनोमन एका बाबीचा ताळा बांधीत होता – "ये सिवाजीके सपूत है। तो साक्षात सिवाजी कैसे होंगे?"

"कविराज, तुमची बोली कोणची?"

"जी! व्रज बोली है हमारी। आग्या हो तो, इसकी कुछ खुमार पेश करेंगे।"

"जरूर! जरूर! आमचे कान धन्य होतील." युवराज हसून म्हणाले.

काहीतरी पाहिजे असल्यासारखी भूषणची नजर महालभर भिरभिरली. दालनात जाणाऱ्या दरवाजावर खिळली.

"काय झाले कविराज? काय शोधता?"

क्षणभर कवी घोटाळला. मग हलक्या आवाजात म्हणाला – "हमारी दिमडी! अंदर गयी!"

संभाजीराजांनी ते ऐकून रायाजीला नजर दिली. रायाजी आतल्या दालनात गेला. भूषणची पडशी घेऊन पुन्हा पेश आला. बैठकीवरून उतरून भूषणने पडशीतील दिमडी, शेला घेतला.

बैठकमहालाच्या मध्यभागी येत त्याने शेल्याने कमर कसली. संभाजीराजांना दरबारी थाटाचा मुजरा दिला. डोळे मिटून दिमडीवर दोन-तीन लयदार थापा दिल्या. अंगी वीज उतरल्यासारखा भूषणचा आवाज पलटी घेऊन शाहिरी झाला.

"सर्जा सेवाजी के सपूत – युवराज संभूराजे सुनिये सर्जाकी कीरत!" भूषणने दिमडीच्या फडफडीने बैठकमहाल थरकवून सोडला. डोळे मिटून त्याने जयंती-जगदंबेचे मंगलस्तवन धरले –

"जै जयंती, जै आदि सकती, जै काली कपर्दिनी –
जै मधु कैटभ छलनी, देवि जै महिष बिमर्दिनी"

कविभूषण स्तवनाच्या तालाबरोबर जयंतीच्या दरबारात पोहोचला! त्याचे वीज पिऊन आलेले कडकडीत व्रजबोल तोफांची भांडी फुटावीत तसे फुटू लागले –

"इंद्र जिमि जंभपर, वाडव सुअंभ पर, रावन सदंभ पर
रघुकुल राज है।
पौन बारिबाह पर, संभु रतिनाह पर, ज्यो सहस्त्रबाह पर,
राम द्विजराज है।
दावा द्रुमदंड पर, चीता मृगझुंडपर, भूषण बितुंड पर,
जैसे मृगराज है।
तेज तम अंस पर, कान्ह जिमि कंस पर, त्यो मलिच्छ बंस पर,
सेर सिवराज है!
सर्जा सिवराज है!"

"व्वाऽ! कविराज! धन्य-धन्य आहे तुमची! आम्हास समर्थांची आठवण दिलीत!" हात उठवून भूषणला मोकळी दाद देताना संभाजीराजांच्या मनात समर्थांचे श्लोक फिरले –

"निश्चयाचा महामेरू। बहुत जनांस आधारू।
अखंड स्थितीचा निर्धारू। श्रीमंत योगी।।"

बराच वेळ दिमडीच्या तालबद्ध थडथडीवर कवी भूषणाने आपल्या शेलक्या बांधण्या संभाजीराजांना ऐकविल्या. त्यांच्या नाचत्या पोतासारख्या शब्दरचना ऐकून मोहरून उठलेल्या संभाजीराजांनी बैठक सोडली. भूषणजवळ जात आपल्या गळ्यातील मोतीकंठा त्याच्या गळ्यात चढवीत ते म्हणाले, "कविराज, तुमचा एक-एक बोल ओंजळीनं मोती उधळावेत असा आहे. आम्ही खुशनिहाल झालो. नागफण्यासारखी आहे तुमची रचना!"

"मुतालिक, कवींचा इतमाम राखा." संभाजीराजांनी महादेवांना समज दिली. कुलेश आणि महादेवपंत भूषणना घेऊन गेले. संभाजीराजांच्या मनात भूषणचा एक शब्द निवळीसारखा फिरत राहिला – "सर्जा! सर्जा!"

"चला." पूजेचा पेहराव घेऊन सिद्ध झालेल्या संभाजीराजांना राजे म्हणाले. शेजारी उभ्या असलेल्या रामराजांच्या खांद्यावर युवराजांनी हात ठेवला. परातीत शिजला भात घेऊन प्रभाकरभट आणि अनंतभट यांनी तो उभ्या रायगडाच्या घेराभवत्याने शिवरून 'अशुचशांती'चा विधी पार पाडला होता.

राज्याभिषेकाच्या प्राथमिक विधीला आज सुरुवात होणार होती. मुंगीराशीने माणूस गडावर दाटले होते. फलटण, तळबीड, शृंगारपूर, चौक, सिंदखेड, भुईंज, पाली, राजांचे चौबाजूचे रक्तसंबंधी गोतावळे गड चढून आले होते.

बांदल, जेधे, शिर्के, मालुसरे, पासलकर, शिलींबकर, कंक, जाधव, दहातोंडे, सरदार भोसले सारे शिबंदी सरंजामानिशी गडावर दाखल झाले होते. टोपीकरांच्या

मुंबई दरबारचा वकील हेन्री ऑक्झिडनही गड चढून आला होता.

जागा मिळेल तिथे डेरे, राहुट्या, शामियाने, चांदण्या तणावांच्या आधाराने उठल्या होत्या. तोरणे बांधलेला नगारखाना, महादरवाजा, बालेकिल्ला आंबवतीच्या आरासींनी नटला होता. ठिकठिकाणी झाडांच्या घेरांखाली जांभळीचे ठाळे टाकलेले मुदपाकी मंडप उठले होते. त्यात रचलेल्या चुलवणांवर चढलेल्या हंड्यांखालून धुराचे लोळ उसळून वर झेपावत होते. त्यांच्या घाईगर्दीतून, नगारखान्यावरून उठलेला चौघडा नौबतीचा डंका मुश्किलीने वाट काढत गडभर पसरला होता. त्याचा माग घेत सनयांचे चपळ सूर सारीकडे पसरले होते. नागरखान्याच्या निशाणकाठीवर नेहमीपेक्षा केवढातरी मोठा दिसणारा भगवा वरच्या निळ्याशार मावळी आभाळाचा डफ करून त्यावर फडफडती थाप देत होता! गडावरच्या मंदिरा-मंदिरांवरची छोटेखानी, तिकोनी भगवी निशाणे माना डोलावून त्याची झील धरून होती!

हुजुराती पागेतील घोड्यांच्या आघाडीच्या उजव्या पायांत चांदीचे तोडे भरून त्यांच्या पाठीवर नक्षीदार लोंबत्या झुली चढविल्या होत्या. उठती धूळ शांत व्हावी म्हणून पखालीवाले रस्त्यारस्त्यांवरून पखालीतून पाण्याचा शिडकारा करीत होते.

गंगा, सिंधू, यमुना आदी सप्तनद्यांचे तसेच पूर्व, पश्चिम आणि दक्षिण सागरांचे पवित्र अभिषेक जल आबदारखान्यातील चौरंगावर आणि सुवर्णाच्या, मृत्तिकांच्या कलशांत भरून ठेवले होते. रामराजे, युवराज संभाजीराजे आणि गागाभट्ट यांच्यासह पूजेची वस्त्रे ल्यालेले राजे आपल्या महालातून बाहेर पडले. त्यांच्या पाठीशी अष्टप्रधान, येसाजी कंक, आनंदराव, फिरंगोजी, पिलाजी शिर्के, रूपाजी, सर्जेराव असे आघाडीचे सरदार चालू लागले. कवी भूषण, कुलेश, परमानंद, निश्चलपुरी चालू लागले. गोमाजी, खंडोजी, रायाजी-अंतोजी यांचे मावळे इमान चालू लागले. 'श्रीं'च्या कल्याणकारी राज्याचे भाग्य चालू लागले!

जिजाऊंचा आशीर्वाद घेऊन सारे रामजी दत्तोच्या रत्नशाळेतील ओतकामाच्या कारखान्यात आले. सुवासिनी आणि कुणबी दासी पाठीशी घेत सोयराबाई आल्या.

कारखान्याच्या चौकात भगवा सरपोस घालून झाकलेले सिंहासन होते. त्याच्या दक्षिण बाजूला सोन्याची घडीव गणेशमूर्ती होती. आज त्यांच्या पूजनाचा व स्थापनेचा विधी होता. त्याबरोबरच समर्थांनी दिलेल्या कोदंडाचे पूजन होते.

पुढे होत रामजीने हलक्या हाताने सरपोस हटविला. असंख्य मावळ्यांचे सांडले रक्तच जणू सोन्याचे झळकते रूप लेवून अंगी पडणारी किरणे परतविताना म्हणत होते, "आम्ही कुनाला अंगझटी घेतले नाही! त्यो मान फक्त धन्याचा हाय!"

"जगदंब! जगदंब!" सिंहासनाच्या नुसत्या दर्शनानेच राजांचा हात छातीशी गेला. सिंहासनाच्या वाघमुखी हातबैठकी बघताना संभाजीराजांना राजांचे बोल आठवले – "आपण प्रथम भोसले आहोत, मग शिकारी! वाघ हे जगदंबेच्या बैठकीचं जनावर आहे."

राजे-सोयराबाई, संभाजीराजे चंदनी पाटावर बसले. गागाभट्टांनी अथर्वशीर्षातील गणेशस्तोत्राचा उद्घोष केला, "ॐ गं गणपतये नमः। त्वमेव कर्ता, त्वमेव...."

गणेश आणि सिंहासन पूजन झाले. मानाचे बकरे पडले. कोदंडाची पूजा झाली. सुवर्णफुलांची उधळण झाली.

"आईए। सिंहासनको हस्तस्पर्श दीजिए।" गागाभट्टांनी राजमंडळाला विनंती केली. राजे-सोयराबाई पुढे झाले. रामराजे ते सारे बघत बगलेला उभे होते.

"या बैठकीस हात देऊ या." संभाजीराजांनी मायेने रामराजांचा हात आपल्या हाती घेत त्यांना सिंहासनाजवळ घेतले.

"बोला हरऽ हरऽ हरऽ महादेव!" भोवतीच्या मावळ नरड्यांच्या घाटी फुटल्या. राजमंडळाने सिंहासनाला मानाचा हस्तस्पर्श दिला.

हंबीरराव, आनंदराव, मोरोपंत, अण्णाजी, रामचंद्रपंत, येसाजी सारे पुढे झाले. "जय भवानी" गर्जत त्यांनी शूचिर्भूत झालेले सुवर्णसिंहासन फुलांच्या माळांनी सजलेल्या रथासारख्या गाड्यावर चढविले. त्या गाड्याला सजलेले पाच पांढरेशुभ्र घोडे जोडण्यात आले होते. राजांनी झुकून गणेशाची सुवर्णमूर्ती उचलली आणि छातीजवळ कवड्यांच्या माळेवर धरली. संभाजीराजांनी कोदंड उचलला.

रणहलग्यांच्या रोमांचक काठ्या तडतडल्या. लेझीम तोड्यांनी लय पकडली "छळ्ळऽऽ खणऽ खणऽ छळ्ळऽऽ" उखळी, बंदुकांचे बार दणाणले. शिस्त धरलेल्या हुजराती फौजेच्या धारकऱ्यांच्या हातांतील पाती उन्हात झगमगू लागली. गुलालाच्या मुठी उधळल्या. फुलांच्या ओंजळी उसळल्या. शिंगे ललकारली.

चालले. मानाचे सिंहासन मराठ्यांच्या मसनदीकडे मरातबाने चालले. रत्नशाळेकडून दरबारीचौकाकडे चालले. जिजाऊंनी मनी जागविलेले तुळजाई स्वप्न जिवंत होऊन चालू लागले! जंगमैदानावर घाईगर्दी करून धारातीर्थी देह ठेवताना – "राजास्नी आमचा जुहार दंडवत सांगा" म्हणणाऱ्या कैक आकाशवीरांचे सार्थक चालले! समर्थांचे 'आनंदवनभुवन' चालले! असंख्य मायमाउलींचे कुंकुबळ चालले! हिंदूंच्या शतकानुशतके गाडल्या गेलेल्या आशांचे ऐरावती बळ चालले! 'श्रीं'चे कल्याणकारी राज्य चालले!

सिंहासनाच्या गाड्याची पिछाडी धरून गणेशमूर्ती हाती घेतलेले राजे, पंचारती घेतलेल्या सोयराबाई, समर्थांचा कोदंड घेतलेले संभाजीराजे आणि त्यांचे बोट हातात धरलेले रामराजे, असे सारे त्या सिंहासनाशी रक्ताने बांधील असलेले राजमंडळ चालले.

वाजत-गाजत नगारखान्याच्या दरवाजाने रथगाडा दरबारचौकात आला. सिंहासनाच्या चौथऱ्याची सारी मखरे सुवर्णात घडली होती. अष्टखांब, मेघडंबरी, मत्स्यमोर्चेल, न्यायतुला असा देखणा साज झळकत होता. त्या चौथऱ्याची मधली जागा या खाशा सिंहासनासाठी मोकळी राखण्यात आली होती. राजांनी गणेशमूर्ती संभाजीराजांच्या

हाती दिली.

रथगाडा चौथऱ्याजवळ आला. गागाभट्ट राजमंडळासह चौथऱ्यावर चढले. हत्तीच्या पायाखालच्या शुभ मृत्तिकेने भरलेले तबक घेऊन प्रभाकरभट चौथरा चढले.

सुवर्णी खिळा ठेवलेला तबक घेऊन रामजी दत्तो चौथरा चढले. चौथऱ्यावर शिडी चढविण्यात आली. रामजींच्या हातातील तबकातून गागाभट्टांनी सुवर्णी खिळा उचलला. मंत्रोच्चार करीत त्यांनी तो निरखला आणि राजांच्या हाती दिला.

राजे खिळा घेऊन शिडीजवळ आले. हंबीरराव, येसाजी, आनंदराव यांनी शिडी तोलून धरली. कोढता आणि खिळा घेतलेले राजे शिडीच्या पायऱ्या मागे टाकीत मेघडंबरीच्या थेट छताला भिडले. साऱ्या माना 'वर' उचलल्या गेल्या!

हातीचा सुवर्णी खिळा राजांनी मेघडंबरीच्या छताला रोखलेल्या छिद्रात ठोकला. 'सुवर्णमेख' बसली. राजे खाली आले. शिडी हटली. सिंहासनाखाली 'हस्तिमृत्तिका' प्रदान करण्याचा विधी सुरू झाला. मंत्राचा घोष उठू लागला.

गागाभट्टांनी प्रभाकरभटांच्या हातातील हत्तीच्या पायाखालच्या मृत्तिकेने भरलेले तबक आपल्या हाती घेतले. मुठीने त्यातील माती राजांच्या ओंजळीत सोडली.

चौथऱ्यावर मोकळ्या राखलेल्या, सिंहासनाखाली येणाऱ्या चौकात ती शिवरून टाकण्याची इशारत केली. राजांनी मृत्तिकेची ओंजळ चौकात शिवरली. सोयराबाई पुढे झाल्या. त्यांच्या हाती गागाभट्टांनी हस्तिमृत्तिका दिली. त्यांनी आपली सवाष्ण ओंजळ चौकात सोडली. संभाजीराजांनी गणेशमूर्ती व कोदंड प्रभाकरभटांच्या हाती दिला. पुढे होत आचार्यांनी दिलेली मृत्तिका चौकात सोडून ते मागे झाले.

गागाभट्ट तबक ठेवण्यासाठी म्हणून वळू लागले. एवढ्यात आपल्या शेजारी असलेल्या रामराजांची ओंजळ आपल्या हातांनी जोडून सोयराबाईंनी ती आचार्यांच्या समोर धरली! आचार्य क्षणभर घोटाळले. मग त्यांनी मृत्तिका रामराजांच्या ओंजळीत ठेवली. त्यांचे हात तसेच चौकाकडे नेत सोयराबाई म्हणाल्या – "हां, सोडा ओंजळ चौकात!" हत्तीच्या पायांखाली रगडलेली माती पडू लागली – सिंहासन चौथऱ्याच्या बैठक-चौकात!

अभिषेकपूर्व विधींना सुरुवात करण्यापूर्वी सोयराबाई आणि संभाजीराजांना घेऊन राजे जिजाऊंच्या महाली आले. फलाहार आणि दुग्धपान असे व्रत पाळल्यामुळे त्या तिघांच्याही डोळ्यांत तेज उतरले होते. आपल्या महाली मध्यभागी गिर्दालोडांची बैठक टाकून जिजाऊसाहेब बसल्या होत्या. गेले पंधरा दिवस त्या तकवा नव्हता, तरी आल्या-गेल्या माणसांची आस्थेनं विचारपूस करीत अशाच बसल्या होत्या.

राजे-संभाजीराजांना बघून त्या बैठकीवरून उठण्याच्या खटपटीला पडल्या. ते बघून पुढे झेपावलेल्या संभाजीराजांनी त्यांना बळेच बसते केले.

राजे-युवराज जोडीने त्यांना नमस्कार करण्यासाठी वाकले.

बसल्या बैठकीवरून जिजाऊंनी त्या दोघांचे मुखडे छातीशी बिलगते घेतले. त्यांचे शब्द थकले होते. सुरकुतले होते. म्हातारे झाले होते. ते घशातच अडकले.

"हे बघायला आमची स्वारी आज असायला पाहिजे होती!"

शहाजीराजांच्या नुसत्या आठवणींबरोबर जिजाऊंचे डोळे भरून आले.

सुरकुत्यांच्या पाटांतून आत्म्याचे पाणी वाहू लागले. एवढे दृष्ट लागण्यासारखे विधी गडावर होताहेत पण – पण त्यांतील एकही आम्हास बघता येत नाही. येणार नाही! कपाळ उजाडल्यामुळे! पोटी तहानेचा जाळ असता – समुद्रात पाण्याने वेढलेले असूनही पिण्यासाठी एक थेंबही हाताशी येऊ नये, तशीच ही गत आहे! आम्ही साऱ्यात आहोत आणि कशातही नाही! 'जगदंब, जगदंब!' आपल्या भरून येणाऱ्या मनावर जिजाऊंनी तुळशीपत्र ठेवले. आणि म्हटले, "औक्षवंत व्हा!"

जिजाऊंनी राजे-संभाजीराजांना शिगभरल्या जबानीने आशीर्वाद दिला.

"सौभाग्यवंत व्हा!" थरथरत्या हाताने सोयराबाईंना आशीर्वाद दिला.

"मासाहेब, आता माणसांचा राबता तोडा. आराम घ्या." राजे काळीजपिळाने म्हणाले.

"राबता तुटणार कसा? आम्ही राजमाता होणार आहोत. आता तर राबता वाढीला पडेल. आम्हीहून लोकांचा राबता कधीच तोडणार नाही राजे!" निग्रही जिजाऊ आग्रहाने म्हणाल्या.

"येतो आम्ही." संभाजीराजे आणि सोयराबाई यांच्यासह राजे त्या 'थोरल्या माये'च्या महालाबाहेर पडले.

जगदीश्वरावर दुग्धाभिषेक करून ते तिघेही दरबारचौकातील प्रशस्त महावेदीवर आले. प्रमुख विधींना सुरुवात झाली. गागाभट्ट, बाळंभट, अनंतभट आणि तीर्थोतीर्थींचे विख्यात शास्त्रवेत्ते त्यांना विधिकर्मे सांगू लागले.

स्वस्तिवाचन, ऋत्विजपूजन, वसोद्धारपूजन, मातृकापूजन, दुर्गपूजन, नांदीश्राद्ध, नारायणपूजन, आज्यहोम – एकेका विधीचा तपशिलांनिशी सांगता होऊ लागली. राजे, युवराज आणि सोयराबाई यांच्या राजहस्तांनी निरनिराळ्या होमकुंडांत बेल, वट, औदुंबर, पिंपळ, आम्र यांच्या समिधा पडू लागल्या. दूध, तूप, दही, मध यांचे हवन होऊ लागले. या विधींतील सर्वांत मौजेचा विधी आला राजांच्या मौंजीबंधनाचा! त्यासाठी राजे चंदनी पाटावर बैतेदार न्हाव्यासमोर बसले – डुईवर संजाब कोरून घेण्यासाठी!

बलदंड राजे 'बटु' झाले. राणीवसा, कन्यावसा असताना, फर्जंद-सूनबाई असताना राजांचे सविध मौंजीबंधन झाले! छातीवर यज्ञोपवीत चढले. अवघ्या मुलखाला नवा जन्म देणारे राजे 'द्विज' झाले!

मौंजीबंधनाने रद्दबातल झालेले राजांचे पूर्वील विवाह शास्त्रसंमत करून घेण्यासाठी

त्यांचे पुन्हा सोयराबाई, सकवारबाई, पुतळाबाई आदी राण्यांशी समंत्रक विवाह झाले. राजांनी गागाभट्टांना मनची एक इच्छा बोलून दाखविली – "आम्ही सूर्यवंशी करिता आम्हास सवितृ मंत्राचे पुरश्चरण द्यावे."

गागाभट्टांना ती पटली. सवितृहोमासाठी यज्ञकुंड सज्ज करण्यात आला. हा होम स्त्रियांना लाभत नसल्याने या विधीतून सोयराबाईंना वगळण्यात आले.

उगवतीला पुढा करून राजे आणि संभाजीराजे यज्ञकुंडाजवळ बसले त्यांच्या भोसलाई हातांनी त्यांचे आदिदैवत सूर्यनारायणाच्या नावे कुंडात चंपक, चंदन, बिल्वकाष्ठांच्या समिधा पडू लागल्या. हवन उरकून ते दोघेही सूर्यवंशी पितापुत्र उभे ठाकले. गंगा, सिंधू, जमुना आदी सप्तनद्या जल त्यांच्या ओंजळीतून अर्घ्य म्हणून मावळी सूर्याला अर्पण होऊ लागले.

मिटल्या डोळ्यांनी सवितृ-मंत्राचा उद्‌घोष ते गायत्री छंदात करू लागले – "ॐ भूर्भुवः स्वः तत्सवितुर्वरेण्यं। भर्गो देवस्य धीमहि धियो यो नः प्रचोदयात्!"

"भूलोकाला आणि स्वर्लोकाला उजळणारे ते सूर्याचे दिव्य तेज आम्ही सदैव चिंतितो. ते दिव्य तेज आमची बुद्धी उजळून टाको."

शांतिहोमांच्या पवित्र मंत्रघोषांनी बालेकिल्ल्याची तटबंदी चौथडी भरून वाहू लागली. विनायक, नक्षत्र, इंद्र, ग्रह पुरंदर या होमांचे यज्ञकुंड धडधडले. हवनासाठी जाळून घेणाऱ्या दूध, तुपाच्या पौष्टिक वासाने महावेदी दाटून गेली.

महावेदीच्या मध्यभागी थोराड, रूपेरी पारड्यांची पुष्पमालांनी सजलेली तुला एका भक्कम खांबाला उभी करण्यात आली होती. तिचे पूजन झाले.

राजांच्या तुलादानविधीला प्रारंभ झाला. उजव्या बाजूच्या पारड्यात उजवा पाय प्रथम ठेवून राजांनी वीरबैठक घेतली. गागाभट्ट, बाळभट, अनंतभट ओंजळी-ओंजळींनी तबकातील झळझळीत सोनमोहरा तुलेच्या डाव्या पारड्यात सोडू लागले. भोसलाई सोनसूर्य वर घेण्यासाठी सोने झटू लागले.

रोखल्या नजरेने संभाजीराजे पारड्याकडे बघत होते. 'या उभ्या रायगडाला सोनरूप देऊन तो डाव्या पारड्यात उचलून ठेवला, तरी आबासाहेबांचं पारडं फरसबंदी सोडून उठू नये!' असे त्यांना वाटत होते.

राजांनी वीरासनी बैठक घेतलेले पारडे फरसबंदी सोडून उचलले गेले.

राजांची सुवर्णतुला झाली. मंत्रांचा घोषच घोष उठला. सतरा हजार तोलल्या मोहरा तबकात उतरून त्यावर गागाभट्टांनी मंत्रित फुले ठेवली.

चांदी, तांबे, कापूर, शिसे, फळे, मध, मसाले, साखर अशा राजांच्या आणखी पंधरा तुला राजबैठकीत जोखण्यात आल्या.

"युवराज, आइये। पुष्प चढाइये तुलादेवतापर।" गागांनी संभाजीराजांच्या हाती

फुलांची ओंजळ ठेवली.

फुले वाहून संभाजीराजांनी तुलेवर हळदीकुंकू सोडून तिला वंदन करीत उजवा पाय उजव्या पारड्यात ठेवून वीरबैठक घेतली. मंत्रांचे घोष उठू लागले.

गागाभट्ट, बाळंभट, प्रभाकरभट सोनमोहरांच्या ओंजळी डाव्या पारड्यात सोडू लागले. त्यातून खणखणात पारड्यात उतरणाऱ्या मोहरा बघताना विचाराची एक ओंजळ कुठूनतरी संभाजीराजांच्या मनाच्या पारड्यात सोडली गेली –

'आमच्या मासाहेब इथं येतील आणि 'शंभूबाळ' म्हणत शिवलिंगाला नेहमी वाहतात त्यांतील एकच बिल्वपान या पारड्यात सोडून आमच्याकडं बघतील तर आमचं पारडं हां-हां म्हणता आभाळाला जाऊन थडकेल!!'

संभाजीराजांनी वीरबैठक घेतलेले पारडे फरसबंदी सोडू लागले. पीतवर्णी वस्त्र अंगभर लपेटून शेजारी उभ्या असलेल्या राजांना ते बघताना वाटले – 'मोहरांच्या पारड्यातील मोहरन्‌मोहर रंग पालटते आहे. पिवळ्याधमक मोहरा सावळ्यासावळ्या होताहेत!!'

मंत्रोच्चाराचा उद्‌घोष करणाऱ्या गागाभट्टांना, सावळ्या मोहरा बघणाऱ्या राजांना, बिल्वपानाच्या विचारात गेलेल्या संभाजीराजांना; कुणालाच कल्पना नव्हती की, पारड्यात बसलेल्या, टोप नसलेल्या सोनेरी कमळाला एक स्त्रीमन आपल्या डोळ्यांच्या तराजूत तोलून धरू बघत होते! सोनेरी बुट्ट्यांचा शालू नेसलेल्या, कपाळी कुंकुपट्टे असलेल्या, नाकात नथ ल्यालेल्या येसूबाईंचे! आपल्या अंगावरचे सगळे सुवर्णालंकार त्यांनी आपल्याच डाव्या डोळ्याच्या पारड्यात टाकून बघितले! मनाचे सोनकमळ त्यावर टाकून बघितले. उजव्या डोळ्यात बैठक घेतलेला हटवादी, बेडर, बांडा, केशरी टोप काही रेसभर हलायला तयार नव्हता!

काव्ऱ्या-बाव्ऱ्या येसूबाईंनी आपल्यावर कुणाचे ध्यान तरी नाही ना, म्हणून डावे-उजवे बावरून बघितले. त्यांच्या शेजारी उभी असलेली धाराऊ हसत त्यांना म्हणाली, "नथंची सवं न्हाई तुमास्नी सूनबाई, म्हून ती काच देतीया!" ते ऐकताना येसूबाईंच्या गाली पळसच पळस फुलारले. संभाजीराजे पारड्यातून खाली आले.

"महाराज्ञी, आइये।" आचार्यांनी सोयराबाईंच्या हाती फुले दिली.

तुलेची पूजा करून पारड्यात उजवे पाऊल ठेवताना सोयराबाईंना आचार्य गागाभट्टांना म्हणावेसे वाटले, 'करताच आहात आमची तुला, तर आमच्या रामराजांना संगती घेऊ द्या! त्यांच्याखेरीज आमची एकलीची तुला कसली करताहात?' पण हस्तिमृत्तिका रामराजांच्या हाती देताना जाणवेल असे घोटाळलेले आचार्य आठवून, मग काही न बोलताच त्यांनी एकट्यानीच पारड्यात बैठक घेतली.

ज्येष्ठ शुद्ध त्रयोदशीची पहाट किरणांच्या मोहरा वेचीत फुटू घातली. रात्र तीन घटका उरली होती. शतकांची झोप झाडून एक सोनस्वप्न उराशी घेऊन किल्ले

रायगड जागा होत होता. पन्नास हजारांवर माणसांनी गडावर दाटवा केला होता. दुडदुडणाऱ्या नौबतीने रायगडावर डंक्याचे छत्र धरले होते.

पहाटस्नान घेऊन शूचिर्भूत झालेले राजे आणि संभाजीराजे जोडीने लोकमाता जिजाऊंच्या पायांचे दर्शन घेण्यासाठी त्यांच्या खासेमहालात आले. त्यांना आशीर्वाद देऊन जवळ घेताना जिजाऊंच्या थकल्या मनी विचारांचे काहूर कल्लोळले –

'केवढं मागं पडलं! काय घडलं आणि काय नाही? आईच्या कृपेनंच साऱ्या बाक्यातून निभावलं. तिच्यामुळेच आजचा दिवस उजाडला. हे बघायला आज आमची स्वारी पाहिजे होती. राजांचे दादामहाराज पाहिजे होते. आमच्या थोरल्या सूनबाई पाहिजे होत्या.' दमा दाटलेल्या जिजाऊंच्या छातीत शहाजीराजे आणि सूनबाई यांच्या आठवणीने कळ दाटली.

उबळ-उबळ उसळू लागली. निर्धारी स्वभावाच्या जिजाऊ, राजे-संभाजीराजे जवळ असल्याने ती निकराने रोधू बघत होत्या. त्यांचा श्वास कोंडणीला पडला. घशात खवखव उठली. आजवर 'दम धरणं' त्यांनी साधले होते. पण – पण आता दमा रोखणे, त्यांना साधेना. उभ्या जिजाऊ खोकू लागल्या.

त्यांच्या दोन्ही बगलांना हात देऊन राजे-संभाजीराजे शब्दांनी त्यांचा दमा रोधू बघू लागले.

"मासाहेब."

"आऊसाहेब."

ते दोघेही पिता-पुत्र आपला राज्याभिषेकही क्षणभर विसरले! धाराऊ, पुतळाबाई जिजाऊंच्या पाठीशी झाल्या. साऱ्यांनी सावरून त्यांना मंचकावर बसते केले. साऱ्यांचा जीव कळवळला. आचार्यांची वर्दी घेऊन बाळंभट महालात आले. त्यांना बघताच जिजाऊ म्हणाल्या, "राजे-युवराज, या तुम्ही. आचार्यांची सांगी आली. आता तुम्ही आमचे नाही! सिंहासनाचे! पंडित खोळंबलेत."

संभाजीराजांनी पुतळाबाई, धाराऊ यांची पायधूळ घेतली. दोघेही महावेदीकडे जायला निघाले. मुजरा देत मागच्या कदमांनी मागे हटून वळण्यापूर्वी संभाजीराजांना मान वर करताच पदराने डोळ्यांच्या कडा टिपणाऱ्या जिजाऊ दिसल्या. त्यांचे पाय फरबंदीला जखडल्यागत झाले.

"चला." राजांचा घोगरा साद त्यांच्या कानी आला. ते वळते झाले. चालू लागले. जगदीश्वर आणि भवानीपूजनासाठी.

"धाप लागल्यानं पाणी दाटतंय." पाठीशी गप्प-गप्प उभ्या असलेल्या धाराऊला जिजाऊ म्हणाल्या. तसे म्हणताना जिजाऊंना कळलेच नाही की, धाराऊच्या डोळ्यांतही पाणी दाटलेच होते! कसलीही धाप नसताना!

महावेदीचा उभा मंडप ब्रह्मवेत्ते, पंडित, शास्त्री यांनी दाटून गेला होता. मंडपाच्या मध्यभागी, अष्टदिशांना आम्रपत्रे आणि श्रीफले मस्तकी घेतलेले सुवर्णांचे, रुप्याचे, तांब्याचे, मृत्तिकेचे कुंभ स्थापित केले होते. त्यांत दूध, दही, तूप, मध आदी पंचामृत आणि पाणी मंत्रित करून भरले होते. त्या सर्व कुंभांच्या कंठांना फेर टाकून कुंकुहळदीत न्हालेल्या शुभ्र धाग्यांनी ते अष्टकुंभ एकजीव करून एक नेटका अभिषेकचौक सिद्ध केला होता. चौकाच्या दक्षिण दिशेला औदुंबराची प्रशस्त आसंदी उभी केली होती. राजे, युवराज, सोयराबाई यांनी अभिषेकासाठी स्थानापन्न होण्याची ती बैठक होती. औदुंबराच्या पवित्र समिधांची.

तिच्यासमोर कढीव तुपाने शीग भरलेली काशाची मोठी परात रांगोळी फिरलेल्या चंदनी चौरंगावर मांडली होती. तिच्या उजव्या तर्फेने तूप भरलेला सुवर्णकलश, दूध भरलेला रौप्यकलश, दही भरलेला ताम्रकलश, मध भरलेला मृत्तिकाकलश, मोतीलगाचे नकसदार छत्र, मयूरपिसांचा अब्दागिरी पंखा, भगवे वाद लोंबणारा सोनेरी मोर्चेल असा अभिषेकी संरजाम हारीने लावून ठेवला होता.

राजमंडळाच्या समंत्रक स्नानासाठी चौकाच्या मध्यभागी दोन स्नानचौक उभे केले होते. एक खुला. राजे व संभाजीराजांसाठी. दुसरा आडपडदे टाकलेला, सोयराबाईंच्यासाठी. स्नानांचे सांडीव पाणी अभिषेकचौकाबाहेर काढण्यासाठी विटांचे पाट त्यांच्या भोवतीने फिरविले होते. मंडपांचे पूजन करून मंत्रघोषांच्या गजरात राजे-संभाजीराजे-सोयराबाई हे राजमंडळ मंडपात आले.

गणेशपूजनाने अभिषेकविधीला सुरुवात झाली. कुंकू-हळदीच्या चिमटी सोडून राजमंडळ दक्षिण पाऊल धाग्यापार ठेवीत, अभिषेकचौकात आले. त्यांच्या पाठोपाठ गागाभट्ट, बाळंभट आदी मंत्रवेत्ते आले. मोरोपंत, हंबीरराव, अण्णाजी, रामचंद्रपंत, त्र्यंबकपंत, दत्ताजी त्रिमल, निराजीपंत आणि रघुनाथपंडित हे मंत्रिगण आले.

समंत्रक स्नानानंतर राजे-युवराज यांचे मृत्तिका आणि पंचामृतस्नान झाले. मंत्रांचा घोष चढीला पडला. मंडपभर जागा मिळेल तिथे माणूस दाटले होते.

मंत्रिगण पाठीशी घेत राजे आसंदीजवळ आले. आसंदीची सविध पूजा झाली. पायाचा स्पर्श होणार नाही, अशी दक्षात घेत राजे आसंदी आरूढ झाले. पाठोपाठ सोयराबाई आणि संभाजीराजे चढले.

अभिषेकांच्या मांडल्या सरंजामातली छत्र अण्णाजींनी उचलले, अब्दागिरी मोरपंखा त्र्यंबकपंतांनी घेतला, सुवर्णी मोर्चेल दत्ताजींनी हाती पेलला. तिघेही आसंदीच्या पाठीशी झाले. सुवर्णकुंभ घेतलेले मोरोपंत, रौप्यकुंभ उचललेले हंबीरराव, ताम्रकुंभ तोललेले रामचंद्रपंत, मृत्तिकाकुंभ सावरलेले रघुनाथपंडित आणि सुवर्णी हिरे-रत्नजडित राजदंड पेललेले न्यायाधीश निराजीपंत आसंदीच्या दुतर्फा झाले.

भंडारा वाहिलेली सोन्याची ओंजळ पूर्वेच्या दिशेने उधळून आचार्य गागाभट्टांनी

खड्या आवाजात अभिषेकाची रोमांचक, पावन नांदी दिली –

"ॐ गं गणपतये नम:! कुलदेवतेभ्यो नम:!"

मोरोपंतांनी हातीचा तूपभरला सुवर्णकुंभ बाळंभटांच्या हाती दिला. राजे, संभाजीराजे, सोयराबाई यांच्या राजमस्तकांवर अभिषेक होऊ लागला. ते तिघेही निथळू लागले. तूप, दूध, दही, मध अशा सत्त्वरसांत गंगा, सिंधू, यमुना अशा लोकनद्यांच्या पावन जलात, पश्चिम, पूर्व आणि दक्षिणेस गर्जत, उसळणाऱ्या मर्दान्या सागरांच्या अशरण जलात ते निथळू लागले आणि त्यांच्याबरोबरच जगदंबेचा थोर भुत्या रायगडही निथळू लागला, जमलेल्या पन्नास हजारांवर उराउरांतून ओसंडणाऱ्या स्वातंत्र्यलाटांत. नगारखान्यावरचा सोनकिनारी जरीपटका निथळू लागला, वरच्या आकाशातून पाझरणाऱ्या आजवर कामी आलेल्या हजारो मावळवीरांच्या आनंद-आसवांत जिजाऊंचे 'म्हातारपण' निथळू लागले, कृतार्थतेच्या, जीव कोंडणाऱ्या दम्यात! जगदंबेचे 'आईपण' निथळू लागले भुत्यांच्या 'कवतुक महिम्यात'. झोपडीखोपटांत अंग टाकणाऱ्या, शिंगांची तान कानी पडताच एका हाताने पाठीशी ढाल बांधून घेत दुसऱ्या हाताने आपल्या खोपटावर चिलमीवरचा निखारा तसाच उचलून ठेवून 'जय भवाऽनी' गर्जत घोड्यावर मांड घेणाऱ्या हर मावळी धारकऱ्यांचे 'मर्दपण' निथळू लागले, "आता मराठा गादी जाली!" या रांगड्या अभिमानात!

अभिषेकसंपन्न झालेल्या राजमंडळाने उंची राजपेहराव परिधान केले. काशाच्या परातीतील कढीव तुपाच्या दर्पणात मुखदर्शन घेतले. शस्त्रपूजा करून राजे, युवराजांनी अंगी शस्त्रे धारण केली. समर्थांच्या कोदंड खांद्यावर घेताना राजांच्या मनात त्यांनी दिलेला बोध टंकारला – "मराठा तितुका मेळवावा! महाराष्ट्रधर्म वाढवावा! देवद्रोही तितुके कुत्ते! मारून घालावे परते! अवघा हलकल्लोळ करावा!"

युवराज संभाजीराजांना संगती घेऊन राजे गागाभट्टांमागून चालले दरबारीचौकाकडे. सिंहासनाच्या रोखाने. त्यांच्यामागून मंत्रिगण, शास्त्री, जमलेला बिन्नीचे सरदार चालले. दूरवर डोंगररांगांआड नवा उष:काल भवितव्याची वाट चालला.

राजे, युवराज, सोयराबाई दरबारीचौकांत आले. मुंगी रिघायला वाव मिळणार नाही, असे माणूस चौकात दाटले होते. छताला धरून चौबाजूंना ओळंबलेले झालदार पडदे झळकत होते! पुष्पमालांनी सारा दरबार शिणगारला होता. साऱ्यांचे डोळे जखडले होते, राजमंडळावर. टाचा उंचावून माणसे धडपडत होती, राजदर्शनासाठी!

राजे, सोयराबाई, युवराज सिंहासनाच्या चौथऱ्यासमोर आले. प्रथम पायरीला लागूनच एका चौरंगावर चांदीचे घंगाळ होते. त्यात ताम्र मुहूर्तपात्र सोडले होते.

आचार्यांनी दिलेले श्रीफळ चौथऱ्याच्या प्रथम पायरीजवळ वाढवून राजांनी भकले दुहाती फेकली. सिंहासनाची सविध पूजा बांधली. पोतराजाने समोर धरलेल्या

परडीतील भंडाऱ्याची मूठ उधळली.

"जगदंब, जगदंब" कुणालाही ऐकू येणार नाही असे स्मरण करीत राजांनी सोनपत्र्याने मढविलेल्या चौथऱ्याच्या पायरीवर उजवा पाय ठेवला. राजे चौथरा चढू लागले. त्यांच्या पायमागाला धरून सोयराबाई, संभाजीराजे चौथरा चढले.

मोतीलगाच्या छत्राला धरून असलेल्या, व्याघ्रदंडी हिरे-रत्नजडित, प्रशस्त, सुवर्णसिंहासनाला छातीशी हात भिडवीत राजांनी वंदन केले. पाय न लावता, उगवता पुढा धरून त्यांनी सिंहासनावर वीरबैठक घेतली.

सिंहासनासमोरच्या चरणासनाला लागून असलेल्या उजव्या सोनेरी पायरीवर संभाजीराजांनी बैठक घेतली. डाव्या तर्फेला असलेल्या पडदेबंद राणीवशात सोयराबाईंनी बैठक घेतली. अष्टप्रधान मानाप्रमाणे एक-एक सुवर्णस्तंभ धरून खडे झाले. अब्दागिरे, गुर्झबदार, चवरीवाले, पंखावाले यांनी आपापल्या जागा घेतल्या.

आचार्य गागाभट्टांनी राजे-युवराज यांच्या मस्तकीचे टोप उतरून मोकळ्या तबकात ठेवले. दुसऱ्या तबकात असलेला राजांचा अभिमंत्रित शुभ्रवर्णी टोप आचार्यांनी हाती घेतला. मंत्रसाद उठू लागले. मुहूर्तपात्र घंगाळात डुबताना आचार्यांनी राजटोप राजांच्या मस्तकी स्थापित केला. दुसरा केशरी टोप संभाजीराजांच्या मस्तकी चढविला. रायगडाचा बुलंद तोफखाना दणाणू लागला. उखळी, बंदुकांच्या फेरी झडू लागल्या. चौघडे, नगारे, शाजणे यांचा राजडंका घुमू लागला.

गुर्झबदारने हातचा गुर्झब उचलून धरीत ठणठणीत अल्काब दिला –

"राजश्रियाविराजित, सकळगुणमंडित, क्षत्रियकुलावतंस, सिंहासनाधीश्वर गोब्राह्मण-प्रतिपालक, हिंदुपदपातशहा ऽ श्रीमन महाराज छत्रपती शिवाजीमहाराज कीऽऽ...!"

"जयऽ! जयऽ जयऽ!" उभ्या दरबाराने तो अल्काब वरच्यावर तोलून धरला. त्या कल्लोळाने चौथऱ्यावरची सुवर्णी न्यायतुलाही थरथरली. आपल्या दोन्ही पारड्यांत नाचण्याएवढीही तफावत नाही ना, याची खातरजमा करून घेत स्थिर झाली!

कानी पडलेला जयकार संभाजीराजांच्या अंगी टपटपून उठला. त्यांना वाटले उठावे आणि घाटी फुलवीत आपणही त्याला दाद द्यावी!

उगवतीवर आलेल्या सूर्याची किरणे थेट चौथऱ्याला मुजरा द्यायला रुजू झाली! सुवर्णी सिंहासन झळाळून उठले. नेहमीच्या सरावाने संभाजीराजे बसल्या बैठकीवरूनच दूरवर दिसणाऱ्या सूर्याचे दर्शन घेण्यात दंगले.

त्यांचे ते सूर्यदर्शन भंगले. कारण त्यांच्या आवतीभोवती रोमांचक खणखणाट करीत सोनमोहरा कोसळत होत्या! सिंहासनमंडित राजांना प्रधानमंत्री मोरोपंत ओंजळींनी 'सुवर्णस्नान' घालीत होते. राजांच्या मस्तकावरून उड्या घेत उतरलेल्या मोहरांचा, पायगतीला बसलेल्या संभाजीराजांच्या भोवती सडाच सडा पडू लागला.

एकलगीने भरजरी नजराण्यांची शेकडो तबके सिंहासनासमोर पेश येऊ लागली.

दरबारी गर्दीतून वाट काढीत टोपीकरांचा गोरा साहेब हेन्री ऑक्झेंडन सिंहासनासमोर आला.

डोकीवरची साहेबी टोपी उतरून राजे-युवराजांना कमरेत झुकून अदब देताना तो टोपीकर बोलीत पुटपुटला – "युवर एक्सलन्सी राजा सेवाजी मे पॉवर हिज मर्सी टू अ‍ॅक्सेप्ट धि गिफ्ट्स ऑफ कंपनी!"

त्याच्या तबकधाऱ्यांनी आणलेल्या नजराण्यात राजांच्यासाठी एक हिरेजडित शिरपेच, दोन किमती मोती आणि दोन हिरेजडित सलकड्या होत्या. संभाजीराजांच्यासाठी दोन हिरेमंडित सलकड्या आणि भरजरी हिऱ्यांची एक कंठी होती.

नजराण्याचा विधी आटोपला. महादानी देकार सुरू झाला. जमल्या ब्राह्मणांना, गोसावी, उत्पात, वासुदेव, भुत्ये, पोतराज, बैतेदार, फकीर, बैराग्यांना राजे-युवराज दान करू लागले, दान घेणारे भरल्या तोंडाने दुवा-आशीर्वाद देऊ लागले – "तथास्तु! भोलानाथ सुखी ठेवील.", "खुदा सलामत रख्खे!"

देकार सरला. दरबारी कलाकारांनी पवाडे, नृत्य, भजन यांच्या शेलक्या चिजा पेश केल्या. सर्वांत शेवटी वज्रकवी भूषण कमरशेला आवळून सिंहासनाच्या सामोरा आला. त्याची बिजलीवर मांड घेतलेली दिमडी थडथडू लागली. कानावर हात घेत त्याने राजांच्या कुलदेवाचे नमन धरले.

"जै जयंती, जै आदि सकति।
जै चमुंड, जै मुंड भंडासुर खंडिनी।
जै सुक्त, जै रक्तबीज बिड्डाल बिहंडिनी।।"

ते नमन ऐकताना राजांचा हात छातीवरच्या कवड्यांना भिडला. डोळे मिटलेल्या संभाजीराजांना साक्षात अष्टभुजा दिसू लागली. दिमडी छळकत थडाडू लागली –

"दशरथ जू के राम, भै वसुदेव के गोपाल।
सोई प्रगटे साई के, श्री सिवराज भुपाल।।
सिव हि औरंग जिति सकै, और न राजा राव।
हत्थि मत्थ पर सिंह बिनु, और न घालै घाव।।
औरन को जो जनम है, सो याको यक रोज।
औरन को राज है सो, सिर सरजा को मौज।।"

भरल्या दरबारातून भूषणच्या ढंगदार शिवगौरवाला सहज दादी येऊ लागल्या. डोळे मिटलेला भूषण हात छताकडे उडवीत शब्दांचे पोतचे पोत नाचवू लागला –

"जीवन मैं नर लोग बडो, कवि भूषण भाषत पैज अडो है।
है नर लोगन मैं राज बडो, सब राजनमें सिवराज बडो है।।
को दाता? को रन चढो? को जग पालनहार?
कवि भूषण उत्तर दिखो सिव नृप हरि अवतार।।"

युवराजपण विसरून संभाजीराजे हात उठवून कवी भूषणच्या तेजरसी, रोमांचक रचनेला दाद देऊ लागले. चौकात मागे पाण्याची कारंजी उसळत होती. पुढे शब्दांची कारंजी उसळू लागली – राजांचे यश वर्णन करताना बेभान भूषण स्वत:ला विसरला.

"तेरे तेज है सरजा दिनकर सो।
दिनकर है, तेरो तेज के निकर सो॥
तेरो जस है, सरजा हिमकर सो।
हिमकर है तेरो जस के अकर सो॥
कुंद कहाँ, पयवृंद कहाँ, अरू चंद कहाँ।
सरजा जस आगे?
बाज कहाँ, मृगराज कहाँ, गजराज कहाँ।
तेरो साहस के आगे?"

"व्वाऽ! भले." संभाजीराजांच्यातील कविमन दाद देऊन गेले. भूषण थांबला. घामाघूम झालेल्या भूषणसमोर सरपोसाने झाकलेले मोहरांचे तबक आले.

राजे सिंहासनावरून उठले. संभाजीराजे सोनपायरीवर खडे झाले. सोयराबाईंनी राणीवसा सोडला. राजमंडळ गडदेव जगदीश्वराच्या दर्शनसाठी निघाले.

"श्रीमान छत्रपती शिवाजीमहाराज कीऽऽ"

"जयऽ जयऽ जयऽ!" जयकारांनी भोवतीचे झिरझिरे पडदे सळसळून उठले.

राजमंडळाच्या कदमा-कदमांबरोबर दुहातीची शेकडो इमानी मस्तके झुकू लागली. महामुजरे झडू लागले.

नगारखान्यासमोर राजयात्रेचा सरंजाम सिद्ध झाला होता. गळ्यात सोनेरी घाट किणकिणवीत, कानांच्या झापा फडफडविणारा, सोंड, गंडनाळ यावर रंगी नक्षी फिरलेला, उजव्या पायात चांदीचा तोडा भरलेला, पाठीवरच्या भरजरी झुलीवर देखणी, किरणांत झळझळती सोनअंबारी घेतलेला 'त्रिशूल' हत्ती 'राजऐरावत' म्हणून अलमस्तपणाने झुलत होता. त्याच्यासमोर पांढराशुभ्र, जातवान घोडा, आयाळीवर पिसांचा मोर्चेल मिरवीत, अंगी तलम झूल घेऊन, गळ्यात सोनकोयऱ्याची माळ आणि उजव्या पायात सोनतोडा मिरवीत लाभाचा 'राजअश्व' म्हणून उभा होता. नंग्या तलवारी हाती पेलून निवडीच्या पेहरावातील दरबारी मानकऱ्यांनी दुहाती शिस्त धरली होती. अब्दागिरे, निशाणबार्दार, चवरीवाले, गुर्झबे यांनी ऐरावताला कडे टाकले होते. माहुताने इशारा देत राजऐरावत बसता केला. त्याला शिडी लावण्यात आली. उजव्या हाती सुवर्णी अंकुश घेऊन फीलवान म्हणून सरलष्कर हंबीरराव प्रथम राजऐरावतावर आरूढ झाले. पाठोपाठ राजे व बाकीचे राजमंडळ ऐरावतावरील सोनअंबारीत स्थानापन्न झाले. सोनमोर्चेल घेऊन चढलेले मोरोपंत त्यांच्या पाठीशी

वीरबैठकीत बसले.

हंबीररावांनी ऐरावताला अंकुशमार देऊन खडे केले. सुवर्णी फुले, गुलाल, पुष्पे ऐरावतावर उधळली जाऊ लागली. राजयात्रा निघाली. कुबेरी थाटात. लेझमाचे तांडे खेळीला पडले. रणहलग्या, ताशे तडतडू लागले. तोड्यांच्या बंदुका आणि जडशीळ उखळ्या दणाणू लागल्या. दांडपट्टे, फरीगदगा, बोथाट्या यांचे खेळगडी अंबारीतल्या राजमंडळाला आपले कसब दावण्यासाठी समोरच्या खेळगड्यावर इरेसरीने घालून घेऊ लागले. गुर्झबदार राजअल्काब देऊ लागले –

"राजश्रिया विराजित... सकळ गुणमंडित..." दाटल्या कंगणी पगड्यांचा लालदर्या सरकू लागला. त्या सरकत्या दर्यावर अंबारीच्या रूपाने वर आलेला, मावळी अभिमानाचा सूर्य बघून उगवतीला कासराभर वर चढलेला आभाळीचा सूर्यही क्षणभर थरथरला! लपकन कमरेत झुकला!! 'शिव' आणि 'शंभो' शंकराच्या दर्शनाला निघाले. रथयात्रा जगदीश्वराच्या मंदिरासमोर आली.

एका बाजूला महाराणी सोयराबाई, दुसऱ्या बाजूला युवराज संभाजीराजे घेऊन महाराज जगदीश्वराच्या चौकआवारात आले.

देवदर्शन करून राजयात्रा बालेकिल्ल्याकडे परतली. राजमंडळ जिजाऊंच्या खासेमहालाकडे निघाले, राजमातेच्या दर्शनासाठी!

"छत्रपती महाराज येत आहेत." वर्दी ऐकताना जिजाऊंचे सुरकुतलेले अंग रोमांचून थरारले. त्यांच्या बैठकीच्या भवत्याने पुतळाबाई, धाराऊ, येसूबाई उभ्या होत्या.

जिजाऊंच्या पायांवर डोके ठेवण्यासाठी छत्रपती शिवाजीमहाराजांनी गुडघे टेकले. त्यांच्या बगलेने संभाजीराजांनी गुडघे टेकले. रायगडाएवढ्या उंच थोरल्या मायेसमोर त्यांनी मस्तक झुकविली. जिजाऊंच्या मिटल्या डोळ्यांतून सुटलेले थेंब सुरकुत्यांना न जुमानता घरंगळले. महाराजांच्या राजटोपावर उतरले. झालेला अभिषेक पावन झाला!

जिजाऊ आशीर्वादासाठी बोलू बघत होत्या. शब्द फुटेना. उभे अंग थरथरू लागले. आठवणींच्या हजारो सुरकुत्या त्यांच्या मनी उलगडल्या होत्या. मन असंख्य विचारांच्या कल्लोळात होलपटू बघत होते. त्यांच्या पायांवर डोके ठेवून महाराज तसेच काही क्षण थांबले. कसल्यातरी निर्धारी विचाराने महाराजांनी मान वर घेतली. भरल्या डोळ्यांमुळे त्यांना जिजाऊ दिसतच नव्हत्या. महाराजांच्या दोन्ही हातांचे झोले मस्तकीच्या राजटोपाला भिडले. कुणाला कल्पना नसताना त्यांनी तो कीर्तिधवल राजटोप उतरून सरळ जिजाऊंच्या पायांवर ठेवला! आणि तो ठेवताना त्यांचे उभे अंग गदगदू लागले.

"शिवबाऽ!" डोळे पदराने निपटून टाकीत जिजाऊसाहेबांनी लगबगीने तो टोप उचलला. महाराजांच्या मस्तकी पुन्हा चढवून त्यांना उठवून मिठीत घेताना कसल्याही

आशीर्वादाऐवजी पुन्हा त्या एवढंच म्हणू शकल्या, "शि ऽ व ऽ बा!"

जिजाऊंचा थरथरता हात महाराजांच्या पाठीवरच्या जरीकोयरीवर, उपरण्यावर फिरत राहिला. बाहेरून अत्यंत मूक वाटणारी; पण आतून पार गलबलून आलेली ती राजमातेची आणि श्रीमंत योग्याची मिठी दोघांनाच नीटपणे कळू शकत होती. महाराजांनी खांद्याला लावलेल्या समर्थांच्या बैरागी कोदंडाला – आणि – आणि महाराज-जिजाऊंनी अंगाखांद्यावर खेळवून ऐन भरीत आणलेल्या संभाजीराजांना!!

राज्याभिषेकाचे उत्तरविधी आटोपले. आचार्य गागाभट्टांना सव्वालक्ष होनांची दक्षणा देऊन, पहाऱ्यासाठी हत्यारबंद शिबंदी त्यांच्या दिमतीला जोडून महाराजांनी त्यांची गौरवी बोळवण केली.

राजमाता जिजाऊसाहेबांच्या महालीचा राबता वाढला. जेधे, बांदल, कंक, शिलिंबकर यांच्या जमेतीतील पगडीधारी मस्तके जिजाऊंच्या पायांना भिडू लागली.

"आऊसाहेब, येताव. तब्येतीला धरा. लई तापदरा करू नगासा आता. पाऊस धराय लागलाय. आमास्नी जाय पायजे. शेतीवाडी हाय. निगताव. गारठ्याला दम्याचं दुखणं दुनावतया. हतं ऱ्हावू नगासा. खालतं पाचाडात जावा कसं." नितळ, भाबड्या, मावळी प्रेमभावनांच्या अभिषेकानं चिंब होऊन लोकमाता जिजाऊ निथळू लागल्या.

जमले मावळमाणूस चौवाटा पांगले. गड उलगला. मृगाची काळी छपरी आभाळाला धरून आली. पावसाळी चावरा वारा रायगडावर सूंकारत पिसाट घोंघावू लागला. झाडांचे डेरे पलट्या खाऊ लागले. बांधल्या झड्या उधळल्या. निकराने बसून असलेल्या जिजाऊंनी बिछायतीवर अंग टाकले. दम्याच्या धुसकाऱ्यात त्यांच्या घशातील "जगदंब" घुसमटू लागला. कांबळ्याच्या दोन-दोन घड्या टाकल्या, तरी अंगभर काटा उठू लागला. त्यांना गडावरून पाचाडात हलविणे भाग होते.

पडदेबंद मेणे जोडण्यात आले. हातजोड देत, शाल पांघरलेल्या जिजाऊंना महाराज आणि संभाजीराजे यांनी खासेमहालाबाहेर घेतले. पुतळाबाई, धाराऊ, येसूबाई, सोयराबाई, रामराजे – सारा गोतावळा त्यांच्या भोवती दाटला होता.

"राजे. आम्हांस जरा दरबारीचौकात नेता?" जिजाऊंच्या तोंडून शब्द आले.

"जी." महाराज व युवराज यांचा दुहाती आधार घेत जिजाऊ चालू लागल्या. जागजागी अभिषेकाच्या खुणा मिरवणारा, सजला दरबारी महाल आला.

पूर्वाभिमुख, सुवर्णमंडित, रत्नजडावाच्या बत्तीसमणी सिंहासनासमोर उभ्या राहिलेल्या जिजाऊंचे उभे अंग थरथरले. डोळे भरून आले. म्हाताऱ्या उरात भावनांचा कल्लोळ दाटला. सिंहासनावरच्या मोतीलगाच्या छत्राकडे बघत जिजाऊ घोगरट आवाजात म्हणाल्या, "चला. राजे, तुमच्यावर छत्र आलं...."

बालेकिल्ल्याच्या पालखीदरवाजाने जिजाऊंचा मेणा मनोऱ्याबाहेर पडला. त्याच्या दोन्ही तर्फांना महाराज आणि संभाजीराजे पायी चालू लागले. पाठीमागून जनान्यांचे सात-आठ मेणे चालले... जिजाऊ रायगड सोडून निघाल्या. मेण्याची काठाळी धरून चालताना संभाजीराजांच्या मनी विचार उठू लागले. 'ही गड-उताराची वाट कधीच सरू नये! पलीकडे महाराज, अलीकडे आम्ही. मेण्यात मासाहेब. ही चालणी अशीच राहावी! भोयी थकले, तर त्यांच्या हातीचे थोपे आम्ही घेऊ, महाराज घेतील. मासाहेबांना धक्के बसणार नाहीत, अशी तोलती चाल धरू!

'कधीतरी महाराज मासाहेबांना म्हणाले होते – 'आम्ही आपला मान काय करावा? तो आमचा वकूब नव्हे. शरीर सोलून त्याच्या मोजड्या आपल्या पायी चढविल्या तरी ते थिटेच आहे.' मासाहेब खोकू लागल्या की, आमचाच जीव घोटाळणीला पडतो. खंत वाटते. त्यांचा दमा आम्हास घेता येत नाही.

'आता अभिषेक संपला. हा पावसाळा आम्ही पाचाडातच राहू मासाहेबांच्या पायांजवळ. आम्ही रचलेली काव्ये त्यांना ऐकवू. त्यांच्या धरल्या सांध्यांना मालिश देऊ. दम्याची उबळ तुटताच त्यांच्यासमोर तस्त धरू. धाप लागलेली असली तरीही त्या हसतच म्हणतील, 'हं, ऐकवा तुमची गीतं. आमच्या शिवबानं कधी गीतं रचली नाहीत. तेवढी वाण शंभूराजे तुम्ही भरून काढलीत.' मग आम्ही त्यांच्यावरच रचलेले गीत सर्वांत शेवटी वाचू. ते ऐकताना डोळे मिटते घेत पुटपुटतील, 'जगदंब, जगदंब!' बिछायतीवर हात थोपटीत आम्हांस बोलावून जवळ बसवून घेतील. तोंडाने त्या काहीच बोलणार नाहीत; पण आमच्या पाठीवरून फिरणारा त्यांचा हात उदंड बोलेल! बोलतच राहील!'

पाचाडच्या दरुणीमहालातील समया मंद तेवत होत्या. शिसवी मंचकावर जिजाऊ पडून होत्या. खालती सहाणेवर औषधीमात्रा उगाळणाऱ्या धाराऊच्या हातांतील किणकिणणाऱ्या काकणांबरोबर जिजाऊंच्या मनाने विचित्र सूर धरला होता.

'आमच्या थोरल्या सूनबाईंच्या सेवेत अशाच औषधीमात्रा झिजल्या! मात्रा घेऊन-घेऊन त्या कंटाळत. तेव्हा आम्ही त्यांना मायेच्या रागाची जरब देऊन त्या घ्यायला लावीत होतो. तेव्हा जाणवलं नाही की, शेवटी-शेवटी मात्राही नकोशा होतात. आज ही सारीजणं आमचं ऐकत नाहीत. आम्हांस त्या घ्यायला लावतात.'

"या." दरुणीमहालाचा उंबरठा ओलांडणाऱ्या सोयराबाईंना बघून जिजाऊ क्षीण बोलल्या. त्यांनीच वर्दी पाठवून सोयराबाईंना बोलावून घेतले होते.

बाहेर सदरी जोत्यावर महाराज आणि युवराज महाडहून आलेल्या वैद्यांचा सल्ला ऐकताना चिंतातुर बसले होते. त्यांच्या ओढल्या चेहऱ्याकडे बघत तुळईची घाट निश्चल टांगती होती. मध्येच वाऱ्याचा झपकारा येत होता. त्याने घाटेतील टोर थरारत होता. तिकडे कुणाचेच ध्यान नव्हते. सोयराबाईंनी मंचकावर झुकून पदर

तळहाती घेत तीन वेळा जिजाऊंना नमस्कार केला. त्यामुळे उठलेल्या त्यांच्या सुवर्णी कंकणांच्या किणकिणाटाचा माग घेत काही क्षण शांततेत तसेच गेले.

"सूनबाई, काही एक मनचं तुमच्या कानी घालावं म्हणून आम्ही तुम्हाला याद केलंय." जिजाऊंना धाप लागल्यागत वाटले. त्यांनी नजर वरच्या तख्तपोशीत जोडली होती. हात छातीवर होते. सोयराबाईंच्या कपाळीचे कुंकुपट्ट आक्रसले. जीव कानांत गोळा झाला. नाकाची नथ काच देतेय, असे त्यांना वाटले.

"सूनबाई, आता अधिकाचं सांगायला आम्ही राहू याचा भरवसा नाही!" ते ऐकताना सहाणेवर फिरणारे धाराऊचे हात कलम झाल्यासारखे गपकन थांबले.

"जे सांगतो आहोत, ते शेवटचं. ते तुमच्या कानी घातल्याखेरीज आम्ही मरणास मोकळ्या नाही! सूनबाई, आता तुम्हास एक नाही तीन फर्जंद आहेत, हे नीट ध्यानी घ्या! राजे, शंभूराजे आणि रामराजे!" दमा जिजाऊंशी भांडू लागला. त्या त्याला खानदानी जरब देत जागी बसवू लागल्या. धाराऊचे हात थांबले. कान टवकार झाले.

"बाई, भोसल्यांचे पुरुष हाती लागणं मुश्कील. तुमच्या हातांत तीन आहेत! त्यांना सांभाळून घ्या. हा वाढला पसारा, याहून अधिक वाढवा. शंभूराजांना तर सर्वांहून अधिक जपा. त्यांच्या आऊ गेल्या नि आम्हीच त्यांच्या आऊ झालो. आता आम्हां दोघींचा भार तुमच्यावर आहे. धाराऊ ऽ" कोरड पडल्याने जिजाऊंनी धाराऊला हाक दिली. त्यांना काय पाहिजे हे ओळखून धाराऊ पाण्याचा गडवा, वाटी घेत चटक्याने पुढे झाली. पाणी घशाखाली जाताच जिजाऊंना कितीतरी हुशार वाटले.

"तुम्ही महाराणी झालात. आम्ही भरून पावलो. आता महामाता व्हा! त्यासाठी येईल ते आपलं घेण्यासाठी पदर मोठा करा. आईला मान-अपमान मानून नाही चालत. ते बळ येण्यासाठी जगदंबेची आण भाका. आमची याद ठेवा न ठेवा, पण जगदंबेला कधी विसरू नका. आम्हांस भरोसा आहे, पडल्या न पडल्याला ती तुम्हास मार्ग दाखवील. हे एवढंच सांगणं. या तुम्ही." जिजाऊंनी डोळे मिटते घेतले.

सोयराबाईंची नथ ओळांबली. सुवर्णी कंकणे किणकिणली. नमस्कार करून त्या महालाबाहेर पडू लागल्या.

"हां. घेवा मासाहेब." धाराऊने उगाळली मात्र बोटाने राजमाता जिजाऊंना चाटवली. महालाबाहेर पडणाऱ्या राणीसाहेबांच्या शालूवरचे झळझळणारे जरीबुट्टे जिजाऊंना दिसत होते. मंचकाच्या उशाकडे जिजाऊंना दिसणार नाही अशी उभी राहिलेली धाराऊ न राहवून म्हणाली, "मासाब, तुमी बऱ्या व्हनार. मग असं कशापायी बोलता ते! आम्ही हाव की साऱ्यांस्नी!" आणि घशातून फुटणारा हुंदका जिजाऊंनी ऐकू नये म्हणून तिने आपल्या पदराचा बोळा तोंडात कोंबून घेतला.

मृगाची पाणझडप पाचाडावर पडली. सावित्री, काळ, गांधारी नद्या लाल पाण्याने भरून आल्या. टपटपती थेंबावळ झाडांच्या पानापानांवरून उतरू लागली.

जिजाऊंचे पाय चेपीत बसलेल्या येसूबाई त्यांच्या डोळ्यांवरची झापड केव्हा हटतेय याची टक लावून वाट बघत होत्या.

"येसू." मासाहेबांच्या हलक्या सादेने त्यांची तंद्री मोडली.

"जी." म्हणत येसूबाई उठल्या. चौरंगीवरचे पंचपात्र उचलून जिजाऊंच्या जवळ गेल्या. "तीर्थ घ्या मासाहेब आईचं," येसूबाईंनी पळी जिजाऊंच्या ओठांशी नेली.

जिजाऊंनी तीर्थ घेतले. "येसू, इथल्या सदरीजोत्यावर आम्ही उभ्या राहिलो की, गडाच्या मावळमाचीवर तुम्हीही असाल काय असा विचार मनी यायचा!"

"हां मासाहेब, स्वारी मनोऱ्याच्या पाचव्या मजल्यावर आहेसं बघून आम्ही एकदा मावळमाचीवर आपल्या दर्शनास येण्याचं धाडस केलं होतं. आबासाहेब गडावर नव्हते."

येसूबाईंचे उत्तर ऐकून जिजाऊ क्षीण हसल्या. "तुम्ही तसं घेतलेलं ते पहिलं नि शेवटचं दर्शन आहे आमचं!" असे जिजाऊंना म्हणावेसे वाटले. पण त्या बोलण्याने येसूबाईंचा चेहरा किती दुखरा होईल, याची कल्पना असल्याने त्या म्हणाल्या, "नातसूनबाई, तुम्हाला काही सांगणं कधी साधलंच नाही. आमच्या स्वारीनं खूप सालांपूर्वी एक तुला केली होती. नांगरगावी. इंद्रायणी आणि भीमेच्या संगमावर. हत्तीचा बच्चा नावेत चढवून." उबळ आल्याने जिजाऊ आपोआप थांबल्या.

येसूबाई पदर सावरीत मंचकावरून उठल्या. कारण त्यांच्या स्वारीसह महाराज महालात आले. त्यांच्या पाठीशी राजवैद्य नि मोरोपंत होते. जिजाऊंना येसूबाईंना सांगायची होती, ती हत्तीच्या तुलेची कथा त्यामुळे त्यांच्या ओठांत तशीच राहिली!

संभाजीराजांचे बोट धरून चालत येणारे रामराजे जिजाऊ थकल्या नजरेनेच, पण कौतुकाने बघू लागल्या. त्या मनोमन म्हणाल्याही – 'असेच राहा. राम-भरतासारखे!'

"राजे, यांना कशाला त्रास देता?" वैद्यांकडे बघत जिजाऊंनी विचारले.

"आईचं करताना मुलाला त्रास कसला?" वैद्यांनी त्यांना धीर द्यायचा यत्न केला. मंचकावर टेकून महाराजांनी जिजाऊंचा हात हाती घेतला.

दुसऱ्या बाजूला उभ्या असलेल्या संभाजीराजे आणि रामराजांनी मंचकावर बसावे, म्हणून जिजाऊंनी हात थोपटून खूण दिली. संभाजीराजांनी उचलून रामराजांना मंचकावर ठेवले. जिजाऊंचा थरथरता हात रामराजांच्या पाठीवरून फिरू लागला. शांत आवाजात त्या म्हणाल्या, "बाळराजे, दादामहाराजांचे धरले बोट सोडू नका."

"मासाहेब, कसं वाटतंय?" जिजाऊ आपणाला टाळू बघताहेत, हे जाणून

महाराजांनी विचारले.

"आता काय वाटायचं राजे? आम्ही वाटण्याच्या पलीकडे गेलोत. या साऱ्यांना नजरभर बघून बरं वाटतं. राजे, एक वाटतं." जिजाऊंचा आवाज साऱ्यांनाच परका वाटला.

"आज्ञा मासाहेब." महाराजांनी त्यांचा हात मायेने थोपटला.

"आम्हास – आम्हास आईचा गोंधळ ऐकावा वाटतो!"

महाराज चरकल्या नजरेने त्यांच्याकडे बघतच राहिले. मग त्यांनी मोरोपंतांना नजर दिली. तिचा इशारा ओळखून पंत गोंधळ्यांना निरोप धाडण्यासाठी बाहेर पडले. औषधी पोतडी खोलून वैद्यांनी नाना प्रकारच्या मात्रा जोडल्या.

रात्री वाड्यात गोंधळाचा चौक मांडण्यात आला. आपल्या हाताने जिजाऊंनी जमल्या गोंधळ्यांना पानविडा आणि वस्त्रे दिली. ती पाजळून गोंधळ्यांनी नमन धरले. त्यांचा म्होरक्या उदासवाण्या आवाजीत आईचा महिमा गाऊ लागला.

"उदर परडी देऊन हाती,
ब्रह्मांडी फिरवी!
लक्ष चौऱ्याऐंशी घरची भिक्षा,
मागविली बरवी!
ज्या-ज्या घरी मी भिक्षा केली,
ते-ते घर रुचले!
आदिशक्तीचे कवतुक मोठे,
भुत्या मज केले॥"

ते ऐकताना जिजाऊंचे पाय चेपणाऱ्या संभाजीराजांचे डोळे झरझरू लागले. राजांच्या गळ्यात दम्यासारखी दाटण झाली. जिजाऊ मात्र डोळे मिटून शांत पडून होत्या. बाहेर वाड्यात कोसळणाऱ्या पावसाच्या गजरात संबळ-तुणतुण्याचे सूरसाद क्षीण होत विरून जात होते.

ज्येष्ठ वद्य नवमीची काळरात्र पाचाडच्या वाड्याभोवती घिरट्या घालू लागली. बाहेर पावसाची रपरप धुडगूस घालीत होती. आत दरुणीमहालात मायेच्या मंचकाभोवती जमलेली मने चिंतेने कळंजली होती. आऊसाहेबांच्या हट्टी दम्यासमोर मात्रा हरल्या होत्या, काढे कंटाळले होते, वनस्पती वरमल्या होत्या.

खोकून-खोकून फासळी, फासळी खिळखिळी झालेल्या जिजाऊंचा डोळा लागला होता. त्यांची झोपमोड होईल म्हणून हाती धरलेला त्यांचा हात तसाच ठेवून संभाजीराजे बसले होते. त्यांच्या शेजारीच महाराज आणि रामराजे टेकले होते.

मोरोपंत, अण्णाजी, चांगोजी, हंबीरराव, अंतोजी, रायाजी साऱ्या जिव्हाळ्याच्या माणसांचे मंचकाला कडे पडले होते. मंचकाच्या उशालगतीला पुतळाबाई, येसूबाई, धाराऊ, सोयराबाई असा स्त्रीवसा चिंतावल्या डोळ्यांनी उभा होता.

बाहेर घोंघावणाऱ्या पावसाळी वाऱ्यांचा झपकारा मधूनच महालात घुसला. चिराखदाने आणि समयांच्या ज्योती त्याने अंगभर थरथरल्या. त्यांच्या थरथरत्या उजेडाबरोबर आतले मनन्मन नको त्या शंकेने चरकून उठले.

मध्यरात्रीचा सुमार झाला. "राजेऽ" मंचकावरून दमादाटली क्षीण साद आली.

"जी." महाराज पुढे झुकले.

"तीर्थ द्या. गंगेचं." दमा निर्धारी झाला. "तुळशीपत्रही आणा."

महाराज उठले. देव्हाऱ्यात ठेवलेली गंगाजलाची तीर्थकुपी आणि तुळशीपत्र घेऊन पुन्हा मंचकाजवळ आले. पळीने त्यांनी गंगोदक मासाहेबांच्या ओठांत सोडले. त्यांच्या हातीचे सोनकडे थरथरले. मासाहेबांच्या ओठांत तुळशीपत्र देताना उभा रायगडच उचलून कुणीतरी आपल्या छातीवर ठेवला आहे, असे त्यांना वाटले.

मासाहेबांच्या सेवेत सर्वांत शेवटी रुजू होऊन गंगाजल आणि तुळशीपत्र पावन झाले! "शिवबा, जवळ या." तुळशीपत्राआडून सावळे, निर्बंध बोल आले.

महाराज पुढे आले.

"हात द्या." कधी नव्हे ते, मानी स्त्री-खानदान राजांच्याकडे मागणे घालीत होते. महाराजांनी सोनकड्याचा हात जिजाऊंचा कंकणे घरंगळणाऱ्या हाती दिला.

"शिवबा, आम्ही तुमच्याकडे कधी काही मागणं टाकलं नाही. आज टाकतो आहोत. आम्हास आण द्या."

"मासाहेब – आज्ञा व्हावी – " राजांची छाती दाटून आली.

"शिवबाऽ, शिवबा, आमच्या शंभूराजांच्या आऊ आता तुम्ही व्हा! आम्ही वचनात आहोत थोरल्या सूनबाईंचा. ते तडीस लावा."

ते ऐकताना संभाजीराजांच्या मनाचा बांध-बांध फुटला. हाती धरलेला जिजाऊंचा हात गदगदून हलवून ते मुसमुसत म्हणाले, "आऊसाहेब तुम्ही... तुम्ही हव्यात आम्हाला, आमच्या महाराजसाहेबांना."

"शंभूराजे, शांत व्हा. तो ऋणबंध सरला. एक नीट ऐका. तुम्ही – तुम्ही आमच्या स्वारीसारखेच दिसता. पण – पण ते जसे आम्हास पारखे झाले, तसे तुम्ही कधी येसूबाईंना होऊ नका!"

"राजे, आम्ही सारं बघितलं. फक्त एक राहून गेलं. आमच्या रामराजांचे हात पिवळे झालेलं बघण्याचं! ते करा. आणि – आणि जिवावरच्या साकड्यात आता स्वत:ला कधी गुंतवून घेऊ नका. तुमच्यासाठी जगदंबेच्या पायाशी धरणं धरायला आता कुणी उरलं नाहीऽ!"

ते ऐकताना नाकगड्डा चिमटीत धरलेल्या राजांचा टोप डावा-उजवा हिंदकळला. त्यांच्या पोटात पोकळीचा खड्डा पसरला. शब्द थरथरले – "माऽ साऽ हेऽ ब!"

"राजे, केशव पंडितांना बोलवा. आम्हास समर्थांचा बोध ऐकवा!"

बाहेर पाचाडभर ऐन मध्यरात्र हट्टी धरणे धरून बसली. मेटामेटावरचे पहारेकरी एकमेकांच्या हाती बदलत्या पहाऱ्यांचे भाले देताना गस्त घालू लागले – "मेटकरी हुश्याऽ र!" वाड्याच्या छतावर मावळी पाऊस दाभणधारेनं कोसळतच होता.

केशव पंडितांनी अडंगीच्या बैठकीवर दासबोध मांडून चौरंगावर बैठक घेतली. त्यांना बोध दिसावा म्हणून धाराऊने अडंगीजवळ तेवती समई ठेवली.

केशव पंडितांच्या तोंडून समर्थांचे बैरागी शब्द थरथरत बाहेर पडू लागले –

"सरता संचिताचे शेष। नाही क्षणाचा अवकाश।
भरता न भरता निमिष। जाणे लागे।।
गेले बहुतां बळांचे। गेले बहुतां काळांचे।
गेले बहुतां कुळांचे। कुळवंत राजे।।
बहुतां जन्माचे सेवटी। नरदेह सापडे अवचट।
येथ वर्तावं चोखट। नीतिन्याये।।
काया बहुत कष्टवावी। उत्कट कीर्ति उरवावी।
चटक लावुनी सोडावी। काही एक।।"

पंडितांची जबान थरथरू लागली. शब्दाशब्दांबरोबर भोवतीची मने थिजू लागली. चिराखदानांच्या ज्योती थरथरू लागल्या.

"जीव जीवांत घालावा। आत्मा आत्म्यांत मिसळावा।
राह राहो शोध घ्यावाऽ। परांतराचा।।"

केशव पंडितांचा हात कापू लागला. डोळ्यांच्या कडा दाटून आल्या. एक-एक शब्द त्यांच्या दाटल्या गळ्यातून घोगरत बाहेर पडू लागला –

"सरऽ ली शब्दांची खटपऽ ट।
आऽ ला ग्रंथाचाऽ शेवटऽ।
येथ सांऽ गितलेऽ स्पष्ट। सद्गुरू भजन।।"

"पंडिऽ त, नकोऽ, वाचू नकाऽ..."

संभाजीराजांच्या या कळवळत्या बोलांनी केशव पंडितांच्या पापण्यांवर थरारलेले अश्रूंचे थेंब हातीच्या पानावर टपटपले! त्यांना वाचवेना. कुणालाच काही बोलवेना.

ना छत्रपती शिवाजीमहाराजांना, ना युवराज संभाजीराजांना, महालातील कुणालाच कल्पना नव्हती की, मिटल्या डोळ्यांच्या जिजाऊंनी आत्मा केव्हाच आत्म्यात घातला होता. देहभान हरपलेल्या, माणसांच्या जगापार गेलेल्या, लोकमाता जिजाऊसाहेबांच्या जीवज्योतीला प्रकाशच प्रकाश दिसत होता – शेवटचा प्रकाश.

होय! साक्षात अष्टभुजा, शस्त्रधारी, वाघावर आरूढ झालेली जगदंबाच त्यांच्या रोखाने येत होती! वाजत-गाजत, तिच्या समोर डोर-चोळणा घातलेला, छातीवर कवड्यांच्या माळाच माळा मिरविणारा, भंडाऱ्याने मळवट भरलेला, हाती पोत नाचविणारा भुत्यांचा सरंजामी तांडाच तांडा "उदंऽ उदंऽ" गर्जत येत होता!

ती 'भवानी यात्रा' थेट जिजाऊंच्या समोर येऊन थांबली. वाद्यांचा गलका विरला. वाघावर बसल्या जगदंबेने जिजाऊंच्या रोखाने आठी हात पसरले! भुत्यांनी बेहोश उदोकार दिला – "उदंऽ उदंऽ".

देहाच्या सिंहासनावरून खंबीर जिजाऊ उठल्या! त्यांनी भगवा पदरकाठ ठाकेठीक केला. जगदंबेच्या डोळ्यांना डोळे जोडून बरेच दिवस मनाच्या खोलवटात रुजून बसलेला एक जाब तिला त्यांनी खानदानी बोलीत विचारून घेतला –

"आम्हास वाटलं होतं तुम्हीच याल! पण वाटलं नव्हतं, तुम्ही अशा याल! वाटलं होतं, तुम्ही येताना आपल्या संगती एक जीनकसला घोडा घेऊन याल! त्याच्या रिकिबीत आमचाही पाय भरून फरफट करीत आम्हांस तुमच्या दरबारी घेऊन जाल! जसं होदिगेरीच्या रानातून तुम्ही आमच्या स्वारींची शिकार करून त्यांना घेऊन गेला होतात तशा...! पण!! चला. आम्ही सिद्ध आहोत!"

राजे, संभाजीराजांसकट साऱ्यांना जिजाऊंच्या ओठांतून 'जगदंब! जगदंब!' असे शब्द बाहेर पडत आहेत असा भास झाला.

डुईवर सप्तनद्यांचे पवित्र जल घेतलेले छत्रधारी, अभिषिक्त राजे खऱ्या अर्थाने पोरके झाले! छत्रधारी छत्रहीन! राजांच्या डुईवरचे आऊपणाचे छत्र गेले... आणि आणि... संभाजीराजांच्या? जिजाऊंचा निष्प्राण झालेला, थंडगार हात गदगदा हलवीत, उभ्या चेहऱ्याला इंगळ्याच इंगळ्या डसाव्यात तसे आक्रसल्या चर्येने, महाराजांच्याकडे भरल्या डोळ्यांनी बघत, संभाजीराजांनी मध्यरात्रीचे पाषाणकठोर काळीजही तडकेल असा हंबरडा फोडला – "आबाऽ, आमच्या आऊसाहेब गेऽल्या!"

पाठच्या भिंतीवर थडाथड गोंदले कपाळ बडवीत "मासाऽ ब, मासाऽ ब" म्हणत पाय गेलेली धाराऊ मटकन खालीच बसली. उठलेल्या आक्रोशाने शमादानांच्या ज्योतीन्ज्योती थरथरल्या. जिजाऊंच्या निष्प्राण देहावर दुअंगाने डोके धुसळीत महाराज नि संभाजीराजे स्फुंदू लागले.

बाहेर पाचाडभर मध्यरात्र सरत होती. थेंबाथेंबाने गळत होती!

◆

॥७॥

आषाढ सरला आणि श्रावणी उन्ह-पावसाची पाठशिवणी सुरू झाली.

कोकलताश जाफरजंगाची बहादूरगड येथील गढी हुन्नराने लुटून, महाराज एक कोटीची लूट दास्तानी लावून परतीच्या वाटेवर होते.

संभाजीराजे आपल्या महालात विचारांबरोबर पायफेर टाकीत होते. त्यांच्या मनात जिजाऊंच्या अनेक आठवणींची न सरणारी पाठशिवणी पडली होती.

यादव नामाजी हा एकेकाळचा संभाजीराजांचा खाजगीकडचा खिदमतगार महाली पेश आला. मुजरा भरत त्याने वर्दी दिली – ''कर्यात मावळाचं मुतालिक शंकराजी भवर आल्यात धाकलं धनी. भेटीची आज्ञा मागत्यात.'' त्या वर्दीने मनातील आठवणींची झिरपण तुटल्याने संभाजीराजांच्या कपाळी निसटत्या आठ्या तरळून गेल्या. आपलं युवराजपण बांधून घेत त्यांनी आज्ञा दिली, ''पेश येऊ द्या त्यांना.''

अदबीनं मुजरा भरत, बाहेर उभा असलेला शंकराजी आत आला. भेटीचा हेत खुला करत म्हणाला, ''कर्यात मावळाचं देशकुलकर्ण दरबारी हातरोख्याकारणं नडून आहे, युवराज. महाराजांची स्वारी गडावर नाही....''

''कोण अडचण आहे हातरोख्यास?'' संभाजीराजांनी शंकराजीच्या पगडीभर नजरेचा फेर टाकीत विचारले.

यादव नामाजी मध्येच बोलला, ''कर्यात मावळाचं मिरासी कुलकरनी रंगभट ठकार वारलं. शंकराजी मुतालिक म्हून त्येंच्या फडात चाकरीस हाईत. रंगभटास्नी कुनी वारस व्हायला न्हाई. मुतालिक म्हून त्येंच्या येव्हाराची सम्दी शंकराजीस्नी म्हाईती हाय. त्यासाठनं त्येंची अर्जी हाय की...'' बोलता-बोलता तो थांबला.

''काय अर्जी आहे?'' संभाजीराजांनी शांतपणे विचारले.

''कर्यात मावळाच्या देशकुलकर्णपणाचा मिरासी हातरोखा आमच्या नावे करून मिळाला, तर चाकरास अधिकारानं स्वामींची सेवा करता येईल.''

यादव नामाजी पुढे झाला. त्याने शंकराजीच्या हातातील कागदांच्या वळ्यांची थैली आपल्या हाती घेतली. संभाजीराजांच्यासमोर येऊन थैलीतील कागद बाहेर काढून शंकराजी हे रंगभटाचे मुतालिक आहेत. बेवारस कुलकर्ण त्यांच्या नावे करणे आवश्यक आहे, हे युवराजांना पटवून दिले.

"यादव नामदेऊ, तुम्ही चिटणिसांना आमचा निरोप द्या. हातरोखे करून दस्तुरासाठी आमच्याकडे पाठवून देणेस सांगा. शंकराजी, कोणत्याही भातेनं कुलकर्णीपणाचं काम नडू देऊ नका."

"जी." शंकराजी आणि यादव संभाजीराजांना मुजरे देत बाहेर पडले.

संध्याकाळपर्यंत हातरोखे तयार झाले. संभाजीराजांनी ते वाचून त्यावर दस्तूर देणारी निशाणी लावली. रंगभट ठकारांचा मुतालिक शंकराजी भवर कर्यात मावळाचा कुलकर्णी म्हणून रायगड उतरला.

जिजाऊंच्या बैठकीला नेहमीच्या दिवट्यांचा रिवाज द्यायला, महाराणी सोयराबाई, संभाजीराजे, येसूबाई, पुतळाबाई, रामराजे असे सारे राजकुळ जमले होते. सारे महाराजांची वाट बघत होते.

कल्याण-भिवंडीवर मोगलांनी केलेल्या जाळपोळ, लुटालुटीचा करीणा घेण्यात राजांना यायला थोडा वेळ लागला होता. राजे महालात लगबगीने प्रवेशले.

रिवाज नसताना आज त्यांच्याबरोबर सरपोसाने झाकले तबक घेतलेल्या हुजऱ्यासह मोरोपंत पेशवेही महालात आले.

साऱ्यांनी बैठकीला दिवट्याचा मान दिला. राणीवशात सावरत्या पदराने उभ्या असलेल्या येसूबाईंच्याकडे बघत राजे बांधील म्हणाले, "सूनबाई, अशा पुढे या."

येसूबाईंच्या कपाळीचे कुंकुपट्टे चळवळले. ठीक पदर, महाराजांच्या आदरासाठी त्यांनी पुन्हा एकवार ठीक केला आणि त्या बैठकीजवळ पुढेशा झाल्या.

"तुम्हास बघितले की, आम्हाला मासाहेबांची याद येते सूनबाई!" मोकळ्या बैठकीकडे बघत महाराज म्हणाले. "म्हणून त्यांना साक्षी ठेवून एक जबाबदारी आम्ही तुमच्यावर टाकावी म्हणतो. आपली कराल?"

"जी." नजर खाली ठेवून येसूबाईंनी हुंकार भरला.

"आमची शिक्के-कट्यार आजपासून आम्ही तुमच्या सुपुर्द करतो आहोत! ध्यानी ठेवा. या शिक्के-कट्यारीवर शेकडोंचे प्राण विसंबून आहेत. त्यांचा भार पेलण्यासाठी मासाहेबांचे आशीर्वाद मागून घ्या. तुम्हास येश येईल."

महालातील साऱ्यांच्या नजरा भावेश्वरीसारख्या उभ्या असलेल्या येशूबाईंच्यावर खिळल्या. येसूबाईंचे मन आबासाहेबांच्या विश्वासाला आपण पात्र आहोत, हे ऐकताना दाटून आले. "आबाऽ..." त्यांच्या गळ्यातील सादही अर्धवट राहिली.

"बोलू नका. घ्या." मोरोपंतांनी सरपोस हटविलेल्या, हुजऱ्याने सामोरे धरलेल्या शिक्के-कट्यारीच्या तबकाकडे हातरोख देत महाराज म्हणाले.

भाबड्या येसूबाई भांबवल्या. 'श्रीं'च्या, आऊसाहेबांच्या राज्याचे ते मानदान कसे आपलेसे करावे, या विचाराने गोंधळल्या.

साऱ्यांची अपेक्षा होती, येसूबाई त्या तबकाला रिवाजाप्रमाणे हातस्पर्श घेऊन ते आपले केल्याची खूण देतील. पण – पण – तबकातील किरमिजी म्यानातील कट्यार आणि शिक्क्याच्या चंदेरी करंडाकडे बघत त्यांनी सरळ आपला काषायकाठी पदरच पसरता धरला! ते आकाशी राजदान स्वीकारायला जसा धरतीनेच पदर पसरावा.

त्याने हुजऱ्या गोंधळला.

"येसूऽ", भारावलेल्या राजांच्या तोंडून शब्द सुटले. खेचल्यासारखे पुढे होत, राजांनी करंड कट्यार उचलली. येसूबाईंच्या समर्थ पदरात ती स्वत: सोडताना राज्यांच्या तोंडून बोल सुटले. थेट जिजाऊंच्यासारखे – "विजयवंत व्हा!"

येसूबाईंनी बैठकीला तीनवार नमस्कार केला. मग महाराजांना, साऱ्या मामीसाहेबांसह आपल्या स्वारीला नमस्कार केला. समाधानाने महाराज निघून गेले. राजकुल महालाबाहेर पडले.

तेथून आपल्या महालात फुंफाटत आलेल्या सोयराबाईंनी अगोदर कमरेला दाटलेला सोनपट्टा आकड्यातून उकलला. चंद्रा दासीच्या हाती तो देताना हुस्कारा सोडीत, त्या तिला की स्वत:लाच म्हणाल्या ते त्यांचे त्यांनाच माहीत. पण उद्गारल्या, "शिक्के-कट्यार!"

आपल्या वाड्याच्या सदरेवर महाराज बसले होते. सदरीबैठकीसमोर मोरोपंत, अण्णाजी, बाळाजी ही मंडळी होती.

"निराजीपंतांची तब्येत ढासळल्याची खबर आहे. आपल्या गावी ते अंथरूण धरून आहेत." मोरोपंतांनी वृत्तान्त कानी घातला. तो ऐकून राजे चिंतागत झाले.

"बाळाजी, निराजीपंतांच्या गावी हारकारा धाडून त्यांच्या तब्येतीची वाजीपुशी घ्या. दवादारूची हयगय न होईल तसे करणेस लिहा." महाराजांनी चिटणिसांना सांगितले. एकीकडे जिजाऊंची आठवण, दुसरीकडे डिवचलेल्या बहादूरखानाच्या मराठी मुलखातील हालचाली, प्रतापगडावर पडलेली वीज अशा विचित्र विचारांची त्यांच्या मनात भेसळ झाली होती.

"धनी, कर्यातीकडचे कुनी बाईमानूस गडावं आल्यंय. सरकारांच्या गाठीची अर्जी करतंय." महाराजांचा खाजगी खिद्मतगार खंडोजी दाभाडे याने वर्दी दिली.

"घेऊन या त्यांना," म्हणत महाराजांनी समोरच्या मंडळींवर नजर फिरवली.

तिचा इशारा ओळखून सारे सदरेबाहेर पडले.

तांबडे आलवण नेसलेल्या एका उजाड कपाळाच्या उतार ब्राह्मण स्त्रीला खंडोजीने पेश केले. आपले वैधव्य, जे सांगायचे ते सांगणे विसरून क्षणभर बाई महाराजांना डोळाभर बघतच राहिली.

"बाई, आपण कोण? कोण वजेनं येणं केलंत? पाचाडातून वर्दी दिली असतीत, तर आम्ही मेणा पाठविला असता." महाराजांनी आस्थेने विचारपूस केली.

"आम्ही कर्यात मावळाच्या देशकुलकर्ण्यांकडच्या जानकीबाई! सौभाग्य गेलं नि उघड्या पडलो. स्वामींच्या पायांशी न्यायाची दाद मागण्यासाठी येथवर आलो."

"बोला. बेअंदेश साफ बोला बाई." राजमुद्रा निर्धारी झाली. पाठीशी गिर्दीला रेललेले महाराज ते ऐकताच गिर्दी सोडून पुढे झाले. जानकीबाईला ते ऐकून धीर आला. कसे सांगावे याची बांधणी करण्यासाठी ती क्षणभर घोटाळली.

"आमचे मालक स्वामींच्या चाकरीत होते. देशकुलकर्णी म्हणून. त्यांच्या फडात मुतालिक म्हणून चाकरीस असलेला शंकराजी भवर आमच्या ध्यानीमनी नसता एकाएकी मिरासी देशकुलकर्णी झाला आहे! आम्हास जुमानीसा झाला आहे. आम्हास मावळ सोडण्याचा दपटशा देतो आहे. खुद्द दरबारानेच त्याला हातरोखा दिल्याचं ऐकल्यानं आमची जबानच बंद झाली. स्वामी, आम्ही फुटक्या कपाळानं कुठं जावं, याचा रोखाही देऊन टाकावा!" असह्य कुचंबणेने बाईचे डोळे भरून आले.

"शांत व्हा, बाई! तुम्ही आमच्या आईसाहेबांसारख्या आहात! तुम्हास न्याय मिळेल. आमचे ते कर्तव्य आहे. एक सांगाल? हातरोखा कुणाचा आहे?"

पेचात आल्यागत जानकीबाई घोटाळली. जाब न देता खालच्या मानेने तशीच उभी राहिली.

"बोला बाई. ना कचरता सांगा. हातरोखा कुणाचा आहे?" राजांच्या डोळ्यांसमोर साऱ्या मंत्र्यांचे चेहरे क्षणभर तरळले.

"जी. आम्ही ऐकून आहोत. रोखा – रोखा युवराजांनी दिला आहे!" जानकीबाई धीराने बोलली.

"बाईऽ!" दातांखाली जीभ सापडावी तसा महाराजांचा आवाज कातरला. नाकपाळी फुलून उठली. क्षणापूर्वी निराजीपंतांच्या तब्येतीची आच लागल्याने मायेची चिंता व्यक्त करणाऱ्या छत्रपतींचे अंग राजसंतापाने सौम्य थरथरू लागले.

"युवराजांना याद करा खंडोजी." राजांनी जरबी आज्ञा केली.

चरकलेला खंडोजी लपकन कमरेत झुकला. मुजऱ्याच्या हातावरच त्याने महाराजांचे शब्द झेलले! "जी." चटक्या पावलाने तो बाहेर पडला.

आपल्या महालात संभाजीराजे उमाजी पंडित आणि केशव पंडित यांच्याबरोबर

अनुपुराण, मत्स्यपुराण, रामायण, महाभारत या ग्रंथांविषयी चर्चा करीत होते. खंडोजीच्या वर्दीने ती थांबली. मनात पुराणग्रंथांतील देखणे संदर्भ रेंगाळत असलेले पुढे कोणत्या महाभारताचा थाळा वाढून ठेवला आहे याचा अंदाज नसलेले, भरल्या दमदार छातीचे संभाजीराजे हसतच सदरेवर रुजू झाले.

"यांना ओळखलंत?" त्यांना मुजराही भरू न देता जानकीबाईकडे बोट रोखत महाराजांनी विचारले. संभाजीराजांचे हसणे त्या बदलत्या आवाजाने आणि राजांच्या नुसत्या दर्शनाने ओठातच मुरले. त्यांनी जानकीबाईवर नजरफेर टाकला.

"जी. नाही." पडेल आवाजात त्यांनी उत्तर दिले.

"ह्या जानकीबाई. कर्यात मावळच्या देशकुलकर्ण्यांच्या विधवा!" महाराजांचा एक-एक शब्द आसूड फुटल्यागत संभाजीराजांना वाटला. शंकराजी भवर आणि यादव नामाजीचे चेहरे डोळ्यांपुढे तरळले. श्वास नकळत चढीला पडला. छाती लपापू लागली.

"बाई, तुम्ही या. निर्धास्त असा. आम्ही तुमच्या हक्कांना अभय दिले आहे. खंडोजी, यांना आऊसाहेबांच्या महाली घेऊन चला. त्यांचा इतमाम ठेवा." कल्याणकारी राजेपण आपुलकीने म्हणाले. खंडोजी बाईंना घेऊन गेला.

खाली मान घातलेल्या संभाजीराजांना महाराजांनी थेट जबानीवर घेतले.

"या बाईंना परते सारून तुम्ही मुतालिकास कुलकर्णपणाचा हातरोखा दिलात?"

"जी." मान वर उठत नव्हती.

"कोण हेतानं?"

"यादव नामाजीनं आमचा गैरमेळ करून दिला. रंगनाथभटांना कुणी वारस नाही. असा."

"खामोऽश, आणि तुम्ही त्यावर विश्वास ठेवलात! आम्ही तुम्हाला एकवार सांगितलं आहे – राजांना चुका करता येत नाहीत. आणि केल्या चुकांची सफाईतही देता येत नाही. विसरलात? उद्या आम्ही स्वारीवर असता आमचे काही बरे-वाईट झाले, असाही कुणी तुमचा गैरमेळ पाडेल! ठेवाल विश्वास?" शब्दन्‌शब्द जनहिताच्या पिळाने बांधलेला होता. बिनतोड होता.

झटका बसावा, तशी संभाजीराजांची गर्दन वर झाली, त्यांना आबासाहेब दिसत नव्हते. कारण त्यांचे डोळे पाणपडद्याने झाळाकून टाकले होते. ओठ थरथरत होते.

"चुकलोऽ – चुकलो आम्ही." मुश्किलीने एक-एक घोगरा शब्द त्यांच्या घशातून बाहेर पडला.

"ठणऽ ठणऽ ठणऽ!" तासवाल्याने ठरल्या रिवाजाप्रमाणे पाचाडच्या सदरेवर दिलेले घाटेचे टोल सदरीमहालात घुसू लागले.

ह्या टोलांच्या रूपाने जणू जिजाऊसाहेबच सदरेवर प्रवेशत होत्या! संभाजीराजांच्या

पाठीवर हात ठेवून, पदर चिमटीने सावरीत म्हणत होत्या, ''राजेऽ, आम्ही कधी काही मागणं टाकलं नाही! आज एक टाकतो आहोत. आमच्या शंभूराजांच्या आऊ आता तुम्ही व्हा! आम्ही थोरल्या सूनबाईंच्या शब्दांत आहोत!''

टोला-टोलाबरोबर महाराज आणि संभाजीराजे दोघांच्याही अंगभर काटा फुलला होता. दोन घडीव मूर्तीसारखे ते एकमेकांकडे अचळ बघत राहिले.

छत्रपतीमहाराज बैठक सोडून चालत संभाजीराजांच्या जवळ आले. त्यांचा खांदा हळुवार थोपटीत म्हणाले, ''चला. माचीवर जाणे आहे!'' आणि ते दोघेही भुत्ये चालू लागले माचीकडे. बाळाजींनी संध्याकाळी राजांच्या दस्तुरासाठी आणलेल्या कर्यात मावळाच्या सुभेदाराला लिहिलेल्या फर्मानात मजकूर होता –

''...तेथील कुलकर्ण जानकी कोम रंगभट ठकार हिचेच मिरासी असे. शंकराजी भवर याने नेला हातरोखा रद्दबातल समजोन तो रोखून धरणे. शंकराजी मुतालिकच असे! त्याजकडून बाईस कोणेविशी दपटशा नव होय तसे करणे.''

त्या फर्मानाची एक प्रत घेऊन जानकीबाई नगारखान्याच्या जरीपटक्याकडे समाधानाने बघत रायगड उतरू लागली.

न्यायाधीश निराजीपंतांनी आपला देह ठेवला होता. त्यांच्या सेवेची कदर राखावी म्हणून महाराजांनी भरल्या दरबाराच्या साक्षीने त्यांचे चिरंजीव प्रल्हाद निराजी यांना मानवस्त्रांसह न्यायाधीशपद दिले. प्रल्हादपंत उमरीचे आणि तसेच उमदे होते. तरतरीत होते. मंत्रिगणातील ते सर्वांत तरुण मंत्री होते.

दरबारी कामकाज आटोपताच एकदा त्यांनी जमल्या अष्टप्रधानांना प्रस्ताव टाकला – ''जैसी आमची जाहली तैसी युवराजांची मुंज होणे अगत्य आहे. धर्मशास्त्राच्या गोष्टी एकदा राहून गेल्या की, राहूनच जातात. पुढे नड देतात.'' महाराज अनुभवाचे बोल बोलत होते.

अष्टप्रधानांनी तो प्रस्ताव उचलून धरला. महाराजांनी अनंतभट आणि प्रभाकरभट यांना मुहूर्त-शोधनाचे काम जोडून दिले. गडावर संभाजीराजांच्या मुंजीचे वारे खेळू लागले. जाणत्यांना कळून चुकले की, दरबारात महाराजांच्या पायरीशी बैठक घेणारे युवराज, उद्या महाराजांच्या पश्चात बत्तीसमणी सिंहासनावर बसणार. खुद्द महाराजांनीच हे आता निर्विवाद स्वीकारले होते! पुढे राज्याभिषेकात युवराजांना अडचण येऊ नये म्हणूनच महाराजांनी हा मौंजीबंधनाचा निर्णय घेतला होता. तो ऐकताना दरबारी पडदेबंद राणीवशात बसलेल्या सोयराबाई मात्र तडक उठून आपल्या महालाकडे निघून गेल्या होत्या. हे दरबारात मात्र बाहेर कुणालाच कळले नव्हते.

विचारांवर विचार पाठीशी लागलेल्या सोयराबाई मनचा बेत महाराजांच्या कानी कसा घालावा, या पेचात होत्या. एकदा त्यांना वाटले – 'अण्णाजींना बोलावून

घ्यावं.' पण अशा कामी अण्णाजी कुचकामी ठरतात याचा अनुभव त्यांनी घेतला होता. म्हणून खूप विचारांती त्यांनी मनोमन निर्णय घेतला. 'आम्हीच जे वाटते, ते जातीने स्वारींच्या कानी घालू!'

मुंजविधीची निमंत्रणे रवाना केलेले महाराज नेहमीप्रमाणे सोयराबाईंच्या महाली आले.

रामराजांना जवळ घेत हसून म्हणाले, "तिकडं आम्ही तुमच्या दादामहाराजांच्या मुंजीची निमंत्रणं धाडतो आहोत आणि तुम्ही इथं महाली काय करताहात?"

अनायासे निघालेला विषय पकडून सोयराबाई हसत महाराजांना म्हणाल्या, "आम्हास स्वारीचं कोडं उकलत नाही! एकच बाब दोन वेळा कशाला करायची ती?"

काहीच न कळलेल्या महाराजांच्या कपाळीचे गंधपट्टे वर चढले.

"अभिषेक ते दोन वेळा झाले. स्वारी आता मुंजीही दोन वेळा करणारसं दिसतंय."

"मतलब?"

"युवराजांची आणि बाळराजांची मुंज एकदमच झाली, तर साऱ्यांचीच धावाधाव वाचेल असं आम्हास वाटतं!" हसून रामराजांच्याकडे बघत सोयराबाई म्हणाल्या.

"यांची मुंज? हे अजून लहान आहेत. कर्तबगारी जरा उमटू द्या आमच्या बाळराजांची, मग धडाक्यानं करू आम्ही यांचं मौंजीबंधन. काय बाळराजे?" हसून रामराजांची पाठ मायेने थोपटीत महाराज म्हणाले. ते ऐकताना राणीसाहेबांचा नाकशेंडा लालावून आलाय, हे काही महाराजांच्या ध्यानी आले नाही.

पण कोंडी असह्य झालेल्या सोयराबाईंची वाफ मुखावाटे फुंफाटत बाहेर पडली, "कुलकर्ण तिसऱ्यालाच सुपुर्द करणारे आपले युवराज आहेत खरे कर्तबगार!"

"खामोऽश!" महाराजांच्या जरबेने रामराजे दचकले. त्यांना जवळ घेत राजांनी सोयराबाईंना समज दिली. "त्यांच्या फडकरी कामात दखल द्याया तुम्हास समंध नाही. त्यांची कर्तबगारी पारखणारे आम्ही खूब आहोत!" दुसऱ्या क्षणी रामराजांच्या खांद्यावर आपला हातपंजा चढवीत राजे शांतपणे त्यांना म्हणाले, "चला."

जात्या रामराजांच्याकडे बघणाऱ्या सोयराबाई भीतीने नुसत्या लटलट कापत होत्या! "बाळराजे थांबा", असे त्यांना म्हणायचे होते, पण ते ओठांबाहेर उमटलेच नाही.

माघ वद्य पंचमीला संभाजीराजांचे मौंजीबंधन इतमामाने रायगडावर पार पडले. संभाजीराजे युवराज म्हणून फडाच्या कामात दक्षतेने लक्ष घालू लागले. हिवाळा हटला आणि पुरंदर प्रांताचा गोपाळशेट वाणी शेट्येपणाचा एक तंटा घेऊन

रायगडावर आला. त्यांच्या कथल्याचा निवाडा देण्याचे काम महाराजांनी संभाजी राजांना जोडून दिले. त्यांची पारख घ्यावी म्हणून.

कथल्याची बैठक राजांच्या वाड्याच्या सदरेवर बसली. संभाजीराजे न्यायदान कसे करतात, यावर देख ठेवण्यासाठी महाराज जातीने त्यांच्या शेजारी बसले.

कथल्याच्या सुनावणीला प्रारंभ झाला. वादी-प्रतिवादींचे म्हणणे संभाजीराजांनी ऐकून घेतले. साक्षी ऐकल्या. कागद नजरेखाली घातले. परंपरेच्या वारसाहक्काने पुरंदरचे शेट्येपण गोपाळशेटच्या बाजूने पडत होते.

संभाजीराजे कथल्याच्या महजराचा मजकूर मुतालिक महादेव यमाजींना सांगू लागले. महाराजांनी तो ध्यान देऊन, काही न बोलता ऐकला.

शब्दन्‌शब्द त्यांच्याच जबानीतून बाहेर पडल्यागत संभाजीराजे सांगत होते.

महजर पूर्ण झाला. महादेवपंतांकडून तो एकवार वाचून घेऊन संभाजीराजांनी त्याला दस्तूर दिला. तबकात ठेवलेली महजराच्या कागदाची थैली जोत्याजी केसरकराने गोपाळशेटच्या समोर धरली.

संभाजीराजांना मुजरा करून गोपाळशेटने ती थैली उचलली आणि आपल्या कपाळाला लावली. हात बांधून तो युवराजांच्यासमोर अदबीने उभा राहिला.

मनोमन खूश झालेल्या महाराजांनी गोपाळशेटला जाण दिली – ''कथला तुमच्यासारखा झाला गोपाळवाणी, आता निवाडापट्टी तुम्ही रुजू केली पाहिजे! युवराजांना पाच होन आणि सरकारी फडात सव्वाशे होनांची सेरणी भरणा करून मगच गड उतरा!''

''जी. धनी.'' म्हणत डोकीचा रुमाल डोलावून महाराजांना मुजरा करून गोपाळवाणी सदरेबाहेर पडला.

महाराजांनी संभाजीराजांच्याकडे बघून हसत त्यांना, महजर पसंत असल्याची बैठकीतील इतर कुणालाही कळू येणार नाही, अशी राजस पोच दिली.

अण्णाजी दत्तो व दत्ताजी त्रिमल यांना फोंड्याची मोहीम नुकतीच जोडून दिली होती.

महाराजांनी आणखी दोन बजोर मोहिमा लगेचच खोलल्या. एक संभाजीराजांच्यासाठी आदिलशाही मुलूख मारीत थेट कुतुबशाहीच्या भागानगरपर्यंत भिडणारी. आणि दुसरी स्वत: आपल्यासाठी राजापूर कुडाळमार्गे फोंड्यावर चाल घेणारी.

संभाजीराजांच्या फौजेची पाचाडात बांधणी झाली. वीस हजार घोडाईत या धावणीत युवराजांच्या घोड्याच्या टापांचा माग धरीत दौडणार होते.

साऱ्या राजकुळाचा निरोप घेतलेले संभाजीराजे महाराजांच्यासह जगदीश्वराचे दर्शन करून रायगड उतरले. पाचाडात जिजाऊंच्या वाड्याला धरून उत्तरेस आता

त्यांची चिरेबंद समाधी उभी झाली होती. तिच्या पादुकांवर बेलफुलांची ओंजळ आणि भंडाऱ्याची मूठ वाहून संभाजीराजांनी पायरीला माथा भिडविला.

"फत्ते घेऊन या." महाराजांनी त्यांना उठवून घेतले. दर्पणात बघितल्यासारखे ते एकमेकांकडे बघू लागले.

आनंद मकाजी, रूपाजी भोसला, ज्योत्याजी, अंतोजी, कोंडाजी फर्जंद यांच्यामागून वीस हजार घोडाईत दौडू लागले.

ही मोहीम पन्हाळ्यावरून मिरजेवर उतरून आदिलशाहीला ताराज करीत, हूल देत कुतुबशाहीच्या भागानगर या राजधानीवर अचानक चाल घेण्याच्या मनसुब्याने खोललेली होती. फौजेनिशी संभाजीराजे तीन दरवाजाने पन्हाळ्याची चढण चढून आले. किल्लेदार त्र्यंबकपंतांनी त्यांची आगवानी केली.

बालेकिल्ल्याचा पायरीदार राजमार्ग सरताच समोरच शंभूमहादेवाचे छोटेखानी मंदिर होते. ते येताच त्र्यंबकपंत म्हणाले, "युवराजांनी दर्शन करून मगच खासेवाडा चढावा." त्र्यंबकपंतांच्या पाठीशी होत, संभाजीराजे मंदिराच्या घुमटीत वाकून शिरले.

शालिग्रामी रंगाचे, बेलपुष्पे वाहिलेले शिवलिंग नंदादीपांच्या प्रकाशात झळकत होते. त्याच्यावर नजर जखडून पडलेले त्र्यंबकपंत ओढल्यासारखे पूर्वील काळात गेले होते. ते म्हणाले, "युवराज, ती रात्र आम्ही विसरू शकत नाही. गडास जौहरचं चाळीस हजार हबशांनिशी घेराचं ताकदवर कडं पडलं होतं. वेढा चार महिने जारी होता. शेवटी महाराजांनी हबशांशी सुलुखाची बोलणी लावून जीव धोक्यात घालण्याचा निर्णय केला. तीनशे निवडक बांदल आणि बाजी देशपांडे यांना संगती घेऊन पडत्या पावसात रात्रीचा गड उतरण्यापूर्वी महाराज या घुमटीत पिंडीच्या दर्शनास आले. आम्ही, बाजी, फुलाजी संगती होतो. या पिंडीच्या शाळुंकेला माथा टेकविलेले महाराज, फरसबंदीवर गुडघे टेकून कितीतरी वेळ तसेच बसले होते. महाराजांचं ते ध्यानमग्न रूप, ही पिंडी आणि ती रात्र आम्ही विसरू शकत नाही."

ते ऐकून भावभऱ्या मनाने संभाजीराजांनी गुडघे टेकून डोळे मिटत त्या शिवपिंडीच्या शाळुंकेला आपल्या कपाळीचे शिवगंध भिडविले.

"युवराज, ही पिंडी रंगरूपी आहे." त्र्यंबकपंतांनी तिचे खासेपण सांगितले. ते न कळल्याने संभाजीराजांनी विचारले, "मतलब?"

"हाताच्या ओंजळीनं ही पिंडी झाकून थोड्या अवकाशानं ओंजळ हटविली की, ही शालिग्रामी पिंडी प्रथम सफेद दिसते! मग जांभळा, चंदेरी, गर्द निळा असे रंग दाखवीत, पुन्हा शालिग्रामी होते!"

"जगदंब, जगदंब! खरं सांगता पंत?" संभाजीराजांचे डोळे विस्फारले.

"युवराजांनी पडताळाच घेऊन बघावा." त्र्यंबकपंतांनी पिंडीवरची बेलफुले हलकेच शाळुंकेवर उतरवली.

पुढे होत संभाजीराजांनी आपल्या अंगठीधारी, भरीव बोटांची ओंजळ पिंडीवर पांघरली. त्र्यंबकपंतांनी कोनाड्यातील पेटता पलोता पिंडीजवळ धरला.

थोड्या वेळाने संभाजीराजांनी ओंजळ हलकेच मागे घेतली. पंतांनी पलिता पिंडीला लगत केला. रंगरूपी शिवपिंडी हातस्पर्श झाला तेवढ्याच भागापुरती सफेद झाली. मग मजेदार रंगच्छटा एकामागोमाग एक पालटू लागली. त्या बघताना उजवी भुवई चढलेल्या संभाजीराजांच्या डोळ्यांतले रंगही पालटू लागले. त्यांचे मन श्रद्धेने भरून आले. पिंडी पूर्ववत शालिग्रामी झाली. युवराजांनी हात जोडून पुन्हा एकदा तिला नमस्कार केला. डोळे मिटले. त्यांच्या मनी आले 'अशी-अशीच दिसते महाराजसाहेबांची मुद्रा. शिवपिंडीसारखी. भावानुरूप रंग पालटणारी! रंगरूपी भावमुद्रा!!'

पन्हाळ्याचा सोमेश्वर तलाव, सज्जा कोठी, अंबारखाने, बुरजाबुरजांवरचे तोफमोर्चे पाहून संभाजीराजे सुखदिल झाले. दोन दिवस मुक्काम टाकून, त्र्यंबकपंतांचा निरोप घेऊन चौदरवाजाने सेनेसह ते पन्हाळा उतरले. मिरजेचा रोख ठेवून युवराजांचे घोडदळ दौडू लागले. बत्तीस शिराळामार्गे मिरज हे आदिलशाहीचे मातकोटाने बंदिस्त असे छावणीचे सुसज्ज ठाणे होते. ते अंगावर न घेता भोवतीचा मुलूख ताराज करीत संभाजीराजांची शिलेबंद फौज आदिलशाहीत घुसली. अथणी, एटग्गी असे तळ टाकीत घोडाइतांच्या झडप्या तुकड्या लूट गोळा करीत भागानगराकडे दौडू लागल्या. गोवळकोंड्याच्या भागानगर या राजधानीच्या शिवेवर संभाजीराजांची वारा प्यालेली वीस हजारी फौज खडी ठाकली. कुतुबशाहीचा राजा तानाशहा याला असे काही होईल, याची स्वप्नातसुद्धा कल्पना नव्हती.

"मरगठे आयेऽ भागोऽ!" भागानगरात कल्लोळ उठला. भयचूर रियाया गोवळकोंड्याच्या तटबंदीवर किल्ल्याच्या आसऱ्याला जाण्यासाठी धावू लागली.

"चौतर्फेचा मुलूख तसनसीस लावाऽ. बोलाऽ हरऽ हरऽ हर महादेव" हाती म्यानखेच, तळपती, नंगी धोप तलवार घेतलेले संभाजीराजे गर्जले.

भागानगरची दक्षिणवेस धरून युवराजांच्या कनातीदार शामियाना उठला. घामाच्या धारा लागलेले संभाजीराजे दौडत्या तुकड्यांवर देखरेखीचा फेर टाकून त्या शामियान्याच्या जवळ आले. पायउतार होऊन त्यांनी कायदे मोतद्दाराच्या रोखाने फेकले. पाठीशी आनंदराव, रूपाजी, जोत्याजी ही मंडळी होती.

"आनंदराव, कुतुबशहास हेजिब धाडून समज द्या. मनचाही खंडणी वसूल झाल्याखेरीज घोड्याचा खूर पीछे हटणार नाही!" बैठक घेत युवराजांनी आज्ञा केली.

"जी." पगडीला झोल देत आनंदराव कमरेत वाकला. त्याने आजवर नेताजी, प्रतापराव, हंबीरराव असे वावटळ उठवीत दौडणारे सोबती बघितले होते; पण

युवराज संभाजीराजांच्या रसरसत्या रूपावर, त्यांच्या तडफेवर धारकरी केवढे जीव लावून आहेत, याचा प्रत्यक्ष अनुभव या मोहिमेत तो घेत होता.

आनंदरावाने गोवळकोंड्याच्या किल्ल्यावर हेजिब धाडला.

तानाशहाने लुटीची मसलतीची मजलीस भरविली. महाराजांच्या राज्याभिषेकाची, बहादूरगडाच्या लुटीची वर्णने ऐकलेल्या त्याच्या सल्लागारांनी खंडणी रुजू करण्याचा सल्ला बादशहाला दिला. त्याचा वजीर मादण्णापंत बोलणी करण्यासाठी किल्ला उतरून संभाजीराजांच्या तळावर आला. संभाजीराजांनी त्याची भेट घेतली.

दोन हजार होन खंडणीची तबके गोवळकोंड्याच्या किल्ल्यावरून मराठ्यांच्या तळावर उतरली. धास्त घेतलेल्या भागानगरातील डच वखारवाल्यांनी एक हजार फ्लोरिन्स मराठी तळावर रुजू केले! ते दास्तानी लावून संभाजीराजांनी आपल्या फौजेचा मोहरा माघारी फिरविला. पुन्हा आदिलशाहीच्या रोखाने. पण खबरगिरांनी बातमी आणली, ‘‘पठाण बहलोलखान फौजबंदीने चालून येतो आहे.’’

त्याला अंगावर न घेता हूल देऊन संभाजीराजांनी आदिलशाहीची हुबळीची मातब्बर व्यापारपेठ लुटली. आणि नंतर रायबागचे ठाणे मारून युवराजांची फौज, लुटीच्या मोहरबंद थैल्या घोड्यांच्या पाठीवर लादून पन्हाळ्याच्या रोखाने दौडू लागली.

युवराज विजयी सेनेसह पन्हाळगड चढू लागले. त्यांच्या स्वागतासाठी नौबत झडत होती. पन्हाळा चढून येताच संभाजीराजांनी गडावरच्या शिलेबंद धारकऱ्यांच्या पहाऱ्यात मिळाली लूट प्रथम रायगडाच्या वाटेला लावली. सोबत सोयराबाईंना रिवाजी खलिता धाडला. जखम-दरबार बसवून मोहिमेत मर्दानगी केलेल्या धारकऱ्यांना कडी, वस्त्रे, हत्यारे बक्षून त्यांची कदर केली.

फोंड्याच्या वेढ्यात असलेल्या महाराजांना बयाजवारीने खलिता धाडला गेला, ‘‘...साहेबी जोडून दिली मोहीम फत्ते पाववून पन्हाळगडी मुक्कामास आहोत. चरणांच्या दर्शनाची इच्छा बाळगून आहोत.’’

पन्हाळगडच्या बालेकिल्ल्याच्या सदरेवर संभाजीराजे कारकून परशरामपंताला मजकूर मायने सांगत बसले होते. बगल धरून आनंदराव उभे होते.

एवढ्यात किल्लेदार त्र्यंबकपंतांनी सदरेवर येऊन वर्दी दिली, ‘‘युवराज, कऱ्हेपठारातील चांबळी गावचे इनामदार बंधू आले आहेत. निळाजी, शंकराजी, विसाजी व त्रिंबकजी असे चौघे आहेत. भेटीस रुजू होण्याची आज्ञा मागतात.’’

‘‘पंत, पेश येऊ द्या त्यांना.’’ संभाजीराजांनी परवानगी दिली.

चांबळीकर इनामदार बंधू सदरेवर आले. मुजरे भरून एक हारीने उभे राहिले.

‘‘कोण हेतानं येणं केलंत चांबळीकर?’’ संभाजीराजांनी त्यांची विचारपूस केली.

“एका बाबीची दाद मागण्यास आलोत आम्ही रायगडाहून.” थोरले निळाजी विषयाकडे वळले.

“कसली दाद? काय झाले? सांगा.” संभाजीराजांची नजर एकसरीने चौघांच्या पगड्यांवरून फिरली.

“स्वामींनी सिंहासनाची पट्टी मिरासदारांवर घातली आहे. इनामदार पट्टीस माफ केले असत. तरी पुण्याचा राघो भास्कर हवालदार आम्हावर पट्टी घालीत आहे. आम्ही इनामदार असता, आणि तीही पंचवीस टक्क्यांनी! आम्ही इनामदार आहोत, आम्हाला सिंहासनपट्टी माफ आहे, असे सांगितले तरी जुमानत नाही. धाक देतो. युवराज, हे निवारले पाहिजे. आम्हास न्याय मिळाला पाहिजे.”

“तुम्ही इनामदार आहात यासी लेखी पुरावा?” संभाजीराजांनी सावधपणे विचारले. निळाजी पुढे झाला. त्याने आपल्या इनामाच्या वतनपत्रांची थैली संभाजीराजांच्या पायांशी ठेवली. वतनपत्रे वाचून संभाजीराजे चांबळीकरांना म्हणाले, “ठीक आहे. तुम्ही निर्धास्त असा. सिंहासनपट्टी तुम्हावर नाही घातली जाणार. तुम्हास ती माफच असे.”

“आनंदराव, प्रांत पुण्याचे सुभेदार कोण?” संभाजीराजांनी विचारले.

“जी. राघो बल्लाळ अत्रे.” आनंदरावांनी झुकते होत माहिती दिली.

“परशराम, मजकूर घ्या.” संभाजीराजे सांगू लागले. चांबळीकर त्र्यंबकपंत, आनंदराव ऐकू लागले.

परशरामपंतांच्या हातचे शहामृगपीस कुरकुरू लागले – “मशरूल अनाम राघो बल्लाळ, सुभेदार प्रांत पुणे-प्रति युवराज संभाजीराजे उपरी दंडवत विशेष –

पुणा येथे कास टका इनाम येक आहे. त्यासी मिरासपटी देणे, म्हणोन राघोभास्करे होनु पंचवीस लाविले आहेत, म्हणोन कळो आले. तरी महालास मिरासपटी घातली आहे, तेथे इनामदारास हिसाबाने घ्यावे, ऐसा तह केला आहे. त्यास जे महाली मिरासपटीच घातली नाही, तेथे इनामदारास पैके मागणे कोण गोस्टी? त्याहीमध्ये निळकंठराऊ यास पटी मागणे उचित नाही. तरी तुम्ही राघो भास्करास एक कागद ल्हेवून देणे आणि त्यांचे वाटे नव जाये ऐसी गोस्टी करणे. मशारनिल्हे निळकंठराऊ याचे इनामास पेशजीही तसवीस लागली नाही, आणि हाली राघो भास्कर पटी मागतो. याबद्दल तुम्ही त्यास बहुत वेजेने लिहून त्याचे वाटे नव जाणे, त्यांचा बोभाट हुजूर करणे. नव ये ऐसी गोस्टी करणे, बहुत काय लिहिणे? जाणिजे.”

परशरामपंतांनी याच आशयाचे दुसरे पत्र हवालदार राघो भास्करासाठी लिहून तयार केले. दोन्ही पत्रे वाचून घेऊन संभाजीराजांनी त्यावर दस्तूर दिले.

त्र्यंबकपंतांनी पत्रांच्या वळ्या निळाजीच्या हाती दिल्या.

"चांबळीकर, ती पत्रे रायगडी पेशवे मोरोपंतांना रुजू करून त्यांची मुद्रा त्यावर घ्या. तुम्ही जातीनिशी जाऊन सुभेदार राघो बल्लाळांच्या हाती ती द्या." संभाजीराजांनी निळाजीला सूचना केली.

"जी हुजूर. थोर उपकार झाले." चारी बंधू कमरेत झुकले.

"ते कर्तव्य आहे आमचे. या तुम्ही." संभाजीराजांनी निळाजीला दुरुस्त केले. चांबळीकर सदरेबाहेर पडले. त्यांच्यावरची मिरासपट्टी रद्द झाली.

फोंड्याहून महाराजांचा खलिता आला – "फौजबंदीने टाकोटाक फोंडियास निघोन येणे. संगती त्र्यंबकपंतास आणणे."

दम घेऊन तवाना झालेल्या फौजेची बांधणी करून संभाजीराजे त्र्यंबकपंतासह तीन दरवाजाने पन्हाळगड उतरले. कोकणपट्टीचा रोख ठेवून दौडू लागले.

राजापूर, खारेपाटण, कणकवली, कुडाळ असा मजला टाकीत फौजेनिशी संभाजीराजे फोंड्याच्या वेशीवर आले. आगेवर्दी रवाना झाली.

फोंड्याचा कोटबंद किल्ला उतरून अण्णाजी, धर्माजी नागनाथ अशा असामींसह महाराज त्यांच्या स्वागतासाठी खिळेबंद दरवाजात आले. मोहिमेच्या ऐन उन्हाळ्यातील धावणीने संभाजीराजांची मुद्रा खरपूस गव्हाळ दिसत होती.

महाराजांना बघून त्यांचे पाय शिवण्यासाठी तरातर चालत येणाऱ्या संभाजीराजांना महाराजांनी झुकू दिले नाही. तसेच वर घेत छातीला छाती भिडवून म्हटले,

"आम्ही तुम्हांस खास वजेनं बोलावून घेतलं आहे. चला. सावचित्तानं बोलू." दोघेही किल्ल्यात निघून गेले.

मोठ्या हिकमतीने महाराजांनी महमद इखलास या आदिलशाही किल्लेदाराचा पाडाव करून फोंडा दस्त केला होता. त्याची धास्त घेतलेले गोवेकर फिरंगी हालचाल करणार हे नक्की होते. फोंडा मराठ्यांचा हातात असणे, फिरंग्यांना धोक्याचे होते.

विश्रांती घेऊन बैठकीत बसलेल्या संभाजीराजांना महाराजांनी बेत खोलून सांगितला – "आम्ही कारवार प्रांतावर चाल घेणार आहोत. तुम्ही तुमच्या तवान्या फौजेनिशी ही मोहीम तुमच्या हाताखाली करून चालविणे. फिरंगी या कोटावर खूब डोळा ठेवून आहे. त्यास त्याच्या मुलखात मुसंडी घेत जरबेत राखणे."

"जी. आज्ञा." महाराजांनी आपल्यावर दुसरी जोखीम टाकली, या अभिमानाने संभाजीराजांचे डोळे फुलून उठले. "इकडील तर्फेची चिंता जराही न करावी. आम्ही साहेबकामास हुशारीने रुजू आहोत." संभाजीराजांनी महाराजांना विश्वास दिला.

फोंड्यावर त्र्यंबक पंडितांची सुभेदार म्हणून नामजादी करून, मोहीम संभाजीराजांच्या खांद्यावर सोपवून महाराजांनी फोंडा सोडला. अंकोल, शिवेश्वर, काद्रा, कारवार ह्या

आदिलशाही पट्ट्यांची मारतोड करण्यासाठी.

संभाजीराजांनी गोव्याचा फिरंगी विजरई-लुईस-द-मेंदोस-ई-अल्बुकेर्की यास जरब देणारा खलिता धाडला – "प्रांत फोंडियाचे तर्फेने येणारे हेमाडबासे, अंत्रूज, बाळी, काणकोण, अष्टागार, चंद्रवाडी, कोपे, सांगे मिळोन साठ गाव ते तातडीने खाली करणे! ना तर मराठी फौजा फिरंगी मुलखात घुसोन चालवतील!"

विजरईने या खलित्यास दाद दिली नाही, म्हणून त्र्यंबकपंत, धर्माजी नागनाथ, आनंदराव यांच्यासह संभाजीराजे पाठीशी घोडदळ घेऊन फोंड्याच्या किल्ल्याबाहेर पडले. अंत्रूज मार्गाने फिरंगी मुलखात घुसले. लूट, मुलूखमारीला तोंड फुटले.

विजरईला या साऱ्याचा अंदाज होताच. त्याने आपल्या मुलखाची दरोबस्त बांधणी केली होती. ठाण्या-ठाण्याला कडवा विरोध घेऊ लागला. त्यातच पावसाला सुरुवात झाली. संभाजीराजांनी फौजा मागे घेण्याचा निर्णय घेतला. ते सैन्यासह फोंड्याच्या किल्ल्यात येऊन ठाण झाले. महाराजांच्या पुढील आज्ञेची वाट बघू लागले.

आदिलशाहीची मारझोड करून महाराज रायगडावर परतले होते. त्यांचा खलिता आला – "फोंड्यास किल्लेदार म्हणोन धर्माजी नागनाथ याची नामजादी केली असे. त्र्यंबक पंडितास पन्हाळियास धाडून तेथील कोटाची बंदिस्ती करून तुम्ही रायेगड जवळ करणे. पावसास तोंड लागले आहे."

महाराजांनी दिलेल्या आज्ञेबरहुकूम गोष्टींची पूर्तता करून संभाजीराजांनी धर्माजीचा निरोप घेतला. आनंदरावांसह ते पावसाच्या सरी अंगावर घेत दौडू लागले, रायगड जवळ करण्यासाठी. पुरत्या अडीच महिन्यांनंतर! या परतीच्या वाटेवरही संभाजीराजांनी अंकोल्याचा आणि सरूप नाईकाचा मुलूख घोडदळी झडपा टाकून मारला.

लेख पुरा झाला. संभाजीराजांची मुद्रा कागदाकडं बघताना आगळ्या तेजाने उजळून निघाली. हातचे पीस त्यांनी हलकेच कलमदानात ठेवून दिले. काजळी शाई टिपण्यासाठी मऊशार वाळूची चिमट कागदभर पसरून दिली. टिचकी देऊन कागदावरची वाळू झटकली.

"धाराऊ, जरा आमच्या कबिल्यास याद करता!" आपल्याच नादात असलेले संभाजीराजे कागदाकडे बघत म्हणाले.

धाराऊ आपल्याशीच हसली. पदर नेटका करीत बाहेर निघून गेली.

थोड्या वेळाने येसूबाई आत आल्या. त्यांच्याकडे हसून बघत संभाजीराजे म्हणाले, "ओळखा बघू कशासाठी आम्ही तुम्हास वर्दी दिली असेल?"

डागाच्या यादीची आठवण मनात रेंगाळत असलेल्या येसूबाई आपल्या स्वारीची हसरी चर्या बघून गोंधळून गेल्या.

"नाही? ऐका तर. आम्ही एका काव्याची बांधणी केली आहे!" कागदाकडे बघताना संभाजीराजांचे डोळे तळपू लागले. मनाची शंका दूर पळालेल्या येसूबाईंच्या डोळ्यांत क्षणात अभिमानी कौतुक उतरले.

"वाचू आम्ही?"

पदराच्या मखरातील येसूबाईंची होकारी मुद्रा डुलली. डोळे तेजाळले.

संभाजीराजे वाचू लागले. ते एका स्त्रीचे पायाच्या नखापासून शिखापर्यंत केलेले हिंदोस्तानी भाषेतील काव्यमय वर्णन होते! नखशिखा!

ते ऐकताना कावऱ्या-बावऱ्या झालेल्या येसूबाई महालात कुणी येईल काय म्हणून एकसारख्या दरवाजाकडे बघू लागल्या.

काव्य वाचून येसूबाईंच्याकडे बघत संभाजीराजांनी विचारले, "काय? आवडलं?"

काहीही उत्तर न देता मान खाली घालून येसूबाई उभ्या होत्या! संकोचलेल्या, शरमलेल्या.

त्या कसल्या गैरसमजात आल्या आहेत, हे कळल्याने त्यांचे कावरेपण ताणीत संभाजीराजे हसून म्हणाले, "तुम्हास कसं आवडणार हे? हे काही तुमचं वर्णन नाही!"

"येऊ आम्ही?" येसूबाईंना आता उभे राहणेच अवघड झाले.

"या." युवराजांची मुद्रा हसली. मिश्यांची बारीक रेघ तणावली.

येसूबाई जायला निघालेल्या बघून त्यांच्या शालूवरच्या जरीकळ्यांवर नजर जोडून संभाजीराजांनी काव्याचा विषय सांगितला.

"पण जाताना ऐकून जा. गोकुळात कृष्णाकाठी वेड्या झालेल्या राधेचं वर्णन आहे हे!! नखशिखा! आम्हास भरोसा आहे. तुम्हालाही राधा अशीच दिसत असेल, चांदणवेलीसारखी! तलवारधारेसारखी!" संभाजीराजे मनमोकळे हसले.

पाय घोटाळलेल्या येसूबाईंना ते ऐकताना वळून म्हणावेसे वाटले, "अगोदरच सांगणं झालं नाही ते!"

रायाजी आणि अंतोजीला पाठीशी घेत संभाजीराजे बालेकिल्ल्याबाहेर पडले जगदीश्वराचे दर्शन घ्यायला. श्रावणमासाचा तो अनेक वर्षे चालत आलेला रिवाज होता. पहाटवेळच्या जगदीश्वराच्या दर्शनाचा.

उभा रायगड दिवसफुटीच्या धूसर प्रकाशात एखाद्या गंभीर स्वप्ननगरीसारखा दिसत होता. झाडापेरावरची गडपाखरं अज्ञाताला साद घालीत कलकलत होती, फडफडत होती. दूरवर डोंगरकडा काळपट रेषा ओढीत साऱ्या भवतालाने फिरत्या होत्या.

जगदीश्वराचा मंदिर आवार येताच आघाडीच्या दगडी उंबरठ्याला हात भिडविण्यासाठी

संभाजीराजे झुकले. त्यांच्या गळ्यातील आईची कवड्यांची माळ झोल घेत ओळंबली. मनात थोरल्या आऊंची आठवण उभी राहिली – 'रायगड सोडून हा गड चढून आलो, तेव्हा मासाहेब होत्या. या मंदिराचा हाच उंबरठा आम्ही त्यांच्या सोबतीनं पहिल्यानं ओलांडला. आज हे सारं आहे. त्याच फक्त नाहीत. नाहीत तरी कशा? त्या इथंच तर आहेत. सूर्य डोंगराआड असला, तरी त्याचा हा धुकट उजेड कसा सगळीकडं पसरून राहिला आहे तशा!'

विचारांच्या लाटांबरोबर ते चौकआवारातील दगडी कासवाजवळ आले. फरसबंदीला, अंगाखाली झाकलेल्या पायांची पकड रुपवीत ते कासव त्यांना मूकपणे सांगून गेले, ''मंदिरात येणाऱ्या हर दर्शनभक्तांस 'मनाचे विकार आमच्या पायांसारखे मागे सारून या' याची सांग देण्यासाठी आमची योजना केली गेली आहे.''

त्या कासवाच्या दर्शनाने संभाजीराजांचे मन नितळ झाले.

अत्यंत श्रद्धेनं त्यांनी माथ्यावरचा घंटेचा घुमरा टोल दिला. सुरांची थरथरती लाट रायगडच्या माथ्यावर सळसळत सरकली.

गाभाऱ्यातील शिवपिंडीवर नजर खिळलेले संभाजीराजे पिंडीला बेलफुले वाहण्यासाठी धीमी पावले टाकीत पुढे चालू लागले.

अचानक समोरची पिंडी अदृश्य झाली! गाभाऱ्याच्या घुमटीतून पहाटपूजा उरकलेली, एका हाती खांद्यावर सरंजामाचे तबक आणि दुसऱ्या हाती रिकामी परडी घेतलेली, शुभ्र वस्त्रधारी, सत्त्वदेखणी एक सुवासिनी बाहेर पडत होती! डोंगरकडांआडून फुटणाऱ्या श्रावणी पहाटेसारखी! जशी महाराजांच्या पूजेची स्फटिक शिवपिंडीच राधेचे निरामय स्त्रीरूप घेऊन गाभाऱ्याबाहेर येत होती! नखशिखा!!

तिच्या दर्शनाबरोबरच संभाजीराजांचा हात छातीच्या माळेला भिडला. ओठांतून बोल सुटले – ''जगदंब! जगदंब!''

कपाळी कुंकवाचा रेखीव टिळा, दोन्ही हातांत भरलेले हिरवे सवाष्ण चुडे, गळ्यात काळ्याशार मण्यांचा पावनसूत्राचा पोत, टीका, बोरमाळ असे सुवर्णालंकार, पायी चांदीची जोडवी आणि नाकात मोतीबंद नथ अशी ती स्त्री संभाजीराजांच्या कपाळीचे शिवगंध व भरजरी टोप बघताच झटकन नजर पायगतीला टाकून, एका कडेकडेने तरातर निघून गेली. पहाटवाऱ्याच्या दौडत्या, गतिमान, झमकीसारखी! चांदणवेल डोळ्यांआड आली. ''नखशिखा! नखशिखा!'' एक विचित्र नौबत संभाजीराजांच्या कविमनात दुडदुडु लागली.

तिच्या प्रत्येक पावलांबरोबर नजर खिळून गेलेले संभाजीराजे जगदीश्वराला पाठमोरे होत, ती गेलेल्या दिशेने सुन्न होत नजरजोड बघतच राहिले. विचारांचा हलकल्लोळ माजला होता त्यांच्या कविमनात 'नखशिखा! नखशिखा! इथं! जिवंत! रायगडावर?'

रायाजी आणि अंतोजी ताणल्या डोळ्यांनी संभाजीराजांचे कधी न पाहिलेले जरासुद्धा न कळू येणारे ते रूप गोंधळून बघतच राहिले.

संभाजीराजांनी बेतलेल्या नखशिखेतील राधेसारखे रूप लाभलेली ती स्त्री सुरनीस अण्णाजींच्या नात्यातील होती. माहेरपणासाठी रायगडी आली होती. तिच्या सोज्ज्वळ रूपाला आणि संस्कारसंपन्न मनाला साजेल असेच तिचे नाव होते – गोदावरी!

महाराणी सोयराबाईंनी सुवासिनींना आमंत्रणे दिलेले वाड्यावरचे श्रावणी शुक्रवाराचे हळदी-कुंकू संपले. भरल्या ओटीने एक-एक बाई महाराणींच्या महालाबाहेर पडली. त्यात ब्राह्मणवाडीतील इतर स्त्रियांच्याबरोबर आलेली गोदावरीही होती.

सातमहालासमोरील सदरी जोते ओलांडून त्या सर्व स्त्रिया पाण्याचे पाट फिरविलेल्या दर्शनी चौकात आल्या. आघाडी मनोऱ्याच्या पाचव्या मजल्यावरून उन्हसावटाच्या पालटत्या खेळात रंगलेला गंगासागर तलाव निरखण्यात संभाजीराजांचे कविमन रमले होते. मनोऱ्याच्या पैस हौद्यात चक्कर टाकताना त्यांना चौकातील स्त्रियांच्या घोळक्यात असलेल्या गोदावरीचे दर्शन झाले. त्यांची नजर चौकाने क्षणभर पकडूनच ठेवली. त्यांच्या रसिक मनाचा शांत गंगासागर डहुळला. लाटाच लाटा उठल्या. 'नखशिखा! ही कोण? कुठली? गडावर कशी?' दुसऱ्याच क्षणी ते मनोऱ्याचे मळसूत्री जिने सरासर उतरू लागले. पायरी-पायरी मागे पडू लागली. मजल्यागणिक मुजरे झडू लागले. पाची मजले उतरून संभाजीराजे दर्शनी चौकात आले. तिथे कुणीच नव्हते! चारी बाजूंच्या वाडे-महालांच्या दारांवरचे पहारेकरी मात्र त्यांना बघून भाल्याचे दंड पेलून ताठ झाले.

कुठूनतरी जनानी कलकलाट येत होता. समर्थांनी पाठवून दिलेल्या मारुतीच्या मूर्तीची महाराजांनी बालेकिल्ल्यातच घुमटी बांधून प्रतिष्ठापना केली होती. साऱ्या स्त्रिया त्या घुमटीत गेल्या होत्या. संभाजीराजे चौकातील पाण्याच्या पाटात फिरणाऱ्या माशांचा खेळ बघत राहिले. एक-एक स्त्री त्या घुमटीबाहेर पडू लागली. गोदावरीही बाहेर आली. संभाजीराजांना तिच्याशी बोलायचे होते. काही विचारायचे होते. पण हे घडावे कसे? रिवाजी बसावे कसे?

झटकन ते घुमटीच्या रोखाने पुढे झाले. त्यांना बघून साऱ्या स्त्रिया अदबीने घुमटीच्या एका बाजूला सरकत्या झाल्या. पायरीला हातस्पर्श देऊन संभाजीराजे मारुतीच्या घुमटीची पायरी चढले नि थांबले. मोतीलगाला झोल देत त्यांनी मान वळवून गोदावरीवर नजर टाकली. साऱ्या स्त्रिया खालमानेने उभ्या होत्या.

"तुम्ही – तुम्ही कोण? इथं कशा?" संभाजीराजांनी गोदावरीला म्हणून सवाल केला. पाण्याची सर घेताना गाय खाली ठेवते, तशी तिची मान खालीच होती.

कुणीतरी तिला खोपरटीच दिली. भांबावलेल्या गोदावरीने मान उठवली. संभाजीराजांच्या पाणतेजी डोळ्यांना डोळे भिडताच आपली नजर तिने त्यांच्या पायांवर टाकली.

भोसलाई, खानदानी तोल न सोडता संभाजीराजांनी पुन्हा विचारले, "तुम्ही कोण? इथं कशा?"

"जी. आम्ही सुरनिसांकडच्या, गोदावरी. इथं घरपणासाठी आलोत." धडधडत्या उराने गोदावरीने जाब देत त्यांचा मान राखला. चांदणवेल नखांपासून शिखापर्यंत थरथरली. हसून संभाजीराजे तसेच समोरच्या घुमटीत शिरले. क्षणात दिसेनासे झाले.

शुभ्र कबुतरांचा थवाच थवा क्षणात डोळ्यांसमोरून गेला, असे गोदावरीला वाटले.

स्त्रियांचा घोळका दबके कुजबुजत बालेकिल्ल्याबाहेर पडला. युवराजांनी फक्त गोदावरीचीच विचारणा कशी काय केली, याचे आश्चर्य त्या खुले करीत होत्या. त्यांच्या बोलण्यात काहीही वावगे नव्हते, तरीसुद्धा शरमून, गोदावरी मूकपणे साऱ्याजणींच्या मागून रेंगाळत चालली.

ना तिला, ना घुमटीत शेंदरी हनुमान मूर्तीचे दर्शन घेणाऱ्या संभीजाराजांना कळले की, झाला सर्व प्रकार आपल्या महालाच्या सफेलीत उभ्या राहिलेल्या महाराणी सोयराबाईंनी पाहिला असेल! आणि शांतपणे आपल्या महालात शिरताना चिमटीतला पदरकाठ पुढे खेचीत त्या स्वत:शीच म्हणाल्या असतील – "ही सुद्धा कर्तबगारी आहे तर आमच्या युवराजसाहेबांजवळ!"

आता सोयराबाईंनी मात्र विचित्र पावले टाकायला सुरुवात केली. त्यांच्या प्रत्येक पावलाबरोबर उभ्या राजघराण्याच्या भवितव्याची नक्षी कुणालाही उकलता येणार नाही, अशी किचकट गुंतत चाललीय याची त्यांना कल्पनाही नव्हती.

त्यांनी सणवार, धर्मविधी यांची निमित्ते करून अण्णाजींच्या घरी गोदावरीला आमंत्रणे धाडायला सुरुवात केली. राजवाड्यावरची महाराणींची म्हणून ती परती सारणे गोदावरीला शक्य होईना. वाड्यावर येणाऱ्या गोदावरीच्या हालचालींवर सोयराबाईंच्या दासी व खाजगीचे चाकर डोळ्यांत तेल घालून नजर ठेवू लागले. एक जनानी मनसुबा अंग धरू लागला.

आपल्या सरळधोप, रांगड्या स्वभावाप्रमाणे संभाजीराजे गोदावरीशी प्रसंगाप्रसंगाने बोलत होते. त्यात आतबाहेर असे काहीच नव्हते. हत्तीने चालताना कुत्र्याच्या भुंकीकडे लक्ष देऊ नये, हे जेवढे खरे असते, तेवढेच त्याने आपल्या पायांखाली मुंग्यांचे वारूळ येणार नाही याचेही ध्यान ठेवणे, जरुरीचे असते! नाहीतर चवताळलेली एखादी लाल मुंगी सोंडेचाच राजमार्ग करून कानाकडे सरकते. जीव घेणाऱ्या मर्मस्थानावर डंख देऊन जाते! पेचपाच गावी नसलेल्या संभाजीराजांच्या हे

ध्यानी येत नव्हते. माणसाने उमदे असणे, हे जेवढे मोलाचे आहे; त्याहून सावध असणे हे अधिक मोलाचे आहे.

सोयराबाईंच्या रूपाने राजवाड्याच्या भिंतीच आता राजघराण्याची अब्रू गिळायला बसल्या. सूड ही भावनाच भयानक आहे. स्त्रीच्या मनी ठाण झालेला सूड हा तर अति-भयानक असतो. आणि राजस्त्रीच्या मनात दबा धरून राहिलेला सूड तर निर्णायकी विध्वंसकच असतो.

सोयराबाईंच्या महालातून विषारी अफवांचा द्रव आस्ते-आस्ते पाझरू लागला. गडभर पसरू लागला. त्याच्या पाटांतून जरीपटका, भवानीचा भंडारा, शिवगंध वाहतीला लागणार होती. सर्वांत महत्त्वाचे म्हणजे जिजाऊंनी असंख्यांचा घाम, रक्त आणि आपले अश्रू देऊन जोपासून वाढविलेले 'श्रीं'च्या राज्याचे गोमटे रोपटेच जाया होणार होते!

रायगडावर काय चालले आहे, याची काहीच कल्पना नसलेले अण्णाजी, प्रांत फोंड्याहून निघून रायगडावर आले. फोंड्याचा कोट भक्कम करून दुबार बांधणीचे काम महाराजांनी त्यांना जोडून दिले होते. त्याचा तपशील अण्णाजींना महाराजांपुढे रुजू करायचा होता. अण्णाजी गडावर आले आणि त्यांना थोड्याच वेळात कळून चुकले की, चौकीपहाऱ्याचे, फडाच्या कारखान्यातले लोक आपणाला बघून एकमेकांच्या कानांशी पडतात. दबके कुजबुजतात. विचित्र नजरेने आपल्याकडे बघतात. तशातच ध्यानीमनी नसता त्यांना राणीसाहेब सोयराबाईंची वर्दी आली. मनात शंकाकुशंकांचा, न कळणाऱ्या भीतीचा कल्लोळ घेऊनच अण्णाजी सरकारस्वारींच्या महाली पेश आले.

"सुरनीस, तुमचा मुजरा घेताना आम्हास शरमिंदं वाटतं. पण आम्ही तरी काय करावं? आपल्याच दातांनी आपलीच जीभ नाही तोडता येत!" मुजरा करणाऱ्या अण्णाजींची उत्सुकता आणि गोंधळ वाढेल, एवढ्या शांतपणे सोयराबाई स्वत:कडे दोष घेत म्हणाल्या.

नेहमी हातांच्या मुठीत असणारे उपरण्याचे शेव अण्णाजींच्या हातून नकळतच सुटले. "आमचा काही कसूर असेल, तर सरकारस्वारीनं आम्हास सांगावा. आम्हाला काही कळेना झालं आहे. गडावरचे लोक आमच्याकडं विचित्र नजरेनं बघताहेत." अण्णाजींच्यातील जातिवंत राजकारणी तेवढ्याच धीरगंभीरपणे बोलला.

"सुरनीस, तुम्ही चिऱ्यावर चिरा रचून फोंड्याचा कोट भक्कम करून आलात. पण त्यासाठी आम्ही आणि स्वारी तुम्हास काय बक्षिसी देणार? अपमान, मानहानी! तुम्ही कोट बांधलात, आमचा ढासळला आहे. पण तुम्ही घरचे आहात. हे सारं समजून घेतलं पाहिजे." सोयराबाई सरळ काहीही न सांगता अण्णाजींना मोठेपण देत काठाकाठाने फिरल्या.

"क्षमा असावी. पण काय घडलं हे अद्याप आमच्या नीट ध्यानी आलं नाही. आम्ही पायीचे सेवक आहोत. जे असेल त्याची आज्ञा व्हावी."

"अण्णाजीपंत, आमचा होनच खोटा निघाला! जे ऐकून तुम्हाला दु:ख होईल त्याहून या बाबीचीच आम्हाला अधिक शरम वाटते. तुम्ही मोठ्या मनी युवराजांना क्षमा केली पाहिजे! त्यांनी गुन्हा थोर केला आहे. तरीसुद्धा ते तुमचेच आहेत. तुमच्या घरी घरपणासाठी आलेल्या सवाष्णीवर – गोदावरीवर – त्यांची नजर गेली. सारा गड या बाबीची चर्चा करतो आहे..." क्षणभर सोयराबाई थांबल्या. त्यांनी अण्णाजींची प्रतिक्रिया हेरण्यासाठी त्यांच्यावर नजर टाकली. अण्णाजींच्या कपाळीचा गंधटिळा पेटती उदबत्ती टेकविल्यागत आक्रसून एकवट झाला होता. डोळे विस्फारले होते. उपरण्याचे शेव त्यांनी मुठीत गच्च पकडून ठेवले होते.

"सुरनीस, हे अकरीत तुमच्या कानी घालताना आम्हास कोण यातना होताहेत, हे तुम्हाला कळलं असेल. तरीही धीर सोडू नका. याची वाच्यता तुम्हीहून कुठं करू नका. गोदावरी गड सोडण्याच्या गोष्टी करते, असे आमच्या कानी आलं आहे. ते चूक होईल. त्यानं तिच्याबद्दलच्या गैरसमजांना वाव मिळेल. स्वारींना यातील काहीच माहीत नाही. त्यांच्यासमोर जाऊन हे बोलण्यास कुणाचीही जीभ उचलत नाही. खुद्द आम्हालाही तो धीर येत नाही!" सोयराबाई ठरवून थांबल्या.

"शहानिशा करून आम्हीच हे स्वामींच्या कानांवर घालू!" सुन्न झालेले अण्णाजी निर्धाराने म्हणाले. खाली मान घालून "येतो आम्ही", म्हणत हटत्या पावलांनी महालाबाहेर पडू लागले.

बाडीतील आपल्या घरी परतलेल्या अण्णाजींनी प्रथम गोदावरीला जनानी दालनात बोलावून ठीक जबानीवर घेतले. "तुझ्या नि युवराजांच्या गाठीभेटी झाल्या?" पगडीचा लाल रंग अण्णाजींच्या डोळ्यांत उतरला.

गोदावरीने खाली घातलेली मान डोलावली. तिच्या डोळ्यांवाटे धारा सरसरू लागल्या.

"शरम नाही वाटत?" अण्णाजी तिच्यावर जबानीची वीज ओढत कडाडले. "माझं ऐकावं. मला..." भरल्या डोळ्यांत जीव गोळा करून गोदावरी बोलायला गेली.

"चूऽप, गळ्यातल्या मंगळसूत्राची तरी लाज धरायची होतीस तू? खबरदार या उंबऱ्याबाहेर कदम पडलं तर." तिच्याकडे बघणे असह्य झालेले अण्णाजी तरातर दालनाबाहेर पडले. गदगदलेली गोदावरी गुदमरू लागली. दालनाच्या दगडी भिंतीवर तिने अहेव कपाळ दोन-चारदा असह्य कोंडीने आपटले. त्यावरचा टिळा विसकटू लागला. 'नखशिखा' दालनात बंदिस्त झाली. चांदणवेल काळ्या ढगांनी येरगटून गेली.

रायगड जनानी मनसुब्यात दस्त झाला.

आता गडावरच्या लोकांना गोदावरी दिसेनाशी झाली. 'युवराजांनीच तिला गडावरून हलविली आहे. आपला कसूर झाकण्यासाठी त्यांनी हे विपरीत केलं आहे.' अशा विचित्र अफवा गडावर पसरल्या. सोयराबाईंचा चाकरनामा त्यासाठी पद्धतशीर खपू लागला. महाराणींच्या महाली अण्णाजींची ये-जा वाढली. गोंधळलेल्या अण्णाजींना काय करावे ते सुचत नव्हते. सोयराबाई गोदावरीला भरीला घालण्याची मसलत नाना ढंगांनी त्यांच्या गळी उतरवू बघत होत्या.

थोरल्या महाली आपल्यासंबंधी काहीतरी प्राणघातक शिजते आहे, याचा युवराजांना सुगावा लागला. त्यांनी आपले खबरगीर अण्णाजींच्या घराभोवती आणि 'थोरल्या महाला'वर पेरून टाकले.

एकच एक विचार संभाजीराजांना स्वस्थ बसू देईना. 'आता बाई अण्णाजींच्या घरी राहणे धोक्याचे आहे. आमच्या व तिच्या दृष्टीनेही. तिला कैचीत पकडले जाणार आहे. तिला अण्णाजी आणि थोरला महाल यांपासून वेगळे केले पाहिजे. पण हे घडावे कसे? भरल्या घरातून एका विवाहित स्त्रीला ताब्यात घ्यावे कसे?'

बेचैन, हैराण झालेले संभाजीराजे आपल्या महाली अस्वस्थ पायफेर टाकीत होते. मध्येच थांबून दगडबंद छताकडे बघताना काही सुचेनासे झाले की, धीर येण्यासाठी 'जगदंब, जगदंब' असे पुटपुटत होते. विचित्र कोंडीने महालात ते आणि ब्राह्मणवाडीत गोदावरी जखडली होती. कुठल्याही क्षणाला ही बाब छत्रपती महाराजांच्या कानी पडणार होती. मासाहेब सोयराबाई काय योजून अण्णाजींच्या भेटी घेताहेत हे कळत नव्हते. ताण दाटत होता. पेच सुटत नव्हता.

सोयराबाईंनी गोदावरीला वर्दी धाडून बोलावून घेतले होते. आता काय पिकणार? जगदंबाच जाणली तर जाणू शकणार होती.

"धाकलं सरकार, थोरल्या म्हालाकडची चंद्रा कुणबीण सुरनिसाच्या वाड्यावर ग्येलिया. वाड्यावरनं मेणा निघालाय. मेण्यात बसल्याली बाई बालेकिल्ल्याकडं थोरल्या म्हालातच यायला निघालिया." खबरगिराने महालात येऊन पेश केलेली खबर ऐकताना युवराजांचे मन असंख्य शंकांनी ढवळून निघाले.

जखमी वाघासारखे संभाजीराजे पाठीशी हात बांधून फेऱ्या टाकू लागले. काही-काही सुचत नव्हते. बाब अंदाजापार चाललीय. त्यांना वाटले, तडक उठावे नि मासाहेबांसमोर उभे राहून याचा जाब विचारावा.

आलेला खबरगीर पुढच्या आज्ञेची वाट बघत खोळंबलाय याचेही त्यांना भान राहिले नाही. स्वत:शीच काहीतरी योजून बाहेर पडताना त्यांनी खबरगिराला आज्ञा केली – "जा, थोरल्या महालाची मिळेल ती खबर टाकोटाकीनं आमच्या कानी पडली पाहिजे. गफलतीस माफी नाही." मुजरा टाकीत खबरगीर निघून गेला.

निर्धारी, बांधल्या मुद्रेने संभाजीराजे देवमहालाच्या रोखाने चालू लागले.

त्यांना येताना बघून देवमहालाचा सरंजामी पोतराज कमरेत झुकत सामोरा आला. त्याच्याकडे ढुंकूनही न बघता कठोर, जरबी आवाजात युवराज म्हणाले, "आम्हास देवमहाल एकान्ती पाहिजे. आईस साकडे घालणे आहे. निघून जा." आखीवर हत्तीच्या सोंडेचा, कल्पना नसता तडाखा बसताच माहुताची व्हावी, तशी सुन्न आणि कठोर अशी धाकल्या सरकारांची मुद्रा बघून पोतराज चरकला, मुकाट बाहेर निघून गेला.

खेचल्यासारखे, दगडी पुतळ्यागत संभाजीराजे चालले. नंदादीपाच्या उजेडाचा भंडारा अंगभर फासून, डोळे विस्फारून, अंगावर चालून आल्यासारख्या दिसणाऱ्या अष्टभुजा भवानीच्या डोळ्यांशी त्यांचे निर्धारी, सुन्न डोळे जोडले गेले. त्या जगज्जननीच्या सर्वसंहारक आगतेजी डोळ्यांचे त्यांना तिळभरही भय वाटत नव्हते. कसल्यातरी न कळणाऱ्या नात्याच्या अधिकाराने त्यांचे मन तिच्याशीच हट्टावर आले होते. तडक जाऊन तिचे आठी हात गदगदा हलवावेत, तिला विचारावे, "एवढे अहोरात्र तुझ्याभोवती पाजळले पोत नाचत असताना तुला काहीच कसं नजरेला येत नाही!"

समोरच्या तुळजेचे रोखलेले डोळे त्यांना पालटताना दिसू लागले. क्षणात ते कमळकळ्यांसारखे दिसू लागले. एकरोख, अचल नजरेने संभाजीराजे – धाकटे छत्रपती त्या डोळ्यांना निरखू लागले.

'आऽ ऊऽ साहेबऽ!' मनाच्या खोलवटातून एक अनावर उमाळा उसळून आला. जगदंबेचे त्रिकाल साक्षी डोळे त्यांना थोरल्या आऊसाहेबांच्या डोळ्यांसारखे दिसत होते! त्यांचे सुन्नपण विरघळू लागले. मनाची कवाडे खडाखड उघडू लागली.

"त्यांनी अदब सोडली तरी तुम्ही सोसणं सोडू नका!" कुठूनतरी राजेबोलाचे एक मोरपीस गरगरत त्यांच्या रोखाने आले. जिजाऊंच्या बोलीभाषेत.

कावरे-बावरे होत त्यांनी देवमहालभर मान फिरविली. पोत, पालखी, पलंग, परडी आईच्या सरंजामाच्या चारी बाजूंच्या वस्तूच जशा नाचत म्हणत होत्या – "त्यांनी अदब सोडली तरी तुम्ही सोसणं सोडू नका!"

युवराजांचे राजस मन होलपटू लागले. सगळे अंतरंग गदगदून आले – "आऊसाहेब, तुम्ही – तुम्हीच पाहिजे होतात आज! कसं सोसावं? काय करावं? तुम्हालाच विचारलं असतं. नाही ऽ बाकी सारे सोसले असते आम्ही. हे ताकदीबाहेर आहे आऊसाहेब. त्यांचं समाधानच होणार आहे, हे कळतं तर थोरल्या महालाच्या मासाहेबांसमोर हाती पोत घेऊन आमचं शिवगंध आम्ही त्यावर धरून दावलं असतं! आऊ, आम्ही कैचीत फसलोय. या जगदंबेच्या साक्षीनं सुचतंय तेच करणार आहोत. विश्वास ठेवा, तुमच्या पायाची आण आम्हास आहे. आम्ही निधडेपणी जे करू ते ती आण स्मरूनच." संभाजीराजांनी डोळे मिटले. आता त्यांचे मन स्थिर, शांत झाले

होते. छातीचा भाता निश्चयी विश्वासाने तुडुंबला होता. त्यांनी तबकातील बेलफुलांची ओंजळ अष्टभुजेच्या चरणी वाहिली. परडीतील भंडाऱ्याची मूठ तिच्या उग्रमंगल रूपावर उधळली. मळवट भरून घेत, तिला पाठ न दाखविता मागच्या पावलांनी झुकते होत, ते देवमहालाबाहेर पडले. आता जे काही त्यांनी मनी बांधले होते, त्याला गडावर कोणीच रोख देऊ शकत नव्हते.

आपले कारभारी महादेव यमाजी यांना युवराजांनी बोलावून घेतले. त्यांना दोन सूचना केल्या – "आमच्या हुजराती फौजेकडचे दहा-बारा शिलेबंद धारकरी जरोरीनं आमच्यासमोर रुजू करा. हुशारीचे पटाईत आणि घोडाईत शेलके निवडून धाडा. तुम्ही खुद्द जातीनं गड उतरून पाचाडवाडीत एक जीनकसली घोडदळी तुकडी सिद्ध ठेवा. तुमच्या पाठीनंच आम्ही गड उतरून येणार आहोत."

महादेव यमाजी 'जी' म्हणत झुकत युवराजांच्या महालाबाहेर पडले.

एका खिदमतगाराने लोखंडी जाळीचे बख्तर तबकातून उचलून संभाजीराजांच्या पाठीशी होत, त्यांच्या कसदार, भरल्या अंगावर चढविले. दुसऱ्याने केसरी वाणाचा झगझगत्या जरीकामाचा जामा त्यावर बसविला. मनगटी पोहच्या आवळल्या. ढालीचा भक्कम थाळा युवराजांच्या पाठीला भिडवून तिचे वाद छातीशी करत संभाजीराजांच्या हाती दिले. त्या वादांची पक्की गाठ युवराजांनी छातीवर आवळली! कमरेला शेला कसला. डोकीचा सफेद जिरेटोप उतरून तबकात ठेवला. तबकातील केसरी टोप उचलून मस्तकी धारण करताना त्यांना हातातील सोनकडे मागे-पुढे झाले. सरळधोप, जडशीळ तलवारीचे म्यान त्यांनी कमरेला आवळले. उंच गडकोटावर जन्मलेला तो साक्षात रुद्र सिद्ध झाला. येईल त्या वादळाला तोंड द्यायला. उंचावर राहणाऱ्यांना केव्हाही वादळाला तोंड द्यायला सिद्धच असावे लागते!

साज चढवून मोकळे झालेले खिदमतगार चार पावले पाठीशी होत अदब धरून क्षणभर रेंगाळले. युवराज संभाजीराजांनी त्यांना जाण्याचा इशारा भरण्यासाठी हातपंजा उठविला. ते जायला निघाले. त्यांतला एक पळभर अडखळला. त्याला आपल्या धाकल्या छत्रपतींना सांगावेसे वाटले – "मळवटीच्या आईच्या भंडाऱ्याचा इस्कोट झाल्यागत दिसतोय, धाकलं धनी. जरा दरपानाला दरशान दिऊन जावं जाताना!" पण ते प्रत्यक्षात बोलण्याची त्याची छाती काही झाली नाही.

एकटे-एकटे संभाजीराजे विचारांची भिंगरी फोडायला चकरा टाकू लागले. महादेव यमाजींनी पाठविलेल्या शिलेदार धारकऱ्यांची तुकडी मुजरा भरत पेश झाली. ते तगडे जवान बघताना युवराजांचा चेहरा उजळून निघाला. भागानगरपर्यंतच्या दौडीतले ते मर्दाने होते. बांधल्या, शांत आवाजात संभाजीराजे त्यांना मनाचा हेत-बेत सांगू लागले. धारकरी ते कान देऊन ऐकू लागले.

थोरल्या महालावर देख ठेवणारा खबरगीर आला. खबर देत म्हणाला, "म्हाल

शाप बंदिस्त झालाय धनी. खबर उचलाय वाव न्हाई. काय करायचं म्होरं?''

क्षणभर संभाजीराजे स्तब्ध झाले. मग ठरवून म्हणाले, ''आता खबरीची गरज नाही. बाई बाहेर पडली की, पापणी मिटायच्या आत आम्हाला वर्दी दे.''

रायगड वरून शांत होता. नगारखान्यावरचा जरीपटका मावळवाऱ्यावर लहरत होता. क्षण-क्षण कुणालाही कल्पना येणार नाही, अशा अज्ञाताची भली भक्कम कवाडे खोलत होता. युवराजांचा मनसुबा कानी पडलेले त्यांचे निधडे, हुकमाचे बंदे धारकरी बाहेर पडले. फुटकळ झाले. एक-एक करत नगारखान्याच्या भव्य दरवाजाजवळ येऊन पांगून जागा धरून राहिले.

तिकडे सात महालांपैकी थोरल्या महालाच्या दरवाजातून संगमरवरी मूर्तीसारखी दिसणारी गोदावरी अण्णाजींच्या मागून बाहेर पडली. डागण्या दिल्यावर होईल, तशी तिची मुद्रा व्याकूळ दिसत होती. आपले निष्पाप मन ती ना अण्णाजींना, ना राणीसाहेबांना पटवू शकली होती. तिला दोषी ठरवूनच अभयासाठी पाठीशी घालण्याचा थोरपणा फारा कौशल्याने सोयराबाईंनी केला होता. तिला आता महाराजांची परवानगी घेऊन अण्णाजी त्यांच्या भेटीला नेणार होते. ती काहीच बोलणार नव्हती. बोलणार होते अण्णाजी. ती फक्त मान डुलवणार होती.

गोदावरीला मेण्यात बसलेली बघून अण्णाजी फडाच्या रोखाने निघून गेले. मेणा नगारखान्याच्या रोखाने चालू लागला. त्याच्या दुहाताने अण्णाजींचे दोन धारकरी हाती नंग्या तेगी पेलत चालले. भोयांनी दुडकी चाल धरली.

मेण्याची वर्दी मिळालेले संभाजीराजे आपल्या महालाबाहेर पडले. त्यांची मुद्रा ताठर, कठोर होती. जसा त्यांच्या राजचर्येचा भाजता पोतच तयार झाला होता. झडणाऱ्या मुजऱ्यांकडे त्यांचे ध्यान नव्हते. झपाझप चालत ते नगारखान्याच्या भव्य दरवाजाजवळ आले. त्यांची धारकरी माणसे त्यांना बघून कमरेत झुकली. रानचे तरस एकवट होतात तशी एकवट झाली.

हातीचे थोपे मागे-पुढे झुकवीत भोयांनी गोदावरीचा मेणा नगारखान्याच्या दरवाजाबाहेर घेतला मात्र, चहूबाजूंनी त्याला संभाजीराजांच्या धारकऱ्यांचे भक्कम कडे पडले. हातपंजा उठवून इशारतीची आज्ञा देणाऱ्या साक्षात संभाजीराजांनाच सामने बघून भोयी थांबले. मेणा थोप्यावर पेलता ठेवून त्यांनी अगोदर मुजरे भरले.

मेण्याच्या पडदेबंद खिडकीजवळ होत धाकटे छत्रपती संभाजीराजे राजबोलीत, अधिकारी भाषेत म्हणाले, ''आम्ही युवराज बोलतो आहोत बाई. तुम्हाला आम्ही आमच्या ताब्यात घेतलं आहे!! डर-भय बाळगू नका. तुमच्या केसालाही धक्का लागणार नाही – आम्हास आमच्या थोरल्या आऊसाहेबांची आण आहे.''

अण्णाजींच्या धारकऱ्यांना तिकडे केव्हाच बगलेला काढण्यात आले होते.

''उठाव!'' त्या एकाच जरबी शब्दाने भोयांना घाम फुटला. थोपे अलग करून

त्यांनी त्या जागी खांदे दिले. ज्या रोखाने युवराजांची तर्जनी उठली होती त्या आघाडी मनोऱ्याकडे मोहरा करून त्यांनी मुकाट दुडकी चाल धरली.

बेभान संभाजीराजे आघाडीला झाले. नंग्या तेगीच्या वळ्यात चाललेला तो मेणा रायगडाची व्यापारपेठ उजव्या तर्फेला तशीच सोडून मनोऱ्याकडे निघाला. भेटणारी चुकार माणसे, मेण्यात बालेकिल्ल्याकडची खाशी स्वारी असावी म्हणून त्याला मुजरे देऊ लागली. महादरवाजा मागे पडला. संभाजीराजांचे धारकरी भोयांना एकही पाऊल लटका पडू देत नव्हते. लहाना दरवाजा पार करून मेणा पाचाडात उतरला. वाडीच्या वेशीवरच ठाण झाला. महादेवपंतांनी सिद्ध ठेवलेले घोडाइतांचे पथक युवराजांची वाटच बघत होते. त्यांनी घोडी हारीने पुढे घेतली. त्यातल्या चुनेवाणाच्या एका घोड्याचे कायदे संभाजीराजांनी आपल्या हाती घेतले. जनावर मेण्याजवळ आणले.

"बाई, मेणाउतार व्हा." पडद्याकडे बघून युवराजांनी आज्ञा केली. म्यानातून धारी तलवार बाहेर पडावी, तशी गोदावरी बाहेर आली. तिची मान वरच उठत नव्हती. तोफेचे भांडे फुटते तसे काळीज फुटून जातेय की काय, असे तिला वाटत होते. सारी जाण सुन्न झाली होती तिची.

"बैठक घ्या." घोड्याच्या रोखाने संभाजीराजांनी हात उठविला.

अंगावर वीज पडल्यागत गोदावरी थरारली. हे तिला जमणारे नव्हते. कसे सांगावे, तेही तिला कळेना. तिची अडचण लक्षात येताच संभाजीराजे घोटाळले. एवढ्या निर्धाराने पार पडलेल्या मनसुब्यावर पाणी पडणार म्हणून चरकले. लागलीच काही योजून त्यांनी मनोमन निर्णय घेतला. डोळ्यांचे पाते लवायच्या आत त्यांनी त्या चुनेवाणी घोड्यावर झेप घेतली. कायद्यांना झटका देताच ते उमदे जनावर ऊर उचलून पुढचे खूर अधांतरी करीत खिंकाळले. गोदावरीला वळसा घालून संभाजीराजांनी तिला घोड्याच्या उजव्या तर्फेला टाकली. तिच्या ध्यानीमनी नसता एका बलदंड भुत्याच्या निर्भाव हाताची पकड तिच्या कमरेभोवती पडली. दुसऱ्याच क्षणी ती संभाजीराजांच्या घोड्यावर खेचली गेली. जनावराला वर्मी कळ यावी, अशी टाच बसली. घोडा दौडू लागला. त्याचा माग धरून घोडाइतांचे पथक उधळले. धूळलोट उसळले. वादळी वाऱ्यालाही मागे टाकेल असा तो वेताळाचा नायक, रायगडाचा रुद्र दौडू लागला, लिंगाणा किल्ल्याच्या रोखाने.

रायगडचा जोडकिल्ला असलेल्या लिंगाण्याचा पायथा आला. बाईला लिंगाण्यावर आणण्यात आले. आपल्या इमानी धारकऱ्यांच्या चौकीपहाऱ्यात तिला एका कोठीत बंदिस्त ठेवून तिचा निरोप घेताना संभाजीराजांना भरून आले. तिच्या तोंडाकडे बघण्याचा धीर त्यांना झाला नाही.

केवड्याच्या झळाळ पात्यासारखा दिसणाऱ्या तिच्या पायांच्या पंजावर नजर

ठेवून ते म्हणाले, ''तुम्हाला इथं आणलं म्हणून आम्ही दिलगीर आहोत. आमच्यासाठी दुसरा इलाज बाकी राहिला नाही. तुम्ही आमच्या 'कैदी' आहात. आमच्या महाराजसाहेबांसमोर तुम्हाला आणि आम्हालाही उभे राहावे लागेल. तेव्हा आई जगदंबा आणि जगदीश्वर कौल देईल तसे करा. कुणाच्याही भीड-भरीला तुम्ही बळी पडणार नाही, असा आमचा विश्वास आहे. आम्ही युवराज आहोत तरीही आमच्या हातून तुमची ही जनानी कैदी घडली यासाठी तुमचे शरमिंदे आहोत. शक्य झाल्यास त्यासाठी आम्हाला माफ करा. येतो आम्ही.''

जे समजून केले त्यासाठी खंत, पश्चात्ताप करण्याचे कारण नाही, असे ठाम ठरवूनच युवराज संभाजीराजे लिंगाणा उतरू लागेल.

इकडे रायगडावर हाहाकार उठला होता. एवढे धीराचे अण्णाजी, पण पायांखालची वाळू सरकल्यासारखे ते हवालदिल झाले. लज्जेने तोंडाशी उपरण्याचा शेव धरून ते आपल्या वाड्याकडून महाराजांच्या खासेवाड्याकडे चालले. त्यांनी मनोमन कसलातरी निर्णय केला होता. ज्या गडावर ते इतकी वर्षे इतमामाने राहिले होते तोच त्यांना क्षणात परका वाटू लागला.

''स्वामी, आम्हास सेवेतून मुक्त करून निरोपाचे विडे द्यावेत.'' राजांच्या कानी मनचा सल घालताना खालमानेच्या अण्णाजींच्या डोळ्यांतून आसवे टपटपली. खालच्या रुजाम्यात ती एकजीव झाली. सारा महाल एकान्ती होती. अण्णाजी कसल्या अग्नीने पोळून बोलताहेत तेच छत्रपती महाराजांना कळेना.

''मतलब?'' महाराजांनी नजर अण्णाजींच्या पगडीवर फिरली.

''स्वामीऽ स्वामीऽ'' अण्णाजींना बोलवेना. लहान मुलासारखे ते जागच्या जागीच गदगदू लागले. आपले तोंड ओंजळीतल्या उपरण्याने त्यांनी झाकून घेतले.

छत्रपती ते बघताना चरकले. बैठक सोडून उठले. चमत्कारिक साद त्यांच्या तोंडून बाहेर उमटली – ''सुरनीऽ स.'' आजवर अण्णाजींचे हरपलेले मंत्रिपणाचे भान जागे झाले. त्यांनी आपला हुंदका मुश्किलीने रोखता केला.

शांत, संथ चालीत महाराज अण्णाजींच्या जवळ आले. तेवढ्या वेळात त्यांनी काय बोलावे हे योजून घेतले होते. अण्णाजींच्या खांद्यावर गुलाबी हात-तळवा चढवीत महाराजांनी विचारले, ''अण्णाजी, माणसं आम्हाला कंटाळतात. पारखी होतात. नेताजी झाले, प्रतापराव झाले, संभाजी कावजी झाला. आम्हाला त्यांच्या मनीचे सल कधीच कळू शकले नाहीत. तुम्ही ती संधी तरी आम्हाला देताहात. बोला, अण्णाजीपंत, आमचा काय कसूर घडतो, म्हणून सावलीसारखी असलेली माणसं आम्हाला पारखी होतात. आम्हाला एकदा ते कळू द्या तरी!''

त्या प्रत्येक बोलाने अण्णाजींनी मुश्किलीने रोखलेला उमाळा पुन्हा वर खेचला

गेला. जी नजर स्वामींच्या भगव्या मोजड्यांवर जोडलेली असायची, ती एकाएकी वर उचलली गेली. ते आपले सारे कढ क्षणभर विसरून गेले. पगडी डोलवीत अण्णाजी राजांच्या स्फटिक शिवलिंगासारख्या सत्त्वतेजी मुद्रेकडे बघतच राहिले.

"नाही. स्वामी कसूर आपला नाही. कुणाचाच नाही. असलाच तर तो आमच्या कमनशिबाचा आहे. आम्हाला निरोप द्यावा." अण्णाजींनी झुकून छत्रपतींच्या मोजड्यांना हाताची बोटे भिडविली.

"तुमच्या तोंडीची कमनशिबाची ही भाषा ऐकायला मासाहेब पाहिजे होत्या अण्णाजी." जिजाऊंच्या आठवणीने राजे विचारगत होत थांबले. त्यांनी धीराने भोगलेले आणि परतविलेले नशिबाचे फेरे राजांना आठवले.

"अण्णाजी, जायचंच ठरविणाऱ्याला आई भवानीही रोखू शकत नाही. फक्त त्याचे सही कारण आम्हांस सांगून जा. काय झाले म्हणून हा डाव अर्धामुर्धा सोडून तुम्ही मोहरा पालटताहात? बोला." छत्रपतींनी अण्णाजींचे खांदे आवेगाने हलविले.

"स्वामीऽ, जीभ उठत नाही आमची. परब्रह्माचे आम्ही खाल्लेले चार घास आपल्या कृपेमुळेच मिळाले आहेत. त्याची जाण सुटत नाही. आमची कसलीच तक्रार नाही. कुणाचाच कसलाही कसूर नाही." अण्णाजींना बोलणे सुधरेना.

"तक्रार नाही म्हणता म्हणजेच तक्रार गंभीर आहे. कसूर नाही म्हणता मतलब कसूर जबर आहे. सुरनीस, आम्ही छत्रपती या नात्यानं तुम्हास आज्ञा करतो आहोत – तुम्ही चाकरीची मुक्ती का मागता, ते कुलदैवताच्या साक्षीनं आम्हास साफ-साफ सांगावं." राजांचा आवाज बदलत-बदलत दरबारी झाला.

रस्सीखेचीला पडलेले अण्णाजी घुटमळले. कसलातरी प्रचंड विश्वास त्या 'सुरनीस' या शब्दांतून त्यांना मिळून गेला. डोळे शेवाने टिपत, उपरण्याचे काठ दोन्ही मुठींत घट्ट पकडून अण्णाजी सिद्ध झालेल्या निर्धारी स्वरात म्हणाले, "आमचं सर्वस्व लुटलं गेलं आहे महाराज. त्यासाठीच आम्हाला चाकरीतून मुक्तता मिळावी."

"साफ बोला. काय झालं? कुणी लुटलं तुमचं सर्वस्व?" छत्रपती सावध झाले.

"महाराज, महाराज, क्षमा असावी – युवराजांनी!!"

"अऽ ण्णाऽ जी!" पोताचा चटका बसावा तसे राजे चरकले.

"काय – काय केलं युवराजांनी, अण्णाजी?" कयास नसलेली वाट धरण्यासाठी राजांचे मन धडपडू लागले.

"क्षमा असावी स्वामी. त्यांनी केलं आहे, ते आपल्यासमोर बोलतानाही आम्हाला शरम वाटते. आम्ही अभय मागतो."

"अभय दिलं अण्णाजीपंत. सांगा युवराजांनी काय केलं?" छत्रपतींची मुद्रा बांधली जाऊ लागली. कपाळपट्टीवर जाणवण्यासारखी शीर उमटून आली.

"महाराज, खुद्द आमच्या घरची, घरपणासाठी आलेली नात्याची सुवासिन

युवराजांनी गडाबाहेर काढली. आम्हाला कुणालाच तोंड दाखवायला जागा नाही. आम्ही सर्वस्वी लुटले गेलो आहोत. हे पाय सोडणं जड जातं. तरी आम्हाला निरोप द्यावा.'' अण्णाजी खाली राजांच्या पायांशी गुडघे टेकून बोलतच होते. त्यातील एकही शब्द छत्रपतींच्या मनापर्यंत पोहोचत नव्हता.

'सुवासिन गडाबाहेर काढली', हे ऐकताच राजांचे उभे अंग संतापाने थरथरले. श्वास चढीला पडला. नाकाच्या वळत्या शेंड्यावर घामाचे तुषार गोळा झाले. प्रचंड खंत आणि अनावर संताप यांच्या कोंडीत सापडलेला त्यांचा रक्ताचा कण अन् कण थरथरत होता.

त्या लोखंड लाल, संतप्त राजमुद्रेवरून शब्दांच्या ठिणग्या उसळल्या, ''अण्णाजी, हेच कारण असेल, तर गडच काय कदाचित हे जगही सोडावं लागेल. पण ते तुम्हाला नव्हे – संभाजीराजे भोसल्यांना! श्रींच्या नावे चाललेल्या दरबारी तुम्हास काटेकोरीनं न्याय मिळेल. विश्वास ठेवा.'' छत्रपती अंत:पुराकडे एकान्तवासासाठी चालले.

मुजऱ्यासाठी झुकलेल्या अण्णाजींच्या कानी समोरून चाललेल्या राजपुरुषाच्या टोपाच्या हिंदोळत्या मोतीलगातून ओघळत आल्यासारखे बोल मात्र बाहेर पडल्याशिवाय राहिले नाहीत – ''तुम्ही मात्र राजांना पारखण्यात आता केलीत तशी गफलत पुन्हा कधी न करणे!''

घामाघूम झालेले संभाजीराजे रायगड चढून आले. त्यांना आठवत होते तेव्हापासून असा प्रसंग त्यांच्यावर कधीच आला नव्हता. गडाच्या कारखानदारीतील माणसे त्यांना बघून नेहमीप्रमाणे कमरेत झुकत नव्हती. त्यांतील कितीतरी नजरा चक्क तिरस्काराने भरलेल्या दिसत होत्या. कितीतरी अनुकंपेने भिजलेल्या होत्या. पण कुठेच आदराचा भाव त्यांना दिसेना. रायगडाहून नेहमी ठेंगणे वाटणारे आकाश त्यांना आता आपल्या टोपाला भिडल्यासारखे भिववू बघत होते. त्या उभ्या, नांदत्या, राबत्या गडावर एकाच गोष्टीने त्यांचे मन पुन्हा बांधून टाकले. नगारखान्यावरचा जरीपटका नामसर्पी वेटोळी फेकत लहरत होता, त्यामुळे.

जेवढ्या तडफेने रायगड उतरून ते लिंगाण्याकडे दौडले होते, तेवढीच आता त्यांची पावले मणामणाचे साखळदंड जखडल्यासारखी जडशीळ पडू लागली. एकाच विचाराने की – 'आज पहिल्याने आम्हाला आमच्या वर्तणुकीबद्दल महाराजसाहेबांसमोर सफाई द्यावी लागणार.'

होय. ते आपणहून महाराजांच्या खासेवाड्याकडेच चालले होते. त्यांच्या कानी घडले ते सारे घालण्यासाठी. ते देतील ती आज्ञा मानण्यासाठी.

सातमहालातील सोयराबाईंच्या 'थोरल्या महाला'वर अत्यंत जळजळीत नजर

टाकून ते खासेवाड्याकडे वळले. त्यांच्या संगती कुणी नव्हते. त्यांना आपले एकटेपण कधी नव्हे, ते जाणवले.

महाराजांच्या खासेमहालाचा दरवाजा ते ओलांडू लागले, तेव्हा खंडोजी दाभाड्याने त्यांना मुजरा देत आपली जबाबदारी पार पाडली – "खाशांचा हुकूम हाय. म्हालाचा राबता समद्यांस्नी बंद हाय!" संभाजीराजांनी त्याने आडवा घातलेला भाला त्याच्याकडे न बघताच मनगटी तडाख्याने बाजूला सारला.

ज्या न कळणाऱ्या नात्याने ते देवमहालात जगदंबेशी हट्टाला पडले होते, तसल्याच नात्याने ते आपल्या आबासाहेबांशी हट्टाला पडणार होते. आज मोठ्या धैर्याने मासाहेब सोयराऊंच्या पायगुंतवा करणाऱ्या वागणुकीचा पाढा ते आपल्या छत्रपती पित्यासमोर वाचणार होते. इतके दिवस रोधलेला बांध आज फुटणार होता.

मिर्झा रजपुतांच्या गोटात ओलीस राहणारे, मथुरेत एकटेच मागे राहताना मागे न कचरणारे, भागानगरपर्यंत दौड घेणारे युवराज संभाजीराजे आज आपल्या आबासाहेबांच्या पायांवर डोके ठेवून म्हणणार होते – "तुम्हीच आमच्या आऊ आणि आबा आहात. आता रायगडी राहणे नको वाटते. आम्हाला स्वारीसाठी बरोबरच ठेवून चालवावे. आमचे युवराजपदी पायी टाकले आहे. ते आमच्या रामराजांना देऊन त्यांना दरबारी महालात सोनपायरीवर बसते करावे. आग्र्यात ज्या मोजड्या आम्ही उचलून आपल्यासमोर ठेवल्या त्याच आम्हाला बक्षाव्या. आम्हाला त्याच सर्वांहून मोलाच्या आहेत. एकच मागणं मागावं म्हणतो आम्ही. आम्हाला समजून घेणारे गडावर कुणीच नाही. यासाठी जसे निरोप घेताना मथुरेत आम्हाला पोटाशी धरलंत तसंच धरावं. आमचं मन जाणणाऱ्या थोरल्या आऊसाहेब आम्हाला कानभर हिताच्या गोष्टी सांगून गेल्या आहेत. फक्त आपला हात आमच्या पाठीशी सदैव असावा."

"महाराजसाहेऽ ब." वाड्याच्या अंतःपुराच्या बंद दरवाजावर संभाजीराजांच्या कडेधारी हाताची थाप पडली.

दरवाजा उघडला नाही. उघडणार नव्हता. उघडू शकत नव्हता! आत स्वराज्याच्या कामी आजवर खर्ची पडलेल्या असंख्य जिवाशी बांधील राजेपण ठरवून बंदिस्त झाले होते. छत्रपती महाराज प्रथम छत्रपती होते. नंतर पिता, पती, भाऊ होते. राजांना रक्ताची नाती नसतात. राजआसंदी चढतानाच ती त्यांना मोहोरबंद करून ठेवावी लागतात. त्या बंद दरवाजासमोर संभाजीराजांचे डोळे भरून आले. कुणी आम्हाला मुजरा केला नाही. आम्हास कुणी आपलेसे करणार नाही!

"ठण ऽ ठण ऽ ठण ऽ!" जगदीश्वराच्या चौकआवारातील सांजआरतीसाठी झडणाऱ्या घंटांचा नाद खासेवाड्यात घुसला. बंद दरवाजाबाहेर संभाजीराजांना आणि आत मंचकावर सचिंत बसलेल्या महाराजांना कैलासवासी मातुश्री जिजाऊसाहेबांची आठवण रोखता आली नाही. एकमेकांना दिसले, कळले नाही; पण त्यांच्या हाताची

बोटे जाऊन छातीला भिडली होती. आत महाराजांच्या मनी विचार उठून गेला – 'मासाहेब, आमच्यावरचा हा प्रसंग बघायला आज तुम्ही नाहीत ते एकपरीनं ठीक आहे. तुमच्यानं मुलाकडून नातवाचा निवाडा बघवला नसता.'

बाहेर संभाजीराजांच्या मनी विचाराने काहूर केले – 'थोरल्या आऊ, तुम्ही आज हव्या होतात. सारे दरवाजे बंद असताना आम्ही तुमच्याच पायांशी आलो असतो. तुमच्या 'शंभूबाळ' या एकाच सादेनं कैक रायगड उरावर पेलण्याचं बळ आम्हाला लाभलं असतं!' युवराज संभाजीराजे त्या दरवाजासमोरून परतले. त्या क्षणाबरोबरच मराठी मसनदीचे भाग्य परतले. भोसले कुळीची राजस नाती परतली. सत्यच सत्याला पाठमोरे होऊन, नियतीच्या फसगतीबरोबर माघारी परतले.

आपल्या महालात आलेल्या आरोपित संभाजीराजांवर महाराजांचे हत्यारबंद चौकी पहारे बसले. त्यांच्या भेटीसाठी आलेल्या पुतळाबाईंना आणि येसूबाईंनाही त्यांची भेट घेणे शक्य झाले नाही. काळवट रात्र पाचाड खोरीला घेर टाकत उतरली. तिने तीन जीव वेगवेगळ्या मन:स्थितीत बंदिस्त झालेले बघितले. लिंगाण्यावर गोदावरी संभाजीराजांच्या धारकऱ्यांच्या कैदेत, रायगडावर संभाजीराजे महाराजांच्या नजरबंदीत आणि खुद्द छत्रपती महाराज असह्य राजेपणाच्या, कुणालाही दिसू, उमगू न शकणाऱ्या जीवघेण्या बंदिवासात!

रायगडाच्या हयातीतील दुसरा काळा दिवस उजाडला. राजमाता जिजाऊ गेल्या तो पहिला आणि दुसरा – आज भरल्या दरबारी आरोपित संभाजीराजांची सिंहासनाधिष्ठित छत्रपतींसमोर सुनावणी होणार होती. आकृति-सावलीसारखे असलेले ते पितापुत्र येईल त्या सत्याला निडरपणे सामोरे जाणार होते.

महाराजांची भेट घ्यावी म्हणून पुतळाबाई, सरलष्कर हंबीरराव, येसूबाई यांनी आकांती खटपट केली होती, पण त्यांना यश आले नाही.

"युवराजांना तोफेच्या तोंडी दिले जाणार." या वार्तेने माणूसन्‌माणूस भयकातर झाले होते. रात्र-रात्र विचारांनी होलपट केलेले संभाजीराजे 'प्राणांती सजा' झालीच, तर त्यासाठी मन बांधून सिद्ध झाले होते.

हवालदिल माणसांची रीघ दरबारी महालाकडे लागली. कुणीच काही बोलत नव्हते. म्हणता-म्हणता दरबारी चौक मानकऱ्यांनी भरून गेला.

राजपेहराव धारण केलेले महाराज देवमहाली शांत चित्ताने आई भवानीच्या मूर्तीसमोर उभे होते. मूकपणे डोळ्यांनीच तिच्याशी त्यांचे उदंड बोलणे झाले. बेलफुलांची ओंजळ तिच्या संन्यस्त चरणांवर अर्पून तो मराठ्यांचा योगी राजा देवमहालाबाहेर पडला. एक-एक धीमे राजपद सिंहासनाकडे जाण्यासाठी पडू लागले. उचलत्या प्रत्येक पावलांबरोबर एक-एका नात्याचा, तोडायला अवघड जाणारा बंध आपोआप गळून पडू लागला. एकाएकी त्या योगी चरणांना सर्वांत

जिव्हाळ्याच्या जनानी नात्याच्या वज्रचुड्यांची आर्त हाकेबरोबरच मिठी पडली – "आबाऽ."

महाराज देवमहालाबाहेर पडण्याची वाट बघत बाहेरच्या दगडबंद भिंतीला लागून राजस्नुषा येसूबाई उभ्या होत्या. तेवढे मोजकेच क्षण त्यांना युगासारखे फरफटून घेऊन गेले होते. असह्य कढाने, पित्याची माया देणाऱ्या महाराजांच्या पायांना त्यांनी मिठी घातली होती. आपल्या सौभाग्याचे दान घेण्यासाठी.

वरच्या आभाळाएवढ्या राजपुरुषाचे बांधून घेतलेले मनही पळभर डळमळले. उसळू बघणारा भावउमाळा रोधण्यासाठी छत्रपतींनी क्षणभर डोळे मिटून घेतले. त्यांचेच बोल नको त्या क्षणी त्यांच्या सेवेला रुजू झाले – "सूनबाई, तुम्हांस बघितले की, आम्हाला आमच्या आऊसाहेबांची याद येते!"

ज्या पदरात महाराजांनी स्वहस्ते जोखमीची शिक्के-कट्यार सोडली होती, तोच पदर पसरून सूनबाईंनी देवीच्या दरवाजात त्यांना गाठले होते. त्यांच्या रूपाने जशा मासाहेबच काही बोलू बघत होत्या. त्या विचाराने राजे शिवाजी कळवळले. तसेच पुढे जाण्यासाठी ओढ घेणारे त्यांचे मन अडखळले.

"सूनबाईऽ" छत्रपतींचा कडेधारी थरथरता हात येसूबाईंच्या पाठीवर गेला. त्या स्पर्शातील थरथरीने येसूबाई अंगभर हमसल्या.

"उठा. शांत व्हा." राजांनी त्यांना उठते केले. बोलावे म्हटले तरीही येसूबाईंच्या गळ्यातून शब्द फुटेना. जे सांगायचे होते, ते त्यांचे हमसणेच सांगत होते.

"आमचं ऐका. शांत व्हा." बोलातील जाणते धैर्य मरणाच्या दारातील दुबळ्या जिवालाही निर्धारी करणारे होते.

"खरंच तुम्हाला बघितलं की, मासाहेबांचीच याद येते! तुम्ही तशाच आहात. या क्षणी गडावर आम्हाला समजून घेणाऱ्या एकट्या तुम्ही – तुम्हीच आहात." क्षणभराची स्तब्धता आपोआप उतरली.

"येसू. मासाहेबांना भुलू नका. याहून बिकट प्रसंगातून त्या कैकवार गेल्या, पण त्यांचा पदरकाठ नाही चळला. कुळाला साजेल असे तेवढे थोर धैर्य गडावर फक्त तुमच्यातच आहे. विश्वास ठेवा. तुमच्या सौभाग्याला हात घालण्याचं कर्म जगदंबेनं आमच्या हातून घडविलंच तर... तर पुन्हा म्हणून आम्ही त्या सिंहासनावर दिसणार नाही! हयातभर तुमच्या सेवेसाठी रुजू होऊ. तुम्हाला मासाहेब मानूनच!

"आता आमच्या हातून काही घडू नये, यासाठी त्या जगदंबेला साकडं घाला. आम्ही ते घालून आलो आहोत.

"मुली, डोळे पूस. तुला-आम्हाला डोळे आहेत, ते जगदंबेचे! ते पाझरून नाही चालत. येतो आम्ही." शांतपणे येसूबाईंचे खांदे हळुवार थोपटून महाराज चालले. तेवढ्याच शांत पावलीं येसूबाई देवमहालात चालल्या. या क्षणी त्यांना कुणीही

पाठमोरे पाहिले असते तर जिजाऊ गेल्या आहेत, हे त्याला खरेच वाटले नसते!

तिकडे दरबारच्या राणीवशात महाराणी सोयराबाई येऊन दाखल झाल्या होत्या. काहीतरी योजून त्यांनी आज रामराजांना संगती आणले होते. त्यांच्याखेरीज सात महालाकडली कुणीही जननी असामी त्या राणीवशात आली नव्हती.

सिंहासन चौथऱ्यावरील सोनखांब धरून मोरोपंत, दत्ताजी, प्रल्हादपंत, हंबीरराव, रघुनाथ पंडित आदी सात मंत्री खडे होते. फक्त सुरनीस अण्णाजी दत्तोंचा खांब रिकामा होता. फिर्यादी असल्याने आज ते त्या जागी उभे राहू शकत नव्हते. समोरच्या दरबारी चौकात ते खालच्या मानेने उभे होते. चौथऱ्याच्या उजव्या तर्फेला असलेला, सुवर्णी दंडावरच्या मत्स्यमोर्चेलावर मढविलेला भला-मोठा, ढंगदार, सोनेरी मासा, माणकाचा लालबुंद डोळा रोखून भरल्या दरबारावर देख देत होता.

चौकातील हजारी कारंज्याचे पाणी उसळी घेऊन जरीबतूसारख्या तारांचा फुलोरा फुलवीत, पुन्हा भोवतीच्या हौद्यात कोसळत होते. छताकडून झोल टाकीत वळलेले, जागजागीचे झिरझिरे पडदे गडवाऱ्याने शहारत होते. पूर्वाभिमुख सुवर्णी सिंहासनाच्या हातदांडीत मुरून बसलेले सिंह खुल्या जबड्यांमुळे ते 'सिंहासन' आहे, हे पटवीत होते. त्यावरच्या छत्राच्या घेराला ओळंबलेल्या सुवर्णी झुरमुळ्या मंद लडलडत होत्या.

नेहमीच्या शिरस्त्याची शिंगाची कातरी ललकारी सरसरत दरबारी महालभर फिरली. तिला धरून नगारखान्याची नौबत दुडदुडली.

सोनेरी गुर्झब घेतलेला गुर्झबारदार सिंहासन चौथऱ्यावर आला. गुर्झबी दांडा आपटत त्याने अल्काबाची हरळ दिली – "राजश्रियाविराजित, सकळगुणमंडित, क्षत्रिय कुलवतंसऽऽ गोब्राह्मणप्रतिपालक, हिंदुपदपादशहा, श्रीमान छत्रपतीऽऽ शिवाजीमहाराऽ जऽऽ!"

हाच अल्काब तिवार झाला. 'अदबऽ अदबऽ' म्हणत गुर्झबारदाराने जहालीची अंतिम समज भरल्या दरबाराला दिली. त्याने दिलेल्या सोनेरी फरसबंदावरच्या ठोक्याने न्यायतुलेची पारडी कळणार नाहीत, अशी शहारली. एकमेकांचा श्वास ऐकू पडावा असे काही क्षण दाटत, थबकत गेले. पाठोपाठ मैनाक पर्वताच्या शिखरावर पक्षिराज गरुड चढलेला दिसावा तसे, त्या झळझळीत सोनेरी चौथऱ्यावर छत्रपती महाराज दिसू लागले. त्यांच्या दर्शनाबरोबर उभा दरबार लपकन कमरेत झुकला. आपल्या दरबारी प्रजेला आशीर्वादासाठी म्हणून महाराजांनी हात उठविला. राणीवशातून सोयराबाईंनी पाठविलेले रामराजे चौथऱ्यावर येऊन आपणाला मुजरा करताहेत, हे महाराजांना कळलेच नाही. जेव्हा कळले तेव्हा क्षणभर ते घोटाळलेच. मान न वळविता म्हणाले, "पंत, बाळराजांना तुमच्या तर्फेस उभे करून घ्या!"

"जी." मोरोपंत पुढे झाले. त्यांनी रामराजांना आपला हात देत आपल्या शेजारी

घेतले. ते बघताना झिरझिऱ्या पडद्याआडच्या सोयराबाईंच्या मानेला राणीवशात झटका बसला. युवराजांच्या मोकळ्या पडलेल्या सोनपायरीच्या जागेवर स्वारी बाळराजांना हसत बसती करील, असा त्यांचा गैरअंदाज होता!

महाराजांनी सिंहासनाला वंदना दिली. त्याला पायांचा स्पर्श होणार नाही, याची दक्षता घेत छत्रपती सिंहासनारूढ झाले. बाकदार भगव्या मोजडीचा उजवा पाय चरणासनावर विराजला. हातपंजा उठवून महाराजांनी दरबारी कामाकाजाला सुरुवात करण्याची आज्ञा मंत्रिगणांना दिली. दोन्ही बाजूंनी शुभ्र फुलोऱ्याच्या चवऱ्या सिंहासनावर मंद ढळू लागल्या.

आज एकदम आघाडीलाच युवराज आरोपित म्हणून दरबारसामने येऊ नयेत, अशी इच्छा असलेल्या सरलष्कर हंबीररावांनी, कोरे होत झुकून आपल्या फौजेकडच्या काही मागण्या पेश केल्या. हात उठवून छत्रपतींनी त्यांना 'मंजुरी' दिली. चौथऱ्यासमोरच्या हौद्यासारख्या बैठकीत बसलेल्या चिटणीस बाळाजींनी शहामृग पीस फिरवीत, त्याची नोंद करून घेतली.

कुठल्यातरी दरबाराकडून गडावर आलेल्या नजराण्याची दोन तबके पेशवे मोरोपंतांनी 'आपली करण्याची' विनंती छत्रपतींना केली. त्यांतील एक तबक रिवाजाप्रमाणे युवराज संभाजीराजांना आले होते! महाराजांनी आपले तबक हस्तस्पर्श देऊन स्वीकारले. युवराजांचे तबक, ते बैठक घेत होते, त्या जागी तसेच ठेवण्यात आले. वेळ जात होता. ते ध्यानी येताच महाराजांनी न्यायाधीश प्रल्हादपंतांना समज दिली, "न्यायाधीश, तुमच्या तर्फेचे कामकाज दरबारी रुजू करा."

प्रल्हादपंत 'आज्ञा' म्हणत झुकले. उभार दरबार धनुष्याची कमान ताणली जावी तसा ताणावर पडला. "आरोपित युवराजांना पेश करा." प्रल्हादपंतांनी आपल्या न्यायखात्याच्या धारकऱ्यांच्या सुभेदाराकडे बघत आज्ञा केली.

राणीवशाच्या बगलेकडून दरबारात येणाऱ्या बालेकिल्ल्याच्या मार्गावर सगळ्या मानकऱ्यांचे डोळे जखडून पडले. क्षणाक्षणाने आतली असंख्य काळजे थडथडली.

चहूबाजूंनी दहा हत्यारबंद धारकऱ्यांनी घेर टाकलेले आरोपित युवराज संभाजीराजे भोसले 'श्री'च्या न्यायकठोर सिंहासनासमोर आणले जात होते. अंगी केसरी जामा, मस्तकी तसाच झगमगता टोप, कपाळी रोखलेले शिवगंधाचे ठसठशीत पट्टे, छातीवर रुळलेली चौसष्ट कवड्यांची माळ, कमरेला ठिपकेदार किरमिजी मांडचोळणा, दोन्ही हातांची मनगटे निळ्या शेल्यात बांधलेले संभाजीराजे दरबारात येत होते.

त्यांची पुष्ट गर्दन ताठ होती. डोळे कसल्यातरी निर्धारी तेजाने तळपत होते. अनवाणी पाय खालच्या पायघडीवर भक्कम पडत होते. गुहेतून बाहेर पडलेल्या ऐन भरीच्या छाव्याचे ते निडर रूप होते!

त्यांना तसे बघताना दरबारी मानकऱ्यांतील कित्येकांचे ओठ रिवाज विसरून

चुकचुकले. त्यांच्या फौजेकडच्या काही मानकऱ्यांनी त्याही स्थितीत त्यांना अदबमुजरे रुजू घातले. धारकऱ्यांनी आरोपिताला सिंहासनाच्या थेट सामने उभे करून नंगी पाती कपाळाला भिडवीत हटत आपापल्या जागा घेतल्या.

मराठ्यांच्या जागी राजासमोर त्याचा रूपपराक्रमी फर्जंद आरोपित म्हणून उभा ठाकला! जिजाऊंच्या 'सिऊबा' राजांसमोर त्यांचे 'शंभूबाळ' गुन्हेगार म्हणून पेश झाले! भवानीच्या थोरल्या पातीच्या भुत्यासमोर धाकल्या पातीचा भुत्या 'चुकार' म्हणून खडा झाला! आज आबासाहेबांसमोर त्यांचे 'शंभूराजे' हे असे जगदंबेने उभे केले. छत्रपती महाराजांसमोर तो मानी युवराज दोषी म्हणून पेश झाला! आकृतीसमोर सावलीच न्यायदानासाठी खडी ठाकली. विशाल आभाळासमोर उगवतीचा सर्जा सूर्यच आरोपित म्हणून खडा ठाकला!!

सोडला तर श्वासानेही भंगेल अशी शांतता दरबारभर पसरली. आणि क्षणातच आर्त जिव्हाळ्याच्या सादेने ढवळून निघाली. "दादामहाराऽज!" सिंहासन चौथऱ्यावर मोरोपंतांच्या बगलेला उभे असलेले पाच वर्षं उमरीचे रामराजे भयचकित झाले होते!

पिळवटल्या काळजाने आणि भरल्या डोळ्यांनी संभाजीराजांचा भरदार ऊर दाटून आला. जाम्याच्या वादांची छातीवरची गाठ उचलली गेली. त्यांना वाटले – 'असंच तरातर चालत पुढं जावं. बाळमहाराजांना पायऱ्या उतरवून छातीशी कवळावं; उचलून, मांडलेल्या तबकाशेजारी आपल्या नेहमीच्या जागी बसवावं.'

"पंत, बाळराजांना त्यांच्या महाली पावते करा." महाराजांनी मोरोपंतांना समज दिली. लगबगीने पुढे होत मोरोपंतांनी रामराजांना पिछाडीच्या मार्गाने बाहेर काढले. महाराजांच्या खाजगी कारभाऱ्यांच्या हवाली त्यांना सुपुर्द करून मोरोपंत पुन्हा आपल्या पंतप्रधानी स्तंभाजवळ येऊन हात बांधून उभे राहिले.

आपल्या जागेवर ठेवलेल्या नजराण्याच्या तबकावर नजर खिळलेल्या संभाजीराजांना एका विचाराने सुन्नपण आले – 'त्या जागी बैठक घेताना कधी ध्यानीमनीही आलं नाही की, केव्हातरी हे असंही इथं उभं राहावं लागेल!'

दाटली शांतता कशी फोडावी हे न सुधारल्याने प्रल्हादपंत गोंधळले होते.

"न्यायाधीश, आरोपितास समज द्या. दरबारचा रिवाजी मुजरा रुजू झालेला नाही!" छत्रपतींची मान नागफण्यागत ताठ झाली. आवाज जरबी कठोर झाला.

ते बोल कानी पडलेले संभाजीराजे क्षणभर इकडे-तिकडे बघत कावरेबावरे झाले. पंतांनी समज देण्यापूर्वीच हात बांधले असल्याने कमरेत झुकूनच त्यांनी अदबमुजरा घातला. महाराजांची गर्दन ते बघताना सुमार झाली. त्यांनी बगलेला पडलेला विषय पटावर घेतला.

"आरोपितावरचे आरोपपत्र दरबारास पेश करा न्यायाधीश."

"जी. आज्ञा." प्रल्हादपंत, न्यायाधीश नात्याने आरोपपत्र वाचू लागेल –

“आरोपित रा. रा. संभाजीराजे बिन – बिन...” प्रल्हादपंत महाराजांसमोर त्यांचा नावनिशीने उल्लेख कसा करावा, या पेचाने अडखळले!

“वाचा.” सिंहासनाने त्यांच्या जिभेचा खोडा काढून टाकला.

“आरोपित रा. रा. संभाजीराजे बिन सिवाजीराजे भोसले, उमर वर्षे अठरा, हाली राहणार किले रायगड.” प्रल्हादपंत वाचू लागले –

“तुम्हावरी फिर्यादी रा. रा. अनाजीपंत बिन दत्तोजी प्रभुणीकर सुरनीस – किले रायेगड, उमर वर्षे अजमासे पन्नास, हाली राहणार किले रायेगड यांची वहिमी फिर्याद ऐसी जे – ” सर्वांत कटू काम करण्यापूर्वी प्रल्हादपंतांनी एकदा श्वास घेतला. उपरण्याने घाम टिपला.

“तुम्ही फिर्यादीचे नात्यातील कबिल्याकडील घरपणासाठी आलेल्या गोदावरी नामे करून असलेल्या सवाष्ण स्त्रीचे बळमर्दीने किल्ले रायेगडावरून हरण केले आहे. सदरील स्त्री हाली तुमचे कब्जात म्हणून किल्ले लिंगाण्यावर असे.” प्रल्हादपंत थांबले.

“पेशी केली फिर्याद तुम्हास मंजूर?” महाराजांनी अण्णाजींना विचारले.

“जी.” मुजरे देत अण्णाजी खालच्या मानेने म्हणाले.

“आरोपित संभाजीराजे, तुम्हास आरोप मंजूर?” महाराजांचे डोळे रोखले होते. त्यांना आजवर दरबारात कोणी कधी दिली नव्हती, अशी भेट नजर आज संभाजीराजांनी दिली.

“नाहीऽ! आम्हास आरोप साफ नामंजूर आहे!” युवराजांच्या तोंडून तासासारखे ठणठणीत बोल उठले.

“मतलब? बाई तुमच्या कब्जात नाही?” महाराज क्षणभर गोंधळले.

“जी. आहे!” आज संभाजीराजांनी गर्दन खाली होतच नव्हती.

“मग आरोप नामंजूर काय म्हणून?” ती बावनकशी राजपात्रे एकमेकांना थडकू लागली. ठोस शब्दांच्या ठिणग्या उडू लागल्या.

“बाई आमच्या ‘कब्जा’त नाही – कैदेत आहे! आम्ही तिचे ‘हरण’ केलेले नाही. तिला राजरोस आमच्या कैदेत घेतले आहे.” संथपणे जाब आला.

“कोण हेतानं? कोण अधिकारात?” विचारांचा गुंतवा अनावर झाल्याने महाराजांनी वळलेली मूठ राजआसनाच्या हातदांडीवर उतरविली.

“मतलबी माणसांचा तिला आमच्याविरुद्ध भरीला घालण्याचा मनसुबा होता म्हणून – आमच्याशी संबधित असलेली बाब भलत्या थराला जाणार होती. म्हणून युवराजांच्या अधिकारात आम्ही बाईला कैदेत घेतले आहे. छत्रपती महाराजांचे फर्जंद या नात्याने. भोसल्यांना प्रसंगी प्राणाचे मोल देऊन इज्जत जपावी लागते, हे स्मरून, संभाजीराजे भोसले या नात्याने आम्ही बाईला कैदेत घेतले आहे.”

सारा दरबार ते बेडर, जळजळीत बोल ऐकताना चक्रावून गेला. सगळीकडे चुळबुळ माजली.

"कोण मतलबी माणसं? कसला मनसुबा?" महाराजांच्या मूळशोधी सवालाने दरबार चिडीचाप झाला. साऱ्यांचे जीव कानांत एकवट झाले.

संभाजीराजांनी पेटती नजर एकवार राणीवशाच्या झिरझिऱ्या पडद्यावर फिरली. रामराजे आणि थोरल्या आऊसाहेब यांच्या आठवणीने घशाशी आलेले शब्द घोटाळले. असह्य शांतता दाटून पडली.

"आम्ही विचारतो – कोण माणसं तुमच्या खिलाफ बाईस भरीला घालू बघणारी? कसला मनसुबा होता त्यांचा?" महाराजांची जरब वाढली.

आता पहिल्याने संभाजीराजांची गर्दन खाली झुकली. मान डोलवीत ते म्हणाले, "नाही – महाराज आम्ही त्यांचे नाव या दरबारी इथं घेऊ शकत नाही!"

"मग तुमची सफाई खडी होऊ शकत नाही." तेवढाच निर्धारी प्रतिबोल सिंहासनावरून उठला. सुटू घातलेला कथला पुन्हा गुंतत चालला.

"महाराज, क्षमा असावी. या फिर्यादीचे सुनावणीचे कामी खुद्द बाईलाच दरबारी पेश होण्याची आज्ञा व्हावी. अभय देऊन तिच्या तोंडूनच खऱ्याखोट्याची शहानिशा व्हावी, असं आम्हास वाटतं." सरलष्कर हंबीररावांनी ऐन क्षणी युवराजांच्या मनी घोळणारी सफाई रुजू घातली.

राणीवशाच्या पडद्याआडून दोन जळजळीत डोळे आपल्याकडे तिरस्काराने रोखले गेले आहेत, हे काही हंबीररावांना कळले नाही!

"नाहीऽ बाई माणसाला भरल्या दरबारी पेश होण्याची आज्ञा करणे, आम्हास रास्त दिसत नाही." अण्णाजी दत्तो प्रथमच बोलले. लगबगीने बोलले.

"अण्णाजी, आरोपित म्हणून खुद्द युवराज या भरल्या दरबारी आणण्यात आले आहेत हे तुम्ही विसरताहात!" छत्रपतींनी त्यांना दुरुस्त केले.

"पंत, बाईला अभय देऊन दरबारी पेश होण्याची समज द्या. जातीनं तुम्ही हे काम हाती घ्या." महाराजांनी पेशवे मोरोपंतांना आज्ञा केली.

"जी." ती उचलली गेली.

"आरोपित संभाजीराजे, तुमचे निर्दोषपण दरबाराला जाहीर होईपर्यंत कमरेची युवराजपणाची तलवार आणि भोसले कुलाची शान असलेली कवड्यांची माळ अंगी वागविण्याचा तुम्हास कोण अधिकार आहे?" महाराजांच्या रसरशीत सवालाने दरबार थरकला.

संभाजीराजांचे बांधले हात झटका बसावा, तसे कवड्यांच्या माळेला जाऊन भिडले. डोळ्यांत कातरपणा गोळा झाला. आता मात्र ते पिळवटून म्हणाले, "नाऽ ही! आमची वाटल्यास गर्दन उतरली जावी!"

"खामोऽ श!" छत्रपती ताडकन सिंहासनावरून खडे झाले. दरबार चरकला. काय घडेल, ते आता कुणालाच सांगता येणार नव्हते.

युवराजांची हजारो इंगळ्या डसल्यासारखी मुद्रा बघताना फक्त एकाच निधड्या छातीच्या वीराला येईल ते संकट पेलण्याची तयारी ठेवून जबान खोलावीशी वाटली, सरलष्कर हंबीरराव मोहित्यांना.

"महाराज, क्षमा असावी. युवराजांचे दोषीपण सिद्ध झाल्याखेरीज ती माळ साक्षात जगदंबेलाही त्यांच्या अंगावरून उतरविता येणार नाही! आम्हाला विश्वास आहे, ते सिद्ध झालं तर माळ उतरण्यापूर्वी युवराज बोलल्याप्रमाणं गर्दनच उतरवून ठेवतील!"

महाराजांची नजर झुकलेल्या हंबीररावांच्या इमानी पाठीवरून फिरली. त्यांनी दरबार उलगल्याची इशारत देण्यासाठी हातपंजा उठविला. सगळे मानकरी कमरेत झुकले. संभाजीराजेही झुकले. त्यांनी मान वर केली तेव्हा चौथऱ्यावर महाराज नव्हते. एक-एक करीत जाणाऱ्या मंत्र्यांपैकी हंबीररावांच्या पाठीवर त्यांची नजर कृतज्ञपणे जखडून गेली. राणीवशाच्या पडद्यावर थरथरत्या वळ्या उठून जात होत्या. तिकडे देवमहालात जगदंबेच्या मूर्तीसमोर माथा टेकलेल्या सूनबाई येसूबाईंच्या पाठीवरून पुतळाबाईंचा थरथरता हात सांत्वनासाठी अजूनही फिरतच होता!

गोदावरीला आणण्यासाठी लिंगाण्यावर गेलेले मोरोपंत रिकाम्या हातांनी आणि खिन्न जड मनाने परतले. जिथून कुणीच आणि कधीच परतू शकत नाही अशा दरबारात गोदावरी जाऊन पोहोचली होती!

चौबाजूंनी अंगावर धावून आल्यासारख्या मनातल्या वादळी विचारांनी गोदावरी कातर, हैराण झाली होती. तिचे देखणे, नाजूक स्त्रीपण विजेसारखे कठोर, चपळ झाले होते. आपले तोंड कुणालाही दाखवूच नये, हा विचार एका निर्धारी क्षणाला तिने बांधून घेतला. निसर्ग-विधीचे निमित्त करून ती संभाजीराजांच्या धारकऱ्यांच्या कड्यातून कोठीबाहेर पडली, लिंगाण्याच्या एका उंच कातळटोकावर उभे राहून तिने आपल्या श्वेत नेसूचा पदर खोचला. हात जोडून, डोळे मिटत कुलदेवतेचे स्मरण केले. डोळे उघडून खाली बघताना तिला खालची निळीकाळी, खोल खाई जगदीश्वराच्या शांत पिंडीसारखी वाटली. आपल्या देहाचे बिल्वदल त्यावर अर्पावे या अनावर आवेगानिशी तिने आपला नखांपासून शिखापर्यंत, पवित्र असलेला परंतु असंख्य मानसिक यातनांनी घायाळ झालेला देह समोर झोकून दिला.

तिच्या विखुरल्या देहाचे मिळतील ते अवशेष भिल्लांना दरीत उतरवून मोरोपंतांनी वर काढले. तिचे प्रेत लिंगाण्याच्या पायथ्याशी वस्त्राने झाकून... ही काळीजतोड खबर महाराजांच्या कानी कशी घालावी, या विचारात मोरोपंत परतले होते.

त्यांनी आणलेल्या वार्तेने अवघा रायगड विचित्र, दाटल्या शोकसागरात बुडाला. कुणालाही ती वार्ता ऐकताना काही बोलता येईना. गोदावरीने आपल्या कृतीने साऱ्यांचीच जबान बंद करून टाकली होती. संभाजीराजांच्यावरचे चौकीपहारे उठविण्यात आले. मोरोपंत, हंबीरराव, प्रल्हादपंत यांच्या सोबतीत छत्रपती आपल्या वाड्याबाहेर पडले. भोयांनी सामोरी आणलेली पालखी त्यांनी हात-इशारा देऊन नाकारली. गड उतरण्यासाठी ते पायीच चालले.

पाचाडात उतरताच महाराजांनी पागेकडची घोडी जीन कसून सिद्ध ठेवण्याची सैसला आज्ञा केली. चालत जाऊन प्रथम जिजाऊसाहेबांच्या समाधीचे दर्शन घेतले.

सैसने सिद्ध केलेल्या घोड्यावर मांड घेतलेले छत्रपती महाराज लिंगाण्याच्या रोखाने दौडू लागले. त्यांच्या मागून त्याचे सोबती मंत्री आणि निवडक धारकरी दौडू लागले. साऱ्यांसह महाराज वस्त्राच्छादित गोदावरीच्या प्रेताजवळ आले. मोरोपंतांनी आगेवर्दी दिल्याप्रमाणे लिंगाण्याच्या पायथ्याला चिता रचण्यात आली होती.

धारकऱ्यांनी गोदावरीचे प्रेत चितेवर ठेवले. चितेला चूड देण्यात आला. महाराज चितेवर चढलेल्या सतीकडे रोखल्या नजरेने बघतच राहिले.

"पंत, या सतीचे वृंदावन सिद्ध करण्यास आबाजी महादेवांना सांगा." छत्रपतींनी मोरोपंतांना सांगितले. वळते होत इतरांना कळायला अवघड असलेला तो राजा जनावरावर मांड जमवून दुडक्या चालीने दौडू लागला.

रायगडाच्या भवानी टोकावर उभे असलेले संभाजीराजे लिंगाण्याच्या पायथ्याशी दिसणाऱ्या जळत्या चितेकडे सुन्नपणे बघत होते. ती दूरवर दिसणारी पेटती चिता त्यांच्या काळजाला कातरत होती. एक चांदणवेलीसारखी सतेज स्त्रीच, हातात पूजेचे तबक घेऊन चालत येत होती. ती निर्भय, प्रकाशरूप स्त्री थेट युवराज संभाजीराजांच्या समोर येऊन थांबली. युवराजांच्या मोजड्यांवर रोखलेली तिची नजर वर उठत नव्हती. अंगावर सौभाग्यवाण असलेल्या त्या सतीच्या तोंडून बोल आले – "खूप सोसावं लागलं युवराजांना आमच्यासाठी. शक्य असल्यास त्यांनी आम्हाला माफ करावं!"

डोळे विस्फारलेल्या संभाजीराजांचे ओठ स्वत:लाच समजावल्यासारखे पुटपुटत होते – "नखशिखा! नखशिखा!!"

गोदावरी गेली. कधीही न पुसता येणारा एक सल युवराजांना देऊन. ती गेली आणि सोयराबाईंच्याबद्दल संभाजीराजांच्या मनी केळणीसारखी एक आढी बसली. प्रसंग पडल्यास या मासाहेब कोणत्या थराला जाऊ शकतात, याचा जीवघेणा अनुभव त्यांना येऊन चुकला. घडल्या घटनांनी वर्मी दुखावलेल्या युवराजांना कसे जवळ घ्यावे, हा पेच महाराजांना पडला. गोदावरीच्या निमित्ताने आपल्या इमानाच्या

निष्ठा अण्णाजींना राणीसाहेबांच्या पायी टाकाव्या लागल्या होत्या. आता त्या परतू शकत नव्हत्या.

झाल्या प्रकारचा विचार करून-करून श्रांत झालेले संभाजीराजे ख्वाबगारात मंचकावर लेटले होते. त्यांचा डोळा लागला होता. पायगतीला बसून येसूबाई त्यांचे पाय चेपीत होत्या. निळ्याभोर आकाशात क्षितिजकड फोडून काळ्या ढगांची एक लांबट झड उतरावी तशी सुख झालेल्या संभाजीराजांच्या सतेज कपाळावर झोपेतच आठी उमटली. तिला धरून सगळी चर्या डाग दिल्यागत आक्रसून आली. लयीच्या श्वासात फेर पडला. चंद्रकांत मणी पाझरून यावा, तशी घामथेंबांनी सगळी चर्या फुलून आली आणि येसूबाईंचा भीतीने थरकाप उडावा असे कुणालातरी आकांतानं थोपवायला चालल्यासारखे – "थांबाऽ! थांबाऽऽ!" असे ओरडत, संभाजीराजे झोपेतच फेकल्या गोफणीसारखे ताडकन उठले. सारे अंग थरथरत होते त्यांचे.

पोसाने त्यांची चर्या पुसता-पुसता येसूबाईंनी थरकत्या जिव्हाळ्याने विचारले, "कोण धास्तीचं ओरडणं झालं हे...."

काहीच जाब न देता युवराजांनी विचार वारण्यासाठी मानेला एक झटका दिला. त्यांना स्वप्न पडले होते! दिवसाढवळ्या, भयानक!

येसूबाईंनी दिलेल्या पाण्याचा पेला त्यांनी ओठांआड केला. त्यांना सावचित्त झालेले बघून येसूबाई हलकेच बोलल्या, "बाहेर सदरी दालनात कविराज खोळंबलेत."

मानेवरचे केस तसेच रुळते सोडून संभाजीराजे सदरी दालनात आले. त्यांना बघताच कवी कुलेश आणि एका हिंदोस्थानी असामीने लवून मुजरा केला.

"युवराज, ये दुर्गा काली के भगत है – उधो योगदेव." कविराजांनी आल्या असामीची पछान करून दिली. कवी कुलेश आपल्या हिंदोस्थानी भाषेतच बोलत होते.

उधो योगदेव कमरेत लवला. त्याच्या कपाळी गंधाचे आडवे शैव पट्टे होते. अंगी उत्तरी पेहराव होता. गोऱ्यापान उद्धव योगदेवाची गोल चर्या सतेज डोळ्यांपुढे निर्धारी दिसत होती.

"स्वीकार कीजिये युवराज, मैय्या कालीका भस्मप्रसाद." असे म्हणत योगदेवाने कमरेला लटकावलेल्या कशातून काढलेली भस्माची पुरचुंडी आणि प्रसादाचा द्रोण युवराजांच्या ओंजळीत ठेवला.

"दुर्गा भवानीच्या कृपेनंच आम्ही सलामत निभावलो. पुढंही तारणार तीच थोर आहे." या मनी उठलेल्या विचाराबरोबर संभाजीराजांनी ती ओंजळ तशीच उचलून कपाळाला भिडविली.

"युवराज, आज्ञा हो तो एक बात पेश करना चाहते है।" कुलेशांचा आवाज पालटला होता.

“जरूर. बेशक बोलावं कविराजांनी.” मथुरेतील त्यांच्या मदतीची जाण संभाजीराजे विसरले नव्हते.

“युवराज, जो हुवा है, भवानी के इच्छासे। आप उसको भूल जाईये। बहुत श्रेष्ठ है आपके महाराज। सुभाग है आपका, आप उनके पुत्र है। आप कवि है। हम कैसे बताए कि कवित्व ब्रह्माका प्रसाद है। क्षमा और संयमन ही उसका सुभाव है।” त्यांच्या मनात खूप काही बोलण्यासारखे होते. पण आपण उत्तरेकडील आहोत, कुठेतरी मांडणीच्या गोंधळात अदब सुटेल, या विचाराने ते थांबले.

“कविराज, आबासाहेबांच्यावर आमचा कसलाच रोष नाही. त्यांना क्षमा करण्याचा आमचा वकुब नाही, मासाहेबांना मात्र आम्ही ती करू शकत नाही. तुम्ही आमच्याकडं कवी म्हणून बघता. पण आम्ही आमच्याकडं प्रथम युवराज आणि नंतर कवी म्हणून बघतो.” बोलता-बोलता संभाजीराजे थांबले.

कवी कुलेशांना मराठी बोली अंदाजाने समजत होती. बोलता मात्र येत नव्हती. समोरच्या देखण्या, तेजस्वी राजपुत्राने त्यांना आपल्या बेडर वागण्याने मथुरेतच जिंकले होते. जेवढी होईल ती सेवा या दख्खनी पितापुत्रांची निष्ठेने करावी, या हेतूनेच ते मराठी मुलखात आले होते.

“आप विश्राम कीजिये। हम आग्या लेते है।” अप्रिय विषय अधिक चाळवला जाऊ नये, या हेतूने कवी कुलेश म्हणाले. झुकता मुजरा देत, हटत्या पावलांनी योगदेवांसह दालनाबाहेर पडले.

‘या कवी कुलेशांना बघितलं की, मथुरेची आठवण होते. केवढा समय पिछाडीला पडला.’ सुस्कारा देत संभाजीराजे अंत:पुराकडे वळले.

“घ्येवा.” आत येताच एक गोंदल्या मायेचा हात त्यांच्या समोर आला. विचारांची तंद्री सुटली. दुर्गेचा प्रसाद असलेली ओंजळ संभाजीराजांनी तशी पुढे केली. त्या ओंजळीत एका कुणबाऊ हातून गुळ-खोबऱ्याचा प्रसाद पडला. ती धाराऊ होती! तिनेही आपल्या गावच्या कापूरव्होळाच्या शंभू-महादेवाला कसलातरी नवस घातला होता. आणि आज तिने तो फेडून टाकला होता!

ढाशा वाऱ्याने गडावर जोर धरला. जगदीश्वर, शिर्काई मंदिरावरची तिकोणी निशाणे त्याने उधळून लावली. खास बनावटीचा असलेला जरीपटकाही त्याच्या मारगिरीला टिकणार नाही म्हणून नगारखान्यावरून उतरण्यात आला.

या वाऱ्याने छत्रपतींना कणकण भरली. महाराज आजारी पडले. ढासा खोकला आणि ज्वराची कणकण यांनी त्यांना मंचकावर लेटणे भाग पडले. राजतबीब औषधी मात्रा देण्यासाठी त्यांच्या सेवेत खपू लागले.

महाराणी या नात्याने आणि सेवेच्या निमित्ताने छत्रपतींचा महाल सोयराबाईंनी

आपल्या ताब्यात घेतला. अहोरात्र त्यांचाच राबता महालात पडला.

पुतळाबाई, सकवारबाई, येसूबाई, धाराऊ कुणीच महाराजांच्या महालात वास्तपुस्त करण्यापलीकडे थांबू शकत नव्हते.

दुपार धरून लेटल्या महाराजांचा डोळा लागला होता. त्यांना भेटीसाठी जीव कासावीस झालेले संभाजीराजे निर्धारी मनाने त्यांच्या महालाच्या दारात आले.

पहाऱ्यावरचे धारकरी त्यांना बघताच पाती कपाळाला भिडवून झुकत मागे हटले. भिंती धरून असलेल्या कुणबिणींनी पदर नेटके केले.

महाराजांच्या उशाशी बसलेल्या सोयराबाईंनी युवराजांवर नजर टाकली, मात्र त्यांच्या कपाळीचे कुंकुचिरे एक जागी गोळा झाले. त्या उठल्या नि मानेचा काटा जराही न मोडता खड्या चालीने बाहेर पडू लागल्या. युवराजांच्या अंगावरून बाहेर जातानाही त्यांनी मानेला वळते करून त्यांच्यावर दृष्टी टाकण्याचे कष्ट दिले नाहीत!

त्या समोरून जाताना, मन निर्भाव असलेल्या युवराजांचे शरीर मात्र कमरेत झुकलेच! त्याचे त्यांनाच मग आश्चर्य वाटले. महाराज सुख झालेत, हे बघून संभाजीराजे दरवाजातूनच मागे परतायला निघाले. त्यांची निसटती नजर आबासाहेबांनी पांघरलेल्या शालनाम्यावरून फिरली. महाराजांचे पाय, कूस पालटताना त्याबाहेर उघडे पडले होते. त्या दर्शनाने त्यांना जखडून ठेवले. शांत पावलांनी ते महालात आले. आपल्या महाराजसाहेबांच्या पायांना हाताची बोटे भिडवून ती त्यांनी टोपाकडे नेली. मंचकावर ते पायगतीला बसून राहिले. कुणबिणी एक-एक करता बाहेर पडल्या.

ढाशा वाऱ्याची एक चुकार झमकी महालात शिरली. लेटल्या छत्रपतींच्या विरळच; पण सडक, काळ्याशार दाढीची चवरी ढाळून गेली!

ते बघताना संभाजीराजांच्या अंतरंगातून आठवणीचे एक पान भिरभिरत आले. कधीतरी धाराऊने त्यांना कौतुकाने सांगितले होते – "धाकलं, बालपनी तुमी लई चलवळं हुतासा. धन्याच्या दाढीसंगं झट्या घेतल्यात कैकदा तुमी."

संभाजीराजे नजर जोडून आबासाहेबांच्या डोळे मिटलेल्या शांत मुद्रेकडे बघू लागले.

'दरबारी सिंहासनावर बसून 'तुम्हास आरोप मंजूर?' असे विचारणारी, 'आग्ऱ्यात 'कभी नहीं' म्हणून दाराबाहेर पडताना बेभान झालेली', 'ही मराठ्यांची मसनद आहे. ती कुणाच्याही फर्मानी तुकड्यास जुमानत नाही. कुणासमोरही गुडघे टेकण्यास आमचे युवराज येणार नाहीत. चालते व्हा!' असे बहादूरच्या वकिलाला झाडताना रसरसून उठलेली, 'आमचे सरलष्कर, तुमचे मुतालिक गेले', अशी गुजरकाकांची खबर सांगताना व्याकूळ झालेली, 'मासाहेब, आम्ही पोरके झालो!' म्हणत गेल्या आऊसाहेबांच्या छातीशी बिलगताना गदगदून आलेली, 'फते घेऊन या,' असे

म्हणत भागानगरच्या स्वारीसाठी आम्हाला निरोप देताना अभिमानाने फुलून आलेली, पन्हाळगडावरच्या रंगरूपी पिंडीसारखी एरव्ही दिसणारी ही मुद्रा आता केवढी शांत आहे!' संभाजीराजे महाराजांच्या धारदार नाकाकडे नि निमुळत्या डोळ्यांकडे बघतच राहिले.

"बहुत श्रेष्ठ है आपके महाराज!" कविवाणी त्यांच्या कानामनात फिरत राहिली. थोरल्या महालाची चंद्रा दासी दोन वेळा चक्कर टाकून गेली.

बऱ्याच वेळाने महाराजांना जाग आली. पापण्यांच्या किलकिल्या कवाडांतून संभाजीराजांना झगमगीत टोप दिसताच "तुम्हीऽ?" म्हणत राजे नीट बसतेच झाले. उन्हाच्या तिरिपेवर तेगीचे पाते झळझळावे, तशी त्यांची मुद्रा भरून पावलेल्या समाधानाने उजळली होती.

त्यांना उठते बघून तत्परतेने मंचक सोडलेले युवराज कमरेत झुकले.

"असू द्या. बसा तुम्ही – आम्हाला विश्वास होता तुम्ही याल म्हणून. हा खोकला त्यासाठीच आम्ही उपकारी मानला होता." बोलताना महाराजांना ढास लागली. ती निवारणे हाती नसतानाही आतओढीने संभाजीराजे व्याकूळपणे पुढेसे झाले.

ढास सुमार झाली. तिने महाराजांची मुद्रा लालावून टाकली होती.

"शंभूऽ, आम्हाला तुमच्या बेडरपणाचं अप्रूप वाटतं. तुमच्या वयात, तुमचं बेडरपण आमच्या अंगी असतं, तर आईच्या पाठबळानं केलं याहून आम्ही अधिक काही केलं असतं." मागील काळात गेल्यागत महाराज थांबले.

थोड्या अवकाशाने म्हणाले, "पण भलत्या ठिकाणी पणाला घातलं की, अशा बेडरपणातून काय निघतं, ते आता ध्यानी ठेवा. एका सतीच्या आहुतीला तुम्ही बांधलेले आहात. कशानंही त्याची फेड होऊ शकत नाही. कुणाच्याही नामी-बदनामीपेक्षा तिचा जीव मोलाचा होता." छत्रपतींचा गळा उबळीने खवखवला. ढासेवर ढास सुरू झाली. ते खोकणे संभाजीराजांना चारी बाजूंनी जखडून बांधत चालले, पिळत चालले.

"आम्हाला खंत एकाच गोष्टीची वाटते. जे मनी खुपते, ते तुम्ही आम्हाला खुले बोलत नाही. आमची धास्त घेता. सारे मानतात तसेच तुम्हीही आम्हाला छत्रपती मानता. विसरता, आम्ही तुमचे आबा आहोत." कसल्यातरी यातनेने राजे कळवळून थांबले होते.

"आमच्या जागी असता तर कळलं असतं की, छत्रपतींना मनाचं लोखंड करून प्रथम निखाऱ्यावर आणि मग ऐरणीवर घालणं पडतं! विचार करा. एक भरल्या चुड्याची स्त्री हकनाक बळी गेल्यावर, हयात असत्या तर मासाहेबांच्यासमोर कुठल्या तोंडानं तुम्ही वा आम्ही उभे राहिलो असतो. शंभू, त्यांच्या स्मरणासाठी

झडणाऱ्या घाटेचा नाद कधीच परता सारू नका. एक वेळ आम्हास विसरलात तरी चालेल – पण त्यांना – त्यांना मात्र कधीच विसरू नका.'' छत्रपतींनी डोळे मिटले होते.

''आबाऽ'' मंचकावर कपाळ टेकलेले, गोदावरीच्या सलाने मनोमन जळणारे संभाजीराजे गदगदत होते. छत्रपतींनी त्यांच्या काळजाला अचूक हात घातला होता.

''शांत व्हा. शंभूऽ, सबूर.'' महाराजांचा कडेधारी हात युवराजांच्या खांद्यावरून थापटता, समजावता फिरत राहिला. आभाळ सूर्याला शांतवू बघत होते!

''तबीब आले. उठा.'' राजांनी त्यांना समज दिली. मात्रा देण्यासाठी आलेल्या तबिबाकडे हसत बघत महाराज म्हणाले, ''याऽ, आता आम्हास मात्रेची जरूर आहे, असं वाटत नाही. ढास सुमार झाली आहे.'' ते म्हणताना येणारी उबळ महाराजांनी मुश्किलीने घशाच्या घाटीतच थोपविली. ते करताना त्यांच्या चर्येवरच्या नसेनसेवर पडणारा ताण संभाजीराजांना स्पष्ट जाणवत होता. मनात कुठेतरी कविवाणी दौड घालीतच होती – ''बहुत श्रेष्ठ है आपके महाराज!''

महाराजांचा खोकला कब्जात आला. तबिबांनी त्यांना हवापालटाचा सल्ला दिला. सातारा किल्ल्यावर विश्रांतीसाठी जाण्याचा छत्रपतींनी निर्णय केला.

त्यांच्या प्रवासाची गडावर तयारी सुरू झाली. आता थंडी हटत आली होती.

कवी कुलेश, केशव पंडित, उधो योगदेव यांच्याशी धर्मशास्त्र, पुराणग्रंथ, राजकारण यावर चर्चा करणाऱ्या संभाजीराजांना महाराजांच्या खासेवाड्याकडून वर्दी आली.

'काय निमित्तानं वर्दी आली असावी?' याचा विचार स्वत:शी घोळवीतच संभाजीराजे खासेवाड्याच्या बैठकी दालनात आले.

महाराजांना आदराने मुजरा करताना त्यांची नजर दालनात हात बांधून उभ्या असलेल्या पगडीधारी असामीवर पडली.

''युवराज, हे पंडित उमाजीपंत. आम्ही त्यांना मुद्दाम बोलावून घेतलं आहे.'' महाराजांनी पगडीधारी असामीकडे हात दिला.

पंडित संभाजीराजांना पाहून झुकले.

''आम्ही साताऱ्यास निघालो आहोत. तुमचा वेळ केशव पंडित व त्यांच्या सोबतीत कारणी लागेल. हे थोर शास्त्रजाणते आहेत. ग्रंथांचा वकूब आहे यांना. तुमचं काव्यशास्त्र यांच्या संगतीनं वाढीस लागेल असा भरोसा आहे आम्हांस.'' महाराजांनी घडल्या प्रकाराचा बितपशील करीणा हस्तगत केला होता. राणीसाहेबांना शंभूराजांचे युवराजपद खोलवर रुपते आहे, त्या ह्यांना कैचीत पकडण्यासाठी पावले टाकताहेत, हे छत्रपतींना कळून चुकले होते.

"जशी आज्ञा." संभाजीराजांनी एव्हाना उमाजी पंडितांना नीट न्याहाळून टाकले होते.

"चलावं पंडित." दालनाबाहेर पडताना युवराज म्हणाले. जायला निघाले.

"ऐकता?" महाराजांचा निसटता जिव्हाळ्याचा बोल आला.

"जी."

"नखशिखा हे राधेवरचं काव्य तुम्ही बांधलंत असं आम्ही ऐकून आहोत. आम्हांस ते ऐकविलं नाहीत! आता या दोन्ही पंडितांच्या संगतीत आम्हांस ऐकण्यासारखं काही बांधून दाखवा!"

गोरेमोरे झालेले संभाजीराजे "जी" म्हणत अगोदर त्यांच्या नजरेपार गेले!

महाराज साताऱ्याला निघून गेले. रायगड सोयराबाईंच्या कब्जात आला. संभाजीराजे पंडितांच्या सहवासात शास्त्र-पुराणांच्या अभ्यासात गढून गेले.

पंधरवडा लोटला. साताऱ्याहून निघालेला एक हारकारा धापावत रायगड चढून आला. त्याने आणलेल्या थैलीपत्राने सारा गड चिंतेच्या काळजीने कळंजून गेला. महाराजांच्या जोखमीचा आजार पोहोचला होता. खाल्ले अन्न उलटून पडत होते. मस्तकशूळ चढला होता. अंगी ज्वर धरला होता.

'पत्रदेखत जरोरीने अवघियांनी निघोन येणे.' असा निकडीचा खलिता कारभाऱ्यांनी साऱ्या गोतावळ्याला लिहिला होता. चिंताचूर संभाजीराजे पुतळाबाईंच्या महाली होते. प्रवासी सामानाच्या संदुका दासदासी निसबतीने भरत होत्या. येसूबाई त्यांना दबक्या जबाबीने सूचना देत आत-बाहेर करत होत्या.

कापडाने झाकलेले एक लोटके येसूबाईंच्या हाती देत, काळजीची जाळी चेहऱ्यावर चढलेल्या पुतळाबाई म्हणाल्या, "हे मेण्यात घ्या. संदुकेत टिकायचं नाही."

"हे काय?" अशा अर्थाने येसूबाईंनी भुवया चढविल्या.

"ती आंब आहे. उलट्यावर गुणकारी आहे असं सारी म्हणतात." पुतळाबाईंनी त्यांना, आपले मन केव्हाच साताऱ्यावर पोचलेय हे पटवून दिले.

येसूबाईंनी ते लोटके एका कोनाड्यात आबादानीने ठेवले.

सारी जिवाच्या ओढणीने बैचेन असताना थोरल्या महालाकडून कुणबीण आली. तिने आपल्या सरकारस्वारींची इच्छा पुतळाबाईंच्या कानी घातली, "साऱ्यांनी न्याहरीचा अवसर धरून गड उतरून पुढे होणे. स्वारी टळत्या उन्हावर मागून गड उतरणार आहे." ते ऐकताना काही न बोलता पुतळाबाईंनी संभाजीराजे आणि येसूबाईंच्याकडे नुसते बघितले. इथे कुणाचा इलाज चालत नव्हता.

न्याहारीची वाट न बघता मेणे सिद्ध करण्याची आज्ञा संभाजीराजांनी भोयांना दिली.

देवमहाली त्या तिघांनी जगदंबेचे दर्शन घेतले. पुतळाबाई, येसूबाई मेण्यात बसल्या. संभाजीराजे पुतळाबाईंच्या मेण्याच्या बगलेला झाले. बेगारांनी संदुका डोक्यावर घेतल्या. हुजराती शिलेबंद धारकऱ्यांनी शिस्त धरली. मेणे गड उतरू लागले.

हिंदकळू नये म्हणून येसूबाईंनी आंबेचे लोटके अल्लाद ओंजळीत धरले होते. त्यांचे मन मात्र हिंदकळतच होते. आबासाहेबांची अनेक रूपे लाटेसारखी त्यातून क्षणभर तरळून जात होती – ''एवढासा जीव पण केवढा भार वाहून नेतो सूनबाई!'' एकदा मुंग्यांच्या रांगेकडे बघत ते म्हणाले होते. ''तुम्हा-आम्हाला डोळे लाभलेत, ते जगदंबेचे! ते पाझरून नाही चालत.'' येसूबाईंचे डोळे दाटत चालले.

बाहेर पुतळाबाईंच्या मेण्याच्या डंबरीला एक हाताची पकड रुपवून एक-एक पावलाने मनोरे, गंगासागर, महादरवाजा मागे टाकणाऱ्या संभाजीराजांना, महाराजांचा एकच विचार हात धुऊन पाठलागावर पडताना हैराण करीत होता – 'आमच्या जागी तुम्ही असतात तर कळलं असतं, छत्रपतींना मनाचं लोखंड करून प्रथम बिछान्यावर आणि मग ऐरणीवर घालणं पडतं!'

पाचाड आले. मनच्या शंकाकुशंका वारण्यासाठी साऱ्यांनी जिजाऊंच्या समाधाची धूळ मस्तकी घेतली. बेगारांनी संदुका काबाडीच्या बैलांच्या पाठीवर लादल्या. शिलेबंद धारकऱ्यांची पथके वाढविण्यात आली. किरमिजी वाणाच्या जनावरावर संभाजीराजांनी मांड घातली. भोयांनी कदमबाज चाल धरली.

जीवघेण्या व्याधीने घायाळ असलेल्या 'शिवा'च्या दर्शनासाठी, ते रक्तजोडीने बांधलेले त्रिदळी, भोसलाई बिल्वदळ वरंद घाटाच्या रोखाने चालू लागले.

साताऱ्याच्या किल्ल्यावरच्या, झरोक्याची दारे लावलेल्या, पडदे सोडून अंधारी केलेल्या दालनात मंचकावरचे महाराज जिवाची लाही करणाऱ्या यातनेने तळमळत होते. आले माणूस छत्रपतींना ओळखू पडावे म्हणून मंद तेवणाऱ्या दोन ठाणक्या त्या दालनाच्या कोनाड्यात उदास दिसत होत्या.

महाराजांच्या पायगतीला पुतळाबाई त्यांचे पाय, चेप देऊन सुमार करताना खोलवर हरवल्या होत्या. हाती लोटके घेतलेल्या येसूबाई मंचकाची काठाळी धरून त्याच शिवचरणांवर नजर लावून उभ्या होत्या. त्यांना पाठीशी अशा, महाराणी सोयराबाईसाहेब खड्या होत्या. पदरबंद मुद्रेवरचे त्यांचे डोळे एका जागी ठरता ठरत नव्हते. भोवतीच्या अंधाऱ्या उजेडात त्यांची चलबिचल कुणाच्याही नजरेला येत नव्हती. महाराजांच्या उशालगत बसलेल्या संभाजीराजांच्या हातात असलेला छत्रपतींचा हात, उन्हात तापलेल्या तोफेच्या पाठवानासारखा ऊनजाळ लागत होता.

''शंभूऽऽ'' कण्हते छत्रपती तळमळले. त्यांच्या हाताच्या पकडीत संभाजीराजांचा

हात घट्ट-घट्ट आवळला गेला. ती पकडच सांगत होती, त्यांना काहीतरी बोलायचे आहे.

"जीऽ" हलकी साद देत संभाजीराजे झुकले. त्यांच्या गळ्यातील कवड्यांची माळ महाराजांच्या छातीला हिंदोळत भिडली. तिच्या स्पर्शाने राजांच्या खोल गेलेल्या डोळ्यांत पुन्हा बांधले गेलेले अवसान संभाजीराजांना धुकट उजेडात दिसू शकले नाही.

"कसं वाटतंय आबासाहेब?"

मानेखालच्या गिर्दीवर महाराजांचे मस्तक दोन वेळा असह्यपणे नुसते डावे-उजवे फिरले. उडालेल्या डोळ्यांनी महाराज संभाजीराजांच्या, धुकट उजेडातही लखलखणाऱ्या डोळ्यांकडे नुसते बघतच राहिले. सेवेत असलेले शिवरामशास्त्री वैद्य दालनात आले. शिंपल्यातून त्यांनी कसलीतरी उगाळलेली मात्रा आणली होती.

"स्वामीऽ" डोळे मिटलेल्या महाराजांना वैद्यांनी मंचकाजवळ येत केवढीतरी मायेची, कातरलेली साद घातली. महाराजांनी डोळे उघडले.

"मात्रा." संभाजीराजांनी महाराजांना उठते करावे म्हणून त्यांच्याकडे बघत वैद्यांनी शिंपला पुढे केला.

मानेखाली हात देत संभाजीराजांनी आबासाहेबांना हळुवार वर घेत, बसते केले.

शिंपला ओठांशी नेत वैद्यांनी बोटाने महाराजांना मात्रा चाटविली.

पुतळाबाईंनी तत्परतेने पोसाने राजांचे ओठ टिपले. काही क्षण गेले. मात्रा पोटात जाताच वळीव वाऱ्याने ढगांची घुसळण करावी, तसे होऊन राजांची आतडी ढवळून निघाली. त्यांचे दोन्ही हात लांब पसरते झाले. नरड्याची घाटी लकलकली.

घाबरे झालेले वैद्य, महाराजांना हातांचा आधार देत म्हणाले, "तस्त."

महाराजांच्या तोंडासमोर पुतळाबाईंनी मंचकाखालचे तस्त उचलून धरले मात्र – दिली मात्रा, आतल्या कफासह उलटून पडली! महाराजांना खळखळून उलटी झाली. वैद्यांचा हात महाराजांच्या पाठीवरून फिरू लागला.

"स्वामींना लेटते करा." वैद्यांनी राजांच्या बगलेत हात दिला. संभाजीराजांनी मानेखाली हात देऊन आबासाहेबांना पुन्हा झोपते केले.

"शिव, शिव" मनाच्या विचाराशी मेळ घालण्यासाठी हाताची बोटे चाळवीत वैद्य ओढल्या पायांनी दालनाबाहेर पडले.

मोहोळ भरल्यासारखे एका क्षणातच संभाजीराजांच्या मनात असंख्य विचार येऊ लागले. मंचक सोडून ते उठले. वैद्यांच्या मागाने दालनाबाहेर पडले. साफ होणारी सहाण शास्त्रीबुवा निरखीत होते.

"शास्त्रीबुवा, आम्हास धीर निघत नाही. महाराजसाहेबांच्याकडे बघवत नाही.

कोण जातीची ही व्याधी?'' संभाजीराजांनी विचारले.

"आम्ही उपचारांची शिकस्त करतो आहोत. युवराज, आता मात्र आमच्या मर्यादा आम्हाला जाणवताहेत.'' मूळ प्रश्नाला बगल देत, वैद्य गंभीरपणे म्हणाले.

"पण झालं आहे काय तब्येतीस? आणखी कुणाला तुमच्या मदतीसाठी बोलावून घ्यायचं आहे काय?''

"आमची हरकत नाही त्याला. पण तब्येत आता जोखिमेत आहे.'' वैद्यांचा कपाळीचा गंधटिळा आक्रसला.

"मतलब?'' सर्वांगाला इंगळ्या डसल्याप्रमाणे संभाजीराजे दबके चीत्कारले.

"युवराव... युवराज, तुम्हाला कसं सांगावं. आमचं आम्हाला सुधरत नाही.''

"बुवा, काय करणं आहे आम्हास सांगा. आम्ही... आम्ही आमचा प्राण देऊन आबासाहेबांना वाचवू.'' पुढे झालेल्या संभाजीराजांनी वैद्यांचे हात आपल्या हाती घेऊन आवेगी हलविले.

"त्यानं उतारा मिळता, तर आम्हीच आमचा देह स्वामींच्या पायी ठेवला असता युवराज!'' वैद्य शांतपणे बोलले.

"मग काय केलं पाहिजे; सांगा शास्त्रीबुवा.''

वैद्यांनी मान खाली घातली, "माणसांना करता येण्यासारखं एकच आहे.''

"काय?''

"कुलदेवता भवानीची भाक.'' वैद्यांचेच डोळे भरून आले.

"बुवाऽ''

"युवराज, महाराजांची व्याधी ऐकायला दगडाचे मन आणि लोखंडाचं काळीज करावं लागेल? करता?''

संभाजीराजांची चर्या असंख्य शंकांच्या गळांनी ताणून टाकली.

"जनार्दनऽ'' वैद्यांनी पडशीत सहाण भरणाऱ्या शिष्याला साद घातली.

"जी!'' म्हणत तो पुढे आला.

"स्वामींच्या दालनातून तस्त येऊन ये.'' वैद्यांनी त्याला सांगितलं.

जनार्दन बाहेर पडला. थोड्याच वेळात तस्त घेऊन परतला. ते हाती घेत वैद्यबुवा झरोक्याशी आले. "युवराज, ही स्वामींच्या तोंडून उलटून पडलेली मात्रा बघा!''

संभाजीराजे थरकत्या पावलांनी झरोक्याजवळ गेले. तस्तात बघताना त्यांना पिवळट-जांभळट कफ-मात्रेचा लगदा दिसला. त्यांच्या डोळ्यांतले रंग ते बघताना पालटले.

"बुवाऽ!'' संभाजीराजांच्या तोंडून दबला भयकातर चीत्कार उठला.

"होय युवराज, स्वामींना अभक्ष्य प्रयोग झाला आहे! विषबाधा झाली आहे!!''

“विचित्र आहे ही व्याधी. कोठ्यातलं अन्न न पचता जागीच गाठी होऊन पडलं आहे. कोठ्यातील अन्न उलटून यावं म्हणून आम्ही शिकस्त केली. ते साधत नाही. त्याचं आतल्या आत पाणी करावं, म्हणून दिलेली मात्रा आत पोचत नाही.” आपल्याशीच बोलल्यासारखे वैद्य शून्यात बघत बोलले.

कवी भूषणचा सर्जा सूर्य – छत्रपती राजा शिवाजी, मृत्यूच्या ग्रहण-वेधांनी घेरला गेला! किल्ले साताऱ्यावर जमा झालेली माणसे चिंतेच्या काढण्यांत आवळून पडली.

रात्रीच्या दुसऱ्या प्रहराचे तासाचे टोल घुमून उठले. भोवतीच्या अंधाराला सामील झाले. किल्ल्याच्या पायथ्याच्या दरवाजावरचा, पहाऱ्याचा देवडीवाला चटक्या पावलांनी बालेकिल्ल्याच्या तटाआत आला. छत्रपतींच्या दालनावर देख देत फेर टाकणाऱ्या धारकऱ्यांशी काही कुजबुजला. भाल्याचा दंड पेलत तसाच आत गेला.

छत्रपतींचा मंचक धरून संभाजीराजे, पुतळाबाई, येसूबाई, हंबीरराव, शिवराम वैद्य सारी मंडळी हवालदिल, चिंतागत खडी होती. महाराजांचा डोळा झापडेला पडला होता. त्यांच्या पापण्यांवर डोळे लावून सोयराबाई उभ्या होत्या. “धाकलं धनी, गडाखालतं देवडीवं रामदासबुवांचं कुणी बैरागी स्वामी आल्यात. थोरल्या धन्यास्नी ह्याच पावली भेटवा म्हनत्यात. काही ऐकाय तयार न्हाईत.” देवडीवाल्याने हलक्या सादी वर्दी दिली. संभाजीराजांनी हंबीरमामांना नुसती नजर दिली. तिचा मतलब जाऊन हंबीरराव “चल” म्हणत देवडीवाल्यासह दालनाबाहेर पडले.

किल्ल्याच्या पायथ्याशी दिंडी दरवाजाबाहेर गर्दन घालून हंबीररावांनी बाहेरची असामी पलोत्याच्या धूसर उजेडात पारखली. बाहेर अंधाराला चिरत धनुष्याच्या टणत्कारासारखा रामबोल उठला – “जयऽ जयऽ रघुवीऽ र समर्थ!”

घातले पाऊल तसेच पुढे घेऊन हंबीरराव दिंडीबाहेर आले.

बाहेर समर्थशिष्य, तपस्वी कल्याणस्वामी उभे होते! बेंबीपर्यंत रुळणारी काळी, दाट दाढी. कपाळावर टाळूमागे बांधलेल्या केसांची टोके जटा होऊन मानेभोवती उतरलेली. दंड, मनगट, गळ्यात रुद्राक्षमाळा. कपाळी भस्माचे पट्टे. हाती कमंडलू व लाकडी थोपा. ढालीसारखी गोल, तेजस्वी मुद्रा. काखेला बैरागी झोळी.

“सेनापती, समर्थांची आज्ञा आहे. समय न दवडता आम्हाला प्रथम छत्रपतींच्या समोर घेऊन चला.”

“चलावं!” हंबीररावांनी स्वामींना दिंडीचा माग दिला.

खटखटत्या खडावा छत्रपतींच्या दालनाच्या दगडी उंबरठ्याजवळ उतरल्या गेल्या. कल्याणस्वामी दालनात प्रवेशले. त्यांच्या दर्शनाबरोबर मंचकाभोवतीचा राजगोतावळा पुढे झाला. संभाजीराजांचे हात बैरागी चरणांना भिडले. राजस्त्रियांनी

तळहाती पदरशेव धरून कंकणांचा आवाज उठवीत, त्या संन्यस्त चरणांना तिपेडी नमस्कार घातले. कुणीच काही बोलत नव्हते. साऱ्यांच्या हालचालींत एकच आर्तता होती – "स्वामीऽ, आमच्या महाराजांना वाचवा."

मंचकावर लेटलेल्या क्षात्रतेजावर नजर खिळून पडलेले कल्याणस्वामी देवदूताच्या पावलाने मंचकाजवळ आले. काठाळीजवळ बसत त्यांनी आपला कमलपाकळीसारखा तळहात छत्रपतींच्या कपाळावर ठेवला आणि जशी जिजाऊंनी घातली असती तशी माया भरली, हलकीच साद घातली – "सिऊबाराजे!"

चेतनेचे गरुडपीस लेटल्या क्षात्रतेजावर फिरले! महाराजांनी पापण्या उघडल्या. काळ्याशार, दाटल्या ढगांतून पुनवेचा चंद्र दिसावा, तसे कल्याणस्वामी दृष्टीस पडताच त्याही स्थितीत ते संस्कारसंपन्न क्षात्रतेज पायधूळ घेण्यासाठी उठण्याची धडपड करू लागले.

"राजेऽ, नमस्कार पावला. लेटून राहा." कल्याणस्वामींनी त्यांना उठू दिले नाही.

"शिंपला आणि दूध घ्या." कल्याणस्वामी स्वत:शीच बोलल्यासारखे बोलले. काखेची झोळी त्यांनी पुढे घेतली. पळसपानांच्या दोन पुरचुंड्या तिच्यातून बाहेर काढल्या.

"दिली मात्रा टिकत नाही. उलटून पडते. तब्येत जोखमीत आहे. स्वामींना... स्वामींना..." पुरचुंड्या बघून न राहवल्याने बोलणाऱ्या शिवराम वैद्यांना पुढे बोलवेना.

"ते आम्ही जाणतो. गुरुदेवांनी त्यासाठीच आम्हाला हे भस्म आणि चूर्ण देऊन पाठविलं आहे."

दुधात खललेले चूर्ण कल्याणस्वामींनी 'जयऽ जयऽ रघुवीर समर्थ' म्हणत छत्रपतींच्या ओठांपार दिले.

डोळे मिटलेल्या, क्षीण चर्येच्या छत्रपतींच्या नरड्याची घाटी क्षणभर लकलकली. ते बघताना संभाजीराजांच्या उरात वेदनेची एक मासोळी सळसळत गेली.

गुहेतून यावेत तसे छत्रपतींच्या तोंडून क्षीण रामबोल आले – "जयऽ जयऽ रघुवीऽ र समर्थ!!"

कुणाचाही आधार न घेता शरीर पेलत महाराज शांतपणे लेटते झाले. वैद्यांनी सुस्कारा सोडला. देवमहालीच्या भवानीच्या मूर्तीकडे बघावे, तसे संभाजीराजे कल्याणस्वामींच्या दाढीधारी, सतेज, बैरागी मुद्रेकडे बघतच राहिले. 'थोरला महाल' काढल्या पायांनी हळूच त्या दालनाबाहेर पडत होता!

"शंभूऽ" पहाटवेळेच्या गारव्याला धरून शांत साद आली. रात्रभर जागत डोळे धरून मंचकाच्या काठाळीवर बसलेल्या संभाजीराजांचा, गारव्यावर बसल्या-बसल्या

डोळा लागला होता. त्या सादेने संभाजीराजांची झापड पिटाळून लावली.

"महाराजसाहेब कसं वाटतं?" एका शब्दातच कितीतरी सवाल दडून होते.

"खूब आराम आहे आम्हांस." छत्रपतींच्या उभट, पिवळसर चर्येवर, कुठंतरी कळेल न कळेल अशी विश्वासाची लकेर होती.

"स्वामी कुठं आहेत?"

"जी. आहेत. एका कोठीत पेटत्या धुनीसमोर ते रात्रभर ध्यान धरून बैठक घेऊन आहेत. वर्दी देऊ?" समाधानाने संभाजीराजांची चर्या उजळली होती. बाहेर झाडापेडांवर पक्ष्यांचा कलकलाट उठला होता.

"नको. आत्ताच नको. त्यांचं ध्यान पुरतं झालं की मात्र लगेच द्या. सांगा, आम्हाला चरणदर्शनाशिवाय चैन नाही."

"जी!" संभाजीराजे हमामखान्याच्या रोखाने बाहेर पडले. मुद्रा खंगाळून कल्याणस्वामींच्या कोठीसमोर त्यांचे ध्यान पूर्ण होण्याची वाट बघत फेर टाकीत राहिले.

दिवस अर्धा कासरा चढून आला. कोठीतून रामबोल उठले. कल्याणस्वामींच्या दर्शनासाठी संभाजीराजांचेच मन ओढीला लागले होते. ते कोठीआत आले.

"स्वामीऽ" कल्याणस्वामींच्या पायांवर कपाळ ठेवताना संभाजीराजांच्या तोंडून शब्द फुटेना.

"युवराज, छत्रपतींची हवाल?" त्यांना हलकेच वर घेत स्वामींनी विचारले.

"खूप आराम पडला आहे तब्येतीस. महाराजसाहेब आमच्याशी बोलले. आपल्या दर्शनासाठी बेचैन आहेत."

"चला. युवराज, या क्षणी तुम्ही धरला आहे, तोच विचार छत्रपतींनीही मागे धरला होता. वैराग्याचा! गुरुदेवांनी तेव्हा त्यांना हिताचा बोध दिला. तेच आम्ही तुम्हाला सांगू. राजधर्म तुमचा धर्म आहे. संकटाशीच त्याची सांगड असते. तुम्हीही बैरागीच आहात – जगदंबेचे. तुम्हांला – तुमच्या महाराजांना मारू म्हणणाऱ्याचे हात दोन आहेत. राखणाऱ्या जगन्मातेचे हात आठ आहेत, हे विसरू नका. चला." मनकवड्यासारखे स्वामी बोलून गेले. कोठीबाहेर चालू लागले.

त्यांनी पाठीशी बांधलेल्या व्याघ्रचर्मावरचे पट्टे न्याहाळत मनातील शंका, उबग निपटून गेलेले संभाजीराजे आपसूक चालले. समोरच्या व्याघ्रचर्माने त्यांच्या मनी फेर टाकला – 'महाराजसाहेबांची काय आणि आमची काय; हयात ही या व्याघ्रचर्मासारखीच! सुखदु:खाचे काळे-बाळे पट्टे.'

कल्याणस्वामींनी महाराजांना आशीर्वाद दिले. वैद्यांच्या हाती व्याधी उतारावरची चूर्ण-मात्रा ठेवून ते सर्वांचा निरोप घेऊन गड उतरू लागले.

त्यांना रिवाजी सोबत देण्यासाठी संभाजीराजे त्यांच्याबरोबर महादरवाजापर्यंत

येऊन थांबले.

"युवराज, या तुम्ही." संभाजीराजांचे भरीचे खांदे थोपटून कल्याणस्वामींची चक्रवर्ती पावले पुढे चालू लागली. त्यांची आकृती डोळ्यांआड होईपर्यंत युवराज दरवाजातच जखडल्या पायांनी खिळून खडे होते. त्यांच्या मनाच्या कोठीत मात्र त्यांना घुमता रामबोल ऐकू येत होता – 'तुम्हीही बैरागीच आहात – जगदंबेचे!!'

पंधरवडा परतला. महाराजांचे अंग धरू लागले. हलके अन्न पोटात ठरू लागले. एव्हाना पश्चिम दर्यावरून टोपीकरांचे खलिते वखारी-वखारींना जहाजांतून खूशखबर देत होते – "बंडखोर शिवाजी साताऱ्याच्या किल्ल्यावर विषबाधेने मृत्युमुखी पडला! तरीही आपण बिनघोर झालो असे नाही! त्याचा मुलगा संभाजी राज्यपदी चढला आहे! बापासारखाच तो तापदायक आहे! असे म्हटले जाते की, त्यानेच आपल्या बापाला विष देऊन मारविले आहे!!"

मोगली ठाण्यांवरचे सांडणीस्वार सुरत, बुऱ्हाणपूरच्या रोखाने खलित्यांच्या थैल्या कमरेला बांधून खुशीचे हिसके हिंदोळे घेत दौडत होते. खलित्यांतील मजकूर होता – "काफराना सेवा जहरी आफतसे दफा हो गया। उसके कमीने बच्चेनेही उसको जहर पिला दिया। रहमदिल खुदातालानेही कम्बख्तको ये खयाल दिया।"

या अफवा होत्या हे सांगायला ज्योतिषाची गरज नव्हती. पण त्या वाऱ्यावर पिकलेल्या अफवा नव्हत्या. साताराच्या किल्ल्यावरूनच त्या रीतसर उठल्या होत्या!

महाराजांना दिवट्याचा मुजरा द्यायला संभाजीराजे त्यांच्या दालनी आले. आता महाराज दालनातच हिंडू-फिरू लागले होते.

युवराजांनी महाराजांना रिवाज दिला. धूपदान घेतलेला धूपजी दालनात आला. धूप देऊन निघून गेला.

"महाराजसाहेब..." संभाजीराजांच्या बोलण्याने पाठीशी हात गुंफवून संथ येरझारा घेणारे छत्रपती थांबले.

"बोला."

युवराजांनी धारकऱ्यांच्या पुतळ्यावरून निसटती नजर फिरवली. महाराजांनी ते हेरून हलकी टाळी दिली. पहारेकऱ्यांचा हवालदार ती टाळी पकडत पुढे आला. मुजरे भरून आज्ञेसाठी उभा राहिला.

"आम्हास एकांत पाहिजे हवालदार." राजांना हे बोलताना आपल्या अंगीचा जामा काखेजवळ ढगळ पडला आहे, हे फार जाणवले. पळभर ते अस्वस्थ झाले.

पुतळे हलले. एक-एक करता पहाऱ्याचा झाडून सारा धारकरी दालनाबाहेर पडला.

"इकडील राबता आता फेर वर्दी मिळेपर्यंत बंद ठेवा. दरवाजा लोटून घ्या."

सर्वांत मागून बाहेर पडणाऱ्या हवालदाराला समज मिळाली.

दालन एकांती झाले. तणावाचे काही क्षण कुचमले.

"बोला." राजबोलांनी शांततेला टाच भरली. तरीही युवराज गुमान होते. 'कसं बोलावं' हे त्यांना साधेना. मग सवयीचा सहज बोल उमटला – "आबासाहेबऽ"

"हं!"

"आबासाहेब, आपणाला सावधानगीची इशारत द्यायला आम्ही आलोत. राहवलं नाही म्हणून –"

"कसली सावधानगी?" छत्रपती शिवपिंडीसारखे शांत होते.

"आम्हास तुम्ही हवे आहात आबासाहेब. आपल्या... आपल्या जीविताची आम्हाला धास्त वाटते. व्याधी... व्याधी."

"शंभूऽ, व्याधी साधी नव्हती. आम्ही जाणतो! त्यामागची खलबतंही आम्ही बरे समजून आहोत. दातांखाली फसली म्हणून जीभ तोडता येत नाही. म्हणूनच आम्ही कोंडमारा घेत सबूर आहोत. सावधानगी आम्हांस तर घेतली पाहिजेच, पण आमच्याहून तुम्हाला ती अधिक घेणे आहे!"

संभाजीराजांचे डोळे राजांच्या डोळ्यांतील बाहुल्यांशी केवढेतरी बोलून गेले.

"तुम्ही जाणता तुमच्याबद्दल काय बोललं जातं आहे ते?" रुग्णाईतच पण तो आवाज करडा होता.

"जी. काय-काय बोललं जातं?" छत्रपती काय सांगणार या अंदाजानेच संभाजीराजांच्या अंगी काटा सरकला. डोळे दाटून आले. आवाज बोंदरला.

"तुम्ही – तुम्हीच आम्हाला अभक्ष्य प्रयोग करविला आहे!" उतरत्या निशाणासारखे थंड बोल राजांच्या तोंडून आले. पाठोपाठ केवढातरी लोंबकळता सुस्कारा सुटला.

"आ ऽ बा!" पाठीवर भिजवलेल्या आसुडाचा फटका फुटावा, तसे संभाजीराजे कळवळले. मस्तकी मुंग्याच मुंग्या धरल्या. कानांच्या पाळ्यांत, घशात, छातीभर उकळत्या शिश्याच्या रसाचे पाट फिरले. पोतासारखा तो भवानीचा भुत्या अंगभर थरथरला. दुसऱ्याच क्षणी संभाजीराजांच्या हातांची मिठी महाराजांच्या पायांना पडली. उभे अंग गदगदून आले. तोंडी बुरणुसाचे बोते मारलेल्या तोफनळीसारखा घसा कोंडून पडला. 'आबा' हा साधा शब्दही बाहेर सुटण्याच्या धडपडीत कोंडमरला. राजआसवे राजांच्या चक्रवर्ती पायांवर टपटपली. ते उमदे राजमन घुसमटून-घुसमटून गेले. वरचे सोशीक आभाळ ओळंबले. खुद्द महाराज छत्रपतींचाच आवाज भरून आला. युवराजांच्या पाठीवरून कडेधारी हाताची थरथरती बोटे फिरविताना महाराजांनाही काय बोलावे, ते सुचले नाही. एक सावळा आणि एक केतकी वर्णाचा चेहरा सरसरत सामोरा आल्याचा भास झाला. सईबाईंची आणि मासाहेबांची आठवण त्यांच्या रुग्णाईत शरीराला थरकवून गेली. मनाच्या तळघरात पडलेले जुन्या

हत्यारांसारखे बोल थडथडत वर आले – ''साक्षात रुद्र जन्मास आला आहे. गडकोटावर राहील, पण... पण आप्तगणांकडूनच फसगत होण्याचा योग दिसतो या कुंडलीत!''

''शंभूऽ उठा, सबूर व्हा!'' युवराजांना थोपटत महाराजांनी वर घेतले.

''आम्हास नजर द्या.'' महाराजांचे बांधले बोल दालनास थरकवून गेले.

महाराजसाहेबांच्या डोळ्यांना डोळे भिडले मात्र. संभाजीराजांना राजे, मथुरेहून परत आलेल्या शंभूबाळाला छातीशी घेण्यास उतावीळ होऊन राजगडाच्या पायथ्याशी आलेल्या आबासाहेबांसारखे वाटले. संभाजीराजे गदगदत म्हणाले, ''महाऽ राज, आता... आता तुम्हीच आपल्या हाती – हाती आम्हास प्याला द्यावा... विषाचा! या... या... आरोपाला मात्र... आमच्याजवळ... सफाई नाही! यापेक्षा मरणे कमी जाचाचे....''

आवेगाने युवराजांना छातीशी बिलगते घेत महाराज लगबगीने घोगरट म्हणाले – ''जगदंब, जगदंब. शंभूऽ, सबूर व्हा! ना तुम्ही ना आम्ही मरणासाठी मोकळे आहोत. शांत व्हा.'' महाराजांचे हातच बोलके झाले. युवराजांना समजावणी देत नुसते थोपटत राहिले. नेताजींच्या बरोबर रजपुतांच्या गोटात, कऱ्हेपठारवर ओलीस राहायला जाणारे, लहानखुरेच; पण निडर संभाजीराजे, आग्रा दरबाराबाहेर भावभऱ्या डोळ्यांनी बघत, मोजड्या आणून समोर ठेवणारे संभाजीराजे, संन्यासी छाटी अंगी चढवून भस्माचे पट्टे कपाळी घेतलेले, मथुरेत एकटेच मागे राहणारे संभाजीराजे, प्रतापगडी आईचा पोत मिटत्या डोळ्यांनी बेभान नाचविणारे संभाजीराजे, भरल्या दरबारी डोळ्यांना डोळे देत, ताठ मानेने ''आम्हास आरोप साऽ फ नामंजूर आहेत'' म्हणणारे संभाजीराजे अशी युवराजांची अनेक रूपे छत्रपतींच्या मनी एकमागाने नुसती घोळत राहिली.

''तुम्हाला माहीत नाही, आम्ही तुमच्यासाठी केवढी उमेद बाळगून आहोत.'' सबुरीला पडलेल्या संभाजीराजांच्या मस्तकीचे केशरी टोप न्याहाळत महाराज पुन्हा पायफेर टाकू लागले. त्यांच्या ओठी घोळणारे बोल तसेच तुटले. सईबाईंच्या आठवणीने पायफेर थांबला.

''तुमच्या – तुमच्या मासाहेबांना आम्ही शब्द दिला आहे. आम्ही तुमचे आबा आहोत पण – पण आऊ होताना आमचे हात थिटे पडताहेत. आमच्या मासाहेब गेल्या नि तुमच्या पाठीचा जिवाभावाचा आधार गेला. म्हणूनच तुम्हाला खूप सावधानगीनं असलं पाहिजे.'' न कळणाऱ्या रितेपणाची शांतताच शांतता पसरली.

''तुमच्याविशी कोणेप्रकारचा शक आमच्या मनी स्वप्नातही येणं शक्य नाही. तुमचा स्वभाव आम्ही जाणतो. म्हणूनच आज तुमचीच आम्हाला अधिक चिंता वाटते. युवराज, माथ्यावरचं छप्परच दगा देत कोसळू लागलं, तर तक्रार करावी

ती कुणाबद्दल? सारं समजून असा. हुशार असा. जा. निर्धोकपणं थाळा घ्या. घाबरू नका, आम्हास खूप आराम आहे. आईची आणि समर्थांची कृपा घेऊन आम्ही उदंड जगणार आहोत. या तुम्ही.'' छत्रपतींनी आपल्या राजअंशाचा खांदा हलकेच थोपटला. शांत, भरल्या चित्ताने संभाजीराजे दालनाबाहेर पडले.

विचारगत महाराज मंचकावर विसावले. दाट चिंतेची जाळी त्यांच्या चर्येवर चढली. चैन पडेना. पुन्हा उठून ते एका चौरंगावर ठेवलेल्या नेहमीच्या पूजेतील स्फटिक शिवलिंगाजवळ आले. त्याच्या दर्शनाबरोबर एका विचित्र धीराच्या विचाराने त्यांचे मन ताठर, निर्धारी झाले.

पोसाने झाकलेला छत्रपतींचा थाळा खांद्यावर घेऊन, दुसऱ्या हाती पाण्याचा गडवा घेतलेला थाळेवाला आला. एका चौरंगावर थाळा ठेवून त्याने पोस हटविला. वाफांची मंद वळी उठली.

थाळेवाल्याने प्रत्येक पदार्थ महाराजांना समक्ष चाखून दाखविला. पाण्याचा घोट घशाआड घेतला. काहीच न बोलता मुजरा देत तो मागे हटत दालनाबाहेर पडला.

तस्त-तांब्या घेऊन दुसरा एक खिदमतगार मागोमाग आत पेश झाला. महाराजांनी तस्तात हात धुतले, पोसाला पुसले. चौरंगालगत मांडलेल्या चंदनी पाटावर एक पायाची घडी घालीत महाराज थाळ्याला बसले.

तस्तवाला बाहेर पडला. जाताना त्याने दालनाचा दरवाजा हलकेच ओढून घेतला.

पितरांचा अन्नांश तबकाबाहेर चौरंगाच्या काठाळीवर ठेवून पाण्याने मंडल टाकीत महाराजांनी चित्राहुती दिली. अन्नमंत्र पुटपुटत मिटल्या डोळ्यांनी दोन आचमने ओठांआड घेतली. तसे करताना त्यांच्या मनाला एक निसटती चुटपुट चाटून गेली. 'ध्यानी राहिलं नाही मनाच्या घोळात. युवराजांना थाळ्यासाठी आज इथंच सोबतीला घ्यायला पाहिजे होतं.'

दालनाचा दरवाजा कुरकुरला म्हणून महाराजांनी तिकडे नजर दिली. दरवाजात महाराणी सोयराबाईसाहेब उभ्या होत्या! त्यांच्या दर्शनाबरोबर महाराजांची नजर समोरच्या तबकावर फिरली. कसलातरी विचार एका क्षणात बांधून झाला.

सोयराबाई क्षणभर घोटाळल्या. काहीतरी विचाराने परतायला निघाल्या.

''याऽ'' महाराजांनी त्यांना परतू दिले नाही.

त्या आवाजातील संथपणाने धीर आलेल्या सोयराबाई ओठांच्या मुळातून कळेल न कळेलशी लकेर उठवीत नेहमीच्या दिमाखी कदमबाज चालीने आत आल्या.

''स्वारीनं एकांगी थाळा घेण्याचा निर्णय केला हेच ठीक झालं.'' चौरंगाजवळ उभ्या राहात त्या म्हणाल्या.

''होय. आता आमचा भरोसा आम्हालाच! काय बोललं जातंय ऐकलं नाही

तुम्ही?'' महाराज नेहमीसारखे बोलत तबकातील वाडगे चौरंगावर ठेवू लागले.

''राणीसाहेब, किती दिवस झाले... तुम्ही आम्ही संगतीनं थाळ्यास नाही बसलो!'' शांतपणे महाराज बोलले. दरवाजाकडे बघत त्यांनी साद दिली. ''कोण आहे तिकडे?''

महाराजांचे उष्टे तबक उचलायला बाहेर खडा असलेला थाळेवाला ''जी'', म्हणत लगबगीने आत आला.

''जा. राणीसाहेबांचा थाळा लावून आण. चौरंग मांड.'' त्याला आज्ञा मिळाली.

आपल्या पायावरची आळत्याची नक्षी मोठी होत-होत आपणालाच गुरफटून टाकत करकचून आवळते आहे, या विचाराने सोयराबाई सुन्न झाल्या.

''राणीसाहेब, आमच्या रामराजांना नाही आणलंत तुम्ही आमच्या भेटीसाठी?'' त्यांना तिसरीकडेच नेत कसलीही चलबिचल न दाखविता छत्रपतींनी विचारले.

''त्यांना प्रवास झेपत नाही.'' सोयराबाईंना काहीतरी उत्तर देणे भागच होते.

आज्ञेप्रमाणे थाळेवाला थाळा घेऊन आला. चौरंग मांडून त्याने त्यावर तबक, गडवा ठेवला. रिवाजाप्रमाणे तो बाहेर पडला.

''या.'' चौरंगाकडे हात देत महाराज सोयराबाईंच्या कडे न बघताच म्हणाले.

आळत्याच्या नक्षीचे पाय क्षणभर चळवळले! अंगीचा जरीकिनारी तहबंद आतून घामाने डवरून आला. समोरच्या राजस्त्रीच्या तोंडून फाटके, बोंदरलेले कसनुसे शब्द आले – ''स्वारीला सांगणं विसरूनच गेलो आम्ही! आम्ही नवस बोललो आहोत. उपवास आहे आमचा!''

डोळ्यांतून ठिणग्याच ठिणग्या उसळणारे महाराज तबकावर नजर ठेवून शांतपणे म्हणाले, ''अस्सं? मग आम्ही घेऊ?''

''जी.''

''कसला नवस बोललात?''

''स्वारीला आराम पडावा म्हणून वाघजाईला साकडं घातलं होतं आम्ही. धास्त वाटते स्वारीच्या जिवाची आम्हाला. सावधानगीची इशारत द्यायला आलोत आम्ही.''

''कसली सावधानगी?''

''युवराज... युवराज दिसतात तेवढे सिधे नाहीत!''

''खामोऽ श!'' थरथर कापणारे महाराज समोरचे तबक परते सारत ताडकन पाटावरून उठले. ''शरम नाही येत जबान वाऱ्यावर सोडायला?''

संतापाने मस्तक भिनलेल्या छत्रपतींना थरथरीमुळे नीट बोलताही येईना. सोयराबाईंना अंगावर उकळत्या तेलाचा शिडकावा झाल्याचा भास झाला. त्याही थरथरू लागल्या. कधीच न अनुभवलेल्या भीतीने!

''कुणासमोर, कुणाबद्दल, कोण ढंगानं जबान ढिली सुटते आहे, याचं भान

ठेवा. तुम्ही मानता तसे युवराज पोरके नाहीत. दगाफटका करणारे, कपटी नाहीत. हुशारीनं तुम्ही खेळू बघता ती चाल जनानी आहे. एक ना एक दिवस ती तुमच्याच अंगावर फेरचाल करील. अण्णाजींच्या घरची सुवासिन हकनाक कशी बळी गेली हे तुम्ही विसरला असला तरी आम्ही नाही! युवराजांच्या निवाड्याच्या दिवशी तुम्ही रामराजांना राजसदरेवर आमच्यासमोर का घातलंत तेही आम्ही खूब समजून आहोत. याहीपेक्षा तुमची मजल कुठवर जाऊ धजते, हे आमच्यापेक्षा तुम्हीच मनोमन खूप जाणता!'' पुढचे बोलणे जड झाल्याने महाराज थांबले.

खालमानेच्या सोयराबाईंच्या डोळ्यांतून ऊनजाळ धारा वाहू लागल्या. पायावरची आळत्याची नक्षी दिसेनाशी झाली. संतापाच्या शिगेला पोहोचलेले छत्रपती, आजवर रोखण्यास असह्य झालेले त्यांच्या करणीचे माप जळजळीत शब्दांत त्यांच्या पदरी घालू लागले. ''तुम्ही शंभूराजांना सवते मानता, पाण्यात बघता. तुम्ही विसरता सावत्रपणाच्या वागण्यानं घडलेलं रामायण. ही दौलत ना आमची आहे, ना युवराजांची, ना रामराजांची – कैक जिवांनी प्राण खर्ची घालून ती उठविली आहे. आई भवानीच्या नावानं आम्ही, बाळराजे, युवराज सारेच भोसले, तिचे भुत्ये आहोत. तोच वारसा आहे साऱ्यांचा. दौलतीच्या लोभानं तुमचा तोल ढळत चालला आहे. युवराजांना बदनाम करणाऱ्या चाली तुम्ही बांधताहात. आम्हास त्या ध्यानी येणार नाहीत, असा सोयीचा समज करून घेताहात तुम्ही!'' महाराज स्वत:शीच हसले. कसेतरीच. त्यांचाच जीव कोंडणारी विचित्र शांतता क्षणभर दाटली. ती असह्य झाल्याने महाराज पायफेर टाकीत स्फटिक शिवलिंगाच्या चौरंगाजवळ आले. बेलफुलांतून अर्धवट दिसणाऱ्या त्या स्फटिक पिंडीच्या दर्शनाबरोबर शुभ्रसफेद कबूतर फडफडत निळ्या आकाशात झेपावावे, तशी मासाहेब जिजाऊंची आठवण त्यांच्या मनाच्या खोलवटातून उसळली. डोळे पिंडीवर जखडून पडले. मन दाटून आले.

सोयराबाईंना पाठमोरे झालेल्या महाराजांच्या तोंडून पिळवट, घोगरट शब्द सुटले –

''आमच्या मासाहेब गेल्या... वाटलं होतं त्यांची जागा तुम्ही झेपेल तेवढी भरून काढाल, साऱ्यांना माया, दिलासा देऊन! तुम्ही त्यांचे अधिकार घेतलेत. त्यांच्याएवढा मायेचा मोठा पदर घेणं, तुम्हाला कधी साधलं नाही. किमान तुम्ही राणीसाहेब आहात याचा तरी विसर पडू देऊ नका. आम्ही छत्रपती आहोत. साऱ्यांचे पालक. तुम्ही महाराणी आहात. या कर्तव्याच्या अर्ध्या भागीदार. पालन करणं होत नसेल, तर गुमान धरा. नसत्या घालमेली पैदा करून घरच्या बाबीत गैरमेळ पाडू नका. या उप्परही तुमचे हट्ट, हेका सुटणार नसेल तर – तर महाराणी म्हणूनसुद्धा तुमचा मुलाहिजा धरणं, आम्हास शक्य होणार नाही. या तुम्ही....'' महाराजांची

अस्वस्थ बोटे माळेतील कवड्या चटाचटा चाळवू लागली. सोयराबाईंच्या रूपाने त्यांच्या पाठीशी एक थिजला, सुन्न पुतळा उभा होता. त्याला शेवटची निर्धारी समज मिळाली.

"उद्या उगवतीबरोबर तुमचे मेणे रायगडाची वाट धरतील. इथं तुमची आता मुळीच गरज नाही. आम्ही तशी आज्ञा हंबीररावांना देऊन ठेवली आहे. तुम्ही गैरमेळाचं कसं बोलता – समक्ष आमच्यासमोर – तेही जाताना ऐकून जा. वाघजाईचा नवस तुम्ही, समर्थकृपेने आम्ही उतारावर पडलो, तेव्हाच फेडला आहे! उपवास दुसरा कशाचातरी असेल. तुम्हीच विचार करून कसला ते ठरवा!"

सोयराबाईंना आता उभे राहणेच कठीण झाले होते. पिंढऱ्यात गोळे धरल्यासारखे त्यांना वाटू लागले. पदराच्या शेवाचा बोळा तोंडात दाबून त्या बाहेर जायला निघाल्या. त्यांच्या कांकणाच्या हालचालीबरोबर वळते झालेल्या छत्रपतींनी त्यांना "थांबाऽ" अशी जरब देत दालनाच्या उंबरठ्यातच रोखून ठेवले.

कोनाड्यात अंगभर जळणारा पलोताच जसा त्यांनी शब्दांच्या रूपाने निर्वाणीचा म्हणून दौलतीच्या पाठमोऱ्या उभ्या असलेल्या महाराणींच्या कानांत ठाशीवपणे पिळून टाकला – "नीट कान खोलून ऐका – युवराज संभाजीराजांनी दिलाच, तर विषाचा पेला आम्ही – आम्ही भरल्या दरबाराच्या साक्षीनं, मंत्रिगणांसमक्ष आनंदानं दरबारी महालात सिंहासनावर बसूनसुद्धा घेऊ... कारण – कारण त्या सिंहासनासाठी नऊ वर्षांची उमर असताना ते रजपुतांच्या गोटात ओलीस राहिलेले आहेत. अंगी कफनी चढवून मथुरेहून या मुलखापर्यंत एकटे वणवण भटकलेले आहेत!!"

महाराजांचा निरोप घेतलेले संभाजीराजे किल्ले सातारा उतरून रायगडाच्या रोखाने चालू लागले. येसूबाई, पुतळाबाई यांचे मेणे धरून हत्यारबंद धारकरी चटके पाय उचलीत होते. विचारात असलेल्या संभाजीराजांची मुद्रा बांधल्यासारखी झाली होती. कितीही निर्धार केला, तरी संभाजीराजांच्या डोळ्यांसमोरून मासाहेब सोयराबाई हटत नव्हत्या. त्यांना हटकणे जमेनासे होताच ते कसल्यातरी आवेगाने हातांतील कायद्यांना दमजोर खेच देत होते. तोंडातील दातेरी, लोखंडी लगामपट्टी कचताच स्वारीचे जनावर कळवळ्याने फुरफुरत होते. आणि विचारांमागून विचार संभाजीराजांच्या पाठीवर स्वार होऊन नको तेव्हा कायदे खेचून, नको तिथे काच देत होते. वर्मी कळ बसावी, असे टाचा भरीत होते... मन फरफटीला लागले होते –

'का – का घडावं असं? कुणाचा कसूर नडतो आहे? अशा का वागतात मासाहेब? आम्ही त्यांचे कुणीच नव्हेत? आमचं राहू द्या. खुद्द आबासाहेबांची काय खातर करताहेत त्या? कुठं जाणार आहे त्यांची हवस? रामराजे आम्हाला कधीच परके वाटले नाहीत. या कधीच आपल्या वाटल्या नाहीत. का घडावं असं?

महाराजसाहेबांना विष-प्रयोग होतो? त्याचा वहीम आमच्यावर घेतला जातो? काय चाललं आहे, तेच समजत नाही. आता इतर कुणाची नाही पण... पण आमचीच आम्हाला धास्त वाटते! वाटतं आम्हीच काहीतरी वावगं करून बसू! वाटतं मासाहेबांच्या, सामने उभं राहून, मनी घोळतं सारं साफ सांगून टाकावं. आमच्या युवराजपदासाठीच त्या बेचैन असतील, तर ते रामराजांना बहाल करून मोकळं व्हावं....

'थोरल्या आऊसाहेबांच्या आठवणीनं काळीज गलबलतं. केवढा धीर देणारा असायचा त्यांचा एक-एक बोल! या वेळी त्या हयात असत्या तर? छे! त्या असत्या तर महाराजसाहेबांच्या जिवाशी असा क्रूर खेळ करण्याची मजलच झाली नसती कुणाची. आमच्यावर वहीम बोलताना तर दहा वेळा विचार करावा लागला असता, कुठल्याही लटक्या जिभेला!'

'...छी! आम्ही... आम्ही अभक्ष्यप्रयोग केला म्हणे महाराजसाहेबांना! यापेक्षा दरबारी आमचा निवाडा झाला त्याच वेळी आम्हाला कडेलोटाची वा तोफेच्या तोंडी जाण्याची सजा मिळाली तर बेस होतं! हे असं ध्यानीमनी नसलेलं ऐकण्याची पाळी आमच्यावर ना येती. मासाहेब – मासाहेब, नको त्या कारणासाठी काळजाचा लचका तोडला आहे तुम्ही आमच्या. माणसाच्या सोसण्यालाही मर्यादा असतात. आम्हाला नवल वाटतं ते आबासाहेबांचं. एवढं झालं; पण एक ब्रसुद्धा त्यांच्या तोंडून फुटला नाही. सोसण्याचं कुठलं बळ कमावलं आहे त्यांनी? की काहीच बोलता येऊ नये, तशी त्यांची गत झाली आहे? आम्हाला भरल्या दरबारी निवाड्यासाठी उभं करण्यात आलं तसं – तसं मासाहेबांना उभं करण्यात येईल? नाही! नाही. आम्हीसुद्धा त्यांच्यावरचा वहीम दरबारात वरमानेनं बोलू शकलो नाही! आबासाहेब हे करू शकतच नाहीत. कसला खोडा पडला हा.'

'...या आजारात महाराजसाहेबांचं काही बरंवाईट होतं तर! छे ऽ छे ऽ!"

मनचे हे अशिव मनातून बाहेर पिटाळण्यासाठी संभाजीराजे कळवळून स्वत:शीच पुटपुटले, "जगदंब, जगदंब." मांडीखालच्या जनावराला टाच भरली गेली. जनावर उधळले, दौडत-दौडत बरेच पुढे गेले.

तांडा बराच दूर मागे राहिला, हे ध्यानी येताच संभाजीराजांनी घोड्याला आवर घातला आणि त्याला धिमे करीत-करीत स्वत:ला तांड्याशी जमवून घेतलं. पुतळाबाईंच्या मेण्याजवळून जनावर येताच त्यांना पुन्हा धीर गवसल्यासारखे झाले. त्यांच्या मनाचा विसकटलेला तांदूळ चौक पुन्हा नीट मांडला जाऊ लागला. त्यांना वाटले, तांडा अमळ रोखावा. मासाहेब पुतळाबाईंशी मनभर बोलून घ्यावे. मन हलके करावे, पण तसे काही त्यांनी केले नाही. सातारा उतरताना त्यांना एक गोष्ट जाणवली होती. प्रत्यक्ष महाराज त्यांना निरोप देण्यासाठी बालेकिल्ल्याच्या सदरेपर्यंत आले होते,

तरीही किल्ल्यावरची बरीच माणसे त्यांच्याकडे विचित्र नजरेने रोखून बघत होती! तिरस्काराने भरलेले अनेक डोळे त्यांच्या उरात बाणासारखे घुसून त्यांना जणू बदनाम करीत होते. श्रींच्या छत्रपतींना, प्रत्यक्ष जन्मदात्याला, विषबाधा करण्याचे पाप त्यांनी केले आहे, असा आरोप-क्षेप त्या नजरांतून होत होता.

बधिर मनाची कोंडी-खंत गळून पडू लागली आणि हळूहळू त्याची जागा संताप-सूड यांच्या केळणीने बांधली जाऊ लागली. मार्गावरील झाडाझुडपांत त्यांना सोयराबाईच दिसू लागल्या. पण – पण त्यांच्या जरीकिनारी पदराआड कवळ्या उमरीचे रामराजे हात उभवून 'दादामहाराज' अशी साद घालताहेत, असा भास होताच त्यांचे याही मोर्च्यावर बांधलेले मन ढासळू लागले. कोंडीच कोंडी पडली.

विचाराने सैरभैर झालेले संभाजीराजे काहीच न सुचल्याने नुकतेच पुटपुटू लागले... "जगदंब! जगदंब!"

पाचाडात जिजाऊंच्या समाधीचे दर्शन घेताना संभाजीराजांचा ऊर दाटून आला. रायगड चढून जावे, असे त्यांना वाटेना. पाचाडच्या वाड्यातच पुतळाबाई, येसूबाई यांच्यासह चार दिवस त्यांनी मुक्काम टाकला.

ते आल्याची वर्दी गडावर पोच झाली होती, पण त्यांच्या हालहवालासाठी फडाकडील कुणीच गड उतरले नाही. नाही म्हणायला कवी कुलेश तेवढे त्यांची भेट घेऊन गेले. चार दिवसांनंतर कबिल्यासह संभाजीराजे रायगड चढून आले. वैराने पाठीवर लादून आणल्यासारखी साताऱ्याची अफवा इथे रायगडावरही पसरली होती. भेटणारी कारखानदारी माणसे संभाजीराजांकडे विचित्र घृणेच्या नजरेने बघत होती. त्यांनी बघितले आहे असे वाटले, तर जुलमाने केल्यासारखे मुजरा करीत होती.

पंधरा दिवस झाले. रायगडी आलेले संभाजीराजे दोन वेळा जिजाऊंच्या बैठकीला मुजरा देण्यासाठी आणि जगदीश्वराच्या दर्शनासाठी काय ते तेवढेच आपल्या वाड्याबाहेर पडत होते. त्यांचा सारा वेळ आपल्या वाड्यात केशव पंडित, उमाजी पंडित, उधो जोगदेव, कवी कुलेश यांच्याशी पुराणग्रंथांवर चर्चा करण्यात जात होता. तोच त्यांना दिलासा वाटत होता.

त्यांच्या वाड्यात आत-बाहेर करणारी धाराऊ त्यांना सडे बघून एकदा धीराने म्हणाली, "धाकलं...."

"बोला." तिच्या कपाळावरच्या गोंदणावर नजर ठेवीत संभाजीराजे म्हणाले.

त्यांच्या तेजवान डोळ्यांकडे आणि मानेभोवती रुळून पडलेल्या केसांच्या कुरळ्या, दाट घेराकडे बघताना धाराऊ काय विचारायचे आहे, तेच विसरली. तिचे अलीकडे असेच होत होते. ऐन भरीचे, महाराजांच्या वाणावर उतरलेले 'धाकले' बघताना तिला खऱ्याखुऱ्या धाकल्यांची तिने बघितलेली कैक बालरूपे आठवायची.

धाराऊला गुमान थांबलेली बघून संभाजीराजांच्या मुद्रेची चलबिचल झाली. तिला पाठमोरे होत संभाजीराजे स्वत:शी बोलल्यासाखे घोगरट म्हणाले – "धाराऊ, आम्ही जाणतो, तुम्हाला काय विचारायचं आहे ते! आम्ही... आम्हीच महाराजसाहेबांना... अभक्ष्य...."

झटकन धाराऊ पुढे झाली. आपली तर्जनी ओठांवर ठेवून तिने संभाजीराजांना रोखून ठेवले. क्षणात तिचे डोळे डबडबून आले. "धाकलं – म्या तुम्हास्नी दूद पाजलंय. ते दगा-फटका करणारं बेमान न्हाई. त्यासाठनं न्हाई म्या जीभ उचालली. गडावं येऊन पंदरोडा जाला. सूनबाईंची तुम्ही बरं-वाईट म्हून सब्दानं दखल घेतल्याली न्हाई. काय वाटत असंल त्येस्नी? धाकल्या रानीसाबास्नी भेटत न्हाई तुम्ही. काय करावं त्येनी?"

जे सांधायला प्रसंगी जिजाऊही थकल्या असत्या ते धाराऊ आपल्या गावरान मायेपोटी सांधू बघत होती.

"धाराऊ, आम्हास कुणालाच भेटावंसं वाटत नाही."

"असं म्हून कसं चालंल? तुमची वाट बघून-बघून थकल्याल्या धाकल्या रानीसाब इकडंच याया निगाल्यात. संगं बाळ म्हाराजबी हाईत."

पुतळाबाई येताहेत हे जाणवताच संभाजीराजे विचारात गेले. राणीवशाकडचा हा एक जागा त्यांच्या भरोशाचा होता. काही बोलावे, असे हे एकच ठिकाण होते.

धाराऊ निघून गेली. थोड्याच वेळात राजारामांचा हात हाती धरलेल्या मासाहेब पुतळाबाई बैठकी दालनात आल्या. त्यांना तसे बघताना संभाजीराजांना वाटले – 'खरोखरच बाळराजे यांच्याच पोटी उपजायला पाहिजे होते!'

महाराजांच्यासाठी आंबेचे लोटके बरोबर घेऊन साताऱ्याला जायला निघणाऱ्या पुतळाबाई दिसताच खेचल्यासारखे संभाजीराजे पुढे झाले. त्यांचे पाय शिवून त्यांनी रामराजांचा त्यांच्या हातातील हात हलकेच आपल्या हातात घेतला.

"युवराज..." बोलणे कसे फोडावे, या विचाराने पुतळाबाई थांबल्या.

"जी!"

"आमच्यावर नाराजी धरलीत, तर ती आम्ही समजू शकतो. पण... पण सूनबाईंचा काय दोष? त्या गडावर आहेत, याचंही भान तुम्ही ठेवत नाही. हा कोण रिवाज?"

"मासाहेब... आमचे सारेच रिवाज चुकले आहेत. एका सुवासिनीचं बळमर्दीनं हरण करणारे आम्ही... जन्मदात्याला अभक्ष्य देणारे आम्ही. कुठल्या... कुठल्या तोंडानं त्यांच्यासमोर जाऊ शकतो? रोज दर्पणी बघून आमच्या नावानं कपाळी पट्टे घेताना त्यांना काय वाटत असेल, तेच आम्हाला समजेनासं होतं!" संभाजीराजे कुठंतरीच एकरोख बघत ताठर झाले.

"युवराज – " पुतळाबाईंनी शब्दांचाच हात करून जसा त्यांच्या खांद्यावर अलगद ठेवला. "पुरुषांना असं आपलं आपणालाच तोडून बोलायची मोकळीक तरी असते. आम्हा बायकांना तीही नसते! तुम्ही युवराज आहात. तुम्हीच काळीज टाकून स्वत:ला कोंडून घेऊ लागलात, तर बाई म्हणून जन्माचंच कोंडलेल्या सूनबाईंनी काय करावं? बाब लागून राहिली आहे ही त्यांच्या मनास."

"दादामहाराज..." एवढा वेळ ऐकत असलेले रामराजे संभाजीराजांच्या हाताला झोल देत काही बोलायला गेले. ते येसूबाईंच्याबद्दल काही बोलणार या कल्पनेने त्यांना दाद देत संभाजीराजे प्रेमानं म्हणाले, "काय बाळमहाराज?"

"तुम्ही... तुम्ही महाराजसाहेबांना तेवढं विष दिलंत... आल्यापासून आम्हास मात्र एकदाही नाही दिलंत! आम्ही आबासाहेबांची वाट बघतो आहोत. तुम्ही... तुम्ही नाही दिलंत, तरी ते नक्कीच देतील आम्हाला विष!!"

ते ऐकताना संभाजीराजांची कानपाळी रसरसून सुन्न झाली. रामराजांच्या हातातला त्यांचा हात विचित्र थरथरला. पटकन त्यांना उचलून घेऊन त्यांच्या गालावर ओठ ठेवताना संभाजीराजांना त्यांचा चेहराही दिसेनासा झाला.

त्या दोघांना तसे बघणे असह्य झालेल्या पुतळाबाई मंद, जडशीळ पावलांनी दालनाच्या झरोक्याशी गेल्या. बाहेर दिसणाऱ्या हनुमानाच्या देवळाच्या घुमटीकडे बघत राहिल्या. हे सारे सावरायला आपले हात थिटे आहेत, या जाणिवेने खिन्न झालेल्या पुतळाबाईंना महाराजांची आठवण झाली. 'हे बांधायला फक्त स्वारीच समर्थ आहे.' या एकाच आशेच्या धाग्याला धरून त्यांचे मन स्वत:ची समजूत घालू बघायला लागले. डोळे घुमटीवर जखडले. मन राजांच्या मागाने भटकत राहिले.

सातमहालातील पुतळाबाईंच्या वाड्यातील बैठकी दालनात येसूबाई उभ्या होत्या. त्यांच्यासमोरून संभाजीराजांची स्वारी लगीने येरझारा टाकीत होती. मध्येच थांबत होती. साऱ्या दालनभर दोघांनाही जाणवेल, अशी शांतता दाटून पडली होती. कुणी बोलावे यासाठी जसा कौलच लागला होता.

"कानी पडणाऱ्या बाबींनी तुम्ही आमच्यासाठी शरमिंद्या असाल." संभाजीराजांनी स्वभावाप्रमाणे सरळ विषयाला हात घातला.

चमकून येसूबाईंनी वर बघितले. आपल्या स्वारीच्या चर्येत पडलेला केवढातरी फेर त्यांना जाणवला. मनाला खोलवर चटका चाटून गेला. "आम्ही सारं ऐकून आहोत. अभिमान वाटतो, अशा स्वारींच्या पायाची सेवा करण्याचा मान आम्हांस मिळाला याचा!" येसूबाईंचा आवाज बांधलेला, ठसठशीत झाला.

"मतलब?" गोंधळलेल्या संभाजीराजांचे हात पाठीशी झाले.

"निवाड्याच्या पेचप्रसंगीही स्वारीनं वहीम बोलण्यासाठी मासाहेबांचं नाव

ओठाबाहेर दरबारी सुटू दिलं नाही. आबासाहेबांच्या साताऱ्यावरच्या आजारपणात आलेला आरोप ऐकूनही बाळमहाराजांना स्वारीनं तुसडेपणानं तोडून दिलं नाही. आता आम्हास कळून येत आहे...'' कुठतरी दूरवर पाहिल्यासारख्या येसूबाई थांबल्या.

''काय?''

''अण्णाजींच्या घरच्या सुवासिनीनं लिंगाण्यावरून आपली कुडी का झोकून दिली असेल ते!''

''का? का दिली असेल?'' त्या आठवणींनी संभाजीराजांचा आवाज कातरला.

''तिनंच काय प्रसंगी आम्हीसुद्धा कुडी झोकून द्यावी, असाच स्वारीचा स्वभाव आहे! भरल्या दरबारी स्वारीबद्दल काही वेडे-बिद्रे ऐकण्यापेक्षा आणि एखादा गैरबाका शब्द उच्चारावा लागण्यापेक्षा त्या धीराच्या स्त्रीनं मरण पत्करलं. जे तिला कळलं ते घरच्यांना कळू नये, याचीच खंत वाटते आम्हास!''

त्या शब्दाशब्दाने संभाजीराजांच्या मनी घालमेल उठली. येसूबाईंच्याबद्दल त्यांनी बांधलेला अंदाज साफ चुकीचा ठरला! त्या चुकीचाही एक न कळणारा आनंद त्यांना खोलवर स्पर्शून गेला. हलकेच पुढे होत त्यांनी मान खाली घातलेल्या येसूबाईंच्या हनुवटीखाली मूठ दिली. त्या टेकणीने त्यांचा मुखडा वर घेत ते म्हणाले, ''आम्हालाही आता कळतंय. आबासाहेबांनी शिक्के-कट्यार तुमच्या सुपुर्द का केली ते!''

गोऱ्यामोऱ्या झालेल्या येसूबाईंनी मागे होत हनुवटी खुली करून घेतली.

''तुम्ही शतरंजची खेळी छान खेळता. आम्ही त्या पटाकडे बघताना तक्रार करीत होतो. आठवतं?'' संभाजीराजांनी विचारले.

''कसली तक्रार?'' येसूबाईंना माग मिळेना.

''त्या पटात मासाहेब, युवराज अशी मोहरी नाहीत ही. आज वाटतं तो खेळीचा पट आहे, तसाच ठीक आहे!'' सुस्कारा सोडत संभाजीराजे झरोक्याशी चालत गेले. बाहेर बघत पाठीशी असलेल्या येसूबाईंना म्हणाले, ''तुम्ही, आबासाहेब पटावरची शतरंजखेळी सावधानगीनं खेळता. पण... पण तुमचं कसब थाऱ्यालाही टिकणार नाही, असा शतरंजचा खेळगडी आजवर आमच्या ध्यानी आला नव्हता.''

''कोण?'' गोंधळलेल्या येसूबाईंनी त्यांच्याकडे बघत विचारले.

''थोरल्या महालीच्या मासाहेब!'' झरोक्याजवळून थंडगार बोल आले.

''तुम्ही पटावरचा शतरंज खेळता. त्या नात्यांचा शतरंज खेळतात. एवढ्या खुबीनं चाल टाकतात की, शह बसणाऱ्याचा जीवच घुसमटून जातो! त्यांच्या पटात मोहऱ्यांना तोटा नाही. शह कुणाला घालावा याचं बंधन नाही.''

त्यावर काय बोलावे, तेच येसूबाईंना सुचेना. एवढ्यात संभाजीराजांचे कारभारी महादेव यमाजींची वर्दी घेऊन एक कुणबीण आत आली.

युवराज पाठमोरे बघून तिने ती येसूबाईंच्या कानी घातली – "साताऱ्यावरनं दत्ताजीपंत आल्यात. धाकल्या सरकारांची भेट मागत्यात."

"येतो आम्ही," म्हणत संभाजीराजे महालाबाहेर पडले.

महाराजांच्या वाड्याच्या दर्शनी सदरेवर मंत्री दत्ताजीपंत युवराजांची वाट बघत खोळंबून होते. संभाजीराजांना येताना बघून दत्ताजीपंतांनी त्यांना मुजरा घातला.

"दत्ताजीपंत, तब्येत कशी आहे महाराजसाहेबांची?" संभाजीराजांनी त्यांचा मुजरा घेता-घेताच विचारले.

"जी. व्यंकटेशकृपेने महाराज खुशाल आहेत. नुकताच पालीला जाऊन त्यांनी पाटीलकीच्या एका कथल्याचा मजहर दिला. आम्ही संगती होतो. आता सरकार स्वारी साताऱ्यावर आहे. कर्नाटक प्रांतातून आलेल्या रघुनाथपंत हणमंत्यांशी कसल्यातरी मोठ्या मनसुब्यानं स्वामींची खलबतं चालू आहेत."

ते ऐकताना संभाजीराजांची चर्या समाधानाने उजळून निघाली.

"युवराज, आपल्यासाठी स्वामींनी खास खलिता देऊन आम्हास धाडलं आहे. आपल्याच हाती तो जातीनं देण्याची आम्हास ताकीद आहे." दत्ताजीपंतांनी कमरेच्या शेल्यात खोवलेली थैली काढून झुकते होत, ती युवराजांच्या हाती दिली.

थैली घेऊन कपाळाला लावून संभाजीराजांनी फासबंद उकलला. आतली पत्रवळी बाहेर काढून उलगडती धरली. वळीतील शब्दा-शब्दांबरोबर संभाजीराजांची मुद्रा सोनथाळ्यासारखी झळझळत चालली.

"श्रींचे आशीर्वादे करोन आम्ही सर्वरूपे सुखरूप आहोत. खलिता देऊन दत्ताजीपंत खास हेतानं पाठविले असत. त्यास दिमतीस घेवोन, तुम्ही खासा फौजबंदीने विजापुरी मुलखावर मिरज, अथणी तर्फेने घुसोन चालविणे. जोखीम न घेता, वरच्या टापांनी मुलूखमारीचा बेत ठेवणे."

विजापूर दरबारी चाललेल्या वजीर खवासखान आणि सरदार बहलोलखान यांच्या बेदिलीचा फायदा उठवायचा बेत महाराजांनी आखला होता. ही मोहीम त्यांनी संभाजीराजांना जोडून दिली होती.

"दत्ताजीपंत, आजचा दिवस तुम्ही विश्रांती घ्या, तुम्हा-आम्हाला निघणे आहे. मिरजेच्या रोखाने." बाकीचे सारेच युवराज विसरून गेले.

"जी! स्वामींनी ती कल्पना दिली आहे आम्हाला. आम्ही पाचाडात उतरून बांधणी करावी म्हणतो. येताना सातारहून थोडी शिबंदी आम्ही आणली आहे."

"ठीक आहे. आमच्या पंगतीला थाळ्याला असा आज. तुमच्या संगतीनंच गड उतरू आम्ही." मुजरा देऊन दत्ताजींनी सदर सोडली. संभाजीराजांच्या मुठीत पत्रवळी होती. मनात विचार होते मोहिमेचे!

पाचाडच्या वेशीवर दहा हजार शिलेबंद धारकऱ्यांची फौज खडी ठाकली.

तिच्या आघाडीला जीनवंत घोड्यांवर मांड जमविलेले संभाजीराजे, दत्ताजीपंत, रूपाजी भोसले, कोंडाजी फर्जंद असा खासा मर्दाना सिद्ध झाला. चौघडे झडले.

हातपंजा उठवून, मागे न बघता संभाजीराजांनी आणि पाऊलोकांनी 'हरऽ हरऽ महादेव'ची गगनभेदी झील उठवली. कर्माजीने रामोशी घोडाइतांचे, खबरगिरांचे पथक दौडीचा मार्ग बिनघोर आहे की नाही, याची टेहळणी देण्यासाठी पुढे उधळले.

चालून निघाले! युवराज संभाजीराजे आदिलशाहीच्या रोखाने मुलूख-तोडीसाठी चालून निघाले. आता त्यांचे मन शांत होते. महाराजांनी सोपविलेल्या जोखमीने मनाचे सूर्यफूल उमलले होते.

मिरज बगलेला ठेवून आदिलशाहीची लहान-मोठी खेडी तसनस करीत संभाजीराजांनी वारा प्यालेली फौज अथणी या मातबर व्यापारपेठेच्या वेशीवर येऊन थडकली! मावळ्यांनी अथणीला चौक भरला. आदिलशाही रियाया भयहैराण होऊन सैरावैरा धावू लागली.

"पेठ लुटीस घालाऽ. बोला हरऽ हरऽ महादेव!" जंगाच्या आवेशाने मुद्रा फुलून उठलेल्या संभाजीराजांनी तेगीचे नंगे पाते अथणीवर रोखून घोष दिला.

व्यापारपेठ लुटीला पडली. लकलकत्या मुंग्यांनी चहूबाजूंनी झटून भलामोठ्ठा भुजंग वारूळाबाहेर काढावा, तशी एक लाखाची लुटीची रास मावळी तुकड्यांनी संभाजीराजांच्या समोर घातली. युवराजांच्या आज्ञेप्रमाणं दत्ताजीपंतांनी या फत्तेची महाराजांना खबर देणारा खलिता सिद्ध केला. मिळाली लूट डागबंद करून रायगडाच्या वाटेला लावण्यात संभाजीराजांना मुजरा भरून खबरगीर कर्माजी फौजेतून फुटला. त्याने पन्हाळ्याची वाट धरली.

महाराज सातार्‍याहून पन्हाळगडी दाखल झाले होते.

धरल्या हत्याराने आदिलशाही मुलूख ताराज करून विजयी संभाजीराजे रायगडी परतले. फौजफळी तोडून घेतलेले दत्ताजीपंत बेळगाव प्रांतावर उतरले. महाराज अद्याप पन्हाळगडावरच होते.

आदिलशाहीच्या वारेजोड मोहिमेतील यशाने युवराज म्हणून ढासळतीला लागलेले संभाजीराजांचे स्थान रायगडी पुन्हा बांधले जाऊ लागले.

आता दिवस गर्मीला पडले. संभाजीराजांना सिद्धान्त-कौमुदी, मुक्तावली, रघुवंश, अमरकोश या ग्रंथांत आगळाच मानसिक आनंद मिळू लागला. केशव पंडित, उमाजी पंडित, कवी कुलेश, उधो योगदेव यांच्या संगतीत त्यांच्या घटका रमू लागल्या. अशाच एका बैठकीत चर्चेसाठी विषय निघाला काव्यग्रंथातील नायिकांचा.

"पंडित, काव्यशास्त्रानं किती भेद सांगितले आहेत नायिकांचे?" हारीने शिस्त

धरून उभ्या राहिलेल्या मंडळीतील केशव पंडितांना संभाजीराजांनी सवाल घातला.

"जी. नायिकांचे तीन प्रमुख भेद कल्पिले आहेत काव्यशास्त्रानं. स्वीया, परकीय व सामान्या." केशव पंडितांनी काही वाचले होते त्यावरून ते तत्परतेने म्हणाले.

"लक्षणं काय त्यांची?" उत्सुकतेनं संभाजीराजांनी विचारले.

"स्वीया म्हणजे स्वस्त्री, परकीया म्हणजे परस्त्री, सामान्या म्हणजे गणिका. काव्यशास्त्रानं यांतील स्वीया हा नायिकाप्रकार मोलाचा मानला आहे. त्याचे तृतीय भेद कल्पिले आहेत."

"कोणते?"

"मुग्धा, मध्यमा व प्रगल्भा असे. मुग्धा म्हणजे जिने यौवनात नुकतेच पदार्पण केले आहे. जिचा क्रोध सौम्य आहे, प्रणयात शालीन असून जिला विशेष स्त्रीसुलभ लज्जा असते, ती नायिका. मध्यमा म्हणजे जिचे यौवन विकसित आहे, प्रणयात जी कुशल असून संभाषणात चतुर आहे ती. प्रसंगानुरूप लज्जेचा लपंडाव खेळणारी नायिका. प्रगल्भा म्हणजे कमी लज्जा असलेली, प्रणयात तरबेज, संभाषणाचे मोहजाल टाकणारी नायिका." भेद सांगून केशव पंडित अभिमानाने कमरेत झुकते झाले.

"व्वा!" संभाजीराजांनी मनखुलास दाद दिली. कसल्यातरी विचारात गेल्यासारखे ते हातीचे गुलाबफूल चाळवू लागले. नायिकांचे हे संभाषण इथेच संपणारसे साऱ्यांना वाटले.

"युवराज, आग्या हो तो स्वीया नायिकाके सौंदर्यशास्त्रमें माने गये अष्ट उपभेद हम चरणोमें सादर करेंगे!" कुणालाही कल्पना नसताना कवी कुलेश बोलून गेले.

ते ऐकताना केशव पंडितांच्या कपाळी कळेल न कळेलशी आठी उमटून गेली.

"जरूर... जरूर, कविराज." संभाजीराजांनी हातातील फुलाला फिरका दिला.

खांद्यावरून सरकलेले उत्तरभारती उपरणे ठाकठीक करीत कवी कुलेश किंचित झुकते झाले. त्यांच्या मस्तकीच्या गुलाबी, कनोजी पगडीला धरून ओळंबलेल्या जरीवस्तू, झुरमळ्या डुलल्या. "युवराज, सौंदर्यशास्त्र स्वीया नायिकाके अवस्थानुसार अष्ट उपभेद मानता है – खंडिता, अभिसारीका, स्वाधीनपतिका, विप्रलब्धा, वासकसज्जा, कलहांतरिता, प्रोषितभर्तृका और विरहोत्कंठा!"

"वाहव्वा! बहोत खूब, कविराज लक्षणं सांगा या अष्टनायिकांची." मुद्रा उजळलेल्या संभाजीराजांची नजर कवी कुलेशांच्यावर जखडून पडली.

"जी," म्हणत कवी कुलेश पुढे म्हणाले, "स्वपति अन्य स्त्रीपर मोहित देखकर ईर्षासे कोपिष्ट होनेवाली नायिकाको खंडिता मानते है। जिसपर पतिका सर्वाधिक प्रेमयोग जुडता है, उस नायिकाको स्वाधीनपतिका जानते है। संकेतस्थानपर

आनेका अभिवचन देकर वह नायकसे पूरा न होनेके कारण जो स्वयं को अपमानित मानती है वह नायिका है, विप्रलब्धा!''

कवी कुलेशांच्या बोला-बोलांबरोबर केशव पंडित आणि उमाजी पंडित यांना त्यांची त्यांनाच न कळणारी घालमेल उरात उठली. संभाजीराजांच्यासमोर त्यांना ती नीट प्रकटही करता येईना. किती झाले तरी कुलेश 'उत्तरी' होते. या मुलखात उपरे होते. युवराजांची दाद पकडत खुललेल्या कुलेशांना या कशाचेच भान नव्हते.

ते बोलतच होते – ''आज अपना पति आनेवाला है, इस अपेक्षा से शृंगारमंडित होकर प्रतीक्षा करनेवाली नायिकाको काव्यशास्त्र वासकसज्जा मानता है। पति अनुनय करते समय उसको दुरुत्तर करके प्रथम अवमानित करनेवाली और उपरांत सखी के सामने पश्चात्ताप प्रकट करनेवाली नायिकाको कलहांतरिता कहा जाता है। जिसका पती दूर देशके सफरमें जानेके कारण उसका दर्शन दुरापास्त है, यह जानकर भी जो व्याकूल होती है। उस नायिकामें प्रोषितभर्तृका का भाव शास्त्र देखता है। और निश्चयसे आज पतिका दर्शन होनेवाला है, इस अपेक्षासे प्रतीक्षा करती है, और पती जल्द न आनेके कारण जो विरह-व्याकुल हो उठती है, उस नायिका का विरहोत्कंठा नाम ख्यात है शास्त्रमें। युवराज, काव्यशास्त्रमें इन अष्टनायिका के रूपमें बहुत स्त्रीरूप प्रकट हुए है।''

आता सगळी बैठक आपोआपच कुलेशांच्या कब्जात गेली होती.

''शाब्बास कविराज,'' अशी दर्दी दाद देत बैठकीवरून उठलेले संभाजीराजे कुलेशांच्या जवळ आले आणि त्यांनी आपल्या छातीवर रुळणारा मोतीकंठा उतरून तो कवी कुलेशांच्या हातात ठेवला. ''कविराज, या अष्टनायिकांचे स्वभावी भेद आम्ही काव्यात बांधावे म्हणतो.'' स्वत:शी बोलल्यासारखे संभाजीराजे म्हणाले.

''जी! संकल्प पूरा करनेमें चंडी युवराजको आशीर्वाद दे।'' कुलेशांची मान, राजकदर स्वीकारताना झुकली, ती तशीच होती.

रायाजीने आणून ठेवलेल्या तबकातील विड्यांना संभाजीराजांनी हातस्पर्श दिला. सर्वांना निरोपाचे विडे देण्यात आले.

'नायिकाभेद' या काव्याच्या बांधणीत संभाजीराजे गुंतले. उन्हे तापू लागली.

एक दिवस उन्हे टळतीला लागली असताना अचानक महादरवाजावरची नौबत झडली. पाठोपाठ परशरामपंत या संभाजीराजांच्या कारकुनांनी येऊन युवराजांना वर्दी दिली, ''सिंदखेडहून जाधवराव आलेत. संगती मधल्या आक्कासाहेब गड चढून आल्या आहेत.''

जाधवांकडे दिलेल्या संभाजीराजांच्या भगिनी राणूबाई आणि रुस्तुमराव जाधव लवाजम्यासह येऊन पालखी दरवाजात थांबले होते.

परशरामपंतांना हाताशी घेत संभाजीराजे त्यांच्या आगवानीसाठी पालखी दरवाजात आले. त्यांना बघताच रुस्तुमराव पुढे झाले. खांदाभेट पडली. मेण्यातून उतरलेल्या राणूबाईंचे दर्शन होताच संभाजीराजे हसत पुढे झाले. त्यांची पायधूळ घेता-घेता म्हणाले, "आक्कासाहेब, थैली, खलिता नसता अचानक येणं झालं. आम्हास गड उतरून पाचाडी तुम्हास सामोरं येता आलं नाही."

"आगेवर्दी न देता माहेरी येण्यात कसलं सुख असतं, ते तुम्हाला कसं कळणार बाळमहाराज." हसत राणूबाई म्हणाल्या. हातांची ओंजळ पसरून त्यांनी संभाजीराजांचा मुखडा प्रेमाने आपल्याकडे घेत त्यांच्या कपाळावर आपले ओठ टेकले.

राणूबाई शकुनाच्या पावलांनीच जशा रायगडी आल्या होत्या. कारण त्या आल्या नि चारच दिवसांत पन्हाळ्याहून निघालेला हरकारा रायगडावर आला. त्याने बातमी आणली – "छत्रपती महाराज खासा येत आहेत!"

महाराजांची आगवानी करण्यासाठी आपल्या दिमतीच्या माणसांनिशी संभाजीराजे पाचाडात उतरले. दुसऱ्या दिवशी दुपार धरून प्रथम रामोशांचे टेहळे पथक पाचाडात शिरले. वळिवाचा माग देणारी गर्मी वाढली होती. वारा पडून होता.

तिसऱ्या प्रहराला पडला वारा एकाएकी अंगी आल्यासारखा घुमू लागला. धुळीचे खांब उठवू लागला. त्यातून घोडी फेकीत मोरोपंत, रघुनाथपंत, जनार्दनपंत, हंबीरराव, येसाजी, आनंदराव अशा असामींना पाठीशी घातलेले महाराज पाचाडच्या वेशीत घुसले. शिंगांच्या ललकाऱ्या उठल्या.

संभाजीराजांना सामोरे बघून महाराज पायउतार झाले. जहाली करीत मोतद्दारांनी आघाडीच्या घोड्यांचे कायदे पकडत जनावरे स्वारांपासून तोडली.

चौबाजूंनी बेलाग वाऱ्याने चौक भरला होता. फरफरत्या जाम्याचे भान नसलेले संभाजीराजे उधळलेल्या धुळीला बाजूस सारून नेमकी आपल्या महाराजसाहेबांची पायधूळ घेण्यासाठी पुढे झाले. ही फारा दिवसांवेरीची भेट होती.

संभाजीराजांना झुकू न देताच वरच्यावर घेत महाराजांनी ऊरभेट तिली. उजव्या हाताशी उभ्या असलेल्या रघुनाथपंत व जनार्दनपंत हणमंत्यांच्याकडे बघत महाराज म्हणाले, "यांना पारखलंत?"

"जी..." संभाजीराजे घोटाळले.

ओळख पडत नव्हती. हे पाहून महाराज म्हणाले, "हे तुमच्या काकामहाराजांचे – एकोजीराजांचे – कर्नाटक-सुभा रघुनाथपंत हणमंते. त्यांना पारखे होऊन थोर मसलतीसाठी आमच्या भेटीस आलेत." डोळ्यांत फिरू बघणारे धूलिकण थोपविण्यासाठी पापण्या आक्रसत महाराज म्हणाले, "आणि हे त्यांचे बंधू जनार्दनपंत."

मस्तकी कर्नाटकी माटाची पगडी असलेल्या, भरदार रघुनाथपंतांनी व जनार्दनपंतांनी

"जय व्यंकटेश. मुजरा युवराज" म्हणत हसून संभाजीराजांना अदब दिली.

"आबासाहेब, वारा उठलाय. वळिवाची मार धरणार. लवकर निघावं." संभाजीराजांनी आजारातून उठलेले महाराज भिजू नयेत म्हणून जहाली केली.

"चला." एका बाजूला रघुनाथपंत, जनार्दनपंत व दुसऱ्या हाताशी संभाजीराजे असे महाराज पाचाडच्या वाड्याचा रोख ठेवून चालू लागले. पाणथेंबांची चटचटती टपटप झाडांच्या पानावळीवर उठू लागली. तिच्याशी आणि घोंगावत्या वाऱ्याशी लग लागून राहिलेले महाराज चालता-चालता म्हणाले, "शंभूराजे, या रघुनाथपंतांच्यासारखी माणसं दूर देशाहून येऊन राज्याच्या भल्याची मसलत रुजू घालतात ते बघितलं की, सार्थक वाटतं आम्ही करतो त्या दौडीचं."

संभाजीराजांनी आत्यंतिक आदराने रघुनाथपंतांना न्याहाळले.

"महाराजसाहेब, सिंदखेडच्या आक्कासाहेब गडावर आल्या आहेत. संगती रुस्तमजी आहेत." संभाजीराजांनी वार्ता महाराजांच्या कानी घातली.

चालते महाराज ते ऐकताना थांबल्यासारखे झाले. राणूबाईंच्या चेहरा त्यांच्या डोळ्यांसमोर तरळला. "कशा आहेत राणूबाई?" महाराजांनी विचारले.

"ब्येस दिसल्या." नात्यांचा जिव्हाळा शब्दांची मोरपिसे करून गेला.

सारे वाड्यावर आले. आणि थोड्याच अवकाशात सगळी पाचाडखोरी वळिवाच्या तडतड्या धारांनी कब्जात घेतली. विजा कडकडू लागल्या. झाड-झाडोरा कुदणीला पडला. दिवस जसा डुबल्यासारखाच झाला. दुसऱ्या दिवशी सारे निथळलेला रायगड चढून आले. गडावरच्या इमारतींना झड्या आवळण्याचे काम चालू होते. गवताने गंजीखाने आणि धान्यडागांनी अंबारखाने आबादान केले जात होते.

स्फटिक शिवलिंगाची पूजा बांधून होताच महाराजांनी रुस्तुमजींना भेटीचे बलावू दिले. काहीतरी योजून आलेले रुस्तुमजी छत्रपतींच्या भेटीस रुजू झाले.

महाराजांनी त्यांचा, नात्यागोत्याचा हालहवाल पुसून घेतला. रुस्तुमजी अदबीने एका-एका सवालाला बयाजवारीने जाब देत होते, पण ते काहीतरी मनचे बोलण्यासाठी भांगा शोधताहेत, हे महाराजांनी ताडले. रुस्तुमजींना बोलते करण्यासाठी महाराजांनी जवळीक देत विचारले, "आम्ही आपले एकलेच हाल-हवाल विचारतो आहोत तुमची रुस्तुमजी! तुम्हास नाही वाटत आमच्या क्षेमकुशलाची वाजीपुजी करावी असे?"

रुस्तुमजी गोंधळून चमकले. नुसतेच "जीऽ" म्हणून घुटमळले.

त्यांच्याकडे हसून बघत महाराजांनी त्यांना बोलण्यासाठी धीर दिला... "बोलाऽ"

"जी – आम्ही एक मनसुबा धरून आलो आहोत."

"ते आम्ही केव्हाच जाणून आहोत. मूळ बोला."

काही क्षण शिवपिंडीवर घुटमळणाऱ्या अभिषेकजलाच्या थेंबासारखे घुटमळले.

"आम्ही... आम्ही युवराजांच्यासाठी सोयरिकीचे बोलणे लावण्यासाठी आलो आहोत!'' रुस्तुमजींनी मन खोलले.

"रुस्तुमराव, मनसुबा ठीक आहे. तुमच्याशी फेर रक्तसंबंध येणे, हे आम्हालाही रुचते, पण तुमच्या या शब्दांचा निर्णय आम्ही उदईक देऊ. कसे?'' येसूबाई आणि संभाजीराजे यांचा सासूद घेऊन मगच जाधवरावांना काय ते सांगावे, असा निर्णय महाराजांनी मनोमन केला होता.

"जी. आमची घाई नाही.'' महाराजांचा 'उदईक' म्हणजे आशेला जागा या आनंदाने रुस्तुमराव बोलून गेले.

धाराऊने लगबगीने येऊन पुतळाबाईंच्या महाली असलेल्या येसूबाईंना खास वर्दी दिली – "थोरलं धनी येत्याहेत! तुमच्या भ्येटीसाटनं.''

येसूबाईंना ते ऐकताना खरेच वाटले नाही. त्या हसून म्हणाल्या, "केवढी भलती थट्टा करता आऊ!''

"शंबू म्हादेवाची आन. धन्यांनी मला बलाऊन घिऊन सांगितलं.'' नरड्याच्या घाटीवर चिमट ठेवीत धाराऊने वर्दीची शहानिशा दिली. येसूबाईंची मग मात्र तारांबळ उडाली. कपाळीचे कुंकुचिरे नेटके आहेत की नाहीत हे दर्पणात बघून घेतले पाहिजे, या विचाराने त्या आतल्या दरुणीदालनात जायला निघाल्या. जाताना त्यांना धाराऊने शपथ घेण्यासाठी भाबडेपणी बोललेला "शंबू'' हा शब्द आठवून हसू आल्याशिवाय राहिले नाही!

महाली आलेल्या महाराजांना, जरीशालूचा पदरकाठ हाती धरून तिवार नमस्कार करताना येसूबाईंना 'आबासाहेब आमच्या भेटीसाठी कसे?' हे कोडेच उकलेना.

"सौभाग्यवंत व्हा!'' असा त्यांना आशीर्वाद देणाऱ्या महाराजांनी त्या गोंधळल्या आहेत, हे जाणले होते. त्यांना अधिक कोड्यात न ठेवता महाराजांनी आपल्या येण्याच्या कारणाला खुबीने तोंड फोडले – "तुम्हास आठवतं सूनबाई, आम्ही तुम्हाला शिक्के-कट्यार सुपुर्द केली ते?''

काहीच अंदाज न लागलेल्या येसूबाईंची होकारी मान डुलली.

"आता गडावर सिंदखेडहून रुस्तुमजी आलेत – ते मात्र तुम्हास नुसतीच कट्यार सुपुर्द करू म्हणतात! आपली कराल?'' महाराज हसत म्हणाले.

ते बोलणेच असे होते की, काही कळले नाही तरी येसूबाईंच्या तोंडून आदरापोटी "जी'' ही होकारी साद सुटली.

"खरंच तुम्हाला बघितलं की, आम्हाला आऊसाहेबांची याद येते!'' पुन्हा येसूबाईंना न कळणारे महाराज बोलून गेले. त्याला मात्र सखोल कारण होते. त्यांचे

त्यांनाच कळणारे.

"रुस्तुमजींनी युवराजांसाठी सोयरिकीचा शब्द आम्हाला टाकला आहे. त्यास तुमची संमती असेल तरच आम्ही त्यांना निर्णय देणार आहोत. बोला. ही जोखीम आपली कराल? सावत्रपणाचा गुंता केवढा दाटणीला पडतो, हे जाणता तुम्ही." बोलते महाराज सोयराबाईंच्या कटू आठवणीने थांबले.

उकरली जाणार नव्हती, तरी दगडी फरसबंदी पायाच्या अंगठ्याने उकरू बघणाऱ्या येसूबाईंची कानपाळी रसरसली. 'गडाचा पायथा धरून वाहणाऱ्या काळनदीच्या पात्रावरून एक भलामोठा केसरी टोप वाहतीला लागला आहे. हात पसरून थोपवावं म्हटलं, तरी आमचे हातच तेथवर पोचत नाहीत!' या विचाराने येसूबाई क्षणभर भांबावल्या. साक्षात थोरल्या मासाहेबच जणू शेजारी उभ्या राहून आपल्या खांद्यावर हळुवार हात ठेवीत बोलताहेत तसे त्यांना वाटले, "ही भोसल्यांची माणसं पदरी घेणं म्हणजे साक्षात जगदंबेचा पोतच पदरी घेणं आहे! त्यासाठी तिच्याकडूनच आभाळाएवढा पदर घ्या मागून!"

येसूबाईंना गुमान बघून महाराजांना वाटले, त्यांना ते सारे पसंत नसावे. "येतो आम्ही," म्हणत ते जायला वळलेही.

"आबासाहेबांनी आमचं नाही ऐकलं. सिंदखेडकरांनी टाकल्या शब्दास आम्ही मनखुशीनं राजी आहोत." अभिषेक घेणाऱ्या भवानीच्या ओठांवरून दुधाचे थेंब टपकावेत, तसे येसूबाईंच्या तोंडून शांत बोल सुटले.

जात्या महाराजांचे पाय, ते ऐकताना अडखळल्यासारखे झाले. वळून त्यांना येसूबाईंना पुन्हा म्हणावेसे वाटले, "तुम्हास बघितलं की, आम्हाला आऊसाहेबांचीच याद येते. कारण... कारण त्याही अशाच होत्या. आमच्या महाराजसाहेबांनी बेंगळुरी दुसरा ठाव केला. मातोश्री तुकाबाईसाहेबांशी. पण... पण आमच्या मासाहेब कधी शब्दानंसुद्धा त्यांच्याबद्दल तकरारीनं आमच्याकडे बोलल्या नाहीत."

महालाबाहेर पडणाऱ्या, पित्याचीच माया देणाऱ्या महाराजांना येसूबाईंना सांगावंसं वाटत होतं, "आबासाहेब, सिंदखेडकरांनी शब्द टाकलेली कट्यार सोन्याची की कसली त्याचं आम्हास काही नाही. पण... पण... आपण पदरी घालू कराल तर... तर तावते निखारेही आम्ही हसत आपलेसे करू! आभाळाएवढा पदर करून!"

साहेबवाड्यावर आलेल्या महाराजांनी लगोलग संभाजीराजांना सदरेवर बोलावून घेतले. जसे येसूबाईंना विचारले तसे मात्र त्यांनी संभाजीराजांना नाही विचारले.

समोर अदब धरून उभ्या असलेल्या संभाजीराजांना बघताना मथुरेत भगवी छाटी घातलेल्या बाळसंन्याशाचे रूप त्यांच्या मनात तरळून गेले. स्वत:लाच समजावीत ते मनोमन बोलून गेले. "केवढे वाढीवर पडले हे! किती बघितलं यांनी! इच्छा नसता पडल्या पेचाची उकल करण्यासाठी यांना कैकवार भरीला घालणं

पडलं. जोवर मासाहेब होत्या तोवर यांना भरीला घालताना त्या मायेपोटी विरोध करीत आल्या.''

''राजे,'' महाराजांनी कसे बोलावे, ते बांधून घेत तोंड फोडले, ''तुम्ही काव्य बांधता, आम्ही मात्र एक चालते-बोलते काव्य तुम्हास बक्षावे म्हणतो!'' महाराज थांबले.

''...'' संभाजीराजे गोंधळात पडले.

''कवींना जसे हाताशी एकास दुसरे कलम लागते, तसे हयातीला एकास दुसरे जिवाचे माणूसही लागते! रुस्तुमजींनी तुमच्यासाठी सोयरीक आणली आहे. आम्ही जाधवांशी फेर घरोबा बांधावा म्हणतो.''

''पण...'' लेण्यातील, पायी 'नूपुर' असलेली स्त्रीमूर्ती आणि थाळ्यासारखा गौरवर्णी मुखडा समोर उभा ठाकलेले संभाजीराजे येसूबाईंच्या आठवणीने चाचरले.

''कळलं आम्हास! सूनबाईंना भेटूनच आलो आहोत आम्ही. त्या राजी आहेत. तुमचं बोला.'' संभाजीराजे जखडबंद झाले. त्यांना काय बोलावे सुधरेना.

''म्हणजे तुम्ही याला राजी नाही, असंच मानावं आम्ही?'' महाराजांनी त्यांना पुरतेच खोड्यात घातले.

''नाही... तसं आम्हाला नव्हतं म्हणायचं.''

''तुम्ही काहीच म्हटलेलं नाही, मतलब?''

''महाराजसाहेब करतील ते आम्हास 'आज्ञाप्रमाण' आहे!''

'''आज्ञाप्रमाण' म्हणजे आमची आज्ञा झाली तसं तुम्हाला हे मान्य आहे, असं होतं. आम्ही तुम्हाला आज्ञा केली नाही!'' राजांना निकोप होकार संभाजीराजांच्या तोंडून वदवून घ्यायचा होता. संभाजीराजांनी तो दिला.

''जी. आम्ही मनखुशीनं राजी आहोत!''

साहेबसदर सोडून बाहेर पडणाऱ्या संभाजीराजांना एका विचाराने चुकल्यासारखे वाटले, ''छेऽ, या बाबीचा तरी सल्ला पुसायला आज खरोखर थोरल्या आऊसाहेब पाहिजे होत्या!'' आणि पाचाडच्या सदरेवरची घाट निसूर होती, तरी त्यांना उगाच तिचे टोल कानी पडल्यासारखेच वाटले!

महाराजांना निरोप घेतलेले रुस्तुमजी रायगड सोडून आपल्या वतनावर निघाले. राणूबाई रायगडीच राहिल्या. पंधरवडा परतला आणि हत्यारबंद धारकऱ्यांनी भोवती शिस्त धरलेला एक मेणा संगती घेऊन रुस्तुमजी रायगडावर परतले.

संभाजीराजांच्या दुसऱ्या विवाहासाठी साखरपुड्याची बैठक खासेवाड्यावर बसली. जाधवरावांनी आणलेली मुलगी जरीकळीचा शालू लेवून बैठकीसमोर पेश आली. बसल्या जाणत्यांना रिवाजाचा तिपेडी नमस्कार घालून ती अदबीने उभी राहिली.

भोसल्यांचा जनाना तिचे देखणेपण बघतच राहिला. पुतळाबाई, सगुणाबाई, सकवारबाई सातमहालाकडची सगळी खाशी मंडळी त्या बैठकीत होती. नव्हत्या फक्त सोयराबाईसाहेब! त्यांचे अंग एकाएकी कशाने तरी धरले होते!

येसूबाईंना तर समोरची 'सोनकट्यार' निरखताना वाटले, 'जी आम्हास काही लागी पडत नाहीत, ती स्वारींची कवनं यांना नक्कीच समजतील! आबासाहेब म्हणाले तशाच आहेत या... कट्यारीगत! सोनकट्यारीगत. पण....'

समोर उभ्या असलेल्या, होऊ घातलेल्या आपल्या हिस्सेकरी स्त्रीमधील एकच बाब येसूबाईंना खटकली. जशी थोरल्या आत्यासाहेबांच्या गोऱ्यापान पायांवर असते, तशीच रेखलेली आळत्याची नक्षी याही पायांवर दिसत होती! गुंतवळ असलेली!

'सारं पार पडताच जेव्हा या आमच्या भेटीस येतील तेव्हा कसं सांगावं यांना... ही आळत्याची नक्ष तेवढी नका रेखत जाऊ पायांवर!' या विचारात येसूबाई गेल्या.

मुलगी बैठकीला एकमुखी पसंत पडली. तिच्या हनुवटीखाली तर्जनी देऊन "मुली" म्हणत महाराजांनी तिचा मुखडा उचलता घेतला. आणि म्हटले,

"मासाहेबांच्या आणि बसल्या सदरेच्या साक्षीनं ही सिंदखेडकर जाधवांची कन्या आम्ही आमचे फर्जंद युवराज संभाजीराजे यांच्यासाठी सोयरिकीस पक्की केली असे."

पुतळाबाईंनी त्या मुलीचा मळवट भरला. साखरपुडा पक्का झाला. धर्मखात्याकडच्या राजोपाध्यांनी पंचांगाचा मेळ घालून अक्षय तृतीयेचा मुहूर्त शोधून काढला.

ठरल्या दिवशी, गोरज मुहूर्त धरून शाही इतमामात विवाह-समारंभ पार पडला. नव्या सूनबाईंचे नाव ठेवण्यात आले, दुर्गाबाई. अष्टनायिकांवरचे काव्य बांधू बघणाऱ्या संभाजीराजांच्या जीवनात दुसऱ्या नायिकेने प्रवेश केला!

संभाजीराजांचा 'नायिकाभेद' काव्यखंड बांधून पुरा झाला. त्या काव्याचे श्लोक मनी घोळणारे युवराज महाली आले. समोर येसूबाईंना बघताच अष्टनायिकांचे वर्णन करणारे उभे काव्य त्यांच्या मनी फेर टाकून गेले. येसूबाई दरुणीदालनाच्या रोखाने जायला निघालेल्या बघून "थांबा" म्हणत संभाजीराजांनी त्यांना रोखते केले. एकामागून एक अशा काव्यातील अष्टनायिका त्यांच्या डोळ्यांसमोर तरळून गेल्या. रोखल्या नजरेने ते येसूबाईंच्याकडे नुसते बघत राहिले. साऱ्या नायिका एकत्र केल्या तरी त्यांची सांगड त्यांना येसूबाईंशी काही घालता येईना!

स्वारी अशी जोडल्या डोळ्यांनी काही न बोलता नुसतीच काय बघते आहे ते येसूबाईंना कळेना. त्या लाजून गेल्या होत्या.

"आम्ही एक काव्य बांधलं आहे. अष्टनायिकांचे भेद सांगणारं 'नायिकाभेद' नावाचं. त्या अष्टप्रकारांपैकी कुठल्यात तुम्ही बसता, हे ताडून बघत होतो आम्ही."

संभाजीराजांनी त्यांना अधिकच गोंधळात टाकले.

पुढचे ऐकायला येसूबाईंची कानपाळी लालावली. टप्पोऱ्या डोळ्यांवरच्या पापण्यांच्या चवऱ्या नुसत्याच फडफडल्या. संभाजीराजे हसले आणि म्हणाले,

"पण... पण आम्ही बांधलेल्या नायिकांच्या कुठल्याच प्रकारात तुम्ही नाही बसत. तुम्ही सामने आला की वाटतं, पाजळता पोतच आला आहे! अशी 'पोतनायिका' ना केशव पंडितांना, ना कवी कुलेशांना, ना आम्हाला काव्यशास्त्रात आढळली!"

ते ऐकताना येसूबाई अंगभर मोहरल्या. आता त्यांना समोर उभे राहणेच अवघड पडले. दरुणीदालनाच्या दिशेने त्या लगबगीने निघून गेल्या.

स्वत:वरच खुशीला पडलेले संभाजीराजे एकटेच महाली फेर टाकीत राहिले.

फुलपरडी घेतली धाराऊ आली. संभाजीराजांना बघून हसत म्हणाली, "धाकलं, तुमी हतं हाईसा व्हय! तकडं खंडुजीनं धुंडोळा मांडलाय न्हवं. धन्यानी याद क्येलंया तुमास्नी."

तिचे बोलणे ऐकताना संभाजीराजे तिच्या कपाळभरचे गोंदणाचे हिरवे व्रण निरखत हसले. धाराऊला ते हसणे नेहमीचे वाटले... पण ते तसे नव्हते.

'धाराऊची ही कुणबाऊ बोली कशी गावरान मायेनं भरलेली आहे. हिला बोलताना बघितलं की, भाताचं हिरवंगार चोंडकंच मावळवाऱ्यावर सळसळतं आहे, असं वाटतं! कोशिस केली तरी आम्हाला नाही असं बोलता येणार!' या विचाराने ते हसले होते. महादरवाजात भाताचे मुटके ओवाळून टाकणारी, 'घ्येवा' म्हणून गुळ-खोबऱ्याचा प्रसाद हातावर ठेवणारी, बोलण्यापूर्वी 'धाकलं' म्हणून खिनभर खोळंबणारी अशी धाराऊची अनेक रूपे मनाशी घोळवीत संभाजीराजे महाराजांच्या साहेबवाड्याच्या बैठकी दालनात रुजू झाले. अदब देऊन महाराज काय बोलतील याचा अजमास घेत खडे राहिले.

"तुमचा जनाना वाढला. जोखीम वाढली, हे रास्त. पण दिवसाच्या दोन वेळच्या मुजऱ्याखेरीज आमच्या भेटीस तुम्ही आला नाहीत युवराज!" महाराजांनी त्यांना बोलते करण्यासाठी मोर्चा धरला.

"जी... आम्ही...."

"कसल्या बेतात होतात?"

"आम्ही... आम्ही एका काव्याच्या बांधणीत होतो."

"अस्सं? ठीक केलंत तुम्ही. कसलं काव्य बांधलंत? रामायणावरचं? महाभारतावरचं?"

"..." गडबडलेल्या संभाजीराजांनी गुमान धरला.

"सबूर झाला? आम्हास काव्य बांधता येत नाही. पण विश्वास ठेवा जाणता येतं!" क्वचित पसरणारी हास्याची मिश्कील लकेर महाराजांच्या ओठांवर पसरली.

"तसं नाही आबासाहेब..." मान डुलवीत संभाजीराजांनी जहाली केली.

"मग?" महाराजांनी छोट्या शब्दानेसुद्धा मूळ धरले.

"आम्ही... आम्ही अष्टनायिकांचे स्वभावीभेद सांगणारं काव्य बांधलं आहे. 'नायिकाभेद' म्हणून."

"अष्टनायिका? स्वभावी भेद!" ते शब्द कानांवर पडताच महाराज मनाने कुठेतरी दूरवर गेल्यासारखे झाले. काही न बोलता पाठीशी हात गुंफून फेर टाकू लागले. एक निळे-सावळे मोरपीस त्यांच्या मनात फडफडले! वळिवाच्या सुंसाट वाऱ्याच्या धारेत सापडल्यासारखे फरफटत म्हणता-म्हणता पार डोंगरकडापल्याड निघूनही गेले. त्यांचा त्यांनाच जाणवावासा एक हलका सुस्कारा सुटला. छातीवरच्या माळेशी गूढ कुजबुजून तोही मुरून गेला... 'यांचा दुसरा बाशिंग योग बघताना केवढ्या सुखदिल झाल्या असता तुम्ही! हे काव्य बांधतात... आम्हाला ते साधत नाही. हे काही न बोलता, पण नजरेच्या एका फेकीनं तुम्ही आम्हाला सुनावलं असतंत!' सईबाईंच्या आठवणीने महाराजांची पाठीशी बांधलेली गुंफणीतील बोटे चाळवली गेली.

आपला काव्याचा विषय महाराजांना पसंत पडला नसावा, या गैरसमजाने संभाजीराजे मात्र शरमिंदे झाले! खालच्या मानेने बोलून गेले, "चुकलं आमचं, हा विषय बांधण्यात!" संभाजीराजांची नजर फेर टाकणाऱ्या महाराजांच्या अनवाण्या पायांबरोबर लटकत राहिली.

ते फिरते थोर पाय थांबले. संभाजीराजांच्या जवळ आले. आजानुबाहूचा तळहात हळुवार युवराजांच्या खांद्यावर चढला.

"शंभूऽ, केवढे भाग्यवान आहात तुम्ही! काव्य केवळ जाणता येऊन काय कामाचं? ते बांधताच आलं पाहिजे! काही चुकलं नाही तुमचं. जगदंबेनं ही देणगी तुम्हास बहाल केली आहे. ती कारणी लावून गागाभट्टांनी केलं, तसं कारभारी करिण्याच्या चोखपणाचं वर्णन करणारं काव्य बांधून घ्या."

कळायला कठीण असलेल्या आपल्या महाराजसाहेबांच्या डोळ्यांत अभिमानी नजरेने झेप घेऊन संभाजीराजांनी त्यांचा ठाव घेण्याचा यत्न केला. त्यांना ते डोळे गंगासागरासारखे वाटले. त्यात गंगेचे साफपण होते. सागराचा बेमर्याद पसारा होता.

काहीतरी शोधत असल्यासारख्या महाराजांच्या पापण्या आक्रसल्या. बाहुल्यांचे तेजाळ पुखर त्यातूनही उठून दिसत होते. "तुम्हास आठवतं?" महाराजांचा आवाज पालटत घोगरट झाला होता.

"काय?"

"समर्थांनी आम्हास लिहिलेलं पत्र ऐकून तुम्ही एक मागणं आमच्याकडं घातलं होतंत. आऊसाहेबांच्या संबंधानं असं काही लिहावयास आम्ही समर्थांना सांगावं

म्हणून. साक्षात समर्थांपाशीही तुम्ही शिवथर घळीच्या भेटीत या भातेनं मागणं घातलं होतंत शंभू ऽ...."

"जी."

"तुम्ही... तुम्हीच का नाही आऊसाहेबांच्यावर एखादं साजरं काव्य बांधीत?"

"आबाऽ" संभाजीराजांनी अस्फुट याद घालीत नजर त्यांच्या पायांवर टाकली.

"काय झालं?" त्यांच्या मुद्रेवरचे पालटलेले भाव बघताना महाराज चरकले.

"आम्ही ती कोशिस कैकवार करून बघितली. हाती पीस धरून आऊसाहेबांचं रूप आठवू लागलो की, आमच्या देहामनाचंच पीस होऊन जातं. 'शंभू ऽ शंभू ऽ' एवढेच साद घातल्यासारखे बोल कानी घुमत राहतात. मग समोरच्या कागदावर आमच्या हातून फक्त 'जगदंब, जगदंब' एवढेच शब्द एकसरीनं लिहिले जातात. ते – तेच आम्हाला काव्यासारखे वाटू लागतात. पिसाची चाल खुंटून पडते."

'ठण ऽ ठण ऽ ठण ऽ' पाचाडच्या सदरेवर घाटवाल्याने ठरल्या रिवाजाप्रमाणे उठविलेले टोल वाऱ्यावर स्वार होऊन रायगडाच्या निळ्या चढणीवर नातेबंधनाचे गूढ काव्य रेखीत महालात येऊन घुसले!

"युवराज, जैसे स्वीया नायिकाके अष्टभेद काव्यशास्त्रमें मानते है। वैसे नायकके भी चार स्वभावी भेद विख्यात है।" संभाजीराजांनी घातलेल्या सवालाला कवी कुलेश उत्तर देत होते.

संभाजीराजे आणि कवी कुलेश यांचे काव्यावरचे संभाषण पावसाळी वातावरण धरून रंगात आले होते. युवराजवाड्याची सदर धरून – खंडोजी बल्लाळ, रायाजी, अंतोजी अशी मंडळी खडी होती.

महाराज आपल्या साहेबवाड्यात रघुनाथपंत हणमंते, हंबीरराव, अण्णाजी, दत्ताजीपंत, येसाजी यांच्याशी कसल्यातरी खलबतात बसले होते.

"नायकांचे कोणचे चार स्वभावी भेद मानतं शास्त्र; कविराज?" उत्सुकल्या संभाजीराजांनी कुलेशांना विचारले.

"धीरललित, धीरोदात्त, धीरप्रशांत और धीरोद्धत ऐसे चार भेद है, युवराज। कलाप्रिय, मृदू सुभाववाले, सौंदर्यप्रिय वीर पुरुषको धीरललित नायक माना जाता है। क्षमाशील, बलवान, दानशूर और अपने गुणोंका अभिमान कभी प्रकट नही करनेवाले शूर पुरुषोत्तमको धीरोदात्त कहते है। पुण्यवान, संयमी, सात्त्विक, चारित्र्यसंपन्न, दयावान, समस्त लोगोंको आश्रयस्थान लगनेवाला, इंद्रपराक्रमी पुरुषश्रेष्ठ धीरप्रशांत नामसे विख्यात है। मायावी बोलनेवाला, चंचल सुभावका, अभिमानी, आत्मगौरवकी भाषा करनेवाला, प्रचंड सामर्थ्यशाली पुरुष धीरोद्धत माना जाता है, शास्त्रमें।" कवी कुलेश बोलत राहिले.

संभाजीराजांनी कानांवर पडलेल्या 'धीरप्रशांत' नायकाची लक्षणे महाराजांच्याशी मनोमन ताडून बघितली. त्यांना समाधान वाटले.

'धीरोदात्त' या इतर तिन्ही नायकांहून भिन्न प्रकारावर ते काही बोलायला लागणार, एवढ्यात पाऊसधारांची सरसर तोडीत असलेला अस्पष्ट कालवा त्यांच्या कानी पडला. कसलीतरी धावाधाव चालली होती. गडाच्या अठरा कारखान्यांतील माणूस पालखी दरवाजाच्या रोखाने चटक्या पावलाने निघालेले होते. दबके... कुजबुजते अस्पष्ट बोल संभाजीराजांच्या कानांवर पडू लागले.

"कवा? पार भिजल्यात... वळखाय न्हाई येत. काय दशा जाली ही!"

कुणालाच काही बोध होईना. बाहेर बालेकिल्लाभर कसलीतरी गडबड माजली होती. 'काय झाले?' संभाजीराजांच्या कपाळी विचाराने आठ्या चढल्या. पाठोपाठ कारभारी महादेव यमाजी उपरणे सावरीत लगबगीने सदर बैठकीत घुसले.

"सरकार, सरलष्कर गड चढून आलेत." सांगायचे ते नीट बांधता न आल्याने मुजरा देत ते अर्थबोध न होणारे काही बोलून गेले.

"मतलब?" संभाजीराजांनी त्यांना येसाजी, हंबीरराव गडावरच आहेत याची जाण देण्यासाठी दुरुस्त केले.

"आपले सरलष्कर नव्हे स्वामी... त्यांचे... मोगलाईकडचे. ने... नेताजीराव...!"

"कारभारीऽ! काय म्हणता? नेताजीकाका? गडावर?" विस्फारल्या डोळ्यांनी झटका बसल्यासारखे संभाजीराजे बैठकीवरून ताडकन उठले.

रजपूत मिर्झा राजाचा शामियाना, काळ्या-बाळ्या धूरनळीचा मोगली हुक्का, रंजुकी. निखारा, किल्ले पुरंदर, कितीतरी गोष्टी संभाजीराजांच्या मनात क्षणभरात सरसरून गेल्या. दूरवर पेटलेल्या तोफांचे क्षीण – सुमार बार ऐकू यावेत, तसे त्यांचे त्यांनाच न कळणारे, कुठे, कधी ऐकले न आठवणारे बोल ढवळून काढू लागले. "मानूस जिथं उपजतं; ती जागा साद घालती मानसाला धाकलं राजं!"

युवराजवाड्याची सदर सोडून संभाजीराजे थेट पालखी दरवाजाच्या रोखाने चालू लागले. जमली मंडळी त्यांच्या मागाने आपसूक खेचल्यासारखी चालली.

एव्हाना महमद कुलीखान ऊर्फ नेताजी पालकर आणखी दोन असामींसह बालेकिल्ल्याच्या हमचौकात आला होता. त्या तिघांच्याही अंगावर मोगली पेहराव होते. पावसाच्या मारगिरीने ते चिंब पेहराव त्यांच्या अंगांना चिकटले होते.

महमद कुलीखानाने खालगर्दनीने, गुपचूपपणे गड चढून येण्याचा प्रयत्न केला होता. पण पूर्वील मर्दान्या सरलष्कर नेताजी पालकरांना आपली 'चाल' पालटता आली नव्हती. गडावरच्या जाणत्यांनी त्यांना महादरवाजातच ओळखले होते. पावसाळी वाऱ्यासारखी ती बातमी सपकारा टाकीत गडभर पसरली होती.

हमचौकातील चौतर्फाच्या इमारतींच्या सदरी माणसांनी हां-हां म्हणता दाटून

गेल्या. पावसाची तुटकी सर, पडलेल्या गर्दनीवरच्या मोगली किमॉशावर घेत महमद कुलीखान दोन असामींच्यामध्ये हमचौकात उभा होता. अंगावर पडणाऱ्या पाणधारांनी त्याच्या उरातील डोंब विझवण्याऐवजी भडकून उठत होता. कोरल्या दाढीवरून घरंगळणाऱ्या पाणथेंबात त्याच्या डोळ्यांतून सुटलेले कडकडीत अश्रुथेंब मिसळत होते. फरसबंदीवर पडून सभोवती फिरविलेल्या पाटातील गढूळ पाण्यात सामील होत होते. एवढी माणसे गर्दी करून चौअंगाने दाटली होती. पण... पण एकाचीही छाती नव्हती, 'कुलीखान' झालेल्या नेताजींशी शब्दानं बोलण्याची.

एकेकाळी राजगडाचा शिरपेच असलेला नेताजी, कुलीखान म्हणून पायपोसासारखा भिजत बालेकिल्ल्याच्या हमचौकात उभा होता. त्याला बघून जमले एकजात माणूस हळहळत होते.

महमदाच्या दोन्ही हातांशी असलेल्या दोघा असामींपैकी एकट्याने त्याच्या कानाशी होत काहीतरी त्याला सांगितले. आणि ते दोघे त्याला एकटा सोडून महाराजांच्या वाड्याच्या रोखाने चालू लागले. ते दोघे वाईचे कुलकर्णी होते. महाराजांच्या खबरगीर पथकातील निष्णात खबरगीर होते. मराठी मुलूख सोडून नेताजीचा काबूल-कंदाहारपर्यंत त्यांनी शिताफीने पाठलाग केला होता. वेळोवेळी, मुसलमान झालेल्या नेताजीवर टेहळ ठेवून त्याच्या खबरा महाराजांना त्यांनी पावत्या केल्या होत्या.

औरंगजेबाने नेमून दिलेल्या काबूल-कंदाहारच्या मोहिमेत असताना कुलीखान शरम, खंत, अवमान यांनी पेटून उठला होता. त्याने मोगली तळ सोडून पळून जाण्याचा यत्न केला, पण त्याला पकडण्यात आले. आणि काढण्या घालून लाहोरला रवाना करण्यात आले. लाहोरच्या सुभेदाराने 'कमिने' म्हणत हबशांकरवी या महमदाच्या पाठीवर भर चौकात कोरडे उतरविले होते!

मुसलमान झालेला हा मराठ्यांचा सरलष्कर रोज रात्री डेऱ्यात पाठ टेकताना सवयीने की स्वत:ला धीर येण्यासाठी; पण 'शिव ऽ शिव ऽ' म्हणत होता! त्या 'शिव शिव' बरोबर त्याला एक बाकदार नाक, आणि दोन तेजाळ डोळे समोर दिसत होते. रात्र-रात्र तो बिछायतीवर तळमळून काढत होता. ह्या साऱ्या खबरा या वाईच्या कुलकर्ण्यांनी महाराजांना दिल्या होत्या. महाराजांच्या सूचनेप्रमाणे आग्ऱ्याजवळ हे कुलकर्णी कुलीखानासमोर प्रकट झाले होते. ''महाराज थोर मनाचे. सारे पोटी घालतील. जाऊन पाया मिठी घातली पाहिजे. लावले रोप जपले पाहिजे. त्यावर हत्यार धरणे शहाणपणाचे नाही.'' असे कुलीखानाला नाना प्रकारे समजावून, पुढे घालून ते वाईचे कुलकर्णी रायगडी घेऊन आले होते. हे योग्य वेळी घडले होते. कारण औरंगजेबाने कुलीखानालाच दख्खनेवर चाल घेण्याचा हुक्म दिला होता. मोठा अकलेचा विचार करून महमद खान रायगडी आला होता. पुरत्या दहा वर्षांनंतर!

सदरकरी असामी पाठीशी घेतलेले, झपाझप चालणारे संभाजीराजे हमचौकाच्या बगलेला असलेल्या दगडी कठड्यावर आले. भोवतीच्या साऱ्या पगड्या मुजऱ्यासाठी झुकल्या, पण त्यांचे लक्ष कुणाकडेच नव्हते. हमचौकात उभ्या राहिलेल्या नेताजींना बघताच त्यांचेच पाय साखळदंड पडल्यासारखे खिळून गेले.

'धाकल्या मासाहेबांचे हे नातलग! काय झालं हे! मर्दान्याची माती! हे नेताजीकाका? छेऽ, मरणसुद्धा यापरीस गोमटं दिसलं असतं!' संभाजीराजांच्या काळजात कालवाकालव माजली.

"मानूस जिथं उपाजतं ती जागा साद घालती मानसाला." विचाराबरोबर संभाजीराजांच्या नेत्रकडा दाटला. त्यांनी महादेव यमाजींना आज्ञा केली, "कारभारी, आसवाबाचे एक तबक सिद्ध करा."

आसवाब कुणासाठी असावेत, हे महादेव यमाजींनी हेरले. "जी" म्हणत ते मागल्या पावली तबक आणण्यासाठी परतले.

संथ चालीने संभाजीराजे महमद कुलीखानाच्या सामने आले. गर्दन खाली टाकलेल्या कुलीखानाला फक्त त्यांच्या पायीच्या बाकदार, भगव्या मोजड्या तेवढ्या दिसल्या. साक्षात महाराजच समोर आहेत, या गैरसमजाने तो अंगभर थरारला! त्याच्या डुईचा मोगली किमॉश क्षणभर डावा, उजवा डुलला. पाणथेंब उडाले.

गदगदता उमाळा उरात कोंडत महमद कुलीखान पायमिठी घालण्यासाठी पुढे झाला! झटकन झुकून संभाजीराजांनी त्याचे हात वरच्या वर झेलले. त्यांच्या तोंडून नकळत हलके शब्द सुटले, "नेताऽजी काऽका!"

चमकलेल्या कुलीखानाने मान वर घेतली. लवभर त्याची कोरलेली दाढी थरथरली. "हे कोण?" आणि फरीसारखी गोल, पुष्ट मुद्रा व तेच पोतासारखे, आगफेकी, तेजाळ डोळे बघून महमदाने ओळखले – 'हे धाकलंऽ राजं! हे उपाजले त्या वक्ती किल्ले पुरंदराचे किल्लेदार हुतो आमी! धावत्या पायांनी जाऊन तोफखान्याकडच्या गोलंदाजांना बत्ती द्याया सांगितली हुती आमी – तवा... तवा मासाब हुत्या! मासाऽब...? आता त्ये पाय दिसायचं न्हाईत! काय झालं हे? रजपुताच्या गोटात या धाकल्या राजांच्या पाठीशी गेलो हुतो. केवढी निधडी छाती यांची! नंग्या हत्यारानं यांच्या डेऱ्यावर पहारा देत रात्र जागविताना कऱ्हेपठारावर मनात काही-बाही यायचं. हे मात्र बिनघोर सुख झाल्यालं असायचं डेऱ्यात.

'यांचं... यांचं पायसुद्धा धरायची लायकी न्हाई आमची. कशापायी गड चढून आलो, ह्यो विटाळ घालायला? परतावं.' गलगललेला महमद वळता व्हायला निघाला.

संभाजीराजांनी झटकन त्याचा हात हातात घेतला आणि त्याला नुसती नजर दिली. धरल्या हाताने त्याला संगती घेऊन ते शांतपणे पायऱ्या चढून कठड्यावर

आले. जमलेल्या मावळमाणसांच्या बारा-बंद्यांचा ताण ते बघताना सुमार झाला.

महादेव यमाजींनी आणलेल्या तबकाकडे हातरोख देत संभाजीराजे कुलीखानाला म्हणाले, "अगोदर पेहराव बदलून घ्या. बिनघोर असा."

कुलीखानाला आपल्या असामीच्या सुपुर्द करून संभाजीराजे सातमहालाच्या रोखाने चालू लागले. रायाजी त्यांच्या पाठीशी झाला. सातमहालातील सगुणाबाईसाहेबांच्या महालासमोर ते आल्याची वर्दी रायाजीने आत पोच केली.

"नेताजीकाका आले." ही वार्ता मासाहेबांच्या कानी घालण्यासाठी संभाजीराजे महालात प्रवेशले. गडावर कसलीतरी गडबड चालली आहे एवढाच अंदाज लागलेल्या सगुणाबाई समोर उभ्या होत्या.

युवराजांनी त्यांना नेहमीची अदब दिली. आणि आता त्यांना कळून चुकले की, घडले ते मासाहेबांच्या कानी घालताना शब्द साथ देत नाहीत.

"मासाहेब, ते आलेत." संभाजीराजांना बांधणी साधेना. आजवर त्यांनी वा सगुणाबाईंनी जाणीवपूर्वक कधी नेताजींचा विषय बोलण्यात आणला नव्हता.

"कोण?" सगुणाबाईंच्या कपाळीचे कुंकुपट्टे वर चढले.

"महम... नेताजीकाकाऽ!" घसरते बोलणे संभाजीराजांनी सावरले.

"काय म्हणता!" प्राजक्ताचे फुलार झाड खुलून दिसावे, तशी सगुणाबाईंची गोल चर्या उजळून उठली. पण क्षणभरच. दुसऱ्याच क्षणी त्या राजस्त्रीच्या चर्येवर असंख्य वेदनांचे जाळेच जाळे दाटून आले. ते संभाजीराजांनी बघू नये, म्हणून त्या त्यांना पाठमोऱ्या झाल्या. नेताजीराव सगुणाबाईंचे सख्खे काका होते.

"येतो आम्ही." संभाजीराजांनाही काय नि कसे बोलावे, ते सुचले नाही.

सगुणाबाईंच्या महालाबाहेर पडणाऱ्या संभाजीराजांच्या मनात कवी कुलेशांनी सांगितलेल्या त्या चतुर्थ नायकांपैकी 'धीरोद्धत' नायकाची लक्षणे कारण नसता डोकावून गेली. "चंचल स्वभावाच्या, आत्मगौरवी, मायावी; पण सामर्थ्यशाली पुरुषाला धीरोद्धत नायक मानतं काव्यशास्त्र!"

वाईकर कुलकर्ण्यांनी महमद कुलीखानास छत्रपती महाराजांच्यासमोर रुजू घातले. मोठ्या मनी महाराजांनी मराठ्यांच्या वाट चुकल्या सरलष्कराला धर्माच्या गोतावळ्यात घेण्याचा निर्णय केला. आपल्या मंत्रिमंडळाची त्याला संमती घेतली.

नाशिकला थैलीस्वार धाडून अनंतभटांना पाचारण करण्यात आलं. त्यांनी व गडाचे राजोपाध्ये प्रभाकरभट यांनी शुद्धीकरणाचा मुहूर्त काढला. आषाढ वद्य चतुर्थीचा. धर्मकल्पनांना जबरदस्त कलाटणी देणारा हा भारतवर्षातील पहिला विधी होता. जबरीने धर्मांतरित केलेल्या हिंदुधर्मीयांना आजवर परतीच्या वाटा बंदच होत्या.

रायगडाच्या सुवर्णी सिंहासनाला साक्ष ठेवून छत्रपती महाराज शास्त्रोक्त पद्धतीने त्या खुल्या करून देणार होते! साऱ्या गडभर या विधीचीच चर्चा चालू झाली.

लोहार मेटावरचे लोहार मात्र 'शाऽ शू' करीत घण उतरवून हत्यारांची शेकडो पाती घडवीत होते. त्यावर नजर टाकण्याचा शब्द महाराजांनी संभाजीराजांना टाकला होता. कोंडाजी फर्जंद, रूपाजी भोसला, खंडोजी बल्लाळ, रायाजी, अंतोजी ही मंडळी आता युवराजांच्या दिमतीला असल्यासारखी झाली होती. त्यांना पाठीशी घेऊन संभाजीराजे लोहार कारखान्यावर आले. इथे दहा-दहाच्या हारीने आमनेसामने असे थोराड भाते फुरफुरत पेटले होते. निखाऱ्यावरची लालेलाल पाती सांडशीने उचलून कारागीर लोहार, घणकऱ्याला नुसत्या हुंकाराने घण कसा अचूक उतरावा याची लग देत होते. घडलेल्या, पाणी द्यायच्या, काळसर, निळपट हत्यारांच्या बनावटीप्रमाणे धोप, फिरंग, बाकी, पठाणी अशा कलमवार राशी घालण्यात आल्या होत्या.

संभाजीराजांना बघताच कामात गढलेले, घामेघूम लोहार घण-सांडस थोपवून अदब द्यायला धडपडू लागले. हातपंजा उठवून त्यांना नुसत्या इशारतीवर काम चालू ठेवायला सुचवीत संभाजीराजे कलमवार घातलेल्या हत्यारांच्या राशीजवळ आले. झुकून प्रत्येक राशीतील एक-एक हत्यार उचलून, मूठ भरून पेलून बघत ते कोंडाजी, खंडोजी, रूपाजी यांच्या हाती देऊ लागले.

'या घडल्या हत्यारांना आपणाला कोण कमरेशी वागवील, याची काहीही कल्पना नाही. कुणाची शिरे यांच्या उतरत्या वारांना धूळदोस्त होतील, याचा यांना अंदाज नाही. या धूळदोस्त होणाऱ्या शिरांमुळंच कुणाच्या शिरी मानाचे पेच चढतील याचा यांना कयास नाही. जीव लावून यांना घडविणाऱ्या या लोहारांना ही हत्यारे चालविता येत नाहीत! यांचं काय होणार हे त्यांनाही ठाऊक नाही. केवढ्या गुंतवळीचा आहे, हा हयातीचा शतरंज?' हाती घेतलेल्या फिरंग-माटाच्या हत्याराकडे, विचारात गेलेले संभाजीराजे नुसते बघतच राहिले.

"धाकलं धनी, ह्यो योक माट पारखून बघावा." कारखान्याच्या प्रमुखाने दगडोजीने – एक बांकी संभाजीराजांच्या समोर धरली. हातची फिरंग रायाजीकडे देत हसत संभाजीराजांनी ती बांकी बोटाच्या पकडीत घेत निरखली.

"भात्यावं घातलं तवा ह्ये हत्यार डोळ्याखाली पडाय पायजे हुतं धनी. पार गंजल्यालं हुतं. हत्ती टाक्यातनं कुणीतरी ह्ये गाळ उपसताना भाईर काढलं अन् शिलेखान्यात भरना क्येलं. शिकल पार झडल्याली, पात्याला कुचमून ह्ये पार तांबारून ग्येलं हुतं. आता न्हाई वळखाय येत!" दगडोजी आपली करामत सांगताना अभिमानाने फुलून आला होता.

संभाजीराजांना मात्र हातातील बांकीने नेताजीरावांची सय करून दिली होती! त्या बांकीला धरून, दुहातीच्या कैक ऐरणींवरून घण घेताना उसळणाऱ्या ठिणग्या

त्यांचे डोळे पकडू बघू लागल्या. मनात विचारांच्या ठिणग्यांचा शिवरता सडा पसरू लागला. 'आमचे महाराजसाहेब केवढे थोर, कसबी लोहार! त्यांच्या मनाचा ठाव आम्हास नाही. कुणालाच लागत नाही. लागायचा नाही. हाती सांडस नाही, समोर पेटता भाता नाही, दिमतीला घणकरी नाही – पण माणसांचा गंज ते नुसत्या जबानीने निपटून काढतात! आम्हास वाटले होते, ते नेताजीकाकांना नुसते पदरी घेतील, पण – पण त्यांनी त्यांच्या शुद्धीकरणाचा निर्णय केला. मुलूखभर त्याची आमंत्रणं धाडली. हे केवळ माणसांचा गंज काढणे नव्हे. हे तांबरलेल्या उभ्या धर्माचाच गंज निपटणे आहे. ते तेच करू जाणत, हे असले आगीशी झट्या घेणारे लोहारकाम!' अभिमानाने संभाजीराजांचे डोळे उजळले.

"बाबा, फार देखणं आहे हे काम!'' म्हणत संभाजीराजांनी बांकी दगडोजीच्या हाती दिली.

वद्य पक्षातील असला तरी नेताजींना शुद्ध करणारा चतुर्थीचा क्रांतिकारक दिवस उगवून आला. पावसाळा होता तरी आमंत्रण पावलेला खासा लोक गडदाखल झाला होता. होमकुंड मांडलेल्या दरबारी चौकात पूर्वाभिमुख बैठकीवर छत्रपती महाराज स्थानापन्न झाले. त्यांची पायगत धरून उभारलेल्या बैठकीवर डाव्या हाताशी रामराजांना घेऊन संभाजीराजे बसले. त्या राजबैठकींना धरून दुतर्फा मोरोपंत, हंबीरराव, अण्णाजी, प्रल्हादपंत, निराजीपंत, दत्ताजीपंत अशा अष्टप्रधानांनी शिस्त धरली. सवत्या उठविलेल्या राणीवशात पडद्याआड सोयराबाई, पुतळाबाई, सगुणाबाई, येसूबाई, धाराऊ, दुर्गाबाई असा जनाना दाखल झाला.

मंत्रघोषाच्या गजरात शुद्धीकरणाला सुरुवात झाली. आधल्या दिवसभर उपोषण करून नेताजींनी चित्तशुद्धी केली होती. प्रभाकरभटांनी त्यांना दरबारीचौकात आणले. मांडल्या पाटावर बसविले. गडाच्या बैतेदार न्हाव्याने त्यांची कोरली दाढी उतरविली. डुईचे मुंडण करून शेंडीचा संजाबी घेर राखला. नेताजींनी स्नान केले. प्रायश्चित्त घेतले. पंचकुंभात भरलेले समंत्रक जल मंत्रांच्या उद्घोषात अनंतभट आणि प्रभाकरभट नेताजींच्या मस्तकावर शिपकारू लागले. उभ्या अंगावरची कसलीतरी चिकटून बसलेली अमंगल कात त्या प्रत्येक शिपकाऱ्याबरोबर झडून पडते आहे, अशी विचित्र भावना नेताजींच्या मनी उठू लागली. भरला दरबारी चौक त्या अपूर्व विधीकडे भारावल्या नजरेने बघू लागला. महाराज बैठकीवरून उठले. चौरंगीवर उभ्या असलेल्या नेताजींच्या समोर आले. हातातील जानव्याचा गोफ त्यांनी नेताजींच्या छातीला उजवा धरून गळ्यात चढविला. त्या जानव्याच्या स्पर्शाने त्याहून अधिक ते चढविताना होणाऱ्या महाराजांच्या बोटांच्या निसटत्या स्पर्शाने नेताजींच्या अंगी काटा सरकून आला. मराठ्यांचा भ्रष्ट सरलष्कर त्या काट्याबरोबर पावन झाला.

एक-एक करीत महाराजांनी तबकातील पेहरावांची घडी नेताजींच्या खांद्यावर

टाकली. ऊरभर गलबलून गेलेल्या नेताजींनी हमसा रोखत, सर्वांदेखत महाराजांच्या पायांना भावभरी मिठी घातली. त्या मिठीनं खुद्द छत्रपतीच काही क्षण सुन्न झाले. हळुवार झुकत नेताजींना त्यांनी वर घेतले.

अजून... अजून नेताजींची गर्दन काही वर उठत नव्हती! सर्वांना जाहीर झाले की नेताजी शुद्ध झाले. पुन्हा हिंदू झाले. पण... पण खुद्द नेताजींनाच आपण अद्याप साफ शुद्ध झालो, असे वाटत नव्हते!

"धनीऽ" भावनावेगाने अतिशय घोगरट झालेले शब्द कसेबसे त्यांच्या तोंडून सुटले. त्या एकाच शब्दाने महाराजांच्या काळजातही खोलवर खळबळ माजली.

"बोला." महाराजांची नजर नेताजींच्या मुंडनी मस्तकावर फिरली.

"धनीऽ, एक मागणं हाय पायाशी." नेताजींना उरातला कढ खोलताना कष्ट पडत होते.

"बोला. मोकळ्या मनी बोला."

"आमास्नी... आमास्नी..."

"काय पाहिजे."

"धनी ऽ एकडाव... एकडाव 'नेताजी' म्हून साद घालावी! जीव घुटमळलाय ती साद ऐकाय!"

महाराजांची गर्दन गुर्झबी दांड्यासारखी ताठ झाली. नेताजींचे खांदे पकडीत घट्ट धरून महाराज म्हणाले, "आता... आत्ता तुम्हास कळून आलं, नावाची नाम्ना कोण असते ती! गर्दन वर घ्या. नेताजीराव तुम्ही आमचे आहात!"

कुठल्यातरी समंत्रक जलाने नव्हे, तर महाराजांच्या ओठांतून सुटणाऱ्या नामोच्चारावर आपण साफ 'शुद्ध' होऊ, असे मानणाऱ्या नेताजींची आसुसलेली कानपाळी महाराजांच्या तोंडून आलेली ती साद ऐकताना रसरसून आली. अनेक भावनांच्या उमाळ्याने त्यांनी आपले तोंड ओंजळीत झाकण्याची धडपड केली. त्यांना ती संधी न देताच महाराजांनी कडकडून ऊरभेट दिली. स्वत:ला हरवून, बसल्या बैठकीवरून बघणाऱ्या संभाजीराजांच्या मनी ती ऊरभेट खोल खोलवर रुजली.

दुपारी या विधीनिमित्त पंगत मांडण्यात आली. महाराज आणि संभाजीराजे यांच्यामध्ये नेताजीरावांना इतमामाने पाटावर बसविण्यात आले.

कधी नव्हे ते या पंगतीला वाढण्यासाठी पुतळाबाई व सगुणाबाई दिसत होत्या.

महाराजांनी पंगतभर नजरफेर टाकीत "घ्या मंडळी" म्हणत इशारा दिला.

तबकातील वाडगे एक-एक करून चौरंगावर उतरविणाऱ्या महाराजांचे नकळत सारे अनुकरण करत होते. फक्त विचारात गेलेल्या नेताजींनी, मोगली गोटातील सवयीप्रमाणे भातात थेट हात घालून कालवायला सुरुवात केली होती!

महाराजांनी खलबताला तोंड फोडले. जमली मंडळी जिवाचे कान करून ऐकू लागली. शिवबोलाचे हयातभर उरात जपून ठेवावे, असे मोती संभाजीराजांच्या कानांच्या शिंपल्यावर उतरू लागले – "समस्त मंडळींस बलावू धाडून भेटीस पाचारण केले, ते एक थोर मसलत मनी ठेवून. हे राज्य वाढीस पडले पाहिजे. आजवर इदलशाहीकडून आम्हावर मातबरीच्या चाली आल्या. फतेखान आला. अफजल आला, जौहर आला. आम्हास होत्याचे नव्हते होते की काय, असे होऊन गेले. आईच्या प्रसादेकरून आम्ही साऱ्यातून सलामत निभावून गेलो.

"आज इदलशाही सुमार झाली आहे. घरबखेड्यानं पार पोखरून निघाली आहे. समयास हत्यार धरून तिचा साधेल तेवढा मुलूख तोडून चालविण्याचे योजिले आहे. गनिमाच्या घरट्याच्या उंबऱ्यावर नंगे हत्यार धरल्याखेरीज आपले घरटे सुक्षेम राहावे, ते होत नाही. करिता तुंगभद्रेपासून धरून कावेरीपावेतो करून इदलशाही मारण्याचा मनसुबा धरला आहे. त्यासाठी कुतुबशाहीची दोस्ताना बांधला आहे. मोगलाईशी सुलूख साधला आहे.

" – विजयादशमीचा मुहूर्त धरून, शिलेबंदीनं आम्ही खासा प्रांत कर्नाटकावर मोहीमशीर होणार आहोत. आजवर दिली तशी समस्तांनी ह्या मसलतीस इमानानं मनगटजोड दिली पाहिजे. हे राज्य थोर व्हावं, ये 'श्री'चे मनी फार आहे. तुम्ही-आम्ही सारे तिच्ये भुत्ये. हिंमत बांधून उचल घेतली, तर फत्ते देणार ती समर्थ आहे."

महाराज तळपत्या डोळ्यांनी बोलत राहिले. मोहिमेचा तपशील त्यांनी खलबताच्या कानी घातला. हंबीरराव, येसाजी, आनंदराव यांना पटाईत, भालाईत, घोडाईत यांना पारखून निवडण्याचे काम जोडून दिले.

आपल्या गैरहजेरीत रायगड आणि मागील राज्याचा जाबता सांगण्यासाठी महाराज मोरोपंतांना म्हणाले, "प्रधान पेशवे, आम्ही मोहिमेत राहू तो पावेतो, रायगड धरून मागील साहेबसुभा युवराज संभाजीराजांच्या देखरेखीखाली राहील. तुम्ही, अण्णाजी, चांगोजी साऱ्यांनी त्यांच्या मसलतीने विलायती रक्षून असावे. काही संकटकाळ आल्यास निभावून न्यावा."

"जी. आज्ञा." मोरोपंतांनी हुंकार दिला. पण... पण अण्णाजींना हा जाबता मनोमन पसंत पडला नाही! महाराजांनी आपल्या जबानीच्या वैभवाने खलबत एवढे बांधून आणले होते की, प्रकटपणे अण्णाजींना कुरबुरीचा शब्द काढण्याची हिंमतही झाली नाही. महाराजांनी आपल्यावर टाकलेली रायगडाची जोखीम कसकशी त्यांच्या पश्चात सांभाळून न्यावी, या विचारात संभाजीराजे गेले.

सर्वांना निरोपाचे विडे देण्यात आले. खलबत उठले.

"शंभू, आम्ही एक सांगावं म्हणतो. बरे समजुतीनं घ्याल?" मुद्दाम बोलावून घेतलेल्या संभाजीराजांना महाराजांनी शब्द घातला.

"जी. आज्ञा व्हावी." महाराज कशासंबंधी बोलताहेत त्याचा संभाजीराजांना काही माग आला नाही.

"रायगड तुमच्या अखत्यारीखाली राहावा, हे राणीसाहेबांना मानवत नाही. तुम्ही जाणता त्यांचा स्वभाव. आमच्या माघारी त्या नाही तर माहेरी तळबीडास जाण्याच्या गोष्टी करताहेत. हे दिसावं, तर चखोट दिसत नाही. त्यांना आता आणखी काही सांगावं, त्यास आमचं मनच घेत नाही. प्रयत्नांचे दोन दिवस फुकट गेले. समयास घेणे, ते तुम्हीच समजाव्यानं घ्यावं. घ्याल?" बोलन्‌बोल कसा अंतरीच्या व्यथेने पिळवटला होता.

"राणीसाहेब!" त्या एका शब्दानेच संभाजीराजांचे मन घुसमटू लागले. संतापाने भरीची दमदार छाती नकळत वरखाली लवलवू लागली... 'आमचे सोडा, पण खुद्द महाराजसाहेबांच्या वाटेवर त्या केवढे फासके पेरून ठेवतात! किरण साधून केवढ्या नेमक्या वक्तास! काय बिघडवले आहे आम्ही त्यांचे! निमित्त आमचे होते, घायाळ होतात महाराजसाहेब! साऱ्यांना वाटते, हे आम्हीच करतो. आम्ही बेदिल आहोत. ना आम्हाला त्यांना खुलेपणी जाब विचारता येतो, ना आबासाहेबांना त्यांच्याबाबतचा शब्द सांगता येतो. कसले युवराजपद हे? तोंडी तोबरा, पाठीवर कोरडा असे कुठवर सोसावे? का सोसावे? हे युवराजपद आम्हीहून मागितले नाही. वडील म्हणून जन्माला आलो, त्याने हे रिवाजाने चालत आले. मासाहेबांच्या नजरेत ते खुपते. अण्णाजींना हाताशी धरून त्या पायाच्या अंगठ्याने अशा गाठी घालतात की, भल्याभल्यांना त्या हातांनी उकलू नयेत! यास त्या 'राजकारण' म्हणतात. त्यांच्या जनानी राजकारणात आमच्या मनाचा पायपोस होतो. आबासाहेबांची कोंडणारी फरफट पडते. कशासाठी मुलाहिजा धरतात या राणीसाहेबांचा आबासाहेब?'

"गुमान झालात?" संभाजीराजांना गप्पच बघून महाराज थंडपणे म्हणाले.

"जी. आबासाहेब देतील तो कौल आम्हास प्रसाद आहे." महाराजांना या ऐन वेळी कसलीच यातना देऊ नये असे त्यांना वाटले.

"आम्हाला विश्वास होता, तुम्ही हेच बोलाल. दसरा धरून आम्ही गड सोडणार आहोत. तुम्ही आमच्या संगतीच मांड घ्या. मुलखाच्या सदरीपावेतो आम्हाला सोबत द्या. मग शृंगारपुरी पिलाजींच्याकडे ठाण व्हा! तिकडील प्रभानवल्लीचा आणि पन्हाळातर्फेचा सुभा आम्ही तुमच्या अखत्यारीत देणार आहोत. तो हरभातेनं आबादान रक्षून असा. केशव पंडित, उमाजी पंडित तुमच्या दिमतीला राहतील. फडाच्या राबत्यासाठी विश्वनाथ, खंडोजी बल्लाळ, परशरामपंत, महादेव यमाजी यांना संगती घ्या. पंडितांच्या सोबतीत तुम्हाला लाभलेल्या काव्यशक्तीच्या प्रसादाला चाल द्या."

बोलते महाराज येसूबाई आणि शिर्क्यांची कुलदेवता भावेश्वरीच्या आठवणीने थांबले.

"एक अर्जी आहे. आज्ञा होईल, तर पायाशी रुजू घालू." संभाजीराजांनी निर्धार बांधला.

"बोला." महाराजांचे डोळे त्यांच्या छातीवरच्या माळेवर जोडून पडले.

"या स्वारीत आम्ही जातीनिशी महाराजसाहेबांच्या पाठीशी राहावे म्हणतो. रायगड आणि मागील जाबता एकसरीनं मासाहेबांच्या दस्तुरीखाली राहू द्यावा. आम्हीच आबासाहेबांच्या जोडीनं आलो, तर सारे सवालच निकाली जातील."

ते ऐकताना महाराज हसले. "शंभू, हे मागणं तुम्ही घालणार हे केव्हाच आम्ही ताडून आहोत. हे राजकारण आहे. ते मनाच्या उमाळीवर नाही चालत. एकदा आग्र्यात तुम्ही-आम्ही असे फसलो. हे गाठीशी असता पुन्हा तोच ढंग ठेवावा, हे रास्त नाही. पूर्ण विचारांती आम्ही तुम्हाला प्रभानवल्लीचा सुभा सांगितला आहे. आमचे ऐका. तो आपला करून चालवा."

"जी. आज्ञा. फक्त एक व्हावं. आम्हास सुपुर्द केलेल्या सुभ्यात मंत्रिगणांनी नजर-देख घालू नये."

"तुमची इच्छा असेल, तर तेही होईल. पण त्यांच्या ठायी कोणेविशी आकस धरून तुमचे भागणारे नाही. आज-उद्या याच लोकांच्या पाठबळानं तुम्हाला हर कदम टाकावं लागणार. डावे जाणाऱ्यास हिकमतीनं वळतं करावं लागतं. एक नेताजी पारखे झाले, तर कोण घोर पडला आम्हास!"

"आमच्या मनी कुणाबद्दल आकस नाही महाराजसाहेब. डावे जाणाऱ्यांना आम्ही पड खाऊन वळतं केलंही असतं, पण नको तेव्हा पायी खोडे घालणाऱ्यांना काय करावं? सुख झालेल्यास जागं करता येतं, बतावणी घेणाऱ्यांचं काय करावं? आता थोर मनसुब्यानं आबासाहेब मोहीमशीर होताहेत. मागील विचार त्यांनी करू नये. साहेबी दिली आज्ञा आम्हास शिरोधार्थ आहे."

"युवराज, वडिली दिली दौलत कोण पुरुषार्थाची? आम्हालाही साहेबी पुण्याच्या बरड जहागिरीवर नामजाद केले. आम्ही त्यांचे काही मानले नाही. आम्ही मुलखापरीस माणसे बांधीत गेलो. मोरोपंत, अण्णाजी ही माणसे वकुबाची. तुम्हास त्यांची मर्जी धरता येत नाही. त्यांना तुमची हिंमतबाजी लागी पडत नाही. जीव टांगणीला पडतो तो आमचा. दर्याच्या बसकणीत जंजिरेकर हबशी दबा धरून आहे. आम्ही मुलखापार बघून तो कोकण फाट्यांचा दावा साधेल काय? आज ना उद्या औरंगची हवस आमच्या राज्यावर चाल धरेल त्याचं काय? केवढी थोर राजकारणं कार्यी घालायची आहेत! त्यासाठी माणूस-माणूस तेवढा एकवटून जुंपणं आहे. समर्थांनी दिलेला बोध हमेशा आमच्या कानी गुंजी घालतो. 'मराठा तितुका मेळवावा, महाराष्ट्र धर्म वाढवावा।' तुम्हीही तो भुलू नये. ध्यानी ठेवावं की, राजियांनासुद्धा प्रसंगी दोन घरे

मागची चाल ठेवावी लागते, दौलतीचा शतरंज जोखमीनंच खेळावा लागतो.

"हे राज्य आमचं नाही, तुमचं नाही, राणीसाहेबांचं नाही. हे श्रींचं – आईचं राज्य आहे. इमानाचे कैक जीव आजवर त्यासाठी खर्ची पडले आहेत. भोसला तेवढा या राज्याचा नेक भुत्या आहे. याचं भान सुटलं की, तेढ पडते. राणीसाहेबांना तो पोच नाही. तुम्हीतरी तो सोडू नये. त्यांच्या मनी लालस पैदा झाली आहे. रामराजांना पुढं घालून त्या काही करू बघतात. आम्ही ते खूब पारखून आहोत. त्या गफलत करतात, आम्ही त्यांना काय मानतो त्याविशी. राणीसाहेब रामराजांच्या मासाहेब यापेक्षा आम्ही त्यांना 'महाराणी' मानतो. या राज्याच्या रियायाच्या 'आऊ' मानतो. हसावं की रडावं, या पेचाच्या त्यांच्या चाली काळजास घरे धरतात. मुलाहिजा न धरता त्यांना काही सजा फर्मावावी तर दर्पणात देखून आपल्याच हाती आपल्या मुखास काजळी फासावी तसे होईल!

"दौलतीसाठी मिर्झा-रजपुताच्या गोटात ओलीस राहण्याचा भार आम्ही तुमच्यावर टाकला. उत्तरेस अंगी कफनी चढवावयास लावून एकले मथुरेस काळदाढेत दिवस काढण्याचा भार आम्ही तुम्हावर टाकला. आणि आज... आजही भार तुम्हावरच टाकतो आहोत! आम्ही हे सुखासुखी नाही करत. भोसल्यांच्या पुरुषांना भार पेलण्यासाठीच जगदंबेच्या उदरी जन्म मिळतो. इतर कुणापेक्षाही तुम्ही आणि रामराजे आमचे आहात. ते पोर लहान उमरीचे, तुम्ही भरीचे. हे सारं समजून घ्या."

काळाचे पडदे फाडणारे ते श्रीमंत योग्याचे शिवबोल संभाजीराजांच्या मनी पीळ पाडून गेले. झटकन पुढे होत त्यांनी महाराजांचे पाय धरले. दाटल्या जवान कंठातून बोल सुटले, "आबासाहेब, ही धूळ मस्तकी धरून आम्ही शपथपूर्वक सांगतो, या राज्याचा कवडीइतकाही लोभ तो आमच्या मनी नाही. सर्वांहून हे पाय आम्हास मोलाचे आहेत. आपण सांगाल तसंच होईल."

"शंभूऽ" वर घेतलेल्या बांड्या भोसल्याला छातीशी बिलगून घेताना महाराजांच्या तोंडून एवढीच हलकी साद सुटली. रायगडाच्या नगारखान्यावरचा जरीपटका मावळ वाऱ्याला थपडा देत सळसळत होता. मध्येच त्याची नोकदार टोके फडकन वळत होती. नजर ठरणार नाही, अशा उंचाव्यावरून थेट कर्नाटकच्या रोखाने मोहरा धरीत होती.

दिग्विजयी दसरा उजाडला. नौरात्री घटात बसलेली भवानी उठली. दूधधारांचा तिला अभिषेक झाला. समृद्धीची थळी तिच्या पायाशी दाटली.

संभाजीराजे, मंत्रिगण, जमलेला निवडीचा सरदार लोक यांनी घेर टाकलेल्या पालखीतून दिवस फुटीवर महाराज रायगड उतरून पाचाडात आले.

महाराजांच्या माघारी पाचाडच्या वाड्यात राहण्याचा निर्णय केलेल्या पुतळाबाईंनी

दोघा पितापुत्रांच्या तळहातावर दह्याच्या कवड्या ठेवल्या.

रघुनाथपंत, जनार्दनपंत हणमंते, हंबीरराव, येसाजी, सर्जेराव जेधे, धनाजी जाधव, दत्ताजी त्रिमल, सूर्याजी मालुसरा, संताजी घोरपडे, नेताजी पालकर, नागोजी जेधे, विठोजी चव्हाण, मानाजी मोरे, सोमाजी बंकी, बाळाजी आवजी, बाबाजी ढमढेरे, अण्णाजी, मोरोपंत असा निवडीचा मर्दांना पाठीशी घेत महाराज संभाजीराजांसह पाचाडच्या वाड्याबाहेर पडले. वाड्याच्या सदरेवर टांगलेली निःस्पंद घंटा त्यांना मूकपणे आशीर्वाद देत होती.

"हर ऽ हर ऽ म्हादेव!" घाटीघाटीतून किलकाऱ्यांचे लोळ उसळले. त्यात पेटल्या तोफभांड्यांचे दणदणते वार मिसळले. आघाडीला असलेले नाईक बहिर्जीचे टेहळं पथक मार्गी उधळलं.

तीस हजारांचा सेनासागर भोसले पितापुत्रांच्या पाठमागाने पुढे सरकू लागला. रणशिंगे शहारली. चौघडे दुडदुडू लागले. चालला! श्रींचा भुत्या नव्या दिशा फोडायला चालला. चिपळूणच्या रोखाने. स्वारी कर्नाटकवर!

मजल दरमजलीने चिपळूण हे भार्गवस्थान टप्प्यात आले. महाराज व संभाजीराजांनी जोडीने तीर्थाचे दर्शन घेतले. अभिषेक झाला. दाने वाटली.

चिपळूण सोडून सेनासागर शृंगारपूरच्या वाटेला लागला. गर्द आंबराईने वेढलेल्या शृंगारपूरच्या वेशीवर पिलाजी शिर्के, गणोजीसह पालखी घेऊन महाराजांच्या आगवानीला आले. ऊरभेटी झाल्या. रक्ताच्या गोतावळ्यासह महाराज व संभाजीराजे शृंगारपुरात प्रवेशले.

सूर्यराव सुर्वे शृंगारपूरच्या वतनावरून परागंदा झाल्यापासून त्याचा राहता वाडा, 'कारभारी वाडा' झाला होता. त्याच वाड्यात महाराजांचा मुक्काम पडला.

रात्री सावचित्ताच्या समयाला महाराजांनी पिलाजींच्याकडे संभाजीराजांच्याबाबत विषय काढला. प्रभानवल्लींचा सुभा सांभाळण्यासाठी युवराज शृंगारपूरला ठाण होणार, हे त्यांच्या कानी घातले. हरभातेने युवराजांना जोड द्यावी, असा शब्द टाकला. पिलाजींनी आनंदाने तो उचलला. आपले जावई गणोजी, कन्या राजकुवरबाई यांचे क्षेमकुशल महाराजांनी विचारले. रात्रीचे थाळे शिर्के-भोसले असे जोडीपंक्तीने झाले.

दुसऱ्या दिवशी पहाट धरून महाराजांनी वाडा सोडला. संभाजीराजांच्यासह ते भावेश्वरीच्या दर्शनाला आले. शिर्क्यांच्या कुलदेवतेचे आशीर्वाद घेऊन पिलाजींना खांदाभेट देऊन महाराजांनी शृंगारपूर सोडले. पितापुत्र आंबाघाटाच्या रोखाने चालले. उन्हे चढू लागली. मोरोपंत, अण्णाजी रायगडाकडे परतले.

आंबाघाटाची चढण सामने येताच महाराजांनी 'विजय'चे कायदे आखडले व पायउतार झाले. संभाजीराजांनी मांड मोडली. पिछाडीचा सेनासागर थोपला.

"राजे, परता आता. आम्ही निघतो." महाराजांचा तळहात संभाजीराजांच्या

खांद्यावर चढला. काही क्षण बेजबान तसेच घुटमळून गेले. निरोपाची वेळ आली होती.

"महाराजसाहेब सांभाळून असावं. दर मुक्कामावरून आम्हास खबर कळवावी. मागील चिंता धरू नये."

"शंभूऽ, आम्ही चिंता करणार कोण? साऱ्याची चिंता वाहणारी आई थोर आहे. आम्ही सांगितलं ते कार्यी घाला. सूनबाईंसह कबिल्यानिशी येऊन शृंगारपुरी ठाण व्हा. आम्ही परतू ते पिलाजींच्या तोंडून त्यांच्या जावयांची तरफदारी ऐकावयास. येतो आम्ही. जय भवानी!"

दोन बुलंद ऊर क्षणात एकमेकांना भिडले. सोनचौकडे हिंदोळले. टोपांतील मोतीलगी लडलडल्या. शब्द कोंडून गेले. डोळेच बोलके झाले. मिठी सुटली. 'शिव-शंभो' विलग झाले. महाराजांनी झटकन जनावरावर झेप घेतली.

खंडोजी, रायाजी, अंतोजी अशा आपल्या धारकऱ्यांसह संभाजीराजे बगलेला झाले. दिग्विजयी सेनासागर घाटाच्या चढणीला लागला.

संभाजीराजे चढण चढणाऱ्या 'विजय' घोड्याकडे जोडल्या नजरेने बघत राहिले. उगाच त्यांना उत्तरेत निरोप देऊन पाठमोरे झालेले कफनीधारी महाराज आठवले! कानात बोल घुमले – "साऱ्यांची चिंता वाहणारी आई थोर आहे!"

जेव्हा ते शृंगारपुरात घुसले, तेव्हा किन्नाट धरून आले होते. शिर्क्यांच्या पागेकडचा निवडक घोडा महाराजांच्या दिमतीला रुजू झाला होता. शिर्क्यांच्या पागेचा सैस उरलेल्या घोड्यांतील एक पथक घेऊन ते पागेत ठाण करायला मोतद्दारांसह चालला होता. सैस आणि मोतद्दार संभाजीराजांना बघून अदबीनं कमरेत झुकले. घोडेपथक थांबले. संभाजीराजांची नजर त्या पथकावरून फिरली.

आघाडीच्या खुरावर पांढऱ्या रंगाचे चांदवे असलेले ते उभे पथक 'ऐबी' होते. गैरशकुनी होते! ते बघताना संभाजीराजे मनोमन चरकले!

शृंगारपुरी दोन दिवस मुक्काम करून संभाजीराजांनी पिलाजीमामा, गणोजीराजे यांचा निरोप घेतला. ते रायगडावर आले. रायगड आता राहुजी सोमनाथ यांच्या कारभाराखाली होता. पुतळाबाई पाचाडच्या वाड्यात येऊन राहिल्या होत्या. सातमहालातील आपला महाल त्यांनी येसूबाई आणि दुर्गाबाई यांच्या सेवेत जोडून दिला होता. सिंदखेडच्या राणूअक्का अद्याप गडावरच होत्या. त्यांना सोयराबाईंची कुठलीच चाल पसंत नव्हती. आपल्या भावाला, संभाजीराजांना शक्य ते सगळे पाठबळ देण्यासाठीच त्या माहेरी राहिल्या होत्या.

सुभे प्रभानवल्लीचा फड शृंगारपुरात बसविण्यासाठी संभाजीराजांनी माणसं पारखून निवडायला सुरुवात केली होती. या कामी त्यांना कवी कुलेशांची मसलत मिळू लागली.

केशव पंडित, उमाजी पंडित, विश्वनाथ ही माणसे बरोबर ठेवण्याचा सल्ला महाराजांनीच दिला होता. परशरामपंत, खंडोजी बल्लाळ, महादेव यमाजी यांच्याशिवाय तर फडाचे पान हलू शकत नव्हते. संभाजीराजांनी या सर्वांना शृंगारपुरी जाण्याची आज्ञा दिली. सुभ्याचा फड हलला. संभाजीराजांचा निरोप घेऊन कवी कुलेशांनी, उधो योगदेवसह रायगड सोडला. कामंदकीय नीतिसार, विष्णुपुराण, मत्स्यपुराण, रामायण, महाभारत असे ग्रंथ बांधलेली बासने बेगारांच्या डुयांवर देऊन केशव पंडितांनी; उमाजी पंडितांसह शृंगारपुराची वाट धरली. रायगड सोडण्याचा दिवस जवळ येऊ लागला. महाराज परतेपर्यंत शृंगारपूरला मुक्काम धरावा लागणार म्हणून संभाजीराजे रामराजांना सतत आपल्याजवळ ठेवण्याचा प्रयत्न करीत होते. सोयराबाईंना ते काही मानवत नव्हते.

वाटचालीला पहारा देणाऱ्या शिबंदीचे धारकरी संभाजीराजांनी निवडले. शृंगारपूरला आपण कबिल्यानिशी येत असल्याचा खलिता पुढे पिलाजीमामांना पाठविला. जगदीश्वराच्या शिवपिंडीवर अभिषेक चढविला.

'आम्ही रायगड सोडणार' हे कानी घालावे, म्हणून राणूअक्कांची भेट घेण्यासाठी ते सातमहालांतील पुतळाबाईंच्या महाली आले. या महालात आता येसूबाई, दुर्गाबाई, राणूआक्का अशा मेळजुळीनं राहत होत्या.

राणूअक्कांना अदब देऊन संभाजीराजांनी विषय काढला. "आक्कासाहेब, आम्ही आबासाहेबांच्या इच्छेप्रमाणे कबिल्यानिशी शृंगारपुरी जाणार आहोत."

राणूअक्कांनी ते शांतपणे ऐकून घेतले. थोड्यावेळाने त्या निर्धारी राजस आवाजात म्हणाल्या, "आम्ही ते समजून आहोत. आम्ही जातीनं तुमच्या संगती यायचं ठरविलं आहे!"

"आम्ही नाही समजलो." गोंधळलेल्या संभाजीराजांनी चमकून विचारले.

"बाळमहाराज, इथं आल्यापासून मिटल्या जबानीनं आणि उघड्या डोळ्यांनी आम्ही सारं बघतो आहोत. दूर असता आमच्या कानी जे-जे पडत होतं, ते एवढ्या वाकड्या वाटेचं असेल, असं आम्हास खरं पटत नव्हतं. मासाहेबांच्या डोळ्यांस तुम्ही खुपता. जे घडलं आहे ते काहीच नव्हे एवढे घडणार आहे, आम्ही बरीक ते ताडलं आहे. साऱ्यांनी तुम्हास 'पोरकं' मानलं आहे. आता... आता आम्हीच तुमच्या पाठीशी सावलीसारख्या राहणार आहोत. जे कोणी तुमच्या पायी खोडे घालू बघतील त्यांना जाब विचारणार आहोत. बाळमहाराज, तुमची इच्छा असो नसो, आम्ही शृंगारपुरी येणार आहोत!"

भारल्या नजरेनं संभाजीराजे अक्कासाहेबांच्याकडे बघतच राहिले. मनाच्या वर्मी जागेवर बोट ठेवणाऱ्या राणूअक्कांच्याबद्दल त्यांना रक्ताचा उमाळा दाटून डोळ्यांत आला. काय बोलावं त्यांना सुचेना.

"गुमान झालात? बोला." अक्कासाहेबांनी विषय सोडला नाही.

"जशी आपली इच्छा अक्कासाहेब." संभाजीराजांनी त्यांना संमती दिली.

ठरल्या दिवशी सातमहालासमोरच्या चौकात तीन पडदेबंद मेणे तयार झाले. येसूबाई, दुर्गाबाई आणि राणूअक्का यांच्यासाठी! पालखी दरवाजाने ते बाहेर पडले.

युवराजांनी राहुजी सोमनाथांचा निरोप घेतला. सोयराबाईंनी कितीही थोपविण्याचा प्रयत्न केला, तरी हट्ट धरलेले रामराजे अण्णाजी आणि मोरोपंत यांच्या बरोबरीने आघाडी मनोऱ्यापर्यंत आलेच. त्यांच्या कपाळावर ओठ टेकवून त्यांची पाठ थोपटीत संभाजीराजे त्यांना म्हणाले, जसे महाराज आंबाघाटाच्या पायथ्याशी खुद्द त्यांनाच म्हणाले होते तसे, "बाळराजे, परता आता. येतो आम्ही."

"दादामहाराज..." काहीतरी बोलण्यासाठी रामराजे घोटाळले.

"बोला." संभाजीराजांनी त्यांचा खांदा हळुवार थोपटला.

"आम्ही... आम्ही येऊ?" रामराजांचे डोळे केवढ्यातरी अपेक्षेने भरून आले होते.

त्यांच्या खांद्यावरचा संभाजीराजांचा हात आपोआप मागे हटला. एकसरीने त्यांनी अण्णाजी, मोरोपंत, राहुजी यांच्यावर नजर फिरवली. सर्वांच्या माना खाली होत्या. संभाजीराजांना तो प्रसंग आठवला, राजगडावरचा. ते रजपुताच्या गोटात ओलीस जायला निघाले तेव्हाचा. तेव्हा निरोप द्यायला आलेल्या महाराजांनी ध्यानीमनी नसता एकाएकी आपल्या छातीवरची माळ उतरवून दुपेडी करीत त्यांच्या गळ्यात चढविली होती!

कसल्यातरी निर्धाराने, तळपत्या डोळ्यांनी संभाजीराजांनी आपल्या छातीवरच्या आईच्या कवड्यांच्या माळेला हात घातला. हलकेच ती उतरविली आणि तिचा दुपेडी फेर रामराजांच्या गळ्यात चढवीत ते म्हणाले, "आम्ही नसलो तरी, ही आमची निशाणी ठेवा. येतो आम्ही. पाचाडच्या सदरेवर थोरल्या आऊंची घाट वाजते. तिला नेमाने मावळमाचीवर जाऊन मान देत चला! जय भवानी!"

कुणाकडेही न बघता संभाजीराजे तडक रायगडाच्या आघाडी मनोऱ्यांना पाठमोरे झाले. सहज म्हणून त्यांनी नजर गंगासागर टाक्यावर फिरली. त्यावर ओळंबलेल्या आंब्याच्या वाकड्या फांदीवर अंग मुरवून बसलेला एक खंड्या पक्षी त्यांना दिसला. नुकतंच काहीतरी मटकावल्यासारखा तो आपली लांब चोच साफ करीत होता!

गडाच्या उताराला लागलेल्या राजमेण्यांच्या मागून मावळी पायताणांची कुरकुर उठवीत, काखोटीचे गाठोडे सावरीत चाललेल्या धाराऊचे पायताणांच्या कुरकुरीशी मेळ पडलेले मन स्वत:लाच विचारीत होते, 'असं कशापायी हुतंया हे समदं?'

शृंगारपुरात सुर्व्यांच्या वाड्यावर संभाजीराजांचा प्रभानवल्ली सुभ्याचा फड

बसला. सुभ्याच्या अखत्यारीतले सरदार-दरकदार सरंजामानिशी युवराजांच्या भेटीसाठी शृंगारपुरात येऊ लागले. हिवाळ्याच्या दाटल्या धुक्यात शृंगारपूर गजबजू लागले.

पुरात संभाजीराजांनी धनुर्विद्येचा सराव घ्यायला सुरुवात केली. पुराच्या चौतर्फाने गर्द राने दाटलेली होती. त्यात जागोजागी केंबळी झोपड्यांच्या वाड्या करून राहिलेले धनगर रानात 'वाघरू' उठल्याची, 'काळ्या जनावरांनी' विधूस मांडल्याची खबर पुरात आणू लागले.

गणोजी, खंडोजी बल्लाळ, रायाजी, अंतोजी असे पट्टीचे शिकारखेळे घेऊन संभाजीराजे रान काढू लागले. त्यांनी पाडलेली जनावरे बघायला पंचक्रोशीतल्या वाड्या-मजऱ्यांतील माणसे पुरात येऊ लागली. तीर-कमान आणि ठेचणीच्या बंदुकीची निशाणमार यावर संभाजीराजांचा बेजोड हात बसला.

एका शुभमुहूर्ती कुलदेवता भवानीला अभिषेक चढवून तिच्या आशीर्वादाने संभाजीराजांनी 'बुधभूषणम्' या काव्यग्रंथाला हात घातला. या काव्यग्रंथात विष्णुधर्मोत्तर पुराण, कामंदकीय नीतिसार, मत्स्यपुराण, महाभारत आदी ग्रंथांतील श्लोक निवडून देवदेवतांची स्तुती, राजनीती, प्रकीर्णनीती या विषयांवर चर्चा करायची होती. संभाजीराजांचा हा तर आवडीचा विषय होता.

वाड्याच्या बैठकी दालनात लाकडी अडंग्यांवर समोर पुराणग्रंथ मांडून बैठक घेतलेल्या केशव पंडित, उमाजी पंडित, कवी कुलेश यांच्याशी संभाजीराजांची काव्यशास्त्राची बैठक बसली. धूपदानातून उठत, फिरक्या घेत दालनाच्या छताकडे झेपावणाऱ्या धुराच्या वळ्यांवर अचल नजर जोडलेले संभाजीराजे कशाततरी हरवल्यासारखे विचारगत झाले. हलकेच त्यांच्या पापण्यांची कवाडे मिटली गेली. आता चर्या आगळीच शांत-सुंदर दिसू लागली. विघ्नहर्त्या श्रीगजाननाची भाक करणारे बोल त्यांच्या ओठांतून सहज उमटू लागले. उजव्या हाताशी बसलेले परशरामपंत ते बोल शहामृगपिसाच्या टोकाने पकडून कागदावर रचू लागले.

"देवदानवकृतस्तुतिभागं हेलया विजितदापतनागम्।
भक्तविघ्नहनने धृतरत्नं तं नमामि भवबालकरत्नम्।।"

– देवदानवांच्या स्तुतीने संतुष्ट झालेल्या, दुष्टांचे गर्वहरण करणाऱ्या, भक्तांची विघ्ने वारणाऱ्या, रत्ने धारण करणाऱ्या, 'शिवा'च्या पुत्रा गणेशा, तुला माझे नमन असो!

गणेशस्तवन केलेल्या शंभूराजांना आपल्या थोरल्या महाराजसाहेबांचे – शहाजीराजांचे स्मरण झाले. त्यांचे हुबेहूब वर्णन करणारे घडीव, गीर्वाण बोल युवराजांच्या ओठांतून सुटू लागले –

"भृशत् बलान्वयसिंधुसुधाकरः प्रथितकीर्त उदारपराक्रमः।
अभवत् अर्थकलासु विशारदो जगति शाहनृपः क्षितिवासवः।।"

– सिंधुसुधाकरासारखे प्रचंड बलशाली, कीर्तिवान, उदार, पराक्रमी व अर्थकलांमध्ये विशारद असे राजे शहाजी होऊन गेले!

भोवतीचे पंडित कानांचे शिंपले टवकारून गिर्दीला रेललेल्या, मिटल्या डोळ्यांच्या संभाजीराजांना एकटक निरखू लागले. पाणवठ्यावरून बगळ्यांची सफेद रांगच रांग तरंगत जावी, तसे काही क्षण शांतपणे तरंगत गेले.

आता मिटल्या डोळ्यांसमोर संभाजीराजांना आपल्या आबासाहेबांची अनेक रूपे, स्वरूपे तलवारीच्या फिरत्या, तळपत्या पात्यासारखी दिसू लागली –

आग्ऱ्याच्या भरल्या दरबारातून तख्ताला पाठ दावीत तरातर बाहेर पडणारे, तोफगोळ्यासारखे आबासाहेब, सिंहासनासमोर तडक खडे होत, बहादूरच्या मोगलाई वकिलाला 'चालते व्हा'ची नगारखान्याकडे बोटाचा रोख देत जरब देणारे आबासाहेब, 'नावाची नाम्ना तुम्हास आत्ता कळली नेताजीराव' म्हणत पालकरकाकांना अपार मायेनं ऊरभेट देणारे महाराजसाहेब, थोरल्या आऊंच्या छत्रीवर सोनपाने वाहून गुडघे टेकीत पायरीला नम्रभावे कपाळ भिडविणारे आबासाहेब, साताऱ्याच्या किल्ल्यावर बिछायतीला लेटून घायाळ झालेले असहाय आबासाहेब, 'वडिली जोडून दिली दौलत कोण पुरुषार्थाची?' असे शांतपणे सुनविणारे – 'जन्माने भोसला तेवढा आईचा नेक भुत्या' म्हणत आम्हास छातवानाला बिलगते घेणारे आबासाहेब –

ती रूपे एकमेकांत मिसळू लागली. डोळ्यांत मावेनाशी झाली. महाराजांचे वर्णन करणारे नेमके शब्द संभाजीराजांना गवसेनासे झाले. नाकगड्डा चिमटीत धरताना त्यांच्या कपाळी आठ्याच आठ्या फुलल्या. त्यांना नकळतच गर्दनीला झोल मिळाला. झोलाने त्यांच्या टोपातील मोतीबंद लडी डुलल्या. आणि त्यावरून फडफडत झेपावल्यासारखे वाटावे, असे शब्दांचे सोनेरी पक्षी उडाले –

"यस्य अनेक वसुंधरा परिवृट् प्रोत्तुंग चूडामणे:।
पुत्रत्वं समुपागत: 'शिव' इति ख्यात: पुराणे विभु:।।"

– त्या शहाजीराजांना महामूर मुलखाचे धनी असलेले, लोकांना डोंगरासारखे उत्तुंग म्होरके वाटणारे, पुराणातील पुरुषश्रेष्ठ शिवासारखे राजे शिवाजी, हे पुत्रश्रेष्ठ झाले!

"कविकालभुजंगम अवलीढं, निखिलं धर्ममवेक्ष्य विक्लव य:।
जगत: पतिरंशतोवताप: स शिवच्छत्रपतियत्येजय:।।"

– त्या कलिकालाच्या भुजंगाला पचविलेल्या, अखिल धर्माची हीनावस्था बघून विव्हळ झालेल्या, स्वामी म्हणून जगताचे ताप हरण करण्यासाठीच अवतरलेल्या शिवछत्रपतींचा जयजयकार असो!

'जयत्यजेय:' संभाजीराजे दोन-तीनदा स्वत:शीच पुटपुटले. सफेत 'विजय' घोड्यावर मांड जमवून आंबा घाटाची चढण चढणारे, सरासर डोळ्यांआड होणारे

महाराज त्यांना दिसू लागले. उभ्या आंबा घाटाची दरडच घुमत गर्जताना त्यांना ऐकू येऊ लागली – "आम्ही चिंता करणारे कोण? चिंता वाहणारी आई थोर आहे!" आपल्या कुलाचा वसा आठवत संभाजीराजांचे मन स्वत:वर येऊन ठाण झाले. महाबळेश्वरच्या गोमुखातून पाण्याची धार लागावी, असे त्यांच्या तोंडून काव्यबोल पाझरू लागले –

"तस्यात्मज: शंभूरिति प्रसिद्ध: समस्तसामंतशिरोवतंस।
य: काव्यसाहित्यपुराणगीतकोदण्डविद्यार्णवपारगामी।।
विविच्य शास्त्राणि पुरातनानामादाय तेभ्य: खलु सोयमर्थम्।
करोति सदग्रंथममुं नृपाल: स शंभूवर्मा बुधभूषणाख्यम्।।"

– त्या शिवाजीराजांचा – भोवतीच्या साऱ्या राजेलोकांना शिरोभूषण वाटणारा, काव्य, साहित्य, पुराण, संगीत, धनुर्विद्या यांचे ज्ञान घेतलेला मी पुत्र – 'शंभूराजे' या नावाने प्रसिद्ध आहे. पुराणग्रंथांचे विवेचन करून, त्यातील अर्थपूर्ण भाग निवडून मी शंभूवर्मा हा 'बुधभूषणम्' नावाचा सद्ग्रंथ रचीत आहे!

आपला काव्यग्रंथ रसिकांनी कसा वाचावा याचा करीणा देताना तर संभाजीराजांची गोल, पुष्ट, मर्दानी चर्या उजळून निघाली. खानदानी अदबीचा भंडारा त्या चर्येवर शालनाम्यासारखा पसरला –

"विविच्य सन्त: कृतिमस्मदीयां गृह्णन्तु सद् असदच्च त्यजन्तु।
क्षीरावियुक्तं परिहृत्य नीरं क्षीरं भजन्ते खलु राजहंसा:।।"

– दुधात मिसळलेले पाणी वगळून राजहंस फक्त दूधच सेवन करतात तसे विद्वान, सज्जन सत्य तेवढेच आपलेसे करून असत्य वगळून टाकतात!

डुईची पगडी डोलवीत परशरामपंतांनी युवराजांनी सांगितलेला, रसिकांना उद्देशून असलेला श्लोक कागदावर उतरविला. त्याखाली दुरेघी ओढली. मऊ वाळूची चिमट हलकेच कागदावरच शिवरली. ग्रंथाचा पहिला सर्ग समाप्त झाला होता.

संभाजीराजांनी डोळे उघडले. बैठकीतल्या पंडितांतील कवी कुलेश त्यांच्यावर केव्हाचे डोळे जोडून नुसते एकटक बघत होते. ते भारावून उठले. कमरेत झुकून त्यांनी अगोदर संभाजीराजांना अदब दिली.

"युवराज, उत्तरसे इस मुल्क आये, पर कोई युवराज ऐसे ढंग की काव्यरचना करता है, ऐसे न हमने देखा न सुना!" कुलेश भारावून बोलले.

"शुक्रगुजार कविराज, तशरीफ घ्या. आता आमच्या कुलदेवता आई भवानीची स्तुती बांधणे साधते का, ते पाहावे म्हणतो आम्ही." हाताच्या इशारतीने संभाजीराजांनी कुलेशांना बसते केले.

त्या बैठकीदालनात पिलाजी येऊन भिंतीकड धरून उभे आहेत, याचे कुणालाच

भान नव्हते! मिटल्या डोळ्यांनी संभाजीराजे देवबोलीत काही सांगताहेत, हे बघून अभिमानाने फुललेले पिलाजी काही न बोलता ती बैठक तसेच बघत राहिले होते.

"जगदंब, जगदंब!" संभाजीराजांनी डोळे मिटते घेतले. उजव्या हाताची बोटे नव्याने धारण केलेल्या छातीच्या माळेवरून फिरू लागली. पाजळते पोत नाचू लागले, भंडाऱ्याच्या मुठी उधळू लागल्या. कानभरून संबळ तुणतुणी घुमू लागली, 'उदं ग अंबे उदं!' उदोकार थरकू लागले. शस्त्रं उगारलेली, रक्तनेत्री, व्याघ्रवाहनी जगदंबा संभाजीराजांच्या डोळ्यांसमोर खडी ठाकली! भवानीची स्तुती करणारे देववाणीतले बोल त्यांच्या ओठांतून उधळू लागले. आईने बैठक घेतलेला, काळ्या-बाळ्या पट्ट्यांचा मानकरी वाघ त्यांना झळमळीत संगमरवरासारखा पांढरा दिसू लागला. त्यांच्या ओठांतून सुटणाऱ्या शब्दांना जशी सोनकळाच आली –

"स्फटिकचितपीठे शामलांगी भवानी – "

स्फटिकासारख्या धवल आसनावर विराजमान झालेली ही शामलांगी भवानी आहे.

"विलसत भालतिलका – कपाळी रक्तटिळा शोभणाऱ्या, पुर्णेन्दुह्यवदनां – पुनवेच्या चंद्रासारखा मनोहर मुखडा असलेल्या, सवर्तुलस्तनद्वंद्वम् – कलशस्तनी, पद्मनेत्रविराजिताम् – कमलनेत्री, शंभूकान्ता तेजस्वी कांती लाभलेल्या, निम्ननाभिं – खोलगट नाभीच्या, कृशमध्यां – चिवळ कंबर असलेल्या, विलसद्रक्तवसनां रक्तकांची परिवृताम् – रक्तरंगी नेसू व चोळी ल्यालेल्या, चंद्रचूडमणीस्तुतिमेणानां – धरणीश शंभू रचितामतिभक्त्या – त्या चंद्रचूडमणी भवानीची मी राजा शंभू भक्तिभावे स्तुति गातो!"

"वा! व्वा!" कवी कुलेशांनी न राहवून भरघोस दाद दिली. पिलाजींचे फुलले डोळे तर संभाजीराजांच्या मुखड्यावर जखडूनच पडले होते.

संभाजीराजांनी डोळे उघडले. बैठकी दालनाच्या उंबरठ्यात त्यांना खोळंबलेली धाराऊ दिसली. ती परतण्याच्या बेतात आहे, हे ताडून इतर कुणाशीच काही न बोलता युवराजांनी तिची दखल घेतली – "बोला आऊ, काय आज्ञा आहे?"

कसे बोलावे या पेचात धाराऊ खिनभर घुटमळली. मग निर्धाराने म्हणाली, "ह्ये द्येवाधर्माचं क्काय चाललया त्ये हुं दे! थाळं लावल्यात त्येवडं कानावं घालायचं हुतं!"

हसत संभाजीराजे बैठकीवरून उठले. उठता-उठता त्यांच्या मनी विचार आला, 'आम्ही काव्य बांधतो ती देवबोली उजवी की या धाराऊची कुणबाऊ, निखळ मावळबोली उजवी?'

ठेवणीचे जरी आसवाब लेवून येसूबाई, दुर्गाबाई आणि राणूअक्का सिद्ध

झाल्या. आज मकर संक्रांत होती. सरंजामानिशी जाऊन गावदेवता भावेश्वरीची ओटी सवाष्ण हातांनी भरायची होती.

पहाट धरून संभाजीराजांनी मल्लखांबाचे दशरंग, चक्रीचे नागपिळ्यासारखे हात करून घेतले. अंघोळ घेऊन, दुधाची गिंडी रिचवून रात्री देव्हाऱ्यात ठेवलेली भवनीची माळ त्यांनी गळ्यात धारण केली. रायाजीने समोर धरलेल्या दर्पणात बघून सरशीने कपाळी शिवगंधाचे पट्टे रेखून घेताना त्यांना जिजाऊंचे बोल आठवले. "शिवानंच हे सुखदु:खाचे जोडपट्टे तुमच्या कपाळी रेखले आहेत!"

सदरेवर येऊन युवराजांनी सुभ्याच्या रयतेला दर्शन दिले. संक्रमणाचा दिवस असल्याने वडीलधाऱ्यांचे दर्शन घ्यावे, म्हणून ते राणूअक्कांच्या भेटीसाठी दरुणीमहालात आले. आपल्या स्वारीला येताना बघून येसूबाई पदरकाठ तोलीत सावरत्या झाल्या. दुर्गाबाई तर शरमून अंत:पुरात जायला निघाल्या.

"बाई, थांबावं." येसूबाईंनी त्यांना रोखते केले.

आत आलेल्या संभाजीराजांनी राणूअक्कांना हसत अदब दिली. सहज नजर जाता त्यांना एका पाटावर चांदीच्या ताटात मांडलेला, गूळ-तिळांनी बांधलेला मगर दिसला. देवीसमोर तो आज पुजायचा होता. मुहूर्त धरून त्याला फोडून तोच तिळगूळ वाटायचा होता. पाटाजवळ जात संभाजीराजे तो पिवळाधमक मगर निरखीत राहिले.

"बाळमहाराज, तीरकमान, शिकार, ग्रंथपुराण यांतून तुम्हाला कबिल्याकडच्या या 'तीळ-गुळा'ची याद राहते की नाही, आम्हाला अंदेश होता!" राणूअक्का खालमानेने उभ्या असलेल्या येसूबाई व दुर्गाबाई यांच्याकडे बघत हसून म्हणाल्या.

मगरावरची नजर तशीच ठेवीत ते म्हणाले, "आमचं या मगरासारखंच आहे अक्कासाहेब! मनानं धरली ती बाब सोडवत नाही आम्हाला. आम्ही महाराजसाहेबांना काव्य बांधून दाखवणार आहोत."

"आम्हास त्यातील काऽही कळत नाही! आज आम्ही तुमची बंदुकीची निशाणमार बघावी म्हणतो. दावाल?" येसूबाई, दुर्गाबाईंच्याकडे बघतच आक्कासाहेब हे म्हणाल्या. संभाजीराजे सबागतीने बोलून गेले – "जी आज्ञा. आज संध्याकाळी भावेश्वरीच्या आवारातल्या पिंपळावर श्रीफळं बांधण्यात येतात. बार टाकून ती छेदायची असतात. आम्ही संध्याकाळी निशाणमार दावू. आपण ती बघायला यावं." संभाजीराजांनी राणूअक्कांना नजर दिली. तशीच ती येसूबाई व दुर्गाबाईंच्यावर फिरविली. तिचा अर्थ होता – 'यांनाही आणावं येताना!' राणूअक्कांना तो कळला. त्या नुसत्याच हसल्या. मघापासून त्यांना जे म्हणायचे होते, ते आत्ता कुठे त्यांच्या 'बाळमहाराजां'च्या दखलेत झाले होते.

"येतो आम्ही!" संभाजीराजे महालाबाहेर पडले.

एका कुणबिणीने मगर ठेवलेल्या चांदीच्या थाळ्यावर सरपोस घालून तो उचलून खांद्यावर घेतला. हाती कुंकवाचे करंडे घेतलेल्या राणूअक्का, येसूबाई, दुर्गाबाई पाठीशी कुणबिणींचा तांडा घेऊन वाड्याबाहेर पडल्या.

संध्याकाळी पुराच्या वेशीवर असलेल्या भावेश्वरीच्या आवारात तोड्याच्या बंदुकीचे बार दणदणू लागले. वीर पवित्रा घेतलेले संभाजीराजे बंदुकीचा दस्ता उजव्या खांद्याला आवळून, डावा डोळा मिटत पिंपळावरच्या श्रीफळांवर बार टाकू लागले.

एकसरीने त्यांनी श्रीफळांचा पंचोत्रा फोडला. फळांच्या कवच्याच्या ठिकऱ्या पाराखाली उतरल्या. श्रीफळांतील पाण्याने पिंपळपाने न्हाऊन निघाली. आणि ते बघताना बैठकीवर बसलेल्या येसूबाई व दुर्गाबाईंची मनेही एका आगळ्याच भावनेने न्हाऊन निघाली! किंक्रांतीचा सण असल्यामुळे आज शिर्क्यांच्या वाड्यावर संध्याकाळी मानाचे बकरे पडणार होते.

पुरातील पिलाजींच्या वाड्यात संभाजीराजांची 'बुधभूषणम्'ची दुसरी काव्यशास्त्र बैठक बसली. आज 'राजनीती'ची बांधणी करायची होती. ग्रंथाचा हा तर गाभा होता.

धूपदानातून गंधमंगल वळी उठू लागली. दालनभर गरगरत फिरू लागली. शांतता पसरली.

परशरामपंतांनी कापडी अस्तर असलेल्या कोऱ्या कागदावर हस्तलेख लिहिला –

'। द्वितीयोऽध्याय:।'

राजनीति:

"पंडित, 'राजा' म्हणून जो म्हणतात, त्यास कोण-कोण लक्षणांची जोड लागते?" उमाजी पंडितांना संभाजीराजांनी सवाल घातला.

"जी" समोरच्या अडंगीवरच्या कामंदकीय नीतिसाराची पाने उलटी टाकीत काही वेळाने उमाजी पंडित म्हणाले, "क्रोध, लोभ, भय, द्रोह यांचे स्तंभन केलेला, वृद्धांच्या हितोपदेशांनी संपन्न झालेला, स्वत: संपादन केलेल्या गुणांचा असा राजा असावा."

हारीने समोर मांडलेल्या अडंग्यांवरच्या ग्रंथांची पाने संभाजीराजे उलटी घालू लागले.

परशरामपंतांच्या कानातील भिकबाळीकडे बघत संभाजीराजे राजलक्षणांचे प्राजक्तकळे काव्यवेदीवर उधळू लागले –

"मेधावी, मतिमान, दक्ष:, क्षमावान, ऋजु –

बुद्धिमान, सावध, क्षमाशील, मृदु अंत:करणाचा।"

धर्मात्मा अपि न असूयक: –

धर्मशील, पण असूया नसलेला

स्मरणत्युपकृतं, वृद्धोपसेवी यः –

केलेले उपकार जाणणारा, वडीलधाऱ्यांचे अनुसरण करणारा.

शूरो न व्यसनी – शूर असूनही व्यसनी नसलेला!

अविसंवादी, दीर्घदर्शी, जितक्रोधो, जितेन्द्रियः –

विसंवादी बुद्धी नसलेला, दूरदृष्टीचा, क्रोध जिंकलेला आणि इंद्रियांवर कब्जा मिळविलेला असा राजा असावा.

"कविराज, अशा राजाचा राज्यकारभार कोण भातेचा असावा? हा विष्णुपुराणातील श्लोक केवढा गोमटा आहे!" मध्येच थांबून संभाजीराजांनी कुलेशांना नजर दिली. स्वतःला आवडलेला श्लोक ते वाचू लागले –

"नातिदण्डो न निर्दण्ड –

अतिकायदेबाज नसलेला व कायदा एकदम ढिलाही न टाकणारा.

व्यवहारे समः प्राप्ते पुत्रेण रिपुणा सह।

गनीम असो व साक्षात स्वतःचा पुत्र असो, व्यवहारात दोघांशी समतोल असणारा!"

त्या श्लोकाबरोबर महाराजांच्या आठवणीने संभाजीराजांची मुद्रा अभिमानाने कशी फुलून उठली. भारल्यासारखे ते राजलक्षणे पुढे सांगू लागले –

"लोकाधारः, दुष्परिग्रहः –

तो रयतेला आधार देणारा आणि दुष्टांचे निर्दालन करणारा असावा!"

"वाहवा!"

"छान!"

"उत्तम!"

कुलेश, केशव पंडित, उमाजी पंडित साऱ्यांनीच त्या मर्मी राजलक्षणांना एकदम दाद दिली. मुद्रेच्या पुनवेचा चंद्रथाळा झालेले, स्वकुलाच्या अभिमानाने डोळे तेजाळलेले संभाजीराजे पुढची राजलक्षणे सांगणार तोच त्या दालनात पिलाजीमामा प्रवेशले.

"युवराज, भाईर सदरेला सुभ्याचा हा कुणबाऊ रयतावा दरसनासाटनं खोळंबलाय. त्येंची कायतरी फिर्यादी अर्जी हाय." ही बैठक लवकर उठणार नाही, हे हेरून पिलाजींनी हे धाडस केले होते. जमल्या बैठकीची साखळी तुटली.

"आम्ही सदरेला येतो आहोत. वर्दी द्या त्यांना मामासाहेब." संभाजीराजे स्वतःशीच हसले. आणि 'लोकाधारः' कळेल न कळेलसे पुटपुटले.

"पंडित, आम्ही आलो." संभाजीराजांनी ऐन रंगाला आलेली काव्यबैठक सोडली व ते सदरेच्या रोखाने चालू लागले. बाहेर उभे असलेले रायाजी, अंतोजी

व खंडोजी बल्लाळ त्यांच्या पाठीशी झाले. सदरेवर आलेल्या युवराजांना, मुंडी-पागोटी घातलेल्या, लंगोट्याधारी धा-वीस कुणब्यांनी मुजरे दिले. संभाजीराजे सदरी बैठकीवर बसले. खंडोजी, रायाजी व अंतोजी त्यांच्या दुतर्फा अदब धरून उभे राहिले.

जमले कुणबी काही बोलतील म्हणून संभाजीराजांनी त्याच्यावर नजरफेर टाकला.

त्या सगळ्यांच्या माना खाली होत्या. कसल्यातरी काळ्या, दाट कांबळीखाली ते मातीत खपणारे जीव डालल्यासारखे दिसत होते. संभाजीराजांनी खंडोजी बल्लाळला नजर दिली. तिचा रोख पकडीत खंडोजी पुढे झाला. कुणब्यांना म्हणाला – "कुणीतरी म्होरकं होऊन बोला. जी असेल ती फिर्यादी रुजू घाला."

त्या जमावातील, कानकल्ले चुन्यासारखे सफेत झालेल्या एका म्हाताऱ्याने काळीज बांधून जबान खोलली, "पर आमास्नी न्याव मिळंल का कसं?"

"बोला तरी." खंडोजीने त्यालाच चुचकारला.

"सरकार, आमी धरनी मायंची ल्येकरं, आपुन आमचं बाप. औंदा माय कोपली. शिवारं धरली न्हाईत. सरकारचा धारा गुदरायचा त्ये निभत न्हाई. गावकामदाराला हातापाया सांगिटलं. त्यो कानाला हाताचं टाळं लावून रिक्यामी जाला. गडावं ह्यो पायाशी घालावं म्हून ग्येलो. पंत, सुरनिसांची भेट घ्येतली. त्ये म्हनलं, 'ह्यो सरकारी धारा हाय. होतर सूट-सवलत मागा. पर त्यो गुदराय पायजे.' मायबाप, काय न्हाई आमाकडं! धारा गुदरायचा तर दाव्याच्या गुराढोरांचा इक्रा कराय पायजे. ढोरं आमा कुनब्यास्नी ल्येकरांगत. काय करावं धनी? ईस कोसाचा पल्ला टाकून आलो. मायबाप, म्हाराजांच्या माघारी आमास्नी ठाव द्यावा. धारा औंदा माफ करावा." डोळ्यांच्या कडांना पाणी धरलेला म्हातारा कमरेत झुकला.

"लोकाधार:! लोकाधार:!!" कुणीतरी संभाजीराजांच्या मनात आठी हातांनी भंडाऱ्याचा मुठी उधळू लागले. त्यांची कविमुद्रा पालटत-पालटत निर्धारी राजमुद्रा झाली. ऐकणाऱ्याला दरारा बसावा, असे निश्चयी बोल त्यांच्या ओठांतून सुटले,

"खंडोजी, या समस्तांस आम्ही कुल धारा माफ केला असे! असे जे-जे कोणी असत त्यांसही तो माफच असे! यासाठी रोखे सिद्ध ठेवा. दस्तुरांसाठी आम्हास रुजू करा. खासे हारकारे निवडून ते टाकोटाक गावचे गाव जातील तसे करा."

"जी. आज्ञा." खंडोजीने झुकत ती लोकाधारी आज्ञा वरच्यावर झेलली.

"बाबा, या तुम्ही आता. तुमचा धारा तुम्हास माफ आहे. काही अडले-नडले तर अनमान न करता आम्हास भेटा. आमचे दरवाजे तुम्हासाठी खुले आहेत."

संभाजीराजे उठले. भरून पावलेले सगळे कुणबी कमरेत झुकले. आता त्यांच्या पाठीवर चिंतेची काळी कांबळी नव्हती!

पुन्हा बैठकी दालनाच्या रोखाने चाललेल्या संभाजीराजांच्या डोळ्यांसमोर सुरनीस अण्णाजींची चर्या मात्र एकसारखी नाचत राहिली. 'हा माणूस आम्हास खूप नड देणार!' शंकेचा झेपावता खंड्या पक्षी उडाला. त्यांच्या मनाच्या गंगासागरात डुबला. मासोळी मटकावून आपली लांब चोच साफ करीत नियतीच्या आंब्याच्या झाडावर जाऊन बसला.

संभाजीराजे पुन्हा पंडितांच्या मेळ्यात येऊन बसले. हातातील गुलाबकळी त्यांनी बिछायतीवर दूर ठेवून दिली. डहुळलेल्या मनाच्या अवस्थेतच त्यांनी, तिष्ठत बसलेल्या परशरामपंतांना मत्स्यपुराणातील निवडीचा श्लोक सांगितला –

"यद्यपि अल्पतरं कर्मं तदपि एकेन दुष्करम्।
पुरुषेण सहायेन किमु राज्यं महोदयम्।।"

– लहान का असेना, पण अवघड कर्म करणाऱ्या पुरुषांच्या साहाय्याने कोणते राज्य मोठे होणार नाही?

अनेक भावनांची जाळी चेहऱ्यावर पसरलेल्या संभाजीराजांना, त्यामुळे आणि गोंधळून गेलेल्या बैठकीतल्या पंडितांना कुणालाच कल्पना नव्हती की, या वेळी छत्रपती महाराज शहाजणांच्या गजरात, तोफ भांड्याच्या कल्लोळात, झुलबाज आणि नाना अलंकारांनी सजलेला निशाणाचा हत्ती समोर ठेवून, पांढऱ्याशुभ्र विजय घोड्यावर मांड जमवून, पश्चिम वेशीतून भागानगरात प्रवेशत होते. त्यांच्या पाठीशी हजारोंचा मावळी फौजफाटा चालला होता. तानाशहाची कुतुबशाही रय्यत हवेल्यांच्या सफेल्यांत येऊन दाटीवाटीने मराठ्यांच्या सर्जा राजाचे दर्शन डोळाभर घेत होती.

शृंगारपुरात 'बुधभूषणम्'चा द्वितीय अध्याय संपत होता, भागानगरात महाराजांच्या हयातीचा 'शिवभूषणम्'चा शेवटचा अध्याय सुरू होत होता!

'मिश्रकनीति' हा बुधभूषणम्चा तिसरा अध्याय बांधून झाला. बैठक उठू घातली. सारे पंडित संभाजीराजांना अदब देऊन जायला निघाले, पण केशव पंडितांच्या मनी काहीतरी हेत घोळत असल्याने ते खोळंबले.

"बोला केशव पंडित, काय बाब आहे?" पंडितांना काहीतरी बोलायचे आहे हे ताडून संभाजीराजांनी विचारले.

"एक... एक अर्जी आहे युवराजांच्या चरणी. आज्ञा होईल तर पेश करू." केशव पंडित अडखळत म्हणाले.

"बोला."

"पुरात कालिमातेचे एक शिवयोगी भक्त आहेत. युवराजांच्या दर्शनाची ते इच्छा करतात. आज्ञा झाली तर...."

"बेशक. पंडित, घेऊन या त्यांना एकवार." संभाजीराजांनी संमती दिली.

एके दिवशी मग पंडित कालिभक्त शिवयोगी व त्यांचे शिष्य गणेशभट जांभेकर यांना घेऊन वाड्यावर आले. शिवयोग्यांनी अंगी कफनी धारण केली होती. रुद्राक्षमाळेने जटेचा संभार बांधला होता. दंडावर, कपाळावर भस्माचे पट्टे फिरविले होते.

केशव पंडितांनी शिवयोग्यांना संभाजीराजांच्या बैठकी दालनात पेश करताच युवराजांनी पुढे होत कालिभक्ताचे पाय शिवले.

“जय भद्रकाली ऽ” म्हणत शिवयोग्यांनी संभाजीराजांच्या टोपावर आशीर्वादाचा हात ठेवला. योग्यांच्या हाताला धरून संभीजाराजांनी त्यांच्यासाठी खास मांडलेल्या व्याघ्राजिनाच्या बैठकीवर त्यांना आदराने बसते केले.

“युवराज, एक संकल्प मनी आहे.” मिटल्या डोळ्यांचे योगी आभाळ कब्जात घेण्याच्या बोलीत बोलले.

“जी. आज्ञा व्हावी.” संभाजीराजांनी त्यांना नम्रभावे दाद दिली.

“या राजवास्तूत माता भद्रकालीची प्रतिष्ठापना व्हावी. तुमच्या वीर हातांनी तिला भोग मिळावा.”

“जी. आज्ञा प्रमाण.” संभाजीराजांनी शिवयोग्यांसमोर गर्दन झुकती केली.

संतुष्ट झालेले शिवयोगी व गणेशभट निरोप घेऊन वाड्यातून बाहेर पडले.

शिर्क्यांच्या वाड्यावर कालीच्या प्रतिष्ठापनेची जोरदार तयारी सुरू झाली. पिलाजीमामा, गणोजीराजे व खासा संभाजीराजे यांनी देख देऊन प्रतिष्ठापनेचा सारा सरंजाम सिद्ध केला. पुरातील कसबी शिलावटाने कृष्णवर्णी कातळ पारखून, अंगावर धावून आल्यासारखी वाटावी, अशी भद्रकालीची पुरुषभर उंचीची मूर्ती खोदली.

शिवयोग्यांनी शोधलेल्या सुमुहूर्तावर महाकालीची ही मूर्ती वाजत-गाजत वाड्यावर आणण्यात आली. तिला रक्तरंगी आसवाब चढविण्यात आले होते.

राणूअक्का, येसूबाई, दुर्गाबाई, राजकुवरबाई यांनी आपल्या भरल्या चुड्यांच्या हातांनी भद्रेची ओटी भरली.

शिवयोग्यांनी एका तबकात ठेवलेली नंगी तेग उचलून ती संभाजीराजांच्या हाती दिली. भद्रेच्या डोळ्यांना डोळे जोडलेले संभाजीराजे भारावल्यासारखे धीम्या कदमी पुढे झाले. मातेसमोर गुडघे टेकीत त्यांनी आपले कपाळ क्षणभर फरसबंदीला भिडविले. मग माथा वर घेत हातीची तेग कपाळाला लावली. हत्यार डाव्या हाती पेलून ‘जय भद्रकाली’ अशी भाक फोडून त्यांनी उजव्या हाताचा अंगठा हत्याराच्या पाणीदार शिकलेवरून सरकन ओढला. भोसलाई गरम रक्ताची धार अंगठ्यावरून उमळली. आपल्या राजरक्ताचा तवाना भोग भद्रेला देण्यासाठी युवराजांनी ठिबकता अंगठा तसाच तिच्या चरणांजवळ नेला. दुर्गाभद्रेची प्रतिष्ठापना झाली!

रायगडावर मात्र वेगळेच शिजले गेले होते. महाराणी सोयराबाईंच्या खासेमहालातून बाहेर पडलेल्या अण्णाजी दत्तोंनी एक थैलीबंद खलिता विश्वासू खबरगिराच्या हवाली केला होता. खलित्यापोटी मजकूर होता –"महसुलाचे उसुलाबाबत युवराज कारण नसता घालमेली करतात. रयतेस सरसकटीने धारा माफ केलिया सरकारी खजिना आबादान रक्षावा ते कैसे व्हावे?"

या कशाची कल्पना नसलेले छत्रपती तिकडे भागानगरात तानाशहाशी मनाजोगे राजकारण बांधून, मुलूखमारीसाठी त्यांच्याकडून हवा तसा सुलूख करवून घेऊन, भागानगराबाहेर पडले होते. आदिलशाहीवर चालून जाण्यासाठी. दूरवर नजर पोहोचणारी महाभद्र दुर्गाकाली मात्र आपल्या विस्फारल्या डोळ्यांनी हे सारे शांतपणे बघत होती!!

शृंगारपुरात संभाजीराजांनी भक्तिभावाने 'काली'ची प्रतिष्ठापना केली होती. रायगडावर मात्र सुरनीस अण्णाजी दत्तो आणि महाराणी सोयराबाईसाहेब यांच्या मनी 'कली'ची प्रतिष्ठापना चालू होती!!

◆

॥८॥

गावदेवता भावेश्वरीच्या मंदिरासमोरच्या आवारात अवघे शृंगारपूर लोटले होते. देवीला सामोरा येईल असा बिछायती, गिर्द्या मांडलेला बैठकीचा चौथरा संभाजीराजांसाठी सिद्ध केला होता. त्यावर गिर्दीला रेलून संभाजीराजे बसले होते. त्यांचा माग धरून पाठीशी पिलाजीमामा, गणोजीराजे, कान्होजीराजे असा शिर्क्यांचा मर्दाना बसला होता. डाव्या बगलेला धरून केशव पंडित, उमाजी पंडित, कवी कुलेश, उधो योगदेव, महादेव यमाजी, परशरामपंत, खंडोजी, अंतोजी, रायाजी एकटाकीने खडे होते. उजव्या बगलेला मांडलेल्या जनानी बैठकीवर येसूबाईंच्या आईसाहेब, येसूबाई, राजकुवरबाई, राणूअक्का, दुर्गाबाई असा भोसले-शिर्क्यांचा जोड-जनाना बसला होता. त्यांच्या पाठीमागे खांद्यावर तबक तोलून धरलेली, आजवर घडलेले 'मायंदाळ' मनात रेंगाळत असलेली धाराऊ उभी होती.

भावेश्वरीच्यासमोर येईल असा, आंबवती आणि श्रीफळांनी सजलेला होळीचा सावरीचा स्तंभ चांदणे अंगावर घेत उभा होता. त्याला धरून आवाराच्या मध्यभागी येईल, असा लाकडांचा भला मोठ्ठा हुडवा रचण्यात आला होता. हातशेणी रचून त्यातील लाकडे पुरती झाकून टाकली होती.

"धाकलं धनीऽ सणाच्या दिसाचा मान करावा. होळीला चूड द्यावा." होळीसणाचा मानकरी, शृंगारपूरचा गावगुरव संभाजीराजांच्यासमोर येऊन आर्जवाने म्हणाला. हातातील मशालीचा चूड त्याने उंच उठवला.

युवराज संभाजीराजे बैठकीवरून उठले. पायीच्या राजमोजड्या त्यांनी हलकेच उतरल्या. गुरवाच्या हातातील चूड आपल्या हाती घेतला.

"जय भऽवानी" पुण्यस्मरणाची भाक फोडून त्यांनी हुडव्याला पेटता चूड दिला. हुडवा पेटला. दूधरंगी चांदण्यात ज्वाळांचे पिवळे, तांबडे पक्षी उड्या घेऊ लागले. होळी शिलगली. धगधगलेल्या होळीच्या आगीशी झट घेण्यासाठी होळकरी खेळे सिद्ध झाले. संभाजीराजे

हुडव्याला पाठ न दावता हटत्या कदमांनी बैठकीवर बसले. गुरवाने पेटत्या हुडव्याला फेर घालीत चारी अंगानी श्रीफळे रसरसत्या निखाऱ्यात फेकली. बेभान झालेले होळकर खेळे आगीभोवती घिरट्या घालू लागले. मरणाला कनवटीला लावणारे हात एका मागोमाग एक असे फुलल्या, तडकत्या निखाऱ्यात मानाचे श्रीफळ शोधण्यासाठी बेगुमान घुसू लागले.

जमले शृंगारपूर डोळ्यात जीव आणून होळकरांची खटपट बघत होते. अर्धी घटका हटली ती मानाचे फळ आगीच्या कड्यातून काही बाहेर निघत नव्हते. कित्येकांचे हात पोळून निघाले होते. फेकलेल्या श्रीफळांचे कोळसे झाले म्हणून "आई, ल्येकरांचा अपराद पोटात घे गं माये!" म्हणत भेदरल्या गुरवाने दुसरी श्रीफळे धडाधड हुडव्यात फेकली. खेळ्यांची दमगीर झालेली पहिली फळी हटली. दुसरी पुढे झाली, भोवतीचे श्वास रोखणीला पडले. नव्या दमाच्या होळकरांची सणाच्या आगीशी हातघाई जुंपली. आता चंद्र कलू लागला. मध्यरात्र टळून गेली. होळकरांच्या तीन फळ्या येऊन आगीशी झुंज घेऊन हटल्या होत्या. मानाचे फळ काही निखाऱ्याबाहेर निघत नव्हते. होळीसण कुचमला. बावरलेले शृंगारपूरकर भेदरून आपापसांत कुजबुजू लागले.

बैठकीवर बसलेले संभाजीराजे गिर्दी सोडून ताठपणे बसले होते. त्यांची कठोर नजर हुडव्यातील निखाऱ्यांना आता जरब भरू लागली.

रायाजी, अंतोजी यांच्यामागून गावकुसाची अब्रू राखण्यासाठी गणोजीराजे शिर्केसुद्धा हुडव्याभोवती चकरा टाकून खाली हाताने परतले.

संभाजीराजांनी एकदा जमल्या सणकऱ्यांवर नजर टाकली. सगळ्यांच्या माना खाली होत्या. हुडवा धडधडतच होता. युवराजांच्या मस्तकात ठिणग्याच ठिणग्या उधळू लागल्या.

'भृशत् बलान्वयसिंधुसुधाकर:।' अर्थात, 'सिंधुसुधाकरासारखे प्रचंड बलशाली असे राजे शहाजी होऊन गेले!'

'यस्य अनेक वसुंधरा परिवृट् प्रोत्तुंग चुडामणे:।

पुत्रत्वं समुपागत: 'शिव' इति ख्यात: पुराणे विभु:॥'

'त्या शहाजीराजांना महामूर मुलखाचे धनी असलेले, लोकांना डोंगरासारखे म्होरके वाटणारे, पुराणातील पुरुषश्रेष्ठ शिवासारखे असे राजे शिवाजी हे पुत्रश्रेष्ठ झाले!'

'तस्यात्मज: शंभूरिति।' म्हणजे 'त्यांचा पुत्र मी 'शंभूराजे' या नावाने मशहूर आहे. 'तस्यात्मज:' म्हणजे 'त्यांचा पुत्र.'

संभाजीराजे बैठकीवरून ताडकन उठले! कलू घातलेला चंद्र पुन्हा स्थिरावला! थरकलेले चांदणे थिजले. खाली गेलेल्या कैक माना वर उठल्या. आता भावेश्वरीसमोरचा

पेटता हुडवाच जसा संभाजीराजांच्या डोळ्यात उतरला होता.

'आम्ही-आम्हीच काढू मानाचे फळ हुडव्याबाहेर. आशीर्वाद द्यावा.' झपाझप चालत संभाजीराजे ऐन हुडव्याजवळ आले. बेभान स्थितीत त्यांनी अग्निकुंडाला एक चक्कर टाकली.

"जय भवाऽनी!" सर्वांच्या अंगावर काटा सरकावा, अशी राजघाटीतून साद फुटली. दुसऱ्याच क्षणी त्या शिवाच्या पुत्राचा – रुद्राचा हात फुलल्या निखाऱ्यात घुसला. धगीने मनगटाभोवती बांधलेली पोहची होरपळून निघाली. राजपुत्र आणि अग्नी यांची इरेसरीची झुंज पडली! धगीचा अंदाज घेत संभाजीराजे हुडव्यात हात चालवू लागले. होरपळणारा हात अधिकच इर्षेने चालू लागला आणि बघता-बघता तळहात पोळून टाकणारा काळपट ठिपका त्या राजहाताने निखाऱ्याबाहेर खेचला! पापणी लवण्याच्या आत तो "जय भवाऽनी"च्या गजराबरोबर फरसबंदीवर आपटण्यात आला. ठिकऱ्या-ठिकऱ्या उसळल्या मानाच्या श्रीफळाच्या!

"आई भावेसरी गं माते!" म्हणत गुरवाने आपले अंग गावदेवीसमोर सरळ दंडवतात झोकून दिले.

"जय भवानी"चा आवारभर जल्लोषता कल्लोळ झाला. कवी कुलेश, खंडोजी बल्लाळ, रायाजी, अंतोजी सारेच युवराज संभाजीराजांचा हात धरण्यासाठी पुढे धावले. त्यापैकी एकाच्याही हातात हात न देता संभाजीराजांनी तो पाठीशी तसाच घेतला आणि – आणि आपल्या पेटत्या डोळ्यांनी एकदा जनानी बैठकीवर नजर टाकली. येसूबाईंसह सारा जनानाच तडक उठून खडा झाला होता.

येसूबाई दिसताच संभाजीराजे सारा आगडोंब विसरून पुनवेच्या चांदण्यालाही लाजवील असे मंद हसले, पण – पण ते येसूबाईंना दिसू शकले नाही. कारण त्यांच्या डोळ्यांवर आसवांचे झिरझिरे आडपडदे उतरले होते!

शिकारीसाठी रान काढण्याच्या मनसुब्याने आज संभाजीराजांनी हाके रानात धाडले होते. रायाजी, अंतोजी व खंडोजी असे खेळे संगती घेण्याचे योजले होते.

सदरेवर तेल दिलेली तोड्याची धुराटी बंदूक येसूबाईंनी मलमपट्टी बांधलेल्या संभाजीराजांच्या पोळल्या हाती देत खंडोजी म्हणाला, "फार नामी शिस्त आहे हत्याराची युवराज."

फिरंगी माटाची ती धुराटी हाती घेत संभाजीराजांनी खांद्याला भिडवली. नळीच्या डोक्यावरच्या माशीवर, डावा डोळा मिटत शिस्त बघितली. धरल्या शिस्तीत येसूबाईंनी उन्हाला लावलेला जरीकळीचा बुंदेदार शालू समोर आला! त्यावरच्या एका झगझगत्या बुंदीवर नळीची शिस्त रोखत संभाजीराजे स्वत:शीच हसले.

"ठीक आहे खंडोजी. तुम्ही तयारीला लागा. उन्हं कलतीला लागली की,

निघणार आम्ही.'' हातीची धुराटी तशीच पेलत संभाजीराजे वाड्यात शिरले. शिकारीला निघण्यापूर्वी एकदा येसूबाईंच्या कानी घालावे या विचाराने. तिसरा प्रहर सरतीला आला होता. वाड्याच्या सफेलीत येसूबाई आणि दुर्गाबाई उभ्या होत्या. संभाजीराजांना येताना बघून त्या सावरल्या.

''आम्ही आता रान काढायला निघणार आहोत.'' म्हटले तर येसूबाईंना, म्हटले तर दुर्गाबाईंना, असे संभाजीराजे बोलले.

काही वेळ तसाच शांततेत गेला. आपल्या पदरकोटाचा पंखा करून तो हलकेच आपल्या गळ्याभोवती वारीत येसूबाई म्हणाल्या, ''आज वळिवाचा माग दिसतोय!'' त्यांना म्हणायचे होते, ''आज स्वारीनं नाही गेलं, तर नाही का चालणार?''

''वळीव अंगावर घेत, घोडा फेकीत रान काढण्यातच शिकारीचा खरा मजा.'' तेवढ्यात पिलाजींचे कारभारी सफेलीत आले. झुकत त्यांनी वर्दी दिली – ''कुणी एक हारकारा आला आहे. खासा युवराजसाहेबांना भेटण्याची अर्जी करतो आहे.''

मनात अनेक प्रश्नांचे मोहोळ उठलेले संभाजीराजे काही न बोलता कारभाऱ्यांच्या पाठीशी झाले. येसूबाई आणि दुर्गाबाई आपल्या स्वारीच्या पाठमोऱ्या मूर्तीकडे बघतच राहिल्या. ''येतो आम्ही'' असे म्हटल्याखेरीज स्वारी अशी कधीच निघून नाही गेली आजवर, असा विचार नाहीतरी येसूबाईंच्या मनी आला.

संभाजीराजांनी घोडाइताला सदरेवर पेश करण्याची आज्ञा कारभाऱ्यांना दिली.

घोडाईत शिर्क्यांच्या सदरेसमोर आला. त्याने झुकून तसलीम दिली.

''क्या है?'' संभाजीराजांच्या तोंडून जरबी बोल उठले.

''गुस्ताखी मुआफ हुजूर. आपको खलबतखानेमें मिलनेका मुझे हुक्म है।'' घोडाईत शांतपणे म्हणाला.

संभाजीराजांनी डावी-उजवी गर्दन फिरविली. सदरेवर असलेले कारभारी, परशरामपंत, खंडोजी साऱ्यांनी तिची इशारत पकडीत सदर सोडली.

''बोलो. यही हमारा खलबतखाना है।'' संभाजीराजे निर्धाराने समोरच्या घोडाइताला निरखत म्हणाले.

जरीबुंदी तहबंद लखलखला. हशमाने त्या तहबंदाआड लपविलेला खलित्याचा फासबंद थैला बाहेर खेचला. हलक्या पावलांनी पुढे होत त्याने झुकून तो संभाजीराजांच्या हाती दिला. तो खलिता औरंगजेबाच्या दख्खन स्वारीवर नामजाद सरलष्कर दिलेरखानाचा होता! अकलूज प्रांतातील तळावरून धाडलेला. आपल्या गोटात येऊन मिळण्याचे आवाहन करणारा!!

त्यातील मजकूर वाचताना संभाजीराजांच्या मस्तकात मुंग्याच मुंग्या धरल्या. हात थरथरला. 'साक्षात मोगली गोटात – दक्षिणेचा मुलूख मारण्यासाठी? कैसे

व्हावे हे?' युवराजांच्या नाकपाळ्या फुलल्या. श्वास चढीला पडला.

एका बंद दरवाजाला नजर रोखत संभाजीराजांनी दणदणती टाळी दिली. परशरामपंत आत आले. "पंत, कलमदान आणि खलित्यासाठी वळी घ्या."

"जी." परशरापंतांनी आपल्या चिटणिसी बैठकीजवळचे कलमदान उचलले. खलित्यासाठी एक कोरी वळी युवराजांच्या हाती दिली. समोर कलमदान ठेवले.

"या तुम्ही!" परशरापंतांना इशारत मिळाली. ते निघून गेले.

आधारासाठी वळीखाली गोल गिर्दी घेऊन संभाजीराजांनी पीस कलमदानात डुबविले. क्षणभर ते तसेच राहू दिले. तेवढ्यात मजकुराचा मेळ मनाशी बांधून घेतला. कापडी अस्तराच्या वळीवर खास राजहाताने अक्षरे उमटू लागली.

"मशहुरल अनाम, दाम दौलतहु, लष्करे सालार दिलेरखान सुभे दख्खन बजानीब रा. रा. युवराज शंभू उपरी विशेष –

खान मजकुरी दिल्हे खत पावले. ये समयास आमचे महाराजसाहेब मोहीमशीर होवोन मुलखाबाहेर असत. मागील दौलतीची हरएक जिम्मेदारी त्यांनी आम्हावर सुपुर्द केली असे. बरी गत हेरून खलिता धाडिला. पण आम्हास आण इमान आमच्या बापजाद्यांचे. तुम्हाकडे येऊ हे कैसे मनी धरता? ते होणे नाही! जाणिजे."

तळपत्या, समाधानी डोळ्यांनी संभाजीराजांनी खलिता एकदा नजरेखाली घातला. वाळूची चिमट त्यावर शिवरली. आलेल्या फासबंद थैलीतच त्याची वळी सरकवली. बसल्या बैठकीवरूनच ती थैली समोरच्या मोगली घोडाईताच्या रोखाने फेकली. त्या इमानी कुत्र्याने ती झेलली. तसलीम देऊन तो सदरेबाहेर पडला.

संभाजीराजे बैठकीवरून उठले. सदरेमागे भिंतीला रेलून ठेवलेली धुराटी त्यांनी उचलली. मनातील शिकारीचा जोश आता पार ओसरला होता.

दार उघडताच खंडोजीने त्यांना मुजरा दिला. त्याच्या हाती धुराटी देत युवराज म्हणाले, "खंडोजी, आम्ही शिकारीचा बेत रद्द केला आहे. हाक्यांना वर्दी द्या."

खंडोजी चमकून आपल्या धाकल्या धन्याकडे बघतच राहिला.

वळिवाच्या बेलाग धारांनी टिपण धरले. शिर्क्यांच्या वाड्यातून मोगली घोडाईत तशा धारांतही बाहेर पडला. दिंडीबाहेर ठाण केलेल्या घोड्याचे कायदे त्याने सोडविले. घोडे पावसाला बिचकून जागचे हलेना. त्याच्या खुब्यावर मनगटाचा तमाचा लगावत स्वाराने त्याला शिवी हासडली – "इसकी माऽ का!"

मोगली घोडाईत मांड जमवून उगवतीच्या रोखाने दौडू लागला. मागे शृंगारपुरात वळिवाची मारझोड ठेवून!

त्याच्या पाठोपाठ शिर्क्यांच्या वाड्यातून एक मावळी घोडाईतही बाहेर पडला. पुढच्या स्वाराच्या घोड्याच्या टापांबरहुकूम तोही दौडू लागला. तो होता विश्वनाथ! महाराजांनी शृंगारपुरावर नेमलेला खास विश्वासू चाकर! वारा, पाऊस, विजा कशाचीही

पर्वा न करता विश्वनाथ मोगली घोडाईत कुठल्या गोटातून आला होता, याचा माग घेणार होता. परस्पर रायगडी जाऊन त्याची खबर सुरनीस अण्णाजींच्या कानी घालणार होता.

दरुणीदालनातील झरोक्यातून बाहेरच्या निसर्गाचे कोपलेले रूप बघणाऱ्या येसूबाई पाठीशी उभ्या असलेल्या दुर्गाबाईंना म्हणाल्या – "आम्ही सुचवून बघितलं स्वारींना आज वळिवाचा माग दिसतो म्हणून. या पावसात विजांचा भरोसा नसतो. पण इकडून ऐकणं व्हायचं नाही. स्वारी हमखास बाहेर पडणार! तेही पोळलेला हात घेऊन!"

"युवराज, एक सोचनेकी खबर है। विश्वनाथ शृंगारपूरसे गुम हो गया? कहाँ गया ठिकाना नहीं।" कवी कुलेश कमरेत झुकत संभाजीराजांना म्हणाले.

बैठकी दालनात आसनावर बसलेले संभाजीराजे ते ऐकताच चटका बसावा तसे उठले. त्यांच्या हातीचे सोनचंपकाचे फूल फिरका घेऊ लागले.

"कोण आहे?" एक राजजरबी आवाज दालनाच्या दरवाजाच्या रोखाने उठला. दरवाजावर हत्यारी पहारा देणारा आत पेश झाला.

"खंडोजींना याद फर्माव!" त्याला आज्ञा मिळाली. संभाजीराजे पुन्हा विचारगत फेऱ्या घेऊ लागले. कवी कुलेश बुचकळ्यात पडले.

थोड्या वेळातच खंडोजी बल्लाळ दालनात आला.

"आज्ञा स्वामी," म्हणत त्याने मुजरा दिला.

"खंडोजी, रायाजी आणि अंतोजीस टाकोटाकीनं आमच्या सामने पेश करा. दोन खातरजमेचे घोडाईत पारखून सिद्ध ठेवा. एक जोखमीचं काम करणं आहे."

"जी." खंडोजी आला तसा निघून गेला.

"कविराज, तुम्हास आठवतो महाभारतातला तो श्लोक आम्ही आग्रहानं 'बुधभूषणम्'मध्ये घ्यावयास लावलेला. 'जैसा मनुष्य इतरांशी वागतो, तैसेच त्याला अवघे वागवितात.' ते धर्मास धरूनच आहे. फसवेपणास फसवेपणाच मारक ठरतो. सच्चेपणाला सच्चेपणच सायवळ होते, असे सांगणारा!"

कवी कुलेशांनी होकाराची मान डोलवली आणि तो श्लोकच युवराजांना पेश केला –

"यस्मिन्यथा वर्तते यो मनुष्यस्तस्मिंस्तस्था वर्तितव्यं स धर्मः।

मायाचारो मायया बाधितव्यः साध्वाचारः साधुना प्रत्युपेयः॥"

"व्वाऽ! कविराज, आम्ही तेच करावे म्हणतो." संभाजीराजे बोल बोलत कुलेशांच्यासमोर आले. आपल्या हातीचे चंपकफूल त्यांनी कुलेशांच्या हाती ठेवले.

"या तुम्ही कविराज." कसल्यातरी मनसुब्याने संभाजीराजे म्हणाले.

"जो आग्या." कुलेश बाहेर पडले.

विश्वनाथ, अण्णाजी दत्तो आणि मातुश्री सोयराबाईसाहेब यांच्या चर्या आलटून-पालटून संभाजीराजांच्या मनासमोर फेर धरू लागल्या. 'जैसा मनुष्य इतरांशी वागतो, तैसेच त्याला अवघे वागवितात!' युवराजांच्या मनी काहीतरी बांधून पक्के झाले.

"मुजरा धाकलं धनी." रायाजी, अंतोजीची दुधाच्या इमानाची जोडी समोर बघताच संभाजीराजे खेचल्यासारखे दरवाजापर्यंत त्यांच्या रोखाने आपणहून गेले. दोघांच्याही खांद्यावर झटकन हाततळवे चढवून प्रथम त्यांनी दोघांना खिनभर निरखले. धाराऊची ती बांडी पोरे त्यांना रामराजांसारखी रक्ताचीच वाटली.

"दरवाजा लोटून घ्या." पहाऱ्यावरच्या धारकऱ्यांना संभाजीराजांनी समज दिली.

"रायाजी, अंताजी आम्हास वळिवाचे ढग घेर टाकणार! रायगडी काहीतरी शिजू घातलं आहे. तुम्ही दोघे पाठीचे. याच पावली गडाकडं कूच करा. खंडोजी तुमच्या दिमतीस निवडीचे घोडाईत देतील, ते घ्या. सुरनीस अण्णाजी आणि मासाहेबांच्यावर घारीची नजर ठेवा!! आमच्या बाबतीनं काही कानी आलं, तर टाकोटाकीने आम्हास माग द्या. इथून निघताना कापूरहोळास शेतकामाची जोडणी लावणेस जातो आहोत, अशी हूल ठेवा. धाराऊला याची समज द्या. निघा तुम्ही." संभाजीराजांनी दोघा भावंडांचे खांदे थोपटले. ऊरभेट दिली. दोघेही गाडेबंधू काही न बोलता, पण सारे मनोमन उमगून बाहेर पडले.

त्या दिवशी दुपार टळतीला लागली, असे शिर्क्यांच्या वाड्यातून चार घोडाईत बाहेर पडले. भावेश्वरीचे देऊळ मागे टाकून शृंगारपूरची वेस येईपर्यंत ते यात्रेला चालल्यासारखा सादिलवार चालीने चालले. वेस मागे पडताच मात्र त्यांची जनावरे चौटाप उधळली. रायगडाच्या रोखाने!

रायगड आता घरच्याच डाव-प्रतिडावावर पडला. नियतीच्या इच्छेने! प्रतागडची आणि तुळजापूरची अष्टभुजा 'श्री' हे सारे शांतपणे बघत होती.

दक्षिणेतून छत्रपती महाराजांच्या मोहिमेच्या फत्ते घेणाऱ्या खबरीमागून खबरी शृंगारपुरात येऊ लागल्या –

"किल्लेदार नसिर मुहमदास वळते करून छत्रपतींनी जिंजी मारली. सोमोत्तर पेरुमल्लम् येथे ज्या मंदिरांच्या मशिदी झाल्या होत्या, त्यांचे महाराजसाहेबांनी पुन्हा मंदिरात शिवपरिवर्तन केले. तेथे शिवपिंडी स्थापन केल्या. महाराज वेलोर, तिरुवाडीवर चालून गेले. वालदूर व तेवेनापट्टमचे किल्ले महाराजांनी मारले."

येणारी हर खबर घेऊन शृंगारपुरात पिलाजींच्या वाड्यावरची नौबत पडत्या पावसात झडझडू लागली. ती ऐकताना शिवारातले गारठलेले कुणबी हातची मशागत खिनभर थांबवून, एकमेकांना नजरांचे इशारे देत, हरळ्या देत 'भवानी भावेसरी उदं गं उदं!' म्हणत पुन्हा अंगी नवा ताव घेत जोमाने मातीशी झटत होते.

येणाऱ्या खबरीचा वकूब बघून संभाजीराजे सदरेवर खबरगीराला होनांची थैली, सोनकडे, घोडा, हत्यार, पेहराव तळपत्या डोळ्यांनी बक्ष करीत होते. लागलीच सदरी बैठक सोडून अंत:पुरात जाऊन ती-ती खबर जातीनिशी राणूअक्का, येसूबाई, दुर्गाबाई यांच्या कानी घालीत होते. प्रत्येक वेळी झरोक्यातून दक्षिणेच्या रोखाने स्वत:ला हरवून बघताना मात्र त्यांच्या मनी विचार उठत होता – 'महाराजसाहेब, या मोहिमेत आम्ही आपल्या दिमतीतच पाहिजे होतो.' बाहेर कोसळणाऱ्या पाणसरी त्यांच्या मनात महाराजांच्या कैक आठवणी जागवीत होत्या. अस्वस्थ होऊन सुस्कारा टाकीत, ते अंत:पुर सोडून बैठकमहालात येत होते. पंडित मंडळींच्या संगतीत अष्टदश पुराणांवर चर्चा करीत होते. कालीमातेची पूजा बांधीत होते.

पावसाने आता चांगलेच अंग धरले. एके दिवशी आपल्या डावे-उजवे असे दोघा पार भिजलेल्या मावळगड्यांना संभाजीराजांच्या महाली रुजू करून खंडोजी बल्लाळ बाहेर पडला. ते रायगडाहून परतलेले अंतोजी व रायाजी होते. पगड्यांच्या कडांवरून टपटपते पाणथेंब महालाच्या उंची रुजाम्यावर निथळवीत अंतोजी-रायाजीने युवराजांना अदब दिली. त्यांना बघताच रायगडचा करीणा ऐकायला अधीर झालेले संभाजीराजे त्यांच्याजवळ आले. "बोला." राजाज्ञा सुटली.

"धनी, गडावं सात म्हालांत बॉट शिरकवाय वाव न्हाई, असा बंदोबस्त हाय. सुरनिसांच्या दफ्तरावर हत्यारबंद पहारा जारी ठेवलाय. त्येंची थोरल्या म्हालाकडं ये-जा वाडलीया." अंतोजीने हाती लागले होते, तेवढे पेश केले.

"गडावयनं भल्या फाटेचं हाराकारे खलितं घिऊन थोरल्या धन्यांच्याकडं कांदडी मुलकात कूच होत्यात." रायाजीने आपल्या भावाची जोड देत, त्यात भर घातली.

"वाड्यावं काय चाललंया माग येत न्हाई पर... पर..." बोलता-बोलता अंतोजी थांबला.

"पर काय? बोल अंता." संभाजीराजांनी त्याला धीर दिला.

"गडावं चाकरमान्यांत बोलवा उटलीया की...."

"कसली बोलवा?" संभाजीराजांनी त्याचा खांदा हाताच्या पकडीत आवळला.

"तुमी... धाकलं धनी तुमी म्हनं गलिम दिलेलच्या गोटात जाणार!" अंतोजीने गर्दन पाडली.

"अंतोजी!" दोघाही गारठलेल्या गाडेबंधूंच्या अंगावर काटा उठविणारी जरबी गर्जना संभाजीराजांच्या संतप्त ओठांतून फुटली. जखमी वाघासारखे ते महालात असह्य कोंडीने फेऱ्या घेऊ लागले. अंतोजी-रायजीला "या तुम्ही" असे म्हणण्याचेही भान त्यांना राहिले नाही.

पावसाळा परतला. धुक्याची शिबंदी घेऊन थंडीने शृंगारपुरावर तळ टाकला. दसरा धरून, सारवलेल्या खळ्यांवर तिवडे उभारून कुणब्यांनी मळण्या साधल्या. भात, नागली, साव्याचा दाणागोटा कणगुल्यांत आबादान झाला. नंदीबैलवाले 'गुबऽ गुबऽ'चा ढोलसाद घुमवीत वाडी-मजऱ्यांतून फिरू लागले. मोरपिसांच्या उंच टोप्या घालून घाटा वाजवीत, वासुदेव भल्या पहाटेचे सुभ्यातील रयतेला जागवीत फिरू लागले. शाळूचे दिवस हटून दिवाळसण मागे पडला. दिवस कासराभर वर चढला तरी दहा हातांवरचे दिसत नसावे, असे धुक्याचे वट करायचा जोर धरला.

पिलाजींच्या वाड्यावरची सांजनौबत झडून भोवतीच्या रानकाळ्या झांझटात विरली. एका चांदीच्या तबकात हुलग्याच्या गरम-गरम माडग्याचा वाडगा घेऊन येसूबाई आपल्या स्वारींच्या सुखमहालात आल्या. तबक चौरंगीवर ठेवताना त्यांच्या सोनपुतळ हातीचा चुडा किणकिणला. अंगीचा जरीबुंदी, चंद्रकळी शालू महालातील शमादानांच्या उजेडात झगमगला. अंगाभोवती शालनामा लपेटून घेतलेले, केस मानेवर रुळणारे संभाजीराजे येसूबाईंच्याजवळ आले. काही न बोलता येसूबाईंनी माडग्याचा वाडगा उचलून स्वारींच्या हाती दिला.

काव्यपंक्तीसारख्या गोमट्या दिसणाऱ्या येसूबाईंना संभाजीराजे निरखीतच राहिले.

खालच्या मानेने येसूबाई पायतळीच्या फरशीवर पसरलेला उजेड पायाच्या अंगठ्याने उकरण्याची कोशिश करीत होत्या. भरून पावलेल्या रानावरचे फडफडते पतंग त्या महालात मुजोरीने घुसून शमादानांच्या ज्योतींवर घालून घेत होते. ती उबदार शांतता फोडीत मग येसूबाईच म्हणाल्या, "हातचं माडगं खोळंबून राहिलंय!"

"नुसतं माडगंच का? आम्हीही खोळंबून राहिलोय!" मर्दानी मंद हसत संभाजीराजांनी वाडगा ओठांना लावीत, एक भुरका घेतला. समाधान पावल्याने येसूबाईंनी त्यांच्याकडे एक कोनी नजर टाकली. संभाजीराजांच्या मिशीत हुलग्याचा कण अडकून पडलेला बघून त्यांनी पटकन नजर खाली टाकून पदराचा शेव लगबगीने आपले हसू दाबण्यासाठी ओठात दिला.

माडगं चाखत संभाजीराजे महालात फेर धरू लागले. कसल्यातरी ओढीने ते येसूबाईंच्या सामोरे आले. हातचा वाडगा पुढे करीत म्हणाले, "घ्या. तुम्ही दिलेलं माडगं केवढं जमलंय चाखून बघा!"

संकोचून येसूबाई तशाच उभ्या राहिल्या होत्या.

"घ्या. आमच्या ओठांनी याला काही खारटपणा नाही आलेला!" संभाजीराजे खळाळून हसले. झटका बसावा तसा हात पुढे करीत, येसूबाईंनी वाडगा आपल्या हाती घेतला आणि तीर्थाचा घोट घ्यावा, तसा एकाच दमात वाडगा रिता करून, चांदीच्या तबकात तो ठेवला. तबक उचलून त्या तरातरा चालत महालातून पापणी लवायच्या आत बाहेरही पडल्या!

स्वत:वरच खुशनिहाल झालेल्या संभाजीराजांनी अंगावरचा शालनामा एकदा झटकून पुन्हा लपेटून घेतला आणि ते बैठकी दालनात आले. त्यांना बघताच काही तरी लिहीत बसलेले कवी कुलेश अदबीने उठले.

"काय लिहिता कविराज?"

"संस्कृत की कुछ समस्यापूर्ती हिंदोस्तानीमें हल करनेका यत्न कर रहा था, स्वामी।"

संभाजीराजे बैठकीवर बसण्यासाठी चालू लागले. त्या दालनाच्या दगडबंद भिंतीला लागून काही हारे मांडले होते. ते तोंडल्यांनी भरलेले हारे कुणब्यांनी वाड्यावर पाठविले होते. मुदपाकाकडे पाठविण्यासाठी ते एकसरीने मांडून बगलेला ठेवले होते. सहज म्हणून संभाजीराजांनी त्यातील एक टपोरे, पिकू घातलेले तोंडले उचलले व ते बैठकीवर जाऊन बसले.

"कविराज, एक समस्यापूर्ती सोडवाल?" संभाजीराजांनी हसत विचारले.

"जी. यत्न करेंगे।" कविराज हात बांधून उभेच होते.

"या फळास 'तोंडलं' का म्हणतात?"

कुलेशांनी ते फळ थोडा वेळ निरखले. त्यावर विचार केला नि जाब दिला, "हिंदोस्तानी मे इस को 'बिंबफल' कहते है स्वामी। सूर्य के बिंबसमान यह पका हुआ फल लाल दिखाई देता है।"

मान डोलवीत संभाजीराजे म्हणाले, "नाही कविराज, आम्हास वेगळेच वाटते. सांगू कधीतरी." हसत-हसत संभाजीराजे बैठकीवरून उठले. तोंडले मुठीत ठेवूनच थाळा घेण्यासाठी निघून गेले.

थंडीला कवेत घेऊन दाट चांदणे वाड्यावर उतरले. मध्यरात्रीचे प्रहरटोल पडून गेले. शाल पांघरलेल्या संभाजीराजांचा डोळ्यास डोळा लागला नव्हता. महालात फेऱ्या घेऊन ते त्रस्त झाले होते. शमादानाखाली कितीतरी पतंग पंख जाळून घेऊन, निवांत पडले होते. काहीतरी मनी बांधल्यासारखे संभाजीराजे सुखमहालातून बाहेर पडले. त्यांची पावले दरुणीमहालाच्या रोखाने चालू लागली. पहाऱ्यावरचे गडी त्यांना देत असलेल्या मुजऱ्यांवर त्यांचे लक्ष नव्हते.

नेमकी त्यांची पावले येसूबाईंच्या सुखमहालासमोर थांबली. पहाऱ्यावरची अर्धवट पेंगुळलेली कुणबीण त्यांना बघताच धडपडत उठली. पदर सावरू लागली.

"आत वर्दी दे. आम्ही आलोत." कसल्यातरी आकाशी विजेने संभाजीराजांचे डोळे वर्ख देऊन काढले होते.

"जी." कुणबीण पाकोळीगत आत सटकली. क्षणभरातच परत फिरली. म्हणाली, "जाग्याच हाईत."

संभाजीराजे महालात आले. दरवाजाला आडबंद पडला. गज पावलांनी बांडे

संभाजीराजे भोसले येसूबाई उभ्या असलेल्या मंचकाजवळ आले. थेट मंचकावर बसले. त्यांच्या छातीवरची कवड्यांची वरखाली लपापणारी माळ त्यांनी उतरली. चौरंगावरच्या तबकात ठेवली नि मंचकाची काठाळी धरून उभ्या असलेल्या येसूबाईंना नजर दिली. खाली मान घालून, चंद्रकळी शालूचा मुखभर पदर पेलून उभ्या असलेल्या येसूबाई अष्टमीची चंद्रकोर भवानीच्या भंडाऱ्याच्या परडीत डुबवून काढल्यावर दिसेल, अशा दिसत होत्या! आपली स्वारी कधी नव्हे ते, मध्यरात्र टळल्यावर थेट आपल्याच महाली आली आहे, हे त्यांना खरेच पटत नव्हते. त्या पार गोंधळून गेल्या होत्या.

धडधडती शांतता काही काळ कुचमून गेली. मग घोगरट बोलीत संभाजीराजे म्हणाले, "आमचं एक काम कराल?"

"जी." खानदानी पदर नाजूक हलला.

"काम सादिलवार नाही." राजरक्ताने पेच टाकला.

"आम्ही सारी कोशिस करू." जाब आला.

"हे एवढं 'तोंडलं' आम्हास तोडून पाहिजे."

संभाजीरावांनी मुठीत धरलेले पाडाचे लालावलेले तोंडले येसूबाईंच्या समोर धरले.

"हंऽ" स्वारी आपली थट्टा तर करीत नाही ना, अशी शंका येसूबाईंना आली. त्या हसत-हसत म्हणाल्या, "फाऽर जोखमीचं काम खरं. पण आम्ही ते हमखास करू."

"बघा. शब्द परताल!" संभाजीराजांचे डोळे लखलखले.

"तो भावेश्वरीच्या लेकरांचा रिवाज नाही." येसूबाईंनी कडवी आण दिली.

"ठीक आहे. तोडा हे तोंडलं. मात्र अट एकच आहे. हातानं वा हत्यारानं नाही तोडायचं हे. फार नाजूक आहे ते. उत्तरेकडं 'बिंबफळ' आणि आपल्याकडं 'जनाना फळ' म्हणतात याला." संभाजीराजे हसले.

"अलबत. या फळास हवे कशाला हात आणि हत्यार?" येसूबाई फसगतीने सहज बोलून गेल्या.

"आम्हास वाटलंच होतं, तुम्ही कधी माघार नाही घेणार! अं?" म्हणत संभाजीराजे हसले. "बघू या भावेश्वरीच्या लेकरांचा निर्धार!" म्हणत संभाजीराजांनी हातातील तोंडले चटकन आपल्या दातांच्या पकडीत घट्ट धरले नि हुंकार दिला. "हं!" तरीही त्यांचा कावा येसूबाईंच्या ध्यानी काही आला नाही. भाबडेपणी त्या पुढे झाल्या. पटकन त्यांचे हात चाळवले. मग पुटपुटतच पुन्हा स्थिरावले. त्या पार गोंधळल्या. 'तोंडले' एवढे साधे. कसे तोडावे काहीच उमगेना! त्यांच्या चर्येवर अनेक भावनांची रंगपंचमी सजली.

दातीचे फळ बाहेर घेत संभाजीराजे खळाळून हसले. म्हणाले, "आम्ही नव्हतो म्हणालो, काम सादिलवार नाही म्हणून!"

येसूबाई त्या बोलांनी खोलवर डिवचल्या गेल्या. शरमल्या. शमादानाच्या ज्योतीकडे बघत तोंडले कसे तोडावे, या विचारात पडल्या. ज्योतीवर घालून घेणारे पतंग फडफडताना त्यांना दिसले. त्यांच्या काळजात कसलीतरी खोलवर धडधड उठली. अंगभर रोमांचक काटा उठला. "केवढा चावटपणा करायचा तो." अशा अर्थाची एक कृतकृकोपाची नजर त्यांनी संभाजीराजांच्या फरीसारख्या खोल, पुष्ट मुद्रेवर टाकली. त्यांचे उभे अंग मोरपिसांचे झाले. डोळे निर्धारी, तेजवान झाले.

दातांत फळ पुन्हा धरून संभाजीराजे डोळ्यांनी हसत होते. येसूबाईंचा चंद्रावळी, गोल मुखडा हळूहळू तोंडल्याकडे सरकू लागला. एका आगळ्या जगात जाताना त्या कुलस्त्रीचे डोळे अंगभूत लज्जाभावाने आपोआप मिटते झाले. येसूबाईंच्या कुंदकळी दातांची पकड तोंडल्यावर पडली. त्या छळवादी फळाचा आवेशाने येसूबाईंनी लचका तोडला. गुंजलाल रसरशीत रस चार राजओठांवर पाझरला. लाजून चूर-चूर झालेली रात्र शृंगारपुरावर चढत चालली!

दिवसांनी रात्रीशी हातजमाई करून थंडीला पिटाळून लावले. पौषाचे दिवस आले. पंडित मंडळींच्या संगतीत काव्यशास्त्र, राजकारण, धारावसुली यावरची चर्चा संपवून संभाजीराजे खबरा घेण्यासाठी सदरेवर आले. त्यांना अदब देत परशरामपंत खडे झाले. खंडोजी बल्लाळ, रायाजी, अंतोजी यांनी सदरेच्या बगला धरल्या.

"बोला चिटणीस." सदरी बैठकीवर आसन घेत संभाजीराजांनी सवाल घातला.

"रांगणा, विशाळगड, तर्फ कोल्हापूर असा पन्हाळा सुभ्याचा बहुतेक सारा धारा जमाबंद झाला आहे, युवराज. पावसाच्या महामूर झडीनं मावळतीच्या मुलखातील काही शिवारं धुपणीला लागलीत. ते कुणबी तेवढे धारामाफीची अर्जी करताहेत." परशरामपंतांनी दफ्तरी करीणा पेश केला.

"त्या मुलखाचा देख करून, शहानिशा घेऊन त्यांना धारा माफ करा." संभाजीराजांनी निवाडा दिला.

"कर्नाटक देशाहून हे खबरगीर रुजू झाले आहेत. त्यांनी थोरल्या स्वामींच्या फत्तेच्या खबरा आणल्या आहेत." परशरामपंतांनी खबरगिरांकडं नजर दिली.

गिर्दीला रेललेले संभाजीराजे पुढेसे झाले.

"सरकार, थोरल्या धन्यांनी होदिगिरीच्या रानात कै. स्वामींच्या समाधीचे दर्शन घेतले. दानधर्म केला." एका खबरगिराने पुढे होत मुजरा भरला.

'भृशत् बलान्वय सिंधुसुधाकर:।' म्हणजे 'सिंधुसागरासारखे बलशाली असलेले राजे शहाजी.' संभाजीराजांच्या मनी 'बुधभूषणम्' फेर टाकून गेला. एका दगडी

छत्रीसमोर गुडघे टेकून छत्रीला माथा भिडविलेले आबासाहेब त्यांना दिसू लागले. 'आम्ही या मोहिमेत आपल्या दिमतीला असतो, तर आबासाहेब, आम्हासही आमचा माथा त्या छत्रीसमोर नमता करण्याचं भाग्य लाभलं असतं.' एक दुखरा नि:श्वास सदरेवर उमटून विरला.

"कोलार, अरणी, तोरगळ, गदग असा मुलूख मारून थोरलं धनी बेलवाडीला भिडलं. वाडीच्या गढीची राखण मल्लमा देसायणीनं नेटानं करण्याची शिकस्त केली. ईश्वर प्रभुदेसायाच्या या विधवा अस्तुरीनं एक हप्त्यांवर आपल्या फौजेसंगं मुकाबला दिला. आखरी सखुजीराव या आपल्या सरदारनं गढीवर कब्जा केला. पर..." दुसरा खबरगीर बोलता-बोलता अडखळला.

"पर काय?" संभाजीराजांची उत्सुकता ताणावर पडली.

"पर सखुजी घसारला. त्येनं रांडमुंड बाईची बेइज्जत करायची खटपट केली. थोरल्या धन्यांनी समद्या तळाम्होरं त्येचं तावल्या सांडशीनं डोळं जाळण्याची सजा फर्मावली."

ते ऐकताना साऱ्या सदरेवर शांतता पसरली.

"बेलवाडी मल्लमाला म्हाराजांच्या म्होरं पेश करण्यात आलं. तिच्या काखेत तिचं एकुलतं याक पॉर हुतं. बाई धीराची हुती. थेट महाराजांच्या बैठकीपत्तूर पुढं झाली. महाराजांच्या मांडीवर काखेतलं पॉर ठिवून पिळानं म्हणाली – "गढी जिंकलासा, ह्यो गढीचा वारस बी सांबाळा आता. आम्हाला काढण्या घालून टाका कोठीत." त्ये ऐकताना महाराजांचं डोळं पाझरलं. मांडीवरच्या पोराला थोपटीत धनी म्हणालं, "बाई, तुम्ही थोर आहात. आम्हास भैनीसारख्या आहात. ही गढी आम्ही तुम्हास चोळी-खणासाठी बहाल करतो आहोत!" महाराजांनी मल्लमाची सुटका केली." खबरगिराचा आवाज धरल्यासारखा झाला.

"जगदंब! जगदंब! चिटणीस, भाग्यवान... भाग्यवान आहे तो बच्चा, ज्याला आबासाहेबांच्या मांडीवर बसण्याचा मान मिळाला. या खबरगिरास पेहराव बक्ष करा!" संभाजीराजांनी खबरगिरांची कदर केली. ते निघून गेले. संभाजीराजे बैठक सोडण्यासाठी उठू लागले, एवढ्यात चिटणीस पडल्या आवाजात म्हणाले, "कुणी एक थैलीस्वार आला आहे मोगलाईतून. भेट मागतो खाशांची."

संभाजीराजांच्या कपाळी आठ्या धरल्या. डोळ्यांत नाराजी उतरली. तरीही ते शांतपणे म्हणाले, "पेश करा."

मोगली पेहराव धारण केलेला हाराकारा सदरेस दाखल झाला. तसलीम देत म्हणाला, "हुजूर आपको खलबतखानामें मिलनेका हुक्म है मुझे।"

"खामोऽश, वाटेल त्या वरकडास खलबतात भेटत नसतो आम्ही. कोण काम आहे? जबान पेश कर." संभाजीराजांचे डोळे ठिणगू लागले.

"जी." लटलटत्या हाराकाऱ्याने तहबंदाआडचा हिरव्या मखमली थैलीचा खलिता पुढे होत संभाजीराजांच्या पायाजवळ ठेवला. थैलीची गाठ उकलून संभाजीराजांनी खलित्याची वळी बाहेर घातली. मजकुरावरून नजर दौडू लागली. तोच मायना – "मशहुरल अनाम, दामदौलतहु जंगेबहाद्दर शाहजादा संभू –" तोच मजकूर – "आम्हास येऊन सामील व्हावे! मरातब होईल!" दिलेरखानाकडून आलेला. झटका बसावा, तसे संभाजीराजे बैठकीवरून उठले. निखारा फेकावा तसा तो खलिता त्यांनी हारकाऱ्याच्या अंगावर फेकला. विजेचा कोरडा फुटावा तसे राजबोल सदरेवर उठले, "समजतो काय तुझा खान आम्हास? मागील खलित्यास जाब दिला. या खलित्यास हाच जाब. बेइज्जत होण्याआत चालता हो इथून."

झपाझप चालत संभाजीराजांनी सदर सोडली. तसेच आपल्या महालात आले. अस्वस्थपणे फेर टाकू लागले. बराच वेळ त्यांना आपल्या महालात झरोक्यालगत येसूबाई आहेत, हे ध्यानीही आले नाही. जेव्हा आले तेव्हा ते त्यांच्या रोखाने पुढे झाले. "केव्हापासूनच्या उभ्या आहात?" त्यांनी हलकेच विचारले.

"बराच वखत झाला. पण स्वारी आज नाराज दिसते."

हिरवागर्द शालू, तसलीच चोळी, हिरवे चुडे अशा साजात हळदवाणाची नव्हाळीची छटा अंगभर चढलेल्या येसूबाई वेगळ्याच दिसत होत्या.

"कशासाठी केला आहे हा रानशृंगार आज?" संभाजीराजांनी हसत विचारले.

"भलतंच. हा रानशृंगार नाही. ही 'चोरचोळी' आहे. आमच्या आऊंनी केलेली."

"मतलब?" संभाजीराजांना 'चोरचोळी'चा मतलब कळला नाही.

"कुणाही परक्या स्त्रीला न कळविता आई आपल्या लेकीला चोरून लुगडं-चोळी एकांतात देते, तिला 'चोरचोळी' म्हणतात." येसूबाई हसून वळत्या झाल्या. तसे वळताना त्यांच्या जडावलेल्या हालचालीने संभाजीराजांच्या ध्यानात सारा प्रकार आला.

शृंगारपूरच्या नदीकाठावरच्या मठात शिवयोगी व्याघ्रचर्म अंथरलेल्या उच्चासनावर बसले होते. त्यांच्या पायाशी एका पायरीवर संभाजीराजे बसले होते. त्यांच्या दुहाती केशवभट व गणेशभट जांभेकर उभे होते. मठाच्या कोन्यात ठेवलेल्या दगडी धूपदानातून धुराची उग्रमंगल वळी उठत होती.

"युवराज, तुम्ही पुरात कालीची प्रतिष्ठापना केलीत. रोज भद्रेची पूजाअर्चाही होते. पण ही रणमर्दिनी. तिची यथायोग्य शांत झाली पाहिजे." शिवयोगी धीरगंभीर आवाजात बोलले.

"आज्ञा व्हावी. स्वामी आम्ही कालिमातेची सांगाल त्या रिवाजानं शांत करू."

"युवराज, पुरुष कितीही पराक्रमी असो त्याला ईश्वरी शक्तीचं पाठबळ लागतं.

तुम्ही भद्रेसमोर 'कलशाभिषेक' करून भाक घालावी. त्याने तुम्हाला तंत्रसिद्धी मिळेल. पोटी येणाऱ्या अपत्याचं अभद्र टळेल.'' शिवयोगी जपमाळ ओढीत राहिले.

''जशी आज्ञा स्वामी. पण तंत्रसिद्धीचा मतलब नाही समजलो आम्ही.''

''तोच नीट समजून घ्या. त्या भावनेनंच अभिषेक करा. तंत्रसिद्धी म्हणजे कर्ता पुरुष म्हणून परिवाराच्या पालनासाठी साध्य केलेलं पुण्य. कालिमातेच्या विधीमध्ये यासाठी कलशाभिषेक सांगितला आहे. आम्हाला वाटतं तुम्ही, हा सविध कलशाभिषेक करावा.''

''जी.'' संभाजीराजे विचारगत झाले. थोड्या वेळाने म्हणाले, ''स्वामींनी कलशाभिषेकाचा तपशील व मुहूर्त केशवभट आणि गणेशभट यांना द्यावा.''

''युवराज कलशाभिषेक करणार.'' साऱ्या सुभ्यात ही वार्ता पसरली. तशीच ती रायगडी जाऊन पोहोचली. ती ऐकून सुरनीस अण्णाजी दत्तो सोयराबाईंच्यासमोर रुजू झाले. त्यांनी कलशाभिषेकाबद्दल आपला अंदाज महाराणींच्यापुढे पेश केला –

''आम्हास या अभिषेकात भला हेत दिसत नाही! शृंगारपुरी जासूद पाठवून वेळीच याचा माग घेणं हिताचं होईल.'' त्या सल्ल्यानुसार सोयराबाईंची चक्रे फिरू लागली. रायगडचे नजरबाज गोंधळी, बैराग्याचे वेष घेऊन संभाजीराजांच्या सुभ्यात उतरले.

पौष शुद्ध एकादशी तोंडावर ठेवून संभाजीराजांनी उपोषण केले. अभिषेकाचा दिवस उजाडला. वाड्यावर चौघडा दुडदुडु लागला.

शिवयोग्याच्या पौरोहित्याखाली कलशाभिषेकाला सुरुवात झाली. वाजत-गाजत भावेश्वरीच्या मंदिरातून कलश वाड्यावर आला. उंबरठ्यावर कलशासामने बळीची बकरी पडली. कालिमातेच्या मूर्तीसमोर तांदळाच्या चौकावर कलशाची स्थापना करण्यात आली. खांद्याभोवती रक्तवर्णी उपरणे पांघरलेले, तसलेच कटिवस्त्र नेसलेले संभाजीराजे कालीला समोर धरून कलशाजवळ एका पाटावर बसले. चौरंगावर बसलेले शिवयोगी अभिषेकाचे विधी त्यांना सांगू लागले. केशवभट आणि गणेशभट यांनी राजकुळाच्या जन्मू घातलेल्या अपत्यांचे अरिष्टनिवारणार्थ मंत्रघोष धरला. प्रसन्नपणे संभाजीराजे आम्र आणि कुशाच्या पल्लवांनी पवित्र नद्यांचे जल, मधुरस, दूध याचे कलशावर सिंचन करू लागले.

''युवराज, आता शेवटचा अभिषेक करा.'' शिवयोग्यांनी संभाजीराजांना सांगितले.

''कोणता?'' अशा आशयाने संभाजीराजांनी त्यांना नजर दिली.

''तुमच्या पावन राजरक्ताचा!'' शिवयोग्यांनी गणेशभटांकडे पाहिले. गणेशभटांनी नागवी तलवार ठेवलेले एक तबक उचलून संभाजीराजांसमोर धरले.

''म्हणा. जय भद्रकाऽली आणि तुमच्या अंगठ्याचे राजरक्त कलशावर सिंचा.'' शिवयोग्यांनी डोळे मिटले आणि स्वतःच मंत्रघोष सुरू केला.

"जय भद्रकाऽली." संभाजीराजांनी हत्याराला उजवा अंगठा देऊन ठिबकत्या गरम राजरक्ताचा अभिषेक केला. हात जोडून डोळे मिटले. त्यांच्यासमोर साक्षात भद्रेची मूर्ती उभी ठाकली. जीव लावून तिला ते डोळाभर निरखू लागले.

कलशाभिषेकाचा विधी संपला. चिपळूण, संगमेश्वर, करवीर अशा देवस्थानातून आलेल्या ब्राह्मणांना दानधर्म करण्यात आला. गोदाने झाली.

या विधीने संभाजीराजांच्या पोटी जन्मास येणाऱ्या भोसल्यांच्या अंकुराचे अरिष्ट टळणार होते... पण याच विधीने खुद्द युवराज संभाजीराजांवर अंदाज नसलेले अरिष्ट येऊन कोसळणार होते! कारण रायगडची अखंड उतरंड उतरून एक थैली स्वार कानडी मुलखाकडे निघाला होता. त्याच्या कमरशेल्यात खोवलेल्या थैलीत एक गुप्त खलिता होता. महाराणी सोयराबाईंनी दिलेला. त्या खलिताचा मजकूर होता –

"आता विशेष करोन लिहणे ते युवराजांबद्दल. शृंगारपुरी त्यांनी आपणास 'कलशाभिषेक' करवून घेतला. यास्तव की, 'आपले पुण्यवान जन्मदाते शक्य त्या टाकोटाकीने स्वर्गवासी व्हावे!! मुलखाचे कुल राज्यपद ते आम्हासच मिळावे'!!"

मृग तोंडावर आला तसे शृंगारपुरावर चैतन्याची कशी झड उठली. सुभ्यात वार्ता आली होती. "कर्नाटकसुभा रघुनाथपंत हणमंते यांच्या देखरेखीखाली सुपुर्द करून छत्रपती महाराज मुलखाकडे परतीच्या वाटेला लागले. दिग्विजयी छत्रपती येताहेत. पावणे-दोन वर्षानंतर. जिंजीपासून गदग-तोरगळपर्यंतचे नवे राज्य उठवून."

ही वार्ता ऐकताच केवढ्यातरी अनावर उत्साहाने संभाजीराजे वाड्याच्या सदरेला आले. कारभारी परशरामपंत, खंडोजी यांना त्यांनी याद फर्मावले. भराभर त्यांच्या तोंडून आज्ञा सुटू लागल्या. "कारभारी, पुराच्या दक्षिणेला आंबवतीची वेस उठवा. तिथं चौघडा-नगाऱ्याची सिद्धता राखा. परशरामपंत, आबासाहेबांच्या परतीच्या तळाच्या रोखानं थैलीस्वार धाडा. लिहा – आम्ही आगवानीसाठी, पायधूळ घेण्यासाठी शृंगारपुरी वाटेला डोळे लावून आहोत. खंडोजी, निवडीचे घोडाईत हुजुराती पेहराव देऊन सिद्ध ठेवा. त्यांना आमच्या पाठीने दौडायचे आहे. तुम्ही आमच्या सोबतच राहा. कुचराई करू नका. खासे आबासाहेब परतीला लागलेत."

महाराजांच्या परतीचा संभाजीराजांनी अंदाजाने धरलेला दिवस फुटला. पुराच्या दक्षिणेला श्रीफळाचे तोरण हिंदोळणारी, आंबवतीची वेस उजळून निघाली. तिच्या बगलांना चौघडा, नगारा सिद्ध होता. घरट्या घरट्यांसमोर, रयताऊ कुणब्यांनी गुढ्या चढविल्या. भावेश्वरीच्या कळसावर तिकोनी भगवी पताका फडकू लागली. वाड्यावर राणूआक्का, येसूबाई, दुर्गाबाई यांनी ठेवणीचे ठाण काढून साज केला. फारा दिवसांनी आज धाराऊनेही टोपपदरी लुगड्याची घडी अंगावर मोडली. केसरी टोप मस्तकी शोभणारे, जरीबतूचा जामा छातीवर दाटलेले, ठिबक्यांचा मांडचोळणा चढविलेले संभाजीराजे राणूअक्कांचे, येसूबाईंच्या आईसाहेबांचे दर्शन करून वाड्याबाहेर

पडले. खंडोजीने दौडीची जनावरे व सरंजामी घोडाईत सिद्ध ठेवले होते.

"जय भवानी," असे पुटपुटत संभाजीराजांनी घोड्यावर मांड जमविली. त्यांच्या मागे पिलाजी, गणोजीराजे आणि खंडोजी यांनी जनावरांवर बैठकी घेतल्या. त्यांच्या पिछाडीला उमाजी पंडित, केशव पंडित, कवी कुलेश असा पंडितमेळा स्वार झाला. सर्वांमागे शंभर एक हुजराती घोडाईतांनी शिस्त धरली.

संभाजीराजांनी इशारत देताच सर्व पथकांच्या आघाडीला असलेली, फुलमाळांनी सजलेली पालखी भोयांनी उचलली. छत्रपतींना बैठक देण्यासाठी ती नेण्यात येत होती. पथक चालले. संभाजीराजे आपल्या दिग्विजयी पित्याच्या स्वागतासाठी पुराची वेस ओलांडून कोसभर पुढे चालले. त्यांच्या छातीवरची माळ घोडचालीबरोबर हिंदोळू लागली. मन अनेक आठवणींवर हिंदकळू लागले. पावणे-दोन वर्षांची उन्हा-पावसातील मोहीम. आबासाहेब थकले असतील. पण तरीही ते हसत म्हणतील, "कशाला सामोरे यायची तकलीफ घेतलीत? तुम्ही का परके आहात? कशा आहेत आमच्या सूनबाई?" सर्वांसामने आम्ही कसा जाब देणार? मग ते मामासाहेबांना विचारतील, "कशी आहे आमची कन्या?" हा शब्दाशब्दांतील फरक. आबासाहेब बोलत असले की बोलतेच राहावेत, असे वाटते.

वेस मागे पडली. एक कोसाचा पल्ला आला. पालखी थांबली. पथक थांबले. सर्व मंडळी पायउतार झाली. घोडाईतांनी म्यानातील तलवारी बाहेर खेचल्या. खंडोजीने कमरशेल्यात छत्रपतींच्यावर उधळण करण्यासाठी सोनमोहरांची थैली घातली होती. तिच्यावर हात ठेवून त्याने स्वारांची हारीने शिस्त लावून घेतली. आंबा घाटाने शृंगारपुरात उतरणाऱ्या वाटेकडे पथकातील डोळा-डोळा लागला.

प्रहर टळला. सूर्य कासरे मागे टाकीत आभाळात चढू लागला. पालखीचे आवरण सणाणून तापले. फुलमाळा सुकल्या. डोळे, डोळे थकले. वर्दी घेण्यासाठी घाटात पेरलेल्या खबरगिरांपैकी एक दौडत येताना दिसू लागला. आशा पालवल्या. स्वार पथकाजवळ आला. संभाजीराजांनी लगबगीने त्याला चाचपला – "कुठवर आले?"

"धनी, आपला थैलीस्वार मागनं येतु या."

सारे थैलीस्वाराची वाट बघू लागले. आता दुपार टळली होती. मने कुचमली होती. बऱ्याच वेळाने कदमबाज चालीने घोडा रेटणारा थैलीस्वार नजरेत आला. त्याला बघताच संभाजीराजांनी आपल्या घोड्यावर झेप घेतली. पुढे होत त्याला गाठला. "कुठवर आलेत महाराजसाहेब?" संभाजीराजांनी उतावीळ सवाल घातला.

कसाबसा थैलीस्वार पायउतार झाला. मुजरा देत त्याने मान डोलावली. कमरेची थैली संभाजीराजांच्या हाती दिली. गडबडीने संभाजीराजांनी थैली खोलली. तीत खलिता होता!

"मतलब?" संभाजीराजांच्या कपाळी आठ्याच आठ्या धरल्या.

"धन्यांची... धन्यांची भेट जाली न्हाई. त्ये... त्ये सामानगड, कोल्लापूर, सातारा मार्गानं... पुन्याच्या वाटंला लागल्यात!"

"पुण्याच्या वाटेस!" संभाजीराजांची मुद्रा क्षणात बदलली.

'आबासाहेब आम्हास विसरले? की रागावले आमच्यावर? की रायगडी काही घडले?' शंकांनी संभाजीराजांचे काळीज थडथडू लागले.

"चला, परतू या." एक चांदीच्या कड्याचा वृद्ध हात संभाजीराजांच्या खांद्यावर चढला. आजवरची अदब बाजूला ठेवून आपल्या जावयाची व्यथा जाणलेला तो हात, पिलाजींचा होता.

पथक परतले. आता आंबवतीच्या वेशीवर सांजेची काळी झांझट उतरली होती. त्यामुळे तोरण नीट दिसू येत नव्हते. कुणब्यांनी चढविल्या गुढ्या खाली घेतल्या.

कुणाशीच काही न बोलता संभाजीराजे आपल्या महालात आले. त्यांच्यामागून कधी नव्हे ते, आज गणोजीराजे येताहेत, हे त्यांच्या ध्यानी आले नाही. महालात शमादाने जळत होती. संभाजीराजांनी डुईचा टोप चौरंगीवरच्या तबकात उतरला.

"युवराज..." गणोजींच्या आवाजाने संभाजीराजे दचकले. तरीही स्वत:ला सावरीत म्हणाले, "बोला."

"युवराज, खरोखरच तुम्ही नावाप्रमाणे शंकरासारखे सांब-भोळे आहात."

"मतलब?" संभाजीराजांचे मानेवर रुळणारे केस डोलले. त्यांनी गणोजींच्यावर नजर रोखली.

"आम्ही सांगतो काय झाले आहे ते. छत्रपतींनी ही वाट का टाळली ते. तुम्ही कलशाभिषेक केलात तो छत्रपतींचे काही बरे-वाईट व्हावे म्हणून अशी बोलवा रायगडावर उठली आहे. स्वत:ला राज्यपद मिळावं म्हणून युवराजांनी कलशाभिषेक केलाय, असे गडावर बोलले जाते आहे!"

"गणोऽजी, बस्स करा हे!" दोन्ही कानांवर तळहात ठेवून संभाजीराजे केवढे तरी थरकते ओरडले.

"सांभाळून असा एवढंच सांगतो आम्ही." गणोजी निघून गेले.

संभाजीराजांचे रक्तबंबाळ काळीज तडफडू लागले. अण्णाजी दत्तो आणि मासाहेब सोयराबाई यांच्या मुद्रा त्यांच्या डोळ्यांसमोरून हटता हटेनात.

"काय झालं?" येसूबाई आता येऊन बराच वेळ झाला होता.

त्यांना काहीच न बोलता संभाजीराजे झरोक्याशी आले. बाहेरचा मिट्ट काळोख निरखू लागले. त्या काळोखातून शुभ्र नेसूची आकृती – थेट आऊंसारखी दिसणारी आपल्या रोखाने येते आहे, असा त्यांना भास झाला. ते पुटपुटले, "बरं झालं आज तुम्ही हयात नाही ते!"

पाठीशी उभ्या असलेल्या येसूबाईंच्याकडे वळून संभाजीराजांनी छातीवरची कवड्यांची माळ उतरली. ती येसूबाईंच्या हातावर ठेवीत, ते केवढ्यातरी पडल्या आवाजात म्हणाले, "हा मोलाचा डाग वागवायला आम्ही काबील ठरू की नाही, भय वाटतं! तुम्हीच तो अधिक सांभाळाल!"

दिवसभर थकल्या, सजल्या शृंगारपुराला काळोखी रात्र कवेत घेऊ लागली! खिन्न संभाजीराजांची पावले दुर्गाबाईंच्या सुखमहालाकडे चालली.

रायगडावर छत्रपतींच्या खासेवाड्याच्या सदरेला खलबत बसले होते. बाहेर आर्द्राच्या धारा कोसळत होत्या. दक्षिण दिग्विजय करून रायगडी परतलेले छत्रपती साऱ्या कारखान्यांचा शांतपणे करीणा घेत होते.

सदरेत मोरोपंत पिंगळे, अण्णाजी दत्तो, सावजी सोमनाथ, प्रल्हाद निराजी, बाळाजी आवजी, गंगाधरपंत हणमंते, हंबीरराव मोहिते अशी शेलकी मंडळी होती.

"महाराज, पंतांनी नाशिक, त्र्यंबकचा मुलूख लुटीला घातला." अण्णाजी दत्तोंनी मोरोपंतांची कामगिरी रुजू केली. बाळाजी आवजींनी फिरंगी, कुतुबशाही, टोपीकर यांच्या दरबारातून आलेल्या निवडक पत्रांचा तपशील पेश केला.

राजपागा, खजिना, शिलेखाना अशा चर्चेतून खलबत धारावसुलीवर आले. धारावसुली अण्णाजींच्या अखत्यारीत होती. त्यांनी या खात्याचा करीणा देताना युवराज संभाजीराजांच्याबाबत तक्रार नोंदविली, "महाराज, युवराज धारावसुलीत हस्तक्षेप करतात. आम्ही त्याची वेळीच स्वामींना कल्पना दिली आहे."

"कोण भातेचा हस्तक्षेप करतात युवराज?" महाराजांनी शांतपणे अण्णाजींना विचारले.

"रयतेस मनमानी सूट देतात." अण्णाजी उत्तरले.

"आपणहून रयतेकडं जाऊन सूट देतात की रयत जाते, त्यांच्याकडे सूट मागण्यास?" छत्रपतींनी घेर टाकला.

"रयतच जाते त्यांच्याकडे."

महाराज हसले. अण्णाजींची चूक त्यांना न दुखविता त्यांच्या पदरी घालण्यासाठी गोमट्या बोलीत म्हणाले,

"अण्णाजी, धारावसुलीचे खाते तुमच्याकडे. रयतेच्या काही अडीअडचणी असतील, तर तिनं तुमच्याकडे यायला पाहिजे! ती युवराजांकडं का जाते, ध्यानी नाही येत आमच्या!"

अण्णाजी चमकले. गुमान झाले. मग महाराजच त्यांना सावरीत म्हणाले, "अण्णाजी, रयत आपली देव. तीच आम्हास लढते हात पुरविते. आमचे अंबारखाने धनधान्यांनी भरते. गनिमांच्या घोडधावेत टापाखाली रगडली जाते, ती तीच. तिची

सुखदु:खे तुम्ही-आम्हीच जाणली पाहिजेत. प्रसंगी तिला धीर, दिलासा दिला पाहिजे. युवराजांनी तसं केलं असेल, तर त्यात गैरवाका असं आम्हास काहीच वाटत नाही. आम्ही जातीनं घेऊ त्याचा माग.''

''जी. एक परीनं ते ठीकच आहे. पण दिलेरसारख्या प्रत्यक्ष गनिमाशी जेव्हा युवराज खलित्यांची हातमिळवणी करतात; साक्षात स्वामींच्या जिवाचं बरंवाईट व्हावं म्हणून शाक्तपंथीयांच्या भरीला पडून कलशाभिषेक करतात तेव्हा आम्हाला शंका येते. स्वामीनिष्ठा म्हणून वेळीच हे नजरेस आणणं, आमचं कर्तव्य मानतो आम्ही.''

अण्णाजींनी मनाच्या तळवटातले काजळकाळे सफाईच्या भाषेत बाहेर काढले. हे ऐकताना महाराजही गंभीर झाले. काय बोलावे त्यांना सुचेना. सारे खलबत चळबळले.

''याची शहानिशा करून घेतलीत तुम्ही अण्णाजी?'' छत्रपतींचे सावधपण बोलले.

''जी. आमच्यावर स्वामींनी सोपविलेल्या कार्यात आम्ही कुचराई कशी करावी?''

सदरेवर शांतताच शांतता पसरली. कुणाला काय बोलावे कळेना. अशात मोठ्या धीराने हंबीररावांनी आपली मसलत पेश केली, ''अण्णाजींनी केलेल्याली शानिशा गैर न्हाई असायची. पर आम्हास्नी वाटतं, एकडाव धन्यानी युवराजास्नीच सामने याद बोलवावं. ज्ये असलं नसंल, त्याचा साफ जाब विचारावा.''

खलबतातील कितीतरी जणांना ही मसलत मनोमन पटली. तशा मानाही डुलल्या. पण छत्रपतीच म्हणाले, ''हंबीरराव, तुमचं म्हणणं पटतं आम्हास. पण – पण तुम्हाला वाटतं जर खरोखरच असं असेल, तर युवराज आमच्यासमोर ते मान्य करतील? आणि तसं नसेल तर आम्हीच हे विचारतो आहोत, याचा कोण कयास बांधतील ते? जवळची माणसं आमच्या शब्दांचा गैरमतलब लावून कशी बिथरतात, हे नेताजींच्या आणि प्रतापरावांच्या बाबतीत पारखलं आहे आम्ही. दोनदा पोळलेले हात तिसऱ्यांदा पोळून घ्यावेत? तेही युवराजांच्याबाबत? कैसे व्हावे?'' छत्रपती अस्वस्थ झाले. कुणीच काही बोलेनात तसे तेच म्हणाले, ''आम्हास कलशाभिषेकाचं कोणतंच भय नाही वाटत. तसा मिर्झा राजा रजपूतही आपल्या कुलदेवी चंडीला लक्षाभिषेक करूनच आम्हास नेस्तनाबूत करण्यासाठी आला होता. आमच्या जिवाचं जे बरंवाईट होणं असेल, ते कुणाच्या इच्छेनं नाही. ते साक्षात जगदंबेच्या इच्छेनंच होईल. पण आम्हास धास्त वाटते, ती या राज्याच्या बरंवाईटाची. युवराजांच्या मनी सिंहासनाची हवस उठली असेल आणि ते दिलेरसारख्या कडव्या पठाणी गनिमाशी हातजोड करीत असतील याची खातरजमा झाली, तर आम्हास रक्ताचं नातं परतं सारून त्यांचा बंदोबस्त कठोरपणे करावा लागेल! त्यापूर्वी त्यांना

एक संधी देण्याचं आमचे मनी आहे. आजवर आईनं कौल दिला तसं करीत आलो. तसंच करू.'' छत्रपती थांबले. त्यांचा निर्धार बघून अण्णाजींचे डोळे लखलखले. सदर उठली. मानकरी खासेवाड्याबाहेर पडले. अण्णाजी दत्तो कारभाऱ्याबरोबर आपल्या वाड्याकडे निघाले. झडते मुजरे ते स्वीकारीत होते, पण त्यांचे मुजऱ्यात लक्ष नव्हते. मनोमन ते एकाच गोष्टीचा अंदाज घेत होते. 'महाराज युवराजांना एक संधी देणार ती कोणती असावी? काय बेत असावा छत्रपतींचा?'

सृष्टी उन्हाच्या सोनेरी श्रीफळाने आणि तांदूळदाण्यांनी श्रावणश्रीची ओटी भरू लागली. येसूबाईंचे डोहाळजेवण झाले. या विधीला येसूबाईंना ओटी भरण्यासाठी रायगडाहून साजपेहरावाची दोन तबके आली. एक छत्रपतींचे आणि दुसरे पुतळाबाईसाहेबांचे. पुतळाबाईंनी निरोप धाडला होता – ''येण्याची खूप हौस असता येणे होत नाही. मनी किंतू धरू नये. तब्बेतीस राखून असावे.''

धाराऊ आता येसूबाईंना सोडून हलेनाशी झाली. तळहातावरच्या फोडासारखी जपू लागली. श्रीकृष्णजन्माष्टमी मागे पडली. श्रावण वद्य एकादशीचा दिवस उमटला. शिर्क्यांच्या वाड्यातील बाळंतिणीच्या दालनात बालबोल फुटला.

''कन्यारतन आलं. भावेसरी पावली.'' सुइणीने सुवार्ता ऐकवली.

येसूबाई 'मासाहेब' झाल्या! संभाजीराजे 'आबा' झाले! राजकुळातील लाभाचे पहिले नातमुख जन्मास आले. वाड्यावर नगारा, चौघडा दुडदुडु लागला. उखळीचे बार उठले. 'आजोबा' झालेले पिलाजी वाड्याच्या सदरेवर बैठक घेऊन परातीतील साखर रयाताव्याला वाटताना हसत म्हणाले, ''आम्ही म्हातारं झालो बाबांनू! नातवंड आलं.''

संभाजीराजांना ही खबर कळताच त्यांच्या मनाची गत लागली – 'आज थोरल्या आऊ असत्या, तर किती लगबगीनं त्या आमच्याकडे आल्या असत्या! कशा-कशा प्रकारे बोलून त्यांनी आम्हास सामने खडे राहणं कठीण करून सोडलं असतं! आणि आमच्या मासाहेब... त्यांचा तर चेहराही नीट याद नाही होत. त्या सावळ्या होत्या म्हणे. धाराऊ उजळ आहे. तिची सावली बघताना तीच आम्हास मासाहेब वाटली. आम्ही 'आबा' झालो! केवढं मनाची घालमेल करणारं हे सत्य! सत्य की स्वप्न? आमचे आबासाहेब 'आजोबा' झाले. आजोबा! थकले असतील आबासाहेब दख्खनेच्या मोहिमेनं. ही खबर ऐकून त्यांना कोण खुशी होईल. टाकोटाकीनं ते नातमुख बघण्यास पुरात येतील. आम्ही त्यांचे चरण बघू. किती दिवस झाले, त्यांचे दर्शन नाही. जिवाची उलघाल इथे कुणास बोलावी? कशी?'

''काय आज्ञा आहे युवराजांची?'' रुजू झालेले परशरामपंत अदबीने बोलले.

''पंत, फलटण, सिंदखेड, रायगड असे चौवाटा थैलीस्वार धाडा. आम्हास कन्यारत्न झाल्याचं कळवा. रायगडी आबासाहेबांना लिहा – 'आपण आजोबा

झालात. आपलं दर्शन घेण्यास आपली नात वाट बघते आहे.'''

बारशाचा दिवस उजाडला. पिलाजींच्या वाड्याला आज कौतुकाचे, उत्साहाचे कसे भरते आले होते. वाड्यातील लहान-थोर माणूस नवे नेसून नटले होते. पिपाणी, नगाऱ्याची झुंज जुंपली होती. वाजत-गाजत चारी वाटांनी गोतावळ्यांचे बाळंतविडे वाडा चढू लागले. सदरी बैठकीवर बसलेले संभाजीराजे भट-भिक्षुक, गोसावी, बैरागी यांना दाने देऊ लागले.

मुलीला पाळण्यात घालण्याचा मुहूर्त जवळ येऊ लागला, तसे संभाजीराजे बेचैन झाले. एवढ्यात खंडोजीने धावत येऊन वर्दी दिली – ''रायगडचा बाळंतविडा आला!''

संभाजीराजांचे डोळे लखलखले. 'आबासाहेब आलेऽ! सामोरे गेले पाहिजे.' ते बैठकीवरून उठले. आज्ञा सुटली. ''खंडोजी, सामोरे गेले पाहिजे. सिद्धता करा.''

खंडोजीने युवराज कसल्या गैरसमजात आलेत हे ताडले. मान खाली घेत तो म्हणाला, ''थोरले स्वामी नाहीत आले....''

'ठकऽ ठकऽ ठक' संभाजीराजांच्या काळजाला शंकेचा सुतारपक्षी टोचा मारू लागला. चर्या उतरली. ''नाही आले?'' त्यांच्या तोंडून न कळणारे शब्द सुटले.

रायगडचा बाळंतविडा वाजत-गाजत वाड्यात घुसला. तो घेऊन येणाऱ्या स्वारांनी संभाजीराजांना मुजरे दिले. सरपोसांनी झाकलेली बाळबाळंतिणीच्या मानाची दोन तबके त्या स्वारांनी सदरेवर ठेवली. रायगडचा निरोप झुकत्या मानेने राजपुत्राला पेश केला, ''धन्यांची तब्येत खराब हाय. ह्ये बाळंतविडे दिल्यात. सांगावा हाय नाव 'भवानीबाई' ठेवावं.''

संभाजीराजे सुन्न झाले. ते सदरेवरून उठले. महालाच्या रोखाने चालू लागले.

मुहूर्त साधून घटिकापात्र घंगाळात डुबले. राजकुवरबाईंनी आपल्या भाचीला पाळण्यात घालून तिच्या कानात तिचे नाव सांगितले – ''भवानी! भवानी!! भवानी!!!''

राजकुवरबाईंनी पाळण्याला पाठ लावून झोला दिला. त्या झोल्यावर 'भवानी'चा पाळणा हिंदोळू लागला! या समारंभात दुर्गाबाई दिसत नव्हत्या. वांत्यांनी बेजार झाल्याने त्या आपल्या महाली लेटून होत्या.

दसरा मागे पडला. या खेपेला सोनआखाड्यावर हत्यारमार करायला संभाजीराजे दसरामाळावर गेले नाहीत. कुणाशीच काही न बोलता ते दिवसन्‌दिवस आपल्याच महाली एकले राहू लागले. त्यांचा आपल्याच मनाशी मनाचा संवाद जुंपला. त्याची उकल त्यांना होईना. गुंतवा झालेल्या मानी राजमनाचा शेव काही केल्या हाताशी येईना. असह्य, भयाण एकलकोंडेपणाने त्यांच्याभोवती घेर टाकला. वाड्यावर

सासुरवाडीचे शिर्केमंडळ होते; रक्ताच्या नात्याच्या राणूअक्का होत्या; अग्नीच्या साक्षीने पाठीशी आलेल्या येसूबाई, दुर्गाबाई या अर्धांगी होत्या; खंडोजी, रायाजी, अंतोजी असे इमानाचे सोबती होते; उमाजी पंडित, केशव पंडित, कवी कुलेश असे शास्त्रपारंगत पंडित होते; पिलाजींच्यासारखे जाणते थोरपण होते पण – पण यांपैकी कोणीच त्यांना 'आपले' आहे, याचा भरोसा काही येईना! नुकत्याच जन्मलेल्या कन्यारत्नाचे कौतुकही त्यांच्या लेखी ओसरले. मन अनावर फरफटीला लागले. शंकांचे पलोते नाचवू लागले – 'असं का व्हावं? आम्ही खातरजमेनं हाती घेतलेल्या सोन्याची मातीच का व्हावी? जर साक्षात आबासाहेबांच्या मनीच आमच्या बाबीनं काही अंदेश आला असेल, तर वरकड सारं असून नसल्यासारखं! आमच्याविशी त्यांच्या मनी कसलं कुट्ट काळं आणि कुणी-कुणी घातलं आहे? का? मासाहेबांचं असं आम्ही काय वाईट चिंतलं आहे? कोण जातीची तापदरा आम्ही अण्णाजींना दिली आहे?

'कर्नाटक स्वारीवर जाताना महाराजसाहेब आम्हाला पुरात ठाण करून जातात. त्यांच्या दिग्विजयाला गालबोट लागू नये, म्हणून मनावर धोंड ठेवून आम्ही ते शिरसावंद्य मानतो. परतीच्या वाटेवर महाराजसाहेबांना आम्हास भेटावंसं वाटत नाही. आमच्या पोटी जन्मास आलेल्या आपल्या नातवंडाचं मुखदर्शन घेण्यास ते आले नाहीत. काय चाललं आहे हे? कुठल्या कसुराची ही आम्हाला शिक्षा आहे? आम्ही थोरले म्हणून जन्मास आलो हा कसूर? आम्हाला युवराजपदाचा अभिषेक झाला हा आमचा कसूर? की नकळत्या वयात आमच्या मासाहेब गेल्या आणि ऐन हव्या होत्या त्या समयाला थोरल्या आऊ गेल्या हा आमचा कसूर?

'आबासाहेबांचा आमच्याविशी गैरमेळ पडला आहे खास. आमच्यावतीनं रायगडी तो कोण निपटणार? कोण सफाई देणार? आम्हालाच जातीनिशी का बोलावणं होत नाही रायगडाकडून? की आम्ही हयातभर शृंगारपुरी सासऱ्यांच्या वाड्यातच पावणेर झोडत राहावं, अशी इच्छा आहे आबासाहेबांची? पावणे-दोन साले झाली आम्ही इथं आहोत. आता इथं राहणं नको वाटतं, पण जावं तरी कुठं? कसं?' त्यांना काही सुधारेनासे झाले!!

"युवराज, गडाहून थैलीस्वार दाखल झाला आहे. थैली खाशी म्हणून सदरेला खोळंबून आहे." महाली आलेल्या परशरामपंतांनी वर्दी दिली.

'थैलीस्वार! गडावरचा! आबासाहेबांनी नक्कीच याद फर्मावलं असणार.' क्षणापूर्वीची संभाजीराजांच्या चर्येवरची काळजी नाहीनिपट झाली. झपाझप चालत ते सदरेला आले. सदरेच्या चाकरमान्याने झडते मुजरे दिले. रायगडाहून आलेला थैलीस्वार अदबीने पुढे झाला. त्याने कमरेची भगवी थैली युवराजांच्या हाती दिली. संभाजीराजांनी क्षणैक मस्तकाला भिडवून, लगबगीने थैलीचा फासबंद उकलला. वळी बाहेर

घेतली. खुलल्या खलित्यावरचे शब्द टिपू लागले –

"श्रीयासह विराजित, अखंड लक्ष्मी अलंकृत, युवराज शंभूराजे प्रति अनेक उदंड आशीर्वाद उपरी विशेष.

वज्रचुडेमंडित सौ. सूनबाईस कन्यारत्न जाहले. वृत्त ऐकोन परम संतोष जाहला. आता विशेष करोन लिहिणे ते पत्र देखत जरोरीने सज्जनगडी कूच होणे. समर्थचरणी रुजू होवोन चित्तास शांती लाभेल तसे करणे. समर्थ देतील तो बोध सावधपणे मनी धरणे. मनी भलेबुरे जे असेल, ते समर्थचरणी ठेवणे. विशेष काय लिहिणे. जाणिजे!"

खलित्यातील शब्दाशब्दांनिशी संभाजीराजांच्या डाव्या भुवईला कमानबाक चढत गेला. टपोरे डोळे आक्रसले. छातीचा जामा काखेत दाटून आला. मनात विचारांची, शंकांची धुमाळीच धुमाळी माजली – 'म्हणजे आबासाहेबांच्या मनी आमच्या बाबीनं अंदेश आला खास! आम्ही सज्जनगडी समर्थचरणी जावं! समर्थ देतील, तो बोध ऐकावा. कशासाठी? मनी भलेबुरे असेल ते निपटण्यासाठी. असं काय भलंबुरं आणलं आम्ही मनी? इथं ठाण होऊन सुभा सांभाळला हे? अडल्या रयतेला धारा माफी केली हे? की अपत्याच्या अरिष्टनिवारणार्थ कलशाभिषेक केला हे? आबासाहेब... आबासाहेब कसली आज्ञा दिलीत आम्हास ही? आम्हाला बोध नको आहे, हवं आहे आपल्या चरणांचं दर्शन. थोरल्या आऊंच्या छत्रीचं दर्शन. का जावं आम्ही सज्जनगडास? कशासाठी?'

हाती खलिता घेऊनच संभाजीराजांनी सदर सोडली. ते तसेच येसूबाईंच्या दालनी आले. हातातील खलित्याची वळी उठवीत म्हणाले, "ऐकलंत. गडाहून आबासाहेबांचा खलिता आला आहे. आम्हास सज्जनगडी रुजू होण्याची आज्ञा आहे. समर्थचरणी मनचं भलंबुरं ठेवण्यासाठी. का जावं आम्ही?"

येसूबाईंनी कुशीत घेतलेल्या दोन महिन्यांच्या भवानीचा पदर हलकेच तोडला. हसत त्या म्हणाल्या, "एवढं संतापण्यासारखं काय आहे त्यात? सज्जनगड पावन स्थान. आमचं ऐकावं. आज्ञेप्रमाणे सज्जनगडी कूच ठेवावं. आम्ही या अशा गुंतून पडलो, नाहीतरी आम्हीही आलो असतो, समर्थदर्शनास."

यांच्या शांत उत्तराने संभाजीराजे चकित झाले. स्वत:शीच विचारगत होत पाठीशी हात बांधून फेर घेऊ लागले. थोड्या वेळाने दालनाबाहेर पडण्यापूर्वी संथ शांत शब्दांत म्हणाले, "ठीक आहे. जाऊ आम्ही सज्जनगडास."

सज्जनगडी जाण्याचा दिवस फुटला. खंडोजीने निवडलेले तीनशे घोडाईत वाड्यासमोर हत्यारबंदीने सिद्ध झाले. झिरमिऱ्या आडपडद्यांचा एक मेणा भोयांनी तयार ठेवला. समर्थांचे दर्शन घेण्यासाठी राणूआक्का आणि दुर्गाबाई संभाजीराजांबरोबर

निघणार होत्या. भरल्या दुर्गाबाई आता रसरशीत दिसत होत्या.

पायधूळ मस्तकी धरून संभाजीराजांनी पिलाजीमामा आणि मामीसाहेबांचा निरोप घेतला. येसूबाईंचा निरोप घेण्यासाठी ते त्यांच्या दालनात आले. लेटल्या येसूबाई त्यांना बघताच उठून मंचकावर बसत्या झाल्या. पाळण्यात छोटी 'भवानी' शांत सुख झाली होती. पाळण्याची काठाळी धरून धाराऊ खडी होती.

"येतो आम्ही. सांभाळून असा." संभाजीराजे येसूबाईंची नजर चुकवीत भरल्या आवाजात म्हणाले. पाळण्याजवळ जात त्यांनी झोपल्या भवानीच्या गालावर ओठ टेकले. भवानी क्षणभर चाळवली. पुन्हा शांत झोपी गेली. धाराऊने पाळण्याला हलका झोका दिला.

"स्वारी अजून घुश्शात आहे. पण सज्जनगडाच्या दर्शनानें तो कमी होईल. परतेल तेव्हा स्वारी एखादं काव्यही बांधून परतेल!" संभाजीराजांना खूश करण्यासाठी येसूबाई म्हणाल्या.

नेहमीसारखा हसरा प्रतिसाद संभाजीराजांनी त्यांना दिला नाही. दुखऱ्या काळजातून पडेल बोल आले – "काव्य आता आम्हाला कायमचं पारखं झालं आहे!"

पळभर असह्य शांतता दालनात दाटून पडली. मग येसूबाई म्हणाल्या, "स्वारी समर्थदर्शनास जाते आहे. आमचाही दंडवत सांगावा समर्थांना. बुवांनी काही कठोर सांगितलं, तरी त्याचा किंतू मनी धरू नये. आम्हाला विश्वास आहे. भावेश्वरीच्या कृपेनं सारं काही ठाकेठीक होईल."

ते ऐकताना संभाजीराजे स्वत:शीच कसनुसे हसले. धाराऊला म्हणाले, "येतो आम्ही आऊ, यांना जपा."

"येताना भवानीबाईंसाठी समर्थांच्या हातचा मंतरलेला गंडादोरा आणायचा आहे. विसरणं होईल नाहीतर." येसूबाई पाळण्याकडे बघत कौतुकाने म्हणाल्या. बाळंतपणाचे वसबी तेज त्यांच्या चर्येवरून नुसते ओसंडत होते. मंचकाला तळहाताची टेकण देत त्या उठल्या. कोनाड्याजवळ गेल्या. एक लाकडी पेटी त्यांनी कोनाड्यातून उचलली. ती खोलून त्यातील कवड्यांची भरगच्च माळ बाहेर घेतली. संथपणे त्या संभाजीराजांच्या जवळ आल्या. हातची माळ ओंजळीने त्यांच्यासमोर धरीत म्हणाल्या, "हा डाग फार मोलाचा. त्याखेरीज स्वारींची छाती भुंडी दिसते. हा डाग सांभाळण्याचा आमचा वकूब नाही! घ्यावा. आमच्या धाकल्या बाईंना जपावं."

संभाजीराजे आपल्या सखीला निरखत राहिले. त्यांच्या ओंजळीतून उचलून त्यांनी ती भवानीमाला छातीवर चढविली. येसूबाईंनी पदरशेव हातात धरून आपल्या कुंकुबळाला तीन वेळा सौभाग्य-नमस्कार केला. त्यांच्या हातीचे हिरवे चुडे खणखणले.

"येतो आम्ही!" संभाजीराजे वळते झाले. तसे होताना त्यांच्या भुजेचा भवानीच्या पाळण्याला धक्का बसला. त्या तेवढ्या धक्क्यानेही भवानीबाईंची झोप उडाली. पाय

झाडून त्यांनी सूर लावला! संभाजीराजे, येसूबाई, धाराऊ एकमेकांकडे बघतच राहिले. धाराऊने पुढे होत, पाळण्यातील शंभूकन्या उचलली. थोपटून शांत केली.

मागे न बघता संभाजीराजांनी दालन सोडले. सगळ्यांचा निरोप घेतलेल्या राणूअक्का व दुर्गाबाई वाड्यासमोरच्या मेण्यात चढल्या. संभाजीराजांनी एका सफेद घोड्यावर मांड जमविली. त्यांना निरोप देण्यासाठी पिलाजी, गणोजी, पंडितमेळा, खंडोजी, अंतोजी-रायाजी पुराच्या उत्तर वेशीपावेतो चालले. संभाजीराजांनी वाटेत लागणाऱ्या शिर्क्यांच्या कुलदेवतेचे, भावेश्वरीचे पायउतार होऊन दर्शन घेतले. उत्तर वेस आली. पिलाजींना खांदाभेट देताना संभाजीराजे म्हणाले, "तुम्ही आहात, मागील चिंता नाही."

"बिनधोक असा. भेट घेऊन परता. आम्ही वाट बघतोय." पिलाजी मायेने उत्तरले. सगळ्यांचा निरोप घेऊन संभाजीराजांनी शृंगारपूर सोडले. घोडे पथक मेण्याभोवती कडे धरून कोयनाघाटीच्या रोखाने संथ चालू लागले.

सांजवेळ धरून सज्जनगड नजरटप्प्यात आला. गडाच्या पायथ्याशी संभाजीराजांच्या आगवानीसाठी किल्लेदार जिजोजी काटकर सरंजामाने मौजूद होता. त्याने पुढे होत आगवानी केली. जिजोजीला पाठीशी घेत संभाजीराजे राणूअक्का, दुर्गाबाईसह समर्थांच्या सज्जनगडाच्या पायऱ्या चढू लागले. प्रत्येक पायरी मागे टाकताना त्यांच्या मनाची एक गत लागली. फार दिवसांपूर्वी शिवथर घळीत समर्थांची भेट झाली होती. तो दिवस त्यांना आठवला. समर्थांची दाढीधारी सतेज चर्या डोळ्यांसामने खडी ठाकली. तासाच्या टोलांसारखी त्यांची बोली कानात घुमू लागली. "आम्ही बैरागी, तुमच्या राज्यभिषेकास देण्याजोगी भेट आमच्याजवळ नाही. आम्हाला प्राणप्रिय असलेला हा कोदंड आम्ही तुम्हाला देतो आहोत!" त्या समयी समर्थ आबासाहेबांना भारल्या बोलीत बोलले होते.

थोरल्या आऊ पाचाडात ज्या रात्री आम्हास सोडून गेल्या, त्या रात्री त्यांनी शेवटची इच्छा आबासाहेबांना सांगितली – "समर्थांचा बोध ऐकावा वाटतो." समईच्या उजेडात केशव पंडितांनी जात्या थोरल्या आऊंना बोध ऐकविला – "जीव जीवात घालावा – आत्मा आत्म्यात मिसळावा – राह राहो परांतरीचा – गेले बहुता बळांचे बळवंत राजे – बहुता कुळांचे कुळवंत राजे – सरली शब्दांची खटपट – आला ग्रंथाचा शेवट!" थोरल्या मासाहेब गेल्या. उरल्या फक्त आठवणी.

संभाजीराजे गडावर आले. ते आल्याची खबर मठभर पसरली. मठाच्या प्रवेशद्वारात मोजड्या उतरून संभाजीराजांनी पायांवर पाणी घेतले. राणूअक्का, दुर्गाबाई यांच्या सोबतीने समर्थशिष्यांनी भरलेल्या मंडपातून ज़ात हनुमानमूर्तीचे दर्शन घेतले. जवळच उभ्या असलेल्या समर्थशिष्य कल्याणस्वामींच्या पायावर मस्तक ठेवीत ते म्हणाले, "स्वामींची कृपा असावी."

"जय जय रघुवीर समर्थ" म्हणत कल्याणस्वामींनी झुकते होत युवराजांना खांदे धरून उठते केले. राणूअक्का, दुर्गाबाई यांनी कल्याणस्वामींना भरल्या पदरांच्या ओंजळीने नमस्कार घातले.

"युवराज, आम्ही तीर्थप्रसाद घेऊन येतो आहोत. तोवर तुम्ही मठओवरीत विश्राम घ्या." कल्याणस्वामी ममतेने म्हणाले.

"संभाजीराजे 'जी.''' म्हणाले आणि ओवरीच्या रोखाने चालू लागले. मंडपातील समर्थशिष्य डोळाभरून युवराजांना निरखू लागले.

ओवरीत अंथरलेल्या बिछायतीवर युवराजांनी बैठक घेतली. राणूअक्का व दुर्गाबाई समर्थशिष्यिणींच्या सोबत माजघरात गेल्या.

थोड्या वेळाने हाती ओल्या डाळीच्या प्रसादाचा द्रोण व तीर्थाची झारी घेऊन कल्याणस्वामी ओवरीवर आले. हसतमुखाने युवराजांना म्हणाले, "घ्या श्रींचा प्रसाद." क्षणभर रेंगाळत संभाजीराजे त्यांना म्हणाले, "प्रथम... प्रथम समर्थदर्शन करू आणि मग...."

शांत हसत कल्याणस्वामी उत्तरले, "गुरुदेव गडावर नाहीत! परिक्रमेसाठी बाहेर पडलेत! घ्या." त्यांनी ओल्या डाळीचा प्रसाद संभाजीराजांच्या ओंजळीत ठेवला. तो ओठांआड करण्याचे युवराजांना भानच राहिले नाही.

"घ्या." कल्याणस्वामींनी त्यांना भान दिले. युवराजांनी प्रसाद आपलासा केला. तीर्थ ओठांआड घेतले.

त्या रात्री युवराजांनी मठाचा थाळा घेतला नाही. जागा पालटल्याने असेल, पण त्यांना दिलेल्या कोठीत मंचकावर ते एकसारखे कूस पालटत तळमळत होते.

सज्जनगडच्या कातळबंदीवर हाततळवे टेकून रायगडच्या रोखाने नजर जडवलेले संभाजीराजे पुरते अस्वस्थ झाले. इथे येऊन एक हप्ता लोटला होता. बेचैनीने युवराजांनी कातळबंदी सोडली. चार धारकऱ्यांत पाठीशी अदब धरून खडे असलेल्या किल्लेदार जिजोजीला ते गंभीर बोलात म्हणाले, "गडकरी, रायगडी खलिता द्या. समर्थ इथं नसल्याचं लिहा. आम्ही पुढील आज्ञेची वाट बघतो आहोत, ते कळवा."

"जी." जिजोजीने युवराजाज्ञा उचलली. त्याला पाठीशी घेत संभाजीराजे गडाच्या सदरेच्या रोखाने चालू लागले.

हत्यारी पहाऱ्याने युवराजांना मुजरा दिला. जिजोजीने एका धारकऱ्यामार्फत चिटणिसाला बलावू दिले. चिटणीस सदरेला रुजू झाला. रायगडी धाडण्याचा खलिता मोरपिसाने रेखू लागला.

"धाकलं धनी, गोसावी सदानंद भेटीची अर्जी करत्यात. पेश घालावं?" बैठकीवर बसलेल्या युवराजांना मुजरा देत जिजोजीने वर्दी दिली.

संभाजीराजांच्या कपाळी आठी धरली. हाततळवा रेललेल्या गिर्दीवर क्षणभर फिरला. संथपणे ते म्हणाले, "येऊ द्या त्यांना."

सदानंद गोसावी सदरेत आले. नांदी देत त्यांनी युवराजांना नमस्कार दिला. खांद्याची झोळी नेटकी करीत हातची कुबडी उडवीत ते म्हणाले, "युवराज आमची एक फिर्यादी आहे!"

रेललेले संभाजीराजे गिर्दी सोडून पुढेसे झाले. कफनीधारी सदानंद गोसाव्यांवर नजरफेक टाकताना त्यांना म्हणावेसे वाटले, "बुवा, फिर्याद तर आमचीही आहे. कुणासामने ती पेश करावी? एक फिर्यादी दुसऱ्या फिर्यादीस कसला निवाडा देणार?" तरी स्वत:ला सावरीत गोसाव्यांना दिलासा देत ते म्हणाले, "बोला."

"आमचा इनाम सध्या दिवाणातून मना केला आहे. तो आम्हास सोडवून देण्याची कृपा व्हावी." सदानंद गोसावी निर्धाराने बोलले.

ते ऐकताना संभाजीराजांना समर्थांची आठवण झाली. राज्याभिषेकाचे आमंत्रण निरिच्छपणे बाजूला सारणारे समर्थ! त्यांचे हे शिष्य सदानंद गोसावी! गोसाव्यांनासुद्धा इनामाची आच लागते! शेवटी आभाळाशी झुंज घेत वाढतात ती साग, ऐनाची झाडे, कुरणातील गवत नव्हे! समर्थ एकलेच 'समर्थ'.

"कुणी मना केले इनाम?" संभाजीराजांनी फिर्यादीची दाद घेत सवाल घातला.

"सुरनिसांनी!" सदानंद गोसावी उत्तरले.

हे ऐकताना संभाजीराजे पाऽर बेचैन झाले. नियतीच्या फसगमतीचा माग घेत विचारगत झाले. तरी स्वत:ला तोलत धीमेपणाने म्हणाले, "ती त्यांच्या अखत्यारीचीच बाब आहे, गोसावी. आम्ही कळवू त्यांना तुमची फिर्याद. या तुम्ही."

सदानंद गोसावी नांदी उठवून सदरेतून गेले. संभाजीराजांनी चिटणिसाला इशारत केली, "आणखी एक खलिता रायगडी द्या. सुरनिसांना! लिहा – "सदानंद गोसावी यांचा इनाम सांप्रत मना केला आहे. चालता केला पाहिजे म्हणतो. हा मामला आम्हास दखल नाही. तुम्हास कळेल ते पारिपत्य केले पाहिजे.""

दोन्ही खलिते सिद्ध झाले. संभाजीराजांनी त्यावर दस्तुराची मोहर केली. हारकारा खलिते घेऊन सदरेबाहेर पडला.

सदर सोडून उठताना संभाजीराजांना फार-फार ज़ाणवले की, 'सदानंद गोसावी यांच्या निमित्ताने सुरनीस अण्णाजींना आम्ही खलिता लिहिला आहे. तो वाचताना खुद्द त्यांनाही अंदेश येईल की, ही भाषा युवराजांची नाही! ही दफ्तरी भाषा आहे. खाशांची नाही. तूर्त आम्ही खासे नाही, उरलो आहोत केवळ दफ्तरी!'

पौष मासाचा शुक्लपक्ष आला. आकाशीची चंद्रकोर कलेकलेनं बळावू लागली. भरल्या सज्जनगडावर युवराज संभाजीराजे देहामनाने एकले पडू लागले. एकच एक विचार त्यांचे मनी ठाण धरून बसला, 'हा गड सोडणे आहे. पण ते कुठं? पुन्हा

शृंगारपुरी? छे! कुठंही जावं!'

एका सांजेला ते देवदर्शन करून आपल्या दालनाकडे परतत होते. पाठीशी जिजोजी आणि मोजके धारकरी होते. समर्थमठासमोर ते आले. सूर्य डुबायला घातला होता. एकाएकी चालते संभाजीराजे पायी साखळदंड पडल्यासारखे थबकले. "कावऽ कावऽ कावऽ" मठासमोरच्या दगडी पारातून उठलेल्या डेरेदार पिंपळवृक्षावर मोजता येणार नाही, असे कावळ्यांचे जथेच्या जथे उतरत होते. क्षणभर युवराजांना भास झाला की, आपल्या मनाचाच हिरवाकंच पिंपळवृक्ष झाला आहे! काळेकुट्ट, कर्कश रेकणारे खंडोगणती कावळे त्या वृक्षावर पंख झाडीत उतरताहेत! ते कल्लोळते कावळे कर्कशताहेत – "हा गड सोडणे आहे! जावं... जावं कुठंही! लव-कुशांनी घोडा रोखला, एकाच बळावर कारण ते राजअंकुर होते. त्यांचा जन्म वनात, झाडझाडोऱ्यांत राहण्यासाठी नव्हता. जावं कुठंही!" वेड्यासारखे, सुन्न संभाजीराजे त्या काळ्या पक्ष्यांचा पिंपळवृक्षावरचा सुलतानढवा पापणी न पाडता बघतच राहिले. बाहेर पुरते सांजावले तेव्हा युवराज आपल्या दालनात आले. चिराखदानांनी दालनाचे अंतरंग कसे उजळून निघाले होते!

बेचैनीने ते दालनात फेर टाकू लागले. बाहेर पहारा देणारा धारकरी आत आला. अदब देत म्हणाला, "मठाचं गोसावी आल्यात."

पायफेर थांबवून संभाजीराजांनी त्याला फर्मावले, "पेश येऊ द्या."

कल्याणस्वामींचा निरोप घेऊन एक मठशिष्य दालनात आला. नांदी देत त्याने निरोप सांगितला. "स्वामींची युवराजांना सांगी आहे."

"बोला."

"दोन दिवसांनी पर्वणीचा योग आहे. क्षेत्र माहुलीवर कृष्णा-वेण्णा संगमात स्नान करून राजहस्तानं दानधर्म करणं, पुण्यकर्म आहे."

समोरच्या मठशिष्याचा आवाजही युवराजांना काळ्या पक्ष्यासारखा भासला – 'पर्वणीऽ!' त्यातच त्यांचा स्वत:चा कर्कश निश्चय मिसळला. "हा गड सोडणे आहे! कुठंही जावं!" आत कालवा होता, तरी संभाजीराजे बाहेरून शांतपणे त्या शिष्याला म्हणाले, "स्वामींना सांगा आम्ही ही 'पर्वणी' साधू! या."

मठशिष्य समाधानाने निघून गेला. नकळत जाताना संभाजीराजांच्या मनाचा मठ ढवळून गेला. पाठीशी हात बांधून ते जखमी जनावरासारखे दालनात पायफेर टाकू लागले. आपलीच असंख्य रूपे सावल्यांचा आकार घेऊन त्यांच्याभोवती फेर धरून गोंधळ घालू लागली. कोंडी, सोसणे, अगतिकता यांची संबळ, तुणतुणी झडू लागली. मनाची पट्टा, तेग, विटा, भाला अशी हत्यारे बनून एकमेकांशी तंडू लागली. त्या धुंदळीत त्यांचे मानाचे 'युवराजपण' पायदळी चिंबू, चिरडू लागले –

'थोरल्या आऊ गेल्या त्या दिवशीच आमचं 'युवराजपण' पोरकं झालं. महाराणी

झालेल्या मासाहेबांना आमचं युवराजपद रुपलं. त्यांच्या करणीमुळंच आम्ही भरल्या दरबारी आरोपित म्हणून पेश झालो. एका ब्राह्मणी सुवासिनीच्या आत्महत्येस कारणीभूत झालोत. आम्हीच आबासाहेबांना अभक्ष्य चारलं हा काळीज चिरणारा आळ मासाहेबांनी आमच्या माथी मारण्याचा घाट घातला. रामराजांना आमच्यापासून तोडण्याची एकही संधी त्यांनी कधीही दवडली नाही. कर्नाटक स्वारीला कूच होताना आबासाहेबांसमोर आम्हाला रायगडहून शृंगारपुरी धाडण्याचा हट्ट धरला तोही त्यांनीच. आम्ही अडल्या रयतेला धारामाफी करतो, याचा गैरमतलब अण्णाजींना हाताशी धरून त्यांनीच आबासाहेबांच्या कानी घातला. आम्ही कलशाभिषेक केला तो कुठल्या हेतूनं, त्याची खबर कर्नाटकी गेली, ती कसल्या बेंगरूळ रूपानं? काय-काय नि कसं-कसं घडलं आहे हे?

'रजपूत मिर्झाच्या गोटात ओलीस म्हणून जाणारे आम्ही, शाहजादा मुअज्जमच्या भेटीस औरंगाबादेस जाणारे आम्ही, थोरांच्या जोडीनं मथुरेत अंगी कफनी चढविणारे आम्ही आज काय भरून पावलो आहोत?

'परतीच्या वाटेवर आबासाहेब शृंगारपुरी आले नाहीत. आपल्या भरल्या कुशीच्या लाडक्या सुनेला दर्शन, आशीर्वाद द्यावेसं त्यांना वाटलं नाही, ते आमच्यामुळं! भवानीबाईंच्या मस्तकी आपला हात आजोबा म्हणून ठेवावा असं महाराजसाहेबांना नक्कीच वाटलं असेल, पण तेही त्यांनी रोखलं ते आमच्यामुळं. आम्ही राजेपणाची लालसा धरतो आहोत, असा त्यांचा गैरमेळ रायगडावरच्या जाणत्या महाराणी आणि सुरनिसांनी केल्यानंच त्यांनी आम्हाला सज्जनगडचा मार्ग दाखवला.

'आम्ही आबासाहेबांना समोर नकोसे झालो? त्यांनाही आमच्या बाबीनं हेच वाटतं? मग भारभूत असलेली ही युवराजपदाची वस्त्रे अंगी कशासाठी वागवावीत आम्ही? किती दिवस सोसावं हे? का?' ठणकत्या काळजाने ते मंचकावर बसले. मस्तकाचा माठ तडकेल म्हणून तळहातांनी तो गच्च दाबून त्यांनी डोळे मिटते घेतले.

'घणऽ घणऽ घण' पाचाडच्या सदरेवरच्या घाटेतून उठलेले नाद त्यांच्या मस्तकाच्या घुमटीत निनादू लागले. बोटभर उंचीची एक आकृती सदरेवर खडी दिसू लागली. म्हणता-म्हणता ती विती हातांनी मोठी होत रायगडाच्या आघाडी मनोऱ्याएवढी उदंड उंच झाली. त्या होत्या थोरल्या आऊसाहेब! त्यांच्या ओठांतून ममतेची साद घुमली, "बाळ शंभूऽ!" एक केतकी रंगाचा थरथरता मायाळू हात युवराजांच्या रोखाने पाठ थोपटण्यासाठी पुढे सरकू लागला. युवराजांच्या उभ्या अंगभर त्या हाताला निरखताना विजाच विजा सळसळून गेल्या. देह क्षणभर थरारून ताठरला. सारे अंग घामाने कसे चिंब डवरून आले. असह्यपणे त्यांनी भोवतालच्या पोकळीला "थोरल्या आऊऽ" अशी साद घालीत, भयाने थरकापून डोळे उघडले. दालनातील

मंद-उजळ उजेड आपल्याकडे बघून हसतो आहे, असा संभाजीराजांना भास झाला. सैरभैर होऊन त्यांनी मंचक सोडला. मनाशी पडलेली मनाची चावरमिठी काही केल्या निखळत नव्हती.

"थोरल्या आऊ, तुम्ही गेल्यानंतर या हयातीत जमेला आल्या फक्त युवराज्ञी येसूऽ!" त्यांचे ओठ पुटपुटले. कुशीत बालजीव घेऊन मंचकी लेटलेल्या येसूबाई त्यांच्या डोळ्यांसमोर उभ्या राहिल्या. मिटल्या डोळ्यांनीच त्या म्हणत होत्या, "भावेश्वरीच्या कृपेनं सारं ठाकेठीक होईल."

कुठलंतरी एक धारदार राजमन संभाजीराजांच्या तोंडून त्यांना जाब देऊन गेले –

"होळीसणाला आम्ही पेटत्या हुडव्यात हात चालवून मानाचं श्रीफळ बाहेर खेचलं. तुमच्या केवळ दर्शनानंच पोळल्या हाताच्या वेदना आम्ही क्षणात भुलून गेलो. पण... पण आज आमच्या मानी मनाचंच श्रीफळ भडकत्या वणव्यात होरपळत आहे! कोणी ते बाहेर खेचावं, असं आम्हालाच वाटेनासं झालं आहे. कारण नसता ठोकरा खात बदनाम झालेला आमचा मुखडा आता आम्हाला कुणालाच दावू नयेसा वाटतो! युवराज्ञी, तुम्हालासुद्धाऽ!"

येसूबाईंच्या आठवणीबरोबर कधीतरी त्यांच्याशी बोलताना त्यांना ऐकविलेला 'चोरचोळी' हा बोल युवराजांच्या मनातून उसळून उठला. हिरव्या रंगाची 'चोरचोळी' कुणालाही माग न देता केलेली! हिरवा पिंपळवृक्ष! काहीतरी चमत्कारिक विचारांची घाणी त्यांच्या मनात फिरून गेली. पेटता बोळा भिरभिरत येऊन दारूच्या कोठारावर आदळावा, तशी मनाच्या तळवटातून हिरव्या रंगाची फासबंद थैली त्यांच्या धुमसत्या मनाच्या तोंडाशी आली. वर चांद असलेले हिरवे निशाण दृष्टीसमोर फडफडले. वळवळता भुजंगसर्प बाहेर पडावा, तशी थैलीतील खलित्याची वळी बाहेर पडली. शब्दांचे फूत्कार टाकू लागली.

"मशहुरल अनाम, दाम दौलतहु, जंगेबहाद्दर शाहजादा संभूऽ... इस मुकामपर आगवानी के लिये तुम्हारी राहे ताक रहे है!!" त्या फूत्कारांनी क्षणभर संभाजीराजांच्या पिंढऱ्यात घट्ट गोळे धरले. घशाला सोक देणारी कोरड पडली. डोळ्यांसमोर काजवेच काजवे चमकले. झपाझप चालत त्यांनी चौरंगीवरच्या गडव्यातील पाणी घटाघट घशाखाली सोडले. कपाळीचा घाम पोसाने निपटला. कऱ्हेपठारावर रजपूत मिर्झाच्या गोटात एकवार बघितलेला दिलेरखान पठाण त्यांनी आठवून बघितला. आता त्यांची चर्या पार पालटून गेली होती. मनाच्या धारा बोथट झाल्या होत्या.

"सारे दोर तुटले आहेत! उरलेले आम्ही तोडणार आहोत! खुद्द आमच्या हातांनी!" स्वत:लाच समजावीत ते पुटपुटले. "होय! आम्ही पठाण दिलेरच्या गोटात जाणेचा निर्णय केला आहे!! तिथे आम्ही कुणाचे पुत्र, पती, बंधू, युवराज असणार नाही! जे काही असू ते मनगटाच्या हिमतीचा अधिकार सांगणारे फक्त

संभाजीराजे भोसले!''

गादीवर ओळंबून युवराज संभाजीराजे भोसले खलित्याच्या वळीवर स्वहस्ते मोगल सरलष्कर पठाण दिलेरखान यास मजकूर लिहू लागले – ''मशहुरल अनाम, दाम दौलतहु, लष्करे सालार दिलेरखान सुभे दख्खन यांसी, रा. रा. संभाजीराजे भोसले यांची विज्ञापना उपरी विशेष,

आम्ही श्रीक्षेत्र माहुलीहून कूच करून खान मजकुरांचे भेटीस जातीनिशी येत आहोत!!! दरोबस्त आगवानी करून आमचा मरातब करावा. तपशीलाने समक्ष भेटीगाठीत बोलू. जाणिजे!''

बाहेर सज्जनगडाचे रात्रमेटाचे मेटकरी एकमेकांना सावधपणाच्या हरळ्या देत होते. ''मेटकरी ह्येऽ हुश्शाऽर!'' मठमंडपात पथाऱ्यावर अंग टाकणारे समर्थशिष्य एकजोडीने म्हणत होते –

''जयाचे तया चुकले प्राप्त नाही।
गुणे गोविले जाहले दुःख देही।
विधी निर्मिता लिहितो सर्व भाळी।
परि लिहितो कोण त्याचे कपाळी।''

पौष शुद्ध दशमीचा दिवस वर उठला. पक्ष शुक्लाचा असला, तरी तो मराठी दौलतीतला सर्वांत काळाकुट्ट दिवस घेऊन आला होता. संभाजीराजांनी निवडलेले दोन-एकशे धारकरी दानधर्माच्या होनांचे पेटारे घेऊन सज्जनगड उतरले.

नेहमीचा युवराजी पेहराव संभाजीराजांनी उतरून ठेवला. सादिलवार आसवाब अंगी धारण केले. छातीवर कवड्यांची माळ चढवावी की नको, या विचाराने त्यांनी ती हातात चाळवली. ''कुठंही असलो तरी आम्ही भोसलेच आहोत. आता आईशिवाय पाठराखण ती कोण करणार?'' असे पुटपुटत त्यांनी भवानीमाला छातीवर घेतली.

''तुम्ही क्षेत्र माहुलीवर स्नानास जाताहात म्हणे?'' दालनात आलेल्या राणूअक्कांच्या बोलण्याने संभाजीराजांची तंद्री तुटली. त्यांनी शिवगंध तडीला नेत अक्कांना दाद दिली – ''जी!''

''आम्ही यावं म्हणतो संगमस्नानाला.'' राणूअक्कांनी हसत इच्छा व्यक्त केली.

संभाजीराजांची कपाळपट्टी आक्रसली. ते अक्कांच्याकडे बघतच राहिले. त्यांना काय सांगावे, ते युवराजांना कळेना. थोड्या अवकाशाने ते बांधील बोलत म्हणाले, ''जशी आज्ञा. मेणा जोडायला सांगतो आम्ही. तयारी करावी.''

''आम्ही म्हणजे आम्ही एकल्या नाही येणार. दुर्गाबाईंना घेणार आहोत संगती!'' प्रसन्न हसत राणूअक्का बोलल्या.

''जशी मर्जी.'' संभाजीराजांना बोलायला जागाच उरली नव्हती.

मेणा सिद्ध झाला. संभाजीराजांनी मठात जाऊन हनुमानदर्शन घेतले.

कल्याणस्वामींच्या चरणांवर आपल्या कपाळीचे शिवगंध टेकवीत ते म्हणाले, "स्वामींचा कृपाप्रसाद असावा."

"जय जय रघुवीर समर्थ." नित्यनांदी उठवीत कल्याणस्वामींनी युवराजांना वर घेतले. प्रसन्न हसत त्यांच्या ओंजळीवर झारीतील तीर्थ सोडले.

संभाजीराजांनी दूरवर रायगडच्या रोखाने एकदा कातर नजर दिली. मठासमोरचा पाराचा पिंपळ निरखला आणि त्यांनी भोयांना राणूअक्का व दुर्गाबाईचा मेणा उठवायला इशारत दिली. जिजोजी काटकर आणि धारकऱ्यांचे पथक पाठीमागे घेत मेणा आघाडीला ठेवून युवराज संभाजीराजे भोसले सज्जन समर्थांचा परळीगड उतरू लागले! गडाची एक-एक पायरी उतरताना संभाजीराजे आपल्या आजवरच्या हयातीचीही एक-एक पायरी उतरू लागले. प्रत्येक पायरीनिशी त्यांच्या मनाला वारंवार वाटू लागले. 'जावं की परतावं? कशासाठी? काय उरलं आहे पिछाडीला?'

'आम्ही पठाणाच्या गोटात दाखल झाल्याचं कळल्यावर आबासाहेबांना काय वाटेल?... छेऽ! परतावं आणि पुढं?... शृंगारपुरी पिलाजीमामांचा पावणेर झोडीत बसावं?... पंडितांच्या संगतीत काव्याच्या पंक्तींशी हुज्जत घालावी?.... छे! हे होणे नाही? त्रिकाल होणे नाही! आम्ही केला आहे, तोच निर्णय पक्का आहे.

'आम्ही गेल्याचं समजताच अवघी मराठी दौलत थरकून उठेल. दोन असामींना मात्र दूध-भात खावासा वाटेल. दौलतीच्या जाणत्या, कदीम महाराणीसाहेबांना आणि अक्कलहुशार, इमानदार सुरनीस अण्णाजींना!

'भ्रम आहे हा की, आमच्या पारखे होण्याने मराठी दौलत थरकून उठेल हा! रयतेला राजा लागतो. फक्त राजा... आबासाहेबांच्या पश्चात तो रामराजांच्या रूपानं उभा राहील. आम्ही – आमचं राज्य – राजा शंभूचं राज्य – मनगटाच्या बळावर उठवू. तिथं आम्हाला कुणी जाबसाल करणार नाही. आबासाहेबांना कुठं होतं, स्वतःचं राज्य! त्यांचे शब्द अजूनही आठवतात. ते म्हणाले होते, "युवराज, वडिली दिली दौलत कोण पुरुषार्थाची?" त्यांचेच आम्ही फर्जंद आहोत. पुरुषार्थ दावायला अनायसा संधी आली आहे. दोनदा निग्रहानं बाजूला सारली, पण अदृष्टाचा खेळ काही निराळा दिसतोय. त्यासाठी या क्षणी दिलेरशिवाय दुसरी जोड नाही. आम्ही धरली वाट बिकट आहे; पण – खुंटल्या, खोळंबल्या वाटेपेक्षा ती बरी नाही काय?

'आमच्या जाण्यानं युवराज्ञींना काय वाटेल? शरमतील त्या आमच्या नावाचे कुंकुपट्टे कपाळी घेताना. होय, शरमतील. पण मस्तकी युवराजपणाचा नामधारी जिरेटोपाचा भार घेणं, त्या कुंकुमपट्ट्यापेक्षा शतपटीनं कठीण आहे.

'आज आम्हाला रोखण्याचं सामर्थ्य एकाच जिवात होतं. थोरल्या आऊसाहेबात! पण त्या असत्या तर ही आफतच ना येती आमच्यावर!

'...आबासाहेब, कधी नव्हे तो सवाल उठतो आहे, आमच्या मनी आज!

आमच्या जागी आपण असता तर? महाराणींच्या करणीची स्त्री आमच्या वयात आपणाला मासाहेब म्हणून भेटती तर? आपण साफ-साफ अशा मासाहेबांना तोंडावर बजावलं असतं की, "आपण महाराणी असलात, तरी आम्ही युवराज आहोत! उद्याचे राजे आहोत! अदब राखून बोला!"

'धावत्या नदीला मागे पडणाऱ्या घाटबुरुजांचा शोक करता येत नाही. पुढे येणाऱ्या दरी-दरडींची धास्ती बाळगून चालत नाही. आता आम्हाला साथ-जोड आहे, ती कमरेच्या हत्याराची. अंगच्या रक्ताची. आम्हीही राजअंकुरच आहोत. वसबीखाली कुचमत वाढण्यासाठी आमचा जन्म नाही. आबासाहेब आमच्या थोरल्या महाराजसाहेबांपासून दूर झाले. दूर राहूनच मोठे झाले. आम्हीही आमच्या आबासाहेबांपासून दूर जाणार आहोत... शक्य आहे असं दूर जाणं? छेऽ! आम्ही कुठंही असलो, तरी मनानं त्यांना क्षणभरही विसरूच शकत नाही... पण... या दौलतीत आता क्षणभरही राहू शकत नाही. जाणे आहे. जिकडे पुढा होईल तिकडचा मुलूख थोडा करीत जाणे आहे. मथुरेत आबासाहेबांनी आम्हास मागं ठेवलं. आज आम्ही त्यांना मागं ठेवणार आहोत. होय, राजकारण म्हणून आबासाहेबांनी आम्ही उत्तरेत असता 'राजगडावर आमच्या बाळराजांचा काळ झाला!' अशी अफवा पसरविली. ती खरी पटावी म्हणून आम्ही हयात असताही आमच्या नावचे राजगडावर दिवस घातले! आज आम्हीच आमच्या करणीनं सांगतो आहोत, "आबासाहेब, तुमच्या लेखी आमचा काळच झाला आहे, असे समजोन खरेखुरे दिवस घालावेत! आम्ही आपल्या पोटी उपजलो हे विसरून जावं!" आमचं यात कसलंही राजकारण नाही. आहे ती मनची सच्ची भावना....

'आज पाय मागे खेचतात ते फक्त धाराऊ तुझ्या यादीनं! आमच्यावर मायेशिवाय आजवर तू दुसरं काहीच केलं नाहीस. आज आम्ही खरे बेइमान होतो आहोत, ते फक्त तुला!! पण आम्ही तरी काय करावं? तुझ्या दुधावर वाढलं ते आमच्या अंगचं भोसल्यांचं रक्त! आज या भोसल्यांच्या रक्तानं गाड्यांच्या दुधाला शिकस्त दिली आहे. मानी मनानं मायाळू मनावर फत्ते घेतली आहे. एकच वाटतं आहे. तुझ्या रायाजी-अंतोजीसारखे आम्हीही शंभूजी गाडे म्हणून तुझ्या पोटी उपजतो तर! तर एक मावळा म्हणून आबासाहेबांच्या कसोटीस खातरीनं उतरलो असतो. शक्य झालं, तर या शंभू भोसल्याचं कुचमलेपण तू आपल्या कुणबाऊ पदरी घे!'

दौडत्या घोड्याच्या टापेला दोरखंडाने जखडलेल्या सजेच्या कैद्याची व्हावी तशी संभाजीराजांच्या मनाची फरपट सज्जनगडाची पायरी-पायरी उतरताना झाली. पायथा येताच सर्वांना थांबण्याचा इशारत देत एकदा गर्दन उठवून त्यांनी आभाळात घुसलेल्या सज्जनगडाचे दर्शन केले. कपाळी दाटलेला घाम शेल्याने निपटला.

"चलाऽ" भोयांना आज्ञा मिळाली. पथक चालू लागले. पौषाचे उन्ह तावू लागले.

कृष्णा-वेण्णा संगमाचे तीर्थस्थान श्रीक्षेत्र माहुली आले. संगमाचा दगडबंद प्रशस्त घाट माणसांनी फुलला होता. एका झाडाच्या घेऱ्याखाली गारव्यात पथक डेऱ्यात थांबले. युवराज संगमस्नानाला आल्याची वार्ता घाटावर पसरली. घाटाचा उत्तरभाग माणसांनी आपणहून राजकुळासाठी मोकळा करून दिला. एका बगलेला जिजोजीने झडपा टाकून जनानखान्यासाठी स्नानाची बंदिस्त जागा सिद्ध केली होती.

संभाजीराजांनी अंगीचा पेहराव व टोप उतरला. कमरेला जांग कसली. अंग उघडे पडू नये म्हणून एक शालनामा लपेटून घेत, ते डेऱ्याबाहेर पडले आणि घाटाच्या पायऱ्या उतरू लागले. संगमावर पूर्वीच येऊन पोहोचलेल्या शिबंदीच्या मावळ्यांचे त्यांना मुजरे झडू लागले. पाण्यात भिजलेल्या शेवटच्या पायरीपर्यंत ते आले. अंगीचा शालनामा झटकन त्यांनी दूर हटविला. मागच्या सेवकाच्या हाती दिला. पौषाच्या उन्हात त्यांच्या पिळदार अंगकाठीचा सोनखांब क्षणभर लखलखला. उभा घाट तो नजारा डोळे जोडून बघत होता. क्षणभरातच तो सोनखांब कृष्णा-वेण्णेच्या पांढरट निळ्या पाण्यात झेपावला. युवराज पोहणीला पडले. पाण्याच्या स्पर्शाबरोबर त्यांच्या मनातील विचारांचे वादळ वाहतीला लागले. सपासप हात मारत युवराजांनी दोन कासऱ्यांचा चौक फिरून घेतला.

झडपांआड बंदिस्त हमाम्यात राणूअक्का आणि दुर्गाबाई यांनी तीर्थस्नान घेतले. संभाजीराजे संगमाबाहेर आले. निथळत्या अंगाने त्यांनी एकदा सूर्यदर्शन केले. पायरीवरचा शालनामा पुन्हा लपेटून घेतला. झेपा टाकीत दोन-दोन पायऱ्या पार करीत ते पुन्हा डेऱ्यात आले. अंग कोरडे करून त्यांनी पेहराव धारण केला.

कृष्णा-वेण्णेची हळदी-कुंकवाने पूजा करून, खणानारळांनी त्या नद्यांच्या ओट्या भरून राणूअक्का व दुर्गाबाई डेऱ्यात आल्या.

जिजोजीने डेऱ्यासमोर युवराजी बैठक मांडली होती. दानासाठी सोनमोहरा, धान्ये, वस्त्रे यांची सरपोसबंद तबके त्या बैठकीलगत सिद्ध ठेवली होती.

युवराज डेऱ्याबाहेर आले. त्यांच्यामागून आक्कासाहेब आणि दुर्गाबाई आल्या. युवराजांनी बैठक घेतली. जनाना आपल्या बैठकीवर बसला. दानसत्राला प्रारंभ झाला.

शांत, समाधानी चर्येने, हसत्या मुखाने युवराज पर्वणीची दाने देऊ लागले. भट, भिक्षुक, गोसावी, बैरागी, पिंगळे, वासुदेव हाती दान पडताच युवराजांना तोंडभर आशीर्वाद देऊ लागले. जमल्या स्त्रियांना राजजनान्याने खणनारळ दान केले.

"जिजोजी, घाटावर फेर टाका. दानाचे कुणी बाकी राहिले काय माग घ्या." संभाजीराजांनी गडकऱ्यांना फर्मावले.

"जी," म्हणत जिजोजी घाटाचा माग घ्यायला गेला. तेवढ्यात संभाजीराजांनी आपल्या निवडल्या धारकऱ्यांच्या म्होरक्यांना समोर घेतले, कुणालाच न कळणारी आज्ञा त्यांना दिली, "प्रथम आपली सारी जनावरं नावातून संगमापार घ्या. पेटारे,

सारी शिबंदी पैलतीराला सोडा. जल्दी कराऽ!''

''जी'' म्होरक्यांनी झुकून ती आज्ञा उचलली. ते कामाला लागले.

''च्यार-दोन गोसावी बाकी हाईत. पर त्ये म्हंत्यात आमी गोसावी. आमस्नी दान नगं. होतर शिधा देवावा.'' जिजोजीने घाटाचा माग दिला.

''ठीक आहे. त्यांना शिधा द्या.'' संभाजीराजांनी बैठक सोडली. ते घाटावर आले. संगम पार करणाऱ्या नौका निरखू लागले. जनावरे, शिबंदी, सामानाचे पेटारे पैलतीराला पोहोचल्याची खातरजमा त्यांनी करून घेतली. आता चार-पाच नौका खाशांची वाट बघत संगमाच्या ऐलतीरावर हिंदोळत उभ्या होत्या.

संभाजीराजे डेऱ्यात आले. राणूअक्कांना म्हणाले, ''अक्कासाहेब, जरा संगमावर येता?''

''चला.'' काहीच अंदाज नसलेल्या राणूअक्का बोलून गेल्या.

संभाजीराजे राणूअक्का, दुर्गाबाई यांच्या संगतीने घाट उतरू लागले. त्यांच्या मागून ''शिबंदी पैलतीराला का ग्येलीय?'' या घोटाळ्यात अडकलेला जिजोजी अदब धरून चालला. संगमतीर आला. नावाड्यांनी नौकातूनच युवराजांना मुजरे दिले. ते आपले करण्याचे भानही संभाजीराजांना उरले नव्हते.

राणूअक्कांना ध्यानीमनी नसता संभाजीराजांनी वाकून त्यांच्या पायांना हाताची बोटे भिडविली. ''आम्ही येतो आहोत! आपण परतावं सज्जनगडी यांना घेऊन!''

''मतलब?'' चमकत आक्कासाहेबांनी विचारले.

''आम्ही-आम्ही, पठाण दिलेरच्या गोटात जाण्याचा निर्णय पक्का केला आहे!'' गोळीबंद जाब आला.

''बाळमहाराऽराज!'' अंगावर वीज पडल्यागत राणूअक्का चीत्कारल्या. जिजोजींच्या डोळ्यांसमोर दिवसाढवळ्या काजवे उमटले. दुर्गाबाईंनी कधी नव्हे, ते मान उठवून आपल्या स्वारीला नजरेनेच जाब विचारला.

वाऱ्याच्या फराट्याने मुखाभोवतीचा पदर उडून गेल्याचे भान राणूअक्कांना उरले नाही. नजर आपल्या पाठच्या बंधुराजावर जोडीत त्यांनी विचारले, ''काय-काय बोलताहात हे? आबांचा काही विचार केलात?''

''जी, केला आहे. आता आम्ही कुणाचं काही लागत नाही. रायगडी, शृंगारपुरी, परळीवर कुठंच आम्ही जखडून पडणार नाही. कुणापुढंही कशासाठीही हात पसरणार नाही. आमचा निर्णय पक्का आहे. आपण माघारी परतण्यास मुखत्यार आहात. जाताना आम्हाला ऐकवून जावं की, ''तुमच्यासारखा भाऊ पाठीशी असण्यापरीस पाठ सुनी असती तरी बरं होतं!'' ते ऐकण्याचीही आम्ही तयारी केली आहे.''

ते ऐकताना राणूअक्का सुन्न-सुन्न झाल्या. मान डोलवीत म्हणाल्या, ''बाळमहाराज, कसं बोलता हे? यासाठी आम्ही तुम्हास साथ दिली? जे तुमच्या वाटेत आडवे

आले, त्यांना आडवे करण्याची धमक दाखविण्याऐवजी तुम्ही त्यांना पाठ दावता? तुमच्या जाण्यानं फावेल ते त्यांचे. विचार केलाय तुम्ही? या भरल्या ओटीच्या बाईचं काय होईल तुमच्या माघारी?'' दुर्गाबाईंकडे हात करीत राणूबाईने विचारले.

''आम्ही विचार केलाय. कुणाचं काय फावेल, काय होईल याच्याशी आम्हाला आता मतलब नाही! आम्ही येतो. आपण परतावं.''

राणूअक्कांना पाठवान दावीत संभाजीराजे झेप घेऊन नौकेत चढले. ''चला'' त्यांनी नावाड्यांना फर्मावले. संगमाच्या लाटांवर डुलत नौका सरसरू लागली. कासराभर आत घुसली.

''बाळमहाऽराज. थांबा.'' अक्कांची कातरी साद कृष्णा-वेण्णेच्या अंगावर काटे उमटवून गेली. पळभर नौका जागीच थांबली. संभाजीराजांनी नावाड्याला ती वळती घेण्याची इशारत दिली. नौका किनाऱ्याला भिडताच संभाजीराजांनी अक्कांना सवाल घातला, ''काय बोला? आम्हास वखत नाही.''

''आम्ही – आम्ही येतो आहोत तुम्हा संगती!!'' मायेच्या चिंब काळजाचे घोगरे बोल घाटावरून उठले. कळवळत्या नजरेने तीच साद दुर्गाबाईंनी आपल्या कुंकवाला घातली.

''तुम्ही? देवदर्शनाला नाही जात कुठं आम्ही आक्कासाहेब. कशाला पायी खोडा घालता?

''बाळमहाराज, एकवार आम्ही स्वत:ला पारखे होऊ, पण तुम्हाला एकलं सोडणं नाही जमणार आता आम्हाला. आम्ही निर्णय केला आहे, जिथं तुम्ही असाल तिथं तुमची पाठराखण करण्याचा. आम्हाला संगती घ्या. आजवर काही मागणं घातलं नाही. पण आज आई भवानीची आण घालून, हे मागणं करतो आहोत आम्ही. आम्हाला संगती घ्या.''

सगळी जाणच ताठरल्यागत संभाजीराजे जोडल्या नजरेने अक्कासाहेबांना बघत राहिले. इथे बोलणेच खुंटले होते. शब्दांना व्याधी झाली होती.

''ठीक आहे. जशी आपली मर्जी. चलावं.'' नौकेतून उतरून संभाजीराजांनी हात जोड देत अक्कांना नौकेत चढविले. पाठोपाठ दुर्गाबाईंना हातजोड दिली. घाट सुना-रिता करीत, एकमेकांशी जन्माने जोडले गेलेले ते तीन जीव नावेत झेपावले.

''नगा, धाकलं धनी असं कायबाय नगा करूसा!'' छत्रपतींच्या जागत्या इमानाचा किल्लेदार जिजोजी काटकर काळजाच्या देठातून कळवळत म्हणाला.

''किल्लेदार, घाटावरचा बार्दाना सज्जनगडी पावता करा.''

''धनीऽ....''

''दिल्या आज्ञेची तामिली करा. तुमच्या महाराजांना सांगा – आम्ही परतू ते हा सह्याद्रीचा डोंगरदरा जिंकण्यासाठीच!'' भरकटल्या क्षणाला संभाजीराजांच्या तोंडून

तेजाबासारखे जळजळीत बोल कृष्णा-वेण्णेच्या पावन अंगावर टपकले. नौका अज्ञाताचा संगम पार करीत सरसरू लागली. अंगावर वीज पडल्यागत किल्लेदार जिजोजी काटकर तिच्या जाण्यामुळे उठणारी पाण्याची वळी गुमान बघतच राहिला. त्याच्या नजरेत ती काही मावता मावत नव्हती.

पैलतीर येताच सज्ज शिबंदीतील तीन जातवान घोड्यांवर संभाजीराजांनी राणूअक्का दुर्गाबाईंसह मांड घेतली. युवराज संभाजीराजे भोसल्यांचा तांडा मोगली तळाचा म्होरका धरत चालला. चालला – भगवा जरीपटका हिरव्या निशाणीच्या छायेत! शिवाचा पुत्र अशिवाकडे. एकला नव्हे; सोबत छत्रपतींची कन्या आणि छत्रपतींची गर्भवती सून घेऊन.

युवराज संभाजीराजे भोसले, छत्रपतींना पारखे झाले!

स्वत:साठी खऱ्या अर्थाने पूर्णपणे पोरके, पोरके झाले!!

◆

॥१॥

सुप्याचा मोगली तळ मागे पडला. तीनशे मावळी घोडेस्वारांची जमात उन्हातून निथळत चालली होती. पेडगावच्या बहादूरगडाच्या ठाण झालेल्या दिलेर पठाणाला संभाजीराजांनी हारकारे पाठवून, आपण येत असल्याची वर्दी दिली होती.

तीन हजार घोडेस्वारांची दिमत घेऊन दिलेरखानाने इखलासखान मियाना व खैरतखान या आपल्या सरदारांना बहादूरगडावरून संभाजीराजांना घेण्यासाठी धाडले होते. इखलास आणि संभाजीराजे यांची सुपे-पेडगाव मार्गावर भेट झाली. मावळी-मोगली जोडफौज पेडगावच्या वाटेला लागली.

पेडगावच्या वेशीवर खासा दिलेरखान संरजामाने संभाजीराजांची राह ताकत उभाच होता. पूर्वी रजपूत मिर्झाने 'शिवा'ला सुलुखाला येणे भाग पाडले होते. तहाच्या अटी पूर्ण होईतो 'संभा'ला आपल्या गोटात ओलीस घेतले होते. त्या वेळी कऱ्हेपठारावर रजपुताने या संभाला एक शाही हत्ती नजर केला होता. मजाक म्हणून त्या वेळ फर्जंद संभाला केल्या गेलेल्या सवालाचा जाब याच पठाणाने ऐकला होता. सवाल होता, "इतना बडा शाही हाथी कैसे साथ ले जाओगे संभूराजे?" शिवाच्या या कडव्या बच्च्याने मोठ्या गरुराने त्या वेळी जाब दिला होता – "डुलत-झुलत का होईना तुमचे हे जनावर चालते, ते नेणे सोपे आहे – पण आमच्या महाराजसाहेबांनी दिलेले गडकोट चालत नाहीत, ते नेणे कठीण आहे!"

पठाण आज या आठवणीने स्वत:शीच हसला. त्याच्या मनी विचार आला – 'जंगे-दिल शाहजादे, गड, किले नहीं चलते! उन्हे उठाना मुश्कील है, पर-पर आदमी तो चलता है। उसे उठाना आसान है।'

संभाजीराजे इखलाससह पेडगावच्या वेशीवर येताच मोगली तळावर शाजणे, नगारे झडले. खांद्यावरची हिरवी जरीबंदी खिल्लत नेटकी करीत, दोन्ही हात पसरून हसतच "आइयेऽ संभूराजे, आइये," म्हणत

दिलेरखान संभाजीराजांना सामोरा गेला. पठाणी छाताडाला भोसलाई छातवान भिडले. उभा तळ ते अकरीत बघायला वेशीवर लोटला होता. हाताला धरून पठाणाने संभजीराजांना आपल्या सालारी डेऱ्यात आणले.

मेणे जोडून संभाजीराजांचा जनाना हत्यारबंद पहाऱ्यात बहादूरगडाकडे रवाना केला गेला.

दुसऱ्या दिवशी तळावर नजराणा पेश करण्यासाठी दिमाखदार बैठक उठविण्यात आली. शाही बिछायती पांघरून ती सजविण्यात आली होती.

आपले इखलासखान, इरजखान असे सरदार दिलेरने न विसरता हजर ठेवले होते. त्यांच्या साक्षीने संभाजीराजांना मोगली दख्खनसालार दिलेरने आलमगिराने दिल्लीहून पाठविलेला झुलबाज हत्ती, तीन अरबी घोडे, हिरव्या म्यानाची तलवार, चौघडा आणि शाही आसवाबांचा नजराणा पेश केला. सात हजार स्वार आणि सात हजार जातांची वऱ्हाड-खानदेशीची मन्सब संभाजीराजांना शाही दरबाराने बहाल केल्याचे फर्मान जमल्या सरदार-दरकदारांना घोषित करण्यात आले. दिल्या मन्सबीतील हाताखाली येणाऱ्या फौजदार, हवालदार नायकांची दिलेरने संभाजीराजांना ओळख करून दिली.

जे फर्मान औरंगजेबाने मागे संभाजीराजांसाठी म्हणून पाठविले होते आणि जे शिवाजी महाराजांनी धिक्कारून ठोकरून परत पाठविले होते, ते आता संभाजीराजांनी विचित्र मन:स्थितीच्या आहारी जाऊन स्वीकारले होते.

मराठी दौलतीचे 'युवराज' म्हणून मावळ्यांचे मुजरे आपलेसे करणारे संभाजीराजे आता औरंगजेबाचा 'शाही मन्सबदार शंभूखान' म्हणून हशमांचे कुर्निस आपलेसे करू लागले! उमद्या बांड्या भोसल्यांच्या हयातीतील काळ्याकुट्ट पर्वाला सुरुवात झाली.

पणजोबा मालोजीराजे, आजोबा शहाजीराजे, आबासाहेब शिवाजीराजे या भोसल्यांच्या कुळदेठातील कुणीही कधी ना कधीतरी हे काळेकुट्ट पर्व सोसल्या-भोगल्याविना सुटलेले नव्हते. संभाजीराजांना दिला जाणारा नजराणा आणि मन्सबदारी बघून एकच असामी अस्वस्थ, बेचैन झाली होती. बजाजीराजे निंबाळकरांचे पुत्र, छत्रपतींचे जावई, संभाजीराजांचे एका नात्याने मामेभाऊ आणि दुसऱ्या नात्याने दाजीसाहेब महादजी निंबाळकर.

नजराण्याच्या बैठकीवरून संभाजीराजे आपल्या डेऱ्यात आले. पाठोपाठ त्यांना पहाऱ्याच्या हशमाने वर्दी दिली. "शालक फलटणवाले निंबालकर पेश आ रहे है।"

मस्तकी तिकोनी, जरीबंद पगडी असलेले, अंगावर खिल्लत चढविलेले, महादजी डेऱ्यात आले. वयाने ज्येष्ठ असले तरी मानाची अदब राखत त्यांनी संभाजीराजांना तसलीम दिली.

"आम्ही जातीने भेटीस आलो आहोत. युवराजांशी काही बोलावं म्हणून." महादजींनी विषयास हात घातला.

"बोला."

"राजे काय करून बसलात हे?" कसे बोलावे, ते महादजींना सुधरले नाही.

"मतलब?"

"कशाला आलात या खातेऱ्यात?"

संभाजीराजांनी महादजींना निरखत कडवा सवाल केला.

"अंगी शाही खिल्लत पांघरून तुम्ही आम्हाला हे विचारावं? तुम्ही का इथं हत्यार राबविताहात?"

"आमचा सल काय तो कुणाला कळायचा नाही कधी. पहाडासारखे वडीलधारे पाठीशी असता, ही आडवाट तुम्ही मात्र धरायला नको होती राजे."

"बस्स! दाजीसाहेब, राजवाटा खुंटल्या की आडवाटेशिवाय काही करता येत नाही. आमचा सलही कुणाला कधीच नाही कळणार. कळला तरी उकलणार नाही."

"अजून शांत विचार करा राजे. वेळ गेली नाही. तुम्ही परतावं, असं आम्हाला वाटतं. अभिषेक झालेल्या युवराजांनी राहावं अशी ही जागा नाही."

"आम्ही विचार केला आहे. आम्हाला युवराज म्हणू नका." भयाण शांतता डेऱ्यात कुचमून पडली.

"या निर्णयानं पस्तवाल एवढंच सांगतो आम्ही. येतो आम्ही." महादजी आले तसे जायला निघाले. डेऱ्याबाहेर पडणाऱ्या त्यांच्या कानी बोल पडले,

"आमच्या अक्कासाहेबांना नमस्कार सांगा. युवराज म्हणून नव्हे. पाठचे दुर्भागी भाऊ म्हणून!" सखूबाईंच्या आठवणीने संभाजीराजे पिळवटले.

महादजी डेऱ्याबाहेर पडले. या मेहुण्यांच्या भेटीगाठीची खबर दिलेरला लागली होती. महादजी आपल्या गोटातील डेऱ्यात जातात न जातात तोच पठाणी हत्यारबंद हशमांचा त्या डेऱ्याभोवती घेर पडला. महादजी नजरबंद झाले!

दिलेरखानाचे ग्रह आता बळाला लागले. विजापूर दरबारात वजीर सिद्दी मसूद आणि सेनापती सर्जाखान यांची तेढ पडली. एकेकाळी मिर्झा राजा, दिलेरखान, शिवाजीराजे, नेताजी पालकर या चार ताकदवार सेनापतींच्या स्वारीत विजापूरचे रक्षण करणारा सर्जाखान विजापूर पारखा होऊन थेट दिलेरला येऊन मिळाला! दख्खनेचा एक शाहजादा आणि एक सरलष्कर मिळताच दिलेरचे पारडे जड झाले.

औरंगाबादला असलेल्या मुअज्जम ऊर्फ शहाआलम या दख्खनसुभा औरंगपुत्राला, दिलेरची ही वरताण काही मानवणारी नव्हती! दिलेर आता विजापूर गिळण्याचं स्वप्न बघत होता. त्याला हे श्रेय मिळू नये, म्हणून शहाआलम त्याला मराठ्यांवर

चाल करण्याचा अनाहूत सल्ला देत होता. दोघांचे पराकोटीचे मतभेद झडत होते.

संभाजीराजांसह दिलेरने बहादूरगड सोडला आणि अकलूजला तळ दिला. हे ठाणे आदिलशाही व मराठशाहीवर चाल घेण्यासाठी मोक्याचे होते. दिलेर विजापूरवर चालून येणार या भयाने वजीर मसूदखानाने छत्रपती शिवाजीराजांशी बोलणी लावली. राजांनी मसूदला मदतीचा हात देण्याचे अभय लिहून पाठविले. यात दोन हेतू होते. विजापूर दिलेरच्या मोगली घशात जाऊ देणे हिताचे नव्हते आणि दुसरे म्हणजे साधेल त्या प्रयत्नाने संभाजीराजांना दिलेरच्या गोटातून उचलायचे होते.

सरलष्कर हंबीरराव आणि आनंदराव यांच्या म्होरकेपणाखाली मराठी फौजांच्या दोन फळ्या आदिलशाहीत उतरल्या. या फौजांतील जासूद प्राण धोक्यात झोकून दिलेरच्या तळावर संभाजीराजांना भेटले होते. पण युवराज हट्टाला पेटले होते. काही ऐकायला तयार नव्हते. जासूद हताश परतले होते.

आदिलशाहीत आता तीन शक्तींचा तिढा पडला होता. अकलूजला दिलेर, संभाजीराजे आणि सर्जाखान; विजापूरला चिंताग्रस्त मसूदखान व आदिलशाही आणि युवराज परत मिळण्यासाठी, जमेल तेवढा आदिलशाही मुलूख मराठशाहीला जोडण्यासाठी दौडणाऱ्या मराठी फौजा.

अकलूजच्या तळावर आपल्या डेऱ्यात संभाजीराजे अस्वस्थ फेऱ्या घेत होते. त्यांचे मन बहादूरगडात गुंतले होते. आठवणींची गुंतवण उकलीत होते.

'काय असतं एकेकाचं भाग्य! युवराज्ञीबरोबर आम्ही शृंगारपुरात राहिलो. त्यांचं कौतुक, सोपस्कार त्यांच्या माहेरी झाले आणि यांना...' दुर्गाबाईंच्या आठवणीने संभाजीराजे पिळवटले.

'युवराज्ञी, तुम्ही नेहमी म्हणत आलात – आम्ही बाशिंग बांधले आहे, ते रानवाऱ्याशी! खरं आहे ते. पण ते तुमच्या बाबीने नव्हे, तुमच्या धाकल्या बाईंच्या बाबीनं! शृंगारपूर सोडताना तुम्ही म्हणालात, धाकल्या बाईंना जपावं. जिथं आमचीच उधळण झाली, तिथं त्यांना कुणी जपावं?' अंगच्या कपड्यांनी पेट घेतलेला माणूस धावावा, तसे संभाजीराजांचे मन सैरभैर धावू लागले.

'अक्कासाहेब, कसला खोडा घातलात हा तुम्ही! मुलखात असत्या तर आमच्या युवराज्ञींनी यांना तळहाताच्या फोडासारखं जपलं असतं.'

विचारांचा पाठलाग टाळावा म्हणून संभाजीराजे डेऱ्याबाहेर आले.

बहादूरगडाहून निघालेले दोन घोडेस्वार तळात घुसले होते. जनावरे उधळीत ते थेट संभाजीराजांच्या गोटात आले. पायउतार होऊन तसलीम देत त्यातील एकाने कमरेची थैली संभाजीराजांना देताना म्हटले, ''बधाई हो! फर्जंद हुआ!''

''फर्जंद! सच!'' भोसलाई डोळे क्षणभर लखलखले. पुन्हा ठाव न लागणाऱ्या

खंतेत डुंबून गेले. घोडेस्वाराच्या हातावर अंगठी पडली. थैली न खोलताच चुकली पावले डेऱ्याकडे वळली.

वऱ्हाड-खानदेशाच्या मन्सबदाराच्या गोटातून तळभर 'शक्कर' वाटली जाऊ लागली. श्रींच्या राज्याच्या पहिल्या नातवाच्या जन्माची साखर पठाण-हशमांचे ओठ गोड करू लागली!

जन्मणाऱ्यानेही कुठे उपजायचे हे ठरवायला पाहिजे! नाहीतर होणाऱ्या परवडीला जिम्मेदार तोच ठरतो. या फर्जंदाचे बहादूरगडी नाव ठेवण्यात आले 'मदनसिंह'!

दिलेरशी रदबदली करून संभाजीराजांनी महादजींची नजरबंदी उठवून घेतली. मोगलांच्या फौजा आता एकवट होऊ लागल्या. रसद, वैरणकाडी दास्तानी लावण्यासाठी मोगलांचे काबाडीच्या बैलांचे तांडे माळशिरस, इंदापूर, बारामती या भागात चकरा टाकू लागले. अशाच एका तांड्याशी भूपाळगडावर मावळ्यांची गाठ पडली. 'तू-मी'ची बाचाबाची झाले. मोगली हशमांनी ती न चुकता दिलेरच्या कानी घातली – "भूपालगढके काफर मरहट्टे रसद इकट्ठा करनेमें हर्कत लेते है, टोककर दम भरते है।"

झाले! दिलेर निमित्तालाच टेकला होता. माकड मशालीचीच वाट बघत होते. एकतर याच निमित्ताने हातचे संभाजीराजे दिलेरला पारखून घ्यायला मिळणार होते. "सेवा का लडका शाही मन्सबदार सचमुच हुआ है, या ये बाप-बेटेकी छुपी चाल है?" आणि मराठी फौजांचा विजापुरी मुलखावर पडलेला दबाव असा मराठ्यांना तिरका तडाखा दिल्याखेरीज हटणार नव्हता. दिलेर दख्खनेत काही उरुसाला आला नव्हता.

वैशाख शुद्ध प्रतिपदेच्या दिवशी अकलूजच्या तळावर दिलेरने जमलेल्या फौजांना हमल्याचा इशारा दिला. फौजा पथकापथकांनी शिस्त घेत तळ सोडू लागल्या. तोफखान्याचे गाडे खडखडत निघाले. किल्ले भूपाळगडाच्या रोखाने.

खासा दिलेर संभाजीराजांच्या डेऱ्यात आला. हसत म्हणाला, "संभूराजे. चलिये। आपके मर्द हाथोंका शगुन आजमाना है। भोपालगढपर कब्जा बिठाना है। औरंगाबादमें शाहजादा मुअज्जम आपपर शक लेता है। उसे अपनी करामत दिखानेका मौका आया है।"

भूपाळगडाचे नाव ऐकताच संभाजीराजे चाचरले, "पण खानसाहेब...."

गदगदा हसत दिलेर तडफेने म्हणाला, "सही है राजे। आपका हिचकिचाना रास्त है। हम आपको सिर्फ फर्मा नहीं रहे है। खुद सवारी भरके आपके साथ आ रहे है। जंगमें अपना-पराया कुछ नहीं। आपको हमारे साथ आना है। अपनी फौज को तैय्यारी फर्माओ।" गर्जत्या झंजावातासारखा दिलेर डेऱ्याबाहेर पडलाही.

संभाजीराजांचे आपल्या फौजेला फर्मान सुटले. चौघड्यांच्या तालावर शिस्त

घेत वऱ्हाड-खानदेशची मोगली फौज कूचाला सिद्ध झाली.

हौदा लादलेल्या एका हत्तीवर पठाण दिलेरखान आणि संभाजीराजे भोसले एकत्र बसले. हत्ती फौजेच्या आघाडीला झाला. दिलेरने हत्यार म्यानाबाहेर घेत ते उंचावले. पाठच्या सेनेने त्याची इशारत पकडून मोठी दाद दिली – "धीऽन, धीऽन!"

भरकटलेली नौका पाणझोताच्या थपडा खात भेलकांडत जावी तसे वाट चुकलेले संभाजीराजे पाठीशी मोगली फौज ठेवून, साथीला पठाण सेनापती घेऊन भूपाळगडावर चालून निघाले! शिवाजीराजांच्या 'श्री'च्या राज्यावर त्यांचेच पुत्र संभाजीराजे चालून निघाले! भूपाळगडाच्या पंचक्रोशीतील भेदरलेली मराठी रयत गडाच्या आसऱ्याला धावून गेली. गडाचे दरवाजे बंद झाले. किल्लेदार फिरंगोजी नरसाळा तव्यासारख्या छातीत सुपाएवढे काळीज घेऊन बुरुजा-बुरुजांवरचे मोर्चे बांधून झुंजीला सिद्ध झाला. नरसाळा राजांचा कदीम आणि इमानाचा माणूस होता. बाल संभाजीराजांना त्याने अंगाखांद्यावर खेळविले होते. आज तेच अंगावर चालून येत होते.

रात्रभर फिरंगोजीचा डोळ्यास डोळा लागला नाही. तटावर येऊन गडपायथ्याला भिडलेल्या छावणीवर नजर टाकताना नरसाळ्याचे काळीज तुटत होते.

"बाळराजं, काय क्येलंसा ह्ये?" हा त्याच्या मनी उठणारा सल पायथ्याच्या संभाजीराजांच्या कानापर्यंत पोहोचत नव्हता. पोहोचला तरी उपयोग नव्हता!

वैशाख शुद्ध द्वितीयेचा दिवस फटफटला नाही तोच दिलेरच्या तोफखान्याचा गोळा भूपाळगडावर फुटला. जंगाला तोंड पडले. फिरंगोजीचे धारकरी किल्ल्यावरून बाण, दगडधोंड्यांची फेक करू लागले. दिवस वर चढू लागला. मोगली तोफखाना गडावर आग ओकीत होता. हशमांच्या फळ्या तटाशी लगट करू बघत होत्या. पेटला फिरंगोजी गोफणीगत गडावर भिरभिरत कुठंही भांगा पडू देत नव्हता.

पुरंदरसारखा बळकट किल्ला नमविणारा जिद्दीचा दिलेर भूपाळगडासमोर मात्र दमगीर झाला. दुपार धरून वैशाखी उन्ह सणकू लागले. तसे दिलेरने गोलंदाजांना बत्ती रोखण्याची आज्ञा दिली. मांजऱ्याचे पठार शांत झाले.

कपाळावरचा घाम निपटत दिलेर आपल्या डेऱ्यात आला. खानसाम्याने समोर ठेवलेल्या थाळ्यातील रोट सागुतीच्या कटोऱ्यात डुबवीत त्याने आज्ञा केली, "संभूराजाको बुलाव. गढ जरूर पडेगा. आजही!"

संभाजीराजे दिलेरच्या डेऱ्यात आले. पहाटेपासून काहीच झाले नाही अशा थाटात दिलेर त्यांना म्हणाला, "राजासाब, आप सम्हालोंगे घेरेकी आघाडी?"

"हाँ. जरूर." संभाजीराजांनी होकार दिला.

"देखिये गढ ताकदवर है। कचदिल मत होना।"

संभाजीराजे त्याला दाद म्हणून नुसते हसले.

दुपार टळतीला लागताच दिलेरने आपला ठेवणीचा, हातचा डाव काढला. आपला हत्ती त्याने संभाजीराजांना दिला. त्या हत्तीच्या पाठीवरचा हौदा हटविण्यात आला होता. संभाजीराजांसाठी त्यावर गिर्दीची सांडणी-बैठक बसविली होती.

आपल्या फौजेसह संभाजीराजे आघाडीला झाले. गडावरच्या इमानी तिरंदाजांनी तीरकमठे रोखून फौज टप्प्यात घेण्यासाठी पवित्रे धरले. बंदूकबारदारांनी नळ्या पेलून शिस्त घेतली. तट बुरुजांवर फेर टाकणाऱ्या फिरंगोजीला हत्तीवरचे संभाजीराजे दिसले, मात्र त्याने आपल्या माणसांना ओरडून इशारत दिली – "गड्यांनो, घात जाला. पठाणानं डाव साधला. बाळ धनी म्होरं काडलं! हात आवरा!"

माया कर्तव्याला आडवी आली. लढतीचे रूप पालटले. संभाजीराजांची फौज थेट गडाच्या तटाला भिडली. फिरंगोजीने तटाला दोर लावून गडावर पांढरे निशाण धरले. एक दोरबाज तटावरून खाली उतरला. त्याने फिरंगोजीचा सांगावा संभाजीराजांसमोर ठेवला – "तुम्हावर हत्यार धरणं आमचं काम न्हाई! आलासा तसं निघून जावं."

संभाजीराजे त्या दोरबाजावर गर्जले, "किल्लेदारास सांग, नरसाळा, आम्ही गड घेतल्याखेरीज हटणार नाही! एक आम्ही तरी पडू नाहीतर गड तरी पडेल!"

दोरबाजचा निरोप ऐकून फिरंगोजी पेचात पडला. लढत द्यावी तर, संभाजीराजांच्यावर हत्यार धरावे लागणार. न द्यावी तर गड सोडावा लागणार!

फिरंगोजीने गडावर सबनीस विठ्ठल भालेरावांशी मसलत केली, "काय करावं?"

संभाजीराजांकडून साऱ्यांना अभय घेऊन गड खाली करून द्यावा, अशी मसलत पडली. तटावरचे पांढरे निशाण डावे-उजवे डुलू लागले. ते बघताच मोगली तळावर शाजणे, नगारे झडले. फत्तेच्या तोफा फुटल्या. अभय घेतलेल्या फिरंगोजीने, विठ्ठल भालेरावांसह येऊन गडाचा दरवाजा खोलून मान खाली टाकली. त्याला संभाजीराजांच्याकडे बघावेसे वाटत नव्हते.

आपली मावळी शिबंदी घेऊन फिरंगोजीने खालमानेने विठ्ठलरावांसह भूपाळगड सोडला. गडावर चांदताऱ्याचे हिरवे निशाण चढले. संभाजीराजे गडाच्या बालेकिल्ल्यावर गेले. दिलेर पायथ्याला पठारावरच्या तळावर राहिला.

रात्र उतरली. मांजऱ्याच्या पठारावरच्या मोगली तळावरचे टेंभे शिलगले. आगट्या पेटल्या. दिलेरच्या डेऱ्यासमोर दोरखंडांनी दावणीला जनावरांसारखी जखडलेली सातशे मराठी रयत माणसे खालमुंडीने खडी होती. त्यांच्याभोवती हत्यारबंद पहारा जातीने उभा होता. भेदरून भूपाळगडच्या आसऱ्याला आलेली ती कुणबाऊ माणसे गड पडताच वाऱ्यावर उघडी पडली होती. पठाण ठरवील ते त्यांचे भवितव्य होते.

इस्पहानी मद्यावर रस्सा-रोटी रिचवलेला दिलेर डेऱ्याबाहेर आला. कैदखान्याच्या प्रमुखाने त्याला कुर्निस देत विचारले, "इनका क्या करना हजूर?"

दिलेरने साऱ्या तांड्यावर नजरफेर टाकीत एक उदार हुक्म फर्मावला, "काफरोंका एक-एक हाथ कलम कर दो!!"

मांजऱ्याच्या पठारावर जल्लादांचा जथा हाती वीतभर रुंदीचा धारदार सपाता घेऊन लाकडी खोडावर दाबून धरलेले काफरांचे हात कलम करताना खवचटपणे विचारीत होता – "कौनसे हाथसे पथ्थर गिराये? कमीने।" दमलेला जल्लाद सापता दुसऱ्याच्या हातात नेताना तिरस्काराने म्हणत होता – "कितनी पैदाइश है कम्बख्तोंकी! तटपरसे फेंक देते, तो हमें इतनी तकलीफ तो नही होती!"

पठारावर किंकाळ्यांमागून किंकाळ्या उठत होत्या. भूपाळगडच्या बालेकिल्ल्यांवरून त्या ऐकता येणार नव्हत्या. त्या किंकाळ्यांना कुणी वाली नव्हता. कसा असावा?

भूपाळगडच्या कुमकेसाठी महाराजांनी सोळा हजारांची सेना पाठविली. पण ती समयास पावली नाही. गडावरचे बदललेले निशाण बघून मावळी सेना परतली. दिलेरखानाने गडाच्या माऱ्याच्या मोक्याच्या जागा बेचिराख करून टाकल्या.

पावसाळा तोंडावर आला होता. गडाची बंदिस्ती करून दिलेर आणि संभाजीराजे बहादूरगडाकडे निघाले. मराठी रयतेचे हात कलम करण्याचा हुकूम खानाने दिला, ही बाब संभाजीमहाराजांच्या मनात सलत होती. स्वस्थ बसू देत नव्हती.

बैठकीच्या हत्तीवर हौद्यात त्यांनी खानाला सांगितले, "बेकसूर माणसांचे हात कलम करण्याचा हुकूम दिलात. हे बरे नाही केलेत."

खान बेपर्वाईने म्हणाला, "शुक्र गुजारो राजे, हमने उन्हें मौतके घाट नहीं उतार दिये! हमारा कितना हशम काम आया जानतो हो; ये नाचीज मिट्टीका ढेर कब्ज करने के लिये?"

चाप बसविल्यागत संभाजीराजांची जबान खुंटली. काळजात मात्र काहीतरी सलत राहिले. बहादूरगड आला. आपल्या फौजेला दास्तानी लावून संभाजीराजे कबिल्याच्या दालनात आले. राणूअक्का आणि दुर्गाबाई काहीतरी बोलत होत्या. त्या बोलणे तोडून थांबल्या. सलवार-कमीज घातलेल्या, तलम ओढण्या चेहऱ्याभोवती ओढलेल्या सेवेच्या दासी दालनाबाहेर गेल्या.

संभाजीराजांनी पुढे होत राणूअक्कांचे पाय शिवले. त्यांना काहीच दाद न देता अक्कांनी तोंड फिरविले. त्यांनी ओठभर लपेटून घेतलेल्या पदराआडून थरकते शब्द उमटले, "गड जिंकून आलात. तुमची आरती कशी उतरावी उमगत नाही आम्हास!"

खाली मान घातलेल्या दुर्गाबाईंच्या हाती चुरला जाणारा पदरही हेच सांगत होता.

संभाजीराजे सुन्न झाले. स्वतःच्या शरमेने त्यांची भरदार चर्या काळवंडली. गर्दन झुकली. "अक्कासाहेब, आमचं ऐकावं...."

"काय ऐकावं? तुम्ही दौलतीचा गड पाडलात हे ऐकून आबांना काय वाटेल?

यासाठी ही वाट धरलीत? माहुलीवर आम्हाला पेचात टाकलंत. भूपाळगडावर फिरंगोजींना पेचात घातलंत! शृंगारपुरात येसूबाईंना हे ऐकून काय वाटत असेल? रायगडी आबासाहेबांची काय गत झाली असेल? आम्ही तुमच्यावर जीव लावला. त्याचा मतलब तुम्ही मनमाने वागण्यास मुखत्यार व्हावं असा नाही! बाळमहाराज, आम्हाला हे मानवणार नाही!''

''चुकलं आमचं.'' संभाजीराजांना दालनात उभे राहवेना. ते बाहेर पडले.

आभाळ दाटून आले. पावसाने झड धरली. तबिबांनी जखमी, बीमार घोडे उपचारासाठी ताब्यात घेतले. पावसाचा माग धरून मराठी फौजांनी आदिलशाही मुलखातून हटत आपल्या सीमांवर तळ टाकले.

पडत्या पावसात दिलेरच्या मनी एक बडा मनसुबा घर करू लागला. तशात औरंगाबादेहून शहाआलमचा त्याला फर्मानी खलिता आला. दिलेरने खलबतासाठी साथीदारांची बैठक बोलावली. सर्जाखान, संभाजीराजे, इखलासखान, खैरतखान, इरजखान यांची बहादूरगडाच्या सदरी महालात बैठक बसली.

''औरंगाबादसे शाहजादेका संदेसा आया है।'' दिलेरने खलबताला तोंड फोडले.

''किले पन्हालेपर चाल रखनेका हुक्म है, इस बारीशमें!'' बैठकीचा अंदाज घेत खान थांबला. सर्जाखान आणि संभाजीराजे यांनी एकमेकांना नजर दिली.

''ये निरा पागलपन है सालार. मरहट्टोंने अपनी रसदें बंद कर दी है।'' सर्जाखान स्पष्ट बोलला. त्याला सिद्दी मसुद या विजापुरी वजिराचा हिसाब पावता करण्यासाठी विजापूरची मोहीम पाहिजे होती.

संभाजीराजांनी सर्जाखानाची मसलत आपल्या मतलबाने उचलून धरली. ''यापुढे मराठी मुलखावर चाल घेणे आम्हास जमणार नाही. पाहिजे तर हत्यार आणि मनसबीची वस्त्रे उतरून ठेवण्यास आम्ही तयार आहोत.''

''लेकिन ये शाही हुक्म है। उसे बगलमें कैसे रख सकते है?'' दिलेर दोन-दोन शक्तींना टाळू शकत नव्हता. जमून आलेला किस्मतीचा शतरंज उधळू शकत नव्हता. ''सालार, औरंगाबादको थैला भेज दो। लिख दो विजापूर कमजोर है। चाल उसपर जारी रखना मतलब की बात है। शाहजादेका जवाब आनेसे पहलेही हम निकलेंगे।'' सर्जाखानाने आपला हेत उघड केला.

सावध दिलेरने पारखले की ताणावर पडली, तर ही बैठक आता तुटणार. त्याने विजापूर स्वारीचा निर्णय घेतला. बैठकीला निरोपाचे विडे देण्यात आले.

पावसाचा गुमान न धरता संभाजीराजे, दिलेर, सर्जाखान यांच्या फौजा जिने कसून तयार झाल्या.

निरोप घ्यावा म्हणून संभाजीराजे राणूअक्कांच्या भेटीस आले. पण अक्कांनी आता मागे न राहण्याचा निर्णय घेतला होता. त्या निर्धाराने संभाजीराजांना म्हणाल्या,

"आम्ही आता स्वारीशिकारी असली तरी तुमच्यासोबतच राहण्याचं ठाणलं आहे. भावनेपोटी तुम्ही काहीतरी करून बसता. नंतर ते निपटणं नाही साधत. आम्ही तुमच्यासंगती येणार."

"जशी आज्ञा." संभाजीराजांना बोलायला वावच उरला नव्हता.

पाच महिन्यांच्या मदनसिंहाला उराशी कवटाळतं घेत, दुर्गाबाई राणूअक्कांच्यासह मेण्यात बसल्या. दिलेर, संभाजीराजे, सर्जाखान यांची जोडफौज विजापुरावर चालून निघाली.

घोलगडाजवळ नौकांतून भिवरा नदी पार करून सैन्याने धूळखेडला तळ टाकला. दिवस श्रावणाचे असल्याने उन्ह-पावसाची सफेद-काळी पाठशिवणी रंगाला पडली.

"पंडित, तुम्ही एवढी धीराची म्हणणारी माणसं हातपाय गळून स्वस्थ आहात मग आम्ही काय करावं? जे कानी पडतं ते सोसवेना म्हणून तुम्हाला याद फर्मावलं आहे. आमची तर पापणीला पापणी भिडेना." येसूबाईंच्या मनाची कोंडी शब्दलोटाने उमळून येत होती. शृंगारपूरच्या पिलाजींच्या वाड्यातील जनानीदालनात कवी कुलेश, केशव पंडित, उमाजी पंडित, परशराम, रायाजी, अंतोजी सारे गर्दना पाडून युवराज्ञीसमोर खडे होते.

"स्वारी आम्हाला पारखी झाली. जाऊ नये त्या गोटात गेली. जाताना आमच्या दिवाणसाहेब आणि धाकल्या बाईंना घेऊन गेली. आमच्या मुलखावर चालून आली. भूपाळगड घेतला. आता आणखी कशाची वाट बघणार आहोत सारे? आता तर धाकल्या बाईंना मुलगा झाला आहे. त्यांना कुठवर फरफटीला सोडणार आहोत आपण? स्वारीपेक्षा त्या दोघींची काळजी आमचं काळीज तोडते आहे. कुलवंतांच्या घरचा जनाना जळत्या पदरानं मोगली गोटात दिवस काढतो आहे. कुणाला नसली तरी याची खंत आम्हाला हररोज घास उचलताना छळते आहे."

येसूबाईंचे शब्द ठिणग्या होऊन साऱ्यांच्या कानांवर कोसळले. एवढे थोर तत्त्वज्ञ, पण सारे आतून पिळवटून निघाले.

"आमी जिवाची आण लावू, पर धन्यास्नी घेतल्याबगार न्हाई परतणार इथं." अंतोजीने येसूबाईंना धीर दिला.

"कसं साधणार ते अंतोजी?"

"काय वाट्टंल त्ये हुंद्या. आम्ही खानाच्या गोटात घुसनार." रायाजीने निर्धार सांगितला.

"आणि तुम्हीही आम्हाला पारखे होणार!" येसूबाई उसासल्या.

"युवराज्ञी, महाराजांनी हरप्रकारचे यत्न केलेत युवराजांचा समज पाडण्यासाठी.

यश येत नाही. आम्ही खलिता सिद्ध करतो आहोत. आपण स्वदस्तुराची मोहर त्यावर करावी. झाला पालट तर भावेश्वरीची कृपा!'' परशरामपंतांनी मसलत दिली.

''नाही झाला तर आम्हाला पालटावं लागेल. जनावरावर मांड घेऊन स्वारीला शोधण्यासाठी आम्हाला निघावं लागेल! साफ लिहा हे.'' मनच्या कढाने हात उठवीत येसूबाई म्हणाल्या आणि त्यांनी साऱ्यांना निरोप दिला.

एक-एक पाऊल हलले. दालन रिकामे झाले. क्षणभर येसूबाईंना आपण पुरत्या निराधार, रित्या झालो आहोत, पोरक्या आहोत असेच वाटले.

रायगडावर आघाडी मनोऱ्यालगत असलेल्या दगडबंद खलबतखान्यात छत्रपतींची मसलतही अशीच कुचमली होती. चिंताक्रांत चर्येचे महाराज गिर्दीला रेलून बैठकीवर बसले होते. भोवती हंबीरराव, मोरोपंत, अण्णाजी, आनंदराव, प्रल्हादपंत अशी मंडळी होती. छत्रपतींचा चेहरा ओढल्यागत सुमार दिसत होता. कानशिलावरच्या कल्लेदार जुल्फात पांढऱ्या केसांच्या चुकार तारा डोकावत होत्या.

''दिलेर विजापूरच्या रोखानं कूच झालाय हंबीरराव. विजापूर तेवढं गिळून मारावं, असं त्यांच्या मनी फार जुनं आहे. त्यास खीळ घालणे आहे.'' महाराज थांबले. त्यांना वाटले की – 'पूर्वी त्याला आमचा घात करायचा होता. ते साधलं नाही. आमच्या युवराजांना दास्तानी लावून मात्र त्यानं तो साधला आहे.' पण हे बोलणे त्यांनी निकराने मनातच मुरविले.

''जी. त्येचा झेंडू एकडाव फुटाय पायजेच. धाकल्यास्नी पंखाखाली घेऊनच त्यो दौडतोय.'' हंबीररावांनी आडवाटेने संभाजीराजांची चिंता प्रकट केली.

''त्यात त्याची काय चूक आहे सरलष्कर? आम्ही त्याच्या जागी असतो, तर हेच केलं असतं. खोललं कवाड बघून कुडाण्यात घुसला नाही, तर तो राजकारणी कसला?''

''पर हे कवाड कुठंतरी वढून घ्याय पायजे.'' हंबीररावांनी चिकाटी सोडली नाही.

''त्याची काऽही तड लागणार नाही, हंबीरराव. आम्ही हरकोशिस राबविली आहे युवराजांसाठी. यश येत नाही. आमच्या समजावणीनं युवराजांचे डोळे उघडणार नाहीत. उघडले तर ते खानाकडून खाल्लेल्या ठोकरीनंच उघडतील. आम्हाला युवराजांचं भय वाटत नाही. वाटते आहे ती चिंता निराळीच!''

''आम्ही न्हाई समाजलो.''

''हंबीरराव, युवराज दिलेरच्या पंजाखाली आहेत, तोपर्यंत ते सुखरूप आहेत. कुठल्याही मिषानं औरंगजेबानं त्यांना बोलावलं, तर मात्र त्यांची खैर नाही! आमच्या नेताजींचं काय झालं? खुद्द आमचं काय होणार होतं?'' छत्रपती पुरते अस्वस्थ झाले.

राणूबाई आणि दुर्गाबाई यांच्या आठवणीने नाकगड्डा चिमटीत पकडीत त्यांनी डोळे मिटते घेतले. त्या मिटत्या डोळ्यांसमोर क्षणातच वृद्ध जिजाऊ उभ्या ठाकल्या. त्यांच्या थरथरत्या ओठांतून बोल उमटले, "भोसल्यांच्या कबिल्याला पदरी निखारे घेऊनच मळवट भरावा लागतो!"

एक सावळे पान फडफडत आले. त्याची फडफड उठली –

"एकला जीव पदरी घातला. आता स्वारीच यांचे आबा आणि आऊ!" मान डुलवीत छत्रपतींनी डोळे उघडले. मनची घालमेल बगलेला सारीत ते निश्चयाने बोलले, "मोरोपंत, तुम्ही फौजबंदीनं विजापूरच्या रोखानं कूच व्हा! बारा हजार स्वार दिमतीला घ्या. तुम्ही वरंदाघाटाची मोगलाई टापांखाली जरबेत ठेवा. प्रल्हादपंत सिद्दी मसूदला लिहा – इदलशाही राखणं, ते आमचं कर्तव्यच आहे." समोरच्या तबकातील विडे छत्रपतींनी साऱ्या मानकऱ्यांना दिले. खलबत उठले. हंबीररावांनी पुढे होत तलवारीच्या मुठीचा ठोका आतून दारावरच्या धोंडेला दिला. धोंड हटली. मानकरी बाहेर पडले. न राहवून मागे रेंगाळलेले हंबीरराव महाराजांना कळवळून म्हणाले, "महाराज, एक बोलावं वाटतं."

"बोला."

"धन्याची तब्येत सुमार दिसत्येय. गडावर आराम करावा. आम्ही हाव दिलेरचा देठ मोडाय."

"आराम! हंबीरराव, आता आम्हाला आराम एकदाच मिळणार! अखेरचा." तापल्या शिसाच्या रसासारखे बोल हंबीररावांच्या कानी पडले.

खलबतातून बाहेर पडलेल्या अण्णाजींची पावले सातमहालाकडे वळली. महाराणी सोयराबाईंच्या समोर पेश होत त्यांनी तपशील दिला, "स्वामी युवराजांच्यासाठी जातीनं आदिलशाहीत उतरताहेत!"

ते ऐकून सोयराबाई कडवटपणे बोलून गेल्या – "अजून स्वारींचा मायेचा कढ उतू जातोय म्हणायचा तर! ते मुसलमान झाले, तरी गडावर आणून त्यांचंही शुद्धीकरण पालकरांच्यासारखं करायला कमी व्हायचं नाही!"

त्या बोलांनी खुद्द अण्णाजीच चमकले. विषयाला अंतर पडावे म्हणून त्यांनी ऐकलेली एक खबर महाराणींच्या कानी घातली – "युवराजांना – युवराजांना मोगली गोटात पुत्रप्राप्ती झाली आहे. 'मदनसिंह' नाव ठेवलं आहे."

राजपदराला झटका देत, गडाच्या थोरदिल महाराणींनी स्वत:ला साजेल असाच ठसका दिला – "नीट ऐकलं नसेल नाव अण्णाजी तुम्ही, 'मदनखान' असेल नाव!"

ते ऐकून अण्णाजींनी हातच्या उपरण्याची गपकन गाठच भरली!

संभाजीराजांचा तळ दिलेरसह धूळखेडहून हलला. आदिलशाहीचे मंगळवेढे मारून विजापूरकडे सरकू लागला. हलसंगी या गावी येऊन ठाण झाला. याच वेळी मोरोपंतांच्या निसबतीने बारा हजार मावळा आदिलशाहीत उतरला. विजापूरची 'कुमक' करण्यासाठी मराठ्यांनी फळी धरली. पाठोपाठ खुद्द शिवाजीराजे हंबीरराव आणि आनंदराव यांना साथीला घेऊन सोळा हजारांच्या दिमतीने आदिलशाहीत उतरले.

धास्त खाऊन सिद्दी मसूदने दिलेरशी लावलेली बोलणी फिसकटली. विजापूर गिळण्यासाठी हट्टाला पेटलेले दिलेर आणि सर्जाखान हलसंगीहून निघून बहमनहळ्ळीला ठाण झाले. मागे राहिलेल्या संभाजीराजांवर दिलेरने रसद पोचविण्याची जोखीम टाकली होती.

मजलांनी घोडे फेकीत छत्रपती महाराज थेट विजापुराजवळ शिवापूर या गावी पोहोचले होते. आपले वकील मसूदकडे धाडून, 'सैन्यासह आपणाला विजापूरच्या किल्ल्यांत घ्यावे', असा निरोप छत्रपतींनी मसूदला दिला. मसूदच्या सल्लागारांनी त्याला सावध केले – ''पठाण बाजू रहेगा। मरहट्ठेही किला कब्ज कर बैठेंगे!'' मसूदने शिवाजीराजांना परतीचा निरोप दिला – ''आप चार पाँचसौ हशम लेकर विजापूर आ सकते है!''

महाराजांना ही अट परवडण्यासारखी नव्हती. खरे तर दिलेरला टांगता ठेवून महाराजांनाच विजापूर दाबायचे होते; पण मसूद सावध झाला होता. महाराजांनी त्याला द्यायच्या मदतीचा मुखवटा फेकून दिला! मोरोपंतांना महाराजांनी फर्मावले,

''आदिलशाही लुटीला घाला. साधेल तितका मुलूख दास्तानी लावा.''

मराठी फौजेच्या दोन फळ्या महाराजांनी केल्या. हंबीरराव, आनंदराव आपल्यासोबत घेऊन ते खासे धरणगाव, जालना असा म्होरा ठेवीत मोगलाईत उतरले. मोरोपंतांची सेना आदिलशाही लुटीत, जाळत निघाली.

धान्याचे बोद, वैरणीचे बैलगाडे अशी रसद घेतली, ती दिलेरला पावती करण्यासाठी आपल्या फौजेसह संभाजीराजे कबिला घेऊन हलसंगीहून निघाले. इंदी, तोरगल मार्गावर अचानक त्यांची साबाजी घाटगे या आदिलशाही सरदाराशी गाठ पडली. दिलेरची रसद तोडण्यासाठी साबाजी संभाजीराजांवर चालून आला. आमने-सामने हत्यारघाई जुंपली. कागलकर साबाजी घाटगे आणि संभाजीराजे दोघेही मराठा सरदार! पण एक आदिलशाहीकडून आणि दुसरे मोगलाईकडून एकमेकांवर हत्यार चालवू लागले! या चकमकीत साबाजी जायबंदी झाला. काढत्या पायाने शिबंदीसह आला तसा निघून गेला. रसदीचे तांडे घेऊन संभाजीराजे बहमनहळ्ळीला पोचले.

पावसाची बुरबुर हटण्याची दिलेर वाट बघत होता. चौवाटांनी त्याच्या फौजा एकवट होत होत्या. विजापूरला सर्जाखान, संभाजीराजे यांच्या मदतीने सुलतानी तडाखा देण्याची तो स्वप्ने बघत होता. मराठ्यांच्या आणि त्यांच्या सरदारांच्या

जागजागी चकमकी उडत होत्या. एवढ्यात दिलेरला धसका देणारी पहिली खबर मोगलाईतून आली – “धरणगाव लूटा गया!”

पावसाळा हटला. थंडीने तळ धरला. बहमनहळ्ळीच्या ठाण्यावर संभाजीराजे जनानी डेऱ्यात एका खाटल्यावर शालनामा पांघरून बसले होते. चिराखदानावर त्यांची नजर जखडून पडली होती. सारा तळ रात्रीच्या कुशीत शांत झाला होता. रात्रपहाऱ्याचे पठाण दूरवर देत असलेली गस्त चुकारपणे मध्येच कानी देत होती. राणूअक्कांचा डेरा लगतच होता. त्यात मदनसिंहाला शेजारी घेऊन अक्कासाहेब सुख झाल्या होत्या. संभाजीराजांच्या मनात येसूबाईंची आठवण झिरपू लागली. त्यांची अनेक रूपे चिराखदानाच्या ज्योतीत संभाजीराजांना भास देऊ लागली. स्वत:ला विसरून ते एकटक ज्योती निरखण्यात दंग झाले.

थंडीने दाटलेले धुके फोडीत दिलेरच्या पठाणी फौजा विजापुरावर निघाल्या. आघाडीला दिलेर, संभाजीराजे, सर्जाखान ढालगजावरच्या हौदात बसले होते.

राणूअक्का आणि दुर्गाबाई पठाणी जनान्याच्या तांड्यातील मेण्यांतून चालल्या होत्या. त्या तांड्याला हत्यारबंद पठाणांचा कडेकोट पहारा होता.

मोगली फौजा विजापूरपासून पाच कोसांच्या पल्ल्यावर येऊन ठाण झाल्या. मराठे झडपा घालून त्यांचे लचके तोडण्याचा प्रयत्न करीत होते. विजापुरात हलकल्लोळ माजला. आदिलशाही आता डुबणार! पठाण विजापूर मरणाला घालणार!

थंड्या मिजाजाने दिलेर विजापूर कसे घेरावे, याचा बेत आखू लागला. औरंगाबादेहून शहाआलमचे त्याला एकटाकीने खलिते येत होते – “सेवा मोगलाईत घुसला आहे. सैन्यबंदीनं टाकोटाक ह्याला परतवून विलायत राखावी.”

दिलेर आला खलिता मांडीखाली दाबत होता. त्याला हातातोंडाशी आलेला विजापूरचा घास सोडायचा नव्हता.

अखेरचा म्हणून दिलेरने विजापूरच्या वजिराला – मसूदला खलिता धाडला. त्याच्या उत्तराची वाट बघत मोगली फौजा केव्हाही विजापुरावर तुटून पडायला खड्या ठाकल्या.

दिलेर खुशीत होता. विजापूर पाडून तो औरंगजेबाला सिद्ध करून देणार होता की, दखखन सुभेदारी हा फक्त माझा एकट्याचा हक्क आहे. शाहजाद्याला परत उत्तरेत नामजाद करावे.

पण त्याच्या या सुखस्वप्नावर शिवाजीराजांनी मावळी पाणी ओतले! औरंगाबादेला पाच मजला इतक्या लगत असलेले जालना हे मोगलांचे अव्वल मातब्बर ठाणे राजांनी दिवसाढवळ्या लुटले. जालना जळाला! शहाआलमने दिल्ली दरबारला खलिता धाडून याचे खापर दिलेरच्या माथ्यावर फोडले.

दिल्लीहून निघालेले, दिलेरची खरड करणारे फर्मान तळावर आले! मजकूर होता – "काफरको रोको। पीछे हटो।"

हातातील फर्मानाचा चुरगळा करीत नाराज दिलेर चरफडला – "सब सत्यानाश कर दिया इस शहाजादेने और सेवाने!"

बंदिस्तीने तळ दिलेल्या फौजेला दिलेरचे हुकूम सुटले – "उखाड दो डेरे-शामियाने. मिरज का मोर्चा लगावो। आदिलशाही मुल्क तबाह कर दो!"

चिडलेल्या पठाणांच्या फळ्या मिरजेचा रोख धरून जाळपोळ, लुटालूट करीत निघाल्या. हरावलीला होते – इखलास, ईरज आणि खैरत.

दिलेर, संभाजीराजे, सर्जाखान यांच्या चौखूर उधळत्या घोड्यांच्या टापांखाली गावेच्या गावे बेचिराख होऊ लागली. माखनापूर, जालगिरी, होनवाड, तेलंग लुटले गेले. प्रत्येक गावात दिलेर आणि सर्जाखान वाली नसलेल्या हिंदू प्रजेचे तांडे दोरखंडांच्या दावणीला बांधून त्यांची धिंड काढू लागले. विटंबना करू लागले. ती समोर बघताना संभाजीराजे आतल्या आत घुसमटू लागले. सगळ्या वाटाच रोखल्यामुळे स्वतःवरच चिडू-चरफडू लागले. मागून पठाणांच्या जनाना तांड्यातून येणाऱ्या अक्कासाहेब हे सारे बघून संतापाने नुसत्या होरपळत होत्या. भोवती 'आपलं म्हणावं' असे कुणीच नसल्याने उरातली आग उरातच थोपवीत होत्या.

तिकोटा हे गाव आले. दिलेरच्या बेभान हशमांनी घरट्याघरट्यांत घुसून लूटमार केली. उभा गाव दिवसाढवळ्या धडाडून पेटला. आजवर ओलांडली नव्हती, ती हद्द सर्जाखानाच्या हशमांनी ओलांडली. बेघर, बेआसरा झालेल्या हिंदू रयतेच्या बायाबापड्यांच्या अब्रूवर घाला घातला. "लौंडी, रंडी।" म्हणत बायकांना अंगाखाली घेण्यासाठी पठाण, मोगल हशम त्यांच्यामागून वखवखल्या जनावरांसारखे गावातून सैराट धावू लागले. जिवाच्या आकांताने "वाचवाऽ वाचवाऽ!" असा हंबरडा फोडत तीनएकशे बायांनी विहिरी-आडांत आपले असहाय बेवारशी देह झोकून दिले. आभाळाला तडा गेला. अश्रूंचे, रक्ताचे रूप घेऊन सूर्यरस पाझरू लागला!

लुटीची, अत्याचाराची, दौडीची मस्ती चढलेले दिलेर, सर्जा तिकोट्याहून तडक अथणीला निघून गेले. आपली फौज पाठीशी घेत अथणीचा रोख धरत दौडणाऱ्या संभाजीराजांचे मस्तक संतापाने थडथडत होते. घणावर घण बसत होते. मांडेखालचे घोडे त्यांच्या बसणाऱ्या जबरदस्त टाचेने कळवळून खिंकाळत चौटाप उधळत होते.

समोर अथणी आली. पेटली! हातपंजा उठवून संभाजीराजांनी पाठची सेना थोपती केली. पेटत्या अथणीची आग त्यांच्या डोळ्यांत उतरू लागली. देहा-मनात, मस्तकात पाझरू लागली. धमन्यांचे भोसलाई रक्त पेटवू लागली. मागे न वळताच

एकेकाचे नाव घेत आपल्या फौजेचे सरदार त्यांनी पुढे पेश घेतले. सर्वांवर जळजळीत नजरफेर टाकीत जबानीचा करडा कोरडा ओढला –

"खबरदार किसने गावमें कदम रखा तो! कलम कर दिया जायेगा। सेना यहीं रोख दो।"

वकुबाचे पंचवीस एक धारकरी निवडून बाजूला घेत संभाजीराजे गर्जले, "हमारे पीछे आव।" आणि कायदे झाडीत, घोडा फेकीत अथणीत घुसले. पेटत्या अथणीच्या पेठांतून पेटता भोसला तीरासारखा चालला. हे रूप, हा आवेश वेगळा होता.

सारा गाव बेचिराख करून एका झाडाच्या घेराखाली दिलेर, सर्जा, इखलास घोड्यांवर मांड घेऊन उभे होते. त्यांच्यासमोर लुटीची प्रतवारी लावण्यात काही पठाण गढले होते. कलकलत होते. उधळते संभाजीराजे थेट दिलेरसामने आले. गोंधळलेले, धपापणारे जनावर कायद्यांनी थोपवीत पायउतार झाले.

"आईये राजेऽ" पठाणही हसत पायउतार झाला.

"खाऽ न, ये क्या चला है?" संभाजीराजांचा पालटलेला जरब भरणारा आवाज साऱ्यांनाच जाणवला. सर्जा, इखलासही पायउतार झाले.

"मतलब?" भुवया चढवीत दिलेर गुरगुरला.

"आमच्या डोळ्यांदेखत आमच्या रयतेची ही कुत्ते मौत? औरतींची बेइज्जत?"

"किसकी रय्यत? तुम्हारी?" गर्दन मागे टाकीत पठाण खदखदून हसला.

"पठाऽ ण! आम्ही जाब विचारतो आहोत." संभाजीराजांच्या फटक्याने दिलेरचे बेगुमान हसणे थिजले.

"जाब? हमें आदत है जाब पूछनेकी, सुननेकी नहीं! हैसियत सम्हालो।" पठाणाची गर्दन नागफण्यागत ताठ झाली.

"कसली हैसियत? तुमच्या पठाणी जनान्याची अशी बेइज्जत केली तर...."

"राऽ जे, जुबान सम्हालो। ये काफरोंका जनाना नहीं है। पठानोंके मर्द हाथ हत्यार उठाकर जान की बाजी लगाते है, जनानेपर! तुम मामुली सप्तहजारी मन्सबदार हो, हम सालारे दख्खन है! तुम्हाला कबिला हमारे जनानेमें है। होश रख्खो!"

"खाऽ मोश!" कमरेच्या हत्याराची मूठ उपसत, संतापाने थरथर कापणारे संभाजीराजे थेट दिलेरवर धावले. फासळ्या फासटून दिलेरने त्यांच्या काळजालाच हात घातला होता.

"होश रख्खो! सँवारो!" म्हणत सर्जाखानाने चलाखीने पुढे होत संभाजीराजांचे मनगट पकडले. एव्हाना इखलास, खैरत, ईरज यांची पठाणी हत्यारे म्यानाबाहेर सरकली होती. हाताच्या इशारतीवर दिलेरने ती खाली पाडली.

थंड, दमदार बोलीत दिलेर संभाजीराजांना म्हणाला, "सुना था तुम्हारे आबाजानने

आग्रामें शहेनशाहको तेजमिजाजका तरीका दिखाया था। भरे शाही दर्बारमें. वाकई तुम उसके सही फर्जंद लगते हो!''

प्रत्यक्ष दिलेरच्या तोंडून आबासाहेबांचे वर्णन ऐकताना अंगावर वीज पडावी तसे संभाजीराजे शहारले! मनाचे बांध फुटत चालले. अपमान, संताप, स्वत:चीच चीड, खंत आणि अगतिकता भोसल्यांच्या डोळ्यांत साकळून आली. पठाणांसमोर उभे राहणे मुश्कील झाले. फिरका घेत संभाजीराजे वळले.

चित्ता उडावा तशी झेप टाकीत जनावरावर स्वार झाले. खूर झाडीत जनावर उधळले.

त्यांचा पाठलाग घ्यावा म्हणून इखलास, खैरत, ईरज यांनी पटापट घोड्यांवर उड्या घेतल्या, त्यांना रोखत दिलेर ठंडेपणाने म्हणाला, ''जवाँ है, मर्द है, सब्र गँवाता है। ठंडा हो जायेगा।''

साज धरून दिलेर सर्जाच्या फौजा ऐनापुराकडे कूच झाल्या. अथणीलगतच्या डोंगरपायथ्याला संभाजीराजांचा तळ पडला. खिदमतगारांनी उठविलेल्या डेऱ्यात संभाजीराजे बेचैन फेऱ्या घेत होते. राख झालेली अथणी अंधारात डुबत होती.

विचारच विचार माणसांचे रूप घेऊन हातच्या कोरड्यांनी संभाजीराजांना निर्दयपणे फटकारून काढू लागले –

'तुम एक मामुली मन्सबदार हो! किसकी रय्यत? ये काफरोंका जनाना नहीं है...! दिलेर – दिलेर – कोण, कुठला, कुठल्या मुलखाचा?... मांजऱ्याच्या तळावर कलम झालेले, वळवळणारे शेकडो हात!... तिकोट्याच्या विहिरी-आडांत फुगून तरंगणारी शेकडो अश्राप जनानी प्रेतं!... जळून राख होणारी घरटी-झोपडी!... कळवळून हंबरडा फोडणाऱ्या, 'मेलो वाचवा!' म्हणून ऊर पिटणाऱ्या दशदिशा!... युवराज – युवराज, कशाला आलात या खातेऱ्यात? मायेनं विचारणारी तिकोणी पगडी... पस्तवाल एके दिवशी!... तुम एक मामुली मन्सबदार हो!... होश रख्खो – तुम्हारा कबिला हमारे जनानेमें है! गड जिंकून आलात. तुमची आरती कशी उतरावी उमजत नाही आम्हास!... भावनेपोटी काहीतरी करून बसता तुम्ही. मग ते निपटणं नाही साधत... अक्कासाऽहेब....'

'''तुम्हावर हत्यार धरणं आमचं काम न्हाई.'' या मायेच्या बोलांना दिलेला बेगुमान जाब... ''नरसाळा... गड घेतल्याखेरीज हटणार नाही आम्ही!''

'...नको – नको ही मन्सब! ही जखडून टाकणारी खिल्लत! निघावं. येथून आणि कुठं जावं? मुलखात – आमच्या – तिथं कुणी तुम्ही 'मामुली' आहात म्हणणार नाही. जावं – पण कुठल्या तोंडानं? या अपेशी हातांनी पिछाडीचे सारे दोर तर आम्हीच तोडून टाकले... त्या थोर पुरुषाला निरोप दिला... 'परतू ते तुमचा सह्याद्री जिंकण्यासाठी!'

'...सह्याद्री जिंकू म्हणणाऱ्याला कधीच मिळत नसतो. शरण आलेल्याला कधीच परत सारीत नसतो. त्याला तरी कुठल्या तोंडानं शरण जावं? आज हयातीची पुरती-पुरती शिकस्त घेतली आम्ही. काय – काय करून बसलो हे आम्ही.' सुन्न, बधिर झालेले, ठणकते मस्तक तळहातांनी गच्च आवळीत संभाजीराजे खाटल्यावर बसले. चारी पायांत दातेरी गोमचाप करकचून बसलेला हत्ती जागीच कोंडून पडावा, यातनांनी तळमळत राहावा, तसे त्यांचे वाट चुकलेले राजमन कोंदून-कोंदून पडले.

"युवराज..." डेऱ्याच्या दारातून कातर साद आली.

मान उठवून संभाजीराजांनी बघितले. मेहुणे महादजी निंबाळकर दारात उभे होते.

"या वेळी. तुम्ही इथून जा. आम्हास मेहेरबानीनं एकले सोडा. आमच्या जखमांवर मीठ फासू नका." संभाजीराजे तिडिकेने बोलले.

महादजी दबक्या आवाजात म्हणाले, "आता तुम्हाला आम्ही एकले सोडूच शकत नाही. मीठ फासण्यासाठी नाही, तुम्हाला मिठाची आण देण्यासाठी आलो आहोत आम्ही."

"मतलब?"

होता तोही आवाज दबका-घोगरा करीत महादजी जवळ आले. "युवराज, तुमचा घात झाला आहे! पठाणाला दिल्ली दरबारचा हुकूम आला आहे. तुम्हाला जेरबंद करून दिल्लीला पाठविण्यात येणार आहे!! तुमच्या झगड्याचं निमित्त करून केव्हाही पठाण तुमच्या दंडात काढण्या घालायला कमी करणार नाही. दिमाग शांत ठेवा. जे करायचं ते सावधानगीनं आणि तातडीनं करा. रातोरात हा तळ सोडा. कुठंही जा. सावध असा. निघतो आम्ही." महादजी जायला निघाले.

"दाजीसाहेब!" कळवळून संभाजीराजांनी त्यांना दबकी साद घातली. "आम्ही तुम्हाला टाकून बोललो. शरमिंदे आहोत आम्ही."

"ते मनात ठेवू नका. सावध असा." महादजी बाहेरच्या अंगणात गडप झाले.

आता आग्ऱ्यातील कोठडीतल्या आबासाहेबांचे सावध शहाणपण स्मरत विचारांचे दुसरेच चक्र संभाजीराजांच्या मनात फिरू लागले. एकसारखे डेऱ्याच्या दारात येऊन ते मागून येणाऱ्या अक्कासाहेब आणि दुर्गाबाईंच्या मेण्याचा माग घेऊ लागले. खानसाम्याने डेऱ्यात आणून ठेवलेला थाळा तसाच चौरंगीवर पडला होता. काहीतरी सुचल्याने संभाजीराजांनी बाहेरच्या पठाणी पहारेकऱ्याला याद फर्मावले, "नायक, तुम्हारे हशमोंको आराम दो। दुसरा पेहरा हम फर्मायेंगे।"

"जी." नायकाने डेऱ्याभोवतीचे थंडीत पहारा देणारे पठाण आरामाला सोडले.

सज्जनगडावरून सोबत आलेल्या मावळ्यांतील माणसे निवडून संभाजीराजांनी त्यांना आपल्या डेऱ्यावर पहारा जोडून दिला. थंडीने बेजार झालेले पठाण जागजागी आगट्या पेटवून घोळक्यांनी त्यावर हात शेकीत बसले.

रात्रीचा पहिला प्रहर परतला. धापावल्या भोयांनी अक्कासाहेब आणि दुर्गाबाईंचे मेणे संभाजीराजांच्या डेऱ्यासमोर आणून थोपे देत थांबविले. अक्कासाहेब आणि सहा महिन्यांचा मदनसिंह छातीशी घेतलेल्या दुर्गाबाई मेणाउतार झाल्या.

मावळी पहारा देत असलेल्या मुजऱ्यांची दाद न घेता तरातर चालत अक्कासाहेब डेऱ्यात घुसल्या.

शालनामा पांघरलेले, केस विसकटलेले संभाजीराजे खाटल्यावर जागत बसले होते.

विजेचा कोरडा फुटावा, असे डेऱ्यात जरबी बोल उमटले, "बाळ मऽहाराज, शरम वाटते तुमच्या करणीची आम्हास!"

"अक्कासाहेब – तुम्ही?"

"होय आम्हीच. तुम्हाला निकडीचं बजावण्यासाठी आलो आहोत आम्ही उरीफुटी. तुमच्या फौजेचा तिकोट्यावरचा पराक्रम डोळ्यांनी बघून आलोत. आम्हाला नाही जमणार तुमच्या असल्या पराक्रमाची साथ करणं!" थंडी होती तरी संतापाने अक्कासाहेब नुसत्या थरथरत होत्या.

चेहरा ओढलेले संभाजीराजे त्यांच्याजवळ आले. पडल्या गर्दनीने म्हणाले, "तो पराक्रम सर्जाखानाचा आहे अक्काऽ, आम्ही पुरते फसलो आहोत! घात झाला आहे आमचा. ही एकच रात्र आमच्या हाताशी आहे."

क्षणात अक्कासाहेबांचा संताप चिंतेत पालटला.

"मतलब? आम्ही नाही समजलो तुम्ही काय म्हणता ते."

"कुठल्याही क्षणी दिलेर आम्हाला जेरबंद करून दिल्लीला धाडू शकतो. त्याला बादशहाचा तसा लेखी हुकूम आला आहे."

"बाळमहाऽराज." भयाने अक्कासाहेबांना नीट चीत्कारताही आले नाही.

"शांत व्हा! आम्हाला आमच्या करणीचं बक्षीस पावलं, तर त्याचं काहीच वाटणार नाही. चिंता आहे ती तुमची. तुम्ही सुखरूप या तळाबाहेर निघणं आहे. दिवस फुटायच्या आत." अक्कासाहेब सुन्न झाल्या. पाठीशी उभ्या असलेल्या लेकुरवाळ्या दुर्गाबाईकडे बघत कळवळ्याने म्हणाल्या, "काय करून बसला आहात हे तुम्ही बाळमहाऽराज?"

"तुम्ही वाटचाल केलीय, आराम घ्या. आम्ही आहोत." संभाजीराजे कसल्यातरी धीराने म्हणाले. नाळेच्या त्या तिघांना घेरून टाकणारी, काळजांना जाणवणारी भयाण शांतता डेऱ्यात पसरली.

अक्कासाहेब, दुर्गाबाई खाटल्यावर टेकल्या. दुर्गाबाईंनी झोपल्या मदनाला लेटता केला. तिघेही विचारांच्या डोहात बुडत चालले. काय करावे सुचत नव्हते. रात्र काळपावलांनी पुढे-पुढे सरकत होती. हताश डोळे एकमेकांना निरखत होते. पुन्हा

कुठेतरी जाऊन स्थिरावत होते. मध्यरात्रीचा समय झाला. बाहेर पहारा देणारा एक धारकरी डेऱ्यात आला. वर्दी देत म्हणाला, "धनी, मुलखाचा हारकारा हाय. पाठवू?"

"पाठव."

अर्जोजी यादवांच्या गोटातील एक जासूद संभाजीराजांच्यासमोर पेश झाला. तिवार मुजरा देत, त्याने काही न बोलता दोन खलिते पेश केले. एक होता छत्रपती शिवाजीमहाराजांचा – आणि दुसरा होता त्यांच्या सूनबाई येसूबाईसाहेबांचा!

छत्रपतींनी लिहिले होते – "मोगलाईत, इदलशाहीत वा कुत्बशाहीत तुमच्या मनाजोगते ते कधीच घडणार नाही. देखत पत्र स्वार होऊन दौलतीत निघोन यावे. आम्ही तुमचा साजेल तैसाच मरातब करू! कसलाही शक-अंदेशा मनी ठेवो नये."

येसूबाईंनी लिहिले होते – "जे ऐकतो आहोत, ते सोसण्यापलीकडे जहाले! इकडे यावे. ते घडले नाही, तर आम्हासच चढे घोड्यानिशी स्वारीच्या दर्शनास यावे लागेल! आपला नाही तो नाही, संगती असलेल्या जनान्याचा खयाल बरा धरावा."

"कुणाचे?" जवळ आलेल्या अक्कासाहेबांनी दबके विचारले.

शालनाम्याने पापणीकडा टिपत खलितेच संभाजीराजांनी त्यांच्या हाती दिले. "मुलखाचे. आबासाहेबांचा आणि युवराज्ञींचा. परत यावे म्हणून."

पाझरलेले युवराज बघून जासुदाची आशा पालवली. धाडसाने त्याने जबान खोलली, "धनी, आमी चाकर मान्सं. पर जीव ऱ्हात न्हाई. म्हाराजांचा अंत बगू नगासा. गाववेशीवर आपला जमाव ठाण हाय. निगायचं म्हटलंसा तर...."

"तेच करणार आहोत आम्ही. याच पावली जमावात जा. सांगावा दे आमचा. दिवसफुटीला कबिल्यानिशी आमची वाट बघा म्हणावं. सावधानगीनं निघ."

"व्हय जी." जासुदाचे कान भरून पावले होते. तो लगबगीने बाहेर पडला.

रात्र चढू लागली. बाहेरच्या पहाऱ्याला संभाजीराजांनी सूचना दिली. "मावळा तेवढा एक जाग तय्यार ठेवा. आम्ही निघा म्हणताच दौडायचे आहे."

अंगावरचा शालनामा संभाजीराजांनी उतरून ठेवला. मन्सबीची वस्त्रे काढून डेऱ्याच्या कोनाड्यात फेकून दिली. सादिलवार कपडे अंगी चढविले.

डेऱ्याच्या अंत:पुराकडे बोट दावीत, ते अक्कासाहेबांना म्हणाले – "आतल्या पेटाऱ्यातला मर्दाना पेहराव अंगी घ्या अक्कासाहेब. या वेषात तळाबाहेर निघणे नाही साधणार."

अक्कासाहेब, दुर्गाबाई अंत:पुरात गेल्या. अंगचा जनानी साज उतरून त्यांनी मर्दाना पेहराव चढविला.

एकवार डेऱ्याबाहेर येत संभाजीराजांनी अंदाज घेतला. तीन-एकशे मावळा हळूहळू एकजाग होऊन डेऱ्याभोवती जमला होता. त्यातले दहा-बारा हुन्नरबाज पटाईत पुढे घेण्यात आले. त्यांना इशारत मिळाली. "आम्ही निघताच आमची

पिछाडी धरून या. वरकड सारे इथेच थांबा. वर्दी मिळताच तळ सोडायच्या तयारीनं.''

उत्तररात्र सुरू झाली. बोचरा पहाटवारा सुटला. जागजागी राहुट्यांत पठाण शांत सुख झाले.

छातीवरच्या भवानीमाळेला हातस्पर्श देऊन संभाजीराजे पुटपुटले – ''जगदंब!''

''चला.'' डेऱ्यातून तीन मर्दाने बाहेर पडले. त्यातील एकाच्या छातीशी दुपेटे होते. निवडल्या धारकऱ्यांनी तळाचा मेणा उचलला. झपझप चालणाऱ्या संभाजीराजांचे पायठसे वेचीत दोन मर्दाने तळाबाहेर पडले. गाववेशीवरचे देऊळ आले.

यादवांच्या जमावाचा म्होरक्या लगबगीने सामोरा आला. मुजरे देत म्हणाला, ''निघायचं?''

''सबूर.'' संभाजीराजांनी मेणेवाल्यांना पुढे घेतले.

''अक्कासाहेब, बसा आत.'' मेण्याचा आडपडदा हटला.

मर्दानी वेषातल्या अक्कासाहेब आणि दुर्गाबाई पुढे आल्या. संभाजीराजांनी वाकून राणूअक्कांच्या पायांना हाताची बोटे भिडविली. ''बाळमहाराज!'' आवेगाने राणूअक्कांनी त्यांना उठवून छातीशी बिलगते घेतले. ''सांभाळून या.'' अक्कांचा आवाज धरला होता. झोपल्या मदनच्या गालावर ओठ टेकत संभाजीराजे दुर्गाबाईंना म्हणाले, ''जपून असा.''

मर्दाना वेषातल्या दोन्ही राजस्त्रिया मेण्यात बसल्या. धारकऱ्यांनी मेणा उठविला. हत्यारबंदांनी त्याभोवती चटकन घेर धरला. मेणा पन्हाळ्याच्या रोखाने धावू लागला.

पहाटेच्या अंधूक प्रकाशात अस्पष्ट होत जाणारा तो मेणा संभाजीराजे कितीतरी वेळ एकटक निरखत राहिले. तळावर वर्दी गेली. जमले मावळे सशांच्या पावलांनी तळावरून उडाले. पाठीशी तीन-एकशे मावळा घेऊन पहाटेचा गारठा फोडत संभाजीराजे थेट विजापूरच्या रोखाने निघाले. होय विजापूरच्याच!

छत्रपती शिवाजी महाराजांच्या समोर उभे राहायला त्यांना तोंड नव्हते! त्यासाठी सिद्दी मसूदची मध्यस्थी घेऊन मगच ते दौलतीत परतणार होते!

धाब्याच्या घरट्यांनी दुहाती शिस्त धरलेले विजापूर समोर येताच संभाजीराजांनी वेशीवरच आपल्या पाठची घोडाईत शिबंदी थोपती केली. दोन दिवस अविश्रांत उडत्या खुरांची ही दौड सतत चालली होती.

जमावातील विश्वासाचा एक जासूद पुढे घेऊन, त्याच्या हातावर आपल्या बोटातील निशाणी अंगठी उतरून ठेवीत युवराज त्याला म्हणाले, ''ही परवल किल्ल्याच्या पहाऱ्याला दाखव. वजीर मसूदखानासामने पेश होऊन आमचा सांगावा सांग – आम्ही जातीनिशी आलोत. खास निमित्ताने भेटीची इच्छा करतो आहोत.''

''जी.'' जासूद मूठ भरून घोडा फेकीत विजापुरात घुसला.

समोर दिसणारे विजापूर निरखताना संभाजीराजांना आपल्या थोरल्या महाराजसाहेबांची

– शहाजीराजांची आठवण झाली. त्यांची सरती वर्षं याच शाहीत गेली होती. कधीच त्यांचे रूप डोळ्यांत भरून घेता आले नव्हते. पुरात गेलेला जासूद मसूदखानाची भेट घेऊन परतीचा निरोप घेऊन आला. वजिराने दहा-वीस हत्यारबंद हशम त्याच्या संगती देऊन निरोप धाडला होता – "जल्दी आना।"

आपल्या शिबंदीसह संभाजीराजे विजापुराच्या किल्ल्याकडे निघाले. घडीव दगडांच्या भक्कम तटबंदीने किल्ला बंदिस्त होता. तटाच्या बुरुजाबुरुजांवर हाती नंग्या तेगी झळकवीत हबशी धारकरी पहारा देत फिरत होते.

सिद्दी मसूदला वर्दी गेली. आपल्या मसलतगारांसह युवराजांना तो सामोरा आला. काळीशार दाडी हनुवटीभोवती फिरलेल्या फरीसारखा भरगच्च, सतेज चर्येच्या संभाजीराजांचे रूप निरखतच मसूदने शिवाजीराजे कसे असतील, याचा अंदाज बांधला!

"आईये शाहजादे," म्हणत मसूदने संभाजीराजांना खांदाभेट दिली. हाताला धरून बैठकीमहालात आणून त्याने युवराजांना इतमामाने बैठकीवर बसविले.

"वजीर, आमचा पठणाचा बेबनाव झाला आहे. आम्ही मोगलाई सोडली आहे." संभाजीराजांनी विषयाला हात घातला.

"सुना है राजे। यह वजह है, तुम्हें जल्दी किलेमें लाया है। एक मसलत हम पेश करते है, सुनेंगे आप?"

"जरूर." संभाजीराजांनी मसूदचा चेहरा अंदाज घेत निरखला.

"जल्दसे जल्द आप अपने आब्बाजानके पास लौटिये! हमें खबर है, खाँ दिलेरखानका हेजिब अब्दुल रझ्झाक फौजबंद होकर विजापूर आ रहा है, आपको कब्जेमें लेनेके लिए। यहाँ रहना आपको खतरेका है। आपको यहाँ रखना हमारे तख्तको धोखा है, सोचिये।"

ज्याचा मुलूख शिवाजीराजांनी नुकताच लुटला होता, प्रत्यक्ष संभाजीराजे, दिलेर, सर्जा यांनी रगडला होता, तो सिद्दी मसूद दूरच्या अक्कलहुशारीने मसलत घालत होता.

संभाजीराजांना ठेवून घेऊन तो दिलेर आणि शिवाजीराजे या दोघा मातब्बरांना विजापूरवर हल्ला करू द्यायची संधी व कारण द्यायला तयार नव्हता. तसेच हाताशी आलेल्या संभाजीराजांना घाताने जेरबंद करून त्या दोघांचा संताप आदिलशाहीवर ओढवून घ्यायलाही तो राजी नव्हता. समोर बसलेले संभाजीराजे त्याला 'सोनेरी कट्यारी' सारखेच वाटले असावे! देखणे, धारदार तरीही उराशी न लावता येणारे!

मसूदची मसलत ऐकून संभाजीराजे विचारगत झाले. समय गमावला तर अब्दुल रझ्झाकशी चकमक द्यावी लागणार. सगळ्या वाटा कोंडल्या होत्या. सिद्दी मसूदच्या मार्फतीने महाराजांशी बोलणी लावण्याइतकाही वेळ हाताशी उरला नव्हता.

काय करावे सुचत नव्हते. कसलातरी निर्धार बांधत संभाजीराजे बैठकीवरून उठत म्हणाले, ''ठीक आहे वजीर. आम्हास विडे द्या.''

समाधानाची एक नकळती लकेर मसूदच्या दाढीवर तरळून गेली. पुढे होत संभाजीराजांचा हात हातात घेत तो म्हणाला, ''ये शाही मेहल है। शाहजादे। आपके इतमाममें यहाँ कसूर नहीं होगा।'' मसूदने आपल्या कारभाऱ्याला टाळी दिली.

पेश आलेल्या कारभाऱ्याच्या कानात काही अस्पष्ट कुजबुज केली. 'जी' म्हणत कारभारी बाहेर पडला.

थोड्या वेळातच महालात सरपोसबंद तबके घेतलेले खिदमतगार आले. त्यांच्याकडे बघत मसूद म्हणाला, ''ये नजराना है, राजा सिवाजीके फर्जंदके खिदमतमें। हमारे हशमभी साथ रहेंगे आपके।''

पोशाख, बिछायती, सरंजामाच्या त्या आदिलशाही तबकांचा स्वीकार केल्याबद्दल त्यांना हातस्पर्श देताना संभाजीराजांची जबानच खिळली – कारण परतीचा म्हणून वजिराला द्यायला त्यांच्याजवळ कसलाही नजराणाच नव्हता! कारण आता तर ते सप्तहजारी मोगली मन्सबदारही नव्हते! सिद्दी मसूदचा निरोप घेऊन संभाजीराजे किल्ल्याबाहेर पडले. पन्हाळ्याचा रोख ठेवून हजार-दीडहजारांच्या शिबंदीनिशी दौडू लागले.

मांडाखाली दौडणाऱ्या जनावरांच्या खुरांच्या खडखडीत युवराज संभाजीराजे भोसले यांचे राजमन जागजागी अडखळू लागले. मराठ्यांच्या दौलतीहून फुटून निघणे सोपे नव्हते. पण त्याहून कठीण होत ते दौलतीत परतणे. दौडत्या संभाजीराजांना विचारांचे कायदे थडाथड फटकारून फोडून काढू लागले –

'कोणती सजा फर्मावतील आबासाहेब आता आम्हांस? अरबी जनावरांच्या खुरांना जखडून फरफट करण्याची, साखळदंड जडवून हयातभर कैदखान्यात डांबण्याची, हातपाय कलम करण्याची, टकमक टोकावरून दरी-दरडीत लोटून देण्याची की तोफेच्या तोंडी देऊन आमच्या विचाराएवढेच देहाचे तुकडे उडविण्याची? की राजगजाच्या पायी चितचुराडा करण्याची?

'कोणतीही सजा सामोरी येवो, आम्ही बांधल्या मनानं ती प्रसाद म्हणून कपाळी लावू. मोगली खिल्लत चढवून विटाळलेला हा देह; झालाच तर त्या सजेनंच पावन होईल. इच्छा एकच आहे. कसलीही सजा फर्मावण्यासाठी का होईना; महाराजसाहेब एकदा सामोरे यावेत. तीन साल पारखे झालेले त्यांचे चरण एकवार आम्हाला मनसोक्त डोळ्यांत भरून घ्यायचे आहेत.

'हातून झाल्या गैरवाका बर्तावाची कसलीही सफाई आम्हाला द्यायची नाही. आसावल्या कानांनी महाराजसाहेबांच्या तोंडून उमटलेली 'शंभूबाळ' ही साद फक्त एकवार ऐकण्यासाठी जिवाची तगमग होते आहे.

'या एकाच हेतूनं आम्ही पन्हाळा जवळ करतो आहोत. बाकी साऱ्या उमेदी थिजल्या आहेत. 'शंभू' या नावातील शिवपणाला आपल्या अपेशी हातांनी आम्ही काळिमा फासला आहे. या बेगुमान पावलांनी आमची बांडी हयात वाहतीला लावली आहे. जे नेताजींनी, प्रतापरावांनी दिलं नाही, ते काळजाचा देठ कुरतडणारे चिवट दुःख, पुत्र असून, आम्ही महाराजसाहेबांना दिले आहे. अभय मागण्याचा कुठलाही अधिकार आम्हाजवळ नाही. बाकी तो विचारही मनाला शिवत नाही.

'पण... पण या अशा आम्हाला महाराजसाहेब भेटतील? आमचं करंटं तोंड बघतील? की – की इथंही आमचं कमनशीब सवयीप्रमाणं बाजी मारणार?

'नाही! आम्ही कुणाचे मन्सबदार नाही, युवराज नाही. आहोत एक माणूस. एक भोसला. मिटल्या ओठी, पडल्या गर्दनीनं का होईना, आमच्या जन्मदात्याचं एकवेळ दर्शन घेण्याचा आमचा अधिकार आहे. प्राणबाजीनं आम्ही तो कमवू. महाराजसाहेब नाही भेटले, तर आम्ही आतल्या आत घुसमटून संपून जाऊ!'

पेटत्या वणव्यात झळींनी, धूर लोटांनी जीव कोंडलेला शार्दूल गरगरा फिरत भांगा शोधण्यासाठी धडपडावा, तसे ते राजमन धडपडू लागले. सुन्न, बधिर झालेल्या संभाजीराजांच्या ताकदवर खोटा खाऊन मांडाखालचे जनावर फेसाटले.

गर्द झाडीने घेर टाकलेल्या किल्ले पन्हाळ्याचा पायथा आला. शिंबदी थोपवून संभाजीराजांनी एका धारकऱ्यामार्फत किल्ल्यावर वर्दी दिली.

उभा पन्हाळगड थरारून उठला. "युवराज परतले!" ही वार्ता वाऱ्यावर स्वार होऊन गडभर पसरली. माणसांच्या झुंडीच्या झुंडी चौ-दरवाजांच्या रोखाने धावू लागल्या.

किल्लेदार विठ्ठल त्रिंबक महाडकर संगती हवालदार बहिर्जी इंगळे, हिरोजी फर्जंद, कृष्णाजी व सोमाजी बंकी अशी मंडळी घेऊन चौ-दरवाजांकडे निघाले.

विठ्ठलपंतांनी पायथ्याला निरोप धाडला – "अनमान करो नये. वर फौजेसुद्धा निघोन यावे."

संभाजीराजे आपल्या शिबंदीसह पन्हाळ्याची चढण चढू लागले. चार दगडबंद कमानींनी बंदिस्त असा पन्हाळ्याचा चौ-दरवाजा आला.

रायगडी जेव्हा नेताजी पालकर परतले तेव्हा गडाची माणसे गोंधळली नसतील, तेवढी पन्हाळगडाची माणसे संभाजीराजांकडे गोंधळून बघत होती.

विठ्ठलपंत पुढे झाले. क्षणभर मुजरा द्यावा की कसे, या विचाराने गोंधळले. पुन्हा निर्धाराने मन बांधून त्यांनी "युवराजांचे स्वागत आहे." म्हणत तिबार मुजरा घातला. तो बघितल्यानंतर जमल्या जमावाला भान आले. एक-एक हात मुजरा झडवू लागला. समोर उभा असलेला हिरोजी फर्जंद मात्र गुमान होता. किल्लेदारांच्या पाठीशी होत, संभाजीराजे बालेकिल्ल्याकडे चालले. एरव्ही खाशांच्या आगमनाबरोबर

झडणारी नौबत आज पन्हाळ्यावर झडली नव्हती.

बालेकिल्ल्याचा बैठकी महाल आला. मोजड्या उतरून संभाजीराजे महालात आले. संथ बोलीत विठ्ठलपंतांना म्हणाले, "किल्लेदार, रायगडी खलिता द्या. लिहा – आम्ही कबिल्यासह पन्हाळगडी पावलो आहोत."

ते ऐकताना आतापर्यंत वर असलेली विठ्ठलपंतांची गर्दन पडली. त्यांनी कसलाच प्रतिसाद दिला नाही. ते जाणवलेले संभाजीराजे आवाज तोलीत पुन्हा म्हणाले, "आम्ही सांगितलं ते ऐकलंत? खलिता टाकोटाक जाऊ द्या."

"जी. पण..." विठ्ठलपंतांचा आवाज पार पडला होता.

"पण काय?"

"कसं बोलावं? जबान उचलत नाही युवराज, आम्ही छत्रपतींचे चाकर. राजकुळाची भलीबुरी खबर खाशांच्या कानी घालताना आतड्यांची तोड होते."

"मतलब? साफ बोला पंत."

"युवराज आपला – आपला कबिला – दिलेरच्या पठाणांना मागं हस्तगत झाला!! अक्कासाहेब आणि धाकट्या युवराज्ञी दस्त झाल्या!! घडू नये ते वाईट घडलं आहे."

"पंऽ त!" सापाच्या आक्रसत्या वेटोळ्यांसारखे संभाजीराजांच्या पिंढऱ्यात गोळे भरले. डोळ्यांसमोर काजवेच लखलखले. बालेकिल्ल्यासह उभा पन्हाळगड, नदीच्या पात्रातील गरगरत्या पणतीसारखा त्यांच्याभोवती फिरू लागला. त्या गरगरीतूनच लाटाच लाटा उसळू लागल्या, "बाळमहाराज, काय करून बसलात हे?"

"आम्हाला एकले सोडा." म्हणत संभाजीराजांनी विठ्ठलपंतांकडे पाठ केली.

पंत बाहेर पडताच उभे राहणे मुश्कील झालेले संभाजीराजे महालाच्या मंचकावर कोसळले. त्यांच्या मिटल्या डोळ्यांसमोर पठाण दिलेरखान हलेना. हाती कोरडा घेऊन, गर्दन मागे टाकीत तो खदखदा हसत संभाजीराजे भोसले या मोगली मन्सबदारावर निर्दय कोरडे ओढीत गर्जत होता – "होश रख्खो, तुम्हारा कबिला हमारे जनानेमें है!"

'अक्कासाहेब... अक्कासाहेब.' भोसलाई आतडे आतल्या आत तुटू लागले. "थोरल्या बाईंची आठवण झाली की, जीव टांगणीला पडतो" म्हणणाऱ्या, मदनसिंहाला छातीशी कवटाळलेल्या दुर्गाबाई, हाती माडग्याचा वाडगा घेऊन विचारू लागल्या – "हे असं पठाणांच्या संगतीत कुठवर फिरावं? कशासाठी?"

गलबलून गेलेल्या संभाजीराजांचे ओठ दाताच्या पकडीत जाताना असहाय पुटपुटले – "आबासाहेब, आमच्या करणीची सजाही तुमच्या अगोदर पठाणानंच आम्हास द्यावी!"

रायगडाच्या देवमहालात छत्रपती शिवाजीमहाराजांनी बिल्वदलाची ओंजळ स्फटिक शिवलिंगाला भावभक्तीनं वाहिली. भंडाऱ्याची चिमट भवानीमूर्तीच्या चरणांवर सोडून, हात जोडून 'जगदंब' म्हणत डोळे मिटते घेतले. संभाजीराजे पन्हाळगडावर पावते झाल्याला पंधरवडा लोटला होता. आज छत्रपती त्यांच्या भेटीसाठी रायगड उतरणार होते. महाराजांची चर्या ओढल्यागत, चिंताग्रस्त दिसत होती.

युवराजांची अनेक रूपे त्यांच्या मिटल्या डोळ्यांसमोर सरकून गेली. "'महाराजसाहेब, तुम्ही काढाल हुडव्यातील फळ बाहेर?" असं विचारणारा, अंगी डौर, चोळणा चढवून आईचा पाजळता पोत बेभानपणे नाचविणारा, रजपुताच्या गोटात ओलीस राहणारा, मथुरेत एकला पिछाडीला राहताना "तुम्हाला साजेल असंच आम्ही वागू" म्हणणारा, आरोपित म्हणून भरल्या दरबारी पेश होताना – "आम्ही बाईला कैदेत टाकलं आहे, संभाजीराजे भोसले म्हणून!" असं निधडं बोलणारा, गेल्या आऊंच्या देहावर, उरीफुटी स्फुंदत आसवांचा वर्षाव करणारा. केवढा पालटला! का? कशासाठी?

'यांची कोंडी झाली? कुणामुळं? आमच्यामुळं? राणीसाहेबांमुळं? राणीसाहेब – आमच्या आऊसाहेबांना माणसं घडविताना हाताला अपयश कधीच आलं नाही. पण – पण या राणीसाहेबांबाबत त्यांचंही काही नाही चाललं! दर्याभर फिरून कोरड्याच राहिलेल्या मासोळीगत ह्या! मायेनं माया वाढते; तेढीनं तेढ हे कधी शिकल्याच नाहीत....

'युवराज तरी किती तेजमस्तक! आपली कोंडी झाली असं ते मानतात. आम्हाला तर कोंडीचासुद्धा विचार करायला थांबण्याएवढी उसंत कधी मिळाली नाही. आपल्या माणसांवर राग करण्यासाठी कधी वखत गवसला नाही. आम्हाला नकळतच आम्ही हयातीच्या उताराला लागलो. कुणाला सांगावं हे? कसं?'

अस्वस्थ झालेले छत्रपती देवमहालाबाहेर पडले. आपल्या खासेवाड्याच्या बैठकी दालनात आले. एक कुणबीण पेश आली. "राणीसरकार येत्यात," अशी वर्दी देऊन निघून गेली. छत्रपतींच्या कपाळी, ती वर्दी ऐकताना आठ्या धरल्या. गड उतरायचा समय झाला होता.

"स्वारी पन्हाळ्यास कूच होतेय असं ऐकलं. राहवलं नाही म्हणून आलोत आम्ही." दालनात आलेल्या सोयराबाई लटके, पण देखणे हसत म्हणाल्या.

"हं."

"पन्हाळ्यावर जरा सबुरीनं घ्यावं, हे सांगायला आलोत आम्ही!" सोयराबाई ठरवून थांबल्या.

महाराजांनी चमकून त्यांना निरखले.

पण त्यांना अधिक कोड्यात न ठेवता सोयराबाईंनी नक्षी फिरवली.

"स्वारींचा स्वभाव करडा. काय म्हणता काहीतरी होईल, ही धास्ती वाटते. रांझेकर पाटलानं बदअंमल केला म्हणून त्याचे हातपाय कलम करण्याचा स्वारीनं हुकूम फर्मावला! खंडोजी खोपड्यानं चुगल केली, तर त्याचेही हातपाय कलम करविणं झालं! भूपाळगड सोडून आल्याबद्दल फिरंगोजींना तोफेच्या तोंडी देणार होती स्वारी! हा कसूर तर केवढा! साक्षात गनिमाला सामील होण्याचा. तेही अभिषिक्त युवराज असून! या कसुराला स्वारी माफ करणार नाही, भलतीच सजा फर्मावून बसेल, याचं भय वाटतं आम्हास! जरा सबुरीनं घ्यावं, असं सांगितल्याखेरीज राहवत नाही आम्हाला!"

सोयराबाईंचा प्रत्येक शब्द तिरका होता. 'साध्या गुन्ह्यांना करडी सजा फर्मावणारे छत्रपती या करड्या गुन्ह्याला आता काय सजा देणार आहेत, ते आम्ही बघणारच आहोत!' असा खोचक सवालच त्या बोलण्याआड लपला होता. महाराजांच्या लक्षात ती खोच तत्काळ आली. नजर सोयराबाईंवर रोखून टाकीत छत्रपती शांतपणे म्हणाले – "युवराजांच्या जागी रामराजे असते, तर आज काही तुम्ही आम्हाला गड उतरू दिला नसतात! राणीसाहेब, कारभारी मामल्यात आम्ही जनान्याचा सल्ला कधी घेत नसतो. आम्हाला योग्य वाटेल तीच सजा आम्ही युवराजांना देऊ. यावं तुम्ही." महाराजांनी सोयराबाईंना जवळ-जवळ हाकलूनच लावले.

हंबीरराव, सूर्याजी, मालुसरे, जोत्याजी केसरकर अशी शेलकी मंडळी पाठीशी घेत छत्रपती रायगड उतरले. पायथ्याशी असलेल्या जिजाऊंच्या छत्रीचे दर्शन करून ते पाचाडच्या वाड्यात आले. वाड्यासमोर सजली पालखी सिद्ध ठेवून पन्हाळ्याला वरंदघाटाने जाणारे धारकरी तयार होते. सातारा, बत्तीस शिराळा, मलकापूर अशा मार्गे छत्रपती पन्हाळा जवळ करणार होते.

जिजाऊ गेल्यापासून पुतळाबाईसाहेब पाचाडच्या वाड्यातच राहत होत्या. त्यांची भेट घेण्यासाठी महाराज दरुणीमहालात आले.

"आम्ही पन्हाळ्याला निघतो आहोत." महाराज संथपणे पुतळाबाईंना म्हणाले.

"जी. त्यासाठीच स्वारींच्या पायांची डोळे लावून आम्ही वाट बघतो आहोत."

पुतळाबाईंच्या डोळ्यांत गोळा झालेली कातरता महाराजांना जाणवली. त्यांच्या ध्यानीमनी नसता पुतळाबाई एकदम पुढं झाल्या. महाराजांच्या पायांवर आपल्या दोन्ही तळहातांचं पालाण घालीत भरल्या कंठानं म्हणाल्या, "आजवर या पायांशी कसलं मागणं नाही घातलं. आज घालतो आहोत. चुकलं तरी लेकरू आपलं आहे. पदरी घ्यावं, स्वारीनं युवराजांना अभय द्यावं. समजूत पाडावी."

महाराजांना क्षणभर वाटले, सईबाईच जिते रूप घेऊन पायांशी साकडे घालून बसल्या आहेत. त्यांचा कंठ त्या सावळ्या आठवणीने दाटून आला.

"उठा." त्यांनी पुतळाबाईंना भान दिले.

"आम्ही ज्याचं त्याला सारं देत आलो आहोत... देणारही आहोत. फक्त – फक्त तुम्हाला देण्यासारखं आम्हाजवळ काही नाही." पुतळाबाईंचा विनापत्य वत्सलपणा छत्रपतींना जिव्हारी चाटून गेला होता. त्यांचा निरोप घेऊन ते वाड्याबाहेर पडले. सदरेवर मासाहेबांची वर्दी देणारी, तुळईला टांगलेली निसूर घाट एकवार त्यांनी नजरेत सामावून घेतली आणि ते पालखीत बसले. पालखी पन्हाळ्याच्या वाटेला लागली.

पन्हाळ्याच्या चौ-दरवाजावर आगवानीची नौबत दुडदुडली. शिंगांच्या ललकाऱ्या उठल्या. ठाण झाल्या पालखीतून पायउतार झालेल्या छत्रपतींच्या स्वारीला किल्लेदार विठ्ठलपंत सामोरे आले. महाराजांनी जमल्या असामींवर नजरफेक टाकीत युवराजांचा माग घेतला. ते कुठं दिसत नव्हते.

"पंत, युवराज? –"

"सज्जाकोठीत आहेत." किल्लेदारांनी तपशील दिला.

"चला." समाधानाचा सुस्कारा टाकीत महाराज हंबीरराव, हिरोजी फर्जंद, सोमाजी बंकी, जोत्याजी केसरकर यांच्या मेळाने बालेकिल्ल्याकडे चालले.

तलावाकाठच्या सोमेश्वराचे दर्शन करून स्वाऱ्या बालेकिल्ल्यात आल्या. विठ्ठलपंतांसह महाराजांनी रंगरूपी शिवपिंडीचे दर्शन घेऊन गडाच्या खासेवाड्यात प्रवेश केला. दिवस चांगला वर आला होता, तरी धुक्याचा भुरकट थर गडभर पसरला होता....

वाड्याच्या सदरी बैठकीवर बसलेल्या छत्रपतींनी किल्लेदाराकडून गडाचा करीणा घेतला. कोल्हापूर प्रांताचे अधिकार जनार्दनपंत आणि कोकणसुभा रावजी पंडित यांना पन्हाळ्याला बोलावून घेण्याच्या सूचना त्यांना दिल्या.

सादिलवारीचे सारे आटोपताच महाराजांनी मतलबाच्या विषयाला हात घातला, "पंत, युवराजांना वर्दी द्या. आम्ही सज्जाकोठीवर जाणार आहोत." महाराजांनी हेरले होते की, शरमिंदे संभाजीराजे आपणहून कधीच समोर येणार नाहीत.

"जी." म्हणत विठ्ठलपंतांनी वर्दीची व्यवस्था लावली.

"हंबीरराव कुठं दिसत नाहीत." छत्रपतींनी सदरेतल्या मंडळींवर नजर फिरवीत विचारले.

"सरलष्कर सज्जाकोठीवर गेलेत." पंतांनी तपशील दिला.

त्या तशा स्थितीतही महाराजांच्या मनात विचार चाटून गेला – 'हंबीरराव महाराणींचे सख्खे बंधू. त्या युवराजांना बघता येईल तेवढे पाण्यात बघतात. हंबीरराव मात्र युवराजांना सावरू बघतात.'

"चला," म्हणत छत्रपतींनी सदरी बैठक सोडली. पायीच ते सज्जाकोठीकडे चालले. गडाची तटबंदी धरून असलेली उंचावरची सज्जाकोठी आली. महाराजांना

समोर पाहून, लगबगीने सज्जाकोठीबाहेर पडलेले हंबीरराव मुजऱ्यासाठी कमरेत झुकले.

"हंबीरराव, तुम्ही रुजू घातलेली मसलत आज घडते आहे. आम्ही युवराजांना भेटतो आहोत."

"जी. धन्याम्होरं आमचा वकुब न्हाई, पर हाताशी आलेलं युवराजांचं नामी हत्यार हिकमतीनं वळतं करून घ्यावं, असं वाटतंय आम्हास. ते पस्तावल्यात. स्वामींच्या हातात हाय त्येंची जिंदगी."

महाराज पडेल हसले. त्यांना हंबीररावांना म्हणावेसे वाटले – "जिथं आमचीच जिंदगी आमच्या हातात नाही, तिथं त्यांची आमच्या हाती राखणार आम्ही कोण?" पण ते काही बोलले नाहीत. हाताच्या इशारतीवर विठ्ठलपंतांना कोठीच्या पायथ्याला थोपवून छत्रपती सज्जाकोठीत एकल्यानेच शिरले.

कोठीच्या निरुंद दगडी जिन्याने वर चढताना महाराजांना वाटले – 'हा जिना कधी संपूच नये. श्वासाला खळ पडे पावेतो असेच चालावे. एकले!'

वरच्या मजल्यावरचे खुले, बैठकी दालन आले. त्या दालनाच्या झरोक्यातून दूरवर दिसणाऱ्या पठारी मुलखात नजर गमावलेले संभाजीराजे आत उभे होते. ते नजरेस पडताच महाराजांचे पाय जागीच खिळले. जाम्याआड काळजात खळबळ माजली. पुऱ्या तीन सालांनंतर ही पितापुत्रांची भेट होती! ऐन उभारीचा सागवान वृक्ष चवरीच्या काटेरी वेलीने येरगटून टाकावा, तसे संभाजीराजे दिसत होते.

आज पहिल्यानेच छत्रपती शिवाजीमहाराजांना फार-फार जाणवले की, आपण मस्तकी छत्र धारण करणारे राजे नसून अंतरीचे गडकोट गमावलेले एक बाप आहोत!

मिर्झा राजासमोर निःशस्त्र उभे राहून मान खाली टाकताना वाटली नव्हती, एवढी पिळवटणारी खंत त्यांना समोरचे खाली मान घातलेले संभाजीराजे बघताना वाटली.

कसल्यातरी विचाराने निःश्वास टाकीत संभाजीराजांनी झरोका सोडला. दालनाच्या दारात उभे असलेले महाराजसाहेब बघताच त्यांच्या काळजात मासळी फडफडली. 'हे आबासाहेब आहेत? केवढे – केवढे थकलेले!' क्षणातच गलबलून गेलेले त्यांचे काळीज पाणावून डोळ्यांत एकवटले. झटकन पुढे होत, त्यांनी महाराजसाहेबांच्या चरणांवर आपला माथा ठेवला.

त्या स्पर्शाने क्षणभर महाराजांनी डोळे मिटले. ढळू बघणारे मन तोलीत, ते नेहमीसारखे संभाजीराजांना वर न घेता निर्भाव कोरडे बोलले, "उठा."

महाराज दालनात आले. हात पाठीशी बांधून काही वेळ सुन्न मनाने नुसताच पायफेर टाकीत राहिले. नेहमी वेळ न गमावता नेमक्या विषयाला सहज हात घालणाऱ्या छत्रपतींना आज काय नि कसे बोलावे तेच कळेना. मनात एवढ्या विचार-आठवणींची धुंदल जुंपली होती की, दालनात संभाजीराजे आहेत, हेही ते क्षणभर विसरले!

दगड-भिंतीलगत शरमिंदे संभाजीराजे पडल्या गर्दनीने उभे होते. आबासाहेबांची तळमळती घालमेल त्यांना असह्य होऊ लागली.

छत्रपतींची फिरती पावले स्थिरावली. तासाच्या टोलांसारखे बोल दालनात घुमले – "जिंकलात सह्याद्री? उठविलेत तुमचे आपले राज्य? झाले तुमच्या मनाजोगे मोगलाईत?

"या दौलतीचे युवराज असून, उद्याचे छत्रपती असून पठाणाच्या गोटात दाखल झालात! जे हात मुजऱ्यांसाठी आमच्यासमोर झुकले ते मांजऱ्याच्या पठारावर कलम झालेले कोडगेपणानं बघितलेत! पठाणांच्या नि तुमच्या धास्तीनं तिकोट्याच्या विहिरी-आडांत तीनशे अश्राप बायाबापड्यांनी आपल्या कुड्या झोकून दिल्या. खुद्द तुमचा कबिला पठाणानं दस्त केला. शरम – शरम वाटते तुमची आम्हास! एवढीशी पापणीसुद्धा वरकड कस्पट डोळ्यांत घेत नाही. तुम्ही तर युवराज असून, कमरेला हत्यार वागविणारे पुरुष असून कसली शिकस्त घेतलीत ही ऐन उमेदीत! केवढे मनसुबे बांधून होतो आम्ही तुमच्या बाबीनं! फार-फार गफलत केलीत तुम्ही. हे राज्य आमचे एकल्याचे मानण्यात. हे राज्य देवा-धर्माचे, गोरगरीब रयतेचे राज्य आहे. ती भोसल्यांची खाजगी मिरास नाही. तुम्ही आमचे पुत्र आहात ते नंतर, प्रथम आहात ते रयतेचे युवराज. तुमचा आमचा वारसा आहे, तो छातीवरच्या आईच्या माळेचाच. रायगडीच्या सिंहासनाचा नव्हे. तुम्ही-आम्ही पहिले सेनापती आणि शेवटचे धारकरी आहोत. केवळ राजे नव्हे.

"मराठ्यांचे युवराज असून मोगली गोटात दाखल होताना, फौजबंदीनं दौलतीच्या भूपाळगडावर चालून येताना, पित्यासमान फिरंगोजींना बेगुमान टाकून बोलताना तुमच्या मनाला एवढीसुद्धा शरम शिवली नाही! बरे ध्यानी ठेवा – 'अगोदर मरतात ती मनं आणि मग मरतात ती माणसं!''' संतापाने युवराजांची खरड घेताना छत्रपतींना ठसका लागला. छातीवर तळहात फिरवून तो सुमार करणाऱ्या आबासाहेबांना बघताना संभाजीराजांचे काळीज देठासह पिळवटले. शब्द म्हणता शब्दसुद्धा त्यांच्या तोंडून फुटेना. आबासाहेबांचा घुसमटविणारा तडफडाट समोर गुमान बघवेना.

"सवतं राज्य कमवायला गेलात आणि कबिला गमावून आलात! परक्या घरचं कुलधन असलेल्या आमच्या राणूबाईंना हरवून आलात! ज्या राजाला आपल्या घरच्या कुलस्त्रीचं रक्षण करता येत नाही, तो नामधारी छत्रपती प्रजा काय सांभाळणार, असा सवाल उद्या कुणी केलाच तर कुठल्या तोंडानं आम्ही त्याला आता काय जाब देणार? रजपुतानं मुलूख जाळून आम्हाला शरणागत पत्करायला लावली. त्यातूनही आम्ही बाहेर पडलो. पण आमच्या साऱ्या उमेदींना जाळ लावून जी शरणागत तुम्ही आम्हाला पत्करायला लावली आहे, तिच्यातून आम्ही कधीच बाहेर पडणार नाही. बरे तर बरे, दिलेरच्या तावडीत सापडून तुमची रवानगी दिल्लीला झाली नाही!

नाहीतर नेताजींसारखी तुमचीही गत झालेली बघताना अभक्ष्य सेवनावाचून दुसरं काय उरतं आमच्यासाठी? जबान खुंटल्यागत गुमान का झालात? जाब द्या. आम्ही तुम्हाला विचारतो आहोत.'' महाराज थेट संभाजीराजांच्या पुढेच येऊन उभे ठाकले. खाली मान टाकलेल्या संभाजीराजांच्या आत्म्याचा कढ आसवांच्या रूपाने दाढीवरून घरंगळत रुजाम्यावर टपटप कोसळला.

''जंजिऱ्यावर मांड ठोकून, कोकणपट्टी मारायला टपलेल्या सिद्दीला जरब देता येत नाही, याची जरा खंत ठेवा. समुद्रपट्टीला टोपीकर आमचा खांदेरीबेटावरचा जलदुर्ग उठवू देत नाही, याची चिंता करा. आज-उद्या प्रत्यक्ष औरंगजेब फौजेसुद्धा दख्खनेत उतरणार याचा अंदाज ठेवा. आदिलशाही, कुतुबशाही आणि हे श्रींचे राज्य धूळदोस्त करण्यासाठी सर्व ताकदीनिशी तो जंग-जंग पछाडणार याचा विचार करा. त्यासाठी पहिल्यानं मावळा व्हा – माणूस व्हा! आम्हाला तडकाफडकी पारखं होणं सोपं आहे. काल आणील त्या कसोटीला सामोरं होणं, सोपं नाही.

''ज्यांना आम्ही दुसऱ्या आऊसाहेबांच्या रूपात बघतो त्या सूनबाईंनी – येसूबाईंनी तुमचा कसला अभिमान बाळगावा? पोटी आलेल्या तुमच्या वारसांनी कसला वसा ताठ गर्दनीनं उद्या सांगावा? काय बघून आमच्या मावळ-धारकऱ्यांनी तुमच्यासाठी – राज्यासाठी जिवांची कुरवंडी करावी?

''मानापमानाचा फार मुलाहिजा धरता, पण विसरता की देवादिकांनाही अवमान सोसावे लागले, वनवास भोगावे लागले. तुम्हाला दिसतं सिंहासन – पण त्यावर विखुरलेले काटे नाही दिसत. इतरांतील ऐब तुम्ही नेमका हेरता, पण स्वत: ठायी असलेला ऐब तुम्हाला कधी उमगत नाही. राजाला भावनेला सायवळ असून भागत नाही, हे भुलता तुम्ही.'' छत्रपतींचा आवाज थरथरू लागला. तापल्या शिसाच्या रसात डुबून उठलेले जळजळीत बोल संभाजीराजांच्या मनातले माजलेले तण मुळासकट जाळून काढू लागले.

''प्रधानमंडळातील अण्णाजींसारख्या असामींशी तुमचं पटत नाही. महाराणींशी तुमचं जमत नाही. अण्णाजी राज्याचे कदीम चाकर आहेत. त्यांना वळतं करून घेणं तुम्हाला साधत नाही. आम्ही तर मुरारबाजी, बाजीप्रभूंसारखी हत्यार उठवून चालून आलेली शत्रू गोटातील माणसं वळवून कार्यी लावली. तुम्ही ते कसं साधणार?

''अफजलभेटीचा, आग्राकोठीतील कैदेचा आमच्यासारखा प्रसंग तुमच्यावर गुदरला, तर कसं निभावणार आहात तुम्ही?

''आमची नाही ती नाही, ज्या थोर स्त्रीनं तुम्हाला लहानाचं मोठं केलं, त्या गेल्या आऊसाहेबांची तरी आण राखा. बरं आहे आज त्या हयात नाहीत ते! नाहीतर त्यांच्या कुशीत सुख होणारे तुम्ही, आमच्या कुशीत कट्यार चालवून पठाणाला मिळालात ही खबर ऐकूनच त्या शांत....''

"नको! आबासाहेब नको." मनाचा चोळामोळा झालेले संभाजीराजे क्षणातच आबासाहेबांच्या पायांना मिठी भरून हमसाहमशी स्फुंदू लागले. त्यांच्या दाटल्या कंठातून शब्दांचे पश्चात्तापदग्ध मोती टपटपले.

"आम्ही – आम्ही चुकलो. आम्हाला युवराजपद नको. जोड आहे ती या पायांची. आम्ही दूधभात खाऊन या पायांशी राहू. शरमिंदे आहोत आम्ही. मन चाहेल ती सजा आम्हास फर्मावावी, पण – पण शब्दांचा एकही वार आम्हाला आता सोसवणार नाही. आबाऽ – आबाऽ!"

नाकगड्डा चिमटीत धरलेल्या, डोळे गच्च मिटलेल्या छत्रपतींच्या मनाच्या घुमटीत कसलीतरी अज्ञात नौबत झडझडली – "एकला जीव पदरी घातला. आता स्वारीच यांच्या आऊ आणि आबा!" सईबाईंच्या सावळ्या स्मृतीने छत्रपतींनी लोंबता दीर्घ नि:श्वास टाकला.

"चुकलं तरी लेकरू आपलंच आहे. पदरी घ्यावं. अभय द्यावं." पुतळाबाईंच्या बोलांनी महाराजांना घेर घातला.

"हाताशी आलेलं युवराजांचं नामी हत्यार वळतं करून घ्यावं. पस्तावल्यात ते." सरलष्कर हंबीररावांची मावळबोली मुजरा करून गेली.

"आबासाहेब, तुम्ही काढाल हुडव्यातील फळ बाहेर?" एक अजाण पोर हात उठवून विचारीत होता.

आज तो स्वत:च चुकल्या वाटांच्या, पश्चात्तापाच्या वणव्यात होरपळत होता. शिवाजीराजांचे मानी छत्रपतीपण विरघळले. राजसंतापाची जागा आता अपार-अपार अशा करुणेने घेतली. निमुळत्या नेत्रकडा पाणावून आल्या. लपकन झुकून छत्रपतींनी आपल्या पोटच्या गोळ्याचे खांदे तळहातांच्या घट्ट पकडीत घेत संभाजीराजांना उठते केले. आपली पाणथर नजर आपल्या फर्जंदाच्या पाझरत्या डोळ्यांत खोलवर रुतवून क्षणैक डोळ्यांनीच त्याला उदंड काही सांगितले. दुसऱ्याच क्षणी चिंब, घोगरट बोल त्या सर्जा राजाच्या ओठांतून अडखळत बाहेर पडले – "लेकराऽ, कुठं गेला होतास? असा कसा रे चुकलास?"

रात्रभर पारखा झालेला सूर्यगोल, दिवसफुटीला उगवतीने हात पसरून आवेगाने कुशीत घ्यावा, तसे छत्रपती शिवाजीमहाराजांनी शंभूराजांना आवेगाने छातवानाला घट्ट बिलगते घेतले. पिळाची दोन भोसलाई छाताडे एकमेकांना खूप काही सांगून गेली. अभिषेक घेतलेल्या छत्रपतींच्या नेत्रांतले पावन तीर्थ संभाजीराजांच्या टोपावर उतरले.

पन्हाळा त्या पावन मनोमीलनाने कृतार्थ झाला!

◆

॥१०॥

पन्हाळ्याच्या बालेकिल्ल्यातील खाशा सदरेत महाराज बैठकीवर बसले होते. त्यांच्या पायगती मांडलेल्या बिछायतीवर संभाजीराजांनी बैठक घेतली होती. किल्लेदार विठ्ठलपंत, हंबीरराव, हिरोजी फर्जंद, सोनाजी व कृष्णाजी बंकी, बहिर्जी इंगळे, बाबाजी ढमढेरे, सूर्याजी विचारे अशी मंडळी अदब धरून सदरेत उभी होती. कोल्हापूरहून आलेले जनार्दनपंत सुमंत आणि कोकणसुभ्याचे सुभेदार रावजी पंडित; आपणाला छत्रपतींनी का पाचारण केले असावे, या विचारात एका बगलेला खडे होते. त्यांच्या शेजारी उमाजी पंडित होते.

"जनार्दनपंत, असे पुढे या." महाराजांनी जनार्दनपंतांना फर्मावले.

"जी." म्हणत हात जोडून पंत बैठकीसामने आले.

"युवराज, हे कोल्हापूर तर्फेचे अधिकारी. आजपासून प्रांत पन्हाळा राखून तुम्ही इथे राहायचे आहे. हे कोकणसुभा रावजी पंडितजी तुमच्या दिमतीला राहतील."

छत्रपतींनी रावजींच्याकडे हात उठविला.

"आज्ञा स्वामी." म्हणत रावजींनी बैठकीला नमस्कार दिला.

"स्वामी, एक पेच आहे. आज्ञा होईल तर..." रावजींनी आपल्या सुभ्याचा मुद्दा पेश केला.

"बोला, काय आहे?"

"राजापूर बंदरात टोपीकरांची काही गलबतं नांगर टाकून आहेत. त्यावरून कुणीच बंदरात उतरत नाही. गलबतंही हाकारीत नाहीत. काय करावं? येरगटावी?"

"बोला युवराज, तुमच्या अखत्यारीतल्या या मामल्याला तुम्हीच तोड सांगा कोकणसुभ्यांना!" महाराजांनी हसत संभाजीराजांना पुढे घातले.

संभाजीराजे क्षणभर विचारात झाले. रावजींना निरखत त्यांनी सवाल घातला, "गलबतं कुणाची आहेत? फिरंग्यांची, गोऱ्यांची, डचांची की फ्रेंचांची? काही अंदाज?"

"जी. फ्रेंचांची आहेत." रावजींनी तपशील दिला.

"मग त्यांच्या गलबतांवर आपले खलाशी पाठवून ते व्यापारासाठी आले असतील, तर दोस्ताना राखावा. ते आम्हाला हत्यारे पुरवितात."

"बिलकूल ठीक." महाराज समाधानाने हसले.

"युवराज, तुम्ही कोकणपट्टीच्या आरमारावर या रावजींच्या मदतीनं देख ठेवा." छत्रपतींची चर्या प्रसन्न होती.

"हे सोनाजी बंकी, बाबाजी, तुमचे कवी गुरू उमाजी पंडित पन्हाळगडीच तुमच्या तर्फेने राहतील. आमचा फेरहुकूम होईतो, हा पन्हाळाप्रांत रक्षून असा. दिलेर-सर्जा या भागाचा केव्हाही मोहरा धरतील त्याचा अंदाज ठेवा."

सदरेतील प्रत्येक असामी ध्यान ठेवून महाराजांचा प्रत्येक बोल ऐकत होती. सर्वांनाच जाणवत होते की, छत्रपतींचा आवाज नेहमीसारखा तडफेचा नाही. त्यांची चर्या सुमार आहे. गालापासून नाकाचा फेर वर उचलल्यागत दिसतो आहे.

"विठ्ठलपंत, मंडळींना विडे द्या. युवराज, चला शिवलिंगाचे दर्शन करून येऊ." महाराज बैठकीवरून उठले.

संभाजीराजांना बरोबर घेत महाराज बालेकिल्ल्याबाहेर पडले. मागून येणाऱ्या विठ्ठलपंत, हंबीरराव, रावजी यांना त्यांनी हातइशाऱ्याने दरवाजातच थोपते केले.

सांजावत आल्याने गडाच्या जांभूळ, वड, पिंपळ, आंबा, चाफ्यांच्या गर्दाव्यात कलकलणारे पक्ष्यांचे थवे उतरत होते. नगारखान्यावरून उठलेली सांजनौबतीची दुडदुड पन्हाळ्याच्या रानावर उतरून थिरावत होती. पाठीशी कोणीच घेतले नाही त्याअर्थी आबासाहेब काही मनचे बोलणार आहेत, याचा संभाजीराजांना केव्हाच सासूद आला. पण ते काय बोलणार आहेत, याचा थांग मात्र काही त्यांना येईना.

शिवालयाची घुमटी आली. पुजाऱ्याने स्वाऱ्यांना नमस्कार केला. घुमटीपर्यंत येईतो, तिथे पुजारी असणार याचा विचार छत्रपतींना स्पर्शला नव्हता. क्षणात त्याला कसा हटवावा, हे त्यांनी बांधूनही टाकले.

"पुजारी, सोमेश्वर टाक्यावरच्या पिंडीच्या दर्शनास आम्ही येणार आहोत. किल्लेदारांना याची वर्दी द्या. तुम्ही टाक्यावरच्या देवळात आमची वाट बघा."

"जी." म्हणत पुजारी बालेकिल्ल्याच्या रोखाने लगबगीने निघून गेला. पितापुत्रांनी पायीच्या मोजड्या उतरल्या.

मावळतीला चाललेल्या तापदेवाला छातीशी हात नेऊन महाराजांनी वंदन केले. एकदा तो नारिंगी, पिवळा तेजोगोल डोळाभर बघून घेतला.

"आत या." असे संभाजीराजांना म्हणत छत्रपती घुमटीच्या दगडी चौकटीला टोप थटणार नाही, याची दक्षता घेत वाकून घुमटीत प्रवेशले. त्यांच्या मागून संभाजीराजे घुमटीत आले. बेलफुलांनी आच्छादलेली रंगरूपी पिंडी ठाणवयांच्या मंद प्रकाशात अभिषेकपात्रातील एकलग थेंबावळ अंगावर घेत होती. पितापुत्रांनी गुडघे

टेकून तिच्यासमोर माथे नमविले. वर होत हात जोडून नमस्कार घातले.

"शंभू, ही रंगरूपी पिंडी आहे. आम्हाला सांगत आलेली की, माणसाच्या हयातीलाही कैक रंग असतात, सुखदु:खांचे." पिंडीवर नजर जोडीत महाराज क्षणभर थांबले.

"हिला साक्ष ठेवून आम्ही काय सांगतो आहोत, ते सावध चित्तानं ऐका. ही पिंड खालच्या शाळुंकेत एकजीव झाली आहे म्हणूनच साजून दिसते. तुम्ही आणि रामराजे आम्हाला असेच वाटता. तुम्हा दोघांना आम्ही वेगळं कधीच बघितलं नाही. दोन डोळ्यांसारखे आहात तुम्ही उभयता, आम्हाला आणि आमच्या रयतेलाही. ते अजाण आहेत, तुम्ही भरीचे आहात.

"आता अधिक काल आमचा भरोसा नाही. म्हणूनच जे स्वप्नीसुद्धा आम्ही कधी मनी आणलं नसतं, ते करणार आहोत. तुमच्या आणि राणीसाहेबांच्या मनाचा मेळ कधी पडणार नाही. जे त्यांच्या रागापोटी तुम्ही केलंत ते आमच्या माघारी उद्या केलंत, तर समजून घेणारं कुणीच असणार नाही. यासाठी... यासाठी या श्रींच्या राज्याची आम्ही वाटणी करणार आहोत!"

"आबासाहेऽब, आम्ही आणभाकेनं वचन देतो, आम्हाला काही-काही नको. हवे आहात फक्त तुम्ही. हे असं निरवानिरवीचं का बोलताहात? आम्ही आपला शब्द आता कधीच पडू देणार नाही. कुठंही असलो तरी सावलीसारखे रामराजांच्या पाठीशीच असू. आपली तब्येत बघितल्यापासून मात्र आमचं मन उडालं आहे. काही सुचत नाही."

"ते जाऊ दे. तब्येतीकडं बघण्याएवढा वखत आम्हाजवळ नाही. तुम्ही नको म्हटल्यानं दौलतीची जिम्मेदारी टळत नाही. युवराजपदाचा अभिषेक झाला आहे तुम्हाला. खरे तर साऱ्या राज्याचे वारस तुम्हीच आहात. पण महाराणी तुम्हाला ते लाभू देणार नाहीत. जे करून बसला आहात, त्यानं तुमचा इतबार प्रधानमंडळाला येणार नाही. यासाठी कर्नाटक फाट्याचं तुंगभद्रेपासून कावेरीपावेतो जिंजीचं राज्य आम्ही तुमच्या अखत्यारीखाली देणार आहोत. गोदावरीपासून तुंगभद्रेपावेतो उत्तरेकडील रायगडाचं राज्य रामराजांना सुपुर्द करणार आहोत. ते जाणते होईपर्यंत प्रधानमंडळ या राज्यावर देख ठेवील. या निर्णयानं तुमची आणि महाराणींची मतभेदांची कारणं निकाली पडतील. दृष्टिआड सृष्टी भली असते. बोला, यावर काय इरादा आहे तुमचा?"

"आबासाहेब, आमचे बोल मोल हरवून बसलेत. आम्ही सच्चेपणी आपल्या चरणांच्या शपथेवर कळवळून सांगतो आहोत. दौलतीचा काडीइतकाही विचार तो आमच्या मनी नाही. आम्ही रामराजांना परके मानीत नाही. आम्हाला आपणाला दिल्या यातनांची खंत हयातभर पुरेशी आहे. आपण स्वत:ला जपावं. एकट्या

आम्हालाच नाही, तर असंख्यांना आपण पित्याच्या ठायी आहात. आमचं एकच मागणं आहे....''

"सांगा."

"आपण ठरवून कुठंतरी निवांत स्थानी आराम घ्यावा. रायगडी आपणाला तो मिळणार नाही."

"राजे, आता आम्हाला रायगडाशिवाय कोण आराम देणार? आमच्या आऊसाहेबांची छत्री तिथं गडपायथ्याला आहे. आता अधिक काळ तुम्हाला आमची चिंता नाही करावी लागणार! आम्हाला पन्हाळा सोडताना चिंता वाटते आहे ती तुमची – एक ऐकाल?"

"आज्ञा व्हावी." संभाजीराजांनी महाराजांवर डोळे जोडले. एरव्ही महाराज बोलत असले की बोलतेच राहावे, असे त्यांना वाटायचे, पण का कुणास ठाऊक आज आबासाहेबांनी अधिक बोलूच नये, असे त्यांना वाटत होते. त्यांच्या बोलण्याला गहिऱ्या दुःखाची, मनाची कातर करणारी गूढ छटा होती म्हणून.

"शंभूबाऽळ, आमचं हे सांगणं कधी झोपेतसुद्धा विसरू नका. एका मातब्बर गनिमाच्या – औरंगच्या तडाख्यातून तुम्ही दोनवार सहीसलामत सुटला आहात, पुन्हा चुकूनसुद्धा त्याच्या तावडीत फसण्याची गफलत कधी करू नका. आता आम्ही सांगेतो पन्हाळा प्रांत सोडू नका. आई जगदंब तुमचं भलं करणार थोर आहे. चला."

संभाजीराजे घुमटीबाहेर पडण्यासाठी पुढे झाले. त्यांना हात आडवा टाकून रोखत महाराज शांतपणे म्हणाले, "शिवपिंडीची अर्धप्रदक्षिणा विसरलात! घ्या ती."

अर्धप्रदक्षिणा घालून होताच शिवाजी महाराजांनी ओणवे होत, रंगरूपी पिंडीवरील एक बिल्वदल हलकेच उचलले आणि ते संभाजीराजांच्या तळहातावर ठेवीत ते म्हणाले –

"तुम्ही उपजलात तेव्हा तुमची कुंडली मांडणाऱ्या ज्योतिष्यानं भाकीत केलं होतं – तुम्ही साक्षात रुद्राचे अवतार आहात. उंच गडकोटावर राहाल. प्रलय माजवाल – पण... पण –"

"पण काय महाराजसाहेब?"

"पण रुद्र जसा आप्तगणांकडून फसला, तसाच योग तुमच्या कुंडलीत आहे!

"तुम्ही दोन वर्षांचे असताना एकदा आप्तगणांकडून फसलात. तुमच्या मासाहेबांकडून! युवराज झालात आणि फसलात तुमच्या थोरल्या आऊंकडून! कुणी सांगावं आम्हीही तुम्हाला फसवू! कडी सजा फर्मावू! आम्हाला विश्वास आहे तुम्ही रुद्र आहात, ती धीरानं पचवाल!"

आबासाहेब केवढे गूढ बोलले, ते संभाजीराजांना किती कळले कोण जाणे!

ते पितापुत्र शिवालयाबाहेर पडले. तेव्हा उभा पन्हाळगड धुक्याच्या पटलाने पार वेढून टाकला गेला होता!

गड-उतारासाठी भोयांनी चौ-दरवाजात पालखी सिद्ध केली. महाराज आज पन्हाळगड उतरून कोयनाघाटीने, सातारामार्गे सज्जनगडी जाणार होते, संतसमर्थ रामदासांच्या भेटीसाठी. संभाजीराजे, विठ्ठलपंत, हंबीरराव, रावजी, हिरोजी, उमाजी पंडित अशा मंडळींच्या मेळ्यासह छत्रपतींनी बालेकिल्ला सोडला. रंगरूपी पिंड, सोमेश्वर तलाव, कोकणदरवाजा, सादोबाचे तळे, अशा आपल्या लाडक्या पन्हाळगडावरील स्थानांचे दर्शन घेत प्रशस्त चौ-दरवाजात आले. पुढे होत संभाजीराजांनी आबासाहेबांच्या भगव्या राजमोजड्यांना, पायधूळ घेण्यासाठी हात भिडविला.

त्यांना वर घेत महाराजांनी गाढ ऊरभेट दिली. काही न बोलता त्यांची पाठ हलकेच थोपटली. "येतो आम्ही शंभूराजे. जपून असा. जय भवानी!" श्रीमंत योगी शांतपणे बोलला.

"आबासाहेब, तब्येतीकडं ध्यान असावं. जय भवानी!!" न राहवून संभाजीराजे बोलले.

त्यांचे बोलणे तसेच सोडून निरोपासाठी आलेल्या असामींकडे बघत छत्रपतींनी कधी नव्हे, ते सर्वांना हात जोडले – "येतो आम्ही! जय भवानी!"

छत्रपती सर्वांना पाठमोरे होत पालखीत बसायला निघाले. त्यांच्या पाठमोऱ्या मूर्तीला मुजरे देण्यासाठी जमली छातवाने आदराने झुकली. इमानी हात हेलावले.

पन्हाळ्याच्या बेलाग ढाशा वाऱ्याचा एक ताकदवर झपकारा अवचित आला. पालखीत बसणाऱ्या छत्रपतींच्या अंगचा जामा त्यानं हवेत फरफरला. डुईच्या राजटोपात मढविलेल्या गरुडपिसांच्या पदकातील एक पीस त्या झपकाऱ्याने उखडून काढले. हवेत भेलकांडत ते शुभशकुनी पीस गडाच्या दरडीकडे जाताना बघून संभाजीराजे चरकले. छातीवरच्या माळेला बोटे भिडवून डोळे मिटत कातर पुटपुटले, "जगदंब, जगदंब!"

भोयांनी श्रीमंत योग्याची पालखी उठवली. दृष्टिआडची सृष्टी भली करीत संभाजीराजांचे थोर, जाणते आबासाहेब, समर्थांचे 'निश्चयाचे महामेरू, बहुत जनांसी आधारू', श्रीमंत शिवयोगी पन्हाळगड उतरू लागले. माघी पौर्णिमा तोंडावर आल्यामुळं वाडी रत्नागिरीच्या यात्रेला चाललेले भक्तमंडळ वाटेत भेटले. हातच्या उंच शासनकाठ्या तोलत त्यांनी उठविलेला 'जोतिबाच्या नावानं चांगभलं!' हा जयकार ऐकून राजे हात जोडून पालखीतूनच पुटपुटले – "समस्तांचं चांगभलं कर खंडेराया!" पालखीला घेर धरत घोड्यांवर मांड जमविलेले हंबीरराव, हिरोजी फर्जंद कदमबाज दौडीवर चालले. चौ-दरवाजातील जमली मंडळी परतली तरीसुद्धा

पालखी डोळ्यांआड होईतो, संभाजीराजे जखडल्या पायाने उभेच होते.

त्यांच्यात मन गुंतलेले उमाजी पंडित त्यांच्या पाठीशी खडे होते. त्यांना बघताच संभाजीराजे म्हणाले, "पंडित, चला. तुमच्याशी काही बोलायचं आहे."

उमाजी पंडितांसह संभाजीराजे सज्जाकोठीवर आले. पंडितांना बैठकीवर बसण्याची इशारत करून त्यांनी विचारले, "तुम्ही शृंगारपूरची काही खबरबात दिली नाही आम्हाला पंडित."

पंडित गप्पच राहिले.

"आमच्या भवानीबाई कशा आहेत?"

"सुखरूप आहेत –"

"आणि युवराज्ञी?"

पंडित पुन्हा गुमान झाले. काय बोलावे त्यांना कळेना.

"बोला."

"युवराजांचा धाकटा कबिला पठाणांना दस्त झाल्याचं ऐकून त्यांनी हाय खाल्लेय. कुणालाच त्यांचं दर्शन घडत नाही. आपणहून बंदिवासच पत्करलाय त्यांनी." उमाजी पंडितांची मान वर उठत नव्हती. कोठीच्या झरोक्यातून दिसणाऱ्या, ठाव न लागणाऱ्या पठारी प्रदेशभर संभाजीराजांचे डोळे भिरभिरत राहिले!

रायगडाच्या खासे महाली भरलेली सदर आता संपली होती. मोरोपंत, अण्णाजी, हंबीरराव, बाळाजी, येसाजी यांना महाराजांनी निरोपाचे विडे देवविले होते. मात्र बाळाजींना बजावले होते, "बाळाजी, तुम्ही जरा आम्हाला महाली भेटा."

सदरकरी बाहेर पडले तरी रेंगाळलेले हंबीरराव महाराजांजवळ आले.

"काय आहे सरलष्कर?"

"आम्ही बोलून लागी पडत न्हाई. पर बोलल्याबगार राहवत न्हाई. धन्यानी औरंगबादशाची काडीची फिकीर धरू नये. असलं धा बादशा चालून येऊ द्यात. मुलूख पिळांचा हाय. पर आम्हाला चिंता हाय ती खाशांच्या तब्येतीची. ह्ये राखाय पायजे धनी."

महाराज निर्विकार नजरेने हंबीररावांकडे बघत राहिले. त्यांच्या काळजाचा कंद, तो प्रेमा पाहून फुटू बघत होता. तरी स्वत:ला आतल्या आत सावरीत महाराज हसत थंडपणे म्हणाले, "हंबीरराव, तुम्ही सरलष्करच आहात काय अशी शंका आणू नका. आमच्या मनी आईच्या कृपेने आम्ही ठीक आहोत. करताहात तर चिंता दुसरी करा." महाराजांनी कसबाने हंबीररावांना आपल्यावरून दुसरीकडे वळविले.

"कसली?" रांगडे सरलष्कर सबागती विचारात पडले.

"युवराजांची! तुमचा ओढा त्यांच्याकडं आहे. बाक्या प्रसंगी आमच्यापेक्षा

तुम्हीच त्यांना बिनतोडीचं सांगाल. त्यांच्यावर सतत लक्ष असू द्या तुमचं.''

''जी. धन्यानी त्येंच्याबाबत बिनघोर असावं. या पायांची आण.'' का कुणास ठाऊक हंबीररावांना पुढे होऊन महाराजांची पायधूळ घ्यावीसे वाटले. सरसे होत त्यांनी छत्रपतींच्या पायांना हात भिडविला. त्यांना काहीच न बोलता महाराजांनी डोळे मिटत तो स्पर्श अनुभवला. हंबीरराव बाहेर पडले.

छत्रपती सदर सोडून आपल्या महाली आले. आता एकांतात मात्र त्यांना अंगची कसर पुन्हा जाणवू लागली. दारावरच्या पहारेकऱ्याने आत येत वर्दी दिली, ''चिटणीस आल्यात.''

''येऊ दे त्यांना.'' महाराज फेर घेऊ लागले. बाळाजी आवजी महालात रुजू झाले.

''बाळाजी, पन्हाळगडी युवराजांना खलिता द्या. लिहा. रामराजांच्या शुभकार्यास तुम्हाला पाचारण केलं नाही. त्याचं काही मनी धरू नका. भेटीत त्या बाबीनं तपशिलात बोलू. सांप्रत खबर आहे की, अलमगीर दख्खनेत उतरणार. त्याचा थोपा करण्यासाठी तुमची शिबंदी कसल्या जिनानं सिद्ध असू द्या. वेळीच आम्ही तुम्हाला याद फर्मावू. आमच्या संगती ठेवू.''

''जी.'' बाळाजींनी मजकूर ध्यानपूर्वक ऐकून मान डोलवली.

''खलिता तयार करून दस्तुरासाठी आमच्याकडे धाडा. आजच्या आज तो पन्हाळगडी जाईल तसे करा.'' छत्रपतींनी हात उठवून बाळाजींकडे पाठ केली. कसल्यातरी खोल विचाराने ते महालाचे छत निरखत संथ पायफेर घेऊ लागले.

सज्जाकोठीच्या बैठकी दालनात बसलेले संभाजीराजे बैठक सोडून ताडकन उठले होते. त्यांच्या मस्तकात झिणझिणत्या मुंग्यांचे वारूळ फुटले होते. समोर पाचाडहून आलेले हुजूरपागेचे दोन हारकारे खालच्या मानेने खडे होते. त्यांतील एकाने पाचाडहून आणलेला पुतळाबाईंचा 'गोटाचा खासा सांगावा.' संभाजीराजांच्या कानी घातला होता – ''रायगडाचे सर्व दरवाजे, कुणाच्या ध्यानीमनी नसता एकाएकी बंदिस्त झाले आहेत! गडाचा राबता थांबला आहे. ठाव उडत्या काळजानं आम्ही पाचाडी आहोत. स्वारी अंथरुणाला खिळल्याचं कानी आहे. गडावर कसली तरी घालमेल पडली आहे. काय करावं सुचेना झालं आहे.''

समजल्या सांगाव्याने काय करावे, ते संभाजीराजांना सुचेना. याच पावली कोठी उतरावी, मांड जमवून जनावर रायगडाच्या रोखाने फेकावे, या विचाराने त्यांच्या मनी अनावर उचल खाल्ली. पण तिला महाराजांच्या शब्दांनीच पायखीळ घातली – ''आता आम्ही सांगेतो प्रांत पन्हाळा सोडू नका.''

'एका शब्दानं वा हालचालीनंही आबासाहेबांना आता दुखविणं होणार नाही.'

द्विधा मनाने संभाजीराजे येरझारू लागले. पन्हाळा सोडताना कष्टी झालेली महाराजांची मुद्रा त्यांच्या डोळ्यांसमोर ठाकली.

"रायाजी-अंतोजी, तुम्ही दौडत्या टापांनी रायगड जवळ करा. जे काही कानी पडेल, ते टाकोटाकीनं आम्हाला पावते करा." निरोपाचा हातइशारा देत संभाजीराजे एकांत झाले.

सुरतेपासून जिंजी पेड्डापोलमपर्यंत दौड घेणारे महाराज बंदिस्त गडामुळे रयतेपासून, मावळ्यांपासून तुटले होते. गडावरचा महाल महाराणींनी आपल्या देखरेखीखाली घेऊन गडावरच्या माणसांनाही आपल्या धन्यांना भेटणे मुश्कील केले होते.

सांजवेळ असल्याने 'दिवट्याचा मुजरा' देण्यासाठी सोयराबाई रामराजांना घेऊन छत्रपतींच्या महालात आल्या. महालावर आता खंडोजी नाईक, कान्होजी भांडवलकर, गणोजी कावळा अशा खास सोयराबाईंच्या माणसांचा हत्यारबंद पहारा बसला होता. खुद्द पहारा देणाऱ्या दरखदारांनाही कल्पना नव्हती की, महाराणींच्या मनी काही काळेबेरे उगवले आहे!

सोयराबाईंनी झरोक्याचे कवाड मिटले. हलक्या पावलांनी त्या मंचकाजवळ आल्या.

"राणीसाहेब, आमचं एक काम कराल?" राजे म्हणाले.

"हे काय विचारणं? सांगावं, जरूर करू." सोयराबाईंनी काय सांगणे होणार ते ऐकायला कानांत महाराणीपण एकवट केले.

"उद्याच हारकारे गडाखाली धाडा. पन्हाळ्याहून युवराजांना बोलावून घ्या. पाचाडच्या धाकट्या राणीसाहेबांना गडावर घेऊन या. बाळाजींना सांगा – आमच्या शरीरी व्यथा झाल्याची खबर हंबीरराव, मोरोपंत, अण्णाजी यांना खलिते देऊन कळवा. आम्हाला साऱ्यांशी बोलायचं आहे." एवढ्या बोलण्यानेही छत्रपतींना थकल्यागत वाटले.

"एवढंच ना. आम्ही जरूर करू ते. स्वारीनं निवांतपणा घ्यावा. बाळाजींनाच इकडं पेश पाठवून देतो आम्ही."

सोयराबाई रामराजांना घेऊन महालाबाहेर पडल्या. छत्रपती चिराखदानांच्या ज्योतींवर डोळे लावून विचारगत झाले.

"विठ्ठलपंत, रायगडचा काही खलिता..." चिंतावल्या संभाजीराजांनी पन्हाळगडाचा देख घेण्यासाठी फेर टाकताना किल्लेदारांना विचारले.

"काही नाही युवराज. आम्ही त्याचीच वाट बघतो आहोत." विठ्ठलपंतांनी पगडी डुलवीत जाब दिला.

समोर कोकणदरवाजा आला होता. त्याच्या दगडबंद पायऱ्या चढण्यापूर्वी संभाजीराजे थांबले. "पंडित, काय वाटतं तुम्हाला? आबासाहेब आम्हाला रायगडी का याद फर्मावीत नाहीत? की बंदिस्त झाल्या गडावरून खालीही कुणी उतरत नाही?" संभाजीराजांनी पाठीशी असलेल्या उमाजी पंडितांना विचारले.

बहिर्जी इंगळे आणि कृष्णाजी बंकी यांच्याशी काहीतरी बोलत असलेले उमाजी पंडित "जी" म्हणत पुढे आले. अदबीने म्हणाले, "आम्हाला नाही तसं वाटत युवराज. गडावर बाळाजी चिटणीस आहेस. ते डाक देण्यात कुचराई नाही करायचे. कदाचित स्वामींना आरामही पडला असेल एव्हाना. माणसं चिंतातुर होतात म्हणून छत्रपतींनीच खलिते दिले नसतील."

"तसं असेल तर साखर पडो तुमच्या तोंडात. पण मनासारखा खेळ्या जगात दुसरा नाही. नको त्या शंकांचा खेळ खेळतो तो. आम्हाला रायगडाशिवाय दुसरं काही सुचत नाही. त्यांची खुशाली कानी पडेतो, आम्हाला चैन नाही." जडावल्या पायांनी संभाजीराजे कोकणदरवाजाची एक-एक पायरी चढत माळवदावर आले.

"विठ्ठलपंत, शृंगारपुराहून आमच्या चिटणीस परशरामपंतांना बोलावून घ्या." काहीतरी मनी योजून संभाजीराजांनी आज्ञा केली.

"तसं लिखाणाचं काही कामकाज असल्यास गडाचे चिटणीस आहेत. तेव्हा..." मनोमन चमकल्या विठ्ठलपंतांनी घोळ धरला.

"आम्ही सांगतो तेवढंच करा. दोन दिवसांत परशरामपंत गडावर आमच्यासमोर रुजू झाले पाहिजेत." करडी नजर विठ्ठलपंतांवर रोखली गेली. तिला नजर देणे विठ्ठलपंतांना पेलले नाही. "जी." म्हणत त्यांनी सुटका करून घेतली.

"पंडित, आमचे रायाजी-अंतोजी परतेपर्यंत आम्ही असेच टांगते राहणार." माळवदाच्या दगडी तटावर तळहात टेकीत संभाजीराजांनी न दिसणाऱ्या रायगडाच्या रोखाने नजर जोडली.

"युवराजांनी धीर धरावा. भावेश्वरीच्या प्रसादानं सर्व ठीक होईल." उमाजी पंडितांच्या तोंडून भावेश्वरीचे नाव निघताच संभाजीराजांना शृंगारपूरचा वाडाच समोरच्या क्षितिजकडेत दिसू लागला. एका विलक्षण विचाराची चिरती कळ त्यांच्या काळजात सरकली – 'शृंगारपुरात आपणहून, बंदिवास पत्करलेल्या आमच्या युवराज्ञी, बंदिस्त रायगडावर आजारी पडलेले आबासाहेब, नगरच्या किल्ल्यात कोंडून पडलेल्या आमच्या अक्कासाहेब आणि दुर्गाबाई... आणि इथं कुणासाठीही काहीच न करता येणारे, आबासाहेबांच्या शब्दांनी जखडलेले, साऱ्यांच्या चिंतेनं कोंडलेले... बंदिवान झालेले आम्ही... काय स्थिती ही! तोडावा – या क्षणी आबासाहेबांचा शब्द तोडावा. पन्हाळा सोडून थेट रायगड गाठावा. ते बोलतील ते ऐकण्यासाठी का होईना, त्यांचं दर्शन घ्यावं. नाहीऽ नको. आमच्या दर्शनानं आबासाहेबांना आराम पडण्याऐवजी

वेदनाच होतील. काहींच्या कपाळी आम्हाला बघताना आठ्या चढतील. बघवणार नाहीत त्या आम्हाला.'

तिकडे रायगडावर छत्रपतींनी जबानीवर घेतलेल्या बाळाजी आवजींनाही आपल्या स्वामींच्या कपाळी धरलेल्या आठ्या बघवेनात. ज्वर चढलेले, डोळे लालावलेले महाराज त्यांना विचारत होते – "ही चिटणिसी केलीत हयातभर? आम्ही तुम्हाला युवराजांना, मोरोपंतांना, सरलष्करांना खलिते देण्यास बजावले होते. अंगी ज्वर असता मायने-मजकूर सांगितले होते. एकाही खलित्याचा जाब येत नाही याचा मतलब काय? ही माणसे मुजोर झाली की तुम्ही चुकार झालात?"

गोंधळलेल्या, भयकातर बाळाजींनी आपल्या कुलदैवताची शपथ घेत जाब दिला, "स्वामींनी विश्वास धरावा. आम्ही खुद्द आमच्या हातानं खलिते सिद्ध करून स्वारांना सुपुर्द केले आहेत. सर्व त्या सूचना जातीनं दिल्या आहेत."

"मग जाब का येत नाही कुणाचा? कुणी भेटीला का येत नाही आमच्या?"

गोंधळलेल्या चिटणिसांना या प्रश्नाचे उत्तर देता येत नव्हते. देता येणारच नव्हते.

सोयराबाईंनी आपली माणसे गडाचा चितदरवाजा, पालखी दरवाजा, नाणे दरवाजा सर्व दरवाजांवर पेरून ठेवली होती. थैलीस्वारांकडचे खलिते त्यांनी मध्येच दस्त केले होते. फक्त स्वार गडाखाली उतरले होते. आपापल्या गावाकडे निघून गेले होते. कारण ते सारे तळबीड भागातील महाराणींच्या माहेरचे होते.

बाळाजी आवजींनी सिद्ध केलेले खलिते थैल्यांनिशी तसेच सातमहालात महाराणींच्या महाली टाळेबंद झाले होते!

बाळाजींना बगलेला टाकण्यासाठी पुढे येत मानभावीपणे सोयराबाई म्हणाल्या, "यात बिचाऱ्या चिटणिसांना कसूर तो काय? स्वारी कशी उमेद धरतेय की, पन्हाळ्याहून जाब येईल वा युवराज जातीनं येतील इथं? एवढी कदर असती, तर साऱ्यांना पारखं होऊन ते गनिमाच्या गोटात जातेच कशाला? पेशव्यांना-सरलष्करांना तर स्वारीनंच मोहीमशीर धाडलंय. त्यांचा तळ कुठं पडलाय कसं सांगणार? येतील ते. धीर धरावा. आपले बाळराजेही विचारताहेत 'आमचे दादामहाराज कुठं आहेत म्हणून.' काय सांगायचं त्यांना?" सोयराबाईंनी रामराजांना जवळ घेत छत्रपतींच्या पुढे केले.

आडव्या आलेल्या महाराणींना तिवड्यावर घेण्यासाठी महाराजांनी प्रश्न केला, "पाचाडच्या राणीसाहेब तर कुठं मोहिमेवर नाही गेल्या? का त्याही गनिमाच्या गोटात दाखल झाल्या? तुम्हाला त्यांना बोलावून घ्यायला सांगितलं होतं आम्ही."

"आम्ही माणसं पाठविली होती पाचाडात. स्वारी अंथरुणावर आहे याची धाकट्या बाईंनी एवढी हाय घेतल्येय की, त्यांनीच अंथरूण धरलं आहे!" सोयराबाई

शब्दही न पाडता चक्क खोटं बोलल्या. नाकगड्डा चिमटीच्या पकडीच घेत, हताश छत्रपती 'जगदंब, जगदंब' असे पुटपुटत मंचकावर लेटले.

रायगडावर एक भयानक कारस्थान शिजू लागले. त्याच्या सूत्रधार झाल्या महाराणीपदाच्या अखत्यारीत गड ताब्यात घेतलेल्या प्रत्यक्ष महाराणी सोयराबाईसाहेब! लक्ष्य झाले महाराज आणि संभाजीराजे. हेतू झाला रायगडाचे सुवर्णी सिंहासन. मोरोपंत, अण्णाजी, बाळाजी ही तालेवार सेवाभावीच माणसे आता बाहुली होणार होती.

मनामनांचा मेळ पाडून, अपार कष्ट उपसून, कैक जिवाभावाचे लाख मोलाचे मोहरे खर्ची घालून, प्राणबाजीने छत्रपतींनी जमविलेला मराठी दौलतीचा शतरंज, पटासकट उधळण्यासाठी सोयराबाईंनी आपला पाताळयंत्री हात चालविता केला होता. महाराणीपदाच्या अधिकारात!!

खानसाम्यानं सज्जाकोठीत समोरच्या चौरंगावर ठेवलेला जेवणाचा थाळा, महाराजांच्या आठवणीमुळे तसाच परता सारीत संभाजीराजे उठले. गेले दोन दिवस ते असेच थाळे दूर सारीत आले होते.

कोठीत उभ्या असलेल्या रायाजी-अंतोजीने त्यांच्याकडे कळवळून बघितले. त्या गाडेबंधूंनी पाचाडात चार दिवस तळ ठोकून रायगडावरची खबर उचलण्यासाठी जंग-जंग पछाडले होते. वारा-उजेड आणि रानपाखरे यांशिवाय गडावर कुणाचाही शिरकाव होत नव्हता! महाराजांना बघण्यासाठी नागपूरहून आलेले साबाजी भोसलेही पाचाडात अडकून पडले होते.

"चिटणीस, आम्हास काही कळेनासं झालं आहे. आबासाहेबांनी गडाचे दरवाजे बंद करण्याची आज्ञा का फर्मावावी? आम्ही – आम्ही रायगडी येऊ अशी धास्त वाटत असावी त्यांना." शृंगारपूरहून आलेल्या चिटणीस परशरामपंतांना संभाजीराजे चिंतेने म्हणाले.

"आम्हाला नाही वाटत स्वामींनी ही आज्ञा केली असेलसे."

"इतर कुणाची शामत आहे राजधानीचे राबते दरवाजे बंद करण्याची?"

"बोलू नये. पण – पण महाराणी हे करू शकतील?" पूर्ण विचाराने परशरामपंतांनी अंदाज दिला.

"काय म्हणता तुम्ही? महाराजसाहेब जातीनं गडावर असता त्या हे करतील?"

"स्वामी पडून आहेत."

"तरी ते स्वामी आहेत. आम्ही जाणतो आबासाहेबांना."

"पण युवराज, विसरणं होतंय, स्वामी – स्वामी असले तरी महाराणी – महाराणी आहेत!"

"छेऽ! पंत, आज जिवाला नाकळती हुरहुर ग्रासून टाकते आहे. हनुमान जयंती आहे. चला, रामभक्ताचं दर्शन करू."

सैरभैर झालेले संभाजीराजे परशरामपंतांना पाठीशी घेत सज्जाकोठी उतरले. बालेकिल्ल्याच्या उत्तरेस असलेल्या, महाराजांनी प्रतिष्ठापना केलेल्या हनुमानाच्या घुमटीजवळ आले. शेंदराचा तवाना लेप दिलेली आतील मूर्ती बघताच त्यांना वाटले – 'त्या पावन लेपावर तळहात फिरवून त्यानं मळवट भरून घ्यावा. उड्डाणी पवित्र्यात असलेल्या वायुपुत्राला विचारावं. आजचा दिवस तुझा. आज आकाशी घेण्याऐवजी रायगडी उड्डाण घेशील काय? आमच्या आबासाहेबांच्या तब्येतीस आराम पडल्याची परती खबर आणशील काय?'

मनच्या कढाने वायुपुत्राशी मूकपणाने तळमळून बोलणाऱ्या संभाजीराजांना काही सुद्धा कल्पना नव्हती की, तिकडे चैत्री पुनव असूनही उभ्या रायगडाला अवसेचा काळाकुट्ट काळलेप चढत होता! गेले दोन दिवस गडाच्या मुदपाकखान्याची चुलवाणेही पेटली नव्हती.

◆

॥११॥

आज पहाट धरूनच पन्हाळगडावर खबर कोसळली होती. रायगडाने दाबून ठेवण्याचा कडेकोट कट बांधला होता, तरी पाचाडहून पुतळाबाईंमार्फत आणि कऱ्हाड प्रांतातील तळबीडच्या तळावरून हंबीररावांमार्फत ती पन्हाळगडावर पोहोचली होती.

पुतळाबाईंनी खासा हारकारा धाडून कळविले होते, "आज ऐन मध्यान्ही आवस झाली. आमचे कुंकुबळ थकले. तुम्हा-आम्हाला उघडे टाकून स्वारी सुख झाली. गडावर गैरमेळ पडला आहे. अंतकाली स्वारींना मंत्राग्नी तोही पावला नाही. बुध फिरल्याने भडाग्नीवर सांगता झाली आहे! प्रसंग बाका आहे. धीर रक्षून असणे. जे करणे ते सावध चित्ती विचाराने करणे. माणसे पुरी पारखून जवळ धरणे. आम्ही तुमच्या वाटेला डोळे जोडून आहोत. आई जगदंबेच्या इच्छेवर अन्य जोर नाही. उदंड बोलणे आहे ते भेटीत."

हंबीररावांनी कळविले होते, "धनी दौलतीला पारखे झाले. आम्ही रायगडी कूच करतो आहोत. काळीज टाकू नगा. आम्ही पाठीशी आहोत."

जिव्हाळ्याच्या माणसांनी 'धीर टाकू नको' म्हटले, तरी धीर खचावा असाच प्रसंग आला होता. चालते-बोलते, हसऱ्या मुखाचे आबासाहेब आता या जगात नाहीत, हे सत्य मानायला संभाजीराजांचे मनच घेईना. कितीही हापसले तरी दर्याकाठच्या वाळूतील खड्ड्याचे पाणी हटता हटत नाही, तशा न हटणाऱ्या आठवणीच आठवणी त्यांच्या मनात दाटून येऊ लागल्या. एखाद्या प्रसंगी, सर्व बाजवांनी आयुष्याचे केवळ फोलपणच माणसाला जाणवते. तसेच ते संभाजीराजांना जाणवू लागले. नियतीचा सर्वांत जबर तडाखा खाल्लेले संभाजीराजांचे बंबाळ मन चौवाटांनी सैराट धावू लागले. शोक, खंत, विरह, असहाय्यता, संताप, उपेक्षा, अवमान, उद्वेग या विचित्र भावनांचे अनावर कढ उकळू लागले.

'गेलेऽ – आबासाहेब गेलेऽ! न भेटता-बोलता, आमचीच हाय खाल्ली त्यांनी. पहाडासारखा पुरुष

आमच्याच करणीनं काळीजदेठात खचला. आम्हाला सर्वांत कडी सजा फर्मावून गेला... आबासाहेब, आप्तगण असून फसवून गेलात! का! कसे?

"“शरम – शरम वाटते तुमची आम्हाला” असं कडवं सुनावण्यासाठी तरी एकवार दर्शन द्यायचं होतंत आम्हास!

‘गडाचे दरवाजे बंद करणाऱ्या शहाण्यासुरत्यांनो, गडावर पालाण घालायला तेवढंच कसं रे विसरलात? जौहरचा वेढा फोडणारे, आग्रा कोठीतून निसटलेले आबासाहेब वरच्यावर हूल देतील, हे ध्यानी कसं आलं नाही तुमच्या? कसली पुण्याई गाठीशी बांधलीत ही?

‘आता कुणाच्या तोंडून ‘शंभूराजे – लेकरा’ अशी चिंब मायाभरली साद आम्ही ऐकावी? साक्षात अष्टभुजा भवानीच समोर उभी करणारा ‘जगदंब’ हा आईचा बोल आता कुणाच्या तोंडून आमच्या कानी पडावा? कुणाची पायधूळ आम्ही मस्तकी धरावी? त्या मावळमाचीवर कुणासोबत उभं राहून पाचाडच्या सदरेचं दर्शन घ्यावं? कशासाठी आता आम्ही रायगडाचं तोंड बघावं? सिंहासनासाठी? त्या दगडधोंड्याच्या दौलतीसाठी? छेऽ होणं नाही!

‘कसली माणसं वावरताहेत रायगडावर? ज्या आबासाहेबांनी मावळ्यांना ‘हर हर महादेव’ हा मरणाचा महामंत्र दिला, त्यांना अंती मंत्राग्नीही दिला नाहीत! अरे, तुम्ही दिलेला भडाग्नी इथं आमच्या उरात भडकतो आहे! आलो तर त्यासाठीच येणार आहोत आम्ही रायगडी – हिसाब पावता करायला.

‘मराठी दौलतीचे छत्रपती म्हणजे पोरखेळ वाटला की काय तुम्हाला? त्यांना खुशाल प्याद्या-फर्जांनी कोंडून टाकावं? तो इमानदार रायगड ढसढसला असेल तुमच्या साऱ्या करण्या बघून!

‘आम्ही आबासाहेबांच्यावर रोष धरला होता तो साफ-साफ होता. उघड होता सूर्यप्रकाशाएवढा. पडत्या क्षणांनी आम्हाला वाहतीला लावलं, तरी थोर दिलानं त्या जाणत्या पुरुषानं आम्हाला छातीशी लावलं. त्यांना दिल्या यातनांच्या पश्चात्तापाहून आम्ही बाहेर पडतो न पडतो तोच आमचं, आमचं समजून घेणारं एकटं स्थान असलेले आबासाहेबच आमच्यापासून छिनावलेत! शोकाच्या दरीत फेकलंत आम्हाला? कसं फेडाल हे? त्याचाही एक नमुना दावला पाहिजे कम्बख्त असतील त्यांना! कशासाठी आलो आम्ही युवराज म्हणून जन्माला? दाबल्या तोंडी बुक्क्यांचे तडाखे खाण्यासाठी? हे असे जन्मदात्याला शेवटच्या क्षणी पारखे होण्यासाठी?

‘थोरल्या आऊ, तुम्ही असतात तर, आमचं पोरकं तोंड तरी आम्ही तुमच्या कुशीत ठेवलं असतं. पण – पण त्या असत्या तर त्यांनाच या प्रसंगी थोपटून शांत करण्याचा प्रसंग येता आमच्यावर! नाही ऽ! आमच्या थोरल्या आऊसाहेब गेलेल्या नाहीत! दगडी काळजाचा मृत्यूही त्यांना नेऊ शकत नाही! आम्ही स्पष्ट ऐकतो

आहोत त्यांचे बोल – "शंभूबाऽळ, युवराज, शांत व्हा! धीर ठेवा." त्यांचे आकाशी हात आमच्या पाठीवरून फिरताहेत. प्रत्यक्ष आबासाहेबच आपल्या हातांनी आपली लाडकी भवानी तलवार आमच्या कमरेत आवळताहेत! थोरल्या आऊ हसल्या मुखी सरशीनं आमच्या कपाळी शिवगंध रेखताहेत! तळहाती दह्याच्या कवड्या ठेवताहेत! नाहीऽ आम्ही शोक करणार नाही. पोरकं मानणार नाही स्वत:ला. त्या असंख्यांची कुरवंडी करून उठविलेल्या 'श्रीं'च्या राज्याला उघडं पडू देणार नाही. ही दौलत कोत्या, कारस्थानी हातांखाली कदापिही जाऊ देणार नाही. पाचाडच्या मासाहेब, आम्ही सावध झालो आहोत. आबासाहेबांचा भगवा जरीपटका आम्ही घेतला आहे खांद्यावर! आता आण आहे, ती त्यांची आणि भवानीची.

'जी काळीज तोडणारी जीवघेणी खंत आम्ही आबासाहेबांना दिली तिची भरसक भरपाई करणार आहोत आम्ही. प्रसंगी कुडी ठेवण्याची सजा पत्करूनही! कसला सिद्दी, कुठला टोपीकर आणि काय जातीचा औरंग आहे, ते बघणारच आहोत आम्ही!'

छातीवरच्या कवड्यांची माळ संभाजीराजांच्या मुठीत एकदम घट्ट आवळली गेली.

खंबीर मनाने, शांत हाताने त्यांनी सुखदालनाचा आडबंद परतवून दरवाजा खोलला. नवा रानवारा झपकाऱ्याने आत आला. बाहेरची हवालदिल माणसे युवराजांच्या सुजवट झाल्या डोळ्यांकडे बघतच राहिली. आता त्या डोळ्यांचा माग तसा सहजासहजी कुणालाच येणार नव्हता. रायगडावर लुप्त झालेले शिवपण त्या डोळ्यांच्या खोलवटीत अल्लाद पावलांनी उतरले होते!

"चिटणीस, चंद्रास खळं धरतं, ते केवळ महापुरुषालाच आपत्तिकारक नसतं. ते त्याच्या स्वप्नालाही घेर पडणार याचं सूचक असतं!" समोरच्या परशरामपंतांना संभाजीराजे विचारात टाकीत म्हणाले.

"रायाजी-अंतोजी, आज गडाची सांजनौबत ऐकलीत तुम्ही?"

"न्हाई." गोंधळला जाब आला.

"मतलब किल्लेदार विठ्ठलपंतांना महाराजांची खबर पावली आहे! तरीही ते आम्हाला भेटून ती कानी घालीत नाहीत! नजर ठेवा त्यांच्यावर."

संभाजीराजांकडे सारे बघतच राहिले. बालेकिल्ल्यात या वेळी विठ्ठलपंत रायगडाहून आलेल्या हिरोजी फर्जंद आणि सोमाजी बंकी यांच्याशी कानगोष्टी करण्यात गढले होते! सोयराबाईंनी रायगडाचा बंदोबस्त कान्होजी भांडवलकर आणि शहाजी भोसला सरनौबत यांच्या हाती दिला होता. जामदारखाने, दफ्तरखान्यांना आपल्या मोहरा ठोकल्या होत्या. हिरोजी फर्जंद आणि सोमाजी बंकी यांना पुढील व्यवस्थेसाठी विठ्ठलपंतांना पोहोचवायचा कानमंत्र देऊन दिंडीदरवाजाने रायगडाहून पन्हाळ्याकडे

पिटाळले होते.

शतरंज खेळीला पडला – पन्हाळ्याकडून संभाजीराजांचा आणि रायगडाहून सर्व सूत्रे आपल्या हाती घेतलेल्या महाराणी सोयराबाई आणि त्यांचे हस्तक यांचा!

महाराजांचे रक्षासंवर्धन झाल्याच्या दुसऱ्याच दिवशी कोकणपट्टीतून आलेले अण्णाजी दत्तो रायगड चढून आले. सांत्वनासाठी महाराणींची भेट घ्यायला ते सातमहाली त्यांच्यासमोर रुजू झाले. रिवाजांची बोलणी होताच सोयराबाईंनी मतलबाला हात घातला – "स्वारी गेली. पुढील निर्गत काय याची धास्त पडली आहे आम्हास."

"त्यासाठीच आम्ही एकधावेनं राणीसरकारांच्या सेवेत तातडीनं रुजू झालो आहोत. आपण सांगाल त्याचाच पाठपुरावा करू आम्ही. धीर ठेवावा." अण्णाजी मान लववीत म्हणाले.

"तुमचा इतबार आहे आम्हाला. पण इतरांचं काय? आता पन्हाळा केव्हाही उचल खाईल. मोरोपंत, प्रल्हाद निराजी, राहुजी आणि महत्त्वाचे ते सरलष्कर त्यांचं काय?"

"सरलष्कर सरकारांचे बंधूच आहेत. ते रामराजांच्या पाठीशी मामासाहेब म्हणून उभे राहतील, असा आम्हाला विश्वास वाटतो. इतरांची आम्ही समजूत पाडू. युवराज रायगडी स्वामी म्हणून येण्यात धोका आहे. जे करणं असेल ते तातडीनं आणि गुप्तपणं करावं लागेल. बाळराजांना मंचकारोहण करून कारभारी सूत्रे महाराणींनी आपल्या हाती घेतल्याखेरीज राज्याची बरी निर्गत लागणार नाही. या वेळी आपण खंबीरपणं धीर बांधून असावं."

"आम्ही खंबीरच आहोत. तुम्ही अवघ्यांसह बाळराजांच्या पाठीशी असा म्हणजे झालं."

"कुलदैवताच्या आणभाकेनं आम्ही ते करू. निर्धास्त असावं."

सोयराबाईंच्या राजगळाला अण्णाजी हा हिकमतीचा व प्रधानमंडळातील सर्वांत सुळसुळता मासा लागला. हा मासा जाळ्यात फसणारा नव्हता. आपल्या अजब अक्कलहुशारीने जाळे विणणारा होता! छत्रपती शिवाजी महाराजांचे ज्येष्ठ पुत्र असता, युवराज असता संभाजीराजांना बगलेला टाकून रामराजांची गादीवर स्थापना करण्याचा घाट अण्णाजींनी का घालावा? त्याला अनेक कारणे होती. एकतर आपल्या घरची गोदावरी ही स्त्री संभाजीराजांच्यामुळेच नाहक खर्ची पडली हा ठाम सल त्यांच्या मनातून हलता हलत नव्हता. तसाच धारावसुलीच्या आपल्या तर्फेच्या अधिकारात युवराजांनी वेळोवेळी हस्तक्षेप केल्याचा त्यांना राग होता. आणि सर्वांत महत्त्वाचे म्हणजे संभाजीराजांच्या हाताखाली सुरनिशी चालू राहील की नाही, चालू

राहिली तरी पुऱ्या अधिकाराने राबविता येईल की नाही, ती कायम हाती टिकेल की नाही, याची त्यांना शाश्वती नव्हती. रामराजे स्वामी होण्यात मात्र तेच महाराणीचे प्रमुख सल्लागार राहणार असण्याची शक्यता होती.

सोयराबाई तर संभाजीराजांच्या मागे महाराजांच्या राज्याभिषेकापासूनच हात धुऊन लागल्या होत्या. शत्रूचा शत्रू तो मित्र या न्यायाने सोयराबाई आणि सुरनीस अण्णाजी दत्तो यांची हातमिळवणी ओघानेच झाली.

संध्याकाळी नाशिक-त्र्यंबक भागातून आलेले पेशवे मोरोपंत रायगडावर आले. तेही महाराणींच्या भेटीसाठी सातमहालात रुजू झाले. महाराजांविना सुना-सुना वाटणारा बालेकिल्ला बघून त्यांच्या मनात कालवाकालव दाटली होती. सांत्वनाचे चार शब्दही त्यांना महाराणींना सांगवेनात. तोंडावर उपरणे घेत ते लहान मुलासारखे कोंदटते गदगदले. त्यांचा उमासा सुमार होताच सोयराबाई त्यांना म्हणाल्या, "तुम्हीच असा धीर टाकलात तर आम्ही कुणाकडं बघावं पंत? या बाळराजांना कोण देणार पाठबळ? आम्ही तर उजाडच झालो. काय करावं समजेना झालं आहे!" सोयराबाईंच्या शब्दाशब्दांनेच मोरोपंतांच्या पोटात रायगड चढतानाच पडलेला खड्डा दुणावत चालला. डोळे टिपून मान लववीत ते बांधील बोलले, "खाशांनी काळीज टाकू नये. आम्ही पाठीशी आहोत."

"तोच आधार आहे. तुमच्याकडून हीच उमेद राखून आहोत आम्ही. अण्णाजींची भेट घ्या. जे करणं ते त्यांच्या तुमच्या एक विचारे करा. आम्ही काय सांगणार?" जे सांगायचं होते, ते सांगूनही सोयराबाई नामानिराळ्या झाल्या!

'एकविचार' पूर्वीच झाला होता. सोयराबाई आणि अण्णाजींचा! प्रधानमंत्री असलेल्या मोरोपंतांना त्यात कसबाने सामील करून घेतल्याशिवाय एकही पाऊल पुढे टाकता येणार नव्हते. शेवटी मोरोपंत दौलतीचे शिक्केधारी पंतप्रधान होते.

उदास-उदास रायगडावर खिन्न काळी रात्र उतरली. ती उजळायला असमर्थ असलेले टेंभे शिलगले. मंत्रिवाडीतील अण्णाजींच्या वाड्यात मोरोपंत आणि अण्णाजींचा मध्यरात्रीपर्यंत खल चालला. दुमन झालेले मोरोपंत पक्क्या निर्णयाला येत नव्हते. अण्णाजी आपल्या बुद्धीचे सारे कसब पणाला लावून रामराजांचा पक्ष त्यांच्या गळी उतरवीत होते. मोरोपंतांनी जरी ठाम निर्णय अद्याप दिला नव्हता, तरी त्यांचाही कल अम्मळ रामराजांकडे झुकला होता.

वद्य पंचमीच्या दिवसफुटीला रात्रभर पाचाडात मुक्काम केलेले हंबीरराव रायगड चढू लागले. ते पुतळाबाईंची भेट घ्यायला विसरले नव्हते. महाराज आजारी पडल्यापासून काय-काय नि कसे घडत गेले याचा तोंडवळा त्या भेटीत हंबीररावांना उमगला होता. महाराज गेल्याचे जेवढे दुःख त्यांना वाटले होते, तेवढेच महाराणींची बुद्धी पालटल्याचे. त्यांच्या मागाने इमानाची माणसे परतत असल्याचे त्यांना वाटले.

गडावर येताच हंबीरराव महाराणींच्या भेटीसाठी सातमहालाच्या दरुणीदालनात दाखल झाले. त्यांना बघताच श्वेतवस्त्रधारी सोयराबाई फुटफुटून रडल्या. महाराजांच्या आठवणीनं हंबीररावांचे डोळेही पाघळू लागले. एवढा पहाडदिल नेटाक गडी पण धन्यांच्या आठवानं लहान बच्चागत हुंदकला. रामराजांना जवळ घेत सोयराबाई घोगरे म्हणाल्या, "आमचं एक राहू द्या. तुमच्या या भाच्यांना – बाळराजांना कुणी धीर द्यावा? बरं झालं तुम्ही गडावर आलात ते. आमचा घोर थोडा तरी मिटेल आता, नाहीतर एवढ्या दौलतीची जोखीम कुणाच्या बळावर पत्करावी यांनी?" सोयराबाईंनी हंबीररावांना कसबानं चाचपून बघितले.

छत्रपतींचे श्राद्धकर्म होण्याअगोदरच महाराणी दौलतीचा विषय काढतील, असे काही हंबीररावांना वाटले नव्हते. त्यांनाही गडावरच्या माणसांना खूप विचारायचे होते – 'गडाचे दरवाजे बंद का होते? धनी पडून असताना आम्हाला साधी खबर ती का नाही मिळाली? छत्रपतींना शेवटचा अग्निदाह भडाग्नीनं कसा काय दिला सर्वांनी?' पण हे विचारण्याची वेळ नव्हती, हे हंबीररावांना जगल्या हयातीने शिकविले होते.

रामराजांना जवळ घेत त्यांचे खांदे थोपटीत हंबीरराव सोयराबाईंना समन्वयाचे भान देण्यासाठी म्हणाले, "ह्ये आणि युवराज म्हंजे धन्यांच्या दोन डोळ्यांगत हाईत. त्येस्नी बलवून घेऊ पन्हाळ्यावरनं. काय करायचं ते युवराज, पेशवे, सुरनीस, न्यायाधीश, येसाजीकाका, तुम्ही-आम्ही मिळून करू. धनी ग्येल्याचं बगून चौतर्फांचा गलिम आता उचल खानार. धन्यांचं शास्त्र-धर्माचं हुंद्या समदं. मग ठरवू समदं."

सोयराबाईंनी रायगडावर बसून चार पावसाळे काढले असले, तरी हंबीररावांनी मरण पाठीशी टाकून दौलतीसाठी वणवण मुलूखभर दौडत चार उन्हाळे सोसले होते! ते इमानाचे आणि बिनतोडीचे बोलले होते.

त्यांच्या मनसुब्याची दिशा ध्यानी येताच सोयराबाई सावरत सावध झाल्या. आपल्या बेतात हंबीरराव सामील होणार नाहीत, हे त्यांनी ताडले. उलट हंबीरराव, हाताशी लागणारी अण्णाजी, मोरोपंत ही माणसे फोडतील, या शंकेनेच त्यांच्या मनी फणा उठविला. हंबीररावांना रायगडावरून टाकोटाक दूर कसे उचलावे, हा विचार घोळत असताना सोयराबाई वरवर म्हणाल्या, "आम्ही तुमच्या सल्ल्याबाहेर नाही. जे करणं असेल ते तुमच्या मसलतीनंच करू. बाळराजे, मामासाहेबांचे पाय शिवता?" सोयराबाईंनी हंबीररावांच्या मनातील रक्ताचे नाते, शेवटचा यत्न म्हणून तपासून बघितले.

पाय शिवण्यासाठी वाकू बघणाऱ्या रामराजांना वरच थोपवीत हंबीरराव म्हणाले, "नगं. ह्ये काय करता भलतंच! तुमी बाळराजं म्हून धन्यापोटी उपाजला तवाच चाकर जालो आमी तुमचं. खासगतीचं नातं तवाच सरलं. आमचा मुजरा घ्यायचा

तुमी.'' आणि महाराणी-रामराजांना मुजरा देऊन हंबीरराव बाहेर जायला निघाले. त्यांच्या धिप्पाड पाठीवर सोयराबाईंची जळजळीत नजर पलित्यासारखी फिरली. तिने रक्ताच्या नात्याचे अंकुर जाळून टाकले. बांधल्या बेतातून सोयराबाईंनी हंबीररावांचे नाव स्वहस्ते फुली मारून पुसून टाकले.

वर्दी पाठवून त्यांनी प्रथम अण्णाजींना बोलावून घेतले आणि आपल्या सुरेल राजबोलीत त्यांना कानमंत्र दिला, ''सरलष्कर पाठीशी उभे राहतील; ते होणार नाही. त्यांना आम्ही श्राद्धकर्म झालं की, कऱ्हाडप्रांती कूच होण्याचा हुकूम देणार आहोत. त्यांच्यापासून बरं सावध असणं.''

अण्णाजी ते ऐकताना चिंताग्रस्त झाले. पाठीशी सेनाबळ असलेल्या हंबीररावांची 'सरलष्कर' म्हणून ताकद ते जाणून होते. तरी त्यांना विश्वास वाटला की, एकदा रामराजांचा मंचकारोहण पार पडला की, हंबीरराव आडवे जाणार नाहीत. त्या जोरावरच ते सोयराबाईंना म्हणाले, ''आम्ही हरकोशिस करू त्यांना वळते करण्यासाठी. महाराणींनी निर्धास्त असावं. विधी होताच ते कऱ्हाडप्रांती गुंतले राहतील, असं मात्र करावं!''

अण्णाजींनी मसलतीतल्या असामींना गाठून हंबीररावांचा कल सामील होण्याकडे नाही, हे कानी घातले. मोरोपंत, प्रल्हाद निराजी, राहुजी सारे हंबीररावांशी भेटागाठीत जेवढ्यास तेवढे आणि जपून बोलू लागले.

चैत्र वद्य द्वादशीला महाराजांचे श्राद्धकर्म सुरू झाले. साबाजी व परसोजी भोसले यांच्या मदतीने रामराजांच्या हस्ते छत्रपतींना पिंडदान देण्यासाठी राजोपाध्ये काळ्या हौदावर तिष्ठले होते. भोवतीच्या करंज्यांच्या झाडांवर काळे पक्षी दाट-दाटून कलकलाट करीत होते; पण पिंडस्पर्श घेण्यासाठी एकही उतरत नव्हता!

श्राद्धविधीच्या दुसऱ्याच दिवशी पहिल्या प्रहराला हंबीररावांना सातमहालाची वर्दी आली. ते महाराणींसमोर दाखल झाले, तेव्हा तिथे येसाजी कंक, आनंदराव, मोरोपंत, अण्णाजी, प्रल्हादपंत होते. हंबीररावांचा मुजरा घेत सोयराबाई नेहमीच्या सदरी भाषेत म्हणाल्या, ''या सरलष्कर, सारे तुमचीच वाट बघताहेत.''

''जी.''

''काही मनसुब्यानं याद केलं तुम्हाला. तुम्ही म्हणाला त्या विचारानं आम्ही बेचैन आहोत. आता गनीम चौतर्फेनं उचल खायची भीती वाढली आहे. तुम्ही जेवढे कदीम आहात, ते आपापल्या मुलखावर ठाण घेणं. आनंदराव, रूपाजी, तुम्ही सातारातर्फ जवळ करा. येसाजी, तुम्ही दहा हजारांची फौज पाचाडात एकजाग ठेवा. सरलष्कर, तुम्ही टाकीनं कऱ्हाडप्रांतावर उतरून आपला जमाव सिद्ध ठेवा. पंत, अण्णाजी, तुम्ही आपापले मुलूख जवळ करा.'' महाराणींचे हुकूम झेलीत ''जी''

म्हणत पगड्या सरासर झुकल्या.

वर होत हंबीरराव मान खोलण्यासाठी म्हणाले, "...पर इथली निर्गत कशानं कशी करायची हाय? बारदाना मोट्टा. सम्दं फुडं ध्यान देऊन व्हाय पायजे."

"ते तुम्हा साऱ्यांच्या मसलतीनं निवांत करू. या क्षणी गरज आहे, ती मुलूख राखण्याची. आजच निघावं साऱ्यांनी."

"जी." हंबीररावांसह सारे हुंकारले. सोयराबाईंनी बैठक सोडली. सर्वांना विडे देण्यात आले. ही सदर हंबीरराव, आनंदराव यांना रायगडावरून बाहेर काढण्यासाठीच होती. अण्णाजी आणि मोरोपंत मागेच राहणार होते.

रायगड उतरलेले हंबीरराव कऱ्हाडच्या आणि आनंदराव सातारच्या रोखाने एकमेळाने निघाले. हंबीररावांच्या बरोबर 'एकविचाराची जाणती मसलतही' रायगडापासून दूर-दूर निघाली. मागे उरली कट-कारस्थाने!

पन्हाळगडावर आबांचे श्राद्धकर्म घातलेल्या संभाजीराजांनी सोमेश्वर तलावाकाठी मांडलेल्या पिंडासमोर हात जोडून म्हटलं, "आबा, चुकलं-माकलं आमचं आहे. तुमचं आम्ही काही राहू देणार नाही." मनोमन हे म्हटले जाताच सभोवारच्या झाडांच्या घेरावरून कावळेच कावळे झेपावले. पिंडस्पर्श होतो न होतो, तोच तो फस्तही झाला.

अंत्यकर्म संपताच काय होऊ घातले आहे, याची स्पष्ट कल्पना असलेले संभाजीराजे भराभर सूत्रे हलवू लागले. सज्जाकोठीत समोर बसलेल्या परशरामपंतांना त्यांनी कोकणसुभा रावजी पंडित यांना द्यायच्या खलित्याचा मजकूर सांगितला. "रा. रा. रावजी पंडित, कोकणसुभा तर्फ राजापूर यांसी अनेक दंडवत उपरी विशेष तर्फ राजापूरकडील दिवाणी जमली रसद, दाणागोटा टाकोटाकीने इकडे पन्हाळगडी पावता होईल, ते करावे. देखत पत्र जातीनिशी जमेतीसह पन्हाळ्यास हुजूर भेटीस यावे."

परशरामपंतांनी वाळू शिवरून ओली शाई टिपत खलिता बाजूस ठेवला. दुसरी वळी मेजावर उलगडती धरली.

कोठीच्या पायथ्याशी जमल्या मावळ्यांचा अस्पष्ट कलकलाट वर ऐकू येत होता. त्याच्याशी मेळ घालीत पायफेर धरून संभीजाराजे मजकूर सांगू लागले.

"राजश्रिया विराजित, सेनाधुरंधर, सकल गुणालंकृत सरलष्कर मामासाहेब मोहिते यांचे चरणांसी – युवराज शंभूराजे यांचे अनेक दंडवत, उपरी विशेष –

रायगडी तीर्थरूप आबासाहेबांचा काळ होवोन पंधरा दिवस लोटले. इकडे पन्हाळ्यास त्यांचे धर्मशास्त्राचे करणे ते आम्ही कार्यी लावले आहे. कानी आल्या खबरांवरून रायगडी माणसांचा बनाव घडतो आहे. प्रधानमंडळ अवघे एकमसलत जहाले आहे. महाराणी मासाहेब त्यास हातास धरून खलबतात आहेत. रामराजे

यास मंचकारोहण करू म्हणतात. आम्हाला परके-एकले पाडू बघतात. जिवास धोका होईल, असा अंदेश पैदा जाहला आहे. तुम्हाखेरीज पाठीराखा अन्य नाही. तुम्ही पूर्वील, आबासाहेबांपासोन इमानाचे. आम्ही ज्येष्ठ असता, दौलतीस गनिमांचा घेर असता आम्हास बगलेस टाकणे हा कोण मामला? कुलदैवताच्या आणभाकेने इमान बरे रक्षून असणे. आम्हास जोड देणे. जे साहेबी केले असते, तैसेच करून चालविणे. तुम्ही आम्हास त्यांच्या ठायीच आहात. बहुत काय लिहिणे? जाणिजे.''

शृंगारपूरच्या पिलाजीमामांनाही – ''समय बाका आहे. सुभे प्रभानवल्लीची जमाव शिबंदी एकजाग करून बरे सिद्ध असणे.'' असा खलिता तयार झाला.

महाराज गेल्याची वार्ता ऐकून कोल्हापूर, राजापूर, मलकापूर, रांगणा, वारणखोरे, सामानगड, विशाळगड अशा भागांतून रोज मावळ्यांचे तांडे युवराजांना मुजरा देण्यासाठी पन्हाळगड चढत होते.

त्यांचा ओघ बघून सावध झालेला हिरोजी फर्जंद कोकणपट्टीत निसटला होता.

जमल्या मावळ्यांतील निवडक माणसे उचलून संभाजीराजांनी किल्लेदार विठ्ठलपंत, बहिर्जी इंगळा, सोमाजी व कृष्णाजी बंकी यांच्यावर हत्यारबंद चौकीपहारे चढवून पन्हाळा पटात घेतला होता.

अक्षय्य तृतीयेला आदली रात्र 'उद्या काय घडणार?' याची चिंता करीत उतरली.

पन्हाळ्यावर काय घडले आहे, याचा काहीच मागमूस नसलेले कटवाल्यांचे खलबत दरुणीदालनात बसले. दालनाच्या बंद दरवाजावर कान्होजी भांडवलकरांच्या हत्यारबंद धारकऱ्यांचा कडेकोट पहारा फिरू लागला. आत महाराणी सोयराबाई बसलेल्या. बैठकीसमोर अण्णाजी दत्तो, मोरोपंत, प्रल्हाद निराजी, राहुजी सोमनाथ हे मंत्रिगण, हवालदार कान्होजी भांडवलदार, जासुदांचा नाईक खंडोजी, गणोजी कावळा, शहाजी भोसला असे कटवाले फेराने उभे होते.

''उदईक अक्षय्य तृतीया आहे. दिवस मुहूर्ताचा आहे. बाळराजांच्या मंचकारोहणास योग्य आहे.'' अण्णाजींनी सलामीची आघाडी खोलली.

ज्यांच्यासाठी हे तालेवारांचे खलबत बसले होते, ते रामराजे आपल्या सुखदालनात शांत झोपी गेले होते.

''पण अण्णाजी, या मसलतीत सरलष्कर असते तर बरं होतं.'' मोरोपंतांनी चिंता व्यक्त केली.

''आता नसले तरी राज्याभिषेकास ते येतील, असे पाचारण करू.'' दूरची स्वप्ने बघणाऱ्या सोयराबाई खलबत फुटू द्यायला तयार नव्हत्या.

''युवराज ज्येष्ठ आहेत. उद्या त्यांच्या ज्येष्ठपणाचं कारण पुढं करून कुणी

अदावत घेतली तर काय करणार आपण? खुद्द हंबीररावच त्या विचाराचे दिसतात.'' मोरोपंत पुढे जे-जे आडवे येणार असे वाटत होते ते-ते बोलू लागले.

''युवराज ज्येष्ठ असतील; पण प्रत्यक्ष स्वामी हयात असता ते दिलेरला सामील होतात, मग त्यांच्या पश्चात मस्तकी छत्र आल्यावर ते काय करतील याचा भरवसा कुणी द्यावा? स्वभाव तेज, लहरी आहे त्यांचा! कारभारी मामला आणि माणसं यांचा मेळ पाडणं नाही साधणार त्यांना.'' अण्णाजी जाळे विणू लागले.

''पण बाळराजे अजाण आहेत. दौलतीचा व्याप मोठा आहे.'' प्रल्हाद निराजी न्यायबुद्धीने बोलले.

''शिवाय गनिमांचा चारी तर्फांना घेर आहे.'' राहुजींनी त्यांचा सूर उचलून धरला.

''बाळराजे अजाण आहेत, ते तर साफच आहे. त्यांच्या नावे सिक्कामोर्तब करतील त्या महाराणीसाहेब तर जाणत्या आहेत. कैलासवासी स्वामींनी हे राज्य अजाण वयातच उभे केले, तेही जाणत्या आऊसाहेबांच्या बळावर!'' अण्णाजींनी सोयराबाईंचा पाट जिजाऊंच्या पंक्तीला मांडला!

''पण कैलासवासी स्वामींची अंतिम इच्छा काय होती, ते स्पष्ट झाल्याशिवाय आपण करतो आहोत, त्याला रयतेची मान्यता कशी लाभावी?'' मोरोपंतांनी मुळाला हात घातला.

''आमच्या बाळराजांच्या लग्नकार्याला स्वारीनं पन्हाळगडी आवतन धाडलं नाही, यातच त्यांची इच्छा दिसत नाही काय?'' सोयराबाईंनी सुरेख पलटी मारली.

''खलिते धाडूनही युवराज रायगडी पडल्या छत्रपतींना भेटायला येत नाहीत, यात त्यांचाही इरादा स्पष्ट होत नाही काय?'' अण्णाजींनी त्या पलटीला जोड दिली.

''पण युवराजांना इथं बोलावून घेतलं आणि त्यांच्यासमोर हे मांडलं तर – कुणी सांगावं ते समजुतीनं घेतीलही!'' मोरोपंत हे बोलताना चाचरले; पण बोलले.

''काय बोलता तुम्ही पेशवे? त्यांना इथं इतमामानं आणणं, हे आपल्या हाती निखारे ओढून घेणं आहे अंगावर! तसं घडणारच असेल तर... तर आम्ही सुरनिसीची वस्त्रं उतरून या सेवेतून मुक्त होऊ!'' अण्णाजींनी हातचा बाहेर काढला.

''आणि आम्हीही आमचं महाराणीपद रायगडीच ठेवून थेट तळबीडची वाट धरू.'' सोयराबाईंनी त्या हातच्यात आपला बिनतोड एक मिसळला.

''स्पष्ट सांगतो आम्ही, युवराज गादीवर येण्यास पात्र नाहीत. ते स्वामी होण्यात दौलतीला धोका आहे. आम्ही स्वामींचं अन्न भक्षण केलं आहे. त्यांच्या दौलतीला गोता देण्याचं पाप आम्ही करणार नाही. रामराजे स्वामी होण्यातच राज्याचं हित आहे.'' अण्णाजींनी डळमळीत मोरोपंतांना, विणल्या जाळ्यात पुरते गुंडाळले.

तरीही मोरोपंतांनी मोलाची शंका बोलून दाखविली, ''हे पटतं आम्हास; पण पन्हाळगडी राहून युवराज हे स्वस्थपणं बघतील, याला मान तुकवतील असं कसं

धरून चालता तुम्ही अण्णाजी?''

''वास्तविक फितव्यानं गनिमाला सामील होणाऱ्यांना स्वारीनं माफ कसं फर्मावलं याचंच कोडं वाटतं आम्हाला!'' युवराज वारस तर नाहीतच; पण ते 'शिक्षापात्र गुन्हेगार' आहेत, हे सोयराबाईंनी आडवळणाने सुचविले.

''पंत, जे मायेपोटी स्वामी करू शकले नाहीत, तेच आपणाला कठोरपणानं करावं लागणार आहे. तुमची-आमची भेट होती, तर जे स्वामींनी सर्वप्रथम करण्याची आज्ञा आपणाला दिली असती, तेच करावं लागणार आहे.'' धडक मारण्यापूर्वी गवा रेडा पायखुरांनी माती उकरतो, तसे अण्णाजींनी शब्द उकरून काढले.

''म्हणजे? आम्ही नाही समजलो तुम्ही काय म्हणता ते सुरनीस?'' मोरोपंत गोंधळून म्हणाले.

''रामराजांना मंचकारोहण करताच फौजबंदीनं पन्हाळा घेरून युवराजांना जेरबंद करून महाराणींसमोर आणावं लागेल! त्याच करतील त्यांचा काय तो आखरी निवाडा.'' अण्णाजींच्या मनात साठून-साठून घट्ट झालेले गरळ बाहेर पडले.

''सुरनीऽ स – '' मोरोपंत अंगभर थरथरत चीत्कारले.

''होय. आम्ही पुन्हा तेच म्हणतो. युवराजांना जेरबंद करूनच आणावं लागेल. पंत, एका म्यानात दोन हत्यारं राबत नसतात. रामराजांना गादीवर बसवून युवराजांना खुलं सोडू म्हणाल, तर ते तुम्हा-आम्हाला काय खुद्द रामराजांनाही सुखाची झोप लागू देणार नाहीत! सर्वांत अधिक धोका त्यांना आणि महाराणींना पोहोचेल. आम्ही चांगलं जाणतो युवराजांना.'' अण्णाजींच्या बोलण्याने मोरोपंतांसह सारे सुन्न झाले. खलबताच्या एकाच टप्प्याचा विचार सर्वांनी केला होता. अण्णाजींच्या तोंडून त्याचा दुसरा टप्पा खुला होताच सारे चमकले. गंभीर झाले.

''स्वामींच्या दौलतीच्या बऱ्या निर्गतासाठी रामराजांना मंचकारोहण करणं जसं महत्त्वाचं आहे, तसं हेही अटळ म्हणून करावं लागणार आहे. धमक नसेल, तर या फंदात न पडता दौलतीचं भवितव्य दैवावर सोपवून आपापल्या वतनावर जावं सर्वांनी.'' अण्णाजींनी कौशल्याने सर्वांना कर्तव्याची जाण दिली.

मोरोपंतांना आता कळून चुकले की, आपण दलदलीच्या पाणंदीमध्ये निम्म्यावर फासला काटला आहे! इथून परतणे शक्य नव्हते. कारण जे 'युवराजांना बंदिस्त करू' म्हणतात ते पेशव्यांना प्रसंगी अंधारकोठीच दाखवायला कमी कसे करतील? हे सोडून युवराजांकडे जावे, तर ते बदनाम! एकच मार्ग उरेल, वस्त्रे उतरून मुक्त होणे. या बिकट प्रसंगी कै. स्वामींचे राज्य टाकून मुक्त होणे, हे कसले इमान ठरेल? मोरोपंत पार गोंधळले. दलदलीची पाणंद चालण्यावाचून मार्गच नव्हता. खूप विचार करून ते बोलले, ''ठीक आहे अण्णाजी! आम्ही सहमत आहोत या मसलतीला.'' ते ऐकताना सोयराबाईंचा चेहरा झळझळून उजळला.

मोरोपंतांच्या संमतीमुळेच बुंध्यामागून फांद्या उतराव्यात तसे प्रल्हाद निराजी, राहुजी, कान्होजी सारे या धाडशी कटाला हातजोड द्यायला तयार झाले.

जमल्या असामींचा इतबार घेण्यासाठी महाराणींच्यावतीने भवानीच्या पवित्र भंडाऱ्याची परडी फिरली! मळवट भरले गेले; कटाचे खलबत उलगले. बाहेर पडणाऱ्या कान्होजी भांडवलकरला महाराणी म्हणाल्या, ''कान्होजी, बाळाजींना आम्ही तातडीनं याद केल्याचं सांगा.''

''जी.''

थोड्या वेळातच चिटणीस बाळाजी महाराणींच्या समोर कलमी सेवेस रुजू झाले.

''चिटणीस, आम्ही सांगतो त्या भातेनं खलिते सिद्ध करून उद्या दिवसफुटीला पन्हाळगड आणि कोल्हापूर तर्फेला आमचे विश्वासू जासूद खंडोजी नाईक आणि गणोजी कावळा यांच्या मार्फतीनंच टाकोटाक रवाना करा.''

''जी.'' महाराणी काय मजकुराचे खलिते सांगणार याचा बाळाजींना ठाव आला नव्हता.

''पन्हाळ्याला किल्लेदार विठ्ठलपंत, हवालदार बर्हिजी इंगळा, हिरोजी फर्जंद आणि सोमाजी बंकी यांना लिहा –

येथील मसलत एक प्रकारची आहे. युवराजांस कैद करून बहुत सावधपणे असणे! स्वारी गेल्याचं वर्तमान फुटो देवो नये!''

''कोल्हापुरी जनार्दनपंत सुमंत आणि पाराजीपंत पेडगावकर यांस लिहा –

पन्हाळ्याच्या मसलतीस विठ्ठलपंतांना कुमक करून बंदोबंस्तानं असणे.''

''एक खलिता दौलतीच्या युवराजांनाही द्या.

युवराजांच्या खलित्यात मजकूर घाला – ''स्वारीच्या तब्येतीस वाखा आहे. लवकरच आरोग्य होईल! भल्याबुऱ्या अफवा उठताहेत त्यावर विसंबू नये! चिंता करो नये!'' सोयराबाईंचे हे आगळे दिव्य रूप बाळाजी आवजी विस्फारल्या डोळ्यांनी बघतच राहिले! त्यांच्या तोंडून शब्द फुटेना.

''चिटणीस, आम्ही तुम्हाला सांगतो आहोत, खलिते तयार करून तुमच्या शिक्केदस्तुरीने ते आमच्याकडे आणून द्या.'' सोयराबाईंचा आवाज जरबी झाला.

बाळाजींनी मान खाली घातली. कसल्यातरी निर्धाराने ते म्हणाले, ''आम्ही राज्याचे दरखदार. युवराज ज्येष्ठ खाविंद असता, असे खलिते या हाते आम्ही कसे लिहावे? क्षमा असावी. आमच्यानं हे होणार नाही.''

''काय म्हणालात? तुमच्या दस्तुराशिवाय खलिते मानले जात नाहीत म्हणून तुमचा मुलाहिजा. विसरलात आम्ही महाराणी आहोत.''

''गैरसमज नसावा. घरी पुत्र आवजी आहेत, त्यांना शिक्क्यांनिशी पाठवून देतो.

जी घेणे असेल ती सेवा त्यांच्याकडून सरकारांनी घ्यावी. आम्हाला यात गुंतवू नये एवढीच प्रार्थना."

सोयराबाई चडफडल्या, पण त्यांना चिटणिशी शिक्के हवे होते. कुणाच्याही धोंड्याने का होईना आंबा पडायला पाहिजे होता.

"द्या त्यांना पाठवून तातडीनं. या तुम्ही!" त्यांनी बाळाजींना आज्ञा केली. बाळाजी निघून गेले आणि त्यांचे पुत्र हजर झाले.

महाराणींनी सांगितल्याबरहुकूम आवजीने खलिते तयार करून, थैलीबंद करून ते त्यांच्या हवाली सुपुर्द केले. आवजी काम संपवून निघून जाताच वर्दी देऊन सोयराबाईंनी खंडोजी नाईक आणि गणोजी कावळा या आपल्या विश्वासू चाकरांना बोलावून घेतले. त्यांच्या हाती ते खलिते देऊन सावधपणाच्या सर्व तपशीलवार सूचना त्यांना दिल्या.

खंडोजी-गणोजी बनावट खलिते घेऊन सातमहालाबाहेर पडले. आता रायगड रातकिड्यांचा अविरत कार्यरत करकरीत मुरत चालला!

कोकणदरवाजा, चौ-दरवाजा, राजदिंडी, चारी वाटांनी रसदीचे गोण लादलेले काबाडीचे बैल फेसाटत पन्हाळा चढत होते. कोठीवान त्या गोणींच्या थप्प्या गंगा-यमुना या अंधारकोठड्यांत रचण्यात गढले होते. तट धरून कुणबी गवताच्या गंजा उठवीत होते. लोहारमेटावरच्या भात्यांसमोर फुलल्या निखाऱ्यांवर लोखंडी कांबी लाल होत होत्या. हुजूरपागेला तबीब जनावरांना झाडपाल्यांच्या रसांचे उपचार देत होते. बंदिस्त होत चाललेल्या पन्हाळ्याचा फटका टाकून संभाजीराजे रायाजी-अंतोजीसह माळवदावर आले. दूरवर दिसणाऱ्या जोतिबाच्या डोंगराचे शिखर त्यांनी निरखले. खाली दिसणाऱ्या नागमोडी गाडीवाटेला नजर दिली. कालच्या अक्षय्य तृतीयेची लग्नकार्ये उरकून सवारी बैलगाड्या परतत होत्या. जोतिबाच्या डोंगराच्या रोखानं हात जोडत संभाजीराजे पुटपुटले, "मल्हारीचं चांगभलं!" मावळतीला कललेल्या सूर्याने डोंगरी कड्यांच्या सावल्या पठारी मुलखावर उतरविल्या होत्या.

एकाएकी संभाजीराजे माळवदाच्या कठड्याकडे पुढे सरकले. डोळे आक्रसत चौ-दरवाजात शिरणाऱ्या वळणदार वाटेकडे एकटक निरखून बघू लागले. त्यांची उजवी भुवई कमानी बाक घेत वर चढली. दोन घोडेस्वार चौ-दरवाजाकडे सरकत होते. जिनांवरूनच संभाजीराजांनी ताडले की, घोडी पाचाडच्या हुजूरपागेची आहेत!

सर्रकन वळते होत कोठीचा जिना जवळ करण्यासाठी झेपावत ते म्हणाले, "रायाजी-अंतोजी, आमच्या मागानं या." दोन-दोन पायऱ्या मागे टाकीत ते

कोठी उतरलेही. मोतद्दाराला हात इशाऱ्यानं त्यांनी जनावर पागेबाहेर घ्यायला सांगितले. तो जनावर घेऊन येताच लगबगीने त्याच्या हातचे कायदे आपल्या हाती घेत एका झेपेतच युवराजांनी मांड घेऊन घोड्याला टाच भरली. आघाडीच्या टापा उचलून घोडे खिंकाळले आणि बाणासारखे चौ-दरवाजाच्या रोखाने सुटले. गोंधळलेले रायाजी-अंतोजी त्यांच्या टापांवर पाठोपाठ दौडू लागले.

चौ-दरवाजा येताच कायदे फेकून संभाजीराजांनी जनावर सोडले. दरवान देत असलेल्या मुजऱ्याकडे त्यांचे ध्यान नव्हते. समोरच्या वाटेला डोळे भिडले होते.

वळण तोडून घोडेस्वार चौ-दरवाजात आले. समोर प्रत्यक्ष संभाजीराजेच खडे असलेले बघताना त्यांच्या काळजाचे पाणी-पाणी झाले. पोटात खड्डाच पडला त्यांच्या. कायदे धरले हात ताठरले. पायउतार होण्याचेही भान त्यांना राहिले नाही.

ते सोयराबाईंचे रायगडाहून निघालेले विश्वासू जासूद खंडोजी नाईक आणि गणोजी कावळा हे होते! दोघेही लटलट कापू लागले.

"कुठून आलात?" चौ-दरवाजातून कोरडा फुटला.

कसेतरी पायउतार होत मुजरा भरताना खंडोजी म्हणाला, "जी. कोल्हापुरास्नं."

"मतलब?" घोड्यांची जिने नीट निरखीत संभाजीराजे गर्जले.

"जी. न्हाई. रायगडास्नं कोल्हापूरला. कोल्हापुरास्नं इथं." प्रसंग ओळखून गणोजीने खंडोजीचे बोलणे दुरुस्त केले.

संभाजीराजांनी टोप घातला होता, तरी त्यांचे मुंडण झाले मस्तक ओळखू येत होते. ते दृष्टीस पडताच खंडोजी-गणोजी चरकले.

"रायगडाची कोण खबर आणली आहे?" संभाजीराजांच्या सवालाला जाब न देता खंडोजी-गणोजी एकमेकांकडे टकमक बघू लागले. थरथर कापू लागले.

"असे बघताय काय? बोला सिताब."

भेदरल्या जासुदांची जबान खुलेना. काय करावे, ते त्यांना सुचेना.

"रायाऽजी, या हरामजाद्यांची फटक्याखाली चामडी लोळवा. आत्ता खुलेल यांची जबान."

त्या शब्दांनीच खंडोजी-गणोजीच्या उभ्या अंगभर काटा धरला.

"नगं. नगं धनी, आमास्नी अबय द्यावं." म्हणत खंडोजीनं संभाजीराजांच्या पायांवर सरळ लोळण घातली. त्यांच्या मागोमाग गणोजीही आडवा झाला.

"उठाऽ, तुमच्या केसासही धक्का लागणार नाही. पण काय घडलं आहे, ते बरं तपशिलानं आम्हास सांगा."

खंडोजीनं बाराबंदीआड छातीशी लपविलेली किल्लेदार, हवालदारांना द्यायची थैली थरथरत संभाजीराजांच्या पायाशी ठेवली! गणोजीने आपल्याजवळची युवराजांसाठी असलेली दुसरी थैली तिच्या शेजारी ठेवली. दोन्ही जासूद ओंजळीत मुखडे खुपसून

हमसू लागले. खंडोजीने ठेवलेली थैली उचलून खलित्याची वळी बाहेर घेऊन संभाजीराजे वाचू लागले. शब्दाशब्दांगणिक त्यांच्या नाकपुड्या फुलत चालल्या. छातीचा भाता वरखाली होऊ लागला. डोळ्यांतून संतापाच्या ठिणग्याच ठिणग्या उधळू लागल्या.

"युवराजांस कैद करून बहुत सावधपणे असणे!" हा मजकूर वाचताच खलित्याची गपकन मूठ भरत ते रायाजी-अंतोजीही भेदरून जावेत असे गर्जले, "कुणाची माय व्याली आहे आम्हास कैद करण्यास? ही मजा ऽ ल...."

दुसऱ्या खलित्यातील – "लवकरच आरोग्य होईल." हा मजकूर वाचताना तर महाराजांच्या आठवणीने त्यांचे ओठ थरथरले. डोळे डबडबले. 'तो पुण्यपुरुष जाऊन पंधरवडा लोटला, तरी ही निस्संग माणसे स्वार्थासाठी त्याला 'आरोग्य होईल' म्हणताहेत! आबासाहेब, काय वाटणीला यायचं बाकी राहिलंय तुमच्या?' संताप, उबग, कीव, शोक अशा भावनांच्या लाटाच लाटा संभाजीराजांच्या मनात उसळून धिंगाणा घालू लागल्या. आपण युवराज आहोत, चौ-दरवाजात उभे आहोत, हे न विसरून आवंढा गिळून संभाजीराजांनी आज्ञा फर्मावली, "अंतोजी, त्या किल्लेदार, हवालदार सोमाजीला घेऊन या इथं. रायाजी, आमच्या परशमरापंतांना जरा बोलावून घ्या. जयद्रथांना जरा सूर्य दावावा म्हणतो आम्ही."

"कोल्हापुरी का गेला होता तुम्ही?" युवराजांनी प्रत्येक बाब तपासून घेण्यासाठी समोरच्या खंडोजी-गणोजीला विचारले.

"असलंच खलितं जनार्दनपंत आन् पेडगावकरांस्नी पोहोच करून आलो आमी." खंडोजीनं सत्य ते रुजू घातले. ते ऐकताना संभाजीराजांच्या समोर सुमंत जनार्दनपंत आणि पाराजीपंत पेडगावकरांच्या मुद्रा फिरून गेल्या.

बालेकिल्ल्याच्या रोखाने धारकऱ्यांच्या घेरात घालून अंतोजी – विठ्ठलपंत महाडकर, बहिर्जी इंगळा, सोमाजी बंकी, त्याचा मुलगा बापूजी, सूर्याजी काळे यांना घेऊन आला.

सज्जाकोठीच्या मार्गाने रायाजी – परशमरापंत आणि उमाजी पंडितांसह आला. सर्वांच्या चर्येवर आश्चर्य स्पष्ट दिसून येत होते.

"या किल्लेदार, हवालदार. तुमच्या इमानदारीचा मरातब करण्यासाठी खोळंबलोत आम्ही इथं." संभाजीराजे खोचून बोलले. आपल्या हातच्या थैल्या चिटणिसांच्या हाती देत म्हणाले, "पंत, हे रायगडाहून महाराणींच्या मार्फतीनं चिटणिसी शिक्क्याचे आलेले खलिते, या आमच्या दिमतीच्या चाकरांना जरा वाचून दाखवा!"

हवालदार, किल्लेदारांना आलेला खलिता खाकरून परशमरापंतांनी मोठ्याने मायन्यासह वाचला.

अगोदरच गर्दनी खाली पडलेली, कटाची हस्तक माणसे तो ऐकताना सुन्न झाली.

विठ्ठलपंतांच्यासमोर येऊन दोन्ही मनगटे वर उठवून धरत संभाजीराजे कडवट, तिरके म्हणाले, "करता कैद आम्हास? चढवता काढण्या आमच्या हाती?"

अपार शरमेने मान डुलविणाऱ्या विठ्ठलपंतांच्या डोळ्यांतून आसवे टपकली.

विजेचा कडकडाट सरकत जावा, तसे मनस्वी संतापाने संभाजीराजे धारकऱ्यांना आज्ञा देताना गर्जले, "या नमकहराम दगलबाजांना घेऊन जा आमच्या समोरून! काढण्या चढवून कोठीत फेकून द्या या सर्वांना!" धारकरी घेऊन चाललेली, ताबुतासारखी दिसणारी ती पाठमोरी माणसे बघताना रागाचा झेंडू फुटावा, तसे संभाजीराजे थरथरू लागले. कुणाची जोड न घेताच एकटे सज्जाकोठीकडे चालले.

थोड्या अवकाशातच दीड हजार घोडेस्वारांची तुकडी दौडत पन्हाळ्याच्या चौ-दरवाजातून बाहेर पडली. ती कोल्हापूरला चालली होती. सुमंत आणि पेडगावकरांचाही साजेल असा मरातब करण्यासाठी!

तिकडे रायगडावर रामराजांचा मंचकारोहण अक्षय्य तृतीयेच्या मुहूर्तावरच सविध पार पडला होता. त्यांना 'छत्रपती' म्हणून घोषित केलेली अण्णाजी, मोरोपंत, प्रल्हाद निराजी आणि महाराणी ही मंडळी पन्हाळगडावरून 'संभाजीराजे कैद झाल्याची' खबर केव्हा येते, याची आतुरतेने वाट बघत होती!!

पन्हाळ्यावर जे घडले त्याचा वृत्तान्त कळताच रायगड हादरला. फासे परतत होते. आता क्षणही वाया दवडायला तयार नसलेले अण्णाजी, मोरोपंत, प्रल्हाद निराजी यांच्यासह महाराणींच्या भेटीस आले. कटावाचा सर्वांत विरूप टप्पा पुढे आला.

"पन्हाळा हातचा सुटला. युवराजांना कब्ज झाला. तिथलं माणसूबळ दिवसागणिक वाढत आहे. ती थळी फुटल्याखेरीज आपण निभावणार नाही. आता आम्हीच पन्हाळ्याच्या रोखाने कूच झाल्याशिवाय तड लागणार नाही!" अद्याप चिवट अण्णाजींच्या विश्वास ढळला नव्हता.

"तेच म्हणतो आम्ही. तुम्ही, मोरोपंत, प्रल्हाद निराजी पाचाडचा जमाव उचलून लगोलग पन्हाळ्यास घेर टाका. एवढाही विलंब आणि कसूर झाला तर समस्तास घातक आहे." सोयराबाईंच्या विश्वासाची जात तर राजेशाही होती.

"आम्ही कऱ्हाडतर्फेनं निघावं म्हणतो. हर हिकमतीनं सरलष्करांना गाठीशी बांधल्याशिवाय पन्हाळा दस्त होणार नाही." कसे झाले तरी अण्णाजींनी राजकारणाच्या डोहात चार हात मारलेले होते.

"सरकारस्वारींनी सरलष्करांसाठी खलिता द्यावा आमच्या सोबत. तो कारणी पडेल." मोरोपंतांनी सुचविले.

"तुम्ही आणि अण्णाजी त्यांची मोठी उमेद धरता. आम्ही खलिता देतो, पण तो कारणी लागेल असं नाही वाटत आम्हास! सरलष्कर या वेळी गप्प बसले तरी आपल्या भाच्यावर मोठी मेहर केली त्यांनी असंच आम्ही मानू! आमचा विश्वास आहे, तो तुमच्या उभयतांच्या हिमती हिकमतीवर." सोयराबाईंना हंबीररावांचा वाण चांगला माहीत होता. कशी असली तरी त्या आणि हंबीरराव एकाच मुशीची चिवट माती होती!

"येतो आम्ही." अण्णाजी, मोरोपंत, प्रल्हाद निराजी, राहुजी महाराणींना मुजरा देत लवले.

"या. तुम्हास येश देणार आई जगदंब थोर आहे!" हात उठवून, जिजाऊंच्या थाटात सोयराबाईंनी आशीर्वाद दिला!

हंबीररावांना द्यायचा खलिता घेऊन कटवाले रायगड उतरून पाचाडात आले. दहा हजारांचे हत्यारबंद, तगडे घोडदळ साथीला घेत पाचाडाबाहेर पडले.

निघाले! छत्रपतींच्या कैलासवासाला एक महिना होण्यापूर्वीच त्यांनी उठविलेल्या राज्याचे अपार स्वामीभक्त सुरनीस, पेशवे, न्यायाधीश एकमेळाने फौजबंदीने निघाले. आपल्याच साक्षीने युवराजपणाचा अभिषेक केलेल्या संभाजीराजांना जेरबंदीने दस्त करून आणण्यासाठी! मराठी दौलतीच्या डाव्या हाताने हत्यार उचलले, आपलाच उजवा हात कलम करण्यासाठी! पन्हाळ्याकडे निघालेल्या घोडदळाच्या टापांखालून उसळणारी धूळ उतरली – पाचाडातील थोरल्या आऊंच्या छत्रीवर आणि महाराजांच्या लाडक्या रायगडावर! मजला मारीत अण्णाजी-मोरोपंतांची फौज कऱ्हाडवर आली. गावठाणाचा माळ धरून फौजेचा तळ पडला. अण्णाजी, मोरोपंतांसाठी डेरे उठले. वैशाखी उन्ह प्रांत कऱ्हाडवर रणरणू लागले.

या तळाच्या शेजारीच दहा कोसांच्या पल्ल्यावर सरलष्कर हंबीररावांचे गाव होते – तळबीड. तिथे मराठी सेनेच्या हरावलीच्या पंधरा हजार बांड्या मावळ्यांनिशी हंबीरराव ठाण देऊन होते. रायगडाहून अण्णाजी-मोरोपंत पन्हाळ्याच्या रोखाने निघालेत याची कुणकुण लागलेल्या हंबीररावांनी, सातारातर्फेच्या आनंदराव निंबाळकर, रूपाजी भोसले, महादजी मापोलकर यांना त्यांच्या जमावासह तळबीडास बोलावून घेऊन बळकटी केली होती. याचा काहीच माग नसलेल्या अण्णाजींनी एक विश्वासू हारकारा उचलून त्याच्यामार्फत महाराणींचा खलिता हंबीररावांसाठी तळबीडाकडे धाडला. आणि हंबीरराव भेटीला येतील, या वेड्या आशेवर ते हारकाऱ्याची वाट बघू लागले.

खलिता हाती पडताच हंबीररावांनी आपल्या राहत्या वाड्याच्या खलबतीखणात आपल्या सल्लागारांची बैठक बसविली. अंथरल्या घोंगड्यावर आनंदराव, रूपाजी, महादजी गुजर, हंबीररावांचे बंधू शंकराजी आणि हरीफराव फेराने हंबीररावांभोवती बसले. हंबीररावांच्या चिटणिसाने खलित्याचा मजकूर बैठकीला वाचून दाखविला – "पेशवे, सुरनीस देतील त्या मसलतीस जोड घालोन असणे. फौजेसुद्धा त्यांच्या पाठीशी राहोन आम्हास, बाळराजांस रक्षून चालविणे. तुम्ही घरचेच आहात. पुढे तुमचे बरे उर्जित होईल. जाणिजे."

मजकूर ऐकून कुणीच काही बोलेना तसे हंबीरराव म्हणाले, "चला – आता तरी याद जाली म्हणायची रानीसायबास्नी आमची! बाळराजं मंचकावर चडलं त्यात अडगळ नगं म्हून गडावरनं काडलं त्येनी आमास्नी. तवा म्हणाल्या, 'तुमच्या मसलतीनं सारं निवांत करू!' आता हुकूम हाय पंत-सुरनिसांच्या मसलतीला जावा! काय करायचं, बोला बगू?" हंबीररावांनी माणसं चाचपली.

"कराडात काय मसलत निगती बगाय काय हरकत हाय?" आनंदरावांनी सुचविले.

ते ऐकून मिश्यांच्या कंगोलांखाली पालथी मूठ देत हंबीरराव आणखी कुणी काही बोलतेय काय याचा सासूद घेत राहिले.

"आता कसं बी जालं तरी रामराजं गादीवर चढल्यात. रानीसायबांचा हुकूम त्यो त्येंचाच मानाय पायजे की. नाही म्हटले तरी शंकराजी मोहित्यांनी आपल्या बहिणीची तळी आडमार्गाने उचललीच. बाकी थोरल्यास्नी पार बगलंला टाकलं सम्द्यांनी ह्ये काय बरं क्येलं न्हाई." महादजी मापोलकर बोलला.

ही भाबडी, मैदानावरची माणसं; अशीच बुजल्या खोंडागत कुठे नको तिकडे जाणार हे हंबीररावांनी ताडले. खाकरून भरड्या बोलीत ते म्हणाले, "आरं बाबांनू, ही फौज काय जोतिबाच्या यातरंला चाल्ली न्हाई! ती घिऊन अन्नाजी-मोरुपंत पन्नाळ्याकडं निगाल्यात – युवराजास्नी काडण्या चढवून जेरबंद कराय! हाईसा कुटं?"

ते ऐकताना कित्येकांचे टाळे वासले, गर्दना ताठ झाल्या. असे विपरीत ऐकायची सवय नव्हती कुणाला. बैठक पार येलबडून गेली. कुणीतरी म्हणाले, "छ्याऽ, ह्ये म्हंजी लईच जालं."

हंबीरराव त्याला तोडत म्हणाले, "जालं न्हाई. पर हुयाचं काय! आपून व्हायचं का यात सामील? ध्याई पडली तरी धन्याचं भलं चिंतनारी जात आपली. हुयाचं का खाल्ल्या मिठाला बेमान? कसं बी असलं, तरी युवराज थोरलं हाईत. धर्मानं गादीचं वारस हाईत! रामराजं आमच्या रगताचं असलं – तरी धाकलं हाईत. त्येंचा न्हाई लागत हक्क गादीला. कसं जावं मसलतीला आमी?"

"नगच त्ये." दोन-चार आवाज एकदम उठले.

"निस्तं नगं म्हून ह्ये मिटत न्हाई. आमी सोता तर न्हाईच पर कुनाला बी काडन्या चढवू देनार न्हाई आमच्या युवराजांच्या हातात. ह्यो इस्कोट आवराय पायजे आपुन कुठंतरी."

"कसा आवारनार त्यो?" रूपाजीला काही सुचेनासे झाले.

"अन्नाजी-मोरुपंतांस्नी बलवू या हाकडं. च्यार गोष्टी सांगू या समजुतीच्या." जाणते हंबीरराव तोड काढीत म्हणाले. सर्वांनी त्या मसलतीला संमती दिली.

हंबीररावांच्या चिटणिसांनी अण्णाजींच्या हारकऱ्यामार्फतच परतीचा निरोप दिला – "आपण उभयता भेटीस येणे. बैठकीत हिताची ती मसलत तपशिलाने करू."

तो निरोप ऐकून मोरोपंत, अण्णाजींना म्हणाले, "आम्ही हेच म्हणत होतो पूर्वीपासून. जाऊ या आपण सरलष्करांच्या भेटीस."

अण्णाजी ते खोडून काढीत म्हणाले, "चुकताहात पंत. आपणाला जोड द्यायची तर सरलष्कर जमावानिशी येते आपल्या तळावर. तळबीडात जाण्याचा धोका या क्षणी पत्करणं शहाणपणाचं ठरणार नाही. आम्हाला विश्वास होता, ते महाराणींचं नातं मानतील याचा. राजाज्ञेला मान देतील याचा. आता त्यांच्यावर विसंबून चालणार नाही. आपली पावलं आपणच उचलली पाहिजेत."

मोरोपंत गंभीर झाले. आपण कसल्या दुष्ट चक्रात रीतसर गुरफटत चाललो आहोत, याची कल्पना येताच त्यांचे मन खिन्न झाले.

"या वेळी आपण युवराजांशी तहाची बोलणी करावी, असं वाटतं आम्हाला." पहिल्यापासूनच अनिच्छेने अण्णाजींशी हातमिळवणी केलेले प्रल्हादपंत म्हणाले.

"तह? आणि तो या क्षणी? युवराज तो मानतील असं वाटतं काय तुम्हास?" अण्णाजींनी त्यांनाही खोडून काढले.

ते ऐकून "आम्ही येतो जरा," म्हणत प्रल्हादपंत अण्णाजींच्या डेऱ्यातून बाहेर पडले आणि आपल्या डेऱ्यात आले. खरोखरच त्यांनी तहाचे पत्र सिद्ध केले आणि आपल्या दिमतीच्या माणसांमार्फत पन्हाळ्याला पाठवूनही दिले.

संध्याकाळ उतरायला झाली. अण्णाजी-मोरोपंतांची वाट बघून हंबीरराव तळबीडात कंटाळले. आपली एवढीही मुर्वत हरघडी खांद्याला लावून असणाऱ्या सुरनीस-पेशव्यांनी ठेवू नये, याची त्यांना मनस्वी चीड आली. मनोमन काहीतरी पक्के ठरवून त्यांनी आनंदराव, रूपाजी, महादजी आणि आपले बंधू शंकराजी व हरीफजी यांना एकजाग करून हुकूम फर्मावला, "चटक्या जनावरांवर मांडा घ्या – आन् कऱ्हाडच्या फौजेत घुसा. मिळतील तेवडी मान्सं फोडून तळबीडाच्या वाटेला लावा! निगा."

रात्र धरून हंबीररावाची माणसे अण्णाजी-मोरोपंतांच्या फौजेत घुसली. लागेबांधे लावून एक-एक गोट फोडून तळबीडाकडे धाडू लागली.

ती खबर लागताच अण्णाजी बिथरले. मोरोपंतांसह रात्रीचे घोड्यांवरून तळाचा फेर टाकीत माणसे थोपविण्यासाठी फिरू लागले. हंबीरराव माणसे फोडताहेत याचा अर्थ काय तो अण्णाजी अचूक उमगले. फौज दुबळी करून सरलष्कर चालून येणार; ती अधिक दुबळी होण्याची वाट न बघता त्यांच्यावरच चालून जाणे भाग आहे.

रात्रभर अण्णाजी-मोरोपंतांनी विचार करून निर्णय घेतला – हंबीररावांवर चालून जाण्याचा! आता कट बहकत चालला. दिवसफुटीबरोबर अण्णाजी-मोरोपंतांनी हाती असलेल्या फौजेनिशी तळबीडावर हल्ला चढविलाही!

हंबीरराव तयारच होते. त्यांचे सेनाबळही भक्कम होते. हांऽ हांऽ म्हणता पंधरा हजार मावळ्यांनी, फौजेसकट अण्णाजी-मोरोपंतांना घेर टाकला. प्रसंग परतला आहे, हे ओळखून पंतांनी हातातील हत्यार टाकले. ते बघून अण्णाजींचाही हात लटका झाला.

शेलक्या माणसांच्या मेळासह हंबीरराव खासे येऊन थेट अण्णाजी-मोरोपंतांना भिडले. मांड न मोडता घोड्यावरूनच झुकून हाताचा झोला तिवार कपाळाकडे नेत कडवेपणाने म्हणाले, ‘‘पंत-सुरनीस, मुजरा... मुजरा हाय तुमच्या इमानदारीला आन् श्यानपनाला! आरं, ज्या हातानं शेलं-पागुटी घ्यावीत, त्या हातात काडन्या चडवाय निगाला! छत्र धरावं त्या डुईवर हत्यार धराय निगाला! धन्यास्नी जाऊन म्हयना बी झाला न्हाई – तर त्येंच्या पोटच्या गोळ्याला घेरायला निगाला! त्ये असतं तर – तर जाली असती काय ही छाती तुमची?’’ हंबीररावांच्या डोळ्यांतून ठिणग्याच ठिणग्या उधळल्या. त्या खाली माना घातलेल्या पंत-सुरनिसांच्या पगड्यांवर उतरल्या.

‘‘आनंदराव, रूपाजी, काडन्या बसल्या म्हंजी मानसाला कसं मेल्यागत शरमिंदं वाटतं ह्ये कळू द्या ह्येस्नी! दोरखंडांनी दस्त करा ह्येस्नी! कसला रं दिस दावला ह्येंनी!’’ स्वत:वरसुद्धा खट्टा झालेल्या हंबीररावांनी जनावराला तिडिकेची टाच भरली, ते तळबीडच्या रोखाने उधळले. पाठोपाठ चाळीस-पन्नास टापा उधळल्या. अण्णाजी-मोरोपंतांसह, प्रल्हाद निराजी आणि राहुजी सोमनाथ कैद झाले!

ज्या हाताने मुजरा केला होता, त्याच हाताने मोरोपंतांना काढण्या चढविताना एक धारकरी गलबलून म्हणाला, ‘‘असं कसं फसलिसा या फंदात?’’ आणि ते ऐकताना मोरोपंतांच्या नेत्रकडा थरथरणारी आसवे टप-टप टपकली आणि कऱ्हाडच्या भुईत मिसळली.

युवराज पन्हाळगडावर होते, रामराजे रायगडावर होते आणि मराठी दौलतीच्या छत्रपतिपदाचा निवाडा कऱ्हाडच्या माळावर लागत होता – हंबीररावांच्या हातांनी!

कैलासवासी स्वामी तर नेहमी म्हणतच आले होते – ‘‘श्रींची इच्छा!’’ तेच खरे. दुसरे काय?

पन्हाळ्याच्या चौ-दरवाजात हंबीररावांच्या आगवानीसाठी सामोरे आलेले संभाजीराजे उभे होते. त्यांच्या पाठीशी कापशीहून आलेले म्हलोजी घोरपडे, त्यांचे पुत्र संताजी, बहिर्जी, कोकणसुभा रावजी पंडित, उमाजी पंडित, परशरामपंत, रायाजी-अंतोजी अशा असामी होत्या.

आनंदराव, शंकराजी, रूपाजी अशा माणसांच्या मेळातून कदमबाज जनावरांवरून येणारे, घेरमुद्रेचे, तगडे हंबीरराव दृष्टीस पडताच संभाजीराजांच्या काळजात खळबळ माजली. अशी खळबळ फक्त आबासाहेबांच्या दर्शनाच्या वेळीच आजवर उठत आली होती. खेचल्यासारखे संभाजीराजे दहा-बारा कदम सरासर पुढे झाले. त्यांना बघताच हंबीररावांनीही घोड्याची चाल तेज केली. जवळ येताच झेपेनेच मांड मोडून ते पायउतार झाले.

मुजरा देण्यासाठी ते झुकू बघताहेत हे पाहताच संभाजीराजे गलबलले. झटकन त्यांचे हात आपल्या हातात तोलून, त्यांना रोखून वर घेत, नजरेला नजर देऊन थरथरत्या ओठी संभाजीराजे घोगरट बोलले, "मामासाहेऽब!" – आणि दुसऱ्याच क्षणी भोसल्यांचे छाताड मोहित्यांच्या छातवानाला बिलगले. हंबीररावांच्या इमानदारीने भरून गेलेल्या संभाजीराजांचे डोळे दाटले. हलक्या हाताने हंबीररावांनी त्यांचा खांदा थोपटला. चार महिन्यांपूर्वी आबासाहेबांनी असेच थोपटले होते हे जाणवताच फारा दिवसांनी आज प्रथमच संभाजीराजांना वाटले – 'आम्ही एकले नाही!'

माणूसमेळ चौ-दरवाजात शिरताच कितीतरी दिवसांनी प्रथमच पन्हाळ्यावर आज नौबत दुडदुडली. हंबीररावांची प्रचंड सेना कटवाल्या कैद्यांना घेऊन पन्हाळ्यात शिरली. सात वर्षांपूर्वी हाच पन्हाळा कोंडाजी फर्जंदाच्या मदतीने जिंकून, गुढी पाडव्याच्या मुहूर्तावर जिंकला गड बघण्यासाठी येणाऱ्या थोरल्या छत्रपतींवर, याच चौ-दरवाजात अण्णाजींनी ओंजळीने सोनफुले उधळली होती! त्याच दरवाजातून हाती काढण्या घेऊन अण्णाजी पन्हाळा चढले! माणसाची बुद्धी फिरली की, दिवस परततात हेच खरे!

रंगरूपी पिंडीचे दर्शन घेऊन हंबीररावांसह संभाजीराजे बालेकिल्ल्यात आले. मोहितेमामांना आदराने सदरी बैठकीवर बसवीत म्हणाले, "मामासाहेब, पुढील निर्गत कशी करायची? तुमच्या सल्ल्याशिवाय आम्ही काही करणार नाही."

कैद्यांचे तोंड बघणे संभाजीराजे टाळताहेत हे ताडलेले हंबीरराव म्हणाले, "त्ये म्होरं ठरवायचं हायंच की! पर दस्त केल्याली ती जोखीम त्येवडी घ्या बगू ताब्यात!"

संभाजीराजे अस्वस्थ झाले. नको तो विषय सामोरा येत होता.

"आम्हास त्यांचे तोंड बघणेही नको वाटते, तुमच्या दर्शनानंतर!" संभाजीराजे

कडवट बोलले.

"असं म्हनून कसं चालंल? करनाऱ्यांस्नी न्हाई तर बोलणाऱ्यांस्नी शरमून कसं भागंल? रूपाजी, पेश घाला त्या इमानदारांस्नी." हंबीररावांनी रूपाजीला फर्मावले.

चार-चार धारकऱ्यांनी घेर घातलेले, काढणीबंद अण्णाजी, मोरोपंत, प्रल्हादपंत, राहुजी संभाजीराजांच्यासमोर पेश आणण्यात आले. सर्वांच्या गर्दनी खाली होत्या.

आघाडीला असलेले अण्णाजी दृष्टीस पडताच संभाजीराजे ताडकन उठते झाले. त्यांच्या अंगभर लाह्याच लाह्या फुटल्या. कानशिले संतापत लालेलाल झाली. डोळ्यांच्या कडांत रक्त उतरू लागले. कपाळावरची शीर थडथडत तट्ट फुलून उठली. विस्फारल्या नाकपुड्यांखालचे ओठ थरथरले. मनात असूनही अनावर संतापाने त्यांना धड बोलवेना. अण्णाजी समोर आलेलेही त्यांना सोसवले नाही. सर्रकन वळून त्यांना पाठमोरे होत ते गर्जले, "जाऽ, पुन्हा यांना आमच्या सामोरंही आणू नका कधी. आमच्या साऱ्या उमेदीवर यांनीच निखारे ठेवले आहेत. सिताब उचला यांना इथून आणि द्या फेकून कोठडीत!" संतापाने अंगभर थरथर कापणाऱ्या संभाजीराजांकडे हंबीरराव बघतच राहिले. कधी काही वावगे समोर आले की, संतापणारे थोरले धनीही बघितले होते त्यांनी. पण हा माटच वेगळा वाटला हंबीररावांना!

धारकरी कैद्यांना घेऊन जायला निघाले. त्यात मोरोपंत आहेत, याचे भान होताच संभाजीराजे म्हणाले, "थांबा!"

कैद्यांसकट सर्वांच्या अंगावर ते ऐकताना काटा सरकला.

संथ चालीने मोरोपंतांच्यासमोर येऊन संभाजीराजे पडेल बोलले, "तुम्ही... तुम्हीसुद्धा आम्हाला दस्त करण्यासाठी यावं पंत! काय पारख केलीत आमची? सांगावा धाडला असता, तर आम्ही आपणहून आलो असतो बांधल्या हातांनी तुमच्या भेटीसाठी! सावलीसारखे आबासाहेबांच्या पाठीशी राहून कसली प्रधानकी निभावलीत ही त्यांच्या माघारी? खुद्द आम्ही दस्त झालो असतो तरी वाटलं नसतं, एवढं दु:ख दौलतीचे पेशवे जेरबंद झालेले समोर बघताना वाटतं आहे आम्हास!" संतापापेक्षा खंतच संभाजीराजांच्या मनी दाटली.

शरमेने, अपार पश्चात्तापाने मोरोपंतांची घेरदार पगडी डुलली. दंडात काढण्या चढल्या तेव्हाच मनाने संपलेला तो मानी पुरुष काही-काही बोलेना. गैरवाका करणीचा पश्चात्ताप वाटण्यासाठी लागणारे जातिवंत मन त्यांच्याकडे अद्याप शाबूत होते! मन पिळवटणाऱ्या भावना त्यांच्या डोळ्यांतून अश्रुरूपाने टपटपू लागल्या.

"ज्यांनी पायाच्या अंगठ्यानं मारलेली गाठ भल्या भल्यांना हातानंही कधी उकलायची नाही, त्या या सुरनिसांच्या नादी कसे लागलात पंत?"

संभाजीराजे अण्णाजींच्या समोर आले. त्यांच्या स्थूल देहयष्टीवर नजरेचा

पलिता फिरवीत कडाडले, "गर्दन का उठत नाही वर सुरनीस अण्णाजी दत्तो तुमची? की खालमानेनं पायालगतच्या, उभ्या राहिलेल्या भुईविरुद्धही कटाचे बेतच रचताहात? बोला. खूप जुने बरे मनी धरता तुम्ही! काय करणार होतात आम्हास जेरबंदीनं रायगडी नेऊन! देणार होतात टकमकीवरून लोटून की तोफेच्या तोंडी? जाब द्या." राजबोलाचा कोरडा कडकडला.

आता मरणाशिवाय दुसरे काहीच सामोरे येणार नाही याची खूणगाठ बांधलेले अण्णाजी अंतिम धैर्याने म्हणाले, "तो आमचा अधिकार नाही. आम्ही स्वामींच्याच वारसांना मंचकारोहण केलं आहे. दौलतीच्या हिताच्या दृष्टीनं ते योग्यच आहे, असं या क्षणीही आमचं मत आहे. दस्त झालो तरी जे केलं त्याचा आम्हाला पश्चात्ताप वाटत नाही! प्रत्यक्ष स्वामी असते, तर त्यांनीही हेच केलं असतं."

"खामोऽ श, पश्चात्ताप वाटायलाही शरमणारं मन लागतं! तो तुमचा भाग नाही. आम्ही बाळराजांना का मंचकारोहण केलं ते विचारलं नाही. आबासाहेबांनी काय केलं असतं ते तुमच्या तोंडून ऐकण्याची बिलकूल इच्छा नाही आमची. आम्ही ते बरं उमगतो! त्यांनी काही लहानास, दस्त केल्या थोरल्यांचा नजराणा देऊ केला नसता तुमच्यासारखा! शरम कशी येत नाही तुम्हाला केल्या बेमुर्वतीची?"

टोकदार शब्द अण्णाजींच्या काळजाला भिडले. गर्दन उठवून ते कडवटपणे म्हणाले, "का वाटावी शरम आम्हाला? आम्ही काही चोरी-बळजोरी केली नाही की दौलतीशी फतवा करण्यासाठी गनिमाच्या गोटात गेलो नाही!"

"अन्नाऽजी!" बैठकीवर बसलेले हंबीरराव उडत्या सुरुंगासारखे उसळले. अण्णाजींच्या समोर थरथरत तडकले, "जबान संबाळत्येय का उतरून देऊ हातात?" फिसकारल्या कंगोली मिश्यांचे भयावह हंबीरराव बघून अण्णाजींनी मान टाकली.

मुळासकट नाळच उपटून काढल्यागत वाटलेल्या संभाजीराजांच्या मिटल्या डोळ्यांच्या कडा ओलावून आल्या होत्या. उभे राहणे असह्य झाल्याने ते तरातर सदर सोडून अंत:पुराकडे गेलेही.

"घिऊन जा यास्नी – आन् टाका कोठीत." अजूनही थरथरणारे हंबीरराव गर्जले आणि त्यांनीही सदर सोडली. धारकरी कैद्यांना कोठीकडे घेऊन गेले. पन्हाळ्यावरचे वैशाखी उन्ह तावतच चालले!

पन्हाळ्याच्या दफ्तरखान्यातून मावळ्यांचे तांडे खुशीने आपापल्या गोटांकडे परतू लागले. प्रत्येकाला दोन-दोन महिन्यांचा पगार आगाऊ अदा करण्याची आज्ञा संभाजीराजांनी दिली होती.

चिटणिसी बैठकीवर बसलेल्या परशरामपंतांना युवराजांनी शृंगारपुरी पिलाजीमामांना द्यायच्या पत्राचा मजकूर सांगितला – "मिळेल तो मावळा जमा करून रायगडतर्फेच्या

खबरदारीस निघणे. वाटेत पूर्वील चौक्या उठवून सर्व किल्ल्यांवर आपल्या चौक्या बसविणे.'' हंबीरराव, रावजी, म्हलोजीबाबा सारे सावधपणे ते ऐकत होते.

आता पन्हाळा संभाजीराजांचे भक्कम बंदिस्त ठाणे झाले होते. आसपासचे सुभेदार, हवालदार पन्हाळा चढून 'राजा' म्हणून संभाजीराजांना रोज पेश होऊन मुजरा देत होते.

''स्वामी, टोपीकर आपल्या बक्षिसांची निकड लावून आहेत. काय करावं?'' राजापूरहून आलेल्या रावजी पंडितांनी वखारवाल्या इंग्रजांची कुरकुर संभाजीराजांच्या कानी घातली. पूर्वी महाराजांनी राजापूरच्या वखारी लुटल्या होत्या त्याची नुकसानी 'बक्षिसाच्या रूपा'त सुरतेला ठाण झालेल्या इंग्रजांना दिली जात होती.

''रावजी, त्यांना कळवा, तूर्त आम्हास फुरसत नाही. सवडीनं पूर्वील हिसाब पाहून निकाल देऊ.''

''जी.''

''तुम्ही फार मोलाची कामगिरी केली आहे रावजी. राजापूरपासून कारवारपावेतोची दिवाणी रसद तुम्ही तातडीनं पन्हाळ्याला पाठविली. तिचा मोठा आधार आहे आम्हाला.''

''गोव्याच्या विजरईचा कै. स्वामींच्याबाबत सांत्वनपर खलिता आला आहे.'' परशरामपंतांनी खलिता वाचून दाखविला.

''पंत, त्यांना परतीच्या जाबात लिहा – दुर्दैवे करून आमच्या आबासाहेबांचा कैलासवास झाला आहे. आम्ही कुल-एखत्यार आहोत, तुमचे पूर्वीप्रमाणे चालवू. तो खलिता रामजी नाईक ठाकूर याच्या मार्फतीनं फिरंगी दरबाराला पाठवून द्या.''

''जी'' चिटणीस गोव्याच्या विजरई अंतोनिओ पायस-द-सांदे याला खलिता रेखू लागले.

''मामासाहेब, रायगडची खबर आली आहे.'' संभाजीराजे शेजारी बसलेल्या हंबीररावांना म्हणाले.

''कसली बरं?''

''गडावर येसाजी कंकानी नायकवडीच्या मदतीनं काही असामी परस्पर दस्त केल्या आहेत. त्यात कान्होजी भांडवलकर, शहाजी भोसला आणि मोरोपंतांचे चिरंजीव निळोपंत आहेत.''

''ब्येस क्येलं कंकांनी.'' हंबीरराव समाधानाने म्हणाले.

''आता रायगडी कूच होण्यापूर्वी एक मनसुबा पुरा करावा म्हणतो आम्ही.'' संभाजीराजांनी हसत हंबीररावांना गोंधळात टाकले.

''हुकूम व्हावा. जी असलं ती जोखीम पत्करू आम्ही.'' हंबीरराव विचारगत झाले.

"बघा तर खरं." म्हणत संभाजीराजांनी कारभाऱ्यांचा नजर-इशारा दिला.

हाती सरपोसबंद तबके घेतलेले खिदमतगार एकामागून एक असे येऊन बैठकीलगत तबके ठेवून निघून गेले. त्यातील पुढे ठेवलेल्या सर्वांत मोठ्या तबकावरचा सरपोस संभाजीराजांनी हटविला. त्या तबकाला हातस्पर्श देत ते कारभाऱ्यांना म्हणाले, "द्या त्यांना." त्या तबकात जरीपगडी, शेला, तलवार असा साज होता.

"क्काय करतासा ह्ये?" म्हणत हंबीरराव लगबगीने उठले.

"घ्या. मामासाहेब, शक्य असतं तर चौ-दरवाजापासून पायथ्यापर्यंत लाल फरासी अंथरल्या असत्या आम्ही तुमच्या वाटेवर!" संभाजीराजांनी त्यांना बोलूच दिले नाही. कारभाऱ्यांनी समोर धरलेल्या तबकाला हंबीरराव हात लावत म्हणाले, "ह्यो मनसुबा हुता व्हय?"

संभाजीराजांनी हातस्पर्श दिलेले दुसरे तबक कारभाऱ्यांनी म्हलोजी घोरपड्यांसमोर धरले. "म्हलोजीबाबा, आजपासून पन्हाळ्याची सरनौबती तुमच्या अखत्यारीत देत आहोत आम्ही. विश्वास आहे तुम्ही ती संताजी, बहिर्जीच्या मदतीनं संभाळाल."

"जी." म्हलोजी आणि त्यांचे पुत्र संताजी-बहिर्जी मुजरा देत लवले.

हत्यारे, पेहराव, कडी, तोडे देऊन संभाजीराजांनी रावजी पंडित, आनंदराव, रूपाजी, जोत्याजी-अंतोजी सर्वांचा इतमामी मरातब केला. पन्हाळ्यावर नवे किल्लेदार, हवालदार नामजाद केले. ते बघताना सर्वांना वाटले की, आपण रायगडावरच आहोत!

"चला. फौजेची दरफ्ती नजरेखाली घालू." सर्वांना बरोबर घेत संभाजीराजांनी सदर सोडली. सगळा पन्हाळगड आता मावळ्यांनी फुलून उठला होता.

एका-एका गोटाची दरफ्ती बारकाव्यानं नजरेखाली घालीत खाशा मेळाने संभाजीराजे चालले. त्यांना हात खाली घ्यायला वाव मिळू नये, असे अदबमुजरे झडू लागले. मावळतीच्या तटाने चालत ते सर्वांसह कोकणदरवाजावर आले. दूरवर दिसणारे मसाईचे पठार काळवटून आले होते. झाडे कुदणीला पडली होती. वावटळीने उठविलेले धुळीचे खांब गरगरताना दिसू लागले. हांऽ हां म्हणता काळ्या ढगांची छपरी कोकणदरवाजावर चालून आली. पावसाचे टपटपीत शिंतोडे उतरू लागले. डोळे आक्रसून आभाळ निरखत हंबीरराव म्हणाले, "वळीव धरलाय. निगावं."

"मामासाहेब, मृगापूर्वी पन्हाळा सोडला पाहिजे. आता फौजबंदी मनाजोगी झाली आहे."

"त्येच म्हन्तो आमी. एकदा आबाळ धरलं की जागचं हलू देणार न्हाई." संभाजीराजांमागून पायऱ्या उतरणाऱ्या हंबीररावांनी सल्ला दिला. आभाळाची कैद

तोडून वळिवाची झड तडतडत कोकणदरवाजावर कोसळू लागली.

"म्हलोजीबाबा, गड राखून सावधानगीनं असा. आम्ही निरोप देताच कोठीचे कैदी हत्यारी पहाऱ्यात बंदोबस्तीनं रायगडी पाठवा. येतो आम्ही." संभाजीराजांनी म्हलोजींना खांदाभेट दिली.

पन्हाळ्याच्या चौ-दरवाजावर नगारे चौघड्यांची झड उठली, शिंगाच्या ललकाऱ्या फुटल्या. हात छताशी नेत राजांनी पन्हाळ्याला मान दिला आणि एका झेपेतच रिकीब भरून 'चंद्रावत' नावाच्या जनावरावर मांड जमविली. चंद्रावत नावासारखाच होता. – चंद्ररंगी – सफेद. वीस हजार जानकुर्बान, बांडा मावळा पाठीशी घेत राजे हंबीररावांसह चौ-दरवाजाबाहेर पडले. कदमबाज चालीवर गड उतरू लागले. रायगडाचा रोख मनी ठेवून आज पुऱ्या साडे-तीन सालांनंतर ते रायगडाकडे निघाले होते! काय-काय घडले होते आणि नव्हते या साडे-तीन वर्षांत!

गेल्या आबासाहेबांचे काळीजवेधी बोल राजांच्या मनी तरारून उठले – "जंजिऱ्यावर हबशी मांड ठेवून, खंदेरीवर टोपीकर जलदुर्ग उठवू देत नाही, आज ना उद्या औरंगजेबाची हवस दख्खनेत उतरणार याची जरा चिंता ठेवा. त्यासाठी मावळा व्हा!"

'हे असं लांबच्या पल्ल्याचं बोलणं आम्ही दोनच मुखांतून ऐकलं. एक आबासाहेबांच्या आणि दुसरं थोरल्या आऊंच्या.'

'कुठं आहेत ते? गेले? नाही...!'

कानशिलाशी भिडणाऱ्या गडवाऱ्यातूनच त्यांना शब्द ऐकू येत आहेतसे वाटले. "तुम्हास येश देणार आई थोर आहे!"

'जी. आम्ही मावळाच झालो आहोत आता.' एका अनामिक बळाने संभाजीराजांचा ऊर ठासून भरला. हातपंजा उठवून त्यांनी भर दमाची टाच दिली. चंद्रावत खिंकाळत चौटापांवर उधळला. वारणा नदी पार करून, बत्तीसशिराळामार्गे संभाजीराजांची फौज कऱ्हाड प्रांतावर आली. पहिला तळ पडला. डेरे, शामियाने उठले. मुदपाकासाठी खानसाम्यांनी दगडी चुलवाणे उठवून आगट्या शिलगावल्या. त्यावर चढलेली भगुणी रटरटू लागली.

तळाचा देख टाकून परतणाऱ्या संभाजीराजांना हंबीरराव कुणबाऊ मायेने म्हणाले, "युवराज, एक अर्जी हाय. म्हटलीसा तर घालू पायाशी."

"मामासाहेब, असं दफ्तरी का बोलता? सांगा की कोण अर्जी आहे."

"आमी चाकर मान्सं. पायरी सोडून भागत न्हाई. इथनं एका मजलंवर आमचं गावठान हाय. मर्जी व्हईल तर कुलदेवीचं – वागेश्वरीचं दर्शन करावं. गरिबाघरी हात वलं करावंत."

हंबीररावांचा गावरान प्रेमा बघून संभाजीराजे गहिवरून आले. त्यांच्यासमोर येत म्हणाले, "माफ करा मामासाहेब, आम्हीच आमच्या सरलष्करांच्या कुलदेवतेचं दर्शन करण्याची इच्छा करायला पाहिजे होती. तसं मनीही आलं होतं – पण... तळबीड हे महाराणी मातोश्रींचं माहेर असल्यानं संकोच केला, पण... आम्ही जरूर येऊ आपल्या घरी हात ओले करण्यास."

हंबीररावांची चर्या उजळली. ते तयारीसाठी पुढे निघून गेले.

संध्याकाळ धरून पन्नास एक घोडा तळबीडच्या वाटेला लागला. संभाजीराजांनी हंबीररावांच्या वडिलांच्या – धारोजींच्या छत्रीसमोर माथा टेकून मगच मोहित्यांच्या वाड्यात प्रवेश केला. देवघरातील कुलदेवी – वाघेश्वरीचे दर्शन घेतले. देवीला चोळीखणाचा साज दिला. रात्री हंबीररावांच्या माजघरी खणात संभाजीराजांना घेर धरलेल्या हंबीरराव, आनंदराव, रूपाजी, शंकराजी यांची पंगत बसली.

पहाट धरून सारे तळबीडाहून निघून तळावर आले. दहा-बारा निवडीचे मावळे उचलून संभाजीराजे स्नानासाठी कृष्णा-कोयनेच्या संगमावर गेले.

संगमावरून तळावरच्या आपल्या डेऱ्यासमोर येताच पायउतार होत त्यांनी कायदे मोतद्दाराच्या हाती फेकले. डेऱ्यात जाऊ बघणाऱ्या संभाजीराजांना नमस्कार करीत एक कफनीधारी गोसावी सामोरा येत म्हणाला, "युवराजांच्या भेटीसाठी आम्ही गोसावी मल्हारबाबांच्या मठातून कोरटीहून आलोत."

"बोला. मल्हारबुवांबाबत ऐकून आहोत आम्ही. कसे आहेत ते?"

"सुखरूप आहेत. बाबांचा युवराजांना खासा सांगावा आहे."

"कसला?"

"बाबांच्या मठाचा मारूल तर्फेचा नाडोली गाव अग्रहार असता दिवाणात अनामत झाला आहे. त्यामुळे मठाची आबदा होत आहे. तेव्हा...."

"का अनामत झाला आहे अग्रहारी गाव?" संभाजीराजांनी तपशील जाणण्यासाठी सवाल केला.

"कै. स्वामींचे, 'ही रीत कारभारात नाही यास्तव गाव अनामत केला आहे.' असे आज्ञापत्र आले होते बाबांना."

"काय म्हणता तुम्ही? आबासाहेब तर धर्मस्थळांचे सारे बरे चालवून होते. गोसावी, यात काही घालमेल आहे. तुम्ही थांबा थोडे, आम्ही जातीनंच येऊ बुवांच्या दर्शनास! मठाची व्यवस्था लावून देऊ. निर्धास्त असा." संभाजीराजांनी हात उठवून मठशिष्याला निरोप दिला.

दुपारचे थाळे होताच तळ उठला. फौज पुढच्या मुक्कामाला कूच होऊ लागली. हत्यारी शिबंदी घेऊन हंबीररावांसह संभाजीराजे कोरटीच्या वाटेला लागले. पुढच्या मुक्कामावर फौजेला मिळणार असे सांगून वनराईने वेढलेले मौजे कोरटी हे गावठाण

आले. ओढ्याचा काठ धरून बसलेला मल्हारबुवांचा मठ नजरेस पडताच हात छातीशी नेत संभाजीराजांनी मांड मोडली. पायी वाट चालू लागले.

चिवाट्यांच्या बंदिस्त कुडाण्याने घेर टाकलेल्या मठाच्या कवाडात दाढी-जटाधारी शांत प्रसन्न मुद्रेचे मल्हारबुवा शिष्यगणांसह उभे होते. त्यांच्या नितळ पायांवर, आपला माथा ठेवीत संभाजीराजे म्हणाले, "बुवांचा प्रसाद असावा."

"उठा युवराऽ ज..." छत्रपतींच्या आठवणीने तो बैरागीही भरून आला होता. त्याने आपला थरथरता हात युवराजांच्या टोपावर ठेवला. बाबांच्या पाठीशी होत, संभाजीराजे मठात गेले. बैरागीबुवांच्या चरणांशी बसले.

"युवराज, छत्रपती गेले. आम्ही बैरागी. जन्मणाऱ्याला एक ना एक दिवस जाणं पडतं, हे सत्य असूनही छत्रपतींच्या जाण्यानं कष्टी होतो. तुम्ही तर त्यांचे पुत्रच आहात. तुमचं दु:ख आम्ही जाणू शकतो. पण विचार धरा – जित्या जिवांना कर्तव्याची जाण देण्यासाठीच सृष्टीनं मृत्यूची योजना अनादी कालापासून मांडली आहे. छत्रपतींच्यासारखे जीव तर ही जाण पिढ्यान्‌पिढ्यांना देण्यासाठीच जन्म घेत असतात. त्यांचा वसा सांभाळा. मुलूख राखा. माणसं जपा. छत्रपतींच्याहून मोठं कार्य उठविण्यासाठी मनबांधणी करा." जसा मठाशेजारून वाहणारा ओढाच गोसावीबाबांच्या वाणीतून खळखळत होता.

खूप दिवसांनंतर कानी पडणारे ते बैरागी बोल ऐकून संभाजीराजे मन:शांतीने भरून आले. म्हणाले, "बुवा, आम्ही आमची असेल ती कुवत पणास लावू मुलूख राखण्यासाठी, माणसं जपण्यासाठी. पण – पण आबासाहेबांनी केलं आहे, तितकं आमच्या हातून होणार नाही. आम्ही त्यांचे पुत्र आहोत. आमचा वकूब आम्हास माहीत आहे. आपले आशीर्वाद आमच्या पाठीशी असावेत."

मल्हारबुवांशी जिव्हाळ्याची चर्चा करून संभाजीराजांनी कोरटीचा मठ सोडला. त्यांचे मन समाधान पावले होते. दुडक्या चालीने दौड घेत असताना ते हंबीररावांना म्हणाले, "मामासाहेब, कऱ्हाडतर्फेच्या देशाधिकारी भानाजी गोपाळांना पत्र देण्यास सांगा चिटणिसांना –

"आम्ही गोसावीबुवांचे दर्शन घेतले. संभाषण प्रसंग झाला आहे. बुवा सदाव्रती, प्रामाणिक ईश्वरभक्त आहेत. मौजे नाडोली गाव त्यांचे मठास अग्रहार करून चालविणे. उजूर व हरकत न घेणे."

"जी." हंबीररावांनाही तो निर्णय ऐकून समाधान वाटले होते. 'चंद्रावत' फौज गाठण्यासाठी आडव्या वाटेने वाईच्या रोखाने दौडत होता!

संभाजीराजांचा मेळ पडताच फौजेचा तळ एक मुक्काम करून वाईहून हलला. महाबळेश्वरमार्गे, रडतोंडीच्या घाटाने प्रतापगडाच्या खोरीवर आला.

कुलदेवता भवानीचे स्थान असलेल्या प्रतापगडाचे शिखर दिसताच मान लवती

करून संभाजीराजांनी त्याला वंदन दिले. वरकड फौज घाटमाथ्यावरच ठेवून हंबीरराव, रूपाजी, महादजी, रायाजी-अंतोजी अशा शेलक्या मर्दान्यासह, पाचशे धारकरी घेऊन ते खोरीत उतरले. भवानीची पायधूळ घेण्यासाठी प्रतापगडाच्या वाटेला लागले.

प्रतापगडच्या पायथ्याशी असलेली, जनीच्या टेंब्यावरची अफझलची ठसठशीत कबर दिसताच संभाजीराजांच्या हातचे कायदे आखडले गेले. चुनेरंगी कबरीवर नजर खिळलेले युवराज हंबीररावांना म्हणाले, "मामासाहेब, आबासाहेबांच्या हातून मरण लाभलेला खानही भाग्यवानच! आपल्या दरबारची चाकरी करीत तो इतरत्र कुठेही कामी येता, तर त्याची एवढी भरीव नामोनिशाणी मागे ना उरती!"

"जी युवराज, आमी एवढं लगत दिमतीला हुतो थोरल्या धन्यांच्या पर – पर आमास्नीबी कदी माग घावला न्हाई त्येंचा. मान्सं काय, पावसाळी आळंब्यागत येत्यात आन् जात्यात. पर धनी त्ये धनीच!" महाराजांच्या आठवणीने हंबीररावांचा आवाज धरल्यासारखा झाला.

आगवानीसाठी आलेल्या प्रतापगडाच्या किल्लेदारासमवेत रचीव पायऱ्या चढत संभाजीराजे गडमाथ्यावर आले. केदारेश्वराचे दर्शन घेऊन बालेकिल्ल्याकडे जाताना किल्लेदाराला म्हणाले, "आईच्या पूजेची सिद्धता करा. आम्ही थोडा समय आहोत इथं. पुढं निवांतपणी येणार आहेत."

"जी" म्हणत किल्लेदार भवानीच्या पुजाऱ्याला गाठण्यासाठी निघून गेला.

दुपारचा प्रहर टळला होता. हातपाय क्षाळलेले संभाजीराजे बालेकिल्ल्यातून बाहेर आले. तटबंदीच्या लगत होत एकटेच उत्तरेच्या रायगडाच्या रोखाने बघत उभे राहिले.

"देवळाकडं चलायचं न्हवं? जुपी जाल्येय सम्दी पूजंची." हंबीररावांनी सांगितले.

"चला."

सरलष्करांसह युवराज भवानीच्या मंदिरात आले. स्वहस्ते देवीची पूजा बांधून तीर्थ-प्रसाद घेतला. गडावर एक फेर टाकून भरल्या मळवटाने ते सर्वांसह प्रतापगड उतरले. आता मनाला ओढ होती फक्त रायगडाची.

पारघाटातील फौजेला मिळून संभाजीराजे महाडावर उतरले आणि मृगाच्या पावसाने घसघसती झड धरली. वीस हजारांचा माणूसमेळ पार धारांखाली झोडपून निघू लागला. फौज खिळून पडली.

"युवराज आलेऽ!" खबर कडकडत्या विजांनी रायगडावर पावती केली!

गडागडांची चौकीबंदी करून आलेले पिलाजीमामा संभाजीराजांच्या सैन्याला मिळाले. मृगाने भांगा देताच हंबीरराव, पिलाजीमामा यांच्यासह संभाजीराजांच्या फौजेने पगड्यांवरचे पाणशिंतोडे झटकले. हत्यारबंद मावळ्यांचा पाणलोट

रायगडाकडे निघाला. पाचाडची वेस येताच रणशिंग, नगारे, चौघडे यांची झिंबड उसळली. आला तर कटवाल्यांच्या हस्तकांशी इथंच मुकाबल्याचा प्रसंग येणार होता.

कमरेची म्यानबंद तेग उपसून आघाडीला असलेल्या संभाजीराजांनी तो हात तसाच उंच उठविताच पाठच्या मावळी लोटातून, मृगाने भरले आभाळही थरकून जावे असा रणगोष उसळला – “हर हर ऽ म्हादयेवा!”

प्रचंड वृक्ष डांगलत, चीत्कारत येणाऱ्या हत्तीसमोर, कुया उठवीत कोल्ह्यांचा तांडा यावा, तसा मालसावंत हा सरदार पाचाडच्या वेशीवर आपल्या मेळासह संभाजीराजांना आडवा आला. डोळ्यांत पळस उतरलेले संभाजीराजे घोडा फेकीत खासा पुढे झाले. खुद्द मालसावंतालाच त्यांनी अंगावर घेतला.

तलवारीच्या चार चौकातच संभाजीराजांनी त्याला घोड्यावरून खालच्या चिखलात उतरविला! आडणा निखळला. बांधे फुटताच पाण्याचा मुसंडा उधळावा तशी युवराज-सरलष्करांची फौज पाचाडात घुसली.

“मामासाहेब, तुम्ही असेच गड चढून येसाजीकाकांना मिळा. पुऱ्या गडाची चौकीबंदी करा.” चढ्या घोड्यावरूनच तेगीचे टोक रायगडाकडे रोखून संभाजीराजांनी पिलाजीमामांना आज्ञा दिली. आपला जमाव घेऊन पिलाजी रायगड चढू लागले.

हंबीरराव, आनंदराव यांच्या सोबतीने संभाजीराजे थोरल्या आऊंच्या छत्रीजवळ आले. मांड मोडून त्यांनी मोजड्या उतरल्या. अंगावरची वस्त्रे भिजलेले युवराज, मृगधारांनी भिजलेल्या छत्रीसमोर आले. आपला माथा त्या छत्रीच्या पायरीवर ठेवलेल्या संभाजीराजांना तो वर उचलावासा वाटेना. ‘भुरक्या पाणसरींचेच हात करून थोरल्या आऊसाहेब ते आमच्या पाठीवरून तर फिरवीत नाहीत ना!’ या विचाराने तर युवराजांचा उमदा देह थरथरला. मोठ्या निकराने त्या चिंब पायरीवरचा माथा त्यांनी वर घेतला. तसे पायीच संभाजीराजे खासेवाड्याकडे निघाले. मासाहेब पुतळाबाईंचे दर्शन घेण्यासाठी!

वाड्याची सदर येताच तुळईला टांगल्या घाटेखाली येऊन ते सुन्न मनाने उभे राहिले. एखादा पुतळाच चालतो आहे असे वाटावे, तसे जड पावली आतल्या दरुणीदालनाकडे निघाले. दालनाचा दगडी उंबरठा ओलांडताना त्यांनी मन बांधून घेतले. आत पुतळाबाई, एका झरोक्याशी पाठमोऱ्या उभ्या होत्या. पांढऱ्या वस्त्रामुळे त्या जिजाऊंच्यासारख्या दिसत होत्या.

“मासाहेऽ ब, आम्ही आलोत...” दालन शहारले.

जशा होत्या तशाच पुतळाबाई मुखावर ओंजळ चढवीत उभ्या अंगी गदगदू लागल्या. नावाप्रमाणेच उजळ असलेला तो जीव अनिवार शोकाने घशा-काळजात

भरून आला. ‘‘आपलं उजाड कपाळ एवढ्या वर्षांनंतर भेटणाऱ्या युवराजांना कसं दाखवावं?’’ या एकाच कोंडीनं पुतळाबाई घुसमटल्या होत्या! तशाच उभ्या होत्या.

पावलागणिक टपकणाऱ्या आसवांचे भान नसलेले संभाजीराजे पुढे होत पुतळाबाईंच्या जवळ जाऊन कळवळून म्हणाले, ‘‘आम्ही – आम्ही आलोत मासाहेऽ ब.’’

पदराने डोळे निपटीत पुतळाबाई वळल्या. त्यांचा केतकरंगी फटफटीत मळवट बघताना कुणीतरी तेगीचे धारदार टोकच आपल्या छातीवरून आडवे ओढल्यासारखे संभाजीराजांना वाटले. क्षणापूर्वी बांधलेले मन त्यांच्या कब्जातून निसटले. ‘आबासाहेब आपल्याबरोबर केवढं मोलाचं काहीतरी घेऊन गेलेत!’ या विचाराने तर ते उजाडपणाच्या भावनेने शहारलेच!

मस्तक चरणांवर ठेवण्यासाठी वाकू बघणाऱ्या संभाजीराजांना थोपवून मिठीत घेत पुतळाबाई उमसल्या, ‘‘असं कसं झालं हे युवराज! स्वारी तुम्हा-आम्हाला न भेटता गेली! हयात वाया झाली! आता जीव थकला!’’ त्या ममतेच्या मिठीत संभाजीराजांना वाटले, ‘आम्ही – आम्ही तुमच्या पोटीच उपजतो तर....’

कसल्यातरी विचाराने शोकावेग आवरल्या पुतळाबाईंनी धरल्या खांद्यांनी संभाजीराजांना तसेच समोर घेतले. गर्दन खाली घातलेल्या युवराजांना त्या बांधील बोलल्या, ‘‘मान वर घ्या.’’

संभाजीराजांनी मासाहेबांच्या नजरेला नजर दिली. क्षणापूर्वी वरच्या आभाळासारखी दाटून आलेली मासाहेबांची नजर आता पार निवळली होती. त्यांच्या डोळ्यांत जसे दोन सूर्यच उतरले होते.

‘‘आम्हास ‘मासाहेब’ म्हणता. एक मागणं ऐकता आमचं?’’ त्या आवाजाला थेट महाराजांची झाक आली होती.

‘‘जी. मागणं का, आज्ञा व्हावी.’’ तसली पोच नसलेले संभाजीराजे अदबीने बोलून गेले.

‘‘तर मग ही आमची पहिली आणि शेवटची आज्ञाच माना. आईच्या माळेवर हात ठेवून सांगा ती पाळू म्हणून.’’

‘‘जी, पाळू.’’

‘‘शंभूबाऽळ, स्वारी गेली आता – आता जिणं संपवावं म्हणतो आम्ही!! आम्ही स्वारीच्या मोजड्यांची दौलत उराशी घेऊन अग्नी भक्षण करणार! सती जाणार! सिद्धता करा.’’ दालनाच्या पोकळीत नजर रोवलेल्या पुतळाबाई मूर्तीसारख्या दिसू लागल्या, प्रतापगडाच्या मंदिरातील! निश्चल, निर्धारी.

उतरत्या निशाणासारखे ढासळलेले संभाजीराजे त्यांच्या पायाभोवती मिठी घालत हताश स्फुंदताना म्हणाले, ‘‘काय बोललात हे मासाहेब! कसली आज्ञा

केलीत ही आम्हाला!'' त्यांच्या खांद्यावर हात ठेवलेल्या वरच्या मूर्तीला यातला एकही शब्द काही ऐकू जात नव्हता.

''गडाचा बंदोबस्त झाला आहे. टाकीनं निघून यावं.'' येसाजी कंक आणि पिलाजीमामा यांचा निरोप मिळताच पाचाड सोडून संभाजीराजे हंबीररावांसह रायगड चढू लागले. त्याच्या मागून पाच हजार मावळा गडचढीला लागला.

चित दरवाजासमोर येताच संभाजीराजे थबकले. 'जेव्हा इथून निघालो तेव्हा बरोबर महाराजसाहेब होते आणि आज...' थरथरल्या हाताने त्यांनी दरवाजाच्या उंबरठ्याला स्पर्श करून आत पाय ठेवला.

हंबीररावांनी इशारत केलेले भोई पावसाच्या सरी तरू लागताच रिकामी पालखी घेऊन युवराजांना गाठीत होते. हातपंजा डोलवून ती नाकारत संभाजीराजे दरडीच्या झाडाखाली आसरा घेत होते. सरी सुमार होताच पुन्हा गडचढीला लागत होते. पाठचा मावळा घोंगड्यांच्या खोळी पांघरून पावसाला दाद न देता गड चढत होता. लहाना दरवाजा मागे पडला. रायगडाचे आघाडी मनोरे दिसू लागले.

काठभरल्या गंगासागरावर नजर टाकून संभाजीराजे मनोऱ्यात आले. तिथे गडाच्या अठरा कारखान्यांतील माणसेच माणसे दाटीने उभी होती. त्यातून पांढऱ्या गलमिश्यांचे येसाजी कंक पुढे आले. ते मुजऱ्यासाठी झुकणार एवढ्यात झेपेने पुढे होत संभाजीराजे त्यांचे पाय शिवता-शिवता म्हणाले, ''येसाजीकाका, तुम्ही आशीर्वाद द्यायचा आम्हाला!'' त्यांना वर घेत कंकांनी छातीशी लावले. गहिवरला म्हातारा म्हणाला, ''किती योळ लावलीसा ह्यो! पाऽर रया ग्येली गडाची. बरं तर बरं आलासा! ज्येवडं कोलांट्या मारनारं हुतं त्येस्नी अडकवून टाकलंया. ह्यो गड अदुगर ताब्यात घ्या अन् नेटाक जुपीला लावा बगू.''

''लावा बघू नाही येसाजीकाका, लावू या म्हणा. आम्ही एकटे काय करणार?''

आबाजी सोनदेव, येसाजी कंक, हंबीरराव, पिलाजीमामा, आनंदराव, रूपाजी, मदारी, चांगोजी काटकर, जोत्याजी केसरकर अशा हिमतीच्या माणसांनी मेळ धरलेले संभाजीराजे गडदेव जगदीश्वराच्या दर्शनाला चालले.

''युवराज गडावर आले!'' ही खबर मिळालेली माणसे झुंडीने येऊन दुतर्फा उभी राहिली होती. वरून पावसाच्या सरी आणि भोवतीने माणसांचे झडते मुजरे आपलेसे करीत संभाजीराजे जगदीश्वराच्या मंदिरद्वारात आले. शिवपिंडीचे दर्शन करून होळीमाळाने ते महादरवाजात येताच पुऱ्या तीन महिन्यांनंतर आज रायगडाचा नगारखाना पहिल्याने दुडदुडला!

समोर सिंहासन होते – श्रींचे, रिकामे होते, धन्याशिवाय पोरके दिसत होते.

एक-एक पाऊल टाकत, कुणाच्यातरी मागून चालल्यासारखे संभाजीराजे

सिंहासन चौकात आले. याच दरबारी ते हात बांधून 'आरोपित' म्हणून पेश आले होते. त्याच जागी ते क्षणभर खिळल्यासारखे झाले. 'आबासाहेब, आज – आजही आम्ही बांधल्या हातांनी इथे उभे राहू! आरोपित म्हणून. तेव्हा घेतली नाही ती सजा आज घेऊ, ताठ गर्दनीनं. ''पण – पण – तुमची सफाई खडी होत नाही!'' असं या सिंहासनावरून एकवार तरी ऐकवाल आम्हास?' सैरभैर झालेल्या संभाजीराजांची नजर चौकभर भिरभिरली. झिरझिरीत आडपडदे, कनाती फक्त वाऱ्यावर सळसळत होत्या.

तसेच चालत ते सिंहासनाला मिळणाऱ्या सोनपायऱ्या चढू लागले. हंबीरराव, आनंदराव, येसाजी, मदारी सारी माणसे दम रोखून त्यांच्याकडे बघतच राहिली. आजवर दरबारी मार्गाने त्या पायऱ्या अशा कधीच कुणीही चढले नव्हते.

जिथे युवराज म्हणून संभाजीराजे बैठक घेत होते ती पायरी येताच ते थांबले. आपलेच बसते रूप त्यांना दिसून गेले.

पुढे होत ते थेट सिंहासनासमोरच उभे राहिले. दरबारी चौकातील माणसे अस्वस्थ झाली. एकमेकांकडे भांबावून टकमक बघू लागली. त्यांना वाटले युवराज असेच गैररिवाजी सिंहासनावर बसणार की काय! त्यांनी श्वास रोखले.

सोनेरी असल्यामुळेच समोरचे भुंडे सिंहासन पार उदास दिसत होते, त्याच्या बगलेचे जबडे खोललेले सिंह निष्प्राण भासत होते. वरचे छत्र डळमळते वाटत होते.

या क्षणी संभाजीराजांना खोलवर जाणवले, 'खरोखरच आता या जगात आबासाहेब नाहीत!'

संभाजीराजांनी कमरेच्या हत्याराचा रेशमबंद उकलला. म्यान कपाळावर लावून आपली तलवार त्या चरणासनावर ठेवली. गुडघे टेकून महाराजांच्या पायांवर ठेवावा, तसाच आपला माथा त्या चरणासनावर ठेवला! जीव भरून आला त्यांचा.

मिटल्या डोळ्यांनी मूकपणे ते म्हणत होते. ''महाराजसाहेब, आता तुमच्या हाताचं नाही, पण पायधुळीचं बळ आम्हाला द्या. आम्ही एकटे आहोत!''

माणसांनी भरला दरबारी चौक ते हृदय हेलावणारे दृश्य बघत होता. त्यातील कैकांनी आपल्या मनानीच समोरच्या सिंहासनावर संभाजीराजांना बसवूनही टाकले.

हेच संभाजीराजे कधी काळी दिलेरच्या गोटात गेले होते, हे कटू सत्य त्या माणसांनी मनाच्या तळात पार गाडून टाकले आणि युवराजांना पदरी घेणाऱ्या शिवछत्रपतींचेच आपण रयत – चाकर आहोत, हे सिद्ध करण्याचे ठरवून टाकले. त्यांना त्या उंचावरच्या भव्य सिंहासनावर बसणारा समर्थ राजा हवा होता. संभाजीराजांसारखा भर उमेदीचा, तगडा, लढाऊ, कदरदार आणि सर्वांत अधिक म्हणजे गेल्या छत्रपतींच्या प्रेमाखातर, शान-मान राखण्यासाठी प्रसंगी जिवाचा सुरुंग उडवायला सिद्ध असणारा. त्या सिंहासनाचा डौल राखणारा. मनातील शिवछत्रपती ज्याच्या

रूपात बघता येतील असा – त्यांच्याच रक्ताचा. संभाजीराजांनी मनाच्या उमाळीने, आपला अनेक प्रसंगांशी टकरत आलेला माथा चरणासनावर टेकला होता, तो आपल्या मन:शांतीसाठी. त्याने जमल्या माणसांची मने अन् मने मात्र कब्ज झाली. तीन महिने सुना असलेल्या त्या चौकात आज श्वास भरत होता. चौकाला जाग येत होती.

मावळलोकांना आजारी महाराजांचे मनभरे दर्शन घडले नव्हते. मंचकारोहण केलेल्या रामराजांचे मुख दिसले नव्हते, पण आज त्यांच्याच मेळातून आलेला राजपुरुष त्यांना सिंहासनाजवळ हवा तसा बघायला मिळत होता.

सोयराबाई आणि त्यांच्या हस्तकांना अवांतर सारे समजले होते, फक्त महत्त्वाचे एकच उमजले नव्हते, राजा हा प्रजेसाठी असतो. भाराभार खलबते करीत बसण्यासाठी नसतो. शेकडो भावभरे डोळे आपल्यावरच खिळले आहेत याचे काहीच भान नसलेले संभाजीराजे सिंहासन चौथऱ्यामागून महाराजांच्या खासेवाड्याकडे जाणाऱ्या मार्गाने चालत निघाले.

महाराज बसत ती खासेवाड्याची सदर आली. बैठकीवरचा छत्रपतींचा जामा, टोप, चोळणा, हत्यारे हा तबकात मांडलेला साज ते बघतच राहिले. त्यांना वाटले क्षणात त्या साजातून चालते-बोलते आबासाहेबच खडे होतील. हात खांदाभेटीसाठी पसरते करताना म्हणतील – "लेकरा, कुठं गेला होतास?"

त्या बैठकीला अदब देऊन जरा अंतर ठेवून संभाजीराजे सदरेत बसले.

दरबारी चौकातील माणसे एक-एक करीत पालखी दरवाजाने सदरेला रुजू झाली. त्यांतील चांगोजी काटकराला युवराजांनी फर्मावले, "चांगोजी, नजराण्याचं एक साजतबक सिद्ध करा."

"जी." चांगोजी निघून गेला.

"कोण-कोण असामी दस्त केलीत केलीत तुम्ही?" येसाजीकाकांकडे आणि मामासाहेबांकडे बघत युवराजांनी विचारले.

"बापूजी माळी, सूर्याजी निमकर, भांडवलकर आन् घाटगे." पिलाजीमामांनी तपशील दिला.

"घरांवर चौक्या चढवून बाळाजी चिटणीस, त्येंचा मुलगा आवजी आन् फर्जंदचा हिरोजी बी बंद केलाय." येसाजी म्हणाले.

"ठीक आहे. कंककाका, तुम्ही चलाखीची जहाली केलीत. नाहीतर...."

"लई कट्टाळलाव आमी ह्येंच्या तिरक्या चालीला. गडाचं दरवाजं बंद काय करत्यात. धन्याभोवती पारा काय चडवित्यात. एवढा मानूस हाय आमच्या दिमतीला पर सबूद इच्चारला न्हाई कुनी आमास्नी कशानं कसं करावं म्हून."

"तुम्ही अडचणीचे होता त्यांना काका. नेकीची अडगळ वाटली त्यांना."

संभाजीराजे चांगोजीची वाट बघत होते.

जामदारी दालनाकडून चांगोजी तबक घेतलेल्या खिदमतगारासह आलेला बघताच संभाजीराजे हंबीररावांना म्हणाले, ''चला. मामासाहेब, आमच्या संगती या.''

सदर सोडून ते बाहेर पडले. सातमहालाच्या रोखाने चालू लागले. मागून हंबीरराव, चांगोजी आणि तबकधारी चालले.

युवराज येताहेत हे बघून सातमहालाच्या कुणबिणींत कालवा उठला.

महाराणी सोयराबाईंच्या महालाचा दरवाजा तर करकरत बंदच झाला! त्या बंद दरवाजासमोर आलेल्या संभाजीराजांनी हंबीररावांकडे बघितले. त्या नजरेचा मतलब पकडत हंबीरराव पुढे आले.

''दरवाजा खोलाऽ!'' हंबीररावांच्या थापेबरोबर दरवाजावर आदळलेल्या त्यांच्या मनगटीच्या चंदेरी कड्याचा 'खट' असा आवाज उठला. मग थापांमागून थापा दरवाजावर पडल्या.

आत कसलीतरी कुजबुज चालली होती. दरवाजाबाहेर निसटते शब्द येत होते – ''...आमची आण आहे. जाऊ नकाऽ!''

''सोडाऽ सोडा आम्हालाऽ!''

बऱ्याच वेळाने दरवाजा खोलला गेला. समोर रामराजे उभे होते! त्यांची चर्या रडवेली, तांबूस दिसत होती. जशी आजवर घातली होती तशीच त्यांनी साद घातली, ''दादामहाऽ राज!''

झापा घेत संभाजीराजे त्यांच्याजवळ गेले. पाय शिवण्यासाठी वाकणाऱ्या रामराजांना ''बाळराजेऽ!'' म्हणत आवेगानं त्यांनी जवळ घेतले. त्यांना थोपवून ते म्हणाले, ''घाबरू नका. मान वर घ्या.''

डबडबल्या डोळ्यांनी आपल्या धिप्पाड दादामहाराजांकडे बघत दबल्या कोंडल्या रामराजांच्या तोंडून कुचमले बोल होलपटत बाहेर आले, ''तुम्ही – तुम्ही आमच्या मासाहेबांना... मारणार?''

ते ऐकून अंगभर काटा सरकलेल्या संभाजीराजांनी पराकोटीच्या दुःखावेगाने रामराजांचे मस्तक एकदम पोटाशी घट्ट धरले. नको ते ऐकल्याने त्यांचा उभा देह ताठरला होता. रामराजांच्या पाठीवर फिरणारा त्यांचा हात सांगत होता, ''कशाही असल्या तरी त्या मासाहेब आहेत आमच्या. तुम्ही आमच्याहून थोरले असता तर – तर आज त्यांच्या समाधानासाठी आम्हीच जेरबंदीने पेश झालो असतो त्यांना!''

रामराजे हसत होते. त्यांना थोपटून शांत करीत संभाजीराजे म्हणाले, ''सबूर व्हा! शांत व्हा! आपल्या दादामहाराजांचा तो नजराणा स्वीकारा.''

रामराजांनी तबकाला हात दिला. डोळे टिपणाऱ्या हंबीरमामांचे पाय शिवले.

रामराजांना बरोबर घेऊन संभाजीराजे सकवारबाईंच्या महालाच्या रोखाने चालू लागले. आपल्या महाली अंत:पुरात देव्हाऱ्यातील कुलदेवता वाघेश्वरीसमोर मस्तक टेकलेल्या सोयराबाई अंगभर गदगदत होत्या. त्यांना वाघेश्वरी कळली नव्हती आणि संभाजीराजेच काय; पण रामराजेही समजले नव्हते!

"ठणऽ ठण ठण" पहाटवाऱ्याबरोबर कानी येणारे नाद संभाजीराजे ध्यानपूर्वक ऐकू लागले. मधूनच त्या नादांत पक्ष्यांचा कालवा मिसळत होता. जगदीश्वराच्या मंदिरात काकड आरती फिरत होती. छातीशी हात नेत तिला युवराजांनी मान दिला.

हाततळव्याचे दर्शन घेऊन शालनामा हटवून त्यांनी मंचक सोडला.

खासेवाड्याच्या सुखदालनात ते रात्री बराच वेळ तळमळले होते. उत्तररात्रीला केव्हातरी त्यांचा डोळा लागला असावा. हे आठवताच त्यांनी पहाऱ्याला साद घातली, "कोण आहे?"

एक धारकरी पेश आला. हात-तोंड क्षाळण्यासाठी हमाम्याकडे जाताना त्याला आज्ञा मिळाली, "जरा चांगोजींना पेश पाठव."

थोड्या वेळात पोसाने हात-तोंड पुसणाऱ्या युवराजांसमोर चांगोजी पेश झाला. 'एवढ्या फाटचं का याद करावं?' या विचाराने तो बावचळला होता.

"चांगोजी, पाचाडच्या सदरेवर मासाहेबांच्या रिवाजाची घाट वाजते की नाही?" चांगोजीची उरलीसुरली झोप पार उडाली!

"जी." तो चाचरला.

"गोंधळलात का?"

"थोरलं धनी आज्यारी पडलं आन् तो रिवाज कवा बंद पडला ध्यानी आलं न्हाई कुनाच्या!" चांगोजीने खरे ते पेश केले.

"व्वाऽ! म्हणजे इथवर मजल गेली होती म्हणायची! काटकर, कुलाचारांचे रिवाज असे सुखासुखी बंद पडत नसतात. ती वाजती असली की, थोरल्या मासाहेबच या पंचक्रोशीत वावरताहेत असं वाटतं, आजच पाचाडात उतरा आणि तो रिवाज चालला होईल ते करा."

"जी." चांगोजी लवून जायला निघाला.

"आणि जाताना हत्यारी पहाऱ्यांचा एक मेणा घेऊन जा."

"जी." चांगोजी निघून गेला. संभाजीराजे झरोक्यातून पाचाडच्या रोखाने बघत राहिले. पावसाच्या सरी कोसळत होत्या. लांबचे काऽही दिसत नव्हते.

तबकातून वाफारणारे काहीतरी घेऊन एक कुणबीण आत आली. तबक चौरंगीवर ठेवून म्हणाली, "भाईर शिर्केमामा हाईत."

"पाठवून दे त्यांना." संभाजीराजांनी तबकातील कटोरा उचलला. ते हुलग्याचं

माडगं होतं! दारात पिलाजीमामा उभे होते. हातचा कटोरा तसाच खाली ठेवून संभाजीराजे ''या'' म्हणत पुढे झाले. मामांचे पाय शिवताना त्यांचे मन येसूबाईंच्या आठवणीने भरले होते.

''युवराज, तुमच्या कबिल्याचं कसं करायचं? पोर पाऽर हडबडल्येत तब्येतीकडनं. सव्वा वरीस जाले तुमचं दर्शान न्हाई तिला.'' पिलाजींचा आवाज घोगरला.

''मामासाहेब, आमच्या कपाळरेषेबरोबर आमचे पाय फिरताहेत. साडे-तीन वर्षांनी आज ते रायगडाला लागताहेत हे बघताच तुम्ही. शृंगारपुरी माणसं पाठवून बोलावून घ्या युवराज्ञींना. केशव पंडित, उधो योगदेव आणि कवी कुलेशांनाही येण्याचे निरोप द्या.''

''जी'' पिलाजींच्या चर्येवर फार दिवसांनी हसे तरळले.

''त्ये का ठेवलासा? घ्या की.'' तबकातील कटोऱ्याकडे हात दाखवीत पिलाजीमामा मायेने म्हणाले.

''जी... ते...'' संभाजीराजांना कसे आणि काय बोलावे सुचले नाही.

''येतो आम्ही. आजच पुराकडं मान्सं धाडतो.'' पिलाजी निघून गेले.

कटोऱ्यातून उठणाऱ्या वाफांकडे संभाजीराजे बघत राहिले. एक कोवळा चेहरा त्यांना दिसू लागला. भवानीबाईंचा. 'केवढ्या झाल्या असतील त्या? आणि युवराज्ञी? मामा म्हणाले तब्येतीचं त्यांच्या. होय येसू, खरं आहे तुम्ही म्हणता ते की, 'आम्ही आमचं बाशिंग रानवाऱ्याशी बांधलं आहे.' तुम्ही एकल्यानंच नाही. तुमच्या धाकल्या बाईंनीही! तुम्ही निदान आपल्या घरी तरी आहात, त्या...?' नगरच्या किल्ल्यात कैदेत असलेल्या दुर्गाबाईंच्या आणि मदनसिंहाच्या आठवणीने संभाजीराजांची घालमेल झाली. हात पाठशी गुंफीत ते भयाण एकटेपणाच्या जाणिवेने अस्वस्थ फेर घेऊ लागले. तबकातील माडगे तसेच निवत चालले.

स्नान घेऊन, देवमहालातील भवानीचे दर्शन करून संभाजीराजे वाड्याच्या सदरेला आले. जमले सदरकरी त्यांना अदब देत कमरेत लवले. युवराजांनी बैठक घेतली.

''मोगलाईतून औरंगाबादेकडील खबर आहे. आज्ञा होईल तर – '' राघो स्वानंद दफ्तरदार बोलले.

संभाजीराजांनी मंजुरीचा हात उठविला. खबर सदरकरी ध्यान देऊन ऐकू लागले.

''दिल्ली दरबारनं दख्खनसुभा शहाआलम यास परत बोलावून घेऊन त्यांच्या जागी खान जहान बहादूर कोकलताश याला नामजाद केले आहे. औरंगाबादेत उतरलेला खान फौजबंदी करीत आहे.''

कपाळी आठी धरलेले संभाजीराजे चिंताक्रांत झाले. महाराजांच्या निधनाचा

समय धरून हा अर्थपूर्ण बदल होत होता. शहाआलमनं सुभेदार असताना कधी औरंगाबाद सोडले नव्हते.

“दफ्तरदार, मोगलाईच्या तोंडावरच्या किल्लेदारांना या बदलाची पत्रे द्या. ठाणी कडेकोट बांधून सावधानगीनं राहण्यास लिहा.”

“जी.” राघो स्वानंद लवले.

“मामासाहेब, पन्हाळ्याला जासूद पाठवून म्हलोजींना कैदी रवाना करण्याचा निरोप धाडा.” संभाजीराजांनी हंबीररावांना सांगितले.

“जी. जामदारखाना, दफ्तरखाना, जवाहिरखाना समद्यांस्नी मोहरा हाईत. त्या तुटल्याशिवाय गड राबता होत न्हाई.” हंबीररावांनी कारभारी लोकांची कुचंबणा मांडली.

गडाची हीसुद्धा नाकेबंदी झालेली ऐकताना संभाजीराजे क्षणभर कष्टी झाले. मग निर्धारपूर्वक म्हणाले, “सरलष्कर, तुम्हीच कारखान्यांच्या प्रमुखांच्या साक्षीनं मोहरा तोडून टाका. साऱ्या बारदान्यांची तपशीलवार यादी सिद्ध करायला सांगा प्रमुखांना, आणि आबाजी, तुम्ही सुरनिसी दफ्तर हाती घ्या.”

“एक तक्रारी अर्ज आहे स्वामी.” राघो स्वानंदनी दुसरा मामला पुढे घातला.

“कुणाचा?”

“बैलहोंगल तर्फेच्या मुरगोडचे देसाई माणकू रुद्राप्पा यांचा.”

“काय म्हणतात माणकोजी? आम्ही त्यांना पन्हाळ्याहून लिहिले होते की, खंडणीचा तह महाराजसाहेबांनी केला आहे तसाच चालवू म्हणून.”

“त्याबद्दल नाही त्यांची तक्रार. माणकोजी खंडणी वसूल करून बेळगावतर्फेच्या कटोरगडाच्या इमारतींच्या देखरेखीसाठी व तनख्यासाठी देतात. सध्या आपले अधिकारी विठ्ठल हरी त्या भागातून खंडणी म्हणून मध्येच पैसा वसूल करताहेत. त्यामुळे कटोरगडच्या भरण्यात तूट पडत आहे.” राघोपंतांनी तपशील दिला.

“दफ्तरदार, त्या विठ्ठल हरीला करडी समज द्या – ‘पैशाच्या वराता करण्यास तुम्हास काही एक समंध नाही! पुन्हा मुरगोड तर्फेला उसूल घेतल्यास मुलाहिजा नाही.’ तसेच माणकोजींना लिहा – ‘कटोरगडचा भरणा पूर्वीप्रमाणे करणे. तूट – तसदी न देणे.’”

“जी.”

सदरेवरची माणसे संभाजीराजांचे सावध, तातडीचे आणि अचूक निर्णय ऐकून मनोमन समाधानी होत होती.

“पाचाडच्या मासायबांचा मेणा मनोऱ्यापाशी आलाय.” चांगोजीने पाठविलेल्या धारकऱ्याने पेश येत वर्दी दिली. संभाजीराजे बैठक सोडून उठले. माणूसमेळाने आघाडी मनोऱ्याकडे चालले.

त्यांना बघताच ठाण झाल्या मेण्यातून पुतळाबाई बाहेर आल्या. संभाजीराजांनी त्यांची पायधूळ घेतली. हंबीरराव, राघोपंत, येसाजी, आनंदराव साऱ्यांनी मुजरे भरले!

"चलावं मासाहेब." संभाजीराजांनी सातमहालाकडे जाणाऱ्या पालखी दरवाजाकडे हातरोख दिला. जिंदगीचे सारे-सारे गंगासागरात अर्पण केल्यासारख्या पुतळाबाई चालत होत्या. सकवारबाईंच्या महाली येताच त्या म्हणाल्या, "युवराज, जरा राजोपाध्यांना बोलावून घ्या. स्वारींचे धर्मशास्त्राप्रमाणे करायचे जे-जे राहून गेले आहे, ते त्यांच्या सल्ल्याने आम्ही करणार आहोत." त्यांचा आवाज आभाळातून उतरल्यासारखा वाटत होता.

संभाजीराजांनी बाळंभट राजोपाध्यांना वर्दी दिली.

"शास्त्रीबुवा," सकवारबाईंच्या महाली ते रुजू झाल्यावर पुतळाबाईंनी त्यांना प्रश्न केला. "स्वारींचे कोण-कोण विधी राहून गेले?"

"स्वामींचे अंत्यसंस्कार 'भडाग्नी'ने झाले आहेत. त्यांची शास्त्रशुद्ध मुंज झाली होती. संस्कार शास्त्रयुक्त 'मंत्राग्नी'ने व्हायला पाहिजे होते."

"तुम्ही असतानाही ते झाले नाहीत. काय समजावं आम्ही?" पुतळाबाईंच्या डोळ्यांत सात्त्विक संतापाची झाक चमकली.

चरकलेले राजोपाध्ये घाईने म्हणाले, "आम्ही असण्याचा प्रश्न नव्हता मासाहेब. स्वामींच्या संस्कारांना ज्येष्ठ म्हणून मंत्राग्नीसाठी युवराजांची आवश्यकता होती."

"मग आता काय करता येईल? शास्त्रार्थ काय सांगतो?" चुटपुट लागलेल्या संभाजीराजांनी विचारले.

"अजूनही शास्त्रसंमत विधी करता येतील स्वामींचे."

"कसे?" कुठेतरी खोलवर समाधान लाभलेल्या संभाजीराजांनी विचारले.

"स्वामींची काष्ठप्रतिमा सिद्ध करून, युवराजांच्या हस्ते तिला मंत्राग्नी देऊन पिंडदान करावं लागेल." संभाजीराजे आणि पुतळाबाई एकमेकांकडे बघतच राहिले.

"ठीक आहे शास्त्रीबुवा, तुम्ही शास्त्राप्रमाणे सिद्धता करा." पुतळाबाई निर्धाराने म्हणाल्या.

"जी." राजोपाध्ये जायला निघाले.

"आणि हे बघा, आमच्यासाठी एक मुहूर्त शोधा. आम्ही... अग्निभक्षण करणार आहोत!"

"मासाहेऽ ब..." संभाजीराजे कळवळून काही बोलणार तोच हात उठवून तो डोलवीत पुतळाबाई म्हणाल्या, "हं – युवराज, तुम्ही वचन दिलंय आम्हाला, आता पायगोव्याचं काही बोलू नका." शांतपणे पुतळाबाई अंतःपुराकडे निघूनही गेल्या.

कोंडलेल्या घशाने, त्यांची पाठमोरी मूर्ती बघणाऱ्या शंभूराजांना कळून चुकले, 'आबासाहेब, तुमच्या जबानीचंही बळ आमच्या ठायी नाही! अशाच जायला निघालेल्या थोरल्या आऊंना तुम्ही रोखून धरलंत. आम्ही!'

संभाजीराजे सुन्नपणे आपल्या महाली फेर घेत होते.

"धनीऽ" आत आलेला रायाजी बोलता-बोलता रुकला.

"काय?"

"पुरास्नं आल्याली सरकारस्वारी गड चढत्येय!"

संभाजीराजे खिळल्यासारखे झाले. आठवणींचा गंगासागर खळबळला. येसूबाईंची रूपेच रूपे क्षणभरात डोळ्यांपुढून सरकून गेली.

"चल." त्याच पावली संभाजीराजे आघाडी मनोऱ्याकडे निघाले. मनोऱ्याच्या दुसऱ्या मजल्यावरून नाणेदरवाजातून येणाऱ्या वाटेला त्यांचे डोळे खिळून पडले.

केशव पंडित, उधो योगदेव, चांगोजी, कवी कुलेश, पिलाजी यांनी धरल्या मेळातून एक पडदाबंद मेणा मनोऱ्याच्या पायथ्याशी ठाण झाला. त्यातून दीड वर्षाच्या भवानीबाईंना छातीशी बिलगतं घेतलेली धाराऊ प्रथम उतरली. भवानीबाई उंचनिंच मनोऱ्याकडे टुकुटुकु बघत होत्या.

मनोऱ्याच्या दगडबंद उंबरठ्याला हात लावून तो मळवटाशी नेत येसूबाई बालेकिल्ल्यात आल्या. संभाजीराजांनी मनोरा सोडला.

येसूबाई सातमहालाकडे गेल्या. मासाहेब पुतळाबाई, सकवारबाई आणि होय – सोयराबाईंचीही पायधूळ मळवटी घेण्यासाठी!

भवानीबाईंना घेतलेली धाराऊ संभाजीराजांच्या महाली आली. तिच्या काखेतून भवानीबाईंना आपल्या भुजेवर घेत संभाजीराजांनी म्हातारीच्या पावलाला हात लावताच ती फुटली. ओढीनं राजांना जवळ घेत, त्यांच्या चर्येवरून आपली थरथरती बोटे फिरवून ती कानशिलाशी मोडत म्हणाली, "किती सोकलास रं ऽ माझ्या ल्येका! कशानं क्काय क्काय घडलं म्हनावं ह्यो!"

भवानीबाईंच्या गालावर ओठ टेकणाऱ्या संभाजीराजांना बघून तर तिचे डोळे पाघळू लागले.

"दादामहाराज!" दरवाजाच्या रोखाने प्रेमभरी साद आली. रामराजांच्या खांद्यावर हात ठेवलेल्या येसूबाई येत होत्या. उगवतीचा सूर्य संगती घेऊन येणाऱ्या वासंतिक पहाटेसारख्या! शांत, नि:शब्द, धीरगंभीर. त्यांच्या चालीत थेट जिजाऊंचे वळण आले होते, डोळ्यांत पुतळाबाईंचा निर्धार. आपल्या स्वारींच्या जवळ येताच पदर ओंजळीत भरून त्यांनी वाकून त्रिवार नमस्कार केला.

"येसूऽ..." हा एकच, अनंत भावनांच्या भाराखाली वाकलेला, घोगरट शब्द संभाजीराजांच्या तोंडून कसातरी बाहेर पडू शकला.

तो ऐकताच हातचा पदर ओठाशी नेत, तोंड डाव्या दंडाला भिडवलेल्या येसूबाई निशाणकाठीसारख्या उभ्याउभ्याच देहभर थरथरू लागल्या. केवढे, केवढे बोलायचे असून एक – एकही शब्द दोघांच्याही तोंडून बाहेर फुटत नव्हता. संभाजीराजांचा हात भवानीबाईंच्या पाठीवरून नुसताच फिरत राहिला – मन कुठंतरीच!

धरल्या आभाळाआडून आषाढी एकादशीचा दिवस कुचमत वर चढला. पंचक्रोशीतील माणसं जथ्यांनी रायगड चढू लागली. एवढे माणूस गड चढत होते, पण कुणीच कुणाशी काही शब्दाने बोलत नव्हते.

भल्या पहाटेच स्नान घेऊन जगदीश्वराचे, देवमहालीच्या भवानीचे दर्शन करून आलेल्या पुतळाबाई सातमहालाच्या सदरी ओट्यावर मांडलेल्या बैठकीवर बसल्या होत्या. त्यांच्या अंगी हिरव्याकंच शालूचा सौभाग्यनेसू, गळ्यात काळ्या मण्यांचा पोत आणि कपाळी मेणमळल्या दाट कुंकवाच्या मळवटाची आडवी बोटे स्पष्ट दिसत होती. त्यांच्या पाठीशी येसूबाई, सकवारबाई, धाराऊ असा जनाना उभा होता. समोर खालच्या मानेने संभाजीराजे, रामराजे, पिलाजीमामा, हंबीरराव, येसाजी, आनंदराव, केशव पंडित अशी मंडळी खडी होती. शेजारच्या घंगाळात सोडलेल्या तांब्याच्या घटिकापात्रावर मधूनच नजर टाकीत बाळंभट राजोपाध्ये मंत्रघोष करीत होते. नाशिक-त्र्यंबकहून आलेल्या ब्रह्मवृंदांच्या घोषात तो मिसळला होता. हारीने मांडलेल्या सुपे, दुरड्या, तबके यांतील एक-एक वाण उचलून येसूबाई पुतळाबाईंच्या हाती देत होत्या. भरल्या चुड्याने पुतळाबाई 'सतीची वाणं' वाटत होत्या. वाण घेणारी सुवासिन आपल्या भरल्या मळवटाचा माथा मासाहेब पुतळाबाईंच्या विमल चरणांवर ठेवीत होती. तिला राजमुखातून आशीर्वाद मिळत होता – "औक्षवंत व्हा! सौभाग्यवंत व्हा!" सुवासिनींनी माथे टेकल्याने पुतळाबाईंचे पाय कुंकुमय झाले होते. नजर ठरणार नाही, असे अपार-अपार तेज त्यांच्या चर्येवरून फाकले होते.

राजोपाध्यांनी एक सुवर्णतबक त्यांच्यासमोर ठेवले. त्यात छत्रपती महाराजांच्या पायांची सेवा करून अंगभर पावन झालेल्या, जरीनकस असलेल्या, भगव्या मोजड्या होत्या. पुतळाबाईंनी समोर स्वारीच उभी असावी, तसे त्या मोजड्यांवर गंध, हळदकुंकू, अक्षता वाहिल्या. राजोपाध्यांनी दिलेली दूधरंगी फुलांची ओंजळ अर्पण केली, हातच्या तबकातील तेवत्या पंचनिरांजनांनी आणि डोळ्यांत तेवत्या दोन भावनिरांजनांनी समोरच्या अमोल दौलतीला ओवाळताना त्यांना वाटले, या मोजड्यांवर क्षणात खुद्द स्वारीच उभी राहील! हसतमुखाने म्हणेल, "पुतळा, किती वखत करता? इथं चंद्र-सूर्यांची, तारका-नक्षत्रांची एवढी निरांजनं तेवून आहेत – पण – पण तुमच्याखेरीज ती पूर्ण नाहीत. लवकर या!"

"मासाहेब, हात जोडावेत. जलसिंचन होत आहे." बाळंभट राजोपाध्ये मंत्र थांबवून घोगरट म्हणाले.

पुतळाबाईंनी हात जोडून डोळे मिटले. मंत्रघोषात पवित्र नद्यांचे शीतल जलसिंचन त्यांच्या मस्तकावर होऊ लागले. घटिकापात्र अर्धे-अधिक डुबलेले बघून राजोपाध्ये म्हणाले, "चलावं..." चौघा मावळ्यांनी घटिकापात्राचे घंगाळ उचलले.

पुतळाबाई उठल्या. त्यांच्या पायांना मिठी भरत येसूबाई मुसमुसत म्हणाल्या – "मासाहेऽ ब...."

त्यांच्या डुईच्या पदरावर हातपंजा ठेवीत निर्विकार पुतळाबाईंनी आशीर्वाद दिला, "सौभाग्यवंत व्हा! आमच्या युवराजांना – बाळराजांना सांभाळा. स्वारींचा गडमाणूस सांभाळा."

सातमहालाच्या सरत्या जोत्यावर असलेला दगडी खांब आला – 'सतीचा खांब!' रजपुती रिवाजाप्रमाणे सातमहालाबरोबरच कारागिरांनी तो उठविला होता. आज पहिल्याने त्याची पूजा होणार होती. पुतळाबाईंनी खांबाला गंध-फुले वाहिली. या खांबाचा परंपरेने चालत आलेला एक रिवाज होता. सती जाणाऱ्या राजस्त्रीने निर्धारपूर्वक आपल्या मळवटीचे कुंकुमलेणे एकदा का त्याला स्वहस्ते मढविले की, तिची वाट फक्त चितेची. मग मागे फिरणे नाही.

तो उभा खांब पुतळाबाईंनी एकदा डोळाभर बघून घेतला. आपल्या माथ्याचा मळवट त्याच्या माथ्यावर देण्यासाठी उठलेला त्यांचा चुडेसंपन्न हात क्षणभर रुकला. संभाजीराजांच्यात गुंतवा झालेले त्यांचे मन आक्रोशून उठू बघत होते. मोठ्या निकराने त्याला थोपवून पुन्हा स्थिरचित्त झालेल्या पुतळाबाईंनी मेणात मन मिसळलेला आपला पावन मळवट वर्षन्‌वर्षं वाट बघणाऱ्या त्या मानकरी खांबाला दिला!

जलाभिषेकाने ओलेत्या झालेल्या पुतळाबाईंनी आपल्या कर्पूरगौर हातांची ओंजळ सिद्ध केली. राजोपाध्यांनी त्या ओंजळीत त्यांच्या स्वामींच्या भगव्या मोजड्या ठेवल्या.

चालल्या! पावलागणिक नात्यागोत्यांचे मागील पाश रायगडाला बहाल करून मासाहेब पुतळाबाई चालल्या. मोजड्या हाती घेऊन. अग्निमूर्ती आपल्या पतीची वाट आपलीशी करण्यासाठी चालली! तेजाची अमर सोबत करण्यासाठी जातिवंत तेज चालले! गलबलून गेलेल्या संभाजीराजांच्या हातून रामराजांचा हात केव्हा गळून पडला, ते त्यांचे त्यांनाच कळले नाही. चालणे अशक्य झालेली त्यांची सुंद पावले परतून खासेवाड्याकडे वळली. चक्क माघारी!

"आऊसाहेब, मासाब..." म्हणत माणसेच माणसे पुतळाबाईंच्या पायांवर धडाधड लोटांगणे घेऊ लागली. कशाचेही भान नसलेल्या पुतळाबाई, आभाळ

तुडवीत जाणाऱ्या विजेसारख्या काळ्या हौदावर आल्या. उभा हौदचौक माणसांनी फुलून गेला होता. काखोट्यात मुंडासी, पगड्या घेतलेली माणसे सतीला मान देण्यासाठी दाटली होती.

हौदाच्या मध्यभागी रचलेल्या उंच चंदनी चितेजवळ पुतळाबाई थांबल्या. चढण्यासाठी त्या चितेला चहूबाजूंनी शिड्या भिडविल्या होत्या. घटिकापात्र काठापर्यंत डुबलेले पाहून राजोपाध्यांनी ब्रह्मवृंदांना मंत्रघोष सुमार करण्याची इशारत दिली. सतीजवळ येत ते हात जोडून म्हणाले, ''मासाहेब, मुहूर्तघटिका भरत आली. चूड कुणा हस्ते घेणार?''

''युवराजांच्या.'' चितेवरची नजर न ढळविता निर्धारी बोल आले.

मान डोलवीत राजोपाध्ये दाटल्या कंठाने म्हणाले, ''क्षमा असावी. युवराज आले नाहीत इथं!''

''मतलब? त्यांना वर्दी द्या. सांगा – तुम्ही युवराज असलात तरी आम्ही राणीसाहेब आहोत! आमची आज्ञा आहे. येऊन चूड द्या आम्हास!'' त्यांच्या डोळ्यांत जगदंबेचे पाजळलेले पोत जणू उतरले होते.

''जी.'' राजोपाध्यांनी आज्ञा पावती करायला माणूस पिटाळला. त्याने पेश येऊन संभाजीराजांना ती आज्ञा शब्दाबरहुकूम सांगितली.

डोळे निपटून, बांधील मनाने आज्ञाधारक संभाजीराजे काळ्या हौदावर रुजू झाले. पुतळाबाईंच्या पायांवर आपले मस्तक ठेवीत म्हणाले, ''आम्ही आलोत मासाहेब!''

''औक्षवंत व्हा! विजयवंत व्हा!'' पुतळाबाईंनी शेवटचा आशीर्वाद दिला.

''आम्हास चूड द्या.''

''जी.''

''येतो आम्ही! बाळराजांना-सूनबाईंना सांभाळा! कधी प्रसंग आलाच तर आमचे हे रूप ध्यानी ठेवा! पुत्र आहात तुम्ही आमचे. जगदंब!'' ओलेत्या, भरल्या मळवटाच्या पुतळाबाई शांतपणे शिडीच्या पायऱ्या चढून चितेवर गेल्या. पूर्वाभिमुख होत त्यांनी सतीबैठक घेतली. महाराजांच्या मोजड्या क्षणभर मस्तकी भिडवून त्यांनी समोर ठेवल्या. कुलदेवीचं स्मरण करीत डोळे मिटले. पुन्हा कधीच न उघडण्याच्या निर्धारानं!

चहूबाजूंनी चढत्या माणसांनी सतीचा देह चंदनकाष्ठांनी गळ्यापर्यंत रचला. मणामणाचे पाषाण छातीवर तोलीत संभाजीराजे शिडीची एक-एक पायरी चढून गेले.

रचल्या काष्ठांतून स्थिर ओंजळ फक्त दिसत होती.

उमाळा फुटू नये म्हणून ओठ दातांखाली दाबत मागून आलेल्या राजोपाध्यांनी उचलून धरलेल्या तबकातील कर्पूरवड्यांची मूठ संभाजीराजांनी भरली. पाझरत्या

डोळ्यांनी ती मूठ सतीच्या ओंजळीत सोडली. तिला तेवते निराजंन भिडविले. मुठीमागून मुठी त्या ओंजळीत पडू लागल्या. सतीला रक्ताच्या हातून चूड मिळाला!! पेटत्या चंदनकाष्ठांतून अग्निपक्षी आभाळाकडे झेपावू लागले.

शेवटची भरली मूठ तशीच घेऊन सुन्न संभाजीराजे शिडी उतरले. कुणाकडेही न बघता थेट बालेकिल्ल्याकडे खालमानेने चालू लागले. सतीला मानाची सलामी देणाऱ्या तोफांच्या बारांनी रायगडाला कानठळ्या बसू लागल्या. महाराज गेले त्या दिवशीच रायगडाने डोळे मिटून घेतले होते – आज त्याचे कानही जायबंदी होत होते.

सातमहालाच्या जोत्याशी आलेल्या शंभूराजांनी अपार वेदनेने सुन्न झालेला आपला माथा सतीच्या खांबाला असहायपणे टेकविला. त्यावरच्या ओल्या कुंकवाचा शिवगंधाला स्पर्श होताच मात्र; त्यांच्या अंगावर सर्रकन काटाच फिरला. भरल्या मुठीतल्या कर्पूरवड्या खाली विखरून पडल्या. आत्तापर्यंत निकराने दाबून ठेवलेला उमाळा उसळून आला. मुक्यापणीच, चूड लागलेले मन आक्रंदले – 'मासाहेऽब, मासाहेऽब!' ते त्या खांबाला माथा टेकवून तसेच कितीतरी वेळ सुन्न उभे राहिले.

"स्वारीनंच असं काळीज टाकलं, तर इतरांनी काय करावं?" त्यांच्या पाठीशी येसूबाई केव्हा येऊन उभ्या राहिल्या होत्या, तेही त्यांना कळले नव्हते.

खांबावरचा माथा उठवून पायतळीच्या कापूरवड्या बघताना संभाजीराजांच्या तोंडून बोल आले, "नाहीऽ येसू, तुम्ही आमच्या पत्नी असलात तरी आमचा सल तुम्हाला उमगायचा नाही. ज्या हातानं रायगड सोडताना आजवर आम्ही दह्याच्या कवड्या घेत आलो होतो, त्याच हातावर कापराच्या वड्या सोडून आलो आज आम्ही!! मोठे अभागी आहेत आमचे हे हात! आम्हाला एकले सोडा." आपला गुन्हेगार वाटणारा तळवा निरखीत ते आपल्या महालाकडे चालू लागले.

जाता-जाता त्यांची नजर सोयराबाईंच्या महालावर पडली. त्याचे झरोके, दरवाजे बंद बघून एक खोलवर कळ त्यांच्या काळजात फिरली. 'आबासाहेबांच्या पायांपासून दूर राहिलेल्या मासाहेब त्यांच्या मोजड्या घेऊन चितेवर चढतात आणि त्यांच्या शेजारी बसून महाराणीपदाचा अभिषेक घेणाऱ्या या मात्र महाली बसतात! सतीला अखेरचा मान द्यायलाही त्या काळ्या हौदावर येत नाहीत! काय आहे हा जगदंबेचा खेळ?' त्यांच्या या सवालाचे उत्तर जगदंबेकडेही नव्हते.

उपोषणाचे व्रत मोडून आषाढी एकादशीचा दिवस पुतळाबाईंचा घास घेऊन मावळत होता.

अजाण रामराजांना कुणीही हाताशी धरून काही उलघाल करू नये म्हणून संभाजीराजांनी थोरल्या महालावर चौकीपहारे बसविले. नेमक्या याच बाबीने सोयराबाई खोलवर दुखावल्या गेल्या. कुणी भेटीस आले की म्हणू लागल्या, "आम्ही महाराणी नाही. कैदी आहोत."

याची कुणकुण कानी आलेल्या संभाजीराजांनी येसाजी दाभाड्यांना बोलावून घेतले. येसाजी रामराजांच्या खासगी तैनातीचे महाराणींचे विश्वासू सरदार होते. त्यांना समजावून देण्यासाठी युवराज म्हणाले, "येसाजी, थोरल्या महाली चौकी पहारा बसविला आहे, तो सुखासुखी नाही. तो निर्णय घेताना आम्हाला काय वाटलं ते आमचं आम्ही जाणतो. बाळराजे पोर उमरीचे आहेत. तुम्हास पूर्वीलप्रमाणे त्यांच्या तैनातीतच आम्ही ठेवत आहोत. त्यांच्या भल्यावर नजर ठेवून असा."

"जी. आम्ही त्यांना कुणा बुऱ्यांच्या हाती लागू देणार नाही." येसाजी निघून गेले.

थोड्याच वेळात हंबीरराव, कुवी कुलेश, केशव पंडित, उधो योगदेव आणि खंडोजी बल्लाळ महाली पेश झाले. मुजरा देणाऱ्या खंडोजींना बघताच शंभूराजांच्या कपाळी आठी धरली. तिचा मतलब ध्यानी आलेले खंडोजी मान लवती करून तातडीने म्हणाले, "स्वामींचा गैरसमज नसावा. आम्ही आमच्या चिटणीस बंधूंच्या वा वडिलांच्या रदबदलीसाठी नाही आलो! प्रसंग बाका आहे. चाकर सेवेस चरणी तत्पर आहे, हे सांगण्यासाठी आलोत आम्ही." बाळाजी खंडोजींचे वडील होते.

ते निर्धारी बोल ऐकून संभाजीराजांचे डोळे उजळले. खंडोजींसमोर येऊन आपला हात त्यांच्या खांद्यावर चढवीत ते म्हणाले, "हीच उमेद होती आमची तुमच्याकडून खंडोजी! तुम्ही आम्ही साऱ्यांनीच खूप शिकण्यासारखं आहे, या मामासाहेबांच्याकडून. नातीगोती दौलतीच्या सेवेआड येता कामा नयेत." संभाजीराजांनी हंबीररावांचा गौरवपूर्ण उल्लेख केला.

ते बोलणे तसेच उचलत हंबीररावांनी आपल्या आणि गडावरच्या लोकांच्या मनसुब्याकडे फिरविले, "निस्ती नातीगोतीच का, काय बी सामने आलं तरी थोरल्या धन्यांच्या ह्या दौलतीची आबदा हुता कामा न्हाई. तुमीच आता निवाडा कराय पायजे काय त्यो."

"कसला म्हणता सरलष्कर?" शंभूराजांना त्यांचा अंदाज लागला नाही.

"धन्याविना मुलूक असा किती दिस ऱ्हायाचा? कारबारी शिक्का हाती घ्याया पायजे तुमास्नी." हंबीररावांनी असंख्यांची इच्छा आणि कारभाराची अडचण पेश घातली.

"सेनापती ठीक सलाह देते है। जबतक युवराज मंचकारोहण नहीं करते

कारोबार कैसे चलेगा?'' कवी कुलेशांनी तिला जोड दिली.

अर्थातच हा प्रश्न सर्वांत महत्त्वाचा होता. अजाण रामराजांच्या हाती कारभाराची सूत्रे देणे शक्य नव्हते. त्यांना हाताशी धरून सोयराबाई काय करतील याचा नेम नव्हता. तसेच महाराजांच्या आसनासमोर नतमस्तक होणे सोपे होते, पण त्यावर आरूढ होणे सोपे नाही, हे संभाजीराजे जाणून होते. गंभीर होत ते म्हणाले, ''आम्हाला विचार करू द्या यावर. उधो योगदेव, सध्या प्रधानकीचे दफ्तर खोळंबून आहे. तुम्ही ते हाती घेऊन राबते करा.''

''जी.'' उधो योगदेव हात जोडत लवले.

''मामासाहेब, आता पन्हाळ्याहून कैद असामी येतील. त्यांच्या निवाड्याची मसलत काय?'' संभाजीराजे आपल्या मनच्या विषयावर आले.

''तपास घेऊन युवराजांनी आपल्या मर्जीनुसार निवाडा करावा त्येंचा.''

''आम्ही तपास घेतला आहे. या घालमेलीत प्रल्हाद निराजी आणि राहुजी हकनाक गोवले गेलेत. याची खातरजमा झाली आहे आमची. त्या उभयतांना मुक्त करावे म्हणतो आम्ही.''

''जशी मर्जी.'' हंबीररावांना कुठेतरी हायसे वाटले.

''चला कविजी, जगदीश्वराचे दर्शन घेऊन येऊ.''

कवी कुलेश आणि केशव पंडित यांना बरोबर घेऊन राजे बालेकिल्ल्याबाहेर पडले. साऱ्या गडभर श्रावणी उन्हाची उबदार, पिवळी किरणे उतरली होती. त्यात पावसाने निथळली हिरवाई चमकत होती.

''पुराचे शिवयोगी आणि त्यांचा मठ कसा आहे?'' संभाजीराजांनी विचारले.

''जी; ठीक आहे सगळं. गणेशभट जांभेकर मठाचे बरे चालवून आहेत.'' केशव पंडितांनी शृंगारपूरच्या शिवयोग्यांचे कुशल दिले.

जगदीश्वराचे मंदिर आले. मोजड्या उतरून कविजी आणि पंडितांना पाठीशी घेत संभाजीराजे मंदिरचौकात आले. मान वर करून त्यांनी घंटानाद दिला आणि पुढे जाण्यासाठी पाऊल उचलले. ते फरसबंदीच्या दगडी कासवावर पडणार होते, ते सावरून बाजूला ठेवीत त्याच्याकडे एकजोड बघताना राजे एकदम विचारगत झाले.

''पंडित, या दगडी कासवाची मंदिरात काय हेतूने स्थापना केली जाते?''

''ते कूर्मावताराचं प्रतीक असावं स्वामी.'' केशव पंडितांनी जाब दिला.

अगदी हेच उत्तर, आबासाहेबांना एकदा मोरोपंतांनी दिलं होतं. त्या वेळी स्वत:ला वाटणारा या कासवाचा वेगळाच मतलब आबासाहेबांनी सांगितला होता.

''पंडित, कविजी, आम्ही या हमचौकातील दगडी कासवासारखे आहोत! आमचे आबासाहेब त्या समोरच्या गाभाऱ्यातील देवमूर्तीसारखे आहेत! हे कासव

कधीच गाभाऱ्यात जाऊ शकत नाही. मंदिरात दर्शनासाठी येणाऱ्या भक्तांचे नमस्कार रुजू होतात ते गाभाऱ्यातील मूर्तीच्या चरणांशी – तेच योग्य. आणि – आणि जाणते-अजाणतेपणी का असेना पाय पडतात, ते या कासवाच्या पाठीवर!''

ते ऐकून केशव पंडित आणि कविजी पुरते अस्वस्थ झाले. अर्थ न लावता येणारी गहरी वेदनाच वेदना राजांच्या डोळ्यांत दाटून आलेली त्यांना स्पष्ट दिसू लागली.

त्या कासवाला डोळ्यांत भरून घेत राजे कातर म्हणाले, ''आम्हाला खंत पाठीवर पडणाऱ्या पायांची कधीच वाटली नाही! नमस्कार घेण्याचा तर आमचा वकूब नाही! खंत एकाच बाबीची वाटते, या कासवाची नजर गाभाऱ्यातील त्या मूर्तीच्या चरणाशी अहोरात्र खिळून पडलेली असते, हे जाणणारा या उभ्या दौलतीत एकही जाणकार नसावा! आम्ही आबासाहेबांना काय मानतो, हे पारखण्याची एकाचीही कुवत नसावी!'' एक लोंबता, दीर्घ निःश्वास हमचौकात विरला.

''चला.'' म्हणत संभाजीराजे गाभाऱ्यापाशी गेले. पिंडीवर बेलफुले वाहून तीर्थ घेऊन मंदिराबाहेर पडले. युवराज खासेवाड्यात येताच सदरेवरच्या गिरजोजी आणि अर्जोजी या यादव बंधूंनी त्यांना मुजरा दिला.

''केव्हा आलात गिरजोजी?''

''हा असाच गड चढतोय आमी. नगरची खबर उचलली त्ये निगालोच.''

''कोण खबर आहे? बोला.''

गिरजोजी जरा घुटमळला. मग तुटक-तुटक टप्प्याने त्याने खबर पेश घातली – ''नगरच्या कोठीत... धाकल्या युवराज्ञीस्नी....''

अंगभर शहारलेले संभाजीराजे ताडकन उठत म्हणाले, ''काय झालं त्यांचं?''

''जी. तसा फटका-दगा न्हाई. मुलगा जालाय!''

कविजी आणि पंडित यांच्याकडे संभाजीराजे बघतच राहिले. त्यांची नजरच जणू विचारीत होती – ''सांगा. आम्ही त्या दगडी कासवासारखेच नाही काय? किती पाय पडावेत या पाठीवर? आम्ही इकडे मंचकारोहणाची चर्चा करतो आहोत आणि आमचा अंकुर – आबासाहेबांचा नातू – तिकडे मोगली कैदेत नगरच्या कोठीत जन्म घेतो आहे.''

शास्त्री-पंडितांनी मुक्रर केलेला, ललितापंचमीचा मंचकारोहण दिवस उजाडला. विचारपूर्वक शंभूराजांनी मंचकारोहण करण्याचा निर्णय घेतला होता. सविध मंगलस्नान घेतलेले संभाजीराजे अब्दागिरे, गुर्झबारदार, शास्त्रीपंडित यांच्या मेळाव्यातून खाशा मार्गाने सिंहासनचौथऱ्यावर येताच मानकऱ्यांनी दाटला दरबार, वाऱ्यावर लवत्या

कुरणासारखा मुजऱ्यासाठी झुकला.

आज प्रधानमंडळाच्या मानकरी सोनस्तंभाजवळ कुणीही उभे नव्हते, कारण हा राज्याभिषेक नव्हता. मंचकारूढ होऊन राज्यसूत्रे आपल्या हाती स्वीकारल्याचा तो केवळ रिवाजी विधी होता. मुहूर्तवेळी मंत्रघोषांच्या गजरात, सिंहासनाला नम्रभावे वंदन करून, त्याला चुकूनही पदस्पर्श होणार नाही याची दक्षता घेत संभाजीराजे राजआसंदीवर आरूढ झाले.

क्षणमात्र त्यांचे त्यांनाच कळेना की, आपल्या छातवानांकडे ठोके चढीला का पडावेत? उरात न कळणारी, पूर्वी कधी न अनुभवलेली प्रचंड खळबळ का माजावी? कानशिले सणसणून का यावीत? पाठीच्या कण्यातून भवानीचा पाजळला पोत सरासर फिरतो आहे, असे का वाटावे? गर्दन नागफण्यासारखी ताठ का व्हावी?

नेहमी आगेमागे वावरणारी, समोरच्या दरबारी चौकातील तीच हंबीरराव, आनंदराव, येसाजीकाका, केशव पंडित, कविजी, राघोपंत, खंडोजी ही माणसे त्यांना त्या राजसिंहासनावर बसताच एकदम आगळी-वेगळी वाटू लागली. आपल्या शरीराचे हात, पाय न्याहाळावेत तसेच ते दरबारातील मानकरी न्याहाळू लागले. वडीलधारे असले तरी हंबीरराव, येसाजी कंक ही माणसे त्यांना आता भवानीबाईसारखी अपत्यवत वाटू लागली! या आसनावरून म्हणूनच त्यांना कळून आले की, हंबीरराव बोलताना वारंवार ओठांवरच्या मिश्याखाली पालथी मूठ देतात! येसाजी कंकांचे पांढरेशुभ्र कानकल्ले, मनचे बोलण्यापूर्वी थरथरतात! कवी कुलेश बोलताना मध्येच आपल्या हातांची सडक बोटे न्याहाळतात! खंडोजींची बाराबंदी छातीवर तुटेल एवढ्या तणावात असते! केशव पंडितांच्या कपाळीचा ठसठशीत गंधटिळा आठ्यांच्या घड्यांवर दुमडत जातो! रायाजी-अंतोजी बोलताना कधी गर्दनच वर घेत नाहीत!

सिंहासनाच्या सायवळ हाताला असलेला समतोल सोनतराजू दृष्टीस पडताच शंभूराजांना आपलेच समोरच्या दरबारात पेश झालेले आरोपित रूप क्षणभर दिसले! आज या क्षणी त्यांना पुरते कळून चुकले की, 'केवळ आबासाहेब या आसनावर होते म्हणून आम्ही सलामत सुटलो त्या वेळी!'

सगळे विचार त्या तराजूच्या पारड्यांत समतोल सोडून संभाजीराजांनी आपल्या दक्षिण हाताचा पंजा शांतपणे उठविला. समोर आलेल्या शिक्के करंडाच्या आणि कट्यारीच्या तबकाला 'राजा' म्हणून स्वीकृतीचा हातस्पर्श दिला. राजदंडाचा मंत्र होईपर्यंत सोनेरी मत्स्यमोर्चेल हाती धरला.

दरबारी मानकऱ्यांच्या मरातबी वस्त्रतबकांना ते हातस्पर्श देऊ लागले.

रायगडच्या सलामी तोफांची कडकडती बत्ती. भोवतीच्या टोपीकर, सिद्दी,

फिरंगी आणि मोगल, इदल, कुत्ब या शाह्यांना जणू गर्जून सांगू लागली, "मराठी दौलतीचा 'शिव' गेला, तरी त्या आसनावर आता 'रुद्र' आला आहे!"

"सरलष्कर, दख्खनसुभा कोकलखानानं आपले दात दावायला सुरुवात केली. अहिवंतगडावर अचानक हमला घातला त्यानं. आजच गडाच्या शामजी केशव दफ्तरदारांचा माणूस खानदेशातून आला." शिलेखाना, अंबारखाना, दारू कोठारे यांवर नजर टाकून परतणारे राजे हंबीररावांना म्हणाले.

"गडाचं काही..." सेनापती चिंताक्रांत झाले.

"नाही. काही नाही झालं. गड पायरोव्यानं आहे. आपल्या किल्लेदारांनी निकरानं खान परतविला. शामजींना पत्र देऊन किल्लेदारांना मानवस्त्रं पाठवायला पाहिजेत मामासाहेब."

"जी. दर्याकडची खंदेरीबेटावरनं एक वंगाळ खबर आल्येय धनी."

"सिद्याच्या मग्रूरीचीच असणार."

"जी. आपला लई मोलाचा सारंग गेला. मायनाक भंडाऱ्याचा ल्योक. तीनशे असामी घेऊन ग्येल्या पंधरवड्यापूर्वी शिद्याच्या उंदेरी बेटावरल्या जलकोटावर रातीचा त्येनं छापा घातला. काळोख गुडूप, जागा नवखी या गुणं छापा फसला त्येचा. च्यार विसा माणूस आन् मायनाकाचा ल्योक ह्येंची शिरं काटून माजोर शिद्दी मुंबयला घेऊन गेला." ती धडावेगळी शिरेच समोर उभी राहिल्याने हंबीररावांची घाटी दाटली.

ती वार्ता ऐकून शंभूराजे सुन्न झाले. हाती आल्या तपशिलावरून त्यांना खंदेरी बेटावरच्या जलकोटाचे महत्त्व कळून चुकले होते. खंदेरी आणि उंदेरी ही मुंबईच्या घेरातील जवळ-जवळ असलेली मोक्याची बेटे होती. मोठ्या परिश्रमाने खंदेरी बेट कब्ज करून महाराजांनी त्यावर जलकोटाचे बांधकाम सुरू केले होते. जे महत्त्व दक्षिण कोकणात मालवणच्या सिंधुदुर्गाला होते, तेच खंदेरीला उत्तर किनारपट्टीत होते. या जलकोटामुळे मुंबई या मोक्याच्या दर्याठाणकावर जरब ठेवता येणार होती. हे खंदेरी तीन दर्यासत्तांच्या डोळ्यांत खुपत होते. जंजिऱ्याचा सिद्दी कासम, सुरतेचा मोगल सुभेदार आणि मुंबईचे टोपीकर. उंदेरी घशात घालण्याचा या तीनही सत्तांनी प्रयत्न केला होता. त्यात सिद्दी कासम कामयाब झाला होता. त्याने सुरतेच्या मोगली सुभेदाराशी संधान साधून, "मी इथं आहे म्हणजे तुम्हीच आहात." या ढंगाने पावले टाकली होती. त्या सुभेदारांच्या मदतीनेच सिद्दी मुंबईच्या टोपीकरांनाही हवा तसा वाकवीत होता. दर्यावर चाचेगिरी करून, मराठी किनारपट्टीचा मुलूख जाळून-लुटून पाहिजे तेव्हा मुंबईचा आसरा घेत होता. टोपीकरांनाही पाव्हण्याच्या काठीने साप मारायचा होता! जसा

टोपीकर, मोगल, सिद्दी यांना खंदेरीचा जलदुर्ग सलत होता, तशी मराठी दौलतीलाही उंदेरीवरची सिद्द्याची बसकण संधी साधेल तेव्हा बुडवायची होती. हे दर्या पटात घेण्यासाठी जुंपलेले खारट भांडण होते! चिवट सिद्दी, खवचट इंग्रज यांचे तिखट मराठ्यांशी जुंपलेले!

"सरलष्कर, मायनाकांना एक सांत्वनाचं पत्र द्या. त्यांना लिहा, "तुमचे मूल गेले, ते दौलतीच्या शिवपिंडीवरचे फूल गेले. आम्ही तुमचं बरे चालवू."' सिद्द्याच्या विचाराने राजे गुमान झाले.

"त्यो हबशी मंजे दौलतीच्या पदराला कुरतडनारा उंदीरच हाय. मिळंल त्ये चाबालत्योय अन् जंजिऱ्याच्या बिळात लपत्योय. एकडाव नक्षा उतराय पायजे त्येचा." हंबीरराव चिडीने बोलले.

"होय मामासाहेब, आबासाहेबांना खूप तापदरा दिल्यात त्यानं ते आम्ही जाणून आहोत. एकदा मायनाक, दौलतखान, कान्होजी, गोविंदजी काटे या सारंगांना बोलावून घेणार आहोत आम्ही. सिद्द्याची बसकण उखडल्याखेरीज दर्यासही कौल देता होणार नाही." बोलत-बोलत महादरवाजात आलेल्या राजांना मुजरा देत चांगोजीने वर्दी पेश केली. "पन्हाळ्याचं कैदी आल्यात गडावर."

हंबीररावांकडे बघत राजे विचारगत झाले. काहीतरी मनोमन ठरवून त्यांनी आज्ञा केली, "चांगोजी, त्यातील प्रल्हाद निराजी आणि राहुजींना मोकळे करून आमच्या भेटीला पाठवा."

"जी..." पुढे काही ऐकायला मिळेल, या आशेने चांगोजी रेंगाळला.

"निघा!" राजांनी मामला तिथेच तोडला. आतून त्यांचे मन मोरोपंतांसाठी व्याकूळले, पण राजओठांनी ती व्याकूळता परतवून लावली.

खासेवाड्याच्या सदरेवर आलेल्या राजांना राघो स्वानंद सामोरे आले. त्यांच्या हातात बऱ्याच कागदी वळ्या होत्या.

"सर्व कारखान्यांच्या मत्तेची फेरिस्तं सिद्ध आहेत स्वामी. फक्त रत्नशाळेची मोहर जोखमीची असल्यानं खाशांच्या साक्षीनं तुटावी, असं सर्वांचं मत आहे." राघोपंत वळ्या चाळवीत म्हणाले.

"ठीक आहे. दफ्तरदार, आम्ही जातीनं सगळ्या कारखान्यांचा हिसाब-तपास घेऊ. सर्वांना समज द्या तशी."

राघोपंत थोडे घुटमळले; पण जाण्यापूर्वी कानी घालावं म्हणून तुटक म्हणाले, "राजापूरहून टोपीकरांचे हेजिब आलेत आपल्या बक्षिसाची मागणी घालण्यासाठी."

संभाजीराजांची चर्या पालटली. आवाज करडा झाला. राघोपंतांना समज मिळाली, "त्यांना स्पष्ट सांगा. तो पदराखाली घातलेला सिद्दी अगोदर हाकला मुंबईहून आणि मग या बक्षिसी मागायला! आमच्या सामनेसुद्धा आणू नका त्यांना."

''जी.'' वळ्या सावरत राघोपंत हलले. त्यांच्या कानी जाता-जाता इशारा पडला, ''निरोपाचे विडे देऊन त्यांना गडावरून काढा. अधिक थांबवू नका.''

राजे हंबीररावांना काही बोलणार एवढ्यात पहाऱ्याची वर्दी आली, ''परलादपंत आल्यात.''

''येऊ द्या आत.'' हातपंजा उठवून मंजुरी देताना राजांची चर्या अनेक आठवणींनी वेढून गेली. आत आलेले प्रल्हादपंत आणि राहुजी तिवार मुजरा घालून खालगर्दनीने उभे राहिले. विचित्र शांतता दाटून आली.

बैठक सोडून प्रल्हादपंतांच्या समोर शांतपणे येत शंभूराजे म्हणाले, ''घाबरू नका न्यायाधीश. आम्ही तुमच्यावरील आरोपपत्र नाही वाचून दावणार! आबासाहेब गेल्यापासून तुम्ही पन्हाळ्याच्या रोखानं कूच होईपर्यंतच्या तुमच्या हालचालींचा बरा तपास घेतला आहे आम्ही. तुमचं खूप उशिरा आलेलं तहाचं पत्रही पावलं आम्हाला पन्हाळ्यावर. तुम्ही न्यायाधीश आहात. आमच्या मनचं न्यायाधीशाचं रूप तुम्हापुढे ठेवण्यासाठी पेश घेतलंय आम्ही तुम्हास. काही सुनावण्यासाठी नाही.'' राजआसंदीवर बसल्यावेळी उतरले होते, तसेच तेज संभाजीराजांच्या डोळ्यांत भरून आले. प्रल्हादपंतांना ढवळून काढणारे राजबोल त्यांच्या ओठांतून बाहेर पडले –

''राजमुद्रा धारण करणारे आबासाहेब गेले असता कट करून आम्हाला दस्त करण्यासाठी सुरनीस-पेशवे चालून आले, त्या वेळी आम्हाला खरा आधार द्यायला हवा होता, तो तुम्ही! तुम्ही न्यायाधीश होता. न्यायाला कौल देणारे, अन्यायाला जाब विचारणारे. तुमचं कर्तव्य या सरलष्कर मोहितेमामांनी बजावलं! आम्हाला न्याय मिळाला तो त्यांच्या हस्ते – मैदानावर!

''मुलखात जसे डोंगरकडे तसे राज्यात न्यायाधीश असे आम्ही मानतो. आल्या लाटेवर झाडे-पेडे डुलली तर आम्ही समजू शकतो. पण – पण डोंगरकडेच डळमळू लागले, तर आधार सुटल्यानं आभाळ कोसळेल याची धास्त वाटते पंत!

''न्यायाधीश, एकवार न्यायाला कौल देणं साधलं नाही तरी चालेल, पण किमानपक्षी नकळतसुद्धा त्याच्या हस्ते अन्यायाची जोड कधी होता कामा नये.'' प्रल्हादपंत, राहुजी, हंबीरराव सर्वांनाच वाटले प्रत्यक्ष महाराजच तर समोर उभे राहून बोलत नाहीत ना?

आपल्याच विचारांत, पाठीशी हात बांधून फेर घेणाऱ्या संभाजीराजांनी आपलं मन मोकळे केले – ''पंत, ध्यानी ठेवा. प्रत्येक असामीला तीन मासाहेब असतात. एक जन्म देणारी नाळेची. दुसरी पोषण करून शेवटी ठाव देणारी पायतळीची धरती आणि तिसरी त्याच्या जगत्या हयातीवर मिटल्या डोळ्यांनी जागती नजर ठेवणारी

न्यायमाउली!

"पहिलीचे डोळे ममतेनं भरलेले असतात, तिला ऐब-दोष दिसत नाही. दुसरीला डोळेच नसतात. तिसरीला असलेले डोळे बंद करून घ्यावे लागतात. का? तर हाती धरलेल्या न्यायतराजूच्या पारड्यांत माप घालताना भावनेपोटी काही गफलत होऊ नये म्हणून. पंत, तुम्ही न्यायाधीश असून डोळ्यांवरची पट्टी खोललीत! तुमची नजर जाया झाली. हातचा तराजू सोडून तुम्ही सिधे त्याच्या एका पारड्यात जाऊन बसलात! बसलेले सारे तडाखे मनाआड घालून आम्ही तुम्हाला इतमामानं त्या पारड्याबाहेर घेत आहोत. तुमचा न्यायतराजू तुमच्या हाती देत आहोत. तो सांभाळा. पुन्हा अशी गफलत आम्हास मानवणार नाही. न्यायाधीशांनाच आरोपित म्हणून बघताना काय वाटतं, हे सांगवत नाही. पुन्हा असा प्रसंग आमच्यावर नका आणू."

प्रल्हादपंतांच्या नेत्रकडा ओलावून आल्या होत्या. हात जोडून, पगडी डोलवीत ते भरल्या मनी म्हणाले, "स्वामी, क्षमा असावी. आम्हास पश्चात्ताप वाटतो झाल्या गैर बर्तावाचा..." त्यांना पुढे बोलवेना.

"प्रल्हादपंत, तुम्ही न्यायाधीश आहात याचीच ती निशाणी आहे. उद्यापासून तुमच्या अखत्यारीची सूत्रे ताब्यात घेऊन राबती करा!"

"राहुजी, तुम्ही गडाचे सरकारकामावरचे सुभेदार आहात. राजे कोण आहेत याची दखल घेण्यापरिस राजधानी गोमटी कशी राहील, याची दखल घेत चला! तुम्हीही तुमच्या सुभेदारी कामावर रुजू व्हा."

"जी" राहुजी आणि प्रल्हादपंत मुजरा देऊन जायला निघाले. कैलासवासी स्वामींच्या काळात असा प्रसंग कधी प्रल्हादपंतांवर आला नव्हता! तो आला असता तर... गलबलून गेलेले प्रल्हादपंत तसेच परतले आणि तरातरा चालत संभाजीराजांचे पाय शिवण्यासाठी लवू लागले.

झटकन मागे हटत राजांनी त्यांना थोपविले. वर घेत त्यांना खांदाभेट देताना ते म्हणाले, "पंत, खूप जोखीम आहे तुम्हा-आम्हावर. आमच्या पाठीशी असा."

समाधानाने प्रल्हाद निराजी निघून गेले. भारल्या हंबीररावांनीही निरोप घेतला.

विचारगत राजे अंत:पुरातील दरुणीमहालात आले. तिथे येसूबाईंनी दुहाती तोलून धरलेल्या भवानीबाईंच्या डुईवर धाराऊ सोनफुले मढविलेली कुंची चढवीत होती.

"आऽ बा, आऽ बा" करून झेपावणाऱ्या भवानीबाईंना राजांच्या हाती देताना येसूबाई म्हणाल्या, "स्वारींना कळलं असेल धाकल्या बाईंना मुलगा झाला आहे."

दुर्गाबाईंच्या आठवणीने ते दोन्ही जीव व्याकूळ झाले.

फेरिस्तवार खास कारखान्यांच्या मालमत्तेच्या हिसाब जातीने घेण्यासाठी राजे खासेवाड्याबाहेर पडले. त्यांच्या सोबत प्रल्हाद निराजी, हंबीरराव, येसाजी, रघुनाथ नारायण, कवी कुलेश, राहुजी, आबाजी सोनदेव, चांगोजी अशी मंडळी निघाली.

पावसाने भिजल्या दगडी इमारतींवरून श्रावणी उन्हं उतरल्याने पांढरट वाफा तरंगून येत होत्या. दूरवर पाचाडात झडणाऱ्या घाटेचे नाद कानी पडताच छातीशी हात नेत राजांनी घाटेला मान दिला. त्यांच्या हाती एक नकसदार लाकडी संदूक होती. रत्नशाळा आली. राजांच्या साक्षीने मोहर तोडण्यात आली. फेरिस्त वाचले जाऊ लागले. कारकून बारदान्याचे माप करू लागले –

पाचशे रती हिरे, दोनशे रती माणके, एक हजार तोळे मोत्ये. एक-एक कलम पडताळून आलमारीत बंदिस्त होऊ लागले, फेरिस्त पूर्ण झाले.

फेरमोहोर देण्यासाठी रत्नशाळाप्रमुख बहिर्जी घाटगे आलमाऱ्या बंद करू लागले.

"थांबा बहिर्जी, हा सर्वांत मोलाचा डाग आत ठेवून द्या. त्याशिवाय रत्नशाळा पूर्ण नाही होत." हातातील संदूक खोलून आबासाहेब नेहमी छातीवर वागवीत ती भवानीची कवडीमाला शंभूराजांनी बाहेर घेत कपाळाला भिडवून पुन्हा आत ठेवली. हिरे, माणके, मोत्यांना शोभा आणण्यासाठी संदूक आलमारीत चढली.

राजे गडाच्या राबत्या जामदारखान्यात आले. कारकून नऊ कोट रुपये किमतीची चलनी नाणी वजनावर मापू लागले. त्यात पाच लक्ष रुपयांचे केवळ सोन्याचे होनच होते. अनघड सोने नऊ खंडी, चांदी अडीच खंडी. सर्व कलमांचे वजन झाले. होनांच्या सोनेरी ढिगाकडे नजर टाकीत राजांनी राघोपंतांना आज्ञा केली, "दफ्तरदार, सालीना दहा हजार होन प्रतापगडी आणि वीस हजार होन तुळजापुरी आई भवानीच्या सेवेस रुजू होतील असे करा!"

ज्याच्या बळावर दौलत उभी राहते, त्या शिलेखान्यात राजे सर्वांसह आले. वाकाच्या तोड्यांनी पाचुंद्यात बांधलेल्या कलमांचे मोजमाप होऊ लागले – "तीस हजार एकधारी तेगी, पन्नास हजार दुधारी, चाळीस हजार भाले, साठ हजार ढाली, चाळीस हजार धनुष्ये आणि आठरा लक्ष बाण" असे हत्यार साठवणाला होते.

धारांवर झळझळणाऱ्या त्या शस्त्रराशींकडे बघताना राजे गंभीर झाले. त्या राशी आबासाहेबांची दूरदृष्टी सांगत होत्या. साठवणाला हत्यारे होती. ती वागविणारे हात उभे करायचे होते. उद्याच्या काळाला सामोरे जाण्यासाठी छत्रपतींनी केलेली ती सिद्धता होती.

"सरलष्कर, कंककाका, पावसाळा उलगताच तवान्या सैन्याची सिंचणी करून ही हत्यारे राबती करायची आहेत. सर्व तर्फांच्या सुभेदार-हवालदारांना याची समज द्या." हे बोलताना राजांचे डोळेही धारी बनले होते.

ज्या कारखान्याच्या जोरावर सैन्ये दौडतात तो अंबारखाना आला. इथे दगडबंद कोठ्यांत धान्यांच्या गोण्यांच्या थप्प्या रचल्या होत्या. उंदीर-घुशींच्या बंदोबस्तासाठी जागोजागी चाप टाकले होते.

थप्प्या रचलेल्या कोठ्यांतून फिरताना अंबारखान्याचा प्रमुख तपशील देऊ लागला. "ही भातकोठी. सतरा हजार खंडी दास्तान आहे. जिरे दोन हजार खंडी आहे."

डाळी, कडधान्ये, साखर, तंबाखू यांची कोठारे बघत जाणाऱ्या राजांना आबासाहेबांचे शब्द आठवले, "तुम्ही-आम्ही पहिले सेनापती आणि शेवटचे धारकरी आहोत. मावळा व्हा!"

आसवाबखान्याचे दालन आले. कलमवार विभाग दाखविताना प्रमुख सांगू लागला – "यात जालना-अहमदाबादी एकलक्ष तागे कापड आहे. यात चार हजार पांढरी व एक हजार बऱ्हाणपुरी ठाणे, यात तीन हजार सागे सादिलवार आणि चार हजार तागे पैठणी कापड आहे."

ती सारी संपत्ती नजरेखाली घालून, गंजीखान्यात साखळदंडांनी जखडलेले झुलते हत्ती बघून परतणाऱ्या संभाजीराजांच्या मनात आले, 'ही गजान्त लक्ष्मी महाराजसाहेबांनी दास्तानी केली ती का? आपल्यासाठी? नाही. ते जाणून होते की, सर्वांत मोलाची संपत्ती आहे माणूस! इथला माणूस ताठ गर्दनीनं जगावा. आपले कुलाचार त्याला निर्वेध करता यावेत. यासाठीच त्यांनी आपल्या हयातीचा भंडारा उधळला.'

आपल्याच विचारतंद्रीत चालणाऱ्या राजांना रघुनाथ नारायण अदबीने म्हणाले, "कुडाळच्या देशाधिकारी गणोरामांचे पत्र आले आहे स्वामी."

"काय म्हणून?"

"तेथील योगी नामदेवभट बाकरे यांचा काळ झाला. मागे वारस मुलगा आहे. त्यांचे चालविले पाहिजे म्हणतात गणोराम."

चालते राजे थांबले आणि म्हणाले, "पंत, बाकरेबुवांच्या मुलाला घोडे आणि नजराणा पाठवून द्या. त्यांचे चालेल अशी मोईन करून दानपत्र सिद्ध करा. आमच्या दस्तुराने कुडाळी पाठवून द्या. आबाजी, तुम्ही ते दानपत्र नजरेखाली घालून त्यावर मोर्तब करा."

"जी." रघुनाथपंतांना ते ऐकताना समाधान वाटले.

काहीतरी आठवल्याने राजांनी दुसरीही एक सूचना रघुनाथपंतांना केली – "पुण्याहून सुभेदार दामाजी रघुनाथांचा माणूस येऊन गेला आहे पंत. देहूच्या तुकारामबुवांचे चिरंजीव महादोबांचा आणि त्यांचा भेटप्रसंग झाला आहे. महादोबांनाही एक खंडी ज्वारी आणि एक पातशाही होनाचे वर्षासन जोडून द्या."

"आज्ञा स्वामी." राजे धर्मस्थळे आणि संत, योग्यांवर बारकाव्याने लक्ष

देताहेत, हे बघून सर्व मंडळी समाधान पावली होती.

संध्याकाळी राजसदरेवर आलेल्या संभाजीराजांना दाभोळचे सुभेदार वेंकाजी निमदेव यांचे कारभारी मुजरा देत पेश आले. त्यांच्या पाठीशी एक तबकधारी होता.

"आम्ही दाभोळहून आलोत धनी. सुभ्यावर झाल्या मोत्याच्या वृष्टीचा नमुना, आज्ञेप्रमाणं साहेबस्वारींना दाखविण्यासाठी आणला आहे." कारभारी म्हणाले.

कारभाऱ्यांनी तबकधाऱ्याच्या हातातील तबकावरचा सरपोस हटविला. राजांनी ओंजळभर मोत्ये तबकातून उचलली. ती निरखीत ते कवी कुलेशांना म्हणाले, "केवढा चमत्कार आहे कविजी, आभाळातूनसुद्धा कधी-कधी असे देखणे काव्य उतरते धरतीवर!"

"जी! मानो आकाशसुंदरीका मोतीकंठा उतर आया है!" कविजी ते दूधवर्णी सौंदर्य निरखीत म्हणाले.

"कविराज, धरतीसाठी विरहव्याकूळ आकाशपुरुषाच्या डोळ्यांतून सुटलेले हे अश्रू आहेत, असं म्हटलं तर?" संभाजीराजांना ओंजळीतल्या मोत्यांत दुर्गाबाईंची मुद्रा तरळल्यागत वाटले.

"स्वामी, बाकऱ्यांचे दानपत्र सिद्ध झाले आहे. संमतीचे शिक्कामोर्तब द्यावे." रघुनाथपंतांनी दानपत्र सामोरे धरल्याने संभाजीराजांनी ओंजळीतील मोती तबकात सोडले. लेखणी हाती घेऊन दानपत्र वाचले आणि त्याच्या अग्रभागी स्वहस्ते अक्षरमोती उमटविले –

"मतं मे श्रीशिवराजपुत्रस्य श्रीशंभूराज॥
छत्रपते: यदत्रोपरिलिखितं॥ छ. श्री॥"

"खान जहानबहादूर जाफरजंग कोकलताश दख्खनसुभा प्रति राजे शंभू उपरी विशेष –" प्रल्हादपंतांनी मायना रेखला. अहिवंतगडावरून शिकस्त खाल्ल्यानंतर बागलाणातील किल्ले साल्हेरला परीघ घालून बसलेल्या खानाला जाणाऱ्या जरबी खलित्याचा मजकूर राजे संतप्त मुद्रेने सांगू लागले –

"सांप्रत तुम्ही बागलाणप्रांती घातला फौजी हैधोस इकडे पावला आहे! एवढा पाऊसकाळच काय तो उलगण्याची आम्ही वाट बघतो आहोत. खुल्या मैदानी तुमच्या हत्याराचे पाणी जोखण्यास खासा आम्हीच बागलाणात उतरणार आहोत. बरे समजोन असणे!"

प्रल्हादपंतांनी, रेखल्या मजकुरावर वाळू शिवरून खलितावळी थैलीत सरकवली.

"फिरंगाणातून विजरईचा खलिता आहे स्वामी. आपले डिचोलीचे सुभेदार मोरो दादाजींनी केला तह मोडल्याची तक्रार आहे विजरईची." प्रल्हादपंतांनी राजांच्या कानी घातले.

"काय केले मोरो दादाजींनी?"

"बार्देश प्रांती सिओलिम भागात छापा घालून काही असामी दस्त केल्या आहेत सुभेदारांनी. डिचोलीतून जडजवाहीर घेऊन जाणारा एक फिरंगी व्यापारीही कैद केला आहे त्यांनी."

विचारगत राजे फेर घेऊ लागले. कै. महाराजांनी फिरंग्यांशी तह केला होता. त्यात एकमेकांच्या मुलखावर हमला करू नये, अशी एक अट होती. तसेच परस्परांच्या प्रदेशात निर्वेध व्यापार चालावा असा सुलूख होता.

"पंत, मोरो दादाजींना दस्त आगामी तातडीने सोडण्यास लिहा. फिरून आपल्या तर्फेनं तहाचा भंग होईल, अशी हरकत न करण्याची समज द्या त्यांना."

"जी." एकाच वेळी कोकलखानाला जरब देणारे आणि आपल्या चुकल्या अधिकाऱ्याला समज देणारे राजे बघून प्रल्हादपंतांची मान डुलली.

"कुडाळचं सुबेदार आल्यात." पहाऱ्याने वर्दी आणली. हातपंजा उठवून राजांनी तिला मंजुरी दिली.

कुडाळचे देशाधिकारी गणोराम पेश आले.

"केव्हा आलात गणोराम?" राजांनी त्यांचे कुशल घेतले.

"आत्ताच गड चढलो स्वामी. एक खास बाब कानी घालण्यासाठी आलोत."

"बोला." राजांनी त्यांच्या पगडीभर नजर फिरविली.

"पाटगावी मौनीबुवा राहतात आमच्या सुभ्यात. थोर ईश्वरपुरुष आहेत. थोरल्या स्वामींनी कर्नाटकस्वारीच्या समयी त्यांचे दर्शन घेतले होते. स्वामी त्यांच्या बाबीने काही करणार...."

"सुभेदार, ऐकून आहोत आम्ही मौनीबुवांबद्दल. जरूर त्यांचे ऊर्जित चालवू." राजांनी गणोरामांना विश्वास दिला. संतुष्ट होऊन ते मुजरा देऊन बाहेर पडले.

"पंत, मौनीबुवांच्या मठाला वाजंत्री व भोई यासाठी सालीना निशाणी होन एकशे पंचवीस मुक्रर केल्याचे कागदपत्र तयार करा. बुवांना दिवाणी वजावाटा माफ केला आहे, असे त्यात लिहा. ही देणगी मठशिष्य तुरुतगिरी आहेत, त्यांच्याच हवाली पावती होईल असे बघा." राजांनी प्रल्हादपंतांना लागलीच निर्णय दिला.

"राजे शिर्के आन् महाडिक गड चढत्याहाईत." आत आल्या अंतोजीने वर्दी दिली.

मनाची दफ्तरी कामे तशीच सोडून राजे प्रल्हाद निराजींना म्हणाले, "चला, सामोरे जाऊ." प्रल्हाद निराजी, अंतोजी आणि काही धारकरी यांसह शंभूराजे बालेकिल्ल्यातून आघाडी मनोऱ्यात आले.

कमरेच्या हत्यारांवर मुठी ठेवलेले गणोजीराजे, हरजीराजे व अमळोजीराजे महाडिक शिबंदीच्या मेळाने येताना बघून शंभूराजे पुढे झाले. सर्वांना खांदाभेट देऊन त्यांचे कुशल घेतले. हरजीराजे संभाजीराजांचे मेहुणे होते. राजांच्या थोरल्या भगिनी

अंबिकाबाई त्यांना दिल्या होत्या. दोन्ही बाजूंना गणोजीराजे व हरजीराजे असे दोन मेहुणे घेत संभाजीराजे सातमहालाकडे वळले.

मेहुणेमंडळ येसूबाईंच्या महाली आले. त्यांना भेटून, सकवारबाईंचे दर्शन करून साऱ्या असामी राजांच्या खासेवाड्यातील बैठकी दालनात आल्या.

पाहुणे आल्याची खबर लागलेले हंबीरराव, येसाजी कंक, आनंदराव, रूपाजी, जोत्याजी केसरकर, तुकोजी पालकर, त्र्यंबक बाजी यांच्यासह त्यांच्या भेटीला आले.

सादिलवारीचे क्षेमकुशल झाल्यावर हरजीरावांनी मुद्द्याचा प्रश्न उभा केला, "राजांच्या मंचकारोहणावरच पुढील कारभार चालणार आहे की काय सरलष्कर?"

"आमी त्येच म्हन्तोय. पाच म्हयनं जालं गादी रिकामी हाय." हंबीररावांनी त्यांना दुजोरा दिला.

"राजे, तुम्ही अभिषेक करवून घेणार आहात की नाही?" हरजीरावांनी रोकडा सवाल केला.

"त्याशिवाय काही महत्त्वाच्या बाबी निकाली लागत नाहीत." गणोजीराजे काय अर्थाने बोलले ते कुणालीही कळले नाही.

"आम्ही तुम्हा सर्वांच्या भावना जाणतो. अभिषेकही घेणार आहोत आम्ही. त्यासाठी लागणारी सिद्धता मात्र पावसाळा परतल्याशिवाय होणार नाही. हा आमचा अभिषेक नाही. महाराजसाहेबांच्या गादीच्या अखत्यारीचा आहे. त्याच इतमामानं तो करावा लागेल. भोवतीचे दरबार त्यावर नजर लावून आहेत. घाईचे हे कार्य नव्हे." संभाजीराजांनी शांतपणे सर्वांना उत्तर दिले. सर्वांना ते पुरेसे झाले.

थाळ्याची वर्दी आल्याने सर्वांसह राजे उठले. दालनाबाहेर येताच त्यांची वाट बघत उभा असलेला बांधकामाचा अखत्यारी प्रमुख हिरोजी इंदुलकर लवून म्हणाला, "आमास्नी बरं याद क्येलं व्हतं धन्यानी."

त्याला बघताच राजांची चर्या पालटत कष्टी झाली. आपला हाततळवा निरखीत ते पडेल म्हणाले, "हिरोजी, महादरवाजासामने निकोप जागा निवडून सती गेल्या मासाहेबांचं वृंदावन उठवा. त्या नाहीत, त्यांचं वृंदावन तरी येता-जाता नजरेस पडेल आमच्या." पुतळाबाईंच्या आठवणीने सर्वांचेच चेहरे म्लान झाले.

संध्याकाळी हरजीराजे, अमळोजी, गणोजी यांच्यासह गडाचा घेर टाकून जगदीश्वराच्या मंदिरात प्रवेशताना संभाजीराजे हरजींना म्हणाले, "एक मोठी जिम्मेदारी टाकणार आहोत आम्ही तुमच्यावर राजे. विश्वास आहे, तुम्ही ती पार पाडाल."

"जी. आम्ही घरचेच आहोत. पडेल ती जोखीम आपली मानू." हरजींनी त्यांना विश्वास दिला.

पिंडीवरचे एक बिल्वदल उचलून राजांनी ते हरजींच्या हाती दिले. महाडिकांनी

आण म्हणून ते 'जिम्मेदारी काय' ते कळले नसताही आपले केले.

ते बोलणे ऐकून उत्सुक झालेल्या गणोजींची मात्र निराशा झाली.

गडावर रात्र उतरली. सुखदालनात मंचकावर लेटलेल्या राजांच्या पायांशी बसून त्यांचे पाय चुरणाऱ्या येसूबाई मध्येच थांबल्या. पदर नेटका करताना त्यांच्या हातीचा चुडा किणकिणला. बांधील बोलात त्या म्हणाल्या, "एक ऐकणं होईल का?"

"सांगा."

"आजवर कधी काही बोललो नाही. पण एक मागणं आहे पायांशी." येसूबाईंचा आवाज बघता-बघता जडावला.

कपाळावर घेतलेली भुज हटवून संभाजीराजे बसते होत म्हणाले, "असं काय बोलता येसू? मनी असेल ते साफ सांगा. तुम्ही साधी मागणी घातली होती – भवानींच्यासाठी गंडादोरा आणायची. तो आम्ही आणलाच नाही. आणले ते गंडांतर." राजांचा आवाज दुखरा झाला.

"असं बोलू नये. आलं होतं त्यातून निभावलंय भावेश्वरीच्या कृपेनं. पुढचा विचार करता काही पायांशी ठेवावं म्हणतो आम्ही."

"बिनधोक सांगा येसू. कितीही अवघड असलं तरी तुमची इच्छा पूर्ण करू."

ते ऐकताना येसूबाईंची चर्या उजळली. आपोआपच त्यांचे हात राजांचे पाय चुरू लागले. कसे बोलावे या विचारात त्या थोड्या घोटाळल्या. मग अंधाऱ्या रात्रीला आधार देण्यासाठी लाख-लाख चांदण्या लुकलुकाव्या तसे त्यांच्या तोंडून बोलू उमटले, "आता दस्त केल्या असामीवरचे चौकीपहारे उठवावे स्वारीनं! आबासाहेबांच्या हाता-पाठीशी हयातभर वावरलेली ती माणसं आहेत. चुकली तरी आपलीच आहेत. स्वारीनं त्यांना अभय द्यावं. पदरी घ्यावं."

"येसू!" नको तो विषय जिव्हाळ्याच्या ओठांतून आलेला ऐकून राजे संभ्रमित झाले.

"आबासाहेब असते, तर त्यांचे पाय धरूनही आम्ही हेच मागणं घातलं असतं. अशी हुन्नराची माणसं घडवितो म्हटल्यानं घडविता येत नाहीत. पुरात उफाळली आणि नुकसान करून गेली म्हणून वेशीवरून काही नदी उठवून लावता येत नाही. आपली माणसं चुकली तर सांगायचं कुणाला? दाद मागायची कुणाकडं? ही माणसं वडीलधारी आहेत, मोठ्या अनुभवाची आहेत. मोठ्यांच्या चुकाही मोठ्याच असतात म्हणूनच त्यांना क्षमा करायलाही मन मोठं करावं लागतं. स्वारीनं ते दाखवावं. खुद्द स्वारींच्या बाबतीनं आबासाहेबांनी असं दाखवलं आहे." महाराजांच्या आठवणीने येसूबाईंचा गळा दाटून आला.

आपल्यासमोर प्रत्यक्ष थोरल्या आऊ म्हणजे पाचाडच्या मासाहेब बसल्या

आहेत, असा भ्रम राजांना चाटून गेला. आपल्या प्रिय पत्नीचा हात मायेने आपल्या हाती घेत तो हलके थोपटून राजे म्हणाले, "आम्ही निर्णयासाठी चाचपडत होतो येसू. तुम्ही आम्हाला भलं बळ दिलंत. तुमच्या इच्छेप्रमाणं होईल."

"ते तातडीनं व्हावं. पेशवे... पेशवे ज्वराच्या व्याधीनं कोठीत अंथरुणाला खिळलेत." येसूबाईंचा आवाज कातरला.

"काय म्हणता तुम्ही?" स्वत:लाच विचारला वाटावा, असा प्रश्न राजांच्या तोंडून सुटला. येसूबाईंच्याकडे, खुद्द राजांच्याकडेही त्याचे उत्तर नव्हते.

"जगदंब, जगदंब!" म्हणत अस्वस्थ राजे लेटले. येसूबाई त्यांचे पाय चुरू लागल्या. चिराखदाने कुचमत तेवू लागली.

हरजीराजे आणि गणोजीराजे यांनीही आग्रह धरला, "साहेब सिंहासनाधीश होणार आणि प्रधानमंडळाच्या घरी चौक्या हे विहित नाही."

राजांनी चांगोजीला याद फर्मावून हुकूम दिला, "दस्त असामींवरचे चौकीपहारे काढून घ्या. आणि – आणि पेशव्यांच्या वाड्यावर राजवैद्यांना पहिले पाठवून द्या."

आज्ञेप्रमाणे अण्णाजी, पंत, हिरोजी, बाळाजी यांच्यावरचे पहारे उठले. कोल्हापूर, पन्हाळगडची कैद माणसेही मुक्त करण्याचे हुकूम देण्यात आले.

औषधांची पडशी घेतलेले राजवैद्य मंत्रिवाडीतील मोरोपंतांच्या वाड्यात आले. ज्वराने सणसणलेल्या मोरोपंतांनी त्यांना बघताच हात डोलवून, काही न बोलताच उपचार घेण्यास साफ नकार दिला. दोन दिवस झाले. दौलतीचे कदीम चाकर पेशवे आपल्या धन्यासारखेच झेंडू फुटल्या ज्वराने संभ्रमात गेले.

त्यांच्या मंचकाभोवती त्यांचे पुत्र निळोपंत, अण्णाजी, प्रल्हादपंत, राहुजी, राघो स्वानंद आणि हंबीरराव ही हवालदिल माणसे दाटली. आता पंतांचा भरोसा नव्हता. सर्वांनाच वाटत होते की, या अंतकाळी राजे पेशव्यांना भेटावे. पण तसे राजांपुढे ठेवण्याची कुणाचीही हिंमत नव्हती.

एकाएकी पंतांभोवती दाटल्या असामींत खसपस माजली. पंतांना आवरण्यासाठी निळोपंत आणि त्यांचे खासगी कारभारी तेवढेच मंचकाजवळ राहिले. बाकी सारे मागे हटले. दालनात कुजबुज उठली, "युवराज्ञी येताहेत!"

आपले खाजगीचे कारभारी आणि कुणबिणींच्या घेरातून प्रत्यक्ष छत्रपतींच्या स्नुषा युवराज्ञी येसूबाईसाहेब आज पहिल्याने मंत्रिवाडीची पायरी चढत होत्या.

दालनात प्रवेशणाऱ्या येसूबाई, भ्रमात गेलेल्या मोरोपंतांना जिजाऊच वाटल्या. "मासाहेऽ ब!" क्षीणपणे त्यांचे ओठ हलले. तशा स्थितीतही ते मुजरा देण्यासाठी खटपटीने उठू बघू लागले.

झटकन पुढे झालेल्या येसूबाईंच्या तोंडून शब्द उमटला, "पंऽ तकाका!"

पंतांना तो ऐकू गेलाच नाही. त्यामागची वेदना भोवतीच्या सर्वांना चाटून गेली.

"स्वारी तुमच्या भेटीस येते आहे पंतकाका." येसूबाईंना अधिक बोलवेना. समोरचे पेशवे बघून, 'अंतकाळी आबासाहेबांची स्थिती कशी झाली असेल?' या विचाराने डोळे भरून आल्याने तर त्यांना पंतही दिसेनासे झाले.

भोवतीची माणसे मुजरे देण्यासाठी लवली आहेत, हे बघून पदरकाठाने डोळे निपटीत येसूबाईंनी मागे बघितले. हरजीराजांसह संभाजीराजे दालनात येत होते. मंचकावर लेटल्या पंतांवर खिळलेली त्यांची नजर विचित्र दिसत होती. आघाडी मनोऱ्याच्या दगडी खांबांना घेऊन बसलेली काळपट छटा तीत काठोकाठ भरून आली होती. त्यांच्या मस्तकीचा जिरेटोप दिसताच पंतांचे डोळे लखलखत तळातून ढवळून निघाले. दालनभर फिरणाऱ्या त्यांच्या नजरेला प्रत्येक चेहरा टोपधारी छत्रपतींसारखाच दिसू लागला! ओठ एकसर पुटपुटु लागले – "जी स्वामीऽ..." हात उशाशी वारंवार जाऊ लागला.

"पंऽ त!" संभाजीराजांच्या तोंडून घोगरी धरली साद उमटली. फक्त येसूबाईंनाच तेवढे जाणवले की, अशी साद स्वारी क्वचितच आणि तीसुद्धा आबासाहेब वा थोरल्या आऊंना घालीत होती. भावशून्य नजरेने पंत संभाजीराजांकडे बघू लागले. त्यांचे ओठ जे बोलत होते, त्याचा भोवतीच्या जगाशी काही एक संबंध नव्हता. तो गेल्या छत्रपतींशी होता. कुणालाच त्याची उकल होत नव्हती.

"या दोन वस्तू आम्ही आणल्या आहेत स्वामीऽ... मागील सर्व सुखरूप आहे. सेवेस सादर होण्यास विलंब झाला. क्षमा असावी..." मध्येच डोळे मिटलेले पंत हात उशाशी नेत चाचपू लागले. संभाजीराजांनी नजरेनेच, "उशाशी काय आहे?" हे कळावे यासाठी निळोपंतांना विचारले.

निळोपंतांनी जन्मदात्याच्या उशाखालून दोन वस्तू काढून राजांसमोर उलगडून धरल्या. त्यातील एका करंडात पेशव्यांच्या शिक्के-मुद्रा होत्या. आणि दुसऱ्या एका छोट्या डबीत एक मोतीबंद भिकबाळी होती!

मुद्रा-शिक्क्यांचा अर्थ संभाजीराजांसह सर्वांना लागत होता. पण भिकबाळीचा अर्थ भ्रमचित्त झालेल्या मोरोपंतांशिवाय कुणालाच कळणार नव्हता.

दुसऱ्या सुरतस्वारीनंतर रायगडी परतलेल्या थोरल्या महाराजांसमोर पंत एके दिवशी रुजू झाले होते. त्यांनी कानात घातलेली भिकबाळी महाराजांच्या लक्षात आली. ती बघून काही न बोलताच ते फक्त हसले होते.

महाराजांचा काही गैरसमज होऊ नये म्हणून मोरोपंतांनी तातडीने खुलासा केला, "उत्तरेतून मथुरेच्या पाहुणेमंडळीकडून आलेला डाग आहे हा स्वामी."

"तुम्हाला शोभून दिसतो पंत. आमचा काही गैरसमज नाही तुम्हाबाबत, पण –"

"पण काय महाराज?" उत्सुक पेशव्यांनी प्रश्न केला होता.

"पंत, आमचे हात केवढे थिटे आहेत! दोन वार आमच्या संगती सुरतेपावेतो दौडणाऱ्या प्रत्येक धारकऱ्याला अशी देखणी बाळी आम्हाला बक्ष करता आली असती तर..." महाराजांची ती झेप बघून मोरोपंत त्या वेळी अवाक् झाले होते.

दुसऱ्या दिवशी ते महाराजांना पेश झाले तेच कानीची देखणी बाळी उतरून ठेवून! ते बघताना महाराजांची नजर व्यथित झाली होती.

कर्नाटक स्वारीहून परतताना महाराजांनी रघुनाथपंत हणमंत्यांना सांगून खास दख्खनी माटाची मोतीबंद बाळी घडवून घेतली होती. अंत:काळी पंतांच्या भेटीसाठी व्याकूळलेल्या छत्रपतींनी शेवटी ती चांगोजीच्या हाती देऊन आज्ञा केली होती, "हे पंतांना द्या!" छत्रपतींची ती अमोल प्रेमखूण बघताना मोरोपंत ढसढसा रडले होते. ती बाळी त्यांनी कधीच कानात चढविली नव्हती. नेहमी कुलदेवतेच्या अंगाऱ्यासारखी कमरबंदात जतून ठेवली होती. भ्रमात जाण्यापूर्वी त्यांनी निळोपंतांना बोलावून घेऊन सांगितले होते, "आमच्याबरोबर आमचे हे शिक्के आणि ही देणगी दोन्ही डाग स्मरणपूर्वक दहन करा!"

खिन्नपणे संभाजीराजे मंत्रिवाडीतून बाहेर पडले. संध्याकाळी वाडीत कल्लोळ उठला. मोरोपंतांची जीवनयात्रा संपली होती. मराठी दौलतीच्या कानातील जुनी, जाणती बाळी गळून पडली होती!

बोलावून घेतलेल्या प्रल्हाद निराजींना संभाजीराजांनी संथपणे आज्ञा केली, "पेशव्यांचे विधिकर्म होताच त्यांचे चिरंजीव निळोपंतांकडे पेशवाईची वस्त्रे आणि शिक्केकरंड पाठवा!" आणि काही न बोलता जडावल्या पावली ते येसूबाईंच्या कानी हा निर्णय घालण्यासाठी दरुणीमहालाकडे निघून गेले.

"प्रल्हादपंत, सर्व तर्फांच्या सुभे, सरसुभे, सरनौबतांना पत्र द्या. दसरा उरकताच जमावबंदीनं सिताब रायगड जवळ करण्यास लिहा, अखत्यारीखालचा मुलूख, गडकोटास आवश्यक तेवढीच शिबंदी मागे राखून, दास्तानीच्या वरकड सर्व जातस्वारांनिशी सारा लढाऊ खासा बोलावून घ्या. या कामी कुसूर-उजूर कुणासही माफ नाही, हे साफ लिहा." कसल्यातरी खोलवरच्या विचारात डुबलेल्या शंभूराजांच्या चर्येवर करडे तेज उतरले होते.

सिंहासनसदरेला जमली मंडळी त्यांचा प्रत्येक बोल ध्यान देऊन ऐकत होती. अंगावर पडणारी जबाबदारी कार्यी कशी लावावी, याचे आडाखे बांधीत होती.

"सरलष्कर, नाईक बहिर्जी, विश्वास मुसेखोरेकर, कर्माजी, महादेव जासूदखात्याचा निवडक तेवढा सारा असामी गडी पेश घ्या."

ती आज्ञा ऐकताच हंबीररावांची कळी खुलली. ते मनोमन काय ते समजल्याने म्हणाले, "एका हप्त्यात जासुद हुबी ऱ्हातील धन्यांच्या म्होरं."

"केशव पंडित, तुम्ही चिटणिसांच्या मदतीनं उत्तरेत काशीला गागाभट्टांकडे दूत धाडून त्यांना, 'तुमच्या हस्ते आम्ही अभिषेक घेण्याची इच्छा करतो. मागे आबासाहेबांचे केले, तसे हे कार्य संपन्न करावे.' असे कळवा. नाशिकच्या अनंतभट कावळ्यांनाही असेच आवतन द्या."

सदरेला राजांच्या मनसुब्यांची चाल उकलत चालली.

"संताजी, यमाजी, बारामावळ, तळकोकणात उतरून तुम्ही साधेल तेवढी सैन्यसिंचणी कार्यी लावा. राघोपंत, चिमणगावकर, राजापूरच्या देवाजी विठ्ठल, दाभोळच्या वेंकाजी निमदेव, डिचोलीच्या मोरो दादाजी आणि चेऊलच्या तिमाजी व्यंकटेश या समुद्रपट्टीच्या सुभेदारांना हारकारे धाडून राजापूर, नागोठणे, दाभोळ, थळ ही ठाणी जमाबंद करण्याची सूचना द्या." भर घेराचे जाळे पसरते फेकण्यापूर्वी पाण्याचा अंदाज घेताना कसबी कोळ्याच्या चर्येवर उठावेत तसे भाव राजांच्या चर्येवर पसरले. आपल्याच विचारात डुबलेले राजे बैठक सोडून समोरच्या एक एका माणसासामने उभे राहत चालले. प्रत्येकाला ती एक मूक समजच होती, "आम्ही काय सांगतो, ते शब्दाबरहुकूम पार पाडा."

"प्रल्हादपंत, कार्तिकमास धरून सारंग दौलतखान, मायनाक, कान्होजी आंग्रे यांना आमच्या भेटीस येण्यास कळवा."

आबाजी सोनदेवांना समोर बघताच राजांना भेटून गेलेल्या समर्थशिष्य दिवाकर गोसाव्यांची आठवण झाली. त्यांच्या आवाजात एकदम सर्वांना जाणवेल असे मार्दव उतरले. "आबाजी, समर्थशिष्य दिवाकर गोसावी भेटून गेलेत आम्हाला. या घालमेलीत समर्थांच्या मठांना सनदा तवान्या करून देणं ते राहिलं आहे."

"जी."

"तुम्ही जावळीच्या काशी रंगनाथ, सातारातर्फेच्या कोनेर रंगनाथ, वाईच्या येसाजी मल्हार या सुभेदारांना चाफळ, शिंगणवाडी, सज्जनगड आणि महाबळेश्वराच्या मठांच्या, महाराजसाहेबांनी दिल्या सनदा तशाच पुढे चालत्या करण्यास लिहा."

"जी."

रघुनाथपंत हणमंते समोर येताच मात्र नेहमी त्यांच्या दर्शनाने प्रसन्न होणाऱ्या राजांच्या कपाळी आठी धरून आली. आपला काहीच माग न देता ते त्यांना म्हणाले, "रघुनाथपंत, तुम्ही कर्नाटक प्रांती तातडीने कूच व्हा."

"जी?" हणमंते चमकले. पण आवाज सुमार ठेवून हसत राजांनी त्यांना न बोलू देताच बगल दिली, "तुमच्यासारख्या मुरब्बी, जाणत्या असामीशिवाय दूरवरचा एवढा मोठा सुभा कोण राखणार पंत?"

"जशी आज्ञा." रघुनाथपंतांनी कुणालाही न कळेल असा हलका निःश्वास सोडला.

त्यांना वाटले तरी राजांनी तो टिपला होता. झाल्या कटात रघुनाथपंत हणमंत्यांनीही हातमिळवणी केलेली होती! आता उशिरा त्याचे धागे राजांच्या हाताशी आले होते. रघुनाथपंत कर्नाटकात पोचताच त्यांच्या हाती काढण्या चढणार होत्या!

राजांनी सर्वांना निरोपाचे विडे दिले. सर्वांबरोबर बाहेर जाणाऱ्या कवी कुलेशांना ते काही हेताने म्हणाले, "तुम्ही थोडे थांबा कविराज."

संभाजीराजांनी ही सूचना अगदी सादिलवार होती, पण ती ऐकताना कित्येकांच्या मनात, 'कानामागून आला आणि हा कानोजा भलताच तिखट झाला.' अशी कुलेशांबद्दल मळमळ उठली असेल, हे काही राजांच्या ध्यानी आले नाही!

कुलेशांसह राजे दरुणीमहालात येसूबाईंच्या भेटीला आले. 'गडावर नजर ठेवण्याची' सूचना त्यांनी सदरेवर कुणाला केली नव्हती, ती युवराज्ञींना केली!

आपला बेत त्यांना खुला करीत राजे म्हणाले, "आम्ही या कविराजांना बरोबर घेऊन केळशीला अवलिया याकुतबाबांच्या दर्शनाला जाणार आहोत. आबासाहेबांनी बाबांना केळशीला आणून स्थापन केले आहे. त्यांच्या सोबतीत आम्हाला बरे समाधान मिळेल. काही दिवस राहावं म्हणतो तिथं आम्ही."

"जी. निर्धास्त जावं." खरे तर येसूबाईंना नुकत्याच पुराकडे गेलेल्या आपल्या दादासाहेबांशी – गणोजींशी झालेली चर्चा राजांच्या कानी घालायची होती; पण बरोबर कविजी असल्याने त्यांनी ती तशीच ओठांआड ठेवली.

संध्याकाळी निवडीचे पन्नास एक धारकरी सोबत घेऊन संभाजीराजे कुलेशांसह गड उतरले. पोटरीला आलेली भातखाचरे न्याहाळत केळशीच्या वाटेला लागले.

केळशीला पाच दिवस मुक्काम करून याकुतबाबांच्या दर्शनाने आणि त्यांच्या हितोपदेशाने प्रसन्न झालेले संभाजीराजे रायगडी परतले. इंदुलकराने उठविलेल्या 'सतीच्या वृंदावना'चे आणि 'महाराजांच्या छत्री'चे दर्शन त्यांनी घेतले.

आता पावसाळा उलगला होता. शिवारात भातांना लोंब्या पडल्या होत्या. पिवळ्या आश्विनी उन्हावर पोपटी राने तळपू लागली. झाडांच्या निथळल्या, निळपट डेऱ्यांत कवडे, कुक्कुडकोंबे घुमू लागले. भोरड्यांचे भरारते थवे रानावर उतरू लागले. पावसाळाभर गारठलेले मुठीएवढे काळे खेकडे बिळांच्या तोंडाशी येऊन मनसोक्त उन्हं पिऊ लागले.

नवरात्र आले. पडल्या खांड्यांचे रक्त प्यालेली धारी हत्यारे मर्द हातांनी कमरांना आवळली. दसरा सजवून चौवाटांनी मावळी फौजा पाचाडात एकवटल्या. पाऊण लाख लढाऊ मावळा तळाला जमला.

मानाजी मोरे, तुकोजी पालकर, संताजी-बहिर्जी घोरपडे, येसाजी कंक व त्यांचा बांडा मुलगा कृष्णाजी, धनाजी जाधव, केसो त्रिमल, नागोजी बल्लाळ, सर्जेरार जेधे,

विठोजी चव्हाण, संताजी जगताप, दादाजी व भिमाजी काकडे, नारो त्र्यंबक, येसाजी मल्हार, नारोजी भोसला, नेमाजी गायकवाड, दादाजी नरसप्रभू असा बाका मर्दाना रायगड चढून आला.

मोगलाई, बागलाण, जव्हारपट्टी, वऱ्हाड अशा भागांत राजांनी फेकलेले बहिर्जी, विश्वास, कर्माजी हे चलाख खबरगीर सरलष्करांच्या इशारतीसाठी रायगडावर परतले होते.

सिंहासनसदरेला बड्या मसलतीची बैठक भरली. हंबीरराव, प्रल्हादपंत, आनंदराव, रूपाजी, निळोपंत, कवी कुलेश यांच्या मेळाने संभाजीराजे सदरेला येताच जमल्या बाक्यांनी अदब रिवाज दिला. रिवाजी भंडारापरडी फिरली.

राजांनी आस्थेने जमल्या सुभेदार, जुमलेदार, सरनौबतांचे प्रथम कुशल घेतले. सदरी असामीवर नजरफेक टाकताना त्यांचा ऊर भक्कम विश्वासाने भरून आला. बारीक-सारीक तपशिलांचा मनाशी मेळ घालताना त्यांचा हात छातीवरच्या माळेवरून फिरला. मोहिमेचा तडफदार मनसुबा खुला करीत, ते तोलाच्या वजनदार बोलीत म्हणाले, "तुम्ही अवघे मैदानी कामाचे बाके तितके जमावासुद्धा आलात. संतोष झाला. श्रींच्या इच्छेने हे राज्य आबासाहेबांनी उभविले. त्याच बळावर ते वाढीस घालणे आहे. आबासाहेब गेले असे मनी आणू नका. ते तुम्हा आम्हातच आहेत. आम्ही आहोत ती त्यांची पायधूळ! अवघे बरी हिंमत बांधोन हत्यार धरता, तर चौतोंडावरचा गनीम जेर होतोच आहे. तुम्ही साऱ्यांच्या जोरबळावर तीन आघाड्यांची भक्कम मोहीम खोलण्याचा बडा मनसुबा धरून आहोत आम्ही. येश देणार आई जगदंबा थोर आहे." राजे मोहिमेचा तपशील देण्यापूर्वी क्षणभर थांबले. सदरकऱ्यांना थोरले स्वामीच स्मरले.

"रूपाजी, तुम्ही मानाजी, संताजींच्या मेळाने सात हजारांची दिमत घेऊन नाशिक भागात उतरा. साल्हेरचे हंसाजी आणि त्रिंबकगडाची, सोनगडाची ठाणी तुमच्या कुमकेला राहतील. तुमची फौज गाठीशी आहे. तिला केव्हाही उगवतीला वऱ्हाड-खानदेशच्या आणि मावळतीला जव्हार-किनारपट्टीला जोड देण्यासाठी दुतर्फा दौडावं लागेल, या बेतात असा. हूल मात्र सुरतेवर चालून येणार अशी बेमालूम ठेवा."

"जी." रूपाजी भोसल्यांनी जोखीम उचलली. मळवट भरला.

"निळोपंत, तुम्ही जव्हार, मनोर, गणेशगाव हा फाटा धरून रूपाजींची बगल राखा. दादाजी प्रभू, तुकोजी, सुधागडपासून कल्याण पावेतो लक्ष ठेवून किनारपट्टीचा सिद्दी उचल खाऊ म्हणेल त्यास दाबून तुम्ही जरबेत ठेवा. म्हलोजी, तुम्ही कऱ्हाडचे वेंकोजी रुद्र, साताऱ्याचे अंबाजी मोरदेव यांची जोड ठेवून मिरजेच्या आदिलशाही ठाण्यावर लक्ष ठेवा."

''जी.'' आज्ञा झुलत्या हातांनी वरच्यावर तोलल्या गेल्या. साऱ्यांनी भंडारबोटं कपाळी घेतली.

''सरलष्कर, तुम्ही आनंदराव, केसो त्रिमल, नागोजी बल्लाळ, धनाजी अशा तुमच्या निवडीच्या असामींनिशी तीस हजार जात स्वार पाठीशी घेऊन वऱ्हाड-खानदेश चटक्या छाप्यांनी टापांखाली घ्या. औरंगाबादेवर चालून जाण्याची सतत हूल ठेवा. वऱ्हाड राखण्यासाठी मोगली फौजा बऱ्हाणपूर सोडतील तेच मारून चालवायचे आहे! आम्ही जातीनं बागलाणात उतरू. तुमच्या जोडीनं थेट बऱ्हाणपूर टापेत घेऊ!''

सर्व सदरकऱ्यांना मानवस्त्रे आणि निरोपाचे विडे देण्यात आले, पुन्हा परडी फिरली.

बऱ्हाणपूर! मोगली सत्तेने 'दख्खन दरवाजा' मानलेले मातब्बर ठाणे! छत्रपतींनी सुरतेची 'बेसुरत' केलीच होती, आता त्यांचे पुत्र बऱ्हाणपूरचे 'विराणपूर' करण्यासाठी पक्के खडे ठाकले!

बहिर्जी, कर्माजी जासूदपेरणीसाठी वऱ्हाडाकडे कूच झाले. विश्वास बागलाणात उतरला.

जनावरांची नालबंदी करून, रसद घेतलेल्या मराठी फौजा बयाजीनं सिद्ध झाल्या. रायगड उतरून राजे पाचाडात आले. मोहीमशीर सरदारांना ऊरभेट देऊन त्यांनी निरोप दिले. हंबीररावांना उरी भेटताना ते म्हणाले, ''वऱ्हाड जरबेत घेताच आम्हाला हारकारा धाडा. आम्ही तुमच्या खबरेला डोळे लावून आहोत.''

''जी.'' लाल मुंग्यांचे वारूळ फुटावे, तशा मराठी फौजा पाचाडाबाहेर पडल्या. फुटल्या. दौलतीचे खंबीर सेनापती हंबीर वऱ्हाड-खानदेशवर चालून निघाले.

आता गडावर अभिषेकाची तयारी सुरू झाली. दरबारी चौक, गडमंदिरे रंगोटीसाठी रंगाऱ्यांनी हाती घेतली. अंबारखान्याच्या धान्यगोणी वाळवण, पाखड-निवड यासाठी बाहेर पडल्या. नाशिकच्या ब्रह्मवृंदांना घेऊन अभिषेक-जले आणण्यासाठी बाळंभट राजोपाध्ये गड उतरले. शिष्यांच्या तांड्यासह उत्तरदेशाकडे रवाना झाले.

आठ दिवस उलटले आणि कर्नाटक प्रांतातून खबर आली. ''जिंजीला रघुनाथपंत हणमंते पोहोचले आहेत.''

ती ऐकून बैठकीतल्या हरजींना राजे म्हणाले, ''हे हणमंते आपले बंधू कोल्हापूरसुभा जनार्दनपंत यांच्या मदतीने आम्हाला पन्हाळ्यावर दस्त करू बघत होते, राजे. आम्ही तुम्हावर सोपवावी म्हणतो, ती जोखीम हीच आहे कर्नाटकसुभ्याची. तुमच्यासारखा घरचा माणूस नामजाद करावा म्हणतो आम्ही कर्नाटकावर. हणमंते काढणीबंद होणार आहेत.''

हरजी ''जी'' म्हणाले; पण कसल्यातरी विचारात गेले. आपला खुला सल्ला

देत म्हणाले, "आम्ही सोपवाल ती कामगिरी आपली मानू. पण रघुनाथपंत मुजुमदार ते दफ्तर मोलाचे. ते असे अखत्याराविना ठेवून कसे भागावे?"

राजांनी हसून निळोपंतांकडे बघत त्यांना नजरेनेच काहीसे फर्मावले. ते उचलत निळोपंत बाहेर गेले. राजे हरजींना म्हणाले, "मुजमूच्या दफ्तराची आम्ही व्यवस्था केली आहे. तुम्हालाही ती पसंद पडावी."

हरजींना त्यांचा अंदाज येईना.

थोड्याच वेळात निळोपंत, अण्णाजी दत्तो व बाळाजी आवजी यांच्यासह राजांसमोर पेश झाले.

अण्णाजींची मान काही वर उठत नव्हती. बाळाजींना तर 'आता काय आज्ञा होईल?' या चिंतेने पार घेरून टाकले होते.

"अण्णाजी," राजे त्यांच्यासमोर येत थांबले. "गर्दन वर घ्या अण्णाजी. आमच्या दौलतीच्या मुजुमदारांची मान नेहमी ताठ असावीसे वाटते आम्हाला!"

आपण स्वप्नात आहोत की भ्रमात, असेच क्षणभर अण्णाजींना वाटले. बोलावे म्हटले तरी त्यांना काही बोलवेना.

"तुमचा स्वभाव हिशेबी अण्णाजी. तुम्ही मुजमूला योग्य आहात. इथे कुणबाऊ रयतेला धारामाफीचा संबंध नाही. आम्ही हस्तक्षेप करण्याचा सवाल नाही. तुमचा वकूब जाणून मुजमूची अखत्यारी आम्ही तुम्हाला इतमामाने बहाल करतो आहोत. तुम्हावर आमचा कसलाही रोष-आकस नाही. तुम्ही आबासाहेबांच्या सुरनिसांना शोभेल असेच बोललात." डोळ्यांत दुखरेपण दाटलेले राजे क्षणभर थांबले.

"आम्हाला भली जाण दिलीत आम्ही केल्या गैर वर्तनाची. पठाणीगोटात गेल्याची. ती चूक निस्तरायला आम्ही आणभाकेनं बांधले आहोत. तुम्ही आबासाहेबांच्या हाताखाली धाराबंदी नमुन्याची बांधलीत. आता त्यांच्या मुजुमदारीचं दफ्तर मेळात घ्या. आमचा विश्वास आहे तुम्ही निष्ठेनं सारं कराल."

"जी." मरणाची तयारी केलेल्या अण्णाजींना मरातब देणाऱ्या राजांसमोर काय बोलावे तेच कळेना.

"एक मात्र ध्यानी ठेवा अण्णाजी, मुजमूचा संबंध संपत्तीच्या हिशेबाशी आहे. आमच्या आणि बाळराजांच्या नातेसंबंधाचा हिशेब तो नाही कधी होऊ शकत! तेवढं सांभाळून असा."

राजे तसेच बाळाजींच्या समोर आले. कारण नसता त्यांचे मन खंडोजी आणि चिटणिसांची जोड ताडून गेले. "चिटणीस, तुमची देखणी लिखावट पारखून तुम्हास आबासाहेबांनी हाताशी घेतलं. तुम्हीही मगदुरानं दौलतीची कलमी सेवा केलीत. तुम्ही जुने, वडीलधारी. आमच्या बाबीनं पन्हाळ्यास जाणारा गुप्तखलिता रेखण्यास नकार दिलात तुम्ही. पण चिरंजीव आवजींना चिटणिसी शिक्के-मुद्रा

देऊन त्याच कामासाठी मासाहेबांकडं धाडलं तुम्ही. तीन तऱ्हेच्या गफलती झाल्या यात तुमच्या चिटणीस. तुम्ही शिक्के-मुद्रा दुसऱ्या हाती दिल्या ही एक. जे स्वत:ला पटलं नाही ते चिरंजीवांना पटावं ही उमेद धरलीत ही आणि ना नकार ना होकार अशी तोड काढल्याच्या समाधानी भ्रमात राहिलात ही.

"चिटणीस, राज्याला दोन बाबी मोलाच्या : कलम आणि कट्यार. यांची परस्परांस जोड असेल, तरच दौलत नांदती राहते. वाढती-चढती होते. राजांना हत्यार दुसऱ्या हाती देऊन मैदान मारता येत नाही. चिटणिसांना कलम दुसऱ्या हाती देऊन दफ्तरी कारभार कधी राखता येत नाही! तुमच्या हाती कलम आहे, ते एक जबरी हत्यार. स्वत:लाच ते कारीगर होणार नाही, याची दक्षता घेऊन हाताळा! तुमची चिटणिसी आम्ही तुम्हाला सन्मानपूर्वक सुपुर्द करतो आहोत! ती त्याच जोखमीनं सांभाळा."

"जी. आज्ञा." बाळाजींना केल्या सेवेत हे असे काही कधी थोरल्या स्वामींकडून ऐकायचा प्रसंग आला नव्हता.

हरजींची मुद्रा समाधानाच्या तृप्तीनं उजळून निघाली. चिटणीस, मुजुमदार निघून गेले.

दाटून आलेल्या शांततेचा भंग करीत निळोपंत म्हणाले, "कऱ्हेपठाराच्या मोरेश्वर गोसाव्यांची फिर्यादी तक्रार आली आहे स्वामी."

"कसली?"

"फौजेच्या असामी आपल्या माणसांना आणि शेतीवाडीला तजवीज देतात असं म्हणणं आहे गोसावीबुवांचं."

राजांची चर्या किंचित कडवी-कठोर झाली. त्यांनी तपास घेण्यासाठी विचारले, "पठाराला नामजाद हवालदारी कुणाची पंत?"

"जिवाजी नारायणांची."

"त्या जिवाजींना करडी समज द्या. गोसावीबुवांच्या माणसांस, सेतापोतास, गुराढोरांस काडीचीही तजवीज न देणे. फिरून बोभाटा आला तर एवढी ती गय धरली जाणार नाही!"

सोलापूरच्या किल्ल्यावरून हलविल्या जाणाऱ्या पंचवीस तोफा त्या भागातील मावळ्यांनी हस्तगत केल्याच्या बातमीने राजांना आठवण झाली. ते म्हणाले, "निळोपंत, सरलष्करांचा हारकारा येईल, त्यावर ध्यान ठेवा. आम्ही सोलापूर-सांगोला भागात उतरणार आहोत."

निळोपंत नाशिकहून आलेले अनंतभट, केशव पंडित, उमाजी पंडित, कविजी यांच्यासह राजांच्या भेटीला आले. हातातील पसरत्या पंचांगावर एकदा अखेरची

नजर टाकून अनंतभट म्हणाले, "येत्या माघ शुद्ध सप्तमीचा दिवस सर्व दृष्टींनी अभिषेकास शुभदायी आहे स्वामी. पंचमीपासून विधींना प्रारंभ करता येईल."

"ठीक आहे. निळोपंत, या मुहूर्ताची आवतनं सिद्ध करा."

"जी. फोंडा प्रांतातून भीमगडच्या हवालदार नागोजी इंगळ्याकडून एक शिफारस आली आहे स्वामी." निळोपंतांनी दफ्तरी काम पेश घातले.

"कशाबद्दल आहे पंत?"

"भीमागडच्या तर्फेला नागोजी नाईक सरदेसाई राहतात. त्यांनी तांब्रांच्या हमल्यातून गडाभोवतीच्या खेड्यांची मर्दानगीने राखण केली आहे, त्यासाठी अंतरुज भागातील हेमाडबारसे, चंद्रवाडी गावठाणाची सरदेशमुखी त्यांना मेहर व्हावी, अशी शिफारस आहे भीमगडच्या हवालदारांची."

"पंत, त्या हमल्याचा सारा करीणा हस्तगत करा. फोंड्याचे मुद्राधारी धर्माजी नागनाथ यांच्या सल्ल्याने जासुदांकरवी खातरजमा घेऊन मगच दस्तके करून द्या सरदेसायांना."

"आज्ञा स्वामी." निळोपंत मुजरा देऊन सर्वांसह निघून गेले. मोकळ्या बैठकीमहालात राजे पायफेर घेऊ लागले. पावलागणिक आठवणींची काटेफणी मनाचे ओरखाडे काढू लागली : लिंगाण्यावरून दरडीत कुडी झोकून दिलेली गोदावरी, चितेवर चढलेल्या निर्धारी मासाहेब, नगरच्या कोठीत कोंडून पडलेल्या दुर्गा... स्त्रीजीवन! केवढ्या कठोर परीक्षेला जुंपलेले!

राजांचे मन ठिबकू लागले. पीळ पडत जाणाऱ्या वेदनेला कडव्या संतापाचे रूप येत चालले. एकच एक थाप मनावर थडथडत आदळू लागली – "नगर – नगर!"

इतक्यात "दिवाकर गोसावी आल्यात." ही पहाऱ्याने वर्दी आणली. राजांचा पायफेर थांबला. मंजुरीसाठी हात आपोआप वर झाला.

दानाध्यक्ष मोरेश्वर पंडितराव, कफनीधारी दिवाकर गोसाव्यांसह आत आले. राजांनी गोसाव्यांचे कुशल घेतले आणि समर्थांबद्दल विचारले, "समर्थांचा मुक्काम कोठे आहे गोसावी? कसे आहेत ते?"

"सद्गुरू सज्जनगडी आहेत. थोरले छत्रपती गेल्यापासून वृत्ती उदास आहे." दिवाकर गोसाव्यांनी उत्तर दिले.

"गोसावी, तुम्ही जाताहात. तुमच्या सांगती आमचे राघो अनंत येतील समर्थांच्या दर्शनासाठी. बुवांना आमचा दंडवत सांगा. आम्ही माघ शुद्ध सप्तमीला अभिषेक घेतो आहोत. समर्थांचा कृपाहस्त आम्हाला लाभावा. आशीर्वाद देऊन आम्हास धन्य करावे. आता त्यांच्याखेरीज आशीर्वाद घ्यावा, असे कुणी नाही आम्हाला." राजांची चर्या कष्टी झाली. दिवाकरांनाही ती जाणवली. त्यासाठीच ते आग्रहाने म्हणाले, "राजे, तुम्ही जातीनं आलात सज्जनगडी तर...."

"तेच योजून होतो आम्ही. पण आता आम्हाला केव्हाही गड सोडून वऱ्हाडात उतरावं लागेल. समर्थांना हे सांगा. राघो अनंतांना जाताना बरोबर घेऊन जा. पंडितराव, राघोपंतांबरोबर समर्थांना आमंत्रण देण्याची व्यवस्था करा. बुवांना मानवस्त्रे व देवास पोशाख, जवाहिर पाठवा."

नमस्कार करून बाहेर पडणाऱ्या कफनीधारी पाठमोऱ्या दिवाकरांना बघताना एका विचित्र, किचकट विचाराने राजांना घेर टाकला – 'बोहलं सोडून समर्थ लग्नमंडपातून निसटले. तपःसाधना करून त्यांनी अनेक मठ उठविले. शिष्यगण तयार केला. दासबोध ग्रंथ सिद्ध केला. संसारी जगाबाबत निरिच्छ झालेल्या त्या थोर संतांना कधी मागे पडल्या आपल्या ठरल्या पत्नीची आठवण झाली असेल काय?'

त्या विचाराने पुन्हा दुर्गाबाईंची मुद्रा राजांच्यासमोर उभी ठाकली! या मर्माच्या जखमेला नगरवर चालून जाण्याशिवाय दुसरी तोडच नव्हती.

दोन दिवस उलटले. वऱ्हाडातून हंबीररावांना हारकारा चांगली खबर घेऊन आला – "वऱ्हाड मांडाखाली धरला आहे. साहेबस्वारीनं निघोन यावं."

येसूबाईंचा निरोप घेऊन संभाजीराजे, खंडोजी बल्लाळ, कृष्णाजी कंक, जानराव, हिंमतराव अशा निवडक सरदारांनिशी गड उतरून पाचाडात आले. पागेचा दहा हजार जीनबंद घोडा बाहेर पडला. उधळत्या टापांचे गर्जते भिरे निघाले.

भोर, पुणे, चाकण, खेड, नारायणगाव, संगमनेर, अहिवंतगड अशा मजला टाकीत, भीमा, घोड, प्रवरा, गोदावरी अशा नद्यांचे पाणी घोड्यांना दावीत राजे बागलाणात उतरले. इथे रूपाजी भोसल्यांच्या जासुदांनी बऱ्हाणपूरची उचललेली खबर मिळाली – "केवळ पाचशेच्या आसपास हत्यारी बऱ्हाणपूरच्या कोटाला आहे. वरकड लढाऊ वऱ्हाडात उतरला आहे."

राजांनी आपल्या फौजेला तवानगीसाठी तळाची आज्ञा दिली. आणि हंबीररावांना निरोप पाठविला, "आता वऱ्हाड सोडा. धरणगाव-चोपडा असा खानदेश जवळ करा."

हंबीरराव हुकुमाची तामिली करीत, हूल देत वऱ्हाडाबाहेर पडले. बहादूरखानाला धुमाकूळ घालणारे मराठे यकायक कुठे गायब झाले, त्याचा माग आला नाही. त्याने औरंगाबाद बळकट करून सुटकेचा सुस्कारा सोडला.

जालना, देऊळगाव, फर्दापूर, एरंडोल अशा ठाण्यांना जरब देत हंबीरराव फौजबंदीने धरणगाव-चोपडा भागात उतरले. बागलाणातून निघालेल्या संभाजीराजांनी त्यांचा मेळ घेतला. वऱ्हाडात मागे पेरलेली दहा हजारांची फौज वगळताही आता मराठी फौज तीस हजारांच्या दमात झाली. तो सेनालोळ थेट बऱ्हाणपुरावर चालून निघाला. बऱ्हाणपूर म्हणजे पंचपक्वान्नांचा, मेहमानाची वाट बघत असलेला, वाढून ठेवलेला शाही थाळाच होता! मध्ये तटबंदी असा भातमुदीसारखा बालेकिल्ला, त्या

भोवती उघड्यावरचे संपन्न व्यापारीपेठांचे सतरा पुरे! गोडधोडाच्या पदार्थांसारखे.

या दख्खन दरवाजाचा मोगली सुभेदार होता खानजमान. रिवाजाप्रमाणे खानसाहेब या समयी ठाण्याला मौजूद नव्हते! त्याचा नायब काकडखान्यात हजर होता. जिझिया वसूल करण्याचे फक्कड काम हा काकड करीत असे. आजवर केला वसूल सव्याज फेरभरणा करण्याची नौबत काकडवर आली होती. मराठी फौजेने बऱ्हाणपूरला येरगाटा टाकला. थंडीने अगोदरच काकडलेला काकडखान त्या थरकविणाऱ्या कल्लोळाने पुरता काकडून गेला. त्याने सोईचा मार्ग काढला. येतील तेवढी माणसं बालेकिल्ल्यात घेऊन तटाचे दरवाजे बंद करून टाकले! बाहेरचे मालवान व्यापारी पुरे चक्क मरणावर सोडले. हंबीरराव, नागोजी, केसो त्रिमल यांनी ते ताब्यात घेतले.

नबाबपुरा, खुर्रमपुरा, शहागंज, शहाजहानपुरा, हसनपुरा सर्व पुऱ्यांचे सराफी आणि व्यापारी कट्टे लुटीला पडले. सोने, चांदी, मोत्ये, नगदी नाणी यांची कलमवार रास राजांच्या सामने बाजारचौकात ओतण्यात येऊ लागली. मोजदाद करून जागच्या जागी ती गोणीबंद करून त्यावर मोहरा चढविल्या जाऊ लागल्या.

काही मावळे बालेकिल्ल्याच्या तटाला शिड्या जोडून वर चढण्याची खटपट करीत होते. भक्कम, उंच तटामुळे ते साधत नव्हते. बिजलीसारखे जनावर फेकीत हंबीरराव शहराभोवती फेर घेत बाक्यांना चेतना देत होते.

वरचा माल हस्तगत करण्यात पहिला दिवस गेला. पुढचे दोन दिवस खणत्या लावून 'भूमिगत' धन बाहेर खेचण्यात आले. तीन दिवस बऱ्हाणपूरभोवती व्यापारी पुरे पेटत होते. लक्षावधी गोणीबंद लूट मावळ्यांनी दख्खन दरवाजाबाहेर काढली होती.

तीन दिवस संभाजीराजे आणि हंबीरराव त्या हमल्यावर जागती नजर ठेवून भिरभिरत होते. एवढ्यात जासुदाकडून खबर आली, ''औरंगाबादेचा बहादूरखान बळकट फौजेनिशी बाहेर पडला आहे. बऱ्हाणपूरची कुमक करण्यासाठी येतो आहे.''

ज्या रानवाऱ्याच्या झडपेने मावळे आले होते, त्याच चलाखीने प्रचंड लुटीसह त्यांनी जळके बऱ्हाणपूर बहादूरसाठी सोडले. किमती कापड, काचसामान अशा अनेक वस्तू वाहनांची सोय नसल्याने तशाच मागे सोडण्यात आल्या.

फौजेच्या दोन फळ्या करण्यात आल्या. लुटीचे डाग घेतलेली फौज पाठीशी घेत संभाजीराजे चोपडा-धरणगाव मार्गे पुन्हा बागलाणाकडे वळले. हंबीरराव, नागोजी व केसो त्रिमल पुन्हा पलटी मारून वऱ्हाडात घुसले.

बागलाणातील साल्हेरीवर एक मुक्काम करून संभाजीराजांनी तिथल्या सरहद्दीवरचे गाजियापूर हे ठाणेही मारले. अगणित संपत्ती घेऊन अहिवंतगड, रामसेज, पट्टागड

असे मुक्काम टाकीत राजे रायगडाकडे निघाले.

बऱ्हाणपूरच्या या धामधुमीत गुंतलेल्या राजांना मागे रायगडावर घडलेल्या एका छोट्या घटनेची दखल असायचे कारण नव्हते. राजांनी मुजुमदारी सुपुर्द केलेल्या अण्णाजींना सोयराबाईंनी 'समाचारा'साठी आपल्या महाली पेश घेतले होते.

त्यांना निरोप देताना सोयराबाई अगदी सहजपणे म्हणाल्या होत्या, ''अण्णाजी, मुजुमदारीत भरून पावलेले दिसता तुम्ही!'' असे सुखासुखी आणि महाराणी असून, प्रत्यक्ष रायगडावर चौकीबंद जीवन पचवायला सोयराबाई काही दुर्गाबाई नव्हत्या!

राजे रायगडी परतले आणि दोन नाराज करणारे वृत्तान्त त्यांना ऐकायला मिळाले. केशव पंडितांनी त्यांच्या कानी घातले, ''काशीचे गागाभट्ट अभिषेक सोहळ्यास येऊ शकत नाहीत. आपण सिद्ध केल्या विधींनुसार अभिषेक समारंभ संपन्न करून घ्यावा. पाठवून दिलेल्या धर्मग्रंथाचा स्वीकार करावा, असे गागाभट्टांनी कळविले आहे.''

गागांनी 'समनयन' नावाचा धर्मशास्त्रावरील एक ग्रंथ राजांना पाठवून दिला होता. दुसरा वृत्तान्त होता सज्जनगडी समर्थांना भेटून आलेल्या राघो अनंतांनी आणलेला. समर्थांनी निरोप दिला होता, ''येणे होत नाही. आम्ही छत्रपतींना दिला कोदंड धारण करून सिंहासनारूढ व्हावे.''

निरिच्छ समर्थ, महाराजांच्या अभिषेक समारंभालाही आले नव्हते. पंडित गागा तर दूरस्थच होते. आमंत्रणे गेली होती. गडावर दुसऱ्या महाभिषेकाची तयारी जारीला लागली. बारा महाल, अठरा कारखान्यांची सजावट-रांगोटी सुरू झाली.

रामजी दत्तो या कारागिराने घडविलेल्या सुवर्णी मानछत्राच्या पालखीसह संभाजीराजे कवी कुलेश, खंडोजी, उमाजी पंडित यांना घेऊन रायगड उतरले. कुलदेवता भवानीला ते छत्र अर्पून, तिची महापूजा बांधण्यासाठी प्रतागडी आले.

षोडशोपचारांत भवानीची पूजा बांधून, तिला मानछत्र अर्पण करून राजांनी मिटल्या डोळी, जोडल्या हातांनी पाठराख्या जगदंबेला आशीर्वाद मागितला, ''सिंहासन थोर आहे. आम्ही लहान आहोत. तुमच्या आशीर्वादानंच ही जिम्मेदारी निभणार आहे. आबासाहेबांना होते, तसे आमच्या पाठीशी कुणी नाही. आहात त्या तुम्ही एकल्या. आम्हास परडीत घ्यावे. हाती येश भरावे. भुत्येपण रक्षून चालवावे.''

रात्री प्रतापगडावर आईच्या मानाचा गोंधळ मांडून, थोरल्या स्वामींच्या रोजपूजेच्या स्फटिक शिवलिंगावर सविध अभिषेक करवून, एक मुक्काम करून राजे रायगडी परतले. आता गडाला माणसांची अखंड रीघ लागली. वासुदेव, पिंगळे, बैरागी, फकीर, गोसावी फक्कड बिदागीच्या आशेनं गड चढून आले. त्र्यंबक, नाशिक, कऱ्हाड, करवीर, आळंदी अशा तीर्थक्षेत्रांचे ब्राह्मण रायगडावर आले.

डेरे, शामियाने, कमानी, राहुट्या यांनी गडमाथा फुलून गेला. सिंदखेड, फलटण, शृंगारपूर, जिंजी, तळबीड अशा राजकुळाच्या रक्तसंबंधांच्या स्थळांहून आलेल्या पाहुण्यांनी रायगडाच्या इमारती गजबजून गेल्या.

वऱ्हाड-खानदेश, नागोजी व केसो त्रिमलांच्या हाती सोपवून हंबीरराव, आनंदराव निंबाळकरांसह आले, बागलाणातून रूपाजी भोसले, संताजी गायकवाड, मानाजी मोरे आले. कोल्हापूरसुभा डबीर जनार्दनपंत हणमंते, म्हलोजी घोरपडे, संताजी-बहिर्जी घोरपडे, सरदार विचारे आले. कोकणपट्टीतून दादाजी रघुनाथ, मोरो दादाजी, सारंग दौलतखान, कान्होजी गोविंदजी काटे, मायनाक आले. मावळातून गोपाळ रायाजी, मालोजी इतबारराव, कंक, बांदल, सिलिमकर, सर्जेराव जेधे आले. हरजीराजे, अचलोजीराजे महाडीक, गणोजी-कान्होजीराजे शिर्के, पिलाजीमामा यांच्यासह येसूबाईंच्या मातोश्री आल्या.

समर्थशिष्य दिवाकर, चिंचवड, पाटगाव, मारुळ, कुरटे येथील मठांचे संतशिष्य आले. तुळजापूर, प्रतापगड, माहूर येथील देवीच्या मंदिरांच्या गायिका आल्या. देशोदेशींचे भाट, चारण, शाहीर, गायक, नर्तक, कवी आले. पन्नास हजारांवर माणूस राशीने गडाला दाटले. जागजागी मुदपाकाचे मंडप उठले. चुलवणांवर अन्नांचे हंडे रटरटू लागले. रायगडाला यात्रास्थानाचे स्वरूप आले. गडाच्या चित, लहाना, महादरवाजा, जगदीश्वर, शिर्काई, हनुमंत या मंदिरद्वारांना सुवर्णी पत्र्याने वेष्टित श्रीफलांची तोरणे लटकली. मंदिरमाथे तिकोनी भगव्या पताका मिरवू लागले. महादरवाजाच्या नगारखान्यावर निशाणकाठी धरत आभाळात चढलेला, थोराड, भगवा, जरीनकशीचा दौलतध्वज मावळवाऱ्यावर सळसळू लागला.

माघ शुद्ध पंचमीचा मंगळवार मंगलकलश घेऊन उमटला. विधींना प्रारंभ झाला. स्नान घेऊन ठेवणीचे तलम राजआसवाब परिधान केलेले संभाजीराजे, येसूबाईंसह पेशवे निळोपंत पिंगळे, सुरनीस आबाजी सोनदेव, मुजुमदार अण्णाजी दत्तो, न्यायाधीश प्रल्हाद निराजी, सेनापती हंबीरराव व येसाजी कंक, डबीर जनार्दनपंत हणमंते, दानाध्यक्ष मोरेश्वर पंडितराव, वाकनीस रामचंद्र दत्तो त्रिमल अशा प्रधानमंडळाच्या मेळाने बालेकिल्ल्याबाहेर पडले. त्यांच्यापुढे बाळंभट राजोपाध्ये, अनंतभट कावळे आणि व्युत्पन्न ब्रह्मवृंद चालला. कवी कुलेश, केशव पंडित, उमाजी पंडित चालले.

वृद्धत्वाने थकल्या धाराऊला सोबत घेऊन येसूबाई मेण्यात बसल्या. त्या मेण्यामागून अनवाणी पावलांनी संभाजीराजे सर्वांसह आघाडी मनोऱ्याबाहेर पडले. हजारो माणसे त्यांचे दर्शन घेत होती. राजमंडळ रायगड उतरून पाचाडात आले.

सर्व असामी थोरल्या मातोश्रींच्या छत्रीकडे चालल्या. राजोपाध्ये, अध्वर्यू अनंतभट यांनी मासाहेबांच्या छत्रीची सविध महापूजा बांधली. जिजाऊंच्या पदचिन्हांवर

संभाजीराजे-येसूबाईंनी बेलफुलांच्या ओंजळी वाहिल्या. जोडीने छत्रीच्या पायरीला माथे टेकले. ती राजमने अनंत भावनांनी भरून आली.

ती दगडबंद छत्री अभिषेकी जोडप्याला मूक आशीर्वाद देत होती, ''औक्षवान व्हा! विजयी व्हा. फुलवंत, फळवंत व्हा!''

जिजाऊंचे आशीर्वाद घेऊन राजमंडळ पुन्हा गडावर आले. जगदीश्वराजवळ हिरोजी इंदुलकराने उठविलेल्या महाराजसाहेबांच्या छत्रीची महापूजा बांधण्यात आली. अभिषेकी जोडप्याने आबासाहेबांच्या पदचिन्हांवर बेलभंडारा वाहून त्यांच्यासमोर नम्रभावे माथे नमविले. ती चक्रवर्ती पदचिन्हे मूक, धीरगंभीर आशीर्वाद देत होती – ''धैर्यवान व्हा! पहिले सेवक आणि सर्वांत शेवटी तुम्ही राजे आहात, हे ध्यानी ठेवा. आयुष्यमान व्हा!''

सतीच्या वृंदावनाचे, गडदेव जगदीश्वराचे व शिर्काईचे दर्शन घेऊन संभाजीराजे बालेकिल्ल्यात परतले. आता शांतिहोमांना प्रारंभ झाला. पहिला होम होता विघ्नहर्त्या विनायकाच्या शांतीचा. राजजोडप्याने गणेशमूर्तीचे सविध पूजन केले. एकवीस उंची वस्त्रे, अलंकार गणेशाला अर्पण करण्यात आले. एकवीस पक्वान्नांचा भोग गणनायकाला देण्यात आला. अथर्वशीर्षाच्या पवित्रमंगल मंत्रघोषांनी बालेकिल्ला भरून निघू लागला –

''ॐ नमस्ते गणपतये। त्वमेव प्रत्यक्षं तत्त्वमसि। त्वमेव केवलं कर्तासि। त्वमेव केवलं धर्ताऽसि। त्वमेव केवलं हर्ताऽसि। त्वमेव सर्व खल्विदं ब्रह्मासि। त्वं गुणत्रयातीत:। त्वं कालत्रयातीत:। ॐ गं गणपतये नम:।''

'विनायकशांती'नंतर 'पुरंदरशांती', 'ऐंद्रशांती', 'देवकशांती', 'मृत्युंजय' असे शांतिहोम करण्यात आले. होमकुंडात अर्पिल्या जाणाऱ्या दूध, तूप, मध, काष्ठसमिधा यांच्या दरवळाने गडमाथा, शुचित प्रेरक झाला.

अनिष्टांचे सांत्वन करून, इष्टांना आवतन करीत पंचमीचा, होमहवनांचा दिवस डुबला. षष्ठीचा दानधर्माचा दिवस वर उठला. आज बुधवार होता. बालेकिल्ल्याच्या हमचौकात एका चौथऱ्यावर प्रशस्त पारड्यांची तुला सिद्ध करण्यात आली होती. ती पुष्पमाला आणि आंबवती, श्रीफलांनी सुशोभित करण्यात आली होती. तिचे पूजन करण्यात आले.

घंगाळातील घटिकापात्र डुबतीला लागले. तुलासंपन्न होण्याचा मुहूर्त आला. संभाजीराजांनी मोजड्या उतरल्या आणि ते तुळेला हळदीकुंकू वाहून चौथऱ्यावर चढले. राजोपाध्यांनी त्यांना तुलेच्या दक्षिण पारड्यात बैठक घेण्यासाठी हातइशारा दिला. पवित्र मंत्रघोष उठू लागला. राजे दक्षिण पारड्याजवळ आले. काय वाटले कुणास ठाऊक, पण त्यांनी छातीवरची कवडीमाला उतरून ती राजोपाध्यांच्या हाती दिली आणि मगच पारड्यात पाय ठेवून वीर बैठक घेतली. वाम पारडे खणखणत्या

सोनमोहरांनी भरताच दक्षिणपारड्याने भुई सोडली. महाबळेश्वरावर झालेले थोरल्या मासाहेबांचे, राज्याभिषेक समयी झालेली आबासाहेबांची, दोन्ही तुलादाने राजांना आठवली.

सुवर्णतुला झाली. मग चांदी, पितळ, तांबे, लोखंड, साखर, अठरा धान्ये, कापूस, नारळ, मीठ, गूळ, सुपारी, मसाले, तेले यांनी राजांच्या भारंभार तुला संपन्न करण्यात आल्या. महाराणी होऊ घातलेल्या येसूबाईंच्याही तुला जोखण्यात आल्या.

एक तुला धाराऊचीही करण्यात आली.

राजजोडप्याने तुला झाल्या वस्तूंना हस्तस्पर्श दिले. दानाध्यक्ष मोरेश्वर पंडितरावांच्या देखरेखीखाली त्या वस्तू भट, भिक्षुक, गोसावी, फकीर, बैरागी यांना दान करण्यात आल्या. वस्त्रे, धान्ये, मोहरा, गाई यांची दाने झाली. षष्ठीचा दिवस दानाने संतुष्ट झाल्या जिवांचे आशीर्वाद आपलेसे करीत डुबला.

माघ शुद्ध सप्तमीची पहाट रायगडावर फटफटू लागली. आज गुरुवार होता. महाअभिषेकाचा दिवस! गडइमारतींची अंगणे सुवासिनींनी सडे सिंचून रांगोळ्यांनी चितारली. दिवल्यांच्या रोषणाईने व्यापारपेठ, बालेकिल्ला, जगदीश्वर, शिर्काईचे मंदिर असा सारा गडमाथा लखलखून निघाला. पहाट धरूनच अभिषेकविधींना प्रारंभ झाला. नगारखान्यावरून उठणारी नौबत, नगारा-चौघड्यांची मंद दुडदुड पहाटवाऱ्याच्या गारव्यात मुरू लागली. उपोषणाच्या व्रतात असलेले संभाजीराजे व येसूबाई हे राजजोडपे सरंजामी मेळाने बालेकिल्ल्याच्या खासेवाड्याबाहेर पडले. मंत्रित धाग्यांनी फेर घालून सिद्ध केलेला सुवर्णकलशांचा अभिषेकचौक आला.

त्या आखीव अभिषेकचौकाच्या पूर्वदिशेला सुवर्ण घृतकलश घेऊन मुख्यप्रधान निळोपंत पिंगळे, पश्चिमेला दह्याचा ताम्रकलश तोलून अमात्य अण्णाजी दत्तो, उत्तरेला मधाचा सुवर्णकलश घेऊन दानाध्यक्ष मारेश्वर पंडितराव, दक्षिणेला दुधाचा रौप्यकलश घेतलेले सेनापती हंबीरराव, ईशान्येला प्रतीकरूप सोनेरी न्यायतराजू तोलून धरलेले न्यायाधीश प्रल्हाद निराजी, आग्नेयीला मोतीलगाचे छत्र उंचावून धरलेले सचिव आबाजी सोनदेव, नैर्ऋत्येला सुवर्णमुठीचा पंखा घेतलेले सुमंत जनार्दनपंत हणमंते आणि वायव्येला सोनमोर्चेल हाती धारण केलेले मंत्री रामचंद्र दत्ताजी त्रिमल असे अष्टदिशापालांसारखे अष्टप्रधान हारीने उभे राहिले. त्यांच्या सोबत बाळाजी आवजी, कवी कुलेश, केशव पंडित, उमाजी पंडित, येसाजी कंक अशा असामी उभ्या राहिल्या.

चौकात मांडल्या दक्षिण सोनचौरंगावर संभाजीराजे व वाम सोनचौरंगावर येसूबाई पूर्वाभिमुख बसल्या. ब्राह्मण अभिषेकमंत्रांचा अखंड उद्घोष करू लागले. मुहूर्त धरून राजजोडप्याला प्रथम पंचामृताचे स्नान घालण्यात आले. दूध, तूप,

दही, मध अशा समृद्धि-रसांचे स्नानानंतर मंत्रभारित असे सप्तनद्यांचे पवित्र शुद्धोदक संभाजीराजे आणि येसूबाईंच्या मस्तकावर मंत्रघोषांच्या उद्‌गायनात सिंचले जाऊ लागले.

अभिषेक होताच काश्याच्या परातीतील कढीव तूपरसात राजमुद्रांनी आपले मुखदर्शन घेतले.

तिकडे सिंहासनचौक माणसांनी नुसता गजबजून गेला होता. राजदर्शनासाठी आतुरली प्रजा दरबारीचौकात दाटीवाटीने उभी होती.

संभाजीराजे खासेवाड्यात आले. येसूबाई आपल्या महाली निघून गेल्या. राजे सिंहासनावर आरूढ होताना परिधान करण्याचा खासा पेहराव चढवून सिद्ध झाले. नमस्कार करून त्यांनी पुष्पमालांनी मंडित कोदंड खांद्यावर चढविला. बाणयुक्त भाता त्यांच्या पाठीशी येईल असा बांधण्यात आला. कमरेला भवानी चढली.

जोत्याजी केसरकराने समोर धरल्या दर्पणात निरखताना त्यांना आपलेच रूप आगळे वाटू लागले. मस्तकी गर्द केशरी टोप, अंगी चुणीबाह्यांचा, जरी कोयऱ्यांचा, श्वेतवर्णी, तलम जामा, त्यावरून फिरलेले जरीकिनारी, पीतांबरासारखे उपरणे, कंठात रत्नजडित हार व मोतीकंठे, त्यांना घेर टाकलेली भवानीमाला, कानी चौकडे, कपाळी शिवगंध, कमरेला आवळलेला तलम-गर्द निळा शेला, ठिबक्यांचा चुणीदार मांडचोळणा, खांद्यावर कोदंड, कमरेला भवानी तलवार, दाट दाढीमिश्यांची, कमानी भुवयांची, पुखरतेजी डोळ्यांची, फरीमाटाची, पुष्ट मुद्रा दर्पणातून त्यांनाच शांतपणे म्हणत होती – "संभाजीराजे भोसले, आम्हास नीट पारखून ठेवा! आम्ही मराठी दौलतीचे अभिषिक्त छत्रपती आहोत. शककर्त्यांचे वारस आहोत, तुमच्या आमच्या नात्याची कधी चुकूनसुद्धा गफलत होऊ देऊ नका!" आजवर कधीच न उमटलेला आगळाच राजगंभीर भाव संभाजीराजांच्या मुद्रेवर तरारून आला.

गर्द जांभळा, सोनबुट्ट्यांचा शालू ल्यालेल्या, सुवर्णी कमरबंद कसलेल्या, मोतीबंद नथ नाकी शोभणाऱ्या, आडवे कुंकुपट्टे कपाळी धारण केलेल्या येसूबाई खासेवाड्यात येत होत्या. त्यासुद्धा संभाजीराजांना नेहमीच्या श्रीसखी येसूबाई वाटेचनात!!

आघाडीला अब्दागिरे, गुर्झबारदार, चवरीवाले, अलकाबे ठेवून, अष्टप्रधान, ब्रह्मवृंद यांच्यासह संभाजीराजे आणि येसूबाई खासेवाड्यातून सिंहासनचौथऱ्याला मिळणाऱ्या राजमार्गाने चालले.

अष्टप्रधानांनी सिंहासनाचे आपापले मानकरी सोनखांब घेतले. येसूबाई आडपडद्यांच्या राणीवशात गेल्या. सिंहासनारोहणाचा सुमुहूर्त होताच राजोपाध्ये व अनंतभट यांनी 'राजआसन आपले करावे', अशा अर्थाने राजांना हात केला.

कोदंडधारी सिंहासनाचे दक्षिण पाऊल पुढे घेत, राजआसंदीला पदस्पर्श होणार नाही अशा दक्षतेने त्या पूर्वाभिमुख, सुवर्णी सिंहासनावर आरूढ झाले. मंत्रघोषांनी सिंहासनचौथरा न्हाऊन निघू लागला. पेशवे निळोपंत ओंजळीत सोनमोहरा घेऊन राजदंडधारी स्वामींना सुवर्णस्नान घालू लागले. अनंतभटांनी मोतीलग छत्राला हातस्पर्श दिला. संभाजीराजांनी छत्रपतिपदाचा स्वीकार केल्याची ग्वाही देण्यासाठी हातपंजा उठविताच मानकऱ्यांनी दाटला दरबार रिवाजासाठी लवला.

गुर्झबारदारांनी हातीचे सुवर्णी, गुर्झबी दंड उचलून तिबार आपटत खड्या आवाजीत अलकाबी ललकाऱ्या दिल्या.

''राजश्रियाविराजित, सकल राजलक्ष्मीअलंकृत, गोब्राह्मणप्रतिपालक, हिंदुपदपादशहा, श्रीमन्महाराज संभाजीराजे – निग्गाऽऽह – निग्गाह अदब!''

तोफांची भांडी, बंदुका, उखळ्या कडकडत 'निग्गाह ठेवत, अदब राखत' मराठी दौलतीच्या दुसऱ्या छत्रपतींना मानमुजरा देऊ लागल्या.

दरबारचौकात देशोदेशीच्या चारण, भाट, शाहीर, कवींनी 'शंभूस्तुती'च्या कवनांचे एकामागून एक फड धरले. पंडित जीवनतत्त्वावर वादविवाद लढवू लागले, नर्तिका दरबारीमुद्रेचे नृत्याविष्कार करू लागल्या. सारा सिंहासनचौक कसा संमिश्र कोलाहलाने भरून गेला.

न्यायाधीश प्रल्हादपंतांनी राजमुद्रेचे सुवर्णतबक महाराजांच्यासमोर धरले. त्याला महाराजांनी हात लावून ती मुद्रा आपली केली. त्या मुद्रेवर कोरीव शब्दलेख होता –

''श्री शंभो: शिवजातस्य मुद्रा द्यौरिव जायते।
यदंक सेविनो लेखा वर्तते कस्य नोपरी।।''

महाराजांनी अष्टप्रधानांना मानवस्त्रांची भरगच्च तबके बहाल केली. कवी कुलेशांना राजआसनासमोर पाचारून त्यांच्या खांद्यावर मानवस्त्रे ठेवीत महाराजांनी त्यांना किताबत मेहर केली – ''छंदोगामात्य.''

महाराजांनी हातस्पर्श दिलेले एक मानतबक राणीवशातील महाराणी येसूबाईंच्याकडे सेवेला रुजू होण्यासाठी चालले. त्या तबकात येसूबाईंची महाराणी म्हणून, पत्नी म्हणून, जीवनसोबतीण म्हणून कदर करणारी अखत्यारी मुद्रा होती. त्या मुद्रेवर कोरीव शब्दलेख होता, ''श्री सखी राज्ञि जयति।।''

महाराजांनी जमल्या कलावंतांना कदर म्हणून वस्त्रे, होन, अलंकार बहाल केले. जमल्या रयतेला प्रत्येकी तीन होन देण्यात आले.

कुतुबशाही, आदिलशाही, फिरंगी, टोपीकर, वलंदेज, डींगमार दरबारातून आलेल्या वकिलांनी महाराजांना नजराणे पेश केले. त्यांना फेरनजराणे देण्यात आले.

छत्रपती संभाजीमहाराज रायगडच्या सुवर्णी सिंहासनारूढ उगवतीला डोंगरकडांवर

उठून दिसणारे सूर्य निरखू लागले. त्या बिंबात जशी मुद्रेची अक्षरे सोनवर्णात फेर धरत होती –

"श्री शंभो: शिवजातस्य – शिवपुत्र शंभूराजाची ही मुद्रा, द्यौरिव जायते – तेजस्वी राजमुद्रा शोभून दिसते आहे. यदंक सेविनो लेखा – राजअंकित अशा या मुद्रेची अधिकारसत्ता, वर्तते कस्य नोपरी? – कोणावर चालत नाही?"

राजइतमामात हा दुसरा महाअभिषेक रायगडावर संपन्न होत होता; पण या अभिषेकावर मूक बहिष्कार ठेवलेल्या सोयराबाई रामराजांसह आपल्या महाली होत्या. रामराजांना कसलाही विधी करू देण्यास त्यांनी स्वच्छ नकार दिला होता.

सिंहासनी बसल्या संभाजीराजांसमोर सूर्यरूपाने टळटळीत सवाल खडा होता.

"जलाभिषेक घेतलेला आपला माथा आशीर्वादासाठी ठेवावा तो कुणाच्या वडीलधाऱ्या चरणांवर?"

आठ दिवस उलटले. उत्तरेतून आल्या दोन वृत्तांचा विचार महाराज आपल्या मनाशी एकटेच पडताळून बघत होते. राजस्थानात सुभेदार असलेल्या औरंगजेबाच्या चौथ्या पुत्राने – अकबराने बगावत करून स्वत:ला 'स्वतंत्र बादशहा' म्हणून घोषित केले होते. त्याला या कामी मदत केल्याचा आरोप ठेवून औरंगने आपली कुवार मुलगी झेबुन्निसा हिला सलीमगडाच्या कोठीत कैद करून टाकले होते.

महाराजांचे कविजी बोलत असलेल्या विषयाकडे ध्यान नव्हते. महाराजांसमोर कविजींच्या जोडीने प्रल्हाद निराजी व केशव पंडित खडे होते. जोत्याजी केसरदार वर्दी घेऊन बैठकी महालात आला. "समर्थशिष्य दिवाकर गोसावी आल्यात. बुवांचा काही खलिता हाय त्यांच्यासंगं."

"घेऊन या त्यांना." महाराजांच्या हातचे गुलाबपुष्प थिरावले.

जोत्याजी दिवाकर गोसाव्यांना घेऊन आत आला. गोसाव्यांनी नांदी देत झोळीतील थैली बाहेर काढली व ती महाराजांच्या हाती दिली. ती आदराने कपाळी लावून प्रल्हाद निराजींच्या रोखाने धरत महाराज म्हणाले, "न्यायाधीश, वाचा. समर्थांचा आशीर्वाद काय आहे ऐकू द्या आम्हाला."

प्रल्हादपंतांनी पुढे होत थैली स्वीकारली. आतील खलितावळी बाहेर घेऊन कपाळी लावल्यानंतर न्यायाधीश स्पष्टोच्चारात समर्थांचे गोसावीबोल वाचू लागले –

"अखंड सावधान असावे। दुश्चित्त कदापि नसावे।
तजवीजा करीत बैसावे। एकांत स्थळी।।
काही उग्रस्थिती सांडावी। काही सौम्यता धरावी।
चिंता लागावी पराची। अंतर्यामी।।
मागील अपराध क्षमावे। कारभारी हाती धरावे।

सुखी करूनी धाडावे। कामावरी।।''

वाचते प्रल्हादपंत क्षणभर थांबले. ओठांवरून जीभ फिरवीत त्यांनी एकदा भराचा दम प्रथम घेतला. सावधपणे ते एक-एक शब्द पुन्हा वाचू लागले. गिर्दी सोडून पुढे झालेले महाराज मिटल्या डोळ्यांनी ते संन्यस्त शब्द एकचित्ताने ऐकू लागले.

''पाटांतील तुंब निघेना।। तरी मग पाणीच चालेना।
तैसे जनांच्या मना। कळले पाहिजे।।
जनांचा प्रवाहो चालिला। म्हणिजे कार्यभाग आटोपला।
जन ठाई ठाई तुंबला। म्हणिजे खोटे।।
श्रेष्ठी जे जे मेळविले। त्यासाठी भांडत बैसले।
तरी मग जाणावे फावले। गनिमासी।।
ऐसे सहसा करू नये। दोघा भांडण तिसऱ्या जय।
धीर धरूनी महत्कार्य। समजोन करावे।।
राजी राखता जग। मग कार्याची लगबग।
ऐसे जाणोनि सांग। समाधाने करावी।।
आरंभीच पडिली धास्ती। म्हणिजे कार्यभाग होय नास्ती।
याकारणे समस्ती। बुधी शोधावी।।
सकळ लोक एक करावे। गनिमा लाटून काढावे।
येणे करिते कीर्ती धावे। दिगंतरी।।
आधी गाजवावे तडाखे। तरी मग भूमंडळां धाके।
ऐसे न होता धके। राज्यासी होती।।
समय प्रसंग ओळखावा। राग निपटून सांडावा।
आला तरी कळो न दावा। जनांमध्ये।।
राज्यामध्ये सकळ लोक। सलगी देऊनी करावे एक।
लोकांच्या मनामध्ये धाक। उपजो चि नये।।
बहुत लोक मेळवावे। एक विचारे भरावे।
कष्ट करूनि घसरावे। म्लेंछावरी।।
आहे तितुके जतन करावे। पुढे आणिक मेळवावे।
महाराष्ट्रराज्यचि करावे। जिकडे तिकडे।
लोकी ही हिमती धरावी। शर्तीची तलवार करावी।
चढती वाढती पदवी। पावाल येणे।।''

प्रल्हादपंतांनी उपरण्याने मुद्रेवरचा घाम निपटून घेतला. त्यांचे भावगंभीर झालेले डोळे ते अर्थमय शब्दमोती टिपू लागले. समर्थांच्या चिंब भावेनेने, श्रीरामाच्या तीर्थात डुबून आलेले बोल महालाच्या दगडबंद भिंतीनाही पाणवू लागले –

“शिवराजासी आठवावे। जीवित्व तृणसमान करावे।
इहलोक परलोकी तरावे। कीर्तिरूपे।।
शिवराजाचे आठवावे रूप। शिवराजाचा आठवावा साक्षेप।
शिवराजाचा आठवावा प्रताप। भूमंडळी।।
शिवराजाचे कैसे बोलणे। शिवराजाचे कैसे चालणे।
शिवराजाची सलगी देणे। कैसे असे।।
सकळ सुखाचा त्याग। करूनि साधिजे तो योग।
राज्य साधावया लगबग। तैसी करावी।।
त्याहून करावे विशेष। तरीच म्हणावे पुरुष।
या उपरी आता विशेष। काय ल्याहावे।।”

महाराजांच्या नेत्रकडा पाणावून आल्या होत्या. भोवतीच्या कुणालाही त्या दिसू शकत नव्हत्या. हात उठवून महाराजांनी तो पत्रबोध पंतांना पुन्हा वाचायला लावला.

त्या शब्दाशब्दाने आपल्या आयुष्यातील एका चुकल्या दैवयोगाची सर्वांत खोलवर कळ महाराजांना छेदून गेली. तडफडते मन मूकपणे म्हणून गेले, ‘समर्थ, सज्जनगडी तुमची आमची भेट होती, तर हयातीतील सर्वांत मोठा काळिमा चुकला असता आमचा!’

‘“काही उग्रस्थिती सांडावी – काही सौम्यता धरावी” खरेच आम्ही उग्र आहोत? की सर्वांना तसे वाटतो? समर्थांनाही? त्यांची तरी काय चूक? जे कानी पडले त्याला धरूनच त्यांनी स्पष्ट बोध दिला. आम्ही कटाच्या असामी दस्त केल्या हे सत्य आहे. समर्थांनाच का रामराजांनाही नाही का वाटले की, आम्ही महाराणी मासाहेबांवर हत्यार धरू म्हणून? रायगडाहून पन्हाळ्याला काय मजकुराचे खलिते गेले होते, हे समर्थांना कसे कळावे? आम्ही दस्त झालो असतो तर... तर हा खलिता लिहिण्याचा योगच समर्थांना नसता आला!

‘“मागील अपराध क्षमावे, कारभारी हाती धरावे” समर्थ, आम्ही हे केलेच आहे. हाती धरले कारभारी आमचे हात बळकट करतात की लुळे पाडतात, हे सिद्ध व्हायचे आहे. त्याचीही वाट बघू आम्ही.

“पाटांतील तुंब’ उखडून काढण्यासाठी आम्ही हात घातलेच आहेत. आमचे दोन हात त्यासाठी नाही पुरे पडणार, हे आम्ही जाणतो. ते हात हयातभर पाण्यातील तुंब काढण्यासाठी, पाणी खेळते राखण्यासाठी आम्हाला राबवावे लागले, तरी त्यासाठी मनाची बांधणी करून सिद्ध आहोत आम्ही. संत-महंत, लढवय्ये, कलमबाज सर्वांना राजी राखण्यासाठी हरकोशिश करतो आहोत. भोवती टपल्या गनिमांच्या बाबतीत सावधच आहोत आम्ही. एक खरे आहे, वावगे काही सोसवत नाही

आमच्या वृत्तीला. आला राग सर्वांसमक्ष साफ बोलू दाखवतो आम्ही.

'हे महाराष्ट्र राज्य 'जिकडे तिकडे' करण्यासाठी आयुष्याचा पट मांडून आम्ही खडे आहोत. आम्ही स्वत:ला छत्रपती मानीत नाही. या राज्याचे सेवकच मानतो.

'आबासाहेबांचे रूप, बोलणे, चालणे, राज्यकारभाराची लगबग तर अहोरात्र आमच्या धमन्यांतून रक्तमार्गी फिरते आहे. असा एक दिवस उमटत नाही, ज्या दिवशी आमच्या मनश्चक्षूंना त्यांचे, थोरल्या आऊंचे, सती गेल्या मासाहेबांचे दर्शन होत नाही. आम्ही शक्य ते-ते करू. पण केवढेही केले तरी आबासाहेबांहून 'विशेष' ते होणे नाही. आम्हालाच काय कुणासही ते शक्य नाही. आम्ही आबासाहेब नाही. केवळ त्यांच्या रक्ताची एक सावली आहोत! सावली आकृती कशी व्हावी? आबासाहेबांनी बरड जहागिरीतून हे राज्य उठविले. ते यश त्यांच्या नावाला साजेसे. आम्ही हे राज्य राखण्या-वाढविण्यात यशस्वी ठरलो, तरी स्वत:ला धन्य मानू. प्रसंगी त्यासाठी खर्ची पडलो, तर मालुसरेकाका, बाजी मुरारराव, गुजरकाका यांच्यासारखे कृतार्थ होऊ.

'समर्थ, आपल्यासारखे 'दुसरे समर्थ' आपण सिद्ध केल्या अकरा मारुतींना, आपल्या शिष्यगणांतून बघायला मिळतील काय? हे तरी कुणी व कसे सांगावे? सृष्टीला आपल्यासारखी, आबासाहेबांसारखी गोमटी स्वप्ने रोजाना नाही पडत. तुमच्या पिढीने घालून दिल्या पायवाटेनं आखरी श्वासापावेतो चालण्याचं भाग्यही काही कमी मोलाचं नाही. आपले आशीर्वाद आम्हाला शिरसावंद्य आहेत.'

विचारच विचार दाटून आल्याने महाराज बैठक सोडून उठले. "प्रल्हादपंत, गोसावीबुवांची व्यवस्था निसबतीनं बघा." न्यायाधीशांना सांगून त्यांनी त्यांच्याकडून समर्थांचा मौल्यवान आशीर्वादी खलिता आपल्याकडे घेतला. काही न बोलता ते अंत:पुराकडे चालले. आत पिलाजीमामा, गणोजी-कान्होजीराजे व येसूबाई होत्या.

महाराजांना बघून पिलाजीमामा म्हणाले, "आता निगावं म्हन्तो आमी पुराकडं."

"का? कंटाळलात गडाला?" महाराज त्यांना हसत म्हणाले.

"तसं न्हाई, आता अबिषेक जाला. संगती कबिल्याची जोखीम... तवा."

"आमच्या बाबीचा तेवढा निवाडा द्यावा महाराजांनी म्हणजे कागदपत्रे घेऊनच निघून आम्ही." गणोजीराजांनी येसूबाईंशी चालत्या चर्चेचा मुद्दा पटावर घेतला.

"कसला निवाडा म्हणता राजे?" महाराजांची कपाळपट्टी वर चढली.

"थोरल्या स्वामींनी शिरकाणाचं वतन आमच्या नावे मोईन करून देण्याचं वचन दिलं होतं. तुमच्या-आमच्या साट्यालोट्याच्या लग्नकार्यात!" गणोजींनी मतलब सांगितला.

“काय सांगता तुम्ही राजे? आबासाहेब तर नवे वतन देण्याविरुद्ध काटेकोर होते.” महाराजांची मुद्रा गंभीर झाली.

“तुमच्या सूनबाईंना मुलगा झाला की, पुराचे वतन तुमच्या नावे करू म्हणाले होते थोरले धनी. आपल्या कन्यावारसाला चोळीखणासाठी ही मोईन करून द्यावी, असा इरादा होता स्वामींचा. आता गणोजींना मुलगा झालाय तवा...” पिलाजींनी जुना करीणा सांगितला.

“मामासाहेब, गणोजी आहेत तसेच महादजी, हरजीराजेही जावई आहेत आबासाहेबांचे. सर्वांनी असाच वतनासाठी शब्द घातला तर? तुम्ही घरचे आहात. हे समजून घ्या. गणोजी-कान्होजींना आम्ही दौलतीच्या सेवेत त्यांना साजेशी जागा देऊ. नव्या वतनाचा आग्रह नका धरू. त्यानं आणखी कटकटी उभ्या राहणार.”

“महाराणींचा काय सल्ला आहे?” येसूबाई रक्ताच्या नात्याने कौल देतील या भ्रमाने गणोजीराजांनी त्यांना बोलते करण्यासाठी सवाल केला.

“स्वारींचा निवाडा रास्त वाटतो आम्हास! नव्या वतनाचा आग्रह आणि तोही घरच्यांनी या वख्ती धरणे रिवाजी नाही. आबासाहेब आज असते, तर त्यांनीही आज हाच निवाडा दिला असता.” येसूबाईंच्या उत्तराने गणोजीराजे चरफडले. कडवटपणे बोलून गेले, “म्हणजे भोसल्यांनी दिला शब्द तोडला असंच मानायचं काय आम्ही?”

“शिर्केऽ!” संभाजीराजांच्या डोळ्यातील भाव पालटले. हातच्या समर्थखलित्यातील शब्द मनात फिरले, “राग निपटून सोडावा! आला तरी कळो न द्यावा! जनांमधी!” मोठ्या निकराने त्यांनी स्वतःला सावरले.

“आम्ही समजलो काय ते! निघतो आम्ही. आबा, चला. आता इथं पाणीसुद्धा घ्यायला थांबायचं नाही आम्हाला.”

गणोजीराजे तडक बाहेरही पडले. मागोमाग पिलाजीमामा आणि कान्होजी मुकाट बाहेर पडले.

येसूबाई आणि महाराज खिन्नपणे ते गेलेल्या रित्या दरवाजाकडे बघत राहिले.

‘समर्थ, पाटांचा तुंबा कसा निघावा? पाणी कैसे खेळते राहावे? वाशांनाच घर परके वाटले, तर ते तरी कैसे नांदावे?’ सुन्नपणे संभाजीराजे हातच्या खलित्याकडे बघत राहिले. त्यांना काही सुचेना!

“एक अर्जी आहे. आज्ञा होईल तर...” पेहरावसिद्ध महाराजांच्या हाती म्यानबंद कट्यार देताना येसूबाई म्हणाल्या.

“बोला, काय आज्ञा आहे?” महाराजांनी हसत येसूबाईंचाच शब्द फिरविला.

“सारं निर्वेध पार पडलं. आता पाचाडी एक राजमंदिर उठावं वाटतं. वाडीला

मंदिर नाही.''

येसूबाईंना दिल्या राजमुद्रेचा लेख महाराजांच्या मनी फिरला – ''श्री सखी राज्ञि जयति।''

दरवानाला याद फर्मावून त्यांनी हिरोजी इंदूलकराला बोलावून घेतले. त्याला आज्ञा देण्यात आली, ''हिरोजी, पाचाडी चखोट जागा पारखून राजमंदिराचा पाया घ्या. बांधकाम निवडीच्या घडीव दगडांचे धरा.''

''जी.'' हिरोजी मनोमन मंदिराचा आराखडा रेखतच बाहेर पडला.

बाहेर उभ्या असलेल्या जोत्याजी, अंतोजी-रायाजी यांच्या मेळाने महाराज खासेवाड्याच्या सदरेला आले. सदरेला अष्टप्रधान कविजी, हरजीराजे, शामजी नाईक अशी मंडळी होती. महाराजांनी सर्वांचे कुशल घेतले, हंबीरराव आणि आनंदराव वऱ्हाड-खानदेशात चौथाई वसुली आणि मुलूखगिरीला निघून गेले होते.

''डिचोलीच्या मोरो दादाजींचा माणूस आला आहे. फिरंग्यांनी आपल्याशी सर्व प्रकारचे संबंध तोडले आहेत असा निरोप आहे त्यांचा.'' निळोपंतांनी महत्त्वाची बाब महाराजांच्या कानी घातली.

''मोरो दादाजींनी त्यांची माणसे व तो व्यापारी खुला केला की नाही पंत?''

महाराजांनी फिरंग्यांशी मतभेद येणाऱ्या प्रश्नाचे मूळ धरले.

''जी, नाही. त्यामुळेच विजरई नाराज झाला आहे.''

''मतलब? आम्ही सुभेदारांना ती माणसं मोकळी करण्यास सांगितलं होतं. मोरो दादाजी सुभ्याचे पूर्ण अखत्यार मानतात की काय स्वत:ला? त्यांना लिहा, आम्ही जातीनं डिचोलीला येणार आहोत!''

''जी. फिरंगी दरबारात एक महत्त्वाचा बदल झाला आहे स्वामी. पूर्वीचा विजरई अंतोनिओ बदलून त्याची जागी कोदि द आलव्होरची नेमणूक झाली आहे. अद्याप नवा विजरई गोव्यात आला नाही.''

''आपले रायाजी पंडित आहेत गोव्यात. त्यांना नवा विजरई येताच खबर द्यायला कळवा.'' आज ना उद्या फिरंग्यांशी, हबश्यांशी झगडा द्यावाच लागणार. त्यासाठी कुडाळ, डिचोली भागात आताषीचे कारखाने उभे केल्याशिवाय तड लागणार नाही, हा विचार महाराजांच्या मनात घोळत असतानाच निळोपंतांनी वृत्तान्त दिला.

''बादशहानं सुरतेत आपल्या मुसलमानी रयतेवरही कर बसविला आहे. बऱ्हाणपुरावर इरजखानाची सुभेदार म्हणून नामजादी केली आहे महाराज.''

या वृत्ताने महाराज गंभीर झाले. बऱ्हाणपूरहून राजस्थानात असलेल्या औरंगजेबाला झाल्या लुटीचे खलिते गेले होते. जुम्मा रोजची नमाजसुद्धा बंद पडते की काय, अशी शंका बऱ्हाणपूरकरांनी बादशहासलामतला कळविली होती. त्या शहराभोवती

तटबांधणीचे हुकूम औरंगजेबाने जारी केले होते. आपल्या बंडखोर मुलाचा – अकबराचा काटा काढण्यासाठी औरंगजेब राजस्थानात गुंतून पडला असला, तरी तो स्वस्थ बसणार नव्हता.

"पंत, मोगलाईच्या तोंडावरच्या किल्लेदारांना ठाणी रसदबंद करून सावधानगीने राहण्यास कळवा. सगळ्या तर्फांच्या सुभेदारांना फौजेची नौसंचणी जारी करायला लिहा. वऱ्हाड-खानदेश मिळेल तेवढा लुटीत घेण्याची सरलष्करांना सूचना द्या. आबासाहेबांचे श्राद्धकर्म होताच आम्ही पन्हाळा, राजापूरकडे येत असल्याचं लिहा." चारी तोंडावरच्या गनिमी फळ्यांचा विचार महाराजांच्या मनात फेर धरू लागला.

"चेऊलच्या सुभेदार तिमाजी व्यंकटेशांचा निरोप आहे स्वामी." निळोजीपंतांनी हबश्यांच्या आगळिकीला हात घातला.

"काय म्हणतात तिमाजी?" महाराजांचे शिवगंध आठी घेत आक्रसले.

"आपली मुंबईकडे जाणारी दोन गलबते आणि त्यावरची चार माणसे सिद्द्यानं दर्यावर दस्त केली होती. तिमाजींनी मुंबईच्या टोपीकरांना 'ही बाब आम्ही रायगडी कळवू. स्वामी गय करणार नाहीत.' अशी जरब देताच टोपीकरांनी ती गलबते व माणसे सिद्द्याकडून हस्तगत करून आबाजींच्या मध्यस्थीनं आपल्या हवाली केली आहेत."

हे ऐकताना महाराजांची मुद्रा संमिश्र भावनांनी भरून आली. सिद्द्याच्या माजोरीचा संताप, टोपीकरांचे बदलते लागी धोरण, तिमाजींची तत्परता, आवजी पंडितांची यशस्वी होत असलेली हेजिबी अशा अनेक छटा त्यात होत्या.

"पेशवे, चिमाजींना संतोषाचे पत्र द्या. आवजींना मुंबईतील हबश्यांच्या हालचालींवर बारीक ध्यान ठेवण्यास लिहा." महाराजांच्या डोळ्यांसमोर वेंगुर्ला, मालवणपासून मुंबईपर्यंतचा दर्याकिनारा उभा ठाकला. त्यावरची टोपीकर, हबशी, फिरंगी टपून बसलेली, तीन चालींची तीन पाणसावजे मनात घर करू लागली. या तीन दर्यासत्तांचा मेळ पडू देणे, राज्याला हिताचे नव्हते. त्यासाठी जबाबी तोड म्हणून किनाऱ्यावर जलकोट उठविणे, अरबांशी मैत्री ठेवणे, किनारपट्टी धरून आताषीचे कारखाने बांधणे, हेच उपाय होते. हबश्यांच्या चाचेगिरीला तोंड देण्यासाठी अरबी चाचे राखून ठेवणे भाग होते. त्यासाठी महाराजांनी आखणी सांगितली, "पंत, राजापुरापासून खंदेरीपावेतो असलेली दर्याठाणी माणूसमेळानं बळकट ठेवण्याचा सारंगांना निरोप द्या. जमेल तेवढा दोस्ताना अरब दर्यावर्दाशी राखून चालवण्यास सांगा."

महाराजांनी बैठक सोडली. हरजीराजांसह ते सदरेबाहेर पडले. बाहेर काही कुणबाऊ माणसे खोळंबून होती. त्यांच्याकडे हात करीत चांगोजीने त्यांना पुढे घातले, "ह्ये प्रचंडगडाचं कोळी, मेटकरी हाईत. भेटीसाटनं आल्यात धन्यांच्या."

कांबळी काचोळ्या आणि लंगोट्या घातलेली ती माणसे काकाळीने मुजरा देत वाकली. महाराजांची शोधक नजर त्या माणसांभोवती फिरली.

"बोला बाबा, का गड चढून आलात?"

बावरून त्या कोळ्या-मेटकऱ्यांनी नुसते एकमेकांकडे बघितले.

"बिनधास्त बोला. का आलात?" छत्रपतींनी त्यांना उबदार धीर दिला.

धाडस धरून त्यांच्यापैकी एक म्हणाला, "आमापैकी काही गडाच्या चाकरीला हाईत. आमा गरिबांवर गाईंची वणी ज्यारी क्येलिया, घरपट्टी बसलिया. गुराढोराबगार हाय काय आमांकडं धनी? त्येवढी वणी उटवावी धनी, आमवयली." पुढे होत त्याने छत्रपतींचे एकदम पायच धरले.

"उठा." महाराजांनी त्याच्या खांद्याला आधार देत अगोदर त्याला उठते केले. कसलातरी निर्धार त्यांच्या चर्येवर दाटून आला.

"चांगोजी, जरा दफ्तरदार चिमणगावकरांना पेश घ्या." राजाज्ञा सुटली.

दफ्तरात जाऊन चांगोजी चिमणगावकरांना घेऊन आला. महाराजांनी त्यांना जागीच निवाडा फर्मावला, "दफ्तरदार, प्रचंडगडाच्या मुद्राधारी रघोजी हिररावांना तातडीनं हुकूम द्या. या कोळी-मेटकऱ्यांवरची गाईची वणी माफ केल्याचं लिहा. गडाला जे हवालदार, नाईकवडी, रजपूत आहेत तेवढ्यांना दोन म्हशींची वणीही माफ असल्याचे कळवा. वरकड म्हशींची वणी घेत जाणे. या लोकांना घरपट्टी बार आहे याचीही समज द्या त्यांना."

"जी." दफ्तरदारांनी राजाज्ञा ध्यानपूर्वक ऐकली.

"बाबांनो, आज गडाला मुक्काम करा. चांगोजी, यांची थाळ्याची व्यवस्था बघा." महाराजांच्या पाठमोऱ्या आकृतीला ती संतुष्ट झालेली गरीब माणसे कुणबाऊ कृतज्ञतेने मुजरा देत होती. महाराजांच्या मनी समर्थखलित्याचे वचन घोळत होते – "राजी राखता जग। मग कार्यभागाची लगबग।... सकळ लोक एक करावे। गनिमा निपटून सांडावे।"

चैत्री पुनव आली. रायगड उतरून आलेले महाराज कमरेच्या केवळ पितांबरानिशी उघड्या पाठीने काळ नदीच्या पात्रात उभे राहिले. एका सालापूर्वी काळ झालेल्या आबासाहेबांच्या आत्म्याला ते भरल्या ओंजळीने वर्षश्राद्धाचे तर्पण देऊ लागले.

नदीकाठावर बाळंभट, कविजी, उधो योगदेव, केशव पंडित, उमाजी पंडित उभे होते.

महाराजांच्या मनाच्या पात्रात आठवणींची एक-एक ओंजळ उतरू लागली – 'एक साल मागे पडले. आबासाहेब गेले असे अजून मन घेत नाही. पण ते सत्य

आहे. जाताना ते जमल्या असामींना म्हणाले, 'ये तो मृत्युलोक। कितेक आले तितुके गेले।' तो तर रिवाजच आहे. पण हा मृत्युलोक पावन होतो, तो आबासाहेबांसारख्यांच्या येण्याने. पोरका होतो, तो त्यांच्या जाण्याने. आपल्या शब्दांखातर माणसे जिवांचे तर्पण करून धन्य होताहेत, हे बघण्याचे भाग्य किती लोकांना मिळते? आबासाहेबांना ते मिळाले. ते शिवनेरीवर उपजले आणि त्यांनी रायगडी देह ठेवला. पन्नास वर्षांची हयात; पण केवढा मोहरा पालटून टाकला त्या सायवळ हातांनी माणसा-मुलखांचा! किती शोध घ्यावा; आबासाहेब कोण होते उमगत नाही. ही खरी जिंदगी, जिला खरे तर सद्‌गतीसाठी तर्पणाचीही गरज नाही.

'आबासाहेब, आमच्या भटकल्या क्षणांनी आम्ही पठाणी गोटाच्या गोत्यात गेलो. त्यानं ज्या यातना तुम्हाला झाल्या त्याची भरपाई उभी हयात आम्ही असे तर्पण करीत उभेच राहिलो, तरी होणार नाही. किती उपटला तरी, हा सल काही मनातून हलता हलत नाही. आपणाला अर्घ्य देण्याची खरे तर आमची योग्यता नाही. जे पाचाडच्या मासाहेबांनी केले, पेशवे मोरोपंतांनी केले, ते खरे समर्पण! तुम्ही उठविलेल्या या दौलतीत आमची हाव नाही. आम्ही हाती राजमुद्रा घेतली आहे; ती लागल्या कलंकाला साफ धुवून काढण्यासाठी. अंगी खेळणारे तुमचे रक्तबीज शाबीत करण्यासाठी! आमच्या पायात हिंमत आणि हातात येश भरा. थोर मनी आम्हास आशीर्वाद द्या. जे चुकले-माकले आहे ते पदरी घ्या.'

श्राद्धविधी करून महाराज रायगड चढले. निळोपंतांना वर्दी देऊन त्यांनी सिंहासनसदर भरविण्याची आज्ञा केली. या सदरेला हरजीराजे, शामजी नाईक पुंडे, दादाजी व भिमाजी काकडे, जैताजी काटकर यांना मानविडे देऊन पाचारण करण्यात आले.

भरल्या सदरेला साक्ष ठेवून महाराजांनी हरजीराजांना म्यानबंद तलवार, अलंकार, वस्त्रे व शिरपेचाचे तबक बहाल केले. त्यांच्या खांद्यावर हात ठेवून नजर त्यांच्या नजरेत विश्वासाने रोवीत महाराज म्हणाले, "राजे, आम्ही प्रांत कर्नाटकाची कारभारी एखत्यारी तुम्हा हाती सुपुर्द करतो आहोत. प्रांताला बेंगळुर, जिंजी, होसकोट, कोलार, वेलूर, दोड्डबाळापूर, चिक्कबाळापूर असा मुलूख आहे. भोवती मदुरा, म्हैसूर, हुक्केरी, रामनाड अशा नायकांचा प्रदेश आहे. तंजावरी एकोजीकाका आहेत. त्यांची जोड घेऊन प्रांत वाढीला लागेल यासाठी कोशिस करा. प्रांत कर्नाटक ही दौलतीची गाठीची फळी आहे. भोवतीच्या नायक राज्यांवर आब-जरब ठेवून ती बळकट राखा. तुमच्या दिमतीला शामजी, जैताजी आणि काकडेबंधू देत आहोत. तुम्ही आहात म्हणजे आम्हीच कर्नाटकात आहोत असे आम्ही मानतो. प्रसंगी आम्हाला हारकारा द्या. आम्ही जातीनं तुमची कुमक करू. आजच गड उतरा. आई जगदंब तुम्हास येश देणार भली आहे."

महाराजांनी प्रेमभराने हरजींना ऊरभेट दिली. हरजींनी छत्रपतींना विश्वास दिला, "आम्ही स्वामिकार्यात काडीची ती कसूर करणार नाही. छत्रपतींनी निर्धास्त असावे."

शामजी, जैताजी, दादाजी व भीमाजी यांचाही मानवस्त्रे देऊन मरातब करण्यात आला. हरजीराजांसह महाराज रायगड उतरून पाचाडात आले. पंधरा हजारांची दिमत व निवडीची माणसे घेऊन हरजींनी पाचाड सोडले. मराठी राज्याचे 'कारभारी एखत्यार' म्हणून हरजीराजे महाडीक कर्नाटकाच्या रोखाने चालले.

पाचाडच्या वेशीबाहेर पडणाऱ्या हरजींच्या फौजेकडे बघणाऱ्या महाराजांच्या मनात मुद्रा तरळून गेली, ती मेहुणे गणोजीराजांची! एक मेहुणे जोखीम घेऊन दूरवरच्या प्रांतात चालले होते. दुसरे वतनासाठी नाराज होऊन न भेटता-बोलता पाठ फिरवून शृंगारपुरी निघून गेले होते.

गडावर परतल्या महाराजांना वाकनीस रामचंद्र दत्ताजी आणि कारभारी शिवाजी सुरो पेश आले. रामचंद्रपंतांनी वाईच्या एका दत्तकविधानातील सरकारी शेरणीच्या भरण्याची बाब महाराजांच्या कानी घातली. "वाईला केशवजी नाईक म्हणून आहेत, महाराज. वारस नाही म्हणून त्यांच्या स्त्रीने – पिलाईने त्यांच्या भावाचा – गंगाजींचा मुलगा दत्तक घेतला आहे. थोरल्या स्वामींच्या संमतीनेच हे दत्तकविधान झालेले आहे. या विधानासाठी केशवजींनी सरकारी शेरणी म्हणून पाच हजार होनांचा भरणा दफ्तरी करावा, असा कौल थोरल्या स्वामींनी दिला होता. पैकी दोन हजार होन केशवजींनी भरणा केले आहेत. बाकी निघणाऱ्या तीन हजारांसाठी ते हप्ते जोडून मागताहेत."

"केशवजी असामी कसा?" महाराजांनी अंदाज घेत विचारले.

"माणूस शब्दाला जागणारा आहे. हप्ते दिले तर होन-होन पावता करील." शिवाजी सुरोंनी इतबार दिला.

"मग त्यास हप्ते बांधून द्या." महाराजांनी लागलीच निवाडा दिला. रामचंद्रपंत आणि शिवाजी सुरो समाधानाने मुजरा देत निघून गेले.

"मुजुमदार आल्यात भाईर." खिदमतीच्या जोत्याजीने वर्दी दिली.

"येऊ द्या त्यांना." महाराजांना अण्णाजी का यावेत, याचा माग आला नाही. आत आलेले अण्णाजी मुजरा देऊन कसल्यातरी विचाराने तसेच उभे राहिले.

"बोला अण्णाजी, काय आहे?"

एवढे सडेतोड बोलीचे अण्णाजी तरीही घुटमळलेच. ते बोलायला भांगा शोधताहेत हे ताडून महाराजांनी त्यांना दिलासा दिला,

"अण्णाजी, काही खास बाब असली तरी निःसंकोच सांगा."

"जी संगमेश्वराचं देशकुलकर्ण वारसाविना पडून आहे. स्वामींनी आमची कदर

करण्याचं मनी घेतलं तर...'' अण्णाजींना मनोमन महाराजांची धास्त वाटत होती, हा प्रस्ताव ठेवताना.

छत्रपतींच्या मनात समर्थांचा बोध फिरून गेला –

''कारभारी हाती धरावे। सुखी करून सोडावे। कामाकडे।।''

''तुम्ही खातरजमा करून घेतलीत कुलकर्ण वारसाविना आहे याची, अण्णाजी?''

''जी.''

''मग आम्ही तुम्हाला संगमेश्वराचं देशकुलकर्ण दिलं मुजुमदार! तुमच्यासारखा कारभारी लाभतो आहे त्या कुलकर्णाला, हे संगमेश्वराचं भाग्य आहे अण्णाजी!'' महाराज प्रसन्न आणि मनमोकळे बोलले.

भरून पावलेले अण्णाजी लगबगीने लवले. निरोप घेऊन बाहेर पडले.

''जासुदाचं नाईक बहिर्जी आल्यात.'' पहाऱ्याने खास वर्दी आणली. ती ऐकताना महाराजांच्या मनातले विचारचक्र क्षणभर थांबले. त्यांनी संमती दिली.

थोड्याच वेळात बहिर्जी आत आला. अंगच्या मोगली पेहरावाने आणि हनुवटीवर चढविलेल्या नकली, कोरीव दाढीने तो चटकन ओळखू येत नव्हता. त्या वेषातच त्याने जोहार दिला.

त्याला घेऊन महाराज एका बंदिस्त कोठीत गेले. आग्रा, बऱ्हाणपूर, बागलाण असा फटका टाकून, ससाण्याच्या डोळ्यांनी आणि चित्त्याच्या कानांनी खबर उचललेला बहिर्जी दबके म्हणाला, ''धनी रजपुतांच्या फाट्याची खाशी खबर हाय. बादशहाने आपल्या पोराला हातोहात चकवा दिला. अजमेरच्या तळावर. शहजादा अकबर रजपुतांच्या म्योळ घिऊन बापावर चालून ग्येला. पर निभला न्हाई. बादशहानं त्येच्याच नावाची बनावट पत्रं क्येली. ''तू रजपुतास्नी घेर टाकून माझ्या सामने आनलास. भली खिदमत क्येलीस, तू नी म्या मिळून ह्ये रजपूत काटून काढू या!'' अशा लागीची ती पत्रं हुती. बादशाने ती रजपूत सरदारांच्या नेमकी हातात जातील, अशी खबरदारी घ्येतली. तसंच झालं. ती दस्तं पत्रं वाचून रजपूत बिथारलं. रातोरात अकबराचा तळ टाकून पांगापांग झालं. साठ हजार हुतं त्या जागेला ईस हजारबी हशम टिकला न्हाई ऐन वख्ताला. हाय खाल्ल्याला अकबर रानोमाळ पळत्योय. बोलवा हाय त्यो आपल्या मुलकात सरकावा.''

बहिर्जीचा शब्दन्‌शब्द ध्यान देऊन ऐकलेले महाराज विचारात गेले. त्यांनी महत्त्वाचा प्रश्न बहिर्जीला घातला, ''बादशहाची चाल काय आहे नाईक पुढं?''

''तिकडं मोगलाईत हवा हाय त्यो दख्खनेत उतरनार म्हून. बऱ्हाणपूर, औरंगाबादेत जोराची तयारी हाय त्येच्या येण्याची.''

महाराजांची चिंताक्रांत नजर बहिर्जीच्या कोरीव दाढीभर फिरली.

''ठीक आहे. नाईक, तुम्ही चार दिवस विसावा घेऊन निघा, निवडीचा तेवढा

खबरगीर बऱ्हाणपूर, औरंगाबादेत पेरा. जे मिळेल ते टाकोटाक आम्हास पावते करीत चला.'' बाप, भावानंतर आता मुलाच्या पाठीशी लागलेल्या औरंगजेबाचा विचार करीतच महाराज कोठीबाहेर पडले.

चांगोजीला बोलावून त्यांनी एक आज्ञा केली. तिचा हेतू होता, आता गड सर्व बाबींनी निर्मळ नांदता राहावा. ''चांगोजी, मासाहेबांच्या थोरल्या महालावरील चौकीपहारे आता काढून घ्या. महाल खुला ठेवा.'' महाराजांच्या ध्यानीमनीही नव्हते की, या आज्ञेतून केवढे रामायण पुढे उभे राहणार आहे!

नर्मदेच्या उत्तरेस महेश्वरला आलेल्या औरंगपुत्र अकबराने महाराजांना लिहिलेल्या फारशी पत्राचा मराठी तर्जुमा प्रल्हाद निराजींनी कवी कुलेशांच्या मदतीने सिद्ध केला. त्यांच्यासह प्रल्हादपंत महाराजांच्या भेटीस आले.

''शहजाद्यांकडून आल्या पत्राचा तर्जुमा तयार झाला आहे, महाराज.'' प्रल्हादपंतांनी हातची तर्जुमावळी पुढेशी केली.

''वाचा प्रल्हादपंत, शहजादा अकबराचा मनसुबा.'' महाराजांनी त्यांना फर्मावले. प्रल्हाद निराजी तर्जुमा वाचू लागले.

''महाराजांचे अग्रणी शंभूराजे यांसी – माझ्या अमर्याद कृपेची आशा ठेवून जाणावे की, सर्व हिंदूंचा नायनाट करणे हाच माझे आबाजान अलमगिरांचा राज्याच्या प्रारंभापासून हेत होता व आहेही. त्यांचा हा हेत महाराजा जसवंतसिंगाच्या मृत्यूनंतर सर्वांस उघडपणे कळून चुकला आहे. याच उद्दिष्टासाठी अलमगिराने उदेपूरच्या राणा राजसिंगावरही हमला केला.

''ज्याअर्थी सर्व माणसे खुदातालाची लेकरे असून तोच सर्वांचा रक्षणकर्ता आहे, त्याअर्थी ज्याची हिंद हीच मायभूमी आहे, अशा इथल्या जमीनदारांचा, रयतेचा हिंदुस्थानच्या पातशहाने नाश करणे, सर्वस्वी अयोग्य आहे. अलमगीर ही साधी मर्यादा सोडून वागत आहे.

''हिंदच्या लोकांचा असाच नाश होऊ दिला, तर माझ्या खानदानाला एक दिवस हिंदुस्थानच्या पादशाहीलाच मुकावे लागेल. मी माझे खाजगी चाकर घेऊन अलमगिरावर खपा होऊन, शहजहानाबाद, लाहोर, एलगड, बागलाण असा प्रवास करून भैसवाडजवळ नर्मदा ओलांडून आलो आहे. रजपूत सरदार दुर्गादास राठोड माझ्याबरोबरच आहेत. देवाच्या कृपेने जेव्हा दिल्लीचे तख्त माझ्या हाती येईल तेव्हा मी नामधारी बादशहा असेन, सर्व राज्य तुमचेच होईल. तुमच्या व माझ्याबाबत अलगमीराच्या मनात असलेल्या शत्रुत्वाचा पूर्ण विचार करून आपण दोघांनी एकच ध्येय गाठण्यासाठी जुटीने यत्न करण्याचा निश्चय करू या.

''जग कधीच एकाच परिस्थितीत राहत नाही. कमावलेले नाव आणि सत्कार्य

मात्र चिरकाल टिकते. योद्ध्यापासून एवढीच काय ती उमेद असते. तुमचे शौर्य व जबर धडाडी यांचा विचार करून मी तुमच्या राज्यात प्रवेश करण्याचे ठरविले आहे. अधिक लिहावे असे नाही. शहाण्याला फक्त इशाराही पुरेसा असतो.''

प्रत्यक्ष पुत्राने रेखलेले ते आपल्या बापाचे – बादशहाचे चित्र मोठे बोलके होते. ते ऐकून महाराज विचारमग्न झाले. एकेकाळी ते स्वत: विजापूर दरबाराच्या मसूदखानाला 'सोनेरी कट्यारीसारखे' वाटले होते. आज त्यांना आपल्या राज्यात येणारा शहजादा अकबर तसाच वाटू लागला. तो औरंगपुत्र होता. साधा देवडीवालासुद्धा चिलमीवर ठेवायचा इंगळ हाताला चटके बसणार नाहीत, असा घोळवीत उचलतो. हा तर शाही निखारा होता! त्याला उपेक्षून चालणार नव्हते, तसेच त्याला अवाजवी महत्त्व देऊनही उपयोगी नव्हते. अकबर आपली मार खाल्लेली किस्मत आणि पळती पावले घेऊन येत होता.

''कविजी, तुमचा काय सल्ला आहे, या शहजाद्याबाबत?''

''बादशहाका पुत्र है अकबर। जितना हो, उसका लाभ उठाना चाहिये स्वामी।'' कुलेशांनी मसलत दिली.

''चुकताहात कविजी, काव्यात यतिभंगासाठी येणाऱ्या अडगर मात्रेसारखा आहे हा शहजादा! आम्ही त्याला अधिक महत्त्व देणार नाही. तो जेवढा फायद्याचा ठरण्याची शक्यता आहे, तेवढाच नुकसानीत घालणारा ठरू शकतो. त्याचा पुरा अंदाज पडेपर्यंत त्याच्या या पत्राला दाद देऊ नका, प्रल्हादपंत. त्याच्या वाटेवर चलाख जासूद पेरा.'' महाराजांनी निर्णय घेतला.

मुंबईच्या टोपीकर दरबारातून आलेल्या आवजींसह निळोपंत महाराजांच्या भेटीसाठी आले. आवजींनी गोऱ्या दरबाराने महाराजांना दिलेला दीडशे रुपये किमतीचा नजराणा पेश केला. त्याला हात देऊन महाराजांनी आवजींकडून हेजिबीचा तपशील घेत विचारले, ''टोपीकर हबश्याला राखून आहेत की त्याला फटकारतात?''

''आम्ही गेल्यापासून एक महिन्यातच साहेबाने आपले गॅरी व थारवीन हे वकील जंजिऱ्यावर हबश्यांशी बोलणी करायला पाठविले. नागोठाणे, आपटे, पेण भागात चालणारी हबश्यांची लूटमार थांबली पाहिजे. नाहीतर मुंबई बंदर त्यांना मना होईल, अशी जरब गोऱ्यांनी सिद्द्याला भरली आहे. टोपीकर हबश्यांशी काटेकोर वागत आहेत. आम्ही महाराजांचा निरोप गोऱ्या साहेबाच्या कानी घातला. त्यामुळं इंग्रजांनी हबश्यांना धारेवार धरलं आहे.''

''आता हबशी कुठं आहे?'' समाधानी चर्येने महाराजांनी विचारले.

''गलबती तांड्यासह तो सुरत बंदराकडे गेला आहे.'' आवजींनी मुंबईत राहून सिद्द्याच्या हालचालीवर बारीक लक्ष ठेवले होते.

“ठीक आहे.” म्हणत महाराज बैठकीवरून उठू लागले. बरेच दिवस मनात घोळत असलेला एक विषय कुलेशांनी चालता केला. “महाराज का अभिषेक समारोह हुआ, लेकिन युवराज्याभिषेक पुत्र के कारण रह गया, इसलिये....”

“काय मनी आहे तुमच्या छंदोगामात्य?” महाराजांना त्यांना काय सुचवायचे आहे, ते कळले नाही.

“एक पुत्रकामेष्टी यज्ञ संपन्न किया जाय तो...!” कविजींनी जिव्हाळ्याच्या विषयाला तोंड फोडले.

महाराजांनी हसत त्याला दाद दिली. “तुम्ही खरेच छंदोगामात्य शोभता कविराज. जीवन हेही अनेक छंदांनी आकार घेणारे एक काव्यच आहे. यज्ञ हा त्याचाच भाग असेल, तर तो तरी का बाजूला ठेवावा? कारभाऱ्याच्या मदतीने तुम्ही त्याची तयारी करा.” छत्रपतींनी बैठक सोडली.

“कविराज, चला जरा मावळमाचीवरून मासाहेबांच्या सदरेचं दर्शन घेऊन येऊ.” जाता-जाता त्यांनी कुलेशांना फर्मावले.

कविजी, जोत्याजी यांच्यासह महाराज मावळमाचीकडे चालले. महाराजांनी पाठीमागून येणाऱ्या कवी कुलेशांचे एका बाबीकडे ध्यान वेधले. “छंदोगामात्य, आम्ही तुम्हाला ‘कविजी’ म्हणतो, तसे आमच्या मावळमाणसांना जमत नाही. ते तुम्हाला ‘कबजी’ म्हणतात. कुलेश म्हणायला अवघड पडतं, म्हणून ‘कलुशा’ म्हणतात. तुम्ही नाराज तर नाही यावर?” हे सांगताना छत्रपतींना आपला उल्लेख मोगल, आदिल, कुतुबशाही व टोपीकर, फिरंगी दरबारात ‘संभा’ असा केला जातो हेही आठवले.

“हम नाराज नहीं स्वामी!” कवी कुलेश हसत उत्तरले.

माचीवरून पाचाडच्या सदरेचे दर्शन घेणाऱ्या महाराजांच्या मनात एकच शब्द घंटानादासारखा घुमत होता – ‘पुत्रकामेष्टी यज्ञ.’

‘दोन पुत्र कैदेत असताना हा यज्ञ करायचा! आम्ही या कवींना म्हणालो, जीवन हे काव्य आहे, पण ते साधं काव्य नसून एक खंडकाव्य असतं. ओठांवर हसू वागवीत, अंतरंगातील अग्निखाया कुणाच्याही दृष्टीस पडणार नाहीत, याची खबरदारी घेतच ते वाचावं-अनुभवावं लागतं!’’

रायगडावर विधियुक्त पुत्रकामेष्टी यज्ञ पार पडला. आता त्र्यंबकला पोहोचलेल्या अकबराला पालीच्या सुधागडावर नेण्याची जोखीम राजांनी चिटणीस बाळाजी आवजी व बहिर्जी भोसले यांच्यावर सोपवली आणि डिचोली भागात उतरण्यासाठी रायगड सोडला. समवेत खंडोजी बल्लाळ, येसाजी गंभीरराव, कविजी वगैरेंना घेतले. पोलादपूर महाडमार्गे कोयनाघाट चढून, जावळीचे देशाधिकारी काशी रंगनाथ,

मलकापूरचे देशाधिकारी बापूजी त्रिंबक यांची जोड घेत महाराज पन्हाळ्यावर आले. जवळ-जवळ एक सालानंतर ते पन्हाळ्यावर येत होते.

माळवद उतरून सदरेला आल्या छत्रपतींना मुजरा देत खंडोजींनी कानी घातले, "दमण भागात आपल्या शिबंदीनं फिरंग्याची काही घरं जाळली आणि काही असामी कलम केल्या आहेत महाराज. बार्देश भागात फिरंग्यांनी पंधरवड्यापूर्वी आपला एक गाव पेटवून गावचौकीत लाकडं रचून दिवसाढवळ्या आपली माणसं जाळली होती, त्याचा जाब दिला गेला दमणभागात."

छत्रपती काही बोलणार तो पन्हाळ्याचे सरनौबत म्हलोजीबाबा आत आले. लवून म्हणाले, "वलंदेजी सायब आलाय. भेटावं म्हन्तोय धन्यास्नी."

महाराजांनी म्हलोजींना संमतिदर्शक हात दिला. घोळदार किरमिजी अंगरखा घातलेला, दोन्ही बगलांना झुरमुळ्यांसारखी झालर असलेली पायघोळ विजार चढविलेला, उंचापुरा, गोरापान डच वकील लेफेबेर दुभाष्यासह आत आला. महाराजांसमोर रुजाम्यावर गुडघे टेकून त्याने मान लवविताना डोकीवरची पांढरेशुभ्र पीस खोचलेली घेरदार टोपी उतरली. ती उजव्या बाजूला हवेत डोलवून अभिवादन केले. तो पाँडेचरीहून आला होता. त्याच्या दुभाष्याने डच दरबारची अर्जी छत्रपतींना पेश केली.

"महाराज, डच दरबारची विनंती आहे. त्यांना पांदेचरी भागात व्यापारासाठी सवलती आणि तांब्याची नाणी पाडण्यास परवानगी देण्याची मेहर व्हावी."

आबासाहेबांच्या वेळेपासूनच डचांचे संबंध दौलतीशी जिव्हाळ्याचे होते. महाराजांनी दुभाष्याला अभय देतानाच एक अट घातली, "आम्ही ही अर्जी मंजूर करू; पण एका शर्तीवर. डचांनी आम्हास बंदुका व तोफा देण्याची व्यवस्था केली पाहिजे."

दुभाष्याने लेफेबेरला छत्रपतींची अट सांगितली. ती ऐकून त्याने अदबीने होकारार्थी मान डोलावली. महाराजांनी ती बाब कविजींच्यावर सोपवून डच वकिलाला सन्मानपूर्वक निरोपाचे विडे दिले.

दुपारचा थाळा घेऊन छत्रपतींनी गडाच्या चिटणिसांना बोलावून पुढे राजापूर, कुडाळ, डिचोली भागात द्यावयाच्या खलित्यांचे मजकूर सांगितले. पन्हाळ्यावर आपण सुखरूप पोहोचल्याचे रायगडी येसूबाईंना कळविण्याचीही सूचना त्यांनी चिटणिसांना केली. चिटणीस निघून गेले. महालात महाराज एकटेच फेर घेऊ लागले. आत येऊन उभ्या राहिलेल्या म्हलोजींच्याकडे त्यांचे ध्यान गेले नाही. म्हलोजी बाहेर जावे की कसे, या विचाराने चुळबुळले आणि आल्या पावली बाहेर जायलाही निघाले. पण त्या हालचालीने महाराजांचे लक्ष त्यांच्याकडे गेले. त्यांना थोपविण्यासाठी छत्रपतींनी विचारले, "काय

आहे म्हलोजीबाबा? निघालात ते?"

"तसं खासं काय न्हाई – पर." म्हलोजी चाचरले.

"काय आहे? बोला. संकोचू नका."

"योक धनगर आलाय. धाकलू म्हन्त्यात त्याला. किती सांगितलं तरी मनावर घ्याय तयार न्हाई. खाशांशी भॅट पायजेच म्हणतोय."

"कशासाठी?"

"काय तर देनगी द्यायची हाय त्येला धन्यास्नी म्हनं!"

"आम्हाला? नीट तपास घ्या त्याचा. त्याला देणगी पाहिजे असेल, म्हलोजीबाबा."

"धा येळा इच्चारलं. त्यो द्याची हाय म्हणून धोसरा घेऊन बसलाय."

"घेऊन या त्याला." महाराजांचे कुतूहल चाळवले. खांद्यावर कांबळे टाकलेल्या, अंगात दशांच्या बंदांनी कोचोळे आवळलेल्या, डुईला लाली धनगरी मुंडासे गुंडाळलेल्या, कंबरेच्या लाकडी खोबणीत धारदार विळा खोवलेल्या, लंगोटीबाज धाकलू धनगरासह म्हलोजी आत आले. म्हलोजींनी महाराजांना मुजरा देण्यासाठी परोपरीने त्याला खुणावले. फाकड्या धाकलूच्या मुंडाशात ते काही केल्या शिरले नाही!

महाराजांनी त्या रांगड्या धनगराला विचारले, "कोण बाबा तुम्ही? कुठून आलात? कोण काम?"

खांद्यावरचे घोंगडे कडेधारी हाताने नेटाक करीत त्याने उत्तर दिले. फव्वाऱ्याच्या धनगरी बोलीत – "धाकलू जी म्या. धन्गार – धन्गार. म्हसाईच्या दरडीचा. ऱ्हाज्या कोहोन?" निर्भय धाकलूने महाराजांनाच विचारले, "राजा कोण?"

छत्रपतींना समोरचा धनगर अरबी घोड्यासारखा ऐटदार वाटला. त्याला धीर यावा म्हणून ते म्हणाले, "आम्हीच ऱ्हाजे!"

"बिऱ्हुबाचं चांगभलं!" धनगराने त्या नांदीनेच आपल्या रिवाजाप्रमाणे मुजरा दिला. थेट दंडवत घालून.

"ही भॅट हाय ऱ्हाजा, धन्गराची." वर उठताच धाकलूने लंगोटीच्या शेवटाची गाठ उकलून चुनखडीसारखा एक पांढराधोट तुकडा काढला आणि तो महाराजांच्या पायांशी ठेवला.

ओणावून तो उचलून निरखत महाराजांनी विचारले, "काय आहे हे धाकलोबा?"

"खवूल हाय त्यो. जित्या खवल्या मांजराच्या पाटीवयनं टोकनुन कहाडलाय!"

"आम्हाला कशाला दिलात हा?"

"लई गुणकारी खवूल त्यो. तसा म्हिळत न्हाई. खवल्या मांजर जिता घावला, तर त्येच्या पाटीला चुना थापून रातभर त्येला डालाया लागतो. सक्काळाला त्येचा योकच खवूल, असा मेंढराच्या लवीगत पांडराशिफुर हूतो का, त्योच टोकनून कहाडायचा. रानची दवलत हाय ती ऱ्हाजा. गाडगंभर सोनं दिलं का

न्हाई म्हिळायची.''

"पण उपयोग काय याचा?'' महाराजांचे कुतूहल आता शिगेला पोचले.

"इखबाधंला लई पलट्या असतो त्यो खवूल! त्येची अंगठी वळ अन् लाव बोटाला. आसपास इखार आला की अंगठी रंग पाल्टून शिफुर हाय ती हिरवीन्हिळी पडती. तुज्या थाळ्याचा राखनदारच म्हन की त्यो खवूल.'' रानचा राजा असल्यासारखा धनगर छत्रपतींशी एकेरीच बोलत होता.

हातातला खवूल डोळाभर निरखताना महाराजांची चर्या कशी उजळून निघाली. तसेच पुढे येत धाकलूच्या खांद्यावर हात चढवून तो हलकेच थोपटून महाराज म्हणाले, "धाकलोबा, फार-फार मोलाची देणगी दिलीत तुम्ही आम्हाला. बोला. काय बक्षिसी देऊ आम्ही तुम्हाला? मागाल ते मिळंल. जमीन, जनावर, धान्य, हत्यार, वस्त्रं, सोनं.''

रानझरा खळखळून जावा, तसे धाकलूचे डोळे कसल्यातरी अपार निर्मळ तेजाने झळझळले. मुंडासे डोलवीत तो म्हणाला, "ऱ्हाजा, तू बिऱ्हुबा आमचा! खंयाला हात टेवलास का घ्याई पावली माजी. काय नगं द्येवा. चांगभलं.'' उभा धनगर पुन्हा सरळ आडवा झाला आणि त्याने आपले मुंडासे छत्रपतींच्या पायांवर ठेवले. दंडवत घातला. त्याला उठवून ऊरभेट देणाऱ्या महाराजांचा ऊर भरून आला.

रानझुळकीसारखा आला तसा धाकलू महालाबाहेर पडला आणि मसाईच्या दरडीच्या वाटेला लागला.

हातातील खवूल निरखणाऱ्या छत्रपती संभाजी महाराजांना थोडीसुद्धा कल्पना नव्हती की, रायगडी सोयराबाईंच्या महालातून कानमंत्र घेऊन बाहेर पडलेल्या अण्णाजींनी मंत्रिवाडीतील आपल्या वाड्यात एका गुप्त कारस्थानाची खलबती बैठक बसविली होती. राघो वासुदेव, बापू माळी, सूर्या निकम, हिरोजी फर्जंद, अण्णाजींचे बंधू सोमाजी दत्तो, त्र्यंबकहून परतलेले चिटणीस बाळाजी आवजी अशी मंडळी दबक्या आवाजात अण्णाजींशी बातचीत करीत होती. एक काळेकुट्ट कारस्थान एकांती रचले जात होते.

सुधागडहून सुभेदार जिवाजी हरींचा माणूस निरोप घेऊन आला, "शहजादा अकबर पालीजवळ धोंडश्याला पोहोचला आहे. महाराजांच्या भेटीचा आग्रह धरून आहे. त्यांच्याजवळ चारशेच्या आसपास घोडा, दोन-एकशे उंट आणि मामुली हशमांची शिबंदी आहे. तो रसदीची मागणी घालत आहे. काय करावं हुकूम व्हावा.''

महाराजांनी निळोपंतांना पत्र पाठवून रायगडाहून हिरोजी फर्जंद यास पन्हाळ्याला बोलावून घेतले. हिरोजी आग्रा दरबार बघून आलेला जाणता असामी म्हणून

अकबराकडे धाडण्यासाठी महाराजांनी त्याची निवड केली होती.

हिरोजी मनचा मागमूस न देता कान पाडून महाराजांना पेश झाला. त्याला आज्ञा देण्यात आली, "फर्जंद, तुम्ही वकुबाचे म्हणून आम्ही तुम्हाला शहजाद्याच्या भेटीसाठी पालीला पाठवीत आहोत. जाताना एक हजार रुपये, रत्न-हिरेजडित मोतीकंठा आणि हिरे मढविलेला तुरा शहजाद्याला नजराणा म्हणून घेऊन जा. जिवाजींना शहजाद्याला रसद देण्यास सांगा. एक खलिता आम्ही सिद्ध केला आहे तो कविजींच्याकडून घ्या. आपला आब ठेवून शहजाद्याची भेट घ्या."

"जी." हिरोजीच्या मनात काळे शिवार पोटरीला आले होते, तरीही अदबमुजरा देत तो कमरेत लवला.

शहजाद्याला द्यायच्या नजराणा-तबकाला हात लावणाऱ्या छत्रपतींच्या उजव्या हाताच्या तर्जनीत खवली-अंगठी चढली आहे, हे हिरोजीच्या ध्यानी यायचे कारण नव्हते! हिरोजी मुजरा देऊन बाहेर पडला, महाराजांच्या भेटीसाठी बत्तीस शिराळ्याचे कृष्णाजी भास्कर आले. त्यांनी विनंत घातली, "शिराळा भागात सैन्यसंचणी जारी आहे. साहेबस्वारीने एकदा त्यावर नजर टाकावी."

संध्याकाळ धरून महाराज कृष्णाजी भास्कर, बापूजी त्रिंबक, खंडोजी, कविजी यांच्यासह पन्हाळा उतरून शिराळापेट्याच्या वाटेला कूच झाले. वारणा ओलांडून त्यांनी शिराळा गाठला. भुईकोटासमोरच्या मैदानात संचणी होणाऱ्या मावळजवानांची भेट घेतली. एक दिवस शिराळ्यात मुक्काम करून छत्रपती सर्वांसह मलकापूरला आले.

बापूजी त्रिंबकांच्या वाड्यात सदरेला मांडलेल्या बैठकीवर महाराज बसले होते. त्यांना बापूजींनी, "तुलाजी देसाई निकम भेटीला आल्याची" वर्दी दिली.

तुलाजींचा चेहरा त्रासिक, चिंताक्रांत दिसत होता. महाराजांना मुजरा घालून तो चिडीने बोलला, "धनी, आमी आपल्या सावलीला हाव का मोगलाईत?"

"काय आहे देसाई? नीट सांगा." महाराजांनी त्याला सुमार केला.

"आमाकडं बिळाशी तर्फेच्या बारा गावांच्या देशमुखीचा भोगवटा हाय. तो शिराळापेट्याला जोडून असता बळेच वारणखोऱ्याला जोडून आमास्नी गोत्यात घातलंया स्वामी.'

"कुणी?" छत्रपतींची चर्या ताठर झाली.

"वारणखोऱ्याचं देशमुख सोमाजी बांदलांनी."

"काय म्हणताय हे देसाई? एका तर्फेचा बारा गाव तोडून दुसऱ्या पेट्याला घेतला आहे बांदलांनी?" महाराजांनी बापूजी व कृष्णाजी यांच्याकडे वळून विचारले.

"जी, निकमांचा गाव शिराळा पेट्याचा हे खरं आहे." कृष्णाजी भास्करांनी इतबार दिला.

"आम्ही बांदलांना हे अन्यायाचं आहे, करू नका म्हणून सांगून थकलो. ते जुमानत नाहीत महाराज." बापूजी बोलले.

महाराजांची चर्या लालावून आली. त्यांनी कडक शब्दांत तुलाजीच्या खटल्याचा निवाडा दिला. ज्यात बांदलला "भिक्षा नको कुत्रं आवरा" म्हणण्याचीच पाळी यावी. छत्रपती बापूजी त्रिंबक आणि कृष्णाजी भास्करांना म्हणाले, "आम्ही तुमच्या नावे आज्ञापत्रे देऊ. या देसायांचे बारा गाव शिराळा पेट्यालाच जोडून चालवा. दुसऱ्याच्या स्थावराला मनचाहा हात घालण्याऱ्या सोमाजी बांदलांना कळू द्या की, तसे झाले की कशी कोंडमार होते. कविजी, बांदलाची वारणखोरीची देशमुखी सरकारी दिवाणात अमानत झाल्याचा हुकूम द्या!"

तुलाजी देसाईच्या चेहऱ्यावर समाधान पसरले. बापूजी, कृष्णाजी, कविजी साऱ्यांनाच समजून चुकले की, महाराज केवळ न्यायालाच कौल देण्यात तत्पर नाहीत, तर अन्यायाला खोडा घालण्यातही तयार आहेत!

मलकापूरहून पन्हाळ्याला येऊन महाराजांनी दोन दिवस मुक्काम केला. म्हलोजींचा निरोप घेऊन, जावळी, मलकापूरच्या सुभेदारांना सुभ्यावर परत पाठवून, महाराजांनी कोकणदरवाजा उतरत, पन्हाळा सोडला. राजापूर, कुडाळ जवळ करण्यासाठी तो खंडोजी, येसाजी गंभीर, कविजी यांच्यासह दौडू लागले. हिरोजी मात्र कुणाकुणाच्या एकांती भेटीगाठी घेत चार दिवस पन्हाळ्यावरच रेंगाळला.

राजापूरला सुभेदार देवाजी विठ्ठलांच्या मध्यस्थीने इंग्रजांच्या वखारीचे आताषीचे जाणकार उचलून महाराज कुडाळमार्गे डिचोलीला आले.

फिरंगी दरबाराचा वकील नारायण शेणवी महाराजांच्या भेटीस आला. त्याने नजराणा पेश करून डिचोलीच्या मोरो दादाजींबद्दल तक्रार महाराजांच्या कानी घातली, "सुभेदार फिरंगी दरबाराशी जमवून घेत नाहीत."

महाराजांनी मोरो दादाजींना कडक समज दिली, "सुभ्याला आताषीचे कारखाने उठवायचे आहेत. फिरंग्यांशी सुलूख राखल्याशिवाय ते चालते कसे होणार? कारखान्यास लागणारा सोरा, गंधक कारवारातून दर्यामार्गे येणार. तो फिरंगी मुलखातूनच घेतला पाहिजे. तुम्ही त्यांच्याशी चांगले संबंध राखले, तर ठीकच आहे, ना तर तुमची सुभेदारी सूत्रेच आम्हाला काढून घ्यावी लागतील."

नारायण शेणव्याने आणखी एक महत्त्वाची बाब महाराजांना पेश केली,

"छत्रपतींच्या पत्राप्रमाणे पन्हाळ्याहून आलेला वकील रामजी ठाकूर कैद केला आहे. नव्या वकिलाची नामजादी व्हावी." रामजी पहिल्या कटाचा हस्तक असल्याने त्याला कैद करण्याबद्दल महाराजांनी फिरंग्यांना लिहिले होते.

छत्रपती क्षणैक विचारात पडले. काही ठरवून त्यांनी शेणव्याला निर्णय दिला, "येसाजी गंभीर येतील तुमच्याबरोबर आमचे दरबारी वकील म्हणून."

महाराजांनी विजरईला द्यायचा नजराणा आणि कारवारभागातून येणारा गंधक, सोरा दर्यामार्गे सोडण्याची विनंती करणारा खलिता देऊन येसाजी गंभीरांना गोव्याकडे पाठविले. कारखान्यांसाठी सोयीच्या जागांची पाहणी केली. कुडाळचे धर्माजी नागनाथ आणि मोरो दादाजींचा निरोप घेऊन महाराजांनी डिचोली सोडली. पुन्हा पन्हाळ्याचा रोख ठेवून दौडणाऱ्या छत्रपतींना एक गोष्ट खोलवर जाणवली होती, कुडाळचे खेमसावंत आणि फोंड्याचे दळवी, हे दोघे काही भेटीला आले नव्हते.

पन्हाळ्याच्या पुसाटी-बुरुजावरून मावळतीला दूरवर दिसणाऱ्या कोकणपट्टीत छत्रपतींची नजर गुंतून पडली होती. मृगाचे नक्षत्र कोरडे गेल्याने अजून आभाळ स्वच्छ होते. नुकताच नागोठण्याला हाराकारा धाडून महाराजांनी आरमाराच्या खाशा सारंगांना आणि दर्यावर्दींना नागोठण्यात एकजाग येण्याचा हुकूम दिला होता.

पश्चिमेच्या आभाळकडेवर उधळलेली केशरी, नारिंगी, गुलाबी, रूपेरी ढगांची रंगपंचमी निरखणाऱ्या महाराजांच्या मनात एकच शब्द थडथडू लागला. "जंजिरा – जंजिरा!" सांजावून आले. कासारी नदीचा पट्टा दिसेनासा होताच महाराजांनी बुरूज सोडला.

तर्जनीतील अंगठीशी बोटे चाळवीत चालणाऱ्या महाराजांना बरोबर असलेल्या म्हलोजी, खंडोजी, कविजी यांचे कुणाचेच भान नव्हते. चौवाटांनी उड्या घेत आलेले पाणलोट एकाच कुंडात कोसळावेत, तसे विचारच विचार त्यांच्या मनात एकवटून आले. 'बापावर हत्यार चालवायला निघालेला, फसगत होऊन दखखनेत उतरलेला अकबर. त्याच्या मागनं येऊ घातलेला औरंग. कधीतरी निसटता बघितलेला औरंग आणि कधीही न बघितलेला गोव्याचा विजरई, जंजिऱ्याचा हबशी, भागानगरचा कुतुबशहा, विजापूरचा बालराजा शिकंदर, मुंबईचा टोपीकर. हा सर्वांचा खासगतीचा खेळ आहे! की अज्ञात शक्तीने मांडलेला हा भव्य असा शतरंजी पट आहे? का खेळतो आहोत आम्ही तो? दिला असता आमचा हा डाव रामराजे, मासाहेब, अण्णाजींच्या हाती आणि या पन्हाळ्यावर सुभा मोडून खात निवांत बसलो असतो तर काय बिघडते? का वाटते हा खेळ खेळावा? कुठली शक्ती आम्हाला रेटून या मैदानावर उतरविते आहे? की आमचा जन्मच यासाठी आहे?

'तो धनगर आम्हाला 'बिरोबा' म्हणाला, बऱ्हाणपूरची बातमी ऐकलेला बादशहा 'सैतान' म्हणाला असेल! सती गेलेल्या मासाहेब आम्हाला 'पुत्र आहात' म्हणाल्या. रायगडच्या मासाहेब आम्हाला शत्रू मानतात! अकबराला आम्ही धडाडीचे वाटलो, समर्थांना उग्र!

'लिंगाण्यावरून कुडी फेकलेल्या गोदावरीला काय वाटले असेल आमच्याबद्दल?

भ्रमात गेलेल्या मोरोपंतांना काय वाटले असेल? अंती भेटीसाठी तळमळलेल्या आबासाहेबांना काय वाटले असेल? आणि – आणि नगरच्या कोठीत दिवस मोजणाऱ्या आमच्या स्त्रीला काय वाटले असेल?' सुन्न मनाने महाराज पन्हाळ्याच्या बालेकिल्ल्यात परतले.

दुसऱ्या दिवशीच नागोठाण्याहून फेरजाब आला, "निवडीच्या सारंग, दर्यावर्दीचा जमाव झाला आहे."

पन्हाळा सोडून महाराज अणूस्कुरा घाटाने कोकणपट्टीत उतरून नागोठाण्याला आले.

सुभेदारवाड्यात दर्याकिनारीची 'पणाची मसलत' भरली. या मसलतीला दादाजी प्रभू, मायनाक, दौलतखान, गोविंदजी आंग्रे, कोंडाजी व जागोजी फर्जंद, संताजी पवळा, महमद कावजी, नागोजी वाघमारे, सुंदरजी बाजी असा मर्दाना दर्यावर्दी जमला होता. सर्वांवर नजरेचा वल्हा फिरवीत महाराजांनी पण सांगितला, "हबश्यांचा जंजिरा, उंदेरी म्हणजे दर्यादौलतीच्या पायीचा साखळदंड! तुम्ही सारे ते दर्याचे बच्चे. एवढे हिमतीचे सारे असता हा साखळदंड निखळत नाही, हा कोण मामला? जोवर जंजिरा पडत नाही तोवर तुम्ही-आम्ही आबासाहेबांच्या आत्म्याला शांती देत नाही. तुम्हा सर्वांच्या साक्षीनं आम्ही दर्याचा पण मांडतो आहोत. जो कुणी बाका जंजिरा, उंदेरी पटात घेईल, त्यास दोन शेर सोने, शिरपेच आणि पालखीचा मान देऊन आम्ही त्याचा मरातब करून चालवू."

छत्रपतींची आव्हानी नजर सर्वांवर फिरली. प्रत्येकाला मानविडा देण्यात आला. तीन हजार आरमारी चाकरांना सहा महिन्यांचा पगार आगाऊ आदा करण्यात आला. नागोठाणे, पेण, आपटे भागात एक फटका टाकून महाराज पन्हाळ्याला परतले. दोन दिवस झाले. नित्याप्रमाणे सोमेश्वराचे, रंगरूपी पिंडीचे दर्शन घेतलेले छत्रपती बालेकिल्ल्यात आले. बागलाण, गोवा, मुंबई, खानदेशात जाणाऱ्या खलित्यांचे मजकूर चिटणिसांना सांगितले.

माध्यान्हकाळ झाला. थाळ्याची वर्दी असल्याने महाराज सदर सोडून उठले. बाहेर आर्द्राच्या ढगांनी आभाळाला दाट छपरी धरली होती.

तस्तावर धरलेल्या छत्रपतींच्या हातावर तस्त्याने पाणधार धरली. पोसाने हात टिपत माजदालनात मांडलेल्या चौरंगावर महाराज बसले. बाहेर हत्यारी पहारा फिरत होता. खंडोजी आणि म्हलोजीबाबा जंजिऱ्याच्या पणाची बातचीत करीत खडे होते. माळवदाच्या दगडी कठड्याला रेलून कवी कुलेश ढग भरले आभाळ न्याहाळत होते.

एक खिदमतगार पोसबंद तबक घेऊन माजदालनात आला. भोजनाचे तबक छत्रपतींच्या मांडलेल्या चौरंगीवर ठेवून पोस हटविताना त्याचा हात नाकळेलसा

थरथरला. भातमुदीला घेर धरलेल्या वाडग्यातून गरम वाफा उठल्या. महाराजांनी एक एका वाडग्यावर बोट ठेवून पदार्थांची नावे विचारली. खिदमतगाराने अदबीने पदार्थ सांगितले. नको असलेले वाडगे महाराजांनी तबकातून उचलून बगलेला ठेवले. तरीही तबकात राहिलेल्या चार वाडग्यांवर खिदमतगाराची बारीक नजर खिळून होती.

तबक मनाजोगे बघून महाराजांनी खिदमतगाराला निरोपाचा हात उठविला.

प्रत्येक पदार्थांतील अंशभाग घेऊन तो तबकाबाहेर ठेवून महाराजांनी गडव्यातील पाणधार तबकाभोवती फिरवून 'चित्राहुती' दिली. परब्रह्म अन्नाला डोळे मिटून नित्याचा नमस्कार करून त्यांनी बाही मागे घेत तबकात हात घातला.

मूद फोडून तीवर कालवणाचा वाडगा रिता करून छत्रपती भात कालवू लागले. मनात असंख्य विचार फिरत होते त्यांच्या.

घास घेण्यापूर्वी सहज त्यांची नजर तबकातील हातावर गेली. वावटळीने, दाटले ढग सरासर पिटळले जावेत, तसे त्यांच्या मनी घोळणारे राजकारणाचे विचार कुठच्या कुठं पसार झाले. आक्रसल्या डोळ्यांनी महाराजांनी तर्जनीवरची रंग पालटून हिरवट-निळी पडलेली मूळची पांढरीशुभ्र खवली-अंगठी निरखली! त्यांची उजवी भुवई कमानी बाक घेत वर चढली. डोळे विस्फारले गेले. नाकपुड्या फुलल्या. अंगभर सरसरत फिरणाऱ्या रक्ताबरोबर कानपाळी लालेलाल झाली. कपाळावरची उभी शीर टपटपून थडथडू लागली. हात एकदा तबकाबाहेर घेऊन त्यांनी खातरजमा केली. तबकापासून दूर होताच अंगठी पांढरट होत होती. हात आत जाताच पुन्हा हिरवट-निळी पडत होती.

त्या रंगबदलत्या अंगठीबरोबरच छत्रपतींच्या डोळ्यांतले रंगही सरासर पालटू लागले! झेंडू फुटल्या राजसंतापाने त्यांचे उभे अंग थरथरू लागले. कपाळावर घामथेंब तरारून उठले. हात झटकून, तबक तसेच पुढे लोटून उठता-उठता, बाहेरच्या माणसांचे थरकून पाणी व्हावे असे छत्रपती कडाडले, "म्हलोऽजी, त्या नमकहरामास चारा हा थाळा! घेऊन या त्याला आमच्या सामने!"

भेदरलेले म्हलोजी, खंडोजी, कारभारी त्रिंबकजी, पहारेकरी आत धावले. येडबडलेल्यांना काय झाले, तेच कळेना. फणा उभारलेल्या जहाल, विषारी नागसर्पाकडे बघावे, तसे थाळ्याकडे बघणाऱ्या महाराजांचे ओठ थरथरू लागले. संतापाने त्यांच्या तोंडून शब्द फुटेना. नजर थाळ्यावरून हटेना.

म्हलोजी, खंडोजी, कविजी थाळ्याकडे आणि महाराजांकडे गोंधळून आलटून-पालटून बघतच राहिले.

"ज्यानं थाळा लावला त्या हरामखोरास आणा अगोदर आमच्यासमोर. दगलबाज..." ताफेचे भांडे तडतडावे तशी राजाज्ञा सुटली.

पहाऱ्याचा धारकऱ्यांनी मुदपाकात जाऊन भाल्याची टोके पाठीला लावून त्या खिदमतगाराला छत्रपतींच्यासमोर पेश घातला. बोचके बांधून तो गड सोडायच्या तयारीतच होता.

"त्यातले चार घास बाहेर नेऊन कुत्र्यासमोर ठेवा." थाळ्यावर बोट रोखून महाराजांनी पहाऱ्याच्या हवालदाराला सुनावले. हवालदाराने 'जी' म्हणत चौरंगावरच्या तबकातले थोडे अन्न वाडग्यात घेऊन ते बाहेर नेऊन चुचकारत एका कुत्र्यासमोर घातले.

खिदमतगार नुसता लटलट कापत होता. छत्रपती त्याच्यासमोर आले, "ते अन्न पचवायची शामत आमच्या आतड्यात नाही. तुझ्यात दिसते! चल आटप. ते घेऊन टाक सर्वांसामने!" महाराजांनी तबकाकडे बोट रोखले. त्यांच्या डोळ्यातून कशा नुसत्या ठिणग्याच ठिणग्या उडत होत्या.

"नगं धनीऽ नगं." सर्वांच्या अंगावर काटा सरकावा असे कळवळून ओरडत खिदमतगार महाराजांच्या पायांवर स्फुंदत कोसळला.

"खामोऽ श!" छत्रपतींचे रोखले बोट काही तसूभर हलले नाही. खिदमतगार गदगदत महाराजांच्या पायांना बिलगला. त्याला ठोकरून महाराजांनी धारकऱ्यांना आज्ञा दिली – "घाला ते अमृत याच्या नरड्यात."

पाठीच्या भाल्याची पाती चारी बाजूंनी कचाकच रुपताच खिदमतगार मुकाट उठला. डोळ्यांतून टपटपणाऱ्या आसवांत मळूनच त्याने छत्रपतींना पेश केलेल्या थाळ्यातील अन्न गुमान गिळले! दालनातील सर्वांचेच डोळे त्याच्यावर खिळले होते. जे समोर चालले होते, ते ताणल्या डोळ्यांनी बघण्याखेरीज कुणाच्याच हाती काही नव्हते.

खिदमतगाराचे डोळे काही वेळातच पांढरे होत गरगर उलटे फिरू लागले. तोंडाला फेसाची तार आली. अंग काळेनिळे पडू लागले. बसला होता, तो कलंडून थेट आडवा होऊन आचके देऊ लागला. ते बाहेर प्राणांतिक यातनेने केकाटणाऱ्या कुत्र्याच्या विव्हळण्यात मिसळू लागले.

लगबगीने पुढे होत त्याची बाराबंदी मुठीने घट्ट पकडत म्हलोजींनी त्याला गदगदा हलवून विचारले, "आरं, कुनाच्या भरीला पडून क्येलास हे वंगाळ? बोल. आरं बोल." त्याच्या ओठातून फक्त फेसाची तार घरंगळली.

"तोडला असता तरी तो बोलला नसता म्हलोजीबाबा. पुरा विचार करूनच तो उतरला होता यात."

एकामागून एक असे पहिल्या कटातील असामींचे चेहरे महाराजांसमोर फिरून गेले.

एक यातनाभरला निःश्वास टाकून दालन सोडताना महाराजांनी हवालदाराला

आज्ञा केली, "बाहेरचे कुत्रे फेकून देऊ नका, खोलीचा खड्डा घेऊन ते गाडा. विखारी आहे ते. या इमानी चाकराला अंधारबावेवर डाग द्या."

माळवदाच्या रोखाने चाललेल्या महाराजांच्या डोळ्यांपुढून धाकलू धनगराची मूर्ती हलता हलत नव्हती. कानात समर्थांच्या खलित्याचे वचन घुमत होते – "अखंड सावधान असावे!"

छत्रपतींच्यावरचा विषप्रयोगाचा कट फसला होता! आर्द्राच्या कोसळत्या धारांचे गढूळ पाणलोट होत, पन्हाळ्याच्या चारी कड्यांवरून कोसळत होते.

विषप्रयोगाच्या कटाची पाळेमुळे शोधण्यासाठी छत्रपतींनी पन्हाळ्यावर जंग-जंग कसून तपास घेतला. काहीच हाताशी आले नाही. पुराव्यानिशी कुणावरही अदावत घेता येत नव्हती. येऊन टळल्या प्राणघाती प्रसंगाने मात्र महाराजांना जिव्हारी वेदना झाली होती.

बसला पाऊस सुमार होण्याची महाराज वाट बघत होते. शक्य तितक्या लवकर रायगडी जाणे आवश्यक होते. तिथे अफवांचे पीक उठू देता कामा नव्हते.

बालेकिल्ल्याच्या दुसऱ्या मजल्यावर एका दालनात, बाहेर कोसळणाऱ्या आर्द्राच्या धारा बघत महाराज झरोक्याशी उभे होते. 'संशय' हा मनाचा सर्वांत छळवादी देणेकरी असतो. तो सशाच्या पावलांनी मनात शिरतो आणि हत्तीच्या पावलांनी थैमान घालू लागतो. मन शंकेखोर झाले की, माणसाला स्वत:ची सावलीसुद्धा मारेकरी वाटू लागते.

वारंवार साकळून येणारा संशय महाराज निकराने परतविण्याचा प्रयत्न करीत होते. फार कठीण जात होते ते. संशयाला येण्याची वाट माहीत असते, जाण्याची दाखववावी लागते. एकतर त्याला शरण जावे लागते, नाहीतर मुळावर त्याला निपटूनच काढावे लागते. तडजोड, सुलूख नाही करता येत त्याच्याशी. त्याला शरण जाण्यात माणूसपणच हरवून बसण्याचा धोका असतो आणि त्याला निपटून काढण्यास लागतो बळकट पुरावा. शंकाकुशंकांनी महाराज पुरते बेचैन, हैराण झाले. बाहेर कोसळणाऱ्या आर्द्राधारा त्यांच्या मनाला धुऊन नेऊ लागल्या. काही मार्ग गवसेना.

"धनी, धोंडश्यास्नं शाजाद्यांची दोन मान्सं आल्यात. मुशीनमान हाईत. खासगीनं भ्येटायची इझायली धरलीया त्येनी." म्हलोजींनी छत्रपतींची विचारधारा तोडली.

महाराजांची चर्या त्रासिक झाली. अकबराची माणसे म्हणजे कसलीतरी मागणी असणार. त्यांना वाटले नकारच द्यावा म्हलोजींना; पण पडत्या पावसातून माणसे आलीत या एकाच विचाराने महाराज म्हणाले, "घेऊन या त्यांना."

शहजाद्याच्या खास मर्जीचा सरदार मिर्झा यहुद्दीन शुजाई आणि वकील अब्दुल हमीद यांना घेऊन म्हलोजी आले. त्यांना आत पेश घालून म्हलोजी बाहेरच उभे राहिले.

"अस्सलामें सलाम." मिर्झा शुजाई आणि अब्दुल महाराजांना तसलीम देत लवले. हात उठवून त्यांना दाद देत महाराज म्हणाले, "बोलो, क्या है?"

दोघींनीही दालनभर नजर फिरवून कुणी नाही याची खातरी करून घेतली.

"राजाजी की खैर हो। हम शहेनशाहके खिदमतमें आये है।" अकबराचा उल्लेख 'शहेनशाह' असाच शुजाईने केला.

"ठीक." महाराजांनी त्याला अधिक महत्त्व दिले नाही.

"आला हजरत की तर्फसे राजाजीको खलिता है खलबत का।" शुजाईने अब्दुलकडे बघितले. अब्दुलने खिल्लतीआडची हिरवीचार थैली बाहेर घेतली. पुढे होत ती महाराजांच्या हाती दिली. फासबंद उकलून महाराजांनी आतल्या तीन वळ्या बाहेर घेतल्या. वेगळ्या माटामुळे अकबराच्या मोगली पत्राची वळी ओळखू येत होती. महाराजांनी ती खोलली. आत मोडी लिखावटीचा मजकूर होता.

"महाराजांचे अग्रणी संभाजीराजे यासी – मी आपल्या भेटीसाठी उत्सुक आहे. सोबत आपल्या राजधानीहून आलेली काही अस्सल पत्रे आहेत. ती शांतपणे वाचून त्याचा निवाडा करावा. आमच्याबद्दल इतबार धरावा."

कोड्यात पडलेल्या छत्रपतींनी दुसरी वळी खोलली. रायगडाच्या दफ्तरी शिक्कामोर्तबाचे ते पत्र चिटणीस बाळाजींनी गोमट्या हस्तलेखात रेखले होते. शहजादा अकबराला! सोयराबाईंच्या नावे.

त्याचा मजकूर वाचताना महाराजांच्या मस्तकास मुंग्याच मुंग्या धरल्या. दोन्ही पत्रे त्यांनी सरासर वाचून काढली. हाती तावले निखारेच असावेत, तसे ते त्या पत्रांकडे बघतच राहिले. ती पत्रे नव्हतीच – मराठी दौलतीला बेमान झाल्या कोत्या, कारस्थानी मराठी मनांचा तो फितूर जाहीरनामाच होता!

महाराज रायगडावर नाहीत, हा भांगा साधून सोयराबाई, अण्णाजी, बाळाजी, हिरोजी, सोमाजी आदी मंडळींनी, कुणालाही त्यांची कीव वाटावी, असे कपटी कारस्थान शिजविले होते. कसले? तर – "संभाजीराजांना जीवे मारून अकबराच्या पक्षाला मिळण्याचे! प्रसंगी त्यासाठी अकबराला मराठी मुलूखपट्टा तोडून देण्याचे!" त्या पत्रात कटप्रमुखांचा नावानिशी स्पष्ट उल्लेख होता. तो लिहून आजवर केल्या कलमी सेवेवर बाळाजींनी स्वहस्ते पाणी फिरविले होते. आग्र्यात थोरल्या महाराजांच्या बदली कोठडीत वेष पालटून झोपलेल्या हिरोजी फर्जंदानेच ती पत्रे पोहोचविण्याचे थोर स्वामिकार्य केले होते. छत्रपतींनी एकवार सलामत सोडलेल्या थोर, जाणत्या, वडीलधाऱ्या असामींनी आपण सर्पकुळीचे वारस

आहोत, हे शाबीत केले होते! माणसे माणसेच उरली नव्हती. त्यांचे पाय उलटे फिरले होते. महाराजांच्या हातातील खलितावळ्या राजक्रोधाने थरथरू लागल्या. डोळ्यांत रक्त उतरले. मोठ्या निकराने संताप रोखत त्यांनी, "हम देखते है।" म्हणून अकबराच्या माणसांना निरोप दिला.

सारा बालेकिल्ला आपल्याभोवती फिरतो आहे, असेच त्यांना वाटले. कटाची दिशा बघून तर त्यांच्या अंगाची लाही फुलली होती. विषप्रयोग हा पूर्वार्ध होता. अकबराला मिळणे हा उत्तरार्ध. पहिला काळाकुट्ट आणि दुसरा त्याचीच थेट सावली!

"कोण आहे?" छत्रपतींनी दरडावून पहारा याद घेतला.

"कलमी सरंजामासह त्रिंबकजींना पाठव." आज्ञा सुटली.

खासगी कारभारी त्रिंबकजी महाराजांसमोर रुजू झाले. जखमी संतप्त मनाने महाराजांनी त्यांना हुकूम केले, "चिटणीस, आजच्या आज कुडाळ-डिचोलीच्या धर्माजी, मोरो दादाजींना आज्ञा द्या. दिसेल तिथे त्या मुजुमदार अण्णाजीला जेरबंद करून आमच्यासमोर पेश घाला! सुधागडला जिवाजी हरींना पत्र द्या. रायगडी निळोपंतांना कळवा, बाळाजी आवजी, सोमाजी दत्तो यांना दस्त करून थोरल्या महालावर चौक्या जारी करा."

सगळीकडे हुकूम सुटले. अकबराच्या माणसाबरोबर संतोषाचा खलिता पाठवून 'आम्ही भेटीस येऊ' असा त्याला निरोप देऊन दोन दिवसांनी छत्रपतींनी पन्हाळा सोडला. कोसळत्या पावसाचा गुमान न धरता, आडव्या येणाऱ्या नद्या, होड्यांनी ओलांडण्याचा निर्धार केलेले महाराज रायगडाकडे चालले.

रायगडी आलेल्या महाराजांना कळून चुकले की, आज्ञा नसता अण्णाजी डिचोली प्रांतात का गेले आहेत. कटापासून नामानिराळे दाखवण्याचा धूर्त डाव होता, तो अण्णाजींचा. अकबराला त्र्यंबकहून पालीला आणण्यासाठी महाराजांनी धाडलेले बाळाजी तर त्याच्याशी संधान बांधूनच परतले होते. रायगडावर दहा-वीस असामी हाताशी धरून सोयराबाई, अण्णाजी, पालीत अकबराशी संधान बांधणारे बाळाजी, सोमाजी दत्तो व बाळाजींचे पुत्र आवजी आणि फिरता हिरोजी अशी ही बनावाची साखळी होती. तिचे धागे, 'कर्नाटकसुभा' शामजी नाईकाला देण्याची लालूच दाखवून, मंडळींनी कर्नाटकापर्यंत नेऊन भिडविले होते!

या वेळी छत्रपतींना सर्वांत मोठी गरज भासली, ती हंबीररावांची. ते गडावर नव्हते, कट खंदून काढल्याशिवाय महाराजांना स्वस्थता लाभणार नव्हती. प्रल्हाद निराजी, आवजी, खंडोजी बल्लाळ यांच्यासह पेशवे निळोपंत महाराजांच्या भेटीसाठी आले. त्यांनी उंदेरीचा वृत्तान्त दिला, "चार दिवसांपूर्वी आपल्या सारंगांनी पहाट धरून उंदेरीवर निकराचा एल्गार केला महाराज, आठ घंटा तुंबळ

झटापट झाली दर्यावर; पण यश नाही आले सारंगांना. हबश्यानं निकरानं हमला हटविला. आपला बराच दर्यावर्दी कामी आला आहे.''

ते ऐकताना महाराजांची चर्या व्यथित झाली. काही चांगली खबर कानी पडावी, असा काळच नव्हता. महाराज आवजींच्या जवळ आले. आवजींना तपासून घेण्यासाठी त्यांच्या खांद्यावर हात ठेवीत म्हणाले, ''एक सल्ला द्याल आवजी?''

''जी.'' आवजींना छत्रपतींचा रोख कळला नाही.

''आम्हावर अभक्ष्याचा प्राणघाती प्रयोग करून अकबराशी संधान बांधण्याचा बनाव झाला आहे. तो पुराव्यानिशी शाबीत झाला, तर संबंधितांना काय शासन करावं आम्ही?'' आवजी अंगभर थरारले.

''देहदंड!'' खंडोजींनी संतापून मध्येच रोकडा सल्ला दिला. त्यांना कल्पना नव्हती की, आपले वडील त्यांपैकीच एक असतील!

काही न बोलता महाराजांनी खंडोजींचा खांदा हलकेच थोपटला आणि वर्माचा सवाल केला, ''आमच्या राणीसाहेब, सरलष्कर हंबीरराव असले त्यात तर?''

''ते – ते कसं शक्य आहे महाराज?'' खंडोजी पाऽर गोंधळून म्हणाले.

''सर्व शक्य आहे खंडोजी! सूर्यास वाळवी डसण्याचे दिवस आलेत! तुमचा सल्ला विचार करून सांगा आम्हास.''

खंडोजींना वाटले स्वामींना आपलीच तर शंका आली नसेल! ते बांधीव म्हणाले, ''कुणीही असो – प्रत्यक्ष आम्ही असलो, तरी अशा गुन्ह्याला शिक्षा देहदंडच!''

खंडोजी महाराजांच्या कसोटीला पूर्ण उतरले होते.

''तुमचा काय सल्ला आहे, निळोपंत आणि न्यायाधीश!'' महाराजांनी प्रल्हादपंतांना जाणीवपूर्वक 'न्यायाधीश' म्हटले.

''खंडोजी म्हणतात ते रास्त आहे.'' पेशवे, न्यायाधीश, खंडोजी सर्वांनाच कळून चुकले की, ज्यांचे हात या प्रकरणात गोवले आहेत, त्यांची आता मुळीच गय व्हायची नाही.

''ठीक आहे. खंडोजी, जरा रामराजांचे कारभारी येसाजी दाभाड्यांना याद करा आमच्याकडे.''

निळोपंत, प्रल्हाद निराजींना वाटले, रामराजेच यात सर्वांत पहिले घेतले जाणार!

सर्वांना निरोप दिलेले महाराज पाठीशी हातांची गुंफण चाळवीत फेर घेऊ लागले. पावलागणिक विचारांची जाळी गुरफटून येऊ लागली – 'भय वाटते आम्हाला मरणाचे? नाही. मग ही काळजाचा देठ चिंबून टाकणारी कसली वेदना? ही वेदना मृत्यूच्या भयाची नाही. मरणापेक्षाही भयानक असते, ते नेकीचे मरण!

निष्ठा, नेकी मेली की उरते काय? ही वेदना त्याची आहे.

'राजा एकला असतो. त्याच्या मस्तकीचे छत्र तोलणारे हात अनेक असतात. तेच फिरले तर?... मग 'जाणावे फावले। गनिमासी॥' समर्थ, परके गनीम हत्यार भिडवून थेट भुईला मिळविता येतात. पण अस्तनीतले गनीम मन:शांतीची माती करून टाकतात.'

येसाजी दाभाडे आले. त्यांची चर्या भेदरलेली दिसत होती. त्यांना बघताच महाराज म्हणाले, "येसाजी, जरा आमच्याबरोबर या."

गोंधळल्या येसाजींना कळेना कुठे जायचे आहे. तरीही 'जी' म्हणत ते महाराजांच्या मागून चालू लागले.

पुढे वर्दी न देताच छत्रपती संभाजीमहाराज थोरल्या महालाकडे चालले! जे आजवर निकराने टाळले होते, त्याचा एकदाचा सोक्षमोक्ष लावण्यासाठी.

सोयराबाईंच्या महालाच्या दरवाजावर बसलेल्या चौकीच्या पहाऱ्याचे धारकरी देत असलेल्या मुजऱ्यावर ध्यान नसलेले महाराज थोरल्या महालात प्रवेशले. त्यांना बघून कुणबिणी फाणाफाण झाल्या. महाराज एकचालीत तसेच आतल्या दालनात गेले. त्यांना बघताच रामराजे पुढे येताना गोंधळून म्हणाले, "महाराजसाहेब!"

त्यांना जवळ घेत त्यांचे खांदे थोपटताना महाराजांनी त्यांना हलकेच दुरुस्त केले, "दादामहाराज म्हणा आम्हाला!" विचित्र शांतता दालनात दाटून आली.

छत्रपतींना बघून सुखदालनाकडे जायला निघालेल्या सोयराबाईंचे पाय "थांबा!" या एकाच जरबी शब्दाबरोबर थबकले. त्या शब्दात हुकमत होती. दरारा होता. आज सोयराबाईंना मानमुजरा मिळाला नाही.

"खूप सोसले आम्ही. आता आपण स्वस्थ बसाल, तर बडी मेहर होईल आमच्यावर! एवढेच सांगण्यासाठी आलोत." छत्रपतींनी मासाहेबांना कोपरापासून स्पष्ट हात जोडले.

"आम्ही बदनाम होत नाही, दस्त होत नाही, विषबाधा आम्हाला लागू पडत नाही, हे शाबीत झालं आहे आता!" असह्य कढाने अस्वस्थ झालेले महाराज थांबले.

"आमच्या – आमच्या मरणातच आपलं समाधान असेल, दौलतीचं हित असेल तर – तर द्या आम्हाला जहराचा प्याला या बाळराजांच्या साक्षीनं, आम्ही तो मुकाट गिळू!"

आयुष्यात असे काही कधीच न ऐकलेले समोरचे स्त्री-खानदान खळबळून गेले. निर्धारी, फेकून देणारे जनानी बोलत ताडकन उठले, "येसाजी, मराठ्यांचे छत्रपती, पुराव्याशिवाय प्याद्यांनाही अदावतीत घेत नाहीत. जनाना असामीला तर नाहीच नाही, हे जरा समजुतीनं सांगा."

"खामोऽश! मासाहेब म्हणून पडीनं बोललो याचा अर्थ भलताच घेऊ नका.

तुमच्या हातानं पावन झालेली पत्रं शहजाद्यानंच दिलीत आम्हाला पाठवून. इच्छा असेल तर दाखवू तो दर्पण.

"या रामराजांच्या मातोश्री, आबासाहेबांच्या नावचे कुंकू कपाळी घेतलेल्या म्हणूनच तुम्हाला अखेरची समज द्यायला आलोत आम्ही. भडकलेली आहे हवस तुमची. आवरा ती." संतापाने महाराजांना धड बोलताही येईना.

शेपटीवर पाय पडल्या नागिणीसारखी समोरची कडवी राजस्त्री खवळून उठली. फणा फुत्कारला, "येसाजी, आम्हास उणं-वावगं बोलावया समंध नाही. समज द्या तुमच्या छत्रपतींना. आम्ही आरोपित आहोत याची खातरजमाच असेल, तर मनचाही सजा देण्यास ते मुखत्यार आहेत!"

ते ऐकताना महाराज सुन्न झाले. भेदरलेले रामराजे त्यांना बिलगले होते. त्यांचे हात हलकेच उकलून छत्रपती दालन सोडताना कडवे बोलले, "येसाजी, मासाहेबांना सजा फर्मावण्याएवढे नादान छत्रपती मराठ्यांच्या गादीवर कधीच येणार नाहीत, हे सांगा एकेकाळच्या महाराणींना. भोसल्यांच्या कुळीचा राणीवसा सजासुद्धा मागत नाही – घेत असतो! काही अक्षम्य गैरबर्ताव झाला आहे असं वाटतच असेल तर महाराणी मुखत्यार आहेत, आपली सजा आपण घ्यायला!" मनाची पाऽर घालमेल झालेले महाराज तरातर बाहेरही पडले.

गडावर श्रावणी रात्र उतरली. थाळा झालेले महाराज सुखदालनात उभे होते. जरीबुंदीचा पिवळाजर्द शालू नेसलेल्या येसूबाई आत आल्या. त्यांना बघताच कटवाल्यांचा विचार मनी घोळणाऱ्या महाराजांना वाटले, 'यांच्या शब्दांतच मागणं घालावं यांच्याकडं की, या बनावाच्या निवाड्यात... तुम्ही तेवढा आता आपला शब्द नका खर्ची घालू... यांनी शब्द घातला तर कठीण होईल... आणि आता तर या मुद्राधारी महाराणी आहेत.'

"एक ऐकणं होईल?" येसूबाईंनी शांतता फोडली.

"त्याआधी आम्हीच काही मागावं म्हणतो." महाराज सावध झाले.

"ऐकणं व्हावं. पन्हाळ्याच्या बनावाची सारी हकिकत आलीय आमच्या कानी. आमचं त्याबाबत एकच म्हणणं आहे...."

"राणीसाहेब...."

"की पुरती शहानिशा होताच गुन्हेगारास स्वारीनं योग्य वाटेल, ती सजाच फर्मावावी! कुणाबाबतही हात राखू नयेत आता. पुरात उफाळणारी नदी समजू शकते; पण मोहरा वळवून गावात घुसणारी विनाशकारी नाही! तिला बांध घालून वेळीच तोडावं लागतं."

त्या बोलण्याने खरे तर महाराज दिपले होते. पण वरवर तसे न दाखविता त्यांनी 'श्रीसखी'चा सूर तसाच पुढे धरला. "आणि राजे गणोजी असले यात तर?"

महाराज अंदाज घेताहेत हे पुरते ओळखलेल्या येसूबाईंनी तडफेची आण दिली, "तो निवाडा स्वारीनं आमच्यावरच सोपवून बघावा!"

प्रसन्न झालेल्या महाराजांनी डुईचा टोप उतरून तो येसूबाईंच्या हाती दिला. तो तबकात ठेवण्यासाठी महाराणी चौरंगीकडे जाऊ लागल्या.

त्यांना बगलेने बघताना महाराजांना संस्कृत काव्यातील 'स्वकीया' नायिका आठवली. येसूबाई टोप ठेवण्यासाठी ओणावल्या. त्यांच्या शालूवरच्या बुंद्या चिराखदानी उजेडात झळझळून लखलखल्या. महाराजांना वाटले – 'आवतीभोवती तारकांची महिरप घेतलेली वीजवेलच ओळंबली आहे की काय?'

टोप ठेवून वर होणाऱ्या त्या वीजवेलीला छत्रपतींच्या बळकट बाहूंची आकाशी कव केव्हा पडली तेच कळले नाही! 'श्रीसखी' क्षणभर उभ्या देही थरारली. मग श्रावणी उन्हाची उबदार तिरीप रायगडाच्या उंच, भक्कम मनोऱ्यांच्या बाहूत शिरून विसावावी, तशी त्या मर्दानी कवेत मिटल्या डोळी विसावली!

गोव्याहून येसाजी गंभीराचा माणूस आला. येसाजींनी कळविले होते, "डिचोलीच्या मोरो दादाजींवर फिरंगी दरबार सक्त नाराज आहे. त्यांनी फिरंग्यांची दोन शिबाडे डिचोलीत बेहिसाबी अडकवून ठेवली आहेत."

महाराजांनी निळोपंतांना याद घेऊन निर्णय दिला, "पंत, आता मोरो दादाजींना बडतर्फीचा हुकूम द्या. त्यांच्या जागी विनायक उमाजींची नामजादी करा."

"जी, सुधागडच्या जिवाजी हरींच्या निरोपाचं काय करायचं महाराज? शहजादा अकबर आपल्या अखत्यारीखाली सैन्यसंचणी करतो आहे." निळोजीपंतांनी अकबराच्या हालचालींकडे छत्रपतींचे लक्ष वेधले.

"पंत, त्यासाठी तर या नेताजीकाकांना बोलावून घेतले आहे आज." काहीतरी मनी बांधून महाराजांनी सूचना केली.

नेताजी बरेच दिवस उत्तरेत राहिले होते, याचा विचार धरून महाराज त्यांना म्हणाले. "काका, तुम्ही वीस हजार होनांचा खजिना घेऊन निवडक धारकऱ्यांच्या शिबंदीनं पालीला जा. शहजाद्यांची भेट घेऊन त्याला स्पष्ट समज द्या. मुलखात राहणे असेल, तर सैन्यसंचणी करता येणार नाही. जसे तुम्ही आपल्या मुलखाचे शहेनशाह मानता तसे या राज्याचे आम्ही आहोत. तुम्ही रिवाज सोडू नये, आम्ही पाहुणचार सोडणार नाही. लागल्यास त्याला होनाचं पाठबळ द्या. माणसांचं नाही."

"जी. आम्ही शहजाद्यावर बारीक नजर ठेवू." नेताजींनी जोखीम उचलली. महाराजांनी त्यांना निरोप दिला.

काही बोलू इच्छिणारे निळोपंत घोटाळले आहेत, हे ताडून महाराजांनी त्यांना

बोलते केले, ‘‘सांगा निळोपंत, अडखळू नका.’’

पंतांनी क्षणैक ओठांवरून जीभ फिरविली अडखळतच त्यांनी वृत्तान्त दिला, ‘‘जिवाजी हरींचा दुसराही एक निरोप आहे स्वामी.’’

‘‘कसला?’’

‘‘मुजुमदार अण्णाजीपंत, चिटणीस बाळाजीपंत, चिरंजीव आवजी, सोमाजी दत्तो अशा असामींना जेरबंद करून पालीजवळच्या परळीच्या ठाण्यात आणलं आहे!’’

खाडकन उठते होत महाराज म्हणाले, ‘‘या – याच खबरीची वाट बघत होतो आम्ही. पेशवे, कशाला उल्लेख केलात त्यांचा मुजुमदार आणि चिटणीस म्हणून! कशासाठी जोडलेत ‘पंत’ हे आदरवचन त्यांच्या नावामागं? त्या जोखमीच्या पदांचा त्यांनी आपल्याच करणीनं काला करून टाकला आहे. जिवाजी हरींना कळवा, आम्ही जातीनं येतो आहोत परळीला!’’

‘‘जी!’’ निळोपंत लगबगीने लवले. त्यांना कळून चुकले आता परळीची खैर नाही.

येसाजी कंक आणि चांगोजी यांना सोबत घेऊन महाराज बालेकिल्ल्याबाहेर पडले. त्यांची पावले कैदखान्याच्या कोठीकडे वळली. कोठडीत बापू माळी, सूर्या निकम, राघो वासुदेव अशी कटाची वीस हस्तक माणसे काढणीबंद होती. त्यांपैकी एकाचीही मान छत्रपतींच्यासमोर वर झाली नाही.

त्या सर्वांवर नजर फिरवीत महाराज धारी बोलले, ‘‘बघून घ्या एकदा आम्हास डोळे फाडून. पिशाच्च नाही हे आमचे. खुद्द आम्ही आहोत! तुमच्या स्वामिकार्याचा मरातब करण्यासाठी जगदंबेने जीवे राखले आहे आम्हाला. येसाजीकाका, आम्ही हुकूम देऊ तसाच बिलाकसूर मरातब करा यांचा.’’ महाराजांनी पाठ फिरवली.

अखत्यारी येसूबाई आणि निळोपंतांच्या हाती सोपवून दोन दिवसांनी महाराजांनी रायगड सोडला. त्यांच्याबरोबर जोत्याजी, रायाजी-अंतोजी आणि निवडीचा फक्त पाचशे मावळा होता. दिवस श्रावणाचे होते. परळीकडे चालल्या महाराजांच्या मनात उन्ह-पावसाची आल्टीपल्टी धरली, ‘या वेळी आबासाहेब असते आमच्या जागी, तर त्यांनी काय केलं असतं? बदअंमल केला म्हणून रांझेकर पाटलाचे हात कलम करविणारे, चुगल केली म्हणून उत्रोलीकर खंडोजी खोपड्याचे हातपाय उतरविणारे, बाजी घोरपडे, चंद्रराव मोरे यांना नेस्तनाबूत करणारे, मोहितेमामांच्या दंडात काढण्या चढविणारे, गुजरकाकांना, ‘खान गर्देस मिळवावा नातर तोंड दावू नये’ असा हुकूम देणारे, नेताजींना बडतर्फ करणारे, चिंचवडच्या मोरयाबाबांना, ‘तुमची बिरुदे आम्हास द्या, आमची तुम्ही घ्या’ असे स्पष्ट बजावणारे, एकोजीकाकांना, ‘धाकटे ते धाकटे, बुद्धीही धाकुटी दाखविली’

असा ठपका ठेवणारे आणि – आणि प्रत्यक्ष आम्हाला आरोपित म्हणून दरबारी पेश घेणारे आबासाहेब कसे वागले असते त्या क्षणी?' आजवर कधीच न अनुभवलेले आगळेच राजबळ त्यांच्या मनी थळी करून आले.

परळी आली. सामोरे आलेल्या जिवाजींच्यासह महाराज परळीच्या सरकारवाड्यात आले.

दुपारचा थाळा आणि विश्रांती होताच तिसऱ्या प्रहराला जिवाजींना छत्रपतींची आज्ञा झाली, "दस्त असामी पेश आणा."

परळीच्या सरकारवाड्याच्या सदरेला काढणीबंद अण्णाजी, बाळाजी, आवजी, हिरोजी, सोमाजी असे खासे महाराजांसमोर आणण्यात आले. सर्वांच्या चर्या काळ्याठिक्कर पडल्या होत्या. त्यांना बघताच अपार खंत आणि अनिवार संतापाने मन भरून आलेले महाराज बैठकीवरून उठले. अण्णाजींकडे तर त्यांना बघावेसेही वाटेना.

'केवढ्या उलट्या काळजाचा आणि आतल्या गाठीचा हा माणूस! मुजुमदार म्हणून ज्या हातांनी मुजरा करीत होता, त्याच हातांनी पाठीत खंजीर खुपसण्याचा कट रचीत होता. हे बाळाजी! ज्या कलमानं आमच्या अभिषेकाची आमंत्रणं रेखली त्याच कलमानं अकबराला पत्रं देणारे! आणि हा हिरोजी. आबासाहेबांच्या खाटल्यावर झोपून त्यांना आग्र्याच्या कोठीबाहेर काढणारा आणि आम्हाला मात्र सरणावर झोपवायला निघालेला! ही तीच माणसे आहेत की त्यांची विद्रूप भूते?'

पिळवटल्या छत्रपतींच्या तोंडून चिरणारे करडे बोल उठले, "इमानदार चाकरांनो, नीट बघा. आम्ही जिवंत आहोत! आणि आहोत तेही मराठ्यांचे छत्रपती – शहजादा अकबर नव्हे! एकवार माफ करून, विश्वासाच्या जागा पुन्हा तुमच्या हाती दिल्या त्याचे बरे पांग फेडलेत! शरम वाटते तुम्हाला 'चाकर' म्हणण्याचीसुद्धा!" छत्रपतींचे ओठ थरथरले.

"बोला. कुठली सजा घ्यायला सिद्ध आहात सारे केल्या कर्तुबाची?" कोरडा फुटावा तसा महाराजांनी रोकडा सवाल केला.

खालमुंडीने सारेच चिडीचाप झाले. ती कोडग्या शांततेची कोंडी महाराजांना असह्य झाली.

अण्णाजींच्याजवळ जाऊन त्यांना गदगदा हलवीत छत्रपती कडाडले, "जबान झडली काय? बोल. आणखी कुठलं देशकुलकर्ण बहाल करावं तुला, या बहादुरीबद्दल?"

अण्णाजी ढवळून निघाले तरी मान टाकून गुमान बसले.

"प्रसंग साधून बरी धरते दातकुडी? बोल – कुठली सजा द्यावी?" महाराजांचे

डोळे अण्णाजीवर निखारे पाखडू लागले.

निर्धार बांधलेले अण्णाजी मान वर घेत थंडपणे म्हणाले, ''जी महाराणींना दिली जाईल ती! त्यांची आज्ञा पाळण्याचाच काय तो गुन्हा झाला आहे आमच्याकडून.''

''खामोऽश...'' अण्णाजींच्या बिनतोड वर्मी जाबाने क्षणभर कोंडमारलेले छत्रपती संतापाने नुसते थरथर कापू लागले. त्यांच्या अधिकाराचा टवकाच उडविला होता अण्णाजींनी. त्यांना नीट समजावूनच द्यायला पाहिजे होते की, ''जगाला 'महाराणी' असलेल्या त्या आम्हाला 'मासाहेब' आहेत! छत्रपती नुसते राजमुद्रा धारण करत नसतात, तर कुलवसा म्हणून भवानीची माळही छातीवर वागवितात!''

''जिवाजी, जरा वेत घ्या.'' राजबोलाच्या ठिणग्या त्या सदरेवर उधळल्या.

नूर ओळखून ''जी'' म्हणत जिवाजी आत गेले. वावभर लांबीची आंगठ्याइतकी जाडीची वेताची छडी महाराजांच्या हाती देत थिजल्या मनाने ते बगलेला भयभीत उभे राहिले. भोवतीचा पहारा गांगरून पुतळ्यागत झाला.

भयानक शांतता सदरेला पळभर कुचमून पडली. उभे अंग संतापाने सरसरलेले महाराज गर्जले, ''हा वेत उभा धरला की दंड म्हटला जातो, आडवा केला की लाठी होतो. जसा बघावा तसा दिसतो. तशाच रायगडावर आहेत त्या तुला महाराणी, आम्हास मासाहेब. आम्ही त्यांना सजा करू शकत नाही. तुला सोडू शकत नाही. हरामखोऽर!'' स्सपऽ करीत वेत अण्णाजींवर उतरला!! आणि मग ''नादान. ही हरामजादगी? दगाबाज, मुजोर.'' असे प्रत्येक वेताबरोबर कडाडत सात-आठ वेत अण्णाजींवर सपापत उतरले. त्या प्रत्येक माराबरोबर अण्णाजी विव्हळत वेडेवाकडे झाले.

कपाळ घामाने डबडबलेल्या महाराजांनी थरथरत्या हातचा वेत फेकताना कठोर, कठोर आज्ञा केली, ''जिवाजी, या साऱ्यांना घोड्यांवर लादून रायगडास पाठवा. निळोपंतांना हुकूम द्या – यांची यांच्या हस्तकांसह दावण बांधून गडावर धिंड काढा. दवंडी पिटून या खाशांना सर्वांसामने हत्तीच्या पायी देण्यास सांगा! यांच्या हस्तकांना टकमक टोक दाखवा. घेऊन जा यांना.'' फरफरता पोतच जसा छत्रपतींच्या रूपाने सदरेवरून अदृश्यही झाला.

आठ दिवस किनारपट्टीत देख टाकून, पन्हाळ्यावर जाऊन सोलापूर, पेडगाव, औरंगाबाद भागात पेरावयाच्या सैन्याची म्हलोजीच्या मदतीने बांधणी करून महाराज रायगडी परतले. त्यांनी दिल्या आज्ञेप्रमाणे खंडेराव पानसंबळ आणि खंडोजींच्यासह निळोपंत पेश आले.

कटवाल्यांना सजा देऊन पंधरा दिवस झाले होते. महाराजांसह कुणाच्याच हाती काही नसावे, असे विचित्र वातावरण गडावर पसरले होते.

थिजल्या मनाच्या, खालच्या मानेने समोर उभ्या असलेल्या खंडोजीच्याजवळ छत्रपती आले. शांत धीरगंभीर बोल खंडोजींच्या कानी पडले, "कधी-कधी वाटतं हा अंगचा राजपेहराव उतरून ठेवावा. याच्या भाराखाली मन, आत्मा कोंडून जातो. उतरून तो द्यावा तरी कुणा हाती या दबीनं आम्ही सुंद होतो. आबासाहेबांकडून आलेला हा पेहराव आम्हाला उतरविता येत नाही. चिटणिसी रक्त अंगी नांदवीत असलेल्या तुम्हीही हातचे कलम बगलेला ठेवता कामा नाही. तुम्हा-आम्हाला नाती नाहीत. आहे ते नाते एकच. सिंहासनाच्या सेवेचं. आम्ही-तुम्हाला चिटणिसी अखत्यार देणार आहोत. तुमचा इरादा?"

हे असे काही ऐकायला मिळेल, समोर येईल याचे भान नसलेल्या खंडोजींचे डोळे डबडबले. ही त्यांची सर्वांत मोठी कसोटी होती. नियतीने समोर ठेवलेली. इमान देण्याची. खंडोजींनी क्षणाचाही विलंब केला नाही. वाकून महाराजांच्या पायांना हात भिडवीत ते घोगरे म्हणाले, "आम्ही स्वामींच्या पायाचे, सिंहासनाच्या पायरीचे सेवक आहोत. कलमी सेवा इतबारे करू."

त्यांना वर घेताना समाधानाने भरलेल्या महाराजांच्याही नेत्रकडा ओलावल्या.

ते खंडेरावांना म्हणाले, "पानसंबळ, तुम्ही गोमाजींचे वारस. त्यांनी थोरल्या आऊंची सेवा केली म्हणजे सर्वांचीच सेवा केली. मुजुमदारीची जिम्मेदारी आम्ही तुम्हावर सोपवीत आहोत." खंडोजी आणि खंडेरावांना मानवस्त्रे देऊन, भरल्या दरबारी त्यांना शिक्के-मुद्रा बहाल करण्याचा निर्णय महाराजांनी घेतला. त्याने समाधान पावलेल्या निळोपंतांना मात्र जागीच आज्ञा ऐकावी लागली, "पंत, जिंजीला हरजींना तातडीचा हुकूम द्या. त्या शामजी नाईक पुंड्याला दस्त करण्याचा."

निळोपंत मान लववून सर्वांसह निघून गेले. बाहेर दाटल्या अश्विनी आभाळासारखे महाराजांचे मन वेढून आले, 'केवढं कठोर हे राजव्रत! ज्याचं पालन करताना खुल्या ओठी कुणालाही मना तळची खळबळ सांगता येऊ नये! कसल्या यातना झाल्या असतील अण्णाजी-बाळाजींना हत्ती पायी चितचुराडा होताना! बघवल्या असत्या त्या उघड्या डोळी समोर? खरंच का फर्मावू शकलो नाही कुठलीही सजा आम्ही मासाहेबांना? आम्ही कठोर? दुबळे? किंकर्तव्य? की सर्वांपासून अलिप्त? किती माग घ्यावा या अलिप्तपणाचा, ठाव लागत नाही. कुणालाही तो बोलून दाखविता येत नाही. आमच्यातले छत्रपती त्या अलिप्तपणातच अहोरात्र वास करतात. आमच्या साऱ्या शक्ती राबवून घेतात. त्यांच्यामागून फरफटत जाते, ते आमच्यातले माणसाचे मन. आम्ही – आम्ही असतो बाळाजी-

अण्णाजींच्या जागी तर!' माणसाने छत्रपतींना सवाल केला. संभाजीराजातला माणूस आणि छत्रपती यांचे द्वंद्व काही काळ तसेच चालू राहिले.

त्या माणसाला आपलाच राजपेहरावधारी देह हत्तीच्या प्रचंड पायाखाली चुराडा होतो आहे, असे भयानक कल्पनाचित्र दिसू लागले. छत्रपतींना त्या देहातून रक्तचिळकांड्याऐवजी दिसू लागल्या अंगी भिनल्या विषाच्या चिळकांड्या!

त्या देहातील माणूस आक्रोशू बघत होता. त्याच देहातील छत्रपतींनी त्यांचे तोंड हाताने दाबून बंद करून टाकलेले दिसत होते.

दीर्घ नि:श्वास टाकून महाराजांनी ते चित्रच मनातून झटकून टाकले.

नवरात्राचे दिवस आले. पाचाडात होम, कुळधर्म करून दसरा पार पडताच महाराजांनी रायगड सोडला. निवडक असामींनिशी ते पन्हाळ्याकडे गेले. त्यांच्या मनी एका भक्कम मोहिमेची आखणी होत होती. पावसाळा हटताच तिला हात घालायचा होता. पन्हाळगड चढताना त्यांना वाटले – 'या गडाशी आपलं कसलंतरी गूढ नातं आहे. आबासाहेबांची अखेरची भेट इथंच झाली. रचलेले दोन्ही कट कोसळले, ते आम्ही या गडावरच असताना. पाखराच्या कोटरागत जिवाभावाचा हा गड वाटतो.'

धुक्याने घेर टाकल्या पन्हाळ्यावर आठवडा लोटला आणि बाहेरचे धुके मनात साकळून यावे, अशी खबर महाराजांच्या कानांवर पडली. मोगलाईत चकरा टाकणाऱ्या विश्वासने ती उचलली होती. सर्वांत भयानक खबर. कसली? एक प्रचंड हिरवा ढग चालून येतो आहे – "औरंगजेब अजमेरहून दख्खनस्वारीवर कूच झाला आहे!! तीन लक्ष पावलोक, तेवढेच घोडाईत आणि प्रचंड तोफखाना घेऊन. तेरा कोटींचा खजिना दास्तानी ठेवून. त्याच्या संगती आहेत शहजादा मुअज्जम, कामबक्ष, नातू बेदारबख्त व मुहजुद्दीन. बक्षी रुहुल्लाखान, असदखान, रणमस्तानखान, एतिकादखान, शहाबुद्दीनखान, महमद अमीन, हसनअलीखान, लुत्फुल्लाखान, मातबरखान, बहादूर मुरादखान, तबियतखान, राव दलपत बुंदेला असा निवडीच्या सरदारांचा ताफा त्याच्याबरोबर चालून येतो आहे. बऱ्हाणपूर, औरंगाबादेची ठाणी आगवानीसाठी गजबजून गेली आहेत."

तो क्षण ऐन तोंडावर आला ज्याची अटकळ कैलासवासी स्वामींनी केव्हाच बांधली होती. आता सर्वांसमोर एकच होते. अटीतटीचा जंग-झगडा. पंचवीस वर्षांनंतर दख्खनेकडे वळलेल्या एका पाताळयंत्री, पाशवी शत्रूबरोबर. जबर महत्त्वाकांक्षा आपल्या तसबीहच्या माळेत गुंफून अलमगिराने दक्षिणेचा मोहरा ठेवला होता. कन्याकुमारीपासून काबूलपर्यंत सल्तनतीचे जाळे फेकण्याची महत्त्वाकांक्षा! जिच्या हातात होते शस्त्र, मांडेखाली घोडे, उंट, हत्ती आणि मनात निवडीचे कपट, क्रौर्य!

जिची ढाल होती धर्म, मागे होती सार्वभौमत्वाची हवस. जिचा प्यारा रंग होता हिरवा. निशाणी होती चांद-तारा आणि नारा होता, 'दीन, दीन.'

या येत्या संकटाला तोंड देण्यासाठी दक्षिणियांची फळी बांधण्याचे आवाहन करणारे खलिते विश्वासू हारकऱ्यांमार्फत कुतुबशाही आणि आदिलशाही दरबाराला धाडण्यात आले. पन्हाळ्यास बांधाबांध करून गड सोडावा, या विचारात असलेल्या महाराजांच्या कानांवर अश्विन वद्य द्वादशीला मन थिजवून टाकणारी दुसरी वार्ता येऊन आदळली.

येसूबाईंनी पाठविलेल्या जोत्याजीने पन्हाळगड चढून खालच्या मानेने महाराजांना वृत्तान्त दिला, "थोरल्या म्हालाच्या मासाब गेल्या! इख घोटून त्येंनी सोताचा घात करून घेतला!!"

अश्विन वद्य प्रतिपदेच्या दिवशी रायगडाच्या थोरल्या महालाच्या दरुणीदालनाचा दरवाजा, दिवस कासऱ्याने वर चढला तरी खुललाच नव्हता. भेदरून गेल्या कुणबिणींनी दरवाजावर थापा देऊन शेवटी महाराणींच्या खाजगी कारभाऱ्यांना बोलावून घेतले. त्यांनी रामराजांसह येऊन हाका-थापा दिल्या. दरवाजा खुलला नाही. शेवटी येसूबाई त्या बंद दरवाजासमोर आल्या त्यांनाही दाद मिळाली नाही. नाइलाजाने दरवाजा उखडून काढण्याचा हुकूम शेवटी त्यांना द्यावा लागला.

आतले दृश्य जमल्या माणसांच्या अंगावर काटा सरकविणारे होते. एक देखणी, मध्यम वयस्क, राजमानिनी मंचकावर शांत पहुडली होती. तिच्याशी इमान देणारी एक विषकुपी चौरंगीवर तशीच आडवी पडली होती. भोसलेकुळीच्या करारी जनान्याचे एक पर्व शांत झाले होते. डोळ्यांत आसवे आणि बगलेला रामराजे घेऊन, मासाहेबांच्या पायांवर डोके टेकवून येसूबाई तिथून बाहेर पडल्या होत्या. कडव्या सोयराबाईंनी, मांडले पट हरताच, कुणालाही कल्पना येणार नाही, असा वेगळा पट मांडून स्वत:च सजा घेतली होती. शरणागत नव्हे! पुतळाबाई बाहेरून जळत अंतर्धान पावल्या होत्या. सोयराबाई आतून जळत!

सुन्न झालेल्या महाराजांच्या डोळ्यांतून दाढीवर उतरणारे अश्रू म्हणत होते, "तुम्ही स्वत:शीसुद्धा कुणाला अंदाज न येणारा बनावच केलात! आबासाहेब समजू शकले नाहीत तुम्हाला; तिथं आम्ही काय समजावं? ही असली सजा घेऊन तुम्ही कधीही न मिटणारा वळ उठविला आहे आमच्या काळजावर. तुम्ही म्हणाला नाहीत – "आमचे हे रूप ध्यानी ठेवा." पण आम्ही कधीच ते विसरू शकत नाही. जसे सती गेल्या मासाहेबांच्या पोटी आम्ही उपजतो तर बरे होते, तसेच तुमच्या पोटी उपजतो, तर केवढे सवाल मिटते! तुमचे, आमचे आबासाहेबांचे, सर्वांचेच...."

◆

||१२||

छत्रपती खिन्न उदासपणे आपल्या महाली पायफेर घेत होते. गड सोयराबाईंच्या सुतकात होता. आल्यापासून महाराजांची येसूबाईंशी भेट झाली नव्हती. खरे तर त्यांना कुणालाच भेटावेसे वाटत नव्हते. रायगडावर येताच ते भेटले होते, फक्त एकट्या रामराजांना. त्या भेटीची आठवण त्यांचा एकसारखा पाठपुरावा करीत होती. नकळतच; पण केवढे जिव्हारीचे बोलले होते, अजाण रामराजे आपल्या दादामहाराजांना!

छत्रपती दृष्टीस पडताच बाळ रामराजे त्यांना भेदरलेली मिठी कडकडून भरत म्हणाले होते, "आम्हाला हत्तीच्या पायी देऊ नका महाराज! आमची सजा आम्ही घेऊ – आमच्या मासाहेबांसारखी!"

ते ऐकताना काळजाच्या ठिकऱ्या उडालेले छत्रपती गदगदून आले होते. आपल्या बंधूंना थोपटून शांत करतानाच त्यांनी निर्णय घेतला होता – 'वयाला न पेलणारे काहीसुद्धा यांच्या कानी पडता कामा नये. त्यासाठी येसाजी दाभाड्यांच्या जोडीला अधिक विश्वासाची माणसे जोडली पाहिजेत. यांना जपले पाहिजे.'

त्याच विचाराने निवडीची माणसे महाराजांनी थोरल्या महालाला जोडून दिली होती. गैरवकुबाची, वरकड असा कुणीच असामी रामराजांभोवती असणार नाही, याची दक्षता घेतली होती.

आळंबी उठावीत तशी या निर्णयाची प्रतिक्रिया मात्र गडावर विचित्रच उमटली होती – "रामराजे नजरबंद करण्यात आले आहेत!" महाराजांना याची कल्पनाही नव्हती. औरंगच्या चालीचा अंदाज बांधीत ते पायफेर घेत होते. मध्येच थबकत होते.

"रानीसाब येत्यात." बाहेरच्या पहाऱ्याने आत येत त्यांची साखळी तोडली.

येसूबाई आत आल्या. महाराज त्यांच्या रोखाने जरा पुढे झाले. डोळ्यांना भिडल्या डोळ्यांतून एकच वेदना सरकून गेली – सोयराबाईंची.

"आम्ही ऐकतो आहोत ते सही आहे?" श्रीसखीचा

तडक सवाल उठला.

"कसलं म्हणता?" छत्रपती तो नूर बघूनच गोंधळले.

"रामराजांना स्वारीनं नजरबंद केलं आहे? तेही मासाहेबांचं सुतक फिटायच्या आत?" जसे भावेश्वरीनेच छत्रपतींच्यावर डोळे रोखले होते.

"काऽय म्हणालात?" एक अस्फुट बोल घरंगळला. डाग दिल्यासारखी महाराजांची मुद्रा व्याकूळ झाली. येसूबाईंना पाठमोरे होत त्यांच्या एवढाच देठाचा प्रश्न छत्रपतींनी केला, "आणि तुम्ही – तुम्ही त्यावर विश्वास ठेवलात?"

आतापर्यंत निर्धाराने वर असलेली येसूबाईंची मान खाली गेली. शब्द उमटले, "चुकलं आमचं." अंगावर येतेशी वाटणारी शांतता त्या दोन राजमनांत कोंदटली.

"आम्ही थोरल्या महालाला खास विश्वासाची माणसं जोडली आहेत हे खरं आहे. रामराजे नजरबंद नाहीत – विश्वासबंद आहेत. वऱ्हाडातून हंबीरराव येण्याची वाट बघतो आहोत आम्ही. बाळराजांची सोयरीक त्यांच्या मुलीशी जोडून देण्याच्या इराद्यानं!! जे बालपणी आम्ही भोगलं ते त्यांना झेपणार नाही, हे जाणतो आम्ही." महाराज तसेच चालत थेट आतल्या दालनात गेलेही. त्यांच्या जात्या पावलांकडे बघणाऱ्या येसूबाईंना कळून चुकले – "कितीही मनी आणलं तरी रानवाऱ्याचा माग काही नाही घेता येत! त्याच्या संगती दौडणं, एवढंच काय ते उरतं हाती!"

गडाचे सुतक उठले. फार दिवस मनात रुतणारा एक सल उखडून काढण्यासाठी छत्रपतींनी येसाजी कंकांसह रायगड सोडला. ते पाचाडात आले. पाचाडात पंधरा हजार घोडालोक जिनबंदीने खडा ठाकला होता. कंकांचा दहा हजार पाऊलोक तोफखान्यांसह आधीच आगेकूच झाला होता.

गिर्जोजी यादव, विनायक उमाजी, खंडराव पाणसंबळ, बाजीराव जेधे, येसाजी कंक अशा शेलक्या मंडळींबरोबर महाराजांनी जमल्या फौजेवर एकदा देख टाकून घेतला. सर्वांसह जिजाऊंच्या छत्रीचे दर्शन घेऊन आघाडीला असलेल्या 'चंद्रावत' जनावरावर मांड जमविली. कूचाचे डंके-नगारे झडले. निशाणी काठ्या वर उठल्या.

छत्रपतींनी हात उठवून इशारत देताच पाठचा घोडालोक टापांवर पडला. खासा महाराज चालून निघाले. स्वारी नगरवर! कैदेत कोंडून पडल्या दुर्गाबाई-राणूआक्कांची मुक्तता करण्याच्या धाडसी मनसुब्याने.

पुणे, कोरेगाव असे तळ टाकीत, कुकडी नदी पार करून घोडदळाने पाऊलोकांचा मेळ घेतला. पारनेरला जरब देऊन पंचवीस हजारांच्या माणूसबळाने संतप्त छत्रपती अहमदनगरच्या शिवेत घुसले.

भुईकोटाचा मोगली किल्लेदार असलेल्या मुकीमखानाने चलाखीने कोटाचा महादरवाजा बंद करून घेतला. कोटाभोवती फिरलेले अर्धाकासरा रुंदीचे आणि तीन

पुरुष उंचीचे खंदक तर पाण्याने तुडुंब भरलेलेच होते. मुकीमखान अल्लाद झाला.

खंदकामुळे मावळ्यांना तटाला भिडता येईना. सारे बळ ओतून महादरवाजा फोडण्याखेरीज मार्ग उरला नाही. तीन दिवस मराठ्यांनी नगरच्या कोटाला पान लावण्यासाठी जंग-जंग केले. रोजाना धारेवर पडणाऱ्या माणसांची संख्या वाढत चालली. कोट अलगदच राहिला. पार खट्टा झालेल्या छत्रपतींनी तिसऱ्या दिवशी संध्याकाळी फौजेला परतीचा इशारा दिला. अपार खंत घेऊन नगरवेशीबाहेर पडणाऱ्या महाराजांची गर्दन खाली गेली. चर्या म्लान झाली. गजाआडच्या दुर्गाबाई-राणूआक्कांच्या मूर्ती डोळ्यांसमोर हटता हटेनात. मनात आबासाहेबांचे बोल थडथडू लागले, "सह्याद्री जिंकायला निघालात आणि कबिला गमावून आलात. शरम – शरम वाटते तुमची आम्हाला."

शिकस्त खाल्लेले मानी शंभूमन स्वत:लाच धारेवर धरत म्हणत होते, 'आबासाहेब, तुम्हाला वाटलीच असेल. पण आज आमची आम्हालाच शरम वाटते आहे. स्वत:बाबत!'

कोठीतल्या दुर्गाबाई, राणूआक्का यांची खबर उचलण्यासाठी गिरजोजी यादवाला नामजाद करून, आणि येसाजी कंकांना नगरभागात राहण्याची आज्ञा देऊन विषण्ण महाराज रायगडी परतले. थप्पड खाल्ल्यासारखे. नगरची मोहीम पार फसली.

कार्तिकी थंडीवर राने दहिवरू लागली. शहजादा अकबर मराठी मुलखात येऊन सहा महिने लोटले होते. त्याची भेट घेण्याचा निर्णय घेतलेल्या छत्रपतींनी कवी कुलेशांना बोलावून घेऊन मनसुबा दिला, "कविजी, सुधागडला जिवाजी हरींना कळवा, आम्ही शहजाद्याच्या भेटीला येतो आहोत. एकांत भेटीचा इंतजाम आखून ठेवणे."

"जी." ही लांबणीला पडलेली भेट होणार याचे कुलेशांना समाधान वाटले.

आता अकबराला भेटणे भाग होते. चालून येणाऱ्या औरंगला शत्रू मानणारी मिळेल ती लहान-थोर ताकद एकवट करायची होती. खरोखरच अकबर बापाविरुद्ध बंड करून उठला आहे काय, हे पारखून घ्यायचे होते.

कार्तिकाचा शुद्ध पक्ष धरून कविजी, प्रल्हाद निराजी यांच्यासह निवडक शिबंदी घेऊन छत्रपती रायगड उतरले. निजामपूर, रोहा अशा मजला ठेवत पालीच्या शिवेवर आले. शिवेवर आपल्या माणसांनिशी जिवा हरी रुजू होते. डुईला केशरी साफा बांधलेला, मध्यम वयाचा, ठसठशीत अंगलटीचा एक तगडा रजपूत मर्दानाही आगवानीसाठी खडा असलेला महाराजांना दिसला. तो डोळे जोडून मराठ्यांच्या छत्रपतींना निरखत होता.

पायउतार झालेले महाराज जिवाजींची अदब घेत पुढे झाले. त्या रजपूत सुरम्यावर नजर खिळलेले महाराज त्याच्यासमोर येताच त्याने नम्रभावे गुडघे टेकून,

गर्दन झुकवून रजपुती रिवाज दिला. जिवाजींनी तत्परतेने त्याची ओळख पटती केली, ‘‘हे दुर्गादास राठोड! शहजाद्यांचा दोस्ताना राखण्यासाठी दक्षिणेत आलेत.’’

‘‘जय एकलिंगजी, पादशहा सलामत मुल्क मऱ्हाट के खिदमतमें तसलीम।’’ दुर्गादास पुन्हा मानेत लवला. छत्रपतींनी झुकून आदराने राठोडला वर घेत ऊरभेट दिली. सर्वांसह राजस्वारी सुधागडच्या खासेवाड्यात आली.

थाळे आणि विश्राम होताच कलत्या दुपारीला कविजी, नेताजी पालकर, प्रल्हादपंत अशा असामींनिशी महाराज बैठकीच्या दालनात आले. जिवाजींनी दालनाचा सरंजाम उंची लोड, गिर्द्या, रुजामे टाकून देखणा केला होता. छत्रपतींनी बैठक घेतली.

शहजादा अकबर पाली भागातील कसबा धोंडश्याला एका साध्या कौलारू घरात तळ देऊन होता. त्याची माणसे उघड्या माळावर राहुट्या टाकून होती. जिवाजी अकबराला आणण्यासाठी त्याच्या तळावर गेले होते.

‘‘कविजी, आज तिथी कोणती?’’ महाराजांनी पाठीशी उभ्या असलेल्या कुलेशांना विचारले.

‘‘जी. कार्तिक शुद्ध त्रयोदशी.’’ कवींनी पूर्तता केली. महाराजांनी बैठकीवरच्या तबकातील एक गुलाबी गेंद उचलला. त्याला चिमटीत फिरका देत कसल्यातरी विचाराने ते गिर्दीला रेलले.

तीन सालांपूर्वीचे असेच थंडीचे दिवस त्यांना आठवले. ‘तो माहुलीचा संगमघाट... सरसरत चाललेल्या नौका... पठाणी तळ... तगडा, बेगुमान दिलेर! भटकल्या क्षणांवर वाया गेलेलं आणि कधीच न पुसता येणारा काळिमा घेऊन आलेलं पुरतं एक साल!’

‘आता भेटीस येणारा अकबर आणि त्या वेळचे आम्ही यात तफावत काय? अकबर आपल्या जन्मदात्याविरुद्ध बंड करून आला आहे. आमचं होतं आबासाहेबांविरुद्ध बंड? अकबराला दिल्लीच्या तख्ताची आस जडली आहे. आम्हाला होती रायगडाच्या सिंहासनाची? नाही – नाही. मग कोणाविरुद्ध होतं आमचं बंड? तो तर आमचाच आमच्याविरुद्ध पुकारला उठाव होता. गाफील, अविचारी.

‘तो समजून घेण्याची कुवत होती आबासाहेबांच्यात म्हणूनच तर आम्ही परतलो. नाहीतर? हा अकबर परतेल आपल्या जन्मदात्यांकडं, कधी मनात आलं तरी? घेईल औरंग त्याला आपल्या छातीशी पित्याच्या मायेनं? आणि हा तरी काय करील, आपल्या बापाचं जर याच्या मनासारखे फासे पडून दिल्लीतख्त याच्या हाताशी आलं तर? आमच्या स्वप्नात तरी कधी आबासाहेबांबद्दल वेडंवाकडं आलं होतं? ही – हीच ती तफावत आहे. मोगली राजकुळ रक्तापेक्षा तख्त मोलाचं मानतं आणि मराठी राजकुळ रक्ताचं तख्तच मोलाचं मानतं!’

जिवाजी लगबगीने दालनात आले. तिवार मुजरा करत दरवाजाकडे हातरोख देऊन म्हणाले, ‘‘शहजादा अकबर येताहेत.’’

छत्रपती बैठकीवरून उठले. जरीकोयऱ्यांच्या नक्काशीचा सफेद, तलम जामा अंगी घेतलेला, पाचूपदकाचा हिरवाकंच मोगली, बसका किमॉश मस्तकी चढविलेला, चुणीदार तलम तुमान पेहनलेला तरणाबांड शहजादा अकबर आत प्रवेशला. त्याच्या छातीवर छत्रपतींनीच नजर केलेला मोतीकंठा होता. कोरल्या दाढीची चर्या काटेफड्याच्या बोंडागत लालबुंद होती.

नकळत क्षणभर दरवाजातच खिळून पडल्या अकबराने नजर एकवटून समोरचे मर्दपण निरखले – बऱ्हाणपूर दफा करणारे! एकच विचार त्याच्या मनात सरकून गेला – 'ये इतने तो इनके आब्बाजान कैसे....?'

शाही हास्य खुलवीत, हात पसरते घेऊन शहजादा अकबर तरातर पुढे आला. छत्रपतींनी त्याला खांदाभेट दिली. त्याचा हात हाती घेत इतमामाने त्याला बैठकीवर आणून बसविले. मिर्झा यहुद्दिन शुजाई, वकील अब्दुल हमीद, दुर्गादास राठोड ही शहजाद्याची विश्वासू माणसे त्याच्या बगलेला अदबीने उभी राहिली.

परस्परांनी एकमेकांना नजराण्यांचा रिवाज केला. छत्रपती आपल्या हातचा गुलाबगेंद अकबराच्या हाती देत म्हणाले, "हा तुमच्या देशीचा गेंद. आमचा पहिला मेहमान. आम्हास आवडतो!"

राजे काव्य बांधतात हे ऐकून असलेला शहजादा दिलखुलास हसत उत्तरला, "बहुत खूब शायरी मिसाल है ये आपका राजासाब। हम भी अच्छे लगेंगे आपको।" दिलेला गेंद त्याने चटकन नाकाशी नेला.

एकांत घेण्यासाठी आपल्या माणसांना महाराजांनी हात उठवून इशारत दिली. ठरल्याप्रमाणे कवी कुलेशांखेरीज सर्व बाहेर पडले. अकबरानेही दुर्गादास राठोडाखेरीज आपल्या माणसांना निरोप दिला. छत्रपतींनी सावधपणे भेटीच्या विषयाला हात घातला, "आमच्या देशीचे हे दख्खनी हवामान मानवेल तुम्हास शहजादे?"

"शाही हवासे ये जरेदरेंकी हवा कम खतरनाक है, राजासाब!" रोख ओळखून आपल्या बापाबद्दलची सूचक नापसंती अकबराने नोंदवली. एकमेकांचा अंदाज घेत मने खुली होऊ लागली.

"आमच्याविरुद्ध बांधल्या बनावाचे कागदपत्र थेट आम्हाला धाडून थोर काम केलं आहे तुम्ही शहजादे." महाराज अकबराचे ते कृत्य विसरूच शकत नव्हते.

"वो इनकी करामत है।" अकबराने दुर्गादासाकडे हात केला. तगडा राठोड नम्रपणे लवला.

"आम्ही नाही समजलो." महाराज दुर्गादासाकडे बघत बोलले.

"वो इनकी नेक सलाह थी राजासाब – बडे इमानदार है दुर्गाजी। इनकी मसलत थी, खलिते आपको पेश करनेकी।" पहिल्या नजरभेटीतच दुर्गादासाबद्दल महाराजांचे मत चांगले झाले होते, ते वाढले. आपल्या सेवकाबद्दल गौरवाचे बोल काढणाऱ्या

अकबराबद्दलही ते अनुकूल होत चालले.

"पुढचा मनसुबा काय तुमचा शहजादे?" छत्रपतींनी मूळ धरले.

असंख्य चावऱ्या आठवणींनी अकबराची लालगौर चर्या वेढून आली. जन्मदात्याविषयीचे तिखट, कडवे बोल त्याच्या जबानीतून सुटले, "आलमगीर हिंदोस्ताँको दफा कर देगा राजासाब। ये कोई तरीका है सल्तनतका कि रियाया हैरान हो? जिजिया, बुत्शिकनी, जुल्म और कत्ल! कैसे रहेगा हिंदोस्ताँका भरोसा शाही खानदानपर? आलमगीर अपने आपको और शाही खानदानको खतरेमें डाल रहा है। ये रोकना है, जानकी कीमतपर।" तो बोलला ते सत्य होते, पण कितीतरी अवघड! आपल्या बापाचे दोष अकबराला अचूक कळले होते, पण त्याच्या अफाट ताकदीचा अंदाज समजण्यास शहजादा अपात्र होता.

"सही आहे तुमचं शहजादे, पण आलमगिराच्या फौजीबळाचा खयाल ठेवला पाहिजे. ज्याच्यापुढं तुमचे दादाजी बादशहा शहाजहान, चाचा दारा, मुराद शिकस्त झाले, त्याच्याशी हा जंग आहे. त्यासाठी काही मसलत?" शांतपणे महाराजांनी अकबराला, त्याच्या रक्ताची आलमगिराने लावलेली वासलात कौशल्याने कानी घालून सुरावर घेतले. अकबर दाराचा जावई होता आणि त्याच्या विचारांवर बरीचशी दाराचीच छाप होती. सरळधोप चाल बोलीभाषेला ठीक असली, तरी राजकारणाला ती लागी नसते! औरंगजेबासारख्या पाताळयंत्री व शूर प्रतिस्पर्ध्याबाबत तर ती कधीच नसते. छत्रपती ते जाणून होते. आग्ऱ्याची कोठी ते काही विसरू शकत नव्हते.

अकबराने छातीवरचा मोतीकंठा क्षणभर चाळवला. औरंगजेबाला शिकस्त देण्याची मनची मसलत त्याने खोलली, "बिल्कुल दुरुस्त है, आपका खयाल राजासाब। अब आलमगीर दख्खनपर चला आ रहा है। हम उत्तर में राजस्तान लौटना सोचते है। हिंदोस्ताँमें आलमगीरकी होड लेनेकी ताकद दोही मुल्कोंमें है – रजपूत और मरहट्टोंके। जयपूरका राजा, मिर्झा राजे जयसिंग का कुँवर रामसिंग आलमगीरपर खफा है। आलमगीरने मिर्झा जयसिंगको दगा देकर जहर खिलवाकर उसे कत्ल किया, उसका बदला रामसिंग चाहता है। हमें उम्मीद है, दुर्गाजी और रामसिंगकी मदतसे हम रजपुतोंको इकठ्ठा बाँधेंगे। पर्शियाके शाहको भी हाथ देनेके लिये लिखा है, हमने....

"राजासाब, इस वक्त आप जोड देते होंगे, तो आलमगीरका नामोनिशाँ मिटा देंगे हम।" अकबर उजळत्या डोळ्यांनी मुद्द्यावर आला.

"आम्ही जोड करावी ती कसली?" महाराज शांतच बोलले.

"चुना पचीस हजार मरहट्टा हशम साथ देनेकी। यही वक्त है, हमारा जंग अजमानेका।" अकबराचे कान महाराजांचा होकार ऐकायला आसावले. मोठ्या आशेने तो राजांच्या डोळ्यांत बघू लागला.

छत्रपतींची नजर दुर्गादास राठोडकडे वळली. अकबरापेक्षाही कानी आल्या माहितीवरून महाराजांचा दुर्गादासावर अधिक भर होता. हा राठोड संगतीला होता, म्हणून तर अकबर अजून जिवंत होता!

"दुर्गाजी, तुमचा विचार?" छत्रपतींना राठोडाच्या नेकीचा विश्वास होता म्हणून त्यांनी सवाल केला.

"जी. आलमगीर पहला हथियार मरहट्टोंपर धरेगा राजासाब। आदिलशाही और कुतुबशाही सल्तनतके मांडलिक है। मरहट्टे नहीं। अब दक्खन लडाना आपके खंदेपर है। चाल आलमगीरकी और जबाब आपका ऐसाही ढंग रखना चाहिये। पहले आलमगीरको फौजके साथ दक्खनमें झुलाना होगा। वही मौका होगा उत्तरमें रजपुतोंके छलांगका। सोचकर आप फैसला रखना राजासाब।" मुरब्बी दुर्गादास महाराजांच्या मनातलेच बोलला.

"बिल्कुल दुरुस्त दुर्गाजी. शहजादे, दुर्गाजींची मसलत आम्हास पटते. औरंगजेब दक्षिणेत गुंतला तरच तुमच्या उठावाला आम्ही माणूसबळ पुरवू शकू. मातब्बर गनीम ऐन तोंडावर असता गाठीची फौज आम्ही कुठेच दूर गुंतवू शकत नाही." छत्रपतींनी अकबराला निर्णय दिला.

खट्टा झालेल्या अकबराला हातच्या चुरल्या गेंदाच्या पाकळ्या बैठकीवर केव्हा उतरल्या हे लक्षात आले नव्हते, तरी महाराजांनी ते टिपले होते.

आवाजात समजुतीची हल्लक भरून महाराज अकबराचा हात थोपटीत म्हणाले, "शहजादे, तुमचा सल आम्ही जाणतो. पण मनाच्या जहालीने राजकारणे चालत नाहीत. तुम्ही आमचे मेहमान आहात, आमच्या राज्यात सुखरूप आहात. विश्वास ठेवावा. मौका येताच तुमचे मनसुबे कार्यी लागतील, धीर ठेवा. जयपूरच्या राजा रामसिंगांना आम्ही लिहू. तुम्हीही लिहा. तुमच्या भेटीचा निवाडा समयच देईल."

"ठीक है राजासाब। हम रुकते है, लेकिन खयाल रखना। जबतक हम आपके मुल्कमें है, चैनकी नींद नहीं देगा आलमगीर आपको।"

ते ऐकताना महाराजांना म्हणावेसे वाटले – "आजवर ती कधीच लाभलेली नाही आम्हास." वरकरणी हसत ते म्हणाले, मात्र "प्रत्यक्ष आपल्या फर्जंदाची नींद हराम करणाऱ्याचा आमच्याबाबतचा तेवढा अधिकार मानतो आम्ही शहजादे।"

निरोपाचे विडे आले. ते घेऊन बैठकीवरून उठणाऱ्या शहजाद्याच्या हाती समोरच्या तबकातील एक तवाना गुलाबगेंद पुन्हा देत महाराज नुसते हसले.

न राहवून अकबराने भावभऱ्या डोळ्यांनी छत्रपतींच्या खांद्यांना खांदे भिडविले. आपल्या माणसांसह तो आपल्या तळाकडे निघाला. पाच पावलांची रिवाजी सोबत त्याला करून महाराज थांबले. पाठमोऱ्या अकबराची जाती पावले बघताना त्यांच्या मनात विचार एकवटून आले – 'किती वनवास आला आहे, या पावलांच्या

वाट्याला. औरंग! कसल्या मुशीचा हा असामी? हा कसला नातेसंबंध?' गुंतत चाललेल्या मनाला तोडून समोरच्या कुलेशांना ते म्हणाले, "कविजी, तुम्ही शाहजाद्यांच्या सोबतीत इथंच राहा. त्यांच्यावर नजर ठेवा. राजकारण म्हणून नाही, तरी भांबावून तो भलतीच उचल खाण्याची शक्यता आहे. यास सावरले पाहिजे."

"जी." कुलेशांनी राजाज्ञा झेलली.

महाराज विचारांवर फेर घेऊ लागले. त्यांच्या आणि धोंडशाला चाललेल्या अकबराच्या मनात टिपरी झडत होती, ती एकच – अलमगीर!

आणि नेमक्या याच दिवशी, शाही सवारीच्या सजल्या हत्तीवर अंबारीत बसून झडती शाजणे, नौबती डंक्यांच्या उसळत्या गजरात, प्रचंड फौज पाठीशी घेऊन औरंगजेब बऱ्हाणपूरच्या वेशीत प्रवेशत होता! त्याची घारी नजर हौद्यातूनच बऱ्हाणपुराभोवतीची तटबंदी नीट उठली आहे की नाही, याचा तलाश घेत होती! खैरात मिळालेले फकीर, मुल्ला, मौलवी त्याला हात उठवून तोंडभर दुवा देत होते!

पालीहून रायगडी आलेले महाराज, गडाच्या दक्षिण बाजूला असलेल्या दारू कोठारासमोर मांडलेली तोफांची भांडी निरखीत निळोपंतांना म्हणाले, "फरांसिसांच्या वकिलानं दिला शब्द पाळला पेशवे?"

"जी, आताषीचा बारदानाही त्यांनी पावता केला आहे." निळोपंतांनी अधिकाचा तपशील दिला. पन्हाळ्यावर भेटलेल्या डच वकील लेफेबरने आपल्या दरबारी शिफारस करून तोफा व दारूगोळा रायगडी पाठविण्याची व्यवस्था केली होती.

"मुहूर्त बघून या भांड्यांचं पूजन करून घ्या पंत." कसल्यातरी विचारात गढलेल्या महाराजांनी, घोड्याचे थोपटावे, तसे गाड्यावरच्या एका तोफेचे पाठवान थोपटले. दारू कोठाराची बंदिस्ती नजरेखाली घालून ते निळोपंत, जोत्याजी केसरकर, येसाजी कंक यांच्यासह बालेकिल्ल्याकडे निघाले. निळोपंतांनी एक महत्त्वाचा निरोप त्यांच्या कानी घातला, "कर्नाटकातून हरजीराजांचा हारकारा आला आहे. प्रांताच्या कारभारासाठी हरजींना पावलोपावली रघुनाथपंत हणमंत्यांना सल्ला विचारण्याचा प्रसंग येतो, हणमंते कोठीबंद असल्यानं..." निळोपंत अर्ध्यावरच थांबले.

छत्रपती रुकले. त्यांनी विचारले, "काय उपाय आहे यावर हरजींचा पंत?"

लगबगीने पेशव्यांनी हरजींचा बेत छत्रपतींच्या समोर ठेवला, "ते म्हणतात – हणमंत्यांकडील दफ्तरी कागदपत्रं ते सर्व जप्तीनं हस्तगत करण्याचा हुकूम व्हावा."

महाराज विचारात पडले. रघुनाथपंतांचा कर्नाटकाचा कारभार चोख होता. फक्त कटाच्या घालमेलीच्या वेळी त्यांनी काही धरसोडी दाखविली होती. तसे केल्याने नतीजा काय पावतो, एवढे कळण्याएवढी शिक्षा त्यांना झालीही होती. निर्णय देत महाराज म्हणाले, "पंत, हरजीराजांना कळवा, रघुनाथपंतास मुक्त करून कर्नाटकाच्या

मुजमूची अखत्यारी त्यांसच पुन्हा सुपुर्द करावी! कागदपत्रं बोलतात ते त्यांच्या कलमबाज धन्याच्या इशारतीवर! ते तसेच बोलते करून चालवावे. माणसे चुकतात, पण दुरुस्त करून घेणाऱ्यानं चुकून नाही चालत.''

अपेक्षा नसलेला निर्णय ऐकून निळोपंतांनी नेटके असलेले उपरणे पुन्हा नीट करीत रुकार भरला, ''जी!''

''कंककाका, हंबीरराव केव्हासे फिरतात वऱ्हाडातून माघारी? आम्ही वाट बघतोय त्यांची.'' रामराजांच्या लग्नाच्या विचाराने छत्रपतींनी येसाजींचा माग घेतला.

''जी. परतीच्या वाटंवर हाईत सरलस्कर. चार-आट दिवसांत गड चडावंत त्ये.''

झडते मुजरे स्वीकारीत महाराज खासेवाड्याच्या सदरेला आले. तिथे खंडोजी, प्रल्हादपंत, खंडेराव पानसंबळ आणि बांदल मावळातून आलेला, दीपाई बांदल या बाईचा नातू शंकराजी अशा असामी होत्या.

शंकराजी खास वजेने छत्रपतींना भेटण्यासाठीच आला होता. तो कमरेत लवून बैठकीवर बसलेल्या साहेबस्वारींना म्हणाला, ''सरकार, आमच्या आज्जीला थोरल्या धन्यानी दिल्याली मौजे पऱ्हेरची देनगी काही लाभत न्हाई. चोळीलुगड्याची देन हाय ती. पानी सोडावं का आमी त्येच्यावं?'' त्रासल्या चर्येने त्याने हातातील कागदपत्रांची थैली, पुढे होत महाराजांच्या पायांजवळ ठेवली. मान खाली घातली.

शंकराजी दीपाई बांदलाचा नातू होता. त्याच्या बापाने – रायाजीने, थोरल्या स्वामींनी जावळीच्या चंद्रराव मोऱ्यांवरच्या दोन वेळा केलेल्या चालीत मोलाची कामगिरी केली होती. त्यासाठी मेहर होऊन मौजे पऱ्हेरचे इनाम दीपाईला चोळी-लुगडे म्हणून खुद्द आबासाहेबांनी बहाल केले होते.

शंकराजीने पायांशी ठेवलेल्या थैलीवर टाकलेली नजर तशीच उचलून महाराजांनी खंडोजींना दिली. तत्परतेने पुढे होत त्यांनी थैली उचलली. आतील कागदपत्र बाहेर घेऊन ते पडताळू लागले.

''बांदल, सुमार असा. आबासाहेबांनी दिला शब्द पाळू आम्ही.'' महाराजांनी शंकराजीला धीर दिला. अंदाजासाठी चिटणीस खंडोजींच्याकडे बघितले.

''या अस्सल सनदा आहेत स्वामी, थोरल्या स्वामींच्या शिक्के दस्तुराच्या.'' खंडोजींनी रुजवात दिली. महाराजांनी शांतपणे शंकराजीला विचारले,

''कसली तकलीफ आहे तुम्हांस बांदल?''

''जी. मावळाचं कारभारी गोपाळ रायाजी ह्यो कागद मानाय तयार न्हाईत! नवं आन म्हंत्यात.'' शंकराजीने अडचण सांगितली.

''काऽय?'' महाराजांची भुवई चढली. खंडोजींना तत्काळ आज्ञा मिळाली, ''चिटणीस, गोपाळ रायाजींना कलमी समज द्या. बांदल आम्हास जातीनं भेटले. कागदांची रुजवात दिली आहे. कै. स्वामींनी मौजे पऱ्हेर दीपाईस चोळीलुगडे म्हणून

इनाम दिल्हे आहे. ते अवलाद अफलाद तसेच चालविणे. ताज्या सनदेची उचूर न करीत जाणे. फिरून काडीचा बोभाट येईल तो जमेस नाही!''

मान डोलवून खंडोजींनी रुकार भरला. शंकराजीची चर्या, मिळाल्या न्यायाने उजळून आली. ''धन्यांची म्हेरबानगी'' म्हणत तो मुजरा देऊन निघून गेला.

''महाराज, बऱ्हाणपूरला ठाण झाल्या गनिमानं नांग्या पसरायला सुरुवात केली आहे.'' महत्त्वाची बाब पुढे घेत प्रल्हादपंत क्षणभर थांबले.

कानी पडेल ते ऐकायला सिद्ध असलेल्या महाराजांनी त्यांच्यावर नजर जोडली.

''चौदा हजार स्वारांच्या दिमतीनं बऱ्हाणपुराहून कूच झालेला हसनअलीखान तळकोकणचा रोख धरून मजलांनी येतो आहे. संगती त्याचा मजला हुसेन आहे.'' सांगितल्या चालीवर महाराजांचे ऐकण्यासाठी प्रल्हादपंत थांबले. विचारात गढलेले स्वामी बघून दुसरी वार्ता बोलावी की नको, या विचारात ते पडले.

''बोला प्रल्हादपंत, आम्ही सारे समजून आहोत. नाशिकपट्ट्यात शाबदीखान मुल्हेरला पोहोचला आहे. मुल्हेरच्या किल्लेदार देवीसिंहाचा जोर घेऊन तो आमच्या साल्हेरीला भिडला आहे. आमचे रूपाजी त्याला हुलकावण्या देत हररोज त्याच्यावर छापे घालताहेत.'' बोलता-बोलता महाराज बैठकीवरून उठले. शून्यात पक्की रोवल्यागत दिसणारी त्यांची नजर जसे समोरचे साल्हेर-मुल्हेरच बघत असल्यासारखी दिसू लागली.

येसाजी, निळोपंत, पानसंबळ, आवजी, प्रल्हादपंत सारे जण त्यांच्या या आगळ्या मुद्रेकडे बघतच राहिले. क्षणार्धात त्या मुद्रेवरच्या शोधक डोळ्यांतले भाव पालटले. मान डुलवीत स्वतःशीच बोलल्यासारखे महाराज बोलले, ''औरंग याहून पसरत्या नांग्यांनी येणार हे हेरून आहोत आम्ही पंत, चिटणीस. आम्ही पुन्हा चाल घेऊ, या रास्त हिशेबानं त्यानं नगरचं ठाणं शहजादा आझम, मुन्वर आणि किलिचखान यांची कुमक देऊन भक्कम केलं आहे. औरंग येतो आहे, तो राजरोस. वाजत-गाजत, हमला पुकारून पण...'' डोळ्यांत चीड उतरलेले छत्रपती अस्वस्थपणे थांबले. कसलातरी पेच उकलण्यासाठी स्वतःत गुंतल्यागत झाले. भोवतीच्या असामी समोर नसल्यासारखे एकलेच पायफेर घेऊ लागले.

ते बघून न राहवलेले खंडेराव अदबीने म्हणाले, ''काही अडचण, जोखीम असेल, तर हुकूम व्हावा धन्यांचा.''

खूप खोलवर मन टोकरत गेलेले महाराज, ते ऐकून भान घेत म्हणाले, ''खंडेराव, कोंडाजी फर्जंद कुठं आहेत सध्यास?''

''कल्याण-भिवंडी भागात ते तुकाजी पालकरांच्या दिमतीत आहेत स्वामी.'' प्रल्हादपंतांनी तत्परतेने पूर्तता केली.

''प्रल्हादपंत, त्यांना तातडीनं रायगडी पेश घ्या. आमच्या भेटीस पाठवा.''

छत्रपतींनी एकांत घेण्यासाठी हात उठविला. या वेळी 'कोंडाजींचीच याद का व्हावी?' हा विचार मनाशी घोळवीत प्रत्येक असामी बाहेर पडली.

गडाच्या आघाडी मनोऱ्यालगत असलेल्या शिळाबंद खलबतखान्याच्या कोनाड्यातील टेंभे ढणढणत होते. त्यांच्या तांबूस, पिवळ्या उजेडात तीन मुद्रा उजळून निघाल्या होत्या. बाहेर थंडीने गारठलेली रात्र गड धरून पसरली होती.

"सरलष्कर, हबशी हाताबाहेर गेला आहे." बैठकीवर बसले महाराज हंबीररावांना चिंतेने म्हणाले. त्यांच्यासमोर वीरमांडा घेऊन, वऱ्हाडातून आलेले हंबीरराव आणि कल्याण प्रांतातून आलेले कोंडाजी फर्जंद बसले होते. कानांत प्राण आणून ते आपल्या धन्याचा सल ऐकत होते.

"उभा आपटा गाव जाळून गेला हबशी. नागोठाण्यात आपल्या कैद रयतेची नाकं छाटण्याएवढा माज भरला आहे त्यास. जंजिरा दर्यादोस्त झाल्याखेरीज आम्हास चैन नाही..." कोनाड्यातील पेटते टेंभेच जसे महाराजांच्या डोळ्यांत उतरले.

ते ऐकताना मिश्यांचे कंगोल ताठरलेले हंबीरराव चटक्या चिडीने म्हणाले, "आज्ञा करावी धनी. याच पावली भिडताव आम्ही जंजिऱ्याला... वऱ्हाडाची क्येली ती गत जंजिऱ्याची केल्याबिगात त्वांड दावाय येतच न्हाई आमी."

"नाही मामासाहेब, या दर्याच्या पाणसावजासाठी आम्ही तुम्हाला मोगलाईच्या तोंडावरून नाही काढू शकत, या ऐन समयी. त्यासाठीच कोंडाजींना याद घेतलंय आम्ही." छत्रपतींची नजर कोंडाजींवर खिळली.

डोळ्यांसमोर जंजिरा तरळत असलेले कोंडाजी 'जी' म्हणत बसल्या जागीच सरसावले.

"कोंडाजी, तुम्ही खास हुन्नराचे. आबासाहेबांच्या सेवेत कुल साठ असामीनिशी अजब चाल ठेवून पन्हाळा पाडलात तुम्ही. हे काम त्याहून जोखमीचं. पन्हाळा डोंगरी किल्ला. हा जलकोट. दर्याच्या लाटा हबश्याच्या बसकणीत बोट शिरकू देत नाहीत." महाराज थांबले. त्यांचे डोळे कोंडाजींच्या कंगणी पगडीभर फिरले.

पेटत्या टेंभ्यातील फुटती ठिणगी उसळून उठावी, तसे कोंडाजी एकाएकी मांड मोडीत उठले. तिबारीचा मुजरा भरत दबक्या, खरखरीत बोलीत ठाशीने म्हणाले, "घ्येटला ह्यो पानकोटाचा इडा आमी, खंडुबांच्या आनभाकीनं धनी. ह्या कोंडाजीचं पाय हबश्याच्या बसकटीवर पडलं म्हून खातर धरावी. दारवंच्या कोटाराबराबर जंजिऱ्याच्या भंडारा दर्यावर उदळूनच पायधूळ घ्याया येवू आमी." तळपत्या डोळ्यांच्या कोंडाजींनी झटकन लवून महाराजांच्या पायांना हात भिडवला.

"शाब्बास, भले फर्जंद. आमची हीच उमेद होती तुमच्याकडून."

कोंडाजींना मानवस्त्रं बहाल करण्यात आली. खलबतातून उठताना हंबीरराव

कोंडाजींना जाणता सल्ला देत म्हणाले, "जो काय मानूस चालीत घ्यायचा, त्यो इमान-इस्वासाचा उचला. दर्याच्या पान्यावर हात मारतील, असं ताट पवणीचं गडी निवडा."

कोंडाजी त्या मायेला दाद देत गर्दन हुलवून नुसते हसले. खलबत उठले.

हटत्या शिळेतून बाहेर पडताच थंडीच्या झपकाऱ्याने महाराज खलबताच्या दारातच थांबले. त्यांच्या मनचे हबश्याचे विचार क्षणभर तुटल्यासारखे झाले. त्यांची जागा घरगुती नात्याने घेतली. शिळेबाहेर आलेल्या हंबीररावांना ते लगावाच्या बोलीत म्हणाले, "मामासाहेब, तुमच्याकडं आहे, ती आमची कामगिरी जरा वेगळी."

"बोलावं की – " दाद भरताना हंबीररावांच्या मिश्यांखालून वाफारा सुटला. कोंडाजी त्यांना अवसर देण्यासाठी निघून गेले.

"मामासाहेब, मासाहेब गेल्या. नको त्या वाटेनं. आमचे रामराजे उघडे पडले. त्यांचे हात पिवळे करावेत, हे योजून त्यासाठीच तुमची वाट बघत होतो आम्ही."

सोयराबाईंच्या आठवणीने हंबीररावांचे मनही धरल्यासारखे झाले. ते काहीच बोलले नाहीत तसे छत्रपती थांबत म्हणाले, "बोलला नाहीत तुम्ही...."

"काय बोलावं धनी? असं का क्येलं त्येनी न्हाई उमगत. बाळराजांस्नी भ्येटलाव आमी तर बिल्गून म्हनलं त्ये..." हंबीरराव ते चित्रच डोळ्यांसमोर ठाकल्याने पुढे बोलूच शकले नाहीत.

"काय... काय म्हणाले ते?" महाराजांचा आवाज चिंबला होता.

"ह्येच की आमास्नी नजरकैदेत टाकू नका म्हून सांगा दादाम्हाराजांस्नी!" बऱ्हाणपूर, वऱ्हाड मारणाऱ्या निधड्या हंबीररावांच्या गळ्याची घाटी दाटून आली, थंडीने गोठल्यासारखी. न उलगडणारी विचित्र कोंडी, त्या दोन वीर मनांवर पसरली.

समोर सात-आठ पावलांवर उभ्या असलेल्या मशालजींच्या रोखाने तरातर चालत छत्रपतींनी त्याच्या हातची मशाल आपल्याकडे घेतली. तसेच हंबीररावांसमोर येत फरफरती मशाल आपल्या मुद्रेजवळ नेत दुखऱ्या कळवळीने ते म्हणाले, "बघा, मामासाहेब, आमची नजर बंधूंना जरबेत ठेवणारी दिसते की मायेत ठेवणारी?"

हंबीरराव गडबडून गेले. आपल्या धन्याचा तडक स्वभाव त्यांना माहीत होता. मनात असते तर रामराजांना त्यांनी थेट कैदेतच टाकले असते. आणि त्या बाबीने कुणाचीही रदबदली ऐकूनसुद्धा घेतली नसती.

मशालीच्या फरफरीत मिसळत छत्रपतींचा घोगरा साद हंबीररावांच्या कानी आला, "असते तर आबासाहेबांनी जे केलं असतं, तेच आम्ही करणार आहोत आमच्या रामराजांसाठी. त्यासाठीच तुमच्याकडं एक मागणं घालतो आहोत आम्ही मामासाहेब."

'मागणं' हा शब्द ऐकताच हंबीरराव चपापले. आता समोर काय येणार यासाठी ते माग घेऊ लागले.

"मासाहेबांच्या वागण्यानं जेव्हा-जेव्हा काय करावं, हा प्रसंग आला आमच्यासमोर, तेव्हा तुम्हीच पाठराखणीला धीरानं उभे राहिलात. छत्रपती म्हणून नव्हे तर, रामराजांचे दादामहाराज म्हणून आम्ही मागणं घालतो आहोत. मामाऽ, तुमची मुलगी भोसल्यांच्या कबिल्यात आणावी म्हणतो आम्ही. बाळराजांसाठी!"

हे असे काही समोर येईल याचे भान नसलेले हंबीरराव समोरच्या धन्याकडे बघतच राहिले. 'कधीकाळी सरलष्करीची मानवस्त्रे खांद्यावर ठेवणारे थोरले तर समोर उभे नाहीत?' असाच त्यांना भास झाला.

त्यांना गुमानच बघून महाराजांनी झटकन भाषा पालटत आवाहन घेतले, "शब्द द्या आम्हास सरलष्कर!"

"जी. दिली आमची घरसोबा बाळराजांचं कुंकू लेवाय. आन वागजाईची." कुलदेवतेची साक्ष ठेवत शब्द देऊन हंबीरराव महाराजांचे पाय शिवण्यासाठी लवू लागले. त्यांना तसेच थोपवून खांद्याशी लावीत महाराज म्हणाले, "तुम्ही रामराजांचे सासरे झालात तरी आमच्यासाठी मामा आहात तसेच असा."

सजल्या रायगडावर रामराजांचे लग्नकार्य थाटात संपन्न झाले. वाजतगाजत हंबीररावांची कन्या ताराऊ भरल्या शिगेचे माप लवंडून भोसल्यांच्या घरात आली. नव्या वधूचे नाव जरी 'सीताबाई' ठेवण्यात आले, तरी सर्व जण तिला माहेरच्या नावाने 'ताराऊ'च म्हणू लागले.

या शुभकार्याची सांगता झाली नाही तोच महाराज वाट बघत होते, ती खबर रायगडावर पोहोचली. जंजिरा भागात टेहळ घेत फिरणारा विश्वास मुसेखोरेकर छत्रपतींना रुजू होत जोहार देऊन म्हणाला, "कोंडाजी फरजन हबश्याच्या जलकोटात घुसलं म्हाराज! संगट पन्नास एक डुया हाईत. लई कसबाच्या चालीनं राजरोस भिडल्यात कोंडाजींची मान्सं जंजिऱ्याला. थेट चाकरीच धरलीया त्येनी हबश्याची! कुनी पाचरूट म्हून, कुनी व्हडकी दुरुस्त करनारं सुतार म्हून, कुनी चुन्याच्या घान्या फिरवनारं घानारी म्हून जंजिऱ्यावर पाऊल ठिवलंय."

ते ऐकताना चर्येवर समाधान पसरलेले छत्रपती पुटपुटले, "आमच्या ताराऊंचा गोमटा पायगुण आहे हा."

जोहार देत विश्वास रामोशी निघून गेला. जंजिऱ्याबाबत निर्धास्त झालेल्या छत्रपतींनी काही बेताने पेशवे निळोपंतांना याद घेतले.

"पंत, आमच्या कबिल्याची गड-उतारीची व्यवस्था तुम्ही जातीनिशी बघा. गांगोलीला जायचं म्हणतात त्या." समोर पेश झाल्या पेशव्यांना महाराज म्हणाले.

बाळंतपणासाठी गांगोलीच्या निवांत वाड्यावर जाण्याचे येसूबाईंच्या मनाने घेतले होते. खरे तर निवांतपणापेक्षा त्यांना माहेरच्या शृंगारपूरची भावेश्वरी जवळपास

येणार हा दिलासा यात होता. कारण खुद्द शृंगारपुरी जाणे त्यांना शक्यच नव्हते!

"जी." म्हणत निळोपंतांनी छत्रपतींच्या आज्ञेला दुजोरा दिला. काही बोलण्यासाठी निळोपंत खोळंबलेत हे ताडलेले महाराज त्यांना चाल देण्यासाठी म्हणाले, "बोला. काय आहे?"

"महाराज, नगरहून शहजादा आझमनं हसनखानास सैन्यबंदीनं धाडला आहे. आपण घाटबंदी केल्याचं हेरून, कोकणवर येण्याचा बेत पालटून हसनखान सासवडखोरीकडं सरकला आहे. आपल्या पुरंदरतर्फेच्या मन्सबदार शेख इब्राहिमशी बोलणी लावून त्याला फितव्यानं फोडण्याचा प्रयत्न चालला आहे खानाचा!"

महाराज अस्वस्थ झाले. तरीही शांतपणे म्हणाले, "पंत इब्राम‌भोवती आपले विश्वासाचे खबरगीर पेरा."

"जी. पुण्याजवळचा पेठ शिवापूरचा कसबाही बहादूरखानानं लुटला आहे स्वामी." निळोपंतांनी दुसरी कटू बाबही महाराजांच्या कानी घातली.

"ठीक आहे. पेशवे, पुण्याच्या सरसुभा दामाजी रघुनाथांना तातडीनं हारकारा द्या. गनीम जोरावारीनं टापांखाली घेणार आहे, प्रांत पुणे. त्यास अहोरात्र फिरते राहण्यास लिहा. दोन मोगली कुमकांचा मेळ पडणार नाही, याची खबरदारी घेण्याची समज द्या."

"जी." निळोपंतांना आपल्या स्वामींचे थंडे, शांत निर्णय घोटाळ्यात टाकीत होते.

"स्वामी, फिरंगी विजरई ताव्हेरानं कोळवलवर कोट बांधून पुरा केला. थोरल्या स्वामींची या कोळवलवर फार नजर होती."

महाराज विचारात गेले. फिरंग्यांचा नवा विजरई आपली कर्तबगारी लिस्बनला आपल्या बड्या दरबारला रुजू करण्यासाठी उचल घेणार हे साफ झाले होते.

"पंत, आपल्या कारवारतर्फेच्या सुभेदारास असेल त्या कुमकेनिशी अंजदीव बेटावर चाल घेण्यास हुकूम द्या. अंजदीव दस्त झाले पाहिजे. फिरंगी त्यावरही डोळा ठेवून आहे, हे कळवा त्यास."

पंतांच्या ध्यानीमनी नसलेला कोलदांडा छत्रपतींनी फिरंग्यांविरुद्ध खोलला.

त्याने समाधान पावलेल्या निळोपंतांनी टोपीकरांची एक बाब पुढे घेतली, "मुंबईचे टोपीकर एका वजेनं नाराज झालेत स्वामी."

"कोण वजेनं?"

"नागोठाण्यात गैरअंमल करणाऱ्या हबश्यांना मदत करता, असा आरोप ठेवून आपल्या सुंदरजी बाजींनी गोऱ्यांची दोन गलबतं नागोठाण्याच्या बंदरात अडकवून ठेवली आहेत. त्यासाठी टोपीकर घायकुत करताहेत."

"निळोपंत, एका समयास चौबाजूंचा गनीम पेटता ठेवणे लागीचे नाही. सुंदरजींना कळवा, जरब देऊन टोपीकरांची गलबतं खुली करणे."

"जी. कुतुबशाही दरबारकडून एक नजराणा आला आहे, स्वामी. चार लाख पगोड्यांचा तबकाचा."

महाराज हसून निळोपंतांना म्हणाले, "तो नजराणा नाही पंत, ती मदत आहे. आम्ही आलमगिराविरुद्ध खडे ठाकावे, यासाठी आलेली! आमच्या अभिषेकसमयीही एवढी रक्कम नव्हती आली कुतुबशाहीकडून. पाहुण्याच्या काठीनं साप मारणं, हे तर राजकारणच आहे! शहाला पोच देऊन कळवा. दिला दोस्ताना पावला. समयास आम्हाला माणूसबळ लागेल. दख्खन पैशानं नव्हे, तर माणूसमेळानं राखणं आहे."

चार दिवस उलटले. मुहूर्ताच्या ठरल्या दिवशी, भल्या पहाटे कुणबिणींच्या तांड्यात सरंजामाने जाऊन येसूबाई गडदेवी शिर्काईची ओटी भरून आल्या.

गांगोलीला जाणारे पडदाबंद मेणे सातमहालासमोरच्या हमचौकात हत्यारबंद धारकऱ्यांच्या घेरात सिद्ध झाले होते.

सकवारबाईंची पायधूळ घेऊन येसूबाई रामराजे व ताराऊ यांच्यासह आपल्या स्वारींच्या दर्शनासाठी बैठकी दालनात आल्या. त्यांच्या संगती आता पार थकलेली, डुईवरची केसावळ साफ चुनेरंगी झालेली, भोसलेकुळीची सावली म्हणूनच जिंदगी जगलेली धाराऊ होती. रूपा नावाची एक खास कुणबीणही होती. येसूबाईंना बघताच महाराज पाच पावले पुढे झाले. हाती नेसूचा पदरशेव धरून, सुवर्णकंकणांचा किणकिणाट उठवीत महाराणींनी आपल्या कुंकुबळाला तिवार नमस्कार केला. मुजरा करू बघणाऱ्या रामराजांना जवळ घेत, समोरच्या खालगर्दनी येसूबाईंशी कसे बोलावे, याचा छत्रपती मनाशी मेळ घालू लागले. त्यांना एवढेच म्हणायचे होते, "तब्येतीस सांभाळून असा."

पण येसूबाईच म्हणाल्या, "येऊ आम्ही? स्वारीनं तब्येतीस सांभाळून असावं!"

"जी." कधी नव्हे तो अदबरिवाजी बोल महाराजांच्या तोंडून सुटला. आणि ते बोलून गेले, "आम्ही येतो आहोत मनोऱ्यापावेतो पायसोबतीला." विचारांच्या घालमेलीत राहिलेला नमस्कार धाराऊला द्यावा, म्हणून तिच्या पायाला हात लावण्यासाठी महाराज झुकले. त्यांच्या टोपावर हात ठेवीत म्हातारी म्हणाली, "असू दे रं माज्या लेकरा! तुज्या पोटाला थोरलंच येनार हाईत!"

ते ऐकताना कानशिले सरसरलेल्या येसूबाई पाठमोरे होत बाहेरही पडल्या.

शिबंदीने वेढलेले मेणे पालखी दरवाजाने आघाडी मनोऱ्याजवळ आले. क्षणभर थांबले आणि गड उतरण्यासाठी चालू लागले. छत्रपतींच्या मनात विचार उठला. "आता एकल्या जाताहात. याल तेव्हा?"

"धनीऽ..." रायगडाच्या खासेवाड्याच्या सदरेला छत्रपतींच्या समोर रुजू झालेल्या, घामाने डबडबलेल्या नाईक बहिर्जीच्या तोंडून शब्द फुटता फुटत नव्हता. क्वचितच

दिसणारी बहिर्जीची विचित्र मुद्रा बघूनच महाराजांच्या सेवेत असलेली निळोपंत, प्रल्हादपंत, आवजी, मोरेश्वर व केशव पंडित अशी खाशी मंडळीही हटत्या पावली मुजरा देत सदरेबाहेर पडली. सदर एकांती झाली.

रामोशी मुंडासे डुलवीत बहिर्जीची पाणावली नजर खिनभर धन्यावर खिळली. देठ मोडल्यागत क्षणात त्यांच्या पायांवर घरंगळली.

"नाईक..." चरकल्या मनी समोरून राजबोल उठले.

डोळ्यांसमोर काहीतरी काळजाची तोड करणारे प्रत्यक्ष बघतच असल्यासारखी बहिर्जीची गर्दन पुन्हा डुलली. डोळ्यांवाटे दोन-चार थेंब टपटपले. खांद्यावरून ओघळते कांबळे, त्याला धनी समोर असतानाही सावरावेसे वाटले नाही.

"नाईऽक काय झालं?" बैठकीवरून तडक उठत छत्रपतींनी विचारले.

बहिर्जींचे ओठ थरथरले. सदर चिरत इमानी रामोशीबोल कुचमतच बाहेर पडले.

"घात झाला धनी – आपलं कोंडाजी ग्येलं, धनी!!" उमळत्या कढाने रामोशी नरड्याची घाटी गुदमरली.

अंगभर थरकलेले छत्रपती कळवळले. "नाऽईक – हे असं कसं? काय झालं नाईक?"

मनच्या कढाला थोपा देत दौलतीचा नेक खबरगीर बोलू लागला, "महाराज, टेहळ घेत कोंडाजी हबश्याच्या कोटावर सावधानगीनं हुतं. पर आपल्याच मान्सानं गळा कापला सम्द्यांचा. सरकार फितवा झाला."

"कुणी केला?" शोकाच्या जागी छत्रपतींच्या मनी संताप उसळला.

"हरामजाद्या कुमाजी देसायानं!" बहिर्जीचा आवाज आता सुटा झाला. ते ऐकताना छत्रपती अस्वस्थ-हैराण झाले.

"बेमान देसाई हबश्याच्या कानाला लागला. कोंडाजी स्वांग घिऊन आल्यात. दारवंच्या कोठाराला, संधी साधून बत्ती द्याय टपल्यात. याचा माग कुमाजीनंच हबश्याचा दिला. रातोरात सम्द्या मान्सांसकट कोंडाजीस्नी त्येनं दस्त क्येलं. रातभर कोरड्यांचा त्येनं मारा देऊन बोलतं करायची कोशिस क्येली. कांदडीतच बोलत कोंडाजी काही बधलं न्हाईत. एक असामी काही डरला व फुटला न्हाई त्येंचा."

त्याही स्थितीत एक खोलवर समाधानाची छटा महाराजांच्या मनभर पसरली.

श्वास घेत नाईकाने कोंडाजींचा धीरोदात्त शेवट आपल्या धन्याच्या कानी घातला.

"कोंडाजी बधत न्हाई ह्ये ऐकून चिडल्याला खुद्द शिद्दी खैरात फाटचं त्यास्नी बघाय आला. कोंडाजीम्होरं येत त्येंच्या तोंडावं थुकत म्हनला – 'कुत्ते, तेरा सर काटके खंबेपर लटकायेंगे। बता दे व्हांसे अपने मालिकको – जंजिरेपर बदनजर रखनेवालेका ये हाल होता है!"

"हबश्याने सम्द्यांच्या डुया मारण्याचा हुकूम आपल्या जल्लादांस्नी दिला."

शोक, संताप, खंत यांनी छत्रपतींचे मन कोंदटून आले. झावळलेले डोळे सुन्न

एकटक झाले.

"धनी, मर्दावानी, कोंडाजी मौतीला सामोरं ग्येलं. उगवतीबरोबर कोंडाजींची गर्दन पहिल्यानं लाकडी खोड्यावर, चार हबश्यांनी दाबून झुकावली. जल्लादानं धारेचा सपाता उचलला. आन्... आन् या वक्ताला मात्र जिवाच्या नेटानं उसळी घेत कोंडाजी ताठ खडं जालं. जंजिऱ्यावर पाऊल ठिवल्यापास्नं पहिल्यानंच मावळीत ठाशीनं गराजलं – "आरं, व्हय आमी राजाची मान्सं हाव. मरनाला चाळ करून बांदल्यात रं आमी पायांस्नी! ह्यो लाकडी खोडा तेवढा वळता करून रायगडाकडं फुडा करून ठेवा रं!"''' बहिर्जीला कोंडाजींची ती मुद्राच जणू दिसत असल्याने पुढे बोलवेना. गलबलून गेलेल्या छत्रपतींच्या नेत्रकडा दाटून आल्या. हात छातीवरच्या संन्यासी भवानीमाळेवर चढला.

एकाएकी बहिर्जींची खाली पडलेली नजर झटका घेत वर उठली. छत्रपतींच्या डोळ्यांना थेट भिडली. थबथबते बोल त्याच्या तोंडून सुटून समोरच्या राजपावलांवर पडले. "धनीऽ, कोंडाजींची मावळी काही हबश्यांना कळंना. तसं हात झटकून कोंडाजींनी आपल्या हातांनीच खोडा होवा तसा फिरवून रायगडाकडं फुडा करून घेतला! मान खोड्यावर ठिवायच्या अदुगर गडाला – धन्यास्नी मुजरा देत कोंडाजी म्हनलं, 'आमच्या रगताचा भंडारा उधाळला म्हाराज जलकोटावं! कसुराची माफी असावी. चाकराची सय ठेवावी... जै भवानी....'

"सरकार, उगवतीबराबर कोंडाजीसकट पन्नास असामींच्या मुंड्या दर्यात उठविलेल्या खांबावं हबश्यांनी लटकावल्या. दर्याच्या वाऱ्यावर हिंकाळत त्या मिटल्या डोळ्यांनी ह्यो गडच बघत हुत्या शेवटच्या वक्ताला!"

छत्रपतींनी डोळे मिटले होते. त्यांच्या छातीवरच्या माळेवर त्यांच्या राजआत्म्याच्या कढ टपटप टपकत होता. पडले कांबळे उचलून बधिर बहिर्जी सदरेबाहेर गेला.

बाहेर पसरत्या दाट थंडीच्या अंगीही काटा उमटावा, असे रायगडाच्या सिंहासनसदरेला घेरून टेंभे पेटून उठले होते. पुऱ्या सिंहासनचौकाला जागत्या हत्यारी पहाऱ्याचे कडे पडले होते. जगदीश्वराच्या सांजआरतीचे नाद, नुकतेच गडाला थोपटून भोवतीच्या दऱ्यांत विसाव्याला उतरले होते.

सिंहासनसदरेत दर्यापट्टीतून एकवट झालेला सारंग आणि लढाऊ म्होरका वीरमांडांवर बसला होता. त्यात महाडचे सरसुभा दादाजी रघुनाथ देशपांडे, त्यांचे बंधू विसाजी रघुनाथ, मायनाक भंडारी, दौलतखान, गोविंदजी जाधव, उदाजी पडवळ, गोविंद कान्हो, सुभाना खराडे, भिवजी गुजर, माणकोजी अशा असामी होत्या. सिद्द्याला पारखे होऊन मराठी दौलतीच्या चाकरीत, कुराण-किताब उचलून आणभाकेवर आलेले सिद्दी संबूळ आणि सिद्दी मिश्री, तर बैठकीत आघाडीला होते. सर्वांच्याच मनात एक खारट सल साकळून आल्याने कुणीच काही बोलत नव्हते.

सदरी मसलतील रिवाजाची भंडारापरडी फिरली. दौलतीच्या सिद्दी सारंगांनीसुद्धा तिची बोटे गळपट्टीवर घेतली.

उगवतीला पुढा धरून असलेल्या हुजूर बैठकीवर छत्रपती बसले होते. त्यांच्या चर्येवरून त्यांच्या 'मनात घुसळणारा दर्या' मात्र कुणालाही पारखता आला नसता. इतकी ती शांत होती. छत्रपतींच्या दुहाती निळोपंत, दत्ताजी त्रिमल, खंडराव, पालीहून आलेले कवी कुलेश, प्रल्हादपंत, येसाजी कंक अशी खास माणसे उभी होती.

निळोपंतांनी मसलतीचे तोंड फोडले, "कोण वजेनं साहेबस्वारीनं सर्वांस याद घेतलं, हे सारे जाणता. औरंगाबाद, नगरप्रांत धरून दिल्लीश्वर उतरला आहे. समुद्रमार्गे त्याचा हस्तक याकुतखान दंडाराजपुरीवर आला आहे. एकीकडून जंजिऱ्याचा हबशी व याकुत आणि दुसरीकडून स्वत: आपण अशी कैची टाकून दौलतीची गळचेपी करण्याचा मनसुबी डाव गनीम बांधून आहे. त्याच बळावर जंजिरा उचल खातो आहे. हबशी खैरत बेहद्द जुलुमावर गेला आहे. त्यास ठिकाणावर आणणं ही मसलत आहे." निळोपंत क्षणैक थांबले.

आपल्या जवान पोराचे शिर काढून नेलेल्या खैरतचा काटा मनात रुपत असलेला, 'पालखी' नावाचे गलबत बहाल करून थोरल्या छत्रपतींनी नावाजलेला मायनाक भंडारी एल्गाराचे बोलला, "ह्ये लई झालं. असं टांगतं किती दिस ऱ्हायचं? आमी, दवलतखान, संबळखान. आंगरं मिळून आरमारी फाट्याच्या एकवटीने जंजिऱ्याला धडका द्यावा म्हनताव."

"नांदगाव, मुरुड, मांडला अशी पायदळाची फळी करून होड्यांवाटे जंजिऱ्याच्या खाडीतून चाल घ्यायची आम्ही शिकस्त करू." मायनाकाला दादाजी रघुनाथांनी उचलून धरले. सर्वांनी त्या दोन्ही जाणत्यांना डुया डुलवून, हात उठवून जोड दिली.

छत्रपती काही बोलत नव्हते! त्यांच्या डोळ्यांसमोर उभी होती पन्हाळ्याची सज्जाकोठी! शेवटच्या भेटीत आबासाहेबांनी काढलेले शब्द त्यांच्या काळजाला तोडत होते – "जंजिऱ्यावर सिद्दी पाय देऊन आहे, याची चिंता बाळगा. मावळा व्हा!"

महाराज काहीच बोलत नाहीत, हे ध्यानी आल्याने गोंधळलेले मसलतकरी चिडीचाप झाले. मसलत कुचमली. छत्रपतींचे मौन सोसवेनासे झालेला म्हातारा मायनाक पोटतिडकीच्या धाडसाने म्हणाला, "धनी, कशागुणं चिंता एवढी? आमी हाय की. इडं द्या आमस्नी. ह्यो सुल्तानढवाच बडीवताव दर्यावर."

त्या मायेने, मनाच्या एका टोकावर जाऊन थडकून आलेल्या छत्रपतींनी एकदा भंडाऱ्याकडे नजर दिली. बैठक सोडत ते खडे झाले. म्हणाले, "भंडारीकाका, आम्ही... खुद्द आम्ही भिडणार आहोत जंजिऱ्याच्या हबश्याला!!"

चटका बसावा तशा समोरच्या कैक पगड्या वर उठल्या. सिद्दी संबूळ-मिस्त्रींच्या तोंडून शब्द सुटला – "इन्शाल्लाऽ!" खांद्यावरचे कांबळे हातफेरांत

कवटाळून बगलेला उभ्या असलेल्या नाईक बहिर्जींचे रामोस मुंडासे अभिमानाने डुलले.

डोळ्यांत रुद्र उतरलेल्या छत्रपतींच्या, स्वत:शीच बोलल्यासारख्या आज्ञा सुटू लागल्या – "प्रल्हादपंत, अरबी आरमाराचा दोस्ताना घेण्यासाठी नेकीचे हारकारे टाकीनं गड उतरून किनारा गाठतील ते करा. अरबांना त्यांच्यासंगती साजेसे नजराणे द्या. निळोपंत, तुमच्या दिमतीला फौज घेऊन तुम्ही कल्याण प्रांतानं फळी धरणं आहे. येसाजीकाका, गड, पाचाड महाडतर्फेच्या तोफा गोलंदाजांसुद्धा एकजाग करून तुम्ही जातीनं त्या दर्याच्या वाटेला लावा.

"आमचा हरएक नेक सारंग आज पाहुणचार घेऊन उद्याच गड उतरेल. आपल्या दिमतीचा आरमार लोक घेऊन, शिड्या, दोरबाज, बंदुकबारदार यांच्या बंदिस्तीनं आमच्या हुकमाची वाट बघत दर्यावर सिद्ध राहील.

"दादाजीप्रभू, तुम्ही विसाजी, अंत्याजीनं सोबतीनं महाडात भोवतीची फौजशिबंदी साधून आमची वाट बघाल. निळोपंत, साऱ्यांना विडे-वस्त्रे द्या." महाराजांनी हात उठवून बैठक घेतली. मान घेऊन मसलतकरी बाहेर पडले.

छत्रपतींनी थोपवून घेतलेले मायनाक भंडारी, कवी कुलेश, बहिर्जी एवढ्याच असामी आता उरल्या. "नाईक, रायगड, जंजिरा, कल्याण या भागात तुमचे शेलके खबरगीर दौडते ठेवा." बहिर्जीला आज्ञा मिळाली.

तो आपले जाळे कसे पेरायचे याचा बेत आखत निघून गेला.

"कविजी, तुम्ही शहजादा अकबराला धोंडश्याला खलिता धाडून या मोहिमेत त्यास आमच्या सोबत येण्यास लिहा. यानिमित्ताने त्याचे खरे-खोटेपण शाबीत होईल. मैदानी कसब पारखता येईल." छत्रपतींनी कुलेशांनाही निरोप दिला.

आता सोबतीत मागे राहिलेल्या एकट्या मायनाकाला महाराज हसत म्हणाले, "चला भंडारीकाका, आपण आज संगतीने थाळा घेऊ!"

मायनाकाच्या सोबतीने महाराज मुदीच्या दालनात आले. छत्रपतींच्या चौरंगीसमोर मांडल्या पाटावर बसायला म्हातारा भंडारी संकोचला. त्याला घरोबा देत महाराज म्हणाले, "सारंग संकोचू नका. तुम्ही घरचे. पाट घ्या." मायनाक अदबीने आपल्या सरकारांसमोर बसला. थाळे आले. चित्राहुती देऊन छत्रपतींनी घास घेतला. मायनाक मात्र पार गोंधळला होता. एकट्या आपणालाच आज धन्यांनी का बगलेला काढावे, याचा पेच काही उकलत नव्हता त्याला.

मायनाकाचा पहिला घास घशाखाली उतरला आणि पाठोपाठ त्याच्या कानांवर बोल पडले, "भंडारीकाका, तुम्ही दर्याच्या नाळेचे. त्याच्या हर लाटेची लग तुम्हास पारखीची. हबश्याच्या बसकटीची दुबल जागा कोण? जलकोटाला पान मारील त्या खाडीचा बाण, तपसील काय?"

म्हाताऱ्या भंडाऱ्याच्या पांढरमिश्या थरकल्या. आत्ता त्याच्या डुईत दिवा लागला!

पाटावरच सावरून बसत तो म्हणाला, "जी. कोट लई बंदीचा हाय. भवत्यानं भरीचा तट फिरलाय. खाडीची वाट हीच हबश्याची दुबल जागा हाय. खाडी असेल तीस-चाळीस वाव लांब आन् चौफेरानं आठ एकशे वाव रुंद. खाडी ही दुबल जागा हाय ह्ये हेरून हबश्यांनी आपली तोफांची भांडी खाडीचा म्होरा लावूनच मांडल्यात."

प्रत्येक घासाबरोबर महाराज भंडाऱ्याला काही विचारीत होते. मायनाक जंजिऱ्याच्या भोवतालची जानकारी खडान्‌खडा समोर ठेवीत होता.

रायगडावर दाटत चालली रात्र एकच पाणस्वप्न बघत होती. जंजिरा! जंजिरा!!

खवळत्या पश्चिम दर्याच्या लाटाच लाटा पाठोपाठीने सरकत जंजिऱ्याच्या खाडीच्या किनाऱ्यावर आदळून, फेसाळत फुटत होत्या. खाडीचा किनारा धरून वीस हजार मावळी लढाऊ लोकांच्या लाटाच लाटा तळ बांधण्यात गढल्या होत्या!

रायगडाहून निघालेले छत्रपती महाडला दादाजी व विसाजी नरसप्रभूंची जोड घेऊन सुधागडावर शहजादा अकबर व दुर्गादास यांचा मेळ जमवून वीस हजारांच्या मातबर फौजेनिशी येऊन जंजिऱ्याला अटीतटीने भिडले होते.

बांधल्या जाणाऱ्या तळाची उठावणी नजरेखाली घालून, येसाजींनी रोखल्या तोफांचे मोर्चे पारखून छत्रपती खाडीच्या तोंडावर आले. त्यांच्या संगती शहजादा अकबर, दुर्गादास, दादोजी व विसाजी, कवी कुलेश, येसाजी अशा असामी होत्या. उद्या पेटणाऱ्या जलयुद्धाचा माग घेत सांजेचा सूर्य दूरवर मावळकोटावर लोंबकळत होता. क्षणभर त्याला निरखलेली छत्रपतींची रुद्रनजर पाणघेरात दूरवर दिसणाऱ्या जंजिऱ्यावर खिळून पडली.

'हा हाच तो मुजोर अड्डा आहे. मायनाकांच्या मुलाचे, आमच्या कोंडाजींचे आणि कैकांचे शिर उपटून नेणारा. आमची किनारपट्टीची गोरगरीब रयत होडक्यात घालून पसार करणारा. दूरदेशी हबसाणात त्यांचा गुलाम म्हणून विक्रा मांडणारा. आबासाहेबांची झोप हराम करणारा खारट सल इथंच दबा धरून आहे.' केवढेतरी विचार त्यांच्या मनी थडथडत सरकू लागले. छत्रपतींची शोधक नजर खाडीभर सरसर फिरली. काही एक मनी बांधून पक्के झाले. खवळत्या दर्याला आणि डुबत्या सूर्याला, मान देऊन ते तळाकडे परतले.

त्याच वेळी जंजिऱ्याच्या तटावर येऊन सिद्दी खैरात व सिद्दी कासम किनाऱ्यावर रेंगाळणाऱ्या मावळी फौजेचे जाळे विस्फारल्या बुबुळांनी बघत होते. त्यांचे ओघळले, जाड ओठ उठता वर उठत नव्हते! मनोमन पुरती हाय खाल्लेले हबशी वर उसन्या धैर्याने आपल्या माणसांना काही हुकूम फर्मावीत होते.

सांजावले आणि 'उद्या काय' असा सवाल घालीतच हिवाळी अंधाराने मराठी तळ, जंजिरा आणि पश्चिम दर्या आपल्या पोटात घेतला.

फुटत्या पहाटेला सादवीत मराठी नगारे, चौघडे, शहाजणे, शिंगे यांची कल्लोळती झड उसळली. झडते मुजरे आपलेसे करीत दादाजी व विसाजी प्रभू, येसाजी कंक, कुलेश, शहजादा व दुर्गादास अशा शेलक्यांच्या मेळातून महाराज जंजिराखाडीच्या तोंडावर आले. जलकोटाचा मोहरा धरून मांडल्या तोफांच्या गोलंदाजांनी छत्रपतींच्या साक्षीने भांड्यांना मानाचे कोंबडे दिले.

उगवत्या सूर्याची सोनेरी कोर फुटली तसे एक खंबीर, निग्रही राजबोट जंजिऱ्यावर त्रिशूलासारखे रोखले गेले! तळपत्या डोळ्यांखालचे थरथरते, संतप्त ओठ आज्ञा देत कडाडले – "सरलष्करऽ, द्या भांड्यास बत्ती! लोटा विसक्या दर्याच्या पाठीवर!"

"हरऽ हरऽ म्हादेव! जय भवानी!"चा रणगजर तडाडला आणि किनारा दणाणून टाकीत तोफांची पाच भांडी झटका देत फुटली. सव्वाशेरी वजनाचे तोफगोळे जंजिऱ्याच्या तटावर दणाणत आदळले. वीस-वीस होडक्यांचे तांडे 'विसक्यांनी' एका मागोमाग एक असे दर्याच्या लाटांवर हिंदकळत पुढे सरसावले. ते पट्टीचे पोहणारे दोरबाज, शिडीबाज, बंदूकबारदार यांनी भरले होते. हुकमाप्रमाणे समुद्रावर कडे करून आलेली मायनाक, दौलतखान, आंगरे यांची लढाऊ गलबतं जंजिरा जवळ करण्यासाठी झेपावली. दिमतीला अरबांची आरमारी फळीही बगला धरून सुटली.

पेटले! एक कुचमलेले पाणभांडण निकराने पेटले. सावध सिद्द्याने याकुतखानाच्या मोगली गलबतांचा समुद्रावर थोपा केला. खाडीतून हबशी खलाशी भरलेली होडकी फेकली. जंजिऱ्यावरच्या तोफांतून सुटलेले गोळे किनाऱ्यावर येऊन आदळू लागले. दिवस चढू लागला तशा मराठी तोफा चवताळून आगच आग पाखडू लागल्या. छत्रपती जातीने गोलंदाजांना चेतावणी देत होते. थकले गोलंदाज हटवून तवाने भांड्यांना भिडवीत होते. रानचित्त्यासारखे खाडीच्या तोंडावर भिरभिरत होडक्यांचे तांडे दर्यावर लोटीत होते. जंजिऱ्यावरून येऊन आदळणाऱ्या गोळ्यांनी फेकलेल्या पाण्याच्या झपकाऱ्यात महाराज, शहजादा भिजून चिंब झाले. मध्यान्ह चढली तशा तोफा थांबल्या. तळाला थाळ्याचा हुकूम मिळाला.

मोठ्या उत्सुकतेने छत्रपती खाडीला डोळे लावून उभे होते. पाण्याच्या तळपत्या लाटांवरून काही काळे ठिपके त्यांना हिंदोळत येताना दिसले. ती उलटी झाली होडकी होती. रिकामी! काही मराठी – काही हबशी. पाठोपाठ काही घायाळ झाले धारकरी, पाण्यावर हात मारीत किनाऱ्याला कसेबसे येऊन थडकले.

त्यांच्या अंगावरच्या जखमा खाऱ्या पाण्याने चरचरत होत्या. तळावरचा लढाऊ लोक त्यांना खांद्यावरून वाहून उपचारासाठी राहुट्यांत नेत होता. थाळ्याचे भान नसलेले छत्रपती जातीने जखमींची विचारपूस करीत राहुट्यांत फिरून आले. सिद्दी कडव्या झुंजीला तयार झाला आहे, हे त्यांना कळून चुकले.

दिवसभर आताषीचे गाडे, तोफा ठेचून-ठेचून रिकामे झाले. पाण्यावर लोटलेली होडकी, काही मध्येच खाडीच्या उदरात गडप झाली. काही या किनाऱ्याला, काही जंजिऱ्याच्या तटाला पालथी होत भिडली. तोफांनी जंजिऱ्याच्या तटाचे टवके उडवून सिद्द्याला जरब बसविली. दोन्ही बाजूंचे कित्येक धारकरी पाण्यात गडप झाले.

दिवस मावळला. पुरा मराठी तळ जागा होता. जंजिऱ्यावर हत्यारी हबशी हशम डोळ्यांत तेल घालून, नंग्या तेगी पेलून तटभर फिरत होते. मध्ये असंख्य जिवांचा बळी घेतलेली खाडी लयीवर गर्जत, घुमत होती.

दुसरा, तिसरा, चौथा असे बारा दिवस सतत मराठी तोफांची दणदणती गोळामार जंजिऱ्यावर गरगरत आदळत राहिली. भेदरलेले समुद्रपक्षी खाडीचा परिसर सोडून दूर गेले. जंजिऱ्याचा तट आता पार उद्ध्वस्त झाला होता. किनारपट्टीवरच्या टोपीकर, फिरंगी वखारींनी तर मुंबई, सुरत, गोवा अशा आपल्या बड्या दरबारांना खलिते धाडले – "सिद्दी खैरतची आता खैर नाही. राजा संभू जंजिरा दर्यात डुबविल्याखेरीज माघारी परतत नाही!"

मराठी तळावर जखमींची संख्या वाढत होती. पाण्यावरून तरंगत आल्या वीर प्रेतांना आगीनडाग दिला जात होता. जंजिरा आता एकाच जबर धडकेचा धनी होता. समुद्रावर मराठी हबशी गलबते चवताळून एकमेकांना आग ओकत झोंबत होती. धोका दिसताच दूर हटत होती. पुन्हा भिडत होती.

पंधरावा दिवस फटफटून उठला. नेहमीसारखे बख्तरधारी छत्रपती शहजाद्यासह शामियान्याबाहेर पडले. आज त्यांची चर्या मात्र वेगळी दिसत होती. स्वत:त डुबल्यासारखी. रात्रभर त्यांचा डोळ्यास डोळा जमला नव्हता. शेलक्यांसह ते खाडीच्या तोंडावर आले. बगलेला उभ्या असलेल्या निवडीच्या मावळी धारकऱ्यांनी त्यांना रिवाजी मुजरा दिला. धन्याची आज्ञा होताच, ते मागचे सर्व मागे टाकून होडक्यांत चढणार होते. त्या सर्वांवर छत्रपतींची जिम्मेदार नजर एकदा फिरली.

"दादाजी, दर्याची ओहट केव्हापासून धरते?" छत्रपतींनी सवाल टाकला. सवाल गोंधळात टाकणारा होता.

"कालपासूनच ओहोटीला सुरुवात झाली महाराज." दादाजी उत्तरले.

"जगदंब!"

भोवतीचे सरदार, ज्याच्याशी झुंज मांडली तो प्रत्यक्ष हबशी, कशाचेच भान नसल्यागत महाराज आता फक्त खाडीलाच निरखू लागले. दोरखंडांनी आवरून धरली होडक्यांची विसकी लाटांवर डुचमळत होती. एक धारदार नजर खाडीच्या पाळामुळांचा माग घेत स्थिरावली होती. त्या मागचे सेनापती मन विचारात गेले होते.

"महाराज, गडी सोडायचा हुकूम व्हावा." येसाजी कंक अदबीने म्हणाले.

"नाही! कंककाका, ही होडक्यांची विसकी पाण्यावरून दूर हटवा. भुईला घ्या

ती.'' कुणालाही न कळणारा हुकूम छत्रपतींच्या तोंडून सुटला.

''जीऽ!'' येसाजी चमकले.

''जल्दी करा. होडकी हटवा!'' हुकूम दुबारीने पक्का झाला.

असंख्य हात होड्यांना भिडले. त्या किनाऱ्यावर घेण्यात आल्या. खाडी खुली झाली. लाटाळत गर्जू लागली. सगळी खाडीच पिऊन टाकायला निघाल्यासारखे छत्रपतींचे डोळे आता लखलखीत दिसू लागले! आपल्याच विचारात त्यांनी खाडीचा पुरा काठ धरून एक सरसरता फेर टाकला. फरफटल्यासारखे दादाजी-विसाजी, येसाजी आपल्या धन्यामागून धावले. ते पार गोंधळून गेले होते. स्वामी हे असे आकरीत दिसताहेत, करताहेत ते का, कुणालाही काही उमगत नव्हते.

एकाएकी सर्वांनाच चक्रावून टाकतील असे पहाडी, हिंमतवान, हुकमी शंभूबोल साक्षात दर्याच्याही पोटात गोळा उठवीत बाहेर पडले – ''ही खाडी भांगा देते, तर जंजिरा आत पडतोच आहे! सरलष्कर, दादाजी-विसाजी, तळाचा हरएक धारकरी मेहनतीस जुंपा. दगडगोट, लाकूडगाठी, कापडगोणी जे मिळेल त्याने भरतीपूर्वी ही खाडीच रिचवून टाका!! जंजिरा पाडणेच आहे. आबासाहेबांस त्याविना शांती नाही, आम्हास चैन नाही.''

दोघेही एकमेकांना हाडवैऱ्यासारखे निरखीत होते. खाडी, काठावरच्या खारट राजमर्दाला आणि काठावरचा पुरुषी दर्या, समोरच्या खवळत्या खाडीला! ते ठाशीव स्वामीबोल तापल्या शिसरसासारखे कानांत उतरल्याने भिन्न झालेले शेकडो डोळे समोरच्या खाडीच्या लाटा-लाटा पिंजू लागले. छत्रपतींची पुष्ट, ताठर गर्दन एकदम झटका घेत घुमली. मागे पसरल्या हजारो इमानदार डुयांवर, निखारे पाखडत पसरावेत तसे बोल आज्ञा देत उधळले, ''बुजवून टाका ही खाडी!!''

पुराणात कधी काळी प्रभू रामचंद्रांचे नाव घेऊन तगड्या सेनापती जांबुवंताने अशीच आज्ञा दिली होती, आपल्या हजारो वानरसेनेला. आज आपल्या आबासाहेबांचे नाव ओठांआड ठेवून अशीच आज्ञा दर्याकाठाला पेटून उठली होती. शंभूओठांतून! हजारो मावळ्यांच्या लाटाच लाटा तो चित्तथरारक हुकूम ऐकून लपापली. कुणीतरी बेभानीने सर्वांचे पाठकणे शहारून उठतील अशी रणआरोळी फोडली, ''हरऽ हरऽ म्हाद्येव!'' हजारो नरड्यांच्या घाट्यांनी लकलकत ती वरच्यावर उचलली. मांडचोळणे पिंढऱ्यापिंढऱ्यांवर तटतटून आले. बाराबंद्या छाताडांवर कचल्या.

हां-हां म्हणता मावळी फौजेने रांगा धरल्या. या देशीच्या मातीच्या पाठीवर आजवर शेकडो यज्ञ झडले-घडले होते. हा एकमात्रच आगळा होता. साक्षात पाणयज्ञ! थोरल्यांनी दर्याच्या छाताडावर जलकोट उठविला होता – सिंधुदुर्ग; धाकल्यांनी दर्या हटविण्याचा पण मांडला! या यज्ञात आहुत्या पडल्याच होत्या – असंख्यात मावळ्यांच्या देहांच्या. समिधा वाहण्यासाठी हजारो हात आता सिद्ध झाले

– दगड, विटा, लाकूड, फाटी मिळेल ते खाडीच्या वासल्या जबड्यात लोटण्यासाठी मावळी तुकड्यांनी शिस्त धरली.

हे असे काही बघा-ऐकायलाही न मिळालेले फक्त दोनच जीव ताज्जुब करीत, भुवया चढवून ती प्रचंड हालचाल नुसते बघतच राहिले – एक शहजादा अकबर आणि त्याचा नेक सल्लागार दुर्गादास! पंधरावा दिवस मावळला.

आता मात्र रणधीर मावळा खाडीला इरेसरीने भिडला. सतत दहा दिवस शेकडो मण वजनांची चीजवस्तू पाण्यात अखंड कोसळली होती. खाडीचे पाणी आता किनाऱ्याचा बांध फोडून हाताहातांनी चौवाटा पसरू लागले.

एवढे दिवस एकाएकी बंद झालेल्या तोफा बघून मरहट्ट्यांची चाल काय याचा अंदाज पकडण्यासाठी सिद्दी खैरात व कासम जंजिऱ्याच्या तटावर येऊन किनारा निरखू लागले. त्यांना काहीच उमगेना.

पंचविसावी सांज कलतीला आली आणि सिद्दी खैरातच्या खोपडीत मशाल लागली! "या खुदाऽ, तोऽ बा!" इंगळी डसल्यागत तो चीत्कारला. कासमच्या निबर कानाशी आपले जाड पडेल ओठ भिडवीत काहीतरी हबशीत कुजबुजला.

त्या रात्री जंजिरा आपल्या हबशी हशमांच्या भरोशावर सोडून, हाय खाल्लेल्या सिद्दी खैरात-कासमनी एका होडीतून चक्क जंजिरा सोडला! दर्यात दूरवर असलेल्या एका खडकाळ टेकडीवर जाऊन ते ठाण झाले.

सव्विसावा दिवस फुटला; पण मावळी तळाला याचा काहीच माग नव्हता. उरफोड करीत हजारो हातांनी; पायांत पकडलेला खाडीचा भुजंग उचलून फेकण्यासाठी शिकस्त केली. पाणी आता शरण येत चालले. खाडी बगलांनी पसरू लागली! फत्ते आणि फत्तेच तोंडावर दिसू लागली.

दिवस सत्ताविसावा उमटला. आज तर छत्रपती पुरते निग्रही, हट्टीच दिसत होते. अंगावरचा मळका जामा फेकावा तसे आज ते खाडीला पुरते हटविणारच होते. मग कोंडला मर्दाना, हत्यारे पेलत जंजिऱ्यावर थेट सुलतानढवाच बडविणार होता! हा 'सल' निखळणार होता – कायमचा!

हजारो हात दगडगोटे, लाकूडगाठी, गोणी तोलून लयीत दर्यात फेकू लागले. खाडी भांगा देत फाकत चालली. समुद्रवाळूवर आपली भक्कम पावलं रोवून महाराज उभे होते. डावे-उजवे अकबर, दुर्गादास, येसाजी खडे होते.

दुपार झाली. छत्रपतींनी हात उभवून राबत्या माणसांना थाळ्याची इशारत दिली. दमली, थकली माणसे मुजरे भरीत थाळ्यांसाठी थांबली.

क्षणभर छत्रपतींनाही वाटले, "आज शहजाद्यांसंगती मनभरा घास घ्यावा, जंजिरा आता पडतोच आहे."

ते शामियान्यात आले. खाशांची मुदीची तबके चौरंगीवर मांडली होती. डुईचा

टोप समाधानाने उतरून छत्रपतींनी तो दस्तानी तबकात ठेवला. तस्तात हात क्षाळून ते अकबरासह मांडल्या चौरंगीवर येऊन बसले. म्हणाले, "शहजादे, तुम्ही आमचे खासे मेहमान! स्वारीशिकारीत असल्याने तुम्हास साजेसा खाना या समयी आम्ही देऊ शकत नाही. नाराज तर नाहीत ना तुम्ही!"

जे समोर चालले होते, ते मावळ्यांचे 'दर्याभांडण' बघून पार दडपून गेलेला औरंगपुत्र अकबर पहिल्याने कसनुसे हसला. शेजारी बसलेल्या दुर्गादास राठोडाकडे हेतुपूर्ण बघत म्हणाला, "राजासाब, आप खाते है क्या, बिल्कुल नाचीज है। करते जो है, वो खास दख्खनी मरहट्टी!"

छत्रपती त्यावर मनापासून हसले. एकदा समोर दिसणाऱ्या खाडीला आपली अभिमानी नजर देऊन त्यांनी थाळ्याला चित्राहुती दिली. समाधानाने ओठांआड घेण्यासाठी ते अन्नवस्त कालवू लागले – इतक्यात – इतक्यात खुद्द येसाजी कंकच लगबगीने शामियान्यात शिरले. त्यांची चर्या पार पडेल – मार खाल्लेली दिसत होती. नरड्याची घाटी आवंढा घोटल्यागत हलवीत ते अदब देत घोगरले, "धनीऽऽ, गडावयनं रामचंद्रपंत आल्यात – लई –"

छत्रपतींच्या हातातील घास तबकातच घोटाळला.

"कोऽण? पंत?"

"जी."

"आत घ्या." महाराजांनी तबक तसेच पुढे सारले. रामचंद्रपंत आत आले. नमस्कारासाठी त्यांनी जोडलेले हात थरथरले. क्षणातच पंतांनी डुईवरची पगडी उतरून घेतली! चरकलेले छत्रपती झटका बसावा, तसे उठले. चिंबले, थरथरले शंभूबोल शामियाना शहारून टाकत कळवळले – "पंऽत! काय झालं?"

खालगर्दनीत उभ्या असलेल्या पंतांच्या डोळ्यांतून हातच्या पगडीवर थेंब टपटपले. तुटक, धरले, छत्रपतींचे काळीजचिरे घोगरे बोल शामियान्यात घुसमटले, "स्वाऽमी! माघ वद्य नवमीस... समर्थांनी... समर्थांनी सज्जनगडी पूर्णावतार केला!!"

ते ऐकताना शंभूनेत्र गपकन मिटले. समर्थांची सतेज, सात्त्विक रूपेच रूपे त्यांच्यासमोर गरगरली. कानांत, दर्याच्या घरघरीत मिसळून आल्यागत नांदीचे गोसावी बोल घुमू लागले –

"जय जय रघुवीऽऽर समर्थ!
अखंड सावधान असावे....
मराठा तितुका मेळवावा, महाराष्ट्र धर्म वाढवावा....
पाटांतील तुंब निघेना, तरी मग पाणीच चालेनाऽऽ
सकळ लोक येक करावे, गनिमा निपटून काढावे!

आहे तितुके जतन करावे, पुढे आणिक मेळवावे!
शिवराजाचे आठवावे रूप, साक्षेप-प्रताप!
जीवित तृणसमान मानावे, कीर्तिरूपी तरावे!
त्याहून करावे विशेष, तरीच म्हणवावे 'पुरुष'!
याउपरि आता विशेष, काय ल्याहावे?''

दर्याच्या लाटांच्या तडाख्यांनी मशार मातीचा किनारा सुन्न व्हावा, तसे छत्रपतींचे मन सुन्न झाले. त्यातच छत्रपतींच्या कानांवर रामचंद्रपंतांचे चिंतातुर बोल पडले –

''स्वामीऽ, आम्ही हुकूम घेण्यास आलो आहोत. कल्याण-भिवंडीचा मुलूख हसनअली खानानं मातबर फौजेनिशी घेरला आहे. संगती लोधीखान आहे. आम्ही कोण चालीनं जावं?''

समर्थांच्या जाण्याच्या दुःखाला डोळ्यांआड ठेवीत छत्रपतींना समर्थ निर्णय घ्यावा लागला. त्याच दिवशी जंजिरा मोहीम दादाजी व विसाजी रघुनाथप्रभूंच्या खांद्यांवर सोपवून तळ सोडताना महाराज त्यांना म्हणाले, ''आम्ही नाही असे मानू नका. समयास पडेल ते मोल देऊन जंजिरा कब्ज केल्याची खबर द्यायला या.'' छत्रपतींनी दोघाही प्रभूंना खांदाभेट दिली. रामचंद्रपंतांना समर्थांची साजेशी समाधी सिद्ध करण्यास सज्जनगडी पाठवून – येसाजी कंकांसंगती छत्रपती गांगोलीचा रोख धरून निघाले. शहज़ादा अकबर दुर्गादासाला घेऊन शहानपुराकडे कूच झाला. पाठमोऱ्या छत्रपतींना बघताना जंजिरा आणि खाडी या दोघांनीही निःश्वास टाकला!!

गांगोलीचे गावठाण टप्प्यात आले. आगे वर्दी नसता छत्रपती अचानक येताहेत हे ऐकलेला येसूबाईंचा राहता वाडा खडबडून उठला. गांगोलीचे नामजाद सरसुभे महाराजांच्या आगवानीसाठी गाववेशीवर आले. येसाजीकाकांसह धारकऱ्यांच्या मेळाने महाराज गांगोलीत प्रवेशले.

मुजरे घेत गांगोलीच्या वाड्यात पाऊल टाकताच छत्रपतींना 'आऽबाऽ' म्हणत छोटी भवानीबाई बिलगली. तिला भुजेवर घेतलेले महाराज सर्वांशी नुसते सादिलवार बोलत होते. त्यांचे मन कशाततरी गुंतले आहे, हे सहजी उमगत होते.

हातापायांवर पाणी घेऊन, वर्दी देऊन महाराज जनानामहालात आले. आत येसूबाई, धाराऊ आणि रूपा होती. महाराजांना बघताच रूपा महालाबाहेर झाली. आता कंबरेत वाकलेली धाराऊ, आधारासाठी कंबरेला हाताची टेकण देत पुढे आली. महाराजांनी तिची पायधूळ कपाळी घेता-घेता विचारले, ''कशी तब्येत आऊ?''

''किती रोजानं मुखोटा दिसला ल्येकरा! रोज दर्याकडची गोष्ट कानावं पडायची. काळजाचा ठाव उडायचा.'' म्हातारीने आपली खुशाली न सांगताच खुबीने राजांची चिंता बोलून दाखविली. तिच्या थकल्या खांद्यावर हाततळवा ठेवून छत्रपतींनी काही

न बोलताच तो हळुवार थोपटला. समोर उभ्या असलेल्या येसूबाईंकडे नजर देत महाराज म्हणाले, "खबर कळली का?...."

"जी. हसनखान तळकोकणाला ठाण झालाय. पुरंदरतर्फेला शहजादा आझम भिडला आहे. पण स्वारी अशी अचानक...."

"येसू... येसू – सज्जनगडी समर्थांनी हयातीचा रामदासबोध ग्रंथ पुरा केला! कालच्या माघ वद्य नवमीस...."

"काऽय!" क्षणभर येसूबाईंची मान चमकून वर उठली. समोरची दुखरी चर्या बघताच अपार वेदनेने पुन्हा खाली गेली. ते ऐकताना 'देवा रं ऽ खंडुबा' म्हणत म्हाताऱ्या धाराऊने कपाळाला बोटे लावली आणि ती तशीच बाहेर पडली.

पाठीशी हात गुंफून संथ फेर टाकणारे छत्रपती आणि सुन्न उभ्या असलेल्या येसूबाई असेच काही क्षण कुचमले. मग निर्धारपूर्वक छत्रपती म्हणाले, "आमचं एक मागणं आहे तुम्हाकडं. तुमच्याखेरीज ते कुणीच पुरतं करणारं नाही."

"जी मागणं काय म्हणावं? असेल ते सांगावं. करू आम्ही."

"थोरल्या मासाहेब गेल्यापासून समर्थांचा बोध पाचाडच्या देवमहालात नुसताच पूजला जातो आहे. गंध-फुलं वाहून, बासनात बांधून देवघरात ठेवला जातो आहे. येसू, तुम्ही तो आता मुहूर्त पाहून, पूजनासह बाहेर घ्या. जशा थोरल्या आऊसाहेब करीत तसं त्याचं रोजाना रायगडी पठण करून घ्या. कराल एवढं?"

"जी. जेव्हा शृंगारपुराहून पाचाडी आम्ही आलो, तेव्हा थोरल्या आऊंच्या बैठकीचं दर्शन घेतानाच हे आम्हाला वाटलं होतं. वाटलं होतं, पदराची झोळी करून त्यात ही त्यांची आठवण जपून घ्यावी आणि मगच गड चढावा. पण आम्ही मन रोखलं... आजवर."

"का?" चकित झालेले छत्रपती बोलून गेले.

"तेव्हा आऊंच्या देवमहालातून आम्ही बोध बाहेर घेतला असता तर... तर आमचा भाव न पारखता गडावर आवई उठायला वेळ लागला नसता की – 'नातसून आपला हक्क आडून शाबीत करते आहे!'"

त्या एवढ्या खोलीच्या बोलाने भारलेले छत्रपती येसूबाईंच्या जवळ आले. त्यांच्या हनुवटीखाली तर्जनीची आकडी धरून ती उठवीत म्हणाले, "आबासाहेबांनी तुम्हाला शिक्केकट्यार दिली. श्रीसखी अशी मुद्रा आम्ही तुम्हास भरल्या दरबारी अभिषेकसमयी दिली. थोरल्या आऊ तुम्हास हा बोध देऊन गेल्या आहेत. हे सारं सांभाळण्याचं बळ जगदंबेनं तुम्हाला द्यावं."

येसूबाईंची पापणी ते ऐकताना वर उठता उठत नव्हती.

दोन दिवस गांगोलीला मुक्काम ठेवून येसूबाईंची सर्व व्यवस्था जातीनिशी नजरेखाली घालून महाराजांनी कबिल्याचा निरोप घेतला. याच वेळी हंबीरराव पन्हाळा

भागात पंधरा हजार घोडा व पाच हजारांचा पावलोकांच्या बळावर शहजादा अज्जमच्या तळावर चालून गेले. फिरोजखान, किलीचखान, हसनअली, अनुपसिंग व अनिरुद्ध हाडा यांच्याशी त्यांची तुंबळ झुंबड पडली. किलीचखान बंदुकीच्या बाराने जाया झाला.

रायगडाच्या खासेवाड्याच्या सदरीबैठकीत छत्रपती कारभारी तपशील घेत होते.

"कब्ज केल्या अंजदीव बेटावर कोट बांधण्याकामी पुढील हुकूम व्हावा स्वामी." पेशवे निळोपंतांनी तातडीचे काम पुढे घेतले.

"पेशवे, अर्जोजी यादवांना म्हणावं, बेटावरच्या कोटाचा बांधकाम तपशील सिद्ध करून आम्हास दाखवा. कोटघडाईला लागणारा चुना, विटा, शिसे यांचा बारदाना हरयत्ने पैदा करून पावता करण्यास कारवारच्या सुभेदारास लिहा. दर्यावर देख ठेवणारे जलकोट केवढ्या भक्कमीचे पाहिजेत याचा मासला आबासाहेबांनी सिंधुदुर्ग उठवून ठेवलेला आहे. आणि...."

"हुकूम व्हावा महाराज." पेशवे लवले.

"आणि जंजिऱ्यावर नुकतेच आम्ही पारखले आहे, जलकोट दर्याला कशी पालाण घालतो. त्यासाठीच एलफंटा बेटावरचा कोट पुढे चढविण्यासाठी अरब सारंगांशी जमेल तेवढा दोस्ताना ठेवणे आहे. हे लक्षात घ्या."

"रामनगर प्रांताचा एक खोडा फिरंगी दरबारानं उभा केला आहे स्वामी. आपण प्रांत कब्ज केला, पण तिथल्या नायक राण्याला देत होता तशी चौथाई, आपल्या दौलतीला द्यायला फिरंगी राजी नाही." खंडोजींनी दफ्तरी अडचण पेश केली.

"मतलब?"

"स्वामी, फिरंगी दरबारचा खलिता आहे की, रामनगर तर्फेचे तुम्ही पुरते मालक व्हा. मगच मागणी घाला चौथाईची!"

ते ऐकताना महाराज बैठकीवरून उठलेच. त्यांच्या तोंडून जळजळीत बोल फुटले, "या फिरंग्यास एकदा दावावेच लागणार चिटणीस की, मुलूख आमचा आहे. त्याची चौथाई तर नकोच; पण त्याची बसकणही नको या मुलखात! चौल भागात तो शिद्द्याला पाठीशी घालतो, त्यास कोट बांधण्यास मुभा देतो. खुद्द आड राहून जुना गनीम थेट आमच्या उरावर आणतो. चौलच्या सुभेदार बहिरो त्रिमलांकडे माणसं पाठवून हबश्याच्या उठत्या कोटावर बारीक नजर ठेवण्याची समज द्या."

"मुंबईच्या टोपीकरांनी आपल्या मागणीवर हत्यारे आणि दारूगोळा पावता केला आहे महाराज!" त्या दरबारच्या वकील प्रल्हाद निराजींनी आपला करीणा ठेवला.

"ठीक! प्रल्हादपंत, टोपीकर काय, हबशी काय, फिरंगी काय, नाक दाबल्याविना तोंड खोलणारे नव्हते. आतल्या अंगाने ते एकमेकांस हातजोड देतात. आम्ही भिडलो की नाक मुठीत धरून 'आम्ही तुमचेच' म्हणून वायले होतात!" महाराजांच्या

मनात काय चालले असेल, याचा माग जमल्या मंत्रिगणांना येऊन चुकला.

"लोधीखानासह हसनअली तळकोकणातून नाशिककडे सरकला स्वामी. तुकोजी पालकर आणि रूपाजी भोसले यांच्या शिबंद्यांनी चांदवडच्या खिंडीत त्यांच्या गाफील फौजेवर छापे घातले. खासा हसनखान जखमी झाला. बुंदेला रजपूत, महासिंह, जाधवराव असे खानाच्या दिमतीने बाकेही जाया झाले लोधीखानाचा मुलगा मोहम्मद कामी आला." निळोपंतांनी उमेदीची खबर दिली.

"पंत, तुकोजी, रूपाजींना असतील तेथे मानाची वस्त्रे पोच करा. निरोप द्या – याहून मर्दानगीची उमेद आम्ही तुम्हा उभयतांकडून धरली आहे." महाराजांनी समाधानाने बैठक घेतली.

"कऱ्हाडहून वऱ्हाडात गेल्या हंबीररावांनी अकोला, कारंजा पटात घेतले आहे सरकार. मलकापूर भागात खंडणी वसुलीची सुगी पिकली आहे. त्याने चिडल्या रहुल्लाखानाशी त्यांच्या हप्त्यावारी चकमकी झडताहेत. नांदेड भागात इरजखाँ आणि अब्दुलबेग यांच्याशी सरलष्करांची हातघाई झाली. हूल देत सरलष्कर वऱ्हाडभर धुमाकूळ घालताहेत." निळोपंतांनी हंबीररावांची रणगाजी महाराजांच्या कानी घातली. ऐकताना छत्रपतींच्या मनात उमेद उभरून आली. वऱ्हाडालगत बऱ्हाणपूरला तळ ठेवून बसल्या औरंगची मनात दाटून आलेली चिंता तोडत महाराज पेशव्यांना म्हणाले, "पंत, दोन दिवसांत आम्ही गड उतरणार आहोत, गांगोलीकडं कूच होण्यासाठी. तिकडील देशाधिकाऱ्याला तोफांची भांडी सिद्ध ठेवण्यास लिहा. आमचा जाण्याचा इंतजाम ठेवा. या!" हात उठवून महाराजांनी बैठक तोडली.

बरोबर आणल्या येसाजी कंकांना जंजिऱ्याच्या मोहिमेला कुमक करण्यासाठी तिकडे जाण्याचा निरोप देऊन दोन दिवसांनी त्यांनी रायगड सोडला. महाराज गांगोलीकडे पुन्हा का चाललेत, कुणालाच कळले नाही.

याच वेळी बऱ्हाणपुरातील आपल्या शाही वाड्यात बोलवून घेतलेल्या, वऱ्हाडवर नामजाद सरदार इरजखानाला पटावर घेत, हातची तसबीहची माळ नाराजीनं उडवीत औरंगजेब त्याची शाही खरड करताना म्हणत होता – "मुगलाईमें मरहट्टे दिनदहाडे पेशकश उसूल लेते है। तुम खिल्लते पेहनकर खाली मार खाते हो! कैसा करते हो बंदोबस्त? लईम कही के!"

"धडाड् धुम्मऽऽ!" गांगोलीच्या वेशीबाहेरच्या माळरानावर पावणे-चार मण वजनांचे गोळे फेकताना, गाड्यावर जखडलेल्या चार तोफा झटका घेत मागे हटू बघत होत्या. जखडलेले भक्कम साखळबंद त्यांना रोखून धरत होते.

गांगोलीत आलेल्या छत्रपतींनी कुडाळ आणि डिचोलीच्या कारखान्यांतून आताषी

दारूचे नमुने मागवून घेतले होते. ते कसे काम देतात, याचा सरतपास महाराज जातीने बघत होते. नमुने मनाजोगते झालेले बघून संतुष्ट झालेले महाराज गांगोलीच्या सरसुभ्यांना म्हणाले, "कौल जगदंबेचा. सरसुभे, समाधान आहे आम्हा की, मुलखात आताषी बनविण्याचे आबासाहेबांचे स्वप्न आम्ही पुरे करू शकलो. आता या तोफा गांगोलीतच ठेवा – कबिला आहे आमचा इथं."

"जी." सरसुभ्यासह महाराज गांगोलीच्या वाड्यात आले. चिटणिसांकरवी त्यांनी कुडाळ, डिचोलीला, "आम्ही कारखाने नजरेखाली घालण्यास येत आहोत." अशी पत्रे पाठविली. सदरी काम उरकून दुसऱ्याच दिवशी त्यांनी येसूबाई, धाराऊंचा निरोप घेऊन कुडाळचा मोहरा धरला.

मणावारी आताषी दारू बनविणारे कारखाने बघून, तिथल्या दळवी, सावंत, सुभेदार अशा कसबी कारागिरांची नाववार वाजपूस करून, छत्रपती कुडाळ-डिचोलीहून कोयना घाटीने साताऱ्यावर उतरले. संगती पाच हजार घोडालोक होता. तो साताऱ्यातच ठेवून जोत्याजी केसरकर, रायाजी-अंतोजी आणि कुडाळहून मिळालेले कवी कुलेश अशा निवडक असामींसह महाराज सज्जनगडाच्या पायऱ्या चढू लागले.

पायरीपायरीला त्यांच्या मनात आठवणींचे पान परतू लागले. "सज्जनगडी समर्थांच्या सेवेत दाखल व्हा.' असे लिहिणारे महाराजसाहेब. शेवटच्या घटकेला, समर्थांचा बोध ऐकावा वाटतो म्हणणाऱ्या थोरल्या आऊ, 'याहून विशेष ते करावे.' असं आम्हास तळमळून लिहिणारे समर्थ! धर्मकारणातून राजकारण सांधू बघणारे समर्थ. राजकारणातून धर्मकारण घडवू बघणारे आबासाहेब. दोन्ही कारणांतून उभ्या मराठी दौलतीचं, सुखदु:खाला बांधलेलं एकच घरकुल नांदतं करणाऱ्या थोरल्या आऊ! मरणावर मांड जमविणारी केवढ्या कुवतीची ही माणसं!'

समर्थांची समाधी बांधून त्यावर चंदनी ओट्यात समर्थ-पादुका जडविण्याचे काम केलेले रामचंद्रपंत सामोरे आले. कल्याणस्वामी, दिवाकर गोसावी, रामचंद्रपंत यांच्या सोबतीने महाराजांनी गडावरच्या समर्थ समाधीचे दर्शन घेतले. समाधीच्या पादुकांना माथा भिडवला. मठाच्या अडी-नडी ऐकून घेतल्या. कल्याणस्वामींनी दिला तीर्थप्रसाद ओठांआड करून महाराज सज्जनगड उतरले. कवी कुलेशांना कोकणात जाण्यासाठी निरोप देऊन रायगडाच्या वाटेला लागले.

गडावर येताच मोरेश्वर पंडितरावांना याद घेऊन त्यांनी आज्ञा केली, "पंडितराव, सज्जनगडी समर्थांच्या रावळाची व्यवस्था दरोबस्त होईल ते करा. चाफळ मठाच्या रामनवमीच्या यात्रेस वस्त्र, धान्य, गल्ला यांची सालिनाची मोईन करून द्या."

"स्वाऽमीऽ" आत आल्या निळोपंतांनी खाशांची तंद्रा मोडली.

"बोला पेशवे."

"अलाहाबादहून उत्तरेकडची कुणी असामी आली आहे. गंगाराम म्हणून.

खाशांची भेट मागते आहे.''

महाराज काही बोलणार एवढ्यात पहाऱ्याने वर्दी आणली, ''जासुदांचं नाईक आल्यात.'' महाराजांनी मानेनेच तिला होकार दिला. मोगली हशमाचा वेश पेहनलेला बहिर्जी जुहार देत आत आला.

''बादशा औरंगाबादंच्या ठाण्यावर उतारला धनी!! कालच्या नवमीला. कुत्बशाही अन् इदलशाहीचं मातबर सर्दार त्येला भेटून ग्येलं. विज्यापूरच्या बाळ बादशाला त्येनं नऊ लाखांचा गल्ला पाठविलाय – फौजांची गाठ बांधाय. विज्यापूरचा शेनापती सर्जाखान दिकुन औरंगाबादंला येऊन ग्येला.''

बसल्या महाराजांचा पाठकणा ताठ झाला. बैठकीवरून उठत हात पाठीशी बांधून ते फेर घेऊ लागले. खबर देऊन आला बहिर्जी बाहेर पडला.

कानी पडल्या वार्तेने चिंतातुर झालेले निळोपंत 'येतो स्वामी' म्हणत लवून जायला निघाले.

''निळोपंत, कोण असामी भेटीस आली म्हटलंत? पेश घ्या.''

गंगारामने नजराणा म्हणून आणलेली सरपोसबंद, सुवर्ण होनांची तबके प्रथम आली. नंतर भेटीला आलेल्या हिंदोस्तानी सरदार गंगारामला पंतांनी आत आणले.

गंगाराम क्षणैक भारल्यागत समोरचे राजबिंडे सुरूरपण बघत राहिला. लागलीच स्वतःला सावरीत दोन्ही हात जोडून म्हणाला, ''जय सियाराम की महा नरेश.'' महाराजांनी रिवाजासाठी हात जोडले.

''बोलो.'' महाराजांनी मूळ धरले.

''कुछ मनसुबा लिये आया हूँ महाराज। पहले उत्तरमें बहादूरखानके फौजमें था। तंग आ गया हूँ। कैसा अनाचार, मंदिर, ग्रामोंका विध्वंस! औरतोंका कुत्तेहाल!''

''मनसुबा बोले.'' महाराज सावध झाले.

''बादशहा दख्खनमें उतरा है। निश्चय है, उत्तरमें बंगाल-बिहारके मुल्कमें बगावत करने का। जान की कीमतपर।''

महाराज विचारात गेले. कुणी सांगावे उत्तरेत रजपूत, जाट आणि गंगारामसारख्या अनेक असंतुष्टांनी उठाव केला, तर उत्तरी राखण्यासाठी दक्षिणेतून औरंग उठेलही.

''कुलदेवता कौन तुम्हारा?'' महाराजांच्या तेजवंत, रोखल्या डोळ्यांतले भाव गंगारामला उमगलेच नाहीत. त्या डोळ्यांत तो खेचल्यासारखा झाला.

''जी! वाराणसीके काशीविश्वेश्वर शिवजी।''

''पंत, स्फटिक घ्या.'' ध्यानीमनी नसलेली आज्ञा एकदम निळोपंतांना मिळाली. ते देवमहालाकडे निघून गेले आणि थोड्याच वेळात एक सुवर्ण तबक घेऊन परत आत आले. पुढे होते महाराजांनी ते तबक आपल्या हाती घेतले. गंगारामसमोर येत ते तबक उठवून, डोळे गंगारामच्या डोळ्यांत रोवूनच टाकीत महाराज खणखणीत

भोसलाई बोलीत म्हणाले, ''इसपर हाथ रखके कसम उठाव ईमानकी।''

गंगारामने एकदा तबकाकडे बघितले. झटकन आपला उजवा हात तबकात ठेवून एक बिल्वदल उचलून कपाळाला भिडवीत तो इतबार देत बोलला – ''जान के साथ-साथ टूटेगा –ईमान नहीं।''

महाराजांची नजर, उत्तरी वेष धारण केल्या गंगारामच्या तगड्या देहभर सरसर फिरली. मनोमन कसलातरी माग घेऊन गेली. ''हमारे बडे महाराजका दैवत है ये।'' हातचे तबक किंचित वर घेताना बांधून टाकणारे बोल त्यांच्या तोंडून शांतपणे निघाले.

''परम भाग्य!'' आता तर गंगाराम तबकातल्या झळाळ शिवलिंगाकडेच बघू लागला. ते थोरल्या महाराजांचे नित्य पूजेचे स्फटिक शिवलिंग होते!

हातचे तबक निळोपंतांकडे देत महाराज गंगारामला म्हणाले, ''ठीक है। हम फैसला देंगे।'' त्यांनी निरोपाचा हात उठविला.

गंगाराम-निळोपंत रिवाज देऊन जायला निघाले.

''पेशवे, यांना दोन दिवस गडावर ठेवून घ्या. सारी व्यवस्था नीट ठेवा यांची 'जातीनं.''' महाराजांनी 'जातीनं' या शब्दावर दिलेला जोर निळोपंतांनी हेरला!

प्रल्हादपंतांशी खल केलेले निळोपंत निर्धाराने महाराजांच्या भेटीस आले. मानेवर केसावळ रुळती पडलेल्या, छातीशी भुजा बांधलेल्या, पाठमोऱ्या छत्रपतींना पेशव्यांनी मुजरा भरला.

''कर्नाटकातून हरजीराजांचा सांडणीस्वार आला आहे खलिता घेऊन स्वामी.'' निळोपंत म्हणाले.

''मोठ्या शर्थीचं राजकारण केलं हरजीराजांनी कर्नाटकात. म्हैसूरच्या सरलष्कर कुमारय्यानं मदुरेचा नायक चोक्कनायक याच्या राजधानीवर – त्रिचेनापल्लीवर जोरावारीचा हमला केला. तिथल्या कोटाला घेर टाकला. भेदरून चोक्कानाथानं हरजीराजांची आणि जिंजीच्या काकासाहेबांची मदत मागितली. हरजींनी जहाली करून जैतजी काटकर आणि दादाजी काकडे यांच्या मेळानं त्रिचेनापल्ली गाठली. म्हैसूरच्या कुमारय्याला तर दस्त केलाच, पण मदुरेचाही मारता येईल तेवढा मुलूख मारला.''

महाराज संथ वळले. जागरणाने, अखंड विचाराने त्यांची चर्या ओढलेली स्पष्ट दिसून येत होती. धीमी पावले टाकीत, ते निळोपंतांजवळ आले. ''पंत, राजांना संतोषाचा खलिता द्या. तुम्ही आमच्या संगती चला.'' म्हणत त्यांनी पहाऱ्याला नजर दिली. तिचा मतलब पकडत पहारेकरी आत आला. आतल्या दालनात जाऊन त्याने टोपाचे तबक आणून, झुकते होत महाराजांसमोर धरले. महाराजांनी टोप मस्तकी

घेतला. खासेवाड्याच्या सदरेवर ते आले. पायऱ्या उतरून आघाडी मनोऱ्याच्या रोखाने चालू लागले. पाठी निळोपंत होते. मराठी फौजफळ्यांच्या वऱ्हाडातील हालचाली महाराजांच्या कानी घालत ते म्हणाले, "नागोजी बल्लाळांनी बारा हजारांच्या दिमतीनं बेदरला घेरा घातला. तिथं मुकर्रबखानाशी त्याची हातघाई झाली. त्याला हूल देऊन नागोजी मेहेकर, सोलापूरची ठाणी मारून त्या भागात फिरते आहेत."

"हंबीरमामांची कोण खबर आहे?" महाराजांनी विचारले.

"जी. किल्ले कासमजवळच त्यांची आणि इरजखानाची चकमक झडली. इरजखानाच्या कुमकेला मुकर्रबखान आला तसं बगल देत सरलष्कर थेट आकोल्यापावेतो भिडलेत वऱ्हाडात."

"जगदंब!" महाराज मनोऱ्याच्या मावळतीवरून पाचाडात दिसणाऱ्या थोरल्या आऊंच्या वाड्याकडे एकटक बघत होते. तिथली रिवाजाची घंटा ठणठणत होती.

संध्याकाळी ठरल्याप्रमाणे निळोपंत, गंगाराम हिंदोस्थानीला घेऊन महाराजांसमोर सिंहासनसदरेला रुजू झाले. दुहाती मुजुमदार खंडेराव पानसंबळ आणि सुरनीस रामचंद्र नीलकंठ उभे होते. चिटणिसी बैठकीवर खंडोजी बाळाजी बसले होते.

गंगाराम विस्फारल्या डोळ्यांनी सिंहासन बघत आत आला. त्याने रिवाज दिला. महाराज सदरी बैठकीवरून उठून उभे राहिले – "मुजुमदार, हिंदोस्थानीस मरातबाची वस्त्रे द्या." त्यांनी खंडेरावांकडे बघितले. खंडेरावांच्या शेजारी उभा असलेला तबकधारी पुढे झाला. महाराजांनी तबकाला हात लावला. गंगारामने त्या तबकाला हात लावून ते स्वीकारते केले. दरबार नसल्यामुळे सिंहासन रिकामे होते. गर्दन उठवून एकदा ते निरखीत महाराज गंगारामला बोलले, "चुना दस हजार हशम दे रहे है, हम तुम्हारे दिमतमें हिंदोस्थानी। मुल्क पराया है। हशमोंकी हिफाजत रखना। जगदंब, फत्ते रखेगी।" हात उठवून महाराजांनी बैठक घेतली.

"जै सियाराम की, क्रीपा महाराज." चमकत्या डोळ्यांचा गंगाराम कमरेच्या तेगीच्या मुठीवर हात भरत कमरेत झुकला. तसाच हटत्या कदमांनी मागे गेला.

महाराजांनी उत्तरेत उठाव करायला त्याला सैन्यबळ द्यायचा निर्णय घेतला होता.

"खंडोजी, उत्तरेत मथुरेच्या त्रिमलांना, अंबरला राजा रामसिंगांना गंगारामची जोड करण्याची पत्रं सिद्ध करून पाठवा."

"दादाजी आलेत." गंगारामला निरोप देऊन आल्या निळोपंतांनी दादाजींचा नाजूक मुद्दा समोर ठेवला.

"पेश घ्या." आज्ञा मिळाली.

तगड्या छातीचे, धिप्पाड दादाजी रघुनाथ मुजरा देत आत आले.

"बोला दादाजी, जंजिऱ्याच्या घेराचा करीणा का कुचमला आहे?"

"जी. आम्हाकडून काही कुचराई झाली नाही – होणार नाही." दादाजी निर्धारी दिसत होते.

"मग का पडत नाही जलकोट? चार महिने झाले घेर पडून." बसले महाराज जरबी होत, खडेच झाले.

"जी. सरकारकून म्हणावी तशी जोड देत नाहीत आम्हास."

"मतलब?"

"कवी कुलेशांनी, मोहीम फत्ते झाली तर स्वामींना शिफारस करून आम्हास सुरनिशी बक्ष करण्याचं वचन दिलं होतं. मोहिमेत फत्ते झाली, तर याहून मरातब करतील स्वामी याचा भरोसा आहे आम्हास. पण ही मोहीम त्यासाठी नाही लावली जोराला आम्ही महाराज." दादाजी शांत होते.

"तुम्ही गैरहिशेबी राजापूरवाडीवर का गेलात चालून? खजिन्याची हकनाक उधळण कोण मनसुब्यानं केलीत?" छत्रपतींची जबान करडी झाली.

"महाराऽज..." दादाजी अडखळले.

"जाणता याचा नतिजा? सरकारकुनांचे रोजाना खलिते येताहेत तुमच्या उधळणीचे. बोला, काय सफाई आहे तुम्हाकडं?"

"महाराज... कसं बोलावं – पण आम्ही चार चाकर म्हंजे आपली सावली. सफाई म्हणून नव्हे, सल म्हणून पेश ठेवू. पण फक्त आपल्यासमोर – एकांती." दादाजींनी महाराजांभोवती उभ्या असल्या मातब्बरांवर नजर फिरविली. त्यांची चर्या काळवंडली.

हात उठवून छत्रपतींनी खंडोजी, खंडेराव, रामचंद्रपंत, निळोपंत यांना इशारत दिली. सिंहासनसदर एकांती झाली. "बोला" म्हणून महाराज विचारमग्न झाले.

"काया बोलावं स्वामी? हबश्यांनी आमच्यावर डूक धरून आमचा आपटा गाव दिवसाढवळ्या लुटला. शरम वाटते... आम्ही मोहिमेत गुंतलेले हेरून हरामखोरांनी काळजाचा लचकाच तोडलाय आमच्या." दादाजींनी आपला भरीचा मुखडा एकाएकी ओंजळीत लपता घेतला तसे महाराज चरकले.

"दादाऽजी, सुमार व्हा. साफ सांगा – काय झालं?"

"स्वाऽमी, आमच्याच घरची अस्तुरी उचलून नेली हरामजाद्यांनी!! त्या चिडीपायीच घालून घेतलं आम्ही वाडीवर. एक डाव नव्हे – अनेकवार. कधी तर गाठ पडेल त्याची, हिशोब पावता करता येईल म्हणून. आगळ झालीय खरी स्वामी. या सिंहासनचौकातच गर्दन मारावी आमची. आपल्याच हातानं!" संताप, शोक, असहायता अशा विचित्र भावनांनी दादाजींचा उभा देह थरथरू लागला.

चमत्कारिक नजरेने महाराज दादाजींकडे नुसते बघतच राहिले. त्यांना दादाजी दिसेनासेच झाले. त्यांच्या जागी दिसू लागले खुद्द स्वतः श्रीमन्महाराज संभाजीराजे!

भोवतीचा उभा सिंहासनचौक पोटतिडिकीने आक्रोशू लागला – "दुर्गाऽ, दुर्गाऽ!"

बाळंभट, अनंतभट, मोरेश्वर पंडितराव यांच्या देखरेखीखाली रायगडावर कै. आबासाहेबांचे दुसरे वर्षश्राद्ध विधिपूर्वक पार पाडले. त्याच्या दुसऱ्याच दिवशी महाराज रायगड उतरून पाचाडात आले. पाचाडपागेचा दहा हजार घोडा शिस्त धरून मैदानावर उभा होता. निवडीचे घोडाईत त्यांचे कायदे पेलून खडे होते. संताजी जगताप, जानराव जानोजी, हिंमतराव अशा बोलावून घेतल्या बाक्या सरदारांच्या मेळाने छत्रपतींनी कुमावत घोड्यावर मांड घेतली. इशारतीचा हात उठविला. शहाजणांच्या, रणहलग्यांच्या कडकडाटात घोडदळाचे भिरे टापांवर पडले.

वरंद घाट पार करून पुण्याला पहिला मुक्काम पडला. पुण्याचे सरसुभे दामाजी रघुनाथ छत्रपतींच्या भेटीस आले. त्यांच्याकडून पुरंदर-सासवडची खबर उचलून कोरेगाव, श्रीगोंदे, अष्टी, पाथर्डी मार्गे महाराज तीन दिवसांतच जालन्याच्या वेशीवर ठाकले! जालना – औरंगाबादेच्या ऐन मोगली ठाण्यापासून पन्नास कोसांवरचे गावठाण. इथे नाशिक-बागलाणातून उतरलेले रूपाजी भोसले आणि नागोजी गोरे मराठी फौजेला मिळाले. जालन्याला दौडत्या टापांचा घेर पडला. भेदरलेले जालनेकर निवाऱ्यासाठी खान जान महमद या दरवेश्याच्या मशिदीत घुसले. महमदाने मशीद बंद करून घेतली. जालना लुटीवर पडला.

घोडा फेकत आलेले रूपाजी, वेशीवरच्या महाराजांसमोर कायदे आखडीत रुकले. फव्वारीच्या मावळीत म्हणाले – "रयतावा, जात-हशम सम्दं मसुदीत घुसल्यात. फकीर दरवाजा खोलीत न्हाई. धनी, काय करावं?"

"त्यास समज द्या. धर्माच्या स्थानास धका लावायची इच्छा नाही आमची. पाठीशी घातली माणसं गुमान बाहेर खुली करावी त्यानं." रूपाजींनी तसाच घोडा फेकत खान महमद दरवेश्याला आरडून ओरडून समज दिली. आतून काहीच प्रतिसाद येत नव्हता. ते कानावर पडताच महाराज संतापून कडाडले – "फकीर असून राजकारण खेळतो! त्यास धडा दावा. दार उघडून बाहेर खेचा गनीम! फकिरास-स्थानास इजा-धका बसता कामा नये."

मावळी फळ्यांनी खान महमदाच्या बगलेत घुसलेली जालनेकर मंडळी अल्लाद बाहेर काढली, काढणीबंद करून वेशीवरच्या साहेबस्वारीसमोर जथ्याने नेण्याच्या कामाला मावळी धारकरी लागले. इतक्यात... शिंगाड्यांची धोक्याची चाल देणारी इशारत झडू लागली. एकदा शाही हजामत झालेला इरजखान – जालन्याची कुमक करायला येत असल्याची खबर आली होती. दस्त असामी तशाच टाकून मराठे आले तसे म्हणता-म्हणता उडाले!

औरंगाबादेतल्या शाही वाड्यातील दरबारात याच वेळी आलमगीर नाशिकहून

बोलावून घेतल्या हसनअलीखानाच्या खांद्यावर हिरवीकंच खिल्लत टाकत त्याला म्हणाला, ''उन्नीस हजार हशम दिये है, अब तुम्हारी दीमतमें। देखना है, तुम्हारा करिश्मा!''

रूपाजी-मानाजी बागलाणकडे सरकले. महाराज रायगडावर परतले. जालन्याच्या चपेटीने औरंगजेब पार खवळून उठला होता. आपले हात सर्वांत प्रथम मराठी मुलखात पसरायचे, हे तर त्याने दक्षिणेत उतरतानाच मनोमन ठाणून टाकले होते. औरंगाबादेचा जाबता नीट बसताच त्याच्या जहाल कारवाईला तोंड फुटले. औरंगाबादेत भरल्या बड्या दरबारात आलमगिराचा वजीर असदखानाने, आलमपन्हांची इच्छा दरबारला जाहीर केली – ''आका अली खान शहाबुद्दीनको खास मोहीमपर नामजाद करते है। खान, हरहिम्मत तरकीबसे जमीनदोस्त करना है, मरहट्टोंका किले रामसेज।''

''खैऽर आलमपन्हा.'' म्हणून कमरेत झुकून बादशहाला तसलीम देत शाबदीखानाने नामजादी पत्करली.

वीस हजारांची फौज, निवडीचा पठाण-तुर्क हशम, तोफखान्याचे गाडे पाठीशी ठेवून, औरंगबादेच्या मशिदीत तीन वेळा नमाज पढून दलपत बुंदेल्याला घेऊन खान निघाला – किल्ले रामसेजवर!

जुंपले! ज्याची अटकळ केवळ महाराजांनीच नव्हे, तर त्यांच्या लहान-थोर सरदार साथीदारांनी केव्हाच बांधली होती, ते कडवे भांडण जुंपले.

रायगडावर या वेळी नको त्या दोन वार्ता येऊन थडकल्या होत्या. अंजदीव बेटावर जलकोट उठविण्यासाठी उतरलेल्या मराठ्यांवर फिरंग्यांचा कॅप्टन परेरा अचानक चालून आला होता. तोफांचा भडिमार करून त्याने मराठ्यांना बेटावरून हुसकून लावले होते, आणि एक मंदिर धूळदोस्त करून त्यावर उंच-उंच चौकोनी कळसाचे चर्च उभे केले होते.

तसाच राजांचा खेडचा जमीनदार चिमणाजी मतलबी हेतूने मुगलांना मिळाला होता आणि हणमंतगडाचा दस्त केला मुगली किल्लेदार सैद निजावत मराठ्यांच्या कैदेतून पळाला होता.

रायगडाच्या चिटणिसी दफ्तरातील बैठकीवर चिटणीस खंडोजी कलमी सेवेवर बसले होते. विचारांच्या लयीवर दोन्ही तळहात एकमेकांशी घुसळीत, फेऱ्या घेत-घेत महाराज त्यांना खलित्याचा मजकूर सांगत होते :

''रजपूत कुलावतंस, सूर्यवंशी अंबर नराधिपराजे रामसिंघ प्रति हिंदुपदपादशहा, क्षत्रियकुलावतंस राजा शंभू यांची विज्ञापना उपरी विशेष – '' मायना रेखून वाळू शिवरून खंडोजींनी कान टवकारले. धीरोदात्त राजबोल त्यांच्या कानावर पडू लागले. तसे कागदावर उमटू लागले. ''सांप्रत उत्तराधिप-आलमगीर खडी फौज, खजानासुद्धा

मुलखात भिडला. त्याजवर गैरमर्ज होऊन देशी आल्या शहजादा अकबरास आसरा दिल्हा आहे. त्याशी भेट-खल जहाला. यासमयी तुम्ही उत्तरेत जोर धरता, तर दिल्लीस शहाजाद्यास तक्तनशीन करण्याचा मनसुबा आहे. इराणच्या शहास शहजाद्याने जोड देण्याचे कलमी कळविले आहे. शहजादा दिल्ली तख्तास येतो, तर दगडापरिस वीट मऊच आहे. जरोरीने तुमचा मनसुबा पावता होईल, तसे करावे...'' खंडोजींनी सिद्ध केल्या पत्रावर राजांनी दस्तुर दिला.

दफ्तरखान्यातून बाहेर पडल्या छत्रपतींना अदब देत जोत्याजी केसरकर बोलला – ''नाशिक फाट्याला गणेशगावच्या खिंडीत रूपाजी-मानाजींनी शाबदीखानाला येरगाटला. जोरावारीची चकमक झडली. खान रामशेजच्या रोखानं कूच झाला.''

''आम्ही जगदीश्वराच्या दर्शनास जातो आहोत. तिकडेच पाठवून दे पेशव्यांस लगोलगीनं.'' महाराज चालतच बोलले. उजवे झाले. जगदीश्वराच्या रावळात आले. त्यांना सामोरे येत पुजाऱ्याने तबकातील बिल्वदले आणि सफेद फुलांची ओंजळ भरून ती छत्रपतींच्या हाती ठेवली. गाभाऱ्यात जाऊन ती ओंजळ शिवपिंडीवर वाहून महाराजांनी गुडघे टेकून आपले मस्तक शाळुंकेवर ठेवले. बाहेरच्या चौकात कुणीतरी दिलेला घाटेचा टोल कानी पडताच त्यांच्या मनात शिवबोल घुमून उठले – ''आज ना उद्या औरंग दक्खनेत उतरणार याची जाण ठेवा – मावळा व्हा त्यासाठी!''

मस्तक उठवून त्यांनी पिंडीवरचे एक बिल्वदल अलगद उचलले. ते कपाळी भिडवून कमरेच्या शेल्यात ठेवून दिले. गाभाऱ्याबाहेर येताच त्यांना निळोपंत सामोरे आले. महाराज म्हणाले, ''आत जाऊन दर्शन घेऊन या. बोलणे आहे.''

निळोपंत दर्शन घेऊन आले. विचारगत महाराज त्यांना शिवालयाच्या चौकातच म्हणाले, ''नाशिक तर्फेला किल्ले मुल्हेरवर मोगली किल्लेदार कोण आहे पंत?''

''जी, रजपूत राजा देवीसिंह.''

''ठीक. आपल्या साल्हेरीच्या किल्लेदार परसोजीस पायरोवीनं हुशार राहण्याचा निरोप द्या. रामसेजला घेर पडतो बघून तो साल्हेरीहून रामसेजला कुमक करू बघेल. हातचा साल्हेरीच गोत्यात येईल.''

''जी. आजच हारकारा गड उतरेल.'' निळोपंत पुढे काही बोलू बघणार एवढ्यात एकाएकी गडाची नौबत दुडदुडु लागली. महाराजांचे कपाळ आक्रसले.

''हरजी आले की काय पंत?'' नौबतीच्या रोखाने बघत महाराज बोलून गेले.

क्षणातच रावळासमोरच्या वळणाच्या रोखाने धावत्या पायांची धपधप उठली. छातवान वर खाली झपापणारा, उजळत्या नजरेचा रायाजी रावळासमोर आला. पायीची पायताणे तिथंच भिरकटत तो चटक्याने चौकातच घुसला. लगबगीने बोलला, ''खंडूबाचं चांऽगभलं धनीऽ! गडाला बाळ किसन आलं! रानीसाबास्नी गांगुलीत बाळराजं झालं.''

वळून शिवपिंडीला सरसे होत भरल्या मनाने पापण्या मिटून, जोडल्या हातांची जुडी कपाळीच्या शिवगंधावर टेकविताना राजओठांतून कुलवंत बोल उमटले – "जगदंऽब!"

गांगोलीचा खासेवाडा आंबवतीच्या आराशीने सजला होता. सदरबगलेला पिपाणीच्या सुरावटीत मुरलेला चौघडा दुमदुमत होता. आघाडी दरवाजावर दुहाती रसवंत पानांच्या सघड केळींचे उंचेपुरे खुंट उभे होते. कमानी चौकटीला सुवर्णपत्रा मढविलेल्या श्रीफळाचे तोरण लटकले होते. सिंदखेड, फलटण, कागल, कर्नाटक अशा चौफेरीने आल्या आप्तेष्ट-पाहुण्यांनी वाडा गजबजला होता.

बारशाचा वद्य त्रयोदशीचा दिवस उमटला. आज शंकराचा शिवकर वार होता – सोमवार. कधी नव्हे एवढे माणूस गांगोलीला दाटले होते. खासेवाड्याच्या सदरी मांडलेल्या गिर्द्या, रुजाम्यांच्या बैठकीवर ठेवणीचा पेहराव अंगी घेतलेले महाराज बसले होते. सरश्या हाताला रामराजे होते. रायगडचा सेवेकरी मंत्रिगण दुहाती अदबीने खडा होता. वाड्यात प्रवेशत्या हर पाहुण्या-आप्तेष्टांची, सरदार-दरकदाराची नाववार वर्दी महाराजांसमोर येत होती. तालेवारीची असामी येताच महाराज बैठक सोडत होते. सामोरे जाऊन खांदाभेट देत होते. गाववेशीवर मांडल्या तोफांची भांडी ठरावीक अंतराने दडदडत फुटत होती. आत देवमहालात सुवासिनींनी 'दगडी-गोपा' पाळण्याखालून वरून फिरवून घेतला. सजल्या ताराऊंनी हात देऊन बाळ पाळण्यात घातले. आपल्या पाठीची टेकण देत पाळण्याला तिवार झोका दिला. बाळाच्या कानाशी आपले ओठ भिडवीत त्यांना नाव सांगितलं... 'शिवाजीराजे!'

रणहलग्या, शहाजणे, नगारे यांची झडझडच उसळली. तोफांची भांडी कडकडली. साखरमुठी वाटल्या जाऊ लागल्या. उभी गांगोली धुंदावली. सदरेवरचे राजहात वस्त्रे, धान्य, धन यांची दाने वाटण्यात झटू लागले. दिवस मावळला तरी वाड्याची वर्दळ आवरेना. शेवटी आतली धाराऊच कमरेवर हात ठेवून बाहेर आली. राजांकडे बघत म्हणाली, "आतं आमच्या नातवाचा मुखोटा बगताईसा का कसं?"

"ते राहूनच गेलं!" म्हणत हसून राजे उठले. त्यांच्या मनचेच धाराऊ कवडेपणाने बोलली होती. सदर सोडून आत बाळंतिणीच्या दालनाकडे चालताना त्यांनी रायाजीला हेताची नजर दिली. रायगडावरून आणल्या बाळबाळंतिणीच्या मानकरी राजसाजाचे सरपोसबंद तबक घेऊन रायाजी त्यांच्या पाठीशी झाला.

महाराज येसूबाईंच्या दालनात प्रवेशले. येसूबाई मंचकावरून उठत्या झाल्या. बाळराजे सुख झाले होते, तरीही त्यांना अलगद उचलून त्यांनी महाराजांच्या हाती दिले. शंभूनेत्र 'शिवमुख' निरखू लागले. स्वत:ला हरवून गेले. त्या दोघांना तसे बघताना भरून पावलेल्या येसूबाईंच्या मनी आबासाहेबांची आणि थोरल्या आऊंची

सय दाटून आली. त्यांची काजळभरली पापणी फडफडली. ओलावली. निकराने ते आठवणीचे कातरपान परतून त्या म्हणाल्या, "नाव आबासाहेबांचंच ठेवलंय यांना."

"होय ऐकलं आम्ही ते. आपल्या हयातीत आबासाहेबांनी आभाळीच्या तारका खेचून आणाव्यात तशा शेकड्यांनी फत्ते घेतल्या, यांना जन्माचं नक्षत्र लाभतंय 'शततारका.' आबांच्यासारखंच यांनी येश घ्यावं." हातच्या बाळराजांना येसूबाईंच्या हाती देत महाराज म्हणाले. त्यांनी रायाजीला नजर दिली. मानकरी साज तबक घेऊन तो येसूबाईंच्यासमोर आला. येसूबाईंनी बाळराजे मंचकावर ठेवले. तबकाला रिवाजी हातस्पर्श घेऊन रायाजी बाहेर जायला निघाला.

"थांब रायाजी." महाराजांनी पुढे होत त्याच्या हातातील तबकावर ठेवलेला नाजूक नकशीचा करंड उचलला. रायाजी निघून गेला. हातचा करंड येसूबाईंच्या हाती ठेवीत राजे म्हणाले, "तुमच्यासाठी खास मोलाची भेट आहे ही."

तो 'लाकडी' करंड बघून, नाही म्हटले तरी येसूबाईंना हसू फुटलेच.

"हसलातशा?" महाराज त्या गैरसमजात गेल्या असतील ते ताडून म्हणाले.

"काही नाही – आवडला आम्हास!" मन दडवीत स्त्री-जबान बोलली.

"लाकडी आहे, ते वरचं दास्तान. तुमच्यासाठी कुंकवाचा करंड आत आहे!" महाराजांनी खोचक सफाई केली.

येसूबाईंनी उतावळीने दास्तान खोलले. आत झळझळत्या सोन्याची एक मोठी अंगठी होती! मासोळीच्या वाणाची तिची घडाई होती. मासोळीच्या दोन्ही डोळ्यांच्या जागी दोन माणिकखडे जडविले होते. ती अंगठी पाहून येसूबाई पुन्हा हसत म्हणाल्या, "ही सोनाराची गफलत म्हणावी की चेटूक! करंडाची अंगठी झाली आहे!"

महाराजांनी काही न बोलता दासतानातून ती अंगठी उचलली. शमादानाच्या उजेडात तिचे माणिकखडे लखलखले. तिला बगलेकडून चिमटीत पकडून महाराजांनी चिमट परतली. मासोळीच्या पसरट पाठवानाचे टवळे खुले झाले. पोटातील मेणमळल्या कुंकवाचा रंग माणिकखड्यागत झळाळला! येसूबाईंनी ते पाहून झटकन पायीच्या जोडव्यांवर नजर टाकली!

"पसंत करंड श्रीसखींना?" येसूबाईंच्या जाबाची वाटही न बघता, त्यांचा डावा हात आपल्या हाती घेऊन राजांनी त्यांच्या करंगळीत ती अंगठी भरूनही टाकली. येसूबाईंनी तिच्या खुल्या टवळ्याला बोट भिडवून कणभर कुंकू कपाळी लेवते घेत मुक्यानेच करंडाला पसंती दिली!

दुसऱ्या दिवशीच दुपारला धाराऊ राजांच्या भेटीस आली. डुईवरच्या टोपपदराचा काठ चिमटीने मागे सारीत म्हणाली, "याक मागनं हाय पुता, ऐकशील?"

तिची पायधूळ घेऊन तिला हातजोड देत बैठकी दालनाच्या मध्यभागी आणताना महाराज म्हणाले, "आऊ, एवढे परके झालो आम्ही? मागण्याची का, हक्काची

बोली नाही?"

"हाय तर, म्हूनच जीव घुटमाळतोय. आता या म्हातारीचं ऐक."

"तुम्ही बोला. ते-ते होईल." महाराजांना काहीच अंदाज नव्हता.

"आता ठकलाव. ध्याई उताराला लागली. जीव गावाकडं वड घेतोय. जाऊ दे मला कापूरव्हाळाकडं!" कमरेत वाकलेली म्हातारी कसल्यातरी नेटाने ताठ खडी झाली. तिची नजर राजांच्या मुखडाभर फिरली.

"आऽऊ..." म्हणत महाराजांनी तोंड फिरविले.

"सपनात नव्हतं एवढं बगू-भोगून झालं की, माज्या राजा. कापूरव्हाळाच्या गाड्यांच्या कोन्याचा साळुता म्या. तुमा लोकांच्या पायाच्या धुळीची दिकुन सर नव्हती, या ध्याईची. लई मया करलीसा म्हातारीवर."

काळीज खळबळून टाकणारे ते निकोप कुणबाऊ बोल राजांना झेपेनासे झाले. वळून धाराऊजवळ झटकन येत तिच्या सुरकुतल्या ओठांवर आपला हाततळवा ठेवून महाराज म्हणाले, "आण आहे आऊ खंडोबाची. एक शब्द बोलू नको असा." आज पहिल्याने राजे धाराऊला एकेरी बोलले.

"याकच आस ऱ्हायलीती ल्येकरा, सूनबाईच्या पदराखाली नातवाला पिता बगायची. खंडुबानं फेडली ती." म्हातारीने मायेने राजांचा हात हातात घेतला.

"एवढ्या कंटाळलात आम्हाला आऊ? तुम्ही दिसलात की, थोरल्या आऊंची वाण आम्ही सोसू शकत होतो. तुम्ही नका आम्हाला अशा पारख्या होऊन जाऊ!"

"ल्हान हाईस! कसं कळावं तुला काय वाटतं म्हाताऱ्या जिवाला ते. ज्या जागंला जिंदगी गुदारली, पोरंबाळं झाली, त्या जागंला जीव ठेवण्यासारखं सारथीक न्हाई दुसरं जल्माचं. एवढी आस पुरव. जाऊ दे मला व्हाळाकडं." पावसाळी सांज दिसावी, तशी म्हातारी दिसत होती. तिचे बोलणे सोसवेना झालेले महाराज काही न बोलता तसेच बाहेर पडले. आता तिला रोखता येणे कुणालाच शक्य नव्हते.

कापूरहोळाकडे जाणारा धाराऊचा मेणा तयार झाला. त्याच्या दुहाती हत्याऱ्यांच्या मेळाने रायाजी-अंतोजी उभे होते. साज पेहराव, सोनेरी होन यांनी महाराजांनी म्हातारीचा मरातब केला. येसूबाईंनी धाराऊच्या पायांवर डोके ठेवून उठताच तिला गलबलती मिठीच भरली. थकला हात त्यांच्या पाठीवर मायेने फिरवीत धाराऊने त्यांचा आवेग ओसरू दिला. शिवपिंडीवर दुधाची धार उतरावी, तसे तिचे काळीजमिठीचे बोल येसूबाईंच्या कानावर पडले, "उगं माज्य बये. लई तुटसील आतनं. हुब्या मुल्कातनं ढीगावारी आलं बाळंतइडं पर शिणगारपुरस्नं न्हाई योक आला!" ते ऐकताच ढवळल्या गेल्या येसूबाईंनी गदगदून तोंड ओंजळीत घेतले. त्यांना गपकन उराशी घेत पाचाडवाड्याची वाजती घाट याद यावी, असे धाराऊ बोलली, "दुकं पागळू नको ल्येकी, बाईच्या जातीला आबाळाची झळ आन् भुईचं काटं धोंडे आपलं

म्हणतच चालाय लागतं. सास्वांची सय ठीव.'' म्हातारीने पाळण्याकडे जात आतल्या बाळराजांना उचलून बिलगते घेतले. त्यांचे पटापट मुके घेतले. पुन्हा त्यांना आत ठेवले. छत्रपतींनी कापूरहोळाच्या धाराऊ गाडे – छे भोसले झालेल्या म्हातारीच्या पायांवर शिवगंधी कपाळ ठेवले!!

मेणा निघाला. नजरेआड जाईतो, त्या मेण्याकडे बघणाऱ्या हिंदुपदपादशहा छत्रपती संभाजीराजांच्या मनात एकच एक विचार भिरमटत राहिला – 'तुम्ही पाजलं ते दूध आणि दिली ती माया; अंगच्या रक्ताचा थेंब-थेंब चढविला तुमच्या पायावर तरी नाही फेड व्हायची त्याची!'

गांगोलीहून रायगडी आलेले महाराज एकाच विचारात होते – किल्ले रामसेजच्या. स्फटिकाची, भवानीची पूजा बांधून महाराज वाड्याच्या सदरी बैठकीवर आले. जमल्यांनी ताजीम दिली. फिरंगी दरबारच्या वकिलाबरोबर आलेले येसाजी पुढे होत पेश झाले. ''फिरंगी दरबारचा नजराणा आणि खलिता आहे, महाराज. बाळराजांच्या जन्माची खबर ऐकून धाडलाय.'' वकिलाकडे हातरोख देत येसाजी बोलले. फिरंगी वकिलाने आणला नजराणा पेश केला. महाराजांनी त्याला हात दिला.

''खलिता काय मजकुराचा?'' त्यांनी येसाजींना विचारले.

''जी. आताषीच्या आपल्या कारखान्यांस्नी बारदाना आणायची परवानगी दिलेय. हबश्यासंगे फटकून राह्यचा इतबार दिलाय.''

महाराज सहेतुक हसले. फिरंगी वकिलाला फेरनजराणा देऊन त्याची बोळवण करण्यात आली.

''बादशहानं चाल दिलेला रुहुल्लाखान नगरच्या रोखानं कूच झाला स्वामी.'' निळोपंतांच्या तोंडून पहिली बडी खबर राजांच्या कानी आली.

दौलतीला पडल्या शत्रूंच्या चौफेर घेराचे चित्र महाराजांना दिसू लागले. एकाएकी त्यांना आग्र्याच्या कोठीत फसगतीने अडकलेल्या आबासाहेबांची आणि स्वत:ची याद झाली. मराठी विलायतींना नख लावण्यासाठी औरंगजेब भुई-आस्मान एक करणार याचे भान असल्यानेच त्यांनी बगलेचा सवाल निळोपंताना घातला.

''टोपीकरांची लढाऊ गलबतं आताशा आपल्या दर्यात घुसताहेत. त्यांना मुंबईत कोंडण्यासाठी आपले सिद्दी संबूळ, मिस्त्री काय करताहेत पंत?''

''त्यांच्यावर छाप्यामागून छापे घालून संबूळ-मिस्त्रींनी त्यांना मुंबईत हटविलं आहे.''

''पंत, औरंग नुसता भुईवरून नाही, दर्याच्या मार्गानं हबशी, टोपीकर, फिरंग्यांना हातास धरून चाल घेणार. तीन फळ्यांनी आपणास दर्या झुंजता ठेवून, भुईवर मिळेल त्या कुबल जागेला गाठून औरंग ठेचायचा आहे.''

''दर्याच्या तीन फळ्या!'' प्रल्हादपंतांच्या तोंडून बोल आले.

''चौल-गोव्याचा फिरंगी जरबेत दाबेल ती दाभोळ, कुडाळ, डिचोलीची आंगरे,

काटे, दर्यासारंग यांची एक फळी, जंजिऱ्यात कोंडला हबशी पटात ठेवील ती नागोठाणे, आपटे, दंडाराजपुरीची मायनाक, दादाजी प्रभू, पावला-पडवळ, काटे यांची दुसरी फळी आणि मुंबईच्या टोपीकराला, जरब देत दर्यात फिरती जिवाजी विनायक, सुंदरजी बाजी, संबूळ-मिस्त्री यांची तिसरी फळी.'' महाराजांच्या डोळ्यांसमोर औरंग चोरवाटेने शिरू बघणाऱ्या दर्याची आघाडी तरळत राहिली. समोरचे सर्वच जण डोळ्यांत जीव आणि कानांत मन आणून छत्रपतींची चाल ऐकत होते.

"पंत, आता येसाजीकाकांना दंडाराजपुरीचा पावलोक काढता घेण्यास कळवा. त्यांची गरज आहे, इथं चालून येत्या गनिमाच्या तोंडावर.'' राजबोटे कंठातल्या मोत्याच्या माळेत पिरगळती फिरू लागली.

"जी. कुतुबशाहीच्या दरबारात बादशानं मुहम्मद शिकोदी याला वकील म्हणून नजराण्यासह पाठविल्याची वार्ता आहे महाराज. गोवळकोंडेकरांनी त्याची आगवानी करून अडीच लाखांची पेशकशही त्याला नजर केली आहे.'' निळोपंत औरंगच्या एक-एक चालीचा माग देऊ लागले.

"साफ आहे पंत, जे दरबार औरंगच्या आगवानीसाठी तो औरंगाबादेला पोचताच खास सरदार पाठवितात ती कुतुबशाही काय किंवा आदिलशाही काय; भ्रमात आहेत. धर्माच्या गुणानं, चालून आल्या शत्रूच्या मनातली माणुसकी जागेल अशा वेड्या आशेवर आहेत दोन्ही दरबार!''

"आज्ञा होईल तर बोलावं काय स्वामी?'' हात जोडून प्रल्हादपंत म्हणाले.

"बेशक.'' महाराजांनी त्यांना डोळेजोड दिली.

"दक्षिणेच्या लहान-थोर ताकदींचा मेळ घालून त्रिदली दाबजोर फळी उठवावी असं राजकारण होतं, कै. स्वामींचं. त्यासाठी....''

"रुकलात प्रल्हादपंत? तुम्हास काय वाटतं? कोण राजकारण खेळते जर असते तर महाराजसाहेब आज? करते रजपूत मिर्झाशी केला तसा सलूख औरंगशी? आणि मानता तो औरंग? वावटळी उठवीत आल्या ढाश्या वाऱ्यासामने जाणार नाही, दक्खनेचा एकही दरबार हाती दिवली घेऊन पंत! आदिल-कुतुबशाही आमच्याशी वरचा दोस्ताना दाबीत त्याच्यासमोर नांगीच टाकणार. मिळेल तिथं त्यास जोड देऊन टोपीकर, हबशी, फिरंगी आपल्या दर्याच्या बसकणी जतणार. ही – ही हातघाई आहे, फक्त आम्हास झगडावी लागणारी. मिळालीच तर जोड मिळणार केवळ अरबी आरमाराची.'' सर्वांना महाराज कितीतरी वेगळे, निर्धारी दिसत होते.

पाचाडपागेला निवडीचा घोडा जय्यत करण्याची आज्ञा सैसांना देऊन दफ्तरी आलेल्या छत्रपतींना पंडितराव मोरेश्वर सामोरे आले. हातची कागदी वळी उठवीत म्हणाले, "समर्थमठात सज्जनगडी शिष्यगणांत शिगेची घालमेल पडली आहे स्वामी.''

“मठात?” ते ऐकतानासुद्धा महाराजांना कसेतरीच वाटले.

“जी. समर्थांनी आपल्या पश्चात सर्व मठांची देखरेख दिवाकर गोसाव्यांनी बघावी, अशी इच्छा केली होती. सज्जनगडाच्या स्वामी समुदायाची व्यवस्था मात्र भानजी आणि रामाजी गोसाव्यांनी बघावी, अशी आज्ञा केली होती. दिवाकर त्याप्रमाणे वागत होते. पण मध्येच उद्धव गोसाव्यांनी कटकटी खड्या केल्यात. सज्जनगडाच्या आपल्या किल्लेदार जिजोजी काटकरांनी त्यांच्या बगलेत जाऊन करू नये ते केलंय महाराज.”

“जिजोजींनी? काय करणीचं?” महाराज तो घोळ नीट ऐकू लागले.

“जिजोजींनी भानजी आणि रामजींची द्रव्य-पात्रे व मठवस्त्रे आपल्या अधिकारात उद्धव गोसाव्यांना दिलीत स्वामी!”

“काय मजालीनं?” महाराजांच्या डोळ्यांत संतापाची तिडीक उतरली. “पंडितराव, काटकरास आज्ञापत्र द्या – अवतार पूर्ण करण्याअगोदर स्वामींनी केली तीच आज्ञा! द्रव्यलोभास्तव उद्धव गोसावी कटकट करतात. त्यास भानजी-रामजींची मठवस्त्रे छिनावून देण्याचं तुम्हास प्रयोजन काय? द्रव्य, वस्त्र जसेच्या तसे मागते भानजी-रामजींचे स्वाधीन करणे! दिवाकर गोसावी समक्षात बोलतील ते करून चालवू. समर्थशिष्यांच्या या घालमेलीत पडावयास तुम्हास प्रयोजन नाही!” मोरेश्वर आज्ञापत्र सिद्ध करायला निघून गेले. महाराजांच्या मनात मात्र विचार फिरून गेला, ‘समर्थांची ‘जयऽ जयऽ रघुवीर’ ही गोसावी नांदी पुरती विरली नाही, तोच ही तऱ्हा! पेरते हात कितीही पुण्यवान असले, तरी बियाणेच गणंग लागावे त्यास काय?’

जंजिरा वेढ्यातून आले येसाजी कंक, हिंमतराव, नारुजी त्रिंबक यांच्या मेळाने महाराज रायगड उतरले. दिवस उनतापीचे होते. मृग तोंडावर धरून महाराजांनी घोडदळांसह पाचाड सोडले. खेड, चाकण अशा मजला टाकत ते नाशिकपट्ट्यात पट्टागडाजवळ उतरले. इथं रामसेजला कुमक द्यायला मुजफ्फरखान, रणमस्तखान, मुहर्रमसिंह याचा भरीचा तळ पसरला होता. त्यावर मराठी घोडदाळाने एल्गार धरला.

महाराज औंढा-पट्टागडाच्या भागात आल्याची खबर लागलेले रूपाजी-भानाजी निवड्या घोडाईतांसह एका सकाळी महाराजांच्या तळावर हजर झाले.

भेटीस आल्या रूपाजींना आवेगी ऊरभेट देताना महाराज म्हणाले, “नावास साजेशी रूपवान मर्दानगी केलीत – करताहात. रूपाजी आम्ही संतुष्ट आहोत.”

“ह्यास्नी ‘रूपा मोजदा’ म्हंजे ‘सैतानाचा ल्योकच’ म्हनत्यात उभ्या गनीम तळावर!” मानाजी हसत रूपाजींकडे बघून म्हणाले.

“सही आहे मानाजी, सैतानांच्या चालीला सावाचा जाब देऊन नाही भागत!” महाराजांनीही हसून रूपाजींची सफाई आपणच दिली. रूपाजी-मानाजींचा मरातब करून त्यांच्या सोबतीनेच त्रिंबकगड, बागलाण असा टापू महाराजांनी स्वत:च्या

नजरेखाली घातला. रामसेजची राखण करणारे फिरते तळ पारखून घेतले. नवी कुमक, हत्यारे, आताषी, रसद यांची जोड देण्याचा धीरदिलासा रूपाजींना देऊन महाराज रायगडाकडे परतले. जो अंदाज महाराजांनी केला होता, तीच चाल खेळत औरंगजेबाने या मृगापूर्वी चार दिशांना चार नख्या पसरल्या!

मीर मुहम्मद मोमिन या सरदाराच्या पिछाडीला सहा हजारांचा तुरुक हशम देऊन त्याला सुरत बंदराच्या रोखाने पिटाळले.

गोव्याला फिरंगी विरजईकडे खासा हेजिब पाठविला. त्याच्या बरोबर असलेल्या शाही खलित्याचा मजकूर होता – "काफर संभाला मदत तर करू नयेच, पण त्याच्या खिलाफ लागेल ती मदत फिरंगी दरबारनं मागावी. तुरंत पोच होईल!"

सर्वांहून विषारी नख होते, रुहुल्लाखानाला नगरच्या तळाकडे पाठविलेल्या पत्रात. रुहुल्लाखानाला आलमगिराचा नेक हुक्म होता – "मिळेल ते मराठी देशमुख, हवालदार, जुमलेदार, किल्लेदार, मन्सब खिल्लत बक्ष करून शाही चाकरीत तुरंत रुजू करावा!"

औरंगाबादेच्या भरल्या शाही दरबारात तर अनिरोधसिंह आणि किशोरसिंह अशा कडव्या रजपुतांची दिम्मत देऊन संभाजीराजांवर खासा नामजाद केल्या आपल्या बच्च्याला – अज्जमशहाला, शाही दुवा देण्यासाठी तख्त सोडून औरंग फराशीवरच उतरला. अज्जमच्या तलम जाम्याचे टोक उचलून ते चुंबत सर्वांना साफ ऐकू जाईलसं पुटपुटला – "अलहम्दुलिल्लाह!"

आल्या काळाला निर्धाराने तोंड देण्यासाठी पावसाळ्याचे पाठबळ घेऊन प्रांतोप्रांती तवानी सैन्यसंचणी करणे आवश्यक होते. चिटणीस खंडोजी, दफ्तरदार चिमणगावकरांच्या मदतीने त्यासाठी तपशिलाची पत्रे सिद्ध करून महाराजांच्या दस्तुरासाठी आणीत होते. दाभोळचे गंगाजी दादाजी, पुण्याचे दामाजी रघुनाथ, साताऱ्याचे अंबाजी मोरदेव, कऱ्हाडचे वेंकोजी रुद्र, फोंड्याचे धर्माजी नागनाथ अशा चौतर्फाचे सरसुभे मजऱ्या, वाडीत जातीने जाऊन पत्राबरहुकूम बांडे गडी एकवट करीत होते.

उत्तरेत औरंग नाही म्हणून बंड करून उठलेल्या सुलतान ताराला चाचपून बघण्यासाठीही एक खलिता, खंडोजीना एकांती घेऊन महाराजांनी सिद्ध करावयास सांगितला.

पावसाळा तोंडी आल्याने वऱ्हाडातून हंबीरराव, कोकणातून कवी कुलेश, सोलापुराहून आनंदराव रायगडी परतले होते. दर्यावर भांडण मांडून मराठी आरमाराने इंग्रजी गलबते लुटली होती. पेण भागात सिद्दी कासमवर नजर ठेवीत ऐंशी-एक गलबते मायनाक आणि सिद्दी संबूळच्या दिमतीत फेसाळत्या दर्यात ठाण धरून होती. दादाजी रघुनाथांचा जंजिऱ्याचा घेर बळकटीने अद्याप उभाच होता. थळभागात

जलकोट खंदेरीचे रक्षण करीत पाच हजारांचे आरमार डोळ्यांत तेल घालून होते.

मृगाने शिगेची झड धरली. रामसेजच्या पायथ्याला शाबदीखानाला कुमक करायला बादशहाने धाडलेल्या खानबहादूर कोकलताश, कासमखान, दलपत, करणसिंह यांच्या फौजा नाशिकमध्ये तळबंद झाल्या.

दफ्तरखान्याच्या झरोक्यातून दिसणाऱ्या पावसांच्या रेघा निरखीत महाराज खंडोजींना आदिलशाही आणि कुतुबशाही दरबारला जायच्या पत्रांचे मजकूर सांगत होते. त्याची साखळी तोडत पहाऱ्याची वर्दी आली – "बहिर्जी आल्यात." महाराज दरवाजाकडे बघत रुकले. पावसात पुरा भिजला, घोंगडी लपेटलेला बहिर्जी जुहार भरताना गडथंडीने काकडला. नेटाने दाताची थड थोपवीत म्हणाला, "अवरंगाबादंचा खबरी माग खुटला धनी. लई कसबाचं धा जासूद गनिमाच्या तावडीत फसलं. कोतवाली चबुतऱ्यावर औरंगाबादंत सम्द्यांच्या डुया मारल्या हराम्यांनी!"

दहा खबरगीर म्हणजे चालते-बोलते दहा कोटच! हेलावून गेल्या महाराजांना जासुदांच्या नायकाला धीरा-सांत्वनाचे काय बोलावे तेच कळेना. तसेच चालत ते बहिर्जीसमोर आले. त्याच्या खांद्यावर चढल्या राजहातापाठोपाठ त्याच्या कानी फक्त तुटक राजबोल पडले, "पेहराव बदलून धुनीची धग घ्या पहिल्यानं बहिर्जी...."

गडाच्या लोहारमेटावर आता हत्यारांच्या घडाईच्या ठिणग्या रातध्याऊ उसळत होत्या. फिरत्या चक्रावर शिकलगार त्यांना पाणी देत होते. बहिर्जी गड चढून दोन दिवस झाले नाहीत तोच रामसेजभागातून संभाजी जगतापांनी पाठविलेला हारकारा रायगडावर आला. त्याने बहिर्जीहून काळीजतोडीची खबर खालच्या मानेने महाराजांसमोर ठेवली – "रजपूत पद्मसिंगाच्या तळावर घातल्या छाप्यात रूपाजी भोसलं जाया झाल्यात! जखमा बांधून त्रिंबकगडाच्या तळात पडून हाईत!" ते ऐकताना महाराजांना आपलाच उजवा हात जाया झाल्यासारखे वाटले.

कर्नाटकातून हरजीराजांनी पाठविलेला जैतजी काटकर रायगड चढून आला. मुजुमदार खंडेराव पानसंबळ त्याला घेऊन महाराजांना पेश झाले. कर्नाटकप्रांती या दरम्यान खूप उलथापालथी झाल्या होत्या. हरजीराजे हिकमतीने कर्नाटकचे राज्य वाढीस लावीत होते.

"कबजी येत्यात," कुलेशांचा कारभारी आत येऊन वर्दी ठेवून गेला. कनोजी माटाची गुलाबी पगडी धारण केलेले कुलेश नमस्कार करीत दालनात आले.

"शहजाद्याची काही हालचाल कविजी कोकणात?" ते येताच राजांनी त्यांना मुद्द्यावर घेतले.

"जी. उत्तरमें राजा रामसिंग को लिखा है शहजादाने।"

"आम्हीही लिहिले आहे. जाबाची वाट बघतो आहोत. पण कविजी, जो वकुब मिर्झा राजात होता, तो नाही दिसत आम्हास त्याच्या कुँवरात."

"जी. मिर्झा आदमी मैदान का, रामसिंग कोठीका।"

कितीतरी वेळ महाराज कविजींशी राजकारणावर बोलत राहिले. जायला निघताना कुलेशांनी चौल तर्फेची एक बाब महाराजांच्या कानांवर घातली – "चौलमें जिवाजी विनायकने फिरंगोंका एक जहाज दस्त किया है। खंबायतके बेपारी रामचंद्रदास का माल है उसमें। जहाज उसका नहीं। फिरंगी जहाज मांगते है।"

"ठीक आहे. पण त्या मागणीत आमचा अरबांशी असलेला दर्यादोस्ताना आपणास पसंत नाही, हे लिहिणारे फिरंगी कोण?" महाराजांचा नूर बघून काही न बोलताच कवींनी निरोप घेतला!

तो मामला तोडून टाकण्यासाठी याद घेतल्या पेशवे निळोपंतांना मात्र महाराजांनी आज्ञा केली, "चौलात दस्त केले गलबत फिरंग्यास सुपुर्द करण्याचा जिवाजींना हुकूम द्या. आणि निवडीची माणसं तुकडीनं चौलाच्या कोटाभोवती पेरा!"

पहिला कळला, पण दुसऱ्या हुकमाची अटकळ निळोपंतांना काही लागली नाही.

महाराज नुसते फेर घेत राहिले. जंजिऱ्याचा सल निखळत नव्हता. दिसावा; पण हात घालता येऊ नये, असा जंजिरा खोबणीत बसला होता. रामसेज तर घेरात पडला होता. "रामसेजची काय खबर पंत?" महाराज आपल्याच विचारात होते.

"शाबदी-कासमखानांनी पावसाळा असताही कोटाला पान लावण्यासाठी तीन वेळा जबर उचल खाल्ली. आपल्या किल्लेदारानं तिन्ही हमले फेकून दिले स्वामी."

"पंत, गडउपराळा करण्यासाठी एक हजारांची घोडेपथकं आजच रामसेजच्या वाटेला लावा."

"जी. दोनशे मण आताषीच्या गोणी घेऊन सलाबतखान रामसेजच्या कुमकेला गेल्यानंच शत्रू उचल खातोय."

"कुडाळच्या गणोरामांना, डिचोलीच्या मोरो दादाजींना जमेल तितका आताषी साठा रामसेजच्या कुमकेसाठी त्रिंबकगडाला केसो त्रिमलांकडं पावता करण्यास तातडीनं कळवा."

कुलस्त्रीने हातचा कुंकुकरंड न सोडण्यासाठी जंग-जंग पछाडावे, तसे रामसेजसाठी महाराज जिद्दीला पेटले होते. रामसेजचा किल्लेदार तर हमल्याचा सासूद लागताच गडावरून जडशीळ दगड-धोंडे, ओल्या लाकूड गाठी उतरंडी धरून लोटत होता. आभाळातून पाऊस, गडावरून ही मारगिरी याने शाबदीखान पुरता हैराण झाला होता. गडतट धरून त्याने लावलेले सुरुंग उधळून त्याखाली त्याचीच माणसे गाडली गेली होती. 'रामसेज' उड्डाणातल्या रामभक्त 'हनुमंता'च्या पवित्र्यात ताठ खडाच होता!

◆

॥१३॥

"हबशी, हबशी, हबशी!" संतप्त, बेचैन छत्रपती आवळल्या मुठीने स्वत:शीच झगडत होते. कवी कुलेश, प्रल्हादपंत, निळोपंत, खंडेराव अशी भोवतीची मंडळीही, दादाजींनी दंडाराजपुरीहून पाठविल्या हारकाऱ्याची जबान ऐकताना सुन्न झाली होती. सिद्दी खैरतने दिवसाढवळ्या नागोठाणे बंदरात घुसखोरी करून रयताव्याची भर चौकात नाके छाटली होती!

"जंजिरा घेरातून येसाजी कंकांचा पावलोक काढता घेतल्यानंच हबशी असा मोकाट सुटलाय." प्रल्हादपंत जंजिरा-वेढा बळकट करण्याच्या सल्ल्याने म्हणाले.

महाराज विचारात पडले. घेरामुळेच खजिन्यावरचा ताण वाढत होता.

"निळोपंत, दादाजींना कलमी हुकूम द्या – जलकोटच्या फौजा काढत्या घेऊन महाडात ठाण व्हा म्हणावं. दौलतखान, मायनाक, जिवाजींना आपआपले दर्यातळ, गलबतं, माणूससुद्धा हमेश जागते ठेवण्यास कळवा." महाराजांनी निवाडा दिला.

ज्या जोरावर हबशी खोड्याने वागत होता, तो तिढाच सरळ करावा म्हणून निळोपंतांना शेवटची सूचना मिळाली, "त्या पावलांनी तुम्ही चालता ती आम्ही बरी पारखून आहोत याची सख्त ताकीद द्या, चौल-गोव्याच्या फिरंग्यास आणि मुंबईच्या टोपीकरास."

"कोल्हापुरास्नं हंबीररावांचा निरोप हाय. मिरज ठाण्यावर आदिलशाहीचा सालार शर्जाखान वीस हजारांच्या बळानं उतरलाय. त्याचा बेत कळत न्हाई." खंडेराव पानसंबळ चिंतेने बोलले.

"पेशवे, मामांना कळवा, या बाक्या समयी आदिलशाहीशी दोस्ताना रक्षून चालविणं आहे. तुम्ही पाऊस उलगेतो पन्हाळा, कोल्हापूर, कऱ्हाडचा मुलूख हुशार ठेवून असणं. अज्जमशाहास दबीत ठेवणं."

"बालकुंडाच्या घाटीनं रामसेजवर कासमखानानं हमला केला. किल्लेदारानं दगड बरसवून तो फिरवला आहे. बातमी मिळतेय बादशहानं कासीमखानाला उत्तरेकडून

आणि राणोजीला दक्षिणेकडून तळकोकणात उतरायचा हुकूम दिलाय.'' निळोपंतांनी शाही कडवी चाल समोर ठेवली.

''पंत, जेवढा उतरतो तेवढा औरंगचा हशम आम्हास तळकोकणातच पाहिजे. जी हसमखानाची केली तीच गत करतील आमचे तुकोजी-रूपाजी-मानाजी त्यांची.'' औरंगची हर चाल बारकाव्याने ऐकूनही महाराजांच्या मनाचा टवकासुद्धा कचरत, कातरत नव्हता. कसलेतरी न उकलते बळ त्या मनात जसे दिवसागणिक ठासले जात होते.

''आपल्या कैदेतला कंकडकिल्ल्याचा ठाणेदार शहा अलिलखान पळून बहादूरखानाच्या तळावर नाशकात गेल्याची खबर आहे.'' खंडोजी म्हणाले.

महाराजांची नाकपाळी ते ऐकताना किंचित रुंदावली. नाकगड्डा आक्रसला. ''चिटणीस, दस्त कैदी पळून जातात ते कसबानं तुरी देऊन नव्हे. तोबरा देऊन! हर किल्लेदारास कलम द्या. असा बोभाट येतो, तर गय-मुलाहिजा नाही.''

महाराज बोलून गेले, पण मनात दूरवर कुठेतरी टिटवी केकाटून गेली – ''शिर्के-निंबाळकरांसारखे आप्त राजरोस पळून जाताहेत त्यांचं करणार काय छत्रपती असून आम्ही?'' तो काळोखच दूर सारत फक्त कुलेशांना थांबण्यास सांगून महाराजांनी सर्वांस निरोप दिला.

''कविराज, शहजादा अकबरास आगे वर्दी द्या. आम्ही त्याशी खल-बात करण्यास खास येत आहोत.'' थांबविल्या कुलेशांना राजाज्ञा मिळाली.

''जी.'' कुलेशांनी रुकार भरला. त्यांच्या मनी काही बोलायचे होते. कारण त्यांना एकट्यांनाच एकांती घेतल्याचे पाहून बाहेर गेल्या अनेकांच्या चेहऱ्यावर उमटलेली नाराजी त्यांना स्पष्ट जाणवली होती. पण विचारगत महाराज बघून ते मन मारून राहिले. मंत्रिवाडीतील एकही मंत्री त्यांच्या घरी, आमंत्रण देऊनसुद्धा भोजनास येत नव्हता. त्यांचे महाराजांच्या आसपास वावरणे अनेकांना पसंत नव्हते.

दोन दिवसांतच श्रावणसरींना न जुमानता महाराजांनी कवी कुलेशांसह रायगड सोडला. महाडघाटीने महाबळेश्वरची चढण उतरून ते चिपळूण, संगमेश्वर, खेळणा अशा मजला टाकत राजापूरला अकबराच्या तळावर आले. संगती मोजका घोडाईत होता. डेऱ्याच्या तोंडावर आल्या दुर्गादास राठोडसह अकबराने महाराजांची आगवानी करून त्यांना इतमामाने आत नेऊन बैठकीवर बसविले. ही अकबराशी दुसरी भेट होती. महाराजांसाठी आल्या रिवाजी नजराण्याला हात देऊन त्यांनी तो स्वीकारला. बैठकीला तोंड फुटले –

''राजासाब, तंग आये। शेर होकर घास खाना बडी तोहमत की सजा।'' अकबर पिळवटून बोलला.

''तेच म्हणतो आम्ही. शेरास खाना रान पालथं घालून धुंडावा लागतो. इथं

कोंडून नाही तड लागणार तुमची.'' महाराज म्हणाले.

''राय क्या आपकी राजासाब?'' कोकणात राहून दिल्लीतख्ताचे स्वप्न अद्याप अकबराच्या डोळ्यांत तरळत होते. महाराजांना अकबर फक्त वापरायचा होता.

''तुमचा सल्ला दुर्गाजी?'' महाराजांनी राठोडलामध्ये घेतला.

''जी, अब औरंग दख्खनमें फसा है। नहीं हिलेगा। राजासाब, हम शहजादाके साथ राजस्थान लौटेंगे। रजपूत इकठ्ठा बांधेंगे।''

''रास्त. आम्ही काय करावं या मसलतीत?'' महाराजांनी मिश्याकल्ल्यांचा राठोड नीट निरखला. त्यांना वाटले तो सैन्याच्या कुमकेची गळ घालणार.

''सिर्फ हमारे जानेका इंतजाम।'' महाराज सैन्यबळ देऊच शकत नाहीत हे ताडूनच राठोड शहाणपणाने बोलला.

''मतलब? एवढा जाग-जाग शत्रूचा तळ पडला असता, तुम्ही जाणार शहजाद्यांना घेऊन उत्तरेत? जाणता? दिसेल तिथं शहजाद्यांना दस्त करून दाखल करण्याची फर्माने सुटलीत औरंगाबादेहून!''

''वो क्या खाक करेंगा दस्त हमको? हम उसके ही बच्चे है। दर्यासे उड जायेंगे हम। देंगे हाथ आप हमको?'' चिडीने अकबर निर्धारी बोलला.

महाराजांनी सहेतुक कुलेशांकडे बघितले. निर्णय दिला. ''ठीक आहे. आम्ही करू बंदोबस्त हत्यारी पहारा आणि तुम्हास सैन्य देण्याचा. दुर्गाजी, जगदंब तुम्हास फत्ते देईल.''

महाराज उठले. अकबराचा निरोप घेऊन त्यांनी राजापूर सोडले.

रायगडाच्या खासेदालनात महाराज कवी कुलेशासंगती शहजादा अकबराला काय चाल द्यावी, यावर बातचीत करत होते. दालनावर खास सेवक पुरुषा व जोत्याजी केसरकर पहारा देत होते. थंडी गडभर उतरल्याने छत्रपतींनी खांद्याभोवती शालनामा लपेटता घेतला होता. ''कविराज, शहजाद्याचा माग तलास घेतलात तुम्ही? राजी आहे तो हिंदोस्थानात गुजराथेला जायला? कुवत आहे त्याची रजपुतांच्या मदतीनं हिंदोस्थान बांधण्याची?'' औरंगजेबाला काटशह देण्याच्या विचारात गढलेल्या महाराजांच्या तोंडून सवालाच्या पाठलागात सवाल सुटले. त्यांचा बेत मोठा होता. उमेदीच्या दुर्गादास राठोडांना त्यांनी त्यासाठीच बोलावणे धाडले होते. त्याला दहा हजार फौजेचे पाठबळ द्यावे व अकबरासह गुजराथेत पाठवावे. त्याने अंबरचा रजपूत राजा रामसिंग याची जोड घेऊन थेट दस्तच करावे. उत्तरेस परतणाऱ्या औरंगला आणि दगडापरीस वीट सुमार, या न्यायाने अकबराला दिल्लीला तक्तनशिन करावे.

''हमने बातचीत की है शहजादेसे। चाहे जो करने तैयार है, शहजादा। शाही

असामी है अकबर। उसका लाभ उठाना चाहिये।'' कुलेश म्हणाले.

''त्याला हत्यारी हशमांचं बळ देऊन मुलखाबाहेर काढणे हेच लागीचं. आपल्या फौजेवर बारीक ध्यान ठेवील अशी, हुन्नराची असामी बघतो आहोत, त्यासाठी आम्ही.''

आता कुलेशही अकबराच्या बाबीने विचारगत झाले. कनोजी पद्धतीचा, कमरेत वाकून महाराजांना नमस्कार करून बाहेर पडले. एकले महाराज पायफेर घेऊ लागले. त्यांना ठायी ठाय आणि जिकडे-तिकडे औरंगमुद्रा दिसू लागल्या.

''पेशवं आल्यात.'' पुरुषा नावाच्या खिदमतगाराने महाराजांना भान दिले.

''स्वामी, दोन खाशा असामी गड चढून आल्या आहेत. मिरज-अकोला तर्फेने सरलष्करांनी पाठविलेले धनाजी जाधव आणि शहजाद्यांकडून आलेले दुर्गादास.'' पेशवे आत येताच म्हणाले.

''ठीक. त्यांना जोडीनंच पेश घ्या सकाळी. खूब हेताची बात करणं आहे त्यांच्याशी. तुम्ही जातीनं उतरा कल्याण प्रांतात कुमकेनिशी.''

''जी. महाराज...'' बोलते निळोपंत कसे बोलावे, या विचाराने अडखळले.

''रुकलात पेशवे – बोला – ''

''सिद्दी कासमनं दस्त करून मुंबईला नेलेल्या आपल्या सारंगांपैकी – जे-जे धर्मांतराला राजी नव्हते, त्यांची कत्तल केली. आणि....''

''काय... काय झालं बोला पेशवे!''

''आपले जाया झालेले सारंग – सिद्दी मिस्री मुंबईत गेल्याची खबर आहे!''

कलमी सेवेवर बसल्या खंडोजींना छत्रपतींनी, राजा रामसिंगाला जाणाऱ्या खलित्यांचा मजकूर सांगितला – ''दखखनेत आला शहजादा, दुर्गादाससंगती फौजबंदीनं गुजराथ प्रांती अहमदाबादमार्गे धाडतो आहोत. आमचा तोडीचा सालार त्यांची जोड करील. तुम्ही जाणते आहात. अवघे एकवटून हिंदोस्थानात बादशहास काटशह घालावा. वडीलधाऱ्यांनी मुगलांच्या केल्या मागील सेवेचे का चीज झाले, हे ध्यानी धरून पोख्त विचार ठेवून चालवावे... फिरलाच औरंग परतीने उत्तरेत, तर त्यास दस्त करण्याची उमेद राखावी...'' या मतलबाचा तो खलिता होता.

खंडोजींनी रेखल्या खलित्यावर वाळूची चिमट शिवरली.

''चिटणीस, खलिता धाडसाच्या, नेक जासुदाहाती द्या. खूप दूर जाणार तो.'' खलितावळीकडं बघत राजे म्हणाले.

आबाजी सोनदेव वारल्यामुळं दरबार भरवून रामचंद्र नीळकंठ भादणेकरांना, महाराजांनी सुरनिशी मानवस्त्रे व शिक्के दिले. कुडाळापासून तुंगभद्रा नदीपर्यंतचा प्रांत त्यांच्या ताब्यात दिला. आबासाहेबांच्या हयातीत ही जोखमीची जागा अण्णाजी

दत्तो यांच्याकडे होती. ज्यांच्यामुळे महाराजांना न विसरता येणारी तापदराच झाली होती. महाराजांना आता फार जाणवू लागलं की, खंडोजी बल्लाळ मैदानी वकुबाचे असूनही कलमात अडकून पडलेत. त्यांनाही साजेशी मैदानी कामगिरी दिलीच पाहिजे. कलम सांभाळत त्यांनी हत्यारही चालविले पाहिजे.

खंडोजी, किल्लेदार, चांगोजी, कुलेश, रायाजी, अंतोजी यांच्या मेळाने गड उतरून महाराज पाचाडपागेसमोर आले. तिथे धनाजी-दुर्गादास त्यांना सामोरे आले. पागेसामने वीस हजारांचा घोडा व पावलोक हारीने शिस्त लावून उभा होता. राजांनी त्यांना रिवाजी निरोप दिला आणि ते पाचाडसदरेवर आले.

चौतर्फांनी आलेले खबरगीर पेश झाले. माणसांनी पाचाडसदर भरली होती. राजे अंथरल्या सदरबैठकीवरच्या गिर्दीला रेलले. आंबट, गोड-तिखट, खारट पदार्थांनी भरला थाळा समोर यावा, तशा सरमिसळीच्या खबरा राजांच्या कानांवर पडू लागल्या.

"पुरंदरच्या पायथ्याला बादशहाचा नातू मुइजुद्दीनसंगं झालेल्या झोंबाझोंबीत माणकोजी बल्लाळ कामी आले धनी!" खबरगीर अडखळत म्हणाला.

ते ऐकताच खंडोजी बल्लाळांची गर्दन तर झटका घेत वरच आली. पुन्हा अदबीने ती खाली घेताना पापणीकडा दहिवरल्या त्यांच्या. माणकोजी त्यांचे बंधू होते. महाराजही सुन्न झाले. खंडोजीच्या जवळ येत त्यांच्या खांद्यावर तळहात थोपटताना घोगरट आवाजात म्हणाले – "आमच्या टोपातलं माणिक आणि तुमच्या तर हातातलं कलमच गळलं. खंडोजी, तुम्हाला काय सांगावं आम्ही – धीरानं सुमार व्हा म्हणून?"

गडाच्या पायथ्याला बिरवाडीच्या नदीकाठाला धरून, अर्जोजी यादव, अण्णाजी मलकरे, हिरोजी इंदुलकर यांनी दिमाखदार शामियाना उठविला. हा शामियाना होता, कर्नाटक प्रांतातून राजांच्या भेटीसाठी येणाऱ्या रघुनाथपंत हणमंत्यांसाठी. कर्नाटक आणि मराठी मुलूख यांची ही भेट होती. रघुनाथपंत निवडक असामींनिशी एका मजलेवर ठाण झाले होते.

भेटीचा दिवस उजाडला. महाराज येताच बिरवाडीचा पुरा तळ सळसळून उठला. भोवतालची माणसं डोळ्यांत प्राण आणून काय घडणार म्हणून बघू लागली. सर्वांना माहीत होतं की, कर्नाटकात रघुनाथपंतांना काढणीबंद करण्याचा हुकूम राजांनी हरजींना दिला होता. गडभर आवई पसरली होती की, रघुनाथपंतांनी लांबीचा खलिता पाठवून, 'खाशा भेटीसाठी येत आहोत' असे कळविले होते. त्यामुळे उलट-सुलट अफवाच अफवा पसरल्या होत्या.

महाराज तळावर येताच शहाजणांची, तुताऱ्यांची कातरी लय घुमली. रघुनाथपंत

जिंजीहून आल्या माणसांतून एकलेच पुढेसे झाले. ते नजरेस पडताच महाराजांच्या मनातले आठवणींचे वारूळ फुटले. तरातर चालत ते रघुनाथपंतांच्या सामने आले. आलेले रघुनाथपंत रिवाजासाठी कमरेत झुकून मुजरा द्यायला तळहात कपाळी भिडवू लागले. झटकन पुढे होत महाराजांनी तो आपल्या ओंजळीत धरून वर घेतला. खुद्द तेच वाकून रघुनाथपंतांच्या पायांना भिडविण्यासाठी आपला हात पुढे घेऊ लागले! आशीर्वाद द्यावा असेही आता कुणी नव्हते. रघुनाथपंत मागे हटले. उठवून राजांना त्यांनी वर घेतले. दोघांच्याही डोळ्यांच्या बाहुल्या खिनभर एकमेकींना भिडल्या. खूप खोलवरचा मतलब जाणवला दोघांनाही. रघुनाथपंतांना छत्रपतींनी थेट ऊरभेट दिली. पंतांनी कितीतरी मायेने त्यांचे पाठवान थोपटले. पोख्त, जाणत्या वृद्धपणाला उभार-उमदे राजेपण भिडले. महाराजांनी हाताला धरून रघुनाथपंतांना भेटीच्या शामियान्यात घेतले. आत मजालसीच्या बैठकी अंथरल्या होत्या. राजांसाठी आणि पंतांसाठी गिर्दीची खास बैठक मधोमध येईल, अशी मांडली होती. त्यावर राजे, पंत बसले. तिला अदब ठेवून सारे खासे आपापल्या बैठकीवर बसले.

रघुनाथपंतांनी कर्नाटकातून आणलेली चाळीस लाख होनांची तबके छत्रपतींना पेश केली. महाराजांनी त्यांना स्पर्श दिला. निळोपंतांना नजर दिली. पेशवे निळोपंतांनी रघुनाथपंतांसाठी आणलेली मानवस्त्रे, ढाल-तलवार यांची तबके पुढे घेतली. पंतांनी ती आपलीशी केली. जगदंबेची भंडारापरडी मजालभर फिरली. तिची बोटे कपाळावर चढली. राजांनी रघुनाथपंतांना विचारले, ''पंत, कर्नाटकाचा हालहवाल?''

''सुक्षेम. हरजीराजे नेटा-बळानं प्रांत रक्षून आहेत. कसल्याही भातेनं चिंता नसावी. जमल्यास खाशांनीच टाकावा एकदा फेर कर्नाटकात.''

''हरजीराजे तुमच्याशी कसे?'' घडल्या – न टाळता आलेल्या प्रसंगांनी राजमन वेढून आले.

''जी. घरोब्यानं आहेत राजे आमच्याशी. वडिलांठायी मानतात आम्हास. त्यासाठीच आलोत आम्ही – काही मनच्या हेतानं. हयात गेली हत्यार पेलून, जिवाभावानं इजाजत होईल तर – तर काही बोलावं म्हणतो.'' खूप पाहिलं, सोसलेली, आपली निडर वृद्ध नजर पंतांनी राजनेत्रांवर जाम रुपवली. भरली मजालस ती बघताना चुळबुळली.

''पंत, मनमोकळं बोला. नि:संकोच बोला. आता कुणाला मसलतीचं – मनाचं विचारावं, असं वडीलधारं कुणी नाही. आबासाहेब, थोरल्या आऊ, समर्थ सारे जगदंबेला प्यारे झालेत.'' सगळी मजालस महाराजांच्या कोंडीने, आपल्या अंगावर पडल्या जोखमीच्या जाणिवेने गंभीर झाली.

बोलण्यापूर्वी पंत क्षणैक थांबले. मनाची बांधणी तर त्यांनी आपल्या तळावरच केली होती – शब्दांची जुळणी करणे अवघड जात होते. कुठलाही उणा-अधिक

शब्द तोंडून जाऊ नये यासाठी कोशिश होती. भंडाऱ्याची बोटे फिरलेल्या छत्रपतींच्या मुद्रेकडे बघत, पंत बोलू लागले – मनातले, रांगडे, स्पष्ट-साफ, निडर –

"थोरले महाराज जाऊन काही बहुत दिवस झाले नाहीत. तो मुलूख उजाड का होत चालले? पुंड-पाळेगार, फितवाखोर बळावत चालले, हे कोण मजालीनं?" महाराजांच्या मनातील नेहमी सतावणारा सवालच पंत करीत होते. अंतर्यामी घुसळून निघालेले राजे वरवर शांत होते. मन पार तळवटापर्यंत उतरले त्यांचे.

"दिमतीचे सरदार, मंत्री बेदिल, अन्यायी जाले. त्यास मारणे रास्तच होते, तर रायगडी घेऊन एकांती मारायचे. ते सोडून सर्वांसामने का मारिले?" पंतांनी विचारले.

आता मजालस पुरी बेचैन झाली. कातर झाली. कैकांना वाटले महाराज आता तडक बैठकीवरून उठतील. कुणी सांगावे, या क्षणी पंतांना दस्त करण्याची आज्ञाही देतील!

मजालसीत हंबीरराव होते. तेही रघुनाथपंतांच्या वकुबा-अधिकाराचे होते. त्यांना राहवले नाही. ते म्हणाले, "पंत, ग्येले ते काय चालीनं याची शानिशा झालीय सम्दी. कै. थोरल्या महाराजांनी बेलवडीवर भरल्या तळासामने सखुजी गायकवाडाचं डोळं का काढलंत? राजांच्या जिवावर उठल्या चाकरांचा काय मरातब कराय पायजे हुता तुम्हासारा?"

आता सरलष्कर-पंत यांचीच बोलाचाली वाढतेय का काय, अशा शंकेने मजालस थरकली. छत्रपतींनी मध्येच हात उठवून हंबीररावांना रोखून घेतले. आणि म्हटलं....

"सरलष्कर, सुमार असा. पंतांना बोलू द्या. त्यांचा अधिकार आहे तो."

त्या बोलांनी पुरते निर्भय झालेले पंत म्हणाले, "आम्ही काय, पिकलं पान. आज आहोत – उद्या नाही. एवढा मातब्बर गनीम तोंडावर येऊन ठेपलाय त्याचा काही विचार केला आहे काय सरलष्कर?"

त्यांच्या या रोकड्या सवालाने मात्र महाराज बोलतेच झाले,

"पंत, काळजाचा सवाल केलात. त्यासाठी आम्ही काय करतो आहोत, ते आमचं आम्हास ठाऊक. मुलूख उजाड होतो आहे, तो औरंगच्या मारगिरीनं. तीस हजारांवर तवानी सैन्यसंचणी बांधलीय. जागजागी मोगली फौजेशी चकमकी झडताहेत. खजिना त्या भाराखाली वाकलाय. एका बाजूनं औरंगच्या फौजा चौतर्फानं दौलतीत घुसल्यात. ती संधी साधून दर्या धरून फिरंगी, हबशी उचल खाताहेत. इदलशाही, कुत्बशाही अंग मुरवून गुमान आहेत. काय करते, असते तरी आबासाहेब अशा समयास? पंत, तुम्ही बोलल्याचा राग-रोष नाही. हरजींना प्रांत ठाकेठीक राखून चालविणेस कळवा... आणि... आणि आता तुम्ही – तुम्ही नका जाऊ कर्नाटकात."

महाराज काही विचाराने थांबले. तडक उठलेच. मजालसही उठली. प्रत्येक

जण विचार करीतच बाहेर पडला.

दुपारी रघुनाथपंतांनी दिलेला खाना घेऊन महाराज गडाच्या वाटेला लागले. विचारच विचार, मृगाच्या आभाळागत भरून आले त्यांच्या मनात. ते कुणाशीच काही बोलले नाहीत.

रात्री सुखदालनात हुलग्याच्या माडग्याचा कटोरा घेऊन आलेल्या येसूबाई त्यांना विचारगत बघून म्हणाल्या, "तब्येतीत काही सुमार स्वारींच्या?"

महाराजांनी येसूबाईंना निरखले. त्यांना आठवले ते आबासाहेबांनी येसूबाईंना दिलेली शिक्केकट्यार. 'श्रीसखी राज्ञी जयति' या मुद्रेची आपणच दिलेली जोखीम. त्यांना बघताना रघुनाथपंतांशी झालेली सारी मुद्द्याची चर्चा मनात फिरली. येसूबाईंच्या कानी भेटीचा सर्व करीणा घालून राजांनी त्यांनाच विचारलं, "सल्ला काय तुमचा पंतांच्या बाबतीत?"

येसूबाई विचारगत झाल्या. मग निर्धारानं म्हणाल्या – "आम्हाला वाटलं..."

"काय?"

"पंतांवरच मुजमूची जोखीम सोपवावी!"

"...आणि खंडेराव आहेत मुजुमदार त्यांचं काय?"

"एकांती घेऊन समजूत काढावी त्यांची."

येसूबाईंच्या मनाप्रमाणेच झाले. रघुनाथपंतांना मरातबाने मुजुमदारीची वस्त्रे देण्यात आली. कर्नाटकाची मुजुमदारी त्यांचे चिरंजीव तिमाजी रघुनाथ यांना देण्यात आली. खंडेरावांची समजूत नीट पटवून हे झाले.

महाराज सिंहासनसदरेवर फेर घेत होते. भोवती अदबीने उभे असलेले निळोपंत, प्रल्हादपंत, खंडेराव, रघुनाथपंत खालमानेने चिंताक्रांत उभे होते. फेर थांबवून राजांनी प्रल्हादपंतांना विचारले, "पंत, तुम्ही टोपीकरांच्या दरबारातून आलात. काय चाल आहे गोऱ्यांची?"

"जी. ते राजी झालेत हबश्यांना थारा न द्यायला. मुगलांची गलबतंही दर्या ओलांडणार नाहीत, याची हमी दिलेय त्यांनी." शेजारी उभ्या हेन्री स्मिथ या गोऱ्या वकिलाकडे हातरोख देत त्यांनी त्याची ओळख छत्रपतींना करून देत म्हटले, "हे त्यांचे हेजिब, हेन्री म्हणून." हेन्री गुडघ्यांवर बसत लवला. डुईची उंच माटाची, पीसधारी टोपी त्याने उतरून हलविली.

त्याच्याकडे नजराणा नाही, या जाणिवेनं प्रल्हादपंत लगबगीने म्हणाले, "स्वामी, गोऱ्या दरबारनं दिला होता नजराणा यांच्या संगती. पण...."

"आम्हाला तो पेश न करता यांनी मध्येच ठेवू घेतला – असंच म्हणायचं आहे तुम्हाला पंत!"

"क्षमा असावी. तसं नाही – पण हे आणि आम्ही निघालो मुंबईहून करंजामार्गानं इकडं येण्यासाठी. पण चार हबशी गलबतांनी रोखला आमचा दर्यामार्ग. यांना आणि आम्हाला गलबतात दडून राहावं लागलं. शरम वाटते; पण यांच्याकडचा नजराणा आणि आमचं सामान लुटून नेलं हबश्यांनी उंदेरीकडं."

महाराज ते ऐकून संतप्त होतील अशा भयाने प्रल्हादपंतांनी गर्दन टाकली. राजांना ती जाणवली. त्यांच्याजवळ येत ते म्हणाले, "न्यायाधीश, नजराणा गेला याची एवढीसुद्धा खंत करू नका. तुम्ही – तुम्ही सुक्षेम परत आलात हाच आम्हाला नजराणा." गोऱ्या वकिलाकडे हात करून, "यांची साजेशी देखभाल करा." असे म्हणून राजांनी हेन्रीला नजराणा देवविला.

हेन्री पुन्हा लवला. उठून जायला निघाला. त्याला बोलण्यातले काहीच कळले नव्हते. पटली होती, ती राजांची मर्दानी सौंदर्याची मूर्ती! पंत व हेन्री निघून गेले.

कवी कुलेश अकबराचा वकील अब्दुल हमीद याच्यासह भेटीला आले.

"स्वामी, शहजादाको हिंदोस्थान जानेमें कामयाबी नहीं मिली। खान रुहुल्लाने आकर सब रास्ते रोक दिये। बडी मुश्कीलसे वापस लौटे शहजादे।" औरंगने आपल्या बेट्याची केलेली अचूक नाकेबंदी कुलेशांनी सांगितली. महाराजांच्या कपाळी जाळे एकवटले. चटकन त्यावर त्यांनी सवाल घातला – "धनाजी कुठं?"

"जी. धनाजी गये गुजराथमें। भडोचको तसनस किया है। दुर्गादास है, उनके साथ।"

"तुम्ही शहजाद्याच्या पिछेहाटीचं सांगितलंत कुलेश. आणखी काही?" धनाजींच्या आगेकुचीने महाराजांना दुःखातही सुख शोधावे लागले. तेही आपल्यापाशीच ठेवत कुलेशांना त्यांनी विचारले.

"हम समझे नहीं..." खुद्द कुलेशच गोंधळले त्या सवालाने.

"कविराज, याद असेल, आम्ही मरातबानं नेताजींच्या बरोबर नजराणा पाठविला होता शहजाद्यांना. त्यात मानाचा म्हणून मोत्याचा कंठाही दिला होता, दिल्लीचे 'शहेनशाह' बनायला निघालेल्या शहजाद्यांना! काय करीणा त्या कंठ्याचा? आलाय कानी?"

कुलेशांनी चमकून अकबराच्या हेजिबाकडे बघितले. ही मामुली बाब महाराजांपर्यंत कशी पोहोचली एवढ्या धामधुमीत असा त्या नजरेचा मतलब होता.

"आका अलीने वो कंठा बक्ष दिया, एक लवंडी को हुजूर!" अब्दुल हमीद बेफिकिरीने अकबरापुढे बोलावा, तसा महाराजांसमोर बोलून गेला.

"खामोऽश!" छत्रपती संतप्त होत कडाडले. नाकपाळी लालावत रुंदावली त्यांची. श्वास चढीला पडल्याने भरदार छातवान वर-खाली लपापले. अकबराने मरातबी कंठा 'मामुली' मानला याची चीड होती त्यात. त्याहून शिगेचा संताप होता

– त्याच्या मामुली हेजिबाने या देशीच्या स्त्रीला 'लवंडी' म्हटले याचा.

"कुलेश, जाब विचारा याचा शहजाद्याला!" आपल्याच विचारात महाराज तरातर निघूनही गेले. अब्दुलने शरमेने गर्दन खाली टाकली.

दारूकोठारावर, शिलेखान्यावर देख टाकून सिंहासनसदरेवर आल्या राजांना खंडोजी बल्लाळ उत्तरेतून परतल्या गंगाराम हिंदोस्थानी सोबत पेश झाले.

"बोला हिंदोस्थानी?" 'जय सियाराम' म्हणत नमस्कार करणाऱ्या गंगारामला राजांनी विचारले. त्याच्या उत्तरेतल्या कर्तृत्वाचा हवाल ऐकायला ते उत्सुक होते.

"बिहारमें मोंघीर कब्ज किया हमने नरेश! आप के फौजी आदमी बडे तेज है राजासाब." गंगाराम गौरवाने म्हणाला.

"हिंदोस्थानी पाटण्यावरही गेले होते चालून उत्तरेत... पण..." छत्रपतींना गंगारामच्या सगळ्या बाबींची माहिती मिळावी, या हेताने मध्येच खंडोजी बोलले.

"रुकलात चिटणीस?"

"दाबजोर फौजीबळाच्या जोरावर तिथल्या मुगल सुभेदारानं पिछेहाट घ्यायला लावलेय हिंदोस्थानींना. फेर मदतीची उमेद राखून आलेत ते दक्षिणेत."

"खंडोजी यांना नजराणा द्या. पाचाडपागेचा, उत्तरेची हवा सोसेल, असा तगडा पावलोक द्या." आणि हिंदोस्थानीकडे बघत महाराज म्हणाले, "दोन दिवस थांबा हिंदोस्थानी. फार टप्प्यानं आलात, विश्रांती घ्या."

"जय सियाराम की!" नमस्कार घालून गंगाराम निघून गेला.

कल्याण-भिवंडी भागातून रणमस्तखान आणि बहादूरखान यांच्या धुमाकुळीच्या खबरा येऊन पोहोचल्या होत्या. त्यासाठी खास बोलावून घेतलेले हंबीरराव, मानाजी, केसोपंत, रूपाजी आणि तुकोजी पालकर यांच्या सोबतीने खुद्द महाराज कल्याणवर उतरले. कल्याणला छोटेखानी कोट होता. तो राखण्यासाठी महाराज दिवसभर फळीफळीवर घोडा फेकत होते. एके दिवशी संध्याकाळी, दिवसभर थकले, श्रमले महाराज तळावर परतले. या आघाडीचे रूपाजी, केसोपंत, निळोपंत त्यांना सामने आले. त्यात नव्हते जाया झालेले हंबीरराव आणि तुकोजी. मनच्या काही विचाराने महाराज म्हणाले, "तुकोजींना बोलावून घ्या. हा पडला घेर तसा नाही निपटायचा."

"काय झालं पेशवे?" चरकलेल्या महाराजांनी विचारले.

"जी, तुकोजी गेले स्वामी!" छत्रपतींसकट सर्वांनी उसासा टाकला.

चौल, गोवा, वऱ्हाड भागातून खबरा येतच होत्या. कल्याणात गुंतून पडणे शक्यच नव्हते. तुकोजींना अगीनडाग देऊन, मोहीम निळोपंत व हंबीररावांवर सोपवून महाराज रायगडाच्या वाटेला लागले.

गडावर आल्या छत्रपतींना खानदेश भागात बेरूरला मावळ्यांनी केल्या यशस्वी हमल्याची आणि खजिना भरणाऱ्या भरपेट लुटीची, बिदरला केल्या चौथ वसुलीची दिलाशाची खबर मिळाली. नळदुर्गतर्फेला राजांचा सरदार भिकुलाल याची कासिमखानाबरोबर गाठ पडली होती. खानाचा मीर अबिद दिवाण मारला गेला होता.

गोव्याहून आलेले येसाजी गंभीर महाराजांना खासगीत पेश झाले. फिरंग्यांनी गोव्यात घातला धुमाकूळ खाशांसमोर ठेवताना म्हणाले, ‘‘काही रया राहिली नाही फिरंगाणाची धनी. पणजी सोडून फिरंगी लगतच्या अंत्रुज, सालसेत, बारदेश भागात चालून येत्यात भल्या पहाटेचं. कानडी माणूसमेळ आणि नव्या माटाच्या बंदुका आहेत त्याच्याकडं. अशीच गत राहिली तर...’’ कसे सांगावे म्हणून येसाजी रुकले. छातीवरून उतरलेले उपरणे मनच्या पिळाने मुठीत चुरगाळले गेले त्यांच्या.

‘‘तर काय होईल, बोला, येसाजी.’’ महाराजांची गर्दन झटकन वर झाली.

‘‘फिरंगी गावं लुटत नाहीत नुसती स्वामी! किरिस्ताव व्हायला राजी नसलेल्या उभ्या गावची माणसं चूड पेटवून जाळतात भर चौकात! घरचा कर्ता माणूस मेला, तर डोंबाच्या वृत्तीनं सरकारजमा करतात त्याची सारी मालमत्ता. आडा-विहिरीत पावाचे उष्टे तुकडे टाकून, ते पाणी पिताच धर्म बुडला, अशी भूमिका उठवतात. तरण्याताठ्या पोरी बाटवून भिक्षुणी म्हणून नेतात आपल्या देवळात. पांढरे झगे चढवून धर्माच्या प्रसारासाठी भरीस घालतात त्यांना दिवसभर आणि रात्री...’’ येसाजींनी मानच खाली टाकली. त्यांच्या पापण्या दहिवरल्या. उपरण्याची मूठ चाळवता-चाळवता गपकन थांबली.

कानी पडणारे ते शब्द ऐकून छत्रपती सैरभैर झाले. जखमी वाघागत नुसते फेरच फेर घेऊ लागले. फिरंग्यांच्या करणीचा संताप, चोहोतर्फांनी औरंगनं फेकलेल्या दौलतीवरच्या, ठिकठिकाणच्या फौजांचा ताण, हबशी, गोरे यांची संधिसाधू चाल, त्यांच्या भोसलाई मनात अनेक विचारांनी थैमान घातले.

‘‘ – हीच गत राहिली तर पुरा फिरंगाण किरिस्ताव होईल महाराज. जमेल तशी माणसं फिरंगाण सोडून कारवार, बेळगाव, वरघाटात परागंदा होताहेत. तगून आहेत ती; जीव मुठीत धरून हडबडलीत.’’ डोळ्यांतल्या पाण्याचे थेंब खळकन ओघळले येसाजींच्या उपरण्यावर.

परडीभर पसरता भंडारा, जगदंबेच्या मानकरी भुत्याने एकवटून घ्यावा तसे, काही एक विचाराने छत्रपतींनी आपले मन एकवटून घेतले.

अकबराचा करीणा महाराजांच्या कानांवर घालण्यासाठी कवी कुलेश भेटीस आले. राजांनी विचारलेल्या कंठ्याच्या बाबीला अकबराने बेमुर्वतखोर जाब दिला

होता – ''हम शहेनशाह है। जी चाहे करेंगे।'' ते उत्तर ऐकून, त्याच्या दिमतीला दिला घोडा आणि पावलोक छत्रपतींनी तत्काळ काढून घेतला होता. त्याला दिली जाणारी पेशगीची रक्कमही बंद केली होती. त्यामुळे खफा झाला अकबर आपल्या डेऱ्यांना जाळ लावून तळ उठवीत गोव्याच्या रोखाने जाण्यासाठी बांदा येथे पोहोचला होता.

राजांनी कुमक आणि पेशगी काढून घेतल्याने पुरत्या नाराज झाल्या अकबराचा पुढचा मनसुबा सांगताना कुलेश म्हणाले, ''सुनते है, शहजादा फिरंगाण गया है।''

राजे विचारगत झाले. त्यांना मिळेल तेवढा शहजादा वापरायचा होता. हातचा जाऊ द्यायचा नव्हता.

''कुलेश, बऱ्या बारकाव्यानं ध्यान ठेवा शहजाद्याच्या हालचालींवर. तो फिरंग्यास सामील होता कामा नये. प्रसंगी त्यासच वापरा फिरंग्यांच्या बाबीनं.'' राजांचा बेत मनी रुजवीत कुलेश गेले. कानी पडलेल्या फिरंगाणाच्या काळीजवेधी खबरेने बेचैन झालेले छत्रपती रायाजी-अंताजीसह आघाडी मनोऱ्याच्या रोखाने निघाले. त्या उंच मनोऱ्यावरच्या गडवाऱ्यावर त्यांचे खास बाबीचे निर्णय पक्के होत असत.

दफ्तर, सिंहासनसदर, खासे महाल इथे खाशांना शोधून शेवटी खुद्द खंडोजीच मनोरा चढून आले. त्यांना बघताच महाराजांनी मनचा हेत बोलता केला.

''चिटणीस, चेऊलतर्फेच्या सुभेदारास लिहा. फिरंग्यांच्या कोटास घेर टाका.''

''जी.'' कानी आल्या बाबी राजांसमोर ठेवण्यापूर्वी खंडोजी घोटाळले.

''बोला.'' राजांनी त्यांची अडचण हेरली.

''स्वामी, दर्यावर भूमच्या ठाण्याला बावीस गलबतं आणि शंभरावर गुराबे उतरलेत.''

ते ऐकून महाराज निर्णय देत म्हणाले, ''आपली शंभरावर गलबतं त्या तर्फेला रसद, नाखव्यांसह तयार ठेवायला सांगा दर्यासारंगांना. पुण्याला दामाजी रघुनाथांना राजगड, पुरंदर, शिवापूरला चढाईची नवी संचणी जय्यत करायला हारकारा द्या, खंडोजी!''

''जी. औरंगाबादेहून औरंगचा हेजिब शेख महंमद पणजीला फिरंगी विजरईला रुजू झाला आहे. त्यानं आपल्या दौलतीच्या खिलाफ फिरंग्यांनी उभे राहावे, अशी गळ घातली. आपणाला दिला जाणारा आताषी कारखान्यांचा वस्तभाव घेऊन येणारी जहाजं दर्यातून सोडू नयेत, असा खोडा टाकला आहे.'' खंडोजींनी औरंगच्या तिरक्या चालीचा माग दिला.

''खंडोजी, मंगळवेढे भागात इदलशाहीचा मियाखान, सय्यदखान, हसनखान असा तालेवारीचा लढाऊ सरदार नुसता ठाण होऊन आहे. त्यांना या वक्ताला जोड देण्यास लिहा. केवळ मराठीच नाही, दख्खनेतल्या अवघ्या शाह्या आज ना उद्या

औरंग पटात धरणार हे जाणून असावे, असे साफ कळवा त्यांना. आणि...'' खंडोजींना कुडीभर निरखत क्षणैक थांबून राजे म्हणाले, ''मोठ्या मोहिमेचा बेत आमच्या मनी आहे. तुम्हास घ्यावे म्हणतो संगती आम्ही. तयारीनं असा.'' खंडोजी आणि महाराज मनोरा उतरू लागले. दोघांच्या मनी दोन टोकांचे विचार होते.

याच वेळी पणजीच्या किल्ल्यात फिरंगी विजरईला शहजादा अकबर भेटला होता. त्याला मदत देण्याचेही फिरंग्यांनी कबूल केले होते. ही मदत होती, मक्केला जाण्यासाठी लागणारी लांब चालीच्या जहाजांची! पण –

औरंगचा शेख महमद भेटताच विजरईने तीही चाल पालटली. मदत रोखली! अकबर अडवून पडला. बांद्याला ठाण झाला.

आता कडाक्याच्या थंडीने जोर धरला. पुरा रायगड धुक्याच्या दाट गोधडीखाली उत्तररात्रीपासूनच झाकाळून जाऊ लागला. अशाच एका थंडीच्या दिवशी राजांचा निरोप घेऊन रायगडाहून निघालेले येसाजी गंभीर पणजीला फिरंग्यांच्या दरबारात प्रवेशले.

फिरंगी विजरई कोंद-द-आल्वोर हा पोर्तुगीज वाणाचा गरम कोट घालून, उभट, लाकडी बैठकीवर बसला होता. त्याचे फिरंगी दरबारीही छोट्या लाकडी बैठकीवर बसले होते. येसाजींनी दुभाष्या शेणवीच्या मध्यस्थीने विजरईला रोखठोक सवाल केला, ''फिरंगी मोगलांशी संगनमत करून चालवतात हे कसे?''

वर फिरंगाणात चौल, तारापूर भागात दोन भुईकोट राजांनी कब्ज केल्याचे पाठबळ घेत येसाजींनी विचारले, ''औरंगजेबाचा मोगली हेजिब शेख महंमद याच्याशी फिरंगी दरबारची बोलणी चालली ती कसली? मोगली जहाजे दर्यामार्गे ये-जा करतात, त्यास हा दरबार परवानगी देतो कसा?''

दुभाष्याने येसाजीचे प्रश्न कानी घालताच विजरई बिघडला! त्याने आपल्या दरबारची चाल न सांगता उलटाच सवाल केला की, येसाजी गंभीरांच्याकडे राजांची ओळखपत्रे आहेत काय?

ती 'नाहीत' हे ऐकताच, त्याने येसाजी गंभीरांना चक्क बाहेरचा रस्ता दाखवला. येसाजींनी त्या अपमानास्पद बाबीचा हारकारा रायगडी धाडला.

येसाजी गंभीरांची झाली मानहानी ऐकून, ''फिरंग्यांची जहाजे दिसतील तेथे घेर टाकून कब्ज करा.'' असा हुकूम आपल्या व अरबांच्या जोड आरमाराला राजांनी दिला.

कवी कुलेशही आता टिटवाळ्याच्या कुमकेला चार हजार धारकऱ्यांच्या पाठबळाने उतरले होते. त्यांची आणि इज्जतखान व रजपूत पद्मसिंह यांच्या जोड सैन्याशी चकमक उडाली होती. काही झाले तरी कल्याण-भिवंडीचा भाग औरंगाच्या घशात पडू द्यायचा नाही याचा हंबीरराव, निळोपंतांनी विडाच उचलला होता.

रामसेजचा औरंगचा चिवट घेर तर चाललाच होता.

या वेळी महाराजांच्या मनात फिरत होता फिरंगी! कुठे चिमट ठेवून नाक दाबावे म्हणजे फिरंगी तोंड खोलेल याचाच विचार करत, ते खासेवाड्यात फेर घेत होते. त्यांच्या भेटीला सुरनीस रामचंद्रपंत हाती खलिता घेऊन आले. तो फिरंगी दरबारचा पणजीहून आलेला खलिता होता.

रिवाज, तपशील देऊन रामचंद्रपंत विजरईचा खलिता वाचू लागले –

"तुमच्या दरबारने वेंगुर्ला बंदरात दस्त केलेली आमची जहाजे अद्याप सोडली नाहीत. 'आमच्या' फिरंगाणात तुमच्या फौजांनी जाळल्या गावांची नुकसानभरपाई दिली नाही. तुमच्या वकिलाकडे दरबारचे ओळखपत्र नाही. अशा परिस्थितीत तुमच्याशी मैत्री राखणे अशक्यच आहे! सुलुखाचा काय असेल, तो निर्णय तातडीने घेऊन कळवावा. नाहीतर मोगल बादशहाशी मैत्रीचा सुलूख करणेचा निर्णय या दरबाराला घ्यावा लागेल!"

तो दरबारी रिवाजाचा खलिता नव्हताच. ती फिरंगी विजरईची मराठी दरबारला दिलेली छुपी तराटणीच होती!

'नाहीतर' ह्या शब्दापासूनच महाराजांच्या कपाळीचे दुबोटी शिवगंध थडथडू लागले. "पंत, जाबसुद्धा देऊ नका या खलित्याचा! जो असेल तो साऽफ दावूच फिरंग्यास." महाराजांनीही निवाडाच सांगितला.

" – पण एवढा औरंग तोंडीवर पसरला असताना या वेळी?" रामचंद्रपंतांना बोलल्याशिवाय राहवले नाही.

"केलाय त्याचाही विचार आम्ही पंत. हा मैत्रीच्या सुलुखाचा खलिता नाहीच. फिरंगी औरंगचीच जोड देणार. त्यास मिळण्यापूर्वीच त्याला तोडला पाहिजे. नाहीतर आज फिरंगाणात हैदोस घालणारा फिरंगी उद्या भोवतीचा मुलूख आणि पुरा तळकोकण कुरतडून खाईल. आम्ही राहू मैत्रीच्या सुलुखानं गाफील."

"जी" रामचंद्रपंतांचीही मती गुंग व्हावी, असाच तिढेबाज होता तो खलिता.

"पंत, चांगोजींना सांगा आम्ही आजच गड उतरणार आहोत, गांगोली जवळ करण्यासाठी."

"गांगोली?" विचारावेसे वाटले पंतांना, पण त्यांनी आवरले.

चांगोजींनी राजांच्या जाण्याची सिद्धता केली. गड उतरून, पाचाडचा पावलोक दिमतीला घेऊन राजे पादशाहपूरच्या पहिल्या मुक्कामावर आले. वेळ रात्रीची होती.

प्रल्हादपंतांबरोबर आलेला टोपीकरांचा मुंबईचा वकील परतीच्या मार्गावर होता. त्याचा मुक्कामही पादशाहपूरलाच होता. तो इंग्रज वकील हेन्री स्मिथ रात्रीचाच महाराजांच्या भेटीस आला. त्याबरोबर दुभाष्या राम शेणवीही होता.

शेणवी म्हणाला, "टोपीकर दरबारास प्रल्हादपंतांच्या मुंबई भेटीत झाल्या

कराराची कागदपत्रे या वकिलासोबतच द्यावी महाराज!''

एकतर मजलेच्या मुक्कामावर, भलत्या अवेळी आणि टोपीकरांना आल्या वकिलाबरोबरच करारपत्रे द्यावीत म्हणून भेटणाऱ्या शेणवीचा राजांना संतापच आला. ते म्हणाले, ''शेणऽवी, करारपत्रे काय उडून जाणार आहेत, आम्हासोबत? टोपीकर दरबार तर रिवाजात जाणता म्हणून महशूर. कसा आला हा वकील भलत्या जागी, अशा अवेळी तुम्हास घेऊन?''

शेणवीचे पायच लटलटू लागले. चाचरत कसेतरी तो सफाईचे म्हणून बोलला, ''आम्हीच आणला त्यास. कसूर माफ असावा. तो जाईल. आम्ही राहू मागे, महाराज म्हणतील तेव्हा भेटू.''

''काही जरुरी नाही तुम्हीसुद्धा राहण्याची मागं! मिळणे ते मिळतील करारपत्राचे कागद रायगडी-दफ्तरातून प्रल्हादपंतांच्या हस्ते. या तुम्ही.'' महाराजांनी शेणव्याचे शेपूटच तोडले.

पादशाहपूरहून रात्रीच कूच करून कल्याणजवळच्या मढगढीमार्गे राजे गांगोलीला आले. त्यांच्याबरोबर दोन हजार घोडालोक आणि दोनशे पावलोक होता. त्यांच्या राहुट्या गांगोलीत पडल्या. पुत्रप्राप्ती झाली त्या वेळी राजे येसूबाईंना भेटण्यासाठी मागे आले होते गांगोलीत.

संगती आलेल्या प्रल्हादपंतांशी राजांची पुढच्या हालचालींची, वाड्याच्या सदरेवर बातचीत चालली होती. ''न्यायाधीश, बहिर्जींना कलम द्या. गाठीचे निवडक खबरगीर फिरंग्यांच्या चौल-तारापूर भागात पेरण्यास लिहा. मिळेल ती खबर उचलून टाकोटाक आम्हास पावती करायला कळवा.''

''जी. एक संतोषाची खबर आली आहे. बीड भागात आपल्या फौजेनं आदिलशाहीचा किल्ले धारूर कब्ज केला आहे.'' प्रल्हादपंत म्हणाले.

'किल्ले धारूर! याच किल्ल्यावर मिर्झा राजेने नेताजी पालकरकाकांस कैद करून ठेवले होते. आम्ही आबासाहेबांसह आग्र्यातून सहीसलामत सुटलो, त्याने संतापून गेलेल्या औरंगने कैदी काकांना किल्ल्याबाहेर काढून, जखडबंद करून, उंटाच्या पाठीवर लादून पाठवावे, असा मिर्झा राजास हुकूम केला आणि चांदणीचौकात पोहोचताच त्यांची भरचौकात सुन्नत केली.' नेताजी पालकरांच्या आठवणीने राजे कातर झाले. समाधान एवढेच की, तो किल्ले धारूर आता स्वराज्यात आला.

जसा पन्हाळा तसेच गांगोली गाव राजांच्या आठवणीच्या गाठीचे होते. इथल्या नदीला एक घेराचा डोह होता. त्यात, आलेच कधी तर खाशे, होडकी टाकून पाणफेर घेता यावा, अशी सोय गांगोलीच्या सुभेदाराने केली होती.

दोन दिवस झाले आणि मनात औरंग, फिरंगी, सिद्दी, टोपीकर यांच्या आघाड्याच

आघाड्या फिरत असलेले राजे प्रल्हादपंतांना म्हणाले, "चला न्यायाधीश, पाणफेर टाकू मिळूनच."

गांगोलीच्या सुभेदाराने खाशांसाठी, दोरखंडाने खुंट्यांना आवळलेली होडकी खुली करून सिद्ध केली. महाराज आणि न्यायाधीश होड्यांत बसले. सोबतीला दहा-बारा धारकरीही बसले. राजकारणाच्या नाना बाबींवर चर्चा सुरू झाली. होडकी डोहात संथ फेर घेऊ लागली. मधूनच वल्ह्यांचा 'चुबुक-चुबुक' असा आवाज उठत होता. यात हाका मिसळवत डोहकाठावरून खुद्द महाराजांना कुणीतरी सादवीत होते!

"साऽहेब, सरकाऽर, महाराऽज" कोणीतरी पोटतिडिकेने, हात उंचावून साद घालीत होते. महाराजांसह सर्व आश्चर्याने घोटाळ्यात पडले होते. महाराजांचा हातइशारा पकडत होड्या सरसरत काठाकडे आल्या. महाराज भुईउतार झाले. काठावरची, भगवी कफनीधारी असामी थेट महाराजांसमोर लोटांगण घालून ऐकणाऱ्यांचे काळीज पिळवटून टाकेल, असे गलबलून टाकणारे, घोगरट बोलली –

"साहेब थोर, सर्वज्ञ शास्त्रार्थाचा अर्थ स्वत: जाणतात. पंडितांचा निशा होय ऐसा निवाडा करतात. मग माझ्या बाबींचे पारिपत्य का होत नाही?" तो होता चिपळूणचा कृष्णाजीपंत! रायगडावर उपोषण धरलेला!

"सुमार व्हा बाबा. एकांती आहोत आम्ही इथं. बोला – साफ-साफ बोला काय सल आहे तुमचा? पारिपत्य करू आम्ही त्याचे."

कृष्णाजीपंताने आपले चिपळूणचे देशकुलकर्ण, खाशाच्या मसलती बैठकीचे असल्याचा फायदा घेऊन राहुजी सोमनाथांनी कसे गिळंकृत केले, याची कलमकथा सांगितली. ती शांतपणे ऐकून घेतल्यावर महाराजांनी न्यायाधीशांना नजर दिली.

"महाराज, कृष्णाजी म्हणतो ते सही आहे. थोरल्या महाराजांनीसुद्धा एकाचा वतनछेद करून दुसऱ्यास कधी दिला नाही. राहुजींच्या गैरमेळानं, आपला अपसमज करून दिल्यानं हे झालं आहे." न्यायाधीश तपशील देत म्हणाले.

"न्यायाधीश, तुम्ही, रामचंद्रपंत, कुलेश असे बसून मजालस भरवा. कृष्णाजीपंतांचं देशकुलकर्ण त्यांचं त्यास मिळेल असं राजपत्र सिद्ध करा. आणि... आणि राहुजींना कळवा – तुम्ही आबासाहेबांपासून सेवेत असता, असा मनाचा हलका भाव कैसा दाखविला? बिनबोभाट वतन कृष्णाजीपंतास सुपुर्द करा!"

महाराजांनी डोहाकाठीच दिल्या निवाड्याने मन भरून पावले कृष्णाजीचे.

औरंगाबादेच्या आपल्या शाही महालात औरंगजेब बेचैन फेऱ्या घेत होता. रामसेज, कल्याण-भिवंडी, कोल्हापूर-पन्हाळा मराठी मुलखात त्याने फेकलेल्या चौफेर फळ्यांवरून त्याच्या मनाजोगी एकही खबर येत नव्हती! त्याचा स्वभाव आता चिडचिडा आणि संशयखोर झाला होता. त्याचे रणमस्त, बहादूर, मामूर,

शाबदी, ईरज, इज्जत असे पस्तिसांवर मातबर खान जागजागी प्रचंड तळ टाकून बसले होते. आझम, कामबक्ष असे शहजादे, मुईजुद्दीनसारखे नातू त्याने या पहाडी मुलूखभर पेरले होते. एकही नाबकार त्याला तसल्ली देईल, अशी कामयाबीची खबर काही पाठवत नव्हता. प्रत्येक जण नव्या कुमकेची, तोफांची, घोडे-उंटांची, रसदेची नुसती मागणी करीत होता! नाही म्हणायला त्याच्या रुहुल्लाखानाने सुपुर्द केलेली जोखीम, त्याच्या इच्छेबाहेर फत्ते केली होती. फितवेखोरीची! गाजरांची जुडी समोर बांधून, घाण्याचे बैल लाकडी लाटेभोवती फिरते ठेवावेत, तसे रुहुल्लाने जागजागचे मराठी सरदार स्वराज्यापासून तोडून सलतनतीभोवती फिरते केले होते.

फेऱ्या घेणाऱ्या औरंगजेबाच्या कदमा-कदमांबरोबर, खाटकाचा पाळीव बोका पायात घोटाळत, घोटाळत फिरावा तसा वजीर असदखान – ''जी-आका अली, जो हुक्म हजरतपन्हा, बिल्कुल दुरुस्त हजरत'' म्हणत फिरत होता. फर्मानेच फर्माने घेतलेले घुडस्वार, सांडणीस्वार, जासूद औरंगाबादेच्या वेशीतून बाहेर पडत होते.

मरहठ्ठ्यांनी आता कहार मांडला होता. ते जालना, नगर, पेडगाव, वऱ्हाड, खानदेश, सोलापूर या बादशाहाच्या खास फौजबंद ठाण्यांपर्यंत थेट धडका देत होते.

इकडे तारापूरवर तर कोटबंद फिरंग्यांची पाचावर धारणा बसली. खासा राजेच एक हजार घोडा आणि दोनशे पावलोकांनिशी गांगोलीहून तारापुरावर उतरले! संगती प्रल्हादपंत होते. फिरंग्यांना धडक भरविणारा ''हरऽ हरऽ म्हाऽद्येव''चा रणघोष उठला. दमण, वसई भागात पूर्वीच पेरलेल्या कुमकी शिबंद्या राजांना मिळाल्या. पुरे तारापूर दिवसाढवळ्या लुटीवर आणि जाळावर पडले. फिरंग्यांकडचे कानडी आणि फिरंगी सैनिक जीव बचावण्यासाठी रानोमाळ पळू लागले. बऱ्हाणपूर, औरंगाबादेकडे मोगलांची झाली; तीच गत तारापूरच्या फिरंग्यांची झाली.

राजांच्या विजयी फौजेतील तुकड्या दमण वसईतर्फेच्या असेरीम, डहाणू, सैवाना अशा गावांवर उतरल्या. ती गावेही लुटली-जाळली गेली.

तारापूरच्या माळावर पडल्या डेऱ्यात राजे आणि प्रल्हादपंत फिरंग्यांच्या, औरंगजेबाच्या, मूग गिळून बसल्या आदिल व कुतुबशाही दरबारच्या चालींची चर्चा करीत होते. ती तोडत वर्दीदार डेऱ्यात आला आणि म्हणाला, ''दमणचं हरी शिवदेव भेटीला आल्यात. संगती एक काढण्या घातलेला, पांढऱ्या ढगल्याचा कैदी हाय.''

राजांनी इजाजती हात उठविला. हरी शिवदेव काढणीबंद कैद्याला पाठीशी घेऊन डेऱ्यात आले. तो एक फिरंगी पाद्री होता.

रिवाज देत हरी शिवदेव म्हणाले, ''लुटीची वस्त असती, तर गोणीत भरून धाडली असती गडाच्या जामादारीत, पण या कुचकामी डगलेवाल्याचं काय करावं?

आज्ञा व्हावी महाराज.''

पाद्र्याला अंगभर न्याहाळत महाराज बसल्या बैठकीवरून उठले. कैदी पाद्र्यासमोर आले. तो रंगाने लालबुंद आणि किरमिजी दाढीचा पाद्री कुठल्यातरी चमत्कारिक बोलीत काहीतरी बोलला. आकाशाकडे डोळे नेत उजवा तळहात त्याने कपाळ व डावा, उजवा खांदा यांना भिडवला. त्याचे डोळे भयकातर झाल्याचे साफ दिसून येत होते. अंगचा सफेद डगला लटलटत होता. त्याच्या समोर उभे राहून त्याच्या निळ्या-घाऱ्या डोळ्यांत आपली नजर खुपसलेल्या महाराजांच्या मनात येसाजी गंभीरांनी कानी घातलेल्या तळफिरंगाणाच्या हलाखीचे बोल तर घुमत होतेच; पण तो पाद्री बघताना, कशी कोण जाणे राजांना समर्थांची याद झाली.

''कारभारी कार्यी लावावे,
मागील अपराध क्षमावे।
चढती वाढती कीर्ति, पावाल येणे।।
सकळ लोक एक करावे –
गनिमा निपटून काढावे।।''

राजे पाद्र्याकडे बघतच राहिले. तो थरथर कापतच होता. राजांबद्दल बरेच काहीबाही ऐकून होता तो. त्याला वाटले आपली गर्दन उडवून कत्तलच होणार आता!

पाद्र्यापासून वळते होत पुन्हा बैठक घेत ते शेजारीच उभ्या असलेल्या प्रल्हादपंतांना म्हणाले, ''काय करावं या किरिस्ताव पाद्र्याचं न्यायाधीश?''

''जी, सोडून द्यावं त्यास. तो काही लढाऊ असामी नाही.'' प्रल्हादपंतांनी निवाडा देत आपला अंदाज सांगताना पुढे म्हटले – ''शिवाय आपले येसाजी गंभीर फिरंग्यांच्या दरबारी हेजिबी करताहेत. यास काही बरं-वाईट केलं, तर त्यांना तोशीस दिल्याशिवाय राहायचा नाही तो दरबार.''

महाराज विचारगत झाले. 'अगोदर मरतात ती मनं आणि मग मरतात ती माणसं. असले हस्तक मारतात ती आमच्या मावळमाणसांची मनंच. यास सोडावं? कदापि नाही! मारावं ते राजकारणास लागी नाही.'

हरी शिवदेवांकडे बघत महाराजांनी निवाडा दिला. ''यास असाच रायगडी धाडा, हरिजी. कोठीबंद ठेवण्यास कळवा. याची ही गत ऐकून फिरंगी दरबार काय करतो, ते दिसेल. तो मैत्रीचा सुलूख करा म्हणतो, ते ढोंगी की मनचं तेही उघड होईल!''

रायगडी आलेले महाराज दोन गंभीर बाबींचा विचार करीत होते. शिलेखाना, अंबारखाना, दफ्तर, सिंहासनसदर कोठेही ते असले, तरी त्या बाबी सावलीगत त्यांचा पाठलाग करीत. एक बाब होती, वेलवण मुक्कामी रघुनाथपंत हणमंते यांचा

काळ झाल्याची. मोठ्या उमेदीने कर्नाटकातून आल्या पंतांना मुजमूची जोखीम महाराजांनी दिली होती. रघुनाथपंत! बिरवाडी मुक्कामी त्यांच्याशी झाल्या भेटीच्या आठवणी राजमनात सारख्या फिरत होत्या. केवढी निडर असामी रघुनाथपंत!

शेवटी आपल्याच मनाचा कौल घेऊन राजांनी मुजुमदारीच्या सेवेची जोखीम रघुनाथपंतांचे चिरंजीव नारायण रघुनाथ यांच्या सुपुर्द केली.

दुसरी गंभीर बाब होती, येसाजी गंभीर यांना पणजीत फिरंग्यांनी कैद केल्याची. ती कानी पडताच राजे समजून गेले की, फिरंगी दरबारची चाल काय आहे. तो दरबार आता औरंगच्या गळ्यात पडणार, हे शाबीत झाले होते.

अद्याप राजस्थानातील मिर्झाचा मुलगा, अंबरचा राजा रामसिंग म्हणावी तशी साथ काही राजांना देत नव्हता. खंडोजींना बोलावून घेऊन राजांनी रामसिंगाला दुसरा दीर्घ मार्मिक खलिता लिहायचा मजकूर सांगितला.

'फिरंगी! फिरंगी!' या मनच्या भिंगरीवरच राजे जामदारखाना, आताषी कोठार, पाचाडपागा या ठिकाणांना सारख्या भेटी देत होते. येसूबाई, बाळराजे, भवानीबाई यांच्याशी निवांत बोलायलाही उसंत मिळत नव्हती त्यांना.

असेच पाचाडपागेची जनावरे नजरेखाली घालत ते पेशवे, खंडोजी, रायाजी-अंताजी अशा शेलक्यांसह पायफेर घेत होते. मधूनच उमद्या जनावराचे पाठवान थोपटत होते. जनावर अंगभर भोवरा उठवून, कान फडकावून साथ देत होते.

"खंडोजी, अंबरचा रामसिंग नाही साथ देत. आपली म्हणावी ती माणसं नाही, पण जनावरं किती लगोलग साथ देतात." महाराज काही कढाने म्हणाले.

"जी, जनावरांची नजर समोर असते... माणसांची चौफेर फिरते! कुणीकडे स्थिरावेल सांगता येत नाही!" खंडोजी रांगडे बोलले.

राजांचे आपल्याकडे ध्यान जावे, म्हणून एक खबरगीर लगबगीने पागेच्या दरवाजात घुसला. राजांना जुहार देत न राहवून तिथूनच, अदबीने म्हणाला – "चांगभलं धनीऽऽ, कल्याण-भिवंडीचा गनीमतळ उठला! औरंगाबादेच्या वाटेला लागल्यात रणमस्त, बहादूर, रुहुल्ला ढीग सम्दं खान! आपलं रूपाजी, सरलष्कर, मानाजी घाटा-पांदीत मिळंल तिथं छापं मारत्याहैत त्येंच्यावर."

राजांभोवतीच्या सगळ्या माणसांचे चेहरे उजळ झाले. "जगदंब!" म्हणत राजांनी छातीवरच्या माळेला हात भिडवून क्षणैक डोळे मिटले.

ज्या हेताने ते तारापूर-दमण भागात गेले होते, तो आता हाती घेता येणार होता. पण चाल काय असावी, औरंगची फौजफळी मागे घेण्यात? राजे विचारगत झाले.

ज्या मुरादीने औरंगने कल्याण-भिवंडी पटात घेण्यासाठी जंग-जंग पछाडले होते, ती पुरी झाली नव्हती. सगळी कोकणपट्टी मुंबईचा टोपीकर, पणजीचा फिरंगी आणि जंजिऱ्याचा हबशी यांच्याशी जोड घेत घशात घालायची. राजांचा दर्यामार्गच

ताब्यात घ्यायचा. मग दर्या आणि माती यांची चिमट फौजीबळाने आवळायची. काफर, दगाबाज, सेवाच्या पहाडी मुलखाचं धूपदान करून त्याच्या पाक सुवासात नमाज पढायचा!

कल्याण-भिवंडीहून नामोश घेत परतणाऱ्या रणमस्त, बहादूर यांची आता तो खरड काढणार होता. एकट्या बक्षी रुहुल्लाखानाला मात्र जडावाचा खंजीर आणि घोडा बक्षून सर्फराज करणार होता. कारण कामगिरीच केली होती त्याने तशी मोलाची. भवानीच्या माळेतली एक-एक कवडी उचलून औरंगच्या तसबीहच्या माळेत गुंफण्याची, फितवेखोर फोडण्याची!

मृगाने झड धरली. पाऊसमाऱ्याखाली जागाजागी पडलेले मोगली तळ झोडपून निघू लागले. गडागडांना गवती झडपा चढल्या. रामसेजचा चिवट, नेक किल्लेदार अद्याप चिकाटीने घेर झुंझवीतच होता. तळकोकणवरचा औरंगचा फौजीताण कमी झाला, याच संधीचा फायदा घ्यायचा ठरविलेले राजे पडत्या पावसात येसूबाईंचा निरोप आणि थोरल्या आऊंच्या व आबासाहेबांच्या समाधीचे दर्शन घेऊन महाडघाटीने राजापूरवर उतरले. आठ हजारांचे घोडदळ होते त्यांच्यासंगती.

चेऊल उर्फ रेवदंड्याचे राघो विश्वनाथ, दमणचे हरी शिवदेव, दाभोळचे वेंकाजी निमदेव यांना तातडीचे हारकारे रायगडाहूनच गेले होते.

घसघसत्या पावसात तळकोकणच्या मर्दान्यांची खाशा डेऱ्यात खलबती बैठक बसली. मानकऱ्यांना मनसुबा खुला करीत राजे म्हणाले, "गनीम कल्याण भिवंडीवरून उठला. आता त्याचं पाठबळ घेत उचल खाणाऱ्या फिरंग्यास धडा देणं आहे! खुद्द आम्ही जाणार आहेत चालून रेवदंड्यावर, तुम्ही वकुबाचे ते आपापल्या ठाण्यावर सावध राहून रसद-शिबंदीची प्रसंगी कुमक करण्यास सिद्ध असावं. राघो विश्वनाथ, तुम्ही रेवदंडा प्रांतीचे. मुलखाचा काही तपशील?" राजांनी बेत खुला करीत राघोंना विचारले.

"जी. फिरंग्यांच्या कोटास दोम फरांसिस म्हणून सालार आहे. दिमतीला तोफखाना आहे त्याच्या. पावसात लागी पडायचा नाही त्याच्या तो. बळ धरून वेळेसच घेर टाकला पाहिजे." राजांच्या मनसुब्याला राघो विश्वनाथांनी दुजोरा दिला.

'स्वारी रेवदंड्यावर' खल होऊन सर्वांना निरोपाचे विडे देण्यात आले. पावसाची तमा न करता कांबळी, काचोळी पांघरून खबरगीर रेवदंडा-दमण भागात पांगले.

फिरंग्यांविरुद्ध स्वराज्याच्या फौजेच्या आघाडीची ठिणगी ऐन पाऊसकाळात पेटली. रेवदंडा हल्ल्याचे मुख्य लक्ष ठेवून, कोरलाईचा किल्ला, अंजोर असा घेर धरत राजांच्या मावळी फौजा वर फिरंगाणात घुसल्या.

रेवदंडा पाडण्यासाठी दोरबाज धारकऱ्यांनी किल्ल्याच्या तटाला, पाऊसमारा

अंगावर घेत शिड्या भिडविल्या. फिरंगी दोम फरांसिसने तटावरून दगड, बाण बरसवायला सुरुवात केली. खुद्द दोम हाती बंदूक घेऊन दोरबाजांवर बार टाकू लागला. पूर्वी जसा पन्हाळ्याला आबासाहेबांना घेरात कोंडत सिद्दी जौहराने घेर आवळला होता, तसाच आता दोम फरांसिसला कोंडत राजांनी घेर आवळला. त्या खबरीने जागा झालेला पणजीचा विजरई कोंद-द-आल्वोर मग पेचात पडला. त्याने याकुतखानाला व हबशी खैरतला मदतीचा खलिता दर्यामार्गे सुरतला धाडला.

राजे रोज घेरावर घोडाफेर टाकत होते. शिड्यांवरून कोसळलेल्या दगड, बाणांनी जाया झालेल्या धारकऱ्यांना धीर देत होते. भिजत, पावसाळी सांजा पाठीवर घेत परतत होते. अशाच एका सांजेला सुभेदार राघो विश्वनाथ त्यांच्या भेटीला डेऱ्यात आले. भिजल्या आवाजात म्हणाले, "कोल्हापूर-पन्हाळा प्रांत नेटानं आबादान राखून असणारे डबीर जनार्दनपंत हणमंते गेल्याची खबर आहे स्वामी!"

राघो विश्वनाथ आपल्या स्वामींच्या चर्येवरची घालमेल बघून पुढचे कसे बोलावे, याच विचारात पडले. मन बांधून शेवटी म्हणालेच, "थोरल्या स्वामींपासून मुन्शीच्या चाकरीत असलेला काझी हैदर औरंगाबादेत गनिमाला मिळालाय. बादशाहनं त्याला दहा हजारांची बक्षिसी आणि दोन हजार स्वारांची मन्सबी दिलेय!"

काही सांगावे झाले तर ते कोणास? गणोजी, कान्होजी पारखे झाले, त्या समयी श्रीसखींना वाटले तसेच राजांना वाटले. स्वत:च स्वत:शी बराच विचार करून त्यांनी राघोंना सांगितले, "आजच रायगडी खलितास्वार पाठवा, डबिरी जनार्दनपंतांचे पुत्र वासुदेवपंतांस सुपुर्द करण्यास कळवा."

रेवदंड्याच्या वेढ्याला दीड महिना झाला. दोम फरांसिस चिवट झुंज देत होता. राजे हटायला तयार नव्हते. कल्याण-भिवंडी, मलकापूर, पन्हाळा, सोलापूर, रामसेज, वऱ्हाड, खानदेश, रायगड चारी बाजूंनी खबरा यात होत्या. हंबीरराव, केसो त्रिमल, नारूजी, संताजी जगताप, कुलेश, जागजागीचे लढाऊ म्होरके पावसातही आपापली जोखीम सांभाळून होते. घडल्या बारीक-सारीक चकमकीची, फितव्याची, खटकणाऱ्या खुट्ट झाल्या बाबीची खडान्‌खडा खबर, नदी-नाले ओलांडत बहिर्जींचे नेक खबरगीर थेट रेवदंड्यांपर्यंत पोहोचवत होते.

रात्रभर आभाळ फाटल्यागत पाऊस कोसळत राहिला. रेवदंड्याचे थकले-भागले फिरंगी घरट्याघरट्यांत आराम घेत राहिले. भल्या पहाटेच, पडल्या पावसाने कातावलेले फिरंगी पहारे बदलत असताना, संभाजीराजांनी तलवारीचे टोक रोखून मावळ्यांना रेवदंड्याचा हल्ला निकराचा करताना चेतावनी दिली, "हर हऽर महादेव!" श्रावणी पहाट थरकून गेली. मावळी फौज तुटून पडली.

तीन आघाड्यांनी एकाच पहाटेला तोंड फोडले, रेवदड्यांचे मेरी चर्च, किल्ला

आणि मोरावचा किल्ला, चर्चचा फिरंगी संरक्षक डोमिगो गोम्स याने तर कानडी तोफजींना पावसाळी चिखलात राबवून चर्चच्या मनोऱ्यावरच तोफा चढविल्या!

पावसाळी ढगाळला दिवस चढत होता. तिन्ही मारगिरीच्या जागांवर मावळे शिड्या लावत, तोफगोळे झेलत, दगडबाणांचा मारा पेलत, इरेसरीने लढत होते. तिन्ही फिरंगी ठाण्यांनी मावळ्यांची हाय खाल्ली. पावसामुळे, तोफबाणांच्या माऱ्याने मावळ्यांनाही म्हणावे तसे यश नव्हते. हा किल्ला पडला तर वेंगुर्ला, दाभोळ, नागोठणे, रेवदंडा अशी दर्यासाखळी बांधून मुंबईकर गोऱ्यांशी प्रल्हादपंतांनी केल्या मैत्रीच्या तहाची जोड घेत राजांना मराठी आरमार बळकट करायचे होते. अरबांच्या मदतीने चाललेला फिरंगी-मोगलांचा दर्यादोस्ताना तोडायचा होता.

रेवदंडा, दमण, वसई भागात घुसलेल्या राजांच्या फौजांमुळे धास्तावून गेलेल्या विजरईने, प्रजेसह पाद्र्यांनासुद्धा फर्मान काढले – "संभाजीराजा चालून येत आहे. मिळतील ती हत्यारे घेऊन असाल तेथे जंगास सिद्ध राहा!"

याच वेळी कल्याण-भिवंडीत मार खाऊन परतलेल्या रणमस्तखानालाही 'बहादूरखान' ही किताबत देऊन औरंगने त्याचा मरातब केला होता. का? तर त्यालाच आता आदिलशाहीच्या विजापुरावर धाडावयाचा होता.

रमजानचा महिना असल्याने औरंगाबादेच्या दौलतखान्यात येऊन बादशाह रोजा धरून होता. थुंकीही न गिळता पाळाव्या लागणाऱ्या, कोरड पडल्या उपाशी तोंडानेच तो विजापूरच्या शिकंदर आदिलशाहाला लिहायच्या खलित्याचा मजकूर सांगत होता. मनी 'अलिजांना आपलाच काही शक आला की काय?' ही धास्ती धडक भरत असताना प्रत्यक्ष त्याची सूनच तो मजकूर रेखीत होती – आज पहिल्यानेच त्याने आपल्या सुनेलासुद्धा राजकारणी मतलबासाठी कलमी सेवेवर घेतले होते!

सरत्या पावसाळ्यात तिहेरी पट्ट्यांचा शतरंज खेळीला पडला. औरंगाबाद, पणजी आणि रायगड असे ते पट्टे होते. खेळे होते मोगल, फिरंगी आणि मराठे.

रेवदंड्याहून राजांना रायगडी परतावेच लागले होते, कारण पणजीचा विजरई तळफिरंगाणात चालून येण्यासाठी हत्यारे, सैन्यसंचणी यांची जय्यत तयारी करतो आहे, अशी पक्की खबर होती. त्याला लढाऊ सामान पुरविणारी दोन गलबते पोर्तुगालहून, सात-दर्यापार होऊन पणजीला उतरली होती.

औरंगजेबाची कल्याण-भिवंडीवरची पिछेहाट ही राजांनी केल्या अंदाजाप्रमाणे हूल होती.

बाहेर तुरळक पाणसरी कोसळत होत्या. खासेमहालात बोलावून घेतल्या निळोपंतांना राजे म्हणाले, "पेशवे, बिचोलीत ठाण झाल्या अकबरास कळवा की

तुम्ही आणि दुर्गादास मिळून कारवारात डचांची भेट घ्या. डचांची पडेल ती मदत शहजाद्याच्या बोटाच्या आकडीने खेचली पाहिजे. त्यासाठी मरातबाचा नजराणा पाठवा बिचोलीस... मात्र... मात्र कंठ्यासारखा अलंकार नका पाठवू नजराण्यात!''

''जी. रेवदंड्याचा घेर म्होरक्याविना पावसात आहे. तेव्हा – '' निळोपंतांनी मोलाची बाब पुढे घेतली.

''नाइलाजानं उमेदीनं घातला घेर सोडून आलोत आम्ही पेशवे. वरफिरंगणावरचा आमचा घेर सुटावा म्हणून फिरंगी तळकोकणावर दाव टाकणार आहे. प्रसंगी बेळगावमार्गे रामघाटानं औरंगजेब त्याला कुमक करणार अशी खातरीची खबर आहे. औरंगजेबाला – 'दिल्लीतख्ताचा शहेनशहा' म्हणवून घेणाऱ्या – अकबराला दस्त करायचं आहे. आणि त्याच मार्गानं आपल्या मुलखातही घुसायचं आहे.''

''फिरंगी-मोगलांची जोड पडली, तर पुरा तळ आणि वरकोकण गिळंकृत केल्याशिवाय औरंग राहणार नाही महाराज.'' निळोपंत आपल्या स्वामींच्या मनातलेच बोलले.

''त्यासाठी आम्ही वरफिरंगाणात रेवदंड्याचा वेढा तुमच्या देखरेखीखाली देणार आहोत.''

''जशी आज्ञा. आम्ही जाऊ कुमकबंद होऊन रेवदंड्यावर.''

पेशव्यांशी ठरल्या मनसुब्याप्रमाणे महाराज त्यांना संगती घेऊन रायगड उतरले. आणि पडत्या पावसात आठ हजारांची फौज दिमतीला देऊन महाराजांनी निळोपंतांना पाचाडपागेसमोर निरोप दिला.

महाराजांनी अटकळ बांधली तसाच या वेळी औरंगाबादेतून आपल्या आबाजानांचा जामा, गुडघे टेकून चुंबत औरंगजेबाचा लाडका शहजादा शहाआलमही वाजतगाजत वेशीबाहेर पडला. त्याच्या दिमतीला तुर्की, पठाण, मोगल, फितूर मिळून पंचेचाळीस हजारांचे सैन्य होते! त्यात तोफखान्याचा दरोगा आतषखान होता. लुत्फुल्ला, इखलास, जान निसार, सादत असे खान होते.

आणि पहाडी, डोंगरदऱ्यांच्या मुलखाची शहाआलमला अचूक आणि इमानेइतबारे माहिती पुरविण्यासाठी नागोजी माने नावाचा सातारातर्फेचा, रहिमतपूरचा, एक 'माहीतगार' मराठा सरदारही होता. सुरतहून दर्यामार्गे पणजीला धान्य, शस्त्रे आणून, ती त्याला पुरविली जाणार होती.

भेटीस आलेल्या शहजाद्याला औरंगने कानमंत्र दिला होता. ''बांदा, बिचोली, पणजी भागात फिरणाऱ्या बागी अकबराला दिसेल तिथं कत्लच करावा!''

भावाचा भावानेच काटा काढावा हे दोघांचाही 'बाप' शांत-थंडपणे सांगत होता. तिहेरी पट्ट्यांचा शतरंज सुरू होता.

पाऊस उलगला. बेत साफ करणाऱ्या फिरंग्यांच्या हालचाली सुरू झाल्या. ते पणजीची मांडवी खाडी ओलांडून लगतची गावे रात्री-बेरात्री बेचिराख करू लागले. कैद माणसे सक्तीने बाटवू लागले. माणसे हवालदिल झाल्याच्या खबरा रोजाना रायगड चढू लागल्या. चौल भागात घेर टाकून बसल्या निळोपंतांच्या कानी त्या पडताच पुरा रेवदंडा, दमण, वसई पट्टा त्यांनी पटाखाली धरला. त्याने भेदरलेले चार हजारांवर फिरंगी मुंबईच्या पंखांखाली आसऱ्याला गेले.

पणजीची घुसखोर चाल पारखूनच बोलावून घेतलेले येसाजी कंक आणि फोंड्याचे सुभेदार धर्माजी नागनाथ महाराजांच्या भेटीसाठी आले. येसाजींच्या बरोबर त्यांचा ऐन बांडा मुलगा कृष्णाजी बघताच महाराजांना धनाजी जाधवांचीच आठवण झाली. कृष्णाजी मल्लखांबासारखा घोटीव आणि ताठ अंगकाठीचा सावळा गडी होता.

"कंककाका, फिरंगी आज ना उद्या फोंड्याच्या कोटाकडे मुसंडी मारणार. तुम्ही, धर्माजी आता फोंडाफळी नेटाक ठेवावी." महाराज येसाजींना म्हणाले.

"बरी कामदारी सोपवलिसा धनी. आम्हावर हाय न्हवं फोंडा, काळजीच करू नगा त्येची. ह्या पोराला तेवढ्यासाठनंच आणलाय संगट." उतार झाले तरी खड्या बोलीचे येसाजी कृष्णाजीकडे हातरोख देत म्हणाले.

धर्माजी नागनाथांना राजांनी रसद, कुमक, फिरंग्यांच्या लढाईचं तंत्र यांची तपशीलवार माहिती दिली. धर्माजी, येसाजी, कृष्णाजी गडावर एक मुक्काम टाकून फोंड्याकडे उतरले.

आपल्याच विचारात राजे हिरकणी माचीवरून दिसणारा, फरशीच्या आकाराचा सूर्यास्त बघण्यात हरवले होते. डावे-उजवे मुधोजी, चांगोजी, खंडोजी उभे होते. कुणीच काही बोलत नव्हते. एवढ्यात जोत्याजी केसरकर लगालगा माचीवरच आला. राजांना स्वत:त डुबलेले पाहून सांगावे की नको, या विचाराने घुटमळला. काहीतरी विचाराने महाराजच वळले. जोत्याजी आता मात्र सामोरा झाला.

"धनी, दिलेरखानाची खबर हाय..." तो चाचरला.

"जोत्याजी, नाव नका काढू आम्हासमोर त्याचं." महाराजांच्या मनात क्षणभरातच दिलेरच्या गोटातले साल सरकले.

"जी ती पाळीच यायची नहाई आता कुणावर! दिलेरनं आपल्या गोटात हिरकणी खाऊन जीव दिला धनी!!"

"क्काऽय जोत्याजी, काय म्हणालात?" आज पहिल्यानेच फारा दिवसांनी राजांच्या उभ्या देही काटा सरकला.

"खरं हाय धनी – बादशानं त्येची समद्या म्होरं लई खरड क्येली. म्हनला, 'तुम जैसा सालार है नमकहराम, फते क्यू नहीं की मुलूखमें?' आन् बेइज्जतीने बिघाडला

खान तसाच आपल्या डेऱ्यात परतला आन्...''

दिलेर! रामराजांच्या मासाहेब! गोदावरी! मावळतीला जाणाऱ्या बिंबाच्या तिकोनी फरशीगत जळजळीत विचारच विचार शंभूमनात फिरू लागले आणि मग बराच वेळ अनेक रूपांतला पठाण दिलेर तेवढाच महाराजांच्या मनात रेंगाळत राहिला.

राजापुरात एकीकडून राजांनी फर्मान दिलेल्या शिबंद्या येऊन मिळत होत्या, दुसरीकडून फोंड्याचा घेर फिरंगी बळकट करताहेत अशा खबरांवर खबरा येत होत्या. आता राजापूर मराठी फौजेचा जंगी तळच झाले होते. तीस हजारांवर मावळा तिथे डेरेदाखल झाला होता. धर्माजी, नागनाथ, हंबीरराव, खंडोजी त्या पुऱ्या तळाची देवघेव बघत होते. धर्माजींना बोलावून घेत राजांनी फर्मावले, ''सुभेदार तुम्ही फ्रेंचाच्या वखारीत जाऊन त्यांच्या विजरईची भेट घ्या. त्यांना साफ समज द्या. इथून फिरंग्यास कोण्या वजेची कुमक करण्याची आगळीक त्यांनी करू नये. इथला आमचा तळभार वाढला आहे. तातडीच्या खर्चासाठी दीड हजार पागोडेही कर्ज म्हणून देण्याची मागणी घाला त्यास.''

''जी, फोंडा आता अधिक नाही तग धरायचा. आठ दिवस झाले. येसाजी कुमकेची वाट बघत नेटानं घेर झुंजविताहेत.'' धर्माजी फोंड्याचे सुभेदार असल्याने त्यांनी चिंतेची बाब पुढे घेतली.

धर्माजींना राजे काही बोलणार तोच डेऱ्याबाहेर 'ठो ऽऽ ठो ऽऽ' अशी कुणीतरी सरळ बोंब ठोकल्याचा मोठा आवाज आला!

राजांनी धर्माजींकडे चमकून बघितले. काही क्षणातच एका इसमाला दंडाला धरून खंडोजीच आत आले. त्याला पुढे घालत म्हणाले, ''नायकवडी आहे हा फोंडा कोटाचा. काही फिर्याद आहे म्हणतो. मिनत्या केल्या सांगत नाही. म्हणून शेवटी खाशासामनेच आणावा लागला.'' खंडोजी वैतागलेले दिसत होते.

धर्माजींनी आपल्या प्रांतीच्या नायकवडीला ओळखले. त्याच्याजवळ जात त्याचा दंड खंडोजीच्या हातून सोडवून घेत म्हणाले, ''बोंब मारून फिर्याद करायचा हाच रिवाज आहे तळकोकणात चिटणीस! काही बेअदब केली नाही त्यानं.''

महाराज नायकवडीच्या समोर आले. राजांच्या पायावर डोके ठेवण्यासाठी तो आडवाच झाला. त्याला राजे म्हणाले, ''उठा. बोला. निडरपणे फिर्याद बोला तुमची.''

''माजी एकल्याची न्हाई!'' धीर चेपलेला नायकवडी फिर्याद ठेवत म्हणाला, ''मुलखाची हाय. कशापायी धनी अडकून पडल्यात हतं? आमचा पोंडा तर जाणारच; पर भोवतीचा मुलूखबी जाणार फिरंग्याच्या घशात. जे असंल त्ये आजच कराय पायजे.''

राजांच्या मनातली बाबच छेडली फिर्यादी नायकवडीने. वळते होत राजांनी विचारलं, "आणि काही फिर्यादी?"

"आज लई जोराची हालचाल चाललिया फिरंग्यांची फोंड्याभवत्यानं. आज रातीलाच घालील, त्यो वर्माचा हमला कोटावर."

"खंडोजी, हंबीरमामांना बोलावून घ्या. धर्माजी, पाच हजारांचा निवडीचा घोडालोक तयार ठेवा. जमेल तेवढे, पायदळ आत्ताच कूच करा फोंडामार्गानं. आम्ही – खुद्द आम्हीच जाऊ येसाजींच्या कुमकेला!" राजे निर्धारी बोलले.

आला नायकवडी समाधानाने डेऱ्याबाहेर पडला. आत आले खिदमतगार राजांच्या अंगी बख्तर, ढाल, हत्यारे चढवू लागले.

याद फर्मावलेले हंबीरराव आले. "आम्ही फोंड्यांची कुमक करायला राजापूर सोडतो आहोत सरलष्कर. तुम्ही आमची वर्दी मिळताच पुऱ्या जमावानं येऊन मिळा. फोंडाच नाही, फिरंगाणच धरायचा आहे घेरात!" राजे त्यांना म्हणाले.

"आम्ही संगतीच आलो तर..." राजांना एकले पुढे सोडणे हंबीररावांच्या जिवावर आले.

"पुरा तळ हलायला वेळ लागेल. त्यासाठी तुम्ही मागे असा."

लढाऊ साज अंगावर घेतलेले राजे बाहेर पडले. धर्माजी, खंडोजी, हंबीरराव यांना गाठीच्या फौजेवर ठेवून, त्यांनी सिद्ध झाल्या 'चंद्रावता'वर मांड घेतली.

'जय भवाऽनी' त्यांनी हंबीररावांसह सर्वांचा निरोप घेत टाच भरली. उधळत्या चंद्रावताच्या आघाडी खुरातले चंदेरी कडे उन्हात झमझमू लागले!

विजरई आल्वोर आपल्या साथीदारांसह, भगदाड पडल्या फोंड्यात, निकराचा आखरी हमला करून शिरण्यासाठी फौजेची शिस्त मांडून तयारच होता. त्याचे वाजंत्री फिरंगी पडघम घुमवीत फौजेला चेतना देत होते. चित्रविचित्र किलकाऱ्या उठवीत होते.

तटावरून हवालदिल येसाजी-कृष्णाजी कंक त्यांच्याकडे बघत आपल्या धारकऱ्यांना धीर देत गरगर फिरत होते. आता फोंडा होता, जिवा-मरणाच्या ऐन टोकावर. थोडा अवधी झाला तर....

एवढ्यात उठल्या! "हरऽ हरऽ म्हाऽद्येव"च्या गगनस्पर्शी मर्दान्या किलकाऱ्या उठल्या. सरसरत येत्या धूळलोटांतून फडफडत येणारा भगवा जरीपटका येसाजी-कृष्णाजींना तटावरनं दिसला. पुरा फोंडा कोट तो बघताना चैतन्याने कसा सळसळून उठला. ऐलतीराला त्यानं साद दिली 'हरऽ हरऽ म्हाऽद्येव.' फोंडाही पैलतीरावरून कडाडला.

मध्ये सापडलेले फिरंगी गोंधळून मागे वळताना कुजबुजू लागले – "ता पळय.

राजा इलो!'' हा-हा म्हणता विजरईने अंग मोडून मांडल्या सैन्याची शिस्त पाऽर विसकटली.

तसे तटावरचे मावळे तर आनंदी जल्लोषाने आरोळ्याच आरोळ्या ठोकू लागले.

भिडले! पायदळ मध्ये घेऊन पाच हजार घोडदळासह संभाजीराजे थेट कोट फोंड्याच्या पायथ्याला भिडले. घेराचा आता रंगच पाऽर पालटला.

बगलेला उभ्या एकाही फिरंग्याची हत्याराला हात घालायची हिंमत काही झाली नाही. राजांचा तो जसा उपराळ्याचा हल्ला नव्हताच. होता फोंडा गडचढीचा हमेशाचा प्रघात! फोंड्यावर आता चक्क नौबती दुडदुडु लागल्या!

येसाजींनी आज आठ दिवसांनंतर फोंड्याचा दरवाजा उघडला. सामने थोरल्यांचे अंकुर, तडफदार, बांडे राजे बघताच डोळे अनेक आठवणींनी डबडबून आले म्हातारबाचे. रिवाज द्यायला ते कमरेत वाकताहेत, हे बघून राजे चटकन पुढे झाले. ऐन भराचे राजे आणि उतारवयाचे येसाजी यांची कडकडून ऊरभेट पडली. गोव्यातल्या किल्ले फोंड्यावर!

''कंककाका, तटातील धारकरी बाहेर काढा टाकोटाकीनं. फिरंगी माघार घेणार काढत्या पायांनी. त्यांचा आत्ताच पाठलाग केला पाहिजे!''

''जी.'' येसाजी-कृष्णाजी घायपाती, लवलवत्या पानांसारखे हलू लागले.

राजांनी अंदाज बांधला तसेच झाले होते. विजरईने माघारीचा हुकूम देताच, त्याचीच वाट बघणारे त्याचे सैनिक आल्या वाटेने परतीसाठी सैरभैर पळू लागले.

दुर्भाटजवळ मावळी घोडाईतांनी माघार घेऊन दौडत्या फिरंग्यांना गाठले. मोर्चे धरलेल्या फिरंगी बंदुका कडकडल्या. मावळी घोडी बिचकून मुस्काटे फिरवू लागली. ते पाहून येसाजीपुत्र कृष्णाजीच बिथरला! त्याने आभाळाकडे गर्दन उठवून सर्व घोडाईतांचे पाठकणे सुरसुरून फुलवीत केवढीतरी मोठी किलकारी दिली. ''हरऽ हरऽ हर म्हाऽऽद्येव.'' ती लढाई होती दौडत येणाऱ्या मावळी भालाइतांची आणि बंदिस्त मोर्चे धरत माघार घेणाऱ्या फिरंगी बंदुकधाऱ्यांची. फिरंगी मोर्चे पार विसकळीत झाले. घुसलेल्या काही मावळे भालाइतांच्या भाल्यांच्या माऱ्यातून खुद्द विजरई दोन वेळा नशिबाने सलामत निसटला होता. कित्येक फिरंगी नदीतून पोहत होते. कैक गळाभर पाण्यात जीव मुठीत धरून उभे होते. भेदरलेल्या विजरईने त्या लोकांची दुर्दशा डोळ्यांनी पाहिली.

– आणि – आणि अंगभर रक्ताने न्हालेला, मोर्चामागून मोर्चे फोडत चाललेला, अंगी गोळ्याच गोळ्या झेलून फुलल्या पळसवृक्षासारखा रक्तबंबाळ दिसणारा, घामेजला कृष्णाजी छाताडावर वर्मी गोळी लागताच ग्लानी येऊन घोड्यावरून कोसळला!! ज्या ठिकाणी जाया झालेले येसाजी, कांबळ्यावर आणून ठेवले होते

त्या जागी, त्यांच्याशेजारीच कृष्णाजीलाही मावळ्यांनी घोंगडीवर झोपविले.

आता दोन्हीकडचा मार सुमार झाला होता. कित्येक फिरंगी आणि मावळे कामी आले होते. सांजावत आल्याने हत्यारे थांबली होती.

महाराज घोंगडीवर झोपविल्या येसाजींजवळ आले.

त्यांना बघून क्षीण आवाजात म्हातारबा येसाजी म्हणाले, "सुक्षेम हाईसा न्हवं?" काय बोलावे तेच राजांना सुचेना. ते कृष्णाजीच्या घोंगडीजवळ आले. ती घोंगडीच रक्ताने चिंब झाली होती. कृष्णाजीने ग्लानीने भरलेले डोळे किलकिले केले. उजव्या पायपंजावर बसत राजे त्यांच्या जखमी देहभर, आईच्या मायेने हात फिरवीत म्हणाले, "ऐसा कैसा रे फुटोन गेलास तू कृष्णा!" त्यांनी भोवतीच्यांना आज्ञा केली, "या बापलेकांस आत्ताच कऱ्हाड प्रांती डोलीतून त्यांच्या गावी पोहोचवा."

नेसरीच्या प्रतापराव गुजरांची, पुरंदरच्या मुरारबाजी आणि घोडखिंडीच्या बाजी देशपांड्यांची, मरणाचा लाकडी खोडा वळता करून घेणाऱ्या जंजिऱ्याच्या कोंडाजी फर्जंदांची याद व्हावी, असाच हाही प्रसंग होता – गोव्याच्या कृष्णाजी कंकाचा.

सालसेत, बारदेशवर हंबीरराव उतरले. दुर्भाट-आगाशी मार्गे धर्माजी नागनाथ घुसले. राजांच्या तितोंडी फौजा निकराने गोव्यात शिरण्यासाठी पुढे घुसल्या. राजे आणि खंडोजी जुवे बेटावर चालून गेले. त्यांनी ते पहिल्याच धडकेत कब्ज केले.

जुवे बेट मराठ्यांनी ताब्यात घेताच विजरई हबकला. आता त्या बेटावरून एक खाडी पार केली की, जुन्या गोव्यातच मराठ्यांचा प्रवेश होणार होता! भयकातर झाल्या फिरंगी पाद्र्यांनी, विजरईच्या तातडीच्या आज्ञेने सेंट झेवियरच्या चर्चमधील घंटा, धोका म्हणून रात्रीच्याच अखंड बदडायला सुरुवात केली!

बिचोलीहून आलेला अकबरही या हल्ल्यात राजांबरोबर होता. एकदा त्याने जंजिऱ्यावर खाडीच भरून काढू बघणारे राजे प्रत्यक्ष समोर पाहिले होते. आता गोव्याची खैर नाही, हे तो मनोमन जाणून होता.

जुवे घेतल्याच्या दुसऱ्याच दिवशी विजरई चारशे सैनिकांसह भल्या पहाटेच, ते परत घेण्यासाठी खाडी पार करून निकरानं चालून आला.

टेकडीवरचे राजे, त्याला टेकडी चढू देण्यासाठी प्रथम गुमान राहिले. तो माऱ्याच्या टप्प्यात येताच टेकडीवरून दगडी गुंड बरसवत राजे सैन्यासह टेकडी उतरू लागले.

"पळाऽपळाऽ!" चालून आलेले फिरंगी मांडाची घोडी, नीट टेकडी उतरेनात म्हणून ती टाकूनच पळू लागले. त्यांना कळेना मावळ्यांचं भिर्र केवढं आहे?

यातच बगलेने आलेली तीनशे स्वारांची मावळी कुमक राजांच्या सेनेला मिळाली.

जुवे बेटाच्या लगतच्या टेकड्यांवरून गोव्यातले फिरंगी विचित्र नजारा बघू लागले. उतरंडीवरून तेगी पेलत धावून येणारे मावळे आणि विजरईसह जीव घेऊन

पळणारे फिरंगी! चार मावळ्यांनी विजरईचा घोडा घेरलेला बघताच काळजे चरकली फिरंग्यांची. दोम रोद्रिगो घोडा फेकत विजरईच्या मदतीला आला म्हणूनच जीवे वाचला तो! तरीही तलवारीचा एक निसटता वार बगलेला बसून घायाळ झालाच तो.

रोद्रिगो केवढ्यानेतरी ओरडला – "खाडी पकडा. पळा."

भेदरलेला, रक्तबंबाळ विजरई खाडीच्या रोखाने जीव तोडून जनावर फेकू लागला. त्याच्यावरच नजर खिळवून समोरच्या फिरंगी धारकऱ्यांशी लढणाऱ्या राजांनी आपला 'चंद्रावत' कौशल्याने बाहेर काढला. विजरईच्याच पाठलागावर फेकला.

टेकडीवरच्या बघ्यांना कधी नव्हे, असा नजारा बघणे भाग पडत होते.

पुढे घायाळ, जीव बचावण्यासाठी दौडणारा पार भेदरलेला विजरई कोंद-द-आल्वोर आणि त्याला गाठण्यासाठी तलवार पेलून धावणारा सैतान 'संबा!'

राजे एकलेच विजरईच्या मागे धावताहेत, हे पाहून चलाख खंडोजींनीही आपला घोडा त्यांच्या मागे दौडता काढला.

गर्जत्या, फेसाळत्या, भरतीच्या खाडीतच भेदरलेल्या विजरईने घोडा घातला. पुरा गर्भगळीत झालेला विजरई प्राणभयाने सपासप खारट पाणी तोडत मध्ये उभी असलेली होडी गाठण्यासाठी जिवाचे रान करू लागला. होडीही त्याच्या रोखाने सरकू लागली.

चंद्रावतासह खाडीकाठाकडे दौडणारे राजे चुटपुटत ओरडले – "सोडू नको त्यास! उभी गावे जाळतो-बाटवतो – "

आणि पाठलागावरच्या बेभान, संतप्त राजांनी मांडाखालचा चंद्रावतच, अनावर चुटपुटीने दमदार टाच भरत थेट खाडीतच घुसविला!! खारट पाण्याचे चौफेर फव्वारेच फव्वारे उडाले. दहा हात आत घुसलेला चंद्रावत खाडीच्या, भरतीच्या ओढीला हां-हां म्हणता वाहतीला लागला.

विजरईने होडी गाठलेली बघून आणि त्याला मारायला धावून येणारा 'संबा'च घोड्यासह वाहतीला लागलेला बघून टेकडीवरचे बघे जल्लोषाने टाळ्या पिटू लागले.

राजे चंद्रावताच्या रिकिबीतले पाय आता सोडवू बघत होते. ते सुटले. एका हाताने वाहतीचा चंद्रावत आवरत दुसऱ्या हाताच्या बळाने तरंगते राजे चंद्रावतासह वाहतीला लागले. टेकड्यावर आता तर टाळ्या-आरोळ्यांचा पाऊसच पाऊस पडू लागला.

एकच क्षण – पण उभं आयुष्य सरकवून गेला तो राजांच्या डोळ्यांसमोर. मराठी दौलतच खारट पाण्यावर वाहतीला लागली.

– आणि टेकडीवरच्या बघ्यांची दातखीळच बसली. त्यांना घोड्यावरूनच एक माणूस जिवाच्या आकांताने खाडीच्या पाण्यात झेपावताना दिसला. सपासप हात मारत त्याने 'संबा'ला, पाते लवायच्या आत गाठलेही. आपल्या हातांची जोड देत-देत तो वाहणाऱ्या संबाला खाडीकाठाकडे आणू लागला. कायदे राजांच्या हातून सुटताच चंद्रावतही अंगच्या बळावर पोहत काठाकडे निघाला.

घोड्यावरून पाण्यात झेप घेणारा तो पाणीदार वीर होता, खंडोजी बल्लाळ!

पुरते अंगभर भिजले राजे-चिटणीस सुखरूप खाडीकाठाला आले. राजांनी खंडोजींकडे डोळाभर बघत त्यांना भावभिजली मिठीच भरली.

आता राजे हंबीररावांची जोड करायला सालसेत, बारदेश प्रांतावर उतरले. हा तोच प्रांत होता, जिथे फिरंग्यांनी धार्मिक जुलमाचा हैदोस घातला होता.

ज्या प्रांतात गरीब कोळ्यांच्या तरण्याताठ्या पोरी जबरीने बाटवून दिवसा त्यांचा धर्मप्रसारासाठी आणि रात्री त्यांच्या शरीरांचा उपभोगासाठी फिरंगी वापर करीत होते, अशा भिक्षुणींचे तीन मठ मावळी सैनिकांनी फोडले. सर्वांत मोठा मठ होता राचोलीचा. तो फुटताच, दावी तोडलेल्या सफेद गाई चौखूर उधळाव्यात तशा पांढरे झगेवाल्या कोळी-भिक्षुणी मानेवरचे जोखड उतरताच मुक्तपणे वाट फुटेल तिकडे पळू लागल्या. त्यांना मनमोकळे पळताना बघून घोड्यावर स्वार झालेले राजे समाधानी, भरल्या नजरेने सरलष्करांकडे बघत म्हणाले, "मामा, हे बघायला आमच्या थोरल्या आऊच पाहिजे होत्या आज."

त्यांच्या मनात मात्र एका कठोर सत्याची टिटवी केकाटत गेली, 'आमच्या राणूअक्का आणि दुर्गा अशा मुक्त करण्याचं भाग्य लाभतं या हातांस तर!'

बारदेशच्या आभाळाने कधीच टिपले नव्हते, असे एक दृश्य सामोरे आले राजांच्या. सोलापूर-पंढरपूर भागात पाच-तास बैल एकाच दावणीला जखडून गावकीची समाईक इरजिक घालतात तद्वत सात फिरंगी पाद्री एकाच दावणीला जखडून टाकलेली एक मावळी तुकडी पेश झाली.

"काय करावं ह्यांचं धनी? द्यावं का मासळीमारीच्या जाळ्यावानी फेकून दर्यात?" तुकडीचा म्होरक्या म्हणाला.

सगळ्या पाद्र्यांच्या गर्दनी, देठ मोडल्यागत छातीवर पडल्या होत्या. राजे बारकाव्याने त्यांना निरखू लागले. "समर्थ राहू द्याच – दिवाकर गोसाव्यांसारखाही का नाही दिसत यांपैकी एकही जण? समर्थांच्या पायठशांवर धर्म वाट शोधीत चालतो असं वाटायचं! यांच्या? हे धर्माचीच पायवाट करून ती तुडवितात. दुसऱ्यांचे हक्क पायदळी कुचलतो तो कसला धर्म? एवढे कब्ज झालेत, तरी का नाही मनाला वाटत यांना बाटवावं? बाटवणं म्हणजे तरी काय? बाटतात ती शरीरं – मनं कुणाला आणि कशी येणार बाटवता?"

''हुकूम व्हावा धनी.'' अनावर उताविळीने म्होरक्या म्हणाला.

''बैलच आहेत हे; धर्माच्या घाण्यास जुंपलेले. जुलमाचे तेल गाळणारे. यांच्याही पाठीवर कोरडे ओढा आणि धिंड काढा यांची!'' संतप्त राजे कडाडले.

तिकडे पणजीत जुन्या देवळात, भेदरलेले फिरंगी एकजाग झाले होते. खांद्या-कपाळाशी हात नेत आकाशीच्या बापाची 'करुणा' भाकत होते. शवपेटीचे झाकण खोलून आज पहिल्याने विजरई कोंद-द-आल्वोर झेवियरच्या शवाच्या हातातील सुवर्णी धर्मदंड आपल्या हातात घेऊन वारंवार तो आभाळरोखाने उठवीत पुटपुटत होता – ''राख, गोव्याची लाज राख. हा 'संबा' कसाही जाऊ दे. पण परत जाऊ दे. पाहिजे तर घेऊ दे गोवा त्याला – पण आमचे जीवन नको!''

फिरंगी जहाजे पोर्तुगालला कूच व्हायच्या सिद्धतेने गाठीचा सोन्या-नाण्याचा खजिना भरून पणजीच्या दर्यात सज्ज झाली होती. त्यात फिरंगी बायका-पोरे चढलीही होती. विजरईची ही झेवियरच्या शवाला आखरी करुणा होती. मग तो देऊळ सोडतानाच ती शवपेटीही घेऊन जाणार होता. देवळाच्या मोठाल्या घंटा ठणठणत होत्या.

दुर्भाट, जुवे, अंत्रुज, बारदेशच्या मावळी फौजा एकजाग होऊ लागल्या. राजे त्या पणजीत घुसविणार होते. त्यासाठी राजे, हंबीरराव, खंडोजी, धर्माजी दर्यात एकवट होणारी होडकी तळपत्या नजरेने बघू लागले. पण –

आणि 'पण'ची माशी शिंकलीच! कवी कुलेशांनी धाडलेला रामोशी खबरगीर राजांना शोधत धापा टाकत आला. खबर ठेवत म्हणाला, ''शाआलम लाखाच्या बळानं रामघाट उतरतोय! रांगच्या रांग लागलीया घाटात.''

''काऽय?'' विस्फारल्या डोळ्यांनी राजे किंचाळलेच.

पुन्हा तोच प्रसंग आला – योजावे पण साधावे असे घडूच नये! शहाआलम आणि विजरई यांची कात्री आवळली जाण्यापूर्वी गोव्यात घुसविल्या सेनेसह फिरंगाणाबाहेर पडण्याशिवाय अन्य मार्गच नव्हता.

तहाला तयार झाल्या फिरंग्यांशी तह करण्याची जोखीम कुलेश आणि अकबर यांच्यावर सोपवून रायगडी आलेल्या राजांच्या मनी दोनच बाबी घोळत होत्या. कोकणात उतरलेला शहाआलम आणि मुंबईचा टोपीकर! फिरंग्यांनी मागे येसाजी गंभीर यांच्याकडे ओळखपत्रे नाहीत, अशी तक्रार केली होती. म्हणून गोवा सोडताना फिरंग्यांशी करायच्या सुलुखासाठी राजांनी कुलेशांना 'कुलएख्तयार' केलं. त्या सुलुखाची सारी बाबच त्यांच्यावर सोपविली. राजकारणाच्या सोयीसाठी कुलेशांची ही नामजादी होती. तीच कित्येकांना खटकली. 'छंदोगामात्य-कुलएख्तयार' – कनोजा भारी होत चाललाय, अशी खुसपूस उठू लागली.

आज्ञेप्रमाणं कुलेश-अकबर फोंडा, भीमगड येथे फिरंग्यांच्या वकिलाच्या भेटीगाठी घेऊन तहाची बोलणी करू लागले.

फिरंग्यांशी चालल्या तहाबाबत अकबर एकदा रायगडावर राजांना भेटूनही गेला.

टोपीकरांची मुंबईची बसकण आता स्वराज्याला घातक ठरणार, हे पारखलेल्या राजांनी त्यांच्यावरच लक्ष एकवट केले. टोपीकरांची कारंजा, एलेफंटा ही बेटे आणि माहीम, दंतोरा, सारगाव, कोळवा ही ठाणी मावळ्यांनी कब्ज केली.

मुंबईवर चालून जाण्यासाठी जावळी, कऱ्हाड, पुणे, पन्हाळा भागात नवी सैन्यसंचणी सुरू झाली.

अकबर राजांजवळ बापाविरुद्ध कुमक मागून थकला होता. म्हणत होता, "मला इराणला जाऊ द्या." राजे त्याला चुचकारून फिरंग्यांशी चालत्या तहाची मध्यस्थी करण्याचे सुचवीत होते. मात्र मनात आता याला जवळ ठेवून घ्यावा की नाही? याचा विचार करीत होते.

शहाआलमला दक्षिण कोकणात पेरून औरंग आपण स्वत:च आदिलशाहीच्या विजापुरावर चालून जाणार अशी खबर होती. लाख फौजेनिशी कुडाळ, बांदा, डिचोली भागात फिरणाऱ्या शहाआलमची पाचावर धारण बसली होती. कारण दर्यामार्गे मिळणारी त्याची रसद मध्येच मराठ्यांनी लुटली होती. पाणोठे विखारी केल्याने त्यांच्या घोड्यांना पाणीसुद्धा मिळेनासे झाले होते.

आबासाहेबांनी राखली तशी आदिलशाही राखणे भाग होते. राजांनी त्याच बेताने पेशवे निळोपंत आणि हंबीररावांना बोलावून घेतले.

"पेशवे, आदिलशाहीवर चालून जाण्याचा बेत दिसतोय औरंगचा. पाठबळ देऊन राखली, तर ती शाही खूप दिवस झुंजेल." राजे स्वत:शीच बोलल्यासारखे बोलले.

"जी. आम्हीच जाऊ होतर आदिलशाहीच्या कुमकेला." हंबीररावांना राजांचा विचार पटला.

"तुम्हासच पाठवू मामासाहेब, पण आत्ता नाही, योग्य समयास. निळोपंत, तुम्ही नव्या संचणीचा अठरा हजार लढाऊ विजापूरमार्गे कूच होईल ते करा." राजे औरंगच्या चालीच्या मागचा विचार करू लागले.

एवढ्यात दक्षिण कोकणातून घोडा फेकत आलेला खबरगीर विश्वासच राजांच्या भेटीला आला. त्याने आणलेली खबर राजांचा तणाव सैल करणारी होती.

"शाअलम मार खात-खात, हैराण होऊन परतीच्या वाटेवर घाटात पोहोचलाय धनी. लाखाच्या सेनेतलं अवघं चाळीस, पंचेचाळीस हजार उरल्यात त्येच्याकडं. त्येच्यातबी बळ न्हाई हत्यार पेलायचं. बापाला त्यानं नगरकडं सांडणीस्वार धाडलाय – 'मुझकू घोडे और खेचर भेज देव. नहीं तो मर जाऊँगा मय वहाँ पहाडमें।"

ते शांतपणे ऐकून घेत राजे हंबीररावांना म्हणाले, "आता तुम्ही आम्ही संगतीच

उतरू मुंबईजवळच्या पालतट्ट्यावर सरलष्कर.''

राजांचे बोलणे तुटकच राहावे, अशी बातमी निळोपंतांनी राजांच्या कानी घातली. ''कऱ्हाड प्रांतात परतलेले येसाजी कंक तब्येतीने सुधारताहेत... पण कृष्णाजी जखमा फुटून गेले, स्वामी!''

कृष्णाजी! राजांचे मन खिन्न झाले. काही क्षण विचारातच गेले. कृष्णाजीला बायको आणि तीन वर्षांचा मुलगा आहे, या जाणिवेने राजे पेशव्यांना म्हणाले, ''कृष्णाजीस सालिना हजार आणि येसाजींना हजार होन मिळतील अशी व्यवस्था करा, पेशवे. आणि खंडोजींना हजार होन आणि पालखीचा मरातब द्या.''

'संबा'ला कसलीही मदत न करण्याबद्दल औरंगने आदिलशाहाला लिहिले. मराठी-मोगल-फिरंगी यांच्या फौजी धावणीमुळे दक्षिण कोकणात तर दुष्काळ पडला.

मुंबईच्या केजविनने आपल्या हलाखीचे पत्र लंडनचा राजा चार्ल्स याला लिहिले. त्यात त्याने म्हटले – ''आपल्या लगत असलेल्या 'शंभूजी' या ताकदवान राजाने पोर्तुगीजांचा चाळीस मैलांचा पट्टा बेचिराख केला आहे. तीस हजारांवर त्याच्या सेना मुंबईचा रोख धरून भोवती पसरल्या आहेत. आपल्याजवळ फक्त दीड-दोनशे आपले आणि दोनशे काळे सैनिक आहेत. शंभूजीने आपल्याकडे साठ तोफा, चारशे पिंपे आताषीसामान, कथील, लहान-मोठी जहाजे-कापड यांची मागणी केली आहे. मागण्या पुऱ्या झाल्या नाहीत, तर मुंबईवर हल्ला करण्याची धमकी दिली आहे. काय करावे? पोर्तुगीजांचा तपशील ध्यानी ठेवून तह करावा असे वाटते!''

पालतट्टा धरून कारंजा-एलेफंटा असा फेर टाकून, मुंबई आणि वसई भागातील टोपीकर आणि फिरंगी यांच्याशी एकाच वेळी दुहेरी चालून जाण्याच्या इराद्यात असलेले राजे रायगडी परतले.

सिंहासनसदरेवर त्यांना रात्रीची वर्दी आली – ''पणजीहून आलेले फिरंगी हेजीब घेऊन कुलएख्त्यार कुलेश भेटीस येताहेत.''

पाटगावला मौनीबाबांच्या दर्शनासाठी गेलेले कुलेश तिथे भेटलेल्या फिरंगी वकील मंडळासह तसेच रायगडी आले होते. त्यांच्यासंगती फ्रायर, कॉन्सिको, थेमुडो, पाद्री ऑगस्टीन, अल्बुकेर्की अशी मंडळी होती.

वकीलमंडळाने राजांना नजराणा दिला! मोठ्या धास्ती अदबीने ते पेश आले होते. अल्बुकेर्की, कुलेश व अकबर यांच्याशी झाल्या बोलण्याचा तपशील दुभाष्या राम नाईक याच्या मध्यस्थीने राजांना देत होता.

मनातून राजांना फिरंग्यांशी तहच करायचा नव्हता, काही ना काही कारण पुढे करीत राजांनी फिरंगी व वकीलमंडळाला तीन रात्री रखडविले.

तिसऱ्या रात्री वैतागलेल्या अल्बुकेर्कीने तहाबाबतचा निर्धार व्यक्त केला. ''आमचा

दरबार अंजदीव बेट सोडणार नाही! राजे मागतात ती बक्षिसी मिळणार नाही!''

"मतलब?'' राजे ते ऐकताना बैठकी आसनावरून उठलेच. त्यांची चर्याच काटेफड्यागत लालबुंद झाली. "कुलेऽश, या फिरंग्यास सांगा – आम्ही सांगतो त्या तहाच्या अटी मान्य नसतील, तर वरफिरंगणातून आमचे पेशवे हटणार नाहीत. भीमगडाच्या कैद्यांना सोडले जाणार नाही. बारदेशात कब्ज केल्या तोफा परत केल्या जाणार नाहीत! जरूर तर आम्ही पुन्हा चालून येऊ!''

अल्बुकेर्की ते रूप पाहूनच चळाचळा कापायला लागला. वकीलमंडळातील एकट्या फ्रायरच्या मनात मात्र राजांचे ते स्वरूप बिंबून राहिले.

राजे बिरवाडीला आले. इथे उतरण्यासाठी आबासाहेबांनीच खासेवाडा बांधला होता. त्याच्या सदरेवर प्रल्हादपंत, इंग्रज वकील गॅरी यासह भेटीस आले.

मुंबईच्या गव्हर्नर केजविनने लिहिलेल्या पत्राला लंडन दरबारचे पत्र आले होते. म्हणून तर केजविननं आपला वकील टाकोटाक धाडला होता.

"टोपीकर कर्नाटकात वखारीच्या सवलती मागताहेत. फिरंग्यांचे समजून आमचे पकडलेले 'प्रेसिडेंट' नावाचे जहाज परत करावे म्हणतात.'' गॅरीला पुढे घालीत प्रल्हादपंत म्हणाले.

राजांनी इंग्रजी वकिलाला अंगभर निरखला. 'हे टोपीकर फिरंगी, डच, फ्रांसिस कोण कोठच्या देशीचे. दर्यापट्ट्या धरून मिळेल त्या दरबारचे पाय चाटत जागजागी वखारी घालतात. आज वखारी घालतात – उद्या हातपाय पसरतील. औरंग खासाच उतरला नसता फौजबंदीनं दख्खनेत, तर आम्हीच घेतला असता यांचा समाचार. पण या बिकट समयास चौफेर गनीम ठेवावा तो किती?' राजमनात विचार आले.

शांतपणे राजांनी प्रल्हादपंतांमार्फत गॅरीशी बोलणी केली. थॉमस विल्किन्स आणि दुभाषी राम शेणवी गॅरीच्या मदतीला असल्याने चांगली तीन दिवस ही बोलणी बिरवाडीत चालली. तहाच्या अटीचा मसुदा प्रल्हादपंतांना सिद्ध करायला सांगून राजे रायगडाकडे गेले. पण प्रल्हादपंत टोपीकरांना मसुदा देऊन नेहमीप्रमाणे गड चढले नाहीत. त्यांची आणि मानाजी मोरे, गंगाधरपंत, राहुजी सोमनाथ, वासुदेवपंत यांची कसलीतरी एकांती बैठक ठरली होती, तिकडे ते निघून गेले.

या वेळी शहाआलम आणि औरंगजेब या बेटाबापाची अहमदनगरमध्ये भेट होत होती. बापाने पाठविलेल्या घोड्यांच्या आणि खेचरांच्या मदतीने शहाआलम कसातरी घाट चढून आला होता. एक लाखांपैकी आता फक्त चाळीस हजार सैनिक शिल्लक होते त्यांच्या संगती!

गर्दन टाकून नगरच्या किल्ल्यात पेश झालेल्या शहजाद्याला औरंगजेब केवढ्यातरी नफरतीने म्हणाला, "वो बागी अकबर कमसे कम अकेला गया। तुम हशम लेकर

गये और उन्हे गवाँकर आये। जूरत कैसी हुई काला मुँह लेकर आने की? तुम भी क्यों नहीं गये उसके साथ?''

बिचारा शहाआलम काय जाब देणार होता? शरमिंदा होऊन तो बापासमोरून निघून गेला.

संभाच्या जनान्यातल्या बायका खुल्दाबादेत कोठीत आहेत, याचा फायदा घेऊन मावळे जालन्यापर्यंत छापे घालतात याने चडफडणाऱ्या औरंगजेबाने वजीर असदखानाला बोलावून फर्मावले, ''संबाके जनानेकी औरते भेज दो बहादूरगड। पहरा जारी रक्खो साथ।''

बादशाहाच्या हुकमाने दुर्गाबाई आणि राणूआक्का बहादूरगडात हलविण्यात आल्या. पेडगावच्या किल्लेदाराने त्याबद्दल लेखी पोचपावती बादशाहाला पाठविली.

मृग तोंडावर आला. रामसेज, कल्याण, भिवंडी, बागलाण, पुणे अशा प्रांतातून उन्हात घामाने निथळलेले बहिर्जी, विश्वास, महादेव असे खबरीखात्याचे खासे पाठोपाठ रायगड चढू लागले. चारीबाजूंनी रायगडावर खबरा थडकू लागल्या. ''औरंगजेब रामसेज, तळकोकणातील काही किल्ले इथं मोजक्याच शिबंद्या ठेवून फौजा मागं घेतो आहे. त्याचे जागोजागचे सरदार औरंगाबाद जवळ करताहेत!''

औरंग आणि माघार? असे कधीच घडले नव्हते, त्याच्या हयातीत. अगदी वयाच्या चौदाव्या वर्षापासून तो स्वारीशिकारीत होता. पण 'माघार' अशी तो पहिल्यानेच घेत होता. गेली तीन वर्षे मराठी मुलूख पाडण्यासाठी त्याने जंग-जंग पछाडले होते. हाती काहीसुद्धा आले नव्हते त्याच्या. फक्त लढाया, घेर, कत्तली यांतच पुरी तीन वर्षे जाया झाली होती त्याची. जाता-जाताही त्याने रायगडावरच चालून जायचा गाजीउद्दिनखानाला हुकूम दिला होता.

''हंबीरराव, रूपाजी, कुलेश, रामचंद्रपंत सगळ्या खाशांस चढ्या घोड्यांनी रायगड जवळ करण्यास लिहा. फर्मानं आल्या खबरगिरांकडूनच धाडा चौफेर.'' निळोपंतांना, सरसर फेर घेत राजे आज्ञेमागून आज्ञा देत होते. ते आपल्याच विचारात गढले होते. 'का घेत असावा औरंग फौजा मागे? काय हेत आहे त्याचा यात? पावसाळा तोंडावर ठेवून या चाली आहेत त्याच्या की पावसाळा उलगताच जोरावारीनं पुन्हा धरणार तो मोहरा?'

आता तर राजांना उसंतच नव्हती. निळोपंत, खंडोजी एकामागून एक थैलीस्वार गड उतरवू लागले. जागोजाग पांगलेले मंत्री सुभेदार राजथैली मिळताच रायगडाच्या वाटेला लागले. इंग्रज वखारीचा मुंबईहून सारखा तगादा लागला होता. ''सुलुखाचे कागद शिक्कामोर्तब करून पक्के पाठवून द्या.'' त्याकडे लक्ष द्यायलाही वेळ नव्हता. राजांनी ती पुरी बाबच प्रल्हादपंतांवर सोपविली.

हंबीरराव, रूपाजी, कुलेश, संताजी – गुजराथेतून परतलेले धनाजी, रामचंद्रपंत,

दौलतखान नेमक्या खाशांची रायगडाच्या सिंहासनसदरेला उन्हतापीच्या ऐन दिवसांत मसलती बैठक बसली. पेशवे निळोपंत मसलत खोलत म्हणाले, "सांप्रत गनीम पावसाला सुरुवात होण्यापूर्वी मुलूखभरची फौज मागे घेतो आहे. खबरा आहेत, तो आदिलशाहीवर चालून जाणार. त्यावर भरोसा ठेवून गाफील राहून नाही निभायचे. खाशांना पाचारण केलं आहे, ते या मसलतीसाठीच."

"शहाआलम नगरहून निघून सोलापूरमार्गे चालला आहे. बादशाहाचा आदिलशाहीवरच रोख दिसतोय." रामचंद्रपंतांनी सुचविले.

"मध्येच गाठून तोडला पाहिजे त्यास." राजे निर्धाराने बोलले.

"विजापुरावर ग्येला त्यो तरी पेशवं म्हंत्यात तसं गाफील राहून न्हाई भागायचं." हंबीरराव राजांच्या मनातलेच बोलले.

"सरलष्करांचं सही आहे. त्यासाठीच मसलतीत घेतलंय साऱ्यांना. पाऊस आहे म्हणून सुमार राहू नका कुणी. मिळेल ती संचणी पावसात खडी करून धाडावी लागेल आदिलशाहीच्या मदतीस."

कितीतरी वेळ मग खोलवरचे बोलणे झाले. जमल्या खाशांना बारीक-सारीक सूचना देण्यात आल्या. सगळ्यांना निरोपाचे विडे देण्यात आले.

अशा वेळी नेहमी बोलणारे प्रल्हादपंत गुमान राहिलेले कुणालाच नाही कळले. मसलत संपताच ते, राहुजी, मानाजी मोरे प्रल्हादपंतांच्या मंत्रिबाडीतील वाड्यात एकमेकांना भेटले. बराच वेळ दबक्या आवाजात काहीतरी बोलत राहिले.

पावसाने धार धरली. पुऱ्या सालभर दुष्काळाने हैराण झालेल्या रयतेला दिलासा मिळाला. त्यापेक्षा मोठा दिलासा मिळाला तैनाती मोगली सेना त्यांच्या भागातून उठल्या याचा. आता माणसे शिवाराच्या कामाला लागली.

बालेकिल्ल्यातील खासेवाड्याच्या झरोक्यातून दिसणाऱ्या सरसरत्या पाणधारा बघत राजे विचारगत झाले होते. 'केवढा अटीतटीचा जंग खेळलो आम्ही औरंगशी! कशासाठी? कुणाच्या बळावर? का झाले घरचे असून पारखे शिर्के आणि फलटणकर? काय वाटत असेल पेडगावच्या कोठीत दुर्गा आणि राणूआक्कांना?'

"महाराज, कुनी पठानी असामी आलीय पावसाचं गड चढून, भेट मागतीय." पुरुषा नावाच्या चाकराने वर्दी आणली. थोड्याच वेळात तो एका उमद्या, लढाऊ पठाणाला घेऊन आत आला. त्याला बघताच महाराजांना वाटले याला पाहिले आहे कुठेतरी. पण कुठे? काही आठवेना –

"आदाबअर्ज – जिल्हे सुबहानी – मुल्के मऱ्हाट." आल्या पठाणाने कुर्निसात दिला. त्याच्या पठाणी खमिसावरची कलाबतू झळझळली.

"कौन? मिलनेका मतलब?" राजे त्याला निरखत अजून आठवू बघत होते.

"पेहचाना नहीं राजासाबने नाचीजको?" पठाणी मोकळे हास्य खुलले.

"नहीं. बताओ."

"मिरबातखान!" दिलेरचा भाऊ! तो भीमेचा काठ. खेचल्यासारखे राजे पुढे झाले. "खाऽन – तुम?" म्हणत मिरबातला त्यांनी ऊरभेट दिली.

"कैसा हाल?" सगळे माहीत होते, तरी बळेच राजांनी विचारले.

"क्या बताना राजासाब! वो क्या बादशहा है? शैतान है – संगदिल! हमारे भाईजान की जान ली उसने बेइज्जत कर के! तंग आये उसके जुल्मसे!" मिरबात पिळवटून बोलला.

"खान, कळलंय आम्हास सगळं. तुम्ही दोन दिवस मनमोकळी विश्रांती घ्या गडावर. काही उणं पडायचं नाही तुम्हास."

"दो दिन? इस बरसातमें आये है हम – क्या मेहमानदारीके लिये राजासाब? जिंदगी रख्खी है, पैरपर राजासाबके." कमरबंद खोलून मिरबातने आपली पठाणी तेगच, गुडघा जमिनीवर टेकत छत्रपतींच्या पायांवर ठेवली.

त्याची तेग त्याच्या हाती ठेवताना राजांच्या मनी विचार फिरून गेला – 'आम्ही दिलेरच्या गोटातून पन्हाळगडी परतलो, तर 'लेकरा कुठं गेला होतास?' म्हणत आम्हाला मिठीत घ्यायला आबासाहेब तरी होते. यास कोण?'

राजांनी मिरबातला पदरी ठेवून घेतले.

कोकणातून आलेला अकबराचा खलिता घेऊन पेशवे भेटीला आले. राजांच्या हाती श्रीसखी नुकत्याच देऊन गेलेल्या वाफारल्या हुलग्याच्या माडग्याचा कटोरा होता.

"शहजादे म्हणतात – फिरंग्यांना तहाची कागदपत्रे लवकर पाठवावी." पेशव्यांनी अकबराचा तपशील समोर ठेवला.

"आणिक काही?"

"जी. ते म्हणतात – म्हणतात –" निळोपंत चाचरले.

"बोलाऽ" राजांना शंका आली की, आणखी काही मागणी आहे की काय शहजाद्यांची?

"जी! शहजादे म्हणतात – कुलेश सच्चे इमानदार चाकर आहेत राजांचे. अल्लानं करावं आणि कुण्या पाप्याची बदनजर ना पडावी त्यांच्यावर." खरे तर निळोपंतांना अकबरकृत कुलेशांची ही तारीफ मनोमन आवडली नव्हती.

"एवढंच?" राजांनी छातीवरची कवड्यांची माळ वरखाली होईल, असा दीर्घ उसासा टाकला. ज्यांच्याबद्दल बोलणे चालले होते, ते कुलेशच आले. त्यांना बघून रिवाज देत निळोपंत निघून गेले.

"इस कठिन समय को साथ देनेके लिए लिखा है, हमने सब जमीनदारोंको स्वामी!" कुलेशांनी आपण लिहिलेल्या सर्व पत्रांचा मजकूर पेश केला.

राजांनी कुलेशांना सांगितले, "तुमची चिंता वाटते शहजाद्यास कुलेश."

"हम लिखेंगे उसको – खुद की करनी चाहिए उसने!" हसत कुलेश म्हणाले.

"तहाचे कागद पाठवा असा तगादा धरतो आहे, शहजादा कुलेश."

"जी. सुलुख हुआ है, तो भेजने चाहिए करारपत्र."

"तूर्तास फिरंग्यांशी चालली तळ व वर कोकणाची लढाई तहकूब करावी म्हणतो आम्ही."

"अच्छा होगा वह!" कुलेशांनी दुजोरा दिला.

"चला सदरी जाऊ कविजी." राजांनी कुलेशांसह सिंहासनसदर जवळ केली.

"महाराज, परततानासुद्धा औरंगनं माणूसफोडीचा तडाखा दिलाय." खंडोजी चिंतेने म्हणाले.

"को – कोण चिटणीस?"

"नायब शाहकुली, खंडूजी, रंभा शंकराजी अशा फितल्या माणसांना मनसबी दिल्या आहेत, नगरकोटात बादशहानं."

ते ऐकताना सचिंत झालेले राजे सदरेच्या झरोक्याशी झाले. आभाळातून कोसळताना पांढऱ्याधोट असलेल्या पाणसरी भुईला मिळताच गदळ होत वाहून जाताना त्यांना दिसू लागल्या.

"मोगली सेना परतत आहेत, या संधीचा फायदा घेत फिरंग्यांनी कारंजा बेटाचा ताबा घेतलाय स्वामी." खंडोजींनी पाणधारा निरखणाऱ्या राजांची तंद्रा तोडली.

"कुलेश, खंडोजी, का आणि कशी आली आपल्या बोलीचालीत कळत नाही, पण केवढी मार्मिक म्हण आहे एक – कुऱ्हाडीचा दांडा गोतास काळ!"

"समजलो नाही आम्ही." सरळधोप स्वभावाचे खंडोजी बुचकळ्यात पडले. कुलेशांना तर ती मऱ्हाटबोली म्हण कळलीच नाही.

"खास नाही काही खंडोजी. दिलेरचा भाऊ भेटल्यापासून घोळतंय हे आमच्या मनी." जे बोलायचे होते, ते मनाआड टाकत तिसरेच काहीतरी बोलायचे म्हणून बोलले राजे. बाहेर श्रावणसरीचा खेळ सुरू होता. त्याने सिंहासनसदरेसमोरचा हमचौक क्षणात उन्हात, क्षणात पाऊसधारांत न्हाऊन निघत होता.

नवरात्राचे देव घटात बसले. रायगडाच्या देवमहाली अंबेच्या देव्हाऱ्यासमोर पंचधान्यांचे कोंब मातीच्या वाफ्यातून वर डोकावले. दसरा पार पडला आणि राजकारणाचे नवे कोंब भवितव्याच्या वाफ्यातून डोकावू लागले.

थोड्याच दिवसांत, रायगड ज्याचा अंदाज बांधून होता, ती खबर येऊन थडकली – "बादशाहानं आदिलशाही विरुद्ध मोहीम खोलली. कुतुबशाही, आदिलशाही यांचा मेळ पडू नये म्हणून हसन अली तानाशाहा याला गोवळकोंड्यात घेरून टाकला." औरंगनं आपला बेटा आझम यास फौजबंदीनं जेव्हा विजापूरचा बालराजा

शिकंदर याच्या रोखानं फेकला तेव्हा दोन्ही शाह्या खडबडून जाग्या झाल्या! इस्लामी असल्या तरी त्या 'दख्खनी' आहेत हे साफ झालं होतं. 'जशी त्या शाह्यांनी नांग्या टाकून, गुमान राखत मराठी दौलतीची गंमत पाहिली होती – तसंच आता आपण वागायचं का?' मोठा वर्माचा होता हा सवाल महाराजांपुढे.

दसऱ्याच्या निमित्ताने जमलेले खासे, बोलावून घेतलेले मर्दाने यांची त्यासाठीच राजांनी सिंहासनसदर बोलावली. या बैठकीत हंबीरराव सोडून अष्टप्रधानांतील निवडक असे पेशवे निळोपंत, प्रल्हादपंत, नारायण रघुनाथ, मोरेश्वरपंत, रामचंद्रपंत व कुलेश आणि कर्नाटकातून खास पाचारण केलेले हरजीराजेसुद्धा होते.

पेशव्यांनी बैठकीबेत खुला केला – "नगरकोटाच्या खबरा आहेत. गनीम आदिलशाहीचा रोख धरून फौजा पेरतो आहे. आपल्या मुलखातून त्यानं नामोश घेत जवळ-जवळ सगळे तळ उठविले आहेत...."

बैठक शांतपणे, कान व मन लावून पेशव्यांचे बोलणे ऐकत होती. बैठकी सिंहासनवजा आसनावर बसलेले राजे मसलतभर नजर फिरवीत होते. आबासाहेब गेल्यापासून, पन्हाळा सोडल्यानंतरची साले भिंगरीसारखी मनी फिरकी घेऊ लागली.

"कै. स्वामींनी आदिलशाही डुबते तर डुबू द्या, असे काही मनी आणले नव्हते. तोच प्रसंग आज आहे. त्यासाठी मसलतीस पाचारण केले आहे साऱ्यांस." पेशव्यांचे निवेदन चालूच होते. 'पुढची चाल कशी ठेवावी?' असा सवाल उठवून ते बोलण्याचे थांबले. खरे तर हा केवढातरी निःश्वासाचा समय होता. औरंगने मोहरा फिरविला होता. तोच बेत सुचवीत कुलेश म्हणाले, "आदिलशाही की फिक्र इस दर्बारको क्यों? वे चूप बैठे थे, हम पर गुजरी तो!"

"छंदोगामात्य म्हणतात ते रास्त आहे. कर्नाटकात होतो आम्ही, तरी हररोज इकडच्या खबरीसाठी जीव टांगणीला पडायचा आमचा. त्यासाठीच रघुनाथपंतांना धाडलं होतं आम्ही." राजांशेजारी बसलेले हरजीराजे त्यांना दुजोरा देत म्हणाले.

"आम्हाला वाटतं आता फितवेखोरांची कसून शहानिशा व्हावी. पुढील काळात तरी धोका राहायचा नाही त्यामुळे." एवढा वेळ गप्प असलेले प्रल्हादपंत बोलले.

"थोरल्या स्वामींची पायवाट धरत आदिलशाहीला जमेल तेवढी कुमक करावी. जुनी आहे ती शाही. चिवट झुंजेल बादशाहाशी. शिवाय सर्जाखानासारखे मातबर आहेत त्या दरबारात. आपल्या सरलष्करांची बाहेरून जोड घेत ते झुंजत ठेवतील औरंग." निळोपंत वर्माचे बोलले.

मसलतकऱ्यांचे मनोगत महाराज शांतपणे ऐकत होते. राजमनाच्या कसावर ते पारखून घेत होते. त्यांच्या मनात उलट-सुलट विचारांची पाठशिवण पडली होती.

'आबासाहेबांनी या श्रींच्या राज्याची मुहूर्तमेढ आदिलशाही तोडूनच केली होती. मिर्झा राजेसंगती तर त्यांना नाइलाजाने विजापुरावर चालून जावे लागले होते. एवढे

असले तरी सुरतेपावेतो दौडणाऱ्या त्यांनी कधी विजापुरावर आपणहून चाल घेतली नव्हती! पन्हाळ्यावरच्या अखेरच्या भेटीत तर ते आम्हास वारंवार म्हणाले, "आज ना उद्या औरंग दौलतीवर उतरणार. त्याची फिकीर करा.'"

आता मसलतीच्या साऱ्या नजरा राजांच्यावर एकवटल्या.

"आम्हास पेशव्यांची मसलत पटते. या समयी आदिलशाही वाऱ्यावर सोडून नाही चालणार. तिला पाठबळ देत झुंजवलं पाहिजे औरंगशी. आम्ही त्यासाठीच सरलष्करांना धाडलं आहे. शिकंदरशाहनं आगवानीही केली आहे त्याची. औरंग केव्हा फिरेल दौलतीवर त्याचा नेम नाही. तो गुंतून पडणेच लागी आहे." महाराज समोर दिसणारी पूर्वक्षितिजकड नजरेत पकडत निर्धारी बोलले.

"हरजी, तुम्ही कर्नाटक रोखून आहात. तिकडंसुद्धा घुसतील मोगली फौजा." हरजींच्याकडे वळून राजे केवढेतरी टोकाचे बोलले.

"जी. मोगली असूनही ज्या शाहीवर औरंगनं आज हत्यार धरलं, तो उद्या कुतुबशाही, कर्नाटक, पुरी दख्खनच धरेल पटाखाली हे आम्ही जाणतो. त्यासाठीच कर्नाटक कसा नेटाबळानं ठेवलाय आम्ही, हे नजरेखाली घालायला यावं एकदा महाराजांनी कर्नाटकात." हरजी धीराचे बोलले.

औरंग परतला म्हणून संकट टळलं असं न मानता नवी संचणी करून जागोजागच्या बाक्यांनी गडकोट जय्यत तैयार ठेवून सावध असावे, असा निर्णय करून मसलत उठली.

पेशवे निळोपंत चिंताक्रांत चर्येने खाशांच्या भेटीस आले. बराच वेळ ते काही बोलेनात.

"जे असेल ते बोला निळोपंत. काहीसुद्धा ऐकण्याची सवय झाली आहे आम्हांस. आणखी कोण-कोण फिरले? सांगा." खासेवाड्याच्या बैठकी दालनभर शांत फिरत राहिले महाराज. जागजागी उभ्या पहारेकऱ्यांनीही नावे ऐकण्यासाठी नकळत कान टवकारले.

"फितव्याच्या बाबी ऐकण्याची आम्हालाही सवय झाली आहे स्वामी – पण – पण आम्ही बोलणार आहोत ती बाबत फितव्याची नाही...!" पंतांनी हाती धरले उपरणे भावावेगाने चुरगळले.

"मतलब?" राजांचा पायफेर गपकन थांबला. ते पेशव्यांच्या समोर येत त्यांच्या डोळ्यांत खोलवर बघत राहिले.

"गंभीर आहे ही बाबत महाराज. कटावाची!!" पेशव्यांनी आपलीच गर्दन खाली टाकली.

पाठीवर पाल पडल्यासारखेच वाटले, ते ऐकताना महाराजांना. ताणल्या

डोळ्यांनी, सुन्न होत ते समोरचे न उकलणारे शून्यच बघत राहिले. मग एकदम कडाडलेच.

"काय – बोलता काय पेशवे? औरंग, फिरंगी, हबशी, टोपीकर कुणा कुणास कमी वाटले? कशासाठी आणि कुणी-कुणी केला कटाव?"

"महाराज, शरम वाटते पण नको ती माणसं आहेत या कटावात. आपले – आपले मानाजी मोरे! राहुजी सोमनाथ, गंगाधरपंत, वासुदेवपंत...."

"बस्स – बस्स पेशवे. ऐकवत नाही." उभे महाराज आधारासाठी म्हणून बैठकीवर जाऊन बसले.

"महाराज फिरंगाणाच्या मोहिमेत गुंतल्याचं पाहून मागे राहिलेल्या या इमानदारांनी नको तशी डोकी चालवली." पेशवेच सांगताना व्याकूळ झाले.

"कशासाठी? काय मनसुब्यानं?" महाराज आता सुमार शांतपणे ऐकू लागले. हा तिसरा कटाव होता!

"रामराजांना गादीवर बसवून आपल्या हाती कारभार घ्यावा, असा बेत आहे या मंडळींचा. पुरी शहानिशा केलीय आम्ही. यामागे कोणीतरी बडी असामी असावी, अशी पक्की खातरी आहे आमची. पण ती कोण याचा तलाश नाही लागत अद्याप."

"निळोपंत, तुम्ही जा आणि असतील तसे घेऊन या रामराजांस आमच्या सामने." आपल्याशीच बोलावे तसे बोलले महाराज.

"जी आज्ञा." म्हणत निळोपंत गेले.

'मानाजी मोरे! रामसेज, बागलाण भागात दौलतीसाठी तळहाती शिर घेऊन घोडा फेकणारे! कसे पडले या नको त्या समयास या भरीला? राहुजी? केवढे वयस्क! आम्ही त्यांनी गिळंकृत केलेले चिपळूणचे कुलकर्ण ज्याचे त्यास दिले याचा तर सल नसेल त्यांना?' राजमन स्वत:शीच जणू बोलत होते.

निळोपंत येसाजी दाभाड्यांसह रामराजांना घेऊन आले. ऐन भरीच्या तोंडावर आलेले रामराजे गोरेपान; पण नाजूक दिसत होते. नुकतीच ओठांवर लव फिरली होती. त्यांच्या पुढे होत, मुजरा करू बघणाऱ्या रामराजांना हाताला धरून महाराजांनी स्वत:बरोबर चालवीत आपल्या शेजारी बसवून घेतले.

ताराऊंची चौकशी करून राजांनी रामराजांना, कुणालाही जाणवावे अशा हल्लक आवाजात विचारले, "रामराजे, आम्ही एक विचारू? शांतपणे बोलाल आमच्याशी?"

"जी. दादामहाराजांना असं का वाटावं आज? आम्ही जाणतो, दौलत चौतर्फेनं संकटात आहे. जशी हरजीराजांना दिली तशी काही कामगिरी द्यावी आम्हास. लहान नाही आम्ही आता!" रामराजांच्या बोलण्यात बरीचशी झाक त्यांच्या मातोश्रींची उतरली होती. चेहरा आणि बोलणे मात्र निरागस होते.

"देऊ. समय येताच तुम्हासही साजेशी कामगिरी देऊ आम्ही. आम्ही नाही

दिली तर जगदंब देईल!'' रामराजांना कटावाची सुतराम कल्पना नाही, याची खातर झाली होती. काही क्षण स्वत:शीच झगडले महाराज.

''येसाजी, आमच्या रामराजांना घेऊन जा. तुम्हावर फार जोखीम आहे यांची. आमची काही माणसं तुमच्या जोडीला राहतील आता.'' येसाजी दाभाड्यांना राजाज्ञा मिळाली. ते रामराजांसह निघून जाताच निळोपंतांना आज्ञा झाली, ''पेशवे, मानाजी, राहुजी सारे कटाववाले दिसतील तेथे दस्त करण्याची आज्ञापत्रं द्या. कटावाची सूत्रधार 'बडी' असामी कोण याचा सावधपणे शोध घ्या.'' राजांचे मन गलबलले.

कडाक्याच्या थंडीचा हंगाम सुरू झाला. फोंडा, भीमगड, मर्दनगड या भागात बैठका घेऊन अकबर व कुलेश यांनी फिरंग्यांशी सुलूख पक्का केला.

तहात अनेक अटी होत्या. फिरंग्यांनी मोगली जहाजांना आपल्या बंदरातून जाण्याची परवानगी देऊ नये. दोन्ही दरबारांनी आपल्या कोठीतील कैदी मुक्त करावे. परस्परांच्या मुलखात व्यापारास मोकळीक असावी. फिरंगी मुलखाच्या तोंडावर राजांनी गडकोट बांधू नयेत! अशा मुख्य अटी होत्या. मर्दनगडावर तहाची आखरी बोलणी झाली. राजांनी तहाच्या कागदपत्रावर शिक्केमोर्तब करण्यासाठी अकबर, राय किरनसिंह, महादजी नाईक यांना पणजीला पाठविले. तह पक्का झाला.

शहजादा अकबरसंगती फिरंगी विजरईने राजांना नरमाईचा खलिता धाडला. त्यात लिहिले होते – ''राजांनी सुलुखाची कलमे पाळावीत. आम्ही ती काटेकोरपणे पाळू. दोन्ही दरबारांत खुला व्यापार व मुख्य म्हणजे 'शांतता' राहावी.'' फोंड्यावर अचानक चालून येणारा विजरईच हे लिहीत होता. तह पाळावा म्हणून वसईतील आपल्या फौजा राजांनी काढून घेतल्या. वसईकरांमागचा मावळ्यांचा ससेमिरा उठला – पण रोगराईचा सुरू झाला. वसईत प्लेगाची लागण पसरली.

टोपीकर दरबारचे काम बघणाऱ्या प्रल्हादपंतांना राजांनी बोलावून घेतले. पंत चलबिचल झाले होते – पण चर्या शांत ठेवून ते राजांच्या सामने आले.

''न्यायाधीश, टोपीकरांच्या सुलुखाचं....''

''जी. पुरा करून दिलाय तो आम्ही त्यांच्या हेजिबांकडं.'' प्रल्हादपंतांनी प्रथम सुस्कारा सोडला. मग ते तहाचा कलमबार तपशील सांगू लागले, ''तह दोन बाबींचा मोर्तब केला आहे. कर्नाटकप्रांती ते वखारी घालायला परवानगी मागताहेत ती आणि दौलतीशी त्याचे संबंध कसे राहावेत ही.''

न्यायाधीशांनी सांगितलेली सर्व तहकलमे राजांनी शांतपणे ऐकून घेतली. स्वत:शीच विचार करीत त्यांनी विचारले, ''टोपीकर पाळेल हा सुलूख पंत? तुम्हास काय वाटतं? मोठी बसकण झालेय मुंबईत हबशी, मोगल, फिरंगी यांची त्याच्या आसऱ्यानं.''

"जी. कलमातच मान्य केलंय टोपीकर विजरईनं की, तह बरकलम पाळू असं. शिवाय बोलवा आहे, विजरई केजविन मायदेशी आपल्या राजाला ही तहाची प्रत समक्ष दाखवायलाच निघाल्याची. कुणी ग्रांथम साहेब सुरतेहून त्याच्या जागी आल्याचंही कळतं."

राजे टोपीकरांच्या विचारात तसेच प्रल्हादपंतांसमोर आले. पंतांच्या छातीभर सरकलेले उपरणे नाकळेलसे थरकले.

"तब्येत सुमार दिसत्येय न्यायाधीश तुमची. खूप तापदरा झाली तुमची गोऱ्या हेजिबांशी बोलणी करण्यात." बराच वेळ बोलताना चलबिचल झालेल्या पंतांना राजांनी घरोब्याने विचारले.

"जी. तशी खास नाही – पण मुंबईहून परतताना हबशांनी केलेल्या दर्याछाप्यापासून थंडी सोसवत नाही आताशा."

"राजकारण रोजचंच आहे पंत. तुम्ही न्यायाधीश. तुम्हास थंडी सोसली नाही, तर तुम्ही दिलेला न्याय रयतेस सोसायचा नाही. मोगली फौजा परतल्या आहेत आता. थोडा विश्राम घ्या तुम्ही."

"जी." म्हणत प्रल्हादपंत निघून गेले. जाताना ते कसल्यातरी विचारात खोलवर बुडून गेले होते.

◆

॥१४॥

मंत्रिबाडीतील निळोपंतांच्या वाड्यावरचा खासगी कारभारी भेटीला आल्याची राजांना वर्दी आली. कारभारी यावा असे सहसा कधी घडत नव्हते. काय झाले असावे, या शंकेनेच राजांनी पेशव्यांच्या कारभाऱ्याला पेश घेतले. तो भीत-भीत म्हणाला, "धन्यांनी आपली भेट मागितलेय. ते येऊ शकत नाहीत इथवर महाराज."

"का? काय झालं पेशव्यांस?"

"पोटशुळानं तळमळताहेत ते एकसारखे अंथरुणावर." कारभारी उत्तरला.

"काऽय?" महाराजांच्या कानात जसा शब्द-बाणच घुसला होता.

राया, अंता, खंडोजी, पुरुषा, जोत्याजी असा माणूसमेळ घेत, ते निळोपंतांची तब्येत बघायला मंत्रिबाडीकडे निघाले. महाराज येताहेत या वार्तेने बाडी खडबडून उठली. इथे एका हारीत सुरनीस, डबीर, न्यायाधीश, अमात्य यांचे एकालगत एक वाडे होते. प्रत्येकावर हत्यारी पहारेकरी होते.

निळोपंतांना बघण्यासाठी प्रवेश करायला म्हणून राजांनी वाड्याच्या पायरीवर पाय ठेवला मात्र; राजांच्या मनी, आठवणीच आठवणी उतरल्या.

'हा तोच वाडा होता, जिथे मोरोपंतांनी आपला देह ठेवला होता. अखेरच्या क्षणी त्यांनी आपल्या चिरंजीवांच्या – निळोपंतांच्या हाती पेशवाईच्या मुद्रा आणि एक भिकबाळीचा करंड ठेवला होता. मोरोपंत! सावलीसारखे आबासाहेबांच्या पाठीशी असणारे, कसे निघाले आम्हास कैद करायला फौजबंद होऊन पन्हाळ्याकडे? बिरवाडीला रघुनाथपंत मजालसीत बोलले तेव्हा मोरोपंत हवे होते. तेच देऊ शकले असते हणमंत्यांना पटेलसा जाब. त्यांच्या या वाड्यावर – त्यांच्यावर हत्यारी पहारे बसवावे लागले आम्हास. त्यांचे पद आम्ही त्यांच्यामागे निळोपंतांना दिले. त्यांच्या तोंडी कधी खंत नाही आली आपल्या वडिलांबद्दल. कसले ऋणानुबंध हे?'

समोर आलेल्या निळोपंतांच्या बंधूंसमवेत – गंगाधर मोरेश्वरांच्या बरोबर राजे पेशव्यांच्या वाड्यात प्रवेशले. तळमळत्या स्थितीतही निळोपंत रिवाजासाठी पलंगावरून उठू लागले. पुढे होत राजांनी त्यांना लेटते केले. शेजारी बसून तब्येतीची वाजपूस करू लागले. असह्यवेदनांनी पेशवे, डोळे घट्ट मिटून घेत तळमळतच म्हणत होते – “ही उदराची व्यथा नको त्या समयास आली स्वामी.”

“पंत, तुम्ही बरे वाटेतो आराम घ्या. तुमच्या पेशवाई दफ्तराचे काम बघतील तोवर गंगाधरपंत.” राजांनी पेशव्यांच्या मनावरचे दडपण सुमार केले.

मंत्रिबाडीतून आलेल्या राजांना चांगोजी काटकर एका असामीसह सामोरा झाला. ती असामी होती कारवारची. संताजी पावला नावाची.

“महाराजांच्या फौजेचं पाठबळ घेत कारवारात राम दळव्याची बंडाळी मोडून काढली आम्ही धनी.” रिवाज देत संताजी म्हणाला. महाराजांच्या चर्येवर, ते ऐकताना समाधानाची लकेर पसरली.

ऐन उन्हतापीचे दिवस सुरू झाले. अशा उन्हाळ्यातच औरंगने विजापूरला चहूबाजूंनी घेर टाकला. विजापूर कोटाला भक्कम खंदक होता. त्याचा आधार घेत आदिलशाही फौज कोट निकराने लढवू लागली. कुतुबशाहीने विजापूरच्या मदतीला तीस हजारांची सेना पाठविली. आता दक्षिणेच्या तिन्ही शाह्या आणि दिल्लीची मोगलाई यांचे लक्ष एकवटले ते विजापुरावर. याच विजापुरात शहाजीराजांना काढण्या घालून फिरवण्यात आले होते. इथेच बड्या बेगमेच्या दरबारात ‘सेवा को जिंदा या मुर्दा पेश करूंगा’ अशी कसम खात खान अफजलने असर महालात विडा उचलला होता. आणि तीच आदिलशाही राखायला हंबीरराव घोडदळासह विजापुराभोवती घिरट्या घालत होते. मेलगिरी पंडित मध्यस्थी करीत होते.

हरसूलच्या गंगाधर नागनाथ नावाच्या, दाढी कोरलेल्या एका असामीला घेऊन कुलेश खासेवाड्याच्या सदरेला राजांना पेश आले. सोबत आणल्या असामीची ओळख करून देत कुलेश म्हणाले, “नेताजीराव को बडे स्वामीने पावन कर दिया है। इस बेचारेको भी दिया जाय।”

गंगाधर नागनाथ हरसूलचा – मूळ मोगली चाकर – ब्राह्मण, त्याला जबरीने मुसलमान करण्यात आले होते. आपले शुद्धीकरण करून धर्मात घ्यावे, म्हणून तो एवढ्या लांबवर गड चढून आला होता.

“महाराज, दया करा. माणसात घ्या मला.” म्हणून स्फुंदत तो राजांच्या समोर धाडकन कोसळलाच. राजांनी पुढे येत, वाकून त्याला उठते केले. थोपटून त्याला शांतवत कुलेशांना विचारले, “काय करता येईल यांच्या शुद्धीकरणासाठी छंदोगामात्य?”

“जी. इसको प्रायश्चित्त लेना पडेगा। पश्चात विधिनुसार धर्मप्रवेश करना पडेगा।”

“प्रायश्चित्त कोण प्रकाराने केले पाहिजे, यास समजावून सांगा. बाब धर्मखात्याची असल्याने मोरेश्वर पंडितांच्या देखरेखीखाली यास शुद्ध करून घ्या.” राजांनी गंगाधरचे पडेल खांदे दिलासा देत थोपटले. त्यांचा मनोमन कसलातरी विचार चालला होता.

‘का? आमच्या रयतेवरच शुद्ध करवून घेण्याची नौबत का यावी? नेताजी तर सरनौबत होते. हा मामुली इथवर आला म्हणून लागेल तडीस. जे येणार नाहीत, येऊ शकत-धजत नाहीत त्यांचे काय? आम्हाला का वाटत नाहीत, हाती कब्ज झालेले मोगल, फिरंगी, पाद्री, टोपीकर, हबशी यांना बाटवावे असे?’ बराच वेळ महाराज त्या विचारात गुंतून राहिले. कुलेश आणि गंगाधर गेल्याचेही त्यांच्या ध्यानी आले नाही.

पेशवाईची नव्याने सूत्रे हाती घेतलेल्या गंगाधर मोरेश्वरांना राजांनी बोलावून घेतले. चेऊल भागातील रयतेला द्यायच्या सवलती त्यांना सांगितल्या.

हबश्यांचा पुरा बंदोबस्त राहावा, या विचाराने ते गंगाधर मोरेश्वरांना म्हणाले, “जंजिरा कोटाच्या तर्फेनं नव्या नामजादीची पत्रं पाठवा पेशवे. खंदेरीवर माणकोजी, सागरगडावर उदाजी पडवळ आणि सुभानजी खराडे, कुलाबा कोटावर भिवजी गुजर ही वकुबाची माणसं नामजाद करा. त्यांना तातडीनं नेमल्या जागा जवळ करायची समज द्या.”

महाराज सांगत होते, ते ध्यानपूर्वक ऐकणाऱ्या गंगाधर मोरेश्वरांना काहीतरी महत्त्वाचे बोलायचे आहे, हे राजांनी ताडले. मध्येच थांबत त्यांनी विचारले, “आमच्या निळोपंतांची तब्येत बरी की कशी?”

“जी. कालपासून ठीक आहेत ते. थोडी विश्रांती घ्यावी लागेल. आम्हाला म्हणायचं होतं...” बाब वर्माची असल्याने गंगाधर अडखळले.

“बोला. काय आहे?” राजांना ते कशाबद्दल सांगणार याचा काही अंदाज आला नाही.

“कर्नाटककडची – तंजावरची खबर आहे की –”

“काय? बोला.” राजांच्या कपाळीचे शिवगंध आक्रसले.

“एकोजी महाराजांचे चिरंजीव अर्जुनजी तंजावर सोडून मोगलास मिळाले!”

‘जगदंब’ म्हणत, इंगळी डसल्यागत राजे बैठकीवरून उठले. मन बधिर झाले त्यांचे.

विजापूर नजरेच्या टप्प्यात राहावे, यासाठी आता औरंगजेबाने आपला प्रचंड तळ नगरहून सोलापूरला हलविला. कुतुबशहाच्या, दिलजमाईच्या आलेल्या खलित्यात त्याने दोन वर्मी अटी घातल्या. त्यातली एक होती, पूर्वी पेशकश म्हणून वीस लाख

पगोडे देणाऱ्या कुतुबशहाने आता एक कोट वीस लाखांची पेशकश द्यावी! दुसरी अट होती, आकण्णा आणि मादण्णा या हिंदू अधिकाऱ्यांना दरबारातून ताबडतोब बडतर्फ करावे! या अटी नव्हत्याच. उद्या आपल्या फौजा गोवळकोंड्यावर उतरणार याची ती दिलेली सरळ समज होती.

औरंगच्या मराठी मुलखातून फौज मागे घेण्याच्या एकाच खेळीवर आता शतरंजचा पटच पालटला. राजा बाल उमरीचा आणि सरदारांत बेदिली याचा फायदा घेण्यासाठी औरंगने कमकुवत आदिलशाहीच पटाखाली धरली. तिला राखण्यासाठी कुतुब आणि मराठशाही धडपडू लागली.

कोकणातील वतनदारांची बंडाळी मोडण्यात सचिव रामचंद्रपंतांची ताकद खर्ची पडत होती. त्यांना रायगडी यायलाही फावत नव्हते. त्यासाठीच शंकराजी नारायण यांना याद फर्मावून राजांनी सचिवपदाची जोखीम त्यांच्यावर सोपविली.

जशी शुद्धीकरणाची बाब काट्यासारखी राजांच्या मनी सलत होती, तशीच आणखी एक बाब होती. मुलखातल्या बागलाणपासून कारवारपर्यंतच्या वरघाटातील भिल्ल, कोळी, धनगर अशा अश्राप, असहाय लोकांना गुलाम म्हणून खरेदी करून त्यांचे तांडेच्या तांडे सिद्दी व टोपीकर बोटीवर लादून दूरदेशी पाठवीत होते. माणसांना जसे काही वालीच नव्हते कुणी. याला पायबंद घालणे आवश्यक होते. नव्याने नामजाद शंकराजी नारायण यांना त्यासाठी राजांनी याद घेतले.

"शंकराजी, वरघाटाची रयत गुलाम म्हणून हबशी व टोपीकर खरेदी करून त्यांचा दूरदेशी विक्रा मांडतात. कशी जातात ही माणसं, काही माग?" शंकराजींच्या ध्यानीमनी नसलेली बाब पुढे आली.

"जी. जकात भरतात त्यांची दरडोई तीन पगोडे खजिन्यात. गरीब, अन्नाला मोताद माणसं एवढ्यावरही गुलाम म्हणून जायला तयार होतात!"

"तीन पागोड्यांस एक माणूस! शंकराजी, अशी रानावनातली जी माणसं आहेत, त्यांचं मन वळवून संचणी करायला कळवा घाटाघाटातील सुभेदारांना. यातूनही शिपाईगिरीपरीस गुलामगिरीच चखोट मानून जे दूरदेशी जायला राजीच असतील त्यांच्यासाठी खरेदीदारावर दरडोई बारा पगोडे जकात जारी करा!" राजे कडव्या निकालाने बोलले. हुकुमाची तातडीने तामिली करण्यासाठी शंकराजी निघून गेले.

'गुलामी! केवढा कलंक हा माणुसकीवरचा! जनावर, लाकूडफाट्यासारखा माणसाचा भाव. घाण्याच्या बैलासारखे लादलेले जिणे. कुठून आले हे हबशी, टोपीकर? बेधडक इथली माणसे खरेदी करतात. कुणाकडे जावे त्या गुलामांनी आसऱ्याला? आबासाहेबांनी जहाजावर चढविलेल्या बाळाजींना त्यांच्या मातेसह, दिले पैसे भरून उतरून घेतले. गुलामीतून मोकळे केले.

गेले असते बाळाजी कुठल्यातरी देशी गुलाम म्हणून तर? काय झाली असती त्यांची गत? बाळाजींना आबासाहेबांनी जहाजावरून उतरून घेतले. आम्हाला त्यांना कटावाच्या आरोपापोटी हत्तीच्या पायी द्यावे लागले! मांडवीच्या खाडीत वाहतीला लागलेला आमचा घोडा त्यांच्या खंडोजींनी बचावला! कसला तिढा हा हयातीचा? का उकलत नाही?'

आपल्याच विचारांत हरवलेले, सैरभैर महाराज महाली फेर घेत असताना जोत्याजी केसरकर बाळराजांच्यासह आला. त्याच्या भुजेवरून उतरताच बाळराजे दुडक्या चालीने येऊन राजांच्या पायांना मिठी भरत बिलगले. त्यांना मायेने वर घेत त्यांची पाठ थोपटीत राजे म्हणाले, "तुम्ही नाही कुणाचे गुलाम हे ठीक आहे."

बाळराजांना 'गुलाम' या शब्दाचा अर्थच कळला नाही. ते गोंधळून आपल्या आबांकडे बघू लागले.

"बोलत नाही ते जोत्याजी?" बराच वेळ जोत्याजी गुमान राहिला, हे ध्यानी येऊन राजांनी सहज विचारले.

"हेरी काय नाय पर कानावर भल्या फाटेचंच आलंय याक."

"काय?" बाळराजांच्या पाठीवरचा फिरता हात थांबवत राजांनी विचारले.

"...म्हंत्यात भागानगरात औरंगजेबाच्या चिथावणीनं बहकलेल्या कुतुबशाही सरदारांनी आकण्णा आन् मादण्णा यांचा खून केला. भरचौकात भोकसलं त्येस्नी!"

अंगावर वीज कोसळावी तसेच वाटले राजांना ते ऐकताना.

याच आकण्णा आणि मादण्णा यांच्या मध्यस्थीने आबासाहेबांपासून दौलतीने गोवळकोंड्याशी सलोख्याचे संबंध राखले होते. भागानगरच्या भेटीत तर आकण्णांच्या घरी जाऊन आबासाहेबांनी 'विश्वासू घर' म्हणून भोजनही घेतले होते.

आमची माणसे फोडून जसे आम्हाला औरंग हैराण करतो आहे, तसेच हे खून करवून कुतुबशाही खिळखिळीच केली आहे त्याने... "औरंग! काय हवस आहे या माणसाची?" महाराज स्वत:शीच पुटपुटले.

मृगाचे दिवस आले. आता पाणधार केव्हा धरेल याचा नेम नव्हता. आदिलशाहीवरचा औरंगच्या फौजांचा ताण वाढत होता. मेलगिरी पंडित, सर्जाखान आणि शिकंदरशहाला भेटून विजापूरहून परतले होते. त्यांनी सर्जाखानाचा तातडीच्या मदतीचा निरोप आणला होता.

आता गाठीच्या आणि राजकारणात तरबेज कुलेशांना आदिलशाही आघाडीवर पाठविण्याशिवाय मार्ग नव्हता. समोर याद घेतल्या कुलेशांना राजे म्हणाले, "माणसं पुरविल्याशिवाय आदिलशाही तगत नाही छंदोगामात्य."

"सोचते है हमही जायेंगे आदिलशाही कुमक के लिये।" कुलेशांनी, राजांनी विचारण्यापूर्वीच जोखीम पेलण्याची तयारी दाखविली.

"मनचे बोललात आमच्या कुलेश. आजच गड उतरा आणि पन्हाळगडाच्या रोखानं कूच व्हा! तिथलीही शिबंदी पाठीशी घेत आदिलशाहीत उतरा. शहजादा आझमच्या फौजा येतील आडव्या तुम्हाला मिरज प्रांतात."

"जी. हम आजही गड छोडेंगे।" कुलेश आज्ञा घेऊन निघून गेले.

मिरज, सोलापूर, अकलूज, इंदापूर अशी उभी पट्टी धरून राजांनी आता हंबीरराव, कुलेश यांच्या फौजफळ्या आदिलशाहीच्या पाठीशी उभ्या केल्या.

बाहेर गडमाथ्यावर पाऊस कोसळत होता. राजमनात विचारधारा थडथडत होत्या. याच वेळी लंडन दरबारचा खलिता घेऊन एक जहाज सुरत बंदराला लागले होते. त्या खलित्यात लंडनकरांनी स्पष्ट शब्दांत लिहिले होते – "राजा शंभूजी याच्या गोटात दाखल होऊन तुम्ही त्या युद्धसंमुख राजाशी दाट मैत्री संपादन करा. मग तुम्हाला मोगल किंवा पोर्तुगीज यांना भिण्याचे कारण नाही. मुंबईजवळ सिद्दी किंवा मोगल यांना फिरकू देऊ नका. त्या राजाशी झालेल्या तहाच्या पूर्ततेसाठी सोबत बंदुका आणि दारूगोळा पाठविला आहे. अधिक लागल्यास मद्रासच्या जलकोटातून घ्या."

राजांच्या ताकदीचे जे मोल सात-दर्यापार, टोपीकर दरबारला कळले होते, ते या देशचे असून, आप्तेष्ट असून कैकांना कळले नव्हते! लंडन दरबारने राजांना 'युद्धसंमुख वीर' म्हटले होते.

निळोपंत आणि प्रल्हादपंत राजांच्या भेटीस आले.

पोटशुळाची व्यथा सुमार होताच निळोपंत प्रल्हाद निराजींच्यासह वानापूर येथे इंग्रज वकील रिचर्ड स्टॅन्ले याच्याशी बोलणी करून आले होते. स्टॅन्लेशी झाल्या बोलण्याचा तपशील राजांना देत निळोपंत म्हणाले, "आपले सुभेदार टोपीकर व्यापाऱ्यांकडून कर घेतात, अशी तक्रार हा इंग्रज वकील करतोय महाराज."

"जकातीपोटीचे आहेत ते कर पेशवे. नेहमीचीच आहे ही त्यांची तक्रार."

"जी. आम्ही गोऱ्या वकिलास त्याची समज दिलेय. या भीतीनं ते जादा वखारी घालायला तयार नाहीत आणि खुल्या व्यापारावरचे कर द्यायला कुरकुरतात. पण वरून काहीतरी कानपिचकी आलेली दिसते. भाषा नरमाईची वाटली वकिलाची."

"काय शेवट झाला तुमच्या बोलण्याचा पेशवे?"

"टोपीकरांनी आपला वकील मुंबईला ठेवून घेण्यास मान्यता दिली आहे. त्यांचाही एक वकील आपल्याकडे राहील." पंतांनी प्रल्हाद निराजींच्याकडे बघत जाब दिला.

"आता न्यायाधीशांना टोपीकर दरबारात गुंतवून नाही भागायचं. कुणी दुसरी असामी पाठवा पेशवे मुंबईला. काय प्रल्हादपंत?" राजांनी न्यायाधीशांचा सल्ला विचारला.

"जशी आज्ञा. नवी माणसं तयार झाली पाहिजेत हेजिबीत." प्रल्हादपंतांना आपले वकील म्हणून झालेले मागील वेळचे हाल राजांना पसंत पडले नसावेत की काय, अशी शंका आली.

"आम्ही गोऱ्यांच्या वकिलाकडे दोन बंदुकांची मागणी घातली. त्यानं ती मान्य केली आहे स्वामी." पेशवे उजळ चर्येने म्हणाले.

"बंदुका देतीलच ते निळोपंत. सिद्दी, मोगलांना ते पाठीशी घालतात त्याचं काय?" राजांनी मूळ धरले.

"हबश्यांना टोपीकरांनी हाकललंच आहे. हबशी आता आपल्या समुद्रपट्टीत फिरतो ते उंदेरीतून, असं इंग्रज वकिलाचं म्हणणं आहे. मोगली आरमारालाही त्यांनी सख्त ताकीद अलीकडे दिली आहे."

बराच वेळ प्रल्हादपंत काही बोलत नाहीत, हे ध्यानी आल्याने राजांनी त्यांना विचारले, "न्यायाधीश, बोलत नाही ते? तब्येत?"

"जी. तसं काही नाही. बरे आहोत आम्ही." त्यांच्या घशाला हे बोलताना कोरड पडली. त्यांच्या डोळ्यांच्या बाहुल्या फडफडल्या. दोघेही मुजरे देत निघून गेले.

विचित्रगडाचा हवालदार संताजी निंबाळकर याचा आलेला खलिता घेऊन खंडोजी बल्लाळ राजांच्या भेटीस आले. मामला कारीच्या सर्जेराव जेध्यांचा होता. कारीच्या जेधे घराण्याने दौलतीची, कान्होजी जेध्यांपासून सेवा केलेली होती.

औरंग दक्षिणेत उतरला आणि जेध्यांच्या बुद्धीने पलट खाल्ली! भाऊबंदकीने मने पोखरली. सर्जेराव जेध्यांचा भाऊ शिवाजी जेधे मोगलांना मिळाला. त्याने सर्जेरावांची गुरेढोरे वळवून नेली. त्यांचा मुलूख तसनस केला.

हा कथला वास्तविक स्वराज्यातला; पण सर्जेरावांनीही मोगलांचीच पाठ धरली. शिरवळच्या मोगली अधिकाऱ्याकडे विचित्रगडचा हवालदार संताजी निंबाळकर याला मध्यस्थ घालून आपली भाऊबंदकीची बाब सोडवून घ्यायची खूप कोशिश केली. राजांच्या कानी जेध्यांचा हा सगळा करीणा आला होता.

संताजी निंबाळकरांचा सर्जेरावांची सफाई देणारा खलिता खंडोजी वाचू लागले –

"...आम्ही राजमान्य स्वामींच्या पायी एकनिष्ठच आहोत. स्वामी कृपाळू होऊन आमचे देशमुखी वतन, अभयपत्र देऊन स्वाधीन करतील, तर निष्ठेने सेवा करू."

शब्दांगणिक जेध्यांचा दुटप्पीपणा ऐकून महाराजांच्या कपाळीची शीर थडथडू

लागली. सरसर पायफेर घेत ते म्हणाले, "चिटणीस, कलमदास्तान घ्या. आम्ही सांगू तो मजकूर शब्दबर रेखून तातडीनं पाठवा."

खंडोजी कलमी सेवेवर बसले. समोर सर्जेराव जेधेच असल्यागत महाराज मजकूर सांगू लागले, "...तुम्ही, संताजी निंबाळकर मुद्राधारी विचित्रगड यासी पत्र लिहून मुद्दा सांगोन पाठविला की, आपला भाऊ शिवाजी जेधा याने हरामखोरी करून शिरवळास गेला. त्याने आपली गुरेढोरे वळून नेली. पुढे आपणास बरे पाहणार नाही. याबद्दल आपण उठोन सिरवळास आलो आहे. ऐसियासी आपण रा. स्वामींच्या पायाजवळी एकनिष्ठच आहे... त्यावरून हे आज्ञापत्र तुम्हास लिहिले आहे.

"तरी आधी तुम्हीच सरासरी हरामखोरी केली की, वतनदार होऊन इमानेइतबारे वर्तावे ते गोष्ट न करिता स्वामींचे अन्न बहुत दिवस भक्षिले. त्याचे सार्थक केलेत की, स्वामींच्या पायाशी दुर्बुद्धी धरून दोन दिवसांचे मोगल त्याकडे जाऊन राहिलेत. तुमचा भाऊ गनिमाकडे केला; तो बरे पाहिना ऐसे होते तरी तुम्ही हुजूर यावे होते!! म्हणजे तुमचा एतबार व एकनिष्ठता कळो येती. ते केले नाही. तरी बरीच गोष्ट जाहली. या उपरेही गनिमाकडे राहाणेच असेल, तरी सुखेच राहणे. तुमचा हिसाब तो काय? या क्षणी स्वामी आज्ञा करितात तरी गनिमादेखील तुम्हास कापून काढवीतच आहेत, हे बरे समजणे!

"एकनिष्ठेने स्वामींचे पायाजवळी वर्तावे असे असेल, तरी जो राबता करणे तो हुजूर लेहून पाठवावा. हुजराती खेरीज दुसरियाकडे एकंदर राबता न करणे.

"तुमचेजवळ एकनिष्ठताच आहे, ऐसे स्वामींस कळलियावरी जे आज्ञा करणे ते करतील. तेणेप्रमाणे वर्तणूक करणे."

खंडोजींनी खलित्यावर वाळूची चिमट शिवरून तो थैलीबंद केला.

"पेशव्यांनी खानदेशात धरणगावच्या वखारी लुटल्याची पलटी म्हणून मुंबईच्या टोपीकरांनी आपलं धोरण बदललं आहे स्वामी." खंडोजींनी दुसरी बाब पुढे घेतली.

"बदलाचं धोरण काय आहे खंडोजी?" राजे त्रस्त झाले.

"आपला समुद्रपट्टीचा मुलूख मारण्याचा ते यत्न करताहेत. पण आपले सारंग डोळ्यांत तेल घालून जागते आहेत."

राजांनी समाधानाचा सुस्कारा सोडला.

"चेऊलच्या खबरा आहेत. हबश्यांनी चेऊल जागजागी जेर केलं आहे. थोरल्या स्वामींच्या निर्वाणाची व्यथा दवा देऊन बरी करणाऱ्या पिलाजी न्हाव्याचा मुलगा बजाजी यानं हबश्यांच्या उंदेरी बेटावर जोरावारीचा हमला केला. त्यामुळं चिडून हबशी चौलात मेळानं घुसले आहेत. कित्येक चौलकरांची कापाकापी केली त्यांनी."

खबर सांगताना खंडोजी आणि ती ऐकताना महाराज पिळवटून निघाले. राजांच्या मनी आबासाहेबांचे अखेरचे बोल थडथडत फिरले – "जंजिरा-उंदेरीवर हबशी पाय ठेवून आहे."

गलबतात लादून हबश्यांनी पसार केलेल्या, मुंबईत कामी आलेल्या सारंग सिद्दी मिश्रीची नेक मुद्रा त्यांच्या डोळ्यांसमोर तरळू लागली. जंजिराखाडीच भरून काढण्यासाठी स्वत: केलेल्या जिद्दी यत्नांची सय मनात फडफडून गेली. हबशी! दौलतीच्या पदरास कुरतडणारा उंदीर!

समर्थांच्या चाफळमठाच्या यात्रेसाठी येणाऱ्या व्यापाऱ्यांच्या तक्रारी येत होत्या. त्यांच्याकडून भरमसाट कर घेतले जात होते. याला कुठेतरी पायबंद बसणे आवश्यक होते. त्यासाठी राजांनी धर्मखात्याच्या मोरेश्वर पंडितांना, त्यांच्या चिटणिसासह याद घेतले. "पंडित, चाफळमठाची कोण तक्रार?" राजांनी मोरेश्वरांना जाब विचारला.

"जी. मठाच्या निगराणीची बाब काही मार्गी लागत नाही. उद्धव गोसावी मनमाना कारभार करतात. त्यांच्या चिथावणीनं दिवाणी लोक व्यापार-उदिमासाठी येणाऱ्या लोकांकडून भरपेट कर घेतात." मोरेश्वरांनी चाफळची हालहवाल सांगितली. ती सांगताना समर्थांमागे मठाच्या होणाऱ्या आबदांनी त्यांचेही मन व्याकूळले.

राजे चिंतागत झाले. चिटणिसांकडे बघत म्हणाले, "कलम घ्या. कऱ्हाडचे देसाधिकारी रंगो विश्वनाथ आणि साताऱ्याचे अंबाजी मोरदेव यांना ताकीदपत्र द्या."

राजे धर्मखात्याच्या चिटणिसांना ताकीदपत्राचा मजकूर सांगू लागले –

"चाफळ श्रीरघुनाथ यात्रेचे नंदादीप, लिहिणार व अफराद यांचे वेतनाची मोईन सादर आहे. त्याप्रमाणे तुम्ही ऐवज पाववत नाही. सिंगणवाडी येथे सारे ऐवजाची वरात बिलाकसूर पावावी. दिवाणी लोक वाणियांजवळ उचापती करतात ते धास्तीने यात्रा मोडू पाहते. ऐसे सहसा न करणे. दिवाकर गोसावी हस्ते पूर्वीप्रमाणे महोत्सव चालवावा. उद्धव गोसावियास मधेच कथले करावयास संबंध नाही. शहापूर येथे हनुमंताचे देवालय आहे. ते उत्पन्न वाहगावचा कृष्णाजी पाटील व पुजारी भक्षतो. तर बरजोद ताकीद करणे आणि पाटलाने खादले, ते इनाम बेरीज त्यापासून घेऊन दिवाकर गोसावियास पावते करणे." मठाच्या बारीक-सारीक बाबींचा निवाडा राजांनी सांगितला. त्यांचे मन मात्र समर्थांच्या आठवणीत गुंतून गेले.

गेली तीन-चार वर्षे झालेल्या फौजांच्या धावणींनी जागजागची शिवारे उजाड झाली होती. त्यातच नुकतेच दुष्काळी साल चाटून गेले होते. गावोगावचे

कुणबी हवालदिल झाले होते. त्यांना धीर, दिलासा देऊन राने तवानी करणे भाग होते. फौजा घोड्यांच्या खुरांनी आणि शिवारांच्या पोटाने धावतात, हे जाणलेल्या राजांनी सुरनीस शंकराजींना सदरेवर घेऊन मुलूखभरच्या सुभेदारांना आज्ञापत्र देण्यास सांगितले – "जागजागच्या वतनी देशमुखांनी मशागत व लागवडीसाठी कुणब्यांना पाठबळ द्यावे – "

विजापूरभोवती चौटाप दौडणाऱ्या हंबीररावांचे स्वारामागून स्वार येत होते – कुमक धाडावी. नागोजी बल्लाळांना त्यासाठी याद घेऊन राजांनी फौजबंदीने विजापूरचे रोखे त्यांना पाठवून दिले.

बहिर्जी नाईक रामघाटात झालेल्या हातघाईची खबर देऊन गेल्यापासून महाराज संत्रस्त झाले होते. कुडाळचे खेम सावंत फिरंग्यांना मिळाले होते. त्यांच्या मदतीने गोव्यालगतचा प्रदेश लुटत होते. त्यांना सोंद्याचा राम दळवी, पंधरा हजारांच्या फौजेने हातभार लावीत होता. कारवार जाळत-लुटत होता.

या बंडखोरांना खीळ घालावी म्हणून रामचंद्रपंत आणि धर्माजी नागनाथ आटापिटा करीत होते. पण – पण एवढी आदिलशाहीला राजे कुमक करीत होते, तरी त्यांचाच सालार सर्जाखान याने रामघाटात सहा हजार हशमांचा तळ टाकून रामचंद्रपंत आणि धर्माजी यांना रोखून धरले होते. हत्ती, घोडे टाकून त्यांना पिछाट घ्यायला लावले होते. या घटनांचे साफ कारण होते. आदिलशाहीला राजांची कुमक घ्यायची होती, देसाई-दळवींच्या मार्फतीने मिळेल तेवढा कोकणपट्टीचा मुलूख मारून विजापूरचा खजिना भरायचा होता! कसेही करून औरंगच्या रेट्यापुढे तगायचे होते.

कोकणातील देसाई-दळव्यांचा उपद्रव कसा वारावा, या विचारात असतानाच प्रल्हाद निराजी राजांच्या भेटीला आले. त्यांच्याबरोबर विठोजी बापूजी व गोविंद नारायण या चेऊलच्या दोन असामी होत्या. त्यांनी राजांना रिवाज दिला.

"या उभयतांवर मोठा अन्याय झाला आहे स्वामी. सूर्याजी विसाजी प्रभू याने या गरिबांकडून जोरावारीने खतपत्र करून घेतले आहे. यांचा जमीनजुमला जुलमाने खादला आहे." प्रल्हादपंतांनी सगळा कथला सांगितला.

विठोजी आणि गोविंद हात जोडून वाकून एकसारखे गयावया करू लागले – "मायबाऽप, न्याय द्या आम्हास. वाऱ्यावर सोडू नका."

"न्यायाधीश, चौलास देशाधिकारी कोण?" राजांनी पंतांकडे तपास घेतला.

"जी. येसाजी अनंत."

"त्यांना तातडीनं आज्ञापत्र द्या. या बाबांच्याकडून बळजोरने करवून घेतलेले खतपत्र रद्दबादल ठरवावे. ज्यांच्या काळात हे खतपत्र झाले, ते पूर्वील देशाधिकारी कोण?"

"हरी शिवदेव, महाराज." प्रल्हादपंतांना राजे एवढ्या मुळापर्यंत जातील याचा अंदाजच नव्हता.

"त्यांस एक सख्त समज द्या न्यायाधीश - विठोजी बापूजी व गोविंद नारायण हुजूर आले आहेत. खतपत्राचा मामला जुलूम कानी आला. तुम्ही सुभेदार! तमाशा पाहता. वरतून सूर्याजीची कोशिस करिता. यावरून तुमची कारकुनी कळो आली. जोरावारीने एकाचे काढून दुसऱ्याचे घशात घालावे, ही कोण दिवाणी चाकरी?" संतप्त राजांनी हरी शिवदेवना काय समज द्यावी हे प्रल्हादपंतांना सांगितले.

इकडे आपल्या अश्राप रयतेला वाजवी न्याय मिळावा, यासाठी राजे तिळतिळ तुटत होते. त्या वेळी सोलापूरच्या औरंगजेबाच्या प्रचंड तळावर घडणारा प्रसंग तुळजापूरची भवानी तिकडे पाझरत्या डोळ्यांनी बघत होती. आणि नुसतीच बघत होती.

रेशमी तणावांनी पेललेला औरंगजेबाचा आलिशान शामियाना हिवाळी वाऱ्यावर लहरत होता. चांदताऱ्यांचे हिरवे निशाण त्यावर फडकत होते. साठ हजार फौजीतळाच्या राहुट्या जागजागी पडल्या होत्या. शाही शामियान्याच्या बाहेर नगारा, झेंडा, पोहच्यांचे तबक हे सामान हारीने मांडले होते. हत्यारी हशम एका हत्तीभोवती कडे धरून पहारा देत होते. साखळदंड वाजवीत चीत्कारत तो हत्ती डुलत होता.

शामियान्यात मुहम्मद आझम, मुईजुद्दीन, बेदारबख्त, रणमस्तखान अशा खाशा असामी कदमावर नजर लावून खड्या होत्या. उंची आसनावर औरंगजेब बसला होता. त्याच्या डाव्या हाताशी मौलवींचे पथक बसले होते.

चाळीस-पन्नास घोडेस्वारांच्या दुडक्या पथकातून दोन अरबी, उमद्या घोड्यांवर मांड घेतलेले खासे स्वार शामियान्याजवळ आले. पहारेकऱ्यांनी त्यांना तसलीम दिली. दोघेही आत शिरले. दोघांनी बादशाहला तिवार कुर्निसात केला. त्यांतील तरण्याबांड, उंच असामीला बुढा औरंगजेब बारकाईने निरखत होता. दुसरा वृद्ध वयस्क इसम पुढे झाला. त्याने आपल्या 'जिल्हे सुबहानी'च्या उजव्या हाताशी असलेले तबक उचलून बादशहासमोर धरले. बादशहाने आपला माळधारी हात तबकाला लावला. तबकधारी होता वजीर असदखान. त्याने तबकातील हिरवीशार खिल्लत उचलून, आपल्या बरोबर आलेल्या तरण्याबांड सरदाराच्या खांद्यावर पांघरली. तिच्यावरचा जरीबतू चांदतारा झगमगला. बांड्याने औरंगजेबाला कमरेत झुकत पुन्हा कुर्निसात केला. त्याला पंचहजारी आणि बाहेर मांडलेल्या चीजवस्तू हत्तीसह बक्ष केल्याचे जाहीर करण्यात आले. हत्तीने बडा माणूस साखळबंद करून टाकला. तो होता अचलोजी महाडिक! आबासाहेबांच्या जावयाचा भाऊ!

अचलोजीच्या कानी आल्या बातमीने घायाळ व्हायलाही राजांना उसंत मिळू नये म्हणून की काय, अशी जंजिऱ्याच्या हबशी कासमने पुन्हा उचल खाल्ली. चौल, राजापुरात आपले हबशी तांडे घुसवून त्याने निर्दय कत्तली करविल्या. जंजिरा सोडून दर्यामार्गे तो स्वत:च कल्याणवर चालून आला. दाभोळ बंदरात तर त्याच्या आणि गोविंदजी कान्हो यांच्या आरमारी दर्याभांडणात गोविंदजी मारले गेले.

आदिलशाहीचे एक-एक मातब्बर ठाणे कोसळत होते. एवढा भक्कम मिरजेचा भुईकोट, पण तोही किल्लेदार आसदखानाने रणमस्त आणि रुहुल्लाखान यांच्या सुपुर्द केला. मिरज ताब्यात येताच कोल्हापूर-पन्हाळा भागात मोगलांच्या हालचाली वाढल्या. एकटे हंबीरराव मावळतीची पन्हाळ्यापासून हुक्केरीपर्यंतची आदिलशाही तुडवीत, ती राखण्यासाठी जिवाचे रान करीत होते.

लक्ष्मेश्वराच्या रवणगौडा देसायाने मोगलांविरुद्ध चिवट झुंज दिली होती. त्याला इनामपत्र देण्यासाठी राजांनी पेशव्यांना पाचारण केले.

आपणाला कशासाठी याद केले आहे, याची काहीच कल्पना नसलेले निळोपंत पुण्याहून दामाजींनी कळविलेली बाब पुढे ठेवीत म्हणाले, "रुहुल्ला आणि रणमस्तखान मिरजेहून पुण्यावर उतरले आहेत महाराज. तिथल्या देशमुख, देशपांड्यांना मसलतीत घेऊन फितवण्याचे यत्न चाललेत त्यांचे."

असले ऐकून काही वाटावे असे दिवसच राहिले नव्हते. आज राजांना फार जाणवले की, कुठूनतरी समर्थमुखातली गोसावी नांदी कानी पडावी.

भोवतीच्या यातनांनी मनाची तल्खली होत असलेले राजे अंत:पुरी दालनात आले. बराच वेळ ते काही बोलत नाहीत; हे जाणवल्याने येसूबाई म्हणाल्या, "पाटगावहून मठाचा माणूस आलाय. मौनीबाबांची तब्येत सुमार असल्याचं कळतंय."

राजांनी चमकून येसूबाईंच्याकडे बघितले. ते काहीच बोलले नाहीत. या धावपळीच्या काळात मौनीबाबा, मोरया गोसावी, मल्हारबाबा या कुणाचेच दर्शन घेणेही जमले नव्हते. मन चुटपुटले त्यांचे त्या जाणिवेने. दुहाती बाळराजांचे हात घेऊन राया-अंता आले. बाळराजे 'मासाहेब' म्हणत येसूबाईंना बिलगले. मायलेकरांचे रूप बघताना राजांना आपल्या थोरल्या आऊंची सय झाली.

सदरेवर आलेल्या राजांना पन्हाळा भागातून आलेला म्हलोजीबाबा घोरपड्यांचा तरणा मुलगा संताजी सामोरा आला. त्याला हंबीररावांनी धाडला होता. नुकतीच पन्हाळ्याजवळ हंबीरराव-म्हलोजी यांची रणमस्त व रुहुल्लाखान यांच्याशी जोरावारीची हातघाई झाली होती. तिचा वृत्तान्त राजांना देऊन संताजी म्हणाला, "पार पिटाळल्यात दोन्ही खानं बेळगावच्या बाजूला सरलष्करांनी. बेळगावचा किल्लेदार मुरादखान यास

कोट नेटानं झुंजवावा, असा थैलीस्वार दिलाय.''

संताजीच्या उत्साही मुद्रेकडे बघताना आणि त्याने सांगितलेले ऐकताना महाराजांना समाधान वाटले. संताजीच्या जवळ येऊन त्याचा खांदा थोपटीत राजांनी विचारले, ''कसे आहे आमचे म्हलोजीबाबा आणि किल्ले पन्हाळा?''

''जी. आबा गेल्यात कापशीला – गावाकडं. किल्ला म्हनशिला तर तूर्ताला आम्हाकडंच हाय की.''

या पाऊसमाऱ्यातच कुडाळच्या नीळकंठ नारायणांनी पाठविलेला थैलीस्वार, कांबळी खोळ पांघरून रायगड चढून आला. त्याने आणलेल्या थैलीत मजकूर होता – ''मोगली सारंग याकुतखानाचा खेमसावंतास खलिता आहे की – पादशहास येऊन मिळावे. जशी अर्जुनजी अचलोजी यांची केली, तशी हजरत तुमचीही सर्फराजी करतील.'' नीळकंठ नारायण कुडाळचा देशाधिकारी होता. मोठ्या हुन्नराने त्याने खेमसावंताशी याकुतखान बांधत असलेल्या संधानाची बित्तंबातमी कळविली होती.

शेकोटीतला लाकडी ओंडका धुमसावा तसे राजांचे मन भरून आले होते. एवढा तापवंत सूर्यनारायण; पण त्यालाही वाळवी डसावी, असे दिवस धरले होते.

अनेकविध विचारांनी राजांचे मन भरून आले होते. कसलेतरी नाकळते अशुभ भोवती भिरभिरतेय असे वाटत होते. ते कुणाशीच मनमोकळे बोलत नव्हते. असंख्य गव्या-रेड्यांची एकमेकांना माथी थडकावीत, तुंबळ टक्कर माजावी, तशी त्यांच्या भोसलाई मनात विचारांची प्रचंड खळबळ माजली होती.

'कुणासच कसं वाटेना, हे राज्य श्रींचं म्हणून? का नांगी टाकताहेत सारे औरंगपुढं? औरंगजेब! आम्हास आग्र्यास एकदा विचारणारा – 'खेलोगे हौदा हमारे पहेलवानसे?' कसा दिसत असेल तो या उतारवयात? त्याला होत असेल का आपल्या दूर पडल्या दिल्लीची याद? दिसत असतील कधी आबासाहेबांच्या-आमच्या मुद्रा त्याच्या मिटल्या डोळ्यांस? येत असेल त्याला आपल्या बापाची-भावाची, विष चारलेल्या मिर्झा राजाची, हिरकणी खाल्लेल्या दिलेरची, कैदेत टाकलेल्या आपल्या मुलांची याद?'

रायगडची राजसभा भरली होती. नुकताच श्रावण संपला होता. सिंहासनचौकातील आडपडदे हिवाळी वाऱ्यावर थरथरत होते. पूर्वाभिमुख राजसिंहासनावर महाराज बसले होते. त्यांची चर्या गंभीर होती. प्रधानमंडळातील आठी खांबांजवळ अष्टप्रधान उभे होते. सिंहासनपायरीवरच्या आसनावर बाळ शिवाजीराजे बसले होते. त्यांच्या शेजारी छंदोगामात्य कुलेश खडे होते. दरबारी चौकात अंथरलेल्या रुजाम्यांवर रूपाजी, कृष्णाजी नरस प्रभू, येसाजी, म्हलोजीबाबा, संताजी-धनाजी, जानराव,

बारदमल असे कितीतरी मानकरी आपापल्या जागी खडे होते. एवढे माणूस एकवटले होते, पण आडपडद्यांची सळसळही ऐकू यावी, अशी भयाण शांतता दरबारभर पसरली होती.

कारण? कारण साफ होते. त्रिदलातील एक दल तुटले होते. आदिलशाहीचे विजापूर पडले होते! बाल शिकंदर औरंगजेबाच्या हवाली झाला होता. तळपत्या नंग्या तेगी पेललेल्या हशमांच्या घेरात सजल्या शाही हत्तीच्या हौद्यात बसून औरंगजेबाने विजापुरात फत्तेचा फेरफटका टाकला होता. शहरभर दवंडी पिटली होती – "बिजापूर की रियाया अब दिल्लीतख्तके सल्तनतकी रियाया है। किसपर भी जुल्मजोरी नहीं होंगी। सब शाही सल्तनतसे इमानदारी रक्खे।"

दक्षिणेत उतरलेल्या औरंगजेबाला आता चार वर्षांनंतर पहिली फत्ते मिळाली! पठाणी बेदिलीनं बजबजलेली आदिलशाही कोसळली. ती खबर लागताच चौवाटा जासूद फेकून हा दरबार राजांनी भरविला होता. गंभीर मसलतीचा दरबार.

सगळ्यांची कल्पना होती, नेहमीसारखे निळोपंत दरबारी बोलणे खोलतील. तसे घडले नाही. सिंहासनाच्या दुहातीच्या कोरल्या सिंहमुखांवर आपले हातपंजे घट्ट रुपवीत महाराजच बोलले – "सारे जाणता... इदलशाही पडली." भरून आले छातवान रिते करीत महाराजांनी लांबीचा सुस्कारा सोडला. शांतताच शांतता पसरली.

"ऋणानुबंधाची ती गादी राखून औरंग गुंतवून ठेवावा, यासाठी आम्ही जंग-जंग केलं. आता दौलतीवरचं सावट वाढलं आहे. खबरा आहेत मोगली फौजा आता गोवळकोंड्याचा रोख धरतील. ती हूलही असेल. साऱ्या बाक्यांना त्यासाठीच पाचारण केलं आहे. ज्यास जे वाटेल ते मोकळ्या मनी मसलतीचं बोलावं. हे राज्य उभारण्यासाठी आबासाहेबांपासून गावोगावचे धारकरी कामी आलेत, हे सारे जाणता. हे राज्य आमचं एकल्याचं नाही, हे आई जगदंबेचं, जिवाचा आटापिटा केलेल्या थोरल्या आऊंचं-आबासाहेबांचं, रानावनांत राबणाऱ्या खानदेश-वऱ्हाडपासून जिंजीपावेतो लढणाऱ्या धारकऱ्यांचं हे राज्य आहे. प्राणबाजी लावून ते राखून चालविणं ही जोखीम तुम्हा-आम्हांवर आहे." काय नि किती बोलावेसे झालेले महाराज सिंहासनावरून उठले.

सारा दरबार कानांचे शिंपले करून ते शंभूबोल ऐकत होता.

"समय बाका आहे. मोका साधून याच प्रसंगी कोकणपट्टीचे वतनदार बंडाळी करताहेत. आपले म्हणावे ते पारखे होऊन, गनीमतळ गाठून मनसबीसाठी औरंगजेबास कुर्निसात करीत आहेत. हबशी दर्यापट्टीची रयत हैराण करतो आहे. खांद्यास खांदा लावून एकदिलाने सर्वांनी शर्थ करणं भाग आहे. आमचा भरोसा आहे; सारे खुला मनसुबा दरबारसमोर ठेवतील. कोणी कचदिल होऊन आत-

बाहेर करणार नाहीत.'' आपण नकळत उभे ठाकलोत, हे जाणवलेले राजे बसते झाले.

राजांना बघताना मिर्झा राजाशी तह करून त्याच्या तळावर भेटीला जायला निघालेल्या थोरल्या धन्यांची मुद्रा हंबीररावांना आठवली. त्यांचा खडा आवाज दरबारी चौकात, खडक फोडणाऱ्या पहारेसारखा स्पष्ट खणखणला, ''एवढं चिंतागती व्हाय नगं महाराजांनी. आदिलशाही पडल्याली न्हाई. पठाणांच्या बेदिलीचा काव्यानं फायदा उठवून बादशानं पाडल्याली हाय. आम्ही हाय तवर त्येच्या प्याद्यालादिकुन थारा देत न्हाई मुलखात. ही जी खिल्लता पांघराय बुनगी, बुजगावणी पळत्यात त्यास्नी आज न्हाई, उद्या कळेल पायात कसल्या कळकीचा काटा रुतलाय त्ये. महाराजांनी बिनघोरी असावं. आम्ही पाठीशी हाव.'' हंबीररावांच्या रूपाने जसा मावळकडाच रांगड्या बोलीत, कुचमल्या दरबारला धीर देत सुनावून गेला.

''कोकणपट्टीतल्या पुंडपाळेगार वतनदारांच्या बाबीत आम्ही डोळ्यांत तेल घालून जागते आहोत. प्राण गेला तरी त्यांचा व मोगलांचा मेळ नाही पडू देत आम्ही.'' रामचंद्रपंतांनी सरलष्करांना जोड दिली. धर्माजी नागनाथांनी त्यांच्या बोलीला मान डुलवून साथ भरली. थिजल्या, मुकाट दरबाराला अंग धरू लागले.

''आजवर केली त्याहून प्रसंगी दौलतीची साथच करू आम्ही. त्यासाठी पडेल ते मोल देऊ.'' खंडोजी बल्लाळांनी आज पहिल्याने दरबारातली चिटणिसी बैठक सोडून खडे होत, आपली दाद नोंदविली.

''शहजादा अकबरकी मददसे फिरंगोंको चूप बिठाना, जमीनदारोंको मिलाकर राजासाबके साथ रखना हमारी जोखीम है। पन्हाला, खेलना, मलकापूर प्रांत की राजासाब फिक्र न करे।'' कुलेशांनी कनोजी हिंदोस्थानीत आपली साथ प्रकट केली. खांबालगतचे न्यायाधीश प्रल्हादपंत आणि काही मंत्री ते ऐकताना चुळबुळले.

आता मात्र हंबीरराव सडेतोडच बोलले, ''राजकारणातलं काही कळत न्हाई आम्हास्नी. महाराजांनी बोलताव म्हणून माफी करावी.'' हंबीरराव घुटमळले.

''बोला. सरलष्कर तुम्ही कदीम, घरचे. अगदी नि:संकोच बोला.''

''माफी असावी महाराज. त्या शाजाद्याचा काही उपेग न्हाई. उलट त्याचंच निमित्त करून बादशा पुन्हा दौलतीत घुसायचं भ्या हाय. छंदुगामात्यांनी नाद सोडावा, आता त्येचा अन्....''

आता दरबारचे ध्यान एकट्या हंबीररावांवर खिळले. अनेकांच्या मनातला सल बोलण्याचे – तेही भरदरबारात हे फक्त हंबीररावच करू धजत होते. त्यांचा

अधिकार, वय व त्याग होताच तेवढा.

"काय आहे मनी? साफ बोला मामासाहेब." राजांनी त्यांना मुभा दिली.

आज हंबीरराव दरबारात असूनही गैररिवाजी असे प्रथमच खाकरले. आपली निडर नजर भोवतीच्या साती प्रधानी खांबांवर आणि छंदोगामात्यांवर त्यांनी एकदा फिरविली. डोळे जसे टेहळणीचे भेदक भोंगीर झाले त्यांचे. सप्तप्रधान, कुलेश, दरबारी मानकरी, खुद्द महाराज सारेच हंबीररावांकडे बघू लागले.

"बाब आमच्या अखत्यारीची न्हाई महाराज. पर कुनीतरी, कवातरी ह्ये बोलाय पायजेच. आम्ही रगात सांडलंय थोरल्यांच्या ह्या गादीपायी म्हनूच बोलताव – कानांवर येतंय आमच्या की, मंत्रिमंडळातल्या असामी, दफ्तरी अधिकारी आणि छंदुगामात्य कब्जी यांचा बेबनाव हाय!"

प्रधानी खांबांलगतच्या बड्या असामी एकमेकांकडे बघूच लागल्या. कुलेशांचा चेहरा खरकन उतरला. काळीज पिळून काढणारी एक वेदना त्यांच्या मुद्रेवर पसरली. त्यांनी गर्दनच खाली घातली.

"कसला बेबनाव सरलष्कर?" महाराजांच्या कपाळी आठ्या धरल्या.

"आम्हास्नी कळतंय मंत्रिबाडीतील कुणी असामी छंदुगामात्यास्नी 'कनुजा' म्हून पंगतीला घेत न्हाई! कबजी दिकुन कुनाकडं जात न्हाईत. त्येंचं महाराजांच्या आसपास असणं कैकांना पसंद न्हाई. या बाक्या वक्ताला येळेसुर या बाबीचा कंडका पडाय पायजे." हत्यारघाईतले हंबीरराव परवडले, पण हे जबानमार करणारे नको असेच मंत्रिमंडळातील असामींना होऊन गेले.

निर्धाराने प्रल्हादपंत म्हणाले, "सरलष्कर म्हणतात ते रास्त आहे. छंदोगामात्यच कुणाकडे पंक्तीस जात नाहीत. अष्टप्रधानांहून ते स्वत:स वेगळे मानतात. महाराजांच्या खास गोटातले मानतात. सर्वांस आपल्या वाड्याकडे पंक्तीस पाचारण करतात. कुणी जात नाही त्यांच्याकडे."

ते ऐकताना थरथर कापणारे छंदोगामात्य संतापाने म्हणाले, "सरकार, झूट बोलते है, न्यायाधीश। हमने कनोजमें जनम लिया ये कैसा कसूर हमारा? राजासाब के चरणोंमें निष्ठा रखते है और आखरी दमतक रखेंगे। मंत्रिगणसे क्या वास्ता हमारा?" कुलेशांना क्रोधभाराने धड बोलवेना.

चित्रविचित्र विचारांची, क्षणभरातच राजांच्या मनात तुंबळ घाई माजून गेली. आपण कसला विचार करतो आहोत आणि भोवती केवढा गैरमेळ घर करून बसला आहे, या विचाराने तर मन अपार खंतावले त्यांचे.

"सरलष्करांचा अभिमान वाटतो आम्हास." राजांची नजर हंबीररावांवरून दरबारभर सरकली. "हा कसला समय आणि ही कोण मानपानाची बाबत मोक्याच्या म्हणणाऱ्या तुम्हा आपल्या माणसांच्या मनी? कुलेशांना आम्ही 'छंदोगामात्य' केलं,

फिरंग्यांच्या सुलुखासाठी 'कुलएख्त्यार' केलं ते त्यांचा वकूब बघून, त्यांना हिंदोस्थानी बोलभाषा चांगली अवगत म्हणून! कवी भूषण राहते आमच्या दरबारी, तर त्यांसही 'छंदोगामात्य' करून गौरविले असते आम्ही.''

प्रधानी-खांबालगतच्या मंत्रिगणांनी गर्दनी खाली घातलेल्या बघून राजांचे काळीज पिळवटले. विट्यासारखी आपली धार नजर कुलेशांवर रोखत ते म्हणाले, ''कुलेश, मंत्रिगणांशी आमचा काय संबंध असं म्हणताना चुकताहात तुम्ही! सरलष्कर म्हणतात ते सही आहे. मानापानाच्या या गफलतींचा वेळीच कंडका पाडला पाहिजे. रामजी पांगेऱ्यांच्या कोरजाई गावठाणात केंबळी छपराखाली बसून रामजींच्या झोपडीतील कांदाभाकर प्रेमानं ओठांआड करणारे आमचे आबासाहेब आम्ही तर नाहीच, पण कुणीच विसरता कामा नये... पुन्हा असा बोभाट कानी येतो, तर लहान-थोर, आपला-परका कुणाचीच गय धरणार नाही आम्ही!!'' नाकशेंडा लालावलेले महाराज भावावेगाने आपसूकच खडे झाले. पुरा दरबार त्यांच्याकडे बघू लागला. वेगळाच भाव शंभूमुद्रेवर पसरला. तलवारीच्या पात्याच्या धारेसारखा शब्दन्‌शब्द फुटू लागला. ''आदिलशाही पडली याची धास्त, काळजी करायलाही समय नाही आम्हास. जमल्या बाक्यांना आम्ही निक्षून-निर्वाणीचं सांगतो. प्राणबाजी लावून आबासाहेबांचं हे राज्य राखण्याची आम्ही हरभातेनं कोशिस करणार आहोत. साऱ्यांनीच पोख्त विचारानं आमच्या पाठीशी राहावं. आपसांतील लहान-थोर मानपानाचे बगलेस ठेवून प्रसंगास साऱ्यांनी कसं सामोरे जावं, फक्त त्या मसलतीचं बोलावं.''

कोंडी फोडत हंबीररावच म्हणाले, ''आता जमेल त्या ताकदीनिशी गोवळकोंडा राखाय पायजे. उगवतीच्या तोंडावयली आपली ठाणी रातध्याड जागती ठेवाय पायजेत. जमेल तेवढा घोडा गोवळकोंड्याभोवती फिरता ठेवाय पायजे.''

''आता निस्त्या मोगली फौजाच न्हाईत, आदिलशाहीचा मेळ घेऊन पुढची चाल ठेवील अवरंगजेब.'' म्हलोजीबाबा पूर्वी आदिलशाहीत होते. तिथल्या सरदारांचा अंदाज बांधीत ते म्हणाले.

''विजापूरचा राजा बाळ. गोवळकोंड्याचा हसनशहा उमेदीचा आहे. कुतुबशाही नाही नमायची औरंगसमोर.'' निळोपंत आपला सल्ला ठेवत म्हणाले.

''पेशवे, मोगल कुतुबशाहीकडं वळतील हा अंदाज आहे. तसं घडेलच असं नाही. शक्यता आहे, तो शहाजाद्याचं निमित्त ठेवून आपल्या दौलतीचाच मोहरा धरेल.'' प्रल्हादपंतांनी अकबराशी चाललेली बोलणी आपणाला पसंत नाहीत, हे हंबीररावांचे मतच पुढे घेतले. आता खऱ्या मसलतीला तोंड फुटले!

बराच वेळ दरबारात एकमेकांत उलट-सुलट खल झाला. एक गोष्ट त्यातून स्पष्ट झाली. आदिलशाही पडणे हा दक्षिणफळीला केवढा जबर धक्का आहे, हे

सर्वांनाच जाणवून गेले. प्रधानमंडळ आणि कुलेश यांची मने परस्परांबद्दल साफ नाहीत, हेही सिद्ध झाले. हंबीररावांसह अनेकांना मराठी मुलखातला शहजादा अकबर ही गोत्यात घालणारी अडगळ वाटते, हे उघड होऊनच चुकले.

पंतांकडील सुरनिशी दफ्तर शंकराजी नारायण यांच्याकडे सोपवून राजांनी पंतांना कोकणपट्टीसाठी मोकळे ठेवले होते. त्यामुळे रामचंद्रपंत नाराज तर नाहीत, या शंकेने त्यांनी विचारले, "तुमच्या ठायी शंकराजींना सुरनिशी दफ्तराकडं नामजाद केलं आम्ही. पंत, त्यासाठी तुम्ही नाराज तर नाही?"

"जी. तसं मनीसुद्धा नाही आमच्या. कोकणपट्टीची बंडाळी जोखमीची म्हणून तर आम्हावर ती बाब सोपविली आहे स्वामींनी, हे जाणतो आम्ही. ती पार पाडताना यातना होतात काळजास. जीभ धजत नाही, घडलं सत्य सांगावयास."

"मतलब? रामचंद्रपंत खोलून बोला जे बोलणं ते." महाराजांची नजर रामचंद्रपंतांवर जखडून पडली.

"जी. माफी असावी. पण – पण कुडाळच्या खेमसावंतास जाणारा खलिता स्वारसुद्धा कब्ज केलाय आपल्या जासुदांनी."

"कुणाचा खलिता?"

"जी... जी..." रामचंद्रपंतांनी दुशेल्यातून खलितावळीच काढली. पण जबानीतून नाव काढणे काही जमले नाही त्यांना.

राजांनी पंतांच्या हातातील वळी ओढूनच घेतली. आतील खलित्यावर जसजशी त्यांची नजर सरसरत फिरू लागली तसतशी फरीसारखी दिसणारी त्यांची मुद्रा लाल होत घामाने डवरून आली.

आदिलशाही पडल्याचे कारण पुढे करीत कुडाळच्या खेमसावंतांना, आबासाहेबांचे जावई, राजांचे मेहुणे, फलटणकर महादजी नाईक-निंबाळकर लिहीत होते –

"मातीच्या ढेकळागत दिल्लीधिशासमोर इदलशाही पडली. संभाजीचीही बाबत राहणार नाही! भागानगरीची मोहीम जालियावरी दिल्लीश्वर याचाही परामर्श घेतील. दहा हजार घोडा आम्हीच तुमचे कुमकेस घेऊन येतो. रायरीपावेतो कडेकोट ठाणेबंदी केली जाईल."

राजांच्या हातातला खलिता थरथरू लागला. संतापाने नाकपुड्या फाकल्या. वळी, खलिता तसाच पंतांच्या हातात खुपसून ते पुटपुटले, "हरामखोर. डोमकावळे."

रामचंद्रपंतांनी मान खाली घालत कर्तव्य म्हणून सांगितले – "अशाच मजकुराचा खलिता शेख महमद बक्षी या मोगली सरदाराचा आहे... त्यानं सावंतास...."

राजांना तळहात दोन्ही कानांवर ठेवून घ्यावेसे वाटले. काही न बोलता ते महादरवाजातून दसराचौकाकडे चालले. रामचंद्रपंत, चांगोजी काटकर, खंडोजी, राया-अंता त्यांच्या पाठीशी झाले. गडाच्या महादरवाजाच्या रोखाने मोरेश्वर पंडितराव आणि निळोपंत झपाझप चालत येताना पाहून ते जागीच थांबले.

मोरेश्वरांनी नुकतीच गड चढून आलेली एक भगवी छाटीधारी असामी राजांना दाखवून म्हटलं, ''पाटगावहून आलेत हे. म्हणतात...'' पेशव्यांकडे बघत पंडितराव घुटमळले. आपल्या सुकल्या ओठांवरून त्यांनी जीभ फिरविली.

''मठशिष्य आहेत हे पाटगावचे.'' निळोपंतही रुकले.

''पेशवे, यांना इथवर यायचा त्रास कशाला दिलात? आधीच गड चढलेत. आम्ही भेटलो असतो सदरेवर. काय बाबा, आमच्या मौनीबाबांची तब्येत कशी? नाराज नाहीत ना ते आम्हावर, बरेच दिवस दर्शनासाठी नाही आलो म्हणून?'' राजांनी शिष्याला विचारले.

महाराजांच्या शब्दाशब्दांबरोबर मठशिष्याच्या भरल्या डोळ्यांतून आसवांचे थेंब छाटीवर टपटपले. त्याच्या तोंडून रखडते बोल बाहेर पडले, ''बाबांनी – मौनीबाबांनी देहकार्य संपविलं महाराऽज! निर्वाण केलं त्यांनी भुदरगडतर्फेला पाटगावी.''

'जगदंब' म्हणत महाराजांनी हातबोटे छातीशी नेत गपकन डोळेच मिटले. त्या मिटल्या डोळ्यांसमोर सर्वसंगत्याग केलेल्या मौनीबाबांच्या शांत, सात्त्विक मुद्राच मुद्रा तरळू लागल्या.

विजापूर पडताच मोगली फौजा लगतच्या पंढरपूर, सांगोला, मंगळवेढा भागात पांगल्या. सालार सर्जाखानासह झाडून सारे विजापुरी सरदार औरंगजेबाला मिळाले.

आपले खान विजापूरभोवती पांगते ठेवून, विजापुरावर हत्यारी बंदोबस्त बसवून औरंगजेबाने विजापूर सोडले. तो सोलापुराकडे निघाला.

कर्नाटकातून हरजीराजांचे सारखे हारकारे येत होते. राजांनी अंदाज केल्याप्रमाणे मिळतील ते कर्नाटकातील सरदार गळाला लावून, आपले फौजबंद खान सीमेवर पेरायला औरंगजेबाने सुरुवात केली.

हरजींची कुमक करायला पाठविण्यासाठी राजांनी केसो त्रिमल व संताजी घोरपड्यांना याद घेतले. समोर जिंजीकोट फिरत असलेले राजे त्यांना म्हणाले, ''केसोपंत, तुम्ही आता संताजींसह कर्नाटकात हरजींच्या कुमकेला आपल्या जमावानिशी उतरा. रघुनाथपंत गेल्यापासून हरजी एकले एवढा प्रांत सांभाळताहेत. जैतजी काटकर, काकडे आहेत त्यांच्या दिमतीला. तुम्ही त्यांना रघुनाथपंतांच्या ठायी आहात. त्यांच्या-तुमच्या एक विचारे कर्नाटक राखून असा.'' राजांनी केसो

त्रिमल व संताजींना मानवस्त्रे दिली. हरजीराजांची जोड करण्यासाठी निरोप दिला.

"निळोपंत, मुद्रा त्रासिक दिसत्येय. तुमची तब्येत?" महाराज बोलत दफ्तरी दालनातील पेशव्यांच्या समोरच आले. निळोपंतांनी चमकून वर पाहिले. त्यांचे डोळे पाणथरून आले. उपरण्याचा शेव त्यांनी नेत्रकडांना लावला.

"पेशवेऽ, झालं काय?" राजांचाच आवाज विचारताना चिरकला. भोवतीचे हत्यारी पहारेकरीही चमकून बघू लागले.

"काय सांगायचं स्वामी! आम्ही पेशवे – कुणास आता कसं तोंड दावणार? आमचाच... एक जवळचा नातेवाईक कैद करून गुलाम म्हणून घेऊन गेला माजोर हबशी. डोळ्यांस डोळा नाही लागत ते ऐकल्यापासून."

"पंडितराव, चेऊलच्या सुभेदार रायाजी सदर प्रभूंना स्वार द्या." धर्मखात्याचे प्रमुख मोरेश्वर राजांचे सांगणे ध्यानपूर्वक ऐकत होते.

"कोण वजेचा रायाजींना स्वार द्यायचा स्वामी?" मोरेश्वरांनी विचारले.

"चेऊलच्या एका निपुत्रिक बाईची अखेरची इच्छा होती की, आपला जमीनजुमला मोरयाबाबांच्या चिंचवडमठास आपल्या माघारे द्यावा. बाई आता गेल्या. जाण्यापूर्वी त्यांनी आम्हास आपली इच्छा निरोप्याकडून कळविली आहे." त्या बाईचे नाव, जमिनीचा तपशील मोरेश्वर पंडितरावांना सांगता-सांगताच महाराज थांबले. केवढ्यातरी चमत्कारिक सत्याने त्यांचे मन भरून आले. 'कोण, कुठली, आम्ही ना पाहिली, देखलेली स्त्री असामी. आपले सारे हक्काचे ते मोरयाबाबांच्या धर्मस्थानास अर्पून टाकते. आणि – आणि शिर्के, अर्जुनजी, अचलोजी, महादजी – 'जी' म्हणत-म्हणत मन्सबांसाठी औरंगतळावर चालत जातात!'

भागानगराहून आलेल्या कुतुबशहाच्या वकिलासह पेशवे महाराजांना पेश आले. वकिलाबरोबर चार-पाच सरपोसबंद तबके घेतलेले खिदमतगार होते.

"हे कुतुबशाहीचे राजदूत भेटीस आले आहेत महाराज." सिंहासनसदरेला आसनावर बसलेल्या राजांना निळोपंतांनी वकिलाचा परिचय दिला. वकिलाने कुर्निसात करून आपल्या हजरत तानाशाहांचा निरोप राजांना सांगितला, "हमारे हजरतने ये एक लाख पेशकश राजासाबके खिदमत में पेश भेजी है।" वकिलाने आपल्या खिदमतगारांवर नजर टाकली. त्यांनी झुकून पुढे होत, हातस्पर्श द्यावा म्हणून तबके राजांसमोर धरली. त्या तबकाकडे आणि वकिलाकडे आळीपाळीने बघत राजांनी वकिलाच्या ध्यानीमनी नसलेला धक्का त्याला दिला – "ही खास कुतुबशाही रीत दिसते निळोपंत. आमच्या आणि भागानगरच्या दरबाराशी सलोख्याचे संबंध राहावे, म्हणून धडपडणाऱ्या मादण्णा आणि आकण्णा यांचे कुतुबशाहीत भररस्त्यात खून करविले जातात. का? तर दिल्ली सल्तनतीच्या औरंगची त्यांच्यावर 'काफर' म्हणून

नाराजी होती यासाठी? तोच औरंग गोवळकोंड्यावर चालून येतो आहे, हे साफ झाल्यावर आम्हाला ही लाखाची पेशकश पाठविली जाते. का? तर या बाक्या समयी आम्ही कुतुबशाहीच्या पाठी राहावं!''

निरुत्तर झालेला कुतुबशाही वकील निळोपंतांनीच आता काही बोलावे यासाठी त्यांच्याकडे बघतच राहिला. निळोपंतांनी अनुभवी बोल पुढे ठेवले.

''रास्त आहे स्वामी म्हणतात ते. मादण्णा आणि आकण्णा काय वकुबाच्या असामी होत्या, हे लवकरच कळून येईल कुतुबशाही दरबारास. पण त्यांच्या आडमुठ्या धोरणाची चाल धरून नाही भागायचं या दरबारास असं वाटतं आम्हाला.''

''यासाठीच पूर्वीपासून पाठीशी आहोत आम्ही गोवळकोंड्याच्या. जे आबासाहेबांनी राखलं तेच धोरण कुतुबशाहीशी राखून चालविलं आम्ही – पुढंही चालविणार आहोत.'' पेशकशीची तबके निरखत महाराजांनी त्यांना हातस्पर्श दिला.

वकिलाने सुटकेचा निःश्वास टाकला.

तानाशाहासाठी त्याला फेरनजराणा देताना महाराज म्हणाले, ''तुमच्या हजरतास सांगा, आम्ही पाठीशी आहोत कुतुबशाहीच्या. आपल्या संकटाला भरदमानं तोंड देण्याची तयारी ठेवून असा. या.'' वकिलाची रीतसर बोळवण करण्यात आली.

महाराज गोवळकोंड्याच्या कुमकेला कुणाला पाठवावे, या विचारात गढले असतानाच किल्लेदार चांगोजी काटकर त्यांच्या सामने आला. गळ्यातील गोफबंद व चांदीपेटीचा ताईत डुलवीत त्याने वर्दी दिली, ''गोवयाचं सुंदरजी बाजी आल्यात.''

महाराजांनी रुकाराचा हात उठविला. चांगोजी सुंदरजींना घेऊन आला. फिरंग्यांनी गोव्यालगतचा मुलूख लुटला, गावे बाटविली, वतनदार त्यांना मिळाले, असलेच काही अशुभ आता ऐकायला मिळणार यासाठी राजांनी मनाची तयारीही केली. चर्या मात्र शांत ठेवून एवढ्या दूरवर आल्या सुंदरजींना त्यांनी आपुलकीने हालहवाल विचारली. ती देऊन प्रसन्न चर्येने सुंदरजी म्हणाले, ''एक खास बाब स्वामींच्या कानी घालण्यासाठी जातीनं आलो आम्ही एवढ्या पल्ल्यावर.''

''बोला.'' महाराजांना ते कशाबद्दल बोलणार याचा काहीच अंदाज आला नाही.

''आता पणजीच्या बंदरातून खाशा स्वाऱ्या घेतलेली गलबतं निघालीही असतील.''

''कसल्या सवाऱ्या?''

''विजरई कोंद-द-आल्वोर आणि त्याच्या कबिल्याच्या!''

''मतलब?'' महाराज विचारातच पडले.

''पोर्तुगालच्या बड्या दरबारला स्वामींनी गोव्याची केलेली दैना शब्दबर पावली आहे. दरबारनं त्यासाठी खरमरीत खलिता लिहून विजरईची चांगलीच

खरड केली आहे. मराठी मुलखावर गैरलागू चालून जाण्याचा त्यास जाब विचारला आहे.''

सुंदरजी हुरुपाने सांगत होते. राजांच्या पाणीदार डोळ्यांसमोर तरळत होता, घोंगडीवर झोपविलेला, पळसवृक्षाला लाजविणारा कृष्णाजी कंक!

''विजरईला बड्या दरबारनं पोर्तुगालला परत बोलावून घेतलंय स्वामी. त्याच्या जागी दोम-रुद्रिगो-द-कोस्त म्हणून कुण्या नव्या विजरईची नामजादी झालेय गोव्यावर.''

तळपत्या शंभूनेत्रांसमोर मांडवीची निळी पांढरट खाडी तरळू लागली. ते सुंदरजींना म्हणाले, ''आमच्या कानी कुणी मनास संतोष देईल असं काही घालत नव्हतं. सुंदरजी, चला जगदीशाचं दर्शन घेऊ. तुम्ही बरी खबर आणली आहे.''

महाराज जगदीश्वर मंदिराच्या दिशेने सुंदरजी, चांगोजीसह चालू लागले.

या वेळी त्या तिघांनाही कल्पना असायचे कारण नव्हते की, कैलासवासी स्वामींनी सुरतेला जवळचे म्हणून खजिन्यासाठी निवडलेल्या बागलाणातील साल्हेर-मुल्हेर किल्ल्यांपैकी साल्हेरीचा किल्ला नेकनामखानाने या वेळी फितुरीचा फास टाकून ओढत औरंगजेबाच्या घशात आणून घातला होता!

दिवाळी आली नि गेली. पुणे, सातारा, मिरज, सांगली, बेळगाव, हुबळी या देश व कर्नाटकप्रांतात या दिवाळीच्या दिवल्या काही पाजळल्या नाहीत. गेला पावसाळा कोरडाच परतल्याने त्या भागात भयाण दुष्काळ पसरला. त्याच्या काळीजवेधी वार्ता रोजाना राजांच्या कानी पडू लागल्या. लढते सैन्य आणि राबता कुणबावा या बिकट काळी राखणे महत्त्वाचे होते. खुद्द राजे रायगडाच्या अंबारखान्यातील धान्यगोणी घेऊन देशावर पाठविल्या जाणाऱ्या काबाडीच्या बैलांच्या तांड्यावर जातीने देख देत होते. पन्हाळ्याहून कुलेश व म्हलोजीबाबा गंगा-जमुना या अंबारकोठ्यांचे धान्य बेळगावच्या वाटेला लावीत होते.

तीन-चार साल लढून दमगीर झालेला प्रत्येक गडकोट, नुकतीच आदिलशाही पडलेली, वतनदारांची जागजागी माजलेली बंडाळी, त्यातच पडलेला हा दुष्काळ. गेल्या चार सालांतील घटना कशा चित्रांसारख्या फिरत होत्या राजांच्या डोळ्यांसमोर.

ही औरंगची दक्षिणेत उतरायची दुसरी वेळ होती. पहिल्याने तो आला होता दख्खनसुभा म्हणून. परतला होता बंडखोर शहजादा म्हणून. आता दुसऱ्या वेळी आला होता, दिल्लीतख्ताचा शहेनशहा म्हणून पुरी दख्खन गिळायला. त्याच्या दाबजोर रेट्यासमोर आदिलशाही कोसळली होती.

आता त्याने दुतोंडी हालचाली सुरू केल्या. एकीकडून गोवळकोंडा पाडायचा, दुसरीकडून मराठी दौलतीचा कर्नाटकातील मिळेल तेवढा प्रदेश कुरतडायचा. तिला खिळखिळी करण्यासाठी त्याचे खास अस्त्र 'फोडाफोडी' आणखी चालूच होते.

कर्नाटकात घुसलेल्या औरंगच्या फौजांच्या पाठलागावर हरजींचे गोपाळ दादाजी व विठ्ठल पिलाजी हे तोडीजोडीचे सरदार कोसळून पडत होते.

जे कानी येत होते, त्याचाच मेळ मनाशी घालत राजे खासेवाड्याच्या दफ्तरी सदरेत खंडोजींना जागजागी धाडायच्या खलित्यांचे मजकूर सांगू लागले. कसल्यातरी खोलीच्या विचारात गढल्याने त्यांचा मजकूर सलग येत नव्हता. एवढ्यात गिरजोजीने दफ्तरी येऊन वर्दी आणली, "पेशवं येत्यात."

थोड्या वेळातच आपल्या कारभाऱ्यासह निळोपंत रुजू झाले.

"महाराज, सिद्दी कासम त्याच्या खुदाची खैर म्हणून थोडक्यात बचावून निसटला जैतापूरच्या लढाईत." पेशवे उत्साहाने म्हणाले.

"तपशील काय पेशवे?" महाराजांच्या डोळ्यांसमोर जैतापूरची खाडी तरळू लागली. पेशव्यांनी तपशील दिला. थोडा वेळ शांतता पसरली.

"जेधे फिरून चाकरीत यायचा मनसुबा धरून आहेत. पुरंदरच्या बाजी घोलपांमार्फत निरोप आला आहे तसा त्यांचा." पेशव्यांनी सर्जेराव जेध्याची बाब चर्चेला घेतली.

"कशासाठी खोळंबलेत ते पेशवे?" राजमुद्रा त्रासिक झाली.

"अभयपत्राची मागणी आहे जेध्यांची महाराज."

"अभयपत्र?" महाराज विषादाने हसले.

"पंत, गेले होते जेधे औरंगच्या पायांशी त्याचं अभयपत्र घेऊन? हे कान्होजींचे वारस जेधेच ही मागणी घालतात असं मानावं काय?"

पेशव्यांना काय बोलावे ते सुचेना.

"पेशवे, त्यांनी नको त्या वक्तास धरसोड केली तरी आम्हास नाही करता येत. चुकले, फुटले तरी जेधे दौलताचे कदीम चाकर होते. द्या त्यांना अभयपत्र पाठवून. पत्रात लिहा – 'तुम्ही गनिमाकडे जाऊन सेवा करिता. कोण्या भरास भरून गेलेत? बरे जे झाले ते फिरोन न ये. परंतु गनिमाची सेवा करता तुम्हास कष्ट होतात. सांप्रत सेवेसी येऊन कार्यभाग करावा. कष्टाची मुजरा होईल. तुम्ही कदीम लोक. स्वामींचे बहुत अन्न भक्षिले. तुमचा भरवसा असे. क्रिया मनी धरून यावयाचे केले, तरी बहुत उत्तम केले. कदाचित गनिमाकडे गेले होतेस. त्या गोष्टी करिता यावयाचा अनमान कराल, तर सर्वस्वी न करणे. बेशक येणे. तुमची सर्फराजी करून बरे चालवू. अंतर न पडे.'"

अभयपत्रात लिहावयाचा मजकूर पेशव्यांना सांगताना छत्रपतींच्या मनी समर्थांचे निर्वाणीचे बोल घुमत होते, "सकळ लोक एक करावे। कारभारी कार्यी लावावे। गनिमा निपटून काढावे। चढती वाढती पदवी पावाल येणे."

अभयपत्राचा मजकूर मनी घोळत असलेले निळोपंत जायला निघाले. तेव्हा त्यांना थोपवून बराच वेळ मनात घोळत असलेला मनसुबा राजांनी त्यांच्या कानी घातला.

"पंत, हंबीररावांसुद्धा जेवढे खासे तेवढ्यास खलबतासाठी आवतनाचे हारकारे द्या."

महाराजांच्या मनी काय असावे, याचा विचार करीतच पेशवे निघून गेले.

मुंबईहून आल्या वार्तेचा राजे विचार करीत होते. तेथील दौलतीचा हेजिब वारल्याची खबर होती. त्या जागी कुणाला नामजाद करावे, यासाठी राजांनी प्रल्हादपंतांना याद केले. "न्यायाधीश, टोपीकरांच्या दरबारी वकिलाची हकिगत कानी आलीच असेल. तुम्ही त्या दरबाराशी संबंधाचे. नव्यानं कुणाला नामजाद करावं त्या जागी?"

प्रल्हादपंतांनी आपणालाच हुकूम झाला नाही, यासाठी हलका निःश्वास टाकला.

"आम्हाला वाटतं त्रिंबक गोपाळ नीट सांभाळतील तो दरबार. तिथल्या दुभाष्यांचा व त्यांचा दाट परिचय आहे. शिवाय आमच्याबरोबर एक-दोनदा टोपीकरांच्या दरबारात ते जाऊनही आलेत."

राजे व न्यायाधीश यांची त्रिंबकजींबद्दल बारकाव्याची चर्चा झाली.

"पंत, हेजिब म्हणून त्रिंबकजींना आपले ओळखपत्र द्या." राजांनी निवाडा दिला.

प्रल्हादपंत गेले. शिलेखान्यावर नजर टाकून यावी, या विचाराने राजे पेहराव अंगी घ्यायला आसवाबखान्यात आले. खिदमतगार त्यांच्या अंगी पेहरावी साज चढवू लागले. एका खिदमतगाराने त्यांच्या मस्तकी राजटोप ठेवला, दर्पणात बघताना आज त्यांना फार प्रकर्षाने जाणवले की – आपला टोप आबासाहेबांच्या उभट टोपागत नाही! तो बसका – मोगली माटाचा आहे!

"आबासाहेबांचा टोप घ्या दास्तानाबाहेर. दर्शन घेऊ या एकदा त्याचं." आसवाबखानाच्या प्रमुखाकडे बघत राजे म्हणाले.

"जी." त्यानं थोरल्यांच्या राजटोपाचं तबक हळुवार दास्तानाबाहेर घेतले. राजांच्या समोर धरले. क्षणभरच शंभूमनाला वाटले, या टोपाखाली हुबेहूब आबासाहेबच उभे राहतील. राजांनी त्या तबकातील टोपाला बोटे भिडवून ती कपाळी लावली.

हरवलेल्या छत्रपतींचे "स्वाऽमी, स्वाऽमी" या सादवल्या बोलाकडे ध्यानच नव्हते.

"अंऽ" एकदम वळून त्यांनी पाहिले. समोर कवी कुलेश आणि राजापूरचे सुभेदार देवाजी विठ्ठल रिवाजासाठी झुकताना त्यांना दिसले.

"तुम्ही?" कुलेशांकडे आश्चर्याने पाहत त्यांनी विचारले. आपण स्वामींना भेटायला गैररिवाजाने थेट आसवाबखान्यात आलो आहोत; हे जाणून कुलेश अदबीने म्हणाले, "क्षमा स्वामी. मामलाही है ऐसा जो यहाँ आना पडा।"

"कसला?" सुभेदार देवाजी विठ्ठल यांना निरखत राजांनी विचारले.

"जी. जे पाहिलं ते तातडीनं सरकारांच्या कानी घालण्याजोगं आहे. नाही तर कसुरीचा गुन्हा बसेल माथी म्हणून राजापुराहून टाकोटाक आलोत आम्ही."

"बोला, देवजी." कधी सहसा न पडणारी तिकोनी आठी राजकपाळी उमटली.

देवजींनी क्षणैक कुलेशांकडे बघितले. कुलेशांनी त्यांना नजरेनेच दिलासा दिला.

"राजापूरच्या खाडीत गलबतात बसून शहजादा अकबर... अकबर इराणला निघून गेला महाराज!" ज्यासाठी ते आले होते, ती बाब देवाजींनी सांगितली.

"झियाउद्दीन महमद शुजाई और पचास आदमी है उसके साथ।" कुलेशांनी अधिकाची माहिती दिली.

अकबराच्या पहिल्या भेटीपासूनच्या कैक आठवणी राजमनात फिरल्या. 'आम्ही दिलेला मानाचा मोतीकंठा कलावंतिणीला देणारा, आमच्यासाठी फिरंगी दरबारात मध्यस्थी करणारा, बापाविरुद्ध बंड करून उठलेला अकबर – न भेटता – न बोलता इराणला निघून गेला! अकबर! काय ऋणानुबंध त्याचा? काय उपयोग झाला त्याचा आम्हास? कशासाठी दिला त्यास आसरा आम्ही? त्याच्या मार्गाने काही राजकारण चालते होईल म्हणून! पण औरंगजेबाला एक निमित्त जाले आमच्या मुलखात फौजा घुसवायला. आम्ही अकबराला आसरा न देता हाकलला असता दौलतीपार तर? टळता औरंगचा ससेमिरा आबासाहेबांच्या या श्रींच्या राज्यामागचा? कधीच नाही. तरीही तो चालून आलाच असता.' विचारच विचार उफाळून गेले शंभूमनात. शांतपणे त्यांनी देवाजींना विचारले, "सुभेदार, दुर्गादासही गेले त्याच्याबरोबर?"

"जी नाही. दुर्गादास आपल्या असामी घेऊन रतलामकडे निघून गेले." राजांनी ते ऐकून सुटकेचा वाटावा, असा सुस्कारा सोडला. दुर्गादासबद्दल त्यांचे मत चांगले होते. तेही भरीला पडून गेले असते अकबराबरोबर इराणात तर?

"तुम्हास काय वाटतं कविजी, करील इराणचा शाहा आब्बास शहजाद्याची मदत? येतील दोघे चालून दिल्लीवर?" राजांनी कुलेशांना विचारले.

"नामुमकीन स्वामी! शहजादे की कबर अब इराणमें होगी! उस कब्र को कलमा पढने के लिए शाही खूनका भी कोई नहीं मिलेगा वहाँ।"

जहरी होते, तरी ते सत्य होते. ते ऐकून राजे क्षणमात्र विचारगत झाले.

याच दरम्यान जिंजीच्या उत्तर वेशीत बारा हजार सैन्य पाठीशी घेत प्रवेशणाऱ्या केसो त्रिमल आणि संताजी घोरपडे यांच्या आगवानीसाठी हरजीराजांनी पाठविलेले जैतजी काटकर आणि गोपाळ दादाजी त्यांना खांदाभेट देत होते. नौबती, नगारे दुडदुडत होते. आता कर्नाटक हरजीराजे आणि केसो त्रिमल यांच्या जोडचालीने औरंगजेबाशी झुंजणार होता.

रायगडाच्या खलबतखान्यात अंथरल्या लोड-गिर्द्यांच्या खाशा बैठकीवर राजे बसले होते. बैठकीत कुलेश, रूपाजी, खंडोजी बल्लाळ, निळोपंत, प्रल्हादपंत, कर्नाटकातून पाचारण केलेले गोपाळ पंडित, धनाजी जाधव अशी खास मंडळी बसली होती.

निळोपंतांनी खलबताचा हेत खोलला, "इदलशाही तर पडली – तिचेच सरदार गाठीशी घेत गनिमानं दुतोंडी हमला पुकारला आहे. एकीकडून गोवळकोंड्याचा मुलूख आणि दुसरीकडून आपला कर्नाटकपटात घ्यायचा इरादा आहे त्याचा – "

"त्यासाठी खुद्द आम्हीच फौजी बळानं कर्नाटक प्रांतात उतरतो आहोत." राजांनी खलबत आपल्या हाती घेत नजर सर्वांवर फिरवली.

"म्हैसूरचा याचप्पा नायक यास बरा धडा देणं आहे. विजापूरच्या घेरात औरंगला मदत करून तो दबा धरून आहे. हरजींच्या कुमकेसाठी आम्ही केसो त्रिमल व संताजींना धाडलंच आहे. आता आम्हीच उतरू त्यांच्या साथीला. धनाजी, रूपाजी, खंडोजी तुम्ही बरोबर असा आमच्या. पेशवे राणीसाहेबांच्या शिक्कामोर्तबाने इकडील कारभार हुशारीनं बघतील."

खलबतातील प्रत्येक जण कान लावून राजाज्ञा ऐकत होता.

"पेशवे, आम्ही येत असल्याचा थैलीस्वार धाडा जिंजीला हरजींच्याकडे. जे इथं अवघे राहणार आहात, ते आपापल्या जागी बरे नेटाक असा. औरंगच्या फौजा मुलखात घुसू म्हणतील त्यांना कुबल जागी गाठून शिकस्त देण्याची शर्थ करावी."

खलबतातल्या मंत्रिगणांना वाटले कर्नाटकाच्या स्वारीत राजे आपल्याबरोबर कुलेशांनाही घेतील. पण कुलेशांवर त्यांनी तिसरीच जोखीम सोपविली.

"कुलेश, तुम्ही शहजादा गेल्याचं पाहून फिरंगी सुलूख मोडून उचल खाऊ बघतील, त्यावर बरं ध्यान ठेवा."

बराच वेळ खलबत चालले. अगदी बारीक-सारीक सूचना मागे राहणाऱ्या सर्वांना राजांनी दिल्या. पुन्हा भंडारापरडी फिरली. खलबत उठले. पहाऱ्याच्या एका धारकऱ्यानं खलबताच्या मिटल्या शिळेला आतून हत्यारमुठीचा सांकेतिक ठोका दिला. शिळा खोलली गेली. उजेड व वारा अंगावर घेत राजे शिळेबाहेर पडले. त्यांच्या मनात कर्नाटकाचे विचार घोळू लागले. त्यांना कल्पनाही असायचे कारण नव्हते की, जिंजीला हरजीराजांच्या खासेवाड्यात केसो त्रिमल आणि हरजीराजे यांची, ऐकणाऱ्याचा थरकाप उडावा, अशी जंगी तोंडातोंडी जुंपली होती! कारण काय होते त्याचे?

सेंट जॉर्ज येथील टोपीकरांच्या वखारीवर देखरेख ठेवण्यासाठी हरजींनी नेमलेल्या गोपाळ दादाजींच्या जागी केसोपंतांनी आपल्या अखत्यारीत चिमाजी पंडितला नेमले होते. गोपाळ दादाजी कडक शिस्तीचे असल्याने टोपीकरांना

मानवणारे नव्हते. त्यांची बदली करावी, म्हणून सेंट जॉर्जच्या वखारवाल्यांनी केसो त्रिमलांना बक्षीस देण्याचे ठरविले होते. हा सारा घालमेलीचा करीणा हरजींच्या कानी पडला होता. केसो त्रिमलांची त्यासाठी खरड काढल्याने त्यांचे व त्रिमलांचे संबंध मनोमन बिघडले होते!!

कर्नाटकस्वारीची पूर्वतयारी म्हणून मोरस, कोडग, मलेय व तिगुड येथील नायकांना मदतीसाठी पत्रे धाडण्यात आली. या स्वारीत हरजींना पावलोपावली नडणाऱ्या म्हैसूरच्या चिक्कदेवरायाला खिळते करून हरजींचा भार हलका करायचा होता. औरंगजेबाच्या धास्तीने विजापूर आणि गोवळकोंडा दरबारांनी राजांना खंडणी आणि नजराणे पाठविल्याची बाब चिक्कदेवरायाला मुळीच पसंत नव्हती. आदिलशाही पडल्याचा फायदा घेऊन आपण बादशहाचेच आहोत, असे वरकरणी भासवत चिक्कदेवरायाला कर्नाटकातील मिळेल तेवढा आदिलशाही मुलूख मारायचा होता.

रायगडावर कर्नाटकस्वारीची जय्यत तयारी झाली. हरजीराजांना आगेवर्दीचे खबरगीर धाडण्यात आले. स्वारीत राजांच्या सोबतीला जाणारा खंडोजी, रूपाजी, धनाजी, गोपाळ पंडित असा मेळ सिंहासनसदरेला एकवटला.

श्रीसखींचा निरोप घेण्यासाठी राजे देवमहाली आले. घोटीव शिसवी देव्हाऱ्यात पूजलेल्या कुलदेवता जगदंबेला आणि आबासाहेबांच्या नित्यपूजेच्या शिवलिंगाला त्यांनी नमस्कार केला. देव्हाऱ्याशेजारी बाळराजांसह उभ्या असलेल्या येसूबाईंनी त्यांच्या हाततळव्यावर तीर्थजल दिले. ते ओठांआड करीत राजांनी पसरल्या हातांनी बाळराजांना जवळ घेत विचारले, "येता आमच्या संगती जिंजीला?" आणि मग हसून त्यांची पाठ थोपटली.

"प्रवासात स्वारीनं तब्येतीला जपून असावं. पल्ला लांबचा आहे." येसूबाई बाळराजांना पुन्हा आपल्याजवळ घेत म्हणाल्या. "आबासाहेब असेच स्वारीला म्हणून कर्नाटकात गेले. जागोजागचं बदलतं पाणी त्यांना अधिक झालं. तशातच गडावर येताच सूर्यग्रहणाच्या दिवशी कुशावर्ताच्या टाक्यात गळाभर पाण्यात उभं राहून त्यांनी दानं वाटली. आणि – विषम ज्वरानं बिछायतीला खिळून पडले ते...."

"स्वारीशिकारीची सवयच झाली आहे आम्हास. आमची नका काळजी करू. शिवाय घालावा खाडीत घोडा म्हटलं, तरी कर्नाटकात दर्याही नाही. तुम्ही काळजी राखा ती इथल्या कारभाराची. तुमच्या शिक्केमोर्तबावर अडीनडीचं सर्व चालवावं, असं सांगून ठेवलं आहे आम्ही पेशव्यांना. येऊ आम्ही?" राजे जायला वळले.

"थांबावं थोडं स्वारींनी." पुढे होत येसूबाई राजांच्या तिवार पाया पडल्या.

"एक मागणं आहे. आठवणीनं पुरं करावं स्वारीनं." येसूबाई म्हणाल्या.

"बोलावं श्रीसखींनी."

"बरेच दिवस मनी घोळणारं एक राहून गेलंय. आम्ही नाही निदान स्वारीनं तरी ते पुरं करावं." येसूबाई देव्हाऱ्याकडे बघत थांबल्या.

"बोला. अशी कोणती बाब आम्ही असताना मनी रेंगाळती ठेवावी लागली?"

"थोरल्या आबासाहेबांची छत्री कर्नाटक प्रांत होदिगेरीस आहे, असं नुसतं ऐकून आहोत आम्ही! कधी जाणं घडलं, तर स्वारींसह जोडीनं पाद्यपूजा करावी त्या छत्रीची असं कैकवेळा येऊन जातं मनी! स्वारी जातेच आहे. आठवणीनं पाद्यपूजा करावी."

राजे येसूबाईंच्याकडे बघतच राहिले. त्यांनी तर मनोमन हे केव्हाच ठरवून टाकले होते. शहाजीराजांच्या न आठवणाऱ्या मुद्रेला डोळ्यांसमोर आणण्याचा त्यांनी खूप यत्न केला. जमले नाही. "तुमचं मागणं नव्हे; 'आज्ञा' आम्ही बरी ध्यानी ठेवू. खरं तर तुम्हासच संगती नेलं असतं आम्ही. पण..." पुढे काहीच न बोलता राजे देवमहालाबाहेर पडले.

रामराजांच्या वाड्यात त्यांची वाजपूस करून, येसाजी दाभाड्यांना आवश्यक त्या सूचना करून सिंहासनसदरेला आले.

महाडघाटाने तीस हजारांची घोडा व पावलोकांची फौज पहिल्या मुक्कामाला किल्ले पन्हाळ्यावर आली. इथे म्हलोजीबाबा आणि हंबीरराव राजांच्या आगवानीसाठी पाच दरवाजात उभे होते. फार दिवसांनी राजांची ही पन्हाळाभेट होती. पाच दरवाजातच चंद्रावतावरची मांड मोडून पायउतार होताच, ते म्हलोजींना व हंबीररावांना म्हणाले, "चला. प्रथम रंगरूपी शिवपिंडीचं दर्शन घेऊ सरलष्कर."

"चलावं." हंबीरराव, म्हलोजी, खंडोजी, धनाजी राजांच्या पाठीशी झाले.

"मामासाहेब, आता औरंगनं गोवळकोंडा आणि आपला कर्नाटक चालीखाली धरलाय. आम्ही त्यासाठीच जिंजीला उतरतो आहोत." जाता जाताच राजांनी सरलष्करांना मनची चिंता बोलून दाखविली.

"कळलंय आम्हास्नी ते. पन्हाळा आन बेळगाव मारायची लई झायली क्येली त्येच्या रणमस्त-रुहुल्लानी. पर आम्ही हाव, म्हलोजी हाईत. पार पिटाळलंय त्येस्नी."

"तुम्ही आहात म्हणूनच पन्हाळा-कोल्हापूर भागाची धास्त वाटत नाही आम्हास."

बोलता-बोलता मंडळी बालेकिल्ल्याच्या प्रवेशद्वारापाशी असलेल्या रंगरूपी शिवपिंडीच्या घुमटीजवळ आली. दर्शनासाठी घुमटीत गेली.

म्हलोजी, हंबीररावांना पन्हाळा प्रांताच्या सर्व सूचना देऊन, एक मुक्काम पन्हाळ्यावर टाकून राजे सैन्यासह सूतकट्टीच्या बारीनं बेळगावला जायला वेशीवर

आले. निरोप द्यायला आलेल्या हंबीररावांना त्यांनी खांदाभेट दिली. न राहवून हंबीररावांनी विचारले, "रायगडाचा काय हालहवाल धनी?"

तो सवाल आपल्या ताराऊसाठी हंबीररावांनी विचारला आहे, हे ताडूनच राजे म्हणाले, "सारं सुक्षेम आहे, आमच्या ताराऊ चखोट आहेत."

राजांनी सर्वांचा निरोप घेऊन पन्हाळा सोडला. मजल-दरमजल करत फौज बेळगाव, धारवाड, गदग, चिक्कनहळ्ळी, चिक्कबाळापूर असे मुक्काम करत नंदीदुर्गाजवळ आली. नंदीदुर्गाचा कोट नजरटप्प्यात येताच राजांच्या आठवणींचे टाके डहुळले. याच नंदीदुर्गाला घेर टाकायला ते एकदा आले होते. कुणाबरोबर? दिलेरसंगती! त्या आठवणी गेल्या, तो दिलेर गेला.

दोड्डबाळापूर, तिरुवनमलईमार्गे राजांची फौज जिंजीच्या वेशीत आली. वेशीत हरजीराजे आगवानीसाठी उभे होते. त्यांच्या डावे-उजवे केसो त्रिमल, संताजी, जैतजी काटकर, दादाजी काकडे, तिमाजी हणमंते अशा असामी उभ्या होत्या.

चंद्रावतावरून राजे पायउतार होताच त्यांच्या स्वागतासाठी कर्नाटकाच्या तोफांची भांडी फुटली. नौबती झडल्या. पुढे होत राजांनी हरजींना खांदाभेट दिली. कर्नाटक प्रांताच्या आणि बरोबर आणलेल्या माणूसमेळासह ते जिंजीच्या कोटाकडे पालखीतून निघाले. त्यांच्या मनी आबासाहेबांच्या आठवणी दाटून आल्या. 'केवढ्या पल्ल्याची त्यांची दृष्टी! कुठे रायगड, कुठे जिंजी? हे सारे त्यांनी उभे गेले. आग्र्याच्या कोठीतून सलामत सुटल्यावर. ते राखण्यासाठी आम्हास पडेल ते मोल द्यावे लागणार.'

सारे जिंजीकर गच्ची, माळवद धरून शिवपुत्राचे दर्शन घेत होते. औरंगजेबाला पिछाट घ्यायला लावणारा राजा डोळे भरून पाहत होते. सर्वांना त्या उमद्या, जवान रूपाचा अभिमान वाटत होता. राजे जिंजीच्या कोटात आले.

बालेकिल्ल्यातील हरजींच्या खासेवाड्यातील हमचौकात राजांना त्यांच्या भगिनी अंबिकाबाई एक तेवत्या निरांजनाचे तबक घेऊन सामोऱ्या आल्या. सोनमोहरांनी राजांचा सतका उतरून त्यांनी आपल्या बंधूंना ओवाळले. दोघा बहीण-भावांच्या डोळ्यांत, निरांजनांच्या उजेडात एकाच सत्याची राजवेदना वितळून पाझरताना दोघांनाही जाणवली – 'मोगली कोठडीत खुलदाबादेला बंदिस्त पडलेल्या राणूआक्का आणि दुर्गाबाई यांची.'

ती परती सारत राजे पुढे होत झुकले. आपल्या आक्कासाहेबांच्या पायांना बोटे भिडवितानाच त्यांनी घोगरट विचारले, "बऱ्या आहात?"

"जी. गोमट्या आहोत. आमच्या येसूबाई, बाळराजे कसे?" अंबिकाबाईंनी तबक दासीच्या हाती देत राजांना खांदे धरून उठते घेताना विचारले. किती वर्षांनंतरची भेट होती ही दोघा बहीणभावंडांची! दोघांनाही शेवटच्या समयीच्या

आबासाहेबांची भेट घडली नव्हती! विचारायला सवाल कैक होते, दोन्ही मनांत.

दुपारचे थाळे होताच राजे व हरजी खासेवाड्याच्या सदरेच्या बैठकीवर बसले. कर्नाटक व दौलतीच्या खाशा असामी बगलेने दुहाती उभ्या राहिल्या होत्या. सदरेवर कर्नाटकी उंची रुजामे पसरले होते. कासवाच्या माटाची पानदाने मांडली होती. दक्षिणी तलम वाणाचे आडपडदे चौहातीच्या दरवाजावर सळसळत होते.

हरजींनी छत्रपतींना प्रवासाचा हालहवाल विचारला. हरजींनी नुकताच गोवळकोंड्याचा कर्नाटकातील अकेरा, सोंदीपत्ती, कोतवारा असा मुलूख कब्ज केला होता, त्याची माहिती दिली.

संताजी घोरपड्यांना हातरोख देत हरजी म्हणाले, "बाकी संताजी ही असामी फार मोलावकुबाची धाडली तुम्ही राजे."

"आणि आमचे केसोपंत?" राजांनी त्रिमलांकडे बघत विचारले.

हरजी क्षणभर घोटाळले. तांबुलाच्या निमित्ताने समोरचे पानदान पुढे घेत त्यांनी सवालाला कसबाने बगल देत तिसराच सवाल आपणहून खडा केला.

"एवढी आदिलशाही जोरावारीची, पण नाही टिकली ती औरंगजेबापुढं. आता गोवळकोंड्याचा मोहरा धरलाय त्यानं. तुम्हास काय वाटतं पुढचं राजे?"

हरजींनी सवालाला बगल दिलेय, हे राजांनी जाणले. पण त्यांनी उभा केलेला पेचही महत्त्वाचा होता म्हणून गंभीरपणे ते हरजींना म्हणाले, "तुम्ही जमेल तेवढा इदल आणि कुत्बशाहीचा मुलूख आताच दस्त करून घ्या. उद्या त्याचेच निमित्त करून मोगली फौजा प्रांतावर उतरतील. फार काळ नाही तग धरायचा आता गोवळकोंडा."

ते ऐकताना सारी सदर ताणावर पडली. तो सुमार करण्यासाठी हरजी म्हणाले, "कांजीवरमजवळ याचप्पा नायकाशी झाली आमची हातघाई वांदीवाशच्या मैदानात. हे संताजी होते संगती. पार पिटाळला आम्ही याचप्पाला म्हैसुराकडे. तिथला चिक्कदेव ओडियार कुमक मागतो आहे आमची. बेंगळूर भागात मोगलांचा कासमखान फिरतोय. त्याला शिकस्त द्यायचा इरादा आहे चिक्कदेवाचा."

"चिक्कदेव असामी कशी?" राजांनी हरजींना विचारले.

"जी. सुलुखाचे संबंध राखण्याजोगी नाही. राजांच्या भेटीसाठी खासा येणार चिक्कदेवराय. पण त्यांचा बेंगळुरावर डोळा आहे."

बराच वेळ राजे हरजींची कर्नाटक प्रांतावर बोलणी झाली.

"इथून बेंगळूर किती मजलांवर राजे?" छत्रपतींनी हरजींना विचारले.

"जी. असेल की साताठ मजलांवर." त्या सवालाचा नीट अंदाज न लागल्याने हरजी गोंधळले. "हेत काय राजांचा?" त्यांनी विचारले.

"चला, जिंजीचा कोट तरी नजरेखाली घालू." बोलणे थांबवून सदर सोडत राजे उठले. सर्वांसह त्यांनी किल्ल्यावरचा बुरूजनबुरूज पाहिला. किल्ला भक्कम तटबंद होता. बुरुजाबुरुजांवर मारगिरीची तोफभांडी नीट मांडली होती. चौक्या, पहारे पुरेसे ठेवून हरजींनी किल्ला बंदिस्त राखला होता. त्यांच्यासह किल्ल्यावरचा शिलेखाना, अंबारकोठार, खजिना, दारूकोठार नजरेखाली घालून समाधानी झालेले राजे हरजींना म्हणाले, "हा कोट गाठीचा आहे, असे आबासाहेब आम्हाला पन्हाळ्याच्या अखेरीच्या भेटीत म्हणाले होते. तुम्ही ही गाठ चावरसारखी खूब बंदिस्त आवळली आहे; राजे. आम्हास संतोष आहे."

दोन दिवस झाले. इक्केरीच्या राणी चन्नम्माचा, राजांना भेटण्यासाठी दूत आला. राणीचा नवरा वेडसर असल्याने तीच इक्केरीचा राज्यकारभार बघत होती. तिला म्हैसूरचा चिक्कदेवराय ताप देत होता. तसा चिक्कदेव पुरा धोरणी होता. थोरल्या महाराजांनी कर्नाटकावर स्वारी करून बराचसा मुलूख कब्ज केला, ही बाबच त्याला खटकत होती. तो आपल्या भोवतीच्या इक्केरी, रामनाड, मदुरा येथील नायकांचे प्रांत कुरतडत होता. एकोजीकाकांची राजधानी बेंगळूरहून तंजावरला हलल्यापासून तर चिक्कदेवाचा बेंगळूरवरच डोळा होता. चिक्कदेवाविरुद्ध हरजींना मदत करण्याची आज्ञा व्हावी, असा निरोप घेऊन राणीचा दूत आला होता. त्याने राजांना नजराणा देऊन राणीचा निरोप सांगितला.

बाईमाणूस असून धाडसाने कारभार हाकणाऱ्या चन्नमाराणीला मदतीचा शब्द देऊन राजांनी तिला आदरपूर्वक फेरनजराणा पाठवून दिला.

हरजींच्याकडून त्यांनी जिंजीभोवती असलेल्या मदुरा, म्हैसूर, रामनाड ह्या नायकांची काय-काय चाल आहे, याची माहिती घेतली.

मोरस, तिगुड, कोडग, मलेय येथील दूतही येऊन राजांना भेटून गेले. त्यांना मरातब देऊ करून लवकरच आपण एक मोठी मोहीम खोलणार त्यात मदत करावी, असा त्या दूतांकरवी सर्व नायकांना राजांनी शब्द टाकला.

दिवस उकाड्याचे होते. रात्रीच्या भोजनानंतर राजे हरजींच्यासह दिवाणीमहालात चोपाळ्यावर बसले होते. हरजींना राजांचा पुढचा बेत काय असावा, याचा साधारण अंदाज आला होता. पण मध्येच राजांनी बेंगळूरबद्दल एकदा विचारले असल्याने तो अंदाज पक्का झाला नव्हता. अचलोजीच्या फितव्याने संतापून ते बेंगळुरावर उतरतात की काय, अशी एक शंका हरजींना होती.

चोपाळ्याच्या लोखंडी सळया कुरकुरत होत्या. जागोजाग टेंभ्याखाली हत्यारी पहारे उभे होते. राजांच्या मनचा हेतू जाहीर व्हावा म्हणून हरजींनी विचारले, "बेंगळूर किती मजलांवर आहे, असं विचारलं होतं राजांनी. अचलोजी पोरवयाचे. काकासाहेबांच्याकडं बघता आम्हांस वाटतं...."

फिरता चोपाळा पायाने रोखत हरजींचा बोलत तोडत राजांनी विचारले, "आता श्रीरंगपट्टण किती मजलांवर ते सांगा."

हरजींनी बांधला होता, तोच अंदाज राजांच्या तोंडून बाहेर आला. म्हैसूरच्या चिक्कदेवरायाचे मातब्बर ठाणे असलेल्या श्रीरंगपट्टणची आता गय नाही, हे हरजींनी ताडले.

"जी. तेही असेल सात-आठ मजलांवरच."

"आम्ही खासाच घ्यावं म्हणतो, चिक्कदेवाचं श्रीरंगपट्टण घेरात. तुमच्या दिमतीची निवडक लढाऊ असामी फौजसुद्धा द्या आमच्यासंगती. मोरस, तिगुड, कोडग व मलेयच्या नायकांना आम्ही घेर टाकताच श्रीरंगपट्टणवर चालून येण्यास हरकारे द्या. बेंगलूरवर डोळा ठेवणाऱ्या चिक्कदेवाचे त्याशिवाय नाही उघडायचे डोळे."

"हे बरं झालं. इतरांस नडतो, तसा हा चिक्कदेव आम्हालाही जागोजाग नडतोच आहे. आम्हीही येऊ तुमच्या संगती त्याच्या समाचारास." हरजी हुरुपाने म्हणाले.

"गरज नाही त्याची राजे. तुम्ही जिंजी राखून असा. कासम-रणमस्ताच्या फौजा दौडताहेत प्रांतात. मोहिमेच्या सिद्धतेला उद्याच लागा. प्रांताचे जाणकार खबरगीर मात्र द्या, तुमच्या फौजफळीबरोबर." बराच वेळ राजे श्रीरंगपट्टणच्या घेराचा आराखडा मनाशी बांधत राहिले. हरजी मोहिमेच्या तयारीची आखणी करत राहिले.

श्रीरंगपट्टणभोवती 'हरहर महादेवा'च्या किलकाऱ्यांचा लोळ उठला. संताजी घोरपडे, त्रिंबकजी भोसले, दादाजी काकडे, केसो त्रिमल, धनाजी, खंडोजी अशा मर्दान्यांच्या संगती राजे श्रीरंगपट्टणला भिडले. चिक्कदेवरायाला या हमल्याची अगोदरच कुणकुण लागल्याने तो उगवतीच्या प्रदेशाकडे निसटला. तेथील रयतेकडून बळजोरीने खंडणी वसूल घेण्याचा त्याने सपाटा लावला. या जुलमाने हैराण झालेल्या त्याच्याच रयतेने आणि काही मंत्रिगणांनी त्याच्याविरुद्ध बंड पुकारले. रयतेने एकजाग होत आपल्यातीलच एक 'वैष्णव' आणि एक 'शैव' असे सेनाप्रमुख नामजाद करून दोन फळ्यांचे सैन्य उभे केले. त्यातील एक सत्यमंगलमवर चालून गेली. दुसरीने खुद्द म्हैसूरलाच घेर टाकून प्रत्यक्ष चिक्कदेवरायालाच त्यात कोंडले.

राजांच्या फौजेने चिक्कदेवाचे श्रीरंगपट्टण लुटीवर घातले. मदुरेकडून त्याच्या कुमकेला जाणाऱ्या शिबंद्यांवर छापे मारून त्याला एकाकी पाडले.

राजांच्या फौजेतील कर्नाटकची फळी श्रीरंगपट्टणच्या कोटाला घेर टाकून बसली. मराठी मुलखातून आलेली फळी म्हैसूर राज्यातील प्रदेश लुटत चालली. म्हैसूरच्या कोटात अडकलेल्या चिक्कदेवरायाला काय करावे सुचेना. आता त्याला शेजार सुचला! त्याने रामनाडच्या नायकाला मदत करण्यासाठी खलिता धाडला.

राजांनी हमल्यावर जातानाच जिंजीपासून श्रीरंगपट्टणपावेतो खबरगीर पेरले होते. ते खुद्द श्रीरंगपट्टणच्या घेरावर देख ठेवून होते. राजांची प्रांत गोवे, जंजिरा, बऱ्हाणपूर येथील कीरत ऐकून असलेला चिक्कदेव पुरता सटपटला होता. श्रीरंगपट्टण हातचे जाणार याची तर त्याने खूणगाठच बांधली होती. या घेराच्या खबरा ऐकून भोवतीचे नायकही हबकले होते. संताजी, धनाजी, खंडोजी यांच्या चपळ तुकड्या म्हैसूर राज्यात चौफेर पसरल्या. श्रीरंगपट्टणचा किल्लेदार निकराने कोट झुंजवीत होता. पण त्यानेही आशा सोडली होती.

कोटाबाहेरच्या मैदानावर राजांसाठी खास डेरा उठवण्यात आला होता. म्हैसूरभर दौडणाऱ्या मावळी तुकड्या त्या डेऱ्यासमोर हररोज लुटीचा ऐवज आणून त्याची रास लावीत होत्या. घेरातील दोरबाज कोटाला लोखंडी गळांचे दोर टाकून तट पार करू बघत होते. आपल्या चंद्रावतावर मांड घेऊन राजे रोज तटाभोवती फेर टाकत होते. पण – हा पणच नडत आला होता, त्यांना हयातभर. एके दिवशी त्यांच्या डेऱ्यात शिरलेल्या खबरगिराने येऊन त्यांच्या कानी घातली ती कर्नाटकची नव्हती, मराठी मुलखाची खबर होती – "औरंगजेब थेट किल्ले पन्हाळ्याला वेढा देण्याच्या बेतात आहे!"

पन्हाळा! पाखराच्या कोटरागत वाटणारा गड! आबासाहेबांची अखेरची भेट झाली ते ठिकाण! हंबीरराव – म्हलोजीबाबा – राजांच्या डोळ्यांसमोर ठकाठक चित्रे फिरली. त्यांनी संताजी, केसो त्रिमल यांना घेरातील फौज एकवट करण्याची आज्ञा दिली.

आता कर्नाटकात आलेल्या राजांना तातडीने परतणेच भाग होते. तरीही त्यांनी हरजींच्या सोबत जिंजीभोवतीचा वांदीवाश, वृद्धाचलम, तिरुवनमलाई हा प्रदेश नजरेखाली घातला. परतीच्या प्रवासाला दोन दिवस असताना हरजींच्या खासेवाड्यात दिवाणी दालनात ते हरजींना प्रांतराखणीच्या महत्त्वाच्या सूचना देत होते. दालनात फक्त केसो त्रिमल आणि संताजी याच वरकड असामी होत्या.

द्यायच्या त्या सर्व सूचना देऊन होताच राजांनी मनी रेंगाळणाऱ्या मुद्द्याच्या बाबीला तोंड फोडले. "तुमचा केसोपंतांचा काही गैरमेळ कानी येतोय राजे." ते ऐकताच हरजी व केसो त्रिमलांनी गर्दनी टाकल्या.

"कारण कोण याचं संताजी?" राजांनी घोरपड्यांना मध्येच घेतले. संताजींनी दोघांच्या बिनसण्याचे कारण बयाजीने सांगितले. ते ऐकून राजे बेचैन झाले. प्रांताचे अखत्यारी म्हणून हरजींना समजावणी देत म्हणाले, "मनाच्या गैरमेळानं काय-काय सोसावं लागतं, ते भोगलंय आम्ही राजे. माणसांची मनं तुटली की, आपुलकीचा देठच खुंटतो. कार्यी लावायची ती मोठी कामे बगलेलाच पडतात, नको तिथं माणसाचं बळ खर्ची पडतं. तुम्ही जाणते आहात. समर्थांनी आम्हास कधी काळी

लिहिला तो बोध तुमच्या कानी फक्त घालून ठेवतो. तुम्ही जाणा काय जाणायचे ते त्यातून.'' राजे क्षणैक थांबले. समर्थांच्या नुसत्या आठवणीनेही कातर झाले त्यांचे मन. ते हरजींच्याकडे बघत, स्वत:ला हरवल्यागत बोलले, ''मागील अपराध क्षमावे। कारभारी हाती धरावे। सुखी करूनि सोडावे। कामाकडे।''

ते ऐकून हरजी विचारगत झाले. बैठकीवरून उठत केसोपंतांजवळ जात राजांनी त्यांना हलक्या शब्दांत समज दिली, ''केसोपंत, आबासाहेबांनी पहिले पेशवे शामराज यांना कोण धडा दिला, ते कानी असेल तुमच्या. खुद्द आम्हास काय-काय निवाडे घ्यावे लागले, ते याद करताना मनची घालमेल होते आमच्या. जगदंब करो तसा प्रसंग न येवो, तुमच्या आणि हरजींच्या मधे! बरे हुशारीने, राजांच्या एकविचारे असा.''

केसोपंत, हरजी, संताजी भारावून राजांच्याकडे बघत राहिले. क्षणमात्र त्यांना थोरले महाराज तर समोर नाहीत ना, असा भास झाला.

''झालं गेलं जनावराच्या टापेगत मागं टाकून तुम्ही दोघांनी एकमेकांस पक्क्या दिलजमाईची आमच्या सामने खांदाभेट द्या.'' राजांनी हरजी व केसोपंतांवर आपली पुखरनजर फिरविली. क्षणभर त्या दोघांनी एकमेकांकडे पाहिले आणि पसरत्या हातांनी एकमेकांस स्वामींसमोर खांदाभेट दिली. ती बघताना राजांच्या मुखावर समाधानाची लकेर तरळून गेली. संताजी भरून पावले.

दोन दिवस हरजी-अंबाक्कांचा पाहुणचार घेऊन राजांनी जिंजी सोडली. त्यांना सोबत करायला हरजी, संताजी-केसोपंतांसह संगती चालले. फौजा बेंगळूरच्या मार्गाला लावण्याची राजांची आज्ञा झाली. ती ऐकताच गोंधळलेल्या हरजींचा गैरसमज दूर करत राजे त्यांना म्हणाले, ''आम्ही जाणतो तुम्ही कसल्या विचारात पडलात ते. अर्जुनजीवर कसला राग नाही आमचा. बेंगळुरावर नाही चालून जात आम्ही. आम्ही चाललो आहोत होदिगेरीला! आमच्या थोरल्या महाराजसाहेबांच्या छत्रीचं दर्शन घ्यायला. पाद्यपूजा करायला. त्यांचे आशीर्वाद मागायला.''

हरजींनी ते ऐकून सुस्कारा सोडला. मजला टाकत राजांची परतीची फौज बेंगळूरजवळ होदिगेरीच्या रानात आली. हरजी, खंडोजी, संताजी अशा निवडक असाम्या संगती घेऊन राजांचे घोडेपथक शहाजीराजांच्या छत्रीकडे चालले.

शहाजीराजांच्या छत्रीचे ठिकाण आले. एकोजीकाकांनी इथे नित्यपूजेच्या पुजाऱ्यांची व्यवस्था केली होती. पायउतार होऊन राजे खाशामेळासह छत्रीसमोर आले. कैक विचारांनी मन भरून आले त्यांचे. पायीच्या मोजड्या उतरून, पुजाऱ्याने दिलेली फुल-ओंजळ आपल्या आजोबांची यादगीर झालेल्या पादुकांवर राजांनी वाहिली. शिवगंधी कपाळ त्या पादुकांना भिडविताना नाना विचार त्यांच्या मनात दाटून आले.

'आमच्या मासाहेबांचा नाही तसाच तुमचा चेहराही नाही आठवत! कधी बालपणी दिसले असतील तेवढेच; तुमचे ओझरते पाय. निजामशाहीपासून आदिलशाहीपर्यंत फिरली तुमची पावले. आमच्या आबासाहेबांनी हे केवढं नव्हत्याचं होतं केलं! बागलाणपासून जिंजीपर्यंतच्या आबासाहेबांच्या या राजपादुका राखण्याची आम्ही शर्थ करतो आहोत. आशीर्वाद द्या आम्हास.' राजांमागून सर्वांनी छत्रीचे दर्शन घेतले. हरजींचा निरोप घेण्यासाठी त्यांची खांदाभेट घेताना राजे त्यांना न राहवून म्हणाले, "हा कर्नाटक प्रांत ही गाठीची सबल जागा, बरी बांधून राखून असा ती. येतो आम्ही."

मराठी मुलखात पन्हाळ्यावर येताच राजांना म्हलोजींच्याकडून कळले की, पन्हाळ्यावर चालून येण्याची औरंगजेबाची हूल होती! त्याच्या मिरज, कऱ्हाड, बेळगाव भागात फिरत्या फौजांना रोखण्यासाठी हंबीरराव तिकडे गेले होते.

पन्हाळ्यावर एक मुक्काम टाकून राजांनी म्हलोजींचा निरोप घेतला. ते महाडपाटाने रायगड चढून आले. गडाला जागजागी गवती झड्या लावल्या होत्या. मृग तोंडाशी आल्याने वाळवणाची धान्ये गोणी भरून अंबारखान्यात थप्प्यांनी रचली जात होती.

गड चढून आलेल्या राजांना निळोपंतांनी मागील हालचालींचा तपशील दिला. कुलेश खेळण्यावर, रामचंद्रपंत कोकणात, हंबीरराव देशावर अशी नेमल्या जागी माणसे जागते फौजीतळ बांधून पावसाळ्यातही जागरूक होती.

अंत:पुरात येसूबाईंच्या भेटीस आलेल्या राजांनी कर्नाटक स्वारीतले प्रसंग त्यांच्या कानी घातले. येसूबाईंना ऐकायची होती, ती छत्री-दर्शनाची बाब. ती सर्वांत शेवटी राजांनी त्यांना सांगितली.

पेन्नर, तुंगभद्रा, कृष्णा अशा भरल्या नद्या पार करूनही हरजींच्या प्रांत कर्नाटकाच्या खबरा येत होत्या.

सर्वांत महत्त्वाचे म्हणजे कासमखानाने एकोजीकाकांचे बेंगळूर मारून ते तीन लाख रुपयांना विकले होते! कुणाला? म्हैसूरच्या चिक्कदेवरायाला! हातचे बेंगळूर हे मातब्बर ठाणे गेले, या धसक्याने एकोजीकाकांचा तंजावरला काळ झाला होता.

श्रावणाचे दिवस सुरू झाले. मनी घोळणाऱ्या दोन बाबी मार्गी लावण्यासाठी राजांनी मोरेश्वर पंडितरावांना खासेवाड्यात याद घेतले. चिंचवडहून मोरयाबाबांचा एक शिष्य बाबांची तक्रार घेऊन नुकताच राजांना भेटून गेला होता. पुणे प्रांतातील लष्करी धामधुमीच्या काळात फौजेच्या अधिकाऱ्यांनी बाबांच्या मठस्थानाला बेमुर्वत उपद्रव दिला होता.

फेर घेणाऱ्या राजांनी विचारले, "पंडितराव, प्रांत पुण्याला सुभा कोण सध्यास?"

"जी. विनायक उमाजी आहेत." मोरेश्वर विचारात पडत उत्तरले.

विनायकांचे नाव ऐकताच राजांना त्यांचे वडील उमाजींची आठवण झाली. उमाजींनी राजांना बालपणी पुराणग्रंथांची बारीक अर्थबर शिकवण दिली होती.

"पंडितराव, विनायकांना फौजेच्या जुमलेदार, हवालदार, बारगीर, हशम, बाजेलष्कर हुजरात सर्वांस समज देण्यासाठी आज्ञापत्र तातडीनं धाडा. कलमात लिहा... तुम्ही अवघे मठाच्या रहदारीस नाहक दरफ्ती करता... उपद्रव देऊन धामधूमही करता. चिंचवडचा मठ मोरयाबाबांचा. कै. आबासाहेबांपासून बाबा चरणधूली घेण्याच्या अधिकाराचे. तुम्ही मठातर्फेच्या रयतेकडून गैरसनदी मनास येईल ते मागत होता, म्हणून कळो आले. तरी हे ढंग आम्हास कैसे मानो पाहतात? या उपरीही बदराह वर्तणूक केलिया तुमचा एकंदर तो मुलाहिजा होणार नाही. जो धामधूम करील त्यास जीवेच मारले जाईल. बरे जाणून मौजे मजकुरास तसदी न देणे. ताकीद असे."

मोरेश्वर पंडितरावांनी मजकूर ध्यानपूर्वक ऐकला. आज्ञापत्र कुणा स्वारामार्फत जोखमीने पाठवावे, याचा ते मनाशी मेळ मांडू लागले. आपल्याच विचारात फिरणाऱ्या राजांनी दुसऱ्या एका आज्ञापत्राच्या विषयाला तोंड फोडले.

"जसे हे पाठवाल तसेच वाई प्रांतातील कसबे निंबच्या सदानंद गोसाव्यांच्या मठाबाबतही आज्ञापत्र द्या. मठास ऐवज देण्यास हयगय करीत आहे. त्यांना कलम द्या... पहिलेपासून मठाचे अन्नछत्र चालिले असता मध्येच ऐवजाबाबे कुसूर करावया गरज काये? याउपरी ऐवज पाववावया बाबे एवढी ती सुस्ती न करणे. पहिलेपासून मोईन असेल, तैसा पाववीत जाऊन अन्नछत्र चालो देणे. धर्मकार्यास खलेल न करणे. उजूर न करणे. जाणिजे!"

रिवाज भरून पंडितराव निघून गेले. राजांच्या मनात मात्र समर्थ आणि मोरयाबाबा यांची जोड ताडून बघणारे, न आकळणारे विचार फिरून गेले.

गणेशचतुर्थीच्या सणाचे दिवस आले. गडावरची राउळे रंगाऱ्यांनी रंगोटीला घेतली. नुकताच पावसाळा उलगल्याने अधूनमधून उन्हाची किरणे गडमाथ्यावर उतरू लागली. गडवाटा मात्र अजूनही शेवाळलेल्याच होत्या. त्यावरून पुन:पुन्हा पाय घसरत असताही बरोबर दुभाष्या शेणवीला घेऊन मुंबईहून आलेले टोपीकरांच्या दरबाराचे दोन वकील गड चढून आले. त्यांची नावे होती जॉर्ज वेल्डन व रॉबर्ट ग्रॅहॅम. राजांनी नव्याने नामजाद केलेले दौलतीचे वकील त्र्यंबक गोपाळही त्यांच्याबरोबर होते.

सुरत लुटणाऱ्या शिवाजीराजांची कीरत ऐकून असलेले गोरे वकील, गोव्यात फिरंग्यांची दैना करणारे त्यांचे पुत्र – राजे कसे दिसत असतील, आपल्याशी कसे बोलतील याचाच विचार करीत होते. त्या चौघांना घेऊन प्रल्हादपंत राजांच्या

भेटीसाठी सिंहासनसदरेला आले. गोऱ्या वकिलाने आणले नजराणे पेश केले. रिचर्ड केजविनला लंडनला परत जायला लावणाऱ्या उमद्या राजांना, दोघेही वकील टेकल्या गुडघ्याने रिवाज देऊन निरखू लागले. त्र्यंबक गोपाळांनी आपल्या स्वामींना त्यांचा परिचय करून दिला.

"मुंबईजवळच्या कार्लास या बेटाच्या सुलुखासाठी आलेत हे गोरे हेजिब मुंबईहून." प्रल्हादपंतांनी राजांना त्यांचा येण्याचा हेतू सांगितला.

"काय तपशिली कलम आहे त्यांचे सुलुखाबाबत?" राजांनी दोन्ही गोऱ्यांना बारकाईने निरखत विचारले.

"कार्लास बेटाचे हबश्यांपासून संरक्षण करण्यासाठी राजी आहेत टोपीकर. त्यासाठी ते आपली फौज बेटावर ठेवण्यासही तयार आहेत. पण त्यासाठी त्यांचं एक मागणं आहे आपल्या दरबारकडून." त्र्यंबकपंतांनी राजांच्या कानी घातले.

"कोण वजेचं मागणं?" राजांचे कपाळ आठ्याळ झाले.

ते म्हणतात, "यासाठी आपल्या दरबारनं त्यांना दोन हजार मुदे भात व रुपये पन्नास हजार रोख द्यावेत!"

"बस्स?" राजे आसनाला पाठ टेकत हसून म्हणाले. त्यांच्या मनी, गेली दोन वर्षे भाताच्या कणासाठी दुष्काळामुळे तळमळणारी मुलूखभराची प्रजा फिरून गेली. औरंगजेबाच्या फौजा परतवून लावण्यासाठी खर्ची पडलेला खजिना तरळून गेला. तरी पण त्यांनी विचारले, "तुमचं काय मत प्रल्हादपंत?"

"घातल्या त्या दरबारनं अटी म्हणजे त्या मान्य केल्या, असं होत नाही. थोडं ओढून धरलं, तर भाताची आणि रोख रकमेची मागणी घटवतील टोपीकर." प्रल्हादपंतांनी आपला सल्ला दिला.

"तुम्हास काय वाटतं त्र्यंबकपंत या अटींबाबत?"

त्यावर राजांनी आपल्या वकिलांना चाचपले.

स्वामीच कौल देतील या आशेने बघणारे त्र्यंबकपंत गोंधळले. म्हणाले, "जी. मोगली फौजांचा ताण दौलतीवर आहे. निभत असेल ही बेटाची बाब परस्पर, तर सुलूख मान्य करावा."

"नवीन असलात तरी वकुबाचे आहात त्र्यंबकपंत!" राजांनी मध्येच त्र्यंबकपंतांना कौलच वाटावा असे हसत म्हटले, "न्यायाधीश, करावयाचाच तर ओढूनताणून सुलूख कशासाठी? यांना सांगा, आम्हास मान्य आहेत त्यांच्या अटी! त्यांनी तातडीनं बेटाच्या राखणदारीसाठी आपल्या फौजा पाठवून द्याव्या." त्र्यंबकपंत आणि न्यायाधीश एवढ्या तडकाफडकी तह झाल्याचे आश्चर्य वाटून राजांकडे बघतच राहिले.

ग्रॅहम आणि वेल्डन नजराणे मिळताच खूश झाले. आपला तह लवकर फते

झाला हे आपल्या नव्या विजरईला सांगायला ते मोकळे होते.

ज्या भागानगरात आबासाहेबांच्या अखेरच्या कर्नाटकस्वारीच्या वेळी गोवळकोंड्याच्या अबुल हसन तानाशाहाने आगवानी करून, त्यांना नजराणे देऊन मैत्रीची ऊरभेट दिली होती, त्याच भागानगरात तानाशाहाच्या दंडात औरंगजेबाच्या 'शाही' काढण्या पडल्या! आता विजापूर, गोवळकोंड्याच्या फौजाच दिमतीला घेऊन औरंग केव्हाही मराठी मुलखावर उतरणार हे साफ होते. कुणीही काही बोलण्याच्या स्थितीत नव्हते. सारेच श्रींचे राज्य राखून कसे चालवावे, याच विचाराने घेरले होते.

"आता कुणी घेऊ म्हणतील तर श्वास घ्यायलाही कुणास फुरसत नाही. दक्षिणेतल्या लगतच्या दोन्ही शाह्या पडल्या. गनिमाचा डोळा तर पहिल्यापासून आम्हांवरच. बागलाण, खानदेश, कोकण, देश दौलतीच्या चहूबाजूंच्या सुभेदार, हवालदारांना साऱ्यांवर केवढी जोखीम पडते आहे, याचं कलम द्या. मिळेल तेवढी तवानी संचणी तातडीनं करण्यास लिहा. आम्ही चौलच्या नाडल्या रयतेला सवलती देण्यासाठी खासा चौलात उतरतो आहोत. कळवा तसं सुभेदार रायाजी सदक प्रभूंना." कितीतरी विचार एकाच वेळी राजमनात भरून आलेले छत्रपती, पेशवे यांना एकामागून एक आज्ञा देत होते.

आबासाहेबांच्या आठवणीने मनाचे टाके ओसंडू लागले. कधी त्यांच्या प्राणावर, तर कधी त्यांच्या दौलतीच्या प्राणावर केवढे बाके प्रसंग गुदरून गेले. आज नेमके काय केले असते त्यांनी? चारी कवाडांवर शंभूमन धडका घेऊ लागले.

निळोपंत, येसाजी, रामचंद्रपंत सर्वांनी धीरा-इमानाचे वचन वाटावे, असे बोल देत राजांना रोकडा पाठिंबा बोलून दाखविला.

आपल्याच विचारात गढलेल्या राजांनी सावधानीचे पाऊल म्हणून निळोपंतांना सांगितले, "पंत, कर्नाटकात हरजींना फौजा तयारीनं सीमेवर पेरण्याचा खलिता द्या, औरंग आहे तो! नेम नाही देता येत कुठं वळेल याचा."

ते ऐकताना पेशवे विचारात पडले. आज सर्वांना वाटून गेले की, 'मुलूख थोडा जिकडे पुढा,' म्हणत राज्य उठविणे एक वेळ केवढे सोपे, पण उठविले ते राखणे केवढे यातायातीचे!

"तुम्ही सारे कदीम, जाणते आहात. मर्दानगीचे आहात. प्रसंगी प्राणांची कुरवंडी करावी लागेल, बागलाणपासून जिंजीपर्यंत पसरलेला हा मुलूखपट्टा राखायला. हे एकल्या आबासाहेबांचं नव्हतं, आमचं नाही, ते साऱ्यांचं जिवामोलाचं राज्य आहे. कुणीच कचदिल होऊ नका. एकदा आबासाहेबांसंगती आम्ही याच औरंगच्या आग्र्याच्या कोठीत अडकून पडलो होतो. बऱ्या जाणतेपणी अवघे समजून घ्या, आज ही उभी दौलतच त्याच्या कोठडीत बंदिस्त पडण्याचं भय समोर आहे. चला

आमच्यासह. मेळानं जगदीश्वराचं दर्शन घेऊ.'' आपल्याच लयीत सिंहासनसदर सोडून राजे महादरवाजाकडे चाललेही. सारे त्यांच्या पाठीशी चालले. फक्त एकले न्यायाधीश प्रल्हादपंत रामराजांच्या वाड्याकडे, कुणाला न कळेलसे वळले. कसला न्यायनिवाडा घ्यायचा होता त्यांना तिथे, हे त्यांचे त्यांनाच ठाऊक!

स्नान करून कपाळी शिवगंध घेताना राजांची डावी पापणी फडफडली होती. सकाळपासून मनाला नाकळेल अशी चुटपुट लागून राहिली होती. दुपारचा थाळा घेताना श्रीसखींना ते म्हणालेही होते, ''कळत नाही, पण जिवाची उलघाल होते आहे आज. औरंगच्या फौजा हरजींच्या प्रांतात घुसल्या की काय; असा शक येतो आहे.''

दिवस कलतीला लागला तसे राजे राया-अंता, पुरुषा यांच्यासह आघाडी मनोऱ्यावर आले. इथून पायतळी गंगासागराचा तलाव दिसत होता. त्यावर ओळंबलेल्या आंब्याच्या फांदीवर मान आखडती घेऊन बसलेला एक खंड्यापक्षी राजांना दिसला. निश्चल खड्या असलेल्या त्या पाखराला, राजे एकटक निरखू लागले. त्यांना काय होत आहे, ते कळले नाही. डोळ्यांचे पाते लवायच्या आत खंड्या उडाला. त्याने थेट पाण्यात सूरझेप घेतली. गेला तसाच पाते लवायच्या आत तो पाण्याबाहेर पडला. त्याच्या लांबट, काळसर चोचीत त्याने पाण्याबाहेर उचललेली, तडफडती मासोळी दिसली आणि किरणांच्या तिरिपेत चांदवा उठवून क्षणात चोचीआड झाली. याच तलावाकाठी, असाच खंड्यापक्षी कधीकाळी पाहिल्याचे त्यांना आठवत होते. पण कधी? काही गवसत नव्हते. खंड्याच्या सूरझेपेने गंगावर्तावर पाणलहरी उठल्या तशा राजमनात विचारलहरी उठू लागल्या. मनाच्या काठाळीत विरू लागल्या.

जगदीश्वराच्या मंदिराकडे सांजदर्शनासाठी चाललेल्या राजांना येसाजी कंक आणि खंडोजी वाटेतच सामोरे आले. त्यांना काहीतरी बोलायचे होते.

येसाजी-खंडोजी यांच्यासह राजे जगदीश्वराकडे चालले.

खंडोजी म्हणाले, ''रामसेज – एवढी सालं निकरानं झुंजणारा आपला रामसेज....''

चालते राजे थांबले. खंडोजी चरकले. कसे बोलावे, विचारात पडले.

''पडला... हेच ना चिटणीस?'' राजांनीच त्यांना विचारले.

''जी. लढून नाही. कपटी चालीनं. फितवा करून पाडला. एवढ्या ताकदीचा रामसेज, धनी.'' क्षणभर खंडोजींनी गर्दन खाली घातली. लागलीच ती उठवून राजांना दिलासा वाटावा म्हणून ते म्हणाले, ''पण हरजींची खबर आहे स्वामी, पडल्या गोवळकोंड्याचा शक्य तेवढा मुलूख कब्ज धरून घेतला आहे त्यांनी कर्नाटकात.''

खंडोजींचे शब्द राजांच्या कानी पडत होते. मनाला न डुचमळता सांजवाऱ्यात

मुरत होते. साऱ्यांसह ते जगदीश्वराच्या हमचौकात आले. त्यांनाच कळली नाही, पण आज त्यांची नजर कशी कुणास ठाऊक समोरच्या गाभाऱ्यातल्या शिवपिंडीवरच्या अभिषेकपात्रावरच खिळून पडली. वाऱ्याने पात्र मंद डुलत होते. त्याबरोबर अभिषेकधारही डुलत होती.

दर्शन करून सारे जण बालेकिल्ल्यात परतले. सूर्य आता डुबला. गडाच्या लहाना दरवाजात, महाद्वारात सांजनौबती दुडदुडल्या. पुरते सांजावून आले. नेमाप्रमाणे देवडीवाले दरवाजे बंद करून घेऊ लागले. ते दरवाजे पार करीत आलेला तळबीडचा एक स्वार पाच-सहा सोबत्यांसह महादरवाजा पार करून बालेकिल्ल्यात आला. त्याच्या अंगावरचे कपडे घामाने पुरते डबडबले होते, चेहरा पार कळंजून गेला होता. देवडीवाल्यांना हातानेच थोपवत काही न सांगता तो कसेतरी दरवाजे मागे टाकत बालेकिल्ल्यावर आला.

महाराज नुकतेच परतले होते. डुईचा टोप त्यांनी उतरून तबकात ठेवला होता. मुलूखभर पडलेल्या दुष्काळात गडागडाहून रसदीचा पुरवठा कसकसा करावा, याची कल्पना ते मुजुमदार हणमंत्यांना देत होते. येसाजी-खंडोजी ते ध्यान लावून ऐकत होते.

"म्हाऽराजऽ, घात झाला." राजांसह सर्वांचे काळीज थरकून उठावे, असे पिळवटते बोल वाड्याचे सदरीदालन चिरत गेले. गड चढून आलेला स्वार राजांना बघताच पुढे होत सरळ त्यांच्या पायांवर देह टाकत गदगदू लागला. ते होते, तळबीडचे शंकराजी मोहिते.

पायांपासून केसावळीपर्यंत थरकलेले राजे झपकन वाकले. शंकराजींच्या खांद्यावर थोपटत त्यांनी शंकराजींना विचारले, "काऽय झालं शंकराजी?"

राजांच्या हातस्पर्शाने गदगदून गेल्या शंकराजींना काही क्षण बोलवेना. तुटक-तुटक बोल कसेतरी त्यांच्या तोंडून बाहेर पडले, "आम्ही – आम्ही झालावंच पर हुबी दौलत पोरकी झाली. धनीऽ तुमचं... तुमचं मामासाहेब – समद्यांचं सरलष्कर – आमचं भाव..." असह्य-असह्य कढाने शंकराजींनी घट्ट मिटल्या डोळ्यांनी तगमगती गर्दन इकडे-तिकडे झटकली. त्यांच्या डुईची पगडी उडून रुजाम्यावर उतरली. "सरलष्कर ग्येलं धनीऽ!!"

वाई प्रांतात घुसलेल्या मोगली फौजेला हुसकून लावण्यासाठी झालेल्या हातघाईच्या लढाईत सरलष्कर हंबीररावांच्या भरदार छाताडावर तापला जडशीळ, लोखंडी तोफगोळा येऊन अचानक आदळला होता. त्या गोळ्याने हंबीररावांची नव्हे, तर थोरल्या स्वामींच्या श्रींच्या राज्याची छातीच फोडून टाकली होती. भुईवर कोसळताना हंबीरराव जिवाच्या पिळाने ओरडले होते, "आमच्या ताराऊला सांबाळा धनीऽ. जै वागजाईऽ" आणि वाईच्या माळरानावरूनच त्यांनी अखेरचा मुजरा रायगडाकडे तोंड

करून राजांच्या पायाशी रुजू केला होता.

फराशीच्या रुजाम्यावर पडल्या शंकराजींचे 'गेले!' हे बोल ऐकताच राजांनी आपले दोन्ही हातच कानांवर घेतले.

"दिली आमची धरसोबा – ताराऊ रामराजास्नी' म्हणणारे, आम्ही आरोपित म्हणून आबासाहेबांच्या समोर दरबारी उभे राहण्याच्या कैचीत सापडलो तेव्हा 'बाईलाच दरबारात साक्षीसाठी बोलवावं' म्हणत आमच्या पाठीशी उभे राहणारे, आम्हास कैद करायला निघालेल्या सुरनीस-पेशव्यांनाच कैद करून आमच्या भेटीसाठी पन्हाळ्यावर आलेले, वऱ्हाड-बऱ्हाणपूर, भडोच तुडविणारे, चाकरीने सरलष्कर असलेले, पण ऋणानुबंधाने आम्हास आबासाहेबांच्या ठायीच वाटणारे मामासाहेब हंबीरराव मोहिते!' त्यांची रूपेच रूपे राजांच्या डोळ्यांसमोर नाचू लागली. शंकराजींना उठते करण्याचे भानही त्यांना राहिले नाही. ते आपोआपच उठते व्हावेत, येसाजी-खंडोजी, राया-अंता, पुरुषा, पहारे सारेच चक्रावून जावेत असे, आपले तोंड ओंजळीत घेत राजे कुडीभर हलत मुसमुसु लागले. एवढे घनदाट प्रसंग कोसळले, छत्रपती कधीच नव्हते डोळ्यांवाटे फुटले. आज मात्र फुटले.

"कुठं आहेत मामासाहेब? का गेले असे न बोलता, न भेटता? कुणाकडे पाहावे आम्ही?" भरून आल्या डोळ्यांनी राजे कसेतरीच पुटपुटले.

एव्हाना बातमी गडभर पसरली होती. माणसे खासेवाड्याकडे लोटत होती. पोरवयाच्या ताराऊंना घेऊन येसूबाई आलेल्या बघताच खेचल्यासारखे राजे, ताराऊंच्या जवळ गेले. काही न बोलताच त्यांनी ताराऊंचे खांदे थोपटत श्रीसखींच्याकडे बघितले. मोठ्या निकराने डोळ्यांतले पाणथेंब रोखत राजे शंकराजींना म्हणाले, "चला, संगती या."

मशालधाऱ्यांनी वेढलेल्या पालखीत बसून येसाजी, निळोपंत, खंडोजी यांच्यासह राजे महाडघाटाकडे चालले. आणल्या जाणाऱ्या सरलष्कर हंबीरराव मोहित्यांच्या आखरी दर्शनासाठी.

हंबीररावांच्या देहाला अगीनडाग देण्यात आला. हंबीरमामा गेले आणि एका भयाण पोकळीने राजमन घेरले. ते कुणाशीच खुल्या मनी बोलेनात. रोजनेमाचे त्यांचे स्नान, स्फटिकपूजा, दफ्तर, गडदेख, थाळा हे चुकार होऊ लागले. त्यांचे कशातच लक्ष लागेना. स्नानाला हमामखान्यात बसले, तर डुईवर पडणाऱ्या पाणधारेबरोबरच मनावर विचारधारा कोसळू लागल्या. सरशीने कपाळी शिवगंध रेखून घेताना छत्रपतींना ती सरशीच रक्तमाखल्या फरशीसारखी दिसू लागली. दफ्तरात खंडोजी, चिमणगावकर यांना खलित्याचा मजकूर सांगताना ते मध्येच म्हणू लागले, "राहू द्या. चिटणीस, कुणासच नका धाडू खलिता. बेतले असतील ते रद्द करा." थाळा घेताना तबकातले त्यांचे पदार्थ तसेच चिवडलेले

राहू लागले. मनच उडाले जसे काही त्यांचे सगळ्यावरून.

विचार – विचार! नुसत्या विचारांनी मेंदूची निशाणकाठी थरथरू लागली त्यांच्या. ''श्रींचे राज्य' म्हणजे नेमके काय? कोण होते आबासाहेब? थोरल्या आऊ, सती गेल्या मासाहेब, समर्थ हे सारे कोण? कोंडाजी, कृष्णाजी, हंबीरमामा आणि ज्यांना आम्ही कधीच पाहिलंसुद्धा नाही ते लढायांत देह ठेवून गेलेले असंख्यात धारकरी, औरंगला तसलीम करून खिल्लत पांघरणारे शिर्के, निंबाळकर, अचलोजी, अर्जुनजी, बंडाळी करणारे कोकणपट्टीचे वतनदार. कसला शतरंज चालला आहे हा? का खेळतो आहोत आम्ही तो? कोण खेळेल आमच्या माघारी तो? रामराजे? आमचे बाळराजे? केवढा पाताळयंत्री, निर्दय औरंग! तख्तासाठी सख्ख्या भावांचे काटे काढणारा, बापाला विषमालिश करवून आईच्या कबरीलगत दफन करणारा. तगेल आबांची-आमची ही नवथर गादी त्याच्यासामने? की? जशी इदलशाही, कुत्बशाही पडली तसे हे राज्य...? नाऽही. नाऽही. जिवाचे चाळ करून बांधलेत त्यासाठी आम्ही पायांत. एकल्या आम्हालाच ही आच लागून काय कामाचे?'

रात्रंदिवस चमत्कारिक एकलेपणाच्या शिरशिरीने राजमन भणभणू लागले. माणसे येत होती, नित्याप्रमाणे काही सांगू बघत होती. हात उठवून त्यांना थोपते करीत राजे तुटक बोलत होते – ''बस्स. थोडक्यात बोला. अमक्यातमक्यास भेटा.'' असे तुटक बोल त्यांच्या तोंडून ऐकू आले की, माणूस चक्रावत होते. चालत्या हत्तीच्या पायांत रानवेलींचा चिवट गुंतवा अडकावा तसे झाले होते. भोवती वावरणाऱ्या कित्येकांना ते खटकू लागले. एकाचीही मात्र ते बोलण्याची छाती होईना.

एक दिवस दुपारचा थाळा चिवडून उठणाऱ्या राजांना न राहवून येसूबाईंनी अखेर विचारलेच, ''स्वामींचं कशातच लक्ष नाही. हे कोण थाळा चिवडणं? किती दिस?''

येसूबाईंना निरखत उष्टावल्या हाताचा रोख थाळ्याला देत ते म्हणाले, ''आम्हासच कळत नाही – असं का? तुम्ही एकदा म्हणाला होता – तुटलंय आमचं शृंगारपूर आजपासून. त्या वेळी तुम्हाला वाटलं असेल तसंच वाटतंय आम्हास – आमचंही शृंगारपूरच तुटल्यागत!'' बसल्या चौरंगीवरूनच झरोक्यातून दिसणारे रायगडाच्या भोवतीचे, दूरवरचे गडशिखरांचे टोक न्याहाळत राजे पुटपुटले.

एवढ्या बोलक्या – साफ, तडक येसूबाई त्याही गुमान झाल्या ते ऐकताना. काय बोलणार होत्या त्या तरी? आबासाहेबांचे बागलाणपासून जिंजीपर्यंतचे 'शृंगारपूर' सरलष्करांच्या जाण्याने ओस झाले आहे, हे त्यांनाही फार जाणवले.

मुदीच्या दालनातून बाहेर आलेल्या राजांनी रामचंद्रपंतांना याद घेतले. त्रस्त,

कातावून गेलेली दिसत होती त्यांची चर्या.

रामचंद्रपंत शंकराजींच्यासह भेटीस आले. शंकराजी थोडे कचरतच आपल्याकडील एक मामला पुढे घेत म्हणाले, ''देवरूखचा पिलाजी देसाई गडावर आला आहे स्वामी. त्याची... त्याची वतनाबाबत....''

''बस्स शंकराजी, त्याचं म्हणणं ऐकून घ्या तुम्ही. तुम्हास वाटेल तो निवाडा करा! आमच्या... आमच्या सामनेसुद्धा आणू नका कुणाला – '' राजे तुटक बोलले. प्रत्येकाला कुचंबून ठेवणारी शांतता पसरली.

''कोकणात केव्हा उतरणार रामचंद्रपंत तुम्ही?'' राजांनी विचारले.

''जी. आजच.'' रामचंद्रपंतांना प्रश्नाचा अंदाज आला नाही.

''जाताना थोडी वाकडी वाट करून खेळण्याला जा. तिथं कुलेश आहेत. आम्ही टाकोटाकीनं याद केल्याचं समक्ष भेटून कळवा त्यांना!''

''जी. आम्ही खासच जाऊ.'' सदरेबाहेर पडणाऱ्या रामचंद्रपंतांना राजांच्या मनी कोणते राजकारण खेळत असावे, याचा अंदाज आला नाही. त्यांना, शंकराजींना खासा राजांना कल्पना नव्हती की, मराठ्यांचा 'सालार' गेल्याची खबर औरंगजेबाला लागली होती. ''सुबहान अल्लाऽ!'' असं पुटपुटत त्यानं ही खूशखबर स्वीकारली होती.

गोवळकोंड्याच्या जिंकलेल्या बंदिस्त कोटात बादशहाने मरातबाचा दरबार भरविला होता. कुतुबशाही पाडणाऱ्या आपल्या आणि विजापुरी फौजेतील सरदारांना बादशहानं मन्सबी बक्ष केल्या, खिल्लती पांघरल्या. सर्वांत शेवटी आपला शहजादा मुहम्मद आझम याला खिल्लत पांघरून तो भरल्या दरबारात त्याला म्हणाला, ''शहजादे, लईम संभा को नेस्तनाबूत करने हम बडे उम्मीदसे तुमको नामजाद करते है। फते के खबर की राह ताकते है।''

आपल्या आब्बाजानांच्या तलम जाम्याचे, गुडघे टेकून चुंबन घेत आझमने अदबीने त्याला दिलासा दिला – ''बेफिक्र रहिये मेरे आब्बाजान। जिंदा या मुर्दा पेश ही करेंगे लईमको कदमों के सामने।''

आता औरंगच्या फौजा मराठी मुलखाकडे सरकू लागल्या!! बेळगाव, सोलापूर, मिरज, अकलूज अशी पुरती उगवती धरून त्यांच्या छावण्या पसरल्या. मातब्बरखानाने तर मोठीच उचल खाऊन किल्ले पट्टागड कब्ज केला. बादशहाचे रुहुल्ला, शाबदी, झुल्फिकार, रणमस्त, नेकनाम असे वीस-एक खास जागोजाग पांगले. खिल्लत, मनसबीचे तुकडे हाती नाचवत ते गावोगावच्या सरदारांना चुचकारू लागले. त्यांच्या पडेल खबरा येऊन रोज गडावर थडकू लागल्या.

हुकुमाप्रमाणे कवी कुलेश रायगडी आले. ते स्वतःच 'का याद फर्मावलं असावं?'

याचा विचार करून थकले होते. दुपारच्या निवांत वेळी ते राजांना पेश झाले.

"सालार की बात सुनी. हुक्म होते ही, सेवामें पेश आये स्वामी।" हंबीररावांच्या आठवणीने कुलेशही गंभीर झाले.

"त्यासाठीच याद घेतलंय आम्ही तुम्हाला कविजी. आम्हास वाटतं... वाटतं." आपल्याच विचारगुंफेत शिरलेले राजे दोन्ही तळहात एकमेकांवर घासत बराच वेळ नुसते फेरच घेत राहिले.

"कुलेऽश –" बऱ्याच वेळाने राजे बोलले. "आम्हाला वाटतं – वाटतं कुठंतरी बळ कमी पडतंय आमचं. फौजांचं नाही. आशीर्वादाचं."

ते ऐकताना कुलेशही विचारात पडले. म्हणाले, "हुक्म क्या है, स्वामीका?"

"पाठीशी दैवीशक्ती पाहिजे कुलेश. काळ बाका आहे. आम्ही आग्ऱ्यात होतो तसा."

"धर्मस्थल का तो अच्छा चलाते है, स्वामी। फिर भी हमें लगता है – कुछ कठोर उपासना की जरूरत है।"

"कठोर? कसली? कोणतीही कठोर उपासना करावयास तयार आहोत आम्ही."

कुलेश विचारात पडले. रुकले.

"बोला. कसली कठोर उपासना?"

"जी. देवी की उपासना! शाक्त पंथ की धारणा... लेकिन..." कुलेश चाचपडले.

"बोला काय अडचण?" राजे त्यांची कनोजी पगडी निरखत बोलले.

"स्वामी का अभिषेक हुआ है। यह गड अभिषेकस्थळ है। छोडना पडेगा."

राजे विचारात पडले. मग म्हणाले, "ठीक आहे. सोडू रायगड. गांगोली आहे, संगमेश्वर आहे. तिकडे जाऊ. पण कठोर म्हणालात ती उपासना कसली?"

"स्वामी इस उपासनासे रणचंडी को प्रसन्न किया जाता है। उसके लिये बली देना, उपोषण, पूजा आदि विधि रहते है – और –"

"आणि काय? बोला कुलेश. आम्ही काहीही करण्यास राजी आहोत."

"जो अन्य देव देवता का लेते है, वैसा जल का नहीं सोमरस का तीर्थ लेना पडता है, इस उपासनामें। राजासाब यह करेंगे तो गहजब होगा। इसलिये...."

"कुलेश, तुम्ही म्हणता ती उपासना आम्ही करू! तुम्हाला माहीत नाही, पण दिलेरच्या गोटात गेल्यापासून – आमचा – आमचा कबिला मागे अडकून पडल्यापासून घेतो आम्ही कधी-कधी मद्य. त्यानं गहजब माजायचं कारण नाही. तुम्ही तयारीला लागा चंडी-उपासनेच्या – उद्याच गड उतरून गांगोलीला जाऊ."

"जी. इस उपासना के उपचार शृंगारपूरके शिवयोगी जानते है।"

शृंगारपूर! राजांच्या कपाळी आठी धरली. तरीही ते म्हणाले, "बोलावून घ्या त्यांना. मनी आलं आहे, तर करून टाका उपासनेचं."

कुलेश पुढच्या तयारीसाठी निघून गेले. राजांच्या उघड्यापुखर डोळ्यांसमोर हाती शस्त्र पेललेली रणचंडीची मूर्ती फिरत राहिली.

हरजीराजे कर्नाटकात घुसलेल्या मोगली फौजांचा चांगला समाचार घेत होते. त्यांच्या आज्ञेने संताजी वीस हजार फौजबळाने कांजीवरमला उतरले. मद्रासजवळ आलेल्या मोगली फौजांची हरजींच्या सरदारांशी जागोजाग गाठ पडत होती. वांदीवाशला तर मोठी लढाई जुंपली होती, दुसऱ्यांदा दोन्ही सैन्यांची.

भागानगरहून निघालेल्या आझमने बेळगावचा भुईकोट विजापूरकराकडून कब्ज केला. जंग-जंग केले होते, तो राखण्यासाठी हंबीररावांनी.

औरंगची चाल साफ प्रकट झाली. स्वत: विजापूर गोवळकोंड्यात फिरत राहून आपल्या मातब्बर फौजा त्याने कर्नाटकात उतरविल्या. मराठी मुलखात आझम पेरून फोडाफोडीसाठी विसावर खान फेकले.

गांगोलीला जायला कुलेशांसह राजे गड उतरले. राया-अंताला वाटले होते नेहमीसारखे आपणाला बरोबर घेतले जाईल. पण त्यांना मागेच राहण्याची आज्ञा करून खासगी सेवेसाठी खिदमतगार पुरुषा घेण्यात आला. त्याच्याबरोबर कुलेशांच्या वाड्याकडचे निवडक वीस-एक सेवकही होते. पाचाड सोडण्यापूर्वी थोरल्या आऊंच्या छत्रीचे दर्शन घेतलेले महाराज पाचाडवाड्याच्या सदरेवर आले. तिथल्या रिवाजी घाटेला नेहमीसारखा आतील टोल न दिसल्यामुळे त्यांनी वाड्याच्या निगराणीच्या हिरोजी इंदुलकरांना विचारले, "हिरोजी, घाट रिकामी ठेवल्येय ती?"

हिरोजी घाटेकडे बघत जाबाचे म्हणाले, "जी... तडा गेलाय घाटेच्या घेराला अंग धरून! दिसत न्हाई त्यो वरवरनं म्हून टोल उतरून ठिवलाय!"

राजे आणि कुलेश ती लोंबकळती रिकामी घाट बघतच राहिले. राजांच्या मनी थोरल्या आऊंच्या कैक आठवणी घणघणून गेल्या. पाचाडच्या मंडळींचा निरोप घेऊन ते कुलेशांसह वेशीबाहेर पडले. गडावर निलोपंत, येसाजी, मोरेश्वर, खंडोजी सर्वांना त्यांनी त्यांच्या-त्यांच्या खात्यांचा सर्व सूचना दिल्या होत्या. आपण कुठे जातो आहोत, हे मात्र ते कुणालाच बोलले नाहीत. येसूबाईंनासुद्धा! चांगोजी काटकरामार्फत गांगोलीच्या सुभेदारांना आपण येत असल्याचा स्वार त्यांनी पाठवला होता. कुलेशांनीही तसाच स्वार शृंगारपूरला शिवयोग्यांना पाठवून कळविले होते की, निरोप मिळताच शिष्यगणांसह गांगोली जवळ करावी. स्वाराबरोबर दिलेल्या पत्रात 'कठोरउपासने'चा संकल्प कळविला होता. गांगोली नजरटप्प्यात आले. बाळ शिवाजीराजांच्या जन्माचे, येसूबाईंचे प्यारे असे हे गावठाण, राजे येणार ह्या वर्दीने येथील खास वाडा चाकरांनी बयाजीने नेटका लावला होता. कुलेशांच्या आज्ञेप्रमाणे पूर्वीच येऊन पोहोचलेले शिवयोगी शिष्यगणांसह छत्रपतींना सामोरे आले. त्यांनी

वाड्याच्या माजघरी दालनात रणचंडीची मूर्ती आणून पूर्वाभिमुख ठेवली होती. तिच्यासमोर यज्ञकुंड सिद्ध केले होते. जागजागी व्याघ्रचर्मे अंथरलेली होती.

कारभारी, शिवयोगी, शिष्य, कुलेश यांच्यासह राजे वाड्यात प्रवेशले. सदरेवर अंथरलेल्या खास बैठकीवर विसावले. शिवयोग्यांनी त्यांना चिपळूण, राजापूर, संगमेश्वर, देवरूख अशा भागातून खास बोलावून घेतलेल्या पंथाच्या निवडक तांत्रिकांचा परिचय करून दिला. सूर्य मेघांनी घेरला.

"हां-हूं" म्हणत राजे कुलेशांना, शिवयोग्यांना दाद देत होते. पण त्यांच्या मनी फिरत होता औरंग. मध्येच त्यात येसूबाई-धाराऊंच्या बाबतचे विचार मिसळत होते. धाराऊचे बोल तर काल ऐकल्यासारखे जसेन्तसे कानात घुमू लागले. "ल्हान हाईस. जाऊ द्ये मला होळाकडं. ज्या जागेला कूस उजावली त्या जागेला ध्याई ठेवण्यासारं सार्थिक न्हाई जल्माचं."

वाड्याच्या कारभाऱ्यांनी शिवयोग्यांच्या सूचनेप्रमाणे उपासनेची सगळी तयारी करून ठेवली होती. पुऱ्या वाड्याला नंग्या तेगींच्या निवडक धारकऱ्यांचे कडे त्याने टाकले होते. शिवयोगी मुहूर्त काढतील, त्या 'शुभयोगा'वर कठोर उपासनेला सुरुवात होणार होती.

मध्येच मलकापूरहून कुलेशांचा कारभारी त्यांना भेटायला गांगोलीला आला. त्याने मलकापूरच्या तुळाजी देसाईविरुद्ध दिवाणी बाकीबद्दल तक्रार आणली होती. देसायाला द्यायचे ताकीदपत्र सिद्ध करून कुलेशांनी कारभाऱ्याला वाटेस लावले.

'कमी पडलंय ते आशीर्वादाचं बळ,' कसल्या रूपात 'रणचंडी' राजांना देणार म्हणून दूर टप्प्यावरून तुळजापूरची जगदंबा गांगोलीकडे डोळे लावून बसली होती!

◆

॥१८॥

कडक उनतापीचे दिवस सुरू झाले. गांगोलीच्या माळावर उष्म्याच्या लहलहत्या झळा उसळू लागल्या. आंबा, वडाच्या घेरांखाली तान्हेली गुरेढोरे ल्हापत सावली जवळ करू लागली.

शिवयोग्यांनी काढलेल्या मुहूर्तावर वाड्यातल्या देवीसमोर पंथाचे 'शक्ती'ला आवाहन करणारे अनुष्ठान बसले. ही उपासना कठोर तर होतीच, पण ती एकांती असल्याने वाडा बंदिस्त झाला होता. प्रलयंकर शिवाला शक्तीच्या रूपात या अनुष्ठानाने पाचारण करायचे होते. पंथाच्या तंत्राप्रमाणे शक्तीला बळी द्यायचे होते. मंत्रोच्चारात यज्ञातील अग्नीला हवी आणि समिधा अर्पण करायच्या होत्या.

राजांना आपण 'राजे' आहोत, हे परते ठेवून शक्तीचा 'उपासक' म्हणून तिला निकोप मनाने सादवायचे होते. ही उपासना धनदौलत, स्थावर, गडकोट, कब्जात आहे ते राखावे का वाढवावे, यासाठी नव्हती. होती निर्णायकी युद्धातील अंतिम विजयाच्या प्राप्तीसाठी – फत्तेसाठी. जे-जे नागसर्पासारखे सळसळते आहे, ते-ते विधिपूर्वक देवीला अर्पण करायचे होते!

या उपासनेसाठी राजांनी अंगचा राजपेहराव उतरून तबकात ठेवला. अंगी भगवी वस्त्रे धारण केली. डुईचा टोप उतरून केसावळ मुक्त सोडली. दर्पणात आपले ते रूप बघताना त्यांना त्रिमलांसोबत मथुरेहून निघताना अशीच भगवी छाटी घातलेले आपलेच बालरूप याद झाले. 'केवढा काळ मागे हटला! त्या वेळी औरंगच्या आग्र्याच्या कोठीतून सलामत मुलखात पोहोचण्यासाठी अशी भगवी छाटीच पांघरावी लागली होती आम्हास. आता तोच औरंग, तीच भगवी वस्त्रे!!'

राजे अनुष्ठानाला बसले. शिवयोग्यांच्या सांगण्याप्रमाणे त्यांनी सर्व विधी संपन्न केले. होय! तीर्थ म्हणून दिले, ते मद्यही घेतले. रोज वेगवेगळे विधी वाड्यावर मंत्रोच्चारात पार पाडले जात होते. उपासनेचा काळ संपताच संध्याकाळी कुलेश,

शिवयोग्यांसह राजे होडक्यात बसून शिवेजवळच्या डोहात पाणफेर घेत होते.

या कडक उपासनेमुळे राजे रोजानाच्या असामींपासून तुटल्यासारखे झाले होते. स्वत: कुलेश त्यांना वाड्यावर कुणालाही भेटू देत नव्हते. त्यात त्यांचा कोणताही हेतू नसताना भोवतीच्या कैकांना वाटले, राजे कुलेशांच्या आहारी गेले. त्यातच शिवयोग्याबरोबर आलेले शिष्य शृंगारपुरात परतल्यावर राजांच्या उपासनेबद्दल इथे-तिथे बोलत होते. धावत्या वाऱ्यावर स्वार होऊन ते गणोजी शिर्क्यांच्या कानावर येत होते.

दुर्वांच्या मुळ्यांसारख्याच भुमकाच भुमका जिकडे तिकडे पसरल्या – "कब्जी कलुशानं राजा मुठीत घ्येतला! ...राजं लई पेत्यात! कुणाची गाठभ्येट पडू देत न्हाई त्येंची बामन!"

वळिवाच्या वावटळी उठून गेल्या. वळिवाचे एक-दोन पाऊस पडले. अशाच एका पावसानंतर मातीचा मत्त दरवळता गंध पसरला. गांगोलीच्या वाड्यात, सदरेलगत बांधलेल्या चोपाळ्यावर बसलेल्या राजांना तो जाणवला. शेजारीच सुरुदार खांबाजवळ उभ्या असलेल्या कुलेशांना त्यांनी विचारले, "कविराज, किती वळीव पडून गेले असतील या धरतीवर, तिच्या जन्मापासून! माती का तावते? वळीव का कोसळतो तिच्यावर? जीव उमलून टाकणारा गंध कसा सुटतो तिच्यातून? हे आभाळ आणि धरती याशिवाय कुणाला कसे सांगता येईल? ज्या शक्तीची आपण उपासना करतो आहोत ती पावेल? सुटेल कधी जीवनाच्या मातीला सुगंध?"

कवी होते तरी कुलेश ते राजबोल ऐकतच राहिले. काही जाब न सुचल्याने विषय पालटत म्हणाले, "हम सुनते है स्वामी, हमारे और आपके बारेमें कुछ शक सा पैदा हुआ है लोगोंमें। रिआया कहती है, आपको... हमने मुठ्ठीमें कब्ज किया है।"

चोपाळ्याचा घेतला झोल राजांनी गपकन थांबवला. डोळे रोखले गेले त्यांचे कुलेशांवर. तुटकसे राजांनी झटकन कुलेशांना विचारले, "खुद्द तुम्हास काय वाटतं? आहे तुमची मूठ एवढी समर्थ?"

"क्या बोलते है, आप स्वामी?"

"तुम्हा-आम्हाबद्दल असे म्हणणाऱ्यांची कीव वाटते. एवढ्या थोर मुठीचे आबासाहेब पण – मनाच्या उमाळीसरसे तीही फोडून गेलो आम्ही एका काळ्या क्षणी. एवढा पुरंदर मुठीत पकडणारा दिलेर! पण त्यालाही नाही ठेवता आले मुठीत आम्हाला! यांचा वकूब तुमच्यात आहे, असे म्हणणाऱ्यांना हसावं की रडावं? कुलेश, समुद्रमंथनातून आलेले विष ओठांआड करणारा शंकर जगाला 'नीलकंठ' म्हणून कधी दिसलाच नाही. त्याच्याही जिंदगीत एक 'पार्वती' असते, हे पटत नाही चटकन लोकांस."

येसूबाईंच्या आठवणीने महाराज चोपाळ्याचा थांबलेला झोल पुन्हा घेऊ लागले.

मृगाने धार धरली. एरवी कुठेही असले तरी पाऊसकाळ तोंडावर आला की, राजे रायगड जवळ करीत असत. या वर्षी ते अजून घडले नाही. साहजिकच रायगडावर येसूबाई, निळोपंत, येसाजी कंक, खंडोजी चिंतेने राजांची वाट बघू लागले.

गांगोलीत सदरेवर याद घेतल्या कुलेशांनी जोखीम आणि कर्तव्य म्हणून राजांच्या कानी घातले, ''बारिश शुरू हुई है। रायगढ लौटना चाहिये। स्वामी, सब लोग राह देखते होंगे!''

''कविराज, माणसं नसली तरी हा पाऊसकाळ पाठीशी उभा राहील आमच्या. खिळवून ठेवील तो औरंगच्या फौजा जागच्या जागी. तुम्ही उपासनेसाठी याहून सबल दुसरे ठिकाण शोधा.'' खरे सांगायचे तर राजांना रायगडी परतावेसेच वाटत नव्हते. घडी-घडी वाटत होते त्यांना की, असे तो फौजफाटा एकजाग करून थेट औरंगच्या छावणीवर चालून जावे.

राजांचा विचार ऐकून कुलेशच चक्रावले. कुठून आपण कठोर उपासनेचे व्रत बोलून गेलो असे त्यांना झाले. पण कशालाच काही इलाज नव्हता. राजांची इच्छा म्हणजे ती राजाज्ञाच होती. कुलेशांनी आपल्या दिमतीची निवडक माणसे संगमेश्वराला पाठवली. त्यांनी संगमेश्वराच्या देसायांचा वाडा योग्य असल्याची खबर आणली.

राजाज्ञेने कुलेश आणि शिवयोगी यांनी संगमेश्वराला जाऊन तिथेही पंथाच्या आणखी एका ठिकाणाची स्थापना केली. आता राजांचे मुक्काम भर पावसात गांगोली आणि संगमेश्वर असे पडू लागले. शृंगारपूर व शिर्काण भागात शिर्क्यांनी तर आवईच उठवली की, ''कलुशा औरंगजेबाचा हस्तक आहे! राजांच्या जवळ राहून तो बादशहाच्यावतीनं फितुरी करतो आहे!''

स्वत: कुलेश आता पेचात सापडल्यागत झाले होते. राजे आपणच एकले होत चालले होते. पंथाचे सर्व विधी ते काटेकोर करत होते. तीर्थ म्हणून मद्य घेत होते. त्या सुन्न करणाऱ्या काळात त्यांना पाहिजे ते एकलेपण गवसत होते. अनेक क्षणचित्रे त्यांच्या मिटल्या डोळ्यांसमोरून सरकत जात होती. कुणालाच काय; पण कुलेशांनाही ते आपल्यासमोर फार वेळ थांबू देत नव्हते. बाहेर पावसाने जागोजागच्या नद्या तुडुंब भरून वाहत होत्या. आडवळणी असलेल्या गांगोली-संगमेश्वराचा रायगडाशी जसा संबंधच तुटला होता. गडावर महाराणी व पेशवे यांच्या आज्ञेवर, कौलावर दफ्तराचे, निवाड्याचे काम चालले होते.

दोन महिने झाले. गडावरची माणसे हवालदिल झाली. आषाढाचे दिवस आले. राजांच्या फक्त खुशालीचे स्वार गडावर येत होते. गांगोली संगमेश्वरात पंथाची उपासना चालूच होती. शिवयोगी कुलेश राजांना ''गडी चला – परतू या'' म्हणून विनवून थकले होते. राजे कुणाचे काही ऐकत नव्हते. कुणाशीच बोलत नव्हते.

शंभूदेहात राहून त्यांचा प्रलयंकर शिवाला 'शक्तीच्या रूपात' साद घालणारा

भोसलाई आत्मा, खुद्द त्यांनासुद्धा जीवनाचे टोक हाताशी गवसू नये, अशा संवादात गुंतला होता. कसला संवाद?

'पुरंदर! जिथं आम्ही जिंदगीचा पहिला श्वास घेतला. सासवडच्या कऱ्हा नदीच्या काठी असलेल्या सोपानदेवांच्या समाधीलगतचा. केवढी फिरली ही पावलं पुरंदरावर आकार घेतल्यापासून! आमच्या जन्मदात्या मासाहेब आम्हास नीट याद येत नाहीत. त्यांची जागा घेतली थोरल्या आऊंनी, धाराऊनं. काय योग हे! शेवटच्या क्षणी आम्ही नाही भेटू शकलो आबासाहेबांना, धाराऊला. थोरल्या मासाहेब आमच्या समोरच पाचाडवाड्यात गेल्या. सती गेल्या मासाहेबांना तर आमच्या हातांनीच द्यावा लागला चूड आम्हास. खरंच! मथुरेहून त्रिमलांच्या सोबत मुलखाकडं यायला निघतानाच गवसतो आम्ही पेरल्या पहाऱ्यांच्या तावडीत तर? पन्हाळ्यावर आम्हाविरुद्ध रचलेला विषप्रयोगाचा कटाव सफल होता तर? करता जेरबंद दिलेरच आम्हास आपल्या गोटात तर? केवढ्या प्राणघाती कृष्णच्छायेतून गेली ही हयात!

'गडकोट, जामदारखाने, खजिने यांची, रायगडाच्या सिंहासनावरची हवस वाटली आम्हास? उगाच सख्ख्या बहिणीला पाठमोर होऊन आमच्या पाठीशी उभे राहिले हंबीरराव? उगाच दिली त्यांनी आपली लाडकी ताराऊ आमच्या एका शब्दाखातर रामराजांना? का म्हणून आले शहजादा अकबर आणि दिलेरचा भाऊ मिरबातखान आम्हाकडं? समर्थ म्हणाले, 'आबासाहेबांहून विशेष ते करावे.' आम्ही ते मानलं का? नाही. का? आबासाहेब आकृती – आम्ही केवळ सावली, हे बरं समजून आहोत आम्ही.

'येता औरंगजेब फौजबंद होऊन आबासाहेबांच्या हयातीत दक्षिणेत, तर जाते त्यास शरण ते? कधीच नाही. दुर्गाबाईंच्या रूपे जो गुदरला तसा प्रसंग औरंगच्या बेट्यावरही कधी गुदरू नये, असेच का वाटत आले आम्हास?

'हा औरंगचा आणि आबासाहेबांचा – आमचा खाजगीचा जंग आहे? नाही. दोन वृत्तींचा जंग आहे, असं एकल्या आम्हासच का वाटतं? पाण्यात ढेकळं विरघळावीत, तसं मी-मी म्हणणारे का होतायत या दौलतीस पारखे? की त्यांनाही वाटतं ही एकल्या भोसल्यांची दौलत आहे म्हणून? नवरात्रात जगदंबेचा गोंधळी तिला आळवताना ऐकलं आम्ही – 'कुठवर पाहू वाट – माझ्या नेत्रा भरला ताट...'

'कशाच्या पाठबळावर जगत असतो, धडपडत असतो माणूस? का? आज तेच बळ कमी पडलं असं का वाटतं आहे? मामासाहेब हंबीरराव गेले म्हणून? लगतच्या दोन्ही शाह्या पडल्या म्हणून? साऱ्यांनी एकजुटीनं कंबर कसली तर निभाव लागू नये, अशा औरंगसमोर आमचीच माणसं आम्हाला पारखी झाली म्हणून?'

सवालाचे शेपूट धरून सवाल खडे ठाकत होते. त्यांची उकल व्हावी, असा जाब मात्र गवसत नव्हता. बाहेर आषाढी पावसाखाली मावळमाती कशी

झोडपून निघत होती.

"तुम्ही छंदोगामात्य असाल, कुलएख्त्यार असाल, पण आम्ही महाराणी आहोत. गडावर पेशवे आहेत. पाऊसमाऱ्यातून गनीमफौजा मुलखात दौडताहेत. मोक्याच्या गडकोटांना घेर पडताहेत. आणि तुम्ही... तुम्ही स्वारींना गडाबाहेर काढून ऐषारामात! कोण मजाल ही?" रायगडाच्या दरुणीमहालात अनावर संतापाने लालेलाल झालेल्या येसूबाई उभ्या देही थरथर कापत होत्या. त्यांचे ते रूप बघून दिमतीच्या कुणबिणीही थरकून गेल्या. त्यांनी राणीसाहेबांना 'असं' कधीच नव्हतं बघितलं.

समोर उभे कवी कुलेश ते राजबोल ऐकूनच लटलट कापू लागले. काय जाब द्यावा, हे न सुचल्यामुळे त्यांची गर्दन खाली गेली होती. खांद्यावरचे गुलाबकाठी उपरणे थरथर कापत होते. खास खबरगीर पाठवून येसूबाईंनी त्यांना संगमेश्वराहून तातडीने बोलावून घेतले होते. पेश येताच जबानीवर घेतले होते.

"परंतु रानीसाब – हमारी सुनिये – हम." कुलेश बोलू बघत होते. महाराणी त्यांचा एक शब्दही ऐकून घेण्याच्या मन:स्थितीत नव्हत्या. स्वत:शी बोलाव्या तशा त्या कुलेशांना सुनावीत होत्या. बेलाग फडाफड बोलत होत्या.

"पावली चंडी? झाला तिचा कृपाशीर्वाद? कधीच का केली नाही, अशी उपासना आमच्या आबासाहेबांनी? केवढं होतं गुदरलं त्यांच्यावर? तुम्ही कवी म्हणवता – कसा शिरला कली तुमच्यात?"

येसूबाईंच्या कानीही उठलेल्या आवया पडल्या होत्या. अंगाचा तिळपापड झाला होता त्यांचा, त्या ऐकून. मध्येच थांबवून त्या कवींना कुडीभर न्याहाळत होत्या; संशयाने.

"कलुशा बादशहाचा हस्तक आहे!" ही कानी पडलेली जहरी बातमी तर त्यांच्या मनी टिटवीसारखी कर्कश केकाटत होती. काय बोलावे – कसे बोलावे त्यांना समजेना.

"आमच्या कानी आलंय तुमचं कर्तुक. बादशहाच्या वतीनं फितवा करून स्वारीला भलत्याच वाटेस लावणारी तुमची हवस जाणून आहोत आम्ही. शरम कशी वाटली नाही तुम्हास स्वामींच्या खाल्ल्या अन्नाचे असे पांग फेडताना? त्यांच्याशी खेळ ही आमच्याशी गाठ आहे हे समजून असा छंदोगामात्य!" असह्य संतापाने, कोंडीने येसूबाईंना नीट बोलताही येईना.

अंगभर चरकलेल्या कुलेशांचे डोळे डबडबून आले. डुईवरचा पगडीघेर त्यांनी डुलविताच आसवांचे दोन थेंब त्यांच्या डोळ्यांतून उडाले. काय केले नव्हते त्यांनी दौलतीसाठी? मथुरेहून राजांना बालपणी सुखरूप पाठविण्यात त्यांनी थोरल्यांना निष्ठेने, धोका पत्करून मदत केली होती. राजांच्यावतीने शहजादा अकबरासह

फिरंगी दरबारात वकिली जमवून तह साधला होता. जीव गलबलून उठला त्यांचा. झटकन पुढे होत त्यांनी राणीसाहेबांचे पायच धरले. त्यांनाही धड बोलवेना.

"रानीसाऽब, चाहे तो गर्दन उडा देना हमारी। हम... कुलदेवताकी शपथ लेते है, चरणोंमे... हम – हम बेमान नहीं। कुछ भी कीजिये... हमारे राजासाब को, बडे स्वामीके इस दौलत को बचाइये।" लहान मुलासारखे छंदोगामात्य स्फुंदू लागले.

येसूबाई सुन्न झाल्या ते ऐकताना. झाल्या प्रकारात कुलेशांचा दोष नव्हता. असता तर ते राणीसाहेबांच्या भेटीलाच आले नसते. ते आलेच नसते, तर मागचा पुढचा कसलाही विचार न करता निळोपंत, खंडोजींना फौजबंदीने धाडून त्यांना जेरबंदच केले असते येसूबाईंनी.

मग दोष होता तरी कुणाचा? राजांचा? एवढे बऱ्हाणपूर ते पणजी घोडे फेकणारे, प्रत्यक्ष औरंगलाच पिछाट घ्यायला लावणारे राजे. त्यांच्याबद्दल असे म्हणायची शामत तरी होती कुणाची? दोष असलाच तर होता, सभोवार पसरलेल्या असंख्यात कोत्या मनांचा. लालचावलेल्या कैक जिवांचा. हाती पेटती मशाल द्यावी आणि वर धरायला कोणतेच छत न देता ऐन पावसात उभे करून ती तेवती ठेवा, असे सांगावे तशी गत झाली होती राजांची. कुणी केले होते हे! जगदंबेनेच. नाहीतर 'आशीर्वादाचं बळ कमी पडतंय' असे तरी का यावे त्यांच्या मनी?

येसूबाई काहीच बोलल्या नाहीत. मनोमन काहीएक पक्का निर्णय घेऊन त्या दालनातून निघून जाताना कुलेशांना एवढेच म्हणाल्या, "आता आमच्या जागी तुम्ही आहात. सावलीसारखे स्वामींच्या पाठीशी असा. आजच गड सोडा."

कुलेश संगमेश्वरला येऊन पोहोचले. लागलीच त्यांना राजांची आज्ञा झाली. "तुम्ही टाकोटाक खेळण्यास दाखल व्हा. शिर्काणात काही गडबड दिसते. त्यावर ध्यान ठेवा. मामला घरचा आहे. प्रसंगी आम्हाला लिहा. आम्हीच सोडविला पाहिजे तो." राजांच्या कानीही शिर्क्यांनी उठविलेल्या आवया व त्यांच्या संशयास्पद हालचाली आल्या होत्या. बेळगावचा कोट जिंकून कोल्हापूरकडे सरकलेल्या शहजादा आझमला गणोजी, कान्होजी भेटत होते. घटकाघटका त्याच्याशी कसलातरी गुफ्तगू करीत होते.

आज्ञा मिळाली तरीही कुलेश महाराणींच्या सूचनेप्रमाणे राजांच्या जवळच राहिले. संगमेश्वर गांगोलीच्या वाड्यात समद्य शक्तीची पूजा चालूच होती. ती कधी थांबणार की नाही, असे भय निर्माण झाले. संगमेश्वरचे देसाई, गांगोलीचे कारभारी, खिदमतगार पुरुषा, एवढेच काय पंथाचे अधिकारी प्रत्यक्ष शिवयोगी; कुणीच राजांसमोर काही बोलू धजत नव्हते. कुलेशांची तर अडकित्त्यात सापडलेल्या सुपारीगत अवस्था झाली होती.

राजे कुणाशीच काही बोलत नव्हते. आवतीभोवती सेवा करणारे एक-दोन

खिदमतगार सोडले, तर दुसऱ्या कुणाला थांबू, फिरकू देत नव्हते. त्यांच्या एकाच बाबीवर स्वत:शी खल चालला होता, 'हे राज्य आम्हा एकल्याचंच आहे का? तसं नसताही तसं का वाटतं आहे?' सवाल उठत होता, साद काही मिळत नव्हती.

ऐन समोरची चंडी त्यांना नानारूपात दिसताना भासू लागली. कधी ती जगदंबेचे रूप घेत होती. कधी थोरल्या मासाहेब, धाराऊंचे रूप धारण करीत होती, कधी तिच्या डोळ्यांतूनच समर्थ आणि आबासाहेब रायगडाच्या महाद्वारातून बाहेर पडल्यागत दिसत होते. कधी तोफगोळा आदळून तिच्या छातीच्या ठिकऱ्या होऊन आसमानात उडताना दिसत होत्या – हंबीररावांसारख्या!!

वाहून-घडून गेलेले सारे प्रचंड गतीने त्यांच्या डोळ्यांसमोर धावत होते. एरव्ही कुणाचेही काळीज चरकून जावे, असा तो पट होता. पण शेतकऱ्याने शिवाराकडे, बांधाकाठी राहून बघावे, तसेच राजे आपल्या उभ्या हयातीकडे तिऱ्हाईतपणाने बघत होते. न कचरता, मनाचा टवका उडू न देता. पुन: पुन्हा त्यांच्या डोळ्यांसमोर येऊन थिरावत होती ती फक्त एकच एक मुद्रा – आबासाहेबांची! पन्हाळ्यावर अखेरची ऊरभेट घेताना, हात पसरते करून कवेत घेऊ बघताना म्हणणारी, "लेकरा, कुठं गेला होतास?"

जामदारखान्याचा, अंबारखान्याचा तपास घ्यावा, तसे त्यांचे मन आपल्या उभ्या हयातीचा तपास घेत होते – 'ज्या तडकाफडकी आम्ही दिलेरच्या गोटात जाऊन आबासाहेबांस पारखे झालो त्यानं – त्यानंच खचले ते. आबासाहेब, केवढा थोर कलंक घेतला आहे आम्ही एवढ्या बाबीनं आमच्या हयातीवर. निघेल कधीकाळी तो धुऊन? मिळेल ती संधी?' राजमनात कसली भिंगरी फिरते आहे, याची ना कुलेशांना, ना शिवयोग्यांना; एवढेच काय प्रत्यक्ष चंडीलाही कल्पना नव्हती!

आता सरत्या पावसाळ्यावर श्रावणसरींचा खेळ सुरू झाला. पुरी कोकणपट्टी पिवळ्या, हिरव्या कुरणांच्या लाटांनी क्षणात उजळून निघू लागली, क्षणात झाकाळून जाऊ लागली. या वेळी विजापुरात महामारीची साथ पसरली होती. भागानगरात देखणा, बांडा तानाशाहा आपल्या नेक सरदारांसह दोरखंडांनी जखडबंद होऊन औरंगजेबाच्या कोठडीत अस्वस्थ फेर घेत होता.

रायगडाहून उधळलेला खबरगिरांचा म्होरक्या नाईक बहिर्जी श्रावणसरी अंगावर घेत धापावत संगमेश्वरला देसायांच्या वाड्यात शिरला होता. जिवाची बाजी लावून त्याला दौलतीचा ताईत पुन्हा नेऊन रायगडाच्या दंडात बांधायचा होता. महाराणींचा अतिमोलाचा कठोर, कडक तसाच एकदम खाजगतीचा खलिता त्याने संगती आणला होता. कुणाची पर्वा न करता चिंताक्रांत बहिर्जी खांद्यावरची कांबळी खोळ मुठीत घट्ट पकडून थेट देसायांच्या वाड्यात चंडीच्या दालनात घुसला.

यज्ञकुंडाजवळ भगवी वस्त्रे नेसून बसलेल्या राजांना बघून चरकून क्षणैक थांबला. केवढी पालटून गेली होती राजांची मुद्रा! श्राद्धाचे विधी पार पाडण्यासाठी

उभ्या राहिलेल्या आप्तेष्टांसारख्या दिसणाऱ्या कुलेश, शिवयोगी आणि शिष्यगण यांच्याकडे ढुंकूनही न बघता न राहवून म्हणाला, "धनीऽ, गडास्नं आलुया पाऊसपान्याचं. ऊर फुटेतो. वळी दिलीया ही रानीसायबांनी. म्होरं घालून घेऊनच यायला सांगितलंय धन्यास्नी." बहिर्जी रिवाजाचा जोहार द्यायलाही विसरला होता.

राजे बैठकीच्या व्याघ्रचर्मावरून उठले. यज्ञकुंडाजवळून बहिर्जीकडे चालले. शिवयोगी, कुलेश, शिष्य, पुरुषा एवढेच काय; प्रत्यक्ष चंडीचेही काळीज धडाडले. आता नायकाची खैर नाही, असेच सर्वांना वाटले. थोरल्यांपासून बहिर्जीने केलेली नेक चाकरी सारे जाणून होते. सुरतेपासून मद्रासपावेतो भुईचा चकता पायांखाली घेतला होता, बहिर्जींनी दौलतीच्या सेवेसाठी. येसूबाईंच्यासाठी तर गणोजी पारखे झाल्यापासून त्यांचीच जागा घेतली होती बहिर्जीने. सख्ख्या भावाची. येसाजी कंकासारखी डुई, ओठांवरची केसावळ पांढरी झाली होती, बहिर्जी नाईकांची भोसल्यांच्या सेवेत. राजांना येताना बघून चरकले नाहीत, ते एकले बहिर्जीच.

आता राजे काही बोलणार तोच सय झाल्या बहिर्जीने झटकन वाकून पायच धरले त्यांचे. डुईवरचे रामोशी पागोटे हालवून गदगदत म्हणाला तो, "आन हाय बिरूबाची. लय झाली ही ताकदीची पूजा. धनीच असं एकलं हुतो म्हणालं, तर मुलखाच्या आयाबापड्यांनी बघावं कुणाकडे? बास झाली ही चंडी, तकडं जगदंबा इदूळ धरनं वाट बगतीया. चला बघू आमासंगे. नायतर टाका या म्हाताऱ्याला ह्या कुंडात."

राजांच्या हातातली समिधांची छोटी जुडी गळून फरशीवर पडली. चंडी, कुंड, बहिर्जी असे ते टकमक बघू लागले. ते कमरेत वाकले. सर्वांना वाटले पडली मोळी उचलायला ते झुकलेत. पण त्यांनी आपल्या दोन्ही पायांवर डोके भिडवून ते डावे-उजवे डोलवीत स्फुंदणाऱ्या बहिर्जीच्या पाठीवर तळहात ठेवला. सूर्यबिंबातून किरण सुटावेत तसे तुटक बोल बहिर्जीच्या कानी पडले, "नाईक, कुचाचा सरंजाम ठेवा. तुम्हा संगतीच निघू आम्ही गडी." खांदे धरून त्यांनी बहिर्जीला उठते केले. त्याने दिलेली खलिता वळी स्वत:च खोलून त्यावर नजर फिरविली. डोळ्यांसमोर लिखावट फिरली त्यांच्या. श्रींच्या राज्यासाठी श्रीसखींनी रेखलेली –

"– झाली तितुकी चंडीची भक्ती पूजा पुरे झाली. एक चंडी स्वारीस पाऊन शक्ती देते तर काय? अवघा मुलूख शक्तिपात झाल्यागत झाला आहे. देखतपत्र, स्वार होऊन नायकसमेत निघोन यावे. ना तर – ना तर आम्हीच निघोन येऊ. आबासाहेबांनी दिधली शिक्केकट्यार आणि श्रीसखी ही मुद्रा यज्ञकुंडात टाकून आम्ही पंथाचे भक्त होण्यासाठी गड सोडून तिकडेच येऊ!"

छत्रपतींनी हातचा खलिता मुठीतच आवळला. त्यांच्या आज्ञेप्रमाणे खासातळ हालविण्याच्या तयारीला सगळे लागले. कुलेशांनी सुटकेचा नि:श्वास टाकला. आपल्या दिमतीसह खेळण्याची वाट धरली.

या वेळी विजापूरच्या शाही मशिदीत नमाज पढून आलेला औरंगजेब आपल्या वजीर असदखानाला सांगत होता – ''हमने कसम ली है, आज नमाज पढते समय कुराने शरीफकी। सेवाके बच्चेका ये तख्त बिखोबुनियाद उखाड देंगे जैसा यहाँ, गोवलकोंडामें लगाया वैसा लगा देंगे चांदतारोंका निशान रायगढपे। शहजादे आझमको लिखो संबापर जासूद फेको, उसका पिछा जारी रखो।''

बालेकिल्ल्याच्या तटबंदीबाहेर मात्र महामारीने मेलेल्या गरीब आदिलशाही रयतेची प्रेते चुपचाप कबरस्तानाकडे नेली जात होती.

गांगोली-संगमेश्वर दोन्ही ठिकाणच्या पंथस्थानातील मूर्ती सांगता करून राजाज्ञेने हलविण्यात आल्या. व्याघ्रचर्माच्या वळ्या काखोटींना मारून शिष्यगणासह आले तसे शिवयोगी निघून गेले. पंथाचे एक प्रचंड वादळ राजजीवनात घोंघावत डोकावून सरकून ठेवून गेले. शंभूमनात शक्तिशाली शिवाचा भक्तिभाव जागा झाला होता, तो तसाच रेंगाळता ठेवून गेले.

रायगडी आलेले राजे निळोपंतांनी कानी घातलेल्या तपशिलाने बेचैन झाले होते. पेशव्यांनी खालमानेने राजांच्या कानी घातले होते की, ''होनगड हसनअलीखानानं आणि त्र्यंबकगड मातब्बरखानानं पाडला आहे.'' मतलब साफ होता. मोगलांनी नाशकापर्यंत धडक दिली होती.

जिकडे शिर्क्यांच्या बंदोबस्तासाठी कुलेश निघून गेले होते, त्या खेळणा व प्रचितगड भागात नागोजी माने व मुलतफितखान यांचे जोडतळ पडत होते. प्रचितगडावरच्या नेक किल्लेदाराने त्यांच्याशी हातघाई करून प्रचितगड राखला होता.

निजामशाही मोडताच आदिलशाहीकडे जाताना ज्या माहुलीच्या किल्ल्यावर थोरले महाराज शहाजीराजे यांनी आसरा घेतला होता, त्या माहुलीचा किल्लेदार स्वराज्याला हूल देत होता. किल्ल्याच्या भोवती फटका टाकणाऱ्या अब्दुल कादर या मोगली सरदाराशी तो संधान बांधू बघत होता. भरपेट इनाम दिले, तर किल्ले माहुली त्याच्या घशात सोडायला तयार झाला होता.

कानी पडणाऱ्या एका-एका वार्तेने राजमन कुरतडले जात होते. त्यातच कुडाळचे देशाधिकारी नीळकंठ नारायण राजांच्या भेटीस आले. त्यांनी तर चक्क तह केला होता. कसला? तर आमचे कुडाळचे वतन 'बादशहानी राखून चालवावे. आम्ही कोकणपट्टीचा वरकड मुलूख जिंकून बादशहास द्यावयास तयार आहोत' असा.

गडी आल्यापासून महाराजांची येसूबाईंशी भेट झाली नव्हती. कशी व्हावी? पंथाचा सल दोन्ही राजमनात खुपत होता. हटता पावसाळा धरून मोगलांच्या हालचाली वाढल्या होत्या. विजापूरहून औरंगजेबाचे शहजादा आझमला कोल्हापूर-मिरज भागात खलित्यावर खलिते जात होते. हंबीरराव पडताच राजांनी सरलष्कर म्हणून नामजाद केलेले म्हलोजी घोरपडे पन्हाळ्याच्या आसऱ्याने शहजाद्याच्या

चाली थोपवीत होते. खंडोजी, पेशवे, खबरगीर यांनी कानी घातलेले बारकावे छत्रपती मनाशी घोळवीत होते. वर्दी घेऊन आलेल्या चांगोजी काटकराने त्यांची तंद्रा तोडली. तो म्हणाला, ''कल्याण प्रांतांचे सूर्याजी अन् बोपजी प्रभो आल्यात भेटाय.'' चांगोजीला इजाजत देऊन राजांनी प्रभूबंधूंना भेटीस बोलावून घेतले. प्रभूंनी परगणे साक्से, पंचमहाल, पणे येथील आपल्या जमिनींच्या कथल्यांची बाबत राजांना सांगितली. शांतपणे प्रभूबंधूंचे बोलणे ऐकून राजांनी न्यायाधीश प्रल्हादपंतांना निवाड्यासाठी बोलावून घ्यायला सांगितले.

पंत आले. बारकाव्याने पाहिले असते, तरच त्यांची मुद्रा कावरीबावरी आहे, हे कुणालाही कळून येते.

''या प्रभूबंधूंची काय चलबिचल आहे बघा न्यायाधीश?'' राजे कसल्यातरी विचारात असल्याने सादिलपणे म्हणाले. प्रभूंना निरखत न्यायाधीशांनी निःश्वास टाकला.

''या. आम्हा सोबत दफ्तरात'' असे प्रभूंना म्हणून प्रल्हादपंत जायला वळले.

''वादळवाऱ्यातही झाडेपेडे डुलली तर चालतात, पण मुलखातले कडे थरकून नाही भागत, असे बोललो होतो आम्ही तुम्हाला एकदा न्यायाधीश. ते ध्यानी ठेवून यांचा निवाडा करा.'' राजे त्यांना सूचना म्हणून म्हणाले. ते ऐकून, ''जी'' म्हणताना पाठमोऱ्या प्रल्हादपंतांच्या पापण्या फडफडल्या, डोळ्यांच्या बाहुल्या क्षणैक गरगरल्या.

औरंगजेबाचा, त्याने पेरलेल्या खानांचा, फितलेल्या जागजागच्या किल्लेदारांचा, फोंडा, कुडाळ, कारवार येथील देसाई, सावंत, दळवी यांचा विचार करत महाली फेर घेणाऱ्या राजांकडे कुणबीण रूपा पेश होऊन म्हणाली, ''रानीसाब येत्यात.''

राजमन ढवळून गेले. किती विषय होते बोलायला! भाषा कोणती? किती आरोपसफाया होत्या! कुणीतरी ढकलल्यासारखे राजे आपसूकच झरोक्याशी झाले.

येसूबाई आल्या. त्यांनी महालभर नजर फिरविली. महालातले पहारेही मतलब पकडत बाहेर निघून गेले. विचित्र शांतता दोन राजमनांत कुचमून पडली. गळ्याच्या घाट्यापर्यंत आलेले शब्द थडकून परतत मनातच पडू लागले. ''एक सांगण्यासाठी आलोत आम्ही.'' येसूबाई घोगरल्या. राजांनी वळून नुसते श्रीसखीच्याकडे बघितले.

मान डोलवीत येसूबाई म्हणाल्या, ''ऐकावं आमचं. शरमिंद्या आहोत आम्ही. ज्या वजेनं शृंगारपुरानं माहेराकडून स्वारींच्याबाबत आवया उठविल्या, त्या कानी आल्या आहेत आमच्या.''

''येसूऽ...'' आभाळात वळीव भरून यावा, तसे शंभूनेत्र डवरले. पुन्हा शांततेने पंख फाकले. काय बोलावे दोघांनाही साधेना. डोळ्यांसमोर गणोजी आणि पिलाजी यांच्याच मुद्रा उभ्या राहिल्या दोघांच्याही.

''आमच्या गुणं खूप तापदरा झाली आहे तुम्हांस. बोलली शृंगारपूरची माणसं काही, तरी वाटत नाही त्याचं एवढं, तुम्हाकडं बघताना.'' झरोक्यातून दूरवर

दिसणाऱ्या आभाळाच्या निळाईत नजर रोवत राजे संथ, घोगरट म्हणाले.

"तसं काही उणंदुणं बोलायचा अधिकार नाही आमच्या दादा, आबांना स्वारींबाबत. शिवारातला पेरा मागं टाकतो कुणबी, तसं झालं. घडलं मागं टाकावं स्वारीनं. आबासाहेब आणि स्वारी जोडीनं अडकून पडली आग्ऱ्यात त्याहूनही बाका प्रसंग आहे सांप्रत. गनिमांनी चौफेर पाय पेरलेत आणि आपल्यांनी मात्र ते फिरविलेत!" बोलल्या येसूबाई मनाच्या कढाने भरून आल्या. आवाज धरल्याने क्षणभर रुकल्या.

"याद आहे तुम्हाला? रानवाऱ्याशी बाशिंग बांधलंय आम्ही, असं म्हणाला होता एकदा तुम्ही." राजे पाठमोरेच म्हणाले. पसरले पंख शांततेने अधिकच फुलविले.

"जातात कधी आमचे बाळराजे रामराजांच्या वाड्यात? बोलतात ते त्यांच्याशी घरच्यासारखं?" तो विषयच तोडावा म्हणून राजांनी विचारले.

"जी." रामराजे, ताराऊ आणि बाळराजे यांच्या बिल्वदलासारख्या तीन मूर्ती डोळ्यांसमोर तरळल्याने येसूबाईंनी हुरुपाने दाद दिली.

बराच वेळ राजे आणि येसूबाईंचे बोलणे चालले. महालात आलेले रोषणनाईक कोनाड्या-कोनाड्यांतील पलोते हातच्या दिवल्यांनी शिलगावून गेले.

असेच कुडाळच्या भुईकोटातील बैठकमहालातील पलोते भकभकत होते. त्यांच्या उजेडात लोड-गिरद्यांच्या बैठकीवर बसलेले खेमसावंत, जलालखान आणि दुलबा नाईक यांच्याशी खलबतात गेले होते. कसल्या? तर दौलतीतल्या चंदगड तरफेच्या किल्ले पारगडावर चालून जाण्याच्या!

आता थंडीने अंग धरायला सुरुवात केली. खंडोजी, निळोपंत, चिमणगावकर यांना याद घेऊन राजे एवढ्या पडझडीच्या काळातही गावोगावच्या वतनदारांना खलिते पाठवीत होते. जे खाशा वकुबाचे होते, त्यांना शंकराजी, निळोपंत, खंडोजी कुणी ना कुणी सोबत घेऊन जातीने भेटत होते. साऱ्यांना पिळवटून सांगत होते, "दोन दिवसांचा गनीम, त्यासी साथ देते होऊ नका. जसा आमचा रामसेज झुंजला तसे हरगावकूस निकरानं लढते ठेवा."

येसाजी कंक, रूपाजी भोसले, बारदरमल, संताजी जगताप, जानराव, धनाजी यांच्या अटीतटीने चौफेर पांगलेल्या तळांना राजे भेट देत होते. विचारला तर हरजींना कर्नाटकात अचूक सैन्यचालीचा सल्ला स्वारामार्फत तातडीने धाडत होते. औरंगच्या टोळधाडीसमोर त्यांना ना मराठी मुलूख, ना कर्नाटक डळमळू द्यायचा होता. परत आलेले सर्जेराव जेधे नेकीने चाकरीला लागले होते. पन्हाळा, खेळणा, राजापूर असा पट्टा धरून म्हलोजी, कुलेश, गंगाजी दादाजी सावधानगीत होते. पुरंदर, पुणे, वाई, सातारा भागात बाजी घोलप, विनायक उमाजी, येसाजी मल्हार, कोनेरे रंगनाथ असे मर्दाने हत्यार परजून ठाकेठीक होते.

अशाच एका थंडीच्या दिवशी येसूबाई आपल्या स्वारीच्या आवडीचे वाफारते, गरम हुलग्याचे माडगे कटोऱ्यात घेऊन राजांच्या भेटीस आल्या. त्यांनी कटोरा चौरंगीवर ठेवला. त्यातून उफाळत्या वाफांकडे बघत राजांनी त्यांना विचारले, "किती दिवस झाले नाही माडग्याला?" झटकन कटोरा उचलून स्वारीच्या हातात देत येसूबाई म्हणाल्या, "स्वारीचं ध्यान नसतं खाण्याकडं आताशा. बघावं चाखून जमलंय का." राजांनी माडगे चाखले. हसून ते म्हणाले, "छान जमलंय." आणि मग हातच्या वाडग्याकडे ते बघतच राहिले.

"हे काय?" येसूबाईंनी नाराज होत विचारले.

"नाही. आम्ही विचार करतो आहोत, कितीतरी मोहिमांचे बेत आखले असतील आबासाहेबांनी असं माडगं चाखत असताना. तुम्ही आम्हाला दिलं तसंच देत असतील माडगं आमच्या मासाहेब आबासाहेबांना. बोलताना बोलले असतील दोघेही केवढंतरी जिवाभावाचं!"

ते ऐकताना आपल्या स्वारींच्या मासाहेब कशा दिसत असतील याचा अंदाज ताडण्यासाठी येसूबाई राजांच्या मुद्रेकडे निरखून बघू लागल्या. मोठे गमतीदार होते ते चित्र. हातच्या कटोऱ्यात आपले आबासाहेब आणि मासाहेब यांचे रूप मनोमन बघणारे छत्रपती आणि त्यांना तसे बघणाऱ्या महाराणी. येवढ्यात राया-अंताच्या हातांना धरलेले बाळराजे आपल्या दोघा काकांना काहीतरी विचारीत महालात प्रवेशले.

आल्या-आल्या त्यांनी तक्रारच गुदरली. "त्या काकामहाराजांच्या वाड्यात आम्ही जाऊ तेव्हा नेमके न्यायाधीश आणि दोन असामी असतात. आम्ही गेलो की बोलायचंच थांबतात. का? आमचं येणं आवडत नाही त्यांना?"

ती बाल-तक्रार ऐकताना महाराज गंभीर झाले. 'न्यायाधीश रामराजांच्या वाड्यात का जात असावेत? छे? कानी पडणाऱ्या फितव्यांच्या खबरांनी आपलं मनच कातर झालं आहे.' मनी आला शक त्यांनी झटक्यात उडवूनही लावला.

राया-अंताकडून बालराजांना आपल्या जवळ घेत त्यांना थोपटून म्हणाले, "तुम्ही आपले आपल्या काकीसाहेबांनाच जाऊन भेटत चला. तिथं असणार नाहीत, कुणी अशी मोठी मंडळी." ताराऊंच्या उल्लेखाबरोबर राजांच्या मनी हंबीररावांची मुद्रा खडी ठाकली. वाईच्या लढाईत ते गेलेत असे अजून मन घेतच नव्हते. पेटल्या टेंभ्याच्या तेवत्या ज्योतीभोवती निळसर प्रकाश-कड थरथरताना दिसावी, तशी सरलष्कर हंबीररावांची मुद्राच राजनेत्रांसमोर खडी ठाकली. तीच तिन्ही टाकं उचललेली लाल पिळाची डुईची घेरदार कंगणी पगडी, ओठांवरून फिरून गालावरच्या कानकल्ल्यात मिसळून गेलेले भरदार मिश्यांचे कंगोल, कपाळीचा गंधटिळा, कानातले चमकते सरलष्करपदाचे मानकरी डौलदार सोनचौकडे, मूळची लालबुंद पण पल्ल्याच्या दौडींनी रापलेली रातांब्यागत दिसणारी करडी, पण भाबडी मुद्रा. राजे हंबीररावांच्या

आठवणीतच डुंबून गेले.

बाळराजे त्यांना कितीतरी वेळ सांगत राहिले, "महाराजसाहेब – महाराजसाहेब, तुम्हाला नेलं होतं, थोरल्या आबांनी लहानपणी उत्तरेकडं. खूपऽ दूर. तुम्ही नाही ना नेत कधी आम्हाला गडाखाली. आम्हाला स्वप्न पडलं होतं – "

बडबड्या बाळराजांना पुन्हा राया-अंताच्या हवाली करताना राजांनी विचारलं, "आमच्या धाराऊची छत्री कापूरहोळात उभी झाल्याचं कैकदा बोललात. पण दर्शन घ्यावं, ते जमलं नाही. एकदा जावं म्हणतो होळाकडं. कोण-कोण आहे तिकडं?"

"जी. समदी हाईत. आम्हा दोघांचं कबिलं, म्हातारा, पोरंठोरं." धाराऊच्या दुग्धाळ आठवणीने सारेच विचारगत झाले.

कुतुबशाहीचे भागानगर पडून एक साल उलटले. बागलाण, खानदेश, वऱ्हाड, पुणे, सातारा, पन्हाळा दौलतीची उगवती धरून जागजागी औरंगचे फौजबंद सरदार पांगले होते. आता त्याला आदिलशाहीचा सर्जाखान, फिराजजंग आणि असेच दोन्ही शाह्यांचे काही सरदार मिळाले होते. तरीही फितुरीने काही गडकोट घशात घालण्याशिवाय त्याच्या पदरात फारसे काही पडले नव्हते.

राजांच्या आरमारी फळीने टोपीकर, फिरंगी-हबशी आपल्या जरबेत ठेवले होते. औरंगजेब मनोमन ताडून होता की, जसा विसापूर, गोवळकोंड्यावर दिला तसा नुसता फौजी रेटा देऊन 'शिवा-संभा'चा हा मुलूख दस्त होणार नाही. दोन सालांपूर्वी त्याने याचा अनुभवच घेतला होता. त्यासाठी शहजादा आझमला धारेवर धरून तो बजावीत होता. "पिछा करो, चाहे जितने दिनार खर्च करो लेकिन मरहठोंका सुबेदार दस्त करो। जिंदा या मुर्दा पेश करो। यूँ उसका मुल्क गिर जायेगा।"

राजांनीही हे मनोमन ताडले होते की, औरंगची ताकद माणसे फोडण्यात आहे. त्यासाठी ते एवढ्याशा कामगिरीसाठीसुद्धा संबंधितांचा मरातब करत होते. चहूबाजूचे गाव अन् गाव अटीतटीने मोगल फौजांशी झुंजत होते. नेहमीची खबरगिरांची टप्प्याने जुळत येणारी साखळी तुटल्यागत झाली होती. तरीही खंडोजी, निळोपंतांचे स्वार राने तुडवीत ठाण्याठाण्यांवर आज्ञापत्र पाठवीत होते.

राजांनी आज्ञा केल्याप्रमाणे सुरनीस शंकराजी, कोकणपट्टीचे अधिकारी रामचंद्रपंत, मुजुमदार नारायण रघुनाथ अशा शेलक्यांनी गड जवळ केला.

राया-अंताला सांगितल्याप्रमाणे हुजुरातीची शिबंदी घेऊन राजे रायगड उतरले. संगती खंडोजी, नारायण रघुनाथ आणि राया-अंता होते. वरंदा घाटाने सर्वांसह राजे कापूरहोळाकडे चालले. राया-अंताने खासे धनी येताहेत, अशी आगेवर्दी होळाकडे धाडली होती.

चंद्रावतावर मांड घेतलेले राजे जनावर धिम्या चालीवर असतानाच खंडोजींना म्हणाले, "फिरंगाणाच्या स्वारीवरून परतल्यावर आम्ही तुम्हाला पालखीचा मान

दिला खंडोजी. तुम्ही कधी पालखीत मात्र बसलेले दिसला नाहीत ते?''

''जी. स्वामींनी पालखी दिली पण – पण...'' दौडते खंडोजी बोलताना रुकले.

''पण काय?''

''पण आमच्या पायाला भिंगरी बांधली आहे त्याचं काय?'' खंडोजी हसत उत्तरले.

पुरंदरचा शिखरटाक दिसू लागला. गाड्यांचे कापूरहोळ आले. राजे येणार म्हणून पुरंदरहून आलेले बाजी घोलप होळाच्या शिवेवर सामोरे आले. याच बाजींनी सर्जेराव जेध्यांना फिरून दौलतीत आणण्याच्या कामी मदत केली होती.

सर्वांसह राजे राया-अंताच्या वाड्याकडे चालले. राजांच्या मनात धाराऊच्या कैक मुद्रा फिरू लागल्या. गाड्याच्या वाड्याच्या दारात मंडळी येताच राजांच्या मनात जपून ठेवलेले आठवणीचे पळसपान फडफडले. राया-अंताच्या बायका वाड्यातून पाण्याच्या भरल्या कळश्या घेऊन बाहेर आल्या. सोनेरी तोडा असलेल्या राजांच्या चंद्रावताच्या खुरांवर त्या त्यांनी ओतल्या. राजे पायउतार झाले. धाराऊच्या सुनांनी त्यांना निरांजनांनी ओवाळले. त्यांच्या कपाळी कुंकुमटिळा भरला.

आज राया-अंता भरून पावले होते. पाणथरल्या डोळ्यांनी आपल्या धन्यांना बघू लागले. कैक दिवसांची आस होती त्या भाबड्या, कुणबाऊ, गाडेबंधूंची. आज ती पूर्ण होत होती. दोघाही भावांना वाटत होतं, ''म्हातारी असाय पायजे हुती आज.''

समर्थांच्या घुमटीतील रेखलेल्या चित्रातील रामलक्ष्मणागत दोघेही गाडेबंधू माणूसमेळात उभे होते. थोरल्या रायाला, राजांनी आपली हनुवटी छातीशी नेत मानेने बोलावले. रायाला प्रथम ते उमगलेच नाही.

''रायाऽ'' हलकी राजसाद आली. ''जी'' म्हणत राया पुढे झाला.

''ढाल उतरा रायाजी, पाठीची.'' शंभूबोल ऐकताच राया-अंतासह नारायण रघुनाथ सोडून बाकीचे सर्व जण चरकले. शंका आली साऱ्यांना की, ''काय झाली आगळीक रायाची की त्याला शिपाईगिरीच्या चाकरीतून बडतर्फ केले राजांनी?''

थरकलेला राया तर न राहवून पुटपुटला, ''धनीऽ, पर...'' त्याच्या हातातली ढाल थरारली.

राजांनी तिरके होत फक्त नारायण रघुनाथांकडे पाहिले. ते एका स्वारासह पुढेसे झाले. स्वाराच्या हातात सरपोसबंद तबक होते. रायगडाहूनच आणले होते ते. राजांनी चिमटीने सरपोस ओढून घेतला. तबकातील सोनमाया उन्हाच्या तिरपेत कशी झळाळून उठली. पुरे तबक सोनेरी होनांनी भरले होते. त्या तबकातच राजनेत्रांना थकल्या उमरीची धाराऊ दिसू लागली. ती जशी म्हणत होती, ''...माज्या दुदाच्या लेकरा.''

राजांनी हातातले तबकच रायाने पसरलेल्या ढालीत ठेवले. ते घोगरले, ''राया, आऊंच्या छत्रीवर एक घाट बसवून घ्या! रोज दुबार तिचे टोल होळात कानी पडू

द्यात. चला तिकडे.''

राया-अंता ढालीतल्या तबकाकडे बघतच राहिले. पुढे होत अंताने रायाला ठोसरले. राया त्याचा अचूक माग ताडत लगबगीने म्हणाला, ''कशापायी हे धनी आम्हास्नी? नगं द्यो.'' शिवेवरून वाहत असलेल्या होळासारख्या मनाच्या रायाने परते करण्यासाठी ढालीसह तबक पुढे केले.

हातस्पर्शाने ते पुन्हा मागे लोटताना राजांच्या तर्जनीतला पुखरखडा किरणांत तळपून उठला. ओठांतून त्याहून तळपदार बोल सुटले, ''राया-अंता, अंगची कातडी उतरवून तिच्या मोजड्या करून पायी घातल्या असत्या आऊच्या तरी नसती झाली भरपाई तिनं ओठाआड सोडलेल्या दूधधारांची. राहू द्या हे.''

सर्वांसह राजांनी धाराऊच्या छत्रीचे दर्शन घेतले. तिच्यावरच्या पादुकांना माथा भिडविताना उगाच त्यांना वाटले, 'पुरंदरापेक्षा लगतच्या ह्या कापूरहोळात उपजतो आम्ही तर किती ब्येस होतं!'

गाड्यांच्या वाड्यावर एक मुक्काम टाकून राजे रायगडी परतले.

''बादशहा फौजेसह विजापूरहून हलला स्वामी. शहजादा आझमची कुमक करायला त्याच्या फौजा अकलूज जवळ करताहेत.'' निळोपंतांनी बादशहाची हालचाल महाराजांसमोर ठेवली.

''जिंजीहून हरजीराजांनी धाडलेले संताजी मुलखात पावले आहेत. पन्हाळ्यावर ते आपल्या जमावानिशी तळ टाकून आहेत.'' खंडोजींनी हरजीराजांची हालचाल दिली.

दोन्ही तपशील ऐकून छत्रपती त्यावर विचार करू लागले. तो आझमच्या मदतीने मिरज कोल्हापूर मार्गे पन्हाळ्यावर उतरण्याच्या विचारात असेल का? ह्या विचाराने ते खंडोजींना म्हणाले, ''चिटणीस, पन्हाळ्याला म्हलोजीबाबांना स्वार द्या – औरंग पन्हाळा पटात घेण्याच्या बेतात दिसतो. तुम्ही-संताजी बरे हुशारीनं असा.''

''पंत, तुम्ही सोलापूर, अकलूज प्रांतात चलाखीचे नजरबाज पेरा, औरंगची प्रत्येक हालचाल समय जाया न करता बिलाकसूर आम्हास पावली पाहिजे.'' पेशवे खंडोजी कानी पडणाऱ्या आज्ञा ध्यानपूर्वक ऐकत होते. कल्याण-भिवंडी भागातून आलेले येसाजी कंक राजांच्या भेटीस आले. वय झाले होते आता येसाजींचे. ते राजांना म्हणाले, ''आम्हास्नी आता नवी जोखीम द्यावी एखांदी!''

येसाजींना निरखून आवाजात हल्लक भरत राजे म्हणाले, ''कंककाका खरे तर विश्रामाची उमर तुमची. तुम्ही – तुम्ही आता रायगड सोडून जाऊ नका कुठंच. केव्हाही गड उतरावा लागतो आम्हास. तुमच्या जोगं जाणतं, वकुबाचं कोण आहे दुसरं?''

म्हातारे कंक आपल्या छत्रपतींना ''जी'' म्हणून न्याहाळत राहिले. त्यांना थोरल्यांची सय झाली. त्यांचा कृष्णाजी तर गोव्याच्या स्वारीत दौलतीच्या कामी आलाच होता. पोराच्या आठवणीला लिंपण घालून येसाजींनी ती बुजवूनही टाकली

होती. महाराजांना शब्द देत ते म्हणाले, "थोरल्यांच्या गडाची चिंता नसावी महाराज. लागली गरज तर बोरगाव तर्फेला सातारा प्रांतात असलेल्या जाधवांच्या धनाजीस्नी घेऊ बोलावून. खाशास्नी भिंगरीगत चौमुलूख तुडवा लागतो, हे जाणताव आम्ही."

"काका, हंबीरराव गेले तेव्हापासून, का कुणास ठाऊक खूप एकलं वाटतं आम्हास. केवढा डोंगराएवढा आधार होता मामासाहेबांचा आम्हास!" हंबीररावांच्या आठवणीने राजे-येसाजी दोघेही ढवळून निघाले.

"खंडुबाची इच्छा त्येला कोन काय करनार? किती बघितलं या म्हाताऱ्या ध्यायीनं. अजून काय-काय बघा ऐकायची नौबत हाय कळत न्हाई." येसाजी स्वत:शीच बोलल्यागत बोलले.

"काका, पेशव्यांच्या संगती दफ्तरात जा. कृष्णाजींच्यासाठी इनामपत्रांचे कागद सिद्ध झाले आहेत. ते घेऊन जा. आमची याद म्हणून ही कृष्णाजींच्या छत्रीवर ठेवा." राजांनी हातातील तर्जनीची अंगठी येसाजींच्या समोर धरली.

रांगडे येसाजी गडबडून गेले. न राहवून म्हणाले, "हे आम्हास्नी नगं. घालायची कुनी ही बोटावर? आन् असतं कुनी तर हिंमत बी झाली नसती त्येची."

राजांनी अंगठी पुन्हा स्वत:च्या बोटात बसती केली. येसाजी, निळोपंत, खंडोजी निघून गेले.

विचारगत झालेले राजे दरुणीदालनात आले. शिसवी मंचकावर बसून कुणाशीतरी बोलत असलेल्या येसूबाई वर्दी मिळताच चाललेले बोलणे तोडून, सावरून खड्या झाल्या होत्या. त्या बोलत होत्या कुलेशांच्या कबिल्याशी. राजे त्यांना बघून परत जायला निघाले. येसूबाई ते ताडून म्हणाल्या, "तसं खास नाही, सादिलच बोलतो आहोत आम्ही. स्वारीनं यावं." तरीही राजे क्षणैक घोटाळले. येसूबाई तपशिलाने म्हणाल्या, "छंदोगामात्यांची वाजपूस करीत होतो आम्ही यांच्याकडे. ते पन्हाळा-खेळणा फिरते राहून बरी नजर ठेवून आहेत शिर्काणावर."

महाराणी आणि राजे यांची बोलण्यात अडचण होऊ नये म्हणून कुलेशांचा कबिला येसूबाईंना, "चलते है हम।" म्हणत झटकन दालनाबाहेर निघून गेला.

थोडा वेळ शांतता पसरली. दोन्ही राजमनांत शिर्के, औरंगजेब, कोकणपट्टीचे बंडखोर वतनदार, हंबीरराव यांचेच विचार फिरू लागले.

"काय खबर आहे कुलेशांची शिर्काणाबाबत?" राजांनी समोरच्या झरोक्यातून दूरवर दिसणाऱ्या डोंगरकडेला निरखत शांतता फोडली.

"छंदोगामात्यांचे आणि शिर्क्यांचे काहीतरी बिनसलेलं दिसतंय, असं म्हणत होत्या बाई." आज येसूबाईंनी आपल्या माहेरचा उल्लेख 'शिर्के' असा केला. राजांना तो जाणवला.

"कोण वजेनं बिनसलंय?" राजांनी तपशील समजण्यासाठी विचारले.

"ते नाही समजलं." येसूबाई त्याच्या कारणाचा अंदाज करीत म्हणाल्या. त्यांची चर्चा चालली आहे, तो राजांना कसलीतरी याद होऊन ते म्हणाले, "कारभारी कुठं तुमचे? त्यांना सांगा येसाजी दाभाड्यांना वर्दी द्या म्हणावं, आम्ही रामराजांच्या भेटीस येतो आहोत." रामराजांच्या नावाबरोबर दोन्ही राजमने डहुळली.

"का चाललीय स्वारी रामराजांकडं? कळलं नाही आम्हास," येसूबाईंनी विचारले.

राजांच्या मनात एक विचित्र विचार फिरून गेला – 'पन्हाळ्यावर आम्ही दस्त होतो तर? बसते रामराजे गादीवर तर?' डोंगरकडे निरखणारी आपली नजर तोडत राजांनी येसूबाईंच्यावर जोडली. त्यांना जाब देण्याऐवजी उलटच विचारले, "काय वाटतं तुम्हास रामराजांबद्दल?"

"समजलो नाही आम्ही." येसूबाई गोंधळल्या.

"आमच्या जागी रामराजे बसते तर? बसलो असतो, तुम्ही आम्ही पन्हाळ्यावर सुभेदारी तुकडा मोडत तर?"

ध्यानीमनी नसलेला सवाल राजांच्या तोंडूनच आलेला ऐकून येसूबाई चक्रावल्या. म्हणाल्या, "भलत्यावेळी हा कसला सवाल स्वारींच्या मनी?"

येसूबाईंचे खासगीचे कारभारी आले. त्यांच्याकडे रामराजांसाठी महाराणींनी वर्दी दिली आणि चालता विषयच तोडण्यासाठी त्या वेगळीच बाब पुढे घेत म्हणाल्या,

"मिरजेला ठाण झाला शहाजादा स्वारींच्या मुक्कामाचा माग काढण्यासाठी पन्हाळा भागात खानामागून खान पेरतो आहे, अशी खबर आहे. कुठल्याही मुक्कामात स्वारीनं हूल देण्याची खबर घ्यायला विसरू नये."

ते ऐकताना राजे हसले आणि म्हणाले, "किती काळजी करता आमची? एवढी तुमचे दादासाहेब दौलतीची करते, फलटणकर त्यांना साथ देते, अर्जुनजी-अचलाजी औरंगाबादेऐवजी गडाची वाट धरते तर – जाऊ द्या. आम्ही भेटून येतो रामराजांना."

बाहेर पडणाऱ्या राजांना रूपा कुणबीण व भवानीबाई यांच्यासह येताना बाळराजे दिसले. त्यांना जवळ घेऊन थोपटताना राजे म्हणाले, "येणार काकीसाहेबांच्याकडं? बाळराजांनी होकाराची मान डुलविताच रिवाजी पहाऱ्यात रामराजांच्या वाड्याकडे जायला निघाले. जसे मनात फिरून जाऊ लागले त्यांच्या, तसा त्यांचा हात सोबतच्या बाळराजांच्या खांद्यावर फिरू लागला. मनात अनेक सवाल उठले, एकमेकांवर थडकू लागले. 'कसे वागतील पुढे जाऊन हे आपल्या हयातीत काका-काकूंशी? का वाटत नाही आम्हास फरक यांच्यात व रामराजांच्यात?'

रामराजांचा वाडा आला. येसाजी दाभाडे राजांना सामोरे आले. त्यांच्यासह राजे वाड्याच्या बैठकी दालनात प्रवेशले. एका मंचकावर बसलेले रामराजे उठते झाले. पुढे येऊन त्यांनी आपल्या दादामहाराजांची पायधूळ मस्तकी घेत बाळराजांना राजांपासून आपल्याजवळ घेतले. लालसर गौर वर्णाचे रामराजे बघताना राजांना

त्यांच्या मासाहेबांची आठवण झाली. 'काय ऋणानुबंध होता त्यांचा आमचा? केवढं घडू नये ते गेलं घडून त्यांच्यामुळं? या रामराजांच्याबाबत मात्र काहीच का आलं नाही उणं-वावगं मनात? ज्या डोळ्यांनी आमचे हंबीरराव बघत आले यांच्याकडे तसंच आम्हीही नाही का बघितलं?'

"ताराऊंना घ्या बोलावून." बाळराजांचे खांदे थोपटणाऱ्या रामराजांना छत्रपती म्हणाले. ऐन बांड्या उमरीच्या रामराजांचे गाल लालावले. त्यांनी येसाजींना नजर दिली. येसाजी अंत:पुरी दालनात जाऊन ताराऊंच्यासह आले. ताराऊंनीही राजांची पायधूळ घेतली. हंबीररावांच्या आठवणीने हातचा पदरशेव तोंडात घेऊन ताराऊ हमसू लागल्या. दालनभर कोंदवा करणारी शांतता पसरली.

"सुमार व्हा. आम्हीहून आलोत भेटीला ते खास बाबीनं. कोणी काही; कोणी काही सांगतील, तर उभयता तिकडं ध्यान देऊ नका. प्रसंग पडला तर याहून अधिक पणास लावावं लागेल तुम्हा आम्हाला. काही वावगं घडलं-खटकलं तर आमच्या श्रीसखींना हमेशा बिनासंकोच विचारत चला. आम्हाला केव्हाही गड उतरावा लागतो. गनीमफौजा चौफेर पांगल्या आहेत." राजांचा शब्दन्‌शब्द अंगी हंबीररावांचे रक्त वागवीत असलेल्या ताराऊ खंबीरपणे ऐकत होत्या.

रामराजांच्या वाड्याबाहेर पडताना राजांनी येसाजींना आपल्या संगती येण्याची इशारत केली. बाळराजांसह जाणाऱ्या पाठमोऱ्या राजांकडे, रामराजे आणि ताराऊ कितीतरी वेळ बघत राहिले.

किल्ले खेळण्यावरून शिर्काणात उतरलेले कुलेश शिबंदीसह शृंगारपूरच्या वेशीवर आले. त्यांनी आपला खासगीचा कारभारी चार-पाच स्वारांसह गणोजींच्या भेटीसाठी गावात पाठविला. कुलेश राजांच्यावतीने शिर्क्यांशी रदबदली करायला आले होते. कसेही झाले तरी शिर्के मंडळी येसूबाईंच्या माहेरची माणसे होती.

आपल्या कारभाऱ्याची वाट पाहत कुलेश वेशीवरच थांबले. त्यांना माहीत होते, शिर्के औरंगजेबाचे मनसबदार झालेत. तरीही त्यांना भरोसा वाटत होता – वडीलधारे पिलाजी आपल्या गणोजी, कान्होजींची समज पाडतील. अटीतटीच्या या बाक्या समयी अजूनही विचार करतील. राजांच्या पाठीशी राहतील.

कुलेशांचे कारभारी शिर्क्यांच्या वाड्याच्या सदरेवर आले. ही तीच सदर होती. जिथली सुर्व्यांच्या गादी आबासाहेबांनी सिद्दी जोहरच्या वेढ्याच्या वेळी सुर्व्यांनी जोहरला मदत केली म्हणून, 'वाडे-हुडे बांधतात. बसकणी तयार करून गनिमास सामील होतात' म्हणत संतापाने लाथेच्या ठोकरीने उधळून लावली होती. याच सदरेवर सुर्व्यांच्यावतीने नेकीने लढणाऱ्या पिलाजी शिर्क्यांना त्यांनी आपल्या पदरी घेतले होते. याच वाड्यातून शिर्क्यांच्या येसूबाई भोसल्यांची सून म्हणून बाहेर पडल्या होत्या.

शिर्क्यांच्या कारभाऱ्याने आत जाऊन वर्दी दिली. आता उतारीला लागलेले पिलाजी सदरेवर आले. त्यांना कुलेशांच्या कारभाऱ्याने आपण कोण, कशासाठी आलोत याचा तपशील दिला.

पिलाजींच्या मनी केवढेतरी रामायण फिरून गेले. येसूबाईंच्या आठवणीने त्यांचे मन हेलावले. थोरल्या महाराजांची आठवण त्यांच्या मनी जागी झाली. "कसलं वतन? ही कोण इमानदारी की दोन दिसांचा मुगल त्याच्या पाठीशी व्हावं? एवढ्या बिकट समयाला पोरीचं कुंकुबळ एकलं टाकावं? कोण हुताव आम्ही? कुना गुणं एवढं तालेवारीचं झालाव?" ते निर्धाराने म्हणालेही, "वेशीवरच का थांबलं कब्जी? ह्यो वाडा काय परका न्हाई. मेळाजोळाचं काय असंल ते बोलू की बसून निवांत."

कुलेशांच्या कारभाऱ्यांच्या मनी आशा पालवल्या. ते म्हणाले, "आम्ही परत जाऊन त्यांना घेऊनच येतो." ते जायला वळलेही. एवढ्यात मध्यम वयाचे, भरदार छाताडाचे गणोजी मुजरे घेत सदरेवर आले. त्यांच्या अंगी ईदलशाही माटाचा हिरवाकंच जामा होता. त्यांची मुद्रा येसूबाईंशी बरीचशी मिळतीजुळती होती. फरक एकच होता, येसूबाई देवमहालातील देव्हाऱ्याच्या तेवत्या निरांजनासारख्या दिसत, तर गणोजी मावळमाचीवर भकभकत पेटत्या पलोत्यासारखे! ते येताच सदरेवर जरब पसरली.

"काय आबा, कुनास्नी आनतो म्हंत्यात हे?" गणोजींनी भुवई वाकडी करून कुलेशांच्या कारभाऱ्यांना निरखत पिलाजींना विचारले. त्यांच्या चौकशीला शिर्क्यांच्या कारभाऱ्यांनी सगळी माहिती दिली. "काऽय? त्यो कब्जी पुरात? कशापायी बलवता त्येला वाड्यावर आबा? का घेतलं त्यानं तुमास्नीबी मुठीत?" गणोजी संतापाने कुलेशांच्या कारभाऱ्यांकडे बघू लागले. म्हणाले, "सांगा तुमच्या धन्याला, हे शिरकान हाय म्हनावं, संगमेसुर न्हवं."

"छंदोगामात्य राजांकडून आलेत. काही खास निरोप आहे राजांचा. ऐकून घ्यावा तो." कुलेशांचे कारभारी नम्रपणे म्हणाले. ते ऐकताच गणोजी केवढ्याने तरी त्यांच्यावर कडाडले. "कोन राजे? ह्ये शिरकानं हाय, इथले राजे शिर्के. न्हाई चालत दुसऱ्या कुनाचं राजेपन हितं. सांग त्या कब्जीला, बऱ्या बोलानं आला तशी जनावरं मागं पिटाळा म्हनावं!" डोळे विस्फारलेल्या गणोजींना संतापाने धड बोलवेना.

सदरेवरचे त्यांचेच चाकर चरकले. कुलेशाचे कारभारीही काय बोलावे, या विचारात पडले. कसेतरी म्हणाले, "असं भलतंच मानून कसं चालेल?"

"भलतंच? इदलशाही, कुत्बशाही पाडणाऱ्या बादशांनीच केलंय नामजाद आम्हास्नी! काय पाड लागतो भोसल्यांचा त्येंच्या म्होर दिसलंच लौकर. तुमचा कब्जीच हाय आतल्या अंगानं बादशहाकडं! आम्हास्नी वरवरनं चाचपून बघायलाच आलाय!"

कुलेशांचे कारभारी ते ऐकताना हादरलेच. "निघतो आम्ही." म्हणत मान खाली घालून बाहेर पडले. पिलाजी त्यांना थांबविण्यासाठी म्हणाले, "थांबा कारभारी थोडं."

"आबा, रायगडावर झालेली शोभा विसरला वाटतं? काय दिला होता जाब भोसल्यांनी शिरकानाबाबत हे तुम्ही इसरला असलात, तरी आम्ही न्हाई इसरलो." गणोजी त्यांनाच रोखत म्हणाले.

आता मात्र वडीलकीच्या अधिकाराने पिळवटलेले पिलाजी म्हणाले, "भोसले काय म्हणाले ते न्हाई मोलाचं. पोर दिलीया घराला त्या. कसं इसरायचं ते?"

"त्या 'पोर' नाहीत तुमची. 'रानीसाब' हाईत दौलतीच्या! तुम्ही मानता पर त्या न्हाईत मानत तुम्हास्नी." गणोजींनी पिलाजींचे बोलणेच खुंटते केले. आल्या कारभाऱ्याला जरब देत ते म्हणाले, "शिरकानात आल्या माणसाला दस्त करायची रीत न्हाई शिर्क्यांची, सांगा तुमच्या कब्जीला." कुलेशांच्या कारभाऱ्यांच्या पाठीवर गणोजींची करडी जरब पडली.

सुन्न कारभारी मान डुलवीत कुलेशांच्याकडे जायला निघाले. हताश पिलाजी येसूबाईंना आठवत 'वागजाईची इच्छा' म्हणत सदर सोडून आत गेले. गणोजी सदरेवरच संतप्त पायफेर घेऊ लागले. बाहेर शिवारावर देख टाकून आलेले कान्होजी वाड्यात शिरले. त्यांना झाल्या प्रकाराची काहीच कल्पना नव्हती. त्यांना बघताच, कारभाऱ्याकडून धाडल्या निरोपाने कदाचित कुलेश पुरावर चालून येतील, या शंकेने गणोजी त्यांना पुन्हा बाहेर पिटाळत म्हणाले, "जो असंल त्यो घोडा घ्या पागेचा. कब्जी शिवेवर थांबलाय पुराच्या त्येला पिटाळा." आणि स्वत:च गणोजी पुराच्या पावलोकांची शिबंदी घेऊन त्यांना कुमक करण्यासाठी निघाले.

दोघा शिर्के बंधूंनी शिवेवर थांबल्या कुलेशांच्या फौजेच्या पाठलाग करून त्यांना शिरकाणाबाहेर हुसकावून लावले. खेळण्यावर परत येताच आपल्या चिटणिसाला कलमी सेवेवर घेत झाल्या प्रकाराची वार्ता राजांना कळविण्यासाठी संतप्त, अस्वस्थ, हैराण झालेले कुलेश कनोजी बोलीत मजकूर सांगू लागले –

"राजश्रिया विराजित स्वामी के चरणोंपें – आज्ञापालक छंदोगामात्य दंडवत विशेष –"

रायगडावर या वेळी देवमहालातील सांजारती झालेल्या कुलदेवतेला – वाघजाईला तळहाती पदरशेव घेऊन नमस्कार करताना 'दौलतीच्या राणीसाब' मनोमन नेहमीसारखे म्हणत होत्या – "पुराची सारी माणसं सुक्षेम ठेव! वय झालंय आबांचं. एकदा घडव भेट त्यांची!"

आणि कोल्हापूरच्या आझमशहाच्या तळावरून या वेळी 'मरहट्टोंका राजा, मोजदा संभा पनालेपर है' अशी खबर लागल्याने शेख निजाम दख्खनी आणि त्याचा मुलगा इखलास किल्ले पन्हाळ्यावर चालून जात होते!

◆

||१६||

कुलेशांचा खलिता खंडोजी वाचू लागले –

"शिरकाणात झाल्या बोलाचालीत गणोजी शिर्क्यांशी भांडण झाले. कुमकबंदीनं ते आमच्या तळावर चालून आले. माघार घेत आम्ही खेळण्यावर ठाण झालो आहोत. तवान्या कुमकेनिशी खासे आल्याशिवाय शिर्क्यांची बाब उकलत नाही. मनचं बोलणं ते होत नाही. वाट बघतो आहोत."

इदल, कुत्बशाही डुबवून, त्यांच्याच फौजा दिमतीला घेऊन चौवाटांनी औरंगच्या फौजा मुलखात उतरल्या होत्या. 'काय करावं? रायगड या बाक्या समयास सोडावा? कुलेश लिहिताहेत तेही वाजवी आहे. तेच काय; पण दुसरे कोणीही गेले तरी हिंमत होणार नाही त्यांची शिर्क्यांशी हातघाई करण्याची. हा अस्तनीतला सल निपटायला आम्ही आम्हीच उतरायला पाहिजे शिरकाणात.' गोव्याच्या स्वारीत खाडीत वाहतीला लागलेल्या जनावरासह आपणाला प्राणबाजी लावून वाचवणाऱ्या खंडोजींना छत्रपतींनी निरखत विचार केला. 'धाडावं खंडोजींना शिरकाणात? छेऽ –' सदर सोडून ते अंत:पुराकडे चालले. हारीने उभ्या सात महालांची कड धरून उभा असलेला सतीचा खांब आला. तो बघताच मासाहेब – पुतळाबाईंच्या आठवणीने त्यांच्या मनात चितेवरच्या पुतळाबाईंचे बोल फिरून गेले. "कधी प्रसंग आलाच तर आमचं हे रूप ध्यानी ठेवा. पुत्र आहात तुम्ही आमचे."

अंत:पुर येताच राया-अंता बाहेरच रुकले. आत येताच भवानीबाईंचा घोडा करून त्यांच्या पाठीवर बसलेले बाळ शिवाजीराजे नजरेस पडले. महाराज तो नजारा बघतच राहिले. स्वारींना बघून लगबगीने पुढे होत येसूबाईंनी बाळराजांना उतरून घेतले. ते बघून महाराज म्हणाले, "का उतरवलेत त्यांना? किती साजरे दिसत होते ते चढ्या आसनावर?" बाळराजांना जवळ घेत शिर्क्यांची बाब येसूबाईंच्या कानी कशी घालावी म्हणून छत्रपती घोटाळले. ते अचूक हेरून येसूबाईच म्हणाल्या,

"खेळण्यावरून खलिता आल्याचं आलंय कानी आमच्या! काय निवाडा आहे स्वारींचा?"

"खंडोजींना पाठवावं म्हणतो आम्ही तिकडे." महाराजांनी निर्णय दिला.

"आम्हास वाटतं... खुद्द स्वारीनंच उतरावं शिरकाणात. ही घरची बाब. खंडोजी कचरतील तिथं आम्हाकडं पाहून!" येसूबाईंनी खरे तर महाराजांच्या मनाचाच निवाडा दिला.

"श्रीसखी राज्ञी जयति।" या दिल्या मुद्रेचा अर्थ सार्थ करणाऱ्या येसूबाईंकडे महाराज बघतच राहिले.

दिवसफुटीवर महाराज रायगड सोडून शिरकाणात उतरण्यासाठी सज्ज झाले.

पाचाडपागेत पाच हजार घोडा आणि पावलोक सिद्ध झाला होता. पेशवे निळोपंत, रामचंद्रपंत, खंडोजी, चांगोजी, राया-अंता अशा मेळासह शिर्क्यांशी हत्यारझोंबी वेळ पडली तर घ्यायची; म्हणून ते सिंहासनचौकातील सिंहासनासमोर आले. हेच ते सिंहासन होते, ज्याच्यावर बसणे सोपे होते, पण त्याची जोखीम पेलणे फार-फार अवघड होते. 'याच सिंहासनाच्या प्रतिष्ठेसाठी खुद्द आबासाहेबांनी आम्हास आरोपित म्हणून पेश घेतलं होतं. पेलेल ही जोखीम आम्हास?' विचारच विचार मनी भरून आलेल्या महाराजांनी सिंहासनासमोरच्या चरणासनाला हात भिडवून तो कपाळी नेला. निरोपासाठी ते येसूबाईंच्याकडे चालले. एकलेच. सोबतचा माणूसमेळ सिंहासनचौकातच थांबला.

काही भले-बुरे घडू नये म्हणून जगदंबेला मनोमन साकडे घालून येसूबाई देवमहालातून बाळराजे व भवानीबाई यांच्यासह नुकत्याच खासेमहालात आल्या होत्या. स्वारी समोर येताच त्यांना म्हणाली, "गडावर जातीनं देख ठेवा. आम्ही नाही इथं."

घरच्या झगड्याने केवढे रामायण घडते, कर्ते पुरुष कसे घायाळ होतात, हे जिजाऊच्या तोंडून कैकवार ऐकलेल्या येसूबाई "सांभाळून असावं," म्हणत तळहाती पदरशेव घेऊन तिबारीचा नमस्कार आपल्या कुंकुबळाला करू लागल्या. महाराजही त्यांचे बोल ऐकताच गंभीर झाले. काही न बोलताच समोरच्या श्रीसखीला डोळाभर निरखताना त्यांना स्पष्ट दिसून गेले की, त्यांच्या हातात बाळराजांच्या जन्मावेळी गांगोलीत दिलेली पुखरखड्याची अंगठी दिसत नव्हती! त्यांना दिलासा यावा म्हणून ते म्हणाले, "निर्धास्त असा. शिर्क्यांशी कमी-अधिकाचं नाही वागणार आम्ही. पण... पण अंगठी दिसत नाही हाती तुमच्या आम्ही दिलेली?"

"जी. टवळ्याचं नेजं उचकटलंय तिच्या. घडाईला टाकलेय ती सोनारशाळेत."

"येसू, बिघडले तर अलंकार टाकता येतात नव्या घडाईला. माणसाचं काय? जाऊ द्या. तुम्ही खूप हुशारीनं असा गडावर. औरंगच्या फौजा फिरताहेत चौफेर, येतो आम्ही." महाराजांनी बाळराजांचे पाठवान थोपटले. येसूबाईंनी दिले भवानीचे तीर्थ

ओठांआड करताना आपल्या भवानीबाईंना ते हसत म्हणाले, "तुमचं तीर्थ घेतो आहोत!" भवानीबाई लाजल्या. येसूबाईंनी बाळराजे आणि भवानीबाई डावे-उजवे बिलगते घेतले. सिंहासनचौकातील माणूसमेळ संगती घेऊन महाराज रायगड उतरले.

खेळण्याच्या बालेकिल्ल्यात कुलेश महाराजांना शिर्क्यांचा तपशील देऊ लागले. "शिर्के नहीं मानते आपको स्वामी!"

"विचार काय आहे त्यांचा कविजी?" महाराजांनी कुलेशांना विचारले.

"जी। शिर्के खुदको औरंग के नामजाद, शिरकानके 'राजा' मानते है। सुना है, रामराजाको हाथ लेकर बगावत करनेका इरादा है उनका।"

"काय...?" आठ सालांपूर्वी ज्या बाबीने घडू नये, ते घडल्याचे बघायला मिळालेल्या महाराजांना तीच बाब आता पुन्हा ऐकायला मिळत होती.

"कौनसे भी ताकतपर तुले है शिर्के! बातचीतमें हमसे झगडा हुआ। – हथियार लेकर हमपर टूट पडे। खेलना लौटना पडा।"

"कविजी, खुद्द आम्हीच चालून जाऊ शिरकाणावर! त्यासाठीच सोडला आहे आम्ही रायगड. तुम्ही आमच्या फौजेची जातीने देखभाल बघा." राजे निर्धारी बोलले.

दोन दिवस महाराज खेळण्यावर विचारात होते. त्यांच्या येण्याची चाहूल शिर्क्यांनाही लागली होती. गणोजी, कान्होजी, सारे शिर्केबंधू शिरकाण बांधून तयारच होते. महाराजांच्या मनात पिलाजींच्या अनेक आठवणी फिरत होत्या.

ज्या शृंगारपुरात जामात म्हणून इतमामाने जावे, तिथे तिसऱ्या दिवशी सैन्यबंदीने चालून जावे लागले राजांना. औरंगला मिळालेले शिर्के तयारच होते. खूप अटीतटीची लढाई झाली शिरकाणात. शिर्क्यांची शिकस्त झाली. गणोजी, कान्होजी तर फौज टाकून कोल्हापूरच्या रोखाने पळूनच गेले. पिलाजी कुठे गायब झाले तेही कळले नाही. आबासाहेबांनी याच पिलाजींना ते सुर्व्यांकडे असताना त्यांची नेक मर्दानगी बघून जवळ केले होते. शृंगारपूरतर्फेला जोडून दिले होते. खुद्द महाराजही आबासाहेबांनंतर पन्हाळ्याहून रायगडी गेले, तेव्हा रायगड पटात घेण्याचे पाठबळ दिले होते पिलाजींनी. या सर्वांहून ते श्रीसखी – येसूबाईंचे वडील आहेत, या जाणिवेने मनाचे पान कातरले राजांच्या. शिरकाणाच्या बंदोबस्तासाठी शिबंदी मागे ठेवून ते खेळण्याकडे निघाले.

खेळण्यावर येताच कुलेशांसह गडफेर टाकताना शिरकाणावर नजर ठेवणारा खेळणा डागडुजीला आलाय हे फार जाणवले त्यांना.

"डागडुजी करून घ्या पुऱ्या गडाची, कुलेश." राजाज्ञा म्हणून ते बोलून गेले. पण... 'प्रसंगी गडाची करता येते डागडुजी. पण गणोजींसारख्या आप्तेष्टांची कशी करावी?' हे मनात आलेले ते बोलणार होते तरी कुणाला?

"इथे राहूनच शिरकाणावर चोख नजर ठेवा कविजी. आम्ही निघतो पन्हाळा,

बत्तीस शिराळा, सातारा वाईमार्गे महाड घाटानं रायगडाला.'' असे कुलेशांना सांगून एक मुक्काम करून महाराज खेळण्यावरून पन्हाळ्याला आले.

तो हाच पन्हाळा होता ज्याच्याशी राज्यांच्या कैक आठवणी जखडल्या होत्या. या इथेच आबासाहेबांची अखेरची भेट झाली होती. शिवपिंडीचे दर्शन करून बालेकिल्ल्याच्या सदरेवर आल्या छत्रपतींच्या आठवणींबरोबर पायफेर चालू होता. नुकत्याच झालेल्या शिर्क्यांच्या लढाईचा आठव फिरत होता. येसूबाईंना कधी आणले नाही, या कोटरासारख्या गडावर याची बोच लागली त्यांना.

''कृष्णाजी कोन्हेरे आल्यात भेटीसाटनं.'' गडातर्फेचे सरनौबत म्हलोजीबाबा म्हणाले. राजांनी त्यांच्याकडे चमकून बघितले. त्यांच्या शेजारी त्यांचे ऐन भरातले संताजी व बहिरोजी हे घोरपडे बंधू उभे होते. आझमशहाच्या बंदोबस्तासाठी राजांनीच पन्हाळ्याला पाठविलेले न्यायाधीश प्रल्हादपंत होते. ते म्हणाले, ''महाजनकीची काही तक्रार आहे कृष्णाजींची.''

राजांनी रुकाराचा हात उठविला. कृष्णाजी कोन्हेऱ्यांची तक्रार तपशिलात ऐकून घेतली. ''योग्य वाटेल तो निवाडा करा कृष्णाजींचा. त्यासाठी प्रांतमजकुराचे – देसक, नायकवाडी, देशकुलकर्णी यांची अगोदर मजालस भरवा न्यायाधीश.'' प्रल्हादपंतांवर कान्होऱ्यांच्या महाजनकीची बाब त्यांनी सोपवली.

''प्रल्हादपंत, चला सज्जाकोठीवर जाऊ.'' काही बेताने त्यांनी न्यायाधीशांना बरोबर घेतले. सदर सोडून ते सर्वांसह सज्जाकोठीवर आले.

''पंत – शिर्क्यांच्या बाबीनं बेचैन झालोत आम्ही. तुम्ही बरेच दिवस आहात या प्रांती. काय बेत आहे त्यांचा?''

पंत चमकले; प्रश्न ऐकताच... कोरडच पडली त्यांच्या तोंडाला. ''बाब घरची आहे स्वामी – काय बोलावं आम्ही?'' त्यांनी जाब दिला कसातरी. ते खरेच होते. कुणीच काही बोलू-करू शकत नव्हते.

उंच कोठीच्या गच्चीवर जाण्यासाठी सारे गच्चीचा जिना चढू लागले. पांढरट गलमिश्यांचे म्हलोजी तर राजांच्या पाठोपाठच तरातर जिने चढले.

सज्जाकोठीच्या गच्चीवरून दिसणारा कोल्हापूर, जोतिबाचा परिसर बघताना राजांनी विचारले, ''कोल्हापुरात कोण मुगल ठाण देऊन?''

''शेख – निजाम कुतुबशाही म्हनतेला! गोवळकोंड्याचा 'मुकर्रबखान' किताबत देऊन नामजाद केलंय बादशानं त्येला विजापूर पडल्यावर. पन्नाळ्यावर लई डोळा ठिऊन हाय.'' म्हलोजींच्या गलमिश्या गडवाऱ्यावर फरफरत होत्या.

''भिडतो का गडाला?''

''जी. अधनं-मधनं टाकतो झॅप. पन आम्ही हाय न्हवं डोळ्यांत तेल घालून.'' म्हलोजींनी गलमिश्यांवर हात फिरवला.

शृंगारपुराहून पळालेले गणोजी आणि कान्होजी याच मुकर्रबखानाच्या तळावर येऊन त्याला भेटून गेले असतील, याची कल्पना राजांना किंवा म्हलोजींना अर्थातच नव्हती. सायंकाळचा गार मावळवारा चढीला पडला. त्यावर राजांच्या अंगचा जामा फरफरू लागला. टोपातील मोतीलग हिंदकळू लागली. गडाची सांज नौबत दुडदुडली. छातीशी हात नेत तिला मान देताना त्यांना पाचाडसदरेवर घणघणणारी थोरल्या आऊंची घाट याद आली. पन्हाळगडाचे पाच-दरवाजा, तीन-दरवाजा सर्व दरवाजे बंद होत होते. कोठीखाली गडपायथ्याच्या वाडीत घरट्याघरट्यांत दिवल्या पेटत होत्या. शांत, निसूर अशी ती पन्हाळी सांज उरात भरून घेत महाराज सज्जाकोठीचा कठडा सोडून जायला म्हणून वळले. एवढ्यात कोठीचे जिने झापा टाकतच चढलेला, धापा टाकणारा पन्हाळ्याचा किल्लेदार लगबगीने म्हणाला, "...रायेगडाला ...गडाला ...गलिम ...गलिम ...एतिकादखानाचा घेर पडला ...राबत्या बाजूने धनी!" त्याला धड बोलवतही नव्हते. रिवाज द्यायला तर तो विसरलाच होता. शिवारावर गोफण फिरावी तसे विचार फिरले राजांच्या मनात. येसूबाई, बाळराजे, रामराजे, चांगोजी, जोत्याजी... चर्याच चर्या फिरल्या त्यांच्या उघड्या, विस्फारल्या डोळ्यांसमोर. रायगडाला राबत्या बाजूचा घेर!

वर्मी तीर बसलेले, शिकारीतले जनावर, आडव्या येणाऱ्या झाडझाडोऱ्याची पर्वा न करता झेपावत सुटते, तसे ते कुणाकडेही न बघता झपाझप कोठी उतरू लागले.

अर्ध्या घंट्यात धावणीची फौज सिद्ध झाली. तिला रायगडाच्या रोखाने दौडते सोडून निवडक असामींनिशी पन्हाळा सोडताना ते म्हलोजींना म्हणाले, "काळीज टाकू नका म्हलोजी. धीरानं असा. लागली गरज तुमची तर हारकारा देऊ. चढ्या रिकिबीनं पाठोपाठ या."

म्हलोजी, संताजी, प्रल्हादपंत यांनी दिलेले मुजरे आपले करत – पाठीवर पन्हाळी सांज आणि मनी रायगड घेऊन चंद्रावताला टाच दिली गेली. पन्हाळा मागे पडला. बत्तीस शिराळा, वाई-महाड मार्गावर, औरंगच्या फौजी राहुट्या पडल्या होत्या. खेळणा, संगमेश्वर मार्गाशिवाय दुसरा रस्ताच नव्हता रायगड जवळ करायला. राजांचे सैन्य त्या मार्गाने दौडू लागले.

खेळण्याच्या बालेकिल्ल्यात अस्वस्थ बेचैन फेर घालणारे छत्रपती कुलेशांना म्हणाले, "आम्ही तातडीनं कूच करणार आहोत, रायगडाकडं कविजी. तुमच्या प्रांतीचा जमेल तितका धारकरी संगती घेणार आहोत. आता क्षणाचाही उसंत नाही कसलाही विचार करायला." किल्ल्याच्या सदरी दालनात त्यांच्याभोवती उभे राहिलेले कुलेश, किल्लेदार, राया-अंता सारेच चिंताक्रांत होते. औरंगचा रायगडाला घेर – याचा मतलब पुरते जाणून होते सारे.

"कौनसी भी जोखीम हो, हमको हुकम देना स्वामी!" कुलेश निर्धाराने म्हणाले.

पण त्यांच्या मनीही राजांच्या कानी घालावी, अशी कुठलीतरी बाब घोटाळत होती.

"संगमेश्वराला हरकारा द्या कुलेश. आम्ही येतो आहोत."

"जी." सवयीने कुलेशांनी रुकार दिला. पण त्यांचे मन कशाततरी गुंतले होते.

भागच होते म्हणून त्या दिवशीचा मुक्काम खेळण्यावर टाकून राजे पहाट धरूनच निवडीच्या धारकऱ्यांची शिबंदी पाठीशी घेत संगमेश्वराकडे निघाले. पूर्वकड धरून नव्या दिवसाचा सूर्य डोकावत उगवत होता. दौडत्या घोड्यावर राजांच्या मनात विचारांच्या टापा थडथडत होत्या. त्यांना बगल धरून दौडणाऱ्या कुलेशांना, पाठीशी दौडणाऱ्या एकाही स्वाराला कल्पनाच नव्हती की, रात्रभर कोल्हापूरच्या तळावर मुकर्रबखानाला, छत्रपती कुठे आहेत, दिमतीला माणसे किती आहेत, या साऱ्याची खडान्‌खडा माहिती पुरवून तळाबाहेर पडलेले गणोजी, कान्होजी शिर्के आणि नागोजी माने शिवरात्र तोंडावर आल्याने कोल्हापूरच्या अंबाबाईचे पहाटदर्शन करून परतत होते!

संगमेश्वराची वेस आली. हे दोन नद्यांच्या संगमाचे ठिकाण होते. संगम काठाला शिवलिंगाच्या राउळाने गावाच्या नावाला साजेसा अर्थ दिला होता. कधी मनाचा भार असह्य झाला की, याच संगमावरच्या शिवालयात राजे दर्शनासाठी येत होते. आज ते संगमेश्वर दौडीच्या वाटेवरच होते. गावठाणातून संगमावर घोड्यांना पाणी दावून मोतद्दारांची एक तुकडी पागेकडे परतताना वेशीत घुसल्या महाराजांच्या सामने आली. मोतद्दार खाशांना रिवाज देण्यासाठी पटापट उतरू लागले. तिकडे ध्यानही नसलेले महाराज त्या पथकातील जनावर, उजाडताच सामने आलेले बघून चंद्रावताचे कायदे खेचून जागीच थांबले. जनावर 'ऐबी' होते ते!! त्या पुऱ्या काळ्याशार जनावराच्या आघाडीच्या खुरांना पांढरे फटफटीत चांदवे होते.

महाराजांच्या मनी ते जनावर बघताना शकाची टिटवी केकाटत फडफडून गेली, 'रायगडावर काही बरंवाईट तर....'

राजांनी संगमावर जाऊन शिवदर्शन घेतले. समोरच्या शिवपिंडीला हात जोडून ते मनोमन म्हणाले, 'आम्हाहून आबासाहेबांस प्यारा असलेल्या रायगडास धक्का लागू नये. त्यासाठी हयातीचं बेलपान करून वाहू तुमच्या या पावन पिंडीवर.'

शिबंदीसह राजे संगमेश्वराच्या सरदेसाई आणि कऱ्हाडहून आलेले अर्जोजी-गिर्जोजी यादव वाड्यात जमले होते. सज्जनगडाहून आलेले रंगनाथस्वामी गोसावी महाराज संगमेश्वरात आले आहेत, याची खबर मिळाल्याने दुपारच्या थाळ्यानंतर भेटीसाठी सरदेसायांच्या वाड्यावर आले. भेटीसाठी आलेल्या गोसाव्यांनी 'जयऽ जयऽ रघुवीर समर्थ' अशी नांदी उठवताच बैठकीवरून उठून महाराजांनी त्यांच्या चरणांवर आपला माथा टेकला. रंगनाथस्वामींनी त्यांच्या राजटोपावर तळहात ठेवून आशीर्वाद देताना त्यांच्या तोंडून समर्थबोल निसटले.

"जरी पाटांतील तुंब निघेना,
तरी मग पाणीच चालेना,
तैसे जनांच्या मना,
कळले पाहिजे!"

"आम्ही निघतो राजे... वाघापुरीला जायचं आहे." नांदी उठवून खडावांची चटपट करीत रंगनाथस्वामी बाहेर पडले.

राजांच्या मनात समर्थांनी लिहिलेल्या पत्रातील बोध फिरला... 'अवघे लोक एक करावे। गनिमा निपटून काढावे। चढती वाढती कीर्ती। पावाल येणे।।'

'अवघे लोक एक करावे... कसे? समर्थ हे कैसे व्हावे? हवस पेटल्याने नेकी भुललीत माणसे! फंदफितुरीने धारकऱ्यांची बुजगावणी झालीत. सामने येणाऱ्या असामीच्या नेकीचा मागमूसही लागू नये, एवढी आतबाहेर दुटप्पी झालीत माणसे. ओंजळीत मिळेल तेवढाच शिधा शिजवून खाणारे, वणवण करीत मुलुखभर मावळ वाऱ्यासारखे पायीच भटकणारे तुम्हासारे संत कुठे! 'कीर्तिरूपे उरावे' म्हणालात. ते तरी असते का माणसाच्या हाती? आबासाहेब उरले... कीर्तिरूपे उरले. ते – तुम्ही 'माणसे' कशी म्हणावी? 'देवमाणसे' तुम्ही. जगदीश्वराच्या मंदिरातील हमचौकातील दगडी कासवाचे तरी भाग्य मिळेल आम्हास? की पडतील नुसतेच कदम पाठीवर येणाऱ्या प्रत्येक दर्शनभक्ताचे? नाही झाला हा मुलूख एक दिलाचा, एक जिवाचा तर? फिरविली जर अकरा दिशांना तोंडे तुम्ही स्थापन केलेल्या अकरा हनुमंताच्या मूर्तींनी आपली तर?

' – मग जाणावे फावले गनिमांसी!' समर्थांच्या बोलांनी छत्रपतींच्या समोर जिकडे-तिकडे मुगल फौजा दौडताना दिसू लागल्या. खूप कोशिश केली त्यांनी; पण औरंगची चर्या काही केल्या नजरेसामने येईना त्यांच्या. समर्थ 'गनीम-गनीम' म्हणून गर्जून सांगताहेत तो 'गनीमच' दिसेना त्यांना. त्यांनी मनोमने भोवतीच्या खंडोजी, रायाजी, रामचंद्रपंत, कुलेश सर्वांशी ते औरंगसारखे दिसतात का, याचा पडताळा पाहिला. नाही! 'औरंग' काही स्पष्ट होईना त्यांच्या नजरेसमोर. मनातले विचारच त्यांनी रंगनाथस्वामींच्या पादुकांच्या रुजाम्यावर उमटलेल्या ठशांवर ठेवले. मन शांत, स्थिर करून घेतले.

सदरेबाहेर शिरकाणातील मौजे मसूचा हरबा देसाई येऊन खाशांच्या भेटीसाठी केव्हाचा खोळंबला होता. त्याची विठोजी शिर्क्यांची भावजय काशीबाई हिच्या खिलाफ मौजे कोतळुक आणि मसू या गावच्या मोकाशाबद्दल तकरार होती. हा गाव 'बाधेरीतीने' म्हणजे पूर्वीचा वारसा-हक्क रद्दबातल होऊन हरबाकडे आला होता. राजांनीच त्याचे मोकासे, शिर्के हरघडी लष्करी कामाचे म्हणून शिर्क्यांना दिले होते. त्यानेच शिर्के माजोर झाले होते. शिर्क्यांचे धारा वसूल करणारे 'दाणेकरी' भरल्या

खळ्यावरून बलात्कारे दाणे उचलून नेत होते. त्याने कातावून देसायांच्या माणसांनी शिर्क्यांची पागाच मुळे मोडून काढली होती. हरबाला मौजे मसूचे सरकारी शिक्के-मोर्तबाचे मोकासे पाहिजे होते, म्हणून कुलेशांनी हरबाला पेश घेतला होता.

"धनी, मौजे मसूचं मोकासं द्यावं आता आमास्नी. लई कट्टाळलाव. सरकारास्नी मानत न्हाईत, तर आमास्नी काय मानतील शिर्के! भरल्या खळ्यावयनं दाबजोरीनं दाणा काय नेत्यात! कातावून पागाच मोडून काडली आमी त्यांची. कागुद करून दिला की, आमी चाकरीला हावंच धन्यांच्या." रिवाज देताना हरबा देसाई नरड्याला चिमट लावून म्हणाला.

महाराजांच्या डोळ्यांसमोर फिरत होता – एतिकादखानाने घेर टाकलेला रायगड! आणि समोर आला होता, एका मौजाच्या मोकाशाचा कथला! हरबाला कुडीभर न्याहाळत छत्रपती म्हणाले, "पागेच्या रखवालदार धर्मा कवठेकराची काय बाब?" तो वर्माचा सवाल ऐकून हरबा चरकला. शिर्क्यांच्या पागेचा रखवालदार धर्मा याला देसायाच्या माणसांनी जीवे मारून पेंढ्यात घालून डाग दिला होता! धर्मा महार होता.

"जी. लई झ्यायली क्येली त्येनं पागेवर." हरबा चाचरत कसातरी म्हणाला.

त्याला माहीत होते, राजांच्या दिमतीला जासूद-चाकरीला बहिर्जी, विश्वास असे पट्टीचे रामोशी खबरगीर होते.

"खामोशऽ! जबान कशी उठते इमानदार चाकराच्या जिवास नख लावून मोकास मागावयास?" शंभूतेज कडाडले, "कुलेश, अमानत करून टाका मौजे मसू, कोतुळक, तुरवटे तर्फेचा सारा गाव सरकारात!"

हरबा देसाईला फेकून देणारी आज्ञा सुटली. थप्पड खाल्ल्यागत हरबा गुमान बाहेर पडला. खाशांचा राजसंताप सुमार होईपर्यंत कुलेश काही क्षण कसे बोलावे म्हणून थांबले. त्यांनाही रायगडाची चिंता लागली होती. धैर्याने ते म्हणाले, "रायगड जानेके पहले...."

"बोला कविजी." महाराज आपल्याच विचारात होते.

"शिवजीका एक अनुष्ठान संपन्न किया, तो सबका अरिष्टका कुछ तो निवारण होगा। शिवरात्री आयी है इसलिये..." शिवभक्त असल्याने कुलेश म्हणाले.

"केवढ्या धावपळीची ही हयात कविजी! शिवरात्र तोंडावर आली आहे हेही भुलून गेलो आम्ही! आबासाहेबांनी हर किल्ल्यात सही हाताला शिवपिंडीची घुमट उठवली. का? तर गड चढताच पिंडीचे दर्शन घेता यावे म्हणून! आज त्यांचाच रायगड संकटात पडला आहे. आमच्या हातांनी त्यांचा म्हणून लावा शिवास कौल. पाचाडपागा आम्ही जाईतो नाही द्यायची दाद छाप्यांना." प्रत्यक्ष रायगडाचा उपराळा करण्यासाठी जाण्याचा हा पहिलाच प्रसंग होता. मन कशाचेतरी पाठबळ मागत होते

त्यांचे, रायगडाचा घेर तर उठविणेच भाग होते. तिथली पिछाट तर काळीजच कुरतडणारी होती.

"खेळणा, पन्हाळा, विशाळगड-पागांना वरकड पावलोक रायगडाच्या वाटेस लावायला खलिते द्या. तुम्ही जातीनं अनुष्ठानाची जोडणी लावा. सकाळ, दुपार, संध्याकाळ औरंग न चुकता नमाज पढतो हे ऐकून आहोत आम्ही." वरवर शांत दिसणारे राजे अंतर्यामी, कुणालाच उकल न होणाऱ्या खोलवटात शिरले होते.

संगमेश्वराचा वाडा हलू लागला. माणसे शंकराच्या अनुष्ठानासाठी खपू लागली. संगमाच्या एकमेकींत मिसळलेल्या नद्या शांत वाहत होत्या. भोवतीचे उंच डोंगरकडे ताठ खडे होते. त्यांना घेरून कोकणचा हिरवाकंच झाडझाडोरा माजला होता.

मलकापूर, खेळणा, संगमेश्वर भागाचे व्युत्पन्न ब्राह्मण कुलेशांनी संगमेश्वरात पाचारण केले. सरदेसायांच्या वाड्यातील हमचौकात शिवाच्या अनुष्ठानासाठी यज्ञकुंड सिद्ध झाले. देसायांच्या देवघरातील शिवपिंडीवर अभिषेकपात्र संततधार बरसवू लागले. त्याचा थेंब-थेंब जसा पुटपुटत होता, "रायगड-रायगड." कुंडात पडल्या समिधांच्या धुराने वाडा कोंदून जात होता. धार्मिक विधी होताच राजे सदरेवर येत होते. अनुष्ठानाचे दोन दिवस झाल्यावर सदरेवर आल्या छत्रपतींना कुलेश म्हणाले, "अब रायगड कूच करना है। मलकापूर, पन्हाळा, संगमेश्वर की जिम्मेदारी है हमपर! इसलिये..." खेळण्यापासून मनात असलेली बाब महाराजांच्या कानी घालायला बेचैन झालेले कुलेश अडखळले.

"तुम्हास तर आम्ही संगतीच घेणार आहोत. आता हा प्रांत नाही तो ठेवा डोळ्यांसमोरस, रायगडचा. इथली जोखीम तर हमेशाचीच." महाराज म्हणाले.

"रायगडके लिये ये बोलनाही पडेगा की... न्यायदेवता पलट गयी है! खुद्द न्यायाधीश – न्यायाधीशने –" कुलेश पुन्हा चाचरले.

"मतलब?" महाराजांच्या कपाळीचे गंध आक्रसले.

"खुद्द न्यायाधीशने षड्यंत्र की चाल रखी है, स्वामी के खिलाफ!"

"कऽविजीऽ!" बसले महाराज अंगावर उकळते करंजेल तेल पडावे, तसे ताडकन उठले. उभे अंग शहारले त्यांचे. संताप, एकलेपणा, कोंडी, चमत्कारिक भावनेने ते जागीच थरथरू लागले. "कुणावरही अदावत घेऊ नका छंदोगामात्य! भूल असेल तुमची, कुलएखत्यारीच्या अधिकाराने केलेली! न्यायाधीश... आणि षड्यंत्र? आईने मुलाचा कडेलोट केल्याची बात ऐकवतसुद्धा नाही आम्हास. पुरावा काय यास?" न्यायाधीश प्रल्हादपंतांना पहिल्या कटावाच्या अदावतीतून इतमामाने मुक्त केल्याचे छत्रपतींना आठवले. "पुन्हा असली गफलत करू नका. नाही सोसणार ते आम्हास." अशी त्या वेळी दिलेली समजही याद आली. रायगडाच्या महाद्वारात ठोकलेल्या खिळ्यांगत त्यांनी आपली नजर कुलेशांच्या डोळ्यांत रोवली.

एवढे कुलेश! पण तेही हबकले ती बघताना.

"बोला, कुलएख्त्यार, पुरावा बोला."

"जी." अंगभर थरकलेल्या कुलेशांनी कमरेच्या कनोजी शेल्यातून खेचून प्रत्यक्ष न्यायाधीश प्रल्हादपंतांनी मोगल मनसबदार गणोजी शिर्क्याला लिहिलेला खलिता लटलटत्या हातांनी महाराजांसमोर धरला. तो खोलून महाराज वाचू लागले. शब्दाशब्दांतून जसा डोळ्यांवाटे उतरत शिसरसासारखा थेंबथेंब ठिबकू लागला त्यांच्या काळजावर. स्वारीशिकारीसाठी मुलूखभर दौडणारे, गोऱ्यांच्या दरबारात दौलतीची हेजिबी करणारे प्रत्यक्ष न्यायाधीश आरोपिताच्या पिंजऱ्यात जाऊन बसताना गणोजीला म्हणत होते, "रामराजे एकले आहेत. त्यांनाच हातास धरून गादीवर बसविले तर कुलएख्त्यारी तुम्हासच मिळेल. कोण कुठचा कनोजा! कानामागून येऊन साऱ्यांस तिखट झाला आहे. राजे तर त्याच्या सांगीशिवाय कुणाचंच मानीत नाहीत." या आशयाचा तो नमुनेदार निवाडा होता. हातचा खलिता वाचून होताच छत्रपतींनी गपकन डोळे मिटले. त्यांच्या मिटल्या, व्याकूळ डोळ्यांसमोर प्रल्हादपंतांच्या मुद्राच मुद्रा फेर धरून गेल्या.

डोळे मिटूनच संतापाने थरथर कापत, कुलेशांना; पण स्वत:च द्यावी तशी त्यांनी आज्ञा दिली, "खलिताच द्या धाडून हा पन्हाळ्यावर. म्हलोजींना सांगा न्यायाधीशांसच वाचू दे हे, आरोपपत्र. त्यांच्याच लिखावटीचं – त्यांच्याच खिलाफ. दस्त करा त्यांना असतील तिथं, मिळतील तेव्हा! आणि... आणि बंद करून टाका तुमचं अनुष्ठान – रायगडासाठी शिवाला कौल घालणारं!" मान खाली घातलेल्या कुलेशांच्या अंगावर खलितावळी फेकून महाराज आपल्या दालनाकडे तरातर निघून गेले. पुरते घायाळ झालेले; सर्वार्थाने एकांती. पुरते एकले होण्यासाठी.

मोठ्या मिनतवारीने बांधल्या अनुष्ठानाची सांगता तरी करून निघावे, यासाठी महाराजांना कुलेशांनी तयार केले. सांगतेचा दिवस संगमेश्वरावर उजाडला. आज तर पुरते संगमेश्वर सरदेसायांच्या वाड्यावर येऊन यज्ञकुंडात समिधा वाहून गेले. सगळे गाव सांगतेच्या भोजनाने हात ओले करून तृप्त झाले.

टळत्या दुपारला कऱ्हाडहून आलेले अर्जोजी यादव महाराजांच्या सामने आले. संगमेश्वरात आल्यापासून मनात घोळणारी एक बाब त्यांनी महाराजांना पेश घातली. अर्जोजी बांधकाम कारखान्याचे नामजाद प्रमुख होते. त्यांचे भाऊ गिर्जोजी यांनी तर राणीसाहेब दुर्गाबाई यांचा माग काढत बऱ्हाणपूर, खुल्दाबाद पावेतो पायपीट केली होती. यादवांची दौलतीच्या पायी खूप चाकरी रुजू झाली होती. थोरल्या महाराजांनी यादवांना कऱ्हाड व औंधचे वतन देऊ, अशी जबान दिली होती. पण त्या समयाला त्यांचाच काळ झाला होता. यादवांची बाब आठ वर्षे तशीच पडली होती.

"आमच्या कऱ्हाड-औंधच्या सरकारी कागदांचं आता मनावर घ्यावं धनी. मिरज

भागाला शहजाद्याच्या फौजा जोराचा तळ धरून हाईत. आम्ही परतावं तिकडं म्हनताय.'' अर्जोजींनी आपली बाब धन्यांच्या समोर ठेवली. रायगडाच्या पायथ्याला पाचाडात येसूबाईंच्या शब्दासाठी राजमंदिर उठविणाऱ्या अर्जोजींना महाराजांनी अंगभर निरखले.

''अर्जोजी, केवढ्या घरोब्याचे तुम्ही आबासाहेबांपासून. पण तुम्हाकडेही ध्यान देणं आम्हास फावलं नाही. नाराज झाला असाल तुम्ही.''

सरदेसायांच्या चिटणिसास काही विचाराने बोलावून घेऊन, कऱ्हाड-औंधचे यादवांच्या नावे कागदपत्र सिद्ध करण्याची आज्ञा महाराजांनी त्यांना दिली. सिद्ध झाल्या वतनपत्रांवर दस्तुर करून ते चिटणिसांना म्हणाले, ''शिक्कामोर्तब करून द्या हे अर्जोजींना. आणि अर्जोजी, तुम्ही मोर्तबी कागदपत्र मिळताच कऱ्हाड फाट्यास तुमच्या जमावानं कूच व्हा.''

सांगतेसाठी आलेले ब्राह्मण कुलेशांच्या हातून दक्षिणा घेऊन, राजांना अभीष्ट चिंतून गावोगाव परतू लागले. आता हा शेवटचाच मुक्काम होता संगमेश्वरात. सरदेसायांच्या वाड्यालगत पागेत मोतद्दार जिने खुंटाळ्यांवर ठेवून घोड्यांना खरारा बंदी करू लागले. संगमेश्वराच्या बायाबापड्या रात्री खर्चासाठी लागणारे पाणी कळश्यांनी आपापल्या घरट्याकडे नेऊ लागल्या. पाखरे कोटरांकडे परतत होती.

याच वेळेला गणोजी मुकर्रबखानाच्या कानाडी तोंड देऊन दबक्या आवाजात म्हणाला, ''पाचशे घोडा आहे संगमेश्वराला. भवत्यानं खड्या चढणीचं कडं हाईत. कुमक करायला मातब्बरीचं ठाणं न्हाई आसपास. पन्हाळ्याचा घोरपड्याच जरा दबीत ठेवाय पायजे. माजोर दस्त कराया नामी मोका हाय. फत्ते झाली की मातर आमच्या शिरकाणाचं बादशहास्नी सांगावा विसरू नका खानसाब.''

कोल्हापूरला महालक्ष्मीच्या रावळात सांज आरती चालू होती. घाटेच्या आवाजात गणोजींचे इमानदार शब्द विरून जात होते. लगोलग दीड हजार कडव्या हशमांची फौज बांधून मुकर्रबखान निघाला. कोल्हापुराहून आंबा घाटमार्गे संगमेश्वराकडे.

दीड हजार हत्यारबंद हशमांचे घोडापथक खडखडत्या टापांनी कोल्हापुराहून निघाले. आघाडीला होते मुकर्रबखान, त्याचा मुलगा इखलासखान आणि त्यांना दौडीचा, पन्हाळा बगलेला टाकून जवळ आणि बिनघोरी माग दावायला उजवे गणोजी आणि कान्होजी, डावे नागोजी माने. घोडी आंबाघाटाच्या रोखाने खाडखाड दौडत असतानाच शक आलेल्या इखलासने मोठ्याने ओरडून आपल्या बापाला विचारले – ''हाथ नहीं आया काफर और जंगमें जानपे बिती तो आब्बाजान?''

''डरपोक, शहिद हो जाएंगे आका जानके नामपर। फतेह हुई तो मालेमाल कर देंगे हजरत गौरसे।'' मुकर्रबखान जिवाच्या कराराने दौडत होता. गणोजी, कान्होजी, नागोजी त्याला, ''डावरीकडं – सही हाताला'' म्हणत हात उठवून माग देत होते. ओढे, वहाळ, पांदी सपासप मागे पडत होत्या. पुरते सांजावले तसे खिनभर फौज

रुकली. पलोते पेटवले गेले. मशालजी घोडाहशमांनी ते एका हाती तोलत आघाडी घेतली. काही फौजफळीत पांगले. एक पेटता जिहादी लोळ पुढे सरकावा, तशी जिद्दी फौज टापांवर पडली.

पन्हाळ्याच्या कोकणदरवाजावर पहारा देणाऱ्या मेटकऱ्याने पलोत्यांची ती रांग दौडताना बघून बालेकिल्ल्याकडे धावत झेप टाकली. सरनौबत म्हलोजी घोरपड्यांना तो धपापतच म्हणाला – "घात जाला घोरपडेबाबा. कोल्हापूरचा तळ संगमनेरच्या रोखानं दौडतोय. घोडा कितसा हाय माग न्हाई रातीचा घावला."

पन्हाळ्यावर पाठोपाठीने सटासट हुकूम सुटले. म्हलोजी आपले चिरंजीव संताजी, बहिर्जी यांच्या जोडीने पागेसमोर आले. पाचशे घोडा हां-हां म्हणता जीनबंद झाला. त्याला पाठीशी घेत म्हलोजी कोकणदरवाजाने पन्हाळा उतरले. विशाळगडाच्या रोखाने. आडवाट धरून संगमेश्वराकडे दौडू लागले. 'घोर' पडलेल्या मराठी दौलतीला प्राणबाजीने वाचवायला, झाल्या उमरीचे घोरपडे दोन बांड्या मुलांसह दौडू लागले.

"आबा, गाठू आम्ही संगमेश्वर वेळेवर?" थोरल्या संतीजीने शकाने विचारले.

"आरं, निस्तं पोहोचून काय कामाचं? वेळ पडली तर शिर काटून ठिवाय लागेल शिवाजीऱ्हाजाचा अंकुर जपाय!" म्हलोजीच्या पांढरघोट गलमिश्या वाऱ्यावर फरफरून गेल्या.

एकीकडून म्हलोजी आणि दुसऱ्या वाटेने मुकर्रबखान आणि त्यांचे साथीदार संगमेश्वर जवळ करण्यासाठी ऊरफोडीने दौडू लागले. कोल्हापुरात महालक्ष्मीच्या व जोतिबावर नित्याच्या घाटा घणघणून गेल्या. काळरात्र पळापळाने चढू लागली.

या वेळी संगमेश्वर गाढ सुख झाले होते. सरदेसायांच्या वाड्यावर हत्यारी, गस्ती पहारे फिरत होते. वाड्याच्या सुखदालनात मंचकावर लेटलेले छत्रपती मध्येच कूस पालटत होते. झोप साधत नव्हती. आदिलशाही, कुतुबशाही घशात घालून अकलूजला ठाण झाला औरंग, गावोगावचे फितवेखोर, दरिया गिळायला बसलेले फिरंगी, हबशी – चित्रांमागून चित्रे त्यांच्या मनी गस्त घालीत होती. येसूबाई, आबासाहेब, थोरल्या आऊ, धाराऊ, समर्थ, सती गेलेल्या आऊसाहेब, कुठेतरी खुल्दाबादेत कोठीत पडलेल्या दुर्गाबाई, राणूआक्का अशा मुद्रा त्यात मिसळत होत्या. वाड्याच्या पागेतली घोडी मध्येच नाकपुड्या झटकून फुरफुरत होती.

मध्यरात्र टळली तसा खाशांचा डोळा लागला. पळे पावलापावलांनी पुढे सरकू लागली. रात्रीची कूस फोडून उगवण्यासाठी नवा दिवस धडपडू लागला. उत्तररात्र धरून वाड्याची शांतता भेदत दोन घोडाईत हमचौकात उतरले. तीरासारखे वाड्यात घुसले. खिदमतगाराला त्यांनी कुलेशांना बिगीबिगी उठवायला सांगितले. महाराजांच्या सुखदालनाशेजारच्या कोठीत झोपलेल्या कुलेशांना खिदमतगाराने आत जाऊन उठवले. डुईवर पगडी नसलेले कुलेश भयशंकेने तसेच बाहेर आले.

"क्या है?" मुजरा करणाऱ्या घोडाईतांना त्यांनी शंकेने विचारले.

"राना-पांदीनं, आडवाटेनं गनीम संगमेश्वर जवळ करतोय. महाराजांना उठवा चटशिरी. कानी घालू द्या त्येंच्या ह्ये." खबऱ्या घोडाईतांपैकी एक इकडे-तिकडे बघत थरकापून म्हणाला. खांद्यावरून लोंबते उपरणे दोन्ही हातांच्या मुठीत गपकन पकडून कुलेश सुखदालनाकडे धावले. आत जाऊन मंचकाशेजारी उभे होत तत्परतेने म्हणाले, "स्वामी, स्वामी उठिये।"

"कोऽण?" म्हणत महाराज मंचकावरून उठते झाले. बाहेर संगमेश्वराच्या घरट्याघरट्यांत कोंबडी आरवत होती.

"वकुत न्हाई. घोडा फेकत एक फौज रानातनं दौड घेतीया. खाशांनी चढे घोडे व्हावं आन् खिनभरबी न थांबात याच वख्ताला संगमेश्वर सोडावं."

"इथल्या पागंपरास दौडीत लय घोडा हाय. तड न्हाई लागायची." दोन्ही खबरे घोडाईत एका पाठोपाठ एक म्हणाले.

हात पाठीशी बांधून सुखदालनात इकडे-तिकडे झपाझप फेर धरणाऱ्या छत्रपतींकडे ते घोडाईत उत्सुक डोळ्यांनी बघू लागले. कोनाड्यात पेटत्या टेंभ्याकडे बघत एकदम थांबून राजे कुलेशांना म्हणाले, "शिर्क्यांची – शिर्क्यांची माणसं आहेत ती. कोल्हापूरशिवाय तळ नाही गनिमाचा जवळपास. बिशाद नाही त्यांची एवढ्या गचपणात घाटा-पांदीतून रात्रीच संगमेश्वरावर चालून येण्याची! कुलेश यांची व्यवस्था करा!" खबऱ्यांच्याकडे हात करत महाराजांनी कुलेशांना आज्ञा केली. विचार करत, कुलेश आणि मुजरा करत, चुटपुटत खबरे बाहेर पडले. महाराज पुन्हा फेर घेऊ लागले. थोड्या वेळाने येऊन मंचकावर लेटले. काही केल्या झोप येईना त्यांना. मनी शिर्क्यांची भिंगरी घुमत फिरू लागली.

'आता रायगडी गेल्यावर श्रीसखींना कसं सांगायचं त्यांच्या पाठराख्या भावांना हुसकून लावणं पडलं शिरकाणातून? काय हा शिर्क्यांचा आमचा ऋणानुबंध? काय मिळालं श्रीसखींना आमच्या नावे मळवटी बाशिंग बांधून?' राजांच्या मनी विचार आले.

तबकात ठेवलेल्या राजटोपाकडे ते बघू लागले. टेंभ्याच्या मंद उजेडात त्याची कलाबूत झगमगत होती. त्यांना जाणवले आबासाहेबांचा राजटोप उभ्या माटाचा होता. आपला बसक्या माटाचा – मोगली किमॉशागतच! आमच्या आजोबांचाही तसाच! त्यांनी निदान निजामशाही, आदिलशाही सतत जरबेत ठेवल्या. आम्ही? राखू ही मराठशाही?

इकडे संगमेश्वराच्या वेशीत घुसलेले म्हलोजीबाबा आपले घोडालोक संगमेश्वरभोवती पांगते फेकून, त्याला कडं टाकून संगमेश्वर राखायला खडे ठाकले. आडवाटेने जिवाची पर्वा न करता घोडे फेकल्याने ते वेळेवर पोहोचले होते. त्यांच्या पांगत्या शिबंदीने नरड्याच्या घाटा फोडून उगवत्या पहाटेला थरकावून टाकणाऱ्या किलकाऱ्या

उठविल्या, "हरऽ हरऽ म्हाद्देऽव." त्या विरायच्या आत बेभान, बेलाग, दौडत्या हशमांची जिहादी फौज पाठीशी घेत मुकर्रब, इखलास धुराळ्याचा लोळ उठवीत संगमेश्वराच्या वेशीत घुसले. उगवता दिवस त्या धुळीच्या लोळाने पुरता झाकाळून गेला. "धीऽन... धीऽन"च्या आरोळ्यांनी संगमेश्वर दणाणले. कालवाच कालवा झाला. देसायांच्या वाड्यात तो कानावर पडताच ताडकन उठलेले महाराज दरवाजाकडे झेपावले. बाहेरून, भयकातर झालेले धावत येणारे कुलेश त्यांना धडकायचेच थांबले. राया-अंता तर कुणाचंही ऐकायच्या मन:स्थितीत नव्हते. आज सगळा रिवाज बाजूला ठेवत राया तर थेट छत्रपतींच्या दंडाला धरून गदगदा हलवत म्हणाला, "इळभर थांबू नगासा. घात झालाय. हत्यार घ्या नि भाईर पडा – निघा... निघा."

गर्रकन वळून दालनातल्या तबकातील टोप मस्तकावर ठेवून, म्यानातली तलवार बाहेर खेचून म्यान तसेच फेकत राजांनी डाव्या हाती ढाल तोलली. आपल्या दालनातून हाती ढाल-हत्यार घेतलेले कुलेशही बाहेर आले. सगळ्या वाड्यातले माणूस मिळेल त्या जागेचे हत्यार घेऊन "चला, भाईर व्हा. गाव येरगाटलंय. गनीम आला." म्हणत बाहेर पडू लागले. कालवाच कालवा उडाला वाड्यावर. राया-अंता, कुलेश, अर्जोजी यांच्यासह महाराज दरवाजाबाहेर पडले. वाड्याच्या पागेतून बाहेर काढलेली घोडी धरून मोतद्दार डोळ्यांत जीव आणून टकमक दरवाजाकडेच बघत होते. म्हलोजींची फळी फोडून वाड्यापर्यंत घुसलेले दहा-वीस हशम हत्याराने फेकले की, जवळची घोडी ते महाराजांच्या मांडाखाली देणार होते. क्षणक्षण डोंगरागत छाताडावर असह्य झाल्याने मोतद्दार आपल्या जिवापेक्षाही घोडी मोलाची मानून दरवाजातल्या झोंबाझोंबीकडे सरकले. एवढ्यात शे-पाचशे हशमांचे 'धीनऽ धीऽन' गर्जणारे, जंग अंगभर सरसरलेले, बेभान भिरे घेऊन इखलासखान आपल्या हातची तेग नाचवत दरवाजातच येऊन भिडला. सगळा जीवच महाराजांच्यात अडकल्याने मुकर्रबखानाच्या पथकाचे वार हटवत-हटवत म्हलोजीही, संताजी-बहिर्जीसह त्याला आडवे होत मोठ्या निकराने दरवाजापाशीच आले. दरवाजासमोरच आता कुरुक्षेत्र पेटले, मोतद्दारांनी आणलेली जनावरे राजे, कुलेश, अर्जोजी, राया-अंता यांनी अटीतटीने मांडाखाली घेतली होती. म्हलोजींनी आपला घोडा धन्याच्या जवळ काढला होता. भिंगरीसारखा तो त्यांच्या घोड्याभोवती फिरवत म्हलोजी झाले वार झेलताना, वार करतानाच ओरडत होते, "भांगा काडा धनी. नावडी जवळ करा. व्हडक्यात बसून इथनं निघा. जिवाची बाजी लावू आमी." म्हलोजींच्या रूपाने मराठी दौलतच आक्रोशत होती. जागजागी मावळे-हशमांची जंगी हत्यारी-मारामारी जुंपली होती. खणखणाट, आरोळ्या, टापा, वार बसताच उठणाऱ्या घोड्यांच्या खिंकाळ्या यांचा कोलाहल माजला होता.

भवानीच्या पोतागत अंगभर सरसरून पेटलेले छत्रपती संभाजीराजे गोफण

फिरवावी तसे हातचे हत्यार सपासप फिरवत भांगा मिळेल तिथे मांडाखालचा चंद्रावत घुसवू लागले. म्हलोजी, कुलेश, संताजी, बहिर्जी, अर्जोजी असे कुर्बान पटाईत वादळातून दिवली जतून न्यावी, तसे त्यांना नावडीच्या रोखाने भांगा देण्यासाठी, कडे टाकून पणाला पेटले. जसा महाराजांचा पांढरा चंद्रावत सरकत होता, तसा इखलासही मधल्या लढत्या मावळ्यांना बगलेला टाकत सरकू लागला. आता महाराज वाड्यापासून नावडीच्या बरेच जवळ आले होते. पहाट सरती असूनही लढणाऱ्या मावळ्यांच्या आणि हशमांच्या अंगातून घामाच्या धारा वाहू लागल्या. आपल्या लोकांना चेतना देताना म्हलोजी, कुलेश – मुकर्रब, इखलास कोरड पडावी, अशा किलकाऱ्या देऊ लागले. गर्दीतून बाहेर पडलेल्या काही मावळ्यांनी नदीच्या पात्रात हत्यारबंदीने सिद्ध केलेली होडकी डचमळत होती. काठावरच्या माळरानावर चाललेल्या झोंबाझोंबीकडे डोळ्यांत प्राण आणून बघत होती.

खास काफरांच्या राजाला अंगलटीने भिडण्याच्या आड म्हलोजीच येतात हे हेरलेला इखलास म्हलोजींकडे बोट रोखत ओरडला – "घेर डालो बुड्ढेको." राजांची आघाडी धरून लढणाऱ्या म्हलोजींच्या भोवती चवताळल्या हशमांनी दाटीच दाटी केली. फळीपासून म्हलोजी तुटून एकले झाले. तरीही हातचे हत्यार लाजून जावे, असे खरस पडल्या तोंडाने 'बुढ्या बोलीत' कडकडतच राहिले, "नावडी-व्हडकी-धनी." सिंहगडावरचे शेलारमामा जसे त्यांच्या रूपाने हात फिरवीत होते. मामा फत्ते घेत टिकले होते. पण म्हलोजी? अंगावर जागा नव्हती त्यांच्या जखम झेलायला. आणि – आणि झालाच वार हाशमी, जाड पात्याच्या तेगीचा त्यांच्या छाताड्यावर!! कोसळले – म्हलोजी जनावरावरून खाली कोसळले! दौलतीचे दुसरे मर्दाना सरलष्कर कोसळले.

एव्हाना नावडीच्या नदीकाठापर्यंत पोहोचलेल्या लढत्या राजांच्या कानावर जाळासारखी खबर पडली "म्हलोजीबाबा पडले." ती ऐकताच सुन्न झालेल्या शिवपुत्राच्या हातातली तेग पळभर जागीच रुकली. तोच मोका साधून भोवती भिडल्या हशमांतून आला वार हुकवण्यासाठी झटकन मान कलती फिरवताना राजांच्या डुईचा टोप उडाला. नावडीच्या भुईवर आला. त्याने चरकलेल्या राजांनी कसल्यातरी अनामिक बळाने पायीच्या मोजड्यांची टाच इतक्या जोराने चंद्रावताच्या पोटात खुपसली की, कळीसरशी ते जनावर नदीकाठच्या रोखाने बेफाम उधळले.

पण – पण पात्रात उतरावे तो पुरा नदीकाठ नंग्या तेगी उगारलेल्या हशमांनी केव्हाच रोखून टाकला होता. घोडा फिरवलेल्या छत्रपतींना संताजी-बहिर्जी सावलीसारखे मागे आलेले दिसले. त्यांना बघताच महाराज ओरडले, "थांबू नका इथं. रायगड गाठा. मिळेल त्या असामीनिशी गड राखा – निघा." भोवतीच्या हशमांचे वार दोघेही परतवत होते – राजे आणि घोरपडे बंधू. काळीजसुद्धा हेलावून गेलेले संताजी पिळवटून

ओरडले, "हुयाचं ते हुईल. आबा तर ग्येलेच. कसं टाकावं धन्यास्नी मागं एकलं?"

"आण आहे जगंदबेची. हुकूम आहे हा आमचा. निघा – " एवढ्या कोंडीत ऐन जंगमैदानावरसुद्धा त्यांच्या न कळणाऱ्या डोळ्यांकडे बघताना हत्यार फिरवणारे संताजी ओरडून गेले – "जी." आणि त्यांनी घोडा वळवला. बहिर्जी त्यांच्या मागे झाले.

जागजागी नावडीच्या माळावर कामी आलेल्या मावळ्यांचे आणि हशमांचे देह इतस्तत: पडले होते. निपचित पडल्या सरनौबत म्हलोजीबाबांच्या पांढऱ्या गलमिश्या वाऱ्यावर फरफरत होत्या. त्यांचे उघडे डोळे कसल्यातरी आशेने नावडीच्या नदीकाठाकडे जखडले होते. अर्जोजी, राया-अंता सावलीसारखे खाशांच्या पाठीशी होते. हयातीतला हाही सर्ग पुरा करण्यासाठी राजांची उजवी धरून 'कनोजा' म्हणून सगळ्या मंत्रिमंडळाने हयातभर हिणवलेले, हेटाळलेले कुलेश लढत होते! संगमेश्वराबाहेर निसटण्याचे सर्व मार्ग रोखले गेले होते. लढणे आणि लढणे एवढेच सगळ्यांच्या हाती उरले होते. आणि ते सर्वांनीच पुरते जाणले होते. मने करकचून बांधली गेली. चारी बाजूला सरासर फिरत्या नुसत्या तेगींचा खणखणाट चालू झाला आणि कुठूनतरी सुटलेला एक तीर कुलेशांच्या उजव्या दंडात सपकारत घुसला. डाव्या हाताने उजवा दंड घट्ट पकडून धरतानाच कुलेश घोड्यावरून कोसळले. कोसळतानाच ओरडले, "मैं गिर गया।"

ते ऐकून अंगावर पडते वार सपासप फेकून देत छत्रपती त्यांच्याजवळ आले. पाते लवायच्या आत भुईवर झेप टाकून त्यांना काखेत हात घालून वर उचलताना म्हणाले, "उठा छंदोगामात्य. दिल धरा. लढता-लढता मरू. पुरे करू जिंदगीचे काव्य. साजेसे." कुलेशांनी तीर केव्हाच काढून फेकला होता. जाम्याचा उजवा हातोपा रक्तचिंब झाला होता त्यांचा. तरीही मुठीतले हत्यार नव्हते सोडले त्यांनी. राजांच्या बरोबरच पायउतार झालेले राया-अंता, अर्जोजी असे कितीतरी धारकरी महाराज आणि कुलेश यांच्यावर तुटून पडणाऱ्या हशमांच्या लाटा थोपवून धरण्यासाठी निकर करत होते. आता भुईवरची हातघाईची मारामारी पेटली. कुणाचीच कुणाला जोड मिळणे शक्य नव्हते. इखलास, मुकर्रबही पायउतार झाले होते. हशमांची इतकी दाटी झाली होती की, त्यातल्याच कित्येकांना हत्यार फिरविणेही अशक्य झाले. कुणालाच हत्यार फिरवता येणार नाही इतकं माणूसच माणूस राजांभोवती दाटलं. त्यांच्या जखमी अंगाभोवती चौ-बाजवांनी कैक भाल्यांची टोके आणि तलवारींची पाती भिडली. हातची उचललेली, आबासाहेबांची भवानी तशीच रुकली. नैवेद्याचा गुळखडा चहूबाजूंनी काळ्याशार डोंगळ्यांनी घेरला. हीच गत, कुलेश, रायाजी-अंताजी यांची झाली. दाटलेल्या हशमांची कोंडी फोडत मुकर्रबचा तरणाबांड मुलगा इखलास, श्रींच्या राज्याचे वारस असलेल्या, बऱ्हाणपूर, औरंगाबाद तसनस करणाऱ्या, गोव्यातील फिरंग्यांची झोप उडविणाऱ्या, जंजिऱ्यातील हबश्यांना हाय घ्यायला लावणाऱ्या, आका-हजरतला मराठी मुलखातून शिकस्तीनं फौजा माघार

घेण्याची नौबत आणणाऱ्या लईम संभासमोर आला.

देहाचे म्यान नावडीच्या मातीवरच ठेवल्यागत तेगीच्या धारेसारख्या तळपत्या नजरेने राजे हातच्या भवानी तलवारीकडे बघत होते. कुणातच नसल्यागत.

"रख दो हथियार" इखलास कडाडला. भक्कम खडकावरून दर्याची लाट जावी तसेच ते शब्द राजांच्या कानांवरून गेले. तसूभरही हालचाल झाली नाही त्यांची.

"काफर सुनते हो? फेंक दो हथियार!" घुश्शाने पेटलेला इखलास, अभिषेकसमयी पवित्र नद्यांचे जल, तीर्थ म्हणून मस्तकी घेतलेल्या राजांची केसावळ मुठीत पकडून ती गदगदा हलवीत गरजला. त्या बेगुमानीने राजांनी आपली जळजळीत नजर खानावर टाकली. ती बघून राजांच्या हातचे हत्यार क्षणात गर्दनीवर उतरेल म्हणून खान चरकला. एवढ्यात गर्दी फोडत लालसर दाट दाढी-मिश्यांचा खासा मुकर्रबखानच त्या जागी आला. त्याला कुर्निसात करून इखलास म्हणाला, "हथियार नहीं छोडता काफर। मगरूर है।"

"सबूर बेटे। सूरमा आदमी शौकसे हथियार नहीं छोडते।" आपल्या बेट्याला सुमार करत मुकर्रब राजांच्या सामने आला. त्यांच्याकडे बघत भोवतीच्या आपल्या हशमांना म्हणाला, "दस्त करो इसको पहले। रस्से डाल दो हाथोंमे। बादमें खींच लो हथियार। ले जाव।"

लढाई थांबली होती. जिवंत मावळे मंडळी काढणीबंद झाली होती. महाराज आणि छंदोगामात्य कवी कुलेश संगमेश्वराच्या शिवासमोर दस्त झाले!!

नवा दिवस फुटीला पडला होता. या वेळी अकलूजच्या साठ हजार फौजी तळावर आपल्या डेऱ्यात इराजी सतरंजीवर गुडघे टेकून सब्र की नमाज पढताना मुहिउद्दिन मुहंमद आलमगीर गाझी औरंगजेब पुटपुटत होता, "अलहम्दुल्लाल्ललाह – ला इलालिल्लिलाह – मुहम्मद उर्रसूलिल्ललाह – "

नमाज पढून होताच खाशा दरबारी डेऱ्यात त्याने वझीर असदखानाला विचारले, "मुकर्रबखाँकी क्या खबर कोल्लापूरसे? पीछा कर रहा है, नाचीज संभाका? या पडा है ऐशोआरामसे लौंडियोंके साथ कोल्लापूरमें?"

– आणि मुकर्रबखानाला परतीचीही वाट दावून संगमेश्वराच्या रानातच आपली घोडी थांबवून लढतीची थकावट दूर करण्यासाठी न्याहारीचा कांदा फोडताना गणोजी आणि नागोजी म्हणत होते, "कांदा फोडला की पानी धरतं डोळ्याला. पर विलाज न्हाई. 'भाकरी' तर जाय पायजे!"

मुकर्रबखानाला थांबायला वेळच नव्हता. तो जाणून होता, थांबले तर दस्त केल्या आपल्या कैदी राजाला सोडवण्यासाठी, मिळेल त्या जागेला मावळ्यांच्या तुकड्या जीवे तुटून पडणार होत्या. आपले पडले हशम दफन करण्यासाठी

हत्यारबंद हशमांचे पथक मागे ठेवून त्याने इखलासला हुक्म दिला, "जो तैयार है इस्लाम बनने उनको रिहा कर दो।" पकडलेल्या मावळ्यांत राया-अंता होते, ते धर्म डुबविणे मान्य करणे शक्यच नव्हते. नतिजा साफ होता. अर्जोजी कसेतरी निसटले होते. पण एकल्याने काही करणे शक्य नाही म्हणून कऱ्हाडकडे कूच झाले होते. सलामत बचावलेले संताजी-बहिर्जी हुकुमाप्रमाणे रायगडाकडे दौडत होते. संताजीकडे राजांच्या चंद्रावताच्या पाठीवरचे जीन होते. महाराणी येसूबाईंना ते खूण म्हणून तेवढेच दाखवणे शक्य असल्याने त्याने गर्दीतून उचललेले.

राजे पायउतार होताच मुकर्रबच्या चिडल्या हशमांनी वार उतरल्याने घायाळ झाला 'चंद्रावत' चौखूर ताणून भुईवर पडला होता. त्याचे छातवान मंदपणे वरखाली होत होते. उघड्या डोळ्यांतून वेदनांनी पाणधार लागली होती. एका बगलेला आपल्या कामी आलेल्या घोरपड्यांच्या जमावात निष्प्राण पडलेल्या म्हलोजींच्या हातची मरणमूठ हत्यारावर करकचून आवळली होती. डुईची कंगणी, लाल पिळाची पगडी हत्याराजवळ भुईवर पडली होती.

चारी बाजूंनी भालाइतांची टोके भिडवून कुलेश आणि राजांना इखलास-मुकर्रबनी एकत्र आणले होते. खांद्यावरच्या हिरव्या खिल्लतीला झटके देत मुकर्रब कसा गरगरा फिरत आपल्या फौजेला हुकमांमागून हुकूम देत होता. "जल्दी करो। वख्त नहीं है।" मध्येच लालसर दाढीवर हात फिरविताना त्याचा चेहरा ओसंडल्या उत्साहाने भरून वाहू लागला.

दस्त मावळे काढण्या खेचून कत्तलीसाठी नेले जाऊ लागले. हशम खेचत्या काढण्यांची ओढ दंडावर बळाने रोखत राया-अंता भरल्या डोळ्यांनी, पिळवटून ओरडले, "धनीऽऽ"

"हयातभर ऱ्हायलाव सावलीगत पाठीशी. पर आता कसली ही ताटातूट? आमास्नी बी घ्या संगं धनी." थोरल्या रायाच्या डोळ्यांतून कुणबी इमानाचे पाणी खळकन बाराबंदीवर उतरले.

"दुदाचं झालाव तसं रगताचं भाव करा आमास्नी. संगं न्या धनीऽ" जखडल्याच हातांनी मुजऱ्यासाठी धाकल्या अंताने मान लववली.

थोरल्या आऊ गेल्या तेव्हा, आबासाहेब गेल्याची खबर कानी पडली तेव्हा, समर्थांनी हयातीचा ग्रंथ पुरा केला तेव्हा, काळ्या हौदावर चितेवर चढल्या पुतळा आऊसाहेब बोलल्या तेव्हा, भरून आले तसे राजांच्या डोळ्यांचे टाके सरसरत डबडबून आले. काहीच दिसेनासे झाले. जगदंबेनेच राजांशी जोड घातलेले राया-अंता मागे फिरण्यासाठी उसळत असतानाच हशमांनी खेचले.

आता मुकर्रबखानाची फौज परतीसाठी तयार झाली होती. सगळीकडे देख टाकून सगळे मनाजोगे झाले आहे, याची पक्की खातरी करून घेत मुकर्रब कडाडला,

"डाल दो काफरोंको घोडोंपर। जखड दो रस्सेसे कसके, ले चलो ये शाही तोहफा हजरतको। मरहट्टोंका राजा और उसका बम्मन शायर। बहोत खूब। खैर अल्लाकी।"

भालाइतांनी भाल्याची टोच राजांच्या पाठीला लावली. तसं काढणीवाल्या हशमांनी काढण्या खेचायला सुरुवात केली. बळ एकवटून आपल्याच मुठीने काढण्या पकडून, त्या रोखात पाय भुईत जाम रुतवून एकटक मुकर्रबकडे बघत राजे निर्धारी म्हणाले, "खान, जंग आहे हा. दर्शन घेणार आहोत आम्ही आमच्या सरलष्करांचे."

गोंधळलेला मुकर्रब भोवतीच्या हशमांकडे बघत म्हणाला, "क्या बोलता है? मतलब?"

त्याच्यावरची नजर तशीच ठेवून खुद्द राजेच झटकन हिंदुस्तानीत म्हणाले, "जंग है। राजा है हम। देखना चाहते है हम कुर्बान हुआ हमारा सालार।"

"शौकसे, शौकसे" गर्दन मागे टाकून मुकर्रब एवढा हसला की, त्याच्या डोळ्यांत पाणी आले. काढणीवाले भालाईत पाठून खेचलेच जावेत एवढ्या ओढीने राजे म्हलोजी पडलेल्या जागेकडे झेपावले. राजांनी गतप्राण म्हलोजींच्या छातीला हात भिडवून तो कपाळीच्या शिवगंधाला लावून भोवतीला कुणालाही कळणार नाही, असा मुजरा घातला. फक्त एकाच विचाराने, 'आले असते पावनखिंडीत पडले बाजीप्रभू आबासाहेबांच्या सामने प्रेत म्हणून, तर त्यांनी काय केले असते? सिंहगडावर पडल्या मालुसरेकाकांना बघून काय केले असेल त्यांनी?' म्हलोजींनी मरणाच्या मोलाने मिळवला होता, तो मुजरा. खुद्द मराठी दौलतीच्या राजाकडून!

हशमांनी काढण्या खेचल्या. भालाइतांनी टोच जारी केली. तयार केल्या घोड्यांवर राजांना आणि कुलेशांना लादण्यात आले. दोघांचेही हात दोरखंडांनी करकचून आवळण्यात आले. रश्यांनी दोघांची शरीरे घोड्यांना जाम जखडून टाकण्यात आली. राजांच्या घोड्यांचे कायदे इखलासने मुठीत आवळले. दोन्ही घोड्यांना ते दौडत राहावेत म्हणून खुब्यावर भाल्याची टोच द्यायला दोन-दोन घोडाईत स्वार तयार झाले. छत्रपती, छंदोगामात्यांना गोणीसारखे घोड्यांवर आवळून होताच, हातातली तेग उंच उठवून मुकर्रबखान केवढ्यातरी मोठ्याने ओरडला, "धीऽन धीऽन, चलोऽ"

मराठी दौलत काढणीबंद करून फत्ते झाली. मुकर्रब-इखलासची फौज मिरजेच्या रोखाने दौडू लागली. प्रांत संगमेश्वर, खेळणा, पन्हाळा, मलकापूर कुठल्याच ठाण्याला संगमेश्वरात घडल्या रामायणाची काहीही कल्पना नव्हती. उनतापीचे दिवस आल्याने माणसे शिवारांकडे मशागतीला चालली होती. दहा-पाच घोडाईत बरोबर घेऊन, जीव संगमेश्वरात अडकलेले संताजी-बहिर्जी रायगडाच्या रोखे दौडत होते. "महाराजास्नी सोडवायाच पायजे पर कसं? कुठं नेलं आसंल हरामजाद्यांनी? घाईत पडल्या आबास्नी डाग द्यावा बी जमला न्हाई. काय करावं? कसं करावं?"

दौडत्या जनावरांच्या टापांपुढेही त्यांची सैरभैर मने धावत होती.

सरदेसायांच्या वाड्याची वाताहत झाली होती. लढाऊ मर्दाने होते, ते कामास आले होते. दस्त झालेले कत्तलीसाठी एकजाग केले जात होते. मुकर्रबखानला नेता येणे शक्यच नसल्यामुळे, स्वाराविना इतस्तत: मोकाट सुटलेली जनावरे शेपट्या चाळवीत नावडीच्या माळावर गवत चाबलत फिरत होती. वाड्याच्या चौकातील सांगतेच्या यज्ञकुंडातील समिधांची राख फरफरत इकडे-तिकडे उधळत होती. देव्हाऱ्यातल्या शिवपिंडीवरचे अभिषेकपात्र पाणी संपून कोरडे झाल्याने आ वासून शिवपिंडीकडे बघत होते. अशिव, ओस दिसत होते.

विजयी मुकर्रबची फौज किल्ले पन्हाळा बगलेला टाकून भेडसगाव, बत्तीसशिराळा मार्गे मिरजेचे, बंदिस्त भुईकोट मोगली ठाणे जवळ करायला निघाली.

उंच पन्हाळ्याच्या मेटावर गस्त घालणाऱ्या मेटकऱ्यांना दूरवरून ती दिसूनही गेली. पण तिच्यातून सगळ्यांच्याच जिवाचा दिवा फडफडत चाललाय याचा कुणालाही थांग नव्हता. संगमेश्वराहून कसेतरी निसटलेले काही मावळे घोडाईत, मुकर्रब राजांना कोल्हापूरला आपल्या ठाण्यावर नेईल, ह्या अंदाजाने विशाळगड जागवून, पन्हाळा तसाच बगलेला ठेवून आडवाटेने कोल्हापूरला जवळ करत होते.

मलकापूर तर्फेने मुकर्रबच्या फौजेने वारणा नदी ओलांडली. पूर्वीच इदलशाहीत असलेले, आता औरंगचे झालेले बत्तीसशिराळ्याचे भुईकोट ठाणे मुकर्रबच्या फौजेने जवळ केले. वारणेचा हा काठ धरून चारीकडे मोगली ठाणी होती. खान अल्लाद झाला. बिनघोर झाला. गेले दोन दिवस त्याने रात्रीची दौड, संगमेश्वराची लढाई, परतीची ऊरफोड दौड आपल्या फौजेचे कैक हशम गमावूनही शिताफीने साधली होती. संगमेश्वराहून त्याने हरकारे धाडून कोल्हापूरच्या ठाण्याहून मागवून घेतलेली कुमकही पोहोचली होती. मुंगीलाही शिरकाव करता येणार नाही, असा हशम आता मुकर्रबच्या प्रचंड फौजेला एकवटला होता. पहारेकरी पिटाळून लावत असल्याने त्यातल्याच कैकांना इच्छा असूनही काफर कैदी बघायला मिळत नव्हते!

अकलूजला साठ हजार मोगली तळावर नुसता कल्लोळ-कालवा उडाला होता. संगमेश्वराहूनच मुकर्रबने पाठवलेले हरकारे तळावर पोहोचले होते, "सैतान संबा गिरफ्त हुआ।" ही खबर काही क्षणांतच हाऽ हाऽ म्हणता साठ हजारांच्या तळभर पसरली. पुऱ्या तळावरचे हशम जागजागी एकमेकांना छातवाने भिडवत, मिठ्या मारून जल्लोशाने म्हणत होते, "सुना! काफर संबा कब्ज हुआ। सुबहान अल्लाऽऽ!"

आपल्या शाही डेऱ्यात, बारबार कुर्निसात घालून ही जन्नती खूशखबर कानी घालणाऱ्या वझीर असदखानाला, तसबीहची माळ गरगर फिरवत, फुटू बघणारा काळजातला आनंद मोठ्या मुश्किलीने रोखत शहेनशाह आलमगीर शांत, धीमा

हुक्म देत होता, "फौज उठाव अकलूजकी। बहादूरगड चलनेका इंतजाम करो। भेज दो शाही खिल्लत और मरातब मुकर्रबको। पेश याद फर्माओं उसको।"

एव्हाना बत्तीस शिराळा सोडून मिरज भुईकोट ठाण्यात आल्या मुकर्रबची, पदरचे किमती कैदी जिवंत ठेवण्याची हर कोशिश चालली होती. त्याला भरवसा होता, जान बचावण्यासाठी दोन्ही कैदी झक्कत इस्लाम कुबूल करतील. कुणी सांगावे, सूरमा राजे खिल्लत पांघरून दख्खन सुभेदारीची नामजादी पत्करतील! विजापूरच्या सिकंदर आदिलशाहाचा, गोवळकोंड्याच्या तानाशाहाचा पाड लागला नाही, तिथे या मामुली संबाची काय बात! म्हणूनच तो त्यांच्या आवतीभोवती जिवाचे बरे-वाईट करण्यासाठी कोणतेही हत्यार त्यांच्या हाती येणार नाही याची, त्यांनी काहीतरी खाना घ्यावा याची, हर कोशिश करत होता. एवढी दौड झाली होती. पण सांगतेचे भोजन संगमेश्वरात घेतल्यापासून राजांनी आणि कुलेशांनी अन्नाचा कणही घेतला नव्हता.

आपली तैनाती फौज घेऊन औरंगजेब अकलूजहून पेडगावच्या बहादूरगडाकडे आगेकूच झाला. त्याचा निम्माअधिक तळही हालला. दस्त कैदी बादशहासमोर पेश करायला उतावीळ झालेला मुकर्रब मिरजेहून अकलूजला पोहोचला. कैद्यांना बघायला त्या तळावरचे मागे राहिले हशम आरोळ्या ठोकत झुंडीने दाटीवाटी करू लागले. थंडी हटती टाकून आता ऊनतापीचे दिवस चढू लागले.

भूकंपाने हलावा तसा रायगड गड्ड्यातून हलला होता. संताजी-बहिर्जी गडावर पोहोचले होते. पाचाडच्या राबत्या बाजूने पडलेला एत्तिकादखानाचा घेर चुकवून चोरदरवाजाने ते गड चढून आले होते. खासेवाड्यात महाराणी येसूबाईंच्यासमोर उभा राहताना संताजी हातच्या जिनाने तोंड झाकून घेत कुडीभर गदगदत म्हणाला, "जगदंबा कोपली मासाब, त्वांड न्हाई सांगाय. धनी संगमेसुरात फसलं! कोल्हापूरच्या खानाच्या घेरात... घेरात दस्त झालं!!" जिनाने झाकल्या चेहऱ्यानेच येसूबाईंच्या पायावर पडत एवढ्या उभारीचा संताजी – पण तोही गदगदू लागला. कानांवर गपकन हात घेतलेल्या येसूबाई, अंगावर वीज पडल्यागत जागीच बधिर झाल्या. आपण श्रीसखी आहोत, रायगडावर आहोत, महाराणी आहोत, कशाचेच भान उरले नाही त्यांना. "आईऽ वाऽ घजाई" असा आगडोंब उभी कुडी हालवून टाकत गरगर फिरला त्यांच्या आतल्या आत, विस्फारल्या भोसलाई डोळ्यांसमोर रायगडासकट ब्रह्मांड फिरले. देवमहालाकडे धावत जगदंबेच्या देव्हाऱ्यासमोर त्या एकल्याच अंगभर हलू-हमसू लागल्या. त्यांना कुशीत थोपटतं घ्याव्या अशा जिजाऊ नव्हत्या, धाराऊ नव्हती. आता होती फक्त आणि फक्त जगदंबाच!

केवढे फिरले त्यांच्या मनी! स्वारीला सोडविण्यासाठी जिवाचे रान केले पाहिजे. पण कसे? गड तर खानाच्या घेराने आवळून टाकलेला. त्यांना फार-फार सय

झाली, ती सरलष्कर हंबीरमामांची. भडभडून-भडभडून आलं. रूपाजी, मानाजी त्र्यंबक-रामसेजाकडे जखडून पडले होते. निळोपंत कल्याण-भिवंडीत गुंतून पडले होते. जेवढे-जेवढे कुवतीचे खासे होते, ते-ते मुलूखभर अटीतटीने आपापल्या प्रांताला भिंगरीसारखी अटीतटीची घोडी फेकत होते.

पुरत्या एकाकी झाल्या येसूबाई. वादळातली मोगरवेल थरथरावी तशा थरथरू लागल्या. उभी हयातच फिरली क्षणभरातच त्यांच्या पाणभरल्या डोळ्यांसमोर. 'जन्म देणारं आणि वतनाच्या लालसेनं पारखं झालेलं शृंगारपूर! 'सूनबाई' आहेत असं कधीच भासू नये, असे प्रेम देणारे आबासाहेब. थोरल्या आऊ, सती गेलेल्या मासाहेब यांनी मुलीसारखा दिलेला घरोबा. सिंहासनाच्या हवसेपोटी रात्रंदिन स्वारींना-आम्हास पाण्यात बघणाऱ्या रामराजांच्या मासाहेब. त्यांचे पाठीचे बंधू असून आम्हाला वडीलकीचा पाठआधार देणारे हंबीरमामा. साफ मनाची, वावगी बाब समोर आली, तर तडकन बोलून दावणारी स्वारी. आजोळचे असून स्वारींना झोपेच्या सुखालासुद्धा पारखे करणारे फलटणकर. पडली ही दौलत, तर काय करील आमचे औरंग? त्याचा जनाना – छीऽ छीऽ' मान डावी-उजवी तडफडती झटकताना एकाकी, असहाय लहान मुलीगत त्या हमसू लागल्या. उसासा बाहेरही पडू नये एवढ्या जीवघेण्या कोंडीने त्यांचा ऊर वरखाली डचमळू लागला.

"राणीसाऽहेब! धीरानं मन बांधावं. गडावरच नव्हे; तर मुलखात जगदंबेच्या रूपानं आता आहात त्या आपण एकल्याच. अशीच आली होती नौबत, थोरले महाराज आणि पोर वयाचे महाराज आग्र्यात याच औरंगच्या कोठडीत फसले होते त्यासमयास थोरल्या आऊसाहेबांच्यावर! हबशी जौहरच्या घेरात थोरले स्वामी अडकून पडले पन्हाळ्यावर तेव्हा वेढ्याचा उपराळा करण्यासाठी कमरेला हत्यार बांधून जायला निघाल्याही होत्या त्या पन्हाळ्याकडं. हे सारं मनी धरावं. उठावं. पायबळानं गडाला धीर द्यावा." देवमहाली आल्या खंडोजींचे शब्द येसूबाईंच्या पाठीवर जसे मायेचा, धीराचा हातच फिरवून गेले. 'राजा' हा उपभोगशून्य स्वामी असतो, हे जेवढे खरे तेवढेच किंबहुना त्याहून अधिक, अशा राजाची राणी उपभोगशून्य तर असतेच; पण स्वामिनी असलीच तर खांद्यावर पडणाऱ्या फक्त जोखमींची; कारण ती असते केवळ सावली! एकल्या राजाची नव्हे तर त्याच्यासाठी तळहाती जीव घेऊन प्रसंगी आपल्या जिवांची कुरवंडी करणाऱ्या शेकडो रयतेची.

पदरशेवाने आपल्या नेत्रकडा टिपून येसूबाई उठल्याच. एकदा देव्हाऱ्यातील जगदंबमूर्ती डोळ्यांत भरून घेत निर्धारी म्हणाल्या – "खंडोजी, रूपाजी-मानाजींना रामसेज सोडून मिळेल तेवढ्या कुमकेनं रायगडाचा उपराळा करायला लिहा. रामराजांना आता आमच्याच महाली राहाण्याची व्यवस्था करायला सांगा! येसाजी दाभाड्यांना अर्जोजी, गिर्जोजींना असाल तसे रायगड जवळ करायला हारकारे द्या.

तुम्ही कुठल्याही कारणासाठी गड सोडू नका. भरोसा आहे आमचा – स्वारी प्रसंगी मोडेल, पण रायगडाच्या बाबीनं कसलाही सुलूख नाही मानणार!! जशी स्वारी तसेच रामराजे मानून पोख्तपणे चालविले पाहिजे साऱ्यांनी!!''

त्या येसूबाई नव्हे – साक्षात मूर्तिरूप जगदंबाच मानवी रूपाने बोलताहेत असा खंडोजींना भास झाला.

मिरजेच्या भुईकोट ठाण्यातून बाहेर पडलेले मुकर्रब-इखलास जोखमीचे कैदी घेऊन अकलूजच्या तळावर विश्रांती आणि रसद घेऊन बहादूर गडाकडे निघाले. पिछाडीला राहिलेला अकलूजचा शाही तळही त्यांना सामील झाला. पुराने नदी फुगावी, तशी आता मुकर्रबची फौज दिसू लागली. माथ्यावरची उन्हतापीची झळ चुकवावी म्हणून फौजेच्या हशमांनी टापश्या बांधून गर्दनी खाली घातल्या होत्या. राजांना आणि कुलेशांना तर लादलेल्या जनावरांच्या गर्दनीशीच दोरखंडाने जखडून टाकले होते. तळपत्या उन्हाखाली हजारो घोड्यांचा काफला, रखरखीत, उजाड प्रदेशात संथ चालीने चालला होता. सगळ्या फौजेतल्या तीनच मनांत विचारांची खाई रखरखत होती. दक्षिणेत आल्यापासून शहेनशाहला असा जिंदा तोहफा नजर करण्याची किस्मत लाभलेल्या मुकर्रबखानाच्या मनात एकाच विचाराची की, 'जी चाहे सो फैसला लेनेवाले हजरत संबाको ही दख्खन सुभा करें तो क्या? कल उसको भी कुर्निस करना पडेगा!' आणि जनावराच्या गर्दनीशी आपली गर्दन जखडलेल्या राजांच्या मनात – एकाच विचाराची की, 'पडलाच रायगड तर काय गुजरेल श्रीसखींच्यावर?' आणि त्यांच्याच मागून खेचल्या जाणाऱ्या कवी कुलेशांच्या मनात एकाच विचाराची की, 'हमारे साथ नहीं बैठे भोजनमें कभी रायगडके कोई मंत्रिगण। और इस आखरी भोजनमें स्वामी भी नहीं मिले साथ तो?'

मजला मागून मजला मागे पडत होत्या. उन्हाने घायाळ झाल्या राजे, कुलेशांना जवळ येऊन घोड्यावरूनच इखलास खोचकपणे जाब करत होता, ''प्यास लगी है, मरहट्टोंके शहेनशाह और वझीर?'' आणि कैद्यांनी मान फिरवताच काखेतल्या बांधल्या पखालीचे पाणी त्यांच्या मुखड्यावर शिंतडून, पखाल आपल्याच तोंडाला लावून घटाघटा पाणी पिऊन खदखदा हसताना म्हणत होता, ''क्या गर्मी है? कितना ठंडा है पानी!''

उन्हाची मार असह्य झाली की, आपली जनावरे आणि फौज वाटेतल्या आमराईच्या गर्द सावलीखाली उभी करून राजे, कुलेशांची घोडी मात्र मुद्दामच उन्हात खडी केली जात होती. दिवस आता कलायला झाला आणि फौज बहादूरगडापासून दोन कोसांवर येऊन रुकली. मुकर्रब-इखलास कुणाचीतरी वाट बघत होते. एकसारखे घोडे फौजेला आघाडीला काढून तळहाताची झड डोळ्यांवर नेत बहादूरगडचा माग

घेत होते. बऱ्याच वेळाने एक घोडेपथक समोरून येताना दिसू लागले. त्याच्याबरोबर दोन उंटही होते. पण त्यांच्या पाठीवर स्वार नव्हते. ते माना वरखाली डुचमळ करत तसे दौडत पथकाबरोबर येत होते. तेही बिचारे उन्हाने कासावीस झाले होते.

बहादूरगडाहून खुद्द औरंगजेबानेच फत्ते घेऊन येणाऱ्या मुकर्रबखानच्या आगवानीसाठी पाठविलेले ते त्याचे नेक सरदार होते – सरदारखान आणि हमिदुद्दीनखान! त्यांच्याबरोबर मुकर्रबसाठी मरातबाच्या नव्या खिल्लती देण्यात आल्या होत्या. एका खिदमतगाराच्या घोड्यावर दोन 'तख्ता-कुलाह' म्हणजे इराणी पद्धतीचे लाकडी खोडे होते. सरदार आणि हमिदुद्दीनला बघताच मुकर्रब आणि इखलास पायउतार झाले. पुढे होत त्यांनी त्यांना कडकडून खांदाभेट दिली. हमिदुद्दीन मुकर्रबला म्हणाला, "मुबारक हो खान – आलमपन्हाका हुक्म है, दोनो कैदिओंको 'तख्ता-कुलाह' डालो। उतार दो उनके बदनसे काफर असवाब और चढाओ ये खास खुशामदगारोंके कुर्ते! जकड दो उनको उंटके पीठपर और ले चलो बाजे बजाते, ढिंढ निकालकर, बहादूरगड!"

मुकर्रबखानाच्या हशमांनी पटापट हालचाली करून घोड्यांवर जखडल्या राजे आणि कुलेशांना खाली घेतले. त्यांच्या गळ्यातील मोतीकंठे, कानांतील सोनचौकडे असे मौलिक डाग कुणी-कुणी ओरबाडले. त्यांच्या अंगावरचे जामे ओरबडून काढण्यात आले. त्याऐवजी विदूषकासारखे ढगाळ कुर्ते दोघांच्याही अंगी जबरीनं चढवण्यात आले. कमरेला घंटांच्या माळा आणि काटेरी वेलींची कडी आवळण्यात आली. डोकीवर उंच माटाच्या, लाकडी, विदूषकी टोप्या चढवण्यात आल्या. हात आणि गर्दन जखडून टाकणारे इराणी पद्धतीचे, लाकडी 'तख्ता-कुलाह' त्यांच्या हाता-कंठात करकचून आवळण्यात आले.

दोघाही कैद्यांनी सरदारखान, हमिदुद्दीन आणि मुकर्रबखान यांनी दिलेले हुकूम पाळणाऱ्या खिदमदगारांना कसलाही विरोध केला नाही.

कसे दिसत होते राजे आता! कुठल्याही फौजी मावळ्याने त्यांना दुरून तसे बघितले असते, तर गनिमाचा बहुरूपी खबरगीर म्हणून दस्तच करून टाकले असते!

ते 'राजे' नव्हतेच. विदूषकी पोशाखात बादशहासमोर पेश केले जाणारे 'बळी' होते. राजचिन्हाची एकच खूण 'नाचीज' म्हणून कुणीही उचकटून न टाकल्याने त्यांच्या अंगावर तशीच होती आणि तीही आबासाहेबांनी दिन-रात छातीवर वागविलेली, चौसष्ट कवड्यांची फक्त भवानीमाळ! संगसोबतीला एकच माणूस होते – कुठल्या कुठे कनोज देशात उपजलेला एकमेव कवी – छंदोगामात्य – कुलएख्त्यार कुलेश!

सरदारखान, हमिदुद्दीन, इखलास-मुकर्रब यांनी कैद्यांना चौफेर कडेकोट घेर टाकणारी फौजेची हत्यारबंद शिस्त लावून घेतली. हात रश्यानं जखडलेल्या दंडात काढण्या आवळलेल्या कैद्यांच्या भोवती हजारो हशम तळपत्या नंग्या तेगी नाचवत

हारीने उभे ठाकले.

शाही शहाजणे, तुताऱ्या, नगारे, चौघडे यांची एकमेकांत मिसळती घोष गर्दी उसळली. बेहोश हशमांनी नरड्यांच्या घाट्या फोडत किलकाऱ्या उठविल्या – "धीनऽऽन धीऽऽन."

निघाली! काफर कैद्यांना कडेकोट बंदोबस्तात घेराने जखडून धिंड निघाली. औरंगजेबाच्या पुऱ्या हयातीत त्याने सग्या भावांपासून कैक गनिमांची बेरहम कत्तल केली होती. पण आज त्याच्या हुकमाने निघणारी ही अशी पहिलीच धिंड होती. का घेतला होता त्याने हा असा निर्णय? एकाच हेताने. ही अशा धिंडेची खबर मराठा मुलखात गावोगाव पांगेल – वाऱ्यासारखी. ती ऐकून हाय खाल्लेले जिंदे मरहट्टे आपसूक झक्कत येतील तसलीम करत मन्सबीची खिल्लत मागायला. पडला मराठी मुलूख एकदाचा की, करून टाकता येईल कांजीवरमपासून तहत काबूलपर्यंतचा पट्टा इस्लामचा बंदा!! आणि त्या अफाट सलतनतीची राजधानी करता येईल – देहली!

मोतद्दारांनी हाती धरलेले कैद्यांचे काढणीबंद खेचले. राजे-कुलश तिरपागडत त्या झटक्याबरोबर ओढले गेले. भोवतीच्या जमावातून शेलक्या शिव्या कल्लोळू लागल्या – "नाबकाऽर लईऽम, मोजऽदा – खिंचो कसके शैतानोंको।"

गेल्या नऊ वर्षांत याच सांबरूपी संभाने त्यांची बऱ्हाणपूर, औरंगाबाद अशी कैक ठाणी तसनस केली होती. कैक सुरम्या लढवय्यांना मौतीचे कंठस्नान घातले होते. फकीर फकिराण्याला जिम्मा रोजचा नमाजसुद्धा नामुमकिन केला होता. त्यांचा नुसता हा घुस्साच नव्हता – शक्य असते, तर सपासप हत्यारे चालवून त्यांनी दोन्ही कैद्यांचे एकाच गोळ्यात केव्हाच गाठोडे केले असते.

देठ मोडल्या खालमानेने मराठी दौलतीचे मानकरी छत्रपती आणि छंदोगामात्य कुलेश हत्यारी धारकरी खेचतील तसे भेलकांडत चालू लागले. तशाही स्थितीत त्यांना एकदा तरी बघण्यासाठी कैकजण गर्दी करून पुढे घुसत होते.

जे पाय रुजाम्यांच्या पायघड्यांवरून आत्मविश्वासाने रुपत, चालत आजवर आले होते, तेच छत्रपतींचे रक्तदाट, गुब्बार पाय आज पेडगावच्या वाळवंटात फरफटत चालले. ज्या देहाने रायगडावर सोन्याच्या झुलेनं सजल्या हत्तीवरून राजा म्हणून मिरवून घेतले होते, तोच जखडबंद देह धिंडीचा भोग भोगू लागला.

राजांनी भोवतीचं काहीच नजरेस पडू नये म्हणून डोळे मिटतेच घेतले होते. कुलेशांचे डोळे उघडेच होते – पण त्यांना दिसले तरी काही भासत नव्हते. त्यांच्या उजव्या दंडातून, संगमेश्वरात रुपल्या बाणाने ओघळून-ओघळून थकलेले रक्त आता साकळले होते. काळपटले होते. भोवतीच्या हजारो मुगल हशमांचा आनंदी जल्लोषाचा नुसता कलकलाट चालला होता. कुणाचेच कुणालाही काहीही ऐकू येत नव्हते. लोक ओरडत होते – "खिंचो – जोरसे – कसके खिंचो। मरहबा – मुकर्रब-इखलास – आफरीन."

काढणी खेचणाऱ्याने वैतागून एवढा जोरदार हिसडा हातातल्या काढणीला हासडला की, जगदंबेच्या कपाळी चढविलेले कौलाचे फूल घरंगळत कोसळावे तसे राजे छाताडावर थेट भुईवर आडवे झाले! तशी भोवतीच्या गर्दीत खुशीच्या ऊर्मीची लाटच लाट उसळली. कमरेला नेट देऊन उठणाऱ्या राजांना एकाकी भवानीबाई नि बाळराजांची आठवण झाली. 'ते बचपणी कमरेलाच घालत होते विळखा! थोडे मोठे झाले आणि सुटला त्यांचा विळखा! आता घालायचे मुजरे! मुजरे – मुजरे! आहेत याद किती हातांनी घातले या कुडीला मुजरे? कशासाठी घातले त्यांनी ते? लाचार होते म्हणून? माणसे मान झुकवतात – कशापुढे? सत्तेपुढे? साऽफ गल्लत! माणसे झुकतात प्राणापल्याड जाऊन भोवतीच्या कैकांचे माणूसपण जपणाऱ्यांसाठी. आबासाहेब तसेच. ते गेलेत तरी का नाही वाटत गेल्यासारखे? कसे वागते, असते तर ते आत्ता?'

आणलेले, गर्दीमुळे बुजलेले उंट सांडणीस्वारांनी चुचकारून कसेतरी एकदाचे बसते केले. त्यावर लादण्यासाठी राजांना आणि कुलेशांना काढण्या धरलेले हशम खेचू लागले. ते त्यांना साधेना. पाय भुईत जाम रुतवलेले कैदी तसूभरही हलायला तयार नव्हते. काढणीधारी हशमांची आणि कैद्यांची खेचाखेच बघत असलेला इखलास भोवतीच्या हशमांना बघून कडाडला, ''देखते क्या हो बेवकूब, गद्दार! उठाव दोनोंको, डाल दो उंटोंपे।'' भोवतीच्या हशमांतले पाच-दहा धिप्पाड हशम हातातल्या तेगी म्यानबंद करत पुढे झाले. लुटीची बोचकी उचलावी, तसे राजांना आणि कुलेशांना बळजोरीने उचलून त्यांनी उंटावर लादले. दोरखंडांनी दोघांनाही उंटाशी करकचून आवळले. खूर वेडेवाकडे करत वेड्यावाकड्या अंगचणीचे उंट, भोवतीच्या जमावातून ''धीऽन धीऽऽन''चा कल्लोळ उठत असतानाच भेदरून वर उठले. सांडणीस्वारांनी त्यांच्या शेपट्या करकचून पिरगाळल्या. त्या कळीसमके माना मागेपुढे करत ती मुकी जनावरे डुचमळत चालू लागली. राजे आणि कुलेशांचे पाय त्या उंटांच्या पोटाभोवती जखडून बांधले होते. दोघांच्याही हातातल्या काढण्या धरून आघाडीला मुकर्रब, इखलास खासे घोड्यावर बसले होते. वाद्यांचा, आरोळ्यांचा कालवा कानठळ्या बसवत असतानाच कधी निघाली नव्हती, अशी जल्लोषती धिंड निघाली.

वाटेवर येणाऱ्या मौजे-बुद्रकातली औरंगची रिआया मुकर्रब व इखलासवर खोबरे आणि खारकांचे तुकडे फेकत हर्षाने नाचत होती. दिवस ईदसारखा साजरा होत होता. रात्र 'शबेबारात'सारखी सजली जाणार होती. वाटेवर पसरलेल्या लांबलचक तळावर अशी एकही असामी नव्हती की, तिला दोजखी कैदी बघून डोळ्यांचे पारणे फेडायची जन्नती ख्वाईश नव्हती. फौजेचे हत्यारी लोकच ''सबूर, पीछे हटो,'' म्हणत आपल्याच बाया, मर्दाना, बच्च्यांना मागे हटवीत होते. त्यांची नजर चुकवून बच्चे-मोगल आणि औरती उंटावरच्या कैद्यांना हाती मिळतील ते पायतळीचे दगडी

गुंडे मारत होते. "कुत्ते, शैतान, काफर" असे पोटतिडकीने म्हणत, नफरतीने मनातला घुस्सा थुंकीत एकवट करून पायाशी पचापच थुंकत होते.

आता डोळे सताड उघडे केलेल्या क्षत्रियकुलावतंस शिवपुत्र संभाजीराजे यांच्या नजरेत अपार, अशरण तेज उतरले होते. देहात नसल्यासारखेच दिसत होते ते! मांडाखालच्या उंच जनावरापेक्षा, डोक्यावरच्या उंच लाकडी टोपीपेक्षा, एवढेच काय; रायगडाच्या उंच आघाडी मनोऱ्यापेक्षा नजर ठरणार नाही, अशा उंचवट्यावर जाऊन बसल्यागत दिसत होते त्यांचे डोळे. एवढ्या जोश कल्लोळातही कुलेशांच्याकडे बघत त्यांना विचारलेही, नेहमीच्याच राजबोलीत – "कचरलात छंदोगामात्य?"

झटकन आपली गर्दन राजांच्याकडे करून ती किंचित लवती करत कुलेश उत्तरले, "जी नहीं, नहीं होती ये आंखें, तो ऐसा नहीं देखना पडता स्वामीको!"

मध्येच मागे वळून इखलास खेकसला, "क्या बकते हो आपसमें? नाम लो खुदाका."

एरवी जो फासला काही पळात काटला गेला असता, तोच सगळ्या तळाचे डोळे निववीत चांगला दोन-तीन घंटे काटला जात होता. हिंदोस्थानच्या शहेनशहा आलमगिरांचीच शाही मुराद होती ती. तसा हुकूमही होता.

धिंड बहादूरगडाच्या आघाडी दरवाजात आली. दरवाजातच बहादूरखान, रणमस्तखान, शाब्दिखान, हसनअलीखान, गझनफरखान असे मुलूखभर तळ टाकून पडलेले खासे सरदार खडे होते. काही ना काही निमित्त काढून त्यांनी आज बहादूरगड जवळ केला होता. खिल्लती फेकून उभा मावळमुलूख फितव्याने फोडणारा बक्षी रुहुल्लाखान तर साऱ्या सरदारांत गरगर फिरत होता. त्यालाही बघायचा होता आँख भरून एकदा, दख्खनेत आल्यापासून हैराण-हैराण करणारा शैतान संबा! या खुशीच्या क्षणाची नौबत म्हणून गडावर तोफांची भांडी दणादण कडकडत फुटली.

अंगावरचे विदूषकी, ढगळ कपडेसुद्धा जागजागी फाटलेले, उन्हाने घामेजलेले, अंगावर पडलेल्या दगडगुंड्यांनी जागजागी जाया झालेले कैदी – राजे आणि कुलेश, उंटावरून खाली उतरविण्यात आले. गडाच्या लोहारमेटावरून निवडून पाठवलेल्या लोहारांनी झटाझट दोन्ही कैद्यांच्या खांदा-छातीवरून आवळून त्यांच्या पायांत लोखंडी बेड्या सांडशी, हातोड्याने पक्क्या करून टाकल्या. संशयी आणि गैरवाजवी सावध खुद्द औरंगनेच प्रथम कैद्यांना बेड्या आवळण्याचा सख्त हुक्म दिला होता! त्याने सर्व सावधानगी घेतली होती. शक्य असते तर त्याने राजांच्या भोसलाई राजस मनालाही बेड्यात जखडण्याचा हुकूम दिला असता!!

बहादूरगडात दिवाण-इ-आमचा दरबार खचाखच भरला होता. त्यात सगळीकडून आलेले मोगली सरदार, सर्जाखानसारखे इदलशाही, कुत्बशाही सरदार, सर्वांत

आघाडीला शहजादे कदमबरहुकूम नजर बांधून दरबारी रिवाजाप्रमाणे खडे होते.

अल्काबाच्या ललकाऱ्या उठताच गुर्झबारदारांनी हातचे गुर्झबी दंड रिवाजी होशियारीसाठी तिबार फरसबंदीवर आपटले. यःकश्चित माशी फिरली, तरी ते ऐकू यावे, असा सन्नाटाच सन्नाटा पसरला होता दरबारभर. सिंहासन बैठकीच्या पाठच्या दरवाजातून प्रथम वझीर असदखान बाहेर आला आणि पाठोपाठ हिंदोस्थानचा शहेनशाह मुहिउद्दीन मुहंमद आलमगीर गाझी औरंगजेब आला. त्याची कोरली दाढी आता पुरी-पुरी सफेद झाली होती. शेलाटी अंगकाठी मात्र उमर झाली असताही ताठ होती. डोळे शोधक, तीक्ष्ण होते. तो येताच उभा दरबार तसलीम देण्यासाठी खाडकन लवला.

"पेश करो दरबारके सामने नापाक काफर कैदियोंको।" असदखानाने आपल्या अली हजरतांचा हुकूम मुकर्रबला सुनावला. मुकर्रबने इखलासला नजर इशारत करताच दहा-पाच हत्यारी हशमांनी घेर टाकलेले, दख्खनेत आल्यापासून औरंगला घोर लावलेले दोन्ही कैदी दरबारच्या मधोमध पेश घालण्यात आले. कैदी ताठ होते.

आग्ऱ्याच्या कोठीतून तुरी देऊन सलामत सुटलेला सेवाचा बच्चा संभा, त्याच्या बम्मन एखत्यारासह तख्ता-कुलाहात सामने बघताच, आपले सगे भाई दारा-शुकोह, मुराद, शुजा आणि अब्बाजान शहाजहान यांच्या मौतीची खबर ऐकतानाही फुटल्या नव्हत्या एवढ्या आनंदाच्या उकळ्या बुढ्या औरंगच्या काळजात उसळून उठल्या. कधी भुलून वा चुकूनही तो दरबारी रिवाज मोडत आला नव्हता. पण आज नकळतच तो त्याच्याकडून मोडला गेला! बसल्या आसनावरून तो ताडकन उठला. कैदी संभाजीराजे आणि कुलेश यांच्या गर्दनी एवढ्या घेरावातसुद्धा ताठ खड्याच होत्या. झाली! आज या क्षणाला आग्ऱ्यातल्या दरबारानंतर प्रथमच मराठी दौलतीचे छत्रपती संभाजीराजे आणि दिल्ली तख्ताचा शहेनशाह मुहम्मद औरंगजेब यांची इतकी वर्षे कुचमलेली 'नजरभेट' झाली! जसे अंगपूत पेटलेल्या ज्योतीला वादळ बघत होते! चिवट जीवनशक्तीला सर्वग्रासी मौत बघत होती! माणसातल्या मर्दपणाला राजकारणातले गाळीव कपट न्याहाळत होते! काफरी जिंदादिलीला तख्तनशीन बेरहम, शाही मगरुरी पारखत होती!

घरेलू नाचीज मामल्याचा विचार एरव्ही कधी औरंगच्या मनात येणे शक्य नव्हते, पण या क्षणी मात्र एक चमत्कारिक खयाल त्याच्या मनाला धडक देऊ लागला.

'कैसे पैदा करते है, परवरदिगार ऐसे बेडर सूरमा शख्स काफरों के कोखमें? नहीं तो हमारा कमअस्सल बगावतखोर बच्चा। क्या नाम भी रख्खा हमने उसका शाही शोहरतसे – बडे आब्बाजान की याद जगाने – अकब्बर!!'

रानावनांत बरेच दिवस राहिलेल्या बच्चाला राजवाड्यातील गमती खेळणे बऱ्याच दिवसांनी मिळावे तसाच आनंद बुड्ढा असूनही शहेनशाहला झाला. वरवर तो

धीमा, शांत दिसत होता, पण आतून खुशीची अनावर कारंजी उसळ्या घेत होती त्याच्या काळजात. त्यातला एक लब्जही कुणालाही बोलावा अशा हैसियतीचे कोणीही दिसत नव्हते, त्याला दरबारात! झाली खुशी कुठेतरी बाहेर ओतून टाकण्यासाठी बेचैन झालेला शहेनशाहा हिंदोस्थान सिंहासनासमोरच्या रुजामेदार पायऱ्या शांतपणे उतरून आज पहिल्याने दरबारी मसनदीच्या चक्क गालिच्यावर आला! क्षणभर त्याने दरबारभर नजर फिरवली आणि मक्केकडे तोंड करून, अस्मानाकडे बघत त्याने पायीच्या गालिच्यावरच खुशीच्या नमाजासाठी गुडघे टेकले!!! कुराणे शरीफच्या आदेशाप्रमाणे तो रोजचे पाच वेळांचे नमाज स्वारीशिकारीतही न चुकता पढत आला होता. तो नमाज पढत असताना कुणाचीच काय; वझीर असदखानाचीही शामत होत नव्हती, आत जाण्याची! आणि – आणि आज मात्र खचाखच भरल्या दरबारात नेक इस्लामचा मन:पूर्वक नमाज पढताना त्याचे डोळे आनंदाच्या अश्रूंनी भरून आले! हातच्या तसबीहच्या माळेवर ते थबकले. त्याचाच दरबार ते ताज्जुबीने बघू लागला. त्यातल्या कैकांनी तर मागून 'गुस्ताखी'ची आफत नको म्हणून आपोआप गुडघे टेकले!

दरबाराबरोबर छत्रपती संभाजीराजेही तो नजारा बघत होते. एवढ्या जीवघेण्या विटंबनेनंतरही त्यांच्यातला, कवी भूषणाची कदर करणाऱ्या आबासाहेबांचा वारसा सांगणारा, 'बुधभूषणम्'चा रचनाकार काव्यप्रेमी, मराठमोळा, जातिवंत राजा उफाळून आला. छंदोगामात्य कवी कुलेशांच्याकडे रोखून बघत भरला दरबार थरकून जाईल अशा संथ; पण ठणठणीत राजबोलीत ते म्हणाले, "एवढी चर्चा केलीत आमच्याशी काव्याची हयातभर छंदोगामात्य! करून दावा या औरंगला बघताना आत्ता काय वाटतं त्याचं काव्य! या क्षणी! हाती कलम नाही असं न म्हणता!"

निघाल्या धिंडीने पुरते घायाळ झालेले कवी कुलेश त्या नुसत्या शब्दांनीच ढवळून निघाले. झटकन गर्दन वर घेत राजांच्या कपाळीच्या फिसकटल्या शिवगंधाकडे बघतच राहिले. प्रत्यक्ष औरंगच्या सेवेला खिदमतगार रुजू होणार नाहीत, अशा तत्परतेने शारदेचे मानकरी कनोजी शब्द त्यांच्यासमोर हात जोडत रुजू झाले. आपोआप त्यांच्या ओठांतून ते त्वेषाने बाहेर प्रकटले – "जो आग्या – सुनिए –

राजन हो तुम साँचे खूब लडे तुम जंग!
तुव तप तेज निहारके तखत त्यजत औरंग!!"

त्या दोघांच्यापासून दूर असल्याने औरंगला ते ऐकू येणे शक्य नव्हते. दरबार मात्र ते ऐकून चळवळला. जागजागेंतून कुजबुज उठली, "इन्शाल्ला सच तो है! क्या बकता है कुत्ता, काट दो जबान हरामजादेकी... असली शायर है... क्या मिसाल है शायरी!... सबूर – आस्ते... जबान काट जायेगी... इसी दरबार में!" दरबारी कुजबुजीची दखलही न घेता नमाज पढून उठत बादशाहा मुकर्रबला म्हणाला, "ले

जाव इनको कोठीमें! हटाव सामनेसे!'' औरंगच्या एकाच वाक्यावर दरबारी खसखस खाटकन थांबली! उतरला तसा औरंग संथपणे पुन्हा पायऱ्या चढून दरबारातून निघूनही गेला. दरबार उलगला. साखळबंद कैदी कोठीकडे नेले जाऊ लागले.

त्या खतरनाक आणि आजवर हैराण केलेल्या कैद्यांना बहादूरगडासारख्या शाही ठाण्याच्या कोठीत ठेवणेही औरंगजेबाला काही मानवले नाही. त्याच्या हुकमानेच दुसऱ्याच दिवशी, दरबारी पेश करण्यापूर्वी निघाली होती, तशाच धिंडीने, तशाच वेशात दोन्ही कैदी कोरेगाव जवळच्या तुळापूर ठाण्यालगतच्या वढू बुद्रुकात बंदोबस्ताने आणण्यात आले. अकलूजहून हललेला औरंगचा साठ हजार फौजीतळ बहादूरगड धरून, कोरेगाव, तुळापूर, वढू भागात राहुट्या टाकून दाटून पडला होता. इथेच होता संतश्रेष्ठ ज्ञानोबा आणि तुकोबा यांच्या तोंडून स्फुरलेले संतबोल ऐकून पुलकित झालेल्या इंद्रायणी आणि भीमा यांचा पावन संगम! या संगम काठालाच मावळतीचा पुढा धरून दोन भक्कम खांब रोवण्यात आले होते. हशमांच्या कड्यातून आणलेले दोन्हीही कैदी उंटांवरून खेचूनच पायउतार करण्यात आले. तख्ता-कुलाह आणि साखळदंडांत अगोदरच जखडलेल्या त्यांना मुकर्रब-इखलासच्या देखरेखीखाली, त्या खांबांना मनगटासारख्या दोरखंडांनी पुन्हा जाम जखडण्यात आले! कंठांतल्या तख्ता-कुलाहांनी त्यांचे हात पंखांसारखे पसरतेच होते. संगमेश्वरातून निघाल्यापासून कुठलाही अन्नाचा कण दोघांच्याही घशांआड गेला नव्हता. चेहरे ओढले होते त्याने त्यांचे, पण डोळे मात्र शरीराच्या वेदनांचे कडे फोडून अपार शांत आणि तेजवंत दिसत होते. त्यांची मनेच जशी उतरली होती, त्यांच्या फक्त डोळ्यांत!

आवश्यकता नव्हती तरीही जाड पात्याच्या नंग्या तेगी हातांत घेऊन मुकर्रब आणि इखलास, सरदार आणि हमिदुद्दीन कैद्यांभोवती पहारेकऱ्यांवर देखरेख करीत इकडे-तिकडे फिरत होते. एकाच भयाने. कुणी सांगावे. भुतांसारखे अचानक उपटणारे मरहट्टे आलेच आणि घडू नये ते घडलेच, तर याच खांबांना खुद्द आपणालाच जखडण्याचा हुक्म होईल हजरतांचा याची खातरजमा होती म्हणून! एकसारखे बहादूरगडाच्या रोखाने बघत ते कुणाचीतरी वाट बघत होते. आणि कैद्यांभोवती हजारो हत्यारबंद हशमांत खळबळ माजली : ''आ गये! आ गये!'' बहादूरगडाच्या रोखाने धुळीचा लोळ उठवीत, शे-पाचशे पठाणांचे एक पथक आले. हाताच्या इशारतीनेच पाठच्या दौडत्या पथकाला रोखत बक्षी रुहुल्लाखान पायउतार झाला. त्याचा मालक आलमगीर गाझीनेच त्याला खलबतात घेऊन, कानमंत्र देऊन पिटाळला होता. भोवतीच्या कुणाकडेही ढुंकूनसुद्धा न बघता खांद्यावरच्या खिल्लतीआड दडलेल्या हत्याराच्या मुठीवर हाताची भक्कम मूठ आवळत, तरातर चालत थेट राजे आणि कुलेश यांच्या समोरच तो आला.

त्याला बघून लाचार अदबीने पुढे होत मुकर्रब म्हणाला, "क्या हुक्म है आलमपन्हाका काफर कैदियोंके फैसलेमें?"

"चूऽप" मुकर्रबच्या पायांपासून डोक्यापर्यंत बेफिकिरीच्या नफरतीने बघत रुहुल्ला त्याच्यावर उखडला. कितीही झाले तरी मुकर्रब 'दख्खनी' होता. रुहुल्ला औरंगचा नेक, उत्तर हिंदुस्थानी 'शिवा' सरदार होता. खास कामावर नामजादी केल्यानेच तो हिरव्याकंच खिल्लतीत आला होता. खांद्याला जखडल्या छत्रपतींच्या समोर उभा ठाकत, कमरेवर हात ठेवून डोळे राजांच्या डोळ्यांत मगरुरीनं घुसवीत त्याने जाब केला, "खैर चाहते हो सुबेदार, तो ठीक सोचके जवाब दो। आलमपन्हा चाहते है तुम्हारा बयान, मौका है खुदाके खैरका आखरी – किस किल्लेमे रखा है तुमने अपना शाही खजाना?" त्याने 'सुभेदार' असा केलेला उल्लेख राजांना आज पहिल्या प्रथमच ऐकायला मिळत होता. "हंऽऽ" मानेवरचा रानटोळ झटकावा तसा रुहुल्लाचा सवालच राजांनी मानेबरोबर झटकला.

"हम पूछते है, कहां है तुम्हारा खजाना?" राजांची डोक्यावरची उंच माटाची, लाकडी विदूषकी टोपी खानाने गदगदा हालवली. जळत्या नजरेने खानाकडे बघताना राजांच्या नाकपुड्या संतापाने कशा फुलून उठल्या. जखडलेले छातवान अनावर संतापाने वरखाली झपापले. आतल्या आत खूप विचारांती त्यांनी साजेसा निवाडा आपल्याशीच घेतला होता. काही – काहीही न बोलण्याचा!

"बोलो, कौन-कौन थे फितूर तुम्हें शाही फौजसे? कौन-कौन भेजते थे खतवाले हशम तुम्हें?" हट्टाला पेटलेला रुहुल्ला राजांचा मुखडा डावा-उजवा गदगदा हलवून टाकत, भोवतीचे हशम अंगभर चरकावेत असा कडाडला.

आपल्या स्वामींशी चाललेली ती बेमुर्वती बघून कुलेश खोड्यातच तळमळते हलले. खोडा फोडण्यासाठी निष्फळ धडधड धडपडले.

"बोलो, गुँगे हो गये क्या काफर? मामूली चीज है। बताओ और जान बचाओ अपनी नादान।"

राजे खानाकडे नुसते रोखून बघत होते. कुठल्याही धमकीने वा गोडीगुलाबीने आणि सोबतच्या कविकुलेशांखेरीज कुणीही काही विचारल्याची दखल घेण्याच्या पार पलीकडे गेले होते ते. ते बोलते व्हावे म्हणून, "खजाना कहाँ है? फितूर कौन थे।" हेच सवाल आलटून-पालटून विचारून, कैक प्रकारांनी जंग-जंग पछाडून रुहुल्लाखान शेवटी थकला. त्याच्या कपाळावर उन्हाच्या तिरिपीने आणि एकसारख्या कंठशोष ओरडण्याने घामाचे थारोळे साचले. ते तर्जनीने निपटून टाकत शिवीच हासडावी तसे तो वैतागून म्हणाला, "नहीं जानता – मानता आलमपन्हाके गुनाहका नतिजा कुत्ते। भोग ले अपले गुँगेपनकी अब सजा – मौत!"

जंग-जंग पछाडले रुहुल्लाने राजांना बोलते करण्यासाठी, पण ब्रदेखील नाही

बाहेर पडला त्यांच्या ओठांतून. त्याच ढंगाने कुलेशांना चाचपून बघताना तर खानाने आपला हमेशाचा 'तुकडा फेकी'चा मन्सबीचा दाणागोटा बाहेर काढत चुचकारून छंदोगामात्यांना विचारले, "ये मरनेवालाही है अपनी मौतसे – होशियार शख्स हो तुम। बता दो कहाँ है इसका, सल्तनतके बऱ्हाणपूर-औरंगाबादके लूटका छिपाया खजाना? कौन-कौन थे शामिल इसको शाही फौजके गद्दार कुत्ते? मरातबसे मालामाल कर देंगे शहेनशाह तुमको मन्सब बक्ष करके! बताओ। डरो नहीं अब इसको। बताओ।"

गळ्यातला तख्ता-कुलाह, डुईची लाकडी टोपी डावी-उजवी झटकती हलवून खानाला त्यांनी इमानी चाकरीचा जसा खणखणीत सबकच दिला – "खाऽन, मौका मिलता तो हमही पूछते यही सवाल तुमको! सारे हिंदोस्ताँका खजाना हजम किया है, तुम्हारे शहेनशाहने! मन्सबके टुकडे फेंक कर खरीदा नही जाता कभी कवीका इमान। कुत्ते हो तुम, खंदेकी खिल्लत पहेनकर नाजसे हमारे स्वामीकी गर्दन हिलानेवाले बेमुर्वत!!"

"खामोऽश, लईम काफर।" अंगावर सापाचे वेटोळे पडावे तसा खान आक्रोशून उठला. झपकन पुढे होत त्याने मराठी दौलतीच्या कुलएखत्यार, छंदोगामात्यांच्या गालफडावर सणकावती थप्पड दिली. त्याच्या भिवया वाकड्या-तिकड्या झाल्या होत्या. दाढीचे केस रोधता न येणाऱ्या घुश्शाने दाभणासारखे ताठरले होते.

आपल्या लाकडी खोड्यातूनच ते बघताना राजे कुडीभर उफाळले. त्यांना जखडून टाकणारा खांबच हिंदकळला मुळापासून त्यांच्या ताकदवर धडपडीने!

फोडला! आता मात्र राजकुलाच्या बालपणापासूनच्या संस्कारांनी कटाक्षानं मनोमन करकचून बांधून टाकलेला मौनाचा बंधारा राजांनी फोडला. शब्दांचा अनिवार आतषखाना त्यांच्या तोंडून रुहुल्ला, मुकर्रब, इखलास यांच्यासह हरएक हशमाच्या काळजाची, मुहर्रमची खाई पेटवावी, तसा खाई पेटवीत बेलाग तडतडू लागला – "सांग तुझ्या मालिक 'सुभेदारा'स खाऽन! मरणाचे चाळ करून बांधलेत आम्ही पायांत! जन्मदात्या बापास कैद करून, त्यानंच बांधल्या लालकिल्ल्यात त्यास डांबून – तबिबाकडून जहराचं मालीश त्याच्या बुढ्या अंगाला फासणारं नाही भोसल्यांचं खानदान! भावांच्या पाठीत, तख्ताच्या हवसेनं खंजीर खुपसणारी नाही आमची भावकी!"

"खामोऽश। पाबन्द रख्खो जबान!" थरथर कापणारा रुहुल्ला ओरडला. "काट दो इसकी गर्दनऽ! इसको पैरके नीचे दो हाथीके! खाने डालो कुत्तोंको इसका मगरूर गोश्त!" चारी बाजूने जळजळीत आरोळ्यांचा एकमेकांत मिसळता कालवा उसळला. तरीही बेडर-बेभान झालेले राजे बोलतच राहिले –

"अरे, खाल्लंच आमचं गोश्त कुत्र्यांनी तर त्यांची औलादही निपजेल इमानदार! सांग तुझ्या मगरूर मालिकला खान – जी भावांची केलीस, जन्म दिल्या बापाची

केलीस, हयातभर इमानी चाकरी केलेल्या मिर्झा राजाची, दिलेरची केलीस; त्याहून काय करणार दुसरी हालत तू आमची? तैय्यार आहोत आम्ही मन बांधून त्यासाठी या क्षणाला!! ध्यानी ठेव म्हणावं त्याला – आम्ही गेलो तरी सुखासुखी नाही पडणार हा मुलूख त्याच्या घशात इदल, कुत्बशाहीसारखा! इथला उंबरा अन् उंबरा करील पैदा लहानथोर सेवा-संबा!!!''

राजे आपल्या आका अलीची नालस्ती काही रोकत नाहीत, हे बघून रुहुल्ला झटक्यात तिरीमिरीने पुढेच झाला. त्यांचे तोंडच बंद करावे म्हणून आपल्या पंजाने त्याने राजांचे दोन्ही ओठ एकाजागी घट्ट करण्यासाठी सांडशीपकडच घालायचा प्रयत्न केला. गर्दन झटकून ती उडवून लावत राजे शेवटचे पण वर्मी असे सर्वांना ऐकू जाईलसे ओरडले – ''आम्हास मारून कधीच सुटणार नाही तुझा पापी हजरत सलामत! ज्या दिल्लीच्या तख्तासाठी तो रचतो आहे, एवढे पापांचे डोंगर – त्याच्या आसपासही मिळणार नाही कबरीसाठीसुद्धा वावभर जागा त्यास!! शिराचं नाव 'भंडारा' ठेवून, तोच तळहातावर घेतलेले आमचे जानकुर्बान मावळे – निघालाच परतायला तो उत्तरेकडं, तर खोदतील त्याचीच कबर याच मावळमातीत! बताव उसको – ठोकरसे फेंक दिये है, हमने उसके सब सवाल!! जाऽव!'' तरीही राजे उभ्या कुडीभर राजसंतापाने अनावर थरथरू लागले. उभ्या आभाळाने ताकद एकवटून ढाळण्यासाठी जबरी तडाखा दिला तरी न चळता सूर्याचा तापगोल बिंबभर थरारेलच थरारेल तसेच राजे दिसले!! भोवतीच्या बघ्यांना क्षणात चाटून गेलं की, घुश्शात असले तरी आलमपन्हा आका अली 'असे' कधीच दिसले नाहीत!

असले काहीच आणि कधीच ऐकण्याची आदन नसलेल्या रुहुल्लाच्या अंगाचा कसा तिळपापड झाला नुसता! ''चूऽप मनहूस कुत्तेऽ'' ओरडताना नरड्याच्या धमन्या तटतटून फुगल्याच खानाच्या. झेपावत त्याने ज्या कानशिलांवर धाराऊ आणि थोरल्या आऊंची बोटे 'आलबला' घेत फिरली होती, त्याच कानशिलावर जबरदस्त थपडेचा खडखडता आवाज काढला!! खान घुश्शाने बेभान झाला होता. अशा काही जळजळीत नजरेने राजांनी खानाच्या हाताकडे बघितले की, त्या नुसत्या नजरेनेच त्याने आपला झणझणता हात पिरगळा बसावा, तसा मागे घेतला. पेटत्या आगीतून काढावा तसा! भोवतीचे हशम तर थरकून उठले होते. खोड्यात तळमळत्या कुलेशांनी असह्य संतापाने तळमळून-तडफडून गर्दन खाली टाकली.

भुईवर पचकन थुंकत नेमल्या कामगिरीत पुरता नाकामयाब झालेला खान स्वत:शीच पुटपुटला, ''मर जायेंगे दोनों भी नाबकार काफर लोंडे कुत्तोंकी मौत। मुराद, दारा की नहीं वो हालत करेंगे पाक इस्लामके असली बंदे आका अली हरामजादोंकी! बू मिट जायेगी काफरोंकी दुनियासे।''

दणदण पाय आपटत, जनावरावर झेप टाकून आपल्या पथकासह खान

रुहुल्ला बादशहाला कैद्याची बदतमिजी सांगायला निघूनही गेला. राजांनी उच्चारले शब्द जसेच्या तसे आपल्या हसरतच्या कानी घालण्याची त्याची शामतच नव्हती. दौडतानाच तो विचार करू लागला, ते शब्द सुमार करून दरबारी रिवाजात कसे काय पेश घालावेत!

सांजावत आल्याने आता मावळकडेवर तापदेवाचा रसरशीत गोळा दिवभरापेक्षा मोठा दिसू लागला. त्याच्या आवतीभोवती लाल, गुलाबी, केसरी यज्ञकुंडच जसे पेटले होते. मनात आणले तरी कधीही तो तेजोगोल खुद्द आभाळालाही दस्त करता येणार नाही, ह्या एकाच विचाराने जखडबंद राजे स्वत:ला हरवून एकटक त्याच्याकडेच बघू लागले. त्यांना याद आली. रायगडाच्या हिरकणी माचीवरून दिसणारा हाच तो सूर्यगोल. एकदा तर श्रीसखींच्याबरोबर माचीवर उभे असताना त्यांनी विचारले होते, "काय वाटतं समोरचा सूर्यनारायण बघताना तुम्हास?"

क्षणभरच थांबून त्या पटकन म्हणाल्या होत्या, "माचीच्या या उंचवट्यावरून तो घरचाच वाटतो – आबासाहेबांगत!"

आबासाहेब! केवढा भाग्यवंत, यशवंत आत्मा! रायगडी काळ होताना भोवतीच्यांना ते म्हणाले होते, "ये तो मृत्युलोक – येथे जितुके आले तितुके गेले." – कशासाठी येतात माणसे – आणि जातात काय उभवून? का पेटतो तुमच्या आणि समर्थांच्या आठवणीने जिवाचा पोत उजळून? का वाटत नाही तुम्ही गेल्यागत?

हिरकणीमाचीवरून फरशीच्या आकाराचे रूप घेत डुंबताना दिसणारे बिंब, आता खांबाला जखडल्या राजांना कोरीगत सपाट दिसू लागले. हाताच्या तख्ता-कुलाहाचे भानच नव्हते त्यांना. डाव्या हातच्या कुलेशांना म्हणून ते म्हणाले, "डुबतीला चाललाय आभाळाचा स्वामी. रिवाज द्या, त्यास छंदोगामात्य!" छातीशी नेण्यासाठी त्यांनी आपला हात खेचला. तख्ता-कुलाहच्या लाकडी कड्याला तो खटकन कचला. सणकारती कळच हाताकडून उमटून मस्तकात भिनली त्यांच्या. त्या वेदनेची वाटली नाही, एवढी एकाच बाबीची खंत त्या भोसलाई कुलवंतांच्या मनाला पिळवटून गेली, 'आम्हाला मुजऱ्याचा रिवाज देण्यासाठी किती अदबशीर हात आजवर लवत हालले. पण-पण आज खुद्द आमचा हात मात्र आमचाच राहिला नाही. साक्षात सूर्यनारायणास वंदन करण्यास!' शरीरापेक्षा मनाच्या या कोंडीने डोळे मिटतेच घेतले त्यांनी. तरीही हालता हालेना त्यांच्या डोळ्यांसमोरून लालीलाल झालेले ते आकाशस्वामी तेजोबिंब. राज्याभिषेकाच्या वेळी कानांवर पडलेले ब्रह्मबोल घुमू लागले – "शिसोदिया वंशज सूर्योकुलोत्पन्न – क्षत्रिय कुलावतंस –"

आता तळभरच्या सांजनौबती दुडदुडु लागल्या. खानसाम्यांनी तांब्याची, कल्हईदार, थोराड भगुणी रसोईसाठी चुलाणांवर चढवली. कसायांनी काटलेले बैल-बोकड

जागजागी त्यांवर रटरटू लागले. त्याचा एक तिखट, उग्र वास तळभर पसरला. आता सारा तळ रात्रीचा नमाज पढून, भरघेराच्या मोठमोठ्या परातीसारख्या थाळ्यांतून, पाच-पाच दहा-दहांच्या मेळाने खाना रिचवणार होता. उपाशी आतड्यांनी आणि जागत्या डोळ्यांनी त्या साठ हजारांच्या तळावर फक्त दोनच जीव भुईवरच्या लाकडी खोड्यांत असूनही त्यात नसल्यागत आपापल्या कुलदेवता जगदंबा आणि चंडीची प्रार्थना करणार हाते... छत्रपती आणि छंदोगामात्य!!

जागजागी शिलगलेल्या पलोत्यांच्या आगझपेटी वाऱ्यावर वेड्यावाकड्या फरफरू लागल्या. उतरती सांज थरथरू लागली!

आता बहादूरगड सोडून खुद्द औरंगजेबच कोरेगावच्या तळावर येऊन शाही शामियान्यात ठाण झाला. दिल्ली सोडतानाच त्याची पहिली मुराद होती ती 'सेवाची' मराठशाही इस्लामची बंदी करण्याची. त्यासाठीच सलामीचा पहिला फौजी रेटा देऊन बघितला होता, त्याने या पहाडी मुलखाला. नाकामयाबीने हात चोळत चार सालांपूर्वीच त्याला फौजी 'पिछाट' घ्यावी लागली होती, सेवाच्या बच्चासमोर. आज तोच 'संभा' कैदी म्हणून दस्त झाला होता, त्याच्या पंजात. हालहाल करून त्याचा काटा काढताच त्याच्या या पहाडी मुलखातले दुबळेपतले, अर्धेनंगे हशम हातच्या माळेत सहज गुंडाळून टाकणार होता तो. आपल्या शामियान्यात मात्र आता तो विचित्र खयालात गुरफटला होता. त्याला आपला बच्चा अकबर आणि दिलेरचा मिरबातखान यांचा संभालाच शामिल होण्याचा मतलब कळत नव्हता.

संभाने दिल्या बेमुर्वतखोर जाबांची नोंद त्याने घेतलीच होती. फितवेखोरीने ठिकठिकाणचे मराठे सरदार त्याने केव्हाच मुठीत टाकले होते. राहून-राहून त्याला एकच विचार छळत होता : 'देहली छोडके आये बडे मुरादसे। बुढापा आया नजदीक। होगी हमारी ख्वाईश पुरी? कांजीवरम से काबूल इस्लामका बंद करनेकी?'

वढूच्या तळावरून मुकर्रबखानाकडून रोज त्याला हरकाऱ्यांकडून खबरा येत होत्या – "कैदी कुछ बोलते नहीं – कुछ खाते नहीं।"

बादशहाबरोबर त्याच्या सेवेसाठी आलेली त्याची मुलगी झीनतुन्निसा रोज अब्बाजानबरोबर खान्याचे कटोरे, त्याच्यासमोरच त्यातील पदार्थ चाखून, त्यात काही 'जहरी ऐब' नाही याची खातरजमा त्याला करून देत होती! मगच खान्याचे थाळे मांडीत होती. अशाच एक खान्याच्या वेळी मुकर्रबकडून खबऱ्या आला –

"जिद्दी काफरोंने अबतक कुछ नहीं खाया."

रोज मसालेदार मोगली पदार्थांचे शाही थाळे राजांसमोर आणि सिरकुर्म्याचे गोडे थाळे कवी कुलेशांसमोर नेऊन त्यांची भूक चाळवण्याच्या प्रयत्नात मुकर्रब-इखलास पुरते नाकामयाब झाले होते. कैदी दस्त करताना जो जोश मुकर्रबखानात होता

त्याचीच जागा आता भयशंकेने घेतली होती – "ऐसेही मर गया काफर तो?"

कैदी काही खात नाहीत, ही मुकर्रबची खबर ऐकून बेचैन औरंगजेब आपल्या थाळ्यापासून उठून फेर घेऊ लागला. मांडल्या अन्नावर माश्या बसू नयेत म्हणून त्यावर पितळी झाकणे झीनतुन्निसा तत्परतेने ठेवू लागली. ते बघून जागीच थबकला. चमत्कारिक असा स्वत:शीच हसला. आपल्या पदार्थ चाखण्यात काही गफलत झाली काय? अब्बाजानना काही शक आला काय? याने भांबावलेली झीनत मोठ्या धाडसाने म्हणाली, "हँस पडे अब्बाजान? शक है कोई?"

खदखदून हसत औरंगजेब तिला म्हणाला, "मक्खियाँ बैठती है थालेपर इसलिये तूने डाल दिये ढक्कन उनपर। बेटी, कभी-कभी इन्सानके दिलपर भी बैठती है मक्खियाँ! क्या लाओगी उसके लिये ढक्कन? एक भाई है तुम्हारा अकबर, जो घूमता है गाँव-गाँव तख्त के लिए, अनाज के लिए! और एक है ये सेवाका बच्चा संबा जो हाथ तक नहीं लगाता थालेको।" स्तिमित झाल्या आपल्या मुलीकडे बघतानाच त्याने हुक्म दिला, "ले जाव ये खाना। हम नहीं चाहते।"

वजीर असदखानाला याद फर्मावून बादशहाने हुक्म दिला, "हम – खुद हम देखना चाहते है कैदी संबाको!! जाव। इंतजाम करो।" औरंगच्या हयातीतली ही पहिलीच वेळ होती की, तोहून एका कैद्याला बघायला राजी झाला होता!

कैदी खांबांना जखडून आता तीन दिवस झाले होते. एकाही शाही सवालाचा दोघांनीही बादशाहाच्या मनाजोगा जाब काही दिला नव्हता. दोघेही उपाशी होते. कोणीतरी अल्लाचा रहमदिल बंदा मिन्नत करकरून त्यांना फक्त पाणी प्यायला लावत होता. जाताना आपलेच डोळे टिपत कैद्यांना ऐकू जाईनासे, पण मनोमन वाटणारे म्हणूनच स्वत:शीच पुटपुटत होता – "कैसी जिद्द पैदा की है, अल्लातालाने इनमें! हत्यार होते हाथ में तो खुदही काट देते ये अपनी गर्दन! क्या तकदीर है एक एककी! परवरदिगार, इन्हे अच्छे खयाल दो."

रुहुल्लाकडून कैद्यांच्या गुंगेपणाची हकिगत ऐकलेल्या बादशाहाने आपल्या मुल्लामौलवींची तातडीची मजालस भरवली. आपल्या मनचा फैसला मग तो कुणाच्याही बाबत असो, तो नेहमीच मुल्लामौलवींच्या तोंडून वदवून घेत असे. असे तो नेहमीच करीत आला होता. म्हणजे आपल्या फैसल्यावर तो इस्लामी धर्माचे शिक्कामोर्तब नेहमी करवून घेई. या कैद्यांबाबत त्याने तेच केले. "शाही शहर लूटने, जलानेवाले, मुसलमानों की बेरहम कत्ल करनेवाले, मसजिद तसनस करनेवाले, बगावतखोर को कुराने शरीफसे सजा कौनसी? तो सजाये मौत!" असा दस्तुर केलेला लेखी फैसला मौलवींच्या मजलसीनं बादशहाच्या हातात ठेवला.

आला! आपल्या शाही शामियान्यातून बाहेर पडलेला हिंदोस्थानचा शहेनशाह

औरंगजेब आपल्या सजल्या हत्तीच्या, चांदीच्या हौद्यात बसून, सोनेरी छताखालची, आपली भुईतळसुद्धा शोधणारी नजर भोवतीच्या सरंजामावर गरागरा फिरवीत शेवटी आला. पाठच्या हत्तींवर बादशाहाचे शहजादे आणि नातू अशा सवाऱ्या होत्या. एक हत्तीवर तर झीनतसह शाही जनानाही बसला होता. आग्रादरबारात बगावतखोर 'सेवा'ला बघण्याचे नव्हते, एवढे कुतूहल आज त्याचा बच्चा कैद 'संबा' बघायला साऱ्यांच्या मनात दाटले होते. आस्ते कदम चालणाऱ्या कैक खानांतील अनेकांच्या मनात – अलमगिराच्या या कैदी बघण्याच्या निवाड्याचं 'ताज्जुब' फिरत होते.

बादशाहा औरंगजेबाची सवारी बुद्रुक वढूच्या ठाण्यावर आली! माहुतांनी अंकुश-टोच देऊन हत्ती बसते केले. तळावर आगवानी मरातब कानठाळ्या बसविणाऱ्या तोफा फुटल्या. बादशहा शहजादे, नातवांसह भुईउतार झाला.

ही चमत्कारिक भेट होती. दिल्ली तख्ताचा अधिकारी असलेल्या, डामडौलात आलेल्या औरंगजेबाची आणि रायगडाच्या सिंहासनाचे अधिकारी असलेल्या, गेली आठ वर्षे चारी आघाड्या सांभाळण्यासाठी जिवाचे रान करणाऱ्या कैद संभाजीराजांची! तुळापूरच्या वढू बुद्रुकच्या इंद्रायणी-भीमाच्या संगमी माळरानावर! पुरा तळ गर्दीने दाटला असून तरीही चिडीचाप असताना.

शहेनशाह जखडबंद कैद्यांच्या रोखाने निघाला.

चांगले दहा हातांचे सुरक्षित अंतर ठेवून, हत्यारबंद पहाऱ्यातला औरंगजेब, वजीर असदखान, रुहुल्लाखान, मुकर्रबखान, इखलासखान यांच्या घेरात, खांबाला जखडबंद, ताठ गर्दनीच्या कैदी संभाजीराजांसमोर खडा ठाकला!! जखडबंद राजांना पायांपासून न्याहाळत, काळजात प्रचंड खळबळ माजलेली त्याची शाही नजर राजांच्या डोळ्यांवर येऊन खिळली. घालमेल-घालमेल झाली नुसती त्याची. काळजाचा देठच हलला गेल्याचे आज पहिल्यानेच त्याला जाणवून गेले, 'इतने हुए बच्चे पैदा हमारे। तैमूरका ये खानदान। एक भी नाबकार की आँखे क्यों नहीं देखी हमने ऐसी! आफताबसे रिश्ता बतानेवाली!'

एकदा रुहुल्ला आणि असदकडे बघत खुद्द औरंगनेच राजांना जाब केला, "बताओ, कहाँ है तुम्हारा लूटमारका खजाना? कौन-कौन थे गद्दार, बगावतखोर फितूर तुम्हे हमारा नमक खा कर?" पायीच्या मोजड्यांकडे बघावे, एवढ्या नफरतीने आणि फक्त नफरतीनेच आपले सूर्यपेट डोळे औरंगजेबाच्या डोळ्यात रोखून राजे एकटक नुसतेच त्याच्याकडे तिरस्कारानं बघत राहिले. ती नजर नव्हतीच! बघणाऱ्यांचे काळीजच पोखरून टाकील अशी, कुणालाही जाणवावी अशी डोंगरटोकावर बसलेल्या गरुड पक्ष्याची तीक्ष्ण चोचच होती ती!! ती नजर आणि पापण्यांचा काठ फोडून टाकत उतू जाणारी नफरतच, एवढा काळीजकठोर औरंगजेब, पण त्यालाही स्पष्ट जाणवली. गर्दन वर करून बघणाऱ्या माणसाची

त्याला कधीच सवय नव्हती. सर्वच त्याच्यासमोर येत, ते 'कदमबर' नजर ठेवूनच! आणि अशा फेकून देणाऱ्या नफरतीच्या नजरेची तर नव्हतीच नव्हती.

त्या अटीतटीच्या कुचमलेल्या क्षणांनी मनोमन थरकलेला रुहुल्लाखान पुढे होऊन कमरेत लवत, हातचा राखीव उपाय आपल्या आलमपन्हांना सुचवीत दबक्या आवाजात म्हणाला, "रहम कर दो आका अली। अभी बन जायेगा ये मगरूर, इस्लामका बंदा। कौडीमोल – बादमें बतायेगा सब अपने आप।" मराठी मुलखात आपण केलेल्या फितवेखोरीच्या इमानदार चाकरीचे पाठबळ मानून हजरत हा सल्ला मानतील असा पागल भरोसा होता त्याला.

"चूऽप! बिलकूल बेवकूफ हो तुम बक्षी!" नाचवावी तशी नाचणाऱ्या कठपुतळी बाहुलीकडे टाकावी, तशी कीव करणारी एक जळजळीत नजर बादशाहाने बक्षी रुहुल्लाखानावर टाकली. राजावर रोखली नजर जराही न चाळवता तो म्हणाला, "जरा गौरसे देखो एक दफा उसकी आँखें। अरे, अपने बापके साथ पेश आया था आग्रादरबारमें, तो कितनी मासूम थी ये आँखे! ये अपनायेगा इस्लाम? बनेगा बंदा? पढेगा कभी नमाज? भूल है तुम्हारी। देखो तो कैसे घुरके देखता है नफरतसे! आँखे नहीं ये – जलती मशालें है मशालें! इसको बंदा बनाना अस्तनीमें अंगार रखना है!!

"दऽख्खनीऽ, निकाल दो... निकाल दो ये बेमुर्वत आँखें! जलती सलाख घुमाओ इसकी आँखोंमें! दे दो इस मगरूर काफरको नयी नजर!!" रुहुल्लाकडे ढुंकूनसुद्धा न बघता, दख्खनी इखलासला शहेनशाहचा क्षणात आखरी हुक्मही सुटला.

हयातभर हिंदोस्थानात वणवण भटकलेले मोगली, शाही बुढेपण अंगभर थरारले. लाकडी खोड्यातले मावळी तरुणपण ते ऐकताच आपले उभे शरीर भुईवर फेकून देत डोळ्यांतच एकवटले. तोफेचे भांडे फुटावे, तशी राजांची भोसलाई जबान तडतडली – "अरेऽ! तुला दिसतात, खुपतात तसे दोनच नाहीत आमचे डोळे. आमचे शेकडो, हजारो मावळे आमचे डोळेच झालेत! हिंदोस्थानचा शहेनशाह असलास, तरी काढू शकतोस ते सांडसी वापरून? काऽढ – पळाचाही वखत न गमावता आमचे हे डोळेच पहिल्याने काढून टाक. तुझी शक्लसुद्धा बघायची इच्छा नाही आम्हास! गेलीच तर आमची एकल्याची नजर जाईल, पण मिळालीच, तर मिळेल त्यानंच नवी नजर आमच्या घरट्याघरट्यांतील जान कुर्बान मावळ्यांना!!" त्या 'बकवासी'कडे लक्षही द्यायची गरज न वाटलेला औरंगजेब क्षणभरच कैदी कुलेशांच्या बाजूने दोन कदम सरकला. त्यांनाही निरखले त्याने खालवर. एवढ्या घालमेलीतही निसटती चुटपुट त्याला चाटून गेलीच, 'इसी तख्ता-कुलाहमें जखडबंद होता बागी शहजादा अकबर तो? क्या खैर होती अल्लाहकी!'

कुलंगी कुत्र्यागत मागून चालणाऱ्या इखलासला, कुलेशांकडे बघतच त्यांच्या बाबतही तसाच निवाड्याचा हुक्म त्याने क्षणात दिला, "कर दो हर सजाका अमल

पहले इस बम्मन शायरपर! सुनेंगे हम, कैसे देखती है काफर सेवाकी खुदको 'शेरदिल' माननेवाली औलाद अपने शायरकी तिलमिलाहट!''

''जी हुजूर,'' दोन्ही कैद्यांच्या सजा ऐकून हबकलेले मुकर्रब-इखलास एकदमच कमरेत लवत म्हणाले.

सफेद, कोरीव दाढी फिरलेली गर्दन बादशाहाने झटकली. कुत्तेमोल काफर कैद्यांसाठी आपण जादा वख्त खराब केला, हे जाणवल्याने तो जायलाही वळला. त्याच्या किमॉशातले हिरवेकंच पाचूपदक आणि मोतीलग उन्हात कशी झगझगत तळपून उठली.

आता तो पुन्हा कधी, कधीच नजरेससुद्धा पडणार नाही, म्हणून राजे कसे अंगभर उकळून गेले. तडफडाट... तडफडाट झालेल्या राजांच्या तोंडून बळीच्या बोकडाचीही झाली नसेल, अशी राजा असूनही झालेल्या आपल्या विटंबनेचा बदला घेणारी, त्याच्याच सरंजामासमोर त्याला ठोकरून लावणारी एक सणसणीत शिवीच तोंडातून सुटली, ''सुव्वऽरकी औलादऽ! शेरके बच्चे शेर जैसे जीते है, मरते है तो भी शेर जैसे!''

असला कुठलाच नापाक शब्द कधीही ऐकण्याची कधीच सवय नसलेला औरंगजेब, उभ्या देही संतापाने कसा थरथर कापू लागला. एका मामुली कैद्याने हिंदोस्थानच्या शहेनशाहला चक्क तोंडावर 'सुव्वर' म्हणावे! तेही शहजादे, वजीर, सरदार, प्यादे यांच्या सामने!! आत मुडपलेले त्याचे पाताळयंत्री पातळ ओठ शाही घुश्शाने थरथर कापू लागले, तटतटून फुगलेली मस्तकावरची शीर धडधडू लागली. देहाबरोबरच त्याच्या ऐटदार शाही रोबावरची नकसदार, झगमगती कलाबतूही लटलट कापू लागली. हातची तसबीहची माळ गोळा होऊन गपकन मिटल्या मुठीत कोंडून पडली. अंगभर तैमुरी रक्त कसे धडका देत उकळले. टोकदार नाकशेंडा आणि मांसल कानपाळ्या सरसरत लालेलाल झाल्या. कुठलाही कठोर हुक्म देताना हयातभर त्याच्या संथ, धिम्म्या जबानीने त्याला कधीच दगा दिला नव्हता; आज मात्र दिला – ऐकताना त्याचाच वजीर असदखानही लटलट कापावाच असा, आजवर कुणालाच न दिलेला हुक्म देत तो कडाडला –

''इखलाऽस दख्खनीऽ, आँखे निकालनेसे पहले ये – ये बेगुमान, मगरूर जबान कटा दो जडसे! फेंक दो कुत्तोंके सामने!!!''

''हंऽ, बेवकूब औरंग, मरत नाहीत जबान काटून कुणाचेही बोल कधीच!'' आपल्या सुकल्या राजओठांवरून जीभ फिरवत, अगदी शांत निर्धारी बोल राजांच्या तोंडून सुटले.

कुणाचीही दखल न घेता औरंग तरातर चालत हत्तीवरच्या हौद्यात जाऊनही बसला. बुद्रुक वढूच्या माथ्यावरचा, माध्यान्हीचा सूर्य जळत्या किरणांनी ठिबकू

लागला. वढूची काळीशार भुई त्याने तावून-सुलाखून निघू लागली!!

हजरतांची मुरादच होती, डोळे जाळण्यापूर्वी जबान छाटली जावी. त्यासाठी इखलासने जल्लादी पथकातून न कचरणारे नेटाक जल्लाद, त्यांच्या उघड्याबंब केसाळ छाताडांवर मुठीचे भक्कम कुमके मारून निवडले. बाजूला घेऊन, ते डरू-कचरू नयेत, म्हणून त्यांना प्रथम तांब्या-तांब्याभर हबसाणी कडक शराब पाजण्यात आली.

इखलासने तळावरच्या लोहारमेटाचे फौजी लोहार, पेटत्या शेगड्या आणि सांडशींसह बोलावून घेतले. हातभर लांबीच्या दोन-दोन लोखंडी सळया लोहारी भात्यावर पेटलेल्या, शेगडीसारख्या लोखंडी चुल्ह्यांत लोहारांनी तावणीला टाकल्या. धरणाऱ्यांचे हात पोळू नयेत, म्हणून त्या कापडी बासनांच्या घट्ट मुठीत गुंडाळल्या होत्या. काही जल्लादांनी कैद्यांच्या जिभा जबड्यातून बाहेर खेचण्यासाठी हातात सांडशी घेतल्या. काहींनी त्यांच्या जिभा छाटण्यासाठी खांद्यांना टेकून धारदार नंग्या तेगी पेलल्या. हुकमाची वाट बघत ते सारे शिस्त धरून एका बगलेला खडे झाले.

आलमपन्हांचा हुक्म होता – "आँखे निकालनेसे पहले जबान काट दो। हर सजाका अमल पहले शायरपर करो। बादमें संबापर!"

प्रत्येक संजेचा अंमल पहिल्याने कवी कुलेशांवर करण्याचा हुक्म देण्यात काय मतलब होता औरंगजेबाचा? तर आपल्या प्याऱ्या शायराचे सजा भोगताना होणारे हालहाल बघून राजांचा दिल कचावा, मनोधैर्य ढळावे त्यांचे. फाटूनच जावे त्यांचे काळीज. हताश होत हात पसरून कोणत्याही अटीवर भीकच मागावी त्यांनी जान बचावण्याची. ते नाहीच झाले, तर किमान चाकराचे हाल बघताना त्यांना दिलतोड यातना तरी व्हाव्यात.

कमरेला फक्त तुमानी आवळलेल्या उघड्याबंब आणि घामात निथळणाऱ्या, हातात सांडशी आणि नंग्या तेगी पेललेल्या, पाच-दहा काळ्याकभिन्न उलट्या जाड ओठांच्या हबशी जल्लादांचा मेळ घेऊन इखलास कुलेशांच्या समोर आला!

आतापर्यंत सजेची बातमी पुऱ्या तळभर सरकली होती.

जखडबंद कैद्यांची सजा बघून डोळे निववावेत म्हणून फौजी स्त्री-पुरुष सारेच खचाखच दाटले. टाचा वर करून एकमेकांच्या खांद्यावरून कधी बघितले नव्हते, अशा सजेचा नजारा ते बघू लागले. एवढा तळ एकवटला होता खांबाभोवतीने, पण डुईवरून उडणाऱ्या रानभोरड्यांची भरभरसुद्धा साफ ऐकू यावी, एवढी शांतताच शांतता पसरली होती.

"मूँऽखोलो शायरके बच्चे!" कुलेशांचा मुखडा हातपकडीत धरून इखलासने तो डावा-उजवा हासडला. त्याची बकबक ऐकूच न आल्यासारखे कुलेश शांतच होते.

हा हुक्म फर्मावणारा इखलास किती मूर्ख होता! आपली जीभ छाटण्यासाठी

आपला जबडा कोण आणि कसा काय देणार खोलून!

एकटक रोखून बघणाऱ्या कुलेशांचा शांतपणा बघून तर इखलास पिसाळूनच गेला. पुढे होत त्यांचा जबडा फाकण्यासाठी ताकद लावून दोन्ही हातांनी झटू लागला. कुलेश काही नुसते शायर नव्हते. स्वारीशिकारीत तावून-सुलाखून निघालेले सूरमे लढवय्ये होते; ते. खूप खटपट करूनही एकल्या इखलासला काही त्यांचा जबडा फाकविणे साधेना. दातकुडी बसल्यागत जाम आवळूनच धरला होता, त्यांनी आपला जबडा! त्या जबड्याशी झटून घामाघूम झालेला इखलास शेवटी वैतागून, संतापून उठला. कुलेशांच्या गालावर संतापी थप्पड देत ओरडला, "पकड बैठी क्या मूँह को तेरे सुव्वर?"

आपल्या जल्लादांकडे बघत हात उठवून तो चरफडत कडाडला, "सब मिलके खोलो ये जबडा. खींचो बाहर इसकी जबान!" चार-पाच हबशी जल्लाद चटकन पुढे झाले. त्यांनी मराठी दौलतीचे छंदोगामात्य कवी कुलेश यांचा मुखडा आपल्या बळकट पंजानी, चारी बाजूंनी जागीच दाबून धरला.

आता – आता जाणारच आपली जबान म्हणून सगळा जीव जिभेतच एकवटून आणलेले कुलेश आरोळी फोडत मोठ्याने ओरडले, "प्रणाऽम स्वामीऽ मामूली कानोजी शायरका, भाग्यवान है हम कि आज – आज आपके साथ पंक्तिमें बैठनेका मौका तो मिला – मौतकी पंक्तिमें!! जै भवानीऽ जै चंडीऽ!" जल्लादांनी कुलेशांची बडबडणारी जीभ तोंडात सांडस खुपसून जाम पकडली. एका झटक्यात, ताकदीने खसकन जबड्याबाहेर खेचली. त्या कळीने ती कविजीभ सांडशीतच लवलव हलली. हाती तळपती तेग घेऊन उभ्या असलेल्या एका जल्लादाकडे मुकर्रबने इशारती नजर टाकताच जल्लादने कुलेशांच्या जिभेवर एवढा जबर वार उतरवला की, जिभेचा कंडका पाडून, दोन-तीन दात तोडीत, खालचा ओठ आणि हनुवटी चिरत तो उतरला. एक चीत्कारी हंबरडा फुटला. भोवतीच्या बेहोश जल्लोषांत तो मुरूनही मेला. अंगावरचा तख्ता-कुलाह चिंब भिजवून टाकणारा रक्तचिळकांडीचा फव्वाराच फव्वारा उडाला कुलेशांच्या चिरफाळल्या तोंडातून! त्यांच्या कपाळीचा, आतापर्यंत नावापुरताच उरला कनोजी पद्धतीचा गंधटिळा त्या फव्वाऱ्याने दिसेनासाही झाला. अंगचा विदूषकी पेहराव ओघळत्या रक्ताने चिंब भिजला.

आपल्या खोड्यातून राजांनी, रक्तधारांत न्हाऊन निघालेल्या कुलेशांच्या चेहऱ्याकडे बघितले. आपल्या बाळराजांनाच घालावी तशी केवढीतरी हळुवार साद त्यांनी कुलेशांना घातली – "कविराज!"

तुटल्या जीभगड्ड्यातून असह्य वेदनांचा आगडोंब उसळला असताही आपले डोळे उघडून छंदोगामात्य कुलेशांनी आपल्या स्वामींकडे शांतपणे डोळाभर बघितले.

भोवतीच्या जमावाच्या कल्लोळत्या आरोळ्यांनी इखलास तर आता पुरता

बेभान झाला होता. कुलेशांच्या जबड्याचा अनुभव घेतल्याने आपणहून त्याने शहाणपणाने राजांच्या जबड्याला काही हातही लावला नाही! सजेचा अंमल करणाऱ्या जल्लादांवर मात्र तो खेकसला, "डर गये कमजोर, डरपोक? खोल दो ये भी जबडा! काट डालो काफरकी हजरतको गाली देनेवाली मनहूस जबान!"

हुकमांचे ताबेदार पाच-सात जल्लाद पुढे सरसावले. जुंपली! जखडबंद राजांचा जबडा खोलण्यासाठी खुल्या पाच-सात हबशी जल्लादांची राजांशी झोंबाझोंबी जुंपली. काही केल्या त्यांच्या पंजात आपला जबडाच देत नव्हते राजे.

"वो था शायर, उसने कितना सताया! ये तो है शेर, कभी नहीं मानेगा, सब मिलके पूरी ताकदसे चिपको इसको!" मुकर्रब-इखलास ओरओरडून आपल्या जल्लादांना चेतना देऊ लागले. बघ्यातलेच चार-पाच आपणहून जल्लादांच्या मदतीला धावले ठेवला! राजांचा मुखडा काळ्याकभिन्न केसाळ दहा-वीस हातांनी, तसूभरही हलवता येणार नाही, असा जागीच दाबून ठेवला. काळ्याशार नांगीदार विंचवांनी शिवपिंड पुरती झाकाळली! राजांचा जबडा कानशिलाजवळ दोन्ही बाजूंनी एवढ्या जोरात दाबला की, तिथल्या जोडहाडांच्या अनावर कळीसमके, रायगडाच्या महाद्वाराचे दोनही दरवाजे खुलावेत, तसा भोसलाई राजजबडा आपोआप खुलला.

ज्या ओठांआड जगदीश्वराचे तीर्थ आणि जिजाऊ, धाराऊ, येसूबाई, पुतळाबाई यांच्या हातून पडलेल्या दह्याच्या कवड्या गेल्या होत्या, त्याच ओठांआड जल्लाद हबशाने लोखंडी सांडस ताकदीने खुपसली.

आनंदाच्या आणि दुःखाच्या दोन्ही क्षणी, कुलदेवतेचे स्मरण करणारी "जगदंबऽ जगदंबऽ" अशी नांदी उठविणारी, क्षत्रियकुलावतंस, श्रीमन्महाराज, हिंदुपदपादशहा, गोब्राह्मणप्रतिपालक संभाजीराजे यांची जीभ सांडशीत घट्ट धरण्यात आली.

"लाऽइलाऽह" अशी बघ्या हशमांच्या पाठकण्यात सुरसुरी उठवणारी गर्जना फोडून, विस्फारता येतील तेवढे हबशी डोळे विस्फारून हत्यारी जल्लादाने हातच्या तेगीचा ताकदवर वार, सांडशीत पकडलेल्या, बाहेर खेचलेल्या राजांच्या अंजिरी जिभेवर उतरवला. रक्ताची फवारती कारंजीच उडाली.

"धीऽऽन धीऽऽन" कानठळ्या बसविणारा, बघ्यांच्या कल्लोळी, कालव्यांच्या आरोळ्यांचा पाऊसच पाऊस पडला. सांडशीत पकडलेल्या 'बेगुमान मगरूर' जिभेचा वळवळता तुकडा जल्लादाने त्यावर पचकन थुंकून "खाने दो कुत्तोंको – " म्हणत सांडशीसह बढू बुद्रुकाच्या तापल्या धुळीत फेकून दिला!

ज्या देहावर अभिषेकसमयी देशभरच्या पवित्र नद्यांच्या जलाचा वर्षाव मंत्रघोषात झाला होता, त्याच देहावर त्यांच्याच रक्ताच्या चिळकांड्या उतरल्या. वेदनांचा एवढा आगडोंब उठला त्यांच्या जीभगड्ड्यातून, पण बेभान होत एक साधा हुंकारसुद्धा फुटला नाही त्यांच्या ओठांबाहेर! ओठ दातांखाली घट्ट दाबून, गच्च मिटल्या डोळ्यांनी

आवरता येत नव्हते, म्हणूनच त्यांनी जीभगड्ड्यातले ओघळते रक्त ओघळू दिले! काही वेळाने शांतपणे डोळे उघडले. समोरच्या धुळीत आपलीच पडलेली वळवळती जीभ बघताना मात्र काळीज गलबलून उठले त्यांचे – फक्त एकाच विचाराने –

'आजवर कधीच नाही पडला भुईवर, याच जिभेतून बाहेर पडलेला आमचा सादिल शब्दसुद्धा! पण – पण आज ती जीभच पडली आहे भुईवर! शांत होण्यापूर्वी वळवळून ती आम्हासच म्हणते आहे – "धनीऽ, द्या एखादा साजेसा हुकूम – या क्षणीही पाळीन तो!"' त्या विचाराने तर राजे देहातीत होऊन आपल्याच जिभेकडे एकटक बघताना पुरते हेलावले. खळबळ-खळबळ माजली त्यांच्या काळजाच्या खोलवटात –

राजे आणि कुलेश रक्तमाखल्या तोंडांनी एकमेकांकडे बघत होते. आता ते दोन जीव नव्हतेच. मावळबोलीतल्या एकाच 'राजकाव्या'चे दोन दिसले तरी एकाच मतलबाचे अर्थपूर्ण सर्ग झाले होते! छत्रपती आणि छंदोगामात्य ही दोन वाटणारी त्यांची रूपे, त्यांच्या जीभगड्ड्यातून अंगभर ओघळून एकमेकांत मिळू-मिसळून गेलेल्या रक्तओघांनी त्यांच्या पायतळी एकरूप केली होती. अंगच्या वाहिल्या रक्ताने लालेलाल – मनोमन एकरूप! असताच आबासाहेबांचा प्यारा 'कवी भूषण' हे बघायला आता तर रचूनही टाकला असता त्याने 'शिवराजभूषण'सारखा काव्यग्रंथ – 'कवी-राज-भूषण' असा!

सजेचा पहिला हप्ता संपला होता. तुटल्या जिभांच्या गड्ड्यांतून दोन्हीही कैद्यांना मरणप्राय यातना होत होत्या. त्या यातनांची नव्हती एवढी खंत दोघांनाही एकाच गोष्टीची वाटत असावी, बागलाणपासून तंजावरपर्यंत पसरलेल्या मराठी दौलतीच्या बाबीने, यापुढे औरंग कुठल्या चालीने जाईल? पण या तर्काने मनात उठणारे विचार त्यांना एकमेकांशी बोलण्याचे साधनच आता उरले नव्हते. कुलेशांना राजांना मनसुब्याचे म्हणून म्हणायचे होते, "इससे जादा जलकोट उठाने चाहिये, फिरंगी-मुघल मिलनेसे पहले – हो सकता है, स्वामीपर हथियार उठानेवाले शिर्के औरंगकीही मदद लेकर खुद महारानीको भी नहीं देंगे चैनकी नींद!!" पण – पण काहीच न बोलता आल्याने नरड्याची नुसती घाटीच हलत राहिली त्यांच्या. व्याकूळ, व्याकूळ झाले होते, त्यांचे डोळे, फक्त त्याच कुचंबणेने!

राजांचे मन तर पिंजऱ्यात कोंडलेल्या गरुडपक्ष्यासारखे नरड्याच्या घाटीला धडकाच धडका देऊ लागले. त्यांनाही कुलेशांना सांगायचे होते – "हंबीरराव, म्हलोजीबाबा तर जिवाचे सोने करून गेलेच! कंककाका तर वयाने झालेत. आमच्या चौतर्फा दौडणाऱ्या फौजफळ्यांना जाणता निवाडा देणारे आता सरलष्कर कोण? आमचे रूपाजी, मानाजी, विठोजी की संताजी-धनाजी? केवढी गफलत होईल आमच्या श्रीसखींनी आमच्या ठायी बाळराजांनाच मानून चालविले तर? औरंगच्या

रेट्याला जाब देईल, असे निघतील धडाडीचे आमचे रामराजे? आणि होईल काय आमच्या मागं खुद्द आमच्या श्रीसखींचं??''

खुल्दाबादेच्या कोठीतील दुर्गाबाईंच्या आठवणीने तर गलबलून गेले त्यांचे आतडे.

आता सूर्य कलतीकडे झुकला होता. कणाकणाने मोठा होत होता.

कैद्यांची जबान काटण्यात घामेघूम झालेले जल्लादी पथक इखलासने – ''जाऽव आराम फर्माओऽ'' म्हणत हटवले. दुसरे तवाने जल्लादी पथक, दुसऱ्या सजेच्या अमलासाठी पुढे घेतले. हातघाईच्या जंगात मैदानावर हालत नव्हता एवढ्या तडफेने आज इखलास हालत होता. खातर होती त्याला, पुरी केली तर एवढी बिकट खिदमत वाया जाणार नव्हती. त्याचे मालिक हजरत नोंद घेणारच होते त्याची.

बघ्यांना तर बागी कैद्यांचे डोळे काढण्याची सजा बघून आपले डोळे शांत करून घेण्याची एवढी उतावीळ झाली होती की, हुकमाची संधी मिळती, तर त्यांनीच पुढे होत मनची मुराद झटक्यात पुरीही करून घेतली असती!

पुढे घेतल्या तवान्या पथकातील दोन तगडे हबशी निवडून इखलासने बाजूला घेतले. आपणच वाकून लोहारी चुल्ह्यातल्या, एव्हाना तापून लालेलाल झालेल्या लोखंडी सलाखा, त्यांच्या कातडी मुठींना धरत इखलासने चुल्ह्याबाहेर खेचल्या. निवडल्या हबशी जल्लादांच्याच डोळ्यांत त्या खुपसल्यासारख्या नेऊन खुद्द तेच कचदिल नाहीत, याची अजब पारख करून घेतली त्याने! निवडलेले हबशी हात, पाय, डोळे होते म्हणूनच माणूस म्हणायचे, नाहीतर – गंजल्या लोखंडी पुतळ्यासारखेच दिसत होते ते! तसूभरही हलले नाहीत ते. त्यातल्या एकाच्या हातात आपल्या हातातील तापल्या सलाखा खुशीने देत, कुलेशांच्याकडे बघत इखलास त्याला म्हणाला, ''घुसेड दो ये जलती सलाखें इस बम्मन शायरकी आँखोंमें। देखेगा इसका मालिक कैसी टपकती है शायरी, खून के बजाय अपने शायरकी आँखोंसें!!''

घोंघावते समुद्रवादळ, भक्कम खडकाळ बेटाकडे सरकले तसे ''जी हुजूर'' म्हणत हाती तापल्या सलाखा घेतलेला हबशी कुलेशांच्या समोर आला – त्यांचे डोळे जाळून काढण्यासाठी.

कुलेश तर कवी होते. इथला निसर्गाने नटलेला मावळी मुलूख त्यांनी डोळाभर बघितला होता. तो, उंचापुरा रायगड, आपला कबिला आणि सर्वांहून अधिक कनोज सोडून एवढ्या दूर ज्याच्यासाठी आलो, त्या स्वामींना पुन्हा बघण्यासाठी डोळेच उरणार नाहीत, या जाणिवेने रक्ताळल्या तोंडाच्या राजांना त्यांनी अगोदर डोळाभर बघून घेतले. जल्लाद जसजशा रसरशीत तापल्या, लालेलाल सलाखा डोळ्यांजवळ आणू लागला तसतशी कुलेश आपली गर्दन इकडे-तिकडे गरगरा फिरवू लागले.

जल्लादाने त्यातूनही निकराने घुसडलेल्या हातच्या सलाखा कैद्याच्या गालावर, कानावर चरचरत भिडू लागल्या. तो जल्लादच चिडून ओरडला – "देखते क्या हो बेवकूब! जकड दो इसकी गर्दनका हिलता पत्ता!"

तसे धक्का बसलेले हबशी लगबगीने पुढे झाले आणि त्यांनी कुलेशांचा मुखडा जागीच पकडून ठेवला. त्यांना धक्का अशासाठी बसला होता की, तख्ता-कुलाहातल्या जखडबंद कैद्याचे डोळे काढणाऱ्या त्या सराईत साथीदाराला आजवर अशी कुणाच्याच मदतीची गरज कधीही पडली नव्हती.

"चर्र्रऽ चर्र्रऽ" सुताराने शिसवी फाकांना भोके पाडण्यासाठी हातचे किकरे फिरवावे तशा, आपलेच डोळे विस्फारलेल्या जल्लादाने हातच्या लालेलाल लोखंडी, तप्त सलाखा कवी कुलेशांच्या डोळ्यांत खुपसून चराचर फिरविल्या. जळल्या बुबुळांच्या मांसाचा उग्रट वास चारीकडे पसरला. कुलेश कुडीभर धडपडले, "आःऽ आःऽ" जीभ गमावल्या त्यांच्या कंठातून कसनुसाच आवाज फुटला.

नाकात घुसल्या उग्र जळकट मांसाच्या वासाने आणि कानात शिरल्या त्यांच्या आवाजाने राजे गैरसमजात गेले. त्यांना वाटले मरणाच्या भयाने छंदोगामात्य चरफडून तळमळताहेत. अनावर झाल्याने खुद्द त्यांच्याच कंठातून तसेच कसनुसे शब्द सुटले – "ऑःऽ ऑःऽ!" त्यांना कुलेशांना निर्धाराने म्हणायचे होते – "दौलतीचे छंदोगामात्य असे केव्हापासून लागले मरणाला भ्यायला?"

खरे तर कुलेशांना म्हणायचे होते – "राजन हो तुम साँचे खूब लडे तुम जंग।"

जरी एकजीव झाले होते ते अंतरंगाने, तरी असा गैरमेळ पडला होता त्यांच्या विचारांचा – गमावल्या जबानीमुळे.

आता तर भोवतीचे बघे खुशीने पिसाळल्यागत टाळ्याच टाळ्या पिटत ओरडू लागले. "बहोत खूऽब! अल्ला मेहरबान! जल्दी करो भाद्दरऽ! निकालो इसकी भी आँखकी कौडियाँऽ!"

सजेचा अंमल करणारा जल्लाद आता हातच्या जळकट रक्ताने काळपटलेल्या, तरीही तप्त सलाखांहून अंगभर पेटून उठला होता. वापरून नाकाम झाल्याशा वाटल्याने "बेकार हो गयी सलाखें ये" म्हणत तिरस्काराने त्याने हातच्या सलाखा थेट जीभ-डोळे काढलेल्या कुलेशांच्या अनवाणी पायांवर मुद्दाम फेकल्या.

मागे वळून दुसऱ्या चुल्ह्यातल्या तावणी खात पडलेल्या नव्या सलाखांची लालेलाल जोडी त्याने खसकन उचलली. लाल डोळे तिच्यावर गरगर फिरवीत बघ्यांना तिची लाली दिसावी म्हणून हात उंचावून ती 'लाऽइलाह' म्हणत नाचवली. त्याने ओरडण्यापूर्वीच त्याच्या चार-पाच मददगारांनी रायगडाधिप, मराठी दौलतीच्या, शिवपुत्र छत्रपती संभाजीराजांची गर्दन जल्लादाच्या सोयीसाठी चारीकडून जखडून केव्हाच जाम करून टाकली होती.

क्षणानंतर जळून होत्याचे नव्हते होणारे राजांचे डोळे अपार शांत, स्थिर होते. ते डोळे नव्हतेच! दोन तेजोगोलच होते ते. हयातीत कधी नव्हते, एवढे चमत्कारिक तेज उतरले होते त्यांत.

एरव्ही उलथा पडणारा खालचा ओठ आता दातांखाली घट्ट पकडून, हातच्या रसरशीत सलाखा रोखत जल्लाद राजांच्या समोर आला. डुईच्या केसांपासून तुमानीखालच्या पायांपर्यंत घामाने आज पुरता निथळला होता तो. हातच्या तापल्या सलाखा पेलून, द्याव्या लागणाऱ्या कठोर सजेच्या मानसिक उष्म्याने घामेघूम झाला होता तो.

अर्धवट-अर्धवट कदम पुढे टाकत तप्त लाल सलाखा पेलून क्षणाक्षणाला तो राजांच्या डोळ्यांकडे एकटक बघत पुढे-पुढे सरकू लागला.

आणि – आणि – काय झाले कुणास ठाऊक! हातच्या सलाखा तशाच पेलून तो जागीच पुतळ्यागत गुमान उभा राहिला. अपार तेज उतू जाणाऱ्या, राजांच्या निर्भय, तेजवंत पुष्करी डोळ्यांकडे बघताना त्याचे त्यालाच मनोमन जाणवले – 'कितनी जला दी आँखे सलाखोंसे जिंदगीभर – मगर – मगर कभी देखी तक नहीं ऐसी आँखें! नहीं – नहीं – ये आँखें जलानेके लायक नहीं! जतानेके लायक है!'

एवढा पत्थरदिल तो जल्लाद! पण तोही स्वत:शीच चरकून, राजांकडे बघत मान डोलावून दोन कदम मागे हटला!! आणि खुद्द त्याच्याच पाठीत एक सणसणीत तमाचा पडला, भिजल्या पाठीवरून घामाचे तुषार उडाले. कानात इखलासचे करडे, जरबी शब्द घुसले – "नमकहराम! रुक क्यों गया? निकाऽल दो ये आँखे!"

ताबेदार जल्लाद त्या कळीसरसा स्वत:च्या काळजातला माणूस पायतळाशी टाकत पुन्हा पुढे सरसावला. राजांच्या डोळ्यांच्या बाहुल्यांजवळ हातच्या धगधगीत लाल सलाखा नेताच त्याने कराव्या लागणाऱ्या कठोर ताबेदारीच्या दडपणामुळे आपलेच डोळे गपकन मिटून घेतले! त्या क्षणभरातच शंभूनेत्रांसमोर अष्टभुजांची कुलदेवी तुळजाभवानीच चमत्कारिक रूपात तरळून गेली. तिचा मुखडा होता थोरल्या आऊंसारखा, डुईवर मुकुटाऐवजी आबासाहेबांच्या राजटोपागत टोप होता, आठही हातांच्या जागी दिसत होत्या कबिल्यातल्या आकृती. सती गेल्या मासाहेब, श्रीसखी आणि होय – रामराजांच्या मासाहेबसुद्धा! त्या हातांच्या एक-एक बोटात बालपणी-मोठेपणी बघितलेले प्रतापराव, मालुसरेकाका, मुरारबाजी, कोंडाजी, कृष्णाजी कंक, हंबीरराव, म्हलोजीबाबा असे कैक मुखडे दिसून गेले. कानात कुठंतरी नांद्या, किलकाऱ्या घुमून गेल्या – "जयऽ जयऽ रघुवीर समर्थ! – उदं गं अंबे उदं! हरऽ हरऽ महाऽद्येव! या गोंधळासी माय अंबे लौकर यावे!!"

"चर्रर्ऽ चर्रर्ऽ" हातच्या तप्त सलाखा समोरच्या कैद्यांच्या डोळ्यांत खुपसून, सवयीप्रमाणे त्या जागीच गरगर फिरवून, सलाखा तशाच डोळ्यांत ठेवून, मिटल्या

डोळ्यांच्या जल्लादाने थकावटीने आपलेच गुडघे भुईवर टेकले.

बघ्यांनी बेभान होत हैदोसी गिल्ला घातला – "धीऽन धीऽऽन – छोड दो अब इसे, जायेगा ये औरंगाबाद, बऱ्हाणपूर तक!"

याही स्थितीत राजांना एका गोष्टीची खंत जरूर वाटत होती – 'का नाही ठोकले आलमगिराच्या कोणी इमानदार जल्लादाने आमच्या नाकात आणि कानात, तोफांच्या रंजुकांना ठोकतात तसे खिळे? म्हणजे आलाच नसता आमच्या आणि कवी कुलेशांच्या जळक्या मांसाचा एकमेकांत मिसळलेला वास आम्हास! आणि कानांवर पडलाही नसता बुजगावण्यांचा हा आनंदाने उकळणारा खिजवता कल्लोळ!'

आता राजे आणि कुलेश यांचे चेहरे एवढे भयाण दिसत होते की, औरंगजेबाच्या पोरउमरीच्या एखाद्या नातवंडाने त्यांना तसे बघितलेच असते, तर दातखीळच बसली असती त्याची! डुईवर उंच लाकडी टोप्या, गळ्याहातांना जखडणारे तख्ता-कुलाह, अंगावर ढगळ विदूषकी, रक्ताळलेले कपडे, कमरेला बांधलेल्या काटेरी वेली आणि जागजागी रक्तथेंब पडलेल्या घंटांच्या माळा, जळून गेलेल्या डोळ्यांच्या खोबणी, त्यांच्यातून उतरलेले जबानी काढल्याने ओठ आणि तोंडभर कुरळ्या दाट दाढीत मिसळलेले, साकळलेले रक्त! कसे दिसत होते ते? वळीव पावसाच्या मारगिरीत तडाखून निघालेल्या, मूळच्या अनेक रंगांत चितारलेल्या, रेखीव, देखण्या; पण क्षणात ओघळून फिसकटून गेलेल्या भित्तिचित्रांसारखे!

मावळतीच्या डोंगरकडांआड सूर्य डुबला होता. इंद्रायणी आणि भीमा यांचे एकमेकींत मिसळलेले संगमपाणी थरकत्या लाटा उठवीत वाहत होते.

तळावर सांजेच्या नमाजाची समज देणाऱ्या नौबती दुडदुडु लागल्या. थोड्याच वेळात तळभर नमाजी अजानच्या ललकाऱ्या उठू लागल्या – "अल्ला हु अकबरऽऽ"

राजे आणि कुलेश आता वेदनांसह देहाच्या पार झाले होते. राजांची तर कधी नव्हती, अशी मनाची मनाशी फक्त स्वत:शीच अशी बातचीत चालली होती. अंधारून आल्याने ठायी-ठायी तळभर पलोते शिलगले होते. त्याहून कितीतरी पलोते शिलगले होते, शंभूराजांच्या दुनियापार पोहोचलेल्या भोसलाई राजमनात.

रातपहाऱ्याचे गस्ते हशम, औरंगजेबाचाच हुकूम असल्याने तळपती हत्यारे पेलून जागजागी फेऱ्या घेताना गस्त देत होते – "होशियाऽर!"

डोळे, जबान, हातपाय यांसह पुरत्या देहापार गेल्या राजांच्या मनात, खुद्द त्यांनाच अनोखी वाटावी अशा विचारांची प्रचंड धुंदळ माजली होती. स्वत:च बघत होते ते तिऱ्हाइतासारखे आपल्यालाच, आठवत होते त्या बालपणापासूनच्या आत्तापर्यंतच्या, हयातीकडे.

सुरू झाली! राजांच्या मनात विचारच विचारांची अनावर कारंजी. उसळू लागले

त्या कारंजांतून अस्मानी विचारांचे तजेलदार पाणीच पाणी! ते नेहमी मांड घेत आलेल्या 'चंद्रावता'पेक्षा सफेद, आता डोळ्यांआड झालेल्या, पुन्हा कधीच न दिसणाऱ्या आकाशीच्या तेजबिंबाच्या रसासारखे, रायगडाच्या निशाणकाठीवर, मावळवाऱ्याने फडफडत्या जरीकाठी भगव्याच्या वाणाचे, आबासाहेबांच्या तोंडून वेळोवेळी बाहेर पडलेल्या; शिवबोलांचेच आसवाब ल्यालेले! समर्थांच्या तपस्वी कमंडलूतील 'रामतीर्था'सारखे, थोरल्या आऊंच्या तोंडून वेळोवेळी सहजगत्या बाहेर पडणाऱ्या 'जगदंब, जगदंब' ह्या जगन्मातेच्या स्मरणासारखे, आपल्याच हयातीत हे 'श्रीं'चे राज्य राखून चालविण्यासाठी मुलूखभर वेगवेगळ्या जागी देह ठेवलेल्या कोंडाजी फर्जंद, कृष्णाजी कंक, तुकोजी पालकर, निळो बल्लाळ, हंबीरराव, म्हलोजीबाबा यांच्या वाहून गेल्या रक्ताची आण सांगणारे!

आता त्यांच्या मनच्या डोळ्यांना दिसू लागला दौडीत डोळ्यांत भरलेला तिन्ही हंगामांतला मराठी मुलूख – रायगडावर उतरणाऱ्या त्या पावसाळी तिन्हीसांजा. तास फोडून उतू जाणारा कुशावर्ताचा आणि गंगासागराचा तलाव. पाणधारांखाली निथळणारे आघाडी मनोरे, जगदीश्वराचे राऊळ, बालेकिल्ला, व्यापारपेठ, मंत्रिबाडी, हिरकणीमाची, भवानीटोक, टकमकटोक, सातमहाल, सिंहासन चौक यांसह अभिषेकपात्रांतून संततधारेखाली निथळून निघणाऱ्या शिवपिंडीसारखा दिसणारा आमचा प्राणप्रिय रायगड! गडउतरंडीवर करवंदीच्या, रामेट्याच्या, अंजनीच्या गचपणात किरकिरणाऱ्या रातकिड्यांचे आणि गडटाक्यात एकलग घुमणाऱ्या बेडकांच्या जमेतींचे पाणधारांच्या सरसरीत एकरूप झालेले आवाज. एरवी पायथ्याशी स्पष्ट दिसणारा, थोरल्या आऊंचा, कोसळत्या पावसात धुरकटता दिसणारा पाचाडवाडा. पडत्या पावसाची तमा न बाळगता, गडभरच्या चौक्याचौक्यांवर कांबळी पांघरून जागल्यांच्या नजरेने गस्त देणारे मेटकरी. गडावरून चहूबाजूंनी पायथ्याशी कोसळताना अखंड घरघरणारे लहान-मोठे स्फटिकसाफ धबधबे. महापुराचे पाणी दुतर्फा फेकून देत नागिणींसारख्या सळसळत धावताना दिसणाऱ्या पायथ्याच्या काळ आणि गांधार नद्या.

हिवाळ्याच्या हंगामात मुलूखभराच्या गडकोटांना बिलगून बसलेले, दहीदाट गर्द धुके. चढत्या दिवसाबरोबर त्याच धुक्याचे तटबंदीच्या थंडगार दगडबंदीवर उठणारे दहिवराचे थरारते थेंब. गडागडांवरच्या नगारखान्यांच्या पायथ्याशी धुमसत धूरफेक करणाऱ्या, पेटत्या शेकोटीतील आंब्याच्या आणि बाभळीच्या लाकूडगाठी. पागेपागेत जनावरांच्या तोंडूनसुद्धा गारठ्याने फुटणारे फव्वारते वाफारे, उरफोडी धाव घेऊन मुलूखभरातून गोळा केलेल्या खबरा पेश ठेवताना गडथंडीने लटलट कापणारे, तरीही सावरत अदबशीर बोलणारे बहिर्जी, विश्वास, कर्माजी यांच्या पथकांचे खबरगीर, वऱ्हाड, खानदेश, कोकण, मराठवाडा, बागलाणपासून ते गोव्यापर्यंत आमच्या 'चंद्रावता'च्या टापांवर टापा ठेवत दौडताना झोंबत्या, थंडगार मावळवाऱ्याने दातवाणे

धडाधड आपटणारे आमचे शेकडो, हजारो घोडा व पावलोक. रायगडाच्या मुक्कामी असताना खुद्द श्रीसखींच्या हातून समोर येणारा हुलग्याच्या माडग्याचा वाफाळता गरम कटोरा!

उन्हतापीच्या हंगामात जागजागी गडपायथ्याशी शिवारांत, मृग तोंडावर आल्याने पालापाचोळा एकवटून मातीस तावणी देण्यासाठी कुणब्यांनी पेटविलेले रानतरवे. आंबा, वड, पिंपळ, चिंचेच्या घेरांखाली रवंथ करीत विसावलेली, तान्हेली, दमगीर गुरेढोरे. पन्नास कोसांची एकलग धावणी मागे टाकून आल्यावर, तळाच्या जागी पाणथळाकडे ओढ घेणारी, फेसाळती दमगीर घोडी. उन्हाने आणि पेटलेल्या भात्यांच्या धगीने घामाने निथळताना कपाळपट्टीवरची थेंबावळ तर्जनीने निचरून टाकून, हत्यारघडाई करणारे लोहार. फिरत्या चाकांवर त्या हत्यारांना ठिणग्याच ठिणग्यांची फिरती चक्रे उठवीत शिकल देणारे शिकलगार. पागे-पागेसमोर खूर जखडलेल्या घोड्यांच्या नख्या तासळून, त्यांना तोंडात खिळ्यांचे पुंजके आवळून मजबूत, तवाने नाल ठोकणारे नालबंद. मुलूखभरच्या रावळा-रावळांत दर्शनासाठी आमच्या मागून प्रवेशण्यापूर्वी पायीची पायताणं उतरून, धूळमाखले पाय साफ करण्यासाठी उंबरठ्याबाहेरच थपाथप पाय आपटणारे आमचे धारकरी.

माती! बालपणी माणसास दूध देणारी, उभारल्या, पुढच्या बांड आयुष्यात त्यास अन्न, पाणी भरविणारी, गोळ्याची मूरत रेखणारी ही माती! एक राजा म्हणून नव्हे, सेनापती म्हणून नव्हे, शिलेदार धारकरी म्हणून नव्हे, एक 'माणूस' म्हणून आमचे या मातीशी नाते काय? माणसाचे मातीशी नाते असते? होय. माणसाचे मातीशीच नाते असते – तसे 'मातीत' मरणारे कैक असतात. 'मातीसाठी' मरणारे फाऽर थोडे!! मिळेल आम्हास ते भाग्य या क्षणाने तरी?

''जगदंबऽ जगदंब'' घशाला कोरड पडल्याने ते स्वत:शीच मनोमन पुटपुटले. पाण्याच्या थेंबांऐवजी रक्ताचे थेंब उतरले त्यांच्या घोटल्या घशाआड.

या वेळी नुकताच नमाज पढून आपल्या शाही शामियान्यात आलेल्या औरंगजेबाला इखलास सजेचा शब्दबर तपशील देत होता. कधी नव्हे ते, पायफेर घेताना औरंगची पावले बुढाप्यातही झपाझप पडत होती. त्याला बेचैन, सैरभैर बघताना इखलास तर पुरेपूर हबकून गेला होता. काही इतराजी झाली हजरतांची तर!

पण औरंग मात्र वेगळ्याच बेचैनीने पायफेर घेत होता – मध्येच थांबत होता. काही विचाराने शामियान्याच्या छताकडे मधूनच बघत होता.

''कुछ नहीं चीखा-चिल्लाया काफर इतनी सख्त सजा लेकर भी?'' स्वत:लाच विचारावे, तसे त्याने इखलासला विचारले.

''जी, बिल्कुल नहीं.'' द्यायचा म्हणून इखलासने लवत जाब दिला.

तो ऐकताना एकाच विचाराने हिंदोस्थानचा बादशहा हैराण, हैराण झाला. 'इसी

जगह होता हमारा बागी शहजादा अकबर तो? आती ऐसी सजाकी नौबत उसपर तो?’

जायच्या इजाजतीच्या हुकमाची वाट बघत इखलास तसाच ताटकळत उभा आहे, याचेही त्याला भान नव्हते. दक्षिणेतून निघून आग्र्याला आपल्या बापाला कैद केल्यापासून राजस्थान, बंगाल, विजापूर, गोवळकोंडा आणि मराठी मुलूख तुडवीत वणवण भटकलेली आपली हयात, त्याला सताड उघड्या डोळ्यांसमोर सरकताना दिसू लागली. ‘हमारी एक भी औलाद होती, ‘संबा’ जैसी तो? डालते हम इतने बडे सल्तनतका बोझ भरोसेसे उसके कंधेपर। और – और गुजारते बुढापेकी ये जिंदगी तसल्लीसे, पैगंबरकी खिदमतमें।’ एवढा जवळ-जवळ पुरा हिंदोस्थान हुकमतीखाली येऊनसुद्धा काहीतरी नेमकेच गमावल्याच्या काळीजतोड, बेचैनीने तो स्वत:च हरवल्यागत झाला. इखलास समोर उभाच असलेला बघताच तो केवढ्यानेतरी ओरडला – “जाऽऽव!!”

तळावर कुठेतरी कोंबड्याने बांग दिली. पाठोपाठ बांगांमागून बांगा सुरू झाल्या. आता राजे आणि कुलेशांना फक्त या कोंबड्यांच्या बांगांनी पहाट झाल्याचे, उन्हाच्या चटक्यांनी दिवस चढल्याचे आणि नमाजीसमजेसाठी अजाँबरोबर झडणाऱ्या नौबतींच्या दुडदुडीमुळे केवळ अंदाजाने दिवसरात्रीचा प्रहर कळत होता. त्यांच्या आतड्यांतील ‘भूक’ आता अंगभरच्या वेदनांनीच शमवून टाकली होती!

तळावर फटफटले. उगवतीची उबदार किरणे येऊन राजांच्या अंगाला बिलगली. फाऽर फाऽर जाणवली त्यांना ती ऊब. त्यांच्या मनातून थोरल्या आऊंची, सती गेल्या मासाहेबांची, श्रीसखींची, धाराऊ, दुर्गाबाई, भवानीबाई यांची; पुरती कबिला याद करून देणारी सय उफाळली. त्यातच उफाळत्या आणखी दोन आठवणी तीव्रतेने गोदावरी आणि रामराजांच्या मासाहेब यांच्याही.

थोरल्या आऊ! कोण होत्या त्या? त्या होत्या शिवरात्रीची पहाट धरून साक्षात जगदंबेला पडलेल्या गोमट्या स्वप्नासारख्या! त्या स्वप्नानेच पाहिले होते आबासाहेबांच्या रूपाने एक रोकडे मर्दाना सत्य! असते थोरल्या आऊंचे आणि आमचे प्राणप्यारे आबासाहेब आमच्या जागी तर!! कसे, कसे वागते ते?

कसलीतरी प्रचंड झरझर राजांच्या पाठकण्यातून सरसरत वर गेली. पोटात अन्नाचा कणही नव्हता तरी, चेहरा रक्तबंबाळ, तडतडता झाला होता तरी, आबासाहेबांच्या नुसत्या स्मरणानेच नागफण्यागत ताठ झाली त्यांची गर्दन. मनोमन माथाच भिडविला अगोदर त्यांनी, आबासाहेबांच्या पावन पायांना आणि पाचाडच्या छत्र्यांच्या पायऱ्यांना. आमच्या घरच्याच आणि भोवतीच्या कैक माणसांनी केली फितवेखोरी. बळ द्या आम्हास, आमच्या देहाच्या अवयवांनी आणि तुमच्या मायेखाली पोसल्या मनाने तरी देऊ नये आम्हास या निर्वाणीच्या क्षणी दगा!

आपल्या जन्मदात्या आऊसाहेबांचा चेहरा आठवण्याची खूप कोशिश केली त्यांनी. त्या जागी पुन:पुन्हा दिसू लागला त्यांना धाराऊचाच चेहरा. धाराऊ : कुणबी काळजाला मायेचे लिंपण घातलेला निकोप जीव. स्वत:च्या राया-अंतावर नाही, एवढी अमाप माया केली तिने आम्हावर. धाराऊ कोण आमच्या जिंदगीतली? ती थोरल्या आऊंच्या हाती जगदंबेने दिलेली भंडारापरडीच! कुणबाऊ निकोप मायेचा केवढा भंडारा उधळला तिने आमच्यावर!

ऐन आषाढी एकादशीच्या रोजी चितेच्या अग्नीचा घास घेऊनच आपला जीवनभरचा उपवास सोडणाऱ्या, आमच्या सती गेल्या मासाहेब! कुणी काय मन मानेल ते, मागून घेतले आबासाहेबांकडून. पण त्यांनी? काळ्या हौदावरच्या चितेवर अग्निरूप होताना आपल्यासमोर ठेवून घेतल्या त्या आबासाहेबांच्या फक्त मोजड्या. रायगडाने किती जीव देह ठेवताना पाहिले! पण पहिल्याने 'सती' जाण्याचा मान मिळविला तो त्यांनीच. काय वाटले असेल त्यांना आगझपेटीने देहाची कापूरराख होताना! आजही कानांत घुमतात त्यांचे, त्यांना चूड देताना त्यांनी काढलेले धैर्यशील अमर बोल – "कधी आलाच प्रसंग तर, आमचं हे रूप ध्यानी ठेवा. पुत्र आहात तुम्ही आमचे!"

त्या बोलांची याद होताच राजांचे मन कसे ढवळून-घुसळून निघाले. मासाहेब, मासाहेब तुमचे हे रूप आम्ही नुसते ध्यानीच ठेवले नाही, तर या क्षणी जगून दाखवतो आहोत ते. तुम्ही गेलात सती, गेल्या आबासाहेबांसाठी. आम्ही? आम्हीही सतीच जातो आहोत – पुरुषदेही – इथल्या मावळमातीचा टिळा मस्तकी लेवून!! तुम्हास रिवाजाचा चूड देण्यासाठी घरचे म्हणून आम्ही तरी होतो! इथे आमच्या भोवती आहेत, औरंगचे तुकडेलाचार बुणगे. तुम्ही नाही, निदान तुमची यादगीर म्हणून आम्हीच उठवले रायगडी तुमच्या नावे 'सतीचं वृंदावन.' आमच्या मागे राहील आमची याद आमच्या मुलखाला, आमच्या माणसांना?

का नाही वाटलात कधी तुम्ही परक्या? आणि का नाही वाटल्या रामराजांच्या मासाहेब कधीच घरच्या? खरेच, आम्ही आणि रामराजे तुमच्याच पोटी उपजतो तर केवढे मिटते सवाल आबासाहेबांचे आणि उभ्या दौलतीचे! का नाही वाटलो आम्ही रामराजांच्या मासाहेबांना घरचेच? दौलतीसाठी? मग फरक तो काय उरतो त्यांच्यात आणि औरंगजेबाचा बागी शहजादा अकबरात? कोण होत्या रामराजांच्या मासाहेब आमच्या जिंदगीत? विष घोटून क्षणात त्या होत्याच्या नव्हत्या झाल्या. असत्याच जर त्या आता आम्हास अशा बघायला हयात तर? खातरी आहे आमची, रामराजांना घेत आल्या होत्या तशाच पोटाशी घेतले असते त्यांनीसुद्धा, या क्षणी आम्हाला.

आमच्या जिंदगीचा सर्वांत चुकला-हुकला मनसुबा – आमच्या दुर्गाबाई! नाव तेवढे 'दुर्गा' ठेवले आम्ही, पण – पण दुर्गाऐवजी कोठीतच राहिल्या त्या हयातभर – आणि तेही साक्षात औरंगच्या.

समजू-उमजू केल्या कुठल्याच गोष्टीचा पश्चात्ताप नाही वाटला कधी आम्हास. रुखरुख तर चाटूनसुद्धा नाही गेली. पण दुर्गा – तुमची सय झाली की, पोखरून निघते उभे काळीज. छत्रपतींच्या राणी असून कोठडीत खितपलात तुम्ही आमच्या बच्चांसह आणि आमची पाठराखण करण्यासाठी माहेरपणाच्या निमित्ताने आलेल्या आमच्या राणूआक्का! कसले मिळाले माहेरपण त्यांना? आबासाहेबांच्या कन्या असून औरंगच्या कोठडीत बंद होण्याचे? तुमच्या सुटकेसाठी किती जंग केला आम्ही? आबासाहेब आणि आम्ही सुटलो आग्ऱ्याच्या विळख्यातून, पण तुम्हाला मात्र आम्हास सोडविता आले नाही. छे, छे! कसले हे आमचे जिणे? असेल – असेल – राजा म्हणजे उपभोगशून्य स्वामीसुद्धा असेल! पण – तुम्ही दोघी, थोरल्या आऊ, सती गेल्या मासाहेब, आमच्या श्रीसखी यांच्यासारख्या राजस्त्रिया म्हणजे कोण? खूप विचार केला तरी नाही मिळाला त्याचा जाब कधी आम्हास.

आणि – आणि लिंगाण्याच्या कड्यावरून देह झोकून दिलेली अश्राप गोदावरी! ती म्हणजे तर, कुठेतरी आभाळात तडकणाऱ्या विजेने दूरवरच्या भुईवर कोसळून, भेगाळावे तिचे अंतरंग, तसा आमच्या हयातीतला अदावती-सल. खुद्द आबासाहेबांनी बांधले तिच्यासाठी 'सतीचं वृंदावन' लिंगाण्याच्या पायथ्याशी. अण्णाजींना हत्तीच्या पायी दिल्याची कधीच खंत वाटली नाही आम्हास, पण हकनाक बळी गेलेल्या गोदावरीचा सल डोळ्यांत खुपून गेलेल्या सलाखीसारखा या क्षणीही सलतो काळजात. जाळत जातो तो काळजाचा ऐल-पैल तीर!

आणि आमच्या श्रीसखींचा चेहरा आठवला की, झगमगती चांदणवेलच डोळ्यांसमोर उभी राहते. आमच्या पत्नी एवढे नाते वगळले, तर उरल्यासुरल्या श्रीसखी आबासाहेबांच्या कन्याच शोभाव्या अशा! का कुणास ठाऊक, त्यांना आवतीभोवती बघताना नेहमीच याद होत राहिली, ती थोरल्या आऊंची. केवढ्या घोर यातनेत पडल्या असतील त्या या क्षणी? बोलताना त्या नेहमीच म्हणायच्या, "आम्ही आपलं बाशिंग बांधलं आहे रानवाऱ्याशी!"

खरोखरच काय करतील – कशा वागतील त्या आम्हामागे? केवढी भाऊबीज घातली आहे, गणोजी-कान्होजींनी आपल्या पाठच्या भगिनीला? खुल्दाबादेच्या कोठीतील दुर्गांना याद करताना केवढी अपराधाची जाणीव होते! पण रायगडाच्या श्रीसखींना याद करताना मन ऋणाइताच्या भावनेने कसे शिगोशीग भरून येते. येसू, गांगोलीत तुम्हाला मासोळीच्या वाणाची अंगठी बाळराजांच्या बारशात नजर देताना आम्हाला काय कल्पना होती की, आमच्यामागे तुम्ही पाण्याबाहेरच्या मासोळीसारख्याच व्हाल!

"हं." कबिल्याच्या आठवणीच आठवणी अनावर झाल्याने त्यांनी मान झटकली.

समोर इंद्रायणी आणि भीमा एकमेकींच्या गळ्यात गळा घालून उन्हाला पीत,

तळपत वाहतच होत्या. सूर्य आता तर ऐन माथ्यावर तळपू लागला!!

दूरवरून जवळ-जवळ येणाऱ्या घोडेपथकांच्या टापांची थडथड मोठी-मोठी होत जावी, तशी शंभूमनात आता अष्टप्रधान मंडळाच्या आणि औरंगबरोबर जागजागी झडलेल्या हातघाईत कामी आलेल्या कैक मर्दान्यांच्या आठवणी थडथडू लागल्या.

भ्रमात गेलेले, शेवटच्या क्षणी उशीखालून काढून भिकबाळीची आणि पेशवेपदाच्या शिक्के-मुद्रांची डबी पुत्र निळोपंतांच्या हाती देणारे मोरोपंत! कसे लागले कच्छपी ते अण्णाजींच्या आणि मासाहेबांच्या? कोण आणि कसा देणार त्याचा जाब? परक्याचे वतन कर्जापोटी आपल्या घशात घालण्याची घालमेल करणाऱ्या पहिल्या पेशव्यांना – शामराजांना पेशवेपदातून मुक्त करणारे आबासाहेब असते आमच्या ठायी, तर काय करते मोरोपंतांचे? कोण आणि कसे सांगणार ते? एवढेच कशाला? कुठल्या भिरमिटीने खुद्द आम्ही गेलो आपणहून दिलेरच्या गोटात, याचा काय जाब देणार आम्ही झालो तरी?? आमच्या जागी ते आणि त्यांच्या जागी आम्ही असतो, तर कसे वागतो आम्ही? का काही क्षणच असतात कुट्टकाळे प्रत्येक माणसाच्या जगत्या हयातीत? नाही तर गेले असते का, एवढ्या पल्ल्याचा विचार करणारे आबासाहेब प्रत्यक्ष औरंगच्या भेटीस आग्ऱ्यात? आणि पडते कशासाठी अडकून कैदकोठीत?

झाली नसेल कधी, आम्हाला आबासाहेबांची होते तशी आमच्या पेशवे निळोपंतांना त्यांच्या वडिलांची कधी याद? कधीच का केला नाही मोरोपंतांचा निसटतासुद्धा उल्लेख आमच्याशी बोलताना त्यांनी? की खांद्यावर जोखीम पडताच तोडूनच टाकावी लागतात माणसास नाळेची नाती? मोरोपंत, रायगडाच्या मंत्रिवाडीतील तुमच्या राहत्या वाड्यावर चौकीपहारे बसविताना काय वाटले आम्हास ते आमचे आम्हालाच ठाऊक! आपल्याच सही हाताने आपलाच डावा हात कलम करायची अशी नौबत औरंगवरही येऊ नये या पुढच्या हयातीत! पंतांची जोखमीची जागा दिली आम्ही त्यांचेच पुत्र निळोपंतांस – पण – पण – नाही भरून निघाली कधी त्या क्षणी झाल्या कोंडीची जखम. पंत, तुम्ही, आबासाहेब, गोदावरी यांची मनापासून माफी मागण्यासाठी 'माणूस' म्हणून तडफडतेय आमचे हे मावळमन. पण तुम्ही – तुम्हीच सारे हात डोलवून 'नको, नको' का म्हणताय या क्षणाला? का? का?

राजांनी गदगदून गर्दन हलवली. साकळल्या रक्तथेंबांत थटलेले त्यांच्या चेहऱ्यावरचे घामाचे थेंब त्यामुळं इकडे-तिकडे टपकले.

खाचा झाल्या, रक्तसाकळल्या, नाकाम डोळ्यांसमोर अण्णाजी उभे ठाकले त्यांच्या! अण्णाजी – अण्णाजी! कसल्या ऋणानुबंधाची होती ही असामी? आबासाहेबांच्या काळात धाराबंदीचे काम चोख करणारे अण्णाजी – आमची मात्र मुस्कटदाबी करायला धजावलेच कसे? अण्णाजी – गोदावरी – रामराजांच्या मासाहेब. कसला

त्रिकोण हा आमच्या पावलापावलांत अडकत गेलेला? गोदावरीची माफी मागण्याचेसुद्धा विचार उठतात मनात. मग अण्णाजी, मासाहेबांची मात्र माफी मागण्याचे का नाही घेत मन? अगदी या क्षणीसुद्धा!

आणि गोव्याच्या मांडवीखाडीत आमचा वाहतीला लागलेला घोडा अटीतटीने थोपवून आम्हास प्राणदान देणाऱ्या खंडोजींचे जन्मदाते बाळाजी! आबासाहेबांचे नेक कलमबाज! कलम! हत्यारापेक्षा कारीगर होणारे हत्यारांचेही हत्यार! कसे रोखले त्यांनी ते मासाहेबांच्या भिडेस पडून आम्हाविरुद्ध? त्यांचे पुत्र असूनही कधीच केला नाही निळो-खंडोजींनीसुद्धा आमच्याशी बातचीत करताना त्यांचा उल्लेख? कसा धजावला त्यांचा हात त्यांच्या, आमच्या प्राणांपेक्षाही प्रिय दौलतीचा तुकडा थेट शहजादा अकबरास तोडून देण्याची लिखावट करण्यास? नसतेच पाठवले अकबराने त्यांनी रेखलेले खलिते आम्हांकडे पन्हाळगडावर? होताच त्यांचा – अण्णाजींचा, मासाहेबांचा आमच्यावरच्या विषप्रयोगाचा कटाव फत्ते तर? तर – होता आमच्या श्वासांचा क्षणात शेवट याहून कमी वेदनांनी. पण या क्षणी या वेदनासुद्धा वेदना का नाही वाटत?

अण्णाजी, बाळाजी, शामजी, हिरोजी यांना काय वाटले असेल हत्तींच्या पायी चितचुराडा होताना? खंत? असह्य वेदना? अपार यातना? छेऽ तपशील आला होता, डोंगराएवढा बोजा अंगावर पडतानासुद्धा ते शांत होते असा. समजू-उमजून केल्या करणीने कचदिल होतात, ते कसले खंदे शूर? त्यांच्या मनात येऊन पाऽर दूर गेलेले काळे क्षण आज आमच्यासमोर कसे उभे आहेत? का धडपडताहेत ते आपले काळेपण उजळ करण्यासाठी! जखडबंद असले तरी त्यांना इजाजत देण्यासाठी का उठताहेत आमचे हात?

पुरे अंग घुसळून वर उठवण्यासाठी म्हणून राजांनी दोन्ही हातांना झटका दिला. पुन्हा कचला भक्कम तख्ता-कुलाह त्यांच्या मनगटात!

निरुपयाने राजे देही शांत राहिले; पण मन फडफडतच राहिले – त्या फडफडीतूनच आवाज उठू लागले – "प्रल्हादपंत – न्यायाधीश!" एकदा गफलत झाली तरीही त्यांच्याच हाती न्यायाधीशाची सूत्रे देताना आम्ही म्हणालो होतो, "मुलखात जसे डोंगरकडे तसे न्यायाधीश! आल्या वादळवाऱ्यानं झाडंझुडपं डुलली-हेलावली एवढंच काय उन्मळून पडली तरी समजू शकतं. पण – पण डोंगरकडेच पायीचा धर सोडून लटलटू लागले तर?" अगदी निर्वाणीचा म्हणून औरंग दौलत डुबवायला चालून येताच खुद्द न्यायाधीशांनीच हातमिळवणी करावी शिर्क्यांशी? त्यासाठी त्यांनाच दस्त करण्याचा आखरी हुकूम सोडावा लागला आम्हास? आणि – आणि आज तर खुद्द आमच्याच बाबीने 'न्यायाधीश' होण्याची संधी मिळावी औरंगजेबास? शेवटी काळ आणि नियतीच असते का, प्रत्येकाचा न्यायाधीश? औरंगने अन्याय नाही,

न्यायच दिला आहे आम्हास, असे पुन्हा पुन्हा का वाटते? याहून गैर कोणताही निवाडा केला असता त्याने, तर दिल्लीच्या चांदणीचौकात नेताजी पालकरांचा मुहम्मद कुलीखान करणारा तो, आमचे मामासाहेब बजाजी निंबाळकर यांच्यावर अफझलच्या स्वारीत गुदरला तसा प्रसंग गुदरता औरंगमुळे आमच्यावर तर?

औरंगने तोही विचार नक्कीच केला असणार म्हणूनच तर त्याने रुहुल्लाच्या सवालास आमच्या सामनेच तडकावून दिले – "ये नहीं पढेगा नमाज कभी."

औरंग! आलीच नसती नौबत तर – राजहवसेपोटी ढोंग म्हणून तू हयातभर पुढे धरलेला इस्लाम न पत्करताही पढलो असतो आम्ही नमाज! एवढ्याचसाठी की, तुझ्या अल्लातालाने मेहर होऊन आपल्याच बाप-भावांची अघोर कत्तल करणाऱ्या, आपल्याच बेटीला कैदेत टाकणाऱ्या, लाखो गोरगरीब हिंदूंना जीवे मारणाऱ्या, शरण आलेल्यांना इस्लामी करणाऱ्या, त्यातल्या ताकदवरांना मनसबी बक्षून लाचार करणाऱ्या तुला एकदा तरी माफ करून 'परवरदिगार' असल्याची खातर पटवावी त्याने यासाठी!

जसजशा दिवसरात्रीच्या, कुणासही सोडविता न येणाऱ्या चावरमिठ्या कडकडून पडत होत्या तसतशी राजे-कुलेश दोघांचीही मने साकळून, एकवटून, थळी करून येत होती – एकाच विचारावर – "सोनं झालं आहे जिवाचं!"

त्या पुऱ्या तळावर चमत्कारिक विचारांचे जाळेच जाळे पसरले होते. दोघेही जबान, नजर गमावलेले कैदी एकमेकांबद्दल विचार करीत होते. त्यांची मन अडकलीच मागे तर एकाच विचारात अडकत होती – 'महाराणी एकल्या आहेत मागं. या इथून तिथवर पसरल्या दौलतीबाबत, रयतेला धीर-दिलासा देऊन उभं करण्यासाठी कशा बांधतील त्या मन? कोण देईल त्यांना घरोब्याचं पाठबळ?'

औरंग तर आपल्या शामियान्यात, कधी दोघा कैद्यांचा, कधी 'सेवाचा' बगावती मुलूख कसा डुबवावा, याचा विचार करताना हातची माळ ओढत, मध्येच थांबून छताला निरखत सारख्या पायफेऱ्या घालीत होता. बेटी झीनत त्याला वाळामिश्रित लिंबूशरबत मधून-मधून स्वत: देताना धाडसाने विचारत होती - "कैसी है तबियत अब आब्बाजान?" खरे तर आपल्या आब्बाजाननी कैद्यांना सुनावलेली सख्त सजा तिच्याही स्त्रीमनात रुपत-सलत होती.

औरंगलाही घोर पडला होता, हिंदोस्थानच्या सल्तनतीला आपल्या मागे कोण सांभाळेल याचा! खरोखर सत्तेची राज्ये साम, दाम, दंड, भेदाने उठविणे सोपे आहे, पण त्यात जीव अडकणे केवढे अवघड आहे.

तळावरचे सारे सरदार, हशम जथ्याजथ्याने दबक्या कुजबुजीत विचार करीत होते तिघांचाच – दोन कैदी आणि शहेनशहा यांचा. तो तळ नव्हताच, होते मनामनांचा

मेळ-गैरमेळ पडलेले विचारच विचार यांचे एक गुंतवळ झालेले प्रचंड जाळे!

नवा दिवस उगवला होता. कैद्यांचे झाले एवढे हाल पुरेसे वाटले नाहीत, म्हणूनच ताबेदार इखलासने नवे जल्लादी पथक कैद्यांसमोर घेतले!!

दोन्ही कैद्यांच्या अंगावरचे विदूषकी कुर्तेही त्या पथकाने टराटर ओरबाडून काढले. उरले तख्ता-कुलाह आणि साखळदंडाखाली अडकून पडल्याने न ओरबडता आलेले फक्त चुकार तुकडे.

"देखते क्या हो? फेंक दो कुत्तोंपर वो नमकीन पानी – छाल उखाडकर इनकी!'' बावरल्या-बावचळलेल्या हबशी जल्लादांवर इखलास ओरडला.

पथकातले, सापते घेतलेले जल्लाद पुढे झाले. त्यांनी नारळाचे खोबरे किसावे तसे धारदार सापत्यांनी दोन्ही कैद्यांची जागजागी साल सोलायला सुरुवात केली! जल्लादच आता पुरे हैराण झाले. दोन्ही कैद्यांपैकी एकही कैदी अंग सोलवटून निघत असतानाही हूँ की चूं करीत नव्हता. जल्लादांनी आजवर कैक माजोर कैद्यांची साल अशी सोलवटून काढली होती. त्यांचा तडफडाट आणि किंकाळ्या ऐकताना तर नेहमी जोषच संचारत आला होता जल्लादांच्या अंगी. पण आज? काय ताज्जुब बघत होते ते! त्यांचेच हात थरथरू लागले सापते ओढताना!

राजे आणि कुलेशांचे देह आता मानवी दिसेनातच. ते झाले होते, जयंतीच्या दिवशी अंगभर शेंदूर फासलेल्या हनुमंताच्या मूर्ती!

सापतेधारी मागे हटले. तख्तासारखी, तांब्याची भगुणी घेतलेले हबशी पुढे झाले. त्या भगुण्यात भरले होते मीठपाणी! तावल्या धावेवर लोहाराने चारी बाजूंनी पाणी शिपकारावे, तसे त्या हबशांनी हातच्या भांड्यांतील मीठपाणी राजे-कुलेशांच्या सोलवट रक्ताळ देहांवर शिपकारायला सुरुवात केली. लोहाराच्या पाण्याची 'चरचर' भोवतीच्यांना ऐकायला येते, या मीठपाण्याची चरचर तशी कुणालाच ऐकू येत नव्हती. उभ्या अंगाला शेकडो सुया भोसकल्यागत वाटत होते, ते फक्त, राजे-कुलेशांना! देहांचे आगडोंबी कुंड झाले होते त्यांच्या. गच्च मिटून होणाऱ्या वेदना मिटवाव्यात तर डोळेही नव्हते. तरीही लाटाच लाटांवर डुचमळत्या तळ्याकडे बघत, शांतपणे आपली पिसे साफ करीत खंड्या पक्षी काठच्या फांदीवर बसावा, तसे ते देहाच्या वेदनांकडे पूर्ण अलिप्त मनाने बघत त्याच्या काठावर शांत बसले होते.

बघ्यांचा कालवाही खरोखरच 'शैतान' वाटावेत असे कैदी समोर बघून थरकल्याने आता चिडीचाप झाला होता. ती सजा बघायला प्रत्यक्ष औरंगजेबच असता तर! तर नक्कीच सगळ्या तळावरच्या सरदारांच्या खिल्लती खेचून आणायचा हुक्म करून त्याने त्याचेच कफन इतमामाने कैद्यांच्या अंगावर पांघरायचा हुकूमही दिला असता! कधी, कधीच नव्हती एवढे हालहाल करणारी सजा त्याने हयातीत कुणालाही फर्मावली.

लटपटलेल्या काळजांचे बघे आता एक-एक करता काढत्या पायांनी आपापल्या

राहुट्यांकडे परतू लागले. सापते आणि मीठपाण्याची तस्तीभांडी तिथेच फेकून जल्लादी पथकही निघून गेले. इखलास तेवढाच उरला. त्याच्यावर सोपविलेल्या सजेची एक जोखीम त्याच्यापुरती आता बाकी होती. कैदी पुरते गतप्राण होताच, दोघा ताकदीच्या जल्लादांना निवडून एकाच फटक्यात दोघा कैद्यांची मस्तके धडावेगळी करणे! भाल्याच्या टोकावर ती खोचती ठेवून, वाजतगाजत उभ्या तळभर ती सर्वांना दाखवून त्यांचीही नाचवत धिंड काढणे. शेवटी, धडे एकीकडे साखळदंडात पडलेली; ती मुंडकी तळाबाहेर कुठेतरी, कोल्ह्या-कुत्र्यांनी खावीत म्हणून भाल्यांसह फेकून देणे. पण या इखलासच्या आखरी जोखिमेला अद्याप अवकाश होता.

सजा दिल्याच्या तणावाने इखलास एवढा थकला होता की, क्षणभर त्यालाच वाटले, आपणही जखडलो गेलोत न दिसणाऱ्या एका खांबाला! तो दोन्ही कैद्यांकडे तसाच बघत राहिता. आता फक्त त्याच्या खिदमतीचे पाच-दहा हशमच होते बाकी त्याच्या भोवती. काय वाटले त्याचे त्यालाच; कुणास ठाऊक. संथ पावले टाकीत तो राजांच्यासमोर आला. भयाण दिसणाऱ्या मरहट्ट्यांच्या बागी सुभेदाराला त्याने पायांपासून लाकडी टोपीपर्यंत निरखले. इखलासची एरव्ही क्रूर, मगरूर वाटणारी नजर आता विचित्र दिसू लागली. राजांच्या देहभर फिरत ती त्यांच्या छातीवरच्या भवानी माळेवर मात्र जखडबंद झाली. फक्त राजांनाच ऐकू येईल एवढे हलके तो पुटपुटला – "दे दो हमे ये सुबेदार।" त्याने त्या रक्त, मीठपाणी, घाम यांनी न्हाऊन निघालेल्या चिपचिपीत भवानी माळेला हातच घातला!

"ऑऽऽ ऑऽऽ ऑऽऽ" राजे मरणावरच पडलेली कुडी सगळे बळ एकवटून आता तडफडती हलवू लागले. ती हलविताना नकार दर्शवणारी गर्दन एकसारखी झटकू लागले. खांब हिंदकळू लागला.

जसा पुढं गेला तसाच इखलास हातची भवानी माळ सोडून झटक्यात मागे झाला. का पाहिजे होती त्याला ती? एवढ्या पहाडी सूरम्याची एक तरी यादगीर म्हणून जपणार होता ती इखलास! त्यासाठीच देहभर निरखून राजांची फक्त घेता येण्याजोगी माळच शिल्लक होती. "नको – घेऊ नकोस ती." हा संकेत त्याला कळला होता.

आपल्या खिदमती पथकाच्या हशमांवर तो कसातरीच ओरडला – "सब चले गये नजारा देखनेवाले नाबकाऽर लौंडे यहाँसे! तुम क्यों रुके? निकल जाऽव." आणि स्वत: इखलासच आपल्या घोड्यावर झेप घेऊन निघून गेला.

आता वर निळेभोर आभाळ, पायांखाली वढू बुद्रुकाची कितीतरी पुराणी मावळमाती, न दिसणाऱ्या, पण जवळच, खांद्याला खांदा मिळवून संथ वाहणाऱ्या इंद्रायणी आणि भीमा, त्यांच्या काठांवर जगाला एकले वाटावेत, असे मराठी दौलतीचे छत्रपती संभाजीराजे आणि छंदोगामात्य कवी कुलेश राहिले! आता राजांचा स्वत:चा

स्वत:च्या मनाशी चाललेला वादही थांबला. सुरू झाला – सुरूच झाला फक्त जिवाचा शिवाशी चाललेला आखरीचा शांत, संथ जाबसाल!

'राजा म्हणजे कोण? सजा भोगणारा राजा म्हणजे कोण?' यांसारख्या सवालांची उत्तरे शोधत संभाजीराजे भोसले या माणसाचा 'जीव' मनही मागे टाकून 'शिव' मुठीत पकडायला आपल्या उभ्या हयातीचा कानाकोपरा धुंडाळू लागला.

'कोण होत्या आम्हास जन्म देत्या मासाहेब? का नाही याद येत त्यांचा चेहरा? का नाही वाटलं कधी आम्ही अंधारातून जन्मास आलो असं?' आली असेल नक्कीच आबासाहेबांसह थोरल्या आऊंची याद अखेरच्या क्षणी. आणि – आणि नक्कीच येईल शेवटच्या क्षणी, एवढा कठोर आणि हवस असलेला असला तरी औरंगलाही त्याच्या जन्मदात्या आऊंची याद! कोण होते आबासाहेब? कोण आहे औरंगजेब?

आबासाहेब म्हणजे आमच्या मावळमातीने, डोंगरदऱ्यांनी फेकलेला उष्ण श्वास! मरगळलेल्यांना जगण्याची, कष्ट करत मानाने जगण्याची ऊब देणारा. न होते तेच तर? औरंगला दख्खनेत उतरायची नौबतही ना येती.

केवढे पल्ल्याचे बोलले होते ते अखेरच्या भेटीत पन्हाळ्यावर – "एवढीशी असते डोळ्याची पापणी, पण ती सुद्धा नाही घेत कधी साधं कस्पटसुद्धा डोळ्यांत. तुम्ही तर आजचे युवराज आहात – उद्याचे राजे. बरे ध्यानी ठेवा. अगोदर मरतात ती मनं आणि मग मरतात ती माणसं! राजे होऊ नका मावळा व्हा." आबासाहेबांच्या बोलांनी जसा त्या भेटीच्या वेळी उसासला होता युवराज म्हणून, तसा आता एक मावळा म्हणूनच उसासला त्यांचा जीव.

आम्हाला, मनाचे क्षणाक्षणाला टवके उडावेत म्हणून अशी प्राणकठोर सजा देणारा, आता पार बुढा झाला तरी पिळदार मनाचा औरंग कोण? पुरा हिंदोस्थान इस्लाम करायला निघालेला, माणुसकीला फुंकरीने विझवू बघणारा. उभा केला असाच, आत्ता या क्षणी त्याच्याच बापाने उठविलेल्या सफेद ताजमहालासमोर त्याला तर! तर याच्या नजरेची वीज अंगी पडताच काळीठिक्कर पडून जाईल, ती देखणी कबरसुद्धा!

नाही. आबासाहेब आणि औरंग यांची तुलनाच नाही होऊ शकत. आम्ही नाही, रायगडाच्या सातमहालातल्या आमच्या एकाही मासाहेबांनी नाही, कुणीच नाही पारखले आबासाहेबांस. असेलच पारखले त्यांना तर फक्त तिघांनीच. एक थोरल्या आऊसाहेबांनी आणि दुसरे समर्थांनी आणि... आणि होय, तिसऱ्या फक्त औरंगजेबाने!

आम्ही – आम्ही कोण या तिघांत? थोरल्या आऊ आणि समर्थांच्या दृष्टीने आबासाहेबांची फक्त सावली आणि औरंगच्या दृष्टीने? त्याच्या दृष्टीने तर आबासाहेब नेमके कोण होते, हे नीट पारखता यावयासाठी या क्षणी त्याने नजरेसमोर धरलेला

एक दर्पण! पडले असेल आमच्या देहाच्या दर्पणात, त्या हिंदोस्थानच्या शहेनशहास नीट नजरेला आमच्या आबासाहेबांचे असली रूप? असता त्याचा एकही शहजादा अशा आमच्या जागी तर?

का वाटले आमचे कोंडाजी, सरलष्कर, म्हलोजीबाबा गेले तेव्हा आमचे एकेक अवयवच गेले असे? का केली प्राणपणाने आमची सोबत निळोजीपंत, खंडोजी, रामचंद्रपंत, हरजीराजे, रूपाजी, विठोजी चव्हाण, मानाजी मोरे आणि – आणि एवढ्या दूरच्या कनोजदेशीच्या कुलेशांनी? आम्ही केवळ राजे होतो म्हणून? नाही – नाही.

माणसे फक्त भाकरीच्या तुकड्यासाठी लाचार नसतात. तळहातावर जिवाची ज्योत घेऊन कुरवंडीसाठी सिद्ध होतात, ती अशी सुखासुखी नाही. ज्यांनी साथ दिली आबासाहेबांच्या या श्रींच्या नावे उठलेल्या गोरगरीब रयतेच्या राज्याला राखण्यास त्यांचा अभिमान वाटतो, या क्षणी आम्हास. जे फितवेखोरीने पाठमोरे झाले त्यांची एवढीसुद्धा खंत नाही वाटत. खरेच आहे, राजा म्हणजे उपभोगपारखा स्वामी. आणि – आणि वेळोवेळी कटावांच्या काट्यांतून चालत गेलेला, आपलीच माणसे पाठमोरी झाली असताना, औरंगसारख्या माणसाच्या हाती फसलेला, ही अशी सजा अंगांगावर पेलणारा आमच्यासारखा सजेचा राजा म्हणजे कोण?

सजेचा राजाही असतो, पण 'स्वामी' नव्हे तर 'सेवक.' वेदनांचेच उपभोग करून जित्या देही भरपेट भोगलेले असतात, ते त्याने! सजा घेणारा राजा म्हणजे वेदनांचे उपभोग भोगणारा पहिला सेनापती आणि शेवटचा सेवक!!

केवढे हायसे आणि भरून पावल्याचे समाधान वाटले राजांना आता.

वढूची मावळी सांज आता उतरली. पण दोन्ही कैद्यांना एवढीसुद्धा कल्पना नव्हती की, आता सांज आहे, सकाळ की दुपार? आता त्या दोघांनाही पुरते कळून चुकले की, हयातीच्या दौडीचा शेवटचा मुक्कामी तळ जवळ येत चालला आहे. मांडाखालचे हात, पाय, डोळे, जबान यांचे जनावर पाऽर फेसाळलेय, थकदिल झालेय ते. त्याला टाच मारावी असेसुद्धा नाही वाटत आता.

दिवसभर आभाळाची दौड करून थकावटीला आलेली मावळकिरणे मायेने जवळ घेत, त्यांच्या थकल्या पाठवानांवरून, आपल्या असंख्य लाटांचे हात फिरवीत शांतसंथ वाहतच होत्या, फक्त इंद्रायणी आणि भीमा!

राजे आणि कुलेश यांचे डोळे-जबान काढल्यापासूनचा बारावा दिवस उगवला. हालहाल झालेले छंदोगामात्य कुलेश मध्यरात्रीच केव्हातरी गतप्राण झाले होते. मरण्यापूर्वी त्यांनी "प्रणाऽम स्वामी!" म्हणण्यासाठी केवढ्यातरी मोठ्याने "ऑऽऽ ऑऽऽ" केला होता. त्या चमत्कारिक आवाजाने कैद्यांभोवती गस्त देत फिरणारे,

पेंगुळलेले गस्तेही दचकले होते. "ऑऽऽ ऑऽऽ" करत राजांनी कुलेशांना प्रतिसाद दिला. छंदोगामात्य आता छत्रपतींना प्रतिसाद देऊच शकत नव्हते. काय झाले असावे, हे राजांनी मनोमन ताडले.

कवी कुलेशांच्या जिंदगीचा छंद परमात्म्याच्या महाकाव्याला जाऊन मिळाला होता. त्यात एकरूप झाला होता.

बारावा दिवस! राजांना कल्पनासुद्धा नव्हती की, असेच रायगडी मंचकावर पडलेले रुग्ण आबासाहेब बाराव्या दिवशीच अनंतात लय पावले होते, त्या दिवशी पायांच्या नखांपासून डुईच्या केसावळीपर्यंत एक-एक अवयव गार पडत होता त्यांचा.

आज असे काय होते आहे? आमचा पायांच्या नखांपासून डुईच्या केसावळीपर्यंत गेल्या दहा-बारा दिवसांत नव्हता असा अवयवन्‌अवयव का पेटून उठतो आहे?

गेल्या थोरल्यांनी ऊरफोड करून इथल्या माणसामाणसाला जगण्यातला अर्थ पटवून सांगितला होता. जाते धाकले आज इथल्या माणसामाणसाला प्रसंग पडलाच, तर मरावे कसे याचा अर्थ पटवून देणार होते.

'शिव' आता 'जिवा'च्या अगदी नजरटप्प्यातच दिसू लागला राजांना.

आबासाहेब गेल्यानंतर हितोपदेश म्हणून लिहिला समर्थांचा खलिताच शब्दबर दिसू लागला, त्यांच्या जीवज्योतीला –

"शिवराजाचे आठवावे रूप। शिवराजाचा आठवावा साक्षेप।
शिवराजाचा आठवावा प्रताप। भूमंडळी।।
शिवराजाचे कैसे बोलणे। कैसे चालणे। सलगी देणे। कैसी आहे।।
याहून विशेष ते करावे। जीवित तृणवत मानावे।"

धर्मातून राजकारण मार्गी लावणारे समर्थ आणि राजकारणाच्या धामधुमीतही धर्मकारण मार्गी लावणारे आबासाहेब! केवढे पारखले होते त्यांनी परस्परांस!

"जीवित तृणवत मानावे। – " समर्थखलित्यातील हितोपदेश राजांच्या कानामनात – उभ्या देहात घुमू लागला.

आता तर त्यांना उभ्या मराठी दौलतीचाच केवढातरी भव्य 'गोंधळचौक' समोर मांडल्यागत दिसू लागला. हंबीरराव, खंडोजी, निळोपंत, बहिर्जी, कोंडाजी फर्जंद, म्हलोजीबाबा, कृष्णाजी कंक, रामचंद्रपंत, कुलेश – गेलेले – असलेले कितीतरी लोक हाती संबळ तुणतुणी घुमवीत मिटल्या डोळ्यांनी उदोकारच उदोकार उठवीत होते – "उदं गं अंबे उदं" केवढा भव्य हा, आम्ही यापूर्वी कधीच न बघितलेला आई जगदंबेचा गोंधळ! सगळ्याच मानकऱ्यांच्या माथी भंडाऱ्याचा मळवट भरलेला साफ दिसतो आहे आम्हास! दिसत नाही फक्त तुळजाभवानी! कुठे आहे ती? हे काय चमत्कारिक दिसते आहे? हा भास तर नाही? ही जगदंबेचीच मूरत दिसते आहे. फक्त तिचा मुखडा थोरल्या आऊंगत दिसतो आहे. तिच्या दोन्ही डोळ्यांच्या जागी

आबासाहेब आणि समर्थांच्या मुद्रा दिसताहेत! जगदंबमूर्तीच्या मळवटाच्या आडव्या दुबोटी रेघांत दिसताहेत आमच्या श्रीसखी आणि रामराजांच्या ताराऊ. रामराजांच्या मुद्रेचा पसरता भंडारा या दुबोटी मळवटामागे खडा दिसतो. पण – पण असे का होते आहे? या एवढ्या भव्य जगदंबमूर्तीत आम्ही – आम्हीच कसे नाही दिसत कुठे? का? का?

आता या क्षणी राजांना सभोवर मांडल्या भव्यच भव्य गोंधळातले आपल्या जीवज्योतीचे नेमके, रसरशीत, स्पष्ट-स्पष्ट मानकरी स्थानच दिसू लागले. इथून तिथवर पसरलेल्या, रंगावल्या, नादभरल्या आभाळाने तेजाळ सूर्यगोळ्याला केवढ्यातरी भरल्या डोळ्यांनी नुसते निरखावे, तसे शंभूराजांचे डोळे हरवलेल्या देहाचेच सारे अवयव त्या जीवज्योतीला भरून पावल्या डोळ्यांच्या भावनेने बघू लागले –

ती ज्योत आरोपित संभाजीराजे बिन शिवाजीराजे भोसले नव्हती –

"उभा सह्याद्रीच जिंकण्यास येऊ आलो तर!" म्हणणारी, दिलेरला मिळणारी, भिरमिटलेली, खुद्द त्या ज्योतीलाही कायदे न आवरता आलेली, बेलाग उधळलेली भ्रमचित्त जवानीची ऊर्मी नव्हती –

ती कुणाची छत्रपती, स्वामी, धनी नव्हती.

कुणाचे बाशिंगबळ, कुणाचे आबा, कुणाचे भाऊ नव्हती –

आता ती जीवज्योत कुणा माणसाशी, मातीशी कसलेही नाते सांगणारी नव्हतीच.

"क्षत्रियकुलावतंस, सकळगुणमंडित, अखंड लक्ष्मीअलंकृत गोब्राह्मणप्रतिपालक, श्रीमन्महाराज राजा शंभू." ही गेली अनेक साले धारण केलेली बिरुदावली अंगच्या रक्ताने त्यांनी केव्हाच धुऊन टाकली होती.

जमिनीपासून थेट आभाळापर्यंत आपल्या जिवाची एक नजर ठरणार नाही अशी भव्य, फरफरणारी ज्योत भासू लागली त्यांना.

"कसे आहोत आपण?" ज्योतीने सवाल केला आपणालाच!

"कसे? कसे?" शिवालयातल्या ऐकू येणाऱ्या घंटांनी केवढातरी घोष धरला आता. संबळ तुणतुणी शिगेला चढली. भंडाऱ्याच्या उधळल्या मुठी-मुठींनी आभाळ कसे कोंदून गेले –

"कशी दिसते आहे ही ज्योत?" भोवतीच्या पंचेंद्रियांना आपल्यातच ओढून घेतलेल्या त्या जीवज्योतीचा झाला होता, आई जगदंबेच्या मांडल्या या भव्य गोंधळचौकातील अंगभर पाजळलेला, फरफरता, पाचपेडी पोत!!!

संताजी-धनाजी यांनी तो आपल्या हातांत नाचविता धरला होता. त्यांच्या हातातून तो कैकांच्या हातात जात गोंधळचौकभर अखंड फिरू लागला.

जगदंबेचा तो पाचपेडी पाजळता पोत. क्षणभर त्याने फरफरता सवालच स्वत:ला केला. "जीवित तृणवत मानावे?" आपणच जाब दिला – "समर्थ,

तृणाच्या पात्यालाही असतं जळून भस्म होण्याचं भय! आम्हास तेही नाही उरलं!!''
त्या पोतालाच – पोतमाहात्म्य ऐकू येऊ लागले –

''पंचेद्रियांचा जीवपोत हा – त्रिगुण गुणी वळला।''

कानांतले चौकडे काढून टाकावेत, तसे त्या पोताने पाजळते होतानाच 'त्रिगुण' काढून केव्हाच दूर फेकले होते. पोताला आता काही-काही दिसेना. दिसू लागला फक्त इंद्रायणी आणि भीमेचा एकजीव झालेला पावन संगम! याच इंद्रायणीच्या काठी ज्ञानोबांनी आपल्या वारकऱ्यांना मऱ्हाटमोळी गीता सांगितली – ज्ञानेश्वरी! तुकोबांनी आपली गाथा रचली. आमच्यातून वाहून गेल्या रक्ताच्या करंजेलाने आज रेखली जाते आहे, एक 'राजगाथा', एक 'शंभूगाथा', एक 'शंभूभूषणम्!'

पोत फरफरून-फरफरून उठला. औरंगजेबाच्या हुकुमाने, जल्लादी पथकांच्या हाते इखलासने उद्ध्वस्त केलेला 'शंभूदेह' सोडून चालला.

समोरच्या इंद्रायणी आणि भीमा यांच्या पावन संगमात तो आता डुबवला जाऊ लागला! डुबतानाही तो फरफरला – ''जगदंऽब – जगदंऽब!''

''चर्ररऽ'' आवाज उठला.

जगदंबपोत उरात घेऊन इंद्रायणी आणि भीमा आज पहिल्याने माना वाकड्या करून काठावरच्या सजेच्या खांबाकडे बघत-बघत संथ वाहू लागल्या.

त्यांना दिसत होती, मान टाकलेल्या शंभूदेहाच्या छातवानावर अजूनही मावळतीच्या किरणांत, रक्ताने न्हाऊन गेलेली; तरी तळपणारी चौसष्ट कवड्यांची अशरण तळपती माळ आणि फक्त माळ!!

◆

संदर्भ ग्रंथ

History of Aurangazeb – Jadunath Sarkar

मराठी रियासत – गो.स. सरदेसाई

शिवचरित्र आराखडा – त्र्यं.शं. शेजवलकर

छत्रपती संभाजी महाराज – वा.सी. बेंद्रे

संभाजीकालीन पत्रसारसंग्रह – शं.ना. जोशी

शिवचरित्र – सा. खंड, द.वा. पोतदार

संभाजीकृत – बुधभूषणम्

शिवपुत्र संभाजी – डॉ. कमल गोखले

Grand Rebel – डेनिस किंकेड

कापशीकर घराण्याचा इतिहास – हर्डीकर

ताराबाईकालीन पत्रे – डॉ. आ.ग. पवार

पुण्यश्लोक छत्रपती – बाळशास्त्री हरदास

गोवळकोंड्याची कुतुबशाही – वा.सी. बेंद्रे

श्रीसमर्थ चरित्र – आळतेकर

रायगडचे आत्मचरित्र – शां.वि. आवळसकर

सिंहगड – ग.ह. खरे

ऐतिहासिक आख्यायिका – ग.ह. खरे

शिवचरित्र वृत्तसंग्रह – ग.ह. खरे

स्वराज्यातील तीन गड – ग.ह. खरे

राजा शिवछत्रपती – ब.मो. पुरंदरे

जेधे शकावली

मराठी साम्राज्याची ९१ कलमी बखर सभासद बखर, मल्हार रामराव चिटणीस बखर

जयरामपांडेकृत – राधाविलासचंपू

शिवदिग्विजय

शिवभारत

मराठ्यांच्या इतिहासाची साधने – वि.का. राजवाडे

पोर्तुगीज-मराठे संबंध – पां.स. पिसुर्लेकर

मागोवा – नरहर कुरुंदकर

भारतीय इतिहासातील सहा सोनेरी पाने – स्वातंत्र्यवीर सावरकर

महाराणी ताराबाई – प्रा. जयसिंग पवार

Chhatrapati Shibaji – सेतु माधवराव पगडी

हिंदवी स्वराज्य आणि मोगल – सेतु माधवराव पगडी

मराठे व औरंगजेब – सेतु माधवराव पगडी

मोगल आणि मराठे – सेतु माधवराव पगडी

इतिहासाचा मागोवा – सेतु माधवराव पगडी

पन्हाळगडचा वेढा – मुं.गो. गुळवणी

प्रतापगडचे युद्ध – श्री. मोडक

शिवतीर्थ रायगड – गो.नी. दांडेकर

ऐतिहासिक शब्दकोश – य.न. केळकर

कोकण इतिहासाची पार्श्वभूमी – त्र्यं.शं. शेजवलकर

महाराष्ट्राचे जलदुर्ग – र.वा. रामदासी

राष्ट्रपुरुष – केदारनाथ मिश्र (प्रभात)

कनोज के रस्मोरिवाज – अवस्थी

मनाचे श्लोक

राज्याभिषेक शकावली
चित्रगुप्त
Forts of Maharashtra – Cap. Brigs
शिवराजभूषण
औरंगजेबनामा
अज्ञानदासाचे पोवाडे
राजव्यवहारकोश – रा.गो. काटे
छत्रपती शिवाजीमहाराज – दि.वि. काळे
महाराष्ट्राची धारातीर्थे –
पंडित महादेवशास्त्री जोशी
जयपूर अखबारती – भा.इ.सं.मं. पुणे
इतिहास मंजिरी – द.वि. आपटे
History of Marathas –
Grant Duff, Vol. 1 to 3
उद्‌गीरचा इतिहास – राजाराम राठोड
तुळजापूरची जगदंबा – कोटीभास्कर
करवीर रियासत – स.मा. गर्गे
Shivaji's visit to Aurangazeb
at Agra – Jadunath Sarkar
शककर्ते श्री शिवछत्रपती महाराज –
वि.स. वाकसकर
रायगड किल्ल्याचे वर्णन – गो.बा. जोशी
शहाजीराजे भोसले – र.वा. रामदास
मल्हार – रामरावकृत संभाजी व शिवाजी
महाराज – भीमराव कुलकर्णी
ज्ञानेश्वर वाङ्मय आणि कार्य –
प्रा. न.र. फाटक
तीर्थरूप महाराष्ट्र – पंडित महादेवशास्त्री जोशी
महाराष्ट्रातील किल्ले – चिं.ग. गोगटे
Shivaji the Great (Vol. I to IV)
– डॉ. बाळकृष्ण

पाटगावचे मौनीबाबा – श्री. माळी
मध्ययुगीन चरित्रकोश –
पं. सिद्धेश्वरशास्त्री चित्राव
अश्वपरीक्षा – रा.स. गुप्ते
औरंगजेबनामा – देवीप्रसादजी
राजसंन्यास – राम गणेश गडकरी
Fall of the Mughal Empire –
Jadunath Sarkar
Travels in India - Tavernier
Storia - De - Mogor
N. Manucci
कौटिलीय अर्थशास्त्र –
करंदीकर - हिवरगावकर
ऐतिहासिक पोवाडे – य.न. केळकर
भारतीय संस्कृतिकोश –
संपा. पं. महादेवशास्त्री जोशी
Jinjivas – V. L. Kale
सिंहासनाची आणि इतर व्यवस्था –
शं.ना. जोशी
मराठ्यांचा आरमारी इतिहास – थत्ते
विजापूर घराण्याचा इतिहास –
मोडक-वझे
Historical Miscellany –
G. S. Sardesai
Shivaji The Portrait of a
Patriot – V. B. Kulkarni
गजपरीक्षा – रा.स. गुप्ते
बुसातुन्निस्सलातीन
फलटण संस्थानचा इतिहास – फडके

◆

शिवाजी सावंत यांचा परिचय

हिरण्यकेशी नदीच्या तीरावर वसलेल्या, कोल्हापूर जिल्ह्यातील आजरा या निसर्गसुंदर व छोटेखानी, टुमदार गावात एका शेतकरी कुटुंबात, ३१ ऑगस्ट १९४० साली शिवाजीराव सावंत यांचा जन्म झाला. तिथंच व्यंकटराव प्रशालेतून ते शालान्त परीक्षा प्रथम वर्गात उत्तीर्ण झाले. परिस्थितीमुळे महाविद्यालयीन शिक्षणाला एफ.वाय.बी.ए. नंतर रामराम ठोकून त्यांना वाणिज्य विषयाच्या लघुलिपी आणि टंकलेखन यांचा अभ्यासक्रम पूर्ण करावा लागला. कोल्हापुरातील राजाराम प्रशालेमध्ये त्यांनी अध्यापक म्हणून वीस वर्षे सेवा केली. तेथून परसेवेवर पुण्यात येऊन महाराष्ट्र शासनाच्या शिक्षण खात्याच्या 'लोकशिक्षण' मासिकामध्ये त्यांनी सहा वर्षे काम पाहिले.

भारतीय जीवन आणि संस्कृती याबद्दल सावंतांना प्रारंभापासूनच सार्थ अभिमान होता. 'माझा भारत म्हणजेच महाभारत,' हे समीकरण एकदा मनात रुजल्यानंतर अभ्यासूवृत्तीमुळे त्यांचा महाभारताचा सखोल व्यासंग सुरू झाला. अस्मिता विसरू पाहत असलेल्या भारतीय समाजपुरुषाला सूर्यपुत्र, 'मृत्युंजय' कर्ण आपत्तीतही धैर्यशाली व तेजस्वी बनवील, असे उत्तर त्यांना गवसले. मग प्रदीर्घ संदर्भशोधन, सखोल व उलट-सुलट चिंतन, मनन आणि डोळस प्रवासाने टिपलेले प्रत्ययकारक निरीक्षण यातूनच या प्रदीर्घ व रससंपन्न कादंबरीचा जन्म झाला.

महाराष्ट्र शासन, केसरी-मराठा संस्थेने न. चिं. केळकरः तसेच कोल्हापूरच्या 'ललित' आणि पुणे महानगरपालिका यांनी पारितोषिक देऊन 'मृत्युंजय'चा गौरव केला. सर्वांत लक्षणीय गोष्ट म्हणजे मर्मज्ञ आणि गुणज्ञ बंगाली वाचकांच्या 'विवेक संस्थान' या कलकत्त्यातील संस्थेने वीस वर्षांनंतर १९८६ साली 'पूनमचंद भुतोडिया' हा सर्जनशील साहित्याचा पुरस्कार देऊन 'मृत्युंजय'चा सन्मान केला होता. दिल्लीतील भारतीय ज्ञानपीठ या संस्थेने १९९५सालचा १२वा 'मूर्तिदेवी पुरस्कार' भारताचे उपराष्ट्रपती डॉ. के. आर. नारायणन यांच्या हस्ते दिल्लीत प्रदान करून त्यांना सन्मानित केले होते.

१९७४ सालीच दिल्लीतील भारतीय ज्ञानपीठ या विख्यात प्रकाशन संस्थेने 'मृत्युंजय'चे हिंदीत भाषांतर प्रकाशित केले. मृत्युंजयची कन्नड – १९९०, गुजराथी – १९९१ व मल्याळम – १९९५ अशी भाषांतरे प्रसिद्ध झाली आहेत. १९८९मध्ये 'मृत्युंजय'चे कलकत्त्यातील प्राध्यापक पी. लाल यांनी इंग्लिशमध्ये भाषांतर

प्रसिद्ध करून ही मूळ मराठी कर्णगाथा आता आंतरराष्ट्रीय साहित्यात नेण्याचे ऐतिहासिक कार्यही केले आहे. गुजराथी भाषांतराला अहमदाबाद येथे त्या राज्य शासनाने आपला 'साहित्य अकादमी' हा पुरस्कार देऊन १९९०मध्ये गौरविले आहे. १९९२मध्ये याच भाषांतराला 'केंद्रीय साहित्य अकादमी'चा पुरस्कारही प्रदान करण्यात आला.

१९८० साली सावंतांनी छत्रपती संभाजीराजांच्या जीवनावरील 'छावा' ही कादंबरी लिहून वाचकांसमोर ठेवली. तिचाही हिंदी अनुवाद ज्ञानपीठाने प्रसिद्ध केला आहे. ही कलाकृतीही महाराष्ट्र राज्य पुरस्काराची मानकरी ठरली.

सावंतांनी १९७५ साली लिहिलेले 'मृत्युंजय' हे नाटक मोहन वाघांच्या चंद्रलेखा या नाट्यसंस्थेने मराठी रंगमंचावर पुरे एक तप सादर केले. 'छावा' नाटकही त्यांनीच सादर केले.

१९८३ साली सावंत बडोदा साहित्य संमेलनाचे अध्यक्ष होते. १९८६मध्ये बेळगावला द. महाराष्ट्र साहित्य संमेलनाचे उद्‌घाटन त्यांनी केले होते. तसेच ते महाराष्ट्र साहित्य परिषद, पुणे या संस्थेत उपाध्यक्षही होते.

१९८६ साली ऑगस्टमध्ये सावंतांनी महाराष्ट्राच्या कृषि-औद्योगिक आघाडीवर आद्य जनकाचे काम करणाऱ्या पद्मश्री डॉ. विठ्ठलराव विखे पाटील यांची 'लढत' नावाची द्विखंडात्मक चरितकहाणी वाचकांना सादर केली. त्यांची 'संघर्ष' ही गोदी व माथाडी कामगारांचे झुंजार नेते भाई मनोहर कोतवाल यांच्यावरील चरितकहाणी प्रकाशित झाली आहे.

विविध पैलूमय जीवन लाभलेल्या व भारतीयांना सदैव प्रेरक आदर्श असलेल्या योगयोगेश्वर श्रीकृष्णाच्या चरित्रग्रंथावर 'युगंधर' ही कादंबरी त्यांनी सिद्ध केली. रामकृष्ण मिशनच्या हरिद्वार मठाच्या प. पू. स्वामी अकामानंद यांच्या हस्ते पूजन विधी होऊन 'युगंधर' शनिवार दि. २९ जुलै, २००० रोजी समारंभपूर्वक प्रकाशित झाली.

२००२मध्ये त्यांची माननीय पी. के. अण्णा पाटील यांच्यावरील 'पुरुषोत्तम नामा' ही चरित्रकहाणी प्रकाशित झाली. याच वर्षी भारतीय ज्ञानपीठाने 'युगंधर'चा हिंदी अनुवादही प्रकाशित केला.

सावंतांचा एकसष्टी समारोह बालगंधर्व रंगमंदिर येथे शनिवार, दि. ३० डिसेंबर, २००० रोजी प्राचार्य शिवाजीराव भोसले यांच्या शुभहस्ते व ज्येष्ठ साहित्यिक भा. द. खेर यांच्या अध्यक्षतेखाली संपन्न झाला.

७६वे अखिल भारतीय मराठी साहित्य संमेलन कऱ्हाड येथे संपन्न होणार होते. त्यासाठी अध्यक्षपदाच्या उमेदवारीच्या प्रचारार्थ सावंत दौऱ्यावर असताना त्यांना दि. १८ सप्टेंबर, २००२ रोजी मडगाव-गोवा येथे आकस्मिक तीव्र हृदय आघातामुळे

वैद्यकीय उपचार प्रयत्न करूनही मृत्यू आला.

सावंतांच्या मागे त्यांच्या पत्नी मृणालिनी, कन्या कादंबिनी धारप व मुलगा अमिताभ असा परिवार आहे.

संपर्क : ए-९०२, द गेटवे, भारती विद्यापीठ शाळेजवळ,
बालेवाडी, पुणे – ४११०४५.
E-mail – sawantami@yahoo.co.in

◆

ही कादंबरी हिंदी भाषेतही भाषांतरित झाली आहे.

Please contact us at **Mehta Publishing House Pvt. Ltd.,** Pune 411030.
✆ +91 020-24476924 / 24460313 / Mob. No. 954500513
Email : production@mehtapublishinghouse.com
author@mehtapublishinghouse.com
Website : www.mehtapublishinghouse.com

- *या पुस्तकातील लेखकाची मते, घटना, वर्णने ही त्या लेखकाची असून त्याच्याशी प्रकाशक सहमत असतीलच असे नाही.*